தி(தெ)ருந

காப்பியா வாசிப்பகம்

Copyright © Kappia Reading
All Rights Reserved.

This book has been self-published with all reasonable efforts taken to make the material error-free by the author. No part of this book shall be used, reproduced in any manner whatsoever without written permission from the author, except in the case of brief quotations embodied in critical articles and reviews.

The Author of this book is solely responsible and liable for its content including but not limited to the views, representations, descriptions, statements, information, opinions and references ["Content"]. The Content of this book shall not constitute or be construed or deemed to reflect the opinion or expression of the Publisher or Editor. Neither the Publisher nor Editor endorse or approve the Content of this book or guarantee the reliability, accuracy or completeness of the Content published herein and do not make any representations or warranties of any kind, express or implied, including but not limited to the implied warranties of merchantability, fitness for a particular purpose. The Publisher and Editor shall not be liable whatsoever for any errors, omissions, whether such errors or omissions result from negligence, accident, or any other cause or claims for loss or damages of any kind, including without limitation, indirect or consequential loss or damage arising out of use, inability to use, or about the reliability, accuracy or sufficiency of the information contained in this book.

Made with ♥ on the Notion Press Platform
www.notionpress.com

பொருளடக்கம்

1. சொற்பொருள் — 1
2. அத்தியாயம் 2 — 46
3. அத்தியாயம் 3 — 149
4. திருநங்கை தாலாட்டு — 245
5. அத்தியாயம் 5 — 360
6. சிறு(திரு)கதைகள் — 425
7. அத்தியாயம் 7 — 531
8. அத்தியாயம் 8 — 641

1

சொற்பொருள்

பால் - Sex

இது பிறப்பில் தோன்றும் உடற்கூறு சார்ந்த வேறுபாடு. உடல் உறுப்புக்கள், தசைகள் மற்றும் பால் குரோமோசோம்கள் இவை அனைத்தும் ஒருவரின் உடற்கூறை நிர்ணயிக்கின்றன. பெரும்பாலும் காணப்படுவது ஆண் பால் அல்லது பெண் பால். சிலருக்கு இரண்டு பால் சமந்தப்பட்ட உறுபுக்களும் பிறப்பிலேயே அமைவதுண்டு. இவர்களை "இன்டர்செக்ஸ்" என்று அழைக்கிறோம்.

Sex refers to the biological make-up of a person. Most people are either male or female, and a few have biological features of both sexes. These are referred to as intersex (formerly hermaphrodite: which is now a derogatory term). The biological make-up is assessed from external body parts, sex chromosomes and/or tissues and organs.

பாலினம் - Gender

ஆண் தன்மை அல்லது பெண் தன்மை. பாலினம் என்பது ஒருவர் தன்னை அடையாளம் காண உபயோகிக்கும் சொல். உதாரணம்: சமூகம் 'வலிமை', 'வீரம்' போன்றவற்றை ஆண்தன்மையோடு இணைக்கிறது. 'மென்மை', 'நளினம்' போன்றவற்றை பெண்தன்மையோடு இணைக்கிறது. ஒருவரது பாலினம் அவரது பாலோடு பொருந்தி இருக்க வேண்டும் என்பது பலரின் எதிர்பார்ப்பு. உதாரணத்திற்கு ஒரு ஆண், ஆண்மையுடன் நடந்துகொள்ள வேண்டும், ஆணை போன்று தோன்ற வேண்டும் என்பது பலரின் எதிர்பார்ப்பு, அனுமானம். ஆண்மையின் வெளிப்பாடு பல கலாச்சாரங்களிலும், காலங்களிலும்

வேறுபட்டாலும், சில குணாதிசயங்கள் என்றும் இருந்து வருபவை. இது போன்ற எதிர்பார்புகளுக்குள் அடங்காத, பொருந்தாத ஆண்கள் அல்லது பெண்களுக்கென்று இருக்கும் எதிர்பார்புகளுக்குள் அடங்காத, பொருந்தாத பெண்கள், பிறரால் தாழ்ந்தவர்கள், குறைந்தவர்கள் என்றும் கருதப்படுகிறார்கள். அப்படிப்பட்டவர்களை கேலி, கிண்டல் செய்வதும், துன்புறுத்துவதும் நடைமுறை.

Gender: This refers to the social categories of man and woman, and to the behaviors that we consider to be masculine and feminine. Gender is expected to conform to biological sex. Hence, someone whose sex is male, is expected to look like a man and behave in a masculine manner. What constitutes "masculine behavior" or "manly appearance" may vary culturally, and may vary across history, but some features are constant. Males who do not conform to the expectations society has of men, and females who do not conform to the expectations society has of women, are considered inferior or inadequate, and can be subjected to ridicule and harassment. Such ridicule and harassment is especially severe for those whose are transgender, i.e. those whose gender is at odds with their sex.

பாலீர்ப்பு - Sexual Orientation - attraction

இது பாலியல் ரீதியாக ஏற்படும் ஈர்ப்பு.

This refers to an individual's attraction to men, women, and/or transgender people. Sexual orientation is not necessarily a preference for one sex over other(s); and hence the terms sexual orientation and sexual preference should not be used interchangeably.

பாலுறவு நடத்தை - Sexual Behavior

நடைமுறையில் ஒருவர் யாருடன் பாலுறவு கொள்கிறார்கள். அதாவது ஆண் மற்றும்/அல்லது பெண், திருனர்களுடன்.

This refers to an individual's sexual behavior with men, women, and/or transgender people. The concept is most often used in the public health/epidemiological context, where behavior, rather than orientation or identity, is the focus of attention.

பாலுறவு அடையாளம் - *Sexual identity*

ஒருவர் தம்மை எப்படி அடையாளப்படுத்தி கொள்கிறார்கள். உதாரணம்: நங்கை, நம்பி, ஈரர்,கோதி, DD,திருநங்கை,அறவாணி. ஒருவரது பால் அடையாளம் அவர்களது பாலீர்ப்பு மற்றும் பாலுறவு நடத்தையுடன் பொருந்தியோ/பொருந்தாமலோ இருக்கலாம். உதாரணத்திற்கு ஒருவர் தம்மை "எதிர்பாலீர்ப்பாளர்" என்று அடையாளப்படுத்தி கொள்ளலாம் , அனால் அவருக்கு ஆண், பெண் என்று இரண்டு பாலினர் மீதும் ஈர்ப்பு இருக்கலாம்.

Sexual identity refers to how individuals identify themselves. Terms such as Gay, Bi, Kothi, Double Decker, Aravani, and Straight all connote sexual identity. Sexual identity may or may not be aligned with orientation or behavior. For instance, a man may identify as straight but in reality be attracted to women as well as men.

எதிர்பாலீர்ப்பு - *Heterosexuality*

எதிர் பால் மேல் ஏற்படும் பாலீர்ப்பு. பெண்கள் மேல் பாலீர்ப்பு உடைய ஆண்கள், ஆண்கள் மேல் பாலீர்ப்பு உடைய பெண்கள் (எதிர்பாலீர்ப்பாளர்)

Heterosexuality refers to attraction to members of the other sex.

ஒருபாலீர்ப்பு அல்லது தன்பாலீர்ப்பு - *Homosexuality*

தனது பாலின் மீது ஏற்படும் பாலீர்ப்பு. ஆண்கள் மேல் பாலீர்ப்பு உடைய ஆண்கள், பெண்கள் மேல் பாலீர்ப்பு உடைய பெண்கள் (தன்பாலீர்ப்பாளர்/ ஒருபாலீர்ப்பாளர்)

Homosexuality refers to exclusive or predominant same-sex attraction.

கேய், ஒருபாலீர்ப்புடைய ஆண், ஒருபாலீர்ப்புள்ள ஆண், தன்பாலீர்ப்புடைய ஆண்

Gay man

தனது பாலின் மீது ஈர்ப்புள்ள ஆண். ஆண்கள் மேல் பாலீர்ப்பு உடைய ஆண்கள். ஆண்களை விரும்பும் ஆண்கள். இவர்களில் சிலர் தங்களை அடையாள படுத்திக்கொள்ள நம்பி (தமிழ்) அல்லது கே (ஆங்கிலம்) என்ற சொற்களை பயன்படுத்துகிறார்கள்.உதாரணத்திற்கு ஆண்கள் மீது ஈர்புள்ள ஆண்கள் அனைவரும் இந்த சொற்களை உபயோகப்படுத்துவதில்லை, ஏனெனில் இவர்களில் சிலருக்கு பெண்கள் மீதும் ஈர்ப்பு இருக்கலாம்.

A sexual identity term adopted by some (but not all) people who are exclusively or predominantly attracted to those of the same sex. Usually, but not always, this term is used by men. Sexual identity does not necessarily reflect sexual orientation or behavior. For instance, many men attracted to other men, or men who have sex with other men, do not use the term 'gay' to describe themselves because their attraction is not limited to men, or because they feel this identity term is associated with a certain culture/ sub-culture to which they do not relate. In an increasingly globalized popular culture, 'gay' is often treated as an orientation term, and used interchangeably with 'homosexual'.

ஆண்களுடன் பால் உறவு கொள்ளும் ஆண்கள்/எம். எஸ். எம்/Men who have Sex with Men (MSM)

ஆண்களுடன் பாலுறவு கொள்ளும் ஆண்களை கூட்டாக அழைக்கும் சொல். இவர்கள் தங்களை எப்படி அடையாள படுத்திக் கொள்கிறார்கள் என்பது முக்கியமல்ல. கே/நம்பி இதுபோன்ற சொற்களை பயன்படுத்துவதை வீட, எளிமையாக, எல்லோரையும் உட்கொள்ளும் விதமாக அமைகிறது இந்த சொல். தமிழிலும் "எம்.எஸ்.எம்" என்ற சொல் வழக்கில் உள்ளது. இந்திய அரசாங்கம் தனது ஹெச். ஐ. வீ/எய்ட்ஸ் தடுப்பு திட்டங்களில் இந்த சொல்லை ஆண்களுடன் பால் உறவு கொள்ளும் அனைவரையும் கூட்டாக அழைக்க பயன்படுத்துகிறது.

Men who have sex with men (abbreviated as MSM, also known as males who have sex with males) are male persons who engage in sexual activity with members of the same sex, regardless of how and whether they identify themselves. The term MSM was coined in the public health context, when it was found that interventions designed for 'gay' men did not succeed in reaching out to a majority of men who had sex with men who did not inhabit 'gay' spaces such as gay bars and clubs, and did not identify with other aspects of 'gay' sub-culture, often identified with white/privileged Anglophone middle-class men. In India, the government uses the term MSM in its HIV prevention programs, recognizing that huge numbers of men who fit this behavior category do not consider themselves homosexual, bisexual, pansexual or gay.

லெஸ்பியன், ஒருபாலீர்ப்புடைய பெண், ஒருபாலின ஈர்ப்புடைய

பெண் - Lesbian woman

தனது பாலின் மீது ஈர்ப்புள்ள பெண். பெண்கள் மேல் பாலீர்ப்பு உடைய பெண்கள். பெண்களை விரும்பும் பெண்கள். இவர்களில் சிலர் தங்களை அடையாள படுத்திக்கொள்ள நங்கை (தமிழ்) அல்லது லெஸ்பியன் (ஆங்கிலம்) என்ற சொற்களை பயன்படுத்துகிறார்கள்.

A sexual identity term adopted by some (but not all) women who are exclusively or predominantly attracted to other women.

இருபாலீர்ப்பு - Bisexuality

ஆண்/பெண் இருவர் மேலும் ஏற்படும் பாலீர்ப்பு. ஆண்/பெண் இருவர் மேலும் பாலீர்ப்பு உடைய ஆண்கள் மற்றும் பெண்கள் (இருபாலீர்ப்பாளர்கள்). இவர்களின் ஈர்ப்பு இரண்டு பாலினர் மீதும் சம அளவில் இருக்க வேண்டும் என்பது கட்டாயமல்ல.

Bisexuality refers to attraction towards males and females. It does not imply equal degree of attraction, simply significant attraction towards both.

ஈரர் - Bisexuals

ஆண் மற்றும் பெண் இரண்டு பாலினர் மீதும் ஈர்ப்புள்ளவர்கள்.

People attracted to both men and women. It can also be used to describe identity. In the public health context, the usage of this term is limited to describing sexual behavior. This usage leads to a lot of misconceptions, such as the idea that a bisexual is always/ concurrently having sex with men and women; or that a married man who has sex with other men is necessarily bisexually oriented. Not true. A homosexual person forced into marriage with someone of the other sex does not 'become' bisexual. Likewise, an individual could be in a committed relationship with one other individual (of any sex) and still be bisexually oriented and identified. Bisexuality, as the quip goes, is about "what's in your head, not who's in your bed".

திருனர் - Transgender person

தங்களது பிறப்பு ரீதியான பாலும், பாலினத்தன்மையும் மாறுபட்டதாக உணர்பவர்கள். உதாரணம் : தான் பெண் என்று மன அளவில் நம்பும் ஆண்கள். திருனர்கள் பால் மாற்று அறுவை சிகிச்சை மற்றும் வழிமுறைகளை செய்ய விரும்புவர்களாக இருக்கலாம் அல்லது விரும்பாதவர்களாக இருக்கலாம். திருனர்களின் பால் ஈர்ப்பும் எல்லோரையும் போல பன்மைபட்டது.

Transgender refers to individuals whose sense of their own gender (i.e. gender identity) differs from their sex assigned at birth. For example, it could refer to individuals assigned male at birth, who identify themselves as women or as not-men, or to individuals assigned female at birth, who identify themselves as men or as not-women. A transgender person may or may not desire gender-affirmation surgery (formerly sex-reassignment surgery) or other procedures, and could have any sexual orientation.

திருநங்கை/Trans woman/Trans feminine [formerly Male To Female Transgender (MTF)]

பிறப்பால் ஆண்பாலும், மன அளவில் பெண்பாலாகவும் அடையாளம் காண்பவர்கள். பால் மாற்று அறுவை சிகிச்சை மற்றும் வழிமுறைகளை செய்ய விரும்புவர்களாக இருக்கலாம் அல்லது விரும்பாதவர்களாக இருக்கலாம். திருனரில் ஒரு பிரிவு.

This term refers to male-born individuals who consider themselves as women. Some (but not all) of these individuals opt for gender-affirmation surgery (formerly sex-reassignment surgery) or other procedures, to align their external sexual characteristics with their gender identity.

திருநம்பி/Trans man/ Trans masculine [formerly Female To Male Transgender (FTM)]

பிறப்பால் பெண்பாலும், மன அளவில் ஆண்பாலாகவும் அடையாளம் காண்பவர்கள்.பால் மாற்று அறுவை சிகிச்சை மற்றும் வழிமுறைகளை செய்ய விரும்புவர்களாக இருக்கலாம் அல்லது விரும்பாதவர்களாக இருக்கலாம். திருனரில் இன்னொரு பிரிவு

This term refers to female-assigned individuals who identify their gender as men. Some (but not all) of these individuals opt for gender-affirmation surgery (formerly sex-reassignment surgery) or other procedures, to align their external sexual characteristics with their gender identity.

ட்ரான்ஸ்செக்சுவல்/Transexual [medical term not favoured by the community]

பிறப்பால் ஒரு பாலும், மன அளவில் வேறு பாலினத்துடன் அடையாளம் காண்பவர்கள், மற்றும் இந்த வேறுபாடை மாற்ற அறுவை சிகிச்சை அல்லது ஹார்மோன் சிகிச்சை மேற்க்கொண்டவர்கள் / மேற்க்கொள்ள விரும்புவர்கள்.

This term refers to individuals who have opted, or plan to opt, through gender-affirmation surgery (formerly sex-reassignment surgery) or other procedures, to align their external sexual characteristics with their gender identity. Transexual(ity) is primarily a medical term.

மாறுபட்ட பாலீர்ப்பு மற்றும் பாலடையாளம் கொண்டவர்கள் (மாற்று பாலின-பாலீப்பு) / LGBT or Queer

நங்கை-நம்பி-ஈரர்-திருனர் இவர்கள் அனைவரையும் மொத்தமாக குறிப்பிடும் சொல்.

Used to collectively refer Lesbians-Gays-Bisexuals-TransGender people

பலபாலீர்ப்பு - Pansexuality

ஆண்/பெண் என்னும் வேறுபாட்டைக் கடந்த பாலீர்ப்பு.

Pansexuality refers to attraction that includes males, females and transgender people. Sometimes, people use the term to refer to attractions that are NOT based on sex of the individual(s) concerned.

மாற்று பாலின-பாலீர்ப்பு சுயமரியாதை/Gay Pride or LGBT Pride

நங்கை-நம்பி-ஈரர்-திருனர் இப்படி மாறுபட்ட பாலீர்ப்பு மற்றும் பாலடையாளம் கொண்டவர்கள் தங்கள் பாலீர்ப்பையும், பால் அடையாளங்களையும் எண்ணி கூனி குறுகாமல், எல்லோரையும் போல தலை நிமிர்ந்து கௌரவமாக, சுய மரியாதையுடன் வாழ்வதையே “சுய மரியாதை” என்று குறிபிடு-

கிறோம்.

LGBT pride or gay pride is the concept that lesbian, gay, bisexual, and transgender (LGBT) people should be proud of their sexual orientation and gender identity. It is often used to describe marches, rallies and other events celebrating visibility of our communities.

வானவில்-சுயமரியாதை பேரணி/Pride Parade

நங்கை-நம்பி-ஈரர்-திருனர் இப்படி மாறுபட்ட பாலீர்ப்பு மற்றும் பாலடையாளம் கொண்டவர்கள் தங்கள் பாலீர்ப்பையும், பால் அடையாளங்களையும் கலாச்சாரத்தையும் போற்றும் எல்லா நிகழ்ச்சிகளையும் "வானவில் சுய மரியாதை விழா" என்று அழைக்கிறோம்.

Pride parades for the LGBT community (also known as gay pride parades, pride events and pride festivals) are events celebrating lesbian, gay, bisexual, and transgender (LGBT) culture.

வெளியே வருதல்/Coming Out

மாறுபட்ட பாலீர்ப்பு மற்றும் பாலடையாளம் கொண்டவர்கள், தங்களது அடையாளம் மற்றும் பாலீர்ப்பை, அறிந்து ஏற்றுக்கொள்வதையும் பின்பு தங்கள் குடும்பத்தாருக்கும் மற்றும் நண்பர்கள், உறவினர்களுக்கும் அதை தெரிவிப்பதையும் தான் "வெளியே வருதல்" என்று அழைக்கிறோம்.

Coming out is the process by which individuals accept their own homosexual or bisexual orientation or transgender identity, and then let friends and family members know about this aspect of themselves. Check out Orinam.net Coming Out resources here.

அறிமுகம்: பாலீர்ப்பு மற்றும் பாலடையாளம்

உங்கள் குழந்தை மாறுபட்ட பாலீர்ப்பு கொண்டது என்று தெரிந்துகொண்டீர்கள், இப்பொழுது என்ன செய்வது?

"அப்பா .... எனக்கு பொண்ணுங்க மேல ஈர்ப்பு இல்லை....பசங்க மேல தான் ஈர்ப்பு" - ஒரு மகன்

" எனக்கு பசங்கள பிடிக்கலம்மா ....திருமணம் வேண்டாம்' - ஒரு மகள்.

பல பெற்றோர்களால் எளிதில் ஜீரணிக்க முடியாத வார்த்தைகள் இவை. தனது குழந்தை மாறுபட்ட பாலீர்ப்பு கொண்டது என்கிற உண்மையை பல பெற்றோர்களால் எளிதில் கையாள முடிவதில்லை... " கடவுளே! என்ன செய்வது? " என்று உங்கள் மனம் பதைபதைப்பது இயற்கையே.

உங்கள் கவலையும், குழப்பமும், பதட்டமும் எங்களுக்கு நன்றாக புரிகிறது. உங்களைப் போன்று பல பெற்றோர் இதை எதிர்கொண்டிருக்கிறார்கள். அவர்கள் அனுமானங்களையும், எண்ணங்களையும், அவர்கள் கடந்து வந்த பாதைகளையும் இந்த கையேட்டில் தொகுத்திருக்கிறோம். உங்கள் குழந்தை-யின் மாறுபட்ட பாலீர்ப்பை புரிந்து கொள்வதற்கும், உங்கள் இருவருக்கும் இடைவெளி ஏற்படாமல் உங்கள் உறவு நிலைத்து வளர்வதற்கும் இந்த கையேடு ஒரு வழிகாட்டியாக இருக்கும் என்றும் நாங்கள் நம்புகிறோம்.

உலகில் பத்தில் ஒருவர் மாறுபட்ட பாலீர்ப்பு கொண்டவர் என்கிறது ஒரு கணக்கீடு. நான்கில் ஒரு குடும்பம் இதுபோன்ற மாறுபட்ட பாலீர்ப்பு கொண்-டவர்களை அங்கத்தினர்களாக கொண்டது என்கிறது இன்னொரு கணக்கீடு. இவற்றால் நீங்கள் அறிந்துகொள்ள வேண்டியது - நீங்கள் தனியே இல்லை. நீங்கள் விரும்பினால், பேசுவதற்கும், உங்கள் உணர்வுகளை பகிர்ந்து கொள்-வதற்கும், உங்கள் சந்தேகங்களை தீர்த்துக் கொள்வதற்கும் பல வழிகள் இருக்கின்றன. இணையதளங்கள், புத்தகங்கள், மனநல ஆலோசகர்கள், தொலைபேசி ஆதரவு எண்கள், பிற பெற்றோர்கள் போன்றவை இவற்றில் சில. இன்னொரு விஷயம், நீங்கள் விரும்பினால் குழப்பம் மற்றும் கவலை நிறைந்த இந்த சூழ்நிலையை வெற்றிகரமாக எதிர்கொண்டு, உங்கள் குழந்-தையை புரிந்து, அன்பும், பாசமும், அரவணைப்பும் கொண்ட ஒரு ஆரோக்-கியமான உறவை அமைத்துக்கொள்ள முடியும். பல பெற்றோர்கள் இதை வெற்றிகரமாக செய்தும் இருக்கிறார்கள்.

ஆனால் இதற்கு சுலபமான குறுக்கு வழி ஒன்றும் இல்லை. கோபம், கவலை, குழப்பம், குற்றவுணர்ச்சி, விரக்தி என்று பல உணர்ச்சிகளோடு போராடிய பிறகே பல பெற்றோர்கள் தங்கள் குழந்தையின் மாறுபட்ட பாலீர்ப்பை ஏற்றுக்கொள்கிறார்கள். அதனால் இது போன்ற உணர்ச்சிகள் உங்களுக்கு ஏற்பட்டால் மனம் தளர வேண்டாம். உங்களை நீங்களே வருத்-திகொள்ளாதீர்கள். அதேசமயம், “உங்கள் குழந்தைகள் உங்களுக்கு முக்-கியம், அவர்களை நீங்கள் நேசிக்கிறீர்கள்” - இதை மனதில் கொண்டு, உங்களை குழந்தையை புரிந்து கொள்ளும் பாதையை நோக்கி உங்கள் பயணத்தை தொடங்குங்கள். இது சம்மந்தமாக உங்களக்கு தனிப்பட்ட முறை-யில் ஏதேனும் உதவி தேவைபட்டால் எங்களை தொடர்புகொள்ளலாம்.

என்னிடம் என் குழந்தை ஏன் இதை சொல்ல வேண்டும்?

சில பெற்றோர்கள் தங்கள் குழந்தையின் மாறுபட்ட பாலீர்ப்பை பற்றி தெரியாமலேயே இருந்திருந்தால் எவ்வளவு நன்றாக இருந்திருக்கும் என்று நினைப்பதுண்டு. மேலும் சிலர் இதை பற்றி அறிவதற்கு முன் தங்கள் குடும்-பம் எவ்வளவு சந்தோஷமாக நிம்மதியாக இருந்தது என்றும் எண்ணுவ-துண்டு. இப்படி எண்ணும் பொழுது குழந்தையின் மாறுபட்ட பாலீர்ப்பை பற்றி அறியாமல் இருப்பதால் தங்கள் குழந்தைக்கும் தங்களுக்கும் இடையே ஏற்-படும் மிக பெரிய இடைவெளியை அவர்கள் கருத்தில் கொள்வதில்லை.

பெற்றோர்களில் சிலர் - பூனை கண்ணை மூடி கொண்டால் பூலோகம் இருட்டு - என்பதுபோல குழந்தையின் குரலை நிராகரிப்பதுண்டு —
“என்னவாது உளறாதே! நீ என்ன பேசறேனு உனக்கே தெரியாது” (அல்லது)
குழந்தை சொல்வதை காதிலே வாங்காதது போல் இருப்பதுண்டு —
” சரி அத விடு... நைட் டிபன் என்ன வேணும்?” (அல்லது)
குழந்தையை முற்றிலுமாக ஒதுக்குவதுண்டு —
“கெட்டுத்தான் போவேன்னா ... நான் என்ன செய்ய முடியும்? எக்கேடும் கேட்டு போ! என்கிட்டே வராத!”.

இவையெல்லாம் பல பெற்றோர்களின் இயற்கையான பதில்கள்.

ஆனால் உங்கள் குழந்தையின் பாலீர்ப்பு என்பது ஒதுக்கப்படவேண்டிய விஷயம் அல்ல. நீங்கள் அறிந்துகொள்ள வேண்டிய, புரிந்து கொள்ள வேண்டிய விஷயம். அப்படி செய்யாவிடில், உங்கள் குழந்தையை முழுமையாக அறிந்துகொள்ளும் வாய்ப்பை நீங்கள் இழக்கிறீர்கள். “இதெல்லாம் பருவக்கோளாறு , காலப்போக்கில் மாறிவிடும்” என்று அவர்களின் மாறுபட்ட பாலீர்ப்பை ஒதுக்காமல், அவர்கள் சொல்லுவதை கவனத்துடனும், அக்கறையுடனும் கேளுங்கள்.

எப்பொழுது உங்கள் மகன் அல்லது மகள் உங்களிடம் தான் மாறுபட்ட பாலீர்ப்பு கொண்டவன்(வள்) என்று சொல்கிறானோ(ளோ), அப்பொழுது அவர்களுக்கு அதில் எந்தவித சந்தேகமும் இல்லை என்பது தான் பெரும்பாலும் உண்மை. தான் மாறுபட்ட பாலீர்ப்பு கொண்டவன்(வள்) என்பதை அறிந்து, ஏற்றுக்கொள்வது என்பது ஒரு சாதரணமான காரியமே அல்ல. பெற்றோர்களிடம் இதை பற்றி பேசுவது என்பது குழந்தை எடுத்து வைக்கும் மிகப் பெரிய அடி. அதை யோசிக்காமல் எந்த குழந்தையும் எடுப்பதில்லை. மிகுந்த சுய ஆராய்ச்சி மற்றும் மனப் போராட்டதிற்குப் பிறகே குழந்தை உங்களிடம் மனம் திறக்கிறது. அதனால் ” அவர்களுக்கு என்ன தெரியும்..” என்று சந்தேகிக்க வேண்டாம்.....அவர்களுக்கு அவர்களை பற்றி நன்றாகவே தெரியும் என்பது தான் உண்மை.

உங்களிடம் உங்கள் குழந்தைகள் இதை பற்றி மனம் திறப்பது என்பது உங்கள் மேல் கொண்டுள்ள அன்பிற்கும், உங்கள் அன்பு, ஆதரவு, அரவணைப்பு அவர்கள் தேவை என்பதற்குமான அறிகுறி. இப்படி உங்களிடம் மனம் திறப்பது அவர்கள் துணிவை காட்டுகிறது. அதுமட்டுமில்லாமல், ஒரு திறந்த, நேர்மையான, உண்மையான உறவு உங்கள் இருவருக்கிடையே இருக்க வேண்டும் என்கிற விருப்பத்தை காட்டுகிறது. ஒருவரின் பாலீர்ப்பு எப்படி நிர்ணயிக்கப்படுகிறது? எனது மகனோ/மகளோ மாறுபட்ட பாலீர்ப்புடன் இருப்பதற்கு நான் காரணமா? எனது வளர்ப்பில் குறையா? நான் ஒரு நல்ல தாயாய்/தந்தையாய் இருக்க தவறிவிட்டேனோ?

தன்பாலீர்ப்போ (Homosexuality) அல்லது பால் மாறுதலோ (Trans gender behavior) ஒருவரின் வளர்ப்பு முறையாலோ அல்லது ஒரு சில அனுபவங்களாலோ நிர்ணயிக்கப்படுவதில்லை என்பது ஆய்வுகளால் கண்டறியப்பட்ட உண்மை. உங்களின் அன்புக்குரியவர் மாறுபட்ட பாலீர்ப்பு (Alternate Sexuality) அல்லது பால் அடையாளம் (Gender Identity) கொண்டவராக, அதாவது நங்கையாகவோ (தன் பாலீர்ப்புள்ள பெண்/ Lesbian), நம்பியாகவோ (தன் பாலீர்ப்புள்ள ஆண்/Gay), ஈரர்(இரு பாலீர்ப்புள்ளவர்/Bisexual), திருநராகவோ (திருநங்கை, திருநம்பி/ MTF/ FTM Transgender) இருப்பது யாருடைய தவறும் இல்லை. இது போன்ற குற்றவுணர்ச்சி உங்களுக்கு சிறிதும் தேவையில்லை. முதல் படி, இதை பற்றி மனம் திறந்து, பேசுங்கள். பேசப்பேச, புரிதல் அதிகமாகும்.

பாலீர்ப்பு எப்படி நிர்ணயிக்கப்படுகிறது? - இதற்கான முடிவான பதில் யாருக்கும் தெரியாது. மனம், உடல், மரபணு, சுற்றுப்புற சூழ்நிலை என்று பல விஷயங்களின் கலவையால் ஒருவரின் பாலீர்ப்பு நிர்ணயிக்கப்படுகிறது என்கிறார்கள் வல்லுனர்கள். பாலீர்ப்பும் பால் அடையாளமும் முக்கால்வாசி பேருக்கு சிறிய வயதிலேயே வடிவுபெறுகிறது. பல ஆய்வுகள் இது பற்றி நடந்துகொண்டிருகின்றன, ஆனால் இதுதான் காரணம் என்கிற முடிவு இன்னமும் எட்டப்படவில்லை.

இப்படி மாறுபட்ட பாலீர்ப்பு கொண்டவராக - நங்கை (தன் பாலீர்ப்புள்ள பெண்), நம்பி (தன் பாலீர்ப்புள்ள ஆண்), ஈரர்(இரு பாலீர்ப்புள்ளவர்) - இருப்பது தவறா?

இல்லை. உலகில் எல்லா கலாச்சாரங்களிலும் ,எல்லா காலங்களிலும் இதுபோன்ற மாறுபட்ட பாலீர்ப்பு கொண்டவர்கள் இருந்திருக்கிறார்கள். தன்பாலீர்ப்பு ஒரு நோயோ அல்லது மனநல குறைவோ இல்லை என்பது நிதர்சனமான உண்மை. American Psychological Association(APA) 1973ஆம் ஆண்டே தன்பாலீர்ப்பு ஒரு மனநோய் அல்ல என்று அறிவித்துவிட்டது. World Health Organization (WHO) 1981ஆம் ஆண்டு தன்பாலீர்ப்பு ஒரு நோயல்ல என்று அறிவித்தது. ஆகையால் மாறுபட்ட பாலீர்ப்பு கொண்டிருப்பதில் எந்த தவறும் இல்லை.

உலகில் முக்கால்வாசி பேர் வலது கை பழக்கம் உள்ளவர்களாக இருந்தாலும் சிலர் இடது கை பழக்கம் உள்ளவர்களாக இருக்கிறார்கள். அதை நாம் தவறு என்று சொல்வோமா? அதைப் போலததான் இதுவும், மிகவும் இயற்கையான விஷயம்.

நமக்கு தெரிந்ததெல்லாம் ஆண் - பெண் இவர்களுக்கிடையே ஏற்படும் ஈர்ப்பு மட்டும் தான். ஆனால் அறிவியல் கண்டறிந்த உண்மை - பாலீர்ப்பு பன்மைபட்டது, இந்த உண்மையை நாம் ஏற்றுக்கொள்ளவேண்டும்.

தாங்கள் நங்கை-நம்பி-ஈரர்-திருநர் என்பது ஒருவருக்கு எப்படி தெரியும்?

பலருக்கு சிறிய வயதிலிருந்தே தாங்கள் வித்தியாசமானவர்கள் என்பதோ, அல்லது தங்களுக்கு தன் பாலர் மீது ஈர்ப்பு ஏற்படுகிறது என்பதோ அல்லது இரண்டு பாலர் மீதும் ஈர்ப்பு ஏற்படுகிறது என்பதோ தெரிகிறது. திரு நங்கை/ திரு நம்பிகளுக்கு தங்கள் பாலின வெளிப்பாடு மற்றவர்களின் எதிர்பார்ப்பு போல் இல்லை என்பதும் சிறிய வயதிலேயே தெரிகிறது. சிலருக்கு வயது வரும் பருவத்தில் இதை பற்றி தெரிகிறது. ஒருவரின் பாலீர்ப்பை புரிந்து-கொள்வது என்பது அவ்வளவு எளிதான காரியமில்லை! அதற்குரிய கால அவகாசம் தேவைப்படுகிறது. பால் உறவு கொண்டால்தான் ஒருவருக்கு அவர்களது பாலீர்ப்பை பற்றி தெரிய வரும் என்றும் அர்த்தமில்லை. பாலீர்ப்பு என்பது ஒருவரின் உணர்வுகளைப் பொறுத்த விஷயம்.ஒரே வரியில் பதில் சொல்ல வேண்டுமானால் - "எப்பொழுது தெரியவேண்டுமோ அப்போது தெரிய வரும்!"

ஆண் -பெண் என்ற இரண்டு பாலர் மீதும் ஈர்ப்பு கொண்டவர்களை இரு-பாலீர்ப்பாளர்கள் அல்லது ஈரர் என்று அழைக்கிறோம். சிலருக்கு எதிர்பாலர் மேல் அதிக ஈர்ப்பும் தன்பாலர் மேல் சற்று குறைந்த ஈர்ப்பும் இருக்கலாம். அவர்கள் பாலீர்ப்பு அடையாளம் எப்படி இருந்தாலும், உங்கள் குழந்தைக-ளுக்கு கண்டிப்பாக இதை பற்றி நன்றாக தெரியும்.

சிறு வயதிலேயே தெரியும் என்றால் ஏன் இதைப்பற்றி என்னிடம் சொல்-லவில்லை?

பல காரணங்கள் இருக்கலாம். உங்களுக்கும் உங்கள் குழந்தைகளுக்கும் இருக்கும் உறவு எப்படிப்பட்டது என்பது ஒரு முக்கிய காரணம். பொதுவாக நம் கலாச்சாரத்தில் பால் சம்பந்தப்பட்ட எந்த விஷயமும் பேசக்கூடாத ஒரு விஷயமாக கருதப்படுகிறது. பெரியவர்கள் கூட இதை பற்றி பேசுவதில்லை. குழந்தைகள் எப்படி பேசுவார்கள்? உங்கள் மகனுக்கு ஒரு பெண் மீதோ அல்லது உங்கள் மகளுக்கு ஒரு ஆண் மீதோ சிறியவயதில் பாலீர்ப்பு ஏற்படு-கிறது என்று வைத்து கொள்வோம்•••இது உலகில் பொதுவாக காணப்படுகிற ஒரு சாதரணமான விஷயம். இதை உங்களிடம் அதை அவர்கள் சொல்-வார்களா? கஷ்டம் தானே? அப்படியிருக்க தன் பாலர் மீதுள்ள ஈர்ப்பை மட்டும் எப்படி சொல்லுவார்கள் என்று எதிர்பார்க்க முடியும்?

எனது மகனிடம் பெண்மையான குணம் அல்லது நடத்தை எதுவும் தெரி-வதில்லை, அவன் எப்படி நம்பியாக(தன்பாலீர்ப்புள்ள ஆண்)இருக்க முடி-யும்?(அல்லது)என் மகளுக்கு பெண்கள் மீது தான் ஈர்ப்பு, அதோடு மட்டு-மில்லாமல் சற்றே ஆண்மையுடன் தோன்றுகிறாள் , ஆண் உடைகளையே விரும்புகிறாள், இது ஏன்?

ஒருவர் தன் பாலை (Sex) பற்றி எப்படி உணர்கிறார், அடையாளம் காண்கிறார் என்பது அவரது பாலுணர்வு அடையாளம் (Sexual Identity). ஒருவர் தன் பாலை எப்படி வெளிப்படுத்துகிறார் என்பது அவரது பாலுணர்வு நடத்தை (நடை, உடை, பாவனை) (Sexual Behavior). பாலீர்ப்பு

(Sexuality) என்பது பால் சம்மந்தப்பட்ட ஈர்ப்பு (Sexual Attraction).

உங்கள் மகனுக்கு தன்பாலீர்ப்பு இருக்கிறது என்பதற்காக அவரது பாலுணர்வு நடத்தை பெண்மை நிறைந்ததாக இருக்க வேண்டும் என்கிற கட்டாயம் இல்லை. சிலர் அப்படி இருப்பார்கள் , சிலர் சிறிதும் பெண்மை இல்லாமல் பிற ஆண்களை போலவும் இருப்பார்கள். உங்கள் மகள் ஆண் உடையை விரும்பி அணிவதால், தன்பாலீர்ப்புள்ள எல்லா பெண்களும் அப்படி இருப்பார்கள் என்பதும் உறுதியில்லை. பாலீர்ப்பிற்கும் பாலுணர்வு நடத்தைக்கும் எப்பொழுதும் தொடர்பு இருக்க வேண்டும் என்பது அவசியம் அல்ல. மாறுபட்ட பாலீர்ப்பு கொண்டவர்கள் வானவில்லின் வண்ணங்களை போல் பல வகையில் பன்மைப்பட்டு விளங்குகிறார்கள்.

எனது அன்புக்குரியவர் மாறுபட்ட பாலீர்ப்பு உள்ளவரோ என்று எனக்கு சந்தேகமாக உள்ளது. இது பற்றி நானாக அவரிடம் பேசலாமா அல்லது அவராக சொல்லும் வரை காத்திருப்பதா?

நல்ல கேள்வி. நீங்களாக இதைப் பற்றி பேசுவது என்பது எல்லா நேரத்திலும் சரியான வழி அல்ல. உங்கள் சந்தேகம் தவறானதாக கூட இருக்கலாம். அந்த நபரை தவிர வேறு யாருக்கும் அவரது பாலீர்ப்பை பற்றித் தெரிய சாத்தியம் இல்லை. உங்களிடம் உங்கள் அன்புக்குரியவர் மனம் திறந்து தங்கள் பாலீர்ப்பு போன்ற அந்தரங்கமான அதே சமயம் கடினமான விஷயங்களை பேசக்கூடிய சூழலை உருவாக்குங்கள். மாறுபட்ட பாலீர்ப்பு கொண்டவர்களின் பிரச்சனைகள், போராட்டங்கள் பற்றித் தெரிந்துகொள்ளுங்கள். இது போன்ற விஷயங்களில் நாட்டம் காட்டி, உங்கள் அன்புக்குரியவரிடம் பேசுங்கள். இப்படி செய்வதன் மூலம் நீங்கள் ஒரு நண்பராக, நல்ல ஆதரவாளராக தென்படுவீர்கள், அதனால் உங்கள் அன்புக்குரியவர் உங்களிடம் மனம் திறப்பது எளிதாகும்.

என் மகன்/மகள் அமெரிக்கா அல்லது வெளிநாடு சென்றதால் நம்பியாக மாறிவிட்டானா?

பாலீர்ப்புக்கும் வெளிநாடுகளுக்கு செல்வதற்கும் எந்த சம்மந்தமும் இல்லை. பாலீர்ப்பு என்பது முக்கால்வாசி பேருக்கு சிறுவயதிலேயே வடிவு பெறுகிறது. மனம், உடல், மரபணு, சுற்றுப்புற சூழ்நிலை என்று பல விஷயங்களின் கலவையால் ஒருவரின் பாலீர்ப்பு நிர்ணயிக்கபடுகிறது என்கிறார்கள் வல்லுனர்கள். உங்கள் மகனோ அல்லது மகளோ வெளிநாட்டிற்கு சென்ற பிறகு உங்களிடம் இந்த விஷயத்தை பற்றி பேசினால் அதன் மூலம் நீங்கள் "வெளிநாட்டிற்கு போய் கெட்டுபோய் விட்டான்(ள்)" என்ற முடிவிற்கு வரக்கூடாது. இதற்கு பல காரணங்கள் இருக்கலாம்:

1)உங்கள் மகனோ அல்லது மகளோ அப்பொழுதுதான் உங்களிடம் இதைப்பற்றி பேசக்கூடிய மனப்பக்குவத்தை அடைந்திருக்கலாம்

2)வேலை, படிப்பு இவற்றிற்காக வெளிநாடு சென்றபிறகு அவர்களுக்கு தன்னம்பிக்கையும் தைரியமும் அதிகரித்திருக்கலாம்.

3)அமெரிக்கா உள்பட பல மேலை நாடுகளில் மாறு பட்ட பாலீர்ப்பு உடையவர்களையும் சமமாக நடத்த வேண்டும் என்ற போராட்டங்கள் வலிமை பெற்றிருக்கின்றன. இதனால் உங்கள் மகன் அல்லது மகள் தங்களைப் பற்றிய தாழ்வுமனப்பான்மையை உதறித்தள்ளி ஊக்கம் பெற்றிருக்கலாம்.

இப்படி பல. இவையெல்லாம் நல்ல விஷயங்கள்...நீங்கள் சந்தோஷப்படவேண்டிய விஷயங்கள். இன்னொன்றையும் நீங்கள் புரிந்துகொள்ள வேண்டும் ... "கெட்டுத் தான் போக வேண்டும்" என்றால் உங்கள் மகனோ/மகளோ ஏன் எதிர்பாலில் உள்ள ஒருவருடன் பாலுறவு கொள்ளக்கூடாது? அதுதானே உலகில் பலர் செய்யும் விஷயம்? பிரச்சனையற்றதும் கூட! இவற்றை மனதில் கொண்டு பார்த்தால் வெளிநாடு சென்றதால் கெட்டுப்போனார்கள் என்பது உண்மை அல்ல என்பதை அறியலாம்.

ஒரு மருத்துவரையோ அல்லது மன நல ஆலோசகரையோ சந்தித்தால் இதற்கு ஒரு வழி கிடைக்குமா?

உங்கள் குழந்தையின் பாலீர்ப்பை மாற்ற வேண்டும் என்ற நோக்கோடு ஒரு மருத்துவரையோ, மன நல ஆலோசகரையோ பார்த்து பேசலாம் என்று நீங்கள் எண்ணினால் அதில் எந்த பிரயோஜனமும் இல்லை. தன்பாலீர்ப்போ (Homosexuality) மற்றும் இருபாலீர்ப்பு (Bisexuality) இவை ஒருவர் விரும்பி தேர்வு செய்யும் விஷயம் அல்ல. இது இயற்கையாக ஏற்படும் ஒரு விஷயம்.

பாலீர்ப்பு மாற்றக்கூடிய சிகிச்சைகள் ஆதாரம் அற்றவை. உண்மை என்னவெனில் இது போன்ற பாலீர்ப்பு மாற்றும் சிகிச்சைகள் மனத்தளர்ச்சி, பாலியல் கோளாறுகள் போன்ற மிகவும் ஆபத்தான பின்விளைகளை ஏற்படுத்தும். பெரும்பாலான மருத்துவர்கள் தற்பாலீர்ப்பை நோயாகக் கருதுவதில்லை. ஒரு சில மருத்துவர்கள் அறிவியல் ரீதியான காரணங்களுக்குப் புறம்பாக அவர்களின் மத நம்பிக்கை போன்ற பிற தாக்கங்களினால் இவ்வகை சிகிச்சைகளை உபயோகப்படுத்துகிறார்கள். இது அறிவியலுக்குப் புறம்பானது. மனிதர்களின் பாலீர்ப்பு பலதரப்பட்டது. சுற்றுப்புற சூழல், மற்றும் உடலியல் கூறுகள் கலந்த இனம்கூற முடியாத காரணங்களால் ஏற்படும் இந்த மாறுபட்ட பாலீர்ப்புக்குத் தேவை மனித நேயமும், அன்பும் தான்.

- வெல்லூர் கிறித்தவ மருத்துவ கல்லூரியின் பேராசிரியர் ஜேகப், இந்து நாளிதழில் (July 26 2009)

உங்கள் குழந்தையின் இந்த மாறுபட்ட பாலீர்ப்பு மற்றும் அதன் உணர்வுகளை புரிந்து கொள்ள, உங்கள் குழந்தையுடன் மனம் விட்டு பேச, அதனுடன் ஒரு நல்ல ஆரோக்கியமான உறவை அமைத்துக்கொள்ள, பல சமயங்களில் ஒரு மன நல ஆலோசகரை (Counsellor) சந்தித்து பேசுவது பயனுள்ளதாக இருக்கும். இப்படி செய்வதால், இந்த வித்தியாசத்தால் தனியே தவித்துகொண்டிருக்கும் உங்கள் குழந்தைக்கும் நீங்கள் உதவியாக இருக்க

முடியும். மன நல ஆலோசகர்கள் எல்லோரும் உங்கள் தேவையான ரகசியத்தன்மையை மதித்து, உங்களுக்கு வேண்டிய ஆலோசனையை தருவார்கள். இப்படிப்பட்ட ஆலோசகர்களை பற்றிய விவரம் அறிய இந்த கையேட்டின் கடைசிப் பிரிவை பார்க்கவும்.

நங்கை மற்றும் நம்பிகள் தங்கள் பாலீர்ப்பை மாற்றிக்கொள்ள முடியுமா?

முடியாது. இதற்காக மேற்கொள்ளப்படும் மருத்துவ முறைகள் மிகவும் ஆபத்தானவை, அங்கீகரிக்க படாதவை மற்றும் அறிவியல் பூர்வமற்றவை. பாலீர்ப்பை மாற்ற முடியும் என்று கூறுபவர்கள் எந்த அறிவியல் மற்றும் அனுபவ ஆதாரமும் இல்லாமல் இப்படி கூறுகிறார்கள். இதற்கு முக்கிய காரணம், அவர்களுக்கு அறியாமையாலோ அல்லது வேறு காரணங்களாலோ ஏற்படும் பயம் அல்லது இதன் மேல் இருக்கும் தனிப்பட்ட வெறுப்பும், கசப்புமே காரணம். மாறுபட்ட பாலீர்ப்பு கொண்டவர்கள் மாற தேவை இல்லை, அவர்கள் மேல் நாம் காட்டும் வெறுப்பும், வேற்றுமையும் தான் மாற வேண்டும். American Psychological Association(APA) நடத்திய ஆய்வுகளில் இது போன்ற பாலீர்ப்பை மாற்றும் முறைகள் ஆதாரமற்றவை என்பது தெரியவந்துள்ளது. மேலும் இது போன்ற முறைகள் நன்மையை விட அதீதமான தீமைகளையே (தாழ்வு மனப்பான்மை, மன உளைச்சல், தற்கொலைக்கான எண்ணம்) விளைவிக்கும் என்கிறது American Psychological Association(APA).

திருமணம் செய்து கொண்டால் இது மாறக்கூடுமோ?

திருமணம் என்பது எல்லா பிரச்சனைகளுக்கும் தீர்வு அல்ல.நங்கை மற்றும் நம்பிகள் குடும்பத்தினருக்காக எதிர்பாலாரை திருமணம் செய்து கொள்வதால் அது மற்றோருவர் வாழ்வை வீணடிக்கிறது. குறிப்பாக தமது பாலீர்ப்பை உணர்ந்தவர்கள் பலர் பெற்றோர்களுக்காகவோ, அல்லது சமூக நிர்பந்தத்திற்காகவோ திருமணம் செய்துக்கொண்டு வாழ்க்கை முழுவதும் அவதிப்படுகிறார்கள். நமது கலாச்சாரத்தில் திருமணம் என்பது இரண்டு நபர்களை மட்டுமல்லாது இரண்டு குடும்பங்களை பாதிக்கிற விஷயம். தேவையில்லாமல் உங்கள் மகன்/மகள், அவரது துணை, இரண்டு குடும்பங்கள் என்று எல்லோருடைய வாழ்க்கையையும் குழப்பத்திலும் கவலையிலும் ஆழ்த்த வேண்டாமே! கட்டாயத் திருமணத்தாலோ அல்லது உங்களுக்குத் தெரிந்த மந்திரவாதியிடம் கொண்டு செல்வதாலோ அல்லது ஜோசியரிடம் கூட்டிப் போவதாலோ உங்கள் குழந்தை மாறப்போவதில்லை. மாறவும் தேவையில்லை.

ஈரர் அல்லது இருபாலீர்ப்பாளர் (Bisexuals) யார்?

ஈரர்/இருபாலீர்ப்பாளர் என்றால் ஆண் , பெண் இருவரின் மீதும் பாலீர்ப்பு ஏற்படக்கூடிய ஒருவர் (ஒரே சமயத்தில் அல்ல).ஆயினும் பலருக்கு சூழ்நிலை காரணமாகவோ அல்லது வேறு பல காரணங்களாலோ அவர்களின் பாலீர்ப்பிற்கேற்ப பாலியல் நடத்தை (Sexual Behaviour) மேற்கொள்ள

முடிவதில்லை. அதனால் ஈரர் என்றால் ஆண் , பெண் என்ற பாகுபாடின்று ஈர்ப்பு ஏற்படும் தன்மை உடையவர் எனலாம். இது நடவடிக்கையைக் குறித்த சொல் என்று சிலர் கூறுவர். சிலர் இதை ஒருவர் தம்மை அடையா-ளம் காட்ட பயன்படுத்தக் கூடிய சொல் என்றும் சொல்லலாம். இவர்களில் சிலருக்கு ஒரு பாலரின் மீது அதிக ஈர்ப்பு இருக்கலாம். சிலருக்கு ஒரே அளவாக இருக்கலாம். இது காலத்திற்கேற்ப மாறவும் கூடும்.

பாலீர்ப்பு பன்மைபட்டது, ஆனால் நமக்கு தெரிந்ததெல்லாம் ஆண்-பெண் இவர்களுக்கிடையே ஏற்படும் பால் ஈர்ப்பு மட்டுமே(எதிர் பாலீர்ப்பு). பல ஆண்டுகள் நடத்திய விரிவான ஆய்விற்கு பிறகு, கின்சி மனிதனின் பாலீர்ப்பை எண் பூஜியதிலிருந்து எண் ஆறு வரை அவரது அளவுகோலில் மதிப்பிட்டு வகைப்படுத்தினார். அளவுகோலில், பெரும்பாலும் காணப்படும் ஆண்-பெண்ணிற்கிடையே ஏற்படும் எதிர் பால் ஈர்ப்பு எண் பூஜியத்தி-லும்,ஆண்-ஆண் அல்லது பெண்-பெண் இவர்களுக்கிடையே ஏற்படும் தன் பால் ஈர்ப்பு எண் ஆறிலும் இடம்பெறுகிறது. இதில் சுவாரசியமான கண்டுபி-டிப்பு என்னவென்றால் பூஜியத்திற்கும் ஆறிற்கும் நடுவிலேயும் பல ஆண்கள் மற்றும் பெண்கள் இருக்கிறார்கள் என்பது தான். இவர்களை தான் ஈரர்/ இருபாலீர்ப்பாளர் என்று அழைக்கிறோம்.

உங்கள் மகன் அல்லது மகள் தான் ஈரர் என்று சொன்னால் உடனே நீங்கள் எந்த முடிவிற்கும் வர தேவையில்லை. ஈரர் என்று சொன்னதால் உடனே ஆண் பெண் என்று எல்லோருடனுடன் உறவு கொள்ள போகி-றார்கள் என்று அர்த்தம் இல்லை. இரண்டு பாலர் மீதும் தனக்கு ஈர்ப்பு இருக்கிறது என்பதை அவர்கள் உணர்கிறார்கள் மற்றும் உங்களிடம் அதை பகிர்ந்து கொள்கிறார்கள், அவ்வளவே. எதிர் பால் மீது ஈர்ப்பு இருக்கிறது என்பதற்காக திருமணத்திற்கு வற்புறுத்த வேண்டாம், பல சமயங்களில் இது பிரச்சனைகளுக்கே வழி வகுக்கிறது. உங்கள் மகள் அல்லது மகளே கால போக்கில் சரியான துணையை தேர்ந்தெடுப்பார்கள்.

என்னால் இதை ஏற்றுக்கொள்ளமுடிகிறது, ஆனால் ஊர் உலகம் என்ன சொல்லும்? சொந்தபந்தத்திடம் என்ன சொல்வது?

உங்கள் மகனோ மகளோ உங்களிடம் வெளியே வந்தார்கள் என்பதற்காக ஊர் உலகத்திடமும் தங்களது பாலீர்ப்பை பற்றி சொல்லபோகிறார்கள் என்று அர்த்தம் இல்லை. உங்கள் மகன்/மகளிடம் இதை பற்றி மனம் விட்டு பேசுங்-கள். அவர் என்ன நினைக்கிறார், நீங்கள் என்ன நினைக்கிறீர்கள் என்று தெரிந்துகொள்ளுங்கள். யாரிடம் என்ன சொல்வது என்பது நீங்கள் இருவரும் எடுக்க வேண்டிய முடிவு. தேவைப்பட்டால் ஒரு Counsellorஐ சந்தித்துப் பேசுங்கள்,பல சமயம் இது மிகவும் பயனுள்ளதாக இருக்கும்.

உங்கள் உறவினர்கள் திருமணத்தைப் பற்றி கேட்டால், “என் மகன்/ மகளுக்கு திருமணத்தில் நாட்டம் இல்லை” என்று சொல்லிவிடலாம். நீங்கள் இதில் புரிந்துகொள்ள வேண்டிய ஒரு விஷயம்.... தன்பாலீர்ப்பு உடைய

உங்கள் மகன்/மகள் பல வருடங்களாக இந்த விஷயத்தை பற்றி யாரிடமும் பேசமுடியாமல் தவித்திருப்பார்கள். தான் யார் என்ற உண்மையை மறைத்து வைப்பது என்பது ஒரு சாதாரணமான காரியம் இல்லை.அது அவர்களுக்கு பெரிய மனஅழுத்தத்தை ஏற்படுத்துகிறது. இந்த போராட்டத்தால் தளர்ந்து ஓய்ந்து போகும் சிலர் இனிமேல் யாரிடமும் பொய் சொல்ல போவதில்லை , மறைக்க போவதில்லை என்ற முடிவை எடுக்கலாம்.

உங்கள் மகன் அல்லது மகள் அப்படி ஒரு முடிவை எடுத்தால் ஆதரிக்க-வேண்டியது உங்கள் கடமையாகிறது. மேலும் இந்தியாவிலும் மற்றும் உலகில் பல நாடுகளிலும் மாறு பட்ட பாலீர்ப்பு உடையவர்களையும் சமமாக நடத்த-வேண்டும் என்ற போராட்டங்கள் வலிவு பெற்று வருகின்றன . இந்தியாவில் 2009 ஜுலை வரை தன்பாலீர்ப்பாளராக இருப்பது ஒரு குற்றமாக இருந்-தது, இனிமேல் அது இல்லை. ஜுலை 2, 2009 அன்று தில்லி உயர்-நீதிமன்றம் நாஸ் பவுண்டேஷன் ஐ.பி.சி 377 ஐ எதிர்த்து தொடுத்திருந்த வழக்கில் "வயதுவந்த இருவரின் விருப்பதுடன் நடக்கும் பால் சமந்தப்பட்ட உறவு குற்றமல்ல" என்று தீர்ப்பு வழங்கியுள்ளது .

மாறு பட்ட பாலீர்ப்பு உடையவர்களை பற்றிய வெகுஜனங்களின் பார்வை-யும் எண்ணமும் மாறி வருகிறது.

சரி, திருமணம், குழந்தைகள், குடும்பம் இதெல்லாம் வேண்டாமா? கடைசி காலத்தில் அவர்களை யார் கவனித்து கொள்வார்கள்?

உங்களுக்கு ஏற்படும் இந்த கவலை நியாயமானது , எல்லா பெற்றோர்-களுக்கும் ஏற்படக்கூடியது. திருமணம் செய்து வைக்கவேண்டும் என்று ஏன் நினைக்கிறீர்கள்? உங்கள் மகன் அல்லது மகள் சந்தோஷமாகவும் நிறைவு-டனும் வாழ வேண்டும் என்பது உங்கள் விருப்பம், எண்ணம். சரி....உங்கள் மகன் அல்லது மகள் அப்படி நினைக்கிறார்களா? அவர்களுக்கு திருமணம் சந்தோஷத்தையும் நிம்மதியையும் தருமா? இது அவர்கள் வாழ்க்கை, அவர்-கள் என்ன நினைக்கிறார்கள் என்பது தானே முக்கியம்?

எல்லோரும் திருமணம் செய்துகொள்வதில்லை. திருமணம் செய்துகொள்-ளும் அனைவரும் குழந்தைகள் பெற்றுக்கொள்வதில்லை. குழ்ந்தை பெற்-றுக்கொள்ளும் அனைவரும் கடைசி காலத்தில் குழந்தைகளின் ஆதரவோடு இருப்பதில்லை....இதெல்லாம் வாழ்க்கையின் உண்மைகள். நங்கை, நம்பி, ஈரர், திருநர் பலர் தங்களுக்கு என்று ஒரு துணையை தேர்ந்தெடுத்து சந்-தோஷமாகவும் மனநிறைவுடனும் வாழத்தான் செய்கிறார்கள். குடும்பத்திலோ, சமூகத்திலோ இதற்கு அங்கீகாரம் கிடைப்பதில்லை என்பது வருத்தமான விஷயம் தான். உலகில் சில நாடுகளில் இவர்களுக்கு திருமணம், குழந்தை-களை தத்தெடுப்பது போன்ற உரிமைகளை வழங்கும் சட்டங்கள் உள்ளன. மேலும் பல நாடுகளில் இந்த உரிமைகளை வழங்க வேண்டும் என்ற குரல் ஓங்கி கொண்டிருக்கிறது. இந்தியாவிலும் காலப்போக்கில் இது போன்ற மாற்-றங்கள் வரலாம். அதனால் எதிர் பாலருடன் திருமணத்திற்கு உங்கள் மகன்

அல்லது மகளை கட்டாயப்படுத்தாதீர்கள். உங்களால் முடிந்தவரை அவர்களை புரிந்துகொள்ளவும், ஆதரிக்கவும் முயற்சி செய்யுங்கள்.

ஒரு ஆணும்-ஆணும் அல்லது பெண்ணும் பெண்ணும் எப்படி உறவுகொள்கிறார்கள்? இது எப்படி சாத்தியம்? நினைத்தாலே அருவெறுப்பாக இருக்கிறதே?

ஆணும்-ஆணும் அல்லது பெண்ணும்-பெண்ணும் பாலுணர்வு கொள்வதில் பல விதங்கள் உள்ளன. இணையத்தில் தேடினால் இதை பற்றிய விவரங்கள் கிடைக்கும் அல்லது ஒரு Counsellor அல்லது பால் மருத்துவரை சந்தித்து பேசலாம்.

சில குறிப்புகள்:

1) இதில் அருவெறுப்புப்பட எதுவும் இல்லை.பல சமயம் அருவெறுப்பு என்பது சரியான புரிதல் இல்லாததால் ஏற்படுகிறது.

2) எதிர்பாலீர்ப்பு உள்ள திருமணமான உங்களது மகன் அல்லது மகள் அவர்களது வாழ்க்கைதுணையுடன் எப்படி உறவு கொள்கிறார்கள் என்பது பற்றி நீங்கள் யோசிப்பீர்களா? அவர்களை போல் தான் தன்பாலீர்ப்புடைய உங்களது மகன் அல்லது மகள். பால் உறவு என்பது மிகவும் அந்தரங்கமான விஷயம், உங்களால் முடிந்தால் பாதுகாப்பான முறையில் பால் உறவு மேற்கொள்ளுவது மற்றும் ஆணுறைகளை பயன்படுத்துவது இது போன்ற விஷயங்களை பற்றி பேசலாம்.

3) தன்பாலீர்ப்பு உடைய உங்கள் மகன் அல்லது மகளோ - தன் பாலர் மீது அவர்களுக்கு காதல் என்றால்,அது வெறும் காமம் மட்டும் இல்லை.அது காதல், பாசம், அன்பு, பகிர்ந்து கொள்ளுதல், புரிந்து கொள்ளுதல், விட்டுக்கொடுத்தல் என்று பல உணர்வுகளின் கலவை.

4) தன்பாலீர்ப்பு உடைய உங்கள் மகனையோ அல்லது மகளையோ வெறும் உடல் இச்சை கொண்டவர்களாக மட்டும் பார்க்காதீர்கள். உங்களுக்கும் உங்கள் வாழ்க்கை துணைக்கும் இருக்கும் உறவு வெறும் பாலுணர்வு சம்பந்தப்பட்டதா? அது போலதான் தன்பாலீர்ப்பாளர்களும்.

இதனால் என் குழந்தைக்கு ஹெச். ஐ. வீ/எய்ட்ஸ் வருமா?

ஹெச். ஐ. வீ/எய்ட்ஸ் பாதுகாப்பற்ற முறையில் உறவு கொள்வதால் பரவும் நோய். இதற்கு எதிர்பாலீர்ப்பாளர், தன்பாலீர்ப்பாளர்,இருபாலீர்பாளர், திருநர் என்ற வேறுபாடு கிடையாது, யாருக்கு வேண்டுமானாலும் இந்த நோய் பரவலாம். தன்பாலீர்ப்பாலராய் இருப்பதால் எய்ட்ஸ் நோய் வரும் என்பது அபத்தமான ஒரு அனுமானம். உங்களுக்கு இதை பற்றிய கவலை இருந்தால் பாதுகாப்பு, கவனம் இவற்றை பற்றி மனம் திறந்து உங்கள் குழந்தையிடம் பேசலாம். உங்கள் குழந்தையின் பாலீர்ப்பு எதுவானாலும் சரி, இது பேசவேண்டிய விஷயம்.

இது நம் இந்திய கலாச்சாரத்திற்கு எதிரானதே?

நிச்சயம் இல்லை. ஆங்கிலேயர் ஆட்சியினால் நமக்குக் கிடைத்த பலவற்றில் ஒன்று தான் இந்த மாறுபட்ட பாலீர்ப்பு குறித்த பயம் மற்றும் வெறுப்பு, மற்றும் இன்று நீதிமன்றத்தினால் தகர்த்தெறியப்பட்ட 377ஆம் சட்டப் பிரிவு! காஜுராகோவையும் காமசூத்ராவையும் உலகிற்குத் தந்த நாடு இந்தியா.பாலுணர்வு, பாலியல் குறித்த பலதரப்பட்ட செய்திகள் நம் நாட்டு வரலாற்றிலும், இதிகாச புராணங்களிலும் காணப்படுகின்றன.

இந்திய சமுதாயம் பிற சமுதாயங்களை விட சில இடங்களில் வித்தியாசப் படுகிறது. ஆண்-பெண் என்ற பொதுவான எதிர்பாலீர்ப்புக்கே இங்கேயும் முக்கியத்துவம். ஆனால் மாறுபட்ட பாலீர்ப்பு மற்றும் பால் அடையாளம் கொண்டவர்களை அடியோடு ஒதுக்கவுமில்லை, ஒடுக்கவுமில்லை. இன்று இந்திய கலாச்சாரத்தின் காவலர்கள் என்று பறைசாற்றிக்கொள்ளும் பலர் சிகண்டியின் கதையையோ பாங்கக்ஷ்வன ராஜனின் கதையையோ கேட்டதில்லை. அல்லது எதிர்பாராமல் கர்ப்பமுற்று, பிள்ளைப்பேறு பெற்ற யுவனஷ்வ ராஜனைப்பற்றியும் படித்ததில்லை. நமது இதிகாசக் கதைகளில் சொல்லப்பட்ட இரண்டு ராணிகள் காதலித்து எலும்பில்லாத பிள்ளையைப் பெற்ற கதையும் அவர்களுக்கு தெரிந்திருக்க வாய்ப்பில்லை. (இந்திய புராணங்களில் ஆணின் விந்து தான் எலும்புகளை உண்டாக்குகிறது என்பது ஒரு அனுமானம்).

ஸ்ரீ ஹரி மோகினியாக அவதாரம் எடுத்து சிவன் மேல் காதல் கொண்ட கதையும் அவர்களுக்கு மறந்து போயிருக்கும்.ஒவ்வொரு பிரம்மோற்ஸவத்திலும் திருப்பதி வேங்கடேசன் பெண்ணின் உடை அணிந்து மோகினியாய் அருள்பாலிப்பதையும் தெளிவாக ஒதுக்குவது என்று நம் கலாச்சாரக் காவலர்கள் முடிவு செய்து விட்டார்கள்.

விருந்தாவனத்தில் சிவபெருமான் பால்காரியாக உருமாறி கிருஷ்ணருடன் ராசலீலை ஆடியதும் அவர்களுக்குத் தெரியவேண்டாம். ராதையின் மேல் கொண்ட காதலால் ஸ்ரீஹரி நத்துவாரகையில் ஸ்ரீநாத் என்ற பெயரில் ஸ்த்ரீ வேடம் அணிவதும் அவர்களுக்கு ஒரு பொருட்டல்ல. அது மட்டுமா குஜராத் மாநிலத்தில் உள்ள திருநங்கையர்களின் கடவுளான பகுசர்ஜீயும் , நம் தமிழகத்தில் அருள் பாலிக்கும் கூத்தாண்டவரும் அவர்களுக்கு வேண்டாம்.

- Dr.தேவதத் பட்டநாயக் (கலாச்சார மற்றும் இந்திய புராண அறிஞர் , எழுத்தாளர், மற்றும் மருத்துவர்).

என் குழந்தைக்கு நான் எப்படி உதவலாம்?

உங்கள் குழந்தையை கவனித்து கொள்வது பெற்றோராகிய உங்கள் கடமை. உங்கள் குழந்தைக்கு உங்கள் அன்பு, ஆதரவு மற்று உதவி கட்டாயம் தேவை. பெற்றோரின் இடத்தை வேறு யாராலும் நிரப்ப முடியாது. இந்த கையேட்டை படிக்க துவங்கியது அந்த பயணத்தில் ஒரு முதல் அடி. மெல்ல மாறுப்பட்ட பாலீர்ப்பை பற்றிய தகவல்களை அறிய தொடங்குங்கள். இணையம், புத்தகங்கள், பிற பெறோர்கள், மன நல ஆலோசகர்கள் என்று

இதற்கு பல வழிகள் இருக்கின்றன.

மேலும் மாறுபட்ட பாலீர்ப்பு என்பது ஒரு மறைக்கப்படவேண்டிய, வெட்கப்பட வேண்டிய விஷயம் இல்லை என்பதை தெளிவாக மனதில் வாங்கி கொள்ளுங்கள், இது மிகவும் முக்கியம். உங்கள் குழந்தையிடம் மனம் விட்டு பேசுங்கள், அப்பொழுதுதான் அது உங்களிடம் என்ன எதிர்பார்க்கிறது என்பது தெரியும். உங்கள் குழந்தையின் வாழ்க்கை நன்றாக அமைய வேண்டும் என்றால், சமுதாயத்தில் அதற்கு கிடைக்கவேண்டிய மதிப்பும் மரியாதையும் கிடைக்க வேண்டும் என்றால், உங்களை போன்ற பெற்றோர்கள் மாறுபட்ட பாலீர்பை பற்றி அறிந்து மற்றும் புரிந்து கொள்ள வேண்டும். பின்பு மெதுவாக இதை பற்றி சமூகத்தில் இருக்கும் தவறான கண்ணோட்டத்தை களைய உங்களால் ஆன முயற்சிகளை செய்ய வேண்டும்! செய்வீர்கள் என்று நம்புகிறோம். வாழ்த்துக்கள்!

என்னால் என் குழந்தையை ஏற்றுக்கொள்ள முடியுமா?

கண்டிப்பாக முடியும். மாறுப்பட்ட பாலீர்ப்பை பற்றிய உங்கள் அறியாமை விலக விலக, உங்கள் புரிதல் அதிகரிக்க உங்கள் குழந்தைக்கு இருப்பது ஒரு சிறிய வித்தியாசமே என்பது தெளிவாகும். பின்பு நீங்கள் முழு மனதோடு உங்கள் குழந்தையை ஏற்றுக் கொள்வீர்கள். பல பெற்றோர்கள் இதை செய்து இருக்கிறார்கள்.

கின்சி பாலீர்ப்பு அளவுகோல்

பாலீர்ப்பை மதிப்பிட 1948 ஆம் ஆண்டு அல்ப்ரெட் கின்சி மற்றும் அவரது உதவியாளர்கள் வார்டெல பொமெராய் , கிள்ய்டு மார்டின் ஆகியோரால் உருவாக்கப்பட்டது கின்சி அளவுகோல். பாலீர்ப்பு பன்மைபட்டது, ஆனால் நமக்கு தெரிந்ததெல்லாம் ஆண்-பெண் இவர்களுக்கிடையே ஏற்படும் பால் ஈர்ப்பு மட்டுமே(எதிர்பாலீர்ப்பு). பல ஆண்டுகள் நடத்திய விரிவான ஆய்விற்கு பிறகு, கின்சி மனிதனின் பாலீர்ப்பை எண் பூஜியதிலிருந்து எண் ஆறு வரை அவரது அளவுகோலில் மதிப்பிட்டு வகைப்படுத்தினார்.

அளவுகோலில், பெரும்பாலும் காணப்படும் ஆண்-பெண்ணிற்கிடையே ஏற்படும் எதிர்பாலீர்ப்பு எண் பூஜியத்திலும் , ஆண்-ஆண் அல்லது பெண்-பெண் இவர்களுக்கிடையே ஏற்படும் ஒருபாலீர்ப்பு அல்லது தன்பாலீர்ப்பு எண் ஆறிலும் இடம்பெறுகிறது. இதில் சுவாரசியமான கண்டுபிடிப்பு என்னவென்றால் பூஜியத்திற்கும் ஆறிற்கும் நடுவிலேயும் பல ஆண்கள் மற்றும் பெண்கள் இருக்கிறார்கள் என்பது தான். இவர்களை தான் இருபாலீர்ப்பு உள்ளவர்கள் என்று அழைக்கிறோம்.

[0] - முற்றிலும் எதிர்பாலீர்ப்பு உடையவர்கள், சிறிதும் ஒருபாலீர்ப்பு (அல்லது தன்பாலீர்ப்பு) இல்லாதவர்கள்

[1] - முக்கால்வாசி எதிர்பாலீர்ப்பு உடையவர்கள், அரிதாக ஒருபாலீர்ப்பு

(அல்லது தன்பாலீர்ப்பு) உடையவர்கள்

[2] - முக்கால்வாசி எதிர்பாலீர்ப்பு உடையவர்கள், அவ்வப்போது ஒருபா-
லீர்ப்பு (அல்லது தன்பாலீர்ப்பு) உடையவர்கள்

[3] - சம அளவில் எதிர்பாலீர்ப்பு மற்றும் ஒருபாலீர்ப்பு (அல்லது தன்பா-
லீர்ப்பு) உடையவர்கள்

[4] - முக்கால்வாசி ஒருபாலீர்ப்பு (அல்லது தன்பாலீர்ப்பு) உடையவர்கள்,
அரிதாக எதிர்பாலீர்ப்பு உடையவர்கள்

[5] - முக்கால்வாசி ஒருபாலீர்ப்பு (அல்லது தன்பாலீர்ப்பு) உடையவர்கள்,
அவ்வப்போது எதிர்பாலீர்ப்பு உடையவர்கள்

[6] - முற்றிலும் ஒருபாலீர்ப்பு (அல்லது தன்பாலீர்ப்பு) உடையவர்கள், சிறி-
தும் எதிர்பாலீர்ப்பு இல்லாதவர்கள்

எனது என என்ன ? இதற்கான தேர்வை எடுத்துக்கொள்வது எப்படி?

இதற்கென்று தனியாக தேர்வு எதுவும் இல்லை. அனுபவத்தின் மூலமா-
கவும் மற்றும் சுய ஆய்வின் மூலமாகவும் நீங்கள் என்ன என என்று அறிந்-
துகொள்ளலாம்.

அறிமுகம்: இருபாலீர்ப்பு

இருபாலீர்ப்பு என்றால் என்ன?

இருபாலீர்ப்பு என்பது ஆண் , பெண் என்ற இரு பாலாரின் மீதும் ஏற்ப-
டும் ஈர்ப்பு

இருபாலீர்ப்பாளர் (Bisexual) யார்?

இருபாலீர்ப்பாளர் என்றால் ஆண் , பெண் இருவரின் மீதும் பாலீர்ப்பு
ஏறபடக்கூடிய ஒருவர் (ஒரே சமயத்தில் அல்ல). ஆயினும் பலருக்கு சூழ்-
நிலை காரணமாகவோ அல்லது வேறு பல காரணங்களாலோ அவர்களின்
பாலீர்ப்பிற்கேற்ப பாலியல் நடத்தை (Sexual Behaviour) மேற்கொள்ள
முடிவதில்லை. அதனால் இருபாலீர்ப்பாளர் என்றால் ஆண் , பெண் என்ற
பாகுபாடின்று ஈர்ப்பு ஏற்படும் தன்மை உடையவர் எனலாம். இது நடவ-
டிக்கையைக் குறித்த சொல் என்று சிலர் கூறுவர். சிலர் இதை ஒருவர்
தம்மை அடையாளம் காட்ட பயன்படுத்தக் கூடிய சொல் என்றும் சொல்ல-
லாம். இவர்களில் சிலருக்கு ஒரு பாலரின் மீது அதிக ஈர்ப்பு இருக்கலாம்.
சிலருக்கு ஒரே அளவாக இருக்கலாம். இது காலத்திற்கேற்ப மாறவும் கூடும்.

சரி நான் தற்பாலாரிடமோ (Same sex) அல்லது எதிர்பாலாரிடமோ
(Opposite sex) பாலியல் ரீதியாக உறவு கொண்டதே இல்லை.ஆனால்
ஈர்ப்பு உள்ளது. நான் இருபாலீர்ப்பாளரா?

இருக்க கூடுமா? நிச்சயமாக இருப்பீர்களா?

அது உங்களைப் பொறுத்தது.உங்களுக்காக யாரும் அந்த முடிவை செய்ய
முடியாது. நீங்கள் செய்யும் முடிவு தவறு என்றும் யாரும் சொல்ல முடியாது.

இருபாலீர்ப்பு என்பது உங்கள் படுக்கை அறையில் யார் இருக்கிறார்கள் என்பது குறித்த விஷயம் அல்ல உங்கள் உணர்வுகளைக் குறித்தது. நீங்கள் யார் என்பதை நிர்ணயிப்பது நீங்கள் என்ன செய்தீர்கள் என்பதல்ல.,நீங்கள் என்ன செய்ய விழைகிறீர்கள் என்பது.

இருபாலீர்ப்பாளர்கள் தங்கள் பாலியல் குறித்து குழப்பத்தில் இருப்பவர்கள் இல்லையா? இது தற்காலிகமான நிலை தானே? எப்படியும் அவர்கள் ஒருபாலீர்ப்பாளராகவோ அல்லது எதிர்பாலீர்ப்பாளராகவோ மாறிவிடுவார்கள் தானே?

இல்லை.எல்லோரும் எப்போதும் அப்படிபட்ட தற்காலிக நிலையில் இருப்பதில்லை. எங்களில் பலருக்கு குழப்பம் இல்லை. இரு பாலாரின் மீதும் ஈர்ப்பு என்பது தெளிவான எங்கள் வாழ்க்கையின் உண்மை. பலர் வாழ்நாள் முழுதும் இருபாலீர்பாளராக இருக்கிறார்கள். இதிலிருந்து இது தற்காலிகமான ஈர்ப்பு அல்ல என்பதை அறியலாம்.

சிலர் தங்கள் பாலியலைக் குறித்து ஒரு முடிவுக்கு வரும் போது குழப்பம் அடையகூடும். அப்படிப்பட்ட சிலருக்கு இது தற்காலிகமான அடையாளமாக இருக்கலாம். ஆனால் பலருக்கு இருபாலீர்ப்பு என்பது வாழ்நாள் முழுவதும் நிலைபெற்று இருக்கும் ஈர்ப்பு. ஒரு சிலருக்கு இருபாலீர்ப்பு தற்காலிக ஈர்ப்பாக இருப்பதால், “இருபாலீர்ப்பு” என்பது உண்மையற்றதாக ஆகிவிடாது. பலர் தங்கள் பாலீர்ப்பு காலத்துடன் வேறுப்டுவதாகக் கூறுகிறர்கள். சிலருக்கு சிறு மாற்றமாக இருக்கலாம், சிலருக்கு பெரிய வாழ்க்கை முறை மாற்றமாக இருக்கும். எப்படி இருப்பினும் இதை தவறு என்றோ இத்தகைய மாற்றங்களை குழப்பம் என்றோ கூறுவதற்கில்லை. வாழ்க்கை என்பது மாற்றம் நிறைந்த நீண்ட ஒன்று. நாம் எப்போதும் ஒரே போல் இருப்பதில்லை. தற்பாலாருடன் உறவு கொள்ளும் எங்களில் சிலர் தங்களை ஒருபாலீர்பாளர் (நங்கை(Lesbian),நம்பி(Gay)) என்று அடையாளம் கூறிக்கொள்வார்கள். இது அவர்களுக்கு அதிகம் ஏற்படும் பாலீர்ப்பின் காரணமாகச் சொல்லப்படும் அடையாளம் - அவ்வளவே.

இருபாலீர்பாளர்கள் தாங்கள் “ஒருபாலீர்ப்பாளர்கள்” என்று சொல்லிக் கொள்ள விரும்பாதவர்கள் / அல்லது மறுப்பவர்கள் தானே?

சில ஒருபாலீர்பாளர்களுக்கு (நங்கை (Lesbian) ,நம்பி (Gay)) ஆரம்ப காலத்தில் தம் பாலீர்பை ஏற்றுக்கொள்ள முடியாததால் இருபாலீர்ப்பு ஒரு வகை “இயற்கை” தன்மையை அளிப்பதாகக் கருதுவது உண்மை,இதனால் சிலர் தங்களை இருபாலீர்ப்பாளர்கள் என்று கூறிக்கொள்ளலாம். இதை வைத்து எல்லாரும் கையாளும் ஒரு தற்காலிக வழி என்று இருபாலீர்பை கருதக்கூடாது. ஒருபாலீர்ப்பாளராக தம்மை சமூகத்தில் அடையாளப்படுத்திக் கொள்வது எளிதல்ல என்றாலும், ஒருவர் தம்மை இருபாலீர்ப்பாளராக அடையாளப் படுத்துவதும் எளிதல்ல என்பதையும் மனதில் கொள்ளவேண்-

டும். ஒரு பக்கம் எதிர்பாலீர்ப்புள்ள நண்பர்களின் எதிர்பார்ப்புகள், மறுபக்கம் ஒருபாலீர்ப்பு சமூகத்தின் உள்ளுணர்வை மறைத்து, ஒருபாலீர்ப்பை மறுப்பதாக குற்றச்சாட்டுகள். அதனால் இருபாலீர்ப்பாளராக வெளியே வருவது எளிதல்ல, அடையாளப்படுத்திக் கொள்வதும் எளிதல்ல, அது ஒரு தற்காலிகமான தப்பித்துக் கொள்ளும் வழியும் அல்ல.

இருபாலீர்பாளர்கள் இருபாலாருடன் ஒரே அளவு ஈர்ப்பு உள்ளவர்களா?

சில இருபாலீர்பாளர்கள் ஒரு பாலாரிடம் அதிக ஈர்ப்பு இருப்பவர்களாக இருப்பார்கள். சிலருக்கு அப்படி இல்லாமலும் இருக்கக் கூடும். பலருக்கு பால் என்ற பாகுபாட்டைக் கடந்து அவர்களிடம் உள்ள தன்மைகள், குணங்கள், போன்ற பலவற்றால் ஈர்ப்பு ஏற்படுவதும் உண்டு.

இருபாலீர்ப்பாளர்களாக இருக்க வேண்டும் என்றால் கண்டிப்பாக இரண்டு பாலிலிருந்தும் காதலர்கள் இருக்க வேண்டுமா?

கிடையாது. ஈர்ப்பு இருக்கிறது என்பதால் அதை வெளிக்காட்ட வேண்டும் என்ற அவசியம் இல்லை. எப்படி எதிர்பாலீர்ப்பாளர்களும் , தன்பாலீர்ப்பாளர்களும் தங்களுக்கு பலர் மேல் ஈர்ப்பு இருந்தாலும் அவை எல்லாவற்றையும் வெளிகாட்டுவதில்லயோ அதை போலதான்.

இருபாலீர்ப்பாளர்களால் ஒருவருடன் மட்டுமே நிலைத்து உறவு கொள்ள முடியுமா?

முடியும். சிலர் அப்படி இருப்பது உண்டு. இப்படி கேட்பது “எதிர் பால் ஈர்பாளர்கள் ஒருவருடன் மட்டுமே உறவு கொள்ள முடியுமா?” என்று கேட்பதற்கு சமம். “ஒருவனுக்கு ஒருத்தி” என்பது சமுதாயத்தால் அங்கீகரிக்கபட்ட விஷயம், அப்படி பார்த்தல் எதிர் பால் ஈர்ப்பு கூட சமுதாயத்தால் அங்கீகரிக்கபட்டது தான். எப்படி வாழ வேண்டும் என்பது பாலீர்பையும் தாண்டி ஒரு தனி மனிதனின் முடிவு. இதற்கும் பாலீர்புக்கும் சம்மந்தம் இல்லை

ஒருவருடன் மட்டுமே வாழ்ந்தால் அவர்களை இருபாலீர்ப்பாளர்கள் என்று அழைப்பது எப்படி சரியாகும்?

இருபாலீர்ப்பாளர்கள் ஒருவருடன் வாழ முடிவுசெய்வது எந்த பாலை தேர்ந்தெடுக்கிறார்கள் அல்லது எந்த பால் ஈர்ப்பை (தன், எதிர்) தேர்ந்தெடுக்கிறார்கள் என்று முடிவு செய்யும் விஷயம் அல்ல. அவர்கள் எந்த நபருடன் வாழ்வது என்பது பற்றிய முடிவை எடுக்கிறார்கள். இருந்தாலும் அவர்கள் இருபாலீர்ப்பாளர்கள் என்று அங்கீகரிப்பது மிகவும் முக்கியம்.

அப்படிப் பார்த்தால் நாம் எல்லோருமே இருபாலீர்ப்பாளர்கள் தானே?

அப்படி சொல்ல முடியாது. இருபாலீர்ப்பாளர் என்றால் ஆண் , பெண் இருவரின் மீதும் பாலீர்ப்பு ஏறபடக்கூடிய ஒருவர் (ஒரே சமயத்தில் அல்ல). சிலர் அதை வெளி காட்டி இரண்டு பாலினர் உடன் உறவுகொள்வதுண்டு, சிலர் இதை தம்மை அடையாளம் காட்ட மட்டும் பயன்படுத்துவது உண்டு. நம் எல்லோருக்கும் இரண்டு பால் மீதும் ஈர்ப்பு ஏற்பட சாத்தியம் உண்டு

அதனால் எல்லாரும் இருபாலீர்ப்பாளர்கள் என்று சொல்வது ஏற்க முடியாத வாதம். சிலர் தம்மை தன்/எதிர் பாலீர்ப்பாளர்கள் என்று அறிவித்து கொண்டால், நீங்கள் “இல்லை.. நாம் அனைவரும் இருபாலீர்ப்பாளர்கள்” என்று வாதிடுவது, அவர்களின் சுய அடையாளத்தை நிராகரிபதருக்கு சமம். மேலும் இருபாலீர்ப்பு என்பது தன்/எதிர் பாலீர்ப்பை விட சிறந்தது என்பதும், இருபாலீர்ப்பாளர்கள் மனமுதிர்ச்சி பெற்றவர்கள், தங்கள் உணர்வுகளை நன்கு அறிந்து ஏற்றுகொள்பவர்கள் என்பதும் சரியல்ல. தனி மனிதன் தான் யார், தனக்கு எது சரி என்று தோன்றுகிறதோ அதை செய்ய வேண்டும். பாலீர்ப்பு பன்மைபட்டது என்ற உண்மையை நாம் எல்லோரும் ஏற்றுக்கொள்ள வேண்டும்.

இருபாலீர்ப்பாளர்களின் பிரச்சனைகள் தன்பாலீர்ப்பாளர்களின் பிரச்சினைகளில் இருந்து எப்படி வித்தியாசபடும்? நாம் எல்லோரின் பிரச்சினைகளும் சமுகத்திற்கு இருக்கும் “மாறு பட்ட பாலீர்ப்பு மற்றும் பால் அடையாளம் கொண்டவர்களின் மீதான வெறுப்பு” (LGBT Phobia or Homophobia) தானே காரணம்? இதில் என்ன வித்தியாசம்?

“மாறு பட்ட பாலீர்ப்பு மற்றும் பால் அடையாளம் கொண்டவர்களின் மீதான வெறுப்பு” ஒரு பொதுவான பிரச்சனையாக இருந்தாலும், எங்களுக்கு மேலும் சில பிரச்சனைகளையும் இருக்கிறது. குறிப்பாக சொல்லவேண்டும் என்றால், ஒருபாலீர்ப்பாளர்கள் எங்கள் மேல் காட்டும் வெறுப்பு. நாங்கள் மிகவும் நேசிக்கும் எங்கள் காதலர்கள் எங்களுக்கு இருக்கும் இந்த இருபாலீர்பை புரிந்துகொள்ள முடியாமல் போவதும், ஒருவருடன் வாழ்வதால் “இருபாலீர்ப்பாளர்கள்” என்று அங்கீகாரம் நிராகரிக்கபடுவதும், மற்றும் இருபாலீர்பை சுற்றி இருக்கும் கட்டுகதைகளை சந்திப்பதும் எங்களுக்கே உரிய பிரச்சனைகள்.

ஒருபாலீர்புள்ள ஆண்கள் மற்றும் பெண்கள் ஏன் இருபாலீர்ப்பாளர்களை வேற்றுமைப்படுத்தி ஒதுக்குகிறார்கள்?

ஒருபாலீர்ப்பாளர்கள் சமூகத்தால் ஒதுக்கப்படுவதால், அதன் அனுபவத்தால் மற்றவர்களை அவர்கள் ஒதுக்க மாட்டார்கள் என்று நாம் எதிர்பார்க்கிறோம், ஆனால் உண்மை அதுவல்ல. அவர்கள் எங்களை வேற்றுமை படுத்துவதற்கு பல காரணங்கள் உண்டு.நாங்கள் எங்களை “மறைக்கிறோம்” என்று அவர்கள் கருதுவது இதற்கு ஒரு காரணம். எங்களில் சிலர் சில சமயம் “எதிர்பாலீர்ப்பாளாக” அலுவலகத்திலோ, சமூகத்திலோ தங்களை காட்டிக்கொள்வதும் அதனால் பயனடைவதும், பிரச்சனைகளை தவிர்ப்பதும் ஒருபாலீர்ப்பாளர்களை கோபப்படுத்துகிறது. மேலும் இதனால் நாங்கள் ஒருபாலீர்ப்பாளர்களின் போராட்டங்களை வலிமை இழக்க செய்கிறோம் என்றும் நாங்கள் “நம்பிக்கை துரோகிகள்” என்றும் கருதப்படுகிறோம். ஆனால் உண்மை அதுவல்ல, எல்லோருக்கும் பால் சுதந்திரம் வேண்டும் என்பது தான்

எங்கள் வாதமும். ஒருபாலீர்ப்பாளர்களில் சிலர் சமயம் எதிர் பாலினரிடம் உறவு கொள்வது உண்டு. அப்படி நடந்தால் அவர்களால் இதை பற்றி மற்ற ஒருபாலீர்ப்பாளர்களிடம் சொல்ல முடிவதில்லை. இதனால் தங்களின் மேல் ஏற்படும் அழுத்தத்தாலும் அவர்கள் இருபாலீர்பை கண்டு அஞ்சுவதுண்டு. மேலும் அறியாமையால் ஏற்படும் பயமும், மீடியா சித்தரிப்பும் ஒரு காரணம். சமீபகாலமாக இருபாலீர்ப்பாளர்கள் மேல் இவர்கள் காட்டும் வேற்றுமை குறைந்துகொண்டு வருகிறது என்பது ஒரு சந்தோஷமான விஷயம்.

இரண்டு பாலிற்கும் இடையே தாவிக்கொண்டிருக்காமல் ஒரு பாலை நீங்கள் தேர்ந்தெடுக்க வேண்டியதுதானே?

எங்களில் சிலர் முயற்சி செய்திருக்கிறோம். ஆனால் ஏன் நாங்கள் அப்படி செய்ய வேண்டும்? ஒரு பாலிர்க்காக மறுபால் மேல் இருக்கும் ஈர்ப்பை நிராகரிப்பது எங்களை வேதனை படுத்துகிறது. நீங்கள் அப்பாவித்தனமாக இந்த கேள்வியை கேட்டால் “நீங்கள் எங்களை எங்களாக இருக்க விடாமல், எங்களால் ஒதுக்க முடியாத உணர்ச்சிகளை ஒதுக்க வேண்டும் என்று எதிர்பார்கிறீர்கள்” என்று அர்த்தம். எல்லாம் புரிந்தே நீங்கள் இந்த கேள்வியை கேட்டால் அது கண்டிக்கத்தக்கது. ஒரு மேல் ஜாதிக்காரன் , இரண்டு ஜாதிகளில் ஒன்றை தேர்ந்தெடுக்க சொல்வதற்கு சமம்.

நான் இருபாலீர்ப்புடயவன்/வள் என்று தெரிந்துகொண்டேன் - என் குடும்பத்தாரிடம் இதை சொல்லவா?

உங்கள் சூழ்நிலை என்ன என்று பாருங்கள். சொன்னால் என்ன பிரச்னை, சொல்ல விட்டால் என்ன பிரச்னை என்று யோசியுங்கள். இரண்டிலும் பிரச்சனைகள் இருக்கலாம். அவர்கள் உங்களை ஏற்று கொள்ளலாம் அல்லது நிராகரிக்கலாம். சொன்னால் உங்கள் மனபாரம் குறையலாம் சொல்லாவிடில் நீங்கள் பிரச்சனை இல்லாமல் இருக்கலாம்.

நம்மில் பலர் தாங்கள் இந்த குழப்பத்தை எப்படி கையாண்டார்கள் என்றும், தாங்கள் வெளியே வந்த கதைகளையும் (Coming out stories) பகிர்ந்து கொள்வதுண்டு. அது உங்களுக்கு பயன்படலாம். இது போன்ற கதைகள் நம் சந்திப்புகளில் அடிக்கடி பேசப்படும் விஷயம், நம்மை ஒருவருக்கொருவர் அருகில் கொண்டுவரும் விஷயமும் கூட. ஆனால் கடைசியில் இது உங்கள் முடிவு. நீங்கள் எடுக்கவேண்டிய முடிவு. உங்களுக்கு வேண்டிய துணிவும், ஆதரவும், ஊக்கமும் மற்ற நண்பர்களிடமிருந்து கிடைக்கலாம், முடிவு உங்கள் கையில். வாழ்த்துக்கள்.

இருபாலீர்பாளர்களுக்கு என்று ஏதேனும் சமூக அமைப்புக்கள் உள்ளதா?இதோ நீங்கள் அது போன்ற ஒரு சமூக அமைப்பிடம் தான் பேசி கொண்டிருகிறீர்கள் (MP/Orinam.net).இது போன்ற பல அமைப்புக்கள் உள்ளன. அதன் அங்கத்தினர்கள் உங்களின் நண்பர்களாய் தங்கள் வாழ்கை, கடந்த காலம், நிகழ் காலம், கதைகள் இவை எல்லாவற்றையும் பகிர்ந்து-

கொள்வதுண்டு. மேலும் விவரங்களுக்கு இந்த தளத்தின் "Groups and Lists" பக்கத்தை பார்க்கவும்

இது போன்ற அமைப்புகளில் நாம் பல விஷயங்களை பற்றி பேசுவதுண்டு. இரு பால் மீதும் நமக்கிருக்கும் ஈர்ப்பை கேவலப்படுத்தகூடாது என்றும் , அதை குறைத்து மதிப்பிட கூடாது என்றும் நாம் போராடிகொண்டிருகிறோம். தன் மற்றும் எதிர்பாலீர்பாளர்கள் நம்மையும் மதிக்க வேண்டும், அங்கீகரிக்க வேண்டும் என்று வலியுறுதிகிறோம். பிள்ளை பேரு போன்ற குடும்ப விஷ-யங்கள் முதல் எய்டஸ் போன்ற உலக விஷயம் வரை பேசுகிறோம். உலகத்-திலிருந்து நாம் எப்படி வித்தியாசபடுகிறோம் என்றும் அதனால் நாம் எதிர்-கொள்ளும் அனுபவங்களையும் பகிர்ந்துகொள்கிறோம்.

அறிமுகம்: திருனர்கள்

1. திருனர் (திருநங்கை,திருநம்பி) என்பவர் யார்?

ஒருவர் தன் பாலை (Sex) பற்றி எப்படி உணர்கிறார், அடையாளம் காண்கிறார் என்பது அவரது பாலுணர்வு அடையாளம் (Sexual Identity). ஒருவர் தன் பாலை எப்படி வெளிபடுத்துகிறார் என்பது அவரது பாலுணர்வு நடத்தை (Sexual Behavior).

பெரும்பாலும் ஒருவரது உடல்ரீதியான பாலை (Biological or Physical sex) பொறுத்துதான் அவரது பாலுணர்வு நடத்தை அல்லது பாலுணர்வு அடையாளம் காணப்படும். இது போன்ற எதிர்பார்ப்பிற்குள் சேராமல், தங்களது உடல்ரீதியான பாலும், பாலுணர்வு நடத்தை / பாலு-ணர்வு அடையாளமும் வேறுபட்டு காணப்படுபவர்களை தான் திருனர் (திரு-நங்கை, திருநம்பி) (Transgender) அல்லது மாறுபட்ட பால் அடையாளம் கொண்டவர்கள் என்று அழைக்கிறோம்.

மருத்துவ வல்லுனர்கள், இது போன்ற மாறுபட்ட பால் அடையாளம் பல உயிரியல் ரீதியான காரணங்களால் ஒருவரின் பிறப்பில் நிர்ணயிக்கபடுகிறது என்று இப்பொழுது நம்புகிறார்கள். மாறுபட்ட பால் அடையாளம் கொண்ட-வர்கள் (திருநர்கள்) நம்மிடையே நூற்றாண்டு காலமாக வாழ்ந்து கொண்டு-தான் இருக்கிறார்கள். சமூகத்தில் அவர்கள் மேல் காட்டப்படும் வெறுப்பும், வேறுபாடும் இவர்களது வாழ்க்கையை கடினமான, கவலைகளும் காயங்க-ளும் நிறைந்த ஒரு போராட்டமாக ஆக்கிவிடுகிறது.

மாறுபட்ட பால் அடையாளம் கொண்டவர்களில் பல வகையறாக்களை சேர்ந்தவர்கள் இருக்கிறார்கள்.

பிறப்பால் ஒரு பாலும், மன அளவில் வேறு பாலாகவும் அடையாளம் காண்பவர்கள்

சில சமயங்களில் எதிர் பாலினரின் உடைகளை அணித்து தங்களது பாலுணர்வை வெளிபடுதுபவர்கள் (மாற்றுடை அணிபவர்கள்/Cross-dressers)

பால் மாற்று அறுவை சிகிச்சை செய்து கொண்டவர்கள் (Post-Operative)

பால் மாற்று அறுவை சிகிச்சைக்கு முன் நிலையில் உள்ளவர்கள் (Pre-Operative)

இது போன்ற வழக்கதிற்குள் அடங்காத பல அடையாளங்களை கொண்டவர்களை கூட்டாக அழைக்கும் சொல்தான் "திருனர்கள்" (அல்லது) "மாறுபட்ட பால் அடையாளம் கொண்டவர்கள்".

இவர்களை பொதுவாக இரண்டு வகைக்குள் அடக்கலாம் —

பிறப்பால் பெண்பாலும், மன அளவில் ஆண்பாலாகவும் அடையாளம் காண்பவர்கள் (அல்லது) திருநம்பி (Female To Male)

பிறப்பால் ஆண்பாலும், மன அளவில் பெண்பாலாகவும் அடையாளம் காண்பவர்கள் (அல்லது) திருநங்கை(Male To Female)

2. மாற்றுடை அணிபவர்கள் (Cross-dressers) என்பவர் யார்?

எதிர் பாலினரின் உடைகளை அணிந்து தங்களது பாலுணர்வை வெளிபடுதுபவர்களை 'மாற்றுடை அணிபவர்கள்' என்று அழைக்கிறோம்.
எதிர் பாலீர்ப்புடைய ஆண்கள் மற்றும் பெண்கள் (Heterosexual Men and Women) , ஈரர் (Bisexual Men and Women), நங்கைகள் (Lesbians), நம்பிகள் (Gays) என்று எல்லா வகையினரிடையே இதுபோன்ற மாற்றுடை அணிபவர்கள் இருக்கிறார்கள். இதில் பல ஆண்கள் திருமணம் , குழந்தைகள் என்று சராசரி வாழ்க்கையை மேற்கொண்டு , தங்களது இந்த மாறுபட்ட நடத்தையை ரகசியமாக வைத்துகொள்வதுண்டு. இவர்கள் திருனரை போன்று தங்களின் பாலை மாற்றவேண்டும் என்று எண்ணுவதில்லை.

3. மாறுபட்ட பால் அடையாளம் எதனால் ஏற்படுகிறது?

இதற்கான உறுதியான காரணம் யாருக்கும் தெரியாது. குழந்தை கருப்பையில் இருக்கும் பொழுது எதிர்பால் ஹார்மோன் கருவுடன் கலப்பதால் ஏற்படலாம் அல்லது ஒருவகையான மரபணு மாற்றம் மூலமாக மூலம் ஏற்படலாம் என்று வல்லுனர்கள் கருதுகிறார்கள். இதுபோன்ற மாறுபட்ட பால் அடையாளம் கொண்டவர்கள் தங்கள் பால் சம்மந்தப்பட்ட மன போராட்டத்தின் காரணமாக , ஒரு கட்டத்திற்கு பிறகு தங்களின் பிறப்பு/உடல் ரீதியான பாலுடன் வாழமுடியாது என்று உணர்கிறார்கள்.

4. பால் சம்மந்தப்பட்ட மன போராட்டம் (Gender Dysphoria) என்றால் என்ன?

'பால் சம்பந்தப்பட்ட மன போராட்டம்' என்பது ஒரு மனோதத்துவ விஞ்ஞான சொல் (Psychological term). ஒருவரின் பிறப்பு/உடல் ரீதியான பாலும் மன ரீதியான பாலும் மாறுபடும் பொழுது அதனால் அவருக்கு ஏற்படும் மன வேதனை, சஞ்சலம், தவிப்பு, மற்றவர்களின் எதிர்பார்ப்பிற்கு ஏற்-

றாற்போல் நடக்கவேண்டும் என்ற கட்டாயத்தால் ஏற்படும் கவலை - இவை அனைத்தையும் கூட்டாக குறிக்கும் சொல் இது. திருனர்கள் அனைவருக்கும் இந்த பால் சம்மந்தப்பட்ட மனப்போராட்டம் ஏற்படுகிறது.

பல குழந்தைகள் தங்களின் சிறிய வயதிலிருந்தே இந்த மன போராட்டத்தை உணர்கிறார்கள். ஒரு சிலருக்கே இதை எதிர்கொள்ள பெற்றோர்களின் ஆதரவு கிடைக்கிறது. முக்கால்வாசி குழந்தைகள் இதைபற்றி மனம் திறந்து பேசகூட முடியாமல் மனபுழுக்கமும், மனப்போராட்டமும் அடைகிறார்கள். இதை எளிதாக வார்த்தைகளால் விவரிக்க முடியாது, எல்லோராலும் இதை புரிந்துகொள்ளவும் முடியாது. தங்களின் உள் தோற்றத்தையும், வெளி தோற்றத்தையும் பொருத்த வேண்டிய இந்த தவிப்பு, சுயவேட்கையாக துவங்கி மெல்ல மெல்ல இவர்களின் வாழ்க்கையின் ஒரே குறியாக மாறிவிடுகிறது. தங்கள் உடலே தங்களை அழுத்தும், சிறை படுத்தும் இந்த வேதனை தாங்கிக்கொள்ள முடியாத ஒன்று. உலகில் எல்லோரையும் போல உள் மற்றும் வெளி தோற்றம்/பால் பொருந்தும் ஒரு சாதாரண வாழ்க்கை கூட இவர்களுக்கு எட்டா கனியாக ஆகிவிடுகிறது. உடல், பொருள் , ஆவி என்று எதிலும் அமைதியில்லாமல் இவர்கள் தவிக்கிறார்கள்.

திருனர்களில் பலர், ஒரு கட்டத்திற்கு மேல், இந்த மனப்போரட்டத்தை தாங்க முடியாமல, இந்த தவிப்பிற்கு ஒரு முடிவை காண, தங்களின் மன ரீதியான பாலை அடைய, தாங்கள் யார் என்ற உண்மையான நிலையை காண, அவர்களது பால் மாற்று பயணத்தை தொடங்குகிறார்கள்.

5. பால் மாறுதல் (Gender Transition) என்றால் என்ன?

பால் மாறுதல் என்பது எல்லா திருனரும் தங்கள் வாழ்வில் எதிர்கொள்ளும் ஒரு கட்டம். இதில் அவர்கள் தங்களது உடல் மற்றும் தோற்றத்தை தங்கள் மன ரீதியான பாலிற்கு ஏற்றாற்போல் மாற்றி அமைக்கிறார்கள். இதை ரகசியமாக மேற்கொள்ள முடியாது என்பதால், இவர்கள் தங்களை பற்றிய இந்த உண்மையை அவர்கள் வாழ்க்கையில் உள்ள அனைவரிடமும் பகிர்ந்துகொள்ள வேண்டியது ஒரு கட்டாயம்.

குடும்பத்தினர், உற்றார் உறவினர், நண்பர்கள், உடன் வேலை செய்பவர்கள் என்று எல்லாரிடமும் இதை அவர்கள் பகிர்ந்துகொள்ளவேண்டும் என்பது ஒரு அவசியமாகிறது. இந்த மாற்றத்தின் பொழுது அவர்கள் பலரால் கேலி, கிண்டல், மன வேதனை , வேற்றுமைப்படுத்துதல் போன்ற கஷ்டங்களை அனுபவிக்கிறார்கள். இந்த கட்டத்தில் அவர்களுக்கு அனைவரின் அன்பும் ஆதரவும் மிகவும் அவசியம். பால் மாறுதலில் முதல் படி, மன ஆலோசனை மற்றும் மன பயிற்சி, இது அவர்களுக்கு ஏற்படும் மன மற்றும் மனோதத்துவ பிரச்சனைகளை எதிர்கொள்ள உதவுகிறது. அடுத்த படி, பல வருடங்கள் நீடிக்கும் ஹார்மோன் சிகிச்சை. கடைசியாக அவர்கள் விரும்பினால் பால் மாற்று அறுவை சிகிச்சை.

6. ஹார்மோன் சிகிச்சை (Hormonal Therapy) என்றால் என்ன?

திருநங்கைகளுக்கு “எஸ்ட்ரோஜென்” (Estrogen) எனப்படும் பெண் ஹார்மோன் செலுத்தப்படுவதும் , திருநம்பிகளுக்கு “டெஸ்டோஸ்ட்ரோன்” (Testosterone) எனப்படும் ஆண் ஹார்மோன் செலுத்தப்படுவத்தையும் தான் ஹார்மோன் சிகிச்சை என்று அழைக்கிறோம். இதனால் இவர்கள் தாங்கள் விரும்பும் மன ரீதியான பாலிற்கு ஏற்ப உடல் மற்றும் தோற்றத்தை அடைய முடிகிறது. இவர்களின் வயது, உடல் உட்பட பல காரணங்களை பொறுத்து சில வாரங்கள் முதல் பல ஆண்டுகள் வரை இந்த சிகிச்சை நீடிக்கும். இந்த சமயத்தில் பலர் தங்கள் பால் சம்மந்தப்பட்ட மன போராட்டத்திலிருந்து விடுதலை அடைந்ததை போல் உணர்கிறார்கள். சிலருக்கு இந்த சமயத்தில் மன அழுத்தம், மன குழப்பம், தேவையற்ற கோபம் போன்ற பிரச்சனைகள் ஏற்படலாம். தகுந்த மருத்துவ ஆலோசனைக்கு பிறகு, ஒரு அனுபவமுள்ள மருத்துவரின் மேற்பார்வையுடன் மட்டுமே இந்த ஹார்மோன் சிகிச்சை மேற்கொள்ள பட வேண்டும், இல்லையெனில் மிகவும் ஆபத்தான விளைவுகளை இது உண்டாக்கும். ஆனால் போதிய பண வசதி, உதவி இல்லாததால் பல திருனர்கள் மருத்துவ மேற்பார்வை இல்லாமல் தாங்களாகவே இந்த சிகிச்சையை மேற்கொள்கிறார்கள் - இது வருத்தப்படவேண்டிய ஒரு நிதர்சனம்.

திருநம்பிகள் சற்று எளிதாக தாங்கள் எதிர்பார்க்கும் ஆண் தோற்றத்தை அடைய முடிகிறது. “டெஸ்டோஸ்ட்ரோன்” ஹார்மோன் இவர்களது குரலை கட்டை படுத்தி, தாடி மீசை போன்ற ஆண் அடையாளங்களை அளிக்கிறது. அதேசமயம் உயரம் பெரிதாக மாறுவதில்லை. திருநங்கைகளுக்கு ஹார்மோன் சிகிச்சை மெதுவாகவே பலன் அளிக்கிறது. “எஸ்ட்ரோஜென்” ஹார்மோன் இவர்களது குரலை மாற்றுவதில்லை. தாடி மீசை இவற்றை நீக்குவதில்லை. இதற்கு தனியாக லேசர் (LASER) அல்லது எலெக்ட்ரோலிசிஸ் (Electrolysis) சிகிச்சை முறைகளை மேற்கொள்ள வேண்டும்.

7. பால் மாற்று அறுவை சிகிச்சை (Sex Reassignment Surgery) என்றால் என்ன?

பால் மாற்று அறுவை சிகிச்சை என்பது ஒருவரது உடலை அவரது மன ரீதியான பாலிற்கு ஏற்ப நிரந்தரமாக மாற்றி அமைக்கும் ஒரு அறுவை சிகிச்சை. திருநங்கைகளுக்கு அவர்களது ஆண் உறுப்பு (Penis) மற்றும் scrotal தசையை (Scrotal Tissue)அகற்றுவதும், திருநம்பிகளுக்கு மார்பகங்களை அகற்றி தட்டையான மார்பை ஏற்படுத்துவதும் மற்றும் கருப்பைகளை (Uterus and Ovaries) அகற்றுவதும் இந்த அறுவை சிகிச்சையின் முறைகள்.

திருநம்பிகள் பலர் ஒரு அறுவை சிகிச்சை அவர்களுக்கு திருப்தி அளிக்காததாலும், மற்றும் தங்கள் பண வசதியை பொருத்தும் பல அறுவை சிகிச்சைகளை மேற் கொள்கிறார்கள்.

திருநங்கைகள் தாடி மீசை இவற்றை அகற்றும் லேசர்/எலெக்ட்ரோலிசிஸ் சிகிச்சை, மார்பகங்களை ஏற்படுத்தும் சிகிச்சை (Breast Augmentation) , Adams apple குறைக்கும் சிகிச்சை(Adams Apple reduction) , முக அழகு சிகிச்சை, செயற்கை கூந்தல் சிகிச்சை (Hair transplantation) என்று பல சிகிச்சை முறைகளை மேற்கொள்கிறார்கள். இதில் குறிப்பிட வேண்டிய விஷயம் என்னவென்றால், எல்லா திருனர்களும் இந்த சிகிச்சை முறைகளை மேற்கொள்ள வேண்டும் என்று எண்ணுவதில்லை. மேலும் அப்படி எண்ணினாலும் பலர் அவர்களது பண, மருத்துவ வசதி காரணமாக சிகிச்சை முறைகளை மேற்கொள்ளுவதில்லை.

8. பால் மாற்று அறுவை சிகிச்சை தர நிர்ணயங்கள் (Standards of Care) என்றால் என்ன?

“வேர்ல்ட் ப்ரொப்பசனால் அசோசியேசன் ஆப் ட்ரான்ஸ்ஜெண்டர் ஹெல்த்” (World Professional Association for Transgender Health - WPATH, formerly known as the Harry Benjamin International Gender Dysphoria Association, or HBIGDA) எனப்படும் சர்வதேச அளவிலான திருனர் ஆராய்ச்சி மையம், பால் மாற்று அறுவை சிகிச்சைக்காக மருத்துவ மற்றும் மனநல தர நிர்ணயங்களை வழிமுறை படுத்தியிருக்கிறது. இத தர நிர்ணயங்கள் மூலம் ஒருவர் எப்பொழுது பால் மாற்று அறுவை சிகிச்சை மற்றும் ஹார்மோன் சிகிச்சைக்கு தயார் ஆகிறார் என்பது நிர்ணயிக்க படுகிறது. இந்த தர நிர்ணயங்களின் படி , ஒருவர் பால் மாற்று அறுவை சிகிச்சைக்கு முன்பு குறைந்தபட்சம் ஒரு வருடம் தாங்கள் மன ரீதியாக உணரும் பாலில் சராசரி வாழ்க்கையை மேற்கொள்ள வேண்டியது அவசியம். இந்த காலத்தில் அவர்கள் தகுதிபெற்ற மருத்துவரின் கண்காணிப்பில் தங்களது புதிய பாலில் மன மற்றும் உடல் ரீதியாக வாழ்ந்து , அந்த வாழ்க்கையை விரும்பி ஏற்றுக்கொள்ள வேண்டும், இதன் பிறகே அவர்கள் பால் மாற்று சிகிச்சைக்கு தயார் என்று அவர்கள் கருதப்படுவார்கள். இதில் மேலும் பல தர நிர்ணயங்கள் அடங்கும், மேலும் விவரங்களுக்கு ஒரு அனுபவமுள்ள மருத்துவரை சந்தித்து பேசலாம்.

பெற்றோர்கள் - ஒரு தாயின் உணர்வுகள்

என் உணர்வுகளை பகிர்ந்து கொள்ளலாம் என்று நான் நினைத்த உடன் என் மனம் “ஒ! அந்த கெட்ட நாட்கள்” என்று எச்சரித்தது. என் மகன் அவன் பாலீர்ப்பை பற்றி என்னிடம் சொன்ன அந்த நாட்களை தான் “கெட்ட நாட்கள்” என்று என் மனம் நினைவுறுகிறது. யோசித்து பார்த்தால் என்ன இது முட்டாள்தனம் என்று எனக்கே தோன்றுகிறது... ஏன்? என் மனம் ஏன் எப்படி நினைக்கிறது?. எனது இந்த கேள்விக்கு பதில் தான் இந்த கட்டுரையின்

வடிவில் இங்கே...... (சற்று நீளமாக!)

இது நடந்தது எட்டு ஆண்டுகளுக்கு முன்பு, நான் சென்னையிலிருந்தேன் என் மகன் அமெரிக்காவில் இருந்தான். என் மகன் இணையத்தில் என்னை உரையாட அழைத்து, "ஒரு பெண்ணை வாழ்கை துணையாக என்னால் ஏற்றுக்கொள்ள முடியாது" என்று சொன்னான். நான் அதிர்ந்து போனேன். என் குடும்பத்தின் வருங்காலமே இருண்டது போல் தோன்றியது. அவன் சில புத்தகங்களையும், இது பற்றிய சில இணைய தளங்களையும் எனக்கு அனுப்பினான், அவற்றை படித்தால் அவனது உணர்வகளை புரிந்துகொள்ள உதவும் என்றான். என்னால் இதை ஏற்றுகொள்ள முடியவில்லை ஆனால் அதே சமயம் நான் இதை எதிர்க்கவும் இல்லை. என்னை விட்டு தள்ளி வெகுதூரத்தில் தனியே இருப்பதால், அப்பொழுது அவனது மன நலம் எனக்கு முக்கியமாக தோன்றியது. இந்திய வரட்டும் அவனை எப்படியாவது "மாற்றி" விடலாம் என்று எண்ணினேன். என் மகனோ இது சம்பந்தமான தகவல்களை அனுப்பி கொண்டே இருந்தான், ஒரு தருணத்தில் "நீ எப்படி இருந்தாலும் உன்னை ஆதரிப்பேன்" என்று சொல்லிவிட்டேன், அதற்கு மேல் இதை பற்றி பேச எனக்கு விருப்பம் இல்லை.

அவனை பார்க்க அமெரிக்கா சென்றபொழுது, அவனுடன் சேர்ந்து ஒரு மனநல மருத்துவரை போய் பார்த்தேன். அவரிடம் என் மகன் மருத்துவ உதவி பெற்று மாறவேண்டும், நான் பேரன் பேத்திகளை என் மகன் மூலம் பார்க்க வேண்டும் என்கிற எனது ஆசையாய் சொன்னேன். என் மகனோ நான் அவனை புரிந்து கொண்டேன் என்று நினைத்துகொண்டிருந்தான், எனது இந்த எதிர்பார்ப்பு அவனை அதிர்ச்சியில் ஆழ்த்தியது. அன்று எங்களுக்குள்ளே பெரிய விவாதம் இதை பற்றி. என்னிடம் "எல்லாம் புரிகிறது" என்று ஏன் பொய் சொன்னாய் என்று அவன் கேட்டபொழுது நான் கூனி குறுகி போனேன்.

அதற்கு பிறகு, நானே முயற்சி எடுக்க தொடங்கினேன். கலிபோர்நியா நூலகத்துக்கு சென்றேன். தன்பாலீர்ப்பு பற்றிய புத்தகங்களையும், தன் பாலீர்ப்புள்ளவர்களின் உணர்வுகள், வாழ்க்கைமுறை இதை பற்றிய புத்தகங்களையும் படித்தேன். மெதுவாக எனக்கு இதை பற்றி புரிய ஆரம்பித்தது.

நமக்கு ஏன் சில விஷயங்கள் பிடிக்கிறது, அனால் அதை போன்ற வேறு விஷயங்களில் நாட்டம் இருப்பதில்லை?. உதாரணத்திற்கு... எனக்கு பால் இனிப்புகள் பிடிக்காது. ஏன்? எனக்கு தெரியாது. ஒரு சோன்பாபடியை என்னால் சுவைக்க முடியும், அதே சமயம் விலையுயர்ந்த ஒரு பால் இனிப்பை குடுத்தால் எனக்கு அதில் விருப்பம் இருக்காது. அதுவும் இனிப்புதான்... சுவையானது தான். ஆனால் "உனக்காக இந்த விலை உயர்ந்த, தரமான பால் இனிப்பை கொண்டுவந்திருக்கிறேன் ...நீ சாபிட்டால் தான் ஆயிற்று" என்று யாரவது என்னிடம் சொன்னால், "உங்கள் அன்புக்கு நன்றி, அனால்

எனக்கு பால் இனிப்புகள் பிடிக்காது, எனக்கு வேண்டாம்'' என்று மறுத்து விடுவேன். இனிப்பு போன்ற ஒரு சின்ன விஷயத்திலேயே என்னால் மற்ற-வருக்காக மாற முடியாது என்றால்.... இது ஏன் மகனின் வாழ்க்கை. அப்-பொழுதுதான் எனக்கு புரிந்தது.... என் மகன் அவனது பாலில் உள்ள ஒரு-வருடன்தான் சந்தோஷமான ஒரு வாழ்கையை அமைத்துக்கொள்ள முடியும் என்று.

இதை ஏற்றுக்கொள்ள எனக்கு பல ஆண்டுகள் தேவைப்பட்டது. அவ்வ-ளவு எளிதாக இருக்கவில்லை. நமக்கு பிடிக்காத ஒன்றை நம் குழந்தைகள் செய்தால் நமக்கு வேதனையாக இருக்கிறது. பிடிக்காத ஒன்றை வாழ்க்கை-யாக ஏற்று காலம் முழுவதும் நம் குழந்தைகள் வேதனை பட வேண்டுமா? ஏன்? ஊர் உலகத்தில் நாலு பேர் என்ன நினைப்பார்கள் என்பதற்காகவா? நாளைக்கு எனக்கு பணபிரச்சனை என்னால் கரண்ட் பில் கட்ட முடிய-வில்லை என்றால்.. இந்த "நாலு பேர்'' வந்து கட்டுவார்களா? எனக்கு ஒரு கஷ்டம் என்றாலோ, ஒரு தேவை என்றாலோ என் மகன் தான் ஓடி வரு-வான். குடும்பத்திற்காக, அவனது தம்பிக்காக என் மகன் எவ்வளவோ செய்-திருக்கிறான்.அவனது சந்தோசத்தை ஏன் "நாலு பேருக்காக'' காவுகொடுக்க வேண்டும்?

இன்றும் என் கணவர் இதை ஏற்றுகொள்ள வில்லை, இதை எதிர்க்கிறார். அனால் காலபோக்கில் அவர் மாறுவார், நானும் என் மகனும் சேர்ந்து அந்த மாற்றத்தை கொண்டுவருவோம் என்கிற நம்பிக்கை எனக்கு இருக்-கிறது. அதுவரையில் என் மகனால் முடிந்தவரை அவருடன் பேச முயற்-சிக்கிறான்.மேக்டலினின் அலுவலகத்தில் நடைபெற்ற பெற்றோர்களின் சந்-திப்பில் நான் பங்கு பெற விரும்பியதை ஏன் கணவர் மிகவும் எதிர்த்தார். இது போன்ற பிரச்சனைகளை நாங்கள் ஒரு குடும்பமாக எதிர்கொள்ள தான் வேண்டும். அனால் ஊர் உலகத்திற்கும் இந்த சமுதாயத்தில் உள்ள நாலு பேருக்கும் பதில் சொல்ல வேண்டிய அவசியம் எனக்கு இல்லை.

சமீபத்தில் எனது உறவினர் ஒருவரின் திருமணத்திற்கு சென்றிருந்தேன். சில கல்யாண சடங்குகளை செய்ய என்னை மேடைக்கு அழைத்தார்கள். உடன் என் நாத்தனார், '' உங்களுக்கு இதில் அனுபவம் இல்லையே'' என்-றாள். என் மகனுக்கு இன்னமும் திருமணம் ஆகவில்லை என்பதை சுட்டி காட்டினாள் அவள். "உனக்கு தான் அனுபவம் இருகிறதே, நீ போ'' என்று சிரித்துக்கொண்டே மனநிறைவுடன் அவளை அனுப்பிவைத்தேன். இது நாள் வரையில் இது போன்ற விஷயங்களுக்கு என் மனம் ஏங்கியது இல்லை. என் மகனின் சந்தோசத்தை விட, இது போன்ற சடங்குகள் எனக்கு முக்கியமும் இல்லை.

பதினைந்து வருடங்களுக்கு முன்பு, விதவை திருமணத்தை சமுதாயம் ஏற்கவில்லை. அதை ஆதரித்தவர்கள் எதிர்ப்பையும், கஷ்டங்களையும் சந்-

திக்க வேண்டியிருந்தது.அந்த போராட்டங்களின் பயனாக இன்று விதவை பெண்கள் ஒரு புது வாழ்வை பெற முடிகிறது. அதை போல் தன்பாலீர்புள்ளவர்களின் காதலும், திருமணமும் சமுதாயத்தால் ஒரு நாள் அங்கீகரிக்கப்படும். அதுவரையில் பலர் ‘‘நம் கலாச்சாரத்திற்கு புறம்பானது’’ என்று கத்தி கொண்டுதான் இருப்பார்கள். அதை சட்டை செய்யபோவதில்லை என்ற முடிவை நான் எடுத்து விட்டேன்.

என் உறவினர்களில் பலர் என் மகனின் திருமணத்தை பற்றி கேட்கிறார்கள், அவர்களுக்கு நான் சொல்லும் பதில் — ’’ கல்யாணம் நடக்கும் பொது, கண்டிப்பாக உங்களுக்கு பத்திரிகை அனுப்பப்படும்’’. நான் சிறிதும் தயக்கமின்றி இப்படி சொல்ல, அவர்கள் பதிலேதும் பேசுவதில்லை. நான் தயங்கினால் உடனே எனக்கு அறிவுரை சொல்ல துவங்கிவிடுவார்கள். எனக்கு ஒரு நல்ல மகன் கிடைத்திருக்கிறான் என்பதில் எனக்கு ரொம்பவும் பெருமை. என் கணவர், ’’ ஊர் உலகம் என்ன சொல்லும்? அவன் ஒரு பெண்ணை திருமணம் செய்து கொள்ளட்டும், வேண்டுமானால் ரகசியமாக அவன் இஷ்டப்படி இருக்கட்டும்’’ என்று சொன்னபோது என் மகன் அதை நிராகரித்துவிட்டான். தனது வாழ்கைத்துணைக்கு நம்பிக்கை துரோகம் செய்யக்கூடாது என்பது என் மகனின் நிலை. அந்த நேர்மையை நான் பாராட்டுகிறேன். அந்த வகையில் எனக்கு என் மகன் எனக்கு ஒரு அரிய பொக்கிஷம், அவனை இழக்க நான் தயாரில்லை. என்றும் சந்தோஷமாக, பெருமிதத்துடன் அவன் துணைநிற்பேன், அவனை ஆதரிப்பேன்.

ஒருபாலீர்ப்பு: பெற்றோர்களின் கதை

சித்ரா பாலேகர் : என் பொண்ணு என்கிட்ட தான் ஒரு லெஸ்பியன்னு வெளியே வந்தது 1993 ஆம் ஆண்டு. அவ அப்போதான் காலேஜ் முடிச்சிருந்தா. எனக்கு அவ சொன்னதை கேட்டப்போ, ஆச்சரியமா இருந்தது. பின்னாடி அவளே எனக்கு சொன்ன மாதிரி, அவ எல்லாரையும் போல எதிர்பாலீர்ப்புள்ளவளா தான் இருப்பான்னு எனக்கு நானே முடிவு பண்ணிகிட்டேன். இந்த மாதிரி ஒரு சாத்தியம் இருக்கும்னு கூட நினைக்கலை. மத்தபடி அவ சொன்னப்போ, நான் ஒன்னும் பெரிசா அதிர்ச்சியெல்லாம் அடையலை. அவள என் முழுமனசோட ஏத்துகிட்டேன்.

என்னோட ஆச்சரியத்துக்கு காரணம், எனக்கு ஒருபாலீர்ப்பை பத்தி ஒண்ணுமே தெரியாது. கொஞ்சம் கொஞ்சம் அதைபத்தி சினிமால, வெளிநாட்டுக்கு போனப்போ, இது மாதிரி நேரத்துல கேட்டிருக்கேன், அவ்ளோதான். மத்தபடி என் வாழ்க்கைல, எனக்கு தெரிஞ்சவங்கள்ல, இது மாதிரி யாரும் இருக்கலை. நான் அவகிட்ட கேட்ட முதல் கேள்வி, ‘‘ஏன் இத்தனை நாளா என்கிட்ட இதை நீ சொல்லல? உனக்கு எப்போ இது தெரிஞ்சது’’னு

தான். அவளுக்கு ஒரு பதிமுணு, பதினாலு வயசுல தான் ஒரு லெஸ்பியன்-னுதெரிஞ்சிருக்கு. ஸ்கூல்ல பொண்ணுங்க பசங்கள பத்தி, பசங்க பொண்-ணுங்கள பத்தி பேசும்போது, இவளுக்கு அந்த மாதிரி ஒன்னும் பேசவோ, கேக்கவோ விருப்பம் இல்லை. ரொம்ப குழம்பியிருக்கா. அவள சுத்தி எல்-லாரும், எல்லாமும் ஆண்-பெண் சமந்தப்பட்ட விஷயங்களா இருந்ததால, அவளோட இந்த ஒருபாலீர்ப்பை நினைச்சு அவ குழம்பியிருக்கா, எல்லா-ரையும் விட்டு ஒதுக்கப்பட்டவளா பீல் பண்ணியிருக்கா. எங்க குடும்பத்துல நாங்க எல்லாத்தையும் மனம்விட்டு பேசுவோம் , அரசியலோ, சமுதாயமோ எதை பத்தி வேணும்னா பேசுவோம். ஆனா அவ சொன்னா, “அம்மா, நாம எல்லாத்தையும் பத்தி பேசினோம். ஆனா செக்ஸ் பத்தியோ, பாலீர்ப்பு பத்-தியோ பேசினதில்லை. அதுனால எனக்கு தயக்கமா இருந்தது, இதை பத்தி பேச பயமா இருந்தது”னு.

அவ ஒரு நல்ல பொண்ணு. எல்லாத்துலயும் முதல்ல வருவா. அவ என் பொண்ணுங்கறதுல எனக்கு ரொம்பவே பெருமை, பெருமிதம். அவ என்-கிட்ட லெஸ்பியன்னு வெளிய வந்தப்போ நான் யோசிச்சேன் “இதுனால நம்ம பொண்ணு மேல நமக்கு இருக்கற பாசமும் , அவளால நாம அடைஞ்ச பெருமையும் குறைஞ்சு போகுமா? இல்ல மாறிடுமா?”னு. இல்-லையே! உடனடியா என் மனசு திடமாச்சு, நம்ம பொண்ணு இவ. எப்படி இருந்தா என்ன, அப்படின்னு ஒரு தெளிவு.

இது கொஞ்சம் பர்சலனா விஷயம்ங்கறதுனால, சொந்தம் பந்தம், அக்கம் பக்கத்துல, யார்கிட்ட என்ன சொல்லனும்னு, இதெல்லாம் அவ முடிவிக்கே நான் விட்டுட்டேன். அவளும், அவளோட பார்ட்னரும் என்கூட, எங்க வீட்-டுலதான் இரண்டு வருஷம் இருந்தாங்க. எங்க நெருங்கின சொந்தக்கா-ரங்க, பிரெண்ட்ஸ் எல்லாம் என் பொண்ணையும், அவளோட பார்ட்னரையும் (பெண்) முழு மனசோட ஏத்துக்கிட்டாங்க.

பிந்துமாதவ் : எனக்கு ஒரு பன்னண்டு பதிமுணு வயசிருக்கும்போது நான் ஒரு “கே”னு எனக்கு தெரியவந்தது. என்னோட வெளிய வந்த கதை ரொம்-பவே கஷ்டமான, வேதனையான கதை. என் காலத்துல இப்போ இருக்கற மாதிரி டி.வீ சானல்ஸ், இன்டர்நெட் இதெல்லாம் கிடையாது. நான் காலேஜ் போய், மருத்துவம் சம்மந்தமான புத்தகங்கள படிக்கற வரைக்கும் எனக்கு ஒருபாலீர்ப்பை பத்தி ஒண்ணுமே தெரியாது. அந்த வாரத்தையை கூட நான் கேட்டதில்லை. எனக்கு பசங்கமேல ஈர்ப்புனு தெரியும். ஆனா அதுக்கு ஒரு பேரு இருக்கு, என்னை மாதிரி நிறைய பசங்க இருக்காங்க இதெல்லாம் அப்போ தெரியலை. என்கூட ஸ்கூல்ல படிக்கற பசங்க எல்லாம் பொண்-ணுங்கள பத்தி பேசும்போது, எனக்கு அதுல எல்லாம் பெருசா நாட்டம் இல்லை. என்னோட ஒருபாலீர்ப்பை பத்தி எனக்கு ஒண்ணுமே தெரியா-ததுனால, என்னை நானே ரொம்ப கீழ்த்தரமா நினைச்சேன். நான் ஒரு

தரம் கேட்டவன், பாவி, கேவலமானவன் அப்படி எல்லாம் என்னை நானே நினைச்சு வெறுத்திருக்கேன். அதனால என்னோட சுயமரியாதை சுத்தமா அழிஞ்சு போச்சு. இரண்டு மூணு தரவை தற்கொலைக்கு கூட முயற்சி பண்ணினேன். என்னோட இந்த பாலீர்ப்பை பத்தி என் அம்மாக்கோ, அப்பாக்கோ தெரிஞ்சு போச்சுன்னா, எங்க குடும்ப மானமே போய்டும் அப்படி எல்லாம் நினைச்சு பயந்து நடுங்குவேன். இந்த கவலைகளால படிப்புல நாட்டம் குறைஞ்சது. இன்ஜினியரிங் மூணாவது வருஷத்துல ஒரு பேப்பர் தவிர, மீதி எல்லாத்துலயும் பெயில் ஆனேன். வேலைக்கு போனபிறகு எங்க வீட்டுல கல்யாணத்துக்காக ரொம்பவே நிர்பந்தம். வேற வழி இல்லாம கல்யாணம் பண்ணிகிட்டேன். கல்யாணம் தோல்வியில முடிஞ்சது. ஒரே வருஷத்துல விவாகரத்து. ரொம்பவே விவகாரமான விவாகரத்து. எங்க குடும்பத்துல எல்லாருக்கும் ரொம்பவே மனகஷ்டம். அப்போ கூட எங்க அப்பா அம்மாகிட்ட நான் ஒரு “கே”, எனக்கு பசங்க மேல ஈர்ப்பு, இதெல்லாம் பேசமுடியலை. அப்புறம் நான் வேலை மாறி அமெரிக்கா போன பிறகு, அங்க இருக்கற என்னை போன்றவர்களுக்கான ஆதரவு நிறுவனமான “த்ரிகொன்” மூலமா என்னை மாதிரி இருக்கற பிற இந்தியர்களை சந்திச்ச அப்பறம்தான் எனக்கு கொஞ்சம் கொஞ்சமா என் வாழ்கையை பத்தி புரிய ஆரம்பிச்சது.என்னை நானே புரிஞ்சு, ஏத்துகிட்டேன். முதல்ல அமெரிக்காலேயே செட்டில் ஆய்டலாம்னு நினைச்சேன். அப்புறம் யோசிச்சப்போ, இந்த மாதிரி பயந்து, குடும்பத்தை விட்டும், நாட்டை விட்டும் ஏன் தள்ளி இருக்கணும்னு தோணிச்சு. அதனால தைரியமா இந்தியாவுக்கு திரும்பினேன்.

பிந்துமாதவின் அம்மா : மாதவ் வெளியே வந்தப்போ, அவன் ஒரு “கே”, அவனுக்கு பசங்க மேல தான் ஈர்ப்புனு சொன்னப்போ, எங்க குடும்பத்துல எல்லாருக்குமே பெரிய அதிர்ச்சி. நான் உடனடியா அவன ஒரு சாமியார்கிட்ட கூட்டிகிட்டு போய் பரிகாரம் கேட்டேன். ஒண்ணும் பலனில்லை. அப்புறம் ஒரு மருத்துவர போய் பாத்தோம். அவர் தெளிவா எனக்கு சொன்னாரு, ஒருபாலீர்ப்புனா என்ன, அதுக்கு என்ன அர்த்தம், அதை மாத்த முடியாதுனு எல்லாம் விவரமா சொன்னாரு. உன் பையன் மாறவேண்டியதில்லம்மா, நீதான் உன் மனச மாத்திகிட்டு அவன புரிஞ்சிக்கனும்னு சொன்னாரு. நான் கொஞ்சம், கொஞ்சமா மனசு மாறினேன். ஒருபாலீர்ப்பு பத்தின படங்களை பாத்தேன் (“மை ப்ரதர் நிகில்”,”பிலடெல்பியா”). இவனை மாதிரி நிறைய பேரு இருக்காங்கனு புரிஞ்சது.

எனக்கு மாதவ தவிர ஒரு பொண்ணும் இருக்கா. அவ கல்யாணம் முடியற வரைக்கும் யார்கிட்டயும் இதை பத்தி சொல்ல வேண்டாம், கொஞ்சம் அமைதியா இருன்னு நான் மாதவ்கிட்ட கேட்டுகிட்டேன். அதுக்கப்புரம், மாதவே எங்க குடும்பத்துல மத்த எல்லார்கிட்டயும் இத பத்தி சொன்னான். இன்னிக்கும் என்னால தைரியமா என் சொந்தகாரங்க கிட்ட இதை பத்தி

பேசமுடியலைங்கறது தான் உண்மை.

பஞ்சாபி பாட்டி : இதபாருங்க, என் பேரன் "கே" தான். அவன் அப்படிதான், அவன் வாழ்க்கை அப்படிதான். இதை எதிர்கரவங்க, முதல்ல என்கிட்ட மோதட்டும், அப்புறம் என் பேரன்கிட்ட மோதலாம். அவங்க அவங்க வாழ்க்கைல ஆயிரம் ஓட்டை இருக்கு, அதை கவனிக்காம , அடுத்தவங்க வாழ்க்கையை பத்தி என்ன பேச்சு? அந்தகாலத்துலையே சுயம்வரம்ங்கர பேருல எல்லோருக்கும் அவங்க வாழ்க்கை துணையை தேர்ந்தெடுக்க அதிகாரம் குடுத்தாங்க. ஆதி காலத்துலேயே அது சாத்தியம்னா, இப்போ ஏன் கூடாது? சட்டம் எழுதறவங்களுக்கு என்ன தெரியும், ஒரு அம்மா, ஒரு பாட்டிக்கு என்ன உணர்ச்சி இருக்குனு? எனக்கு என் பேரன் முக்கியம். என் பேரன் அவன் இஷ்டப்படி அவன் வாழ்க்கையை வாழனும். யாரு அதுக்கு தடை போடுவாங்க, பாப்போம். அட, இதோ ஜப்பான்ல பூகம்பத்துல ஊரே அடிச்சிகிட்டு போச்சு, ஒரு நொடில வாழ்கையே மாறி போச்சு. அங்க போன உசிருல "கே" பசங்க, மத்தவங்கன்னு எதுவும் வித்தியாசம் இருக்கா? இருக்கற வரைக்கும், மனுஷங்களா அவங்க இஷ்ட்டப்படி வாழ விடுங்க! உலகத்துல எல்லாருக்கும் அவங்க இஷடப்படி வாழ உரிமை இருக்கறப்போ, என் பேரனுக்கோ, அவனை மாதிரி இருக்கற மத்த பசங்களுக்கோ மட்டும் அந்த சுதந்திரம் இருக்க கூடாதா? பையனோ, பொண்ணோ, யார அவங்க விரும்பராங்களோ அவங்களோட சந்தோஷமா இருக்கட்டுமே. அதுல தலையிட நீங்க யாரு, கேக்கறேன்!

நிதினின் அம்மா : சின்ன வயசுலேர்ந்தே என் பையன் வித்தியாசமா தான் இருந்தான். பொண்ணுங்களோட தான் விளையாடுவான், பசங்க கூட விளையாட மாட்டான். எனக்கே ஒரு சந்தேகம் இருந்தது. அவன் கடைசியா என்கிட்ட அவன் ஒரு "கே"னு சொன்னப்போ, எனக்கு அதிர்ச்சி எல்லாம் ஒன்னும் இல்லை. எனக்கு தெரியும்னு சொன்னேன். உன் வாழ்க்கை, உன் இஷ்டப்படி இருப்பானு சொல்லிட்டேன். எனக்கு கொஞ்சம் கூட தயக்கம் இல்லை. அக்கம் பக்கம், சொந்தம் பந்தம் என்ன சொல்லும்னெல்லாம் நான் கவலையே படலை. இப்போகூட எல்லார்கிட்டயும் நானே சொல்றேன், ஆமாம் என் பையன் ஒரு "கே" தான், அப்படின்னு. அப்புறம் என்னால முடிச்சவரை, அவங்களுக்கு இதபத்தி புரியவைக்கறேன். என்னதான் ஆனாலும், அவங்க நம்ம குழந்தைங்க, நம்மாளோட அன்பும் ஆதரவும் அவங்களுக்கு தேவை.

என் அக்கா ஒரு லெஸ்பியன்

ஆம்பளைங்க சொல்றது தான் சட்டம்னு பொதுவா நாம எல்லலரும் பாக்கற ஆணாதிக்கம் உள்ள சூழ்நிலையில தான் நானும் வளர்ந்தேன். அதனால

ஒருபாலீர்ப்பு (Homosexuality) ஒரு வக்கரமான விஷயம்னு நினைச்சேன்.'' என்று சொல்லும் பரத் பாலனின் அக்கா அனிதா பாலன் ஒரு நங்கை (Lesbian). அனிதா தனது மாறுபட்ட பாலீர்ப்பை (Alternate sexuality) பற்றி முதன் முதலாக வெளியே வந்தது தனது சஹோதரன் பரத்திடம் தான். நங்கை (Lesbian) என்று சொல்வதை வீட, தான் ஒரு இருபாலீர்ப்புள்ள பெண் (ஆண், பெண் இருவரிடமும் ஈர்ப்புள்ள பெண்/ Bisexual) என்று சொன்னால், பரத்திற்கு புரிந்துகொள்வதற்கு எளிதாக இருக்கும் என்று எண்ணி, அவனிடம் அவ்வாறு வெளியே வந்தாள் அனிதா.

அப்படியும் அனிதாவின் உணர்வுகளை, அவளது மாறுபட்ட பாலீர்ப்பை புரிந்துகொள்வது பரத்திற்கு எளிதாக இருக்கவில்லை, குழம்பினான் பரத். அனிதாவிற்கு ஏதோ மனநல குறைபாடு என்றும், அவள் மேலைநாட்டு கலாச்சாரத்தின் ஆளுமையால் புரியாமல் சொல்கிறாள் என்றும் முடிவிற்கு வந்தான். அவர்களது குடும்பம் இரண்டு ஆண்டுகளுக்கு முன்பு தான் இந்தியாவிலிருந்து அமெரிக்காவிற்கு குடி புகுந்திருந்தது.

இது நடந்த பொழுது பரத்திற்கு வயது 19, அனிதாவிற்கு வயது 21. என்ன செய்வதென்று புரியவில்லை பரத்திற்கு. குழப்பம், பயம், தடுமாற்றம். “நமக்கு ஒரு விஷயம் புரியலைனா, அத பத்தி பயம் ஏற்படுது. இது மனித குணம். என் அக்காவுக்கா இப்படினு எனக்கு பெரிய அதிர்ச்சி.'' நினைவுகூருகிறான் பரத். பரத் அப்பொழுது கல்லூரியின் முதல் ஆண்டில் இருந்தான். பொருத்தமாக அதேசமயம் பரத்தின் நெருங்கிய நண்பன் ஒருவனும் ஒருபாலீர்ப்புள்ள ஆண் (நம்பி/Gay) என்று அவனிடம் வெளியே வர, அனிதாவிடும், அவனது நண்பனிடமும் ஒருபாலீர்ப்பை (Homosexuality) பற்றி மனம் திறந்து பேசினான் பரத். பேசப்பேச அவனுக்கு இருந்த கேள்விகளுக்கு பதில் கிடைத்தது. எந்த விஷயத்தை பற்றி பேச பல இந்திய குடும்பங்கள் தயங்குகின்றனவோ, அதை பற்றி பரத் பேச, கேட்க, பரத்திற்கு தெளிவு பிறந்தது. ஒருபாலீர்ப்பை பற்றி இருந்த பயம் விலகியது.

அதன் பிறகு அனிதா தனது அப்பாவிடம் வெளியே வந்தாள். அவர் அனிதாவை உடனடியாக ஏற்றுக்கொண்டார். அடுத்ததாக அம்மா. அனிதா அவளது அம்மாவிடம் வெளியே வந்தபொழுது பரத் அவளுக்கு துணையாய் இருந்தான். அப்பாவை வீட சற்று பழமைவிரும்பி அம்மா. எல்லோருக்கும் கடினமான கணம் அது. அம்மாவால் அனிதாவின் ஒருபாலீர்ப்பை ஏற்றுக்கொள்ள முடியவில்லை, இன்றும் திணறுகிறாள். இது ஏதோ அனிதாவின் வாழ்க்கையில் ஒரு கெட்ட காலம், போக போக சரியாகி விடும் என்பது அம்மாவின் எண்ணம். “அம்மாக்கு அனிதானா உயிர். கூடிய சீக்கிரம் அம்மா அனிதாவை முழு மனசோடு ஏத்துக்குவா! எனக்கு அந்த நம்பிக்கை இருக்கு'' என்கிறான் பரத்.

தங்களது அன்றாட வாழ்க்கையிலோ, நண்பர்கள் மற்றும் உடன் வேலை செய்பவர்கள் வட்டாரத்திலோ, குடும்பத்திலோ, மாறுபட்ட பாலீர்ப்பு மற்றும் பாலடையாளம் கொண்டவர்களை (Lesbians, Gays, Bisexuals, Transgenders (LGBT)) சந்தித்திராதவர்களிடமிருந்து தான், பாலியல் சிறுபான்மையினர் மீது வெறுப்பு அதிகம் வெளிப்படுகிறது. நமக்கு தெரிந்த-வர்களில் யாராவது மாறுபட்ட பாலீர்ப்போ அல்லது பாலடையாளம் கொண்-டவர்களாகவோ இருந்தால் அப்படி வெறுப்பை உமிழ்வது கடினம். இது தான் பரத்தின் நம்பிக்கைக்கு ஆதாரம். “கொஞ்சம் உங்க மனச திறந்து, அவங்க என்ன சொல்றாங்கன்னு கேளுங்க. ரொம்ப ஒன்னும் கஷ்டம் இல்லை” என்று சிரிக்கிறான் பரத். மாறுபட்ட பாலீர்ப்பு மற்றும் பால-டையாளம் கொண்டவர்களின் நண்பர்கள், கூடப்பிறந்தவர்கள் மற்றும் இதர குடும்பத்தினர்கள் எல்லோரம் அவர்களது உரிமைகளுக்காக குரல் கொடுக்க வேண்டும், போராட வேண்டும் என்பது பரத்தின் கருத்து. “நம்ம குடும்பத்துக்-காக நாமதான் குரல் கொடுக்கணும். அப்படித்தான் மக்களுக்கு புரியவைக்க முடியம்” என்கிறான் பரத்.

மாறுபட்ட பாலீர்ப்பு மற்றும் பாலடையாளம் கொண்டவர்களுக்கு சமஉ-ரிமைகள் வழகுவது, பாரம்பரிய குடும்ப நெறிகளுக்கு புறம்பானது என்பது பலரின் வாதம். பரத் இதை ஏற்றுக்கொள்ள தயாராக இல்லை. “பாலியல் சிறுபான்மையினரையும் சமமா, ஒண்ணா நடத்தறதை வீட எதுங்க “குடும்ப-நெறி”? அவங்களை வெறுக்கறதும், ஒதுக்கறதும் தானா? அவங்களை குற்-றவாளிங்களா நடத்தாம சமமா நடத்தனும். எல்லோருக்கும் இருக்கற அடிப்-படி மனித உரிமைகள அவங்களுக்கும் குடுக்கனும். கல்யாணம், குழந்தைகள தத்து எடுத்துக்கறது எல்லாம்.” நாளை அனிதா தான் விரும்பிய பெண்ணை வாழ்க்கை துணையாய் தேர்ந்தெடுத்தால், அவளுக்கு பரத்தின் ஆதரவு கட்-டாயம் உண்டு.

அனிதா, பெரும்பாலும் காணப்படும் எதிர்பாலீர்ப்புடன் (ஆண், பெண் ஈர்ப்பு/Heterosexuality) இருந்தால் பரத்திற்கோ அவனது குடும்பத்திற்கோ இவ்வளவு பிரச்சனை இல்லை. ஏதாவது மாயம் மந்திரம் மூலம் அனிதாவை அப்படி மாற்ற முடியும் என்றால் செய்வாயா என்று பரத்திடம் கேட்டபொ-ழுது, “கண்டிப்பா மாட்டேன். ஒருத்தரோட பாலீர்ப்பு அவங்களுக்கு இயற்-கையா அமைஞ்ச விஷயம், அவங்க அடிப்படை அடையாளத்துல ஒண்னு. அதை யாராலையும், எதுவாலையும் மாத்த முடியாதுங்கறது தான் உண்மை. அப்புறம் இந்த மாதிரி மாயம், மந்திரம், மருந்துனு பேசறதால மக்களுக்கு இந்த சிறுபான்மையினர் மேல இருக்கற பயமும், சந்தேகமும், வெறுப்பும் இன்னுமும் அதிகமாகும். ஒரு உதாரணத்துக்கு சொல்றேனே, நாங்க இப்போ அமெரிக்கால இருக்கோம். என் அக்காவ வெள்ளைகாரியா மாத்தினா இங்க இருக்கறது ஈ.சீனு சொன்னா, எப்படி நான் முடியாது, அவ எப்படி இருக்-

களோ அதுவே நல்லது, அவ என் அக்கானு சொல்வேனோ அதுபோலத்தான். என் அக்கா ஒரு லெஸ்பியன், ஒரு நங்கை. அந்த உண்மையை அவளை நான் மனப்பூர்வமா ஏத்துக்கறேன். அவளுக்கு என் அன்பும் ஆதரவும் என்னிக்கும் உண்டு.'' என்று முடித்தான் பரத்.

ஒரு ஒருபாலீர்ப்புள்ளவனின் சகோதரி நான்! - ப்ரியா

இன்றும் பல விஷயங்களில் பழமையை விரும்புகின்ற தென்னிந்தியாவில், பெண்கள் தங்களது உரிமைகளுக்காக குரல் குடுப்பதும், பேரணிகளில் பங்கு பெறுவதும் மிக அறிது என்றால், அதனிலும் அறிது பிற சிறுபான்மையினருக்காக பெண்கள் குரல் கொடுப்பது. இருபதுகளின் துவக்கத்தில் இருக்கும் ப்ரியா, 2009 ஆம் ஆண்டு, தனது அண்ணன் ப்ரவீனுக்காக, மாறுபட்ட பாலீர்ப்பு மற்றும் பாலடையாளம் கொண்ட சிறுபான்மையினரின் ''சென்னை வானவில் பேரணியில்'' பங்குகொண்டு குரல் எழுப்பினாள். அந்த ஆண்டுதான் முதன்முறை சென்னையில் அத்தகைய பேரணி நடைபெற்றது என்பது குறிப்பிடத்தக்க விஷயம். ப்ரியா பேரணியில் ''ஒரு ஒருபாலீர்ப்புள்ளவனின் சகோதரி நான்! என் அண்ணன் அவன் என்பதில் எனக்கு பெருமை'' என்ற செய்திப்பலகையை கையில் ஏந்தி நடந்த அந்த தருணம், பாலின சிறுபான்மையினர் மட்டுமல்லாது பெண்ணியம் போற்றுபவர்களும் பெருமைப்பட வேண்டிய தருணம். உலகமகாகவி சுப்ரமணிய பாரதி உயிரோடிருந்திருந்தால்

''நிமிர்ந்த நன்னடை நேர்கொண்ட பார்வையும்,
நிலத்தில் யார்க்கும் அஞ்சாத நெறிகளும்,
திமிர்ந்த ஞானச் செருக்கும் இருப்பதால்
செம்மை மாதர் திறம்புவ தில்லையாம்;''

என்று ப்ரியாவை பார்த்து பாடி, புளங்காகிதம் அடைந்திருப்பான்.

ஜூலை 2, 2009 அன்று தில்லி உயர்நீதிமன்றம் நாஸ் பவுண்டேஷன் ஐ.பி.சி 377 ஐ எதிர்த்து தொடுத்திருந்த வழக்கில் ''வயதுவந்த இருவரின் விருப்பதுடன் நடக்கும் பால் சமந்தப்பட்ட உறவு குற்றமல்ல'' என்று தீர்ப்பை வழங்கி, ஒருபாலீர்ப்பை குற்றமற்றதாக ஆக்கியது. சட்டமாற்றம் இன்னமும் சமூக மாற்றத்தை கொண்டுவரவில்லை. இந்தியாவில் பல இடங்களில், ஒருபாலீர்ப்பு கொண்ட ஆண்கள் (நம்பி/Gay), ஒருபாலீர்ப்பு கொண்ட பெண்கள் (நங்கை/Lesbian),இருபாலீர்ப்பாளர்கள்(ஈரர்/Bisexuals), திருநர்கள் (திருநங்கை/திருநம்பி Transgenders) இவர்களுக்கு எதிராக பல வன்முறைகளும், கொடுமைகளும் நடந்தவண்ணம் உள்ளன. சமுதாயத்தில் இவர்கள் ஒதுக்கப்படுவதும், நசுக்கப்படுவதும் மிக சாதாரணமாக நடந்துகொண்டு இருக்கிறது. இவர்களை ஆதரிக்கும் இவர்களது குடும்பத்தினரையும், நண்பர்களையும் கூட இந்த சமுதாயம் கேலிக்கும், கிண்டலுக்கும் ஆட்படுத்துகிறது.

இருபது வயதான ஒரு சின்னப்பெண் இவர்களை ஆதரித்து பேரணியில் பங்குகொள்வது என்பது சாதாரண விஷயமே இல்லை. "இப்படியெல்லாம் பண்ணினா, யாரு உன்னை கல்யாணம் பண்ணுவாங்க?" — இது முற்போக்காக சிந்திக்கும் ஒவ்வொரு பெண்ணையும் மடக்கிபோடும் இந்த சமூகத்தின் கேள்வி. இதற்கெல்லாம் சிறிதும் சளரவில்லை ப்ரியா "எனக்கு அதை பத்தி கவலை இல்லை. என்னை புரிஞ்சு, மதிச்சு நடக்காதவங்க யாரும் எனக்கு வேண்டாம்!" தெளிவாக சொல்கிறாள் ப்ரியா.

பேரணியில் பங்குகொண்டது ப்ரியாவிற்கு பெருமகிழ்ச்சி. "சென்னை வானவில் விழாவில் பங்குகொண்டதில் எனக்கு ரொம்ப குஷி. என் அண்ணனை நான் எவ்வளவு ஆதரிக்கிறேன், அவன் மேல் எனக்கு எவ்வளவு பிரியம் என்பதை அவனுக்கும், இந்த உலகத்திற்கும் காட்டியதில் எனக்கு ரொம்பவே மனநிறைவு. இது மாதிரி சின்ன சின்ன செய்கைகள், சிறுபான்மையினரான, நமது ஒருபாலீர்ப்புள்ள குடும்பத்தினருக்கு எவ்வளவு முக்கியம் என்பதையும், எவ்வளவு சந்தோஷத்தை தரும் என்பதையும் நாம் எல்லோரும் உணரவேண்டும்" என்கிறாள் ப்ரியா.

தனது அண்ணனின் இந்த மாறுபட்ட பாலீர்ப்பை புரிந்துகொள்வது என்பது ப்ரியாவிற்கு மட்டும் எளிதாக இருக்கவில்லை. "ஒருபாலீர்ப்பு என்றால் என்ன என்று கூட எனக்கு தெரியாது. பிரவீன் அம்மாவிடம் இதை பற்றி சொன்ன சில வருடங்கள் கழித்து, அம்மா என்னிடம் விஷயத்தை சொன்னாள். எனக்கு ரொம்பவே அதிர்ச்சியாக இருந்தது." ஒன்றும் தெரியாது என்பதால் சும்மா இருந்துவிடவில்லை ப்ரியா, பாலீர்ப்பை பற்றி புரிந்துகொள்ள பல புத்தகங்களை படித்தாள். அதற்கு மேல் அவளுக்கிருந்த கேள்விகளை, சந்தேகங்களை அவளது அம்மா தீர்த்து வைத்தார். "முதலில் ஒருபாலீர்ப்பை மாற்ற முடியும் என்று நினைத்தேன். இது மாற்றக்கூடியது இல்லை என்று தெரிந்தவுடன், 'ஐயோ நம் அண்ணன் கல்யாணம் செய்துகொள்ள முடியாமல் காலம் முழுவதும் தனியாக இருப்பானே!' என்ற கவலை என்னை வாட்டியது. எனக்கும் அம்மாவுக்கும் அதற்கு மேல் யோசிக்க தெரியவில்லை. எங்களுக்கு தெரிந்ததெல்லாம் ஆண்-பெண் உறவுகள் மட்டும் தானே" சிரிக்கிறாள் ப்ரியா. இபோழுது பிரவின் தனக்கு ஏற்ற (ஆண்) துணையை தேர்ந்தெடுத்து கொள்வான் என்ற நம்பிக்கை ப்ரியாவிற்கு இருக்கிறது. "அது நடக்கும் பொழுது, கண்டிப்பாக அவனுக்கு என் ஆதரவு உண்டு!" என்று உறுதியாக சொல்கிறாள் ப்ரியா.

இது போன்று பாலின சிறுபான்மையினரை கூடபிறந்தவர்களாக கொண்டவர்களுக்கு, அறிவுரை சொல்லமுடியுமா என்று கேட்டபொழுது, "அறிவுரை சொல்லும் அளவிற்கு எனக்கு தகுதி இருக்கா என்று தெரியவில்லை. எனது கோரிக்கை இதுதான்: தயவுசெய்து உங்கள் கூடப்பிறந்தவர்கள் என்னசொல்ல வருகிறார்கள் என்று காது கொடுத்து கேளுங்கள். கஷ்டம் தான்,

இருந்தாலும் முயற்சியுங்கள், என்ன இருந்தாலும் அவர்கள் உங்கள் ரத்தம் இல்லையா?. கேட்க கேட்க, புரிதல் அதிகமாகும், புரிதலும் பொறுமையும் இருந்தால் உங்களால் முழுமனதோடு அவர்களை ஏற்றுக்கொள்ள முடியும். பாலீர்ப்பு என்பது ஒருவர் விரும்பி தேர்ந்தெடுப்பது அல்ல, இயற்க்கை. அதனால் தயவுசெய்து உங்கள் கூடப்பிறந்தவர்களை நேசியுங்கள், ஆதரியுங்கள். உங்களது இந்த முயற்சியால் உங்களின் குடுமத்தில் பல சந்தோஷங்களுக்கு நீங்கள் வழிவகுக்கிறீர்கள். உங்கள் முயற்சி, உங்களுக்கே இன்ப அதிர்ச்சியாக இருக்கும்'' என்று முடித்தாள் ப்ரியா.

எனது மகளும்,மருமகளும் - ரேகா ஷா

எனக்கு அது ஒரு பெரிய அதிர்ச்சி தான்! என் குடும்பத்துலையா இது மாதிரினு என்னால நம்பக்கூட முடியலை.அந்த உண்மையை ஏத்துக்கறது ரொம்பவே கஷ்டமாக இருந்தது'' பத்து வருடங்களுக்கு முன்பு தன் மகள் ஏமி ஷா நங்கை(Lesbian) என்று வெளியே வந்த நாளை நினைவுகூருகிறார் ரேகா ஷா. ஏமிக்கு பசங்களின் மேல் ஏன் அவ்வளவு நாட்டம் இருப்பதில்லை என்று அடிக்கடி வியந்தாலும், அவள் ஒரு நங்கை என்ற உண்மையை சந்திக்க ரேகாவும் அவரது கணவரும் சிறிதும் தயாராக இல்லை.

எழுபதுகளில் அமெரிக்காவில் குடிபுகுந்த மும்பையை சேர்ந்த குஜராத்தி பெண்ணான ரேகாவிற்கு, மாறுபட்ட பாலீர்ப்பை (Alternate sexuality) பற்றி அதிகம் தெரிந்திருக்கவில்லை. 'ஒருபாலீர்ப்பின் (Homosexuality) விளைவு, கல்யாணமாகாமல், காலம் முழுவதும் தனிக்கட்டையாய், குழந்தைகள் இல்லாத சோகமான வாழ்க்கை' என்பது ரேகாவின் அனுமானம். அதனால் கவலையுற்ற ரேகா, ஏமி பசங்களை சந்தித்து பழக வேண்டும் என்று கட்டாயப்படுத்தினார். "எப்படியாவது மாறி, ஒரு பையனை கல்யாணம் பண்ணிக்கிட்டு செட்டில் ஆகமாட்டாளானு ஒரு நப்பாசை.'' ஏமி பெற்றோரின் விருப்பத்தை எதிர்க்கவில்லை, சில பசங்களை சந்தித்து 'டேட்டு'க்கு போனார், அதில் எந்த பலனும் இல்லை. இருந்தாலும் தன்னால் ஆனா முயற்சியை செய்கிறேன் என்பதை பெற்றோருக்கு தெரிவிக்க வேண்டும் என்பதால் டேட்டிங்கை விருப்பமில்லாமல் தொடர்ந்தார் ஏமி. கடைசியாக ரேகாவிற்கும் அவரது கணவருக்கும் "பாலீர்ப்பு என்பது இயற்க்கை, ஒருவர் விரும்பி தேர்ந்தெடுப்பது கிடையாது. காலப்போக்கில் எல்லாம் இது மாறப்போவதில்லை'' என்ற உண்மை புரிந்தது. "அதுக்கப்பறம் ஏமியை கல்யாணத்துக்கு நாங்க கட்டாயப்படுத்தலை'' என்றார் ரேகா.

ஏமியின் ஒருபாலீர்ப்பை(Homosexuality) முழுவதுமாக புரிந்து கொள்வதற்கும், ஏற்றுக் கொள்வதற்கும் கிட்டத்தட்ட பத்து ஆண்டுகள் எடுத்தன ரேகாவிற்கும் அவரது கணவருக்கும். இந்த ஆண்டுகளில் ஏமி மிகவும்

பொறுமையுடன் தனது பெற்றோர்களை கையாண்டார். ஒருபாலீர்ப்பை பற்றி அவர்களுக்கு இருந்த தவறான அனுமானங்களை ஒவ்வொன்றாக களைந்-தார், நங்கைகளும்(Lesbians) நம்பிகளும்(Gays) எல்லோரையும் போல குடும்பம், குழந்தை என்று நல்ல வாழ்க்கையை அமைத்துக்கொள்ள முடியும் என்பதை விளக்கிச் சொன்னார். அது போன்ற நல்ல வாழ்கையை அமைத்-துக்கொண்ட புகழ்பெற்றவர்களை உதாரணமாக காட்டினார்.

ரேகாவிற்க்கோ சொந்த பந்தங்களை எப்படி சமாளிப்பது என்பது பெரிய கவலை. "எங்க குடும்பம் பெருசு. இந்தியாலையும், இங்கே அமெரிக்காலயும் எங்களுக்கு நிறைய சொந்தக்காரங்க இருக்காங்க. ஒரு பக்கம் ஏமி எங்க பொண்ணு, அவ மேல உள்ள பாசம். இன்னொரு பக்கம் ஒருபாலீர்ப்பை ஏற்றுக்கொள்ள தயாராகாத, திறந்த மனப்பான்மை இல்லாத ஒரு சமூகம். உரலுக்கு ஒரு பக்கம் இடினா, மத்தளத்துக்கு இரண்டு பக்கம்!".

ரேகாவும் அவரது கணவரும், தங்கள் மகள் ஏமியின் சந்தோஷத்தை எல்-லாவற்றிற்கும் முன்னால் வைக்க முடிவு செய்தார்கள், மெல்ல மெல்ல அதற்-கான முயற்சிகளை மேற்க்கொண்டார்கள். ஆச்சர்யத்திலும் ஆச்சர்யம், ஏமி ஒரு நங்கை (Lesbian) என்று சொந்தக்காரர்களிடம் சொன்னதும், பலர் அதை ஏற்றுக்கொண்டு ஆதராவாக நடந்தார்கள். இதில் இந்தியாவிலிருந்த சொந்தக்காரர்களும் அடக்கம். "உன்னோட மனத்தைரியத்தையும், ஏமி மேல நீ வெச்சிருக்கற பாசத்தையும், உன் பறந்த மனப்பான்மையும் நாங்க ரொம்-பவே பாரட்டறோம் ரேகானு எல்லோரும் சொன்னாங்க" என்று சிரிக்கிறார் ரேகா. "ஒரு சிலபேர் கொஞ்சம் மோசமா நடந்துக்கிட்டாங்க. ஆனா நாங்க அதையெல்லாம் சட்டை பண்ணலை. எங்க பொண்ணும்,அவ வாழ்க்கையும் தான் எங்களுக்கு முக்கியம்னு அதுல மட்டுமே நாங்க அக்கறை கட்டினோம். காலப்போக்குல முதல்ல மோசமா நடந்துக்கிட்டவங்களும் மனசுமாறி நார்-மலா ஆய்டாங்க"

ஏமி இப்பொழுது அவர் வாழ்கைதுணை அமாண்டாவுடன் விர்ஜீனியாவில் வசிக்கிறார். "ஏமி தனக்கு ஏற்ற ஒரு நல்ல துணையை தேர்ந்தெடுப்பானு எனக்கு நம்பிக்கை இருந்தது. ஏமி எனக்கு அமாண்டாவை அறிமுகம் செஞ்சப்போ எனக்கு அவளை ரொம்பவே பிடிச்சு போச்சு. பின்ன ரெண்டு பேருக்கும் நிச்சயம் ஆனப்போ எனக்கு ஒரே குஷி. அமாண்டா ஒரு நல்ல மருமகள்." இப்படி பூரிக்கும் ரேகா இப்பொழுது ஒரு மாமியார் மட்டுமல்ல பாட்டியும் கூட. "ஆ! என் பேரன் இவான் எனக்கு ரொம்ப உசத்தி. அவன் எங்க வாழ்கையை சந்தோஷத்துல நிரப்பிட்டான் போங்க! ஏமிக்கு எப்பவுமே குழந்தைங்கன்னா ரொம்ப இஷ்டம். ஏமி செயற்கை முறைல கருத்தரிச்சா, இப்போ ஏமியும் அமாண்டாவும் எல்லோரையும் போல பெற்றோர்கள். இவா-னுக்கு இப்போ பத்தொன்பது மாசம், நல்ல அழகா ஆரோகியமா இருக்கான். எனக்கும் என் கணவருக்கும் இவான்னா உயிர்."

"ஒருபாலீர்பாளர்கள் மேல எந்த தவறும் இல்லை. அவர்களும் எல்லோ-ரையும் போல மனிதர்கள் தான். கல்யாணம், குழந்தைன்னு அவங்களுக்கும் நாம எல்லா மனித உரிமைகளையும் வழங்கணும். அவர்களும் சிறந்த பெற்-றோர்கள். குழந்தைங்க அன்பை தான் எதிர்பார்க்கும், அது ஆம்பளைங்க கிட்ட இருந்தா இல்ல பொம்பளைங்க கிட்ட இருந்தானு எல்லாம் குழந்-தைங்க கவலைப்படறது இல்லை. என்னால இத அடிச்சு சொல்ல முடியும் ஏன்னா, நான் என் பேரன் இவானை பாக்கறேனே" என்று பாலியல் சிறு-பான்மையினருக்கு ஆதரவாக குரல் கொடுக்கிறார் ரேகா.

சரி அவரை போன்ற பெற்றோர்களுக்கு அவரது அறிவுரை என்ன என்று கேட்டபொழுது "தயவுசெஞ்சு உங்கள் குழந்தைங்களை புரிஞ்சுகிட்டு, அன்பா, ஆதரவா இருங்க. அவங்க ஒன்னும் இயற்கைக்கு புரம்பானவங்க கிடையாது. அவங்களும் கடவுளின் படைப்புதான். நீங்களே உங்கள் குழந்-தைகளை ஏத்துக்கலேனா, ஊரு உலகம் எப்படி ஏத்துக்கும்?" என்றார் ரேகா.

கிருஷ்ணரைப் போல் என் மகன்!

சென்னை வெய்யில் மத்தியான வேளையில் அதிகமாகவே கொளுத்திக் கொண்டு இருக்கிறது. என் மன நிலையும் அதே பொலக் கொதித்துக் கொண்டு தான் இருக்கிறது. எனது பெரிய பையன், தான் ஒரு பெண்ணைக் கல்யாணம் பண்ணிக்கொள்ள முடியாது என்றான். ஏன் என்று கேட்டதற்கு தன் 'பாலியல்' பற்றி ஏதேதோ சொல்கிறான். டிவி-ஐ போட்டேன். மனம் மாறுதலுக்காகவா இல்லை என்னை மறக்கவா என்று எனக்கேத் தெரி-யவில்லை...ஏதோ பட்டி மன்றம் நடந்து கொண்டு இருந்தது. 'அன்பில் உயர்ந்தது, ராமனிடத்தில், அயோத்தியர் வைத்த அன்பா, அல்லது கிருஷ்-ணனிடத்தில் ஆயர் பாடியர் கொண்டிருந்த அன்பா?' என்பது பற்றி. என் மனம் மறுபடி என் மகன் பிரச்னைக்கே சென்றது...

தான் பதினைந்து வயதாகி இருந்த போதே இது தனக்கு தெரிய வந்தது என்றும், தான் மற்ற ஆண் பிள்ளைகளைப் போல் பெண்களால் ஈர்க்கப் படாமல் ஆண்களாலேயே ஈர்க்கப் பட்டதாகவும், முதலில் குழம்பிப் போன-வன், பிறகு பயந்தும் போய் இருக்கிறான். பிறகு தான் நிறைய புத்தகங்க-ளைப் படித்ததாகவும் அவை எல்லாம் இந்த மாற்றங்களைப் பற்றி அவனுக்கு புரிய வைத்ததாகவும் சொன்னான். நானும் அவன் தந்தையும் அவனிடம் உட்கார்ந்து பேசிப் பார்த்தோம். அவன் அப்பா, எங்கள் ஆசைக்காக நீ திரு-மணம் செய்து கொண்டு மறைவில் என்னவோ பண்ணித் தொலை என்று சொல்கிற அளவு போய் விட்டார். கொதித்து போய் விட்டான் என் மகன். என்னால் என்னுடைய வாழ்க்கைத் துணைக்கு அப்படிப்பட்ட துரோகத்தை பண்ண முடியாது என்று ஆக்ரோஷமாக கூறி வெளியே சென்றவன் இன்-

னும் வரவில்லை. மனம் கனத்தது. இவரும் ஷர்ட்டை மாட்டிக் கொண்டு வெளியே சென்று விட்டார்.

ஃபோன் ஒலித்தது. மகன் பேசுகிறான். "எப்படிம்மா?, இந்த அளவு கீழ்த்தரமாக உங்களால் நினைக்க முடியறது? அப்பா அப்படி யாரோடயாவது தொடர்பு வச்சிருந்தா நீ சகஜமா எடுத்துப்பியா?" என்றான்.

"இப்போ எதுக்குடா எங்க வாழ்க்கயைப் பத்தியெல்லாம் பேசற? நாங்க கல்யாணம் பண்ணிண்டு முப்பது வருஷம் ஆச்சு. உன்னோட கல்யாணத்தைப் பத்தி பேசுடான்னா..." என்று இழுத்தேன்.

"நீங்க என்னோட கல்யாணத்தைப் பத்தி உங்க எதிர்பார்ப்பை மட்டும் நினைச்சுண்டு பேசறேளே தவிர, எனக்கு அது சந்தோஷம் தருமாங்கறதைப் பத்தி யெல்லாம் உங்களுக்கு அக்கரையில்லை.."

இடைமறித்தேன், நான். "அக்கரை இல்லாமத்தான் உங்கிட்டெ மன்னாடிண்டு இருக்கோமா? என்னப் பேச்சு பேசற?" சொல்லும் போதே அழுகை வந்தது எனக்கு.

"ஆமா. நீ இப்பொ அழறதுக்காக, நான் கல்யாணம் பண்ணிண்டு வாழ்க்கையெல்லாம் அழணும் இல்லெ? அதுதான் உனக்கு சந்தோஷம். அப்போதான் உன்னோட இந்த அழுகை நிக்கும்னா நீ நன்னாவே அழும்மா." முரட்டுத்தனமான கோபத்துடன் பேசி வைத்து விட்டான்.

எனக்குத் தெரியும். அவனுக்கு எங்களை மனம் நோக அடித்து விட்டோமே என்ற கவலை. ஆனால் தன்னால் ஒன்றும் செய்ய முடியவில்லையே என்ற ஆதங்கம். எல்லாம் சேர்ந்துதான் இந்த கோபம். பெற்றவளுக்குத் தெரியாதா பிள்ளையின் உணர்வுகள். சட்டென்று என் மனம் ஒரு நிமிடம் யோசிப்பதை நிறுத்தி எதோ இடறுவதை புரிந்து கொண்டேன். அப்போ... இவன் கூறுவதை, இவன் உணர்வுகளை இப்பொழுது என்னால் ஏன் புரிந்து கொள்ள முடியவில்லை?.. தலை சுற்றியது. பதில் தெரியாமல்..

டிவியின், பலத்த கைதட்டல் என் கவனத்தை கலைத்தது....

கிருஷ்ணரைப் பற்றிக் கூறி கொண்டு இருந்தவர், 'ஏலாப் பொய்கள் உரைப்பான் என்று ஆண்டாள் பாசுரம். வெண்ணை திருடியது எல்லோருக்கும் தெரியும்.. கிருஷ்ணன் காணோம் என்றால் எங்கே தேடலாம் என்றால் ஆய்ச்சியர் புடவை கொசுவத்தில் தேடலாம் என்பது ஆழ்வார் பாசுரம்... இது எல்லாம் அவனுடைய குறைகளாக ஆயர் பாடியருக்குத் தெரியவில்லை. அவன், நான் நானாகத்தான் இருப்பேன். உங்களுக்கு என் மேல் பிரியம் இருந்தால் என்னை ஏற்றுக் கொள்ளுங்கள் என்றான்.

ராமன் அப்படி இல்லை.தன்னை ஒருவர் விரும்ப, எப்படி எல்லாம் நடக்க வேண்டுமோ, அப்படி எல்லாம் நடந்து அன்பை பெற்றார். தன் பெயரைக் காத்துக் கொள்ள, ராமன், பரதனைவிட்டுக்கொடுக்கவில்லையா....மனைவியையே கர்ப்பம் என்றும் பாராமல் தவிக்கச் செய்யவில்லையா.. மறைந்து

நின்று வாலியை வதம் செய்யவில்லையா•••ஆனால் கிருஷ்ணனனோ மனைவிமார் பல்லாயிரமாயிரமானவரும் சந்தோஷமாக இருக்கத்தான் வைத்துக் கொண்டார்•••தன் விரதமன, ‘ஆயுதம் எடுக்க மாட்டேன்’, என்பதைக்கூட, தன் அன்பரான, பீஷ்மருடைய விரதமான, ‘கிருஷ்ணரை ஆயுதம் எடுக்க வைப்பேன்’ என்பதை, தான் தோற்று நிலை நாட்டினார் அல்லவா•••அதுதான் உண்மயான அன்பு. தன்னை நம்பி வந்தவர்களுக்கு, அறிந்து மட்டுமல்ல, அறியாமல் கூடத் தவறு இழைக்காமல் இருப்பதுதான் உண்மையான அன்பு•••..’ என்று கூறி கொண்டு இருந்தார்.

என் மனம் மறுபடி என் மகனைப் பற்றி சிந்தித்தது. அவனும் இதைத்தானே கூறுகிறான். அவனுடைய, வாழ்க்கைத் துணக்குத் தான் உண்மையானவனாக இருக்க வேண்டும் என்கிறான். இது சரிதானே•••ஆயர்பாடியருக்கு கிருஷ்ணன் மேல் இருந்த அன்பு போல் எனக்கும் அன்பு இருந்தால், நான் என் மகனை, அப்படியே, புரிந்து கொண்டுதானே நடக்க வேண்டும்..

உண்மையில், அவன் தன்னை நம்பி வரும் துணைக்கு சந்தோஷம் தருவதில், கிருஷ்ணனைப் போலவும், தன் துணைக்கு உண்மையானவனாக் இருப்பதில் ராமனாகவும் இருக்க நினைக்கிறான். அவன் சந்தோஷம்தான் எனக்கு முக்கியம் என்றால் ஏன் மறுக்க வேண்டும்? அவன் அழுவதை, அவன் குழந்தையாக இருந்த போதே தாங்காத என் மனம் இப்பொழுது தாங்குமா?•••

அவன் வாழ்வில் அவன் சந்தோஷமாக இருக்கத்தானே கல்யாணம் செய்து கொள்ளச் சொல்கிறோம். அந்த கோணத்தில் பார்த்தால் இந்த திருமணம் அர்த்தமற்றது. அவனுக்கும் சரி, அந்த பெண்ணிற்கும் சரி, பெற்றவர்கள்ளாகிய எங்களுக்கும் சரி, யாருக்குமே சந்தோஷம் தர முடியாத இந்த திருமணம் மூன்று நாட்கள்,•••இல்லை இப்பொழுதெல்லாம் இரண்டு நாட்கள் உறவினருடன் கூத்தடிக்க மட்டுமே•••.

டிவியில் நடுவர், ஆயர் பாடியர் கிருஷ்ணன் மேல் கொண்டிருந்த அன்பே சிறந்தது••• ஏன் எனில் அது கட்டுத்திட்டங்களுக்கு அப்பாற்பட்டது என்று கூறி முடித்தார்.

நானும், என் கவலைகளுக்கு, மகனை ஆதரிக்க வேண்டும் என்ற தீர்ப்பக் மனதிற்குள் கூறி, எழுந்து காஃபி போட நடந்தேன். கிருஷ்ணரைப் போல் என் மகன்!

2

1. நர்ஸ் பணிக்கு தமிழகத்தில் திருநங்கை நியமனம்!

சுகாதாரத்துறை வரலாற்றில் செவிலியர் பணிக்கு திருநங்கை ஒருவர் தேர்வு செய்யப்படுவது என்பது இதுவே முதன்முறை என்று தமிழக சுகாதாரத்துறை அமைச்சர் விஜயபாஸ்கர் தெரிவித்துள்ளார். மாநிலத்திற்கு பெருமையளிக்கும் தருணம் இது என்றும் அவர் குறிப்பிட்டிருக்கிறார். சுகாதாரத்துறை வரலாற்றில் முதன்முறையாக செவிலியர் பணிக்கு திருநங்கை ஒருவர் தமிழகத்தில் தேர்வு செய்யப்பட்டுள்ளார். இது தமிழ்நாட்டிற்கு பெருமை தரும் விஷயம் என்று சுகாதாரத்துறை அமைச்சர் விஜய பாஸ்கர் குறிப்பிட்டிருக்கிறார்.

தமிழகத்தில் செவிலியர் பணிக்கு தேர்வு செய்யப்பட்டவர்களுக்கு பணி நியமன ஆணை வழங்கும் நிகழ்ச்சி சென்னையில் இன்று நடைபெற்றது. இதில் தமிழக முதல்வர் எடப்பாடி பழனிசாமி கலந்து கொண்டு, தேர்வு செய்யப்பட்டவர்களுக்கு பணி நியமன ஆணைகளை வழங்கினார். பணி நியமனம் பெற்றவர்களில் திருநங்கையான அன்பு ரூபி என்பவரும் ஒருவர் ஆவார். சுகாதாரத்துறை வரலாற்றில் திருநங்கை ஒருவர் நர்ஸாக தேர்வாகியிருப்பது இதுவே முதன்முறை என்றும், இது தமிழ்நாட்டிற்கு பெருமை தரும் விஷயம் என்றும் தமிழக சுகாதாரத்துறை அமைச்சர் விஜய பாஸ்கர் கூறியிருக்கிறார்.

நர்ஸாக தேர்வானது குறித்து திருநங்கை அன்பு ரூபி அளித்த பேட்டியில் கூறியிருப்பதாவது-

இப்போது நான் மிகவும் மகிழ்ச்சியாக உணர்கிறேன். இந்தியாவிலேயே நர்ஸாகும் முதன் திருநங்கை நானாக இருக்கிறேன். எனக்கு வாய்ப்பளித்த தமிழக முதல்வர் மற்றும் சுகாதாரத்துறை அமைச்சர் ஆகியோருக்க நன்றி தெரிவித்துக் கொள்கிறேன். நான் நடுத்தரக் குடும்பத்தை சேர்ந்தவள். வாழ்க்கையில் பல போராட்டங்களை சந்தித்திருக்கிறேன். சிறு வயதில் எனது தந்தை 2 கண்களையும் இழந்துவிட்டார். பின்னாளில் எனது தாயார் வாழை இலைகளை விற்று அதன் மூலம் கிடைத்த வருமானத்தைக் கொண்டு என்னை படிக்க வைத்தார்கள்.

எனது நண்பர்கள், பேராசிரியர்களும் எனக்கு மிகவும் ஆதரவாக இருந்தார்கள். திருநங்கைகளை இந்த சமூக இன்னமும் புரிந்து கொள்ளவில்லை. எங்களை இந்த சமூகம் ஏற்றுக் கொள்ள வேண்டும். அதுதான் எங்களுக்கு மருந்தாக அமையும்.

0. திருநங்கை அக்காவுடன் ஒரு பயணம் !

விட்டுட்டு ஒரேடியா ஓடிட மாட்டான்னு நம்புறோம்

“அக்கா தப்பா எடுத்துக்காதிங்க நீங்க திருநங்கை தானே? இல்ல கல்யாணம் நகநட்டுன்னு பேசிக்கிறீங்களே எப்படி என்னன்னு.......”

சரசம்மா

“இன்னாம்மா இப்படி ரோதன பண்ணினுக்குற ஏறும்மா சீக்கரம்.” கடுகடுப்பில் கத்தினார் ஷேர் ஆட்டோ ஓட்டுநர்.

“நீங்க போங்க நான் வேற வண்டியில போய்க்கிறேன்.” நானும் கோபத்துல சட்டுன்னு பேசிட்டேன்.

ஓட்டுநருக்கும் எனக்குமான பிரச்சனை முடிவுக்கு வருவதற்குள் கதவு படக்கென திறந்தது. “சண்ட போட்ற நேரமா இது. வா வா உள்ள வா. எங்க சிரிச்சிகினே ஏறு பாக்கலாம்” என்றார் உள்ளே இருந்த திருநங்கை ஒருவர்.

அவர் முகம் நிறைய மஞ்சள். குளிச்சு நெத்தியல வைச்சிருந்த பெரிய வட்டப் பொட்டு, இறந்து போன என் பெரியம்மா கண் முன்னாடி வந்து போனாங்க. அவர் வண்டியில ஏறச் சொன்ன விதம் கன நேரத்துல கோபத்த குறைச்சுடுச்சு. உடனே ஆட்டோவுல ஏறிட்டேன்.

“ஏம்மா போலீசு ட்ராஃபிக் சரிபன்னினுக்கிறான். அந்த எடத்தாண்ட கைய நீட்டினு நிக்கிறே. போலீசு பாத்தான்னா வண்டிய ஓரங்கட்டுவான். 100 தண்டம் அழுவனும், இல்லாங்காட்டி மரியாத இல்லாம திட்டுவான். சம்பாரிக்கிற 100 — 200யும் இவனுங்க புடிங்கினு போனா வீட்டுக்கு இன்னாத்த எடுத்துனு போறது. அதான் சத்தம் போட்டுட்டேன் தப்பா எடுத்துக்காதம்மா.” என்றார் ஓட்டுநர்.

“சரி விடுங்க, நானும் போலீசு நின்னத பாக்கல. ஏதோ கவனத்துல இருந்துட்டேன். தப்புதாங்க.”

“கவனத்த வேற எங்கேயோ வச்சுட்டு ரோட்டுல நிக்கிறியே நியாயமா?” என்றார் எதிரிலிருந்த திருநங்கை.

“என்னக்கா பண்ண சொல்றீங்க மனுசனுக்கு ஆயிரத்தெட்டு கவலை. அதுல ஒன்னு ஏங்கவலை” என்றேன்.

“அக்கான்னா கூப்ட்ட!” அழுத்தமாக ஒரு தடவை சொல்லி விட்டு சிரித்தபடி கையால் என் முகத்தை வருடி முத்தமிட்டார். இந்த வெள்ளேந்தியான அன்பு திருநங்கைங்க கிட்ட மட்டும்தான் பாக்க முடியும்.

“இன்னிக்கு நம்ம வீட்டுக்கு வர்ற விருந்தினர் ஒரு திருநங்கை. அவங்க மனசு புண்படும் படியும் வித்தியாசமாகவும் நடந்துக்க கூடாது. அவங்களும் நம்மளாட்டம் மனிதர்கள்தான்” — எங்க வீட்டுக்கு ஒரு திருநங்கை வரும்போது ஒரு தோழர் இப்படி வகுப்பெடுக்கும் நெலமையிலதான் என் பார்வை எட்டு வருசத்துக்கு முன்னாடி இருந்தது அவருக்கு தெரியாது.

“பொழுது விடிஞ்சு பொழுது போனா கவலைக்கா பஞ்சம். அதையெல்லாம் யோசன பண்ணினா வேலைக்காகுமா? அதுவா நாமளான்னு ஒரு கை பாத்துறனும். வீட்ட விட்டு கெளம்ப சொல்லோ கட்டிருந்த துணியோட சேத்து கவலையையும் அவுத்து போட்டுட்டு வந்துறனும். வெளிய வந்து நாலு பேர பாத்து முகம் மலர்ச்சியா இருக்கனும்.

காலையில தூங்கி எழுந்தா பால்காரன் வருவான். டிவிக்காரன் வருவான் அதுக்காக இதெல்லாம் ஒதுக்கிப்புட்டு வாழ முடியுமா சொல்லு. வரட்டும் வந்து பாத்துட்டு போகட்டும். இன்னைக்கி இல்லன்னா நாளைக்கி தரப் போறோம்.

யாருக்கு கவலையில்ல சொல்லு. இந்த இவளுக்கு (அருகிலிருந்த இளம் திருநங்கை) இன்னும் ஒரு மாசத்துல கல்யாணம் வச்சுருக்கு. இன்னும் மூணு பவுனு வாங்கனும் என்ன செய்றதுன்னு தெரியல. இவ கண்ண கசக்கியே உயிர விட்டுடுவா போலருக்கு.”

அந்த அக்கா பக்கத்துல இருந்த அந்த இளம் திருநங்கை எந்த நேரத்துலயும் அழுகுற நிலையில இருந்தாங்க. இவங்க பேசினத கேட்டதும் அவங்க கலங்கிய கண்ணுல இருந்து கண்ணீரே வந்துடுச்சு. அவங்க திருநங்கைங்கனு தெரிஞ்சுதான் பேசினேன். இருந்தாலும் திருமணம், நகைன்னு அந்த அக்கா சொன்னதும் ஒரு தடுமாற்றம் எனக்குள்ள.

“அக்கா தப்பா எடுத்துக்காதிங்க நீங்க திருநங்கை தானே? இல்ல கல்யாணம் நகநட்டுன்னு பேசிக்கிறீங்களே எப்படி என்னன்னு.......” அவங்க மனசு புண்படாமெ கேக்குறோமான்னு ஒரு பயத்துல அப்புடியே நிறுத்திட்டேன்.

“ஆமாப்பா நாங்க திருநங்கையேதான். நாங்களும் ஒங்களப்போல ஆம்பளை ஆளுகள கல்யாணம் கட்டிக்கலான்னு சட்டமே வந்திருக்கு தெரியும்ல”

“தெரியும்கா. அப்புடின்னா அது காதல் கல்யாணமா தானே இருக்க முடியும். நீங்க நகைய பத்தியெல்லாம் பேசுறீங்களே!”

“காதல்தான். அது இவளுக்கு மட்டும் தான் வந்துருக்கு. ஆட்டோ ஓட்டுற பையனோட ஒரு தபா ஆட்டோவுல போயிருக்கா. பயல புடிச்சுப் போச்சு கட்டுனா அவனத்தான் கட்டுவேன்னு ஒத்த கால்ல நிக்கிறா. அவனும் போனா போவுதுன்னு ஆறு பவுன் நகை வேணுங்கற கண்டிசனோட கல்யாணத்துக்கு ஒத்துகிட்டான்.”

"எல்லாம் சரிதான் அதுக்காக நகைய முக்கியமா நெனைக்கிற ஆள கல்யாணம் பண்ணிக்கனுமா?."

"அட பார்டா! எந்த உலகத்துல இருக்க நீ. எந்த கல்யாணம் நகை இல்லாம நடக்குது. நகை கேக்குற மாப்பிள்ள வேண்டான்னு கர்ப்பப் பையோட இருக்குற நீங்களே, புள்ள பெத்துக்க முடிஞ்ச நீங்களே, சொல்ல மாட்டிங்க. எங்களப் போல திருநங்கைங்க எப்படி சொல்ல முடியும்?

நாங்களும் ஒங்களாட்டம் பொம்பளைதான். கல்யாணம் பண்ணி குடும்பம் குட்டியா வாழனுமுன்னுதான் ஆசைதான், நடக்குமா சொல்லு. அப்பா ஆத்தான்னு குடும்பத்தோட இருக்குற பொண்ணுங்களே அத்தன செரமப்பட வேண்டிருக்கு. எங்க கதை நல்லதங்காளை விட சோகமானது. உருவத்துல ஆணாவும் உள்ளத்துல பொண்ணாவும் ரெண்டுங் கெட்டான் வாழ்கை எங்களுக்கு. வீட்டுலயும் ஏத்துக்க மாட்டாங்க. வீட்டுக்கு வெளியேவும் ஏத்துக்க மாட்டாங்க. ஒன்னு பிச்சயெடுக்கனும் இல்ல அப்புடி இப்புடி பொழப்பு பொழைக்கனும். இவ ஒரு வாழ்க்கைய ஆசப்பட்டு அது அமையுது அப்ப கேட்டத குடுத்துதானே அவனும் வருவான்."

"பையன் வீட்டு குடும்பத்துல ஏத்துக்கிட்டாங்களா"

"எப்புடி ஏத்துப்பாங்க. பிள்ள பெத்து தரமுடியாதவள எந்த குடும்பத்துல ஏத்துப்பாங்க. சொத்து கித்து இல்லேனாலும் ஏத்துக்குறவங்க பிள்ள வேணான்னு சொல்லுவாங்களா, சொல்லு பாப்போம். கொஞ்ச காலம் கழிச்சு வம்ச விருத்திக்கி அந்த பையனுக்கு வேற கல்யாணம் பன்னிப்போம்னு சொல்லிட்டுதான் நாளே குறிச்சாங்க."

"அதுக்கு பிறகு எப்டிக்கா?"

"அதுக்கு பிறகு விட்டுட்டு ஒரேடியா ஓடிட மாட்டான்னு நம்புறோம். அப்பப்ப வந்து போவான். அசிங்கப்பட்ட வாழ்க்க இல்லாமெ ஒரு குடும்பம் புருச பொஞ்சாதிங்கற அந்தஸ்தோட இருப்பா. எங்க யாருக்கும் கிடைக்காத கவுரவம் அவளுக்கு வரப்போவுதுன்னு எங்களுக்கு சந்தோசம்" என்றவர் கல்யாணப் பொண்ணு கையை நம்பிக்கையோட அழுத்தி ஆறுதலா தலையை வருடி குடுத்தார்.

"கவலை படாதீங்க. சிவனும் பார்வதியும் சேந்துருக்கும் ஒடம்பு உங்களுக்கு. அதனால உங்களப் போல உள்ளவங்க எல்லாம் கடவுள் மாதிரி. நான் சொல்றேன் கல்யாணம் நல்லபடியா நடக்கும்." என்றார் அருகில் அமர்ந்து இருந்த தெலுங்குக்கார அம்மா.

"நீ சொல்றத கேக்குறதுக்கு சந்தோசமா இருக்கும்மா. அதுக்காக வீட்டாண்ட உக்காந்திருந்தா காசு பணம் வந்துருமா. எங்களுக்கு தெரிஞ்ச எங்க ஆளுங்க கிட்ட கேட்ருக்கோம். விசயத்த கேள்விப் பட்டதும் சந்தோசமா தர்றதா சொல்லிருக்காங்க. அவங்க மட்டும் என்ன பேங்குல இருந்தா எடுத்து தரப் போறாங்க. எல்லாம் பிச்சதான்."

“நீங்க எனக்கு சொன்னத நான் உங்களுக்கு சொல்றேன் கவலை படா-தீங்கக்கா”

“அவளாவது நல்லா இருக்கட்டும்னு ஆசைதான் எங்க எல்லாருக்கும். நானும் இன்னைக்கி திருஷ்டி சுத்தி போடத்தான் போறேன். செவ்வாய் கிழமை வழக்கத்த விட பத்து ரூவா கூட கிடைக்கும்னு நம்பிதான் போறேன். கூட வாடின்னு கூட்டிட்டு அழுமூச்சியாட்டம் வர்ரா. அடுத்ததா கூட வந்து ஆட்டோவுல ஏறுன நீயும் கோபத்தோட வர்ற. இன்னைக்கி வசூல் மட்டும் கைய கடிச்சுது நீங்க ரெண்டு பேருந்தான் காரணம்.”

“கண்டிப்பா நல்லது நடக்கும். கல்யாணப் பொண்ணுக்கு முன்கூட்டியே வாழ்த்த சொல்லிக்கிறேன்”

“எதுக்கு அவசர அவசரமா வாழ்த்து சொல்லிட்ட, எறங்கப்போறீயா?”

“ஆமாக்கா” என்றபடி பலசரக்கு பையை நகத்தினேன். பையை கையில் வாங்கியவர் என்னை இறங்கச் சொல்லி கையில் கொடுத்து “பாத்துப் போடிம்மா என் செல்லம்” என்றார்.

இறங்குறதுக்கு முன்னாடி “நீங்க எம்பெரியம்மா மாதிரி இருக்கீங்கன்னு” சொல்லணும்னு நினைச்சேன், மறந்துட்டேன்.

0

நேற்று மாலை பெருநகர ரயில் வண்டியில் ஒரு திரைப்படம் பார்த்து விட்டு நானும், அம்மாவும் வீடு திரும்பிக் கொண்டிருந்தோம். தீடீரென ஒரு கைத்தட்டல் ஒலி.. நிமிர்ந்து பார்த்தால் ஒரு திருநங்கை கைத்தட்டியவாறு நின்று கொண்டிருந்தாள். பின்னர், சீட்டில் சரிந்து நின்றவாறு தனக்குள் ஏதோ முணுமுணுத்துக் கொண்டிருந்தாள். அவளுக்கு ஒரு முப்பத்தைந்து வயதிருக்கலாம் அல்லது வயதுக்கு மீறிய மூப்பாக இருக்கலாம். அழுக்குப் பிடித்த சேலை... அவலட்சணமான முகம்... நெற்றியில் விழும் ஒழுங்கற்ற சிகை... உண்மையைச் சொன்னால், பரிதாபமாகவும், அதே வேளை அசூ-யையாகவும் இருந்தது.

ரயில் கடகடத்துக் கொண்டிருந்தது. வேறெங்கோ தலை திருப்பி நின்றி-ருந்த அத்திருநங்கை சட்டென திரும்பினாள். கண்களில் கண்ணீர் கசிந்து கொண்டிருந்தது. ஒரு கணம் நான் அதிர்ச்சியடைந்தேன். அவள் எதை நினைத்துக் கலங்கக் கூடும்? பிச்சையெடுத்து வாழ நேர்ந்த அவலம் குறித்தா? பிறவியில் நேர்ந்த ஊனம் குறித்தா? இனி ஒருபோதும் திரும்பிச் செல்ல முடியாத குடும்பத்தினரின் நினைவு குறித்தா? அந்தக் கண்ணீரில்... ஒரு கணம் பீதியூட்டும் அவளது முகத்தில்... சுயபச்சாதாபமும், சீரழிவும் கூடி நின்றன. நான் ஜன்னலுக்கு வெளியே பார்க்கத் தொடங்கினேன்.

மறுபடியும் கைத்தட்டல்... அவள் இப்பொழுது கையேந்தியவாறு முன்-நகரத் தொடங்கினாள். பலரும் அவளை ஏறிட்டுப் பார்க்காமலிருக்க பெரு-முயற்சி எடுத்துக் கொண்டிருந்தார்கள். நான் ஒரு ஐந்து ரூபாயை அவளது விரல்கள் பட்டு விடக் கூடாதென்ற எச்சரிக்கையோடு அவள் கையில் போட்டேன். எனது இருக்கையிலிருந்து இரு இருக்கைகள் தள்ளி, தனது குடும்பத்தினரோடு இருந்த ஒருவன் சிரித்தவாறு, தீடீரென அவளைப் போலவே கைதட்டினான். அவனது குடும்பப் பெண்கள் சிரிக்கத் தொடங்கி-னார்கள். திருநங்கை திரும்பிப் பார்த்தாள். நேரே அவனிடம் சென்று ஏதோ காரசாரமாக சொன்னவாறு அவனது முகத்துக்கு நேராக கைதட்டினாள். அவன் பதிலுக்கு ஏதோ ஏளனமாக சொன்னான். மயிலாப்பூர் ஸ்டேஷன் நெருங்கியது.

அவனைப் பார்த்து ஏதோ வசைபாடியவாறு வாசலை நோக்கி விரைந்-தாள். சிரித்து கெக்கலி காட்டி கொண்டிருந்த அவனது முகம் இருளத் தொடங்கியது. "இதுக்கு மேல ஏதாவது பேசுன, அடிதான்!" என விரல் காட்டி எச்சரித்தான். என்னை கடந்து சென்ற திருநங்கை, வாசலருகே நின்று சற்று உரக்கவே சொன்னாள். "போடா பொட்டை!" கோபம் கொப்பளிக்க அவன் வாசலை நோக்கி விரைந்தான். நான் தலை திருப்பிப் பார்த்தேன். கண்ணிமைக்கும் பொழுதில் அவன், அத்திருநங்கையை தாக்கி ரயிலிருந்து பிளாட்பாரத்தில் தள்ளினான். விருட்டெனத் திரும்பி தனது இருக்கையை நோக்கி விரைந்தான்.

கண்ணிமைக்கும் நேரத்தில் ஒரு வன்முறை நடந்து முடிந்து விட்டிருந்தது. "ஏய், ஹலோ, இது என்ன? அவளை ஏன் அடித்தீர்கள்? உங்களால் பிச்சை போட முடியாதென்றால், சும்மா இருக்க வேண்டியதுதானே, எதற்காக கேலி செய்கிறீர்கள்?" என இருக்கையிலிருந்து எழுந்து கத்தினேன். அவன் இந்த எதிர்ப்பை எதிர்பார்க்கவில்லை. அதிர்ச்சியை வெளிக்காட்டிக் கொள்ளாமல், "நீ உட்கார், அவள் தண்ணியடித்திருக்கிறாள்" என்றவாறு சங்கடத்தோடு இருக்கையில் நெளியத் துவங்கினான். எனது அம்மா என்னை "உட்கார், உட்கார்" என கைகாட்டிக் கொண்டிருந்தாள். அதற்குள் உள்ளே வந்த திரு-நங்கை கோபத்தோடு அவனை நோக்கிக் கத்தத் துவங்கினாள். என்னிடம் தனது சிராய்த்த முழங்கையைக் காட்டி முறையிட்டாள். நான் கோபத்தில் என்ன செய்வதென்று புரியாமல் நின்று கொண்டிருந்தேன். "நீ முதலில் இங்-கிருந்து போம்மா, இல்லையென்றால் நீ மேலும்தான் அடிபடுவாய்!" என்-றேன். அவள் அங்கிருந்து நகர்ந்தாள். நான் இருக்கையில் அமர்ந்தேன். என்னை முறைத்துப் பார்த்த அவன், ஜன்னல் பக்கம் தலையை திருப்பிக் கொண்டான். அவனது குடும்பப் பெண்கள் இப்பொழுது சிரிக்கவில்லை.

ரயில் நிலையத்தை நெருங்கியது. அம்மா என்னை முறைத்துக் கொண்டி-ருந்தாள். எல்லோரும் எதுவுமே நடவாதது போல அமைதியாக இருந்தார்கள்.

அந்த அமைதியை விடவும் அவள் அசிங்கமானவளில்லை எனத் தோன்றி-யது.

2. இவர்களிடமிருந்து நீங்கள் வாங்கும்

இந்த 1 பொருள் உங்களை கோடீஸ்வரராக கூட மாற்றிவிடும் தெரியுமா?

கடவுளே அர்த்தநாரீஸ்வரர் உருவத்தில் இருப்பதாக புராணங்கள் கூறுகி-றது. சிவபெருமானும், பார்வதியும் இணைந்த ஒரு உருவம் தான் அர்தநா-ரீஸ்வரர். இன்று திருநங்கைகள் ஆக இருக்கும் இவர்கள், அர்த்தநாரீஸ்வ-ரரின் மறு உருவமே என்று நம்பப்பட்டு வருகிறது. இவர்களிடமிருந்து நாம் வாங்கும் ஆசீர்வாதம், நல்ல ஒரு அதிர்ஷ்டத்தை கொடுப்பதாக சாஸ்தி-ரங்கள் கூறுகிறது. திருநங்கைகள் ஆசீர்வாதம் கொடுப்பது போல், எளிதாக சாபமும் கொடுத்து விடுவார்கள். இவர்கள் கொடுக்கும் ஆசீர்வாதம் எப்படி உண்மையில் பலிக்குமோ? அதே போல சாபமும் பலித்துவிடும். அதனால் தான் இவர்கள் கேட்ட உடனேயே நாம் காசும் யோசிக்காமல் கொடுத்து விடுகிறோம். திருநங்கைகள் எவ்வளவோ பேர் நல்ல நிலைமைக்கு முன்னே-றியதை நாம் பார்த்துக் கொண்டு தான் இருக்கிறோம்.

அவர்களுக்குள் இருக்கும் திறமையும் நம்மை விட கூடுதலாகவே இருக்-குமாம். ஆனால் அவர்களை உலகம் அங்கீகரிக்காத காரணத்தினால் திற-மைகள் பலவும் முடுக்கப்படுகின்றன. இவர்களிடம் இருந்து நாம் வாங்கும் இந்த ஒரு பொருளுக்கு நம்மை கோடீஸ்வரனாக கூட மாற்றி விடுமாம். ஆனால் அதை அவர்களிடம் இருந்து பெறுவது என்பது மிகவும் கடினமான காரியம். அப்படி அவர்களிடம் என்ன இருக்கிறது? நாம் எதைப் பெற வேண்டும்? என்பதை தெரிந்து கொள்ள தொடர்ந்து இந்த பதிவை படியுங்-கள்.

பொதுவாக திருநங்கைகள் நம்மிடம் பணம் கேட்பது இயல்பாக நடந்து வரும் ஒரு விஷயமாகும். கோவில்களிலும், போக்குவரத்து சிக்னல்களில் இருக்கும் இவர்களிடம் நாம் பார்த்ததும் பணத்தை கொடுத்து விட்டால் நமக்கு அவர்கள் ஆசீர்வாதத்தை பரிசாக கொடுப்பார்கள். இவர்களிடம் வாங்கும் ஆசீர்வாதம் அதிர்ஷ்டத்தை கொடுக்கும் என்பார்கள். இதனால் போகிற காரியம் ஜெயமாக கூடிய வாய்ப்புகளும் உண்டு. அத்தகைய சிறப்-புகள் வாய்ந்த இவர்களிடமிருந்து ‘ஒரு ரூபாய் நாணயத்தை’ நாம் வாங்கி பத்திரப்படுத்திக் கொண்டால் போதும், கோடீஸ்வரனாக கூட மாறி விடலாம். அந்த அளவிற்கு நமக்கு பெரும் அதிர்ஷ்டம் வந்து சேரும். ஆனால் அவை எளிதாக நடந்து விடாது என்பது நம் அனைவருக்கும் தெரிந்தது தான்.

நம்மிடமிருந்து வேண்டுமானால் அவர்கள் பணத்தை பெற்றுக் கொள்வார்-கள். அவர்களிடம் பணத்தை எப்படி பெறுவது? நீங்கள் கேட்டாலும் அவர்-

களுக்கு எதற்காக கேட்கிறீர்கள்? என்பதும் புரிந்து விடும். நீங்கள் கேட்கும் நாணயம் எந்த அளவிற்கு அதிர்ஷ்டத்தை கொடுக்கும் என்பது அவர்களுக்கும் தெரியும். எப்படியாவது அவர்களிடமிருந்து நீ- அது போல் குழந்தை இல்லாதவர்கள் குழந்தை பாக்கியம் பெற குழந்தை பொம்மை ஒன்றை வாங்கிக் கொள்ளுங்கள். திருநங்கைகளிடம் பொம்மையை கொடுத்தால் அவர்கள் அதனை ஏற்றுக் கொள்ள மாட்டார்கள். திருநங்கைகள் பணத்தை தவிர நம்மிடமிருந்து எதையுமே வாங்க மாட்டார்கள். ஆனால் பொம்மையுடன் சேர்த்து பணத்தையும் கொடுத்து விடுங்கள். அப்படி அவர்கள் பொம்மையை வாங்கி விட்டால் விரைவாகவே உங்களுக்கு குழந்தை பாக்கியம் உண்டாகும் என்பது நம்பிக்கை.

அதிர்ஷ்டத்தை வாரி வழங்கும் புத பகவான் திருநங்கைகளுக்கு அருள் புரிவதாக ஜோதிட புராணங்கள் எடுத்துரைக்கிறது. புத பகவானின் அருள் பெறவே திருநங்கைகளுக்கு இவ்வாறு கொடுப்பது பரிகாரமாக சொல்லப்பட்டுள்ளது. அதே போல் மேலும் உங்களுடைய வாழ்க்கையில் இருக்கும் எதிரிகளை நண்பர்களாக கூட மாற்றிக் கொள்ளலாம். அதற்கும் இவர்களிடம் வழி இருக்கிறது. தீராத எதிரிகள் தொல்லையால் அவதிப்படுபவர்களும், எதிரிகளாக இருந்தாலும் அவர்களை நண்பர்களாக மாற்றி விட வேண்டும் என்கிற விருப்பம் உள்ளவர்களும் இது போல் செய்யுங்கள். ஒரு வெள்ளை பேப்பரில் உங்களுடைய எதிரியின் முழு பெயரை எழுதிக் கொள்ளுங்கள். அதை மடித்து சுருட்டி வைத்துக் கொள்ளுங்கள். பின்னர் ஒரு கருப்பு அரைஞான் கயிறு எடுத்து இரண்டாக சிறிது சிறிதாக வெட்டிக் கொள்ளுங்கள். அந்த சிறு கயிறை வைத்து அந்த பேப்பரை கட்டிக் கொள்ளுங்கள். நீங்கள் கொடுக்க விரும்பும் பணத்தையும் சேர்த்து திருநங்கைகளுக்கு கொடுத்தால் போதும். அதனை அவர்கள் வாங்கி விட்டால் சிறிது காலத்திலேயே எப்பேர்பட்ட எதிரியாக இருந்தாலும் உங்களுக்கு நண்பர்களாக மாறி விடுவார்கள். இதன் மூலம் பகை நீங்கி நிம்மதி உண்டாகும் என்பது ஐதீகம்.

3. மதுரையின் திருநங்கை கலைஞர்கள் அனுபவிக்கும் துயரம்

தொற்று நோய் தமிழ்நாட்டின் நாட்டுப்புறக் கலைஞர்களுக்கு பாதிப்புகளை ஏற்படுத்தியிருக்கும் சூழலில் திருநங்கை கலைஞர்கள் பெரும் பாதிப்புகளை சந்தித்திருக்கின்றனர். வேலையோ வருமானமோ எதுவும் இல்லை

“எங்கள் வாழ்க்கை ஒரு சூதாட்டம். கடந்த இரண்டு வருடங்களை நாங்கள் எப்படி சமாளித்தோம் என்பது அந்த கடவுளுக்குதான் தெரியும்,” என்கிறார் வி.தர்மா. “எனது 47 வருட கலை வாழ்க்கையில், கடந்த இரண்டு வருடங்களில்தான் சாப்பிடக் கூட வழியின்றி தவித்தோம்.”

60 வயது தர்மா அம்மா ஒரு திருநங்கை நாட்டுப்புறக் கலைஞர். தமிழ்நாட்டின் மதுரையில் வாழ்கிறார். "எங்களுக்கென நிலையான ஊதியம் இல்லை," என்கிறார் அவர். "இந்த கொரோனாவால் எங்கள் வருமானத்துக்கு இருந்த கொஞ்ச வாய்ப்புகளையும் இழந்துவிட்டோம்."

மதுரை மாவட்டத்தின் திருநங்கை நாட்டுப்புற கலைஞர்களுக்கு வருடத்தின் முதல் ஆறு வருடங்கள் மிகவும் முக்கியம். இந்த காலக்கட்டத்தில்தான், கிராமங்கள் விழாக்களையும் கோவில்கள் கலாசார நிகழ்வுகளையும் நடத்துகின்றன. ஊரடங்கு காலத்தால் பொது நிகழ்வுகளுக்கு போடப்பட்ட தடை, திருநங்கை கலைஞர்களை பெரிதும் பாதித்திருக்கிறது. கிட்டத்தட்ட 500 திருநங்கை கலைஞர்கள் இருப்பதாக சொல்கிறார் 60 வயது தர்மா அம்மா. நாடகம் மற்றும் நாட்டுப்புறக் கலைகளில் இருக்கும் திருநங்கைகளுக்கான மாநில அமைப்பின் செயலாளராக இருக்கிறார் அவர்.

தர்மா அம்மா மதுரை ரயில் நிலையத்துக்கு அருகே உள்ள ஒரு அறையில் வாடகைக்கு இருக்கிறார். அங்கு அவரது உறவினரும் உறவினரின் இரு குழந்தைகளும் உடன் வசிக்கின்றனர். உறவினர் பூ வியாபாரியாக இருக்கிறார். தினக்கூலி பெற்றோருக்கு பிறந்த தர்மா அம்மா மதுரையில் வளர்ந்தபோது கோவில்களிலும் விழாக்களிலும் நடனமாடும் திருநங்கை கலைஞர்களை பார்த்து வளர்ந்திருக்கிறார். மதுரை அறையில் இருக்கும் தர்மா அம்மா: 'எங்களுக்கென நிலையான ஊதியம் இல்லை. இந்த கொரோனாவால் எங்கள் வருமானத்துக்கென இருந்த கொஞ்ச வாய்ப்புகளும் இல்லாமல் போய்விட்டது'

14 வயதில் அவர் பாடத் தொடங்கினார். "பணம் படைத்தவர்கள் அவர்களின் குடும்பங்களில் நடக்கும் இறுதி அஞ்சலி சடங்குகளில் பாட எங்களை அழைப்பார்கள்," என்கிறார் தர்மா அம்மா. "ஒப்பாரி பாடவும் மாரடி பாட்டு பாடவும் எங்களுக்கு பணம் கொடுப்பார்கள். அப்படிதான் நான் நாட்டுப்புறக் கலைக்குள் நுழைந்தேன்."

அந்த நாட்களில் நான்கு திருநங்கை கலைஞர்கள் கொண்ட குழுவுக்கு 101 ரூபாய் கொடுக்கப்படும். இந்த வேலையை தர்மா அம்மா தொடர்ந்து, மார்ச் 2020ல் போடப்பட்ட ஊரடங்கு வரை செய்தார். அந்த நேரத்தில் ஒரு நபருக்கு 600 ரூபாய் ஊதியமாக கொடுக்கப்பட்டது. 1970-களில் தாலாட்டு பாடவும் நாட்டுப்புற பாடல்கள் பாடவும் மூத்த கலைஞர்களிடமிருந்து அவர் கற்றுக் கொண்டார். நாளடைவில் ஆட்டங்களை கவனித்து நடன அசைவுகளையும் கற்றுக் கொண்டார். ராஜா ராணி ஆட்டத்தில் ராணி பாத்திரத்தில் அவர் நடிக்கத் தொடங்கினார்.

"1970-களில், நடன ஆட்டத்தில் வரும் நான்கு பாத்திரங்களையும் ராஜா, ராணி, கோமாளி என உடை உடுத்தி ஆண்களே நடித்தனர்," என நினைவுகூர்கிறார் தர்மா அம்மா. இன்னொரு மூன்று பேருடன் இணைந்து

முதன்முறையாக திருநங்கை கலைஞர்கள் மட்டுமே பங்குபெற்ற ராஜா ராணி ஆட்டத்தை கிராமத்தில் நடத்தியதாக அவர் கூறுகிறார்.

10 வருடங்களுக்கு முன் சென்னையில் தர்மா அம்மா எடுத்த செல்ஃபி. ஓய்வூதியத்துக்கு விண்ணப்பிப்பது கூட திருநங்கைகளுக்கு மிகவும் கடினம் என்கிறார் அவர். உள்ளூர் ஆசிரியர்களின் வழிகாட்டலில் கரகாட்டத்தையும் அவர் கற்றுக் கொண்டார். “கலாசார நிகழ்வுகளிலும் அரசு நிகழ்வுகளிலும் ஆடும் வாய்ப்பை இது பெற்றுக் கொடுத்தது,” என்கிறார் அவர். பிறகு அவர் தன்னுடைய திறமையை பிற கலை வடிவங்களுக்கும் விரிவாக்கினார். மாடு ஆட்டம், மயில் ஆட்டம், பொய்க்கால் குதிரை ஆட்டம் முதலியவற்றையும் ஆடக் கற்றுக் கொண்டார். தமிழ்நாட்டின் பல கிராமங்களில் இந்த நிகழ்வுகள் நடந்தன. “முகத்துக்கு பவுடர் போட்டு எங்களின் ஆட்டத்தை இரவு 10 மணிக்கு தொடங்கி, அடுத்த நாள் காலை 4 அல்லது 5 மணி வரை தொடருவோம்,” என்கிறார் தர்மா அம்மா.

ஜனவரி தொடங்கி ஜூன், ஜூலை மாதம் வரை, பல இடங்களிலிருந்து அவருக்கு அழைப்பு வரும். 8000-லிருந்து 10,000 ரூபாய் வரை மாதத்துக்கு சம்பாதித்தார். வருடத்தின் மீத மாதங்களில் தர்மா அம்மா மாதத்துக்கு 3000 ரூபாய்தான் சம்பாதித்தார்.

அவற்றையெல்லாம் ஊரடங்கு மாற்றி விட்டது. “தமிழ்நாட்டின் இயல் இசை நாடக மன்றத்தில் பதிவு செய்ததும் கூட உதவவில்லை,” என்கிறார் அவர். இசை, நடனம், நாடகம் மற்றும் இலக்கியம் ஆகியவற்றுக்கான தமிழ்நாட்டு அரசின் மையம் இது. “ஆண், பெண் நாட்டுப்புறக் கலைஞர்கள் ஓய்வூதியத்துக்கு எளிதாக விண்ணப்பிக்க முடியும். திருநங்கை கலைஞர்களுக்கு கடினம். என்னுடைய விண்ணப்பங்கள் பலமுறை நிராகரிக்கப்பட்டிருக்கின்றன. பரிந்துரைகள் பெற்று வரும்படி அதிகாரிகள் கூறுகின்றனர். யாரிடமிருந்து இவற்றை பெறுவது என எனக்கு தெரியவில்லை? எனக்கு சில சலுகைகள் கிடைத்தால் இத்தகைய கொடும் காலத்தில் எனக்கு உதவும். ரேஷன் அரிசியைத்தான் சமைக்கிறோம். காய்கறி வாங்கக் கூட பணமில்லை.”

மதுரையிலிருந்து 10 கிலோமீட்டர் தொலைவில் இருக்கும் விளாங்குடி டவுனில் இருக்கும் மேகியும் இதே சூழலைத்தான் எதிர்கொள்கிறார். கடந்த வருடம் வரை, மதுரை மற்றும் பிற மாவட்டங்களுக்கு பயணித்து கும்மிப்பாட்டு பாடி அவர் சம்பாதித்து வந்தார். நடவு துளிர்க்கத் தொடங்குவதை கொண்டாட பாடப்படும் இப்பாடல்களை பாட மதுரையில் சில திருநங்கை கலைஞர்கள்தான் இருக்கின்றனர். அவர்களில் இவரும் ஒருவர்.

மேகி (கேமிராவுக்கு முதுகை காண்பிப்பவர்) நண்பர்கள் மற்றும் சக கலைஞர்களுடன் அவரது அறையில். ஷாலினி (இடது), பவ்யஸ்ரீ (ஷாலினிக்கு பின்), அரசி (மஞ்சள் குர்தாவில்), கே.ஸ்வெஸ்திகா (அரசிக்கு

அருகே), ஷிஃபானா (அரசிக்கு பின்னால்). விழா அழைப்புகளுக்கான காலம் ஜூலையோடு முடிவுறும் நிலையில், மிச்ச வருடத்தை ஓட்ட அவர்களுக்கு பெரிய வழிகள் எதுவும் இல்லை.

“நான் திருநங்கை என்பதால் (மதுரையில் உள்ள) வீட்டை விட்டு வெளியேற வேண்டியிருந்தது,” என்கிறார் 30 வயது மேகி. இவரின் பெற்றோர் விவசாயத் தொழிலாளர்களாக இருக்கின்றனர். ”அச்சமயத்தில் எனக்கு வயது 22. ஒரு நண்பர் என்னை முளைப்பாரி விழாவுக்கு அழைத்து சென்றார். அங்குதான் கும்மிப்பாட்டு கற்றுக் கொண்டேன்.”

மேகி தங்கியிருக்கும் விளாங்குடி தெருவில் 25 திருநங்கைகள் வசிக்கின்றனர். அவர்களில் இருவர் மட்டும்தான் கும்மிப்பாட்டு பாடுபவர்களென சொல்கிறார் அவர். தமிழ்நாட்டில் ஒவ்வொரு ஜூலை மாதமும் 10 நாட்களுக்குக் கொண்டாடப்படும் முளைப்பாரி விழாவில், கிராம தெய்வத்திடம் மழையும் மண்வளமும் நல்ல விளைச்சலும் வேண்டி பாடப்படும் பாடல் இது. “விழாவில், 4000-லிருந்து 5000 ரூபாய் வரை எங்களுக்கு கொடுப்பார்கள்,” என்கிறார் மேகி. “கோவில்களில் பாடவும் சில வாய்ப்புகள் கிடைக்கும். ஆனால் அவை கிடைக்குமென உறுதியாக சொல்ல முடியாது.”

ஆனால் அந்த விழா ஜூலை 2020-ல் நடக்கவில்லை. இந்த மாதமும் நடக்கவில்லை. கடந்த வருடத்தின் மார்ச் மாதத்தில் ஊரடங்குகள் தொடங்கியதால், மேகிக்கு மிகக் குறைவான இடங்களிலிருந்தே அழைப்புகள் வருகின்றன. “இந்த வருடத்தில் ஊரடங்குக்கு முன் மதுரை கோவில் ஒன்றில் மூன்று நாட்கள் (மார்ச் மாதத்தின் நடுவே) பங்குபெறும் வாய்ப்பு எங்களுக்கு கிடைத்தது,” என்கிறார் அவர்.

விழா அழைப்புகளுக்கான காலம் ஜூலையோடு முடிவுறும் நிலையில், மிச்ச வருடத்தை ஓட்ட அவர்களுக்கு பெரிய வழிகள் எதுவும் இல்லை. மேகியின் அறையில் சமையலுக்கு வி.அரசி உதவுகிறார்: ‘ திருநங்கை என்பதால் நான் வீட்டை விட்டு வெளியேற நேர்ந்தது,’ என்கிறார் மேகி. கடந்த வருடம் ஊரடங்கு தொடங்கியதிலிருந்து தன்னார்வலர்கள் சில தடவை திருநங்கை கலைஞர்களுக்கு உணவுப் பொருட்கள் கொடுத்தனர். மேலும் மேகி, கலை மற்றும் கலாசாரத்துறையில் பதிவு செய்திருப்பதால், இந்த வருடத்தின் மே மாதம் அரசிடமிருந்து ரூ.2000 கிடைத்தது. “மற்றவர்கள் பெற முடியாதது துரதிர்ஷ்டவசமானது,” என்கிறார் அவர்.

அதிக வாய்ப்புகள் கிடைக்கும் மாதங்களில் கூட, ஊரடங்குக்கு முன்னமே அழைப்புகள் குறைய ஆரம்பித்துவிட்டதாக சொல்கிறார் மேகி. “நிறைய ஆண்களும் பெண்களும் கும்மிப்பாடல்களை கற்கின்றனர். கோவில் நிகழ்வுகளில் அவர்களே அழைக்கப்படுகின்றனர். பல இடங்களில் திருநங்கைகளாக இருப்பதால் நாங்கள் ஒதுக்கப் படுகிறோம். ஆரம்பத்தில் இந்த கலைவடிவம் நாட்டுப்புறக் கலைஞர்களுக்கானதாக இருந்தது. அதனால் பல திருநங்கை

கலைஞர்கள் பங்குபெற்றனர். ஆனால் அதன் புகழ் அதிகரிக்கத் தொடங்கியதும் எங்களுக்கான வாய்ப்புகள் குறையத் தொடங்கிவிட்டன."

மதுரையிலிருந்து 100 கிலோமீட்டர் தொலைவில் இருக்கும் புதுக்கோட்டை மாவட்டத்தின் விராலிமலையில் வர்ஷாவும் 15 மாதங்களுக்கு மேலாக போராட்டத்தை சந்தித்துக் கொண்டிருக்கிறார். அடிப்படை உணவுப்பொருட்களை வாங்கக் கூட பணமில்லாததால் தம்பியை சார்ந்து அவர் இருக்கிறார். அவரின் தம்பி இயந்திர பொறியியலில் பட்டய படிப்பு படித்துவிட்டு உள்ளூர் நிறுவனம் ஒன்றில் பணிபுரிகிறார்.

29 வயது வர்ஷா, மதுரை காமராஜர் பல்கலைக்கழகத்தில் நாட்டுப்புறக் கலையில் முதுகலை படிப்பு இரண்டாம் ஆண்டு படிக்கிறார். தொற்று தொடங்குவதற்கு முன் வரை, இரவு நேரங்களில் விழாக்களிலும் கோவில்களிலும் நாட்டுப்புற நடனம் ஆடி சம்பாதித்து, பகல் நேரங்களில் படித்தார். 2-3 நேரங்கள் மட்டுமே ஓய்வு கிடைக்கும்.

இடது: புதுக்கோட்டை மாவட்டத்திலுள்ள வீட்டில் வர்ஷா. அவருக்கு பின்னால் இறந்துபோன அவரின் தந்தை, பி.கருப்பையாவின் படம் இருக்கிறது. வலது: காளியாக உடை அணிந்திருக்கும் வர்ஷா தாய் சித்ரா மற்றும் தம்பி கே.துரைராஜ் ஆகியோருடன் விராலிமலையில் வீட்டுக்கு அருகே கட்டக்கல் ஆட்டம் ஆடும் முதல் திருநங்கை அவர்தான் என்கிறார் (உள்ளூர் செய்தித்தாளில் அது பற்றி வெளியான செய்தியை எனக்கு அனுப்பினார்). இரண்டு நீளமான கட்டைகளை கால்களுடன் கட்டிக் கொண்டு இசைக்கேற்ப ஆடும் ஆட்டம் அது. அதற்கு நிறைய அனுபவமும் சமநிலை காக்கும் திறனும் இருக்க வேண்டும்.

வர்ஷாவின் திறமைகள் இன்னும் பல வடிவங்களுக்கு விரிவடைகிறது. தலித்களின் பாரம்பரிய இசைக்கருவியான தப்பு இசைக்கு ஏற்ப ஆடும் தப்பாட்டம் ஆடுவார். தெய்வீக நடனம்தான் தனக்கு பிடித்த நடனம் என்கிறார் அவர். தமிழ்நாட்டில் புகழ்பெற்ற நாட்டுப்புறக் கலைஞர் அவர். அவரின் நடனங்கள் பல தொலைக்காட்சி சேனல்களில் ஒளிபரப்பாகி இருக்கின்றன. பல உள்ளூர் அமைப்புகளால் பாராட்டப்பட்டிருக்கிறார். பெங்களூரு, சென்னை, தில்லி முதலிய நாட்டின் பல பகுதிகளுக்கு சென்று நிகழ்வுகளில் பங்குபெற்றிருக்கிறார். அர்த்தநாரி கலைக்குழுவின் நிறுவனரும் வர்ஷாதான். திருநங்கை கலைஞர்களுக்காக 2018ம் ஆண்டு தொடங்கப்பட்ட அக்குழுவில் இருக்கும் ஏழு உறுப்பினர்கள் மதுரையின் வெவ்வேறு கிராமங்களில் வசிக்கின்றனர். முதல் மற்றும் இரண்டாம் கோவிட் அலைகள் தொடங்குவதற்கு முன், ஜனவரியிலிருந்து ஜூன் மாதம் வரை குறைந்தது 15 நிகழ்வுகளுக்கான அழைப்புகள் வரும். "மாதத்துக்கு 10000 ரூபாயாவது சம்பாதித்து விடுவோம்," என்கிறார் வர்ஷா.

"கலைதான் எனக்கு வாழ்க்கை," என்கிறார் அவர். "நாங்கள் ஆடினால்தான் உணவு கிடைக்கும். வருடத்தின் முதல் ஆறு மாதங்களில் சம்பாதிப்பதை கொண்டுதான் மிச்ச ஆறு மாதங்களுக்கு நாங்கள் வாழ்க்கை ஓட்ட முடியும்." அவருக்கு பிற திருநங்கை கலைஞர்களுக்கும் கிடைக்கும் வருமானம் அடிப்படை தேவைகளை பூர்த்தி செய்யவே சரியாக இருக்கிறது. "சேமிக்கும் அளவுக்கு வருமானம் இருப்பதில்லை," என்கிறார் அவர். "உடை, பயணம், உணவு ஆகியவற்றையும் நாங்களே பார்த்துக் கொள்ள வேண்டியிருப்பதால் சேமிக்க ஒன்றும் இருப்பதில்லை. கடன் கேட்டு பஞ்சாயத்து அலுவலகங்களுக்கு சென்றால் எங்களின் கோரிக்கைகள் நிராகரிக்கப்படுகின்றன. எந்த வங்கியிடமிருந்தும் எங்களுக்கு கடன் கிடைக்காது (தேவையான ஆவணங்கள் இருக்காது). 100 ரூபாய் கிடைத்தாலும் ஆடுவதற்கு தயாரான சூழ்நிலையில்தான் நாங்கள் இருக்கிறோம்."

தமிழ்நாட்டின் பிரபல நாட்டுப்புற கலைஞராக இருந்து பல விருதுகளை பெற்ற (அறையில் காட்சிக்கு வைக்கப்பட்டிருக்கிறது) வர்ஷா, "கடந்த இரண்டு வருடங்களாக வீட்டிலேயே அமர்ந்திருக்கிறேன்," என்கிறார்

தன்னுடைய திருநங்கை அடையாளத்தை வர்ஷா ஐந்தாம் வகுப்பு படிக்கும்போது உணர்ந்தார். அப்போது அவருக்கு வயது 10. 12ம் வயதில் மேடையில் நாட்டுப்புற நடனம் ஆடினார். உள்ளூர் விழாக்களில் ஆடப்படும் நடனங்களை பார்த்து அவர் நடனம் கற்றுக் கொண்டார். நாட்டுப்புற கலைக்கான பல்கலைக்கழக படிப்பில் சேர்ந்த பிறகுதான் அவர் முறையான பயிற்சி எடுத்துக் கொண்டார்.

"என்னுடைய குடும்பம் என்னை ஏற்க மறுத்தது. 17 வயதில் வீட்டை விட்டு வெளியேற நேர்ந்தது. நாட்டுப்புற கலையில் நான் கொண்டிருக்கும் ஈடுபாடுதான் என் குடும்பம் (இறுதியில்) என்னை ஏற்க காரணமாக இருந்தது," என்னும் வர்ஷா, தாய் (முன்னாள் விவசாயக் கூலி) மற்றும் தம்பி ஆகியோருடன் விராலிமலை கிராமத்தில் வசிக்கிறார்.

"ஆனால் கடந்த இரண்டு வருடங்களாக நான் வீட்டில்தான் இருக்கிறேன் (மார்ச் 2020ல் வந்த முதல் ஊரடங்கிலிருந்து எங்களுக்கு எந்த உதவியும் கிடைக்கவில்லை (நண்பர்களை தவிர). தொண்டு நிறுவனங்களிடமும் தனி நபர்களிடமும் உதவி கேட்டு பார்த்தேன். "கடந்த வருடம் எங்களுக்கு உதவ முடிந்தவர்களுக்கு இந்த வருடம் உதவ முடியவில்லை," என்கிறார் அவர். "கிராமப்புறத்தை சேர்ந்த திருநங்கை கலைஞர்கள் அரசிடமிருந்தும் எந்தவித உதவியை பெற முடியவில்லை. கடந்த வருடம் போலவே இந்த வருடமும் வேலை ஏதுமின்றி எங்களை நாங்களே பார்த்துக் கொள்ள வேண்டும். நாங்கள் எவரின் கண்களுக்கும் புலப்படுவதில்லை."

4. மணமகள் - திருநங்கை, மணமகன் - திருநம்பி...

இந்தியாவின் முதல் திருநர் தம்பதியின் காதல் கதை!

சு. அருண் பிரசாத்வெ.நீலகண்டன்

பிரீத்திஷா - பிரேம்குமரன்

பெரும் போராட்டங்களுக்குப் பிறகு, இறுதியில் ஒன்று சேரும் காதலர்கள், காலகாலத்துக்கும் மகிழ்ச்சியாக வாழ்ந்தார்கள் என்று இறுதிக் காட்சியில் குறிப்புடன் முடியும் ஒரு காதல் திரைப்படம் போன்றதல்லவே எதார்த்த வாழ்வு?

சென்னை பெரியார் திடலில் 2018-ம் ஆண்டு மார்ச் 8 'உழைக்கும் மகளிர் தின'த்தன்று நடந்தது ஒரு திருமணம். பெரியார் திடலில் வழக்கமாக நடைபெறும் சாதி, சடங்கு மறுப்புத் திருமணங்களின் சிறப்பைத் தாண்டி, இந்தியாவில் ஒரு திருநங்கைக்கும், ஒரு திருநம்பிக்கும் நடைபெறும் முதல் திருமணம் என்ற புதியதொரு சிறப்பை அந்தத் திருமணம் தாங்கியிருந்தது. ஆணாக இருந்து பெண்ணாக மாறிய திருநங்கை பிரீத்திஷாவுக்கும், பெண்ணாக இருந்து ஆணாக மாறிய திருநம்பி பிரேம்குமரனுக்கும் நடந்த அந்தத் திருமணம், இந்தியாவில் சட்டப்பூர்வமாகப் பதிவு செய்யப்பட்ட முதல் திருநர் திருமணம் என்ற வரலாற்றுச் சிறப்பைப் பெற்றது.

திருநெல்வேலி மாவட்டம் கல்யாணபுரத்தைப் பூர்விகமாகக் கொண்ட பிரீத்திஷா, 1988-ம் ஆண்டு, தன்னுடைய பெற்றோருக்கு மூன்றாவது குழந்தையாக, ஓர் ஆணாகப் பிறந்தார். எல்லா குழந்தைகளையும் போல் இயல்பாக வளர்ந்துவந்த பிரீத்திஷா, 14 வயதில் தன்னை ஒரு பெண்ணாக உணரத் தொடங்கியிருக்கிறார். இதை அறிந்து பெற்றோர் அதிர்ச்சியடைய, வீட்டில் இதுவொரு பெரிய நெருக்கடியாக உருவெடுக்கவே வீட்டிலிருந்து வெளியேறி புதுச்சேரியில் ஓர் உறவினர் வீட்டில் தஞ்சமடைந்தார். அங்கு சில திருநங்கைகளின் அறிமுகம் ஏற்படவே, அவர்களோடு சேர்ந்து மஹாராஷ்டிர மாநிலம் புனேவுக்குப் பிரீத்திஷா இடம்பெயர்ந்தார்.

சிறுவயதிலிருந்தே உழைப்பின் மீது பெரும் பிடிப்பு கொண்டிருந்த பிரீத்திஷா, திருநங்கைகள் தங்கள் வாழ்வாதாரத்துக்காக மேற்கொள்ளும் செயல்களில் ஈடுபடாமல், தோழி ஒருவரின் ஆலோசனையின் பேரில் புறநகர் ரயில் நிலையங்களில் கீ செயின்கள் உள்ளிட்ட பொருள்களை விற்கத் தொடங்கியிருக்கிறார். இது அங்குள்ள மற்ற திருநங்கைகளின் எதிர்ப்பைப் பெற்றுத் தந்தது. எப்பாடு பட்டாவது வாழ்க்கையில் மேலே வந்துவிட வேண்டும் என்ற தீர்மானத்துடன் அந்த எதிர்ப்புகளைக் கடந்து முன்னர்ந்துவந்தார் பிரீத்திஷா. இந்தப் பின்னணியில், தொழில் மூலம் கிடைத்த வருமானத்தையும், தன்னுடைய சேமிப்பிலிருந்த தொகையையும் கொண்டு, 17 வயதில் பால் மாற்று அறுவை சிகிச்சை செய்து திருநங்கையாக மாறினார் பிரீத்திஷா.

அந்தக் காலகட்டத்தில் திருநங்கைகள் சிலரின் மூலமாகக் கிடைத்த தொடர்புகள் வழியே, பிரீத்திஷாவுக்கு டெல்லியில் உள்ள ஒரு கலைக் குழுவின் அறிமுகம் கிடைத்தது. நடிப்பின் மீது கொண்ட ஈடுபாட்டால், டெல்லிக்குச் சென்று கலைக் குழுவில் இணைந்தார் பிரீத்திஷா. முறையான நடிப்புப் பயிற்சி இல்லையென்றாலும், கற்றுக் கொள்ளும் தீராத ஆர்வம் அவரை இயக்கவே, தொடர்ந்து நாடகங்களில் நடிக்கும் வாய்ப்பைப் பெற்றார் பிரீத்திஷா. இது அவரது தன்னம்பிக்கைக்குத் தொடர்ந்து வலுசேர்த்து வந்தது.

சுமார் 3 ஆண்டுகள் டெல்லிவாசத்துக்குப் பின் சென்னை திரும்பிய பிரீத்திஷா, ஜெயராவ் மாஸ்டரிடம் முறையாக நடிப்புப் பயிற்சி பெற்றார். இதைத் தொடர்ந்து குறும்படங்கள், மேடை நாடகங்கள் ஆகியவற்றில் நடித்துவந்த பிரீத்திஷாவுக்கு, திரைப்படங்களிலும் நடிக்க வாய்ப்பு வந்தது; தனியார் தொலைக்காட்சிகளிலும் குழந்தைகளுக்கு நடிப்புப் பயிற்றுநராகப் பகுதி நேரப் பணிகளிலும் பிரீத்திஷா ஈடுபட்டுவந்தார். பிரீத்திஷா தன்னுடைய பள்ளிப் படிப்பை எட்டாம் வகுப்புடன் இடைநிறுத்தினாலும், பின்னர் 10, 12 ஆகிய வகுப்புகளைத் தனித்த தேர்வராகப் படித்துத் தேர்ச்சி பெற்றார்.

இந்தக் காலகட்டத்தில்தான் ஃபேஸ்புக் மூலமாக பிரீத்திஷாவும் பிரேம்குமரனும் அறிமுகமாகின்றனர். ஈரோட்டில் 1991-ம் ஆண்டு பெண்ணாகப் பிறந்த பிரேம்குமரன், தன்னுடைய 14 வயதில் தன்னை ஓர் ஆணாக உணரத் தொடங்கியிருக்கிறார். இதை அறிந்த பிரேம்குமரனின் குடும்பம், எல்லா குடும்பங்களையும் போலவே அதிர்ச்சியடைந்தது. பிரேம்குமரனுக்கோ அவரது குடும்பத்தினருக்கோ வழிகாட்ட யாருமில்லாத நிலையில், உடல்-மன ரீதியாக மிகப்பெரும் போராட்டங்களைச் சந்தித்துக் கொண்டிருந்தார் பிரேம்குமரன். இந்தப் பின்னணியில்தான், 2012-ம் ஆண்டு பிரேம்குமரனுக்கு ஃபேஸ்புக் மூலமாகப் பிரீத்திஷாவின் அறிமுகம் கிடைக்கிறது. அப்போது தன்னுடைய நிலை பற்றி பிரீத்திஷாவிடம் மனம் விட்டுப் பேசிய பிரேம்குமரனுக்கு இளைப்பாற ஒரு மரமாகப் பிரீத்திஷா அமைந்தார்.

பாலின மாற்று அறுவை சிகிச்சை செய்துகொள்வது என்று முடிவெடுத்த பிரேம், சென்னை வந்து பிரீத்திஷாவைச் சந்தித்தார். காலம் விரைவில் தங்களை ஒன்றுசேர்க்கப் போகிறது என்பது குறித்த எந்தக் குறிப்பும், அவர்களுடைய இந்த முதல் சந்திப்பில் இல்லை. தொடர்ந்து தங்கள் பிரச்னைகள், கவலைகள், எதிர்கொள்ளும் சங்கடங்கள் ஆகியவற்றை இருவரும் ஒருவரிடம் ஒருவர் மனம் விட்டுப் பகிர்ந்துகொள்ளத் தொடங்கினர். அப்படியான ஓர் உரையாடலின்போதுதான், பிரேம் ஒரு பெண்ணைத் திருமணம் செய்துகொள்வதிலும், பிரீத்திஷா ஓர் ஆணைத் திருமணம் செய்துகொள்வதிலும் உள்ள சிக்கல்களை விரிவாகப் பேசியிருக்கின்றனர். இது இயல்பாக, "நாமே ஏன் திருமணம் செய்துகொள்ளக் கூடாது?" என்ற கேள்வியில் வந்து நிற்க, அதற்கு விடையாக மலர்ந்தது ஓர் அழகிய காதல்!

அந்தக் காதல் வளர்ந்து திருமணமாகப் பரிணமித்து இருவரையும் ஒன்றிணைத்தது. சும்மா நடந்துவிடவில்லை திருமணம். பல புறக்கணிப்புகளையும், போராட்டங்களையும் தாண்டிவந்தே இவர்கள் இருவரும் திருமணம் செய்துகொண்டார்கள். சட்டப்படி பதிவுத் திருமணம் செய்துகொண்ட முதல் திருநர் தம்பதியினர் என்றாலும், அதன் முழுமையான அங்கீகாரம் இன்னும் இவர்களுக்குக் கிடைக்கவில்லை. இதுவொரு தடையாக இல்லாமல், வாழ்வை முன்னகர்த்திச் செல்லும் முனைப்பில் தங்களைத் தீவிரமாக ஈடுபடுத்திக் கொண்டனர் பிரீத்திஷாவும் பிரேம்குமரனும்.

பெரும் போராட்டங்களுக்குப் பிறகு, இறுதியில் ஒன்று சேரும் காதலர்கள், காலகாலத்துக்கும் மகிழ்ச்சியாக வாழ்ந்தார்கள் என்று இறுதிக் காட்சியில் குறிப்புடன் முடியும் ஒரு காதல் திரைப்படம் போன்றதல்லவே எதார்த்த வாழ்வு?

முழு நேரப் பணியாக அல்லாமல் நடிகர், பகுதி நேர நடிப்புப் பயிற்சியாளர் என பிரீத்திஷா இயங்கிவந்தார். இந்தக் காலகட்டத்தில்தான், உணவு டோர் டெலிவரி செய்யும் தனியார் நிறுவனம் ஒன்றில் பிரீத்திஷாவுக்கு முழு நேர வேலை கிடைத்தது. இந்தியாவின் முதல் திருநங்கை டோர் டெலிவரி செய்பவர் என்ற பெருமையையும் இப்போது பிரீத்திஷா பெற்றார். திருமண வாழ்வின் தொடக்கத்திலிருந்த இவர்களுக்கு, இந்தப் பணியின் மூலம் கிடைத்த வருமானம், மதிப்புமிக்க வாழ்வை உறுதிசெய்தது.

எதிர்பார்ப்பைவிடவும் தன்னுடைய பணியில் சிறப்பாகச் செயல்பட்டுவந்த பிரீத்திஷாவுக்கு நிறுவனம் மிகவும் பக்கபலமாக இருந்தது. ஆனால், இது தொடர்ந்து நீடிக்கவில்லை. பிரீத்திஷா வேலை பார்த்துவந்த நிறுவனம், ஒருகட்டத்தில் மற்றொரு நிறுவனத்துக்கு விற்கப்படவே, தன்னுடைய பணியில் தொடரமுடியாத நிலை பிரீத்திஷாவுக்கு ஏற்பட்டது. கண்ணியமிக்க வேலை, தேவைக்கேற்ற ஊதியம் என வாழ்க்கை அப்போதுதான் ஒரு கட்டத்தை நோக்கி நகரத் தொடங்கியிருந்த சூழலில், இது மிகப்பெரிய பின்னடைவை இந்தத் திருநர் தம்பதியின் வாழ்வில் ஏற்படுத்தியிருந்தது.

ஆனாலும், துவண்டுவிடவில்லை இந்த முன்மாதிரித் தம்பதியினர்.

தங்களிடம் உள்ள சேமிப்பை அடித்தளமாகக் கொண்டு நண்பர்களின் உதவியோடு ‘மகிழம் பிரஷ்ஷாப்’ என்ற பெயரில் நடமாடும் தேநீர்க் கடை ஒன்றைத் தொடங்கினர். எதிர்காலம் குறித்த ஒட்டுமொத்த நம்பிக்கையைத் தேக்கி நின்ற அந்த நடமாடும் தேநீர்க் கடையின் வியாபாரம் நன்றாகத் தொடங்கிப் போய்க் கொண்டிருந்த நிலையில்தான், உலகமே எதிர்பார்த்திராத கோவிட்-19 பரவத் தொடங்கியது. உலகமே முடங்கிப் போன நிலையில், மகிழம் பிரஷ்ஷாப்-ன் இயக்கம் முற்றிலுமாக நின்றுபோனது.

கொரோனா சூழலும், பொருளாதார நிலையும், நடமாடும் தேநீர்க் கடையை மீண்டும் தொடங்க ஒத்துழைக்காத நிலையில், அன்றாடத்தை நகர்த்த வேண்டும் என்கிற கட்டாயத்தில், இரவு நேரங்களில் இருசக்கர

வாகனத்தில் சென்று டீ வியாபாரம் செய்வது என்று பிரீத்திஷாவும் பிரேம்குமரனும் முடிவுசெய்தனர். பிரேம் வீட்டில் டீ, காபி தயாரித்துக் கொடுக்க, இரவு பதினோரு மணியளவில் விருகம்பாக்கம் வேம்புலி அம்மன் கோவில் அருகிலிருந்து பிரீத்திஷா டீ விற்கத் தொடங்குகிறார். அதிகாலை 4 மணியளவில் டீக்கடைகள் இயங்கத் தொடங்கும் நேரம்வரை பல்வேறு இன்னல்களுக்கு மத்தியில் பிரீத்திஷா டீ வியாபாரம் செய்துவருகிறார்.

குடும்ப பாரத்தைப் பங்கிட்டுக் கொள்ளும் நோக்கில், பிரீத்திஷா டீ விற்கச் சென்றதும், தங்கள் குடியிருப்புக்கு வெளியே பின்னிரவு வரை ஐஸ்கிரீம் விற்கிறார் பிரேம்குமரன். இவை எதுவும் இன்றைய காலகட்டத்தில், சென்னையில் ஒரு தம்பதியின் அன்றாடத்தைச் சிரமமின்றி நகர்த்துவதற்கு எந்த வகையிலும் உதவுவதில்லை; திருநர் தம்பதியாக இவர்கள் எதிர்கொள்ளும் சவால்களும் இணைந்து இயல்பான ஒரு வாழ்க்கையை இவர்களுக்கு ஒரு தூரத்துக் கனவாக நிறுத்தியிருக்கிறது.

பெரும் நம்பிக்கையோடு, இருந்த சேமிப்புகளையெல்லாம் கொண்டு தொடங்கிய தொழில் கொரோனா பரவலால், மீண்டும் தொடங்க முடியாத நிலைக்குச் சென்றுவிட்டது. அன்றாடம் டீ, ஐஸ்கிரீம் வியாபாரத்தில் கிடைக்கும் வருமானமோ வீட்டு வாடகை தொடங்கி, அன்றாடத்தின் தேவைகளை நிறைவேற்றப் போதுமானதாக இல்லை. இதற்கு மத்தியில் சேர்ந்திருக்கும் கடன்களும் வட்டியோடு சேர்ந்துகொள்ள அன்றாடமே பெரும் நெருக்கடியாக இவர்களுக்கு நகர்ந்துகொண்டிருக்கிறது.

இந்தியாவிலேயே முதல் திருநர் தம்பதி என்ற அடையாளத்தோடு வாழ்ந்துகொண்டிருக்கும் பிரீத்திஷாவும், பிரேம்குமரனும் கடைசி வரை இந்த முன்மாதிரி நிலையைக் கடைப்பிடிக்க வேண்டும்; அடுத்துவரும் திருநர்களுக்கு ஊக்கம் தரும் வகையில் தங்கள் வாழ்க்கையை நம்பிக்கை மிகுந்ததாக முன்னகர்த்திச் செல்ல வேண்டும் என்ற தீர்மானத்தோடு கைகளை இறுகப் பற்றிக் கொண்டிருக்கின்றனர்.

இருவரில் ஒருவருக்கு அரசு வேலை கிடைத்தால், வாழ்க்கை ஓரளவு நிலைபெறும் என்ற நம்பிக்கையில், சென்னை உயர் நீதிமன்ற அலுவலக உதவியாளர் பணிக்குத் தேர்வெழுதி, நிர்ணயிக்கப்பட்ட மதிப்பெண்களைவிட அதிக மதிப்பெண்களைப் பெற்று தேர்ச்சி பெற்றிருக்கிறார் பிரீத்திஷா. நிச்சயம் இந்த வேலை தனக்குக் கிடைக்கும், தங்கள் வாழ்வில் ஒளி பரவும் என்ற நம்பிக்கையோடு ஒவ்வொரு நாளும் முன்னைவிடத் தீவிரத்துடனும், நம்பிக்கையுடனும் பிரீத்திஷாவும் பிரேம்குமரனும் காத்துக் கொண்டிருக்கின்றனர்!

5. திருநங்கை மரக்கா - திவ்யா ஜெயராஜ்

நீங்கள் யாராக இருந்தாலும் முதலில் உங்களை நீங்கள் நேசிக்கத் தொடங்குங்கள். உங்களுடைய உடலுக்கு, உணர்வுக்கு, ஆன்மாவிற்கு நீங்கள் அறம் செய்யத் தொடங்குங்கள். அதுதான் உங்களை நீங்களே முழுமையாக ஏற்றுகொள்வதற்கான முதல் படி. உங்களுடைய இயல்பை நீங்கள் ஏற்றுகொண்ட பின் இந்த சமூகத்தில் எதை வேண்டுமானாலும் தைரியமாக எதிர்கொள்ளலாம்'' என்று தன்னம்பிக்கையுடன் நேர்மறை கருத்துகளை மக்களிடம் விதைத்து வருகிறார் திருநங்கை மரக்கா.

சென்னையில் கடந்த 9 ஆண்டுகளாக, சிறப்பு குழந்தைகளுக்கான பள்ளியில் ஆசிரியராகப் பணியாற்றி வரும் மரக்கா, தற்போது பால் புதுமையினருக்கான ஒரு செயற்பாட்டாளராகவும் இயங்கி வருகிறார். கடந்த மாதம் "மெல்லக் கொல்லும் மன்னிப்புகள்" என்ற பால் புதுமையினர் பற்றிய புத்தகம் ஒன்றையும் எழுதி வெளியிட்டுள்ளார். இவர் தனது பாலினம் சார்ந்த அடையாளத்தை பொதுவெளியில் வெளிபடுத்தத் துவங்கினார் என்பதற்காக சமீபத்தில் இவரது வேலை எந்தவொரு முன்னறிவிப்பும் இல்லாமல் பறிக்கப்பட்டிருக்கிறது. ஆனால் அதன்பின் பல்வேறு தரப்பிலிருந்து எழுந்த அழுத்தங்களின் காரணமாக தற்போது மீண்டும் அவருக்கு அந்த வேலை வழங்கப்பட்டிருக்கிறது.

இந்தியா போன்ற நாடுகளில் திருநர் சமூகத்தையும் பால் புதுமையினரையும் இயல்பாக ஏற்றுகொள்ளும் பக்குவம் இன்றளவும் வரவில்லை. அவர்கள் இந்த சமூகத்தில் எதிர்கொள்ளும் சங்கடங்கள் ஏராளம்.

ஆனால் ''எவ்வளவு அவமானங்களைச் சந்தித்தாலும் எனது சோகங்களை நான் வெளியே காட்டிக்கொள்ள விரும்புவதில்லை. எப்போதும் மக்களிடம் அன்பையும் நேர்மறை எண்ணங்களையும் மட்டுமே வளர்க்க விரும்புகிறேன்'' என்று கூறும் மரக்கா, தன்னுடைய வாழ்க்கை குறித்து பிபிசியிடம் பேசத் துவங்குகிறார்.

"எனக்குள் இருந்த பெண்மையை நான் உணர்வதற்கு முன்பாகவே என்னைச் சுற்றியிருந்தவர்கள் உணர்ந்திருக்கிறார்கள் என்று நினைக்கிறேன். ஏனென்றால் என்னுடைய ஆறு வயதிலேயே எனது நெருங்கிய உறவுக்கார ஆண் ஒருவர் என்னை பாலியல் துன்புறுத்தலுக்கு உள்ளாக்கினார்.

ரத்தம் சொட்டும் அளவிற்கு கொடூரமான பாலியல் துன்புறுத்தலுக்கு உள்ளாகியிருந்தாலும், அந்தச் சிறு வயதில் அதை வெளியே சொல்ல முடியவில்லை. அதைத் தொடர்ந்து இன்னும் பல மோசமான அனுபவங்களைச் சந்தித்திருக்கிறேன். ஏழு வயதாக இருக்கும்போது எனது வீட்டு உரிமையாளரின் மகன், என்னை அனைவரின் முன்னாலும் நிற்க வைத்து, அந்தக் காலகட்டத்தில் திருநங்கைகளை இழிவுபடுத்தும் விதமாக வெளியாகியிருந்த

ஒரு சினிமா பாடலை பாடச் சொல்லி கட்டாயப்படுத்தினார். அப்போது சுற்றியிருந்த அனைவரும் என்னைப் பார்த்து சிரித்தனர்.

பத்து வயதாக இருக்கும்போது, ஒரு கோயிலில் வைத்து இரண்டு பேர் என்னை கூட்டு பாலியல் வன்புணர்வு செய்தார்கள். இப்படிப் பல கசப்பான அனுபவங்களை சிறு வயதிலேயே அடுத்தடுத்து சந்தித்ததால், என்னை ஏன் எல்லோரும் இப்படி துன்புறுத்துகிறார்கள் என்று யோசிக்கத் துவங்கினேன். என்னுடைய உடல் அசைவுகளில் பெண்மை இருப்பது எனக்குப் புரிந்தது. நான் பருமனாக இருந்ததால் என்னுடைய உடல் வாகும் பெண் தன்மையுடன் தோற்றமளிக்கும். பத்தாவது படிக்கும்போது எனக்குள் பெண்மை இருப்பதை நான் முழுவதுமாக உணர்ந்தேன். ஆனால் இப்படியே இருந்தால் சுற்றி இருக்கும் அனைவரின் கேலி, கிண்டல்களுக்கும், துன்புறுத்தல்களுக்கும் ஆளாவோம் என்று நினைத்து, எனக்குள் இருந்த பெண்மை வெளியே தெரியாதவாறு கட்டுப்படுத்தத் துவங்கினேன்.

என்னை அனைவரிடமும் ஆணாகக் காட்டிக்கொள்ள பெரிதும் முயற்சி செய்தேன். ஆனால் அப்படியும் வளர வளர அனைத்து விதமான கேலி, கிண்டல்களும் தொடர்ந்த வண்ணம்தான் இருந்தன.

என்னுடைய கல்லூரி காலத்தில், நண்பர்கள் பலரும் என்னைப் போல நடந்து காட்டி அவமானப்படுத்தினர். இப்படி சுற்றி இருந்தவர்களுக்காக பயந்து பயந்து என்னுடைய இயல்புக்கு மாறாக என்னுடைய வாழ்வை வாழ்ந்துகொண்டிருந்தேன். அது மிகவும் கொடுமையாக இருந்தது" என்று வேதனையுடன் கூறுகிறார் மரக்கா.

கிட்டதட்ட 12 ஆண்டுகள் மனப் போராட்டத்திற்குப் பிறகு கடந்த மூன்று ஆண்டுகளுக்கு முன்னர்தான் மரக்கா தன்னுடைய அடையாளத்தை இந்த சமூகத்திற்கு மத்தியில் தைரியமாக வெளிப்படுத்தத் துவங்கியிருக்கிறார்.

இதுகுறித்து அவர் பேசும்போது, "2018இல் எனக்கும் என் பெற்றோருக்கும் இடையே ஏற்பட்ட சில முரண்பாடு காரணமாக நான் வீட்டைவிட்டு வெளியேறி தனியாக வசிக்கத் துவங்கினேன். அதற்கு அடுத்ததாக 2019ஆம் ஆண்டு முதன்முதலாக பால் புதுமையினருக்கான "பிரைட் வாக்கில்" (Pride walk) கலந்துகொண்டேன்.

அங்குதான் முதன்முறையாக எந்தவொரு தயக்கமும் இன்றி ஆடிப்பாடி உற்சாகமாகச் சுற்றித் திரிந்தேன். என்னால் இவ்வளவு தூரம் உற்சாகமாக நடனமாட முடியும் என்பதையே நான் அப்போதுதான் உணர்ந்தேன்.

அந்த 'பிரைட் வாக்' என் வாழ்வின் முக்கிய திருப்புமுனையாக அமைந்தது எனக் கூறலாம். அதன்பின்னர் 2020ஆம் ஆண்டு, கொரோனா ஊரடங்கு காலத்தில் அனைவரைப் போலவே நானும் முற்றிலுமாக வீட்டினுள் முடங்கிப் போனேன். ஆனால் அந்த நேரத்தில்தான் என்னைப் போன்ற மற்ற சில நண்பர்களின் நட்பும், ஆதரவும் எனக்குக் கிடைத்தது. என்னு-

டைய இயல்பை வெளிப்படுத்துவதில் எனக்குள் இருந்த தயக்கங்கள் கொஞ்சம் கொஞ்சமாக கலையத் துவங்கியன.

ஆனால் இங்கு நான் மற்றொரு விஷயத்தையும் குறிப்பிட வேண்டும். 'எனக்குள் இருந்த பெண்மையை என்னால் உணர முடிந்ததே தவிர, நான் எந்த பாலினத்தைச் சேர்ந்தவராக இருக்கிறேன் என்பதை முடிவு செய்வதில் எனக்கு குழப்பங்கள் நீடித்தன'.

முதலில் என்னை ஒரு 'Non Binary' நபராக உணர்ந்தேன், பின் நிலையான பாலின தேர்வை கொள்ள முடியாத 'Gender fluid' நபராக இருக்கிறேன் என நினைத்தேன், மற்றொரு நிலையில் என்னை தன்பாலின ஈர்ப்பாளராக உணர்ந்தேன்.

அதவாது LGBTQ+ல், Q என்பது ஒருவர் தான் எந்த பாலினத்தைச் சேர்ந்தவராக இருக்கிறோம் அல்லது எந்த பாலினத்தின் மீது ஈர்ப்புக் கொண்டவராக இருக்கிறோம் என்பதை முடிவு செய்ய முடியாமல் தவிக்கும் ஒரு நிலையற்ற தன்மையைக் குறிக்கிறது.

அப்படியான நிலையில்தான் இத்தனை ஆண்டுகளாக நான் இருந்தேன். ஆனால் இப்போது இந்த அனைத்து குழப்பங்களையும் கடந்து, நான் ஒரு திருநங்கையாகத்தான் இருக்கிறேன் என்பதை உறுதி செய்துவிட்டேன்'' என்று விவரிக்கிறார் மரக்கா.

''மரக்கா என்பது நெல் அல்லது அரிசியை அளப்பதற்கு உபயோகிக்கப்படும் ஓர் அளவை. அதைப் போல மனித மனங்களையும் அவர்களுடன் உண்டாகும் அனுபவங்களையும் அளந்து எனக்குள் நானே கோனியாக இருந்து கொட்டிக்கொள்ள வேண்டும் என்பதற்காக மரக்கா என்ற பெயரை சூட்டிக்கொண்டேன்.

நண்பர் ஒருவர் எனக்கு பரிந்துரைத்த பெயர் இது. இந்தப் பெயரை முதலில் நான் எனது கவிதைகளுக்குத்தான் புனைப்பெயராகப் பயன்படுத்த துவங்கினேன். திருநங்கையாக மாறிய பிறகு இதையே எனது பெயராக மாற்றிக் கொண்டேன்'' என்றும் தனது பெயர் குறித்த சுவாரஸ்யத்தை அவர் குறிப்பிடுகிறார்.

ஒருவர் தன்னை திருநங்கையாக அடையாளப்படுத்தி கொள்வதற்கு, அறுவை சிகிச்சை செய்திருக்க வேண்டுமென்ற அவசியம் இல்லை என்று சுட்டிக்காட்டுகிறார் மரக்கா. அவர்கள் அறுவை சிகிச்சைகளையும் மற்ற சில மருத்துவ சிகிச்சைகளையும் எடுத்துக்கொள்ள வேண்டுமென்ற கட்டாயம் இல்லை எனவும், அறுவை சிகிச்சை செய்துகொண்டால்தான் நீங்கள் திருநங்கை என்று சொல்வதற்கான உரிமை யாருக்கும் இல்லை எனவும் அவர் குறிப்பிடுகிறார்.

அதேபோல இந்த பொதுச்சமூகத்திற்கு, திருநர் சமூகம் உட்பட ஒட்டுமொத்த 'குயர்' (பால் புதுமையினர்) சமூதாயத்தின் மீதான முறையான புரிதல் இல்லை என்ற தனது வருத்தத்தையும் அவர் பிபிசியிடம் பகிர்ந்துக்-

கொண்டார்.

இதுகுறித்து அவர் கூறும்போது, "குயர் என்ற வார்த்தைக்கு இங்கு பலருக்கு அர்த்தம் தெரியாது. குயர் என்று நீங்கள் கூகுளில் போட்டு தமி-ழாக்கம் தேடினால் 'விசித்திரமான' என்று பொருள் தரும். ஏனென்றால் ஆரம்ப காலத்தில் மேற்கத்திய நாடுகளில் எங்களைப் போன்ற மனிதர்களை விசித்திரமாக இருக்கிறோம் என்று கூறி 'குயர்' என்று அழைக்கத் தொடங்-கினர். ஆனால் "உங்களை எதைக் கொண்டு தாக்குகிறார்களோ, அதையே உங்களது ஆயுதமாக மாற்றுங்கள்" என்று அம்பேத்கர் சொன்னது போல, இன்று குயர் என்ற வார்த்தையே எங்களது சக்திவாய்ந்த அடையாளமாக மாறியிருக்கிறது. இந்த பொதுச் சமூகத்திடமிருந்து நாங்கள் சற்று வேறுபட்-டவர்களாக இருக்கிறோம். எனவே விசித்திரமாக இருக்கிறவர்கள் என்பதை-விட வேறுபட்டவர்கள் என்று கூறுவதுதான் குயர் என்ற வார்த்தைக்கு சரி-யான பொருளாக இருக்கும். ஏனென்றால் இன்று நேற்று அல்ல, மனித குலம் தோன்றிய ஆதி காலத்திலிருந்தே எங்களைப் போன்ற மனிதர்கள் வாழ்ந்திருக்கிறார்கள். நாங்களும் இயற்கையின் ஓர் அங்கம்தான்.

ஒரு தனியார் யூடியூப் சேனல் என்னை நேர்காணலுக்கு அழைத்தி-ருந்தார்கள். நானும் எனக்குப் பிடித்தவாறு புடவை அணிந்துகொண்டு, என்னுடைய அனுபவங்களைப் பகிர்வதற்குச் சென்றிருந்தேன். நேர்காணல் முடிந்த பிறகு, அங்கிருந்த தலைமை நிர்வாகி ஒருவர் என்னைப் பார்த்து 'சார்' என்று அழைக்கிறார். அது மனதளவில் என்னை மிகவும் பாதித்தது. நான் ஒரு பெண்ணாகத்தானே என்னை உங்கள் முன் அடையாளப்படுத்திக் கொண்டிருக்கிறேன். எங்களைப் போன்றவர்களிடம் எப்படிப் பேச வேண்டும் என்ற அடிப்படைப் பண்புகூட தெரியாத மனிதர்களைப் பார்க்கும்போது வருத்தமாக இருக்கிறது.

சமீபத்தில் நடந்த சென்னை புத்தக கண்காட்சியில்கூட எங்கள் சமூக மக்-களுக்கென ஒதுக்கப்பட்ட புத்தக ஸ்டால்களில் எங்களை சுதந்திரமாக இயங்-கவிடவில்லை. என்னிடம் கையெழுத்து வாங்க வந்த வாசகர்களைக்கூட அனுமதிக்கவில்லை. அங்கே நாங்கள் எழுத்தாளர்களாகப் போய் நின்றாலும், எங்களை அவர்கள் 'குயர்' மக்களாக மட்டும்தான் பார்க்கிறார்கள்" என்று கூறுகிறார்.

தான் இப்படி எத்தனையோ அவமானங்களையும், கேலி கிண்டல்களையும் சந்தித்து வந்தாலும், இந்தச் சமூகத்தின் மீது தனக்கு எப்போதும் வெறுப்பு நிலை ஏற்பட்டதில்லை என்கிறார் மரக்கா.

இதுகுறித்து அவர் கூறும்போது, "இருபது ஆண்டுகளுக்கு முன்னர் இருந்தது போன்ற நிலைமை இப்போது எங்களுக்கு இல்லை. நிறைய மாறியிருக்கிறது. எங்களது அடையாளங்களை வெளிப்படுத்தி கொள்வதற்கு ஏதோ ஒரு கட்டத்தில் எங்களுக்கென ஓர் இடம் கிடைக்கிறது.

எங்கள் சமூகத்தைச் சேர்ந்தவர்களிடம் இணையம் மூலமாக எளிதாக இணைந்து நட்பு கொள்ள முடிகிறது. எங்களுக்கென கொண்டாட்டங்களை நடத்திக் கொள்ள முடிகிறது. ஊடகங்கள்கூட இதற்கு முந்தைய காலங்களைவிட தற்போது எங்களைப் பற்றி அதிகமாகப் பேசுகிறது. எங்கள் சமுதாய மக்கள் செய்துகொள்ளும் திருமணங்களை செய்திகளாக வெளியிடுகின்றன. இவை அனைத்தையும் ஒரு நேர்மறையான சமிஞ்கையாக நான் பார்க்கிறேன். என்னுடைய சொந்த அனுபவத்தில்கூட, எனக்குப் பல நேர்மறையான விஷயங்கள் நடந்து வருகின்றன. என்னுடைய பெண்மையையும் குயர் சமூகம் சார்ந்த என்னுடைய செயல்பாடுகளையும் சில இடங்களில் அங்கீகரிக்கத் தொடங்கியிருக்கிறார்கள். முந்தைய காலகட்டத்தில் என்னுடைய பெண்மையை வெளிப்படுத்துவதற்கே தயக்கப்பட்டுக் கொண்டு என்னுடைய உடலையும் மனதையும் ஏமாற்றிக்கொண்டிருந்தேன்.

ஆனால் இப்போது பக்குவ நிலையை அடைந்து, என்னுடைய இயல்பைப் புரிந்துகொண்டு என்னை நானே வெகுவாக நேசிக்கத் துவங்கியிருக்கிறேன். அதை அப்படியே சமூகத்திடமும் வெளிப்படுத்துகிறேன். அதனால்தான் சொல்கிறேன் நீங்கள் யாராக இருந்தாலும் உங்களை நீங்கள் நேசிக்கத் தொடங்குங்கள்.

உங்களுடைய உடலுக்கு, உணர்வுக்கு, ஆன்மாவிற்கு நீங்கள் அறம் செய்யத் தொடங்குங்கள். அதுதான் உங்களை நீங்களே முழுமையாக ஏற்றுகொள்வதற்கான முதல் படி. உங்களுடைய இயல்பை நீங்கள் ஏற்றுகொண்ட பின் இந்தச் சமூகத்தில் எதை வேண்டுமானாலும் தைரியமாக எதிர்கொள்ளலாம்'' என்று கூறும் மரக்கா, தற்போது பலரால் 'Self Love Influencer' ஆக பார்க்கப்படுகிறார்.

பொருளாதாரரீதியாக கடினமான சூழலில் தற்போது தவித்து வந்தாலும், எப்படியாவது 'குயர் மக்களைப் பற்றிய படைப்புகள் குறித்து, ஒரு பிரத்யேக நூலகம் உருவாக்க வேண்டும்' என்ற முயற்சியில் ஈடுபட்டிருக்கிறார் மரக்கா.

''என் வாழ்வின் மிகப்பெரும் முயற்சியாகவும் கனவாகவும் இதைப் பார்க்கிறேன். எங்களுடைய சமுதாயம் குறித்து, பொது மக்களும், ஊடகங்களும், ஏன் அரசங்கமும்கூட சற்று கூடுதலான புரிதலைப் பெறுவதற்கு எங்களைப் பற்றிய படைப்புகளை ஆவணப்படுத்துவது முக்கியம் என நினைக்கிறேன்.

இது முழுக்க முழுக்க என்னுடைய முயற்சி. ஆனால் இதைத் தனியாகச் செய்து முடிக்கும் அளவுக்கு எனக்குப் போதிய பொருளாதார சூழல் இல்லை. எனவே என்னுடைய நூலகத்திற்காக பலரிடமும் நிதியுதவி கேட்கத் துவங்கியிருக்கிறேன். புத்தகங்களை யாசகம் கேட்கத் துவங்கியிருக்கிறேன். இதில் எனக்கு எந்தக் கூச்சமும் இல்லை. இந்த நூலகம் வெற்றிகரமாக உருவாக்கப்படும்பட்சத்தில், தமிழ்நாட்டில் உருவாக்கப்பட்ட முதல் ''குயர் நூலகமாக'' இது இருக்கும் என கண்கள் விரியப் பேசுகிறார். அதேபோல் எதிர்காலத்தில் ஒரு குழந்தையைத் தத்தெடுத்து வளர்க்க வேண்டுமென்று தனக்கிருக்-

கும் ஆசை குறித்தும் அவர் பிபிசியிடம் பகிர்ந்து கொள்கிறார்.

"காதல் என்பது மிகவும் அழகான உணர்வு. ஆனால் என்னுடைய வாழ்வில் எப்படியான இணையர் அமைவார் என்பது குறித்துத் தெரியாது. அதுகுறித்த பெரிய எதிர்ப்பார்ப்பும் எனக்கில்லை.

தாய்மையை அடைய வேண்டும் என்ற ஆசை அதிகமாக இருக்கிறது. எங்களுக்கு கர்பப்பை கிடையாது. அதனால் மாதவிடாய் வருவதில்லை. ஆனால் பெண்களுக்கான அத்தனை உணர்வுகளும் ஆசைகளும் எங்களிடம் மிகுதியாகவே இருக்கிறது. ஒவ்வொரு திருநங்கைக்கும் தான் தாயாக வேண்டுமென்ற ஆசை நிச்சயம் இருக்கும். எனக்கும் இருக்கிறது. நான் நிச்சயமாக ஒரு குழந்தையைத் தத்தெடுத்து வளர்ப்பேன். ஒரு குழந்தைக்கு என்னால் நல்ல தாயாக இருக்க முடியும் என்று நான் நம்புகிறேன்," என்று நெகிழ்கிறார் மரக்கா.

6. வலிகளுக்கு அப்பால்- கவின் மலர்

சென்னை பெசண்ட் நகர் கடற்கரையில் அமைந்துள்ள ஸ்பேசஸ் அரங்கில் பார்வையாளர்கள் உறைநிலையில் அமர்ந்திருக்கிறார்கள். பலருடைய விழிகளில் கண்ணீர். சற்று முன் நடந்துமுடிந்த அந்த நாடகத்தின் பாதிப்பை அனைவருடைய முகங்களிலும் காண முடிந்தது. பன்மை வழங்கிய 'கலர் ஆஃப் டிரான்ஸ்" நாடகத்தின் முதல் அளிக்கைக்குப் பின்னான காட்சிகள் இவை.

ஸ்மைலி என்கிற லிவிங் ஸ்மைல் வித்யா, ஏஞ்சல் கிளாடி, வினோதினி ஆகியோர் நடித்த இந்த நாடகம் திருநங்கைகள் மற்றும் திருநம்பிகளின் வலிகளைப் பேசுகிறது. டிவைசிங் தியேட்டர் என்று அழைக்கப்படும் முறையில் வடிவமைக்கப்பட்ட இந்த நாடகம் ஒன்றரை மணி நேரம் நடக்கிறது. "டிவைசிங் தியேட்டர் என்றால், இதில் நடிக்கும் ஒவ்வொருவரும் அவரவருடைய பகுதியை அவரவரே இயக்கவேண்டும். தனியாக இயக்குநர் என்று ஒருவர் கிடையாது" என்று விளக்குகிறார் லிவிங் ஸ்மைல் வித்யா. இந்த முறையில் நாடகத்தை உருவாக்கவேண்டும் என்கிற எண்ணம் லிவிங் ஸ்மைல் வித்யாவுக்கு தோன்றியபோது அவர் லண்டனில் இருந்தார். "லண்டனில் அரங்கக் கலை தொடர்பான படிப்புக்காகச் சென்றிருந்தபோது அங்கு பாலியல் சிறுபான்மையினருக்கான விழாக்கள் பலவற்றுக்குச் சென்றேன். ஆனால் அங்கு திருநங்கைகளும் திருநம்பிகளும் குறித்து விவாதிப்பது குறைவாக இருந்தது. சமபாலின ஈர்ப்புகொண்டோர் குறித்த பிரச்சனைகளே அதிகம் பேசப்பட்டன. ஆகவே இந்தியா திரும்பியதும் திருநங்கைகள், திருநம்பிகளுக்கான நாடகம் ஒன்றை உருவாக்கவேண்டும் என்கிற எண்ணம் எனக்குள் இருந்தது." என்கிறார்.

இந்தியா திரும்பியதும் அப்போது தென்கொரியாவுக்குச் சென்று அங்குள்ள நாடகக் குழுவினருடன் இணைந்து நாடகங்களில் நடித்த அனுபவம் பெற்று வந்த ஏஞ்சல் கிளாடி மற்றும் பல நாடகங்களில் நடித்த அனுபவம் உள்ள வினோதினி ஆகியோருடன் இணைந்து ஸ்மைலி இந்த நாடகத்தை உருவாக்கியிருக்கிறார். ஸ்மைலி இயக்குநர் மிஷ்கினிடம் துணை இயக்குநராக பணியாற்றியவர். ஏஞ்சல் கிளாடி மிஷ்கினின் 'ஓநாயும் ஆட்டுக்குட்டியும்' படத்தில் நடித்தவர். வினோதினி 'எங்கேயும் எப்போதும்', வருத்தப்படாத வாலிபர் சங்கம், ஜிகர்தண்டா போன்ற படங்களில் நடித்தவர். இவர்களுக்கு இருக்கும் திரை அனுபவம் இந்நாடகத்திற்கு பயன்பட்டிருக்கிறது.

"என் கதையை நானே நடிப்பதென்பது வித்தியாசமான அனுபவமாக இருக்கிறது" என்கிறார் ஏஞ்சல் கிளாடி. பொதுவாக கதைகளை அந்த கதாபாத்திரங்கள் சொல்லும். ஆனால் இந்நாடகத்தில் ஸ்மைலியின் கதையை அவருடைய தந்தை சொல்வதாக ஸ்மைலியே அப்பாத்திரமாகவும் ஒரு காட்சியில் மாறுகிறார். அதுபோல கிளாடியின் சகோதரர் சொல்வதுபோல கிளாடியே சகோதரர் பாத்திரமேற்றும் கிளாடியாகவும் மாறி மாறி நடிக்கிறார். நாடகத்தின் தொடக்கத்தில் வரும் ராப் பாடல் ஒன்றை எழுதியவர் வினோதினி. "கூத்துக் கலையில் வந்தனம் பாடுவதுபோல இந்த நவீன நாடகத்தில் பார்வையாளர்களை வரவேற்க பாடலை ராப் பாணியில் எழுதினேன்." என்கிறார் வினோதினி.

"சிவப்பு அந்த நாளுக்கு முன்பு வரை எனக்குப் பிடித்த நிறமாக இருந்தது" என்று கிளாடி விவரிக்கும் அந்தக் காட்சி வலி நிறைந்தது. பூனாவில் நேர்ந்ததை விவரிக்கும் காட்சியிலும் அதற்கு முந்தைய பாடலுக்கு ஸ்மைலி காட்டும் முகபாவங்களிலும் நடிப்புத்திறன் அநாயாசமாக வெளிப்படுகிறது. கைத்தட்டல்களை அள்ளும் காட்சி இது. ஒரு தீவிரமான வலி நிறைந்த கதைக்குள் பார்வையாளர்களை தன் இயல்பான நடிப்பின்மூலம் சிரிக்க வைக்கிறார் வினோதினி. ஸ்மைலியும் கிளாடியும் திருநங்கைகளாக நடிக்க, வினோதினி ஏற்ற பாத்திரம் திருநம்பியுடையது. ஒரு சில காட்சிகளுக்கு ஸ்பாட் லைட் இருந்திருந்தால் காட்சிகள் இன்னும் உணர்வுபூர்வமாக இருந்திருக்கும். காணொளிகளை பயன்படுத்தியவிதமும் மேடையில் நடிகர்களின் உற்சாகமான பங்கேற்பும் கூடுதல் வலுசேர்ப்பவை.

தவறான அறுவைசிகிச்சையால் பரிசோதனை எலிகளாக மாற்றப்படுவதை, ஒரு வார்த்தைகூட பேசாமல் ஸ்மைலி மௌனமாகவே தன் துயரத்தை பார்வையாளர்களுக்குக் கடத்தும் காட்சியுடன் நிறைவடைகிறது நாடகம். மேடையில் திரை விழுமுன்னே நமக்கு கண்ணீரே திரையாகி மேடையை மறைக்கிறது.

7. ஆயிஷா (எ)ஆதம் ஹாரி...பிரியா சோபனா

எப்படியாவது ஒரு தொழில் முறை பைலட்(Commercial Pilot) ஆகிய வேண்டும் என்ற அவரது லட்சியம் முடங்கி விடும் என்ற எண்ணம் வந்தது அவருக்கு.. Commercial Pilot பயிற்சி நிலையங்களை இவர் சென்று விசாரித்த போது, மூன்றாம் பாலினத்தை சேர்ந்த ஒருவருக்கு பயிற்சி அளிக்க முடியாது என்று மறுத்தது மட்டுமல்ல அந்த பயிற்சிக்கு 25லட்சம் ரூபாய் தேவைப்படும் என்ற உண்மையும் உறைத்தது அவருக்கு..ப்படியாவது ஒரு தொழில் முறை பைலட்(Commercial Pilot) ஆகிய வேண்டும் என்ற அவரது லட்சியம் முடங்கி விடும் என்ற எண்ணம் வந்தது அவருக்கு.. Commercial Pilot பயிற்சி நிலையங்களை இவர் சென்று விசாரித்த போது, மூன்றாம் பாலினத்தை சேர்ந்த ஒருவருக்கு பயிற்சி அளிக்க முடியாது என்று மறுத்தது மட்டுமல்ல அந்த பயிற்சிக்கு 25லட்சம் ரூபாய் தேவைப்படும் என்ற உண்மையும் உறைத்தது அவருக்குகேரள மாநிலம் திருச்சூர் அருகே இரிஞ்ஞலக்குடா என்ற ஊரைச் சேர்ந்தவர் ஆயிஷா... தனது இளம் வயதிலேயே தனக்குள்ளே ஒரு ஆண் மகன் வளர்ந்து வருவதை உணர்ந்திருந்தார் ஆயிஷா.. ஆனாலும் அச்சம் காரணமாக வெளிப்படுத்தவில்லை... தொடர்ந்து படித்தார் ஆயிஷா...+2 படித்து தேறிய உடனே, தென் ஆப்பிரிக்க ஜோகன்னஸ்பர்க் Flying Clubல் சேர்ந்து படித்தார்... இந்த நிலையில் ஆயிஷாவின் குரல் ஆண் குரலாக மாறி, அரும்பு மீசையும் முளைக்க துவங்கியது.. இந்த தகவல்கள் சமூக வலைத்தளங்களில் பரபரப்பாக வந்ததோடு ஆயிஷாவின் வீட்டிற்கும் தகவல்கள் சென்று சேர்த்தன.. பயிற்சி முடிந்த ஜோகன்னஸ்பர்க்கிலிருந்து வீட்டுக்கு திரும்பிய ஆயிஷா, தனது சொந்த வீட்டில் மிகக்கடுமையான சித்திரவதைகளை எதிர் கொள்ள நேர்ந்தது.. ஒரு வருடம் காலம் ஆயிஷா வீட்டுச் சிறையில் அடைக்கப்பட்டார்..

உறவினர்களும் ஊர் காரர்களும் கூட சேர்ந்து அவரை தனிமைப்படுத்தினார்கள்.. வேறு வழி இல்லாமல் ஆயிஷா வீட்டை விட்டு தப்பி ஓடி, ரெயில்வே ஸ்டேஷன்களிலும் கடைத் திண்ணைகளிலும் தூங்கி, கிடைத்த வேலைகளை செய்து, ஹார்மோன் சிகிச்சைகளையும் மேற்கொண்டார்.தனது பெயரையும் ஆதம் ஹாரி என்று மாற்றிக் கொண்டார்...பொதுவாக மூன்றாம் பாலினம் என்றாலே பாலியல் தொழில் தான் செய்வார்கள் என்ற பொதுப் புத்தியை உடைக்க வேண்டும் என்ற உறுதியோடு அழகு நிலையங்களிலும், ஜூஸ் கடைகளிலும் வேலை செய்தார்... ஆனாலும், ஜோகன்னஸ்பர்க் பயிற்சி மட்டும் போதாது; எப்படியாவது ஒரு தொழில் முறை பைலட்(Commercial Pilot) ஆகிய வேண்டும் என்ற அவரது லட்சியம் முடங்கி விடும் என்ற எண்ணம் வந்தது அவருக்கு.. Commercial Pilot பயிற்சி நிலையங்களை இவர் சென்று விசாரித்த போது, மூன்றாம் பாலினத்தை சேர்ந்த ஒருவருக்கு பயிற்சி அளிக்க முடியாது என்று மறுத்தது மட்-

டுமல்ல அந்த பயிற்சிக்கு 25லட்சம் ரூபாய் தேவைப்படும் என்ற உண்மையும் உறைத்தது அவருக்கு..இந்த நிலையில்,கடந்த ஆண்டு, தனது சக திருநங்கைகள்/திருநம்பிகள் கூறிய ஆலோசனையின் படி, கேரள மாநில சுகாதாரத்துறை அமைச்சர் தோழர்.K.K.ஷைலஜா டீச்சர் அவர்களை சந்தித்து, தனது நிலையை முன் வைத்து, தனக்கு ஏதாவது ஒரு வேலை கிடைக்க உதவி செய்ய வேண்டும் என்று கேட்டுக்கொண்டார்,

ஆதம் ஹாரி....''K.K. ஷைலஜா டீச்சர், சிரித்துக்கொண்டே, (நமக்கு பறக்கண்டே) நமக்கு பறக்க வேண்டாமா''என்று கேட்டதை நெகிழ்வுடன் நினைவு கூர்கிறார் ஆதம் ஹாரி...பிறகென்ன, மளமளவென்று எல்லாம் நடந்து முடிந்தது...ஆதம் ஹாரி, திருவனந்தபுரம் ராஜீவ் காந்தி Academy for Aviation Technologyயில் Commercial Pilot படிக்க அட்மிஷன் கிடைத்தது ஆதம் ஹாரிக்கு...மூன்று வருடங்கள் படிப்பதற்கு 25 லட்சம் ரூபாய் செலவு...இந்த தொகையில் 23,34000 ரூபாயை சமூக நீதித்துறையின் Plan Fundலிருந்தும் மீதித் தொகையை, We Care நிதியிலிருந்தும் வழங்கும் உத்தரவை பிறப்பித்தார் கேரள மாநில சுகாதாரத்துறை அமைச்சர் தோழர்.KK.ஷைலஜா டீச்சர்....தனது வாழ்க்கையை மாற்றி அமைத்த ஷைலஜா டீச்சரையும், சமூக நீதித்துறை செயலாளர் பிஜு பிரபாகரன் அவர்களையும் மறக்கவே முடியாது என்று நெகிழ்வுடன் கூறுகிறார், இந்திய நாட்டின் முதல் திருநம்பி விமானி,

.

8. மா....நான் பொண்ணா இருந்தா நல்லா இருக்கும்ல? - மகாலட்சுமி

மா....நான் பொண்ணா இருந்தா நல்லா இருக்கும்ல?ஏன் இசை....பையனா இருக்க புடிக்கலியா?பிடிச்சிருக்கு மா.ஆனா பொண்ணா இருந்தா நல்லாருக்கும்னு தோனுது.ஒன்னும் பிரச்சனை இல்ல.இதே போல உன்னோட 10 வயசுக்கு மேலயோ,15வயசுக்கு மேலயோ இல்லனா 20 வயசுக்கு மேலயோ தோனிச்சினா நீ பொண்ணா மாறிடு.ஆனா...பொண்ணா இருந்தா நல்லாயிருக்கும் அப்டிங்கிறதுக்காக இல்லாம....உன்ன நீ பொண்ணாவே உணருறனு சொன்னா அந்த முடிவுக்கு வா.அப்பவும் டாக்டர்கிட்ட போய் பேசிட்டு அந்த முடிவுக்கு வா.நான் இருந்தாலும் சரி இல்லானாலும் சரி.இது உன் உடம்பு உன்னோட உரிமை.சரி மா.

இசைப்ரியன் ரெண்டாவது படிக்கும்போது நிகழ்த்துன உரையாடல் இது.இப்பவும் எப்போவாவது அவன்ட்ட நான் கேட்கறது உண்டு "அப்டி தோனுதா இசை?"னு.நடவடிக்கையையும் பார்த்துட்டே இருக்கிறதும் உண்டு.சிலசமயம் Lipstick போட்றது,Make up போட ஆசப்பட்றது,யஷ்வினாவோட பாவாடையை எடுத்துப் போட்றதுனு இருக்கான்.இது மாறாதுனு சொல்லவும் முடியாது,மாறிடும்னு நினைக்கவும் கூடாது.ஏனா...அது

அவனோட உடல்சார்ந்த,உடைசார்ந்த விசயம்.ஆனா•••ஒன்ன மட்டும் எப்பவும் இசைக்கிட்ட சொல்லுவேன் “நீ செய்ற எந்த விசயமும் அடுத்தவங்களை பாதிக்கக்கூடாது;சட்டப்படி சரியானத செய்யணும்”.வீட்டுக்குள்ள நடக்கும் இதே உரையாடலும் ஆலோசனைகளும் பள்ளியிலும் வகுப்பறைகளிலும் தொடர்ந்துகிட்டே இருக்கு.ஒருவரின் நடை,பேசும் விதத்தை வைத்து அவர்களை எதிர்பாலின சொல்லாடலைக் கொண்டு புண்படுத்தக்கூடாது;அவர்களை அவர்களின் இயல்புகளோடு ஏறுறுக்கொள்ளப் பழகவேண்டும் என்பன போன்ற சில ஆலோசனைகளோடு விவாதங்களும்,கலந்துரையாடல்களும் நிகழ்ந்துகொண்டே இருக்கும்.திருநங்கைகளைத் திரைப்படத்திலும் நேரிலும பார்ததவர்கள்,திருநம்பிகளைப் பார்த்ததில்லை.திருநம்பிகளின் எண்ணிக்கை ஏன் குறைவாக இருக்கின்றது என்பதையும் விவாதித்துள்ளோம்.

ஒரு பெண் தைரியமாக,சுயமரியாதையோடு நடந்தாலே ” நீ என்ன ஆம்பளனு நெனப்பா;நீ என்ன ஆம்பள மாதிரி நடந்துக்கிற?”போன்ற கேள்விகளைக் கேட்டுப் பழகிய வெகுஜனம் ஒர் பெண் ஆணாக உணர்தலையும்,ஆணாக வாழ விரும்புவதையும் எப்படி விரும்பும்?திருமணம் வேண்டாம் என்று அடம்பிடிக்கும் பெண்களுக்குப் பின்னால்,திருமணமாகிக் குழந்தைகளைப் பெற்றுக்கொள்ளாமல் வாழும் பெண்களுக்குப் பின்னால்,நான் துறவியாகத்தான் போவேன் என்று விடாப்பிடியாக இருக்கும் பெண்களுக்குப் பின்னால் அத்தனை உணர்வு சார்ந்த வலிகள் இருக்கின்றன.இதைத் தாண்டி வெளிவருதல் என்பது அசாத்தியமானது.தெரியும் தூரங்களில் திருநங்கைகள் இருப்பதால் தன்னைப் பெண்ணாக உணரும் ஆண்களுக்குக் கலங்கரை விளக்கம் இருக்கின்றது என்ற நம்பிக்கைக் கிட்டியதால் இன்று அவர்களுக்கான வாழ்க்கையை அவர்கள் வாழ்கிறார்கள்.அவர்களின் தொழில் இது,அவர்கள் ஏன் கைத்தட்டி கேட்கணும்,அவர்கள் ஏன் அப்படி உடை உடுத்தணும் போன்ற கேள்விகள் ஒவ்வொன்றையும் கண்ணாடி முன் நின்று கேட்பது போல.அவர்களுக்கான வேலைகளை யாரும் வழங்க முன்வராதவரை,அவர்களை அப்படியான ஒரு பிம்பத்தில் பார்க்கும்போது,அவர்களை அனுபவிப்பவர்களை நாம் குற்றம் சாட்டாதவரை இவையெல்லாமே தொடரும்.”கஷ்டப்பட்டு,புள்ளைகள பெத்து,வளத்து,ஆளாக்கி,ஒரு நல்ல நிலைமைக்கு வரணும்னுதான ஆசப்பட்டோம்.ஆனா அவங்க எங்கள அவமானப்படுத்திட்டு,அசிங்கப்படுத்திட்டு போயிட்டாங்க.போயிட்டு பிச்சையெடுத்து சாப்பட்றாங்க.அப்டியென்ன அவங்களுக்குப் பொண்ணா/பையனா மாறணும்னு வெறி.கட்டுப்படுத்திட்டு எங்கக்கூடவே இருந்திருக்கணும்ல”.இவைகள்தான் பெற்றோர்களின் குற்றச்சாட்டாக இருக்கின்றன.எல்லோருக்குமான அறிவுறுத்தல் அவர்களின் உடல்;அவர்களின் உரிமை.

மனிதர்களைப் பாலின அடிப்படையில் பார்த்து,ஒழுக்கம் கற்பிப்பதை நிறுத்துவோம்.நம் எண்ணங்களை,கற்பனைகளை,குறிக்கோள்களை,ஜாதி-

களை,மதங்களை,எதிர்பார்ப்புகளை.... நாம்தான் பெற்றெடுத்தோம் என்ற ஒரே காரணத்துக்காகத் திணிக்காமல் இருப்போம்.

9. சமகால இலங்கைத் தமிழ்ச் சமூகத்தில்

குயர்/திருநர் தொடர்பான வெறுப்புணர்வுகளை எதிர்கொள்ளும் வழிவகைகள்
டினோஜா நவரட்ணராஜா (காரைநகர்)

மானிடராய் பிறந்த யாவருமே அவருடைய வாழ்க்கை பயணங்களை முழுமையாக, சீராக, சுதந்திரமாக, வண்ணமயமாக வாழ பிறந்தவர்களே. இனம், மதம், மொழி, பால்நிலைகள், கலாசாரம் என அனைத்தையும் தாண்டி, மனிதமென்ற ஒன்று மட்டுமே மகத்துவமானது. ஒவ்வொரு தனிப்பட்ட மனிதருடைய வாழ்க்கையிலும் தனித்துவமான விருப்பங்கள், எதிர்பார்ப்புகள், தீர்மானமெடுத்தல் தொடர்பான சிந்தனைகள் போன்றவை பெறுமதியானவை. ஆக மனிதராய் பிறந்த யாவருமே தத்தமது வாழ்வை கொண்டாட பிறந்தவர்களே. ஆனால் நாமோ மனிதருக்குள் பல்வேறு பிரிவினைகளை திணித்தபடி மனிதமதை மறந்தே போகின்றோம். ஆணென்றும், பெண்ணென்றும், அடையாளம் ஏதேன்றும் ஏராளம் விதிமுறைகளென இச் சமூக அரங்கில் வகுத்துள்ளமை வருத்தத்திற்குரியது.

தொடர்ந்து இத்தகைய பால் ரீதியான அடையாளங்கள் பலரது வாழ்வில் பாரியளவில் செல்வாக்கு செலுத்துகின்றமை குறிப்பிடத்தக்கது. இதிலும் குறிப்பாக LGBTQIA+ (குயர்/திருநர்) தொடர்பான மாற்றுக் கருத்துகளும், வெறுப்புணர்வுகளும், புறக்கணிப்புக்களும் உலகளாவிய ரீதியில் இன்றளவிலும் போதிய விழிப்புணர்வு பெறாத விடயமாகவே காணப்படுகின்றமை கவலைக்குரியது. குறிப்பாக இலங்கையை எடுத்துக் கொண்டால், எமது தமிழ்ச் சமூகத்தில் குயர் தொடர்பான விழிப்புணர்வுகளை ஏற்படுத்த வேண்டிய தேவைகள் இருக்கும் அதேவேளை, அவர்களுக்கான அங்கீகாரங்களையும் சமூக அரங்கில் பெறவேண்டிய வழிவகைகளை ஏற்படுத்த வேண்டியது காலத்தின் தேவை என உணர்ந்து கொள்ளல் வேண்டும்.

இதற்காக முதலில் திருநர் பற்றிய பூரண தெளிவை நோக்க வேண்டியது நன்று. அதன்படி பரவலாக ஆண் மற்றும் பெண் பாலினங்களே பெருமளவு அறியப்பட்ட பாலினங்களாகவும், எதிர்பாலினர் மீதான பாலுணர்வுகளை ஏற்றுக் கொள்ளப்பட்டதாகவும் காணப்படுகின்ற போதிலும், முற்காலம் தொட்டே குயர் எனப்படும் பாலினத்தவர்கள் சரிவர அறியப்படாதவர்களாகவே உள்ளனர். ஆனால் இன்று ஆண் மற்றும் பெண் எனப்படும் சிறிய வட்டத்தையும் தாண்டி LGBTQIA+ என பாலினங்கள் பலவகைப்பட்டதாக அடையாளப்படுத்தப்படுகிறது. அதில் ஒரு பெண் இன்னொரு பெண் மீது ஈர்ப்பு கொள்ளுதல் (Lesbian), ஒரு ஆண் இன்னொரு ஆண் மீது ஈர்ப்பு கொள்ளுதல் (Gay), இருபாலினத்தவர் மீதும் ஒருவர் நாட்டம் செலுத்து-

தல் (Bisexual), மூன்றாம் பாலினம் என குறிப்பிடப்படும் திருநங்கைகள் மற்றும் திருநம்பிகள், அதாவது பிறப்பின் போது அறியப்பட்ட பால்நிலையிலிருந்து வளரும் காலத்தில் இன்னொரு பாலினத்தவராக உணர்தலை குறிப்பிடுவர். அத்துடன் பிறப்பின் அடிப்படையில் பால்நிலை கூறப்பட இயலாதவிடத்து மருத்துவ கருத்தின்படி பால்நிலை தீர்மானிக்கப்படுதலும் குழந்தை தான் வளரும் காலத்தில் தன்னை வேறு ஒரு பாலினமாகவும் அடையாளம் காணலாமெனும் இடத்தில் இடையிலிங்கம் (inter sex) என்றும் குறிப்பிடுவர். இவை தவிர LGBTQI நிலைகளை சேர்ந்த அனைவரையும் குயர் என்பர். இவர்களது தேவைகள், பிரச்சினைகள், குறைகள் சார்ந்து செயற்படுகின்ற செயற்பாடுகளை குயர் கண்ணோட்டம் என குறிப்பிடுவர். எவ்வாறாயினும் பாலின அடையாளம் ஒவ்வொருவருடைய அக உணர்வுகளுடன் தொடர்புடையவை.

இவ்வாறான பாலின வேறுபாடுகளை அடிப்படையாகக் கொண்டு இன்றளவிலும் உலகளாவிய ரீதியிலும் இலங்கையிலும் திட்டமிடப்பட்டோ அல்லது திட்டமிடப்படாமலோ, வெளிப்படையாகவோ அல்லது மறைமுகமாகவோ பிரச்சினைகள் மற்றும் புறக்கணிப்புகள் நடந்து கொண்டேதான் இருக்கின்றன. உதாரணமாக ஏதேனும் ஒரு கொள்கை அனைவருக்கும் பொதுவானதாக தோன்றினாலும் அவை எல்லோரையும் உள்ளடக்க கூடியதாக இல்லாமல் பாலின அடையாளங்கள் கொண்டு உரிமைகளை மறுப்பதாகவும் இருக்கவே செய்கின்றன. இதில் காணப்படும் முதலாவது சிக்கலாக குயர் சமூகத்தவர், தத்தமது சுயம் பற்றிய தெளிவையும் அடையாளங்களையும் குடும்ப அளவில் முன்வைப்பதே. இலங்கையை எடுத்து கொண்டால் குடும்ப சூழல் அவர்களுக்கு மிகவும் முரணான கொள்கைகளையும் சிக்கல் மிகுந்த எண்ணப்பாங்குகளையும் கொண்டதாகவே காணப்படுகிறது. ஒரு தனி நபர் தனது பாலின அடையாளம் இதுதானென்றும் இவ்வாறுதான் நான் என்னை உணர்கின்றேன் என்றும் முன்வைப்பதற்கான வெளியினை பெறுவதே சவாலாக உள்ளது.

குடும்பத்தவர்கள் மத்தியில் தன்னுடைய பாலின மாற்றங்கள் மற்றும் ஈடுபாடுகள் குறித்து தெரியப்படுத்தும் போது பெரும்பாலான குடும்பங்களில் இருந்து அவர்கள் தனித்து விடப்படுகின்றனர். இன்னும் சில குடும்பங்கள் பாலின அடையாளங்களை மறைத்து வற்புறுத்தி முடங்கிய நிலையில் வைத்திருக்க முயல்கின்றன. குடும்ப கௌரவம், அந்தஸ்து என்ற யதார்த்த நிலைகள் தாண்டிய நியாயமற்ற காரணங்கள் முன்னிலை படுத்தப்படுகின்றன. பாலின மாற்றங்களிற்குள் இத்தகைய புறக் காரணங்கள் எங்கிருந்து வந்தது என்பதே சமூக அரங்கில் கேட்க வேண்டிய முதல் கேள்வியாக உள்ளது.

இவ்வாறாக குடும்ப பிற்போக்கு சிந்தனைகளையும் தாண்டி அவைகளை உடைத்து வெளிவரும் குறித்த நபர்கள், தங்களின் அடையாளங்களை சமூக அரங்கில் முன்வைக்கும் போது அவர்களது உரிமைகள் மறுக்கப்படுவது மட்டுமல்லாமல் கல்வி, தொழில்வாய்ப்பு தளங்கள் என அனைத்து இடங்களி-

லும் மனிதத்துவம் என்பதை மறந்து பாலினப் பாகுபாடு மேலோங்கி நிற்கி-றது. இவை தவிர குடும்பத்தையும் தாண்டி வெளியே வரும் போது, தனித்து விடப்படுகையில் சிக்கல்களை எதிர்கொள்ள வேண்டிய நிர்ப்பந்தம் ஏற்படுகி-றது. பாலியல் ரீதியான சுரண்டல்கள், பொருளாதார நெருக்கடிகள், கல்வி மறுப்பு, வேலை வாய்ப்புகள் தர மறுப்பு, உணர்வுரீதியான சுரண்டல்கள், கேலிகள், விலக்கி வைக்கப்படுதல் முதலிய பெரும் சவால்களுக்கு முகங்-கொடுக்க வேண்டிய நிலை விரும்பியோ விரும்பாமலோ ஏற்படுத்தப்படுகிறது.

இலங்கையைப் பொறுத்தவரை, பாலின மாற்றங்கள் தொடர்பாக சேவை-யாற்றும் நிறுவனங்கள் அமைப்புகள் இருக்கின்ற போதிலும் குடும்பத்தை தாண்டி வெளிவருபவர்களுக்கு இவை தொடர்பான போதிய விழிப்புணர்வு போதுமானதாக இல்லை. அத்துடன் மனித உரிமைகள் கண்காணிப்பகத்தின் மூலமாக இலங்கையில் மேற்கொண்ட ஆய்வின்படி பெரும்பாலோனோர் பாலியல் ரீதியாகவும் உடலுள ரீதியாகவும் துஷ்பிரயோகங்களை எதிர்-கொண்டு இருப்பதாக தெரியவந்துள்ளது. அதுமட்டுமல்லாமல் அரைவாசிக்கு மேற்பட்டோர் எந்தவொரு காரணங்கள் இன்றியும் பொலீஸ் விசாரணைக்கு உட்பட்டு இருக்கின்றனர் அதுமட்டுமல்லாது பொலிஸ் விசாரணைகளின் போது உடல் உள ரீதியான துன்புறுத்தல்களை எதிர்கொண்டும் இருக்கின்-றனர்.

இவ்வாறான பிரச்சினைகளில் இலங்கை அரசாங்கம் தற்போது கவனம் செலுத்த தொடங்கி இருப்பினும், சமூக அளவில் பால்நிலை அடிப்படையி-லான பாகுபாடு மற்றும் பாரபட்சம் காட்டும் பழக்கங்கள் இல்லாதொழிப்ப-தற்கு நடவடிக்கைகள் எடுத்தல் அவசியம். இவை மட்டுமல்லாது மருத்துவ சிகிச்சைகளை நாடும்போதும், தேவையேற்படும் பட்சத்தில் பொலிஸ் முறைப்-பாடுகளை மேற்கொள்ளும் போதும், தொழில் வாய்ப்புக்களிற்கான நேர்கா-ணல்களை எதிர்கொள்ளும் போதும் கூட இவர்கள் பல்வேறு சவால்களை எதிர்கொள்ள வேண்டி இருக்கின்றது. அதாவது அநாவசியமாக தனிப்பட்ட தேவையற்ற கேள்விகளை கேட்டல், மன நோயாளிகளாக சித்தரிக்கப்படு-தல், சில மருத்துவர்கள் சிகிச்சை அளிக்க முன்வராமலிருத்தல், அநாவசிய வினாக்களிற்கு பதிலளிக்க தவறும் பட்சத்தில் மேலும் உளரீதியாக துன்பு-றுத்தப்படல், தேவைகள் புறக்கணிக்கப்படுதல், காத்திருக்க வைத்தல் போன்ற பல துன்பங்களை எதிர்கொள்கின்றனர். தற்கால காவற்துறை நடவடிக்கை-களை எடுத்துக்கொண்டால் மனிதராக பிறந்த அனைவருக்கும் சம உரிமை-களென்றே கூறப்படுகிறது. அதன்படி இலங்கையில் குற்றங்கள் நிரூபிக்கப்ப-டும் வரை ஒருவரை குற்றவாளியாக பாவிக்க இயலாதென்றும், நியாயமான பொது விசாரணைக்கு மட்டுமே உட்படுத்தப்பட வேண்டுமென்றும் மனித உரிமைகள் சாசனம் குறிப்பிடுகையில், விசாரணைகளின் போது பால்நிலை அடையாள பாகுபாடுகள் நன்றல்ல.

ஒரு நாட்டில் சுதந்திரமாக நடமாடும் உரிமை, உயிர் உரிமை, சுதந்திரம், தனிநபர் பாதுகாப்பு, அடிமைத்தன விடுதலை, சொத்துக்களை சொந்தமாக்கிக்கொள்ளும் உரிமை, சுயதீர்மானம், சமூக பாதுகாப்பு உரிமை, கல்வி கற்கும் உரிமை, தொழிலுரிமை முதலிய பல அடிப்படை உரிமைகள் அனைவருக்கும் பொதுவானவை எனும் போது, அவற்றை பால்நிலை வேறுபாடுகளை முன்னிறுத்தி புறக்கணிக்கணித்தல் ஆரோக்கியமன்று.

மனித உரிமைகள் கண்காணிப்புக்குழு, 2016 ஆம் ஆண்டளவில் ஒருவரின் சட்டபூர்வமாக பால்நிலையை மாற்றிக் கொள்வதற்கான ஒரு தெளிவான வழி இலங்கையில் கடினம் என்றும், விரும்பும் பெயர் மற்றும் பால்நிலை என்பவற்றை பிரதிபலிக்கக்கூடிய உத்தியோகபூர்வ அட்டைகள் மற்றும் ஆவணங்கள் பெறுவதற்கு சிக்கல்களை எதிர்கொள்ள வேண்டியிருக்கும் என்றும் குறிப்பிடுகிறது. ஆயினும் பிற்பாடு தேசிய மனித உரிமைகள் ஆணைக்குழு மற்றும் சுகாதார அமைச்சின் கருத்துப்படி குயர் அமைப்பினர் தொடர்பான மருத்துவரின் பரிசோதனை பிற்பாடு பால்நிலை மாற்றங்களை ஆவணங்களில் கொண்டுவரும் நடைமுறைகள் கைகொள்ளப்படும் வசதிகள் ஏற்படுத்தப்பட்டன. ஆயினும் கல்வி பெறுதல், தொழில் வாய்ப்புக்களில் இணைதல், திறமைகளிற்கான அங்கீகாரத்தை பெறுதல் போன்ற நன்மைகளை மிகவும் சொற்பமானோரே பெறுகின்றனர்.

திருநங்கைகள், திருநம்பிகள் என்று சமூகத்திலிருந்து பிரித்து நோக்குவதிலும் பார்க்க சமூக அளவிலும் தனிநபர் கருத்துக்களவிலும் மாற்றங்களை ஏற்படுத்த முயற்சி செய்யவேண்டும். பால் நிலை மாற்றங்கள், அடையாளங்கள் என்பதையும் தாண்டி மனிதர்களை மனிதர்களாக பாவிக்க வேண்டும். அனைவரும் உயிர் வாழ்கிறோம். அனைவரும் சுவாசிக்கின்றோம். அனைவருக்கும் கனவுகள் கற்பனைகள் உண்டு. அனைவரும் நம் திறமைகளை வெளிக்காட்டும் அங்கீகாரமே விரும்புகின்றோம். அனைவருக்கும் பொதுவாகவே இந்த இயற்கையும் இந்த பிரபஞ்சமும் தரப்பட்டிருக்கிறது. இதில் ஆயிரமாயிரம் வேற்றுமைகள் ஏனோ? நம் நட்பு வட்டங்கள் எப்போதும் ஆரோக்கியமாக இருத்தல் நன்று. எந்தெந்த சந்தர்ப்பங்களில் அடையாளங்களை காரணங்களாக சித்தரித்து மனிதர்களை புறக்கணிக்கின்றோமோ, அந்தந்த இடங்களில் மனிதத்தன்மையிலிருந்து நம்மை நாமே தாழ்த்திக் கொள்கின்றோம். குயர்/திருநர்கள் எதிர்கொள்ளும் பிரச்சினைகளிற்கான தீர்வுகள் என்று நோக்கின், சமூகத்தவரளவில் மேற்கொள்ளப்பட வேண்டிய மாற்றங்கள், குறித்த குயர்/திருநர்கள் மத்தியில் ஏற்படுத்தப்பட வேண்டிய மாற்றங்கள் என்று அணுக இயலும்.

முதலாவதாக குடும்ப அளவில் மாற்றங்கள் கொண்டுவரப்படவேண்டும். பெற்றோர் சகோதரர்கள் என குடும்பம், குறிப்பிட்ட குழந்தையின் உடலுள மாற்றங்களை ஏற்றுக் கொள்வதோடு அதற்கான ஆதரவு, பாதுகாப்பு, அரவணைப்பு, தன்னம்பிக்கை முதலியவற்றை தரவேண்டும். சமூகத்தின் அடிப்-

படை அலகான குடும்பமே குழந்தைகளிற்கு பாதுகாப்பான அரணாகும். இவ்வகையில் குறிப்பிட்ட குழந்தைகளை தனிமையில் விடாது, புறக்கணிக்காது ஒரு தனிமனிதனுக்கு அவசியமான கல்வி மற்றும் அனைத்து உரிமைகளையும் கிடைக்கச்செய்யுமிடத்து புறத்தாக்கம் நிச்சயமாக குறிப்பிட்டளவில் குறைவதற்கான வாய்ப்புகள் உண்டு.

அத்தோடு நாம் ஒரு தொழில் வழங்குனராக இருப்பின், பால் அடையாளங்களை கருத்திற்கொண்டு புறக்கணிக்காமல் திறமைகளிற்கு வாய்ப்பளிக்க முயற்சிகள் செய்ய வேண்டும். அத்தோடு நாம் பாரபட்சங்களின்றி தொழில் மற்றும் கல்வி வழிகாட்டல்களை வழங்குதல் நன்று. ஒரு ஆரோக்கியமான சமூகம் கட்டியெழுப்பப்பட வேண்டுமெனில் இத்தகைய பால்நிலை ரீதியான மாற்றங்களையும் பிற்போக்கான மன ஓட்டங்களையும் மாற்றமடையச் செய்வதோடு, ஏனைய குயர்/திருநர்களது எதிர்கால பயணத்திற்கு நட்புமிக்க உந்துதல்களை அளிக்கவும் முன்வருதல் நன்று.

குறிப்பாக இலங்கையில் குயர்/திருநர்கள் கல்வியை பெறுவதில் பின்னிப்பதற்கும் தயக்கம் காட்டுவதற்கும் இச்சமூகத்தின் விமர்சனங்களும் கல்வி நிறுவனங்களிற்குள்ளே முகங்கொடுக்க வேண்டி இருக்கின்ற கேலி கிண்டல்கள், புறக்கணிப்புகள், பாரபட்சம் முதலியவை முக்கிய காரணங்களாக அமைகின்றன. ஆக, கல்வி கற்றலிற்கான தளங்களினை வழங்குவதோடு மட்டும் இத்தகைய பிரச்சனைகள் முற்றுப்பெறுவதென்பது கடினம். மாறாக ஒவ்வொரு தனிநபரும் அவரவர் எண்ணங்களிலும் செயல்களிலும் மாற்றங்களை ஏற்படுத்த வேண்டும்.

ஒரு குழந்தையின் உடலுள மாற்றங்களை சமூகம் ஏற்றுக்கொள்ள எத்தனிக்கும் போது, அது நிச்சயமாக குறிப்பிட்ட குழந்தையின் வளர்ச்சிக்கு உரமாக அமையும். குடும்ப அளவிலும் குறிப்பிட்ட குழந்தை தொடர்பான புரிதல் என்பது மிக மிக அவசியமானதொன்று. அத்துடன் குடும்பமும் இணைந்து சமூக அரங்கில் மாற்றங்களை உருவாக்க முயல்தல் வேண்டும். இலங்கையை பொறுத்தவரையிலும் யாவருக்கும் சம உரிமை என்பது பேச்சளவிலும், சார்பு எழுத்தளவிலும் மட்டும் நின்றுவிடாது நடைமுறையில் கொண்டுவர, பாலின வேறுபாடின்றி அனைவரும் ஒன்றிணைந்து முயற்சி செய்தல் வேண்டும். சிறிய அளவில் மேற்கொள்ளும் முயற்சிகள் நிச்சயமாக பெரிய அளவிலான மாற்றங்களிற்கு வித்திடும்.

இவ்வாறான சமூகத்தில் திண்ணையில் பல்லாண்டுகளாக பரவச் செய்து கிடக்கும் இவ்வாறான உணர்வுகளையும் புறக்கணிப்புகளையும் இல்லாதொழிப்பதில் குயர்/திருநர்களிற்கு முக்கிய பங்குண்டு. தம்மை பற்றிய புரிதல்கள் மற்றும் தெளிவினை பெற்றுக் கொள்வதோடு, தம்மைச் சுற்றி இருப்பவர்களிற்கு அவை தொடர்பான புரிதலை புகட்ட முயற்சி செய்தல் நன்று. வாய்வழி கருத்துப் பரிமாற்றங்கள் எதிர்பார்த்த அளவிற்கு வரவேற்பை பெறத்தவறும் பட்சத்தில் ஆரோக்கியமானதாகவும், ஆக்கபூர்வமானதாகவும் பல

ஊடகங்களை பயன்படுத்திக்கொள்ள இயலும். அவை கட்டுரைகளாகவோ கவிதைகளாகவோ பாடல்களாகவோ புகைப்படங்களாகவோ சமூக வலைதளங்களாகவோ அமையலாம். இதன் மூலம் தமக்கான சுயமரியாதை தளத்தையும் பெற்றுக்கொள்ள முடியும்.

அடையாளங்களை மறைத்துக் கொள்ள முயல்வது அவர்களது சுயங்களை அவர்களே திருடுவதற்கு சமமாகும். அது இயல்பான நடத்தைகளையும் திறமைகளையும் கூட இல்லாமல் செய்யும். ஆக தனிநபர் உடல் அடையாளங்களை மறைத்து கொள்வதை விடுத்து, அங்கீகாரம் முன்வருதல் வேண்டும். இதன் மூலம் "நாம் வித்தியாசமானவர்கள்" என்ற எண்ணக்கருவில் இருந்து விடுபட இயலும். சமூகப் புறக்கணிப்புகளை எதிர்கொள்வதற்கு கல்வியும் ஆளுமைகளும் சிறந்த ஆயுதங்கள். சமூகத்தினை மாற்ற முயற்சி செய்யும்போது விமர்சனங்களை கருத்திற் கொண்டு பின்னிற்றல் நன்றல்ல. சமூக விமர்சனங்களையும் புறக்கணிப்புகளையும் பெரும் சவாலாக ஏற்றுக்கொண்டு, கல்வி மற்றும் திறமைகளையும் வளர்த்துக் கொள்ளுதலோடு, மற்றங்களிற்காக முயல்தல் நன்று. இதன்மூலம் சமூகத்தின் கருத்துகளிலும் நம்பிக்கைகளிலும் அணுகுமுறைகளிலும் நிச்சயமாக மாற்றங்களை கொண்டு வர இயலும்.

ஒரு தனிமனிதன் தன்பாலின மாற்றங்களை உணரும் தருணத்தில் சமூக வலைதளங்கள் மூலமாகவும் ஏனைய அமைப்புக்களின் மூலமாகவும் விரிவான புரிதல்களை பெற்றுக்கொள்ள இயலும். அமைப்புகள் என்று நோக்கினால் இலங்கையில் EQUAL ground (மனித உரிமைகள் மற்றும் LGBTQ சமூகம் சார்ந்த அமைப்பு), Gay rights (NGO), Jaffna transgender Network முதலிய பல அரச சார்பற்ற நிறுவனங்கள் மற்றும் சுகாதாரத் திணைக்களம், மனித உரிமைகள் ஆணையகம் முதலிய அரச நிறுவனங்களையும் நாட இயலும்.

ஆக ஆரோக்கியமான இலங்கையின் எதிர்கால தலைமுறையை கட்டியெழுப்புதல் என்பது இன்றைய மாற்றங்களிலேயே தங்கி இருக்கின்றது. பால்நிலை அடையாளங்களை முன்னிலைப்படுத்துவதை விடுத்து அனைவரும் ஒன்றிணைந்து மாற்றங்களிற்கான பாதையை நோக்கி நகர்தல் தனிநபர் வளர்ச்சிக்கு மட்டுமல்லாமல், மொத்த சமுதாய வளர்ச்சிக்கும் பெரும் பங்களிக்குமென்பதில் ஐயமில்லை.

10. பண்பாட்டுத் திணிப்பும் பால்நிலைச் சமத்துவம் நோக்கிய நகர்வும்

- அனுதர்ஷி (இலங்கை)

இக்கட்டுரைத் தொடர் வடபுல மக்கள் மத்தியில் ஆழமாக வேரூன்றியுள்ள பிற்போக்கான கருத்தியல்கள் பால்நிலைச் சமத்துவத்திற்கு அச்சுறுத்தலாக அமைதல் குயர் மக்கள் இந்தச் சமூகத்தின் மத்தியில் வன்முறைகளை

யும் பாரபட்சங்களையும் எதிர்கொள்வதற்குக் கலாசாரமும் சமய அல்லது மத கட்டமைப்புக்களின் பங்கு வடபுலத்தில் குயர் அரசியல் குயர் விழிப்புணர்வுச் செயற்பாடுகள் மற்றும் ஏனைய குயர் செயற்பாட்டாளர்களின் சமத்துவம் நோக்கிய முன்னெடுப்புக்கள்இ கல்வியலாளர்கள் அரசியல்வாதிகள் உள்ளிட்ட மையக்கருத்து வெளிப்பாட்டளர்கள் குயர் அரசியல் அல்லது அதுசார்ந்த விடயங்களில் பேணும் மௌனிப்பு என்பன பற்றி பேசவிழைகின்றது.

இயற்கை', 'இயல்பு' என்ற வரையறைக்குள் அடங்காதவைகளை சமூகம் ஏற்றுக்கொள்ள மறுக்கிறது. இயற்கையானது மற்றும் இயல்பானது என்பவைகளை யார் தீர்மானிக்கிறார்கள்? எதிர்ப்பால் காதலைக் கொண்டாடுகின்ற இந்தச் சமூகம், குயர் மக்களின் காதலையும் அழகியலையும் இயல்பாகவாவது பார்க்கப் பக்குவப்படவேண்டும்.

இலங்கையைப் பொறுத்தமட்டில் இன்றைய காலகட்டத்தில் பால்நிலை சார்ந்த மாற்றுச் சிந்தனைகளின் அவசியம் உணரப்பட்டிருக்கிறது. இலங்கை போன்ற தந்தை ஆதிக்கக் கருத்தியல் ஆழமாக வேரூன்றியுள்ள ஒரு நாட்டில் பால்நிலை சார்ந்த விடயங்கள் ஆய்வுக்கு உட்படுத்தப்படுதல் காலத்தின் தேவையாகவுள்ளது. ஏனெனில் தந்தையாதிக்கக் கருத்தியல்கள் குயர் மக்களையும் பெண்களையும் அதிகம் பாதிக்கின்றன. குறிப்பாக அவர்களது குடும்பம், சமூகம் மற்றும் தொழில் வாழ்க்கையில் அதிகம் சிக்கல்களை உருவாக்குகின்ற அதேவேளை ஒருபாலீர்ப்பு வெறுப்பாளர்கள் உருவாகுதலும் இந்தக் கருத்தியலின் இன்னொரு பரிணாமம்

பால்நிலை என்ற விடயம் குறிப்பாக இலங்கையின் வடபுல தமிழ்ச் சமூகப் பின்புலத்தில் ஏற்படுத்தும் தாக்கங்கள் அளப்பரியவை. பால்நிலை ரீதியான பண்பாட்டுத் தாக்கங்கள் இங்கு அதிகம். பண்பாடு என்பது குறிப்பிட்ட ஒரு மக்கள் கூட்டம் அல்லது சமூகம் தனது சமூக வளர்ச்சியினூடாகத் தோற்றுவித்துக்கொண்ட மக்களின் வாழ்நிலை, வாழ்வியல் நடைமுறைகள், கருத்துக்கள், பழக்கவழக்கங்கள், வாழ்வியல் போக்குகள் ஆகியவற்றின் தொகுதியாகும். இது மாற்றமடையக் கூடியதாகும். காலங்காலமாக மனிதன் வேறுபட்ட பண்பாட்டுக் கூறுகளைக் கொண்டு வாழ்ந்து வந்திருக்கிறான். காலவோட்டத்தில் ஒவ்வொரு சமூகமும் ஏனைய சமூகத்தின் பண்பாடுகளையும் பழக்கவழக்கங்களையும் தனதாக்கியே நகர்ந்திருக்கிறது. எனவே பண்பாட்டின் பெயரால் மனிதர்களைப் பாகுபாட்டிற்கு உட்படுத்தல் இல்லாதொழிக்கப்படல் வேண்டும். அதேபோல் மத நடைமுறைகளும் பால்நிலைச் சமமின்மைக்கு மிக முக்கிய காரணம் எனலாம். பெரும்பாலான மதங்கள் குயர் மக்கள் தொடர்பில் மீள்வருவார்ப்புக்களை(stereotype) உருவாக்குவதுடன் மோசமாகச் சித்திரிக்கின்றமையையும் அவதானிக்க முடிகிறது. மீள்வருவார்ப்புக்கள்(stereotype) எப்போதும் பால்நிலை ரீதியில் மோசமான தாக்கங்களையே சமூகத்தில் உருவாக்கக்கூடியனவாக இருக்கின்றன.

இவ்வாறான சமத்துவமின்மைக்கு எதிராகவே இன்றைய காலகட்டத்தில் போராடவேண்டியுள்ளது. அந்தவகையில் பெண்ணியம் அனைத்துப் பெண்களுக்கும் சம உரிமையை வலியுறுத்துகின்ற அதேவேளை, பெண்களுக்கான சமூக, பொருளாதார, அரசியல், மத மற்றும் ஏனைய சுதந்திரங்களையும் உரிமைகளையும் பேசுகின்றது. ஆண் மேலாதிக்கத்தினால் தமக்கு இழைக்கப்படும் அநீதிகளுக்கு எதிராகவே பெண்ணியம் தோற்றம் பெற்றது எனலாம். அதேபோல குயர்னஸ்(Queerness) என்பது சமூகத்தில் இருக்கக்கூடிய எல்லாவிதமான சமத்துவமின்மையையும் கேள்விக்குட்படுத்துகிறது. குயர் செயற்பாட்டாளர்கள் பால்நிலை, சாதியம், வர்க்க வேறுபாடு, இன, மத வேறுபாடு எனச் சமூகத்தின் அனைத்து விடயங்களிலும் சமத்துவம் அவசியம் என்பதனை வலியுறுத்துகின்றனர். மேலும் குயர் மக்கள் தமது உரிமைகளை நிலைநாட்டுவதற்காகவும் சமூக ஏற்புக்காகவும் பல்வேறுபட்ட போராட்ட வடிவங்களை கையாள்கின்றனர்.

LGBTIQA+ என்பது பொதுவாகக் குயர் மக்களைக் குறிக்கப் பயன்படுத்தப்படுகிறது. LGBTIQA+ என்பதுடன் 2S அதாவது Two Spirit என்பது இன்று கனடாவில் சில பழங்குடியினரைக் குறிக்கப் பயன்படுத்தப்படுகிறது. அதாவது சில பழங்குடியினருடைய வேறுபட்ட பால்நிலை அடையாளங்களைக் குறிக்கப் பயன்படுகிறது. அத்துடன் ஆண்மைத்துவ மற்றும் பெண்மைத்துவ வெளிப்பாடுகளையும் இது குறித்து நிற்கிறது. இதனால் 2SLGBTIQA+ என்ற பதம் குயர் மக்களைக் குறிக்க கனடாவில் பயன்படுத்தப்படுகிறது.

குயர் மக்கள் காலங்காலமாக ஒடுக்குமுறைக்கு உட்படுத்தப்பட்டுவருகின்றனர். எல்லாப் பால்நிலையினரையும் பாரபட்சமற்று நோக்குகின்ற பால்நிலை ரீதியான பன்மைத்துவம் என்பது சமூகத்தில் அவசியமானதாகும். ஒடுக்கப்படும் சமூகங்கள் ஒன்றிணைந்து சமத்துவத்துக்கான குரலை ஓங்கி ஒலிக்கச் செய்யமுடியும். அப்போதுதான் குயர் சமூகத்தினர் மட்டுமல்லாது, ஒடுக்கப்படுகின்ற அனைவரும் இந்த சமூகத்தில் சுயாதீனமாக இயங்க முடியும். ‘ஒரு குறிப்பிட்ட சமூகத்தில் பயிலப்படும் சகலவிதமான நம்பிக்கைகளுக்கும் அங்கீகாரம் வழங்குவதனூடாக பன்மைத்துவம் ஏற்படுகின்றது’ என்று பன்மைத்துவ சமய கற்கைக்கான தளம் குறிப்பிடுகின்றது.

எனவே ஜனநாயக நாடொன்றில் மாறுபட்ட கருத்துக்கள் ,சிந்தனைகளை வெளிப்படுத்தும் சுதந்திரம் கொண்ட சூழல் அவசியமானதாகும். இலங்கையில் பல் இனங்களையும் மதங்களையும் மற்றும் பல்வேறு பண்பாடுகளையும் பின்பற்றுகின்ற மக்கள் வாழ்கின்றார்கள். அத்துடன் முப்பத்தைந்துக்கு மேற்பட்ட எண்ணிக்கையில் சிறியளவிலான சமூகங்கள் வாழ்கின்றனர். இலங்கை மக்களால் வேறுபட்ட கலைகள், பழக்கவழக்கங்கள், உடை, மொழி, பண்பாடுகள், சடங்குகள், வழிபாடுகள், பண்டிகைகள் போன்றன பின்பற்றப்படுகின்றன. மனிதர்கள் ஒவ்வொருவரும் சமத்துவத்துடன் வாழ்கின்ற வாழ்வே

அனைவரதும் தேவையாகும்.

அதேவேளை பாலியல் வாழ்க்கையையும் பாலீர்ப்பையும் தாண்டி மற்றவர்களைப் போல குயர் மக்களுக்கும் ஒரு வாழ்விருக்கிறது. நட்பு, குடும்பம், உறவுகள் என அவர்களும் இந்தச் சமூகக் கட்டமைப்பின் அங்கங்களே. குயர் மக்கள் அனைவருக்குள்ளும் உங்கள் ஒவ்வொருவரைப் போலவும் இலட்சியங்களும் கனவுகளும் இருக்கின்றன. பால்நிலை மற்றும் பாலியல் ரீதியான தெளிவின்மையும் கூட இந்த சமூகம் குயர் மக்களை சக மனிதர்களாக மதிக்கத் தவறிவிடுவதற்கு ஒரு காரணம் எனலாம்.

அண்மைக்காலங்களில் யாழ்ப்பாணத்தில் தமிழ்பேசும் குயர் மக்களின் எழுச்சி என்பது மிகப்பெரும் சாதனையாகவே பார்க்கவேண்டியிருக்கிறது. யாழ் குயர் விழா இதற்கு ஒரு உதாரணம் எனலாம். ஏனெனில் யாழ்ப்பாணம் ஏனைய பிரதேசங்களைப் போன்றதல்ல. இது முற்றிலும் வேறுபட்ட பண்பாட்டுக் கட்டமைப்பையும் மிக இறுக்கமான சூழலையும் கொண்டிருக்கிறது. ஆண், பெண் என்ற பால்நிலைகளையும் எதிர்ப்பால் ஈர்ப்பையும் மட்டுமே இயற்கையாகவும் இயல்பாகவும் கருதும் இந்த மக்கள், பெரும்பாலான சந்தர்ப்பங்களில் மற்றெல்லாப் பால்நிலைகளைப் பற்றியும் உணர்வுத்தளத்தில் நின்று சிந்திக்கத் தவறிவிட்டனர். பால்நிலைச் சமமின்மை என்பது வடபகுதிச் சமூகத்தில் குயர் மக்களுக்கு எதிரானதாக மட்டுமல்லாமல், அது பெண்கள் மீதும் கட்டவிழ்த்துவிடப்பட்டிருக்கிறது. அதிலும் குயர் மக்கள் கிராமப்புறங்களில் இருக்கின்றபோதிலும் கிராமப்புற மக்களுக்கு குயர் மக்கள் பற்றிய விடயங்கள் அந்நியப்படுத்தப்பட்டிருக்கின்றன.

சமூகத்தில் குயர் மக்கள் மீதான வன்முறையானது, அவர்களுக்கு மனஅழுத்தம், வலி மற்றும் சவால்களைப் பரிசளித்திருக்கின்றது. குயர் வெறுப்பு சமூகத்தில் புரையோடிப்போயுள்ளமையால் அது குடும்ப உறுப்பினர்களால் குயர் மக்கள் வெறுக்கப்படக் காரணமாகின்றது. பெரும்பாலான பெற்றோர் தமது குழந்தைகள் குயர் என்பதை அறிந்து தோள் கொடுப்பவர்களாக இல்லை. மிகச் சிலரே தமது குழந்தைகள் குயர் என்பதை அறிந்து ஆதரிப்பவர்களாக இருக்கிறார்கள்.

இனிவரும் காலத்திலாவது பால்நிலை தொடர்பில் சமூகம் அடிப்படை விடயங்களையாவது தெரிந்து வைத்திருத்தல் அல்லது தெரிந்து கொள்ள முயற்சித்தல் அவசியமானது. பெரும்பாலான புலமையாளர்கள், புத்திஜீவிகள் எனப் பலரும் கூட எமது சமூக அமைப்பில் பால்நிலை சார்ந்து சிந்திக்கத் தயாராக இல்லை. பால்நிலையானது சமூகத்திற்குச் சமூகம், எல்லை அடிப்படையில், இன, மத மற்றும் அவர்கள் பின்பற்றும் பண்பாட்டின் அடிப்படையிலும் கூட மாற்றமடைய முடியும். பால்நிலை ரீதியான சமூகப் பாத்திரங்கள் சில சமூகங்களில் இறுக்கமான கட்டுப்பாடுகளைக் கொண்டுள்ளன. அதற்கு உதாரணமாக கேள்விக்குட்படுத்தப்படாமல் இருக்கின்ற பிற்போக்கான சில யாழ்ப்பாணப் பண்பாட்டின் கூறுகளைக் குறிப்பிடமுடியும்.

பால்நிலைசார் அடிப்படை அறிவானது சமூகத்தின் எல்லாமட்டங்களிலும் அவசியமானது. இன்றைய எண்ணிம (Digital) காலத்தில் இணைய வெளியில் நிகழும் வன்முறைகளும் குற்றங்களும்கூடப் பால்நிலையின் ஒரு பரிணாமத்தையே கொண்டுள்ளன. எனவே இந்தச் சமூகம் தனிமனித சுதந்திரம் பற்றிச் சிந்திக்கவேண்டியது இன்றைய காலகட்டத்தில் மிக அவசியமானதாகும்.

ஐரோப்பிய நாடுகளை எடுத்துக்கொண்டால் பல்வேறு தரப்பில் இருந்தும் குயர் அரசியல் பற்றிய குரல்கள் ஓங்கி ஒலிப்பதை அவதானிக்க முடியும். அத்துடன் குயர் மக்கள் தொடர்பான ஏராளமான இலக்கியங்களும் தோன்றியுள்ளன. ஆனால் தமிழில் குயர் இலக்கியங்கள் மிக அரிதாகவே உள்ளன. அவற்றிலும் சில இலக்கியங்கள் எதிர்மறை உணர்வுகளை உருவாக்குபவையாகவும் இருக்கின்றன. பெரும்பாலும் ஆசிய மற்றும் ஆபிரிக்க நாடுகளிலேயே ஒரேபாலீர்ப்பு சட்டவிரோதமாக உள்ளது. அதிலும் இலங்கையைப் பொறுத்தமட்டில் குயர் மக்களுக்கான உரிமைக் குரல்கள் மட்டுப்படுத்தப்பட்ட அளவிலேயே இருக்கின்றன. வடபுலத்தில் குயர் மக்கள் தொடர்பான முன்னெடுப்புக்களையும் அவர்கள் பல்வேறு தளங்களிலும் எதிர்கொள்ளும் வாய்ப்புக்களையும் சவால்களையும் ஆய்வுக்குட்படுத்தலும் பேசுதலும் அவசியம். குயர் மக்களுடைய வாழ்க்கை, இந்த சமூகத்தின் மத்தியில் இலகுவானதாக இல்லை என்பதே யதார்த்தம். அவர்கள் பல தடைகளைத் தாண்டியே தமது நாளாந்த வாழ்வைக் கடக்கின்றனர். பெரும்பாலும் குயர் மக்கள் அனைவரும் சவால்களைச் சந்திக்கின்றார்கள். இந்த சவால்கள் அவர்களை ஒரு சமூகமாக இணைத்திருக்கின்றமையைக் காணமுடிகின்றது.

யாழ்ப்பாணத்தில் அதிகமான திருநங்கைகளும் குறைந்தளவிலான திருநம்பிகளும் இருக்கிறார்கள். இங்கு தன்பாலீர்ப்பாளர்களான பெண்கள் தம்மை அடையாளப்படுத்திக்கொள்வது மிகக் குறைந்தளவிலேயே காணப்படுகிறது. அவரவர் பாதையையும் பயணத்தையும் தீர்மானிப்பது தனிமனித சுதந்திரம் ஆகும். ஆனால் பெரும்பாலானவர்கள் இந்தச் சமூகத்தின் வன்முறைகளுக்குப் பயந்து தமது பால்நிலையைக் கூட வெளிப்படுத்தத் தயங்குபவர்களாக வெளிப்படையான சமூக வாழ்வை வாழமுடியாதவர்களாக இருக்கிறார்கள். புறக்கணிப்புக்களால் தமது திறமைகளைக்கூட வெளிப்படுத்தாமல் பொதுவெளியில் இயங்கமுடியாதவர்களாகப் பலர் இருக்கிறார்கள்.

பண்பாடு மற்றும் மதநம்பிக்கைகள் போன்றவற்றைக் கண்மூடித்தனமாகப் பின்பற்றுபவர்கள் இந்த சமூகத்தில் அதிகம். மனிதநேயத்தை விட மதத்தையும் பண்பாட்டையும் பெரிதாகக் கருதும் மனோபாவம் தான் அதிகமானோருக்கு வாய்த்திருக்கிறது. மாற்றுக் கருத்தியல்களை ஏற்பதென்பது வடபகுதிச் சமூகத்தில் மிகக் குறைந்தளவிலேயே காணப்படுகின்றது. இந்நிலையில் வடபகுதிச் சமூகத்தில் குயர் மக்களை, அவர்களும் தங்களில் ஒருவர் தான் என்ற மனோபாவத்துடன் ஏற்றுக்கொள்கின்ற ஒரு சமூகம் சிறுக உருவாகி

வருகின்றமையை அவதானிக்க முடிகிறது. இதனை ஒரு ஆரோக்கியமான சமூக மாற்றமாகப் பார்க்க முடியும்.

தினம் தினம் வெறுப்பை, பாரபட்சத்தை, நிராகரிப்பை அடிப்படை மனிதம் அற்ற மனிதர்களிடம் இருந்து, குயர் மக்கள் எதிர்கொள்கிறார்கள். மனி-தர்களை சக மனிதர்களாக நடத்த வேண்டியது அடிப்படை மனித உரி-மையாகும். சட்டத்திற்கு முன் அனைவரும் சமமானவர்கள் ஆவர். எனவே மனிதர்கள் என்ற ரீதியில் அனைவருக்கும் இந்த நாட்டில் சுதந்திரமாகப் பாரபட்சமற்று வாழும் உரிமை இருக்கிறது. இங்கு சமூக நீதி நிலைநாட்டப்-படல் அவசியமானதாகும். குயர் மக்களுக்கான சமூக நீதி என்பது உண்மை-யையும் சமத்துவத்தையும் வலியுறுத்துகின்ற அதேவேளை சமத்துவமின்மை-யையும் பாரபட்சத்தையும் கேள்விக்குட்படுத்துகின்றது. குயர் மக்கள் மீதான புரிதல், அவர்களது இயல்புத்தன்மையை ஏற்றல், முற்போக்கான கருத்தியல் மற்றும் அடிப்படை அணுகுமுறை சார்ந்த புரிதலை வரையறுத்தல் என்பன வடபுல குயர் அரசியல் தளத்தில் முக்கியமானவையாக அமையும்

11. திருநங்கை திருமணம்...தேவை அங்கீகாரம்!

டி.அருள் எழிலன்

'சமூகத்தில் பாதுகாப்பற்ற நிலைதான் திருநங்கைகள் எதிர்கொள்ளும் முதல் சவால். பெரும்பாலும் அவர்கள் பிச்சை எடுக்கிறார்கள், அல்லது பாலியல் தொழில் செய்கிறார்கள் என்று குற்றம் சாட்டுகிறார்கள். ஆனால், அவர்களுக்கு என்று உரிய வாழ்வை குடும்பமும், சமூகமும், அரசும் அமைத்துக்கொடுத்திருந்தால் ஏன் பாலியல் தொழிலில் ஈடுபடப்போகிறார்-கள்?'அரசியல் சாசனப்படி வாழ்வதற்கான உரிமை அனைவருக்கும் வழங்-கப்படுகிறது. பாலின அடிப்படையில் பாகுபாடு காட்டப்படுவதையும், உரி-மைகள் மறுக்கப்படுவதையும் ஏற்க முடியாது. ஒருவர் தன் பாலினத்தை மாற்றிக்கொண்டால், மாற்றிக் கொண்ட பாலினம் எதுவோ, அந்த உரிமைகள் அனைத்தும் அவருக்கும் உண்டு.

ஆகவே, திருநங்கைகளை மூன்றாவது பாலினமாக அங்கீகரித்து, அவர்-களுக்கு சமூகத்தின் அனைத்து சலுகைகளும் வழங்கப்பட வேண்டும்!' — திருநங்கைளை சட்டரீதியாக அங்கீகரித்து உச்ச நீதிமன்ற நீதிபதிகள் கே.எஸ். ராதாகிருஷ்ணன், ஏ.கே.சிக்ரி ஆகியோர் வழங்கிய வரலாற்றுச் சிறப்புமிக்கத் தீர்ப்பின் சாராம்சம் இது!

இரு பாலினத்திலும் சேராத திருநங்கைகளுக்கு சட்டரீதியான அங்கீகாரம் கோரி, தேசிய சட்ட மையம் தொடுத்த பொதுநல மனு மீதான வழக்கில் வழங்கப்பட்டிருக்கிறது இந்தத் தீர்ப்பு. அத்துடன் திருநங்கைகளை இதர பிற்-படுத்தப்பட்டோர் பிரிவில் சேர்த்து, இட ஒதுக்கீடு உள்ளிட்ட சகல உரிமை-கள், சிறப்பு உரிமைகள் அனைத்தையும் வழங்குவதோடு மாநில அரசுகள்

இது தொடர்பாக உரிய சட்டங்கள் நிறைவேற்ற வேண்டும் என்றும் அறிவுறுத்தியிருக்கிறது உச்ச நீதிமன்றம்.

சமூகப் புரிதல் இல்லாமல் இழிவாகவும் கரிசனமற்றும் எதிர்கொள்ளப்பட்ட மாற்றுப் பாலினத்தவர்களை, மரியாதையாக 'திருநங்கை' என்று முதன்முதலாக அழைத்தது தமிழகம்தான். பல ஆண்டுகளுக்கு முன்பே வாக்கு உரிமை, வாரியம் என்ற அங்கீகாரங்கள் தமிழகத்தில் கிடைத்துவிட்டாலும், அனுதின வாழ்வில் திருநங்கைகள் எதிர்கொள்ளவேண்டிய சங்கடங்களுக்கு தமிழகமும் விதிவிலக்கு அல்ல!

இந்தத் தீர்ப்பின் சாதக பாதகங்கள், உடனடியாகச் செயல்பாட்டுக்கு வரவேண்டிய நடைமுறைகள் குறித்து சில திருநங்கைகளிடம் பேசினேன். தங்களுக்கான சின்னச்சின்ன உரிமைகளுக்குக்கூட போராடி தத்தமது துறையில் மரியாதைக்குரிய இடத்தைப் பிடித்திருப்பவர்கள் இவர்கள்.

பல கட்டத் தடைகளுக்குப் பிறகு, 'திருநங்கை' அந்தஸ்துடன் குரூப் 4 தேர்வு எழுதித் தேர்வாகி, குரூப் 2 தேர்வு எழுதி அதன் முடிவுக்காகக் காத்திருக்கிறார் மதுரையைச் சேர்ந்த சொப்னா. ''தெருக் கடையில் தேநீர் குடிப்பது முதல் சினிமா தியேட்டரில் டிக்கெட் எடுப்பது வரை எங்களின் ஒவ்வொரு செயலையும் நாங்கள் போராட்டத்தோடே அணுக வேண்டியிருக்கிறது. 'உங்களைப் போல நாங்களும் மனிதர்கள்தான்... எங்களுக்கும் திறமைகள் உண்டு' என்று நிரூபிப்பதிலேயே நாங்கள் களைத்துவிடுகிறோம். நான் படிக்கும் வகுப்பறையில் என்னைப் புரிந்துகொண்டிருக்கிறார்கள். ஆனால், பொதுவெளியில் இன்னும் பெரு மாற்றம் தேவைப்படுகிறது. இப்போது இந்தத் தீர்ப்பில்கூட 'மூன்றாவது பாலினம்' என்றுதான் குறிப்பிட்டிருக்கிறார்கள். அப்படியெனில், முதல் மற்றும் இரண்டாம் இடத்துக்குப் பிறகுதான் நாங்கள் வருகிறோம். ஆக, உயிரியல் மற்றும் உளவியல்ரீதியாகவும் எங்கள் இருப்பை வரையறுக்க வேண்டும்.

எனது பள்ளிச் சான்றிதழ்களில் எனது பழைய பெயரை நீக்கிவிட்டு, 'சொப்னா' என்று சேர்க்க நான் என்ன செய்ய வேண்டும் என்று தகவல் அறியும் உரிமைச் சட்டத்தின் கீழ் பள்ளிக் கல்வி இயக்குநரகத்தில் கேட்டபோது, 'சட்டப்படி அப்படி மாற்ற முடியாது' என்றார்கள். ஒரு நிறுவனத்தின் நேர்முகத் தேர்வுக்குச் சென்றபோது, 'ஃபோர்ஜரி பண்ணி வேலை வாங்கப் பார்க்கிறீங்களா?' என்று கேட்டார்கள். இப்போது நாங்கள் இதற்காகச் சட்டரீதியாகப் போராட இருக்கிறோம். ஆக, எங்களுக்குச் சீர்திருத்தம் போதாது. சமமான வாழ்வுரிமையே முக்கியம்!'' சென்னை மணப்பாக்கத்தில் உள்ள சாஃப்ட்வேர் நிறுவனத்தில் பணிபுரிபவர் பானு. தற்போது பொறியியல் கல்விக்காகத் தன்னைத் தயார்படுத்திக்கொண்டிருக்கிறார்.

'சமூகத்தில் பாதுகாப்பற்ற நிலைதான் திருநங்கைகள் எதிர்கொள்ளும் முதல் சவால். பெரும்பாலும் அவர்கள் பிச்சை எடுக்கிறார்கள், அல்லது பாலியல் தொழில் செய்கிறார்கள் என்று குற்றம் சாட்டுகிறார்கள். ஆனால், அவர்க-

ளுக்கு என்று உரிய வாழ்வை குடும்பமும், சமூகமும், அரசும் அமைத்துக்கொடுத்திருந்தால் ஏன் பாலியல் தொழிலில் ஈடுபடப்போகிறார்கள்?

அண்ணா பல்கலைக்கழகத்தில் பொறியியல் கல்வியில் திருநங்கைகள் சேர முடியுமா என்று தகவல் அறியும் உரிமைச் சட்டத்தில் கேட்டபோது, ‘முடியாது. இது அரசு விதி’ என்றார்கள். திருநங்கைகள் கலை மற்றும் அறிவியல் கல்விதான் பயில வேண்டும். பெண்கள் கல்லூரியில் சேர முடியாது. பெண்கள் விடுதியில் தங்கக் கூடாது. இருபாலர் பயிலும் கல்லூரிகளில் மட்டுமே படிக்க வேண்டும்... இப்படி திருநங்கைகளை இறுக்கிப் பிடிக்கும் கட்டுப்பாடுகளை ஏகமாக விதித்திருக்கிறது அரசாங்கம். ரயில், பேருந்து பயணங்களில் இன்னமும் நாங்கள் ஒதுக்கப்படுகிறோம். ஆண்களால் துன்புறுத்தப்படும் அதே நேரம், பெண்களால் நிராகரிக்கப்படுகிறோம். குழந்தைகள், பெண்கள் பாதுகாப்புச் சட்டம் இருப்பது போல ‘திருநங்கை கள் பாதுகாப்புச் சட்டம்’ என்ற ஒன்று இயற்றினால், எங்கள் மீதான வன்முறை குறையும்.

இன்னொரு மிக முக்கியமான விஷயத்தையும் பதிவுசெய்ய வேண்டும். ஆணாகப் பிறந்து தன்னைப் பெண்ணாக உணர்ந்து திருநங்கையாக மாறுவதும், பெண்ணாகப் பிறந்து தன்னை ஆணாக உணர்ந்து திருநம்பியாக மாறுவதும் பள்ளிப் பருவத்தில்தான். மிகவும் மனக்குழப்பமான பருவம் அது. அப்போதெல்லாம் ஆசிரியர்கள், சக மாணவர்கள், குடும்பம் என எவரிடமும் தங்களை வெளிப்படுத்திக்கொள்ள முடியாத சூழலே நிலவுகின்றன. அப்படியே வெளிப்படுத்தினால், சகல தரப்பிலும் வன்முறையை ஏவுவார்கள். ஒரு திருநங்கை அல்லது திருநம்பியின் வாழ்வு இருட்டில் தள்ளப்படுமா அல்லது அவர்களும் பிரகாசமான வாழ்வை வாழ முடியுமா? என்பதைத் தீர்மானிக்கும் பருவம் அதுதான்.

திருநங்கைகளுக்காக அரசு செய்யவேண்டிய முதல் வேலை, இந்தப் பாலின மாற்றம் நடக்கும் பள்ளிப் பருவத்தில் அவர்களை குடும்பம், பள்ளிக்கூடம், சமூகம்... எனப் பலதரப்பில் இருந்து பாதுகாக்க வேண்டும். அந்தப் பருவத்தைப் பக்குவமாகக் கடந்தாலே, பின்னாளில் ஒவ்வொரு திருநங்கையும் இந்தச் சமூகத்துக்குத் தன்னாலான பங்களிப்பை மற்ற பாலினத்தவர்களைக் காட்டிலும் சிறப்பாகத் தர முடியும்!”

தொண்டு நிறுவனப் பணியாளரான பிரித்திகா யாஷினி சொல்வது, முற்றிலும் வித்தியாசமான கோணம்.“‘நான் என்னைத் திருநங்கையாக உணர்ந்தபோது, வீட்டில் இருந்து துரத்தப்பட்டேன். பி.சி.ஏ., முடித்துவிட்டு சென்னைக்கு வந்தபோது, பெண்கள் விடுதி ஒன்றில் நான் திருநங்கை என்பதை வெளிப்படுத்திக்கொள்ளாமல் வார்டன் ஆகச் சேர்ந்தேன். எட்டு மாதம் அப்படி ‘தலைமறைவாக’ இருந்து, பிறகு வெளியேறி வேறு வேலையில் சேர்ந்தேன். பெரும்பாலான திருநங்கைகள், கிட்டத்தட்ட இந்தத் தலைமறைவு வாழ்க்கை வாழவேண்டிய நிலையில்தான் இருக்கிறோம். இல்லையெனில், பாலியல் தொழில். இந்த இரண்டில் எதையும் தேர்ந்தெடுக்காமல் மற்ற குடி-

மக்களைப் போல சிவில் உரிமை பெற்று வாழ்வதற்கான வாய்ப்பை உச்ச நீதிமன்றத்தின் இந்தத் தீர்ப்பு ஏற்படுத்திக் கொடுக்க வேண்டும்.

இப்போது திருநங்கைகளும் திருமணம் செய்துகொள்கிறார்கள். ஆனால், அவர்களின் திருமணம் ஆண், பெண் என்ற பிரிவில்தான் நடக்கிறது. திருநங்கை திருமணங்களும் சட்டபூர்வமாக்கப் பட வேண்டும். இயற்கையாகவே குழந்தை பெற்றுக்கொள்ளும் வாய்ப்பற்ற திருநங்கைகளும், திருநம்பிகளும் சட்டபூர்வமாக குழந்தைகளைத் தத்தெடுத்துக்கொள்ளும் உரிமை வழங்கப்பட வேண்டும். இதுவும் அவர்கள் வாழ்வில் மிக முக்கியமான அம்சம்!''

ஆடை வடிவமைப்புத் தொழிலில் முத்திரை பதித்திருக்கும் ஸ்ரீநிதி, ''இந்தத் தீர்ப்பைச் செயல்படுத்துவதில் மாநில அரசுகளுக்குப் பெரும் பங்கு இருக்கிறது'' என்கிறார்.

''உச்ச நீதிமன்றம் வழங்கியிருக்கும் இந்தத் தீர்ப்பை மாநில அரசுகள் கண்டிப்பாகப் பின்பற்ற வேண்டும். உரிய சட்டங்களை இயற்றி திருநங்கைகள் வாழ்வில் ஒளியேற்ற வேண்டும். திருநங்கைகள் பற்றி ஓரளவு விழிப்பு உணர்வு உருவாகியுள்ள நிலையில், திருநம்பிகள் பற்றிய விழிப்பு உணர்வையும் உருவாக்க வேண்டும்.

திருநங்கைகளும் திருநம்பிகளும் எதிர்கொள்ளும் வன்முறைகளின் அளவுகோல்கள் வேறுபடலாம். ஆனால், வன்முறையின் பண்பு ஒன்றுதான். தமிழகம் முழுக்க பல்லாயிரம் திருநங்கைகள், திருநம்பிகள் உள்ளனர். இவர்கள் பற்றிய முறையான கணக்கெடுப்பு எதுவும் இல்லை. சுமார் 20 ஆயிரத்துக்கும் மேற்பட்ட திருநங்கைகள் தமிழகம் முழுக்க உள்ளனர். இவர்களுக்கான சமஉரிமைகளை வழங்குவதே பெருமிதமாக இருக்கும்!''

சமூக ஆர்வலரான திருநங்கை சுதா, தமிழக அரசாங்கம் கவனத்தில் கொள்ளவேண்டிய சில கருத்துகளை முன்வைத்தார்.

''ஒரு திருநங்கை அல்லது திருநம்பி எதிர்கொள்ளும் சமூக வன்முறை ஒன்றோடு ஒன்று தொடர்புடையது. தொடர்ச்சியான நிராகரிப்புகளும் புறக்கணிப்புகளும் உள்ள சமூகத்தில், எங்களை நிலைநிறுத்திக்கொள்ள, இந்தத் தீர்ப்பு நிச்சயம் உதவும்.

கடந்த தி.மு.க. ஆட்சியில் திருநங்கைகள் நல வாரியம் அமைக்கப்பட்டு, ஏப்ரல் 15-ம் தேதியை 'திருநங்கைகள் நாள'£க அறிவித்தார்கள். வாரியத்தின் அடையாள அட்டை 2,328 பேருக்கும், 1,238 பேருக்கு ரேஷன் அட்டையும் அப்போது கொடுக்கப்பட்டன. இந்தியாவிலேயே முதன்முதலாக தமிழகம் அமைத்த அந்த வாரியத்தால் ஓரளவுக்கேனும் எங்களுக்கு நன்மைகள் கிடைத்தன. ஆனால், இப்போது அந்த வாரியம் செயல்படவில்லை. வாரியத்தை மூடிவிட்டதாக அறிவிக்கவில்லையே தவிர, முழுக்கவே முடமாகிக்கிடக்கிறது திருநங்கைகள் நல வாரியம்.

புதிதாக அடையாள அட்டை யாருக்கும் வழங்கப்படவில்லை. அடையாள

அட்டை இல்லையென்றால், நாங்கள் ரேஷன் அட்டையோ, வாக்காளர் அட்டையோ பெற முடியாது. 'இந்த வாரியத்தை முடக்காமல் நடத்த வேண்டும்' என்று அமைச்சர் வளர்மதியிடம் பலமுறை முறையிட்டு விட்டோம். ஆனால், பதில் எதுவும் இல்லை. அ.தி.மு.க. அரசு உடனடியாக திருநங்கைகள் வாரியத்துக்கு திருநங்கை களையே பொறுப்பாளர்களாக நியமித்து உரிய நிதி ஒதுக்கி சீர்திருத்தப் பணிகளைத் தொடக்க வேண்டும்!''

இது அவசியம்... அவசரம்... தமிழக அரசின் கவனத்துக்கு!

12. 'நூரி அம்மா':

தன்னிகரற்ற திருநங்கையின் சொல்லப்படாத பெருங்கதை!

பிரபலமாக்கப்பட பல காரணங்கள் இருந்தும், பிரபலமாக்கப்படாத உன்னத ஆளுமை நூரி அம்மா. 'திருநங்கை' என்ற பெயர்ப் புழக்கத்தையே இதழோரம் குறுநகை மாறாமல் சொல்லமுடியாத பலர் இயக்கும் சமூகத்தை தெளிவாக கையாண்டு அவர் முன்னேறியது ஒரு வெற்றிக் கதை என்றால், வீடற்ற, ஹெச்.ஐ.வியால் பாதிக்கப்பட்ட பல குழந்தைகளுக்கு அரணாக இருந்து, அவர்களை ஆரோக்கியமாக வளர்ப்பது, மெய் சிலிர்க்க வைக்கும் வெற்றிக் கதை! தமிழ் யுவர்ஸ்டோரி அவருடன் நடத்திய உரையாடலில் இருந்து...

நூரியின் பால்யம்: அவரோடு பேசிய போது, ''எனக்கு பூர்விகம் ராமநாதபுரம். நான் பிறந்தது சென்னை ராயபுரத்தில். உடன் பிறந்தது, ஒரு அண்ணனும், ஒரு தங்கையும். நான் ஒரு திருநங்கை. நாலு வயசுல அம்மா இறந்துட்டாங்க. பதிமூனு வயசுல அப்பா இறந்துட்டார். அப்பா இறந்தப்போ நான் பம்பாயிக்கு போயிட்டேன். பதினெட்டு பத்தொன்பது வயசு இருக்கும் போது 'கமர்ஷியல்' செய்யத் தொடங்கினேன்'', எனத் தன்னை அறிமுகப்படுத்தியவரிடம், அர்த்தம் புரியாமல், 'கமர்ஷியல்னா என்ன' எனக் கேட்டேன்.''கமர்ஷியல்னா, பாலியல் தொழில். பாலியல் தொழிலில் ஈடுபட்டேன். அப்படியே சில காலம் கழிந்தது. 1987 ஆம் ஆண்டு, எனக்கு ஹெச்.ஐ.வி நோய் வந்தது. இந்திய அளவில், மருத்துவர்களால் அதிகாரப்பூர்வமாக ஹெச்.ஐ.வி நோயாளி என அறிவிக்கப்பட்ட மூன்றாவது நபர் நான். அந்த நோயை மற்றவர்க்கும் பரப்பக் கூடாது என்ற காரணத்தால், அத்தொழிலிலிருந்து விலகினேன்.

அந்த சமயத்தில், ஒரு அரசு மருத்துவமனையில் 'கவுன்சிலிங்'ற்காக சென்றிருந்த போது, டாக்டர் உஷா ராகவனின் அறிமுகம் கிடைத்தது. அவரின் வழிகாட்டுதலின் படி, சமூக வேலைகள் செய்யத் தொடங்கினேன். தொண்டு நிறுவனங்களில் வேலை செய்தேன். ஹெச்.ஐ.வி நோய் குறித்த விழிப்புணர்வு பிரச்சாரத்திற்கு சென்றேன்.

எய்ட்ஸ் விழிப்புணர்வு: 'ஹெச்.ஐ.வி வந்தால் பயம் தேவை இல்லை. அது பற்றி மனம் திறந்து பேசுங்கள். மருத்துவரை அனுகுங்கள்.நோயை பிறருக்-குப் பரப்பாதீர்கள். முறையான மருத்துவத்தின் உதவியால், ஆரோக்கியமான வாழ்வை வாழலாம்' போன்ற வாசகங்களை எடுத்துரைத்து விழிப்புணர்வு பிரச்சாரம் செய்தேன். ஒரு திருநங்கை எய்ட்ஸ் விழிப்புணர்வு பிரச்சாரம் செய்வதை ஏற்றுக் கொள்வதில் மக்களுக்கு தயக்கம் இருந்தது. ஆனால், ஒரு கட்டத்திற்கு மேல் புரிந்துக் கொண்டார்கள்.

'சவுத் இண்டியன் பாசிடிவ் நெட்வொர்க்' என்றொரு நிறுவனம் தொடங்கி நடத்திக் கொண்டிருந்தேன். அப்போது ஒரு நாள் இரவு, ஒன்றரை மணிக்கு ஒரு அழைப்பு வந்தது.

'ரத்தக்கறையோடு, குழந்தை ஒன்று குப்பைத்தொட்டியில் கிடக்கிறது' என்றார்கள். அங்கே சென்று பார்த்த போது, அந்தக் குழந்தை பிறந்து இரண்டே நாட்கள் தான் ஆகியிருந்தது தெரிந்தது. அதனருகில் ஒரு காகி-தத்தில், "இது எனக்கு ஐந்தாவது குழந்தை. எனக்கு எய்ட்ஸ் வரக் காரண-மான குழந்தை இது" என்று தெலுங்கில் எழுதியிருந்த மொட்டை கடிதாசி அது.

அவளை நான் எடுத்துக் கொண்டேன். தொடக்கத்தில் அவளுக்கு உணவளித்த போது உணவு எது கொடுத்தாலுமே, வெளியே வந்து விடும். மருத்துவமனைக்கு சென்று கவனித்த போது ஒரு அறுவை சிகிச்சை செய்ய வேண்டி இருந்தது. அப்போது ஒரு அறுவை சிகிச்சை, அதற்கு பிறகு இரண்டு அறுவை சிகிச்சைகள் செய்து அவளைக் காப்பாற்றினேன்.

அப்போது தான், எய்ட்ஸ் பாதித்து இறந்த, என் நண்பர்கள் செல்வி, இந்திரா, பழனியின் நினைவாக, 2005 ல் SIP மெமோரியல் ட்ரஸ்ட்-ஐத் தொடங்கினேன். ஒரு குழந்தையோடு தொடங்கிய ஹோமில், இன்று ஐம்-பது குழந்தைகளுக்கு மேல் இருக்கின்றனர். இதைத் தவிர வெளியே, நூற்-றிமூன்று குழந்தைகளுக்கு ஆதரவாகவும், உதவியாகவும் இருக்கிறோம்".

சிப்ஹோம் (SIPHOME)

சோழவரத்தில் இருக்கும் சிப்ஹோமில், ஐந்திலிருந்து பதினேழு வயது வரையுள்ள ஐம்பத்தைந்து குழந்தைகள் இருக்கின்றன. அனைவருமே பள்-ளிக்கு செல்லும் குழந்தைகள்.

சிப்ஹோமின் நோக்கம் என அவர் சொல்வது,

"எய்ட்ஸால் பாதிக்கப்பட்டவர்கள் -ஆண், பெண், திருநங்கை என யாராக இருந்தாலும், அவர்களை அரவணைத்து உதவுவது தான். உலகில், ஒரு திருநங்கை, வீடற்றவர்களுக்கும், எய்ட்ஸால் பாதிக்கப்பட்டவர்களுக்கும் உதவி, அவர்கள் மகிழ்ச்சியாய் வாழ வைத்தார் என்றால், அது நானாகத் தான் இருக்க வேண்டும் என்பது கனவு", என்கிறார், ஆத்மார்த்தமாய்.

ஆஸ்திரேலியா, பேங்காக், ஹாங்காங்க் உட்பட இருப்பத்தி நான்கு நாடு-களுக்கு பயணித்திருப்பவர், ராஜ் டிவியின் 'சிறந்த பெண் சமூக சேவகர்' விருது, தமிழக அரசு சார்பாக பல விருதுகள் பெற்றுள்ளார் நூரி அம்மா. ஆனால், அவர் தன்னுடைய மிகப் பெரிய சாதனைகளாக நினைப்பது, தன் குழந்தைகளை ஆரோக்கியமாக வளர்த்திருப்பது தான்.

சமூகமும்-நானும்: 'திருநங்கை' என்னும் அடையாளம் பற்றி பேசிய போது, "ஒரு திருநங்கையாக சமூகத்தில் முன்னேற மன தைரியம் அவசி-யமானது. இன்று, 'சமுதாயம் எங்களை வெறுக்கிறது, சமுதாயம் எங்களை ஏறெடுத்துப் பார்க்கவில்லைஎன்று பல திருநங்கைகள் சொல்வார்கள். ஆனால், நான் சமுதாயத்தை தான் நாடிப் போகிறேன். சமுதாயம் என்னை அடிக்கவில்லை. என்னை அடிக்கும் கம்புகளை உடைத்துப் போட்டு, என்னை அரவணைத்துக் கொள்கிறது", என்கிறார்.

இன்று, சிப் ஹோம், வாடகை வீட்டில், பல சிரமங்களுக்கு மத்தியில் செயல்பட்டுக் கொண்டிருக்கிறது. தங்களுக்கென, சொந்தமாய் ஒரு நிரந்தர முகவரி பெற வேண்டும் என்ற ஆசையை நிறைவேற்றும் முயற்சியில், விடி-யலின் விதைகள் என்னும் அரசு சாரா அமைப்பின் உதவியோடு, தற்போது நிதி திரட்டிக் கொண்டிருக்கிறார் நூரி அம்மா.

வரும் ஃபிப்ரவரி மூன்றாம் தேதி, சென்னை காமராஜர் அரங்கில் கலை நிகழ்ச்சிகள் நடத்தி, அதன் மூலம் கிடைக்கும் பணத்தை சிப்ஹோமிற்காக உபயோகிக்க திட்டமிட்டுள்ள நூரி அம்மாவிற்கு, சென்னையில், 'நூரி இல்-லம்' என்றொரு ஆசிரமம் தொடங்குவது தான் லட்சியம்.

தேவைகள்: பலசரக்குப் பொருட்கள், மருத்துவம் என, எங்களுக்கு, பூர்த்தி செய்யப்படாத பலத் தேவைகள் இருக்கின்றன. அறுபத்து ஆறு வயதில், தனி ஒருத்தியாக, எல்லாவற்றையும் செய்ய முடியுமா எனத் தெரியவில்லை. என்னால் இயன்றவரை செய்வேன். என் குழந்தைகளையும் உதவும் மனப்-பான்மையோடு வளர்ப்பேன்" என்றவரிடம்,வேறெதாவது சொல்ல நினைக்கி-றீர்களா எனக் கேட்ட போது,

'அன்பு செலுத்துங்கள். பிறருக்கு உதவுங்கள். போலி நபர்களுக்கல்ல, உண்மையாக உதவி தேவைப்படுபவர்களுக்கு உதவுங்கள்' என்றார்.

நூரி அம்மாவின் பல்லாண்டு போராட்டத்தை இனிமையாக முடித்து வைக்க, அவர் நிழலில் வளரும் குழந்தைகளுக்கென நிரந்தர முகவரி கிடைக்க, உண்மையாக உதவி தேவைப்படும் சிப்ஹோமின் குரலுக்கு செவி சாய்ப்போமாக!

13. திருநங்கையின் தாலாட்டு

-அன்புடன் -ஆயிஷாபாரூக்

உலகத்துல ஆணுக்கும் பெண்ணுக்கும் எத்தனையோ தாலாட்டு பாட்டு எழுதி இருக்காங்க. எனக்கு தெரிஞ்சு யாரும் திருநங்கை தாலாட்டு பாட்டு எழுதினது கிடையாது. தாய்மை எங்களுக்கும் உண்டு. வீட்டில் இருந்து துரத்தப்பட்ட திருநங்கைகள் பலரும் திருநங்கைகளால் தத்து எடுக்கப்பட்டு தாய்மை அடைகிறோம். என் வரிகளில் திருநங்கைக்கு ஒரு தாலாட்டு பாட்டு,திருநங்கை சமூகத்திற்கு இதை மகிழ்ச்சியுடன் அர்பணிக்கிறேன்.

பெத்த மனம் அங்கே இருக்க
பிள்ளை மனம் இங்கே ஏங்கி நிக்க
உன் பொறப்ப குறை சொல்லி
வீட்டை விட்டு போக சொல்லி
அழுத மனம் ஆறுதல் தேட
என் மடி தலை சாயி செல்ல மகளே....

முடமோ பிறந்தாலும் மனநிலை திரிந்தாலும்
தான் பெற்ற பிள்ளை தனது ஆகாதோ
பாலியல் மாறி பிறந்த நம்ம மட்டும்
ஊருசனம் பேச்சை கேட்டு ஒதுக்குவதேனோ
நம்ம பொறப்பு ஒசந்த பிறப்படி
நீ உறங்கு பெண்ணான ஆண்மகளே....

கருத்தரிக்க வழியுமில்லை
கர்ப்பம் சுமக்க பையும் இல்ல
ஆனாலும் நான் மலடி இல்ல
தாய்மையை உணர்ந்து ஏன் மகளா
தத்து எடுத்தேன் வாழ்க்கை முழுக்க
கவலையின்றி நீ தூங்கு தெய்வ மகளே....

14. திருநங்கை அஞ்சலி அமீர்

திருநங்கைகள் என்றாலே பாலியல் தொழில் செய்வதும், பிச்சை எடுப்பதும் தான் இவர்களது தொழில் ,என்ற சாயம் பூசப்பட்டுள்ள நிலையில், மூன்றாவது பாலினத்தவர்களான எங்களாலும் சாதிக்கமுடியும் என கூறியுள்ளார் அஞ்சலி அமீர்.நான் பத்தாம் வகுப்பை நிறைவு செய்த பின்னர் தான் எனது உடலில் ஏற்படும் மாற்றங்களை உணர ஆரம்பித்தேன். நான் ஆணாக

பிறந்தாலும், பெண்கள் போன்று இருப்பது, பெண்களுக்கு ஆதரவாக குரல் கொடுப்பது போன்றவற்றில் எனக்கு அதிக ஈடுபாடு இருந்தது.நான் திருநங்கை என்பதால், எனது தந்தை என்னை ஏற்றுக்கொள்ளவில்லை. இதனை வீட்டை விட்டு வெளியேறினேன். அதன்பின்னர் கோயம்புத்தூர் மற்றும் பெங்களூரில் இருக்கும் திருநங்கை இனத்தவர்களுடன் வாழ்ந்து வந்தேன்.அங்கு வாழ்ந்து வந்தபோது, எனது வாழ்வில் பல்வேறு இன்னல்களை சந்தித்தேன். நடனம் ஆடும் வாய்ப்பு, பாலியல் தொழில் வாய்ப்புகளே அதிக வந்து என்னை மனதளவில் காயப்படுத்தின.

ஆனால் இவற்றையெல்லாம் கண்டு மனம் தளராமல், எனது வாழ்வில் நான் என்ன செய்ய வேண்டும் என்பதில் தெளிவாக இருந்தேன்.நடிப்பு என்பது எனக்கு பிடித்தமான ஒன்று. சிறுவயதில் இருந்தே அதன் மீது எனக்கு ஈடுபாடு அதிகம். இதனால் மொடலிங் மற்றும் தொலைக்காட்சி நிகழ்ச்சிகளில் கால்பதித்தேன். ஆனால் நான் திருநங்கை என்ற காரணத்தால், ஆரம்பத்தில் ஒப்பந்தம் செய்த நிறுவனங்கள் என்னை நிராகரித்தன.அதன்பின்னர் தான், நடிகர் மம்முட்டியின் உதவியுடன் சினிமாவிற்குள் நுழைந்துள்ளேன். நான் நடிப்பதற்கு அவர் என்னை பல வகைகளில் ஊக்கப்படுத்தியுள்ளார். சினிமா துறையில் சாதிப்பேன் என்ற நம்பிக்கை எனக்கு உள்ளது.அது மட்டுமின்றி தமிழிலும் ராம் இயக்கத்தில் அறிமுகமாகவிருக்கிறார். அதுமட்டுமின்றி, நான் இப்போது ஒரு கலைஞர், இதனால் என்னை திருநங்கை என்று அழைக்க முடியாது. ஏனெனில் ஆண் கலைஞர், பெண் கலைஞர் என்று அழைப்பதில்லை. மாறாக கலைஞர் என்றுதானே அழைப்பார்கள். அதுபோன்று நானும் இப்போது ஒரு கலைஞர் ஆவேன் என கூறுகிறார் அஞ்சலி.

15. திருநங்கை கிரேஸ் பானு

இந்தியாவில் முதன்முறை திருநங்கை பொறியியல் பட்டதாரி என்ற வகையில் சிறப்பிடம் பிடித்துள்ள திருநங்கை கிரேஸ் பானுவுக்கு தென்னிந்திய திருநங்கைகள் கூட்டமைப்பின் சார்பில் "இளம் சாதனை திருநங்கை -2017" என்ற விருது அளிக்கப்பட்டது.இந்த விருதை ஏற்றுக்கொண்ட மகிழ்ச்சியுடன் இந்த கவுரவத்துக்கு நன்றி தெரிவித்துள்ள கிரேஸ் பானு தனது முகநூல் பக்கத்தில் குறிப்பிட்டுள்ளதாவது:-இலட்சக்கணக்கான மூத்த திருநங்கைகள் மற்றும் இளைய திருநங்கைகள் முன்னிலையில் எனக்கும் என்னுடைய சமூக செயல்பாடுகளுக்கும் அங்கீகாரம் அளிக்கும் வண்ணம் "இளம் சாதனை திருநங்கை -2017" என்ற விருதை வழங்கி சிறப்பித்துள்ளார்கள்.

எத்தனையோ அங்கீகாரங்கள் விருதுகள் நமக்கு கிடைத்தாலும் நாம் யாருக்காக போராடுகிறோமோ..? அவர்கள் நம்மை அங்கீகரிக்கும் மனம் யாருக்கும் வராது என் சமூகமே என்னை ஊக்குவித்து இந்த விருதை

வழங்கியது மாபெரும் அங்கீகாரமாக கருதுகிறேன்.என் திருநங்கை சமூகமே என்னை தொடர்ந்து இயக்குகிறது அவர்களே என்னை ஊக்குவிக்கும் பாக்-யம் பெற்றேன். என்னை பரிந்துரைத்த தென்னிந்திய திருநங்கையர் கூட்-டமைப்பை சார்ந்த நிர்வாகிகளுக்கும் உறுப்பினர்களுக்கும் நன்றிகள்.இன்-றைக்கு இளைய தலைமுறை உரிமைகளுக்காக போராடுகிறார்கள் வெற்றி பெறுகிறார்கள் என்றால் அதற்கு நிச்சயம் பல மூத்த திருநங்கைகள் அடிஇ உதைகள் வாங்கி இரத்தம் சிந்தி இளைய சமுதாயத்தை சுதந்திர காற்றை சுவாசிக்க உறுதுணையாக இருந்துள்ளனர்.

அவர்களுக்கும் பல்வேறு தீண்டாமைக்கொடுமைகளுக்கு ஆட்பட்டுஇ ஒடுக்கதலை அனுபவித்து உயிர் நீத்த என் மூத்த திருநங்கைகளுக்கு இந்த விருதினை சமர்பிக்கிறேன்.சமுதாயத்தை உயர்த்தி அனைத்து துறைகளிலும் சாதித்து நீங்கள் கண்ட கனவுகளை நனவாக்கி அந்த வெற்றிகளை எங்-கள் மூத்த திருநங்கைகளின் பாதத்தில் நிச்சயம் சமர்பிப்போம். என் அத்-தனை முயற்சியிலும் என்னுடன் துணை நிற்கும் அத்தனை தோழர்களுக்கும் எனது மனமார்ந்த நன்றிகள்!இவ்வாறு அவர் குறிப்பிட்டுள்ளார்.தமிழகத்தின் தூத்துக்குடி மாவட்டத்தை சேர்ந்த கிரேஸ் பானுஇ தனது அடையாளத்தை வெளிப்படுத்திய கனமே வீட்டை விட்டு வெளியேற்றப்பட்டார்.ஆண்கள் உயர்நிலை பள்ளியில் உயர்கல்வி படிப்பை முடித்த நிலையில் உறவினர்இ நண்பர்களின் ஆதரவு பறிக்கப்பட்ட சூழலில் தன் உயிரை மாய்த்துக் கொள்-ளவும் முடிவு செய்தார். தன் உயிரை மாய்த்துக் கொள்ளும் முயற்சி தோல்-வியை தழுவியதும் மனநல காப்பகத்தில் அடைக்கப்பட்டார்.உடல் தொடர்-பான மாற்றங்களை வெளிப்படுத்த தொடங்கியதால் மன நோயாளி பட்டம் சூட்டப்பட்ட தனது வனவாச காலம் முடிந்த பின்னர்இ தனது உடல் மற்றும் மனமாற்றத்துக்கு ஏற்றதொரு சமூகத்திலேயே தொடர்ந்து வாழ நினைத்ததால் மனநல காப்பகத்தில் இருந்து வெளியே வந்த கிரேஸ் பானு தமிழகத்தில் இயங்கி வரும் ஒரு திருநங்கை சபையில் தஞ்சம் புகுந்தார்.

இழந்ததாய் நினைத்த வாழ்க்கையை மீண்டும் தன் சமூகத்தாருடன் துவங்-கிய கிரேஸ் பானுஇ அந்த சமூகத்தவரில் தன்னை பெற்ற “மகளாக” ஏற்-றுகொண்ட ஒரு மூத்த திருநங்கையின் உதவியோடு டிப்ளோமா படிப்பில் 94 சதவிகித மதிப்பெண் பெற்று சிறப்பிடம் பெற்றார்.டிப்ளோமா முடித்த கையோடு சென்னையில் உள்ள ஒரு தனியார் நிறுவனத்தில் பணி செய்து வந்த பானுவின் அடையாளம் அலுவலகத்தில் தெரிந்துப்போகஇ சகப் பணி-யாளர்களின் ஏளனப் பார்வைக்கும் தீப்பொறி பேச்சுக்கும் தொடர்ந்து இலக்-காகி வந்த பானுஇ ஒரு காலக்கட்டத்தில் அந்த வேலையை இழக்கும் சூழலும் ஏற்பட்டது.பலரிடம் கடன்பெற்று உடல் மாற்றங்களுக்கான அறுவை சிகிச்சை செய்தும் வேலையை பெற முடியாததால் தொடர்ந்து கல்வியில் கவனம் செலுத்தும் நோக்கில் பொறியியல் பட்டதாரியாகும் கனவுடன்இ பல்-வேறு போராட்டங்களை கடந்து சென்னை அண்ணா பல்கலைக்கழக பொறி-

யியல் கல்விக்கான கலந்தாய்வில் தன் சமூகத்தை முன்னிலைப்படுத்திய முதல் திருநங்கை என்ற பெருமிதத்தோடு கிரேஸ் பானு கலந்து கொண்டார்.இதற்கிடையில் எதிர்கால வாழ்க்கை எனும் இலட்சிய கனவுடன் சமகாலத்தில் தனது இனத்தை சேர்ந்த திருநங்கையர்களுக்கு இழைக்கப்பட்ட பல்வேறு சமூக கொடுமைகளை எதிர்த்தும் இவர் தொடர்ந்து குரல் கொடுத்தும் போராடியும் வந்துள்ளார்.போலீசாரால் திருநங்கையர்கள் தகாத முறையில் நடத்தப்படும் வேளைகளிலும் உலகின் கவனத்தை தமிழகத்தின் பக்கம் ஈர்த்த ஜல்லிக்கட்டு போராட்டம்இ நியூட்ரினோ திட்டம் எதிர்ப்பு போராட்டம் கருவேலங்காடுகளை அழிக்கும் போராட்டம் என சமீபகாலமாக தமிழ் நாளேடுகளில் இடம்பிடித்த பல்வேறு போராட்டங்களில் இவரது போர்க்குரல் அதிகமாக எதிரொலித்து வந்துள்ளது.

குறிப்பாக தமிழக அரசு மற்றும் சுப்ரீம் கோர்ட்டின் உத்தரவுப்படி திருநங்கையர்களுக்கான இட ஒதுக்கீட்டினை கல்வி மற்றும் வேலை வாய்ப்பை உறுதிப்படுத்தவும் அவர்களின் வாழ்க்கைத் தரம் உயரவும் சென்னை செயின்ட் ஜார்ஜ் கோட்டை அருகே கிரேஸ் பானு பங்கேற்ற போராட்டமும்இ இவர் மீது நடத்தப்பட்ட போலீசாரின் அடக்குமுறையும் பலரது கவனத்தை ஈர்த்தது.டிப்ளோமா படிப்பில் 94 சதவிகித மதிப்பெண் பெற்றிருந்தபோதும் அரசு கல்லூரியில் இடம் கிடைக்காமல் அரக்கோணத்தில் இயங்கி வரும் ஸ்ரீகிருஷ்ணா பொறியியல் கல்லூரியில் மின்சாரம் மற்றும் மின்னணு துறையில் படிக்க கிரேஸ் பானுவுக்கு இடம் கிடைத்தது.கல்லூரி நிர்வாகம் கிரேஸ் பானுவிற்கு இலவச கல்வி வழங்கிய போதும்இ தனது அடிப்படை தேவைகளுக்கான செலவினங்கள்இ தேர்வு கட்டணம் உள்ளிட்டவற்றை சமாளிக்க போதுமான அளவுக்கு பணம் கிடைக்காமல் பரிதவித்தார்.இவரது வாழ்க்கைப் போராட்டம் மற்றும் சமூகப் போராட்டத்துக்கு ஆதரவாக திருநங்கை இனத்தவர் மட்டுமின்றி பல நண்பர்களும்இ தோழியர்களும் தோள் கொடுத்து வந்துள்ளனர்.குறிப்பாகஇ பேஸ்புக டுவிட்டர் உள்ளிட்ட சமூக வலைத்தளங்களில் இவர் இடும் பதிவுகள் உரிய முறையில் அனைவரின் கவனத்தையும் ஈர்த்து வருகிறது. பேஸ்புக்கில் இவரை 30 ஆயிரத்துக்கும் அதிகமானவர்கள் பின்தொடர்ந்து வருகின்றனர்.இவ்வாறுஇ அடிப்படை தேவைகளை பூர்த்தி செய்வதில் துவங்கிய போராட்டம்இ தொடர்ந்து நீடித்தாலும்இ ஒருசில உதவிப்படிகளை உறுதியாய் பிடித்தபடிஇ நன்றாக படித்து முடித்த திருநங்கை கிரேஸ் பானு தமிழகத்தின் முதல் பொறியியல் பட்டதாரியாக தற்போது உருவெடுத்துள்ளார் என்பது குறிப்பிடத்தக்கது.

16. சோனாகாச்சி:

பாலியல் தொழில்: திருநங்கைகளின் போராட்ட வாழ்வு!

தமிழாக்கம்: அருண் பாண்டியன்

மனித உரிமைகள் தொடர்ந்து மறுக்கப்பட்டு வரும் சமுதாயத்தில் திரு-நங்கைகள் இருக்கின்றனர். அடிப்படை வசதியில் தொடங்கி அவசியமான தேவைகள் வரை அவர்கள் போராடிதான் பெற வேண்டியுள்ளது. இவர்களில் பெரும்பான்மையானவர்கள் தங்கள் அடிப்படை தேவைகளுக்காக பாலியல் தொழிலில் ஈடுபடும் சூழலுக்குதள்ளப்படுகிறார்கள். கொல்கத்தாவில் உள்ள சோனாகாச்சி, ஆசியவில் உள்ள மிகப்பெரிய சிகப்பு விளக்கு பகுதிகளில் ஒன்று. இங்கே தன் வாழ்வியல் சூழ்நிலை காரணமாக பாலியல் தொழிலில் ஈடுபட்ட திருநங்கை சிண்டு பகுய் தனது கதையை பகிர்ந்துள்ளார். மிகவும் மோசமான சூழ்நிலையில் தங்கள் வாழ்க்கையை நடத்தும் திருநங்கைகள் பற்றி அறிந்துகொள்ள இந்த கதையை நிச்சயம் வாசிக்க வேண்டும்.

என் பெயரை மாற்ற உங்களுக்கு உரிமையில்லை. என் பெயரை நானே முடிவு செய்வேன் என்கிறார் 25 வயதான திருநங்கை சிண்டு பகுய். இவர் கொல்கத்தா மாநிலத்தில் உள்ள சோனாகாச்சி பகுதியில் பகுதி நேர பாலி-யல் தொழிலாளியாக பணிபுரிகிறார். தன் 21ஆவது வயதில் தாயை இழந்த சிண்டு, தந்தை, பாட்டி, அக்கா மற்றும் அக்கா குழந்தைகளுடன் வசித்து வருகிறார். சிண்டு, கடந்த 2009ஆம் ஆண்டு முதல் அரசு சார்பற்ற அமைப்புடன் இணைந்து திருநங்கைகளின் உரிமைக்காக போராடி வருகி-றார். இதைதான் சிண்டு முக்கியமான வேலையாக கருதுகிறார். பாலியல் தொழில் செய்வது அவரின் அடிப்படை தேவைகளை பூர்த்தி செய்ய மட்-டுமே. இதுகுறித்து சிண்டு, “நான் முழுநேர பாலியல் தொழிலாளி அல்ல, ஒரு மாதத்துக்கு 4 முறை அந்த வேலையில் ஈடுபடும் சூழலில் இருக்கிறேன். நான் விபச்சார விடுதிகளுக்கு செல்வதில்லை. அழைப்பு வரும் வேளையில், ஹோட்டல்கள் மற்றும் அடுக்குமாடி குடியிருப்புகளுக்கு செல்வேன்” என்று கூறினார்.

சிண்டுவை பொறுத்தவரை திருநங்கைகளை வியாபாரப் பொருட்களாக பயன்படுத்துகிறது அல்லது அந்த சூழலுக்கு தள்ளுகிறது இந்த சமூகம். இது-பற்றி அவர், “வற்புறத்துதலால் என் பள்ளி படிப்பை துறந்தேன். என் பெற்-றோர்கள் எனக்கு ஆதரவாக இல்லை. இந்த சமூகம் என்னை ஏற்றுக் கொள்ளவில்லை. அதானால் எனக்கு வேறு வழியில்லை, ஏழை குடும்பத்தில் பிறக்கும் திருநங்கைகள் இங்கே முறையான கல்வி கிடைக்காது. அவர்க-ளுக்கு பிடித்த வேலையை செய்ய முடியாது. எங்களை பாலியல் தொழி-லாளியாக மட்டுமே ஏற்றுக் கொள்கிறார்கள். அதனால் பாலியல் தொழிலில் எங்கள் எண்ணிக்கை அதிகரித்து வருகிறது. எந்த வேலையும் எங்களுக்கு

இல்லாத பட்சத்தில், பாலியல் தொழிலே அதற்கான தீர்வாக இருக்கிறது" என்று தெரிவித்தார்.

பெற்றோரின் புறக்கணிப்பு: பிறப்பால் ஆண் பாலினத்தை சேர்ந்தவர் சிண்டு. ஆண் பிறந்ததால் அவரது பெற்றோருக்கு மிகுந்த மகிழ்ச்சி. ஆனால் சிண்டுவின் உண்மையான நிலையை அறிந்த அவர்கள் அதிர்ச்சியாகி மன அழுத்தத்திற்கு ஆளாகியுள்ளனர். இதுகுறித்து சிண்டு, "இங்கு எந்த பெற்றோரும் தன் குழந்தை பாலினம் மாறுவதை ஏற்றுக் கொள்வதில்லை. என் பெற்றோர் என்னை ஏற்றுக் கொள்ளாததில் எனக்கு எந்த அதிர்ச்சியும் ஏற்படவில்லை. அவர்களுக்கு நான் பாலியல் தொழிலாளி என்பது தெரியாது. திருநங்கைகள் உரிமைக்காக போராடும் ஆர்வலர் என்று மட்டுமே அவர்களுக்கு தெரியும். இதுபோல் அவர்களால் ஏற்றுக்கொள்ள முடியாத விசயங்கள் ஏராளம். சமூகம் மாறினால்தான் இந்த விசயங்களும் மாறும்" என்று கூறினார்.

சிண்டு 8ஆம் வகுப்பு படிக்கும்போது பள்ளியை விட்டு விரட்டி அடிக்கப்பட்டார். அது ஒரு ஆண்கள் பள்ளி. இவருடைய பாலினம் பற்றி தெரிந்த சக நண்பர்கள் அவரை கேலி செய்வது, பாலியல் தொந்தரவு கொடுத்தது பற்றி அவர் நினைவு கோருகிறார்.

பள்ளிப் படிப்பை விட்டுவிட்டு ப்ளைவுட் தொழிற்சாலையில் வேலைக்கு சேர்ந்தார் சிண்டு. இதுபற்றி அவர், "அந்த தொழிற்சாலையில் சேரும்போது எனக்கு 15 வயது. அங்கும் எனக்கு மோசமான அனுபவம்தான் மிஞ்சியது. அங்கு பணிபுரியும் சக ஊழியர்களால் பாலியல் தொந்தரவு செய்யப்பட்டேன். இந்த சம்பவங்கள் என்னை மனதளவிலும் உடலளவிலும் பாதித்தது. இந்த வேலையிலிருந்து விலகி பாலியல் தொழிலை தேர்வு செய்தேன். நான் வாழ்வதற்காக அதை தேர்வு செய்ததால் அதனை தொழில் என்று சொல்லமாட்டேன்" என்று தெரிவித்தார்.

பாலியல் தொழிலாளிகளின் மனநிலை மற்றும் உடல்நிலை பாதிப்பு: பாலியல் தொழிலாளிகளின் அன்றாட வாழ்க்கையில் நடக்கும் கொடுமைகள் ஏராளம். இதுபற்றி சிண்டு, "பாலியல் தொழிலாளிகள் மனதளவிலும் உடலளவிலும் பெரிதும் பாதிக்கப்படுகின்றனர். இதில் சில ஆண்கள் எங்களை தவறாக பயன்படுத்த நினைப்பார்கள். ஒவ்வொருவருக்கும் இந்த சமூகத்தில் மரியாதை வேண்டும், என்னை உடலுறவுக்கு அழைக்கும் ஆண்களும் அதை எதிர்பார்ப்பார்கள். நாங்கள் நினைத்தால் அவர்களை தொந்தரவு செய்ய முடியுமென்பது அவர்களுக்கும் தெரியும். ஆனால் திருநங்கைகளான எங்களைவிட இங்கே பெண்கள்தான் அதிக பாலியல் தொந்தரவுக்கு ஆளாகிறார்கள்" என்று கூறினார்.

ஆனால் சோனாகாச்சியில் உள்ள தர்பார் மகிலா சமன்வயா என்ற பாலியல் தொழிலாளிகள் அமைப்பின் செயலாளர் பாரதி டெய், "பாலியல்

தொழிலாளிகளுக்கு எதிரான வன்முறையில் அதிகம் பாதிக்கப்படுவது திருநங்கைகள்தான். காவல்துறையினர் அவர்களிடம் கடுமையாக நடந்து கொள்வார்கள்" என்று தெரிவிக்கிறார். காவல்துறையின் கொடூர செயல்களால் திருநங்கைகள் அதிகம் பாதிக்கப்படுவதை சிண்டுவும் ஏற்றுக்கொள்கிறார். இதுபற்றி சிண்டு, "போலீஸார் எங்களை மனிதராக கூட நினைப்பதில்லை. நான் ஒரு திருநங்கை வன்புணர்வு செய்யப்பட்டதாக அவர்களிடம் புகார் அளித்தால், வன்புணர்வு செய்ய அங்கு என்ன இருக்கிறது?, நீ ஒரு பாலியல் தொழிலாளிதானே? ... என்ற கேள்விகள் என் மீது பாயும்" என கூறுகிறார்.

பாரதி டெய் தங்கள் அமைப்பின் முயற்சியால் இப்போது திருநங்கை பாலியல் தொழிலாளிகளுக்காக குரல் கொடுக்கும் 'ஆனந்தம்' என்ற அமைப்பு உள்ளது. காவல்துறையினர் திருநங்கைகளின் புகாருக்கு செவி சாய்க்கவில்லை என்றால் இந்த அமைப்பு அவர்களுக்காக போராடி வருகின்றனர்.

நான் ஏன் கனவுகளை சுமக்க வேண்டும்?

எனக்கு நல்ல கல்வி, நல்ல வேலை கிடைத்தாலும் இந்த சமூகம் என்னை வித்தியாசமாக தான் நடத்தும் என சிண்டு கவலை கொள்கிறார்.

பாலியல் தொழிலில் ஈடுபடும் திருநங்கைகள் ஒருநாளில் 500 முதல் 1000 ரூபாய் வரை சம்பாதிக்க முடியும். ஆனால் திருநங்கைகளின் உரிமைக்காக போராடும் சிண்டுவின் மாத சம்பளம் 9,000 ரூபாய் மட்டுமே.

இதுபற்றி சிண்டு, "பாலியல் தொழிலில் நிரந்தரமான சம்பளம் என்று எதுவும் கிடையாது. கடுமையாக பேரம் பேசும் பழக்கம் இங்கே உள்ளது. நான் 500 ரூபாய்க்கு ஒப்புக்கொள்ள மறுத்தால், வேறொருவர் 400 ரூபாய்க்கு ஒப்புக்கொள்ளும் வழக்கம் இருக்கிறது. இதுபோல் சில நேரங்களில் சம்பாதிக்க வேண்டிவரும். அதேபோல் வாடிக்கையாளர்கள் எங்களை அதிகமாக ஏமாற்றுவார்கள். இரண்டு நபர் எனக் கூறி அழைத்து செல்வார்கள், அங்கே நான்கு நபர்கள் இருப்பார்கள். இதுபோன்ற துயரங்களையும் சந்திக்க வேண்டும்" என்று கூறினார். ஒருவேளை பாலியல் தொழிலாளியாகவே வாழும் நிலை வரும் பட்சத்தில் நான் ஏன் கனவுகளை சுமக்க வேண்டும்?" என்று கேட்கிறார்.

சிண்டு நிச்சயம் திருமணம் செய்துகொள்ள விரும்புகிறார். பாலின மாற்று அறுவை சிகிச்சை செய்துகொள்வதே அவரின் லட்சியம், அதிகமாக பணம் சேர்த்தால் எதுவும் அதிசயம் நிகழ வாய்ப்புள்ளதென அவர் நம்புகிறார். தீப்தத்தா மொகந்தி ரேய் என்ற மும்பை பத்திரிக்கையாளரால் தொகுக்கப்பட்டவை. இவர் அச்சு பத்திரிகையில் ஆறு வருட அனுபவம் உள்ளவர். சமூகம் மற்றும் மனிதர்களின் கதைகள் மீது ஆர்வம் கொண்டவர்.

17. திருநங்கை ஜோயிடா

மேற்கு வங்கத்தில் பிறந்த ஜோயிடா மொண்டல் மூன்றாம் பாலினமாக பிறந்ததால் பல இன்னல்களை சந்தித்தார். பாடசாலையில் இருந்து பாதியில் அனுப்பப்பட்டு, பேருந்து நிலையத்தில் படுத்து உறங்கி, தெருக்களில் பிச்சை எடுக்கும் நிலைக்கு தள்ளப்பட்டார். ஆனால் இந்த சவால்களையெல்லாம் தாண்டி, இன்று அவர் இந்தியாவின் முதல் திருநங்கை நீதிபதியாக நியமிக்கப்பட்டுள்ளார். கஷ்டப்பட்ட நாட்களில் ஹோட்டல்களில் அறை கிடைக்காத காரணத்தினால் பஸ் ஸ்டாண்டில் உறங்கினார். தன் வீட்டைவிட்டு பிரிந்து சுமார் 10 ஆண்டுகள் கடந்த நிலையில், லோக் அதாலத் (சிவில் கோர்ட்) நீதிபதியாக ஆக அண்மையில் நியமிக்கப்பட்டுள்ளார். அவர் படுத்து உறங்கிய அதே பேருந்து நிலையத்தில் இருந்து சில நிமிட தூரத்தில் அமைந்துள்ளது அந்த கோர்ட். என தி இந்தியன் எக்ஸ்பிரஸ் பேட்டியில் கூறியுள்ளார் ஜோயிடா

“100 முதல் 200 ரூபாய்காக அவர்கள் பாலியல் தொழிலுக்கு செல்லாமல், நல்ல நிம்மதியான உறக்கத்தை பெறவேண்டும் என்று நினைக்கிறேன். நான் இப்போது ஏசி காரில் வலம்வர, என் இன மக்கள் இன்றும் காலை, மாலை என பாராமல் பிச்சை எடுத்து கஷ்டப்படுவது வேதனை அளிக்கிறது,” என்கிறார் ஜோயிடா.

தினஜ்பூர் அடைந்த ஜோயிடா மீண்டும் தன் வீட்டுக்குச் செல்லவேயில்லை. ஆரம்ப நாட்களில் ஹிஜ்ரா நிகழ்ச்சிகளில் கலந்துகொள்வது தவிர அவர் திருநங்கைகளின் உரிமைகளுக்காக போராடினார். பின்னர் சமுதாயத்தில் பாதிக்கப்படும் எல்லாத் தரப்பினருக்கும் குரல் கொடுக்க ஆரம்பித்தார். தன் பணிகளுக்கிடையே, தொலைதூர கல்வி மூலம் சட்டத்தில் பட்டம் பெற்றார். 2010-ல் வாக்காளர் அட்டை பெற்ற முதல் திருநங்கையும் இவரே ஆவார். சில வருடங்களில் ஜோயிடா, தினஜ்பூரில் ஒரு சமூக அமைப்பை தொடங்கி, பல்லாயிரக்கணக்கான மக்களுக்கு உதவும் பணிகளை செய்து வந்தார்.

எல்லா அரசுகளும் ஒடுக்கப்பட்ட சமூகத்தைச் சேர்ந்த ஒருவரை தலைமைப் பொறுப்பில் நியமித்துவிட்டு, அச்சமூகத்தின் குரலை ஒடுக்க நினைக்கின்றனர். ஆனால் அதை நடக்க விடமாட்டேன். என் மாவட்டத்தை சேர்ந்த 2-3% திருநங்கைகளுக்கு நல்ல வேலை கிடைத்தால் கூட எனக்கு கிடைத்துள்ள இந்த பொறுப்பிற்கு அர்த்தம் இருக்கும்.”என்கிறார்.

18. ப்ரியா பாபு- கிருத்திகா கண்ணன்

இந்தியாவில் மூன்றாம் பாலினத்தை ஏற்கும் பலரை அவர்களின் குடும்பத்தினர் விலக்கி வைக்கின்றனர். இந்த சூழலில், அப்படிப்பட்ட மாணவ மாணவியரால் தங்களின் பள்ளி அல்லது கல்லூரி படிப்பை தொடர முடியாமல் போகிறது. இவ்வாறு பாதியில் படிப்பை நிறுத்துவதே திருநங்கை, திருநம்பிகளின் வாழ்க்கையில் ஏற்படும் பெரும் தவறுகளுக்கு ஆரம்பப்புள்ளியாக உள்ளது" என்கிறார் ப்ரியா. மதுரையில், திருநங்கைகள் ஆவணக் காப்பகம் என்ற ஒரு காப்பகம் மற்றும் நூலகத்தை நிர்வகித்து வருகிறார் ப்ரியா பாபு. ஆரம்ப காலத்தில் தான் சந்தித்த சோதனைகளும், தடைகளும் எப்படி இந்த ஆவண காப்பகத்தை தொடங்க தன்னை ஊக்குவித்தன என்பதை நம்மிடம் பகிர்ந்துகொண்டார் ப்ரியா பாபு.

ஆரம்ப கால சோதனைகள்: பள்ளி பருவத்தில் தன்னை பெண்ணாக உணர்ந்த ப்ரியா பாபு, அதை யாரிடம் கூறுவது என்று தெரியாமல் வருந்தியதாக கூறுகிறார். எனக்குள் ஏற்பட்ட மாற்றங்களை நான் யாரிடம் கூறுவேன்? யார் கேட்பார்கள்? யாருமே இல்லை. நான் அம்மாவைப் பார்த்துதான் வளர்ந்தேன். அவரைபோலவே நானும், ஆடை, சிகை அலங்காரம் என செய்யத்தொடங்கினேன். என் குடும்பம் என்னை ஒதுக்கிய போது, வேறு வழியில்லாமல் நானும் மும்பை சென்றேன்" என்று நம்மிடம் பேசத்தொடங்குகிறார் ப்ரியா பாபு.

வாடாமல்லி: சில காலம் மும்பையில் வாழ்ந்த ப்ரியாவும், பிச்சை எடுத்தார். பாலியல் தொழிலிலும் தள்ளப்பட்டார். அப்போது தன்னால் ஈட்டப்பட்ட பணத்தில் ஒரு பகுதியை புத்தகங்கள் வாங்க பயன்படுத்தியதாக அவர் கூறுகிறார். அப்படி நான் வாங்கிய புத்தகங்களில், வாடாமல்லி என்ற புத்தகம் என்னை மிகவும் கவர்ந்தது. அதில் வரும் முக்கிய கதாப்பாத்திரம் ஒரு திருநங்கை. அந்த கதாபாத்திரம், சமூகத்தில் உள்ள பல பிரச்சனைகளை எதிர்கொள்ளும். இறுதியில் அந்த சமூகத்திற்கு போராடும். முடிவில் ஒரு போராளியாக மாறும். அதை படித்தபோது எனக்கு பெரிய உத்வேகம் கிடைத்தது. அந்த நிமிடத்தில்தான் எனக்கு நாமும் ஏன் ஒரு போராளி ஆகக்கூடாது? என்று தோன்றியது. அங்கிருந்துதான் நான் நிறைய படிக்கவும், எழுதவும் தொடங்கினேன்." என்று அவர் கூறுகிறார். அதிலிருந்து, திருநங்கைகள் குறித்த தகவல்களை சேகரிக்க தொடங்கினார் ப்ரியா. அவர் மீண்டும் தமிழகத்திற்கு வந்தபிறகும் இந்த பணிகள் தொடர்ந்தன.

மையத்திற்கான தேவை என்ன? - இந்த மையம் மூலமாக நாங்கள் இரண்டு விதமான பணிகளை செய்கிறோம். முதலில், பள்ளி கல்லூரிகளில் சென்று நாங்கள் விழிப்புணர்வு அளிக்கிறோம். அங்கு ஏதேனும் ஒருவர் தங்களை வேறு பாலினத்தவராக உணர்ந்தால், அதை முன்வந்து சொல்ல ஒரு இடம் இருக்கிறது என்பதை நாங்கள் மாணவ மாணவியருக்கு விளக்குகி-

றோம். இதன்மூலம், சில மாணவர்கள் எங்களிடம் வந்து பேசியுள்ளார்கள். அவர்களுக்கு உதவுமாறு கேட்டுள்ளார்கள். அதேபோல, சிலர் அவர்களின் சகோதர சகோதரிகள் இப்படி உணர்வதாக கூறியுள்ளார்கள்."

இப்படி ஒரு வழி அவர்களுக்கு இருந்தாலே, அவர்களுக்கு யோசிக்க இடம் இருக்கும் என்று நாங்கள் நம்புகிறோம். அவர்கள் எங்களிடம் வரும்-போது, எங்களிடம் உள்ள புத்தகங்களை கொடுத்து படித்துப்பார்க்க சொல்கி-றோம். அது அவர்களுக்கு மேலும் புரிதலை அளிக்கும். மற்றொன்று, கல்-லூரி மாணவ மாணவியருக்கு, மூன்றாம் பாலினத்தவர்கள் குறித்து அனைத்து தகவல்களும் கிடைக்கும் ஒரு இடமாக இது அமைய வழிவகை செய்துள்-ளோம். பல ஆராய்ச்சி மாணவர்கள் இங்கு வருகிறார்கள். அவர்களுக்கான ஆவணப்படங்கள், புத்தகங்கள், வரலாற்று தரவுகள் ஆகியவற்றை நாங்கள் அளிக்கிறோம். இவையும், மூன்றாம் பாலினத்தவர்கள் குறித்து மக்களுக்கு எடுத்துரைக்க உதவும்."

கல்வியே சிறந்த வழி: கல்வி வழங்குவதன் மூலம், ஒருவர் தவறான எந்த பிரச்சனையிலும் சிக்காமல் பார்த்துக்கொள்ளலாம். அவரின் வாழ்க்கையை சரியான வழியில் நகர்த்தவும் இது உதவும் என்பதை உணர்ந்ததால், இந்த பணியில் ஈடுபடத் தொடங்கியதாக ப்ரியா கூறுகிறார்.

மூன்றாம் பாலினமாக உணரும் பெரும்பான்மையானவர்கள் கல்வியை தொடர்வதில்லை. அந்த சூழலில், இத்தகைய ஒரு மையம், அவர்களின் உணர்வுகளை கேட்டுக்கொண்டு, அவர்களுக்கு கல்வி, சுகாதாரம் மற்றும் வாழ்க்கைக்கான வழிமுறையை அளிக்கும்.கல்வி இல்லாததே பல திரு-நங்கை/திருநம்பிகளுக்கு சிறந்த மேற்படிப்பு அல்லது வேலைக்கான வாய்ப்பை கிடைக்க விடாமல் செய்கிறது. திருநங்கை, திருநம்பிகளை பணி-யில் அமர்த்த தற்போது சிலர் ஆர்வம் காட்டத் தொடங்கியுள்ளனர். அப்ப-டிப்பட்ட சூழலில், இந்த வாய்ப்புகளைப் பெற, அவர்கள் தொடர்ந்து படிக்க வேண்டும். அப்போது, தானாக எல்லா பணிகளில் அவர்களுக்கும் இடம் கிடைக்கும், அவர்களும் இணைந்த ஒரு சமத்துவமான சமூகம் உருவாகும்." என்று கூறுகிறார் ப்ரியா பாபு.

19. தைவான் ராணுவ மாஸ்

தைவான் ராணுவத்தினரின் கூட்டுத்திருமண நிகழ்வில் முதல் முறையாக 2 லெஸ்பியன் ஜோடி கரம்பிடித்தனர். தைவான் ராணுவத்தில் திருமணத்துக்காக கைகோர்த்த இளம் ஜோடிகள் வரிசையில், இரண்டு லெஸ்பியன் ஜோடிகள் இடம்பிடித்தது அனைவரையும் ஆச்சரியத்தில் ஆழ்த்தியுள்ளது. ஆசியாவி-லேயே முதலாவது நாடாக தன்பாலினத்தவர்களின் திருமணத்துக்கு சட்டப்-பூர்வ அங்கீகாரம் கொடுத்த நாடாக தைவான் விளங்கி வருகிறது. அங்குள்ள ராணுவத்தில் ஒவ்வொரு ஆண்டும் இளம் வீரர்கள், தங்களின் திருமணத்தை

ஒரே இடத்தில் நடத்த அனுமதிக்கப்படுகிறது.

இந்த வழக்கத்தின்படி சுமார் நான்காயிரம் ராணுவ ஜோடிகள் தைவானில் இதுவரை கரம் பிடித்து இல்வாழ்க்கையில் இணைந்துள்ளனர். இந்த நிலையில், தன் பாலினத்தவர்கள், இரு பாலின உறவில் விருப்பம் உள்ளவர்கள், திருநங்கைகள் (எல்ஜிபிடி) திருமணத்தை கடந்த ஆண்டு சட்டப்பூர்வமாக தைவான் அரசு அங்கீகரித்தது. இதையடுத்து தங்களின் திருமண விருப்பத்தை வெளிப்படுத்திய இரு லெஸ்பியன் ஜோடிகள் கரம் பிடிக்க, அந்நாட்டு ராணுவ தலைமையகம் அனுமதி வழங்கியது.

இதன்படி, சென் யிங் ஷுவான் என்ற இளம் ராணுவ அதிகாரி, லீ யிங் யிங் என்ற சக அதிகாரியை திருமணம் செய்து கொண்டார். எல்ஜிபிடி சமூகத்தில் உள்ளவர்கள் எழுந்து நின்று தங்களுடைய விருப்பத்தை வெளிப்படுத்த தைவான் ராணுவம் ஒரு உந்து சக்தியாக இருக்கிறது. எங்களுடைய ராணுவம் வெளிப்படையான மனதுடன் செயல்படுவதில் மகிழ்ச்சி அடைகிறோம்," என்று சென் யிங் ஷுவான் தெரிவித்தார்.

தைவான் ராணுவத்தின் மாஸ் திருமண நிகழ்வில் 188 ஜோடிகள் திருமணம் செய்து கொண்டனர். தன் பாலின ஈர்ப்பு விவகாரத்தில் எப்போதுமே நான் வெளிப்படைாயகவே இருந்தேன். காதலுக்கு முன்பு எந்த பேதைமையும் இல்லை. அனைவரும் சமம் என்றும் அவர் கூறினார். மற்றொரு தம்பதி வாங் யியும் அவரது மனைவி மெங் யூ மேய், இந்த நிகழ்வையொட்டி தங்களின் அடையாள கொடியை ஏந்தியவாறு இருந்தனர். இதில் மெங்கின் பெற்றோர் திருமணத்துக்கு வரவில்லை. ஆனால், வாங்கின் பெற்றோர் தம்பதிக்கு ஆதரவாக வந்து வாழ்த்து தெரிவித்தனர்.

தைவான் ராணுவத்தில் இது திருப்பத்தை ஏற்படுத்திய நிகழ்வு, என்று வாங்கின் தாயார் தெரிவித்தார். "ஈரின சேர்க்கையாளர்களுக்கு இது ஒரு வெறும் காகிதத்தில் நடக்கும் சம்பிரதாயம். ஆனால், ஒரு பாலின ஜோடிக்கு இந்த தருணம் மிக முக்கியானது," என்று அவர் கூறினார்.

வாங் யி (வலது), மேங் யூ: தைவான் ராணுவத்தில் ஒரு பாலின ஜோடிகள் கைகோர்த்திருப்பது, முற்போக்கான மற்றும் பிரகாசமான சிந்தனையின் அடையாளமாக கருதுகிறோம் என்றும் மணம் புரிந்த ஜோடிகளுக்கு அவர்களின் விருப்ப பாலித்தவரை தேர்வு செய்ய அனுமதி வழங்கியதுடன் தமது ஆசீர்வாதமும் இருக்கும் என்று அந்நாட்டு ராணுவ தலைமையகம் தெரிவித்தது.

சட்டம் இருந்தாலும் தொடரும் தடங்கல்: தைவானில் எல்ஜிபிடி சமூகத்தினர் திருமணம் செய்து கொள்ள கடந்த ஆண்டு சட்டப்பூர்வ அனுமதி வழங்கப்பட்டபோதே ராணுவ வருடாந்திர மாஸ் திருமணத்தில் பங்கேற்று திருமணம் செய்து கொள்ள மூன்று ஜோடிகள் பதிவு செய்தனர். ஆனால், சமூக அழுத்தம், உள்ளூர் விமர்சனங்கள் காரணமாக அவர்கள் திருமண நிகழ்வில் பங்கேற்காமல் பின்வாங்கினர்.

ஒரே பாலினத்தவர்களின் திருமணம் தைவானில் அங்கீகரிக்கப்பட்டபோதும், ஈரினச்சேர்க்கையாளர்களுக்கு இணையான உரிமைகள் இன்னும் அவர்களுக்கு முழுமையாக கிடைக்கவில்லை என்ற கருத்து தைவானில் நிலவுகிறது. தைவானில் ஒரே பாலினத்தவர்கள் திருமணம் செய்து கொள்ள சட்டப்பூர்வ உரிமை உண்டு என அந்நாட்டு அரசியலமைப்பு நீதிமன்றம் தீர்ப்பளித்தது. ஆனால், அரசின் நடவடிக்கைக்கு பெரும்பாலான வாக்காளர்கள் எதிர்ப்பு தெரிவித்ததால் சமூக தடங்கல்கள் பல வடிவங்களில் தொடர்கின்றன.

அதன் விளைவாக சிவில் சட்டப்படி "திருமணம்" என்ற வார்த்தைக்கான விளக்கத்தில் எந்த மாற்றத்தையும் தைவான் அரசு இதுவரை செய்யவில்லை. அதே சமயம், ஒரு பாலினத்தவர் திருமணத்துக்காக சிறப்புச் சட்டத்தை அந்நாட்டு அரசு கொண்டு வந்தது. பள்ளிக்கூடங்களில் ஒரு பாலினத்தவர்கள் கல்வி பயில ஊக்குவிக்கப்படுகிறது. ஆனால், பல பெற்றோரும் மத குழுக்களின் பிரதிநிதிகளும், அரசின் இந்த முடிவுக்கு எதிரான நிலைப்பாட்டை கொண்டிருக்கிறார்கள்.

20. பெண்ணுரிமைக்காகப் போராடும் ஆண்கள் ஓரங்கட்டப்படுகிறார்களா?

இத்தாலியில் சர்வதேசப் பெண்கள் தினத்தை ஒட்டி நடந்த ஒரு பேரணியில் பெண்கள் அணியும் ஸ்கார்ஃபுடன் பங்கேற்ற ஓர் ஆண். பாலின சமத்துவத்தை ஆதரிப்பதாக பல ஆண்கள் கூறுகின்றனர் - அதற்கு அவர்கள் அதிகம் உதவி செய்யாதது ஏன்? ஆண் பெண்ணியவாதிகள்'' என தங்களை கூறிக்கொள்பவர்கள் இந்தப் பிரச்னைக்குத் தீர்வு காண விரும்புகின்றனர்.

யூஜீன் ஹங் பெருமைக்குரிய பெண்ணியவாதி: கலிபோர்னியாவில் கணித ஆசிரியராக இருக்கும் அவர், 14 ஆண்டுகளுக்கு முன்பு தனது மூத்த மகள் பிறந்தபோது, பெண்களுக்கு இந்த உலகம் எப்படி இருக்க வேண்டும் என்ற சிந்தனையில் ``தீவிரம் காட்டினார்.'' கல்லூரி நூலகத்தில் இருந்து தங்கள் வீட்டிற்கு பாதுகாப்பாக நடந்து செல்ல தன்னுடைய பெண் சகாக்கள் தயங்கும் நிலை குறித்து அவர் யோசித்தார். அந்த பெண்கள் அதை (பாதுகாப்பற்ற உணர்வை) சமாளிக்க வேண்டியிருந்தது. எனக்கு அந்த நிலை கிடையாது. எனக்கு ஏராளமான சாதகங்கள் இருந்தன. அதனால் மற்ற பிரச்னைகள் பற்றி நான் கவலைப்படாமல் இருந்தேன்'' என்று பிபிசியிடம் ஹங் கூறினார். சமூகத்தில் ஓர் ஆண் என்ற முறையில், அதை நான் இயல்பானதாகவே எடுத்துக் கொண்டேன்'' என்றார் அவர்.

பெண்ணியவாதி தந்தை: அதை உணர்ந்து கொண்டதை அடுத்து, பெண்களின் உரிமைகளுக்கான போராளியாக அவர் மாறினார். பெண்களுக்கு அதிகாரம் கிடைக்கச் செய்வதற்காக Feminist Asian Dad என்ற

வலைப்பூ தளத்தை அவர் தொடங்கினார். பெண் கதாபாத்திரத்துக்கு முக்கியத்துவம் தந்திருக்கும் முலான் என்ற டிஸ்னி திரைப்படம் முதல், முதலாவது ஆசிய அமெரிக்க பெண்ணாக கமலா ஹாரிஸ் அமெரிக்காவின் துணை அதிபராக தேர்வு செய்யப்பட்டிருப்பது வரையில் பல விஷயங்கள் குறித்த கட்டுரைகளை அதில் அவர் வெளியிட்டு வருகிறார்.

பணியிடத்தில் மன ஒப்புதலுடனான பாலுறவு, பாலியல் அத்துமீறல், பாலியல் வன்முறைகள் குறித்து பல கட்டுரைகள் அதில் இடம் பெற்றுள்ளன. இந்த கலந்தாடல்களில் ஆண்கள் பங்குபெற வேண்டும் என்பதில் ஹங் அதிக ஆர்வம் காட்டுகிறார். இதை ஆண்கள் உணர வேண்டும். அமெரிக்காவில் பெண்களுக்கு எதிரான வன்முறைகளில் 90 சதவீத சம்பவங்கள் ஆண்களால் தான் நிகழ்கின்றன என்பதை குறைந்தபட்சம் அவர்கள் அறிந்திட வேண்டும்'' என்று அவர் கூறுகிறார். பெரும்பாலும் இது பெண்களின் பிரச்னைகள் என்று கருதிவிடுகிறார்கள். ஆனால், ஆண்களால் தான் இது உருவாகிறது என்ற நிலையில், பிரச்னை எங்கே இருக்கிறது? நல்லது, பிரச்னை நம்மிடம் தான் உள்ளது. இதுபற்றி ஏன் நாம் பேசுவதில்லை?'' என்று அவர் கேள்வி எழுப்புகிறார்.

எண்ணங்களும் செயல்பாடுகளும்: சில தலைமுறைகளாக ஆண்களின் மனப்போக்கில் கணிசமான மாற்றம் ஏற்பட்டுள்ளது என்பதை அவர் ஒப்புக்கொள்கிறார். ஆனால் அப்பட்டமான பாலின பாகுபாடுகள் சாதாரண வாழ்க்கையில் ஓர் அங்கமாக இன்னும் நீடிக்கிறது. உலக அளவில் ஒரே மாதிரியான வேலைக்கு ஆண்களைவிட பெண்களுக்கு 23 சதவீதம் குறைவான ஊதியமே தரப்படுகிறது என்று ஐ.நா. தெரிவித்துள்ளது. ஊதியம் இல்லாத பராமரிப்பு மற்றும் வீட்டு வேலைகளில், ஆண்களைவிட பெண்கள் இரு மடங்கிற்கும் அதிகமான நேரத்தை செலவிடுகிறார்கள்.

நூறுக்கும் மேற்பட்ட நாடுகளில், குறிப்பிட்ட சில பணிகளில் பெண்கள் பங்கேற்க சட்டபூர்வமாகத் தடை விதிக்கப்பட்டுள்ளது. இவையெல்லாம் பெண்களின் பிரச்னைகள் என்றால், நீண்டகாலத்துக்கு முன்பே இவற்றைத் தீர்த்திருக்க வேண்டும்'' என்று ஹங் கூறினார்.

ஆனால், இவற்றைத் தீர்ப்பதற்கு ஆண்களின் ஒத்துழைப்பு தேவை என்கிறார் அவர். ``இந்தப் பிரச்னைகளுக்குத் தீர்வு காண்பதில் உண்மையில் ஆண்கள் ஈடுபாடு காட்டவில்லை'' என்று அவர் குறிப்பிடுகிறார். அவர்களைப் பற்றி ஆண்களான நாம் நமது குடும்பங்களில், நண்பர்களுடன், அயலாருடன், சமுதாய அளவில், சமூக அளவில் பேசாத வரையில், குறிப்பிடத்தக்க முன்னேற்றத்தை நம்மால் எட்ட முடியாது'' என்று ஹங் கூறியுள்ளார்.

ஆகவே - ஆண்கள் ஏன் எதுவும் செய்வதில்லை?

பயம் என்ற காரணி: பெண்களின் பழக்கவழக்கங்கள் என்பதில் இருந்து மாறுபட்டதாக ஆண்கள் மிக சீக்கிரமாகவே சமுதாயத்தில் இணைந்து

பழகிவிடுகிறார்கள்'' என்று ஆண்மைத்தனம் மற்றும் தந்தைநிலை குறித்த வலைப்பூ நடத்தி வரும் லூடோ கேப்ரியல் கூறுகிறார். இதனால் பணியிடத்தில் ஒரு சூழ்நிலை உருவாகும்போது, பெண்களுக்கு நீங்கள் ஆதரவு காட்டினால், தன்னுடைய இனத்தவருக்கு (ஆண்களுக்கு) துரோகம் செய்பவரைப் போல பார்க்கிறார்கள்'' என்று பிபிசியிடம் அவர் கூறினார்.

மார்க் என்ற (உண்மையான மாற்றத்திற்குக் குரல் கொடுக்கும் ஆண்கள்) உலக அளவிலான லாப நோக்கற்ற அமைப்பில் பொறுப்பாளராக இருக்கும் கேப்ரியல், பணியிடத்தில் பாலியல் பிரச்னைகளுக்குத் தீர்வு காண்பதில் ஆண்கள் மற்றும் பெண்களை ஈடுபடுத்தி வருகிறார். பெண்களை தலைமைப் பதவிகளுக்கு முன்னிறுத்த வலியுறுத்தும் லாப நோக்கற்ற கேட்டலிஸ்ட் அமைப்பின் ஒரு தசாப்த கால ஆய்வின் தொடர்ச்சியாக மார்க் என்ற அமைப்பு தொடங்கப்பட்டது. 2020-ல் கேட்டலிஸ்ட் அமைப்பு கனடாவில் 1,500 ஆண்களிடம், பணியிடத்தில் பாலியல் அம்சங்கள் குறித்து ஆய்வு நடத்தியது. பாலின பாகுபாட்டைத் தடுத்து நிறுத்துவதற்கு பெரும்பாலானவர்கள் ஏன் முன்வருவதில்லை என்பதற்கு, அந்த ஆய்வில் பல விளக்கங்கள் கிடைத்தன.

பணியிடத்தில் பாலியல் ரீதியிலான செயல்பாடுகளைப் பார்க்கும் போது அதைத் தடுக்க வேண்டும் என்று ஆய்வில் பங்கேற்றவர்களில் 86 சதவீதம் பேர் விருப்பம் தெரிவித்தனர். ஆனால் 31 சதவீதம் பேர் மட்டுமே அதை செயல்படுத்தும் தைரியம் பெற்றவர்களாக இருந்தனர்.

அறியாமை, அக்கறையின்மை, அச்சம் என்ற மூன்று முக்கிய தடைகளை எங்கள் ஆய்வுகள் மூலம் கண்டறிந்தோம்'' என்று மார்க் அமைப்பின் துணைத் தலைவர் அலிச்சாண்ட்ரா போலாக் பிபிசியிடம் தெரிவித்தார். மற்ற ஆண்கள் என்ன நினைப்பார்களோ என்ற அச்சம், மற்ற ஆண்களிடம் தன் அந்தஸ்து குறைந்துவிடுமோ என்ற அச்சம், வேலை செய்யும் இடத்தில் அந்தஸ்து போய்விடுமோ என்ற அச்சம் ஆண் பணியாளர்களிடம் உள்ளது'' என்று அவர் விளக்கினார்.

பெரும்பான்மையானவர்கள் அத்துமீறலில் ஈடுபடும் பிரிவினராக இருக்கும்போது, அவர்களுடன் சேர்ந்து செயல்படாமல் போனால் விடுபட்டுப் போவோம் என்ற அச்சம் காணப்படுகிறது'' என்றார் அவர். பல ஆண்களுக்கு நல்ல எண்ணம் இருக்கிறது. ஆனால் எங்கே தொடங்குவது என தெரியாமல் பிரச்னையை அணுகி, பிறகு ஓரம் கட்டப்படும் நிலைமை வந்துவிடக் கூடாதே என்பதும் பெரிய அச்சமாகக் காணப்படுகிறது'' என்றும் அவர் கூறினார்.

தெளிவு பெறுவதற்கான தருணம்: இந்தப் பிரச்னைக்குத் தீர்வு காண குறுகிய கால பயிற்சி அமர்வுகள் அல்லது ஓராண்டு கால பயிற்சிகளில் அலுவலர்களைப் பதிவு செய்ய வைப்பதற்காக செவ்ரான் மற்றும் பி அண்ட் ஜி போன்ற நிறுவனங்களுடன் மார்க் அமைப்பு இணைந்து முயற்சி மேற்கொண்-

டுள்ளது. கொஞ்சம் அறியாமையில்'' இருப்பவர்களுக்கு ஆரம்பத்தில் இந்தப் பயிற்சிகள் சிறிது அசௌகரியத்தை ஏற்படுத்தக் கூடும் என்று பெண்களிடம் கடுமையான வார்த்தைகளைப் பேசக் கூடிய ஒருவர் இதில் பங்கேற்ற பிறகு கருத்து தெரிவித்துள்ளார்.

ஆனால் சிறிதுநேர சங்கடத்தை நாம் கடந்துவிடுவோம். பிறகு அது பெரிய அனுபவக் கல்வியாக இருக்கும்'' என்று அவர் கூறினார். பயிற்சி நடைபெறும் இடத்தைக் கடந்து செல்லுமாறு பெண்களை அனுப்பி, ஆண்கள் ளிடம் இருந்து தகாத வகையிலான போக்கு காணப்படுகிறதா, பாலியல் ரீதியில் ஏதும் பாரபட்சம் காட்டுகிறார்களா என கேட்கப்பட்டது. அப்படி எதுவும் இல்லை என்பதை உணர்வது ``வலிமையான தருணமாக'' இருந்தது என்று ஒரு பெண் பங்கேற்பாளர் கூறினார்.

பணியிடத்தில் எல்லா பெண்களும் பாலியல் ரீதியில் அத்துமீறலுக்கு ஆளாகியுள்ளனர் என்பதை அறியும்போது அதிர்ச்சியாக இருந்திருக்கும் என்று நினைக்கிறேன். அவர்கள் அதை ஆழ்ந்து யோசிப்பார்கள் என்று எனக்குத் தோன்றவில்லை. ஆனால் யோசித்தாக வேண்டும்'' என்று அந்தப் பெண் கூறினார்.

அறைக்குள் இருக்கும் யானை'இந்தப் பிரச்னைக்கு நாமும் ஒரு காரணமாக இருக்கிறோம். எனவே தீர்வு காண்பதிலும் நாம் பங்கு வகிக்க வேண்டும்'' என்று ஆண்கள் உணர வேண்டும் என்பது ஹங் மற்றும் கேபிரியலின் விருப்பமாக உள்ளது. கேப்ரியல் தனது முதலாவது வலைப்பூ பதிவுகளில் இதை எழுதியுள்ளார். பெண்ணியவாதியாக ஓர் ஆண் உருவாதல் மற்றும் அதற்கான தேவை என்ன'' என்பது அதன் தலைப்பாகும். 2017-ல் தனது மகள் சோபியா பிறந்து இரண்டு மாதங்கள் கழித்து WokeDaddy என்ற தலைப்பில் கேப்ரியல் எழுதத் தொடங்கினார். மூன்று ஆண்டுகளுக்கு முன்பு, கார்ப்பரேட் நிறுவனத்தில் டைரக்டர் பொறுப்பில் இருந்து அவர் விலகிக் கொண்டார். அவருடைய வயது 31, வீடு, மனைவி, மகன் இருந்தனர். கொஞ்சம் நேரமும் இருந்தது. ``மனநிறைவு இல்லாதது'' மற்றும் ``வருத்தமான'' உணர்வு அவருக்கு இருந்தது. பிறகு ``ஆண் வரம்பு'' என்ற வகையில் வாழ்ந்ததால் ஏற்பட்ட மகிழ்ச்சிக் குறைபாடுதான் அதற்குக் காரணம் என்று கேப்ரியல் உணர்ந்து கொண்டார்.

ஆண்மைத்தனம் என்பதன் குறுகிய பார்வையாக அது இருந்தது. எதிர்பாலினர் குறித்து சந்தேகத்துடன் பார்ப்பது, தகுதிக்கு மிஞ்சிய உணர்வுகள், அந்தஸ்து மற்றும் மதிப்புகள் இருப்பதாகக் கருதிக் கொள்ளும் மோசமான தன்மையாக அது இருந்தது. இன்றைய காலத்தில் நிறைய ஆண்கள் இதில் அதிருப்தி கொண்டிருக்கிறார்கள்.

ஆரோக்கியமான ஆண்மைத்தனம் என்பது குறித்த விஷயங்களை வலியுறுத்தக்கூடிய டோவ் அண்ட் ப்ரமண்டோ என்ற என்.ஜி.ஓ. சமீபத்தில் நடத்திய ஆய்வில், தங்கள் பிள்ளைகளின் உடல் ஆரோக்கியத்திற்காக, இயல்-

பான பாதுகாப்பிற்காக, தாங்கள் எதையும் செய்யத் தயார் என்று, ஏழு நாடுகளைச் (பிரேசில், அர்ஜென்டினா, அமெரிக்கா, பிரிட்டன், கனடா, நெதர்லாந்து, ஜப்பான்) சேர்ந்த தந்தையரில் 85 சதவீதம் பேர் கூறியிருந்தனர். இருந்தாலும் தங்கள் குழந்தை பிறந்த போது அல்லது குழந்தையை தத்தெடுத்த சமயத்தில் பெரும்பாலானவர்கள் அலுவலகத்தில் இருந்து விடுப்பு எடுத்துக் கொள்ளவில்லை. உடன் பணிபுரிபவர்கள் மற்றும் மேலாளர்களின் மனப்போக்கு காரணமாக, தங்களால் விடுமுறை எடுத்துக் கொள்ள முடியவில்லை என்று அவர்கள் கூறியுள்ளனர்.

குடும்பங்களுக்கு வாய்ப்பு தாருங்கள்: ஆண்கள் சோம்பேறிகள், ஈடுபாடு காட்டாதவர்கள் என்று தவறான தகவல் பரப்பப்படுகிறது'' என்று மேலாளர்கள் கூறுவதாக தொழில் மற்றும் பாலின சமத்துவத்துக்கான உலக அளவிலான ஜோஷ் லீவ்ஸ் அமைப்பு கூறியுள்ளது. அதிகம் விற்பனையான All-In புத்தகத்தை எழுதிய லீவ்ஸ், ஐ.நா.வின் உலகளாவிய பாலின சாம்பியன் என்ற பாராட்டும் பெற்றிருக்கிறார்.

தந்தைக்கான விடுமுறை அல்லது சௌகரியமான பணி நேர அனுமதி கேட்கும் ஆண்கள் ``ஓய்வெடுத்துக் கொண்டு, டி.வி.யில் விளையாட்டு நிகழ்ச்சிகளைப் பார்த்துக் கொண்டிருக்கிறார்கள்'' என்று மேலதிகாரிகள் நம்புவதாக பிபிசியிடம் அவர் தெரிவித்தார். பெண்கள் வீட்டிலும், ஆண்கள் அலுவலகத்திலும் இருக்கும் வகையிலான ஒரு நடைமுறையை நாம் வைத்திருக்கிறோம்'' என்று அவர் குறிப்பிட்டார். இதை மாற்ற வேண்டுமானால், சட்டங்கள் மற்றும் கொள்கைகள் குறித்து சமூகம் மறு ஆய்வு செய்ய வேண்டும். பெற்றோருக்கான விடுமுறை மற்றும் ஆண்கள், பெண்களுக்கு சம வாய்ப்புகள் போன்றவற்றை மறு ஆய்வு செய்வதுடன், காலம் காலமாக இருந்து வரும் பாலின நடைமுறைகளுடன் ஒட்டியிருக்கும் எண்ணங்களையும் மாற்ற வேண்டும்.

அதைத் தீர்க்காத வரையில், வேலை செய்யும் இடத்தில் நம்மால் சமமான வாய்ப்புகளை அளிக்க முடியாது'' என்று லீவ்ஸ் தெரிவித்தார். பார்சிலோனாவில் சிறிது காலம் முன்பு பாலின சமத்துவத்துக்காக ஏற்பாடு செய்திருந்த ஆர்ப்பாட்டத்தில் பங்கேற்ற ஆண்கள். மக்களுக்கு மட்டுமின்றி, தொழில்களுக்கும் இந்த நடைமுறை கெடுதலாக உள்ளது என்கிறார் அவர்.

பெண்களுக்கு அதிகாரம் அளித்துள்ள நாடுகள், மக்களுக்கு சம வாய்ப்புகள் அளித்தல், சமத்துவமற்ற நிலை குறித்த பிரச்னைகளைத் தீர்ப்பதில் ``நன்கு செயல்படுகின்றன'' என்றும் லீவிஸ் கூறினார். வீட்டை யார் கவனிப்பது, யார் வேலைக்குப் போவது, யார் தொழிலில் ஈடுபடுவது, யார் பொருளாதார விஷயங்களை கவனிப்பது என்பதில் முடிவு செய்யும் வாய்ப்புகளை குடும்பங்களுக்கு அளிக்கும்போது,நாடு சிறப்பாக அமைகிறது, குடும்பங்களும் சிறப்பாக அமைகின்றன'' என்று அவர் தெரிவித்தார்.

21. ஒரு குஜராத் மருத்துவரின் போராட்டம்

பார்கவா பாரிக்

அன்பையோ, பரிதாபத்தையோ இந்த சமூகத்தில் கேட்டால், நீங்கள் வெறுப்புக்கு ஆளாவீர்கள். அதனால் தான் பெண்ணாக இருந்த நான் ஆணாக மாற முடிவு செய்தேன். நான் ஆணாக மாறிவிட்டேன். ஆனால் என்னை ஏற்றுக்கொள்ள யாரும் தயாராக இல்லை. பெண்ணாக இருந்து ஆணாக மாறியுள்ள அரசு மருத்துவரான பாவேஷ் பாய் சமூகத்தில் எதிர்கொள்ளும் போராட்டங்கள் பற்றி கூறிய சொற்கள் இவை. பெண்ணாக இருந்து ஆணாக மாறியுள்ளதாக பாவேஷ் பாய் தெரிவித்தார். அதனால் அவரை திருநம்பியாக மக்கள் நினைக்கின்றனர். கடைசியில் அவர் உயர் நீதிமன்றம் வரை சென்று, தாம் ஓர் ஆண் என்பதற்கான அங்கீகாரத்தைப் பெற்றுள்ளார்.

கொரோனா பெருந்தொற்றுக்குப் பிறகு சூழ்நிலைகள் மாறி வருகின்றன. எனவே நான் என் வேலையிலிருந்து விலகிவிட்டு வெளிநாட்டுக்கு சென்று படிக்கப் போகிறேன்,'' என்று அவர் தெரிவித்தார். நான் சிறுவனா சிறுமியா என்று இளம்வயதில் தெரியாது' கேடா மாவட்டத்தில் ஒரு சிறிய கிராமத்தில் பிறந்தவர் பாவேஷ் பாய். 17 பேர் கொண்ட கூட்டுக் குடும்பத்தில் நான்காவது குழந்தை இவர். அந்தக் கூட்டுக் குடும்பத்தில் 3 சகோதரர்களுக்கு மொத்தம் 9 குழந்தைகள் இருந்தனர் - 5 மகன்கள், 4 மகள்கள். குழந்தையாக இருந்த காலத்தில் சிறுவர்களுடன் நட்பு கொள்வதில்தான் பாவேஷ் ஆர்வம் காட்டியிருக்கிறார். உடல் அளவில் பெண்ணாக இருக்கிறோம், மனதளவில் ஆணைப் போல இருக்கிறோம் என்பது அப்போது அவருக்குத் தெரியவில்லை. சிறிய கிராமத்தில் பள்ளிக்கூடத்தில் நான் படித்தபோது, பத்தாம் வகுப்புக்கு வரும் வரையில் நான் ஆணா, பெண்ணா என்று எனக்குத் தெரியாது'' என்று பாவேஷ் பாய் தெரிவித்தார்.

*என் தலைமுடி நீளமாக இருந்தது. சிறு வயதில் பாலினம் பற்றிய எண்ணம் எதுவும் இல்லை. ஆனால் காலப்போக்கில் அது மாறத் தொடங்கியது'' என்றார் அவர்.

*மாணவிகளை எனக்குப் பிடிக்கும். ஆனால் அவர்களுடன் வெளியில் போவதோ அல்லது பேஷன் பற்றி அவர்களுடன் பேசியதோ கிடையாது'' என்று அவர் தெரிவித்தார்.

*பெண்ணைப் போல எனது நடவடிக்கைகள் இல்லை என்பதால், பலரும் என்னை வருத்தமடையச் செய்தனர். என் உறவினர்களில் பெரியவர்கள், ஒரு பெண்ணைப் போல நடந்து கொள் என்று அறிவுரை சொல்வார்கள். ஆனால் ஏதோ தவறாக நடக்கிறது என்ற குழப்பம் என் மனதில் இருந்தது'' என்று

அவர் கூறினார்.

*என்ன நடக்கிறது என்று அப்போது எனக்குப் புரியவில்லை. மற்றவர்கள் என்னிடம் இருந்து விலகிச் சென்றார்கள். எல்லாவற்றையும் ஒதுக்கிவிட்டு நான் தீவிரமாகப் படித்து, முதலாவது ரேங்க் பெற்றேன். என் குடும்பத்தினர் விரும்பியதைப் போல மருத்துவக் கல்லூரியில் எனக்கு இடம் கிடைத்தது'' என்று கடந்த காலம் பற்றி அவர் நினைவுகூர்கிறார்.

சான்றிதழ்களை மாற்றுவதற்கான போராட்டம்: அப்போதிருந்து எனது உண்மையான போராட்டம் தொடங்கியது. என்னுடைய அனைத்து சான்-றிதழ்களிலும் நான் பெண் என்று குறிப்பிடப்பட்டிருந்தது. அரசுக் கல்லூரி விதிமுறைகளின்படி நான் மாணவியர் விடுதியில் தங்க வேண்டும். நான் மருத்துவம் படித்துக் கொண்டிருந்ததால், எனக்குள் என்ன மாற்றம் நிகழ்கிறது என்பதை அறிந்திருந்தேன்'' என்று அவர் தெரிவித்தார். விடுதியில் நான் தனிமையாக உணர்ந்தேன். ஹார்மோன் சிகிச்சை எடுத்துக் கொள்ளத் தொடங்கினேன்; மெல்ல மெல்ல என் உடலில் மாற்றங்கள் ஏற்பட்டன. விடு-தியில் தங்கியிருப்பது கடினமாகிவிட்டது. மெல்ல மெல்ல, எனக்கு தாடி, மீசை முளைக்கத் தொடங்கியது'' என்று அவர் கூறினார். மாணவர்களுக்-கான விடுதியில் தங்க வைக்க வேண்டும் என்று நான் கோரிக்கை வைத்-தேன். என்னுடன் படித்த மாணவிகளுக்கு நான் `தீண்டத்தகாதவளாக' மாறி-விட்டேன். மாணவர்கள் என்னை ஏற்றுக் கொள்ளவில்லை'' என்று அவர் குறிப்பிட்டார்.

மாணவர் விடுதியில் தங்குவதற்கு அனுமதிக்கப்பட்ட நிலையில் டெல்லி-யில் உள்ள சமூக நல அமைப்பின் உதவியை பாவேஷ் பாய் நாடியுள்ளார். நான் நடுத்தரக் குடும்பத்தைச் சேர்ந்தவர் என்பதால், எனக்கு நிறைய பண வசதி கிடையாது. உடல் அமைப்பில் நான் பெண்ணாக இருந்தாலும், எண்-ணங்கள் எல்லாம் ஆணைப் போல இருந்ததை நான் உணர்ந்தேன். இது ஓர் ஆணின் உடலில் இருக்க வேண்டிய ஆன்மா என்று தோன்றியது. கல்லூரியில் என்னுடன் படித்த ஒரு மாணவி என்னை நன்றாகப் புரிந்து கொண்டாள். பெண்ணுக்கான உடைகளை நீ அணிந்து கொண்டாலும் அது பிரச்னை கிடையாது என்று என்னிடம் சொல்வாள். அவள் எனக்கு ஆதரவு கொடுத்தாள்'' என்றும் பாவேஷ் பாய் தெரிவித்தார்.

திருமணம் மற்றும் முதுமை பற்றிய அச்சம்: உளவியல் நிபுணரை சந்திக்க என் தந்தையுடன் ஒரு நாள் நான் சென்றிருந்தேன். என் தந்தை என் மீது பாசம் கொண்டுள்ளார். ஆனால் சமூகத்திற்குப் பயந்தார்'' என்று பாவேஷ் பாய் கூறினார்.

திருமணம் செய்து கொள்வது பற்றிய நிறைய குழப்பம் இருந்தது. நான் ஆணாக மாறிவிட்டால், என்னைத் திருமணம் செய்து கொள்ள யார் ஒப்புக்-கொள்வார்கள்? முதுமைக் காலத்தில் எனக்கு ஆதரவாக யார் இருப்பார்கள் என்று என் தந்தை கவலைப்பட்டார்'' என்றும் அவர் தெரிவித்தார். எனக்குத்

துணைவராக வரப் போகிறவர், எனக்கு முன்னதாக மரணம் அடைய மாட்டார் என்பதற்கு ஏதாவது உத்தரவாதம் இருக்கிறதா என்று நான் கேட்டேன். முதுமைக் காலத்தில் என் பிள்ளைகள் என்னை கவனித்துக் கொள்வார்கள் என்பதற்கு ஏதாவது உத்தரவாதம் இருக்கிறதா என்று கேட்டேன். அது நியாயமான வாதம் என என் தந்தை கருதினார்'' என்றும் அவர் கூறினார்.

மகனே உனது பெருமையை வளர்த்துக் கொள். அது மட்டும் எனக்குப் போதும் என்று என் தந்தை கூறினார். நான் அறுவை சிகிச்சை செய்து கொண்டு, ஆணாக மாறிவிட்டேன்'' என்றார் அவர். அறுவை சிகிச்சைக்குப் பிந்தைய அனுபவம் பற்றிக் குறிப்பிட்ட அவர், ``அறுவை சிகிச்சை முடிந்து என் முகத்தை செவிலியர் காட்டியபோது, எந்த உணர்வும் என் முகத்தில் காணப்படவில்லை'' என்று கூறினார்.

அறுவை சிகிச்சைக்குப் பிறகு எல்லோரும் குதூகலம் அடைவார்கள், நீங்கள் அமைதியாக இருக்கிறீர்களே, ஏன் என்று செவிலியர் கேட்டார். `என் ஆன்மாவுக்கு உரிய சரியான உடல் கிடைத்துவிட்டது' என்று நான் கூறினேன். அறுவை சிகிச்சைக்குப் பிறகு நான் நிம்மதி கிடைத்ததாக உணர்ந்தேன். நான் விரும்பியதை அடைந்துவிட்டேன். என் ஆன்மாவுக்கு உரிய உடல் வந்துவிட்டது. மக்கள் என்னை நேசிப்பதற்காக நான் அறுவை சிகிச்சை செய்து கொள்ளவில்லை. என்னை நான் நேசித்ததால் அறுவை சிகிச்சை செய்து கொண்டேன்'' என்று பாவேஷ் பாய் கூறினார். நீதி கேட்டு உயர்நீதிமன்றத்தை நாடியது

அறுவை சிகிச்சை செய்த பிறகு தான் பாவேஷ் பாய் இரண்டாவது போராட்டம் தொடங்கியது. மேற்படிப்புக்காக வெளிநாடு செல்ல அவர் விரும்பினார். அதற்கு, தனது பிறப்புச் சான்றிதழ், பள்ளிக்கூட, கல்லூரி சான்றிதழ்கள், கடவுச்சீட்டு ஆகியவற்றை மாற்றியாக வேண்டும். அவற்றில் பாலினம் பெண் என்பதை ஆண் என மாற்றியாக வேண்டும். அரசு விதியின்படி அவ்வாறு மாற்றம் செய்ய எந்தத் துறையும் தயாராக இல்லை. ஆண் என்பதற்கான சான்றிதழைப் பெற முயற்சி செய்தார். ஆனால் மூன்றாம் பாலினத்தவர் என்றுதான் சான்றிதழ் கிடைத்தது. கடைசியாக குஜராத் உயர் நீதிமன்றத்தின் கதவுகளைத் தட்டினார் அவர்.

அரசியல் சட்டத்தின் 14, 15, 226, மற்றும் 227வது பிரிவுகளின் கீழ் உயர் நீதிமன்றத்தில் நாங்கள் மனு செய்தோம்'' என்று பாவேஷ் பாயின் வழக்கறிஞர் அமித் சௌத்ரி தெரிவித்தார். குழந்தைப் பருவத்தில் இருந்தே பாலினம் குறித்த உணர்வில் பாவேஷ் பாய் மாறுபட்டிருந்துள்ளார். அரசு மருத்துவமனை அளித்த சான்றிதழ் இந்த வழக்கின் உத்தரவில் முக்கியமான விஷயமாக எடுத்துக் கொள்ளப்பட்டது. பாவேஷ் பாய் பிறந்ததில் இருந்து, கிரிமினல் பின்னணி எதுவும் அவருக்கு இல்லை.மேற்படிப்புக்காக வெளிநாடு செல்ல விரும்புவதால் அவரது கடவுச்சீட்டு , பள்ளிக்கூடம், கல்லூரி சான்றிதழ்கள், பிறப்புச் சான்றிதழ் ஆகியவற்றில் பாலினத்தை பெண் என்பதில்

இருந்து ஆண் என மாற்ற வேண்டும் என அதில் தெரிவிக்கப் பட்டிருந்தது.

அதன் அடிப்படையில் தான் நீதிபதி அல் தேசாய் உத்தரவு பிறப்பித்தார். பாவேஷ் பாலின மாறுபாட்டு உணர்வு கொண்டவர் என்பதை அறிந்ததும், அவரை மாணவர் விடுதியில் தங்க நாங்கள் அனுமதித்தோம். இப்போது, உயர் நீதிமன்ற உத்தரவைத் தொடர்ந்து, தேவையான மாற்றங்களை செய்து தருவோம்'' என்று பவநகர் பல்கலைக்கழக துணை வேந்தர் மஹிபட் சிங் சாவ்டா தெரிவித்தார். நீண்ட போராட்டத்தில் வெற்றி பெற்றுள்ள பாவேஷ் பாய், ``தற்கொலை செய்து கொள்ள ஒரு கட்டத்தில் நான் யோசித்தது உண்டு. ஆனால், வாழ்வை முடித்துக் கொள்ளக் கூடாது என்று முடிவு செய்தேன்'' என்று பிபிசிக்கு அளித்த பேட்டியில் கூறினார்.

நீதிமன்றத்தை நாடுவதற்கு முன்னதாகவே எனக்கு வெளிநாட்டில் படிக்க கல்வி உதவித் தொகை கிடைத்துவிட்டது. நீதிமன்ற உத்தரவைத் தொடர்ந்து நான் வெளிநாடு செல்ல முடியும். ஆனால் இப்போது நான் அரசு மருத்துவமனையில் பணியாற்றி, நோயாளிகளைக் காப்பாற்றும் சேவையில் இருக்கிறேன். கொரோனா முடிந்த பிறகு, மேற்படிப்புக்காக நான் வெளிநாடு செல்வேன்'' என்று பாவேஷ் பாய் கூறினார். சமூகத்தின் கூண்டில் இருந்து விடுதலை பெற்றது போல இப்போது உணர்கிறேன்'' என்று வானில் சிறகடிக்கும் பறவையைப் போன்ற மனநிலையில் இருக்கும் பாவேஷ் பாய் தெரிவித்தார்.

•

22. சென்னை உயர்நீதிமன்றம் தரும் வழிகாட்டுதல்கள்

தன் பாலின ஈர்ப்பாளர்களுக்கு பரவலாக செய்யப்படும் பாலின மாற்று அறுவை சிகிச்சைக்கு, மத்திய அரசு தடை விதிக்கவேண்டும் என்றும் தன் பாலின ஈர்ப்பாளர்களின் பாதுகாப்பை உறுதிப்படுத்தும் நடவடிக்கைகள் பற்றிய அறிக்கையை 12 வாரங்களுக்குள் மத்திய அரசு தாக்கல் செய்ய வேண்டும் என சென்னை உயர்நீதிமன்றம் தீர்ப்பளித்துள்ளது.

தன் பாலின ஈர்ப்பாளர்கள் இருவர் பெற்றோரிடம் இருந்து பாதுகாப்பு கோரிய வழக்கில், தன்பாலின ஈர்ப்பாளர்கள் பற்றிய சிறப்பு சட்டம் கொண்டு வரப்படும் வரை, அவர்களின் உரிமைகளை பாதுகாக்க சில வழிகாட்டுதல்களை சென்னை உயர்நீதிமன்றம் வழங்கியுள்ளது. கடந்த நான்கு மாதங்களாக தன் பாலின ஈர்ப்பாளர்களின் வழக்கை விசாரித்த நீதிபதி என். ஆனந்த் வெங்கடேஷ், வழக்கு தொடர்ந்த இரு மனுதாரர்கள், அவர்களின் பெற்றோர்கள் ஆகியோருக்கு எல்ஜிபிடி பற்றிய விழிப்புணர்வு தரும் ஆலோசனை வகுப்புகளுக்கு ஏற்பாடு செய்ததாக தெரிவித்துள்ளார். அத்துடன் தானும் தனியாக தன்பாலின ஈர்ப்பாளர்கள் பற்றிய விழிப்புணர்வு வகுப்பை எடுத்துக்கொண்டதால் மட்டுமே சரியான வழிகாட்டுதல்களை வழங்க முடிந்தது என்று கூறினார்.

மதுரையைச் சேர்ந்த தன்பாலின ஈர்ப்பாளர்கள், தங்களது காதல் பற்றி பெற்றோர் தெரிந்து கொண்ட பின்னர், இருவரும் பிரிய அழுத்தம் அதிகரித்ததாகவும், பெற்றோரிடம் இருந்து தங்களுக்கு பாதுகாப்பு வழங்க வேண்டும் என்றும் கோரினர். இந்த வழக்கை விசாரித்த நீதிபதி ஆனந்த் வெங்கடேஷ், இருவரின் பாதுகாப்பை உறுதிப்படுத்த உத்தரவிட்டார். மேலும், இவர்களைப் போல நாடு முழுவதும் உள்ள, தன் பாலின ஈர்ப்பாளர்களின் பாதுகாப்பை அரசு உறுதிப்படுத்த வேண்டும் என்று கூறி சில வழிகாட்டுதல்களை அறிவித்தார். அவரது இந்த உத்தரவு தற்போது இந்திய அளவில் பேசுபொருளாக மாறியள்ளது.

நீதிபதி ஆனந்த் வெங்கடேஷ் வெளியிட்ட வழிகாட்டுதல்கள்: தன் பாலின ஈர்ப்பாளர்களான காதலர்களை பிரிக்க, 'மகளை காணவில்லை' என்றோ 'மகள் கடத்தப்பட்டாள்' என்றோ பெற்றோர் அளிக்கும் புகார்களை காவல்துறையினர் தீர விசாரிக்க வேண்டும். பெற்றோர் கொடுக்கும் புகாரை மட்டும் வைத்து, தன் பாலின ஈர்ப்பாளர்களை விசாரணைக்கு அழைத்து துன்புறுத்தகூடாது. இருவரும் பெரியவர் வயதை எட்டி ஒருமித்த கருத்துடன் இசைந்து வாழ்வது உறுதி செய்யப்பட்டால், அவர்கள் மீது எத்தகைய புகாரையும் காவல்துறையினர் பதிவு செய்யக்கூடாது. தன் பாலின ஈர்பாளர்களை மாற்றுவதற்காக செய்யப்படும் பாலின மாற்று அறுவை சிகிச்சைகளுக்கு மத்திய அரசு தடை விதிக்க வேண்டும். அவ்வாறான அறுவை சிகிச்சை செய்வதாக கூறும் நபர்கள் மீது நடவடிக்கை எடுக்கவேண்டும்.

மத்திய சமூக நீதி அமைச்சகம் தன் பாலின ஈர்ப்பாளர்களின் உரிமைகளுக்காக குரல் கொடுக்கும் தன்னார்வ அமைப்புகளின் பட்டியல் ஒன்றை வெளியிட வேண்டும். அந்த அமைப்புகளின் முகவரி மற்றும் தொடர்பு எண்கள் உள்பட விவரங்களை வெளியிட வேண்டும். அந்த தகவல்களை அவ்வப்போது மேம்படுத்த வேண்டும். அந்த அமைப்புகளை தொடர்பு கொண்டவர்களின் விவரங்களை தன்னார்வலர்கள் பாதுகாப்பாக வைக்க வேண்டும். அவர்களுக்கு என்ன விதத்தில் உதவி கிடைத்தது உள்ளிட்ட விவரங்களை ஒரு ஆண்டுக்கு இரண்டு முறை அமைச்சகத்திடம் அறிக்கையாக சமர்ப்பிக்க வேண்டும்.

ஏற்கெனவே இயங்கி வரும் குறுகிய கால பாதுகாப்பு இல்லங்கள், திருநங்கை பாதுகாப்பு இல்லங்கள் உள்ளிட்ட இடங்களில் தன்பாலின ஈர்ப்பாளர்கள் தங்குவதற்கு தேவையான வசதிகள் செய்ய வேண்டும். அத்தகைய பாதுகாப்பு இல்லங்கள் இருப்பதை 12 வாரங்களுக்குள் உறுதிசெய்து நீதிமன்றத்தில் தெரிவிக்க வேண்டும். காவல்துறையினர், சிறைதுறையினர், நீதித்துறை, கல்வி நிறுவனங்கள், சுகாதாரத்துறை அலுவலர்கள், அரசு மற்றும் தனியார் துறை நிறுவனங்கள், தன்பாலின ஈர்ப்பாளர்களின் பெற்றோர்கள் உள்ளிட்டோருக்கு விழிப்புணர்வு அளிக்க வேண்டும். சமூகத்தில் தன் பாலின ஈர்பாளர்கள் ஒரு அங்கமாக கருதப்பட வேண்டும். அவர்கள் மீதான பாகு-

பாடு ஒழிக்கப்படவேண்டும் என்று நீதிபதி ஆனந்த் வெங்கடேஷ் கூறியுள்ளார்.

23. நர்த்தகி நடராஜ் - சாதித்த கதை

முரளிதரன் காசிவிஸ்வநாதன்

பத்ம ஸ்ரீ விருதுபெற்ற, தேசத்தின் சிறந்த நடன கலைஞர்களில் ஒருவரான நர்த்தகி நடராஜ், கடும் போராட்டங்களுக்கு மத்தியில் அந்த உயரத்தை அடைந்தவர். சமூகம் விதித்த அனைத்து தடைகளையும் தகர்த்தெறிந்தவர். வாழ்வின் தடைகளைத் தகர்க்க நினைப்பவர்களுக்கு இவரது வாழ்க்கை ஒரு உதாரணம். தற்போது தமிழ்நாடு மாநில வளர்ச்சிக் கொள்கைக் குழுவின் பகுதி நேர உறுப்பினராகவும் நியமனம் செய்யப்பட்டுள்ளார்.

தமிழ்நாட்டில் பரத நாட்டியத்திற்காக பத்ம ஸ்ரீ விருது, கலைமாமணி விருது, சங்கீத நாடக அகாடமியின் புரஸ்கார் விருது, கௌரவ டாக்டர் பட்டம் உள்ளிட்ட அங்கீகாரங்களைப் பெற்ற பரதநாட்டியக் கலைஞரான நர்த்தகி நட்ராஜ், சிறு வயதிலிருந்தே நடனத்தின் மீது தீராத காதல் கொண்டவர். தற்போது இந்தியாவின் முக்கியக் கலைஞர்களின் ஒருவரான நர்த்தகியின் கலைப் பயணம், யாருக்கும் உத்வேகமூட்டக் கூடியது. நடனத்தை நான் தேர்வுசெய்தேன் என்பதை விட, நடனம்தான் என்னைத் தேர்வுசெய்தது. ஆணாகப் பிறந்த நான், பெண்ணாக என்னை உணர்ந்த அந்தத் தருணத்தில், என் பெண்மையை வெளிப்படுத்த அது உகந்த கலையாக இருந்தது.

அந்தப் பருவத்தில் இருந்த இடர்களில் இருந்து சாய்ந்து கொள்ள ஒரு தோளாக அந்தக் கலை இருந்தது. ஒரு ஆணாகப் பிறந்து பெண்ணாக மாறியதால் ஏற்பட்ட பிரச்சனைகளைக் கடக்க, இது வாகனமாக இருந்தது. நல்ல துணையாக இருந்தது. அப்படித்தான் நடனத்தின் மீது ஈர்ப்புக்கொள்ள ஆரம்பித்தேன்" என்கிறார் நர்த்தகி.

மதுரை அனுப்பானடி பகுதியில், வசதியும் அரசியல் செல்வாக்கும் மிகுந்த குடும்பத்தில், அவரது பெற்றோருக்கு ஐந்தாவது குழந்தையாகப் பிறந்தவர் நடராஜ். ஆனால், 5-6 வயதிலேயே தான் மற்றவர்களைப் போல அல்ல என்று உணர ஆரம்பித்தார். எதிர்பார்த்தபடியே அவரது வீட்டினருக்கு இது பெரும் அதிர்ச்சியாக இருந்தது. அனுப்பானடியில் உள்ள தியாகராசர் முன்மாதிரிப் பள்ளியில் படித்த நடராஜ், மிகச் சிறந்த மாணவர். இருந்தபோதும், உடலில் இருந்த மாற்றங்கள் அவரைத் தொந்தரவு செய்து கொண்டே இருந்தன. வீட்டிலும் வெளியிலுமாக தங்கியிருந்தபடி, 12ஆம் வகுப்புவரை படித்த நடராஜ், அதற்குப் பிறகு பள்ளிக்கூடத்திற்கு செல்ல முடியாத நிலை ஏற்பட்டது. இந்த நிலையில்தான் நடனம் என்ற கலை அவரை முழுமையாக ஆக்கிரமித்தது. அவரைப் போலவே உணர்ந்த பாஸ்கரும் (இப்போது சக்தி) நடராஜும் செவ்வியல் நடனத்தை நோக்கி வெகுவாக ஈர்க்கப்பட்டார்கள்.

திரைப்படங்கள்தான் அவரது முதல் நடன குருவாக இருந்தன. அதில் நாயகிகள் ஆடிய நடனங்களைப் பார்த்தே, நடனத்தையும் அவர்கள் பேசிய வசனங்களைக் கேட்டு மொழியையும் செழுமைப்படுத்திக் கொண்டார் நடராஜ். அதற்குப் பிறகு, கோவில் திருவிழாக்களில் தொடர்ந்து ஆடிவந்தார்.

ஆனால், முறைப்படி நடனம் கற்க வேண்டுமென்ற ஆசைமட்டும் தீர-வில்லை. அந்தக் காலகட்டத்தில் தஞ்சாவூர் பாணி பரதக்கலையில் மிக உயர்ந்த இடத்தில் இருந்த பி. கிட்டப்பா பிள்ளையிடம் பரதம் கற்க முடிவு-செய்தார் நடராஜும் அவரது தோழியான பாஸ்கரும்.

"யாமினி கிருஷ்ணமூர்த்தி, சுதாராணி ரகுபதி போன்ற இந்தியாவின் மிகப் பெரிய பரதநாட்டியக் கலைஞர்களின் குரு அவர். தஞ்சாவூருக்குச் சென்று எங்களுக்கும் பரதம் கற்றுத்தரும்படி தொடர்ந்து வேண்டினோம். அவர் செல்-லும் இடங்களுக்கெல்லாம் செல்வோம். ஒரு வருடக் காத்திருத்தலுக்குப் பிறகு அவர் எங்களை ஏற்றுக்கொண்டார். அது ஒருபெரிய பல்கலைக்கழகத்தில் படிக்கக் கிடைத்த வாய்ப்பு போல இருந்தது," என்கிறார் நர்த்தகி.

பரத நாட்டியத்தில் புகழ்பெற்ற தஞ்சை நால்வரில் ஒருவரான சிவானந்-தத்தின் பரம்பரையைச் சேர்ந்தவர்தான் கிட்டப்பா பிள்ளை. 17வது வயதில் கிட்டப்பா பிள்ளையிடம் சேர்ந்த நடராஜும் பாஸ்கரும், அதற்கு அடுத்த 15 வருடங்கள் அவருடனேயே இருந்தனர். தொடர்ச்சியாக நட்ராஜுக்கும் பாஸ்-கருக்கும் கற்பித்தார் கிட்டப்பா பிள்ளை. நட்ராஜிற்கு நர்த்தகி என்று பெயர் சூட்டியவரும் அவர்தான். சாதித்தே ஆக வேண்டுமென்பதுதான் அவரது இலக்காக இருந்தது. "குடும்ப ஆதரவு, சமூக ஆதரவு போன்ற எதுவுமே இல்லை. ஆகவே நடனத்தை வெறித்தனமாகக் காதலிக்க ஆரம்பித்தேன். எதிர்ப்புகள், அவமானங்கள் ஆகியவை தொடரவே செய்தன. ஆனால், வெற்றியடைய வேண்டும் என்ற கொள்கை மட்டுமே என்னை நடத்திச் சென்றது" என நினைவுகூர்கிறார் நர்த்தகி.

தஞ்சை தமிழ் பல்கலைக்கழகத்தில் துணைப் பேராசிரியராக சில காலம் பணிபுரிந்த நர்த்தகி, புத்தாயிரத்தின் துவக்கத்தில் சென்னையில் குடியேறி-னார். எந்தத் தருணத்திலும் நர்த்தகியும் சக்தியும், தாங்கள் திருநங்கைகள் என்பதைச் சொல்லி வாய்ப்புகளைப் பெறக்கூடாது என்பதில் உறுதியாக இருந்தனர்.

"ஆகவே பேய்த் தனமாக உழைத்தோம். என் கலையை, கஷ்டங்களைக் காதலித்தோம். அடுத்தடுத்த வெற்றிகள் எனக்கு நல்ல நம்பிக்கையை கொடுத்தன. எனக்கு வெற்றிகள் மிகத் தாமதமாகக் கிடைத்தன, ஆனால், கிடைத்தன. நான் கடந்த வந்த பாதையைப் பார்த்தால், நான் மிக பிரம்-மாண்டமான வெற்றியைப் பெற்றிருக்கிறேன். ஆனால், என்னுடைய திறமை-களுக்குக் கிடைக்கும் அங்கீகாரத்தை ஒரு திருநங்கை என்பதால் கிடைத்த அங்கீகாரமாகச் சொல்லும் போக்கு வலிக்கிறது. பத்ம ஸ்ரீ விருது எனக்குத் தரப்பட்டபோதுகூட, அது எனது கலைக்காகத் தரப்பட்டது என சொல்லப்-

பட்ட நிலையிலும் ஒரு திருநங்கைக்கு பத்ம ஸ்ரீ, ஒரு திருநங்கைக்கு பத்ம ஸ்ரீ என்றுதான் குறிப்பிட்டார்கள்" என்கிறார் நர்த்தகி.

நர்த்தகியின் அனைத்துப் பயணங்களிலும் துணையாக இருக்கிறார் சக்தி. "சக்தி என்னோடு இருப்பது என்பது, தெய்வம் என்னோடு இருப்பதைப் போல. தன்னலமற்றவர். அவரிடம் சிறிது நேரம் பேசினாலும் அந்தப் பேச்சு என்னைப் பற்றித்தான் இருக்கும். ஒரு நாணயத்தின் முன் பக்கம் நான். பின் பக்கம் அவள்," என்கிறார் நர்த்தகி.

வெள்ளியம்பலம் என்ற தன்னுடைய நடனப் பள்ளியை வெள்ளியம்பலம் அறக்கட்டளை என்ற பெயரில் அறக்கட்டளையாக்கியிருக்கிறார். "எங்களுடைய வாழ்க்கை முறை வெற்றியடைந்த வாழ்க்கை முறை. நிறைய திருநங்கைகளுக்கு அதை நாங்கள் சொல்லிக்கொடுத்துக் கொண்டிருக்கிறோம். இது அவர்கள் வாழ்க்கையை மாற்றும் என நம்புகிறோம்" என்கிறார் அவர்.

24. கேரளாவில் ஒரு நம்பிக்கை முயற்சி

கீதா பாண்டே

பல்லாண்டு காலமாக தென் இந்தியாவில் செயல்பட்டு வரும் ஒரு பெரிய தங்க நகைக் கடை நிறுவனம், திருநங்கை ஒருவரை தன் விளம்பரத்தில் நடிக்க வைத்திருக்கிறது. சுமார் 1 நிமிடம் 40 நொடிகள் ஓடக்கூடிய விளம்பர காணொளியில் முகத்தில் தாடி மீசையோடும், பெண் தன்மையோடு இருப்பதைப் போலவும் தோன்றும் அவர், கடைசியில் ஒரு நம்பிக்கை மிகுந்த அழகான மணப் பெண்ணாக வருகிறார். 22 வயதான மீரா சிங்கானிய ரெஹானி இவ்விளம்பரத்தில் அந்த திருநங்கை கதாபாத்திரத்தில் நடித்திருக்கிறார். அவர் உண்மையிலேயே ஒரு திருநங்கை என்பதுதான் இவ்விளம்பரத்தில் கூடுதல் சிறப்பு. இந்த விளம்பரம் கேரளாவைச் சேர்ந்த பீமா ஜுவல்லரிக்காக எடுக்கப்பட்டிருக்கிறது.

அவ்விளம்பரத்தில் திருநங்கையாக மாறுபவருக்கு, ஒவ்வொரு காலகட்டத்திலும், அவரை ஏற்றுக் கொண்டு அவர் குடும்பத்தினரிடமிருந்து அவருக்கு கிடைக்கும் அன்பை வெளிப்படுத்துகிறது. திருநங்கையாக மாறும் அவரின் ஒவ்வொரு கட்டத்திலும் அவருக்கு தங்க நகைகள் பரிசாகக் கொடுக்கப்படுகின்றன.

இந்த விளம்பரத்துக்கே 'அன்பைப் போல பரிசுத்தமானது' என்றே பெயரிடப்பட்டு இருக்கிறது. அக்காணொளியை இதுவரை யூடியூபில் சுமார் 10 லட்சம் பேரும், இன்ஸ்டாகிராமில் 14 லட்சத்துக்கும் மேற்பட்டவர்களும் கண்டிருக்கின்றனர். பலரிடமிருந்து இவ்விளம்பரத்துக்கு நல்ல விமர்சனங்கள் வந்திருக்கின்றன. டெல்லி பல்கலைக்கழகத்தில் சமூகவியல் படிக்கும், பகுதி நேர மாடலான மீரா முதலில் இந்த விளம்பரத்தைக் குறித்து கேட்ட போது சந்தேகப்பட்டதாகக் கூறுகிறார்.

விளம்பரத்தில் வரும் ஒரு காட்சி: யாரோ ஒருவர் என் பாலின அடையாளத்தை வணிக ரீதியில் பயன்படுத்த நான் விரும்பவில்லை. இவ்விளம்பரத்தில் நான் திருநங்கையாக மாறும் படலமும் இருப்பதாகக் கூறிய போது நான் கொஞ்சம் பயந்தேன். திருநங்கையாக மாறுவதற்கு முன் நான் தாடி வைத்த ஆணாக காட்டப்பட்டேன்.

"நான் முழு கதையையும், இயக்குநரையும் குறித்து ஆராய்ந்த போது நான் இவ்விளம்பரத்துக்கு சம்மதித்தேன். இந்த விளம்பரத்தை செய்ததற்கு நான் மகிழ்கிறேன். இந்த விளம்பரத்தில் நடித்தது நான் என்னோடு இன்னும் நிம்மதியாக இருக்க உதவியது," என பிபிசியிடம் கூறினார் மீரா.

இந்தியாவில் 20 லட்ச திருநங்கைகள் மற்றும் திருநம்பிகள் இருப்பதாக மதிப்பிடப்பட்டிருக்கிறது. எல்லோரையும் போல திருநங்கை மற்றும் திருநம்பிகளுக்கும் சட்டத்தின் கீழ் சம உரிமை உண்டு என கடந்த 2014ஆம் ஆண்டு உச்ச நீதிமன்றம் தீர்ப்பளித்தது. ஆனால் அவர்களை துன்புறுத்துவது மற்றும் கேலி செய்வது போன்ற சம்பவங்கள் இன்னமும் தொடர்கதைகளாகவே இருக்கின்றன. திருநங்கைகள் மற்றும் திருநம்பிகள் பெரும்பாலும் தங்கள் வீடுகளிலிருந்து விரட்டியடிக்கப்படுகிறார்கள். பலரும் பல்வேறு நிகழ்ச்சிகளில் ஆடியும் பாடியும் பிஅல்லது யாசகம் பெற்றோ, பாலியல் தொழிலில் ஈடுபட்டோ பிழைத்து வருகிறார்கள்.

கடந்த 2015ஆம் ஆண்டு, திருநங்கை மற்றும் திருநம்பிகள் தொடர்பான சமூக அவலங்கள் மற்றும் பாகுபாடுகளுக்கு எதிராக கேரளாவில் மூன்றாம் பாலினத்தவர்களுக்காக தனியே கொள்கைகள் (Transgender Policy) வகுக்கப்பட்டன. ஆனால் இந்தியாவின் எந்த ஒரு மாநிலத்தில் காணப்படும் மூன்றாம் பாலினத்தவர் மீதான வெறுப்பு கேரளாவிலும் நிலவிக் கொண்டிருக்கிறது என்பது கவனிக்கத்தக்கது. இந்த யோசனையை முன் வைத்த போது, தன் சக ஊழியர்கள் அச்சத்தோடு பார்த்ததாகக் கூறுகிறார் இவ்விளம்பரத்தின் சூத்திரதாரியான பீமா நகைக்கடை நிறுவனத்தின் இணைய சந்தைப்படுத்தல் பிரிவின் தலைவர் நவ்யா ராவ்.

பீமா ஜுவல்லரியில் அதுவரையான எல்லாம் விளம்பரங்களும் ஆண் -பெண் திருமணங்களின் பெண்களே மணமகள்களாக இருந்தனர். இந்த புதிய விளம்பரத்தை மக்கள் எப்படி ஏற்றுக் கொள்வார்கள், எப்படி எதிரிவினையாற்றுவார்கள் என கவலையோடு இருந்தோம்.

விளம்பரத்தில் வரும் ஒரு காட்சி: எங்கள் கடைகள் பெரும்பாலும் கிராமபுறத்தில் தான் இருக்கின்றன. இந்த பாலின பிரச்னைகள் தொடர்பாக அங்கிருக்கும் மக்கள் எவ்வளவு தெரிந்து வைத்திருப்பார்கள் என்றும் எங்களுக்குத் தெரியவில்லை. இத்தனை சந்தேகங்களுக்கு மத்தியிலும், ஒரு சமூக செய்தியை உரக்கச் சொல்லவும், ஒரு விவாதத்தைத் தொடங்கவும் விளம்பரத்தை வெளியிட பீமா நிறுவனம் தீர்மானித்தது.

இந்த விளம்பரம் பின்னடைவை ஏற்படுத்தலாம் என்பதையும் நவ்யா அறிந்திருந்தார். கடந்த ஆண்டு இரு மதத்தினரை வைத்து தனிஷ்க் வெளியிட்ட விளம்பரம் பெரும் சர்ச்சையைக் கிளப்பியதும் ஓர் அச்சத்தை ஏற்படுத்தி இருந்தது. சமூக வலைதளங்களில் வலதுசாரியினரின் அழுத்தத்தால் அவ்விளம்பரம் பின்வாங்கப்பட்டது. இந்த விளம்பரம் ஆண்- பெண் இந்து திருமண முறையையே கேள்விக்கு உட்படுத்துவதால் பலத்த எதிர்வினைகள் வரலாம் என தான் எதிர்பார்த்ததாகக் கூறுகிறார்" மீரா.

ஆனால் எதார்த்தத்தில் இவ்விளம்பரம் நல்ல வரவேற்பை பெற்றிருப்பதாக நவ்யா கூறுகிறர். இயற்கைக்குப் புறம்பான, சமூகத்தில் இருக்கக் கூடாத ஒரு விஷயத்துக்காக நாங்கள் குரல் கொடுப்பதாக சிலர் விமர்சித்துள்ளனர். ஆனால் நல்ல விமர்சனங்கள் மற்றும் பாராட்டுக்கள் நிரம்பி வழிந்து கொண்டிருக்கின்றன. பல எல்.ஜி.பி.டி.க்யூ. சமூகத்தினரும் இவ்விளம்பரம் தங்கள் மனதைத் தொட்டுவிட்டதாகக் கூறுகின்றனர்" என்கிறார் நவ்யா.

விளம்பரத்தில் வரும் ஒரு காட்சி: இந்த விளம்பரம் முற்றிலும் புரட்சிகரமானது என கூறியுள்ளார் எழுத்தாளர் மற்றும் ஃபயர் வொர்க் என்கிற காணொலி தளத்தில் பிராண்ட் ஆலோசகராக இருக்கும் சுதா பிள்ளை. ஒரு மலையாள செய்தி தொலைக்காட்சி சேனலில் இந்த விளம்பரத்தைக் கண்டேன். அவர்கள் எந்த நகைகளையும் விற்கமாட்டார்கள் என்று கருதினேன், அது கவனத்தை ஈர்ப்பதற்கான விளம்பரம் என்றால், அதை அவர்கள் செய்துவிட்டார்கள்" என்கிறார் சுதா.

எந்த ஒரு பாரம்பரிய நிறுவனமும் இப்படி ஒரு பெரிய ரிஸ்கை எடுத்து நான் பார்த்ததில்லை. அவர்கள் எடுத்த ரிஸ்க் மிகவும் புரட்சிகரமானது" என்கிறார் சுதா. இன்ஸ்டாகிராமில் இவ்விளம்பரத்தை நெட்டிசன்கள் புகழ்ந்து தள்ளிக் கொண்டிருக்கிறார்கள். தான் இந்த விளம்பரத்தை இணையத்தில் புகழ்ந்த போது அதை எதிர்த்து பல பழமைவாத இந்தியர்கள் எதிர்வினையாற்றுவார்கள், விமர்சனங்கள் எழும் என்று எதிர்பார்த்ததாகக் கூறுகிறார் சுதா. சில மாற்றுக் கருத்துகள் இருக்கின்றன. 95 சதவீத கருத்துக்கள் மற்றும் பின்னூட்டங்கள் நேர்மறையானவையாக இருந்தன, அதுவே மிகப் பெரிய ஊக்கமாக இருக்கிறது." என்கிறார் அவர்.

25. நிஷா

கடலூர் மாவட்டம் விருத்தாசலத்தை சேர்ந்த கொளஞ்சி-அமுதா தம்பதியின் மகன் நிஷாந்த். இவரது தந்தை சுமை தூக்கும் கூலித் தொழில் செய்து வருகிறார். தாய் துப்புரவு பணியாளராக இருக்கிறார்.

10ஆம் வகுப்பு வரை படித்த நிஷாந்த் உடலில் செயல்பாடுகள் பெண்களை போன்று மாறத் தொடங்கியது. இதன்மூலம் தான் திருநங்கை என்பதை உணர்ந்து, பின்னர் திருநங்கையாக முழுவதுமாக மாறும் முயற்சியில்

ஈடுபட்டார். நாளடைவில் பெற்றோர் அவரது நடவடிக்கைகளுக்கு எதிர்ப்பு தெரிவிக்கவே, அவர் வீட்டை விட்டு வெளியேறி கடலூரில் உள்ள திருநங்கைகள் ஆதரவில் வாழ்ந்தார். மேலும் தனது பெயரை நிஷா எனவும் மாற்றிக் கொண்டார்.

தன் பிள்ளையின் பிரிவு தாங்க முடியாமல் அவரை தன்னுடன் வைத்துக்கொள்ள வேண்டும் என்று நிஷாவின் தாய் நினைத்தார். மேலும் நிஷாவிற்கு இயற்கையாக ஏற்பட்ட இந்த மாற்றத்தை உணர்ந்த தாய் அவரை தேடிக் கண்டுபிடித்து வீட்டிற்கு அழைத்து வந்தார். இதையடுத்து நிஷா பாலியல் மாற்று அறுவை சிகிச்சை செய்து திருநங்கையாக மாறினார். இதற்கு நிஷாவின் பெற்றோர் மற்றும் குடும்பத்தினர் ஆதரவு அளித்தனர்.

மேலும் ஒருவர் சிகிச்சை செய்து திருநங்கையாக மாறினால், திருநங்கையாக மாறிய நபருக்கு 'வருட பூஜை' நடத்தி பெண்ணாக அங்கீகரிப்பது வழக்கம். இதனிடையே நிஷா கடந்த ஆண்டு மார்ச் 1ஆம் தேதி திருநங்கையாக பாலியல் மாற்று அறுவை சிகிச்சை செய்துகொண்ட நாளை மஞ்சள் நீராட்டு விழாவாக நடத்த நிஷாவின் குடும்பத்தினர் முடிவு செய்தனர்.

ஆகவே கடந்த மார்ச் 1ஆம் தேதி தனது பிள்ளை நிஷாவிற்கு அவருடைய 21 வயதில், அவர் பெண்ணாக மாறிய நாளை சிறப்பூட்டும் விதமாக அவரது குடும்பத்தினர் மஞ்சள் நீராட்டு விழா நடத்தினர். இந்த நிகழ்வில் அவரது குடும்பத்தினர், உறவினர்கள், மற்றும் ஊர் மக்கள் பங்கேற்றனர்.

0. திருநங்கை ஜென்சி - ஆ. லட்சுமி காந்த் பாரதி

சென்னையில் சமீபத்தில் நடந்து முடிந்த புத்தகக் கண்காட்சியில் திருநங்கை ஜென்சி என்பவர் அறிவிப்பாளராக செயல்பட்டு புத்தக கண்காட்சிக்கு வரக்கூடிய வாசகர்களுக்கு தேவையான தகவல்களை அவ்வப்போது அறிவித்து அனைவரின் கவனத்தையும் ஈர்த்தார்.

இவரின் பின்னணி என்ன? அறிவிப்பாளராக பிபிசி தமிழ் அவருடன் பேசியதை இங்கு தொகுத்து வழங்கியுள்ளோம்.

என்னுடைய சொந்த ஊர் திருத்தணி பக்கம் உள்ள ஒரு சிறிய கிராமம். சிறு வயதில் நான் திருநங்கையாக உணர்ந்தபோது என்னை வீட்டில் ஏற்க மறுத்தார்கள். மேலும் திருநங்கையாக உள்ளவர்களை இந்த சமூகம் எப்படி பார்க்கிறது என்று எனக்கு தெரியும். அதனால் ஏற்பட்ட பயத்தால், நான் நல்ல நிலைக்கு வர வேண்டும் என்பதே என் கனவாக இருந்தது. அதனால் சிறுவயது முதலே நான் பேராசிரியராக ஆக வேண்டும் என்று நினைத்தேன். தற்போது நான் சென்னையில் உள்ள ஒரு தனியார் கல்லூரியில் ஆராய்ச்சி மாணவியாக உள்ளேன். நான் படித்து வரும் கல்லூரியில் நானே முதல் திருநங்கை ஆராய்ச்சி மாணவர். இந்த இடத்திற்கு பல போராட்டங்களைக் கடந்து தான் வந்தேன். என்னைப் போன்று எங்கள் சமூகத்தில் மற்றவர்கள்

அவ்வளவு எளிதாக வரக்கூடிய சூழல் இல்லை என்று கருதுகிறேன்.

அறிவிப்பாளர் ஜென்சி ஆக மாறியது எப்படி?

சின்ன வயதில் இருந்தே தமிழ் மீது எனக்கு அதிக ஆர்வம். நான் பேசும் போது உனது தமிழ் உச்சரிப்பு நன்றாகவுள்ளது என்று பலரும் பாராட்டு-வார்கள். அந்த பாராட்டுதான் எனக்கு நம்பிக்கையை கொடுத்தது. அதன் தொடர்ச்சியாக கல்லூரி மற்றும் பள்ளிகளில் பல பேச்சுப் போட்டிகளில் பங்-கேற்று முதல் பரிசை வென்றது உண்டு. பிறகு நாளடைவில் வானொலி நிகழ்ச்சிகளில் தொகுத்து வழங்குவதற்கான வாய்ப்புகள் கிடைத்தன. என்னு-டைய கல்லூரி காலத்தில் புத்தகக் கண்காட்சியில் வாசிப்பாளராக பங்கேற்ப-தற்கான வாய்ப்பு கிடைத்ததை அடுத்து கடந்த 7 வருடங்களாக நான் புத்-தகக் கண்காட்சியில் அறிவிப்பாளராக இருந்து வருகிறேன்.

நான் அறிவிப்பாளராக தொடர்வதற்கு இன்னொரு முக்கிய காரணம் புத்தக கண்காட்சிக்கு வரக்கூடிய வாசகர்கள்தான். பல வாசகர்கள் நேரடியாக என்னிடம் வந்து என்னை பாராட்டியது உண்டு. இந்த பாராட்டுதான் எனக்கு மிகப்பெரிய நம்பிக்கையை கொடுத்தது. திருநங்கையாக நான் இருந்த போதி-லும் என் குரல் எனக்கு ஒரு அங்கீகாரத்தை இந்த சமுதாயத்தில் ஏற்படுத்-தியுள்ளது.

அடுத்தகட்ட பயணம்?

என்னைப்போல் திருநங்கை சமூகப் பின்னணி கொண்டவர்களுக்கு கல்வி மிக முக்கியமானது என்று நான் கருதுகிறேன். எங்கள் சமூகம் முன்னேறு-வதற்கு கல்வி மட்டும்தான் ஒரே வழி. இந்த இடத்திற்கு, பல போராட்டங்க-ளைக் கடந்து தான் வந்தேன். படிக்கும் போதே படிப்புக்கு தேவையான நிதி உதவி பலரால் வழங்கப்பட்டதன் மூலம் உயர்கல்வி வரை முடித்தேன். என்-னைப் போன்று எங்கள் சமூகத்தில் மற்றவர்கள் அவ்வளவு எளிதாக வரக்-கூடிய சூழல் இல்லை என்று கருதுகிறேன்.

என் ஆராய்ச்சிப் படிப்பு முடிய உள்ள நிலையில் பல தனியார் கல்லூரி-களில் பேராசிரியருக்கான நேர்காணலில் பங்கேற்பது உண்டு. நான் நேர்கா-ணலுக்கு செல்லக்கூடிய பல கல்லூரிகளில் என்னை வகுப்பு எடுக்க சொல்-வதுண்டு. அப்படி எடுக்கும்போது அந்த வகுப்பில் உள்ள மாணவர்கள் நான் எடுக்கும் வகுப்பு முறையை பாராட்டுகிறார்கள். ஆனால் இறுதியில், திரு-நங்கை ஒருவரை இந்தக் கல்லூரியில் பேராசிரியராக நியமிப்பது கடினமா-னது. அதற்கான விழிப்புணர்வு இல்லை என்று என்னை நிராகரிக்கிறார்கள்.

பேராசிரியர் ஆவதற்கான உரிய தகுதியை பெரும் பட்சத்தில் இப்படியான நிராகரிப்பு என்பது இந்த சமூகத்துக்கான பின்னடைவாக நான் பார்க்கிறேன். முன்பைவிட தற்போது பல திருநங்கைகள் பலதுறைகளில் சாதித்துக் கொண்-டிருக்கும் சூழலிலும், எங்களுக்கான அங்கீகாரத்தை போராடி பெற வேண்டிய நிலைதான் உள்ளது. இது மிகவும் வேதனையாக உள்ளது.

26. குயர் படங்கள் அடுத்த 10 ஆண்டுகளில் அதிகம் வரும்

- இயக்குநர் மாலினி ஜீவரத்தினம்

ஆ. லட்சுமி காந்த் பாரதி

குயர் (Queer) சமூக மக்கள் சார்ந்த புரிதலும் அவர்களுக்கான பிரச்-னைகளும் இங்கு அதிகமாக உள்ளதாகக் கூறுகிறார், அந்த சமூக மக்களை மையப்படுத்திய ஆவண படங்களை இயக்கி வரும் மாலினி ஜீவரத்தினம்.

இவருடைய 'ஒய் சோ ஸ்ட்ரெய்ட்' (Why So Straight) என்ற இரண்-டாவது ஆவண படம் சமீபத்தில் வெளிவந்துள்ளது. இந்தப் படம் சம்பந்தமா-கவும் அதன் உருவாக்கத்தில் இருந்த அனுபவங்கள் உள்ளிட்டவை தொடர்-பாக மாலினி ஜீவரத்தினத்தை நேர்காணல் கண்டது பிபிசி தமிழ். அதன் விவரம்:சமீபத்தில் நீங்கள் இயக்கிய 'ஒய் சோ ஸ்ட்ரெய்ட்' (Why So Straight) ஆவண படத்தின் பின்னணி என்ன?

இந்த படத்தின் பின்னணி, அதன் பெயரிலேயே இருக்கிறது. ஒருவர் தன்பாலின ஈர்ப்பாளர் ஆக (Gay) இருப்பதால், அவரைப் பார்த்து, நீ ஏன் அப்படி இருக்கிறாய் என்று கேள்வி எழுப்புகிறார்கள். அதே கேள்வியை நான் அவர்களிடம் திருப்பிக் கேட்கிறேன். ஏன் ஸ்ட்ரெய்ட் (straight) ஆக இருக்க வேண்டும்? அம்யா என்ற புனேவை சேர்ந்த குயர் (Queer) செயல்பாட்டாளரின் வாழ்க்கையை மையமாக வைத்து இந்த ஆவண படத்தை இயக்கியுள்ளேன்.

என்னுடைய முதல் ஆவண படமான லேடீஸ் அண்ட் ஜென்டில்வுமேன் (Ladies and Gentlewomen) என்ற லெஸ்பியன் ஆவண படத்தின் திரையிடல் முடிந்த பிறகு, ஒரு பாலின ஈர்ப்பாளரான ஆண் ஒருவர் என்-னிடம் வந்து லெஸ்பியன்களுக்கு மட்டும்தான் படம் எடுப்பீர்களா என்று கேட்டார். அப்போதே ஒருபாலின ஆணின் கதையை மையமாக வைத்து ஆவண படம் எடுக்க வேண்டும் என்று முடிவு செய்தேன். குறிப்பாக இந்த ஆவணப்படத்தில், அம்யா என்ற நபரின் சந்தோஷமான தருணங்கள் இருக்-கின்றன. என்னைப் பொறுத்தவரை இந்த ஆவண படத்தில் பிரச்னைகளைப் பேசுவதை விட, கொண்டாட்ட மனநிலையை வெளிப்படுத்தும் வகையிலேயே இதை நான் உருவாக்கி இருக்கிறேன்.

தற்போது வெளிவந்துள்ள உங்கள் ஆவணப்படம், கிரௌட் ஃபண்டிங் (Crowdfunding) மூலமாக உருவாக்கப்பட்டுள்ளதாகத் தெரிகிறது. அப்படி என்றால் குயர் கதைகளை மையமாக வைத்து உருவாக்கப்படும் படங்களை எடுக்க தயாரிப்பாளர்களுக்கு இங்கு தயக்கம் உள்ளதா?தற்போது எடுத்துள்ள இந்த ஆவண படத்திற்கான கிரௌட் ஃபண்டிங்கில் பெரும்பான்மையாகப் பங்களித்தது என்னுடைய நண்பர்கள்தான். இன்னும் சிலர் யார் என்றே தெரியாமல் இந்த படத்திற்காக நிதி உதவி அளித்தனர். குயர் படங்கள்

வெளியே வர வேண்டும் என்பதே இதன் நோக்கம். நாம் ஆசைப்பட்ட புத்தகங்கள் கிடைக்கவில்லை என்றால் அதை நாமே எழுத வேண்டும் என்று அமெரிக்க நாவலாசிரியர் டோனி மாரிசன் சொன்னது தான் எனக்கு நினைவுக்கு வருகிறது. நாம் ஆசைப்படுகிற குயர் படங்கள் இங்கு இல்லை. அதை உருவாக்க வேண்டும் என்றுதான் நான் இதை தொடங்கினேன்.

ஒரு ஹெட்ரோ செக்ஷுவல் (Hetrosexual) திரைப்பட தயாரிப்பாளர் இன்னொரு ஹெட்ரோ செக்ஷுல் இயக்குநருக்காக திரைப்படம் எடுக்க முன் வருகிறார் என்பது இயல்பானது. ஆனால் என்னுடைய முதல் ஆவண படத்திற்கான தயாரிப்பிற்கு பா.ரஞ்சித் முன்வந்தார். இதனாலேயே என்னால் முதல் குயர் படத்தை எடுக்க முடிந்தது. பா.ரஞ்சித் போன்று, எங்கோ யாரோ அவர்களுடைய பங்கை இந்த உயர் ஆவண படத்திற்கு அளித்துள்ளனர். அதனால்தான் இந்த படத்தை என்னால் எடுக்க முடிந்தது. இனி வரும் காலங்களில் அனைவரும் அனைவருக்குமான படங்களை எடுக்க முன் வருவார்கள் என்று நம்புகிறேன்.

உங்கள் பார்வையில் தற்போது குயர் படத்திற்கான வாய்ப்புகள் இங்கு எப்படி இருக்கின்றன?குயர் படத்திற்கான வாய்ப்புகள் சமீப காலமாகத்தான் வளர்ந்து வருகின்றன. இதற்கு மிக முக்கியமாக குயர் படத்திற்கான கதையை எழுதுவதற்கு, குயர் பின்னணியில் உள்ளவர்கள் முன் வர வேண்டும். குயர் திரைப்படங்களை உருவாக்குவதற்கு அதன் பின்னணியில், குயர் மக்களின் பங்களிப்பு மிக அவசியமானது என்று நான் கருதுகிறேன். என்னுடைய கண்ணோட்டத்தில் அடுத்த 10 ஆண்டுகளில், அதிகமான குயர் படங்கள் வரும் என நம்புகிறேன். குயர் மக்கள் மீதான புரிதல் தற்போது அதிகரித்துள்ளது. இதுதான் அதற்கு காரணமாக இருக்கும். குயர் படங்கள் அனைவருக்குமானது. குயர் மக்களைப் பற்றி புரிந்துகொள்ள, சக மனிதர் யாராக இருந்தாலும் அவர்கள் இப்படியான படங்களைப் பார்க்க முன் வரவேண்டும்.இந்த ஆவணப்படத்தின் பின்னணியில் உள்ள தொழில்நுட்ப வல்லுநர்களைப் பற்றி கூறுங்கள்?இந்த படத்தின் ஒளிப்பதிவாளர் பிரதீப் காளிராஜா, இசையமைப்பாளர் ஜஸ்டின் பிரபாகரன், படத் தொகுப்பு தமிழரசன். இவர்கள் அனைவரும் கமர்சியல் (Commercial) திரைப்படங்களில் வேலை செய்தவர்கள். சமூக கண்ணோட்டத்துடன் உருவாக்கப்படும் குயர் படங்களில் பங்களிப்பது என்பது இங்கு முக்கியமானது. என்னைப் பொறுத்தவரையில் ஆவண படம் என்பது பிரச்னைகளைப் பேசுவதைத் தாண்டி, அது ஒரு கலை. நாம் பார்வையாளர்களுக்குக் கொடுக்கக்கூடிய கலையை பிரதானப்படுத்தி அழகாகக் கொடுக்க வேண்டும். அதனால்தான் இவர்களுடைய ஒத்துழைப்புடன் இந்த ஆவணப்படத்தை வெளிக்கொண்டு வந்துள்ளேன்.அடுத்த கட்ட திட்டம் என்ன?தற்போது நான் எடுத்துள்ள இந்த ஆவண படத்தை ஓடிடி தளங்களில் வெளியிடுவதற்கான வேலையை தொடங்கி இருக்கிறேன். மேலும் வேட்டிக்காரி என்ற கிரௌட் ஃபண்டிங்

தயாரிப்பு நிறுவனத்தைத் தொடங்கியுள்ளேன். இந்த தயாரிப்பு நிறுவனத்தின் முதல் படம் தான் தற்போது வெளியாகியுள்ள ஒய் சோ ஸ்ட்ரெய்ட் ஆவண படம். இதுபோன்ற அனைவருக்குமான குயர் ஆவணப் படங்களை இனிவரும் காலங்களில் தொடர்ச்சியாக உருவாக்க உள்ளேன்.

27. மாற்று பால் ஈர்ப்பை

திருமணத்துக்குப் பிறகு உணர்ந்தால் என்ன செய்வது?

இயக்குநர் திவ்யபாரதி பேட்டி - ஆ. லட்சுமி காந்த் பாரதி

மாறுபட்ட பாலீர்ப்பை வெளிப்படையாக சொல்வதால் பார்வைகள் மாறுகின்றன என்றும், இப்படி மாறுபட்ட பாலீர்ப்பு தமக்கு இருப்பதை ஒருவர் உணர்வதற்கு யாரும் காலகட்டம் நிர்ணயிக்க முடியாது என்றும் கூறுகிறார் ஆவணப்பட இயக்குநர் திவ்யபாரதி.

"கக்கூஸ்", "ஒருத்தரும் வரல" உள்ளிட்ட ஆவணப்படங்களை இயக்கிய இயக்குநர் திவ்யபாரதி, தமது மாறுபட்ட பாலீர்ப்பு குறித்து சமீபத்தில் வெளிப்படையாக அறிவித்தவர். மாற்று பாலினத்தவர்களின் பிரச்னைகளை ஆவணப்படமாக எடுப்பதற்கான வேலையை கடந்த மூன்று ஆண்டுகளாக செய்து வருகிறார்.

அவரது பட முயற்சி குறித்தும், மாறுபட்ட பாலியல் ஈர்ப்பு கொண்டவர்கள், மாற்றுப் பாலினத்தவர்கள் தொடர்பாகவும் அவரிடம் பேட்டி எடுத்தது பிபிசி தமிழ்.

அந்தப் பேட்டியில் இருந்து:

மாற்று பாலினத்தவர்கள் தொடர்புடைய பிரச்னையை பேசு பொருளாக்குவது தற்போதைய டிரெண்ட் ஆக உள்ளது. நீங்கள் இது சார்ந்த ஆவணப்படம் எடுப்பதற்கான காரணம் என்ன?

கல்லூரிக் காலத்திலிருந்தே குறும்படம் எடுக்க வேண்டும் என்ற ஆசை இருந்தது. அப்போதே நான் மாற்று பாலினத்தவர்கள் குறித்தான படத்தை எடுக்க வேண்டும் என்று விரும்பினேன். நான் ஒன்பதாவது படிக்கும்போது லிவிங் ஸ்மைல் வித்யா எழுதிய நூல் குறித்த விமர்சனத்திற்கான ஒரு நிகழ்வு நடந்தது. அந்த நிகழ்வில்தான் முதல் முறையாக மாற்றுப் பாலினத்தவர்களைப்பற்றி அறிந்தேன். அதன் பிறகு தொடர்ச்சியாக மாற்று பாலினத்தவர்கள் சார்ந்த தேடல் தொடங்கியது. நிறைய புத்தகங்கள் தேடிப் படித்தேன். நான் பள்ளிப்படிப்பை முடிக்கும்போது எனக்கு அவர்கள் மீதான ஒரு புரிதலும் நன்றாக ஏற்பட்டது.

"ஒருத்தரும் வரல" ஆவணப் படம் முடிந்தவுடன் அடுத்த கட்டமாக மாற்று பாலினத்தவர்களுக்கான ஆவணப்பட வேலையை தொடங்கினேன். குறிப்பாக 2017-2018 காலக்கட்டத்தில் மாற்று பாலினத்தவர்கள் கொலைகள் பல பகுதிகளில் நடந்தன. அது சார்ந்த வழக்குகளை கிரேஸ் பானு உள்-

ளிட்ட பல செயற்பாட்டாளர்கள் முன்னெடுத்தனர்.

பிறகு 2019 ஜனவரி மாதம் மாற்று பாலினத்தவர்கள் தொடர்புடைய பிரச்னைகளை மையமாக வைத்து ஆவண படத்துக்கான வேலைகளை தொடங்கினேன். மாற்று பாலினத்தவர்கள் சார்ந்த பிரச்னைகளை புரிந்து கொள்வதற்கு, அவர்கள் பாணியில் பேசும் சில சொற்களை தெரிந்து கொள்ள வேண்டும். குறிப்பாக "தண்டா"க்கு போவது என்றால் பாலியல் தொழிலுக்கு செல்வதாகும். இதை அவர்கள் பாணியில் பேசுவது மிக முக்கியமானது. இதன் மூலம் இன்னும் நெருக்கமாக அவர்கள் சார்ந்த பிரச்னைகளை அறிந்து கொள்ள முடியும். தமிழ்நாடு முழுவதும் பல்வேறு மாவட்டங்களுக்கு பயணம் செய்து இந்த வேலையை செய்யத் தொடங்கினேன்.

இந்த வேலை தொடங்கி ஒன்பதாவது மாதத்தில், ஆவணப் படத்தை விட இதை புனைவாக எடுத்தால் நன்றாக இருக்கும் என்று முடிவு செய்தேன். ஆனால் புனைவாக எடுக்க மிக முக்கியமாக பொருளாதார உதவி தேவைப்பட்டது. இதற்கு முன்பு எடுத்த ஆவணப்படங்கள், அதற்காக நான் எதிர்கொண்ட வழக்குகள் ஆகியவற்றைக் கருத்தில் கொண்டு பார்த்தால் என்னைப் போன்ற ஒருவர் புனைவுப் படம் எடுப்பதற்கு பொருளாதாரம் கிடைக்காது. அப்போதுதான் "ஒருத்தரும் வரல" ஆவணப்படத்தை பார்த்த சிலர், மாற்றுப் பாலினத்தவர்கள் பிரச்னையை மையமாக வைத்து எடுக்கும் படத்துக்கு பொருளாதார உதவி செய்ய முன்வந்தனர். இதையடுத்தை படத்தை புனைவாகவே எடுக்க முடிவு செய்தோம்.

2019 இறுதியில் படப்பிடிப்பு எல்லாம் விழுப்புரம் மாவட்டத்தில் தொடங்கினோம். பிறகு அந்தப் படத்தை தற்போது முடித்துள்ளோம். கொரோனா நோய் தொற்றால் கடந்த இரண்டு வருடங்களாக படத்தயாரிப்பில் தாமதம் ஏற்பட்டது. தற்போது அது முடிந்த நிலையில் ஓடிடி தளத்தில் படத்தை வெளியிடுவதற்கான ஏற்பாடு நடந்து வருகிறது.

இந்த பட உருவாக்கத்திலும், உங்கள் அனுபவத்திலும் பொதுவாக மாற்று பாலினத்தவர்கள் சந்திக்கக்கூடிய முதன்மையான பிரச்னை எது ?

மாற்று பாலினத்தவர்களுக்கான முதன்மையான பிரச்னை அவர்களுக்கான அங்கீகாரம் தான். தன்னைப் பெண்ணாக மாற்றிக் கொள்வதற்காக அவர்கள் உடல் ரீதியாக மாற்றங்களை செய்து கொள்கிறார்கள். இந்த மாற்றத்திற்கான பலனாக அவர்கள் எதிர்பார்ப்பது அவர்கள் விரும்பும் பாலினமாக அவர்களை அங்கீகரிப்பதுதான். தற்போதுவரை மாற்று பாலினத்தவர்கள் அடைந்துள்ள சில வெற்றிகளைப் பற்றி பேசி வருகிறோம். ஆனால், பெரும்பான்மையான மாற்றுப் பாலினத்தவர்களின் முதன்மையான பிரச்னை அவர்களுக்கான அங்கீகாரம்தான்.

மாறுபட்ட பாலீர்ப்பு கொண்டவர்கள் அது பற்றி வெளிப்படையாக கூறுவதால் எதிர்கொள்ளக்கூடிய பிரச்னைகள் பற்றிய பார்வை என்ன ?

தான் ஒரு ஹோமோ செக்சுவல் என்று வெளிப்படையாக கூறுவோர் மீது நடக்கும் வன்முறை இங்கு ஏராளம். குறிப்பாக அப்படி வெளிப்படையாக கூறுவதனால் குறிப்பிட்ட நபரின் குடும்பமே அவர்கள் மீது வன்முறை செலுத்தக்கூடிய சூழல் தற்போது நிலவுகிறது. திருநங்கை, திருநம்பி, லெஸ்பியன், பைசெக்சுவல் என்று வெளிப்படையாக கூறுவோருக்கு இங்கு சமூகம் பாதுகாப்பாக இல்லை என்பதே என் கருத்து.

கடந்த மூன்று மாதத்துக்கு முன்புதான், நான் ஒரு குயர் கம்யூனிட்டியை சேர்ந்தவர் என்று எனது ஃபேஸ்புக் பக்கத்தில் பதிவு செய்தேன். 2014இல் இருந்து நான் என்னுடைய மாற்று பாலீர்ப்பை உணர்ந்த போதிலும் அதை வெளிப்படையாக சொல்ல எனக்கு எட்டு ஆண்டுகள் தேவைப்பட்டன.

இதற்கு முக்கியமான காரணம் ஒருவரின் மாறுபட்ட பாலீர்ப்பை வெளிப்படையாக சொன்னால் அவர்கள் மீதான பார்வையும் அவர்கள் மீதான அணுகுமுறையும் மிக மோசமாக இருக்கிறது. நான் வெளிப்படையாக சொன்னபோது, நானே பலவித பிரச்னைகள் எதிர்கொள்ள நேரிட்டது. குறிப்பாக என்னுடன் இருப்பவர்கள் என்னை உளவியல் அறிவுரைகள் எடுக்குமாறு கூறினார்கள். சமூக முன்னேற்றம் சார்ந்து இயங்கக் கூடிய பல நபர்கள் என்னுடன் பயணித்த போதிலும், அவர்களுக்கு கூட இந்த மாற்று பாலீர்ப்பு கொண்டவர்கள் மீதான புரிதல் என்பது பெரிய அளவில் இல்லை என்பது வருத்தம் அளிக்கக்கூடியது. சமூகப் பிரச்னைகள் சார்ந்து இயங்கக் கூடிய நானே இப்படியான பிரச்னைகளை எதிர்கொள்ளும் நிலையில், தமிழ்நாட்டில் ஏதோ ஒரு மூலையில் இருக்கும் ஒருவர் மாற்று பாலீர்ப்பை வெளிப்படுத்துவது என்பது மிகப்பெரிய சவால்.

இத்தகைய பிரச்னைகள், மாறுபட்ட பாலீர்ப்பு கொண்டவர்களை தற்கொலை வரை கொண்டு செல்கிறது. என்னைப் பொருத்தவரை ஒவ்வொருவருக்கும் ஓர் அன்பான துணை வேண்டும். அது அவரவர் சார்ந்த விருப்பம். அவர்கள் எந்தப் பாலியல்பு கொண்டவர்களாக இருந்தாலும் அவர்கள் போக்கில் அவர்களை நேசிப்பது இங்கு தேவை என கருதுகிறேன்.

ஒரு திருமணத்துக்குப் பின் தன்னை மாற்று பாலீர்ப்பு கொண்டவராக உணர்ந்து அதை வெளிக்காட்டுவது எத்தகைய அணுகுமுறை ?

நான் முன்பே சொன்னது போல பாலியல்பை உணர்வதற்குகான காலகட்டத்தை யாரும் நிர்ணயிக்க முடியாது. அது ஒரு உணர்வு. அது வெளிப்படும் நேரத்தில்தான் ஒருவர் அதை தெரிந்து கொள்ள முடியும். எனக்குத் தெரிந்த ஒருவர் 45 வயதுக்குப் பிறகு மாற்று பாலீர்ப்பை வெளிப்படுத்தினார். இப்படியான சூழலில் திருமணத்திற்குப் பின்பு ஒருவர் மாற்று பாலீர்ப்பை வெளிப்படுத்துவது இயல்பே. பலருக்கு இங்கு அவர்கள் மாற்று பாலீர்ப்பை வெளிப்படுத்திய பிறகும் கட்டாயத் திருமணம் நடத்தப்படுகிறது. இப்படியான அணுகுமுறை என்பது நமது சமூகத்தில் உள்ளது. இதை மாற்ற வேண்டும். இது மாறினால் தங்களுடைய மாற்று பாலீர்ப்பு அடையாளத்தை வெளிப்ப-

டையாக சொல்ல பலர் முன்வருவார்கள். அப்படிப்பட்ட திசையில் நம் சமூகம் நகரவேண்டும்.

குயர் சமூகத்திற்கான பிரச்னைகளைத் தீர்க்க என்ன மாதிரியான நடவடிக்கைகளை எடுக்க வேண்டும்?

சட்டரீதியான நடவடிக்கையை மிக முக்கியமானதாக நான் பார்க்கிறேன். குறிப்பாக 2021ஆம் ஆண்டு திருநர் சட்டம் கொண்டுவரப்பட்டது . அதில் சில மாற்றங்களைக் கொண்டுவர வேண்டும். குறிப்பாக ஒட்டுமொத்த குயர் சமூகத்திற்கான சட்டமாக அது வடிவம் பெற வேண்டும். அண்டை மாநிலமான கர்நாடகாவில் திருநர்களுக்கு ஒரு சதவீத இட ஒதுக்கீடு வழங்கப்படுகிறது. தமிழ்நாட்டிலும் அதுபோன்ற இட ஒதுக்கீட்டை முன்னெடுக்க வேண்டும். மேலும், சமூகத்தில் குயர் சமுதாயம் சார்ந்த புரிதல் பரவலாக எல்லா தரப்பினருக்கும் ஏற்படவேண்டும். அதன்மூலம் இவர்கள் மீதான பார்வையை மாற்றி அமைக்க முடியும் என நம்புகிறேன்.

28. ஈலோன் மஸ்க்

தன்னுடைய பெயரையும் பாலினத்தையும் மாற்றக்கோரி உலகின் பெரும் பணக்காரர் ஈலோன் மஸ்க்கின் மகள் நீதிமன்றத்தில் மனு தாக்கல் செய்துள்ளார். அவர் ஒரு திருநங்கை. மேலும், "தன் தந்தையுடன் இனி எவ்வித உறவையும் பேண விரும்பவில்லை" என அவர் தெரிவித்துள்ளார். 18 வயதான அவர் தன்னை பெண் ஆக அங்கீகரிக்குமாறும் தன் பெயரை விவியன் ஜென்னா வில்சன் என மாற்ற அனுமதி கோரியும் அம்மனுவை தாக்கல் செய்துள்ளார்.

முன்னதாக, அவருடைய பெயர் சேவியர் அலெக்சாண்டர் மஸ்க் ஆக இருந்தது. பெயர் மாற்றம் மற்றும் புதிய பிறப்பு சான்றிதழ் கோரி அவர் சாண்டா மோனிக்காவில் பகுதியில் உள்ள லாஸ் ஏஞ்சலஸ் கவுன்டி நீதிமன்றத்தில் அவர் மனு தாக்கல் செய்துள்ளார். கடந்த ஏப்ரல் மாதம் தாக்கல் செய்யப்பட்ட இந்த மனுவில் குறிப்பிடப்பட்டுள்ள ஆவணங்களின் அடிப்படையில் தற்போதுதான் இந்த விவகாரம் வெளிச்சத்திற்கு வந்துள்ளது. ஈலோன் மஸ்க்குக்கும் அவருடைய மகளுக்கும் இடையில் ஏற்பட்டுள்ள பிளவு என்ன என்பது குறித்த மேலதிக தகவல்கள் கிடைக்கப் பெறவில்லை.

மகளின் நிலை - கருத்து கூற மறுக்கும் ஈலோன்

இது தொடர்பாக டெஸ்லா மற்றும் ஸ்பேஸ் எக்ஸ் நிறுவனங்களின் நிறுவனர் ஈலோன் மஸ்க் கருத்து தெரிவிக்கவில்லை.

கனடா நாட்டைச் சேர்ந்த எழுத்தாளர் ஜஸ்டின் வில்சன் என்பவரை ஈலோன் மஸ்க் 2000ஆம் ஆண்டில் திருமணம் செய்தார், இந்த தம்பதி 2008ஆம் ஆண்டில் இருவரும் விவாகரத்து பெற்றனர்.

அவர்களுடைய முதல் மகன் நெவாடா, 2002ஆம் ஆண்டு பிறந்தார், ஆனால் அக்குழந்தை திடீர் இறப்பு நோய் அறிகுறியால் (Sudden Infant Death Syndrome SIDS) 10 வாரங்களிலேயே இறந்துவிட்டது.

அதன் பின்னர் சேவியர், கிரிஃபின் என்ற இரட்டைக் குழந்தைகளும் பின்னர் டாமியன், காய், சாக்சன் என்ற மூன்று குழந்தைகளும் ஒரே நேரத்தில் பிறந்தன.

ஈலோன் மஸ்க்குக்கு வேறொரு பெண்ணுடன் X Æ A-Xii மற்றும் 'ஒய்' என்ற செல்லப்பெயர் கொண்ட ஏக்சா டார்க் சிடேரெல் என்ற இரண்டு குழந்தைகளும் உள்ளன. ஈலோன் மஸ்க் மிக பிரபலமானவராக இருந்தாலும் அவருடைய குழந்தைகளின் அடையாளங்கள் அவ்வளவாக வெளியில் தெரிவதில்லை. தந்தையர் தினத்தன்று, தன்னுடைய அனைத்து குழந்தைகளையும் தான் மிகவும் நேசிப்பதாக ஈலோன் மஸ்க் ட்வீட் செய்திருந்தார். தன் மகள் தன்னிடமிருந்து விலகிச் செல்லும் முடிவை எடுத்திருப்பது குறித்து ஈலோன் மஸ்க்கிடமிருந்து எந்த கருத்தும் வெளியாகவில்லை.

தன் பாலின எதிர்பாளர்: திருநங்கைகள் குறித்த பிரச்னைகள் பலவற்றுக்காக மஸ்க் குரல் கொடுத்து வருகிறார். மேலும், தன் பாலின ஈர்ப்புக்கு எதிரானவர் என அவர் முத்திரை குத்தப்பட்டுள்ளார். முன்னதாக ஜனநாயக கட்சிக்கு வாக்களித்த ஈலோன் மஸ்க், தன் ஆதரவை குடியரசு கட்சிக்கு வெளிப்படையாக அறிவிப்பதற்கு ஒரு மாதத்திற்கு முன்பு, அவருடைய மகள் தன் பெயர் மற்றும் பாலினத்தை மாற்றுவதற்கான மனுவை நீதிமன்றத்தில் தாக்கல் செய்துள்ளார்.

'Don't Say Gay' என பொதுவாக அழைக்கப்படும் மசோதாவை அறிமுகம் செய்த குடியரசு கட்சியை சேர்ந்த புளோரிடா ஆளுநர் ரான் டீசாண்டிஸின் ரசிகர் என்றும் ஈலோன் மஸ்க் கூறியுள்ளார்.

பாலின விருப்பம் மற்றும் பாலின ரீதியிலான பிரச்னைகள் குறித்து மாணவர்களுக்கு பள்ளிகளில் கற்பிப்பதை இந்த சர்ச்சைக்குரிய மசோதா தடுக்கிறது. இதற்கு இணங்க மறுக்கும் ஆசிரியர்கள் மீது வழக்கு தொடுக்கப்படும் என்றும் இந்த மசோதா கூறுகிறது. பாலின ரீதியிலான மாற்றுப் பெயர்களை கேலி செய்யும் விதமாக 2020ஆம் ஆண்டில் ஈலோன் மஸ்க் ட்வீட் செய்து, பின்னர் அதனை நீக்கிவிட்டார். பின்னர், "நான் மாற்றுப்பாலினத்தவர்களை முற்றிலும் ஆதரிக்கிறேன்" என்று அவர் ட்வீட் செய்து பிரச்னையை முடிவுக்கு கொண்டு வர முற்பட்டார்.

29. லெஸ்பியன் தம்பதி சுபிக்ஷா, டினா

"இருக்கும் ஒரு வாழ்க்கையை உங்களைச் சுற்றி இருப்பவர்களின் எண்ணங்களால் கட்டமைத்துக் கொண்டே போனால் உங்களுக்கான 'நிறைவான வாழ்க்கையை' என்றுமே வாழ முடியாது. அடுத்தவருக்கு சிரமம் கொடுக்-

காமல் உங்கள் மனசாட்சிக்கு விரோதம் இல்லாமல் யாரிடத்தில் நிறைவாக உணர்கிறீர்களோ அவர்களுடன் இணைந்து நிலையாக வாழ்வதே மகிழ்ச்சி-யான வாழ்வு"

இந்த வரிகளுடன் மனம் திறக்கிறார் இன்னொரு பெண்ணை தன் மனை-வியாக தேர்ந்தெடுத்த தமிழ்ப்பெண் சுபிக்ஷா சுப்ரமணி. கடந்த சில நாட்-களுக்கு முன்பு தமிழ்நாட்டைச் சேர்ந்த சுபிக்ஷா சுப்ரமணி, வங்கதேசத்தை சேர்ந்த டினா தாஸ் ஆகிய இருவரும் இந்திய முறைப்படி சென்னையில் திருமணம் செய்து கொண்டனர். தங்களுடைய காதல் வாழ்வு, திருமண வாழ்க்கை, தன்பாலின உணர்வு குறித்த சமூகத்தின் பார்வை என இருவரும் நேரடியாக பல்வேறு விஷயங்களை பிபிசி தமிழுக்காக பகிர்ந்து கொண்டனர்.

தமிழகத்தை பூர்வீகமாகக் கொண்டவர் சுபிக்ஷா சுப்ரமணி. தமிழகத்தில் பிறந்து கத்தாரில் வளர்ந்து இப்போது கனடாவில் மூத்த நிதி ஆலோசகராக பணியாற்றி வருகிறார். முறைப்படி பரதநாட்டியம் கற்று அரங்கேற்றமும் நடத்-தியிருக்கிறார் சுபிக்ஷா.

19 வயதில் என்னை முதன்முதலாக 'Bisexual' ஆக உணர்ந்தேன். (Bi Sexual என்பது ஆண், பெண் இருபாலரிடத்திலும் ஈர்ப்பு ஏற்படும் உணர்வு) . ஆனால் அந்த வயதில் ஏன் இப்படி எனக்கு தோன்றுகிறது என்று புரிய-வில்லை. முதலில் என்னுடைய பெற்றோர்களிடத்தில் இதை பற்றி சொன்ன-போது என் உணர்வுகளை அவர்கள் காது கொடுத்து கேட்டார்கள். டீன் ஏஜ் பருவத்தில் இருப்பதால் இப்படி தோன்றுவது சாதாரணம் தான். நாளடை-வில் அனைத்தும் சரியாகி விடும் என்று சொன்னார்கள். ஆனால் எனக்கு இது சரியாகவில்லை. என் உணர்வுகளுக்கும் செயல்களுக்கும் நான் தானே பொறுப்பாக முடியும். அதனால் ஏன் எனக்கு உடலில் இந்த மாற்றங்கள் ஏற்-படுகிறது என்று படிக்க தொடங்கினேன். தொடர்ந்து அறிவியல் ஆய்வு முடி-வுகளையும் படிக்க தொடங்கினேன்," என்று புன்னகைத்தார் சுபிக்ஷா சுப்ர-மணி.

பல்வேறு ஆய்வு முடிவுகளை ஆழ்ந்து படித்ததால், தான் ஒரு Bisexual என்று உணர்ந்திருக்கிறார். ஆனால் ஹார்மோன் ரீதியிலான இந்த மாற்றங்-கள் அவருடைய படிப்பிலும், வேலையிலும் எந்த சலனத்தையும் ஏற்படுத்த-வில்லை. வெற்றிகரமாக பட்டப்படிப்பை முடித்து பின்னர் முதுகலையில் CA படிப்பு முடித்து ஒரு சர்வதேச நிறுவனத்தில் வேலையும் கிடைத்திருக்கிறது.

பின்னர் திருமணம் என்று செய்து கொள்ள வேண்டும் என்ற நினைத்த போது, பெண்கள் மீது தான் கூடுதலாக ஈர்ப்பு ஏற்பட்டிருக்கிறது. நம் ஊரில் திருமணங்களுக்கு எப்படி சமூக ரீதியிலான செயலிகள் (Applications) இருக்கிறதோ அதே போன்று கனடாவில் LGBT சமூகத்தினருக்கு என்று தனியாக ஒரு செயலி இருக்கிறது. அதில் தான் முதன்முதலாக டினாதாஸ் என்ற பெண்ணை சந்திந்து இருக்கிறார் சுபிக்ஷா சுப்ரமணி.

"நான் திருமண விஷயத்தில் ஒன்றில் மட்டும் தெளிவாக இருந்தேன். எனக்கென்று சில எதிர்பார்ப்புகள் இருந்தன. அதற்கு தகுந்தாற்போல் யார் இருக்கிறார்களோ அது ஆணாக இருப்பினும் பெண்ணாக இருப்பினும் என் உணர்வுகளுக்கு என் வாழ்க்கைக்கு அவர்கள் பொருத்தமாக இருக்க வேண்டும் என்று விரும்பினேன். எண்ணம், சிந்தனை, தெளிவு என நான் விரும்பியவாறு டினாவை முதன்முதலாக பார்த்தும் இனம் புரியாத மகிழ்ச்சி ஏற்பட்டது.

முதலில் செயலி மூலம் பேசத் தொடங்கினோம். பின்னர் சிறிது நாள் கழித்து நேரில் பார்க்க முடிவு செய்தோம். அதன் பிறகு காபி ஷாப்பில் சந்தித்து கொண்டோம். நிறைய பேசினோம்.. எங்களுடைய கடந்த காலங்கள்.. தன்பாலுணர்வு குறித்து நாங்கள் அறிந்த விஷயங்கள்.. எங்கள் குடும்பம் என வார்த்தைகள் அனைத்தும் இரு மனதின் எண்ணங்களை பிரதிபலித்தது. டினா பேசப் பேச என் மனதிற்குள் உற்சாகம் சிறகடித்து பறந்தது. கண்களில் கனிவுடன், பேச்சில் தெளிவுடன் டினா பேசிய ஒவ்வொரு வார்த்தைகளில் இருந்த ஜீவனும் அவர் மீது எனக்கிருந்த காதலை எனுக்குள் சொல்லியது.

இந்த சந்திப்பிற்கு தான் இத்தனை காலம் காத்திருந்தேனா என என் மனது எனக்குள்ளேயே கேள்விகளை கேட்க தொடங்கியது. உங்களுக்கு ஒன்று தெரியுமா ? நமக்கென்று வாழ்க்கையில் விதிக்கப்பட்ட நபர் எவை தடுத்தாலும் அவர் நம்மிடம் வந்து சேர்வார். இது பிரபஞ்சத்தின் அடிப்படை. டினா வும் அப்படித்தான். எனக்குரியவராக அவர் என்னிடத்தில் வந்து சேர்ந்ததாக நினைத்தேன். அன்று நடந்த சந்திப்பு எங்கள் வாழ்வின் தொடக்க அத்தியாயமாய் இருந்தது.

முக்கியமாக எந்த கடின சூழ்நிலைகள் ஏற்பட்டாலும் அதிலிருந்து மீட்டு தன்னை காலத்திற்கு ஏற்றவாறு செதுக்கிக் கொண்ட டினாவின் வாழ்க்கை கதை எனக்குள் அவர் மீதான காதலை அதிகரிக்கச் செய்தது. 6 வருடங்கள் ஒன்றாக பழகினோம். இனி வாழ்க்கை முழுமைக்கும் இணைந்து பயணிக்கவும், பொறுப்புகளை ஏற்கவும் மனதளவில் நாங்கள் தயார் என்ற நினைத்த தருணத்தில் திருமணம் செய்து கொள்ள முடிவெடுத்தோம் என் தங்களின் காதல் பக்கங்களை நெகிழ்ச்சியுடன் பகிர்ந்து கொண்டார் சுபிக்ஷா சுப்ரமணி.

சுபிக்ஷா சுப்ரமணி தன்னுடைய மனைவியாக தேர்ந்தெடுத்திருக்கும் டினா தாஸ் வங்கதேசத்தை சேர்ந்தவர். 16 வயதில் தனக்கு ஆண்களை விட பெண்கள் மேல் ஏன் அதிக ஈர்ப்பு ஏற்படுகிறது என்ற கேள்விக்கு விடை தெரியாமல் குடும்பத்தினரிடம் சொல்ல, இவருக்கு ஏதோ நோய் ஏற்பட்டிருக்கிறது என்று கருதி டினாவிற்கு திருமணம் செய்து வைத்திருக்கிறார்கள்.

திருமணத்திற்கு பிறகே தான் ஒரு லெஸ்பியன் என்பதை உணர்ந்திருக்கிறார் டினா. (Lesbian என்பது பெண்களுக்கு பெண்கள் மேல் வரும் காதல் ஈர்ப்பு)ஆனால் திருமண வாழ்க்கை அத்தனை மகிழ்ச்சியாய் இல்லை. ஒரு குழந்தை பிறந்தால் சரியாகிவிடும் என்று நினைத்து 2 முறை IVF சிகிச்-

சைக்கு கூட சென்றிருக்கிறார் டீனா. ஆனால் கணவர் என்றைக்கும் அவரை புரிந்து கொள்ளவே இல்லை. 4 வருடங்களில் சச்சரவு ஏற்பட்டு திருமணத்திற்கு பிறகு கணவன் மனைவி 2 பேரும் சேர்ந்து வாங்கிய சொத்தை பிடுங்கிக் கொண்டு விவாகரத்து வழங்கி டீனாவை தனியாக வீட்டை விட்டு வெளியே அனுப்பி இருக்கிறார்கள்.

"உண்மையில் எனக்கு ஏன் இப்படி வாழ்க்கையில் நடக்கிறது என்ற நினைத்து அழுது கொண்டே இருந்தேன். என் உடலில் ஏற்பட்டுள்ள மாற்றங்களுக்கு மற்றவர்கள் ஏன் என்னை வெறுக்கிறார்கள் என்ற கேள்வி என்னை குடைந்து கொண்டே இருந்தது. ஆணின் மீது ஈர்ப்பு இல்லாத பட்சத்தில் அவரையும் ஏமாற்றி என்னையும் ஏமாற்றி கொண்டு குடும்பத்தினரையும் சங்கடத்தில் ஆழ்த்தி அப்படிப்பட்ட வாழ்க்கையை வாழ்வதில் எனக்கு சிறிதும் விருப்பம் இருந்ததில்லை.

சிறுவயதில் இருந்தே என் குடும்பம் தான் எனக்கு எல்லாமுமாக இருந்தது. ஆனால் அப்படிப்பட்ட குடும்பத்தினரே என்னை புரிந்து கொள்ளாமல் என்னை வீட்டை விட்டு துரத்தியது கஷ்டமாக இருந்தது. உண்மையான அன்பிற்காக நான் வருடக்கணக்கில் ஏங்கியிருக்கிறேன். எனக்கென்று குடும்பம் இருந்தால் நன்றாக இருக்குமே என்று தினமும் சிந்தித்து கொண்டே இருப்பேன். என் சிந்தனை அனைத்தையும் என் வேலையின் மீது திருப்பினேன். தினமும் 2 இடங்களில் வேலை.

14 மணி நேர உழைப்பு என தொடர்ந்து எனக்காக, என் தேவைகளுக்காக உழைத்தேன். என் விவாகரத்து வழக்கு செலவுகளுக்கு கூட நான் வேலை பார்த்து சம்பாதித்து தான் பெற்றுக் கொண்டேன். கடும் உழைப்பின் பலனாக கனடாவில் சொந்தமாக வீடு வாங்கி இருக்கிறேன். இப்போது கனடாவில் ஒரு மருத்துவமனையில் அதிகாரியாக பணிபுரிந்து வருகிறேன். நான் அன்பு செலுத்த, தினமும் என் வருகைக்காக காத்திருக்கும் குடும்பம் ஒன்று கிடைக்காதா என்று ஏங்கிய நேரத்தில் தான் சுபிக்ஷாவை சந்தித்தேன். அவர் மீது அவரின் குடும்பத்தினர் செலுத்தும் அன்பு, என் மீது சுபிக்ஷா வைத்திருக்கும் காதல் அதன் நீட்சியாக எங்கள் திருமணம் என இப்போது தான் சந்தோஷ காற்றை சுவாசிக்க தொடங்கி இருக்கிறேன் என கண்களில் கண்ணீரோடு தன் அனுபவங்களை பகிர்ந்தார் டீனா தாஸ்.

பெற்றோரை சம்மதிக்க வைத்தது எப்படி?

ஆனால் இந்த திருமணம் அத்தனை எளிதில் முடிவாகவில்லை. சுபிக்ஷா சுப்ரமணி பெற்றோரிடத்தில் தான் ஒரு பெண்ணை காதலிப்பதாக சொன்னதும், அவரையே திருமணம் செய்து கொள்வதாக சொன்னதும் பெற்றோர்கள் முதலில் இதை மறுத்திருக்கிறார்கள். ஆனால் அதே சமயம் தங்கள் பெண்ணிற்கு ஏன் இந்த எண்ணம் ஏற்பட்டது என்றும் தெரிந்து கொள்ள நினைத்து LGBT சமூகத்தினர் குறித்தும், அவர்களின் சிந்தனைகள், உணர்வுகள் என பல விஷயங்களை படிக்க தொடங்கி இருக்கிறார்கள்.

பின்னர் இதற்காகவே 2 மாதங்கள் கவுன்சிலிங்கிற்கும் சென்றுள்ளார்கள். அதற்கு பிறகு தன் பெண்ணின் விருப்பத்திற்கு மதிப்பளித்து இந்த திருமணத்தை தங்கள் பாரம்பரிய முறைப்படி மகிழ்ச்சியாக நடத்தி முடித்திருக்கிறார்கள். மிக முக்கியமாக சுபிக்ஷாவின் 85 வயது பாட்டி தன்னுடைய பேத்தி ஏன் ஒரு பெண்ணை திருமணம் செய்து கொள்ள ஆசைப்படுகிறார் என நினைத்து, அவர்களுடனே ஒரு வாரம் தங்கி இருவரிடமும் பேசி இருக்கிறார். இருவரும் தங்கள் முடிவுகளில் உறுதியாக நின்றதால் பாட்டியும் LGBT சமூகத்தினர் பற்றி படித்து தகவல்களை அறிந்து திருமணத்தை சந்தோஷமாக நடத்தி உள்ளார்.

எங்கள் பெண் இன்னொரு பெண்ணை திருமணம் செய்து கொள்ள போகிறேன் என்று சொன்னதும் முதலில் நாங்கள் பயந்தோம். இது வேண்டாம் என்றும், உறவினர்கள் மற்றும் சமூகத்திற்கு என்ன பதில் சொல்வது என்று முதலில் தயங்கிளோம். ஆனால் நாளடைவில் சுபிக்ஷா ஏன் அந்த முடிவு எடுத்தார்? என்று எங்கள் குடும்ப உறுப்பினர்கள் அனைவரும் ஒன்றாக இணைந்து அவளோடு பேசினோம்.

அவள் தன்னுடைய முடிவில் மிகவும் தெளிவாக இருந்தாள். LGBT பற்றி பல தகவல்கள் மற்றும் ஆய்வு முடிவுகளை படித்து முழுமையாக அவளுடைய உணர்வுகளை புரிந்து கொண்டோம். சமூக அழுத்தத்திற்காக எங்களுடைய பெண்ணின் உணர்வுகளையும் அழித்து, ஒரு ஆணின் வாழ்க்கையை சிதைத்து ஒரு குடும்பத்தையே மனஅழுத்தத்தில் தள்ளி ஒரு கட்டாய திருமணத்தை நடத்தி வைக்க நாங்கள் விரும்பவில்லை. அவள் நன்றாக படித்து பொருளாதார சுதந்திரத்தில் தன்னிறைவு பெற்றவள். அவள் வாழ்க்கையை பற்றி முடிவெடுக்க அனைத்து உரிமைகளும் அவளுக்கு உள்ளது. அவளின் சந்தோஷமே எங்களின் சந்தோஷம். மற்றவர்கள் என்ன நினைப்பார்கள் என நினைத்து எங்கள் பெண்ணின் வாழ்க்கையில் குறுக்கிட நாங்கள் விரும்பவில்லை என் தெளிவாக பதில் கொடுத்தனர் சுபிக்ஷாவின் பெற்றோர்.

தன் மகளின் உணர்வுகளின் வேர்கைளை தேடி, அதற்கான தீர்வை மகிழ்ச்சியாக இரு குடும்பத்தினரும் ஏற்றுக் கொண்டு இருக்கிறார்கள். ஆனால் இந்த திருமணத்தில் கசப்புகளும் இல்லாமல் இல்லை. ஆனால் காலப்போக்கில் அவை சரியாகி விடும் என்று நம்புகிறார்கள்.

அதே போல இவர்களின் திருமணத்திற்கு இந்தியாவில் Sweekar என்ற அமைப்பு உதவி புரிந்திருக்கிறது. இந்த அமைப்பு LGBT சமூகத்தினருக்கு இடையிலான திருமணம் மற்றும் அவர்களின் பெற்றோர்களுக்கு தன்பாலின ஈர்ப்பாளர்கள் தொடர்பான புரிதல் மற்றும் விழிப்புணர்வு தகவல்களை தொடர்ந்து பகிர்ந்து வருவதாகவும் இது தங்களுக்கு பெரும் உதவியாக இருந்தது என்று தெரிவித்தார் சுபிக்ஷா.

சமூக வலைதளங்களில் தங்கள் திருமணம் குறித்த செய்திகளுக்கு வரும் சில விமர்சனங்களை எப்படி எதிர்கொள்கிறீர்கள் என்று கேட்ட போது, இருவரும் இணைந்து உறுதியாக பதில்களை சொல்கிறார்கள். இந்த உலகம் அனைத்து மனிதர்களுக்குமானது. அதே போல காதல் என்ற உணர்வும் அனைவருக்கும் பொதுவானது. ஒரு காதல் இப்படி தான் வரவேண்டும், இந்த இருவருக்குள் தான் வர வேண்டும் என்ற கட்டாயம் இல்லை. நாங்கள் இருவரும் இணைந்து பயணிப்பதில் மிகவும் மகிழ்ச்சியாக உணர்கிறோம். இருக்கும் ஒரு வாழ்க்கையை உங்களை சுற்றி இருப்பவர்களின் எண்ணங்களால் கட்டமைத்து கொண்டே போனால் உங்களுக்கான நிறைவான வாழ்க்கையை என்றுமே வாழ முடியாது.

அடுத்தவருக்கு சிரமம் கொடுக்காமல் உங்கள் மனசாட்சிக்கு விரோதம் இல்லாமல் யாரிடத்தில் நிறைவாக உணர்கிறீர்களோ அவர்களுடன் இணைந்து நிலையாக வாழ்வதே மகிழ்ச்சியான வாழ்வு. அந்த வாழ்க்கையை தான் நாங்கள் இருவரும் தேர்வு செய்திருக்கிறோம் என்று காதலுடன் கரம் பற்றி சொல்கிறார்கள் சுபிக்ஷா மற்றும் டினா. திருமணம் முடிந்து இப்போது கிழக்கு ஆசிய நாடுகளுக்கு தேனிலவுக்கு சிறகடித்து கிளம்பி விட்டார்கள் சுபிக்ஷா மற்றும் டினா தம்பதி

30. பிக்பாஸ் ஷிவின்

பாலினம் என்பது அவரவர் விருப்பத்தைப் பொறுத்தது என்கிறார் ஷிவின் கணேசன். பிக்பாஸ் சீசன் 6-இல் கடந்த ஆண்டு நமீதா மாரிமுத்து போலவே இந்த ஆண்டு பங்கேற்றிருப்பவர் ஷிவின். அவரது பிக்பாஸ் பங்கேற்பு திருநங்கைகள் உள்ளிட்ட பிற பாலினத்தவர் மீதான புதிய பார்வையையும் விவாதத்தையும் சமூக வலைத்தளங்களில் கடந்த சில வாரங்களாக உருவாக்கி இருக்கிறது.

உங்களை நீங்கள் ஏற்றுக் கொண்டால் வேறு யாரும் உங்களை அசைக்க முடியாது" என்று தன்னைப் பற்றிய காணொளியில் இவர் கூறுகிறார். பிக்பாஸ் சீசன் 6 தொடங்கி 6 வாரங்கள் ஆகும் நிலையில், தொலைக்காட்சி ரசிகர்களின் பரவலான ஆதரவு அவருக்கு இருப்பதை சமூக வலைத்தளங்களில் காண முடிகிறது. பிக்பாஸ் நிகழ்ச்சியில் பங்கேற்றிருப்பவர்களும் பெரிய அளவில் வேறுபாடு இல்லாமல் அவரோடு பழகுகிறார்கள்.

ஆனால் இந்தியாவில் இருந்து சிங்கப்பூருக்குச் சென்றதற்கு அடிப்படையான காரணமே தனது பாலினம்தான் என்று தொலைக்காட்சியின் காணொளியில் அவர் கூறியிருக்கிறார். காரைக்குடி அருகே தேவக்கோட்டையில் பிறந்து வளர்ந்த இவர், "[திருநங்கையாக] இந்தியாவில் வாழ முடியாது என்பதால் எனது அம்மா சிங்கப்பூருக்கு அனுப்பி வைத்தார். இந்தியாவில் இருந்து இவ்வளவு பேரை விட்டுவிட்டு சிங்கப்பூருக்கு வந்தது ஏன் என்றால்

பாலினம்தானம் காரணம்" என்று கூறியிருக்கிறார். கடந்த பிக்பாஸ் சீசனின் பங்கேற்ற திருநங்கையான் நமிதா மாரிமுத்து சில நாள்களிலேயே போட்டியில் இருந்து விலகி பிக்பாஸ் வீட்டை விட்டு வெளியேறிவிட்டார். உடல்நலக்குறைவு காரணமாக அவர் விலகியதாக அப்போது அறிவிக்கப்பட்டது.

ஆனால் இந்த முறை ஷிவின் கணேசன் தொடர்ந்து போட்டியில் இருப்பதுடன் பெரும்பாலான போட்டியாளர்களைவிட ரசிகர்களின் ஆதரவில் முன்னணியிலும் இருக்கிறார். சில நாள்களுக்கு முன்பு பிக்பாஸ் வீட்டில் பிடித்த போட்டியாளர் யார் என்று ஒவ்வொருவரிடமும் கமல் கேட்டபோது, பெரும்பாலானவர்கள் ஷிவின் பெயரைக் கூறினார்கள். தனது கருத்தை துணிச்சலாகக் கூறுவார் என்றும் அப்போது சிலர் தெரிவித்தார்கள்.

திருநங்கைகள் என்றால் இப்படித்தான் இருப்பார்கள் என்று பொதுச் சமூகத்தில் கட்டமைக்கும் பிம்பத்தை ஷிவின் உடைத்திருப்பதாக சமூக வலைத்தளங்களில் அவருக்கு ஆதரவாகப் பலர் பதிவிட்டு வருகிறார்கள். பிக்பாஸ் வீட்டில் ஷிவினை உருவக் கேலி செய்த நிகழ்வுகள் நடந்தபோதும் அதை ஷவின் திறமையாகக் கையாண்டு வருவதாக ட்விட்டரில் பலரும் பதிவிட்டு வருகிறார்கள். பலர் உருவக் கேலி செய்வதற்குக் கண்டனங்களையும் தெரிவித்து வருகிறார்கள். திருநங்கைகள் அல்லது திருநம்பிகளைப் பற்றி புரிதல் இல்லாததுதான் இதுபோன்ற பேச்சுகளுக்குக் காரணம் என்ற விவாதமும் எழுந்திருக்கிறது. அதே நேரத்தில் ஆண்கள், பெண்கள் ஆகியோருடன் நெருங்கிய நட்பு கொண்டிருப்பதன் வெளிப்பாடாகவும் இது இருக்கலாம் என்கிறார் திருநங்கையான சுஜாதா. இவர் தனியார் நிறுவனம் ஒன்றில் பணியாற்றி வருகிறார்.

பிக்பாஸ் வீட்டில் ஷிவின் மிகவும் சிறப்பாக செயல்பட்டு வருவதாகக் கூறும் சுஜாதா, வேறுபாடு இல்லாமல் அவரால் பிறருடன் பழக முடிந்திருக்கிறது என்று கூறுகிறார். தொடக்கத்தில் ஷிவினுடன் பிறர் பழகுவதற்கு தயக்கம் காட்டியதையும் அவர் சுட்டிக்காட்டுகிறார். திருநங்கைகளைப் பற்றி பிறர் பேசும்போது முதலாவதாக வருவது அவர்களுக்கு அந்தரங்க உறுப்புகள் எப்படி இருக்கும் என்பதைப் பற்றிய பேச்சாகத்தான் இருக்கும். தொடக்கத்தில் பிக்பாஸ் நிகழ்ச்சியிலும் இதைக் காண முடிந்தது." என்கிறார் சுஜாதா.

இந்தியாவை விட வெளிநாடுகளில் திருநங்கைகள் மீதான பார்வை முன்னேறியிருப்பதாக ஷிவின் பிக்பாஸ் நிகழ்ச்சியில் கூறியதை ஏற்றுக் கொள்கிறார் சுஜாதா. திருநங்கைகளைப் பற்றிய புரிதல் சென்னை போன்ற நகரங்களில் முன்பைவிட அதிகரித்திருப்பதாக திருநங்கைகள் நலனுக்கான செயல்பாட்டாளர்கள் கூறுகிறார்கள். இருப்பினும் வாடகைக்கு வீடு தேடும்போது இரண்டு மடங்கு வாடகை கேட்பது, வேலைகளில் புறக்கணிப்பது போன்றவை இன்னும் தொடருகின்றன என்கிறார்கள். கிராமப்புறங்களில் இன்னும் சில வார்த்தைகளைக் கூறி கேலி செய்வது தொடருகிறது" என்கிறார் சுஜாதா.

சில ஆண்டுகளில் பத்துப் பதினைந்து நிறுவனங்களில் வேலை செய்து விட்டேன் ” என்று கூறுகிறார் கமலி. தற்போது ஒரு தனியார் நிறுவனத்தில் வேலை செய்யும் இருவர், சமூகப் பணிகளைச் செய்து வருவதாகவும் கூறுகிறார். புதிதாகப் பழகும் பலர் சுற்றி வளைத்து கடைசியாக பாலியல் நோக்கத்தையே வெளிப்படுத்துவார்கள். அவர்களைத்தான் முதலில் சமாளிக்க வேண்டியிருக்கிறது” என்கிறார் கமலி.

31. கத்தாரில் திருநங்கைகளின் நிலை

லாரென் மோஸ்

கால்பந்து உலகக் கோப்பையை நடத்தும் கத்தார் குறித்த சர்ச்சைகளுள் பெரும்பாலானவை அந்நாட்டில் எல்ஜிபிடி சமூகத்தினருக்கான உரிமைகள் மற்றும் தன்பாலின உறவு குற்றச்செயல் என்பது பற்றியே உள்ளது. அதே கத்தாரில் “பொது ஒழுக்கத்தை மீறியதாகக்” கூறி, எந்தவொரு விசாரணையும் அதிகாரப்பூர்வ புகாரும் இல்லாமல் திருநங்கைகளை காவலில் வைக்க முடியும். கத்தாரை சேர்ந்த திருநங்கைகள் இருவர் தங்களின் வாழ்க்கை குறித்து பிபிசியிடம் பகிர்ந்துகொண்டனர்.

“எனக்கு மிகவும் பயமாக இருக்கிறது, ஆனால் நாங்களும் இங்கு இருக்கிறோம் என்பதை மக்களுக்கு தெரியப்படுத்த விரும்புகிறேன்,” என திருநங்கை பெண்ணாக வாழும் தன் முடிவு குறித்து தெரிவிக்கிறார் ஷாத். இந்த கட்டுரையில் பேசியுள்ள மற்றொரு நபரைப் போலவே ஷாத்தின் அடையாளத்தைப் பாதுகாப்பதற்காக அவருடைய உண்மையான பெயர் மாற்றப்பட்டுள்ளது.

அவரின் பாதுகாப்பு கருதி, அனுப்பப்படும் செய்திகளை மற்றவர்கள் புரிந்துகொள்ள முடியாத வகையிலான செயலி மூலம் அவருக்கு செய்திகளை அனுப்பினோம். எங்களுக்கு வீடியோ அழைப்பு செய்வதற்காக, தன் வீட்டிலிருந்து தள்ளிச் சென்று வேறொரு இருட்டான அறையில் ரகசியமாக அழைத்தார். ஆண்களைப் போன்று சிகை அலங்காரம் செய்துகொள்ள தான் கட்டாயப்படுத்தப்பட்டதாக கூறிய ஷாத் தன் முடியை காண்பித்தார். ஆனால், யாரால் கட்டாயப்படுத்தப்பட்டார் என்பதை அவர் தெரியப்படுத்தவில்லை.

மார்புப்பகுதியில் காயங்கள்: மேலும், அவருடைய சட்டையை கழற்றி தன் மார்புப்பகுதியின் மேலே இருந்த காயங்களை காட்டினார். ஒரு பெண்ணைப் போன்று ஆள்மாறாட்டம் செய்ததாக” கூறி தான் கைது செய்யப்பட்டபோது தாக்கப்பட்டதால் ஏற்பட்ட காயங்கள் அவை என ஷாத் கூறினார். வேறு நாட்டிலிருந்து மருத்துவரின் பரிந்துரைச் சீட்டு இல்லாமல் பெற்ற ஈஸ்ட்ரோஜன் ஹார்மோனை எடுக்கத் தொடங்கியதிலிருந்து உருவான மார்பக திசுக்-

களை அகற்றும்படி அதிகாரிகள் ஷாதிடம் கூறியுள்ளனர்.

என்னுடைய வேலையையும் எனது நண்பர்களையும் நான் இழந்துவிட்-டேன்," என்கிறார் அவர். என்னுடைய அடையாளத்தால் நான் பலமுறை கைது செய்யப்பட்டு விசாரிக்கப்பட்டுள்ளேன். நான் எல்லாவற்றையும் இழந்-துவிட்டேன்." என்றார் ஷாத். ஓரினச் சேர்க்கை சட்ட விரோதமாக கருதப்-படும் 60 நாடுகளுள் கத்தாரும் ஒன்று. கத்தாரில் ஓரினச்சேர்க்கை உறவு சட்டத்திற்கு எதிரானது. ஏனெனில், அவை இஸ்லாமின் ஷரியா சட்டத்தின்-படி ஒழுக்கக்கேடானதாக கருதப்படுகிறது.

அபராதம், ஏழு ஆண்டுகள் வரை சிறைத்தண்டனை விதிப்பது, கல்லெ-றிந்து மரணம் உள்ளிட்டவை அதற்கான தண்டனைகளாக உள்ளன. மேலும், இவற்றில் மரண தண்டனைக்கு எந்தவொரு பதிவும் இருக்காது. ஒருவர் "சமூக பாதுகாப்பு" விதிகளை மீறியதாக காவல்துறை சந்தேகித்தால், குறிப்-பிட்ட நபர் "பொது ஒழுக்கத்தை மீறியதாக" எந்தவொரு விசாரணையும் புகாரும் இன்றி தடுப்புக் காவலில் வைக்க முடியும்.

கைது குறித்த அச்சம் : கைது செய்யப்படுவோமோ என்ற தொடர் பயத்தி-லேயே தான் இருப்பதாக ஷாத் கூறுகிறார். அரசு-சாரா அமைப்பான மனித உரிமைகள் கண்காணிப்பகம் வெளியிட்ட சமீபத்திய அறிக்கையில், கத்தாரில் எல்ஜிபிடி சமூகத்தினர் கைது செய்யப்படுவது குறித்து விவரிக்கப்பட்டுள்ளது. அவர்களுள் உடைகள், சிகை, அலங்காரம் ஆகியவற்றின் மூலம் தங்கள் பாலினத்தை வெளிப்படுத்தியதற்காகவே திருநங்கைகளும் கைது செய்யப்பட்-டது கண்டறியப்பட்டுள்ளது.

ஒரு நாளின் பரபரப்பான நேரங்களில் மக்கள்தொகை மிகுந்த இடங்க-ளுக்கு செல்வதை ஷாத் தவிர்த்துவிடுகிறார். ஏனெனில், யாரேனும் அவரைப் பார்த்து போலீஸிடம் புகார் தெரிவித்துவிடுவார்கள் என அவர் நினைப்பதே இதற்கு காரணம். மேக்கப் அணிந்துகொண்டு "ஒரு பெண்ணைப் போன்று" நடந்ததற்காக தான் கைது செய்யப்பட்டதாக தெரிவிக்கும் அவர், கத்தார் சட்ட அமலாக்கத்தின் ஒரு பிரிவான அரசின் பாதுகாப்புத்துறையை "ஒரு கும்பல்" என்றும் விவரிக்கிறார்.

அவர்கள் உங்களை சிறைபிடித்துக்கொண்டு, நீங்கள் எங்கு இருக்கிறீர்கள் என்பதை மற்றவர்களிடம் சொல்ல முடியாமல் தடுப்பார்கள். பாதாள சிறை-யில் அடைத்து ஒரு குற்றவாளியைப் போல் நடத்துவார்கள்," என்கிறார் அவர். உங்கள் கைகளில் கைவிலங்கு பூட்டுவார்கள்," எனக்கூறும் அவர், "இது எங்களிடமிருந்து இந்த சமூகத்தைப் பாதுகாப்பதற்காக," என்று கூறி சிரிக்கிறார். ஷாத் கூறுவதுபோல் அவர் கைது செய்யப்பட்டாரா என்பதை பிபிசியால் சுயாதீனமாக சரிபார்க்க முடியவில்லை. ஏனெனில், அவர் கைது செய்யப்பட்டது குறித்த எந்தவொரு அதிகாரபூர்வ பதிவும் அவருக்கு அளிக்-கப்படவில்லை.

பாலின மாற்று சிகிச்சை: இதே மாதிரியான காரணங்களுக்காக சிறைக்கு செல்பவர்கள் "பாலின மாற்று சிகிச்சைக்காக" (conversion therapy) மருத்துவரிடம் அனுப்பப்படுவதாக ஷாத் கூறுகிறார். ஆனால், இத்தகைய எந்த "பாலின மாற்று சிகிச்சை மையங்களையும்" அரசாங்கம் செயல்படுத்தவில்லை என்றும், உரிமம் வழங்கப்படவில்லையென்றும் கத்தார் அரசு அதிகாரி ஒருவர் மறுக்கிறார்.

என்னுடைய பாலின தேர்வுக்காக நான் நரகத்திற்கு செல்வேன் என்று அவர்கள் கூறுகின்றனர். ஆனால், கடவுள்தான் என்னை இப்படி படைத்ததாக நான் நம்புகிறேன்," என்கிறார் ஷாத். நான் ஒரு பெண். என்னால் ஒரு ஆணாக இருந்திருக்க முடிந்தால் அவ்வாறே இருந்திருப்பேன். அப்போது என் வாழ்க்கை இன்னும் எளிதாக இருந்திருக்கும்." என்றார்.

ஐரோப்பாவில் புகலிடம்: மற்றொரு திருநங்கையான சாராவின் நிலைமை இன்னும் மோசம். அவர் தற்போது கத்தாரிலிருந்து வெளியேறி ஐரோப்பாவில் புகலிடம் தேடி வருகிறார். எல்லாவற்றையும் அங்கேயே விட்டுவிட்டு தன் உடைமைகள் அடங்கிய ஒரேயொரு பையுடனும் கொஞ்சம் பணத்துடனும் அங்கிருந்து வெளியேறியது குறித்து அவர் கூறினார்.

தற்கொலை செய்துகொள்வது அல்லது அங்கிருந்து வெளியேறுவது என்றவொரு கட்டத்தில் நான் இருந்தேன். இறுதியில் அங்கிருந்து வெளியேற முடிவு செய்தேன். பல முறை தானும் பாலின மாற்று சிகிச்சைக்காக கட்டாயப்படுத்தப்பட்டதாக சாரா கூறுகிறார். ஆனால் ஓரினச்சேர்க்கை தொடர்பான கத்தாரின் சட்டங்களுக்கு எதிராக உலகக் கோப்பையை புறக்கணிப்பதற்கான அழைப்புகள் பலனளிக்கும் என்று அவர் நம்பவில்லை.

இத்தகைய சட்டங்கள் வேறு நாடுகளிலும் உள்ளன. ஆனால், கத்தார் பற்றி மட்டுமே குரல் எழுப்புகின்றனர். கத்தார் உலகக் கோப்பையை நடத்தக்கூடாது என்கின்றனர்.

ஃபிஃபா என்றழைக்கப்படும் சர்வதேச கால்பந்து அமைப்பின் தலைமை நிர்வாகி, அரசியலை விட போட்டியில் கவனம் செலுத்துமாறு அழைப்பு விடுத்துள்ளார். எனினும், எல்ஜிபிடிக்கு எதிரான சட்டங்களைக் கொண்ட வேறு எந்த நாடும் எதிர்காலத்தில் உலகக் கோப்பையை நடத்த முடியாது என்று உறுதியளிக்க வேண்டும் என்று பல்வேறு தொண்டு நிறுவனங்கள் மற்றும் அமைப்புகள் தொடர்ந்து கோரிக்கை விடுத்து வருகின்றன. ஷாத் மற்றும் சாரா இருவரின் கூற்றுகளையும் கத்தார் "முற்றிலும் நிராகரித்துவிட்டது.

உலகக் கோப்பை போட்டிக்கு "எல்லோரும் வரவேற்கப்படுகிறார்கள்" என்று ஒரு அரசு அதிகாரி தெரிவித்தார். மேலும் "நட்பின் பாலங்களை உருவாக்கவும், தடைகளை உடைக்கவும் அனைத்து தரப்பு ரசிகர்களும் கத்தாரில் ஒன்று கூடுகிறார்கள்" என்று அவர் கூறினார்.

“எவர் ஒருவருக்கும் எதிரான பாகுபாட்டை கத்தார் பொறுத்துக்கொள்ளாது” எனவும் உலகிலேயே பாதுகாப்பான நாடுகளுள் கத்தாரும் ஒன்று என்றும் அந்த அதிகாரி தெரிவித்தார். எனினும், ஆம்னெஸ்டி இன்டர்நேஷனல் அமைப்பின் சமீபத்திய அறிக்கை இந்த கூற்றுகளை மறுக்கிறது.

32. திருநங்கை ரோஜா

திருநங்கைகளும் ஒரு பாலினம் தான் என்ற அரசு அங்கீகாரம் கிடைத்து விட்டாலும் இன்னும் எங்களுக்கான கௌரவமும் மரியாதையும் எளிதாகக் கிடைப்பதில்லை," என்கிறார் புதுச்சேரியில் வாழும் ரோஜா.

தமது பள்ளிப்பருவத்திலும், இளம் பருவத்திலும் சொல்ல முடியாத பாலியல் சீண்டல்களையும் அவதூறுகளையும் எதிர்கொண்ட ரோஜா, சமூகத்தில் தமக்கான அடையாளத்தை நிலைநிறுத்த நடந்த போராட்டங்களை பிபிசி தமிழிடம் பகிர்ந்து கொண்டார்.

"விழுப்புரம் கோட்டைமேடுதான் என் பிறந்த ஊர். அப்பா மீன் வியாபாரி. அம்மா விவசாயம் செய்பவர். எங்களுடைய வீட்டில் எனது அண்ணன், அவருக்கு அடுத்தபடியாக நான், எனக்குப் பிறகு என் தம்பி என மூன்று பிள்ளைகள்.

சின்ன வயசுலயே எனக்குள்ள மாறுதல் இருந்தது. சகஜமாக மத்த ஆம்பளைங்ககூட விளையாட முடியாது. ஆனா பொன்னுங்ககூட இயல்பா இருப்பேன். அப்ப அது பெருசா தெரியலை. அப்பா, அம்மா விளையாட்டை ஆடும்போதுகூட நான் அம்மாவா இருக்கவே ஆசைப்படுவேன்.

ஆனால், என்னோட நடை, உடை, பாவனைகளைப் பார்த்துகூட படிக்குற பசங்க வித்தியாசமா நடந்துப்பாங்க. எனக்கு ஒத்துவராத சூழலாக பள்ளிக்கூடம் இருந்துச்சு. விழுப்புரத்துல ஐந்தாம் வகுப்பு வரை படிச்சேன். பிறகு வேறு இடத்துக்குப் போனோம். அங்க ஒன்பதாம் வகுப்பு வரை படிச்சேன். அங்கேயும் பசங்க சும்மா இருக்க மாட்டாங்க. சில பேர் என்னை கட்டிப்பிடிப்பாங்க, முத்தம் கொடுப்பாங்க, தொடக்கூடாத இடத்துல எல்லாம் கை வைப்பாங்க. இதை கவனிச்ச எங்க ஸ்கூல் டீச்சர், உன் கிட்ட ஏதோ வித்தியாசமா இருக்கு. நீ கொஞ்சம் ஜாக்கிரதையா இருக்கனும் என்று அட்வைஸ் பண்ணுவாங்க," என்கிறார் ரோஜா.

தயங்கிய சமூகம், கைகொடுத்த 'அப்பா'

தமது திருநங்கை அடையாளம் சமூகத்தில் ஏற்றுக் கொள்ளப்படும் முன்பாக அவர் எதிர்கொண்ட பிரச்னைகளையும் ரோஜா விவரித்தார். வீட்டுல ஒருமுறை புடவை கட்டி, மேக் அப் போட்டு அழகுபடுத்திக்கிட்டேன். வீட்டுல சந்தோஷப்பட்டாங்க. ஆனால், கூடவே அங்க பயந்து போனாங்க. அவங்க கிட்ட எனக்குள் இருக்குற உணர்ச்சி, இயல்பு என எல்லா விஷயத்தையும் சொன்னேன். ஆரம்பத்துல அவங்க பெரிசா கண்டுக்கலைன்னாலும்

ஒன்பதாம் வகுப்பு சம்பவங்களைச் சொன்னபோதுதான் அவங்க கோபப்பட்டாங்க. எனது செயலை அவங்க பார்த்த கோணம் வேறு மாதிரி இருந்துச்சு. என்னை அடிச்சாங்க, ஒரு கட்டத்துல எனக்கு இரண்டு, மூன்று முறை மொட்டை அடிச்சு இப்படி எல்லாம் செய்யக்கூடாதுன்னு சொன்னாங்க. பொம்பளை மாதிரி நடந்துக்காதன்னு எச்சரிச்சாங்க. சொந்தக்காரங்க என்ன ஏத்துக்க முன்வரலை.

ஆனால், பெண்மையா நடந்துக்குறது எனது பிறப்பில் இருந்தே இருக்குங்குறத அப்ப என்னை சுத்தி இருந்தவங்க யாரும் புரிஞ்சிக்கலை. என்னை மாதிரி திருநங்கையா இருந்தவங்களோட நட்பு கிடைச்சுது. நான் இருக்குற விழுப்புரம் பகுதியில் திருநங்கைகள் இருந்ததால அவங்க என்னை பார்க்கும்போதெல்லாம், இவ நம்ம இனம்டீன்னு உற்சாகப்படுத்துவாங்க."

கொஞ்ச நாளிலேயே எங்க அப்பா கிட்ட போய், "என்னால கஷ்டடப்பட வேண்டாம். நான் பம்பாய்க்கு போறேன். அங்க என்ன மாதிரி நிறைய பேரு இருக்காங்கன்னு" சொன்னேன். அப்பா என்கூட மனம் விட்டு பேசுனாரு. என்னோட எல்லா பிரச்னைகளையும் கேட்டுக்கிட்டாரு. "நீ யாருக்காகவும் உன்னோட இயல்ப மாத்திக்காத. நாங்க உன்ன புரிஞ்சிக்குறோம்னு" தைரியம் கொடுத்தாரு. அப்புறம் அம்மா, அண்ணன், தம்பியும் ஒத்துழைப்பா இருந்தாங்க.

என்னோட 15வது வயசுல எனக்காக எங்க குடும்பமே விழுப்புரத்துல இருந்து இடம்மாறி பாண்டிச்சேரிக்கு வந்தாங்க. இங்க வந்தப்புறம் கலை, பண்பாட்டுத்துறைல திருநங்கை தோழிகளோட சேர்ந்து தெருக்கூத்து கட்டவும் நாடகம் ஆடவும் போவேன். எங்க அண்ணன், அம்மா பூ கட்டி தொழில் செஞ்சாங்க. அப்பாவுக்கு வயசாயிட்டதால உடம்பு சரியில்லாம போயிடுச்சு. எனக்கும் கொஞ்சம் வருமானம் வந்துச்சு.

மரியாதையான உலகை காட்டிய சமூகம்

திருநங்கையா இருக்குறவங்களுக்காக ஒரு ஜமாத் இருக்கு, நமக்குன்னு ஒரு பெரியவங்க இருக்காங்கன்னு சொன்னாங்க. எங்க இனத்துல பெரியவங்கள பார்த்தா எப்படி மரியாதை செலுத்தனும்னு சொல்லிக் கொடுத்தாங்க. பொதுவா மத்தவங்க வணக்கம்னு பெரியவங்கள பார்த்தா சொல்லுவாங்க இல்ல, அந்த மாதிரி நாங்க யாரையாவது மரியாதையா வணக்கம் சொல்லனும்னா 'பாம்பர்த்திமா'ன்னு சொல்வோம்.

அவங்க வயசானவங்களா இருந்தா, 'பாம்பர்த்தி ஆயா'ன்னு சொல்வோம். வயசுல மூத்த பெண்மணியா இருந்தா 'பாம்பர்த்தி அக்கா'ன்னு சொல்வோம். இந்த பழக்க, வழக்கங்களை எல்லாம் புதுச்சேரி வந்துதான் கத்துக்கிட்டேன்.

என்னோட நிலைமையை எங்களுக்கு குருவாக இருக்கும் அம்மா கிட்ட சொன்னேன். அவங்க கைவிடப்பட்ட திருநங்கைகளை, தாய் மாதிரி வளர்க்குறாங்க. அவங்கதான் உனக்கான அடையாளம் பெண்மைன்னா பெண்ணா வாழு. அதுக்கு தயக்கப்படாத. உறுப்பு மாற்று சிகிச்சை செஞ்சுக்கிட்டா

உனக்குள்ள இருக்குற தாழ்வு மனப்பான்மை முதலில் மறைஞ்சிடும்னு சொன்னாங்க. தைரியம் கொடுத்தாங்க. கொஞ்ச வருஷயத்துலயே அவங்க ஆலோசனைப்படி கடலூருக்கு போய் அறுவை சிகிச்சை பண்ணிக்கிட்டேன். இனி நாம பொன்னாயிட்டோம். அழகா வெளில மத்தவங்க மாதிரி போகலாம்னு குஷியா இருந்தேன்.

இந்தக் காலத்துல மக்களுக்கு விழிப்புணர்வு வந்திருக்கு. 15 வருஷத்துக்கு முன்னாடி திருநங்கைன்னாலே 'பொட்டை', 'ஒம்போது', 'உஸ்' என்று ரொம்ப கேவலமா அழைப்பாங்க. இப்ப எல்லாம் யாராவது அந்த மாதிரி சொன்னாங்கனா, அப்படி சொல்றவங்களுக்குத் தக்க பதிலடி கொடுப்போம். அந்த நாட்கள்ல சகஜமா எங்களால இருக்க முடியாது. பயந்து, பயந்துதான் தாழ்வு மனப்பான்மையோட வாழ்ந்தோம். இப்போது எங்களுக்கு ரேஷன் கார்டு, ஆதார் கார்டுன்னு எல்லாம் கிடைக்குது. பொம்பளைங்களுக்கு சமமாக திருநங்கைகளை நடத்துறாங்க.

அறுவை சிகிச்சை முடிவை எடுத்தது ஏன்?

பிறப்பிலேயே ஆம்பிளையா இருந்திருந்தா எந்த பிரச்னையும் இல்லாம வளர்ந்திருப்பேன். ஆனால், ஆணா பிறந்து பெண் இயல்பா வளர்வது எனது பிரச்னை இல்லையே. இது இறைவனின் படைப்பு. அதனால பிறப்புறுப்பை அறுவை சிகிச்சை செய்தால் எல்லாம் மாறும்னு நினைச்சேன். இங்க வந்த சில வருஷங்களிலேயே எங்க அப்பா இறந்துட்டாரு. எங்க அண்ணன் சமீபத்துல இறந்துட்டாரு. தம்பி இருக்கான். அம்மாவுக்கு உடம்பு சரியில்லை. இனி நான்தான் குடும்பத்த வழிநடத்தனும்.

அதனால், ஒரு குடும்பத்தலைவியா எங்க குடும்பத்துக்காக என்னை அர்ப்பணிக்க முடிவு செஞ்சேன். எனக்கு என ஒரு குடும்பம் இனி தேவையில்லை. என் பிறப்பின் நோக்கம் இப்போது எனக்குத் தெளிவாகி விட்டது. இப்போது என்னை நம்பிய அம்மாவையும் தம்பியையும் காப்பாத்துவது, கடைசி வரை அவங்களுக்காகவே வாழுறது அப்படினு தெளிவான முடிவை எடுத்திருக்கேன்.

ரோஜாவின் சபதம்

"பிறப்பில் ஏற்பட்ட குறைபாட்டால் என்னைப் போன்றோர் திருநங்கை ஆகிவிட்டோம். அதற்காக எங்களை ஒதுக்கி விடாதீங்க. நாங்களும் உங்களை மாதிரிதான். எல்லா உணர்ச்சியும் இருக்கு. ஆணையும் பெண்ணையும் பிரித்துக் காட்டுவது அடிப்படையில் அவங்களுடைய உறுப்புதானே. அந்த உறுப்பு சிகிச்சையையும் நான் செஞ்சிக்கிட்டேன்.

இது எனக்கான வாழ்க்கை. என் விருப்பப்படியே வாழ்கிறேன். அந்த சுதந்திரம் எனக்கு இங்கே கொடுக்கப்பட்டிருக்கிறது" என்று தன்னம்பிக்கையுடன் கூறுகிறார் ரோஜா.

"பெண்ணுக்கு என சில கூறுகள் இருக்கு. குழந்தை பெத்துக்க முடியாதுன்னாலும் அந்தத் தாய்மை உணர்வு, பெண்மை உணர்வு எங்க கிட்ட

சராசரி பெண்ணைவிட அதிகமாகவே இருக்கு. அந்த உணர்வே எங்களுக்கு திருப்திகரமான வாழ்க்கையைத் தரும். அந்த அடையாளம்தான் எங்களை உயிர்ப்புடன் வைத்திருக்கிறது," என்கிறார் ரோஜா.

33. குழந்தை பிரசவித்த திருநம்பி தந்தை

- நந்தினி வெள்ளைச்சாமி

கேரளாவைச் சேர்ந்த மாற்றுப்பாலின காதலர்களான சஹத் - ஜியா இருவரும் தற்போது குழந்தை பெற்றெடுத்துள்ளனர். பெண்ணாகப் பிறந்து ஆணாக பாலினம் மாறும் சிகிச்சையில் இருந்த திருநம்பி சஹத், சிகிச்சையை இடைநிறுத்தி கருத்தரித்து குழந்தை பெற்றுள்ளார்.

சஹத்தின் கர்ப்ப கால புகைப்படங்கள் சில நாள்களுக்கு முன்பு இணையத்தில் வைரலாகி வந்தன. பிரசவம் முடிந்த நிலையில், பிபிசி தமிழிடம் பேசிய ஜியா, "சஹத்தின் சர்க்கரை அளவு திடீரென அதிகமானதால் முன்கூட்டியே அறுவை சிகிச்சை செய்து குழந்தையை எடுக்க வேண்டிய நிலை ஏற்பட்டது. தற்போது சஹத்தும் குழந்தையும் நலமுடன் இருக்கின்றனர். தாய்ப்பால் வங்கி மூலமாக குழந்தைக்கு தாய்ப்பால் கொடுத்து வருகிறோம். மிகவும் மகிழ்ச்சியாக இருக்கிறது. உடனேயே குழந்தையின் பாலினத்தை வெளிப்படுத்த வேண்டியதில்லை" என தெரிவித்தார். சஹத்திற்கு கோழிக்கோடு அரசு மருத்துவமனை மருத்துவக் கல்லூரியில் குழந்தை பிறந்தது.

கேரள மாநிலம் கோழிக்கோடு - உம்மலத்தூர் பகுதியைச் சேர்ந்த சஹத் - ஜியா இருவரும் மகிழ்ச்சியிலும் உற்சாகத்திலும் மூழ்கியுள்ளனர். இதில், சஹத் பாசில் பெண்ணாகப் பிறந்து ஆணாக மாறிய திருநம்பி. அதேபோல், ஜியா பாவல் ஆணாகப் பிறந்து பெண்ணாக மாறிய திருநங்கை. காதலர்களான இவர்கள், கடந்த மூன்று ஆண்டுகளாக ஒன்றாக வாழ்ந்து வருகின்றனர். குழந்தை மீதான ஆசையால் முதலில் ஒரு குழந்தையைத் தத்தெடுக்க விரும்பிய இவர்கள், அதிலுள்ள சில சட்ட சிக்கல்களால் தாங்களே குழந்தை பெற்றுக்கொள்ள முடிவெடுத்து மருத்துவரை அணுகியுள்ளனர்.

பாலின மாற்று அறுவை சிகிச்சையில் சஹத்தின் மார்பகங்கள் அகற்றப்பட்ட போதிலும், கருப்பை உள்ளிட்ட உறுப்புகள் இன்னும் அகற்றப்படாமல் இருந்தது. இதனால், அவரால் மருத்துவ சிகிச்சையின் மூலம் கர்ப்பமாக முடியும் என மருத்துவர்கள் தெரிவித்துள்ளனர். ஜியா - சஹத் இருவருமே வேறு பாலினத்திற்கு மாறும் சிகிச்சையில் இருந்தாலும், அவை இன்னும் முழுமையாக முடிவடையாததால், சஹத் கர்ப்பமடைய முடியும் என மருத்துவர்கள் தெரிவித்துள்ளனர். அதன்படி, ஜியாவின் விந்தணுவைப் பெற்று அதை சோதனைக் கூடத்தில் கருவாக வளர வைத்து சஹத்தின் கருப்பைக்குள் செலுத்தியுள்ளனர். இந்த முறையில் சஹத் கர்ப்பம் அடைந்துள்ளார். சஹத்திற்கு இம்மாதம் (பிப்ரவரி) அறுவை சிகிச்சை மூலம் பிரசவம் நடை-

பெற உள்ளது.

'அம்மா' என்ற அழைப்புக்குக் காத்திருக்கும் ஜியா: தங்கள் மகிழ்ச்சியை தன் இன்ஸ்டாகிராம் பக்கத்தில் பகிர்ந்துள்ள ஜியா, "நான் பிறப்பாலோ அல்லது என்னுடைய உடலமைப்பாலோ பெண்ணாக இல்லாவிட்டாலும், 'அம்மா' என ஒரு குழந்தை அழைக்க வேண்டும் என்ற பெண்மைக்கே உண்டான கனவு எனக்குள் இருந்தது.

நாங்கள் இருவரும் ஒன்றாக வாழத் தொடங்கி மூன்று ஆண்டுகள் ஓடிவிட்டன. எனக்கு எப்படி அம்மா ஆக வேண்டும் என்ற கனவு இருக்கிறதோ, அதேபோன்று சஹத்திற்கும் அப்பா ஆக வேண்டும் என்ற கனவு இருக்கிறது. இப்போது, அவருடைய வயிற்றில் எட்டு மாத உயிர் அவருடைய முழு ஒப்புதலுடன் அசைந்துகொண்டிருக்கிறது," என நெகிழ்ச்சியுடன் பதிவிட்டிருந்தார். தங்களுக்குத் தெரிந்தவரை இந்தியாவிலேயே திருநம்பி ஒருவர் கர்ப்பமடைந்திருப்பது இதுவே முதன்முறை என்றும் அப்பதிவில் தெரிவித்துள்ளார் ஜியா.

மகிழ்ச்சியில் இருந்த சஹத், பிபிசி தமிழிடம் பேசினார்.

சஹத் திருவனந்தபுரத்தைச் சேர்ந்தவர், ஜியா கோழிக்கோடு மாவட்டத்தைச் சேர்ந்தவர். தனியார் நிறுவனத்தில் சஹத் கணக்கராகப் பணிபுரிந்து வருகிறார். ஜியா ஒரு நடனக்கலைஞர்.

காதல் மலர்ந்தது எப்படி?

"2020ஆம் ஆண்டு கொரோனா அலை வீசிக்கொண்டிருந்தபோதுதான் நான் ஜியாவை முதன்முறையாகச் சந்தித்தேன். அப்போது முதலே எங்கள் இருவருக்கும் இடையே காதல் மலர்ந்துவிட்டது. அப்போதிருந்து ஒன்றாகத்தான் வாழ்க்கையில் பயணித்துக்கொண்டிருக்கிறோம்," என்கிறார் சஹத்.

கடந்த ஆறு ஆண்டுகளுக்கு முன்பாகவே தன் வீட்டிலிருந்து வெளியேறிவிட்டார் சஹத். என் வீட்டில் என்னை ஏற்றுக்கொண்டுவிட்டனர், சகஜமாக வீட்டுக்குச் சென்று வருவேன், ஆனால் எங்களுக்குள் காதல் ஏற்பட்ட பிறகு அம்மா என்ன நினைப்பாரோ, சமூகம் என்ன நினைக்குமோ என்ற பயத்தில் வீட்டுக்கு இரண்டு ஆண்டுகளாகச் செல்லவில்லை. இப்போது ஏற்றுக்கொண்டுவிட்டனர். அம்மா, தங்கை எல்லாம் என்னைப் பார்க்க வருவார்கள்," என்கிறார் சஹத்.

ஆனால், ஜியாவுக்கு அப்படியல்ல. "பாரம்பரியமான முஸ்லிம் குடும்பத்தைச் சேர்ந்த ஜியாவை அவர்கள் குடும்பத்தினர் ஏற்றுக்கொள்ளவில்லை. இன்றுவரை எதிர்ப்புதான்." என்றார் சஹத்.

6ஆம் வகுப்புப் படிக்கும்போதே தன்னை ஆணாக உணர்ந்திருக்கிறார் சஹத். "மார்பக அகற்று அறுவை சிகிச்சை செய்துள்ளேன். ஹார்மோன் சிகிச்சை எடுத்துக்கொண்டுள்ளேன். கர்ப்பமாக இருப்பதால், ஹார்மோன் சிகிச்சையை இருவருமே நிறுத்தி வைத்துள்ளோம். குழந்தை பிறந்த பிறகு மீண்டும் தொடங்கிவிடுவோம்" என்றார். குழந்தை பெற்றுக் கொள்ளலாம்

என்ற எண்ணம் குறித்துப் பேசிய சஹத், "சேர்ந்து வாழத் தொடங்கி இரண்டு ஆண்டுகள் கழித்துத்தான் குழந்தை பெற்றுக்கொள்ள முடிவெடுத்தோம். தத்தெடுக்கலாம் என நினைத்தோம், ஆனால் மாற்றுப்பாலின தம்பதிகள் குழந்தையைத் தத்தெடுப்பதில் உள்ள சட்ட சிக்கல்களால் அது சாத்தியமாகவில்லை. அதன்பிறகுதான் இந்த முடிவை எடுத்தோம். ஹார்மோன் சிகிச்சை எடுத்துக்கொண்டிருப்பதால் இதனால் ஏதேனும் பிரச்னை ஏற்படுமா என்பதையெல்லாம் பரிசோதித்தோம். முதல்முறை சிகிச்சை எடுத்தபோது கரு உருவாகவில்லை.

இரண்டாவது முறைதான் கரு உருவானது. உறுதியான பிறகு முதலில் என் தங்கையிடம்தான் சொன்னேன். மிகுந்த மகிழ்ச்சியடைந்தாள். இம்மாதம் குழந்தை பிறக்க உள்ளது," எனத் தெரிவித்தார். கர்ப்ப கால புகைப்படங்கள் வைரலானது குறித்துப் பேசிய சஹத், "புகைப்படங்களை எங்களுக்காகத்தான் எடுத்தோம். ஆனால், இவ்வளவு வரவேற்பும் அன்பும் கிடைக்கும் என எதிர்பார்க்கவில்லை. நெகட்டிவ் கமெண்ட்டுகளும் வரும், அதை பாசிட்டிவாகவே பார்க்கிறோம். குழந்தையை எப்படி வளர்க்க வேண்டும் என இப்போதே தயார் செய்கிறோம். அதன் பாலினத்தை குழந்தையே தீர்மானிக்கட்டும், குழந்தையை நல்ல மனிதனாக வளர்த்து முன்னேற்றுவோம். அறுவைசிகிச்சை மூலம்தான் எனக்குப் பிரசவம் நடக்கும். பின்னர் கர்ப்பப்பையை அகற்றும் சிகிச்சையை மேற்கொள்ள உள்ளோம்," என்றார்.

குழந்தைக்கு ஒரு வயது ஆன பிறகுதான் திருமணம் செய்துகொள்ள வேண்டும் என்ற முடிவில் இருப்பதாக சஹத்தும் ஜியாவும் கூறுகின்றனர். எப்போது குழந்தை பிறக்கும் என ஜியா ஆர்வமாக இருக்கிறாள். இந்தக் குழந்தைக்கு நான் அப்பா, ஜியா அம்மா. எங்கள் குழந்தைக்கு தாய்ப்பால் தானம் அளிக்க பெண் ஒருவர் முன்வந்துள்ளார். மக்கள் எங்களை ஏற்றுக்கொண்டதில் மகிழ்ச்சி," எனத் தெரிவித்தார் சஹத்.

34. திருநங்கை மருந்தாளர்

மாற்றுப் பாலினத்தவராக இருந்து சாதிப்பதே பெரும்பாடு. அதிலும் ஹெச்.ஐ.வி தொற்றால் பாதிக்கப்பட்ட திருநங்கையின் பாதை எவ்வளவு கரடுமுரடானதாக இருக்கும். அத்தனையும் தாண்டி முதல் திருநங்கை மருந்தாளர் என்ற இடத்தை அடைந்து இருக்கின்றார் ஸ்வேதா.

திருநெல்வேலி அரசு மருத்துவமனையில், எய்ட்ஸ் கட்டுப்பாட்டு பிரிவில் மருந்தாளராக பணியில் இணைந்திருக்கும் ஸ்வேதா, விருதுநகர் மாவட்டத்தில் உள்ள மாயலேரி என்ற கிராமத்தில் பிறந்தவர். சாலைப்பணிக்கு செல்லும் அப்பா, காட்டு வேலைக்கு செல்லும் அம்மா இருவரும் மிகவும் சிரமப்பட்டுத்தான் என்னைப் படிக்க வைத்தார்கள் , நானும் எப்படியாவது படித்து வாழ்வில் உயர்ந்து விட வேண்டும் என்ற முனைப்போடுதான் படித்தேன்

என்று கூறும் ஸ்வேதா, பி.பார்ம் பட்டதாரி.

பிபிசி தமிழிடம் அவர் தன் அனுபவங்களை பகிர்ந்து கொண்டார்.

பள்ளியில் படிக்கும் போதே , எனக்குள் உள்ள பெண்மையினை உணர ஆரம்பித்துவிட்டாலும், கல்லூரி படிப்பு முடியும் வரை அறுவை சிகிச்சை செய்து கொள்ளவில்லை. தோற்றத்தில் மாற்றங்களை ஏற்படுத்திக் கொள்ள-வில்லை. ஏனெனில் அதற்கான வசதியோ, அது குறித்த பெரிய அறிவோ என்னிடம் இல்லை. ஆனால், நான் ஒரு பெண் என்ற எண்ணம் மட்டும் எனக்குள் வலிமையாக இருந்தது.

கல்லூரி படிக்கும் போதே திருநங்கை சமூகத்துடன் பழக ஆரம்பித்தேன். அப்போதே ஒரு முறை பெங்களூர் சென்றால் அறுவை சிகிச்சை செய்து கொள்ளலாம் என்று கேள்விப்பட்டு சென்றுவிட்டேன். ஆனால், என்னுடைய பேராசியரியை, படித்து முடித்துவிட்டு நீ நினைப்பது போல மாறிக்கொள்ள-லாம். இப்போது தயவு செய்து வந்து படிப்பினை தொடர வேண்டும் என்று அறிவுரை கூறி திரும்ப வரவழைத்துவிட்டார்.

ஓர் ஆணாகவே கல்லூரி படிப்பினை தொடர்ந்தாலும் எனது செயல்பா-டுகள் மூலம் நான் இப்படித்தான் என்று தெரிந்ததால் பல கேலிப்பேச்சுகள், அவமானங்களைத் தாண்டித்தான் கல்லூரி படிப்பை முடித்தேன். படிப்பு முடிந்ததும் வீட்டில் இருந்து வெளியேறிவிட்டேன். என்னை நான் மாற்றிக் கொள்ள ஆரம்பித்தேன். பி.பார்ம் முடித்த நான், சான்றிதழ்களோடு பல மருந்தகங்களில் சென்று வேலை கேட்டேன். "பார்ப்பதற்கு பெண் மாதிரி உடை அணிந்து இருக்கீங்க, சான்றிதழில் ஆண் என்று போட்டுள்ளது. காசு வேண்டுமானாலும் வாங்கிக் கொள்ளுங்கள், வேலையெல்லாம் இல்லை" என்ற பதில்தான் செல்லுமிடத்தில் எல்லாம் கிடைத்தது.

சான்றிதழில் திருநங்கை என மாற்றலாம் என்று நினைத்தால், அதற்கு அறுவை சிகிச்சை செய்து இருக்க வேண்டும். படிப்புக்கேற்ற வேலை கிடைக்கவில்லை. அதற்காக, பிறரிடம் கையேந்தி காசு வாங்குவது, பாலியல் தொழிலில் ஈடுபடுவது போன்ற செயல்களில் எல்லாம் எனக்கு துளியும் விருப்பமில்லை. சிறு வயதில் இருந்தே எனக்கு நடனம் ஆடுவதில் பெரும் விருப்பம் இருந்ததால் கரகாட்டக் கலையினை எனது தொழிலாக தேர்ந்-தெடுத்தேன். இடையில் எனது பெற்றோர்,நான் இப்படி ஆனதால் மிகுந்த மன வருத்தத்திற்கு உள்ளானது தெரிந்து நான் மீண்டும் வீட்டிற்கு சென்றேன். எனது அம்மாவுக்காக முடியெல்லாம் வெட்டி, ஆணைப்போலவே உடை-யணிந்து கொண்டு வேலைக்கு சென்றேன். மருந்தகத்தில் மூன்று மாதம் வேலை பார்த்தேன்.

ஆனால், மன அளவில் என்னால் என்னை மாற்றிக் கொள்ளவே முடி-யவில்லை, வேலை பார்க்கும் இடத்திலும் கேலிக்கு ஆளாவதும், அவமா-னப்படுவதும் தாங்க முடியாமல் ஓடி வந்துவிட்டேன். வீட்டில் மீண்டும் எனது நிலையினை கூறி நான் திருநங்கையாக மாறிக் கொள்ளுகிறேன் என்று

கேட்டபோது, பெற்றோர் ஒப்புக் கொள்ளாததால் மீண்டும் வீட்டில் இருந்து வெளியேறி, திருநங்கைகள் சமூகத்தோடு சேர்ந்து கரகாட்டம் ஆடுவதற்கு சென்றுவிட்டேன்.

கரகாட்டத்திற்கு சென்று சிறுக சிறுக பணம் சேர்த்து, அதில் அறுவை சிகிச்சை செய்து கொள்ள சென்றபோதுதான் எனக்கு ஹெச்.ஐ.வி பாசிட்டிவ் என்று தெரிந்தது. எனக்கு எய்ட்ஸ் தொற்று எப்படி ஏற்பட்டது என்ற காரணம் தெரியவில்லை. குடும்பமும் என்னுடைய மாற்றத்தினை ஏற்றுக்கொள்ளவில்லை, படித்த படிப்பிற்கு வேலை கிடைக்கவில்லை, எய்ட்ஸ் நோயும் சேர்ந்து விட்டால் எப்படி வாழ்வது என்று நொந்து போய் விட்டேன். யாரிடம் இந்த துன்பத்தினை பகிர்ந்து கொள்வது என்று தெரியாமல், மிகுந்த மன உளைச்சலுக்கு ஆளானேன். யாரோடும் பேசாமல், ஓர் அறைக்குள் முடங்கிக் கிடந்தேன். கரகம் ஆட செல்வது, மீண்டும் எனது சிறிய வீட்டிற்குள் சென்று முடங்கிக் கொள்வது என்றுதான் இருந்தேன். சொன்னால் எல்லோரும் நம்மை விட்டு விலக நினைப்பார்கள், வெறுத்து விடுவார்கள் என்று பயந்து என்னை நானே தனிமைப்படுத்திக் கொண்டேன்.

மீண்டெழுந்த கதை: ஒரு கட்டத்தில் தன்னை தானே திடப்படுத்திக் கொண்டு, இதில் இருந்து வெளியே வந்து எதையாவது சாதிக்க வேண்டும் என்ற முனைப்போடு காவலர் பணிக்கான தேர்வினை எழுதி அதில் வெற்றியும் பெற்றுள்ளார். எழுத்து தேர்வினை தொடர்ந்து, உடல் தேர்விற்கு செல்லுமிடத்தில், அங்கு ஹெச்.ஐ.வி சோதனையும் செய்யப்படும் என்று தெரிந்தவுடன் யாருக்கும் தெரியாமல் திரும்பி விட்டார்.

மேலும், இது குறித்து பேசும் ஸ்வேதா , "இந்த சூழலில்தான் திருநங்கை கிரேஸ் பானு, நான் தேர்வில் வெற்றி பெற்றும் ,வேலை வாங்க முயற்சி செய்யவில்லை என்பது தெரிந்து எங்கள் ஊருக்கு வந்து என்னைப் பார்த்து, நிச்சயமாக வேலை வாங்கி விடலாம், உடல் தேர்வுக்கு செல்லுமாறு கூறினார். அவரிடம் இதில் எனக்கு விரும்பமில்லை எனக் கூறி மறுத்துவிட்டேன்." என்கிறார். பிறகு என்னை தனியாக அழைத்து சென்று அவர் கேட்டபோது நான் எனது நிலையினை கூறினேன். அப்போதுதான் அவர்கள், இது ஒரு பிரச்சனையே இல்ல என்று கூறி இந்த கரகம் ஆடுவது எல்லாம் விட்டுவிட்டு என்னோடு வா என்று அழைத்து சென்றார்கள்."

சென்னையில் அவரின் உதவியோடு போட்டித் தேர்வு வகுப்புகளுக்கு சென்று கொண்டு இருந்தபோதுதான் அரசு மருத்துவமனைகளில் மருந்தாளர் பணிக்கு காலியிடங்கள் இருப்பதை அறிந்து விண்ணப்பித்தேன். இதன் மூலமாக இந்தப்பணிக்கு தேர்வாகி , இப்போது திருநெல்வேலி அரசு மருத்துவமனையில் பணியில் உள்ளேன் என்று கூறும் ஸ்வேதாவிற்கு சமீபத்தில்தான் இந்தப் பணி கிடைத்துள்ளது.

நான் ஒரு ஹெச்.ஐ.வி பாசிட்டிவ் என்று வெளியில் சொல்ல முடியாமல் அடைந்த வேதனையும், வலியும் மற்றவர் அனுபவிக்க கூடாது என்று

நினைக்கின்றேன். என்னைப் போல இப்படி பாதிக்கப்படுபவர்களுக்கு வழி காட்டியாக இருக்க வேண்டும் என எண்ணுகின்றேன். ஒருவருக்கு எய்ட்ஸ் என்றால் அவர்கள் மன அளவில் உடைந்து போய்விடுவார்கள், எங்கள் திருநங்கை சமூகத்தில் கூட நிறைய பேருக்கு இந்தப் பாதிப்பு இருக்கும், ஆனால், வெளியில் சொல்ல பயப்படுவார்கள். இவ்வளவு படித்த நானே இப்படி உடைந்து போய் விட்டபோது, படிக்காத, இது பற்றிய புரிதல் இல்லா-தவர்கள் எப்படி வேதனைப்படுவார்கள். அவர்களுக்கு உதவி செய்ய வேண்-டும் என்ற எண்ணத்தில்தான் இதை வெளியில் சொல்கிறேன். நான் ஒரு ஹெச்.ஐ.வி பாசிட்டிவ் என்று வெளிப்படையாக கூறிக் கொள்வதன் கார-ணம், தனக்கு ஏற்பட்ட பாதிப்பினை வெளியில் சொல்ல முடியாமல், சிகிச்சை எடுத்துக் கொள்ளாமல் இருப்பவர்களுக்கு இந்த வேதனையில் இருந்து மீள முடியும் என்ற காரணத்தால்தான், என்கிறார் ஸ்வேதா.

35. நலீனா பிரஷீதா

- **முரளிதரன் காசிவிஸ்வநாதன்**

சென்னை லயோலா கல்லூரியின் மாணவர் சங்க நிர்வாகியாக திருநங்-கையான நலீனா பரஷீதா தேர்ந்தெடுக்கப்பட்டிருக்கிறார். திருநங்கை ஒருவர் மாணவர் சங்க நிர்வாகியாகத் தேர்ந்தெடுக்கப்படுவது இந்தியாவில் இதுவே முதல் முறை. இந்த சாதனையை அவர் நிகழ்த்தியது எப்படி?

சென்னையில் உள்ள பிரபல கல்லூரியான லயோலா கல்லூரியின் மாண-வர் அமைப்பான லயோலா மாணவர் பேரவைக்கு சமீபத்தில் நடந்து முடிந்த தேர்தலில் துணைச் செயலராக நலீனா பிரஷீதா (25) என்ற திருநங்கை தேர்வுசெய்யப்பட்டிருக்கிறார். லயோலா மாணவர் பேரவைக்கு 2019-2010ஆம் வருட நிர்வாகிகளைத் தேர்ந்தெடுப்பதற்காக கடந்த ஜூன் 21ஆம் தேதி நடைபெற்ற தேர்தலில் நலீனா பரஷீதா, துணைச் செயலா-ளராகத் தேர்வுசெய்யப்பட்டிருக்கிறார். நலீனாவின் சொந்த ஊர் திண்டுக்கல். சிறுவயதிலிருந்தே தன்னைப் பெண்ணாக உணர்ந்த நலீனா, 11ஆம் வகுப்புப் படிக்கும்போதே, தன் பாலினத்தை மாற்றிக்கொள்ள முடிவுசெய்தார்.

ஆனால், வீட்டில் இருந்தவர்கள் ஏற்காதேோலக நிலையில், வீட்டை-விட்டு வெளியேறினார். பால் மாற்று அறுவை சிகிச்சையும் செய்துகொண்-டார். பள்ளிப் படிப்பும் பாதியில் நின்றுபோனது. இதற்குப் பிறகு வெளியிலி-ருந்து 12ஆம் வகுப்புத் தேர்வை எழுதி தேர்ச்சி பெற்ற நலீனா, லயோலாவில் இளமறிவியல் விஷுவல் கம்யூனிகேஷன் படிப்பில் சேர்ந்தார்.

விஷுவல் கம்யூனிகேஷன் துறையில் இளமறிவியல் முடித்த பிறகு, மீண்-டும் லயோலாவிலேயே மூதறிவியல் படிப்பில் சேர்ந்த நலீனா, தற்போது இரண்டாம் ஆண்டு படித்து வருகிறார். லயோலா கல்லூரியில் இதற்கு முன்-பாகவே ஒரு திருநங்கை சேர்க்கப்பட்டிருந்தார் என்றாலும் அவர் தனது படிப்-

பைத் தொடரவில்லை. ஆகவே, நலீனாதான் லயோலாவின் முதல் திருநங்கை பட்டதாரியும்கூட. அந்த ஆண்டின் சிறந்த மாணவியாகவும் அவர் தேர்வுசெய்யப்பட்டார்.

இதற்கு முன்பாகவே 2017ஆம் ஆண்டில் நடக்கவிருந்த தேர்தலில் போட்டியிட முயன்றார் நலீனா. "அந்த சமயத்தில் பலரும் இந்தப் போட்டி வேண்டாமென்றார்கள். ஒரு ஓட்டு கிடைத்தால்கூட போட்டியிடுவது என உறுதியாக இருந்தேன். அந்தத் தேர்தல் வேறு காரணங்களால் நின்று போனது. ஆகவே இந்த முறை போட்டியிட்டேன்" என்கிறார் நலீனா. லயோலா மாணவர் பேரவையில் தலைவர், துணைத் தலைவர், பொதுச் செயலாளர், இணைச் செயலாளர், துணைச் செயலாளர் என ஐந்து பொறுப்புகள் உண்டு. இதில் துணைச் செயலாளர் பதவி பெண்களுக்கானது. இந்தப் பதவிக்கான வாக்குகளையும் பெண் வாக்காளர்கள் மட்டுமே பதிவுசெய்ய முடியும். அந்தப் பதவிக்கான தேர்தலில்தான் 320 வாக்குகள் வித்தியாசத்தில் நலீனா வெற்றிபெற்றிருக்கிறார்.

உண்மையில் தலைவர் பதவிக்குப் போட்டியிட விரும்பினேன். ஆனால், மாணவர்கள் கேட்டுக்கொண்டதால் துணைத் தலைவர் பதவியில் போட்டியிட்டேன். பிரச்சாரத்தின்போது, நான் திருநங்கை என அனுதாபம் தேடி வெற்றிபெற நினைப்பதாகவெல்லாம் சொன்னார்கள். ஆனால், அது உண்மையில்லை என்பதை மாணவர்கள் புரிந்துகொண்டார்கள்" என்கிறார் நலீனா. படித்து முடித்து பிறகு ஒரு குடிமைப் பணி அதிகாரியாகவோ ஊடகத் துறையில் சாதிக்கவோ விரும்புகிறார் நலீனா.

இந்தத் தேர்தலுக்கான பணிகள் ஜூன் 18ஆம் தேதி துவங்கி, நடைபெற்றன. மொத்தம் 17 பேர் போட்டியிட்டனர். வாக்குகள் ஆன்லைன் முறையில் செலுத்தப்பட்டன. வாக்குப் பதிவு முடிந்தவுடன் அன்றைய தினமே முடிவுகள் கல்லூரி முதல்வரால் அறிவிக்கப்பட்டன. இந்தத் தேர்தலில் பி.காம் படிக்கும் ஜங்கு ஜிஷ்னு தலைவராகவும் ஃபிலிப் சேவியர் என்ற மாணவர் துணைத் தலைவராகவும் தேர்வுசெய்யப்பட்டனர். மாணவிகள் அனைவரையும் துணைச் செயலர் என்ற பொறுப்பிலிருந்தபடி, நலீனா பிரஷீதா பிரதிநிதித்துவம் செய்வார்.

இந்தத் தேர்தலின்போது நானாக வாக்குறுதி எதையும் அளிக்கவில்லை. ஆனால், மாணவிகளுக்கு ஏதாவது தேவையா என்று கேட்டேன். அவர்கள் தங்களுக்கென கால்பந்தாட்ட அணி வேண்டுமெனக் கூறினார்கள். அதற்கு நிச்சயம் முயற்சி செய்வேன். அதேபோல, கைப்பந்து, கிரிக்கெட் அணிகளையும் உருவாக்க முயற்சிப்போம். மேலும் சைபர் செக்யூரிட்டி, மாணவிகளுக்கான பாதுகாப்பு ஏற்பாடு போன்றவற்றில் விழிப்புணர்வு ஏற்படுத்த நிகழ்ச்சிகளை நடத்தத் திட்டமிட்டிருக்கிறேன்" என்கிறார் நலீனா. தற்போது லயோலா கல்லூரியில் நலீனா தவிர மேலும் இரண்டு திருநங்கை மாணவிகள் படித்துவருகின்றனர்.

36. ரேவதி- மு. நியாஸ் அகமது

தமிழ் இலக்கிய உலகில் பாலின சமத்துவம் இல்லை. ஆண் எழுத்தாளர்களுக்குக் கிடைக்கும் அங்கீகாரம் பெண் எழுத்தாளர்களுக்கு கிடைப்பதில்லை." இது பொதுவாக வைக்கப்படும் குற்றச்சாட்டு. ஆனால், அப்படியான துறையிலிருந்து உயர எழுந்து இருக்கிறார் திருநங்கை அ. ரேவதி. மாயா ஏஞ்சலோ, டோனி மாரிசன், லெஸ்லி மார்மன் சில்கோ, ஷாங்கே ஆகிய எழுத்தாளர்களுடன் இவரது பெயரும் கொலம்பியா பல்கலைக்கழக நூலகத்தில் இடம் பெற்றிருக்கிறது.

கொலம்பியா பல்கலைக்கழகத்தின் பட்லர் நூலகத்தின் முகப்பில் அரிஸ்டாட்டில், பிளேட்டோ, ஹோமர், டெமோஸ்தினீஸ், சீசாரோ என ஆண் எழுத்தாளர்கள், அறிஞர்கள் 8 பேரின் பெயர்கள் மட்டுமே பெரிய அளவில் இடம்பெற்றிருக்கும். பெண் எழுத்தாளர்கள் பெயர் ஏன் ஒன்று கூட இல்லை என எதிர்ப்பு தெரிவித்து கொலம்பியா பல்கலைக்கழக மாணவர்கள் போராட்டம் நடத்தினர்.

1989ஆம் ஆண்டு இவர்களே சில பெண் எழுத்தாளர்களின் பெயரை ஒரு பேனரில் எழுதி அந்த நூலகத்தின் முகப்பிலிருந்த ஆண் எழுத்தாளர்கள் பெயருக்கு மேலே வைத்தனர். ஆனால், அந்த பேனர் அங்கு அதிக நாட்கள் இல்லை. அகற்றப்பட்டுவிட்டது.

சரியாக 30 ஆண்டுகளுக்குப்பின் பெண்கள் உரிமைக்காக அங்கு நடத்தப்பட்ட போராட்டத்தை நினைவுகூரும் வகையில் சர்வதேச அளவில் சில முக்கிய பெண் ஆளுமைகளின் பெயர்கள் தாங்கிய பேனர் மீண்டும் அங்கே வைக்கப்பட்டுள்ளது. அந்த ஆளுமைகளில் தமிழகத்தைச் சேர்ந்த திருநங்கை அ. ரேவதியும் ஒருவர்.

அவருடன் பேசினோம்,

யார் இந்த அ. ரேவதி?

நீங்கள் சுலபமாக கேட்டுவீட்டீர்கள். ஆனால், எனக்குள் இருக்கும் ரேவதியை நான் கண்டடைய நான் எதிர்கொண்ட சிரமங்கள் அதிகம்" என்கிறார் அ. ரேவதி. நாமக்கல் மாவட்டத்தில், துரைசாமி என்ற ஆண் பெயரில் சிறுவயதில் அறியப்பட்ட ரேவதி, ஐந்தாம் வகுப்புப் படிக்கும் போதே தன்னுள் ஏற்பட்ட பாலின மாற்றத்தை உணர ஆரம்பித்தார். பள்ளியிலும், வசிக்கும் இடத்திலும் பல வித கேளிகளுக்கும் சீண்டல்களுக்கும் ஆளானவர், பெற்றோராலும், சகோதரர்களாலும் பல்வேறு இன்னல்களை எதிர்கொண்டிருக்கிறார்.

பின் குடும்ப அமைப்பிலிருந்து வெளியேறியவர் டெல்லி, மும்பை, என பல்வேறு ஊர்களில் அலைந்து திரிந்திருக்கிறார். பொதுச் சமூகம் திருநங்கை, திரு நம்பிகளுக்குத் தரும் அத்தனை வலிகளையும் இவருக்கும் தந்திருக்கி-

றது. பின் அங்கிருந்து பெங்களூரு சென்றவர் 1999ஆம் ஆண்டு 'சங்கமா' அமைப்பில் இணைந்திருக்கிறார். இப்போது நீங்கள் உரையாடிக் கொண்டிருக்கும் ரேவதியை பண்படுத்தியது சங்கமாவில் இருந்த நூலகம்தான். நான் பெரிய இலக்கிய ஆளுமை எல்லாம் இல்லை. சொல்லப்போனால் பெரிதாகப் புத்தகம் வாசித்ததும் இல்லை. மொழி குறித்த அச்சம்கூட இருந்தது. எல்லாவற்றையும் புனிதமாக்கிய இந்த சமூகம் மொழியையும் புனிதமாக்கிவிட்டது, புனிதங்களை எதிர்கொள்வதிலிருந்த அச்சம்தான் அது" என்கிறார் எழுத்தாளர் அ. ரேவதி.

ஆனால், சங்கமாவில் இருந்த நூலகம்தான் எனக்கு வாசிப்பு அனுபவத்தை தந்தது. அங்குப் பல நூல்களை வாசித்திருக்கிறேன். அந்த சமயத்தில் எனக்குள் கேள்வி எழுந்தது. திருநங்கைகள், திருநம்பிகளின் வலிகளை சொல்லும் வெளிநாட்டவர்கள் எழுதிய ஆங்கிலப் புத்தகங்களே அதிகம் உள்ளன. இந்தியப் பார்வையில் எங்களின் பிரச்சனைகளைச் சொல்லும் ஒரு புத்தகம் கூட இல்லையே என்று எனக்குள் எழுந்த இந்த கேள்விதான் என்னைப் புத்தகம் எழுதத் தூண்டியது. ஆனால், அப்போதும் எழுதுவது குறித்த தயக்கம் இருந்தது. எனக்கு எழுத்து குறித்த நம்பிக்கை தந்தது எழுத்தாளர் பாமாதான். எனது தயக்கத்தை உடைத்து புத்தகம் எழுதத் தூண்டியவரும் அவர்தான்" என்று அந்த நாட்களை நினைவு கூறுகிறார் ரேவதி.

முதல் புத்தகம்: 'உணர்வும் உருவமும்' என்ற நூலை 2004ஆம் ஆண்டு எழுதினார் ரேவதி. இந்தியாவில் திருநங்கைகள் குறித்து திருநங்கை ஒருவரே எழுதிய முதல் புத்தகம் இது. இந்த புத்தகத்தில் பேசப்பட்ட விஷயங்கள் விவாதத்திற்கு வித்திட்டது. திருநங்கைகளின் வாழ்வியல், அவர்களை சமூகம் எப்படிப் பார்க்கிறது? அவர்களின் உரிமை என பல்வேறு விஷயங்களை திருநங்கைகளின் பார்வையிலிருந்து பேசிய அந்த நூல் பல விருதுகளையும் பெற்றது.

"நான் முதல் புத்தகத்தை எழுதிவிட்டேனே தவிர, இலக்கியத்தரமான எழுத்து எனக்குக் கைவரவில்லையோ என்ற எண்ணம் இருக்கத்தான் செய்தது. அந்த சமயத்தில் பென்குயின் பதிப்பகம் 'உணர்வும் உருவமும்' புத்தகத்தை ஆங்கிலத்தில் வெளியிட அனுமதி கேட்டது. இது எனக்கு நம்பிக்கை தந்தது. பென்குயின் பதிப்பகத்தாரிடம், "நான் என் சுயசரிதையை எழுதுகிறேன். அதனை நேரடியாக ஆங்கிலத்தில் வெளியிட முடியுமா?" என்று கேட்டேன். அவர்களும் சம்மதித்தார்கள். அப்படி வெளியானதுதான் 'The Truth about me: A Hijra life story' புத்தகம்" என்கிறார் அவர்.

அவர் தமது சுயசரிதையை ஆங்கிலத்தில் முதலில் வெளியிட்டதற்கும் காரணம் கூறுகிறார்.

"அந்த புத்தகத்தில் என் வாழ்க்கையில் நடந்த விஷயங்களை ஒளிவு மறைவு இல்லாமல் எழுதி இருந்தேன். இது நேரடியாகத் தமிழில் வந்தால், அது பலருக்கு அசௌகர்யத்தை ஏற்படுத்தலாம். அதனால்தான் நான் ஆங்-

கிலத்தில் முதலில் வெளியிட்டேன். இதில் விந்தை என்னவென்றால் எனக்கு ஆங்கிலம் தெரியாது" என்கிறார்.

பின் பலர் அளித்த நம்பிக்கை, அந்த புத்தகம் தமிழில் வர வேண்டிய தேவை குறித்து பலர் வலியுறுத்திய பின் அதனைத் தமிழில் "வெள்ளை மொழி" என்ற தலைப்பில் வெளியிட்டிருக்கிறார். தம் எழுத்தை செறிவாக்க எழுத்தாளர்க பெருமாள் முருகன் உதவுவதாகக் கூறுகிறார் ரேவதி. அவர் வீட்டின் அருகில்தான் என் வீடும். அடிக்கடி அவரை சந்திப்பேன். நிறைய உரையாடுவோம். என் எழுத்தை மேம்படுத்த அவர் ஆலோசனைகள் கூறுவார்" என்கிறார் ரேவதி.

கொலம்பியா அங்கீகாரம்: பட்லர் நூலகத்தில் இவர் பெயர் இடம் பெற்றதே, இவருக்கு இரண்டு நாட்களுக்குப் பின்தான் தெரிந்திருக்கிறது. கொலம்பியா பல்கலைக்கழகத்தில் பி.ஹெச்.டி. படிக்கும் நண்பர் ஒருவர்தான் இந்த விஷயத்தை எனக்குத் தெரியப்படுத்தினார். முதலில் ஏதோ சாதாரண விஷயம் என்று நினைத்துவிட்டேன். பின்தான், அங்குப் பெண் ஆளுமைகள் பெயர் வைப்பதற்காக 30 ஆண்டுகளுக்கு முன்பு நடந்த போராட்டம் எல்லாம் தெரிந்தது. உண்மையில் மிகவும் பெருமையாக உணர்ந்தேன்" என்று கூறும் ரேவதி, அதனை நேரில் சென்று பார்க்க விரும்புவதாக கூறுகிறார்.

"நேரில் சென்று பார்க்க ஆசையாக இருக்கிறது. ஆனால், பொருளாதாரம்தான் தடையாக இருக்கிறது" என்கிறார் அவர்.

வாழ்வே நாடகமாக... நாடக செயற்பாட்டாளர்கள் ஸ்ரீஜித், அரங்க கலைஞர் மங்கை உள்ளிட்டவர்களுடன் இயங்குகிறார் ரேவதி. தன் வாழ்க்கையைப் பல மேடைகளில் ஓரங்க நாடகமாக முப்பதுக்கும் மேற்பட்ட மேடைகளில் அரங்கேற்றியிருக்கிறார் ரேவதி. அவர், "எங்களின் பிரச்சனையை மக்களிடம் கொண்டு சேர்க்க எழுத்தும், மேடையும்தான் சிறந்த வழி. அதனை என்னால் முடிந்த அளவுக்கு சரியாகப் பயன்படுத்திக் கொள்ள முயல்கிறேன்" என்கிறார். திருநங்கைகள் திருநம்பிகள் குறித்த சமூகத்தின் பார்வை கொஞ்சமேனும் மாறி இருக்கிறது. ஆனால், இது போதாது. இந்திய உச்சநீதிமன்றத்தின் சட்டப்பிரிவு 377 குறித்த தீர்ப்பு நம்பிக்கை அளிக்கிறது. ஆனால், கடக்க வேண்டிய தூரம் அதிகம் என்கிறார் அவர்.

37. சுதா- அபர்ணா ராமமூர்த்தி

என் பெண்மை குணங்கள் நான் ஆறாவது ஏழாவது படிக்கும்போது வெளிவந்தன. நான் அதை அப்போதே உணர்ந்துவிட்டேன். அதனை தெரிந்து கொண்ட என் பெற்றோர், என்னை அடித்தார்கள், எனக்கு முடி வெட்டினார்கள், மனநல மருத்துவரிடம் அழைத்து சென்றார்கள். நான் வீட்டை விட்டு வந்துவிட்டேன்" என்கிறார் திருநங்கை சுதா.

ஆந்திராவில் வசதியான குடும்பத்தில் பிறந்த இவர், சுமார் 20 ஆண்டு-களுக்கு முன் சென்னை வந்தார். தற்போது திருநங்கைகளை பார்க்கும் விதம் பரவாயில்லை, சமூகம் சற்று மாறியுள்ளது. அப்போது எல்லாம், நிலைமை மிகவும் மோசமாக இருந்ததாக பழைய நினைவுகளை நம்மிடம் பகிர்ந்தார். பெரும்பாலும் திருநங்கைகள் செய்வது, ஒன்று கை ஏந்துவது, இரண்டாவது பாலியல் தொழில்" என்று கூறும் சுதா, தன்னை போன்று யாரும் இந்த கஷ்டங்களை அனுபவிக்கக் கூடாது என்பதற்காக 'தோழி' என்ற அமைப்பை திருநங்கைகளுக்காக தொடங்கியதாக அவர் தெரிவித்தார்.

கையேந்தும் நிலை...

நான் சிறு வயதில் எந்த கஷ்டத்தையும் பார்த்தில்லை. தினமும் பாக்கெட் மணி கிடைக்கும். வசதியாக வளர்ந்தேன். என் பெண்மையை உணரத் தொடங்கியவுடன், அதனை ஏற்றுக் கொள்ளும் மனப்பக்குவம் என் வீட்டில் யாருக்கும் இல்லை" என்கிறார் சுதா. தான் பல கேலி கிண்டல்களுக்கு ஆளானதாகவும் அவர் கூறுகிறார்.

ஆந்திராவில் நான் வளர்ந்த இடத்தில், என்னைப் போன்று யாரையும் பார்க்க முடியவில்லை. ஆனால், சென்னையில் பல திருநங்கைகளை பார்த்-தேன். புதிதாக வரும் திருநங்கைகள், மூத்த திருநங்கைகளிடம்தான் அடைக்கலம் செல்வோம். அவர்கள் நாலைந்து நாட்கள் எங்களை பார்த்துக் கொள்வார்கள். அதன் பிறகு, அவர்கள் என்ன தொழில் செய்கிறார்களோ, அதைத் தான் நாங்களும் செய்ய வேண்டிய நிலை உருவாகும் என்று தன் பழைய நாட்களை நினைவு கூறுகிறார். வீட்டை விட்டு வெளியேறி கை ஏந்-தும் நிலை வந்தபோது, என்னிடம் மிஞ்சியது எனது கண்ணீரே. வாழ்க்கை-யில் அவசரப்பட்டு விட்டோமோ என்று நினைத்தேன்" என்று அவர் தெரி-வித்தார்.

நான் நல்ல வேலைக்கு செல்ல வேண்டும் என்று நினைத்தேன். அதற்-கான முயற்சியும் நான் எடுத்தேன். ஆனால் வேலை கேட்க சென்றால், எங்-களை வாட்ச்மேன் உள்ளே அனுமதிக்க மாட்டார். அவரே ஒரு ஐந்து ரூபாய் கொடுத்து எங்களை போகச் சொல்லிவிடுவார். அப்படியே நாங்கள் உள்ளே சென்று மேனேஜரை பார்த்தாலும், அங்கும் வேலை கிடைக்காது" என்கிறார் சுதா. அவரே கொஞ்சம் சம்பாதித்து, பணம் சேர்த்து, பெண்ணாக மாறுவதற்-கான அறுவை சிகிச்சையை செய்து கொண்டார். அதன்பிறகு, தான் பட்ட துன்பங்களை மற்றவர்கள் அனுபவிக்கக் கூடாது என்ற எண்ணம் சுதாவுக்கு வந்தது. தற்போது 50க்கும் மேற்பட்ட திருநங்கைகளை இவர் தத்தெடுத்துள்-ளார்.

திருநங்கைகளுக்குக்கான அமைப்பு: 2010ஆம் ஆண்டு உருவாக்கப்பட்ட இந்த அமைப்பு 2012ஆம் ஆண்டு பதிவு செய்யப்பட்டது. முன்னதாக சகோ-தரன் என்ற அமைப்பில் இருந்தோம். அந்த அமைப்பு, ஓரின சேர்க்கை-யாளர்கள், திருநங்கைகள், திருநம்பிகள் என அனைவருக்காகவும் செயல்-

பட்டுக் கொண்டிருந்தது. திருநங்கைகளான எங்களுக்கு தனியே ஏன் ஒரு அமைப்பு தொடங்கக்கூடாது என்று தோன்றியபோதுதான், தோழி அமைப்பை தொடங்க முடிவு செய்தோம்" என்கிறார்.

சுதா, கிளேடி, காவ்யா, தாயம்மா ரம்யா, ஷ்வேதா ஆகிய ஐந்து திருநங்கைகள்தான் இதற்கான நடவடிக்கைகளை முன்னெடுத்துள்ளனர். தொடக்கத்தில் எங்களுக்கு எந்த ஆதரவும் இல்லை. எங்களிடம் இருந்த காசை வைத்தே எங்கள் சமூக மக்களுக்கு சின்ன சின்ன உதவிகளை செய்து வந்தோம். 2012ல் எங்கள் அமைப்பை பதிவு செய்த பிறகு, அரசு சாரா அமைப்பு ஒன்றிடம் இருந்து எங்களுக்கு நிதி கிடைக்கப்பெற்றது. அதனைத் தொடர்ந்து 1,250 திருநங்கைகள், எங்கள் அமைப்பில் பதிவு செய்தனர் என்கிறார் சுதா.

சென்னையில் உள்ள சேத்துப்பட்டில், மாநகராட்சி இவர்களுக்கு என்று ஒரு கட்டடத்தை வழங்கியுள்ளது. அங்குதான் தோழி காப்பகம் செயல்படுகிறது. இங்கு மூத்த திருநங்கைகள், இளம் மற்றும் நடுத்தர வயது திருநங்கைகள் தங்கியிருக்கிறார்கள். அவர்களை கவனித்துக் கொள்ள ஆள் ஒருவரும் இருக்கிறார். வீட்டில் பெற்றோர்கள் ஒப்புக் கொள்ளாமல் வீட்டை விட்டு வந்த சில திருநங்கைகளும் இங்கு இருக்கிறார்கள். இங்கிருக்கும் ஒரு திருநங்கை லயோலா கல்லூரியில் ஃப்ரெஞ்ச் படிக்கிறார். ஒருவர் சென்னை மெட்ரோ ரயிலில் வேலைக்கு செல்கிறார். சிலர் உணவகங்களில் வேலை செய்கிறார்கள். உடல் நலம் சரியில்லாத சில திருநங்கைகளும் இங்கு இருக்கிறார்கள். இவர்கள் அனைவருக்கும் அடைக்கலம் கொடுத்துள்ளது தோழி அமைப்பு. அது மட்டுமல்லாது, இவர்களிடம் உதவி என்று வரும் அனைத்து திருநங்கைகளுக்கும் உதவி செய்கிறது இந்த அமைப்பு. அவர்களுக்கு ரேஷன் கார்டு, ஆதார் கார்டு ஏற்பாடு செய்து தருவது, வீடு வாடகைக்கு கிடைக்கவில்லை என்றால் அதற்கு உதவுவது இப்படிப்பட்ட பணிகள் செய்யப்படுகிறது.

பெற்றோர்கள் ஏற்றுக் கொள்ள வேண்டும்: தனது பிள்ளைகள் திருநங்கைகளாக இருந்தால், அதனை பெற்றோர் ஏற்றுக் கொள்ள வேண்டும் என்று கோரிக்கை வைக்கிறார் சுதா. உங்கள் பிள்ளை பெண்மையை உணர்ந்தால், அவர்களுக்கு ஆதரவாக இருங்கள். அவர்களை புரிந்து கொள்ளுங்கள். இல்லையென்றால், அவர்கள் பல கஷ்டங்களை அனுபவிக்க வேண்டிவரும். நீங்களே பார்த்துக் கொண்டு, அவர்களை படிக்க வைத்தால், அவர்கள் வாழ்வு முன்னேறும்" என்று கூறுகிறார். தொடர்ந்து மாற்றத்துக்காக போராடுவேன். ஒரு நாள் இந்த சமூகம் மாறும். உங்களில் ஒருவராக எங்களை ஏற்றுக் கொள்வீர்கள் என்று நம்புகிறேன்" என்கிறார் சுதா.

3

1. சொல்லாக் கதையை சொல்லத் துணிந்தோம்

திருநங்கையர் பற்றி ஒரு திரைப்படம் - இரா.உமா

இந்தச் சமூகம் அவர்களை விலக்கிவைத்து வேடிக்கைப் பொருளாக்கி விட்டது. தங்களது உணர்வுகளைப் புரிந்து கொள்ளாத இச்சமூகத்திலிருந்து அவர்களும் ஏனோ விலகியே இருக்க வேண்டியதாயிற்று. இயற்கை இழைத்த குற்றத்திற்கு இவர்களுக்கு ஆயுள் தண்டனை. மரண வேதனையை விடக் கொடுமையானது எது தெரியுமா? தான் வாழுகின்ற சமூகத்தின் உதாசீனமும், புறக்கணிப்பும்தான். அப்படிச் சமூகத்தின் உதாசீனத்திற்கும், புறக்கணிப்புக்கும் ஆளான அவர்கள் கொடுஞ்செயல்கள் புரிந்தவர்களல்லர்; கருவில் உண்டான மரபணு மாற்றத்தால் உருவில் மாறியவர்கள். அவர்கள்தான் திருநங்கைகள்.

ஆணும், பெண்ணும் இணைந்த உருவமான லிங்கத்தையும், அர்த்தநாரீஸ்வரரையும் தொட்டுக் கண்களில் ஒற்றிக் கொள்ளும் இச்சமூகம் இவர்களிடம் மட்டும் தீண்டாமையைக் கடைப்பிடிப்பது எந்த விதத்திலும் நியாமில்லை. நியாயங்களும், தீர்ப்புகளும் காலச்சூழலுக்கு ஏற்ப மாறிக்கொண்டுதான் வந்துள்ளன. அதே சமயத்தில் எந்த ஒன்றும் தானாகவே மாறிவிடவில்லை. மாறியும் விடாது. மாற்றுவதற்கான முயற்சிகளை யாராவது சிலர் முன்னெடுக்கும் போதுதான் நல்ல மாற்றங்கள் உண்டாகும். அப்படித்தான் திருநங்கைகளைப் பற்றிய சமூகத்தின் தவறான கண்ணோட்டத்தை மாற்ற, அரசாங்கம் உட்பட ஆங்காங்கே பலர் பலவிதங்களிலும் முயற்சித்து வருகின்றனர்.

அந்த வகையில் இயக்குநர் சிவகுமார், சக்தி வாய்ந்த காட்சி ஊடகமான திரைப்படத்தை மாற்றத்திற்கான ஒரு கருவியாகக் கையில் எடுத்திருக்கிறார். திரைப்படங்களில், கேலிக்குரியவர்களாகவும், பாலியல் தொழிலாளிகளாகவும்தான் இதுவரை திருநங்கைகள் சித்தரிக்கப்பட்டுள்ளனர். மிகச் சில படங்கள் கொஞ்சம் விதிவிலக்காக இருந்திருக்கலாம். ஆனால், அவைகளும் கூட திருநங்கைகள் எதிர்கொள்கின்ற பிரச்சினைகள், உளவியல் சிக்கல்கள் போன்றவற்றைப் பற்றிப் பேசவில்லை.

இயக்குநர் சிவகுமாரின் முதல் படமே அதைப் பற்றித்தான் பேசுகிறது. பால் (இனம்) ரீதியாகப் பாதிக்கப்பட்டவர்களின் படமென்பதாலோ, என்னவோ படத்தின் பெயரே "பால்". இன்பமானாலும், துன்பமானாலும் அதை அனுபவித்தவர்களால்தானே அந்த உணர்வுகளைத் துல்லியமாக வெளிப்படுத்த முடியும். அதனால்தான் திருநங்கைகளின் "வலியை" வெளிப்படுத்த ஒரு திருநங்கையையே இப்படத்தின் கதாநாயகியாக்கி இருக்கிறார் இயக்குநர் சிவகுமார்.

கதாநாயகி ஐஸ்வர்யா திரைப்படத்திற்காக "கற்பகா"ஆகியிருக்கிறார். தோற்றத்தை வைத்து திருநங்கை என்று சொல்லிவிட முடியாதபடி இருக்கும் அழகான பெண். அடுத்து பாராட்டுகளோடு அறிமுகப்படுத்தப்பட வேண்டியவர் இப்படத்தின் கதாநாயகன் 'காதல்' கந்தாஸ். காரணம், நடன இயக்குநரான இவர் கதாநாயகனாக அறிமுகமாகும் முதல் படம் இது.

ஊடகத்துறையில் வேலைசெய்யும் நாயகி, தான் ஒரு திருநங்கை என்பதை வெளிப்படுத்திக் கொள்ள விரும்பாதவர். வேலை தேடிக் கொண்டிருக்கும் கதாநாயகனுக்கும், அவன் நண்பர்களுக்கும், தான் இருக்கும் ஊடகத்துறையில் வாய்ப்பு ஏற்படுத்திக் கொடுக்கிறார். அங்கு மொட்டுவிடுகிறது காதல். இருவழிக் காதலாக இருந்தும் தன் காதலை வெளிப்படுத்தத் தயங்கும் கதாநாயகி, தன் காதலை ஒரு தலைக்காதலாக்கி, தன் காதலுக்கு முடிவுரை எழுதிவிடுகிறார். இந்நிலையில் கதாநாயகனின் காதல் என்னவாயிற்று என்பதுதான் படத்தின் உச்சகட்டம். படத்தின் இன்னொரு கதாநாயகியாக புகழ்பெற்ற நடிகை ஒருவர் நடிப்பார் எனத் தெரிகிறது.

நகைச்சுவைக்கு மயில்சாமியும், கருணாசும், முக்கியமான வேடங்களில் ரேவதி, கலைராணி, ஜி.எம். குமார் ஆகியோரும் நடிக்கின்றனர். இப்படத்தின் படப்பிடிப்பு தளங்களாக சென்னை மற்றும் தேனி மாவட்டப் பகுதிகளையே தேர்ந்தெடுத்திருப்பதாகத் தெரிவித்தார் இயக்குநர். ஒளிப்பதிவு ஆர்.மகேந்திரன், இசை பிரியதர்சன், உதவி இயக்குநர்கள் சேரன், லிவிங்ஸ்மைல் வித்யா, பாடல்கள் விஜயசாகர், நந்தலாலா, ஆண்டாள் பிரியதர்ஷிணி, படத்தொகுப்பு லெனின்.

இப்படிப்பட்ட நல்ல முயற்சிகள் வெற்றியடைய வேண்டும். திருநங்கையான கதாநாயகியை ஊடகத்துறையில் வேலை செய்யும் ஆளுமைமிக்க பெண்ணாகச் சித்தரித்துள்ள இயக்குநர் சிவகுமாரை எவ்வளவு பாராட்டினாலும் தகும்.

படத்தின் "கரு" என்ன?

இது திருநங்கைகளைப் பற்றிய முழு நீளத் திரைப்படம். மற்ற படங்களில் இருப்பது போன்ற, குத்துப் பாடல்கள், நகைச்சுவை, சென்டிமென்ட், சண்டைக் காட்சிகள் அனைத்தும் இதிலும் உண்டு. முதலில் திருநங்கைகளை அவர்களது குடும்பத்தினர் அங்கீகரிக்க வேண்டும் என்பதுதான் இந்தப் படத்-

தின் கருவாக அமைந்துள்ளது.

முதல்படமே திருநங்கைகளைப் பற்றி எடுப்பதற்கு என்ன காரணம்?

ஒரு சமயம் கோயிலுக்குள் சாமி கும்பிடச் சென்ற திருநங்கை ஒருவரை, அங்குள்ள பெரியவர்கள் வெளியில் பிடித்துத் தள்ளியதைப் பார்த்தேன். மிக-வும் வேதனையாக இருந்தது. அவர்களைப் பற்றி பதிவு செய்ய விரும்பி-னேன். எனக்குத் தெரிந்தது சினிமா. அதையே அதற்கான வழியாகத் தேர்ந்-தெடுத்துக் கொண்டேன்.

நீங்கள் பார்த்த நிகழ்வு உங்களைப் பாதித்தது சரி. உங்கள் குழுவினர் எப்படி ஏற்றுக் கொண்டார்கள்?

திருநங்கைகளைப் பற்றி நிறைய தெரிந்துகொண்ட பிறகுதான் படம் பண்ணும் முடிவுக்கு வந்தேன். நான் படித்தும், நேரிலும் தெரிந்து கொண்டவற்றை என் குழுவினருக்குப் பொறுமையாக விளக்கிச் சொல்லிப் புரிய வைத்தேன். இப்-பொழுது என்னைவிட எனது குழுவினர் பல மடங்கு உணர்வோடும், உற்சா-கத்தோடும் பணியாற்றுகின்றனர். அதேபோல் என்னுடைய சிறப்பான பாராட்-டுக்குரிய நபர் கதாநாயகன் ‘காதல்’ கந்தாஸ். தனது யதார்த்தமான நடிப்பில், எங்களுக்கு ஊக்கமளித்து வருகிறார்.

திருநங்கையை - திரையில் ஒரு சராசரி பெண்ணாகக் காட்டுவதில் ஏதேனும் சிக்கல்கள் இருக்கிறதா?

ஆம். இருக்கிறது. மிகுதியான பெண்தன்மை காரணமாக அவர்களுடைய உடல்மொழியில் அதிகப்படியான நளினம் இருப்பது இயற்கை. அதைத் தவிர்த்து, இயல்பான நடிப்பைக் கொண்டுவர கடுமையாக உழைக்க வேண்-டியுள்ளது. கதாநாயகி கற்பகாவும் நல்ல ஒத்துழைப்பு தருகிறார். ஒவ்வோர் அங்குலத்தையும் மிக கவனத்துடன் செதுக்கிக் கொண்டுள்ளோம். விரைவில் படம் வெளிவரும்.

இந்தப் படத்தில் நடிப்பதற்கு சிறப்பான காரணங்கள் ஏதாவது உண்டா?

சிறப்பான காரணம் கதைதான். கதையும் இயக்குநரும்தான் இப்படத்தின் கதாநாயகர்கள். கதையின் வித்தியாசமான முடிவு என்னை மிகவும் கவர்ந்-ததும் ஒரு காரணம்.

உங்கள் குடும்பத்தினர், உறவினர்கள் மத்தியிலிருந்து எப்படிப்பட்ட வரவேற்புக் கிடைத்தது?

நேர்மறையான வரவேற்புதான் கிடைத்தது. என் சகோதரிகள் இருவருமே “இது ஒரு நல்ல வாயப்பு. சரியாகப் பயன்படுத்திக் கொள்” என்று வாழ்த்-தினார்கள். நடன இயக்குநர் பிரபுதேவா அவர்கள் தொலைபேசியில் அழைத்து, வாழ்த்தியது மிகவும் ஊக்கப்படுத்தியது. எனக்கு ஏற்ற கதையை முதல் படத்திலேயே எனக்குக் கொடுத்த சிவகுமார் சாருக்கு முதலில் நன்றி சொல்லவேண்டும். துடிப்பான இயக்குநர். மற்றவரின் ஆலோசனைகளுக்குச் செவிசாய்க்கும் மனம் படைத்தவர்.

கதாநாயகி கற்பகா அமைதியான சுபாவமுடையவர். நாகரிகமான அணுகு-

முறையைக் கொண்டவர். யூனிட்டில் அனைவருடன் நட்பு பாராட்டுபவர்.
இந்தப் பட வாய்ப்பு உங்களுக்குக் கிடைத்ததைப் பற்றிக் கூறுங்கள்.
எனக்குக் கிடைத்த நல்ல வாய்ப்பு இது. முதலில் நிறைய பயமும், தயக்கமும் இருந்தது. என்னால் நடிக்க முடியுமா என்கிற பயம். வழக்கம்போல், எங்களை இழிவாகக் காட்டுவார்களோ என்கிற தயக்கம். இயக்குநர் என்னிடம் முழுக்கதையையும் சொல்லி, புரியவைத்த பிறகுதான் ஒத்துக் கொண்டேன்
படப்பிடிப்பில் மற்றவர்கள் உங்களிடம் எப்படி நடந்து கொள்கிறார்கள்?
எங்கள் படக்குழுவினர் அனைவருமே மிகவும் மரியாதையாக நடந்து கொள்கிறார்கள். பாண்டிச்சேரியில் ஒருவாரம் நடிப்புப் பயிற்சி கொடுத்தார்கள். அதில் கலந்துகொண்ட பெண்கள் என்னிடம் பேசவும், பழகவும் எந்தவித தயக்கமும் இன்றி ஆர்வத்துடன் வந்ததைப் பார்த்து எனக்கு மகிழ்ச்சியாக இருந்தது.
உங்கள் குடும்பம் பற்றி சொல்லுங்கள்
சொந்த ஊர் ஈரோடு. என்னுடன் பிறந்தது ஒரு தங்கை மட்டும்தான். என் பெற்றோர் எப்போதுமே என்னைப் புறக்கணித்ததில்லை. அவர்களின் ஆதரவு எப்போதுமே எனக்கு உள்ளது. என்னைப் போன்றவர்களுக்கு ஒன்று சொல்ல ஆசைப்படுகிறேன். தனிமைப்பட்டு நிற்காமல், எதிர்நீச்சல் போட்டு, அனைவரோடும் இணைந்து பயணம் செய்வது ஒன்றுதான் இந்தச் சமூகம் நம்மை அங்கீகரிக்கச் செய்வதற்கான வழி என்று நினைக்கிறேன்.

2. பாரதி கண்ணம்மாவுடன் ஓர் உரையாடல்

அப்பணசாமி

திருநங்கை. பாரதி கண்ணம்மாவை மீண்டும் சந்திப்பேன் என்று நான் நினைக்கவேயில்லை. ஏனெனில் அவர்கள் உலகம் தனி உலகம். அலாதியான உலகம். உண்மையும், மாயையும் போல மாறி மாறி மறுதோன்றலாகத் தோன்றக்கூடியவர்கள். இருளில் இருளாகவும், பகலில் ஒளியாகவும் பதுங்கி அலைபவர்கள். அவர்கள் மனம் வைக்காமல் அவர்களைக் காண முடியாது. எட்டு ஆண்டுகளுக்கு முன்பாக கூவாகம் கூத்தாண்டவர் திருவிழாவுக்காக விழுப்புரம் சென்றபோதுதான் திருநங்கை. பாரதி கண்ணம்மாவைப் பார்த்தது. அன்று மாலையில் விழுப்புரத்தில் இறங்கியபோது ஊரே கோலாகலமாக மாறியிருந்தது. நகரின் அனைத்து லாட்ஜ்களிலும் அறைகள் நிரம்பி வழிந்தன. கடைசியாக நகர்மன்றத்தில் முக்கியப் பொறுப்பில் இருந்த ஒருவரைச் சந்தித்து உதவி கேட்டதைத் தொடர்ந்து ஒரு மிகப் பெரிய லாட்ஜில் ஒரு அறை கிடைத்தது. ஊரெல்லாம் இதே பேச்சாக இருந்தாலும், அதில் நக்கலும், கிண்டலும்தான் அதிகம் தொனித்தது. கூவாகத்தில் கலந்துகொள்ள நாடு முழுவதிலுமிருந்தும் அரவாணிகள் வந்திருந்தனர். அவர்களிடம் விபச்சாரத்தில் ஈடுபட சிற்றின்ப லோலர்களும் குவிந்தனர். கூவாகம் திருவிழா

முடிந்ததற்கு மறுநாள் ஊர் முழுவதும் ஆணுறைகளாக நிறைந்திருக்கும் என்று கிண்டலாக ஊர் மக்கள் கூறினர்.

நான் ஒவ்வொரு அறையாகச் சென்று அங்கிருந்த அரவாணிகளிடம் பேச்சுக் கொடுத்தேன். மேலும், ஒரு தன்னார்வ அமைப்பு மூலம் குறிப்பிட்ட சிலரைச் சந்திக்கவும் ஏற்பாடு செய்யப்பட்டிருந்தது. நான் இவர்களைப் பற்றி முன்பே அதிகமாக அறிந்திருக்கவில்லை. எனவே, இவர்கள் பற்றி ஏற்கனவே அறிந்திருந்த ஒருவரைத் தொலைபேசி மூலம் தொடர்பு கொண்டு சில விவரங்கள் சேகரித்தேன். மகாபாரதத்தில் வரும் அரவான் களபலியோடு தொடர்புபடுத்தி அவர் கூறிய தகவல்கள் எனக்கு ஆர்வமூட்டுவதாக இருந்தன. இதைவிட இத்தகவல்களைக் கூறிய அந்த நபர் குறித்து நண்பர்கள் மத்தியில் உலவிய மெல்லிய புன்னகை மேலும் ஆர்வமூட்டக்கூடியதாக இருந்தது. அதோடு அவரது மனைவியின் கடுகடுத்த முகமும் நினைவுக்கு வருகிறது. இவர்களுக்கு ஒரு குழந்தையும் இருந்தது. அவர் ஓரினப் புணர்ச்சியாளரா, அல்லது அரவாணியா என்று எனக்குத் தெளிவாகத் தெரியாது.

எனது சொந்த வாழ்க்கையில் இவர்களைப் பற்றிய அனுபவம் குறிப்பிடத் தகுந்ததாக எதுவும் இல்லை. அவர்களது அன்பு தாங்க முடியாதது என்ற எண்ணம் மட்டும் இருந்தது. அன்பற்ற உலகில் இவர்களது அளவிட முடியாத அன்பும், தொடுதலும் மக்களுக்கு அருவருப்பை ஏற்படுத்துவதில் என்ன வியப்பிருக்க முடியும்! கூவாகம் செல்வதற்காக கூட்டமாக வந்து, சுற்றி நின்று கும்மியடிப்பார்கள். அருகில் விகல்பமில்லாமல் நெருக்கமாக நிற்பார்கள். சில நேரங்களில் சட்டைப்பையில் கைகூட விடுவார்கள். ஆனால் யாருடைய சட்டைப் பையிலிருந்தும் பணத்தை அள்ளிக்கொண்டு ஓடியதாக எந்தத் தகவலும் நான் கேள்விப்பட்டதில்லை. அவர்களது பால்பேதமற்ற இந்த அன்பு எனக்கு வியப்பூட்டுவதாக இருக்கும்.

மற்றபடி அவர்களைப் பற்றி நான் மேலும் எதுவும் அறியாததால் கூவாகம் எனக்கு பெரும் கண்திறப்பாக இருந்தது. உண்மையில் கூவாகம் அனுபவம், விழுப்புரம் நோக்கிய பஸ் பயணத்திலேயே தொடங்கிவிட்டிருந்தது. மிகவும் வறுமை நிலையில் இருந்த ஒரு திருநங்கை அந்தப் பஸ்ஸில் வந்தார். 45, 50 வயது மதிக்கத்தக்க கருப்பு நிறமான அவரது முகம் அகன்று பரந்திருந்தது. வெற்றிலைச் சிவப்பேறிய வாயும், பற்களும் பளிச்செனத் தெரிந்தன. ஓரளவு நீளமான கூந்தலை அள்ளி முடித்திருந்தார். அதன்மீது கதம்பம் செருகப்பட்டிருந்தது. அவர் உட்கார்ந்திருந்த இருக்கைக்கு முன்னும் பின்னும் ஒரு கும்பல் உட்கார்ந்துகொண்டு அவரைத் துன்பப்படுத்திக் கொண்டு வந்தது. இதை நான் உட்பட யாருமே கண்டிக்கவில்லை. ஆரம்பத்தில் அந்தக் கும்பலுக்கு ஈடாக அவரும் பேசிக்கொண்டுதான் வந்தார். ஆனால், போகப் போக அந்தக் கும்பல் வரம்பு மீறியது. அசிங்கமான வார்த்தைகள் சரளமாக வெளிவந்தன. பின்னர் உடலைச் சீண்டவும் தொடங்கினார்கள்.

அவரது உடலில் பல கரங்கள் மேய்வது அவரது வயதுக்குப் பெருத்த

அவமானமாக இருந்தது. ஆனால், நாங்கள் எல்லோரும் இவர் ஏன்தான் இந்தப் பேருந்தில் ஏறினாரோ என்று நினைத்தோமே தவிர, அவரை மீட்க முயலவில்லை. இந்தச் சித்திரவதையில் இருந்து தப்பிக்க அவர் ஒரு கட்டத்தில் அங்கிருந்து எழுந்து முன் இருக்கைப் பக்கமாக ஓடினார். அந்தக் கும்பலும் அவரை விரட்டியது. கூட்டத்தினரில் ஒருவர் திருநங்கையின் புடவை முந்தானையைப் பிடித்து இழுத்துவிட்டார். இதனால் கோபமடைந்த அவர் ஓங்கி அறைந்துவிட்டார். அவ்வளவுதான்; மொத்தக் கும்பலும் அவரைச் சூழ்ந்துகொண்டது. 'ஒரு பொட்டை நீ, ஆம்பிளையை எப்படி கை நீட்டி அடிப்பே?' என்று அவரை உண்டு இல்லை என்று பார்த்துவிட்டது. அவரை உடனடியாக பஸ்ஸில் இருந்து இறக்கிவிட வேண்டும் என கலாட்டா செய்ய ஆரம்பித்துவிட்டனர். இவ்வளவு நேரமும் வேடிக்கை பார்த்துக்கொண்டிருந்த நடத்துனர் விசிலடித்து பேருந்தை நிறுத்தினார், பின்பக்க வழியாக இறங்கி, முன்பக்கம் வழியாக ஏறினார்; அவரது கையைப் பிடித்து தரதரவென இழுத்துக் கீழே இறக்கிவிட்டு மீண்டும் விசிலடித்தார்.

ஆனால், வண்டி கிளம்புவதற்கு முன் யாரும் எதிர்பாராத வகையில் அவர் வண்டிக்கு முன் பாய்ந்தார். கூந்தலை அவிழ்த்தார். தலைவிரி கோலமாக அழுது அரற்றியபடி மார்பில் அடித்துக்கொண்டார். திடீரென புடவையைத் தூக்கிக் காட்டி கும்மியடித்தபடியே பேருந்தைச் சுற்றி வந்தார். இதனால் நிலைகுலைந்துபோன ஓட்டுநர் அப்படியே உட்கார்ந்துவிட்டார். அந்தத் திருநங்கை கும்மியடித்தபடியே பேருந்தைச் சுற்றிச் சுற்றி வந்துகொண்டிருந்தார். இது நடத்துனரையும் பயமுறுத்தியது. ஓட்டுநர் கூப்பாடு போட்டார். "அதுங்க ஏதாவது சாபம் கொடுத்துட்டா வண்டிக்கு ஏதாவது ஆயிரும். முதல்ல அத உள்ள ஏத்து" என்றார். அதன்பிறகு நடத்துனர் கீழேயிறங்கி மீண்டும் அவரைப் பேருந்துக்குள் ஏற்றிக்கொண்டார். அதன் பிறகு பேருந்துக்குள் இறுக்கமும் அமைதியும் சூழ பேருந்து கிளம்பியது. எனக்கு இது ஒரு புதுவகையான போராட்டமாகப்பட்டது.

இதன்பிறகு விழுப்புரம் லாட்ஜில் திருநங்கைகளின் பல்வேறு முகங்களைக் காண நேர்ந்தது. இதுவரை ஆபாசமாகவும், அருவருப்பாகவும் பார்க்கப்பட்டு வந்த மனிதர்கள் இரத்தமும் சதையுமாக உலா வந்தனர். ஒவ்வொருவரின் கதையும் கேட்பதற்கு அவலமாக இருந்தது. ஆனால் அவர்கள் அப்படியிருப்பதில் அவர்களில் யாருக்கும் வருத்தமில்லை. உண்மையில் தங்கள் பிறப்பினைப் பெருமையாக உணர்ந்தவர்களையே என்னால் அதிகம் காண முடிந்தது. தங்கள் உணர்வுகள் நுட்பமானவை என்றனர். இதனை ஆண்களோ, ஏன் பெண்களோகூட உணர்ந்துகொள்ள முடியாது என்று அவர்கள் கூறினர். இரயில் நிலையக் குப்பைமேடுகளில் பாலியல் தொழில் செய்பவர்களில் இருந்து, அலுவலகங்களில் பொறுப்புள்ள பதவி வகிப்பவர்கள் வரை அங்கு வந்திருந்தனர். பாதுகாப்பற்ற சூழலில் பாலியல் தொழிலில் ஈடுபடுவதால் இவர்களில் பெரும்பாலோருக்கு எய்ட்ஸ் தொற்று இருந்தது. கிரா-

மங்களிலும், சேரிகளிலும் பிறந்த திருநங்கைகளுக்கே இத்தகைய ஆபத்து அதிகம். வறுமையான குடும்பங்களில் பிறந்த இவர்கள் மேலும் சமூக ஒதுக்கலுக்கு ஆளாகித் தங்களது 15, 16 வயதில் வீட்டை விட்டு ஓடிவிடுகிறார்கள்.

இவ்வாறு இந்தியாவின் பல நகரங்களுக்கும் விரட்டப்பட்டு பாலியல் தொழில் தவிர வேறு தொழில்களில் ஈடுபட முடியாததால் முற்றிய எய்ட்ஸ் நோயுடன் சென்னையில் உள்ள ஒரு தன்னார்வ அமைப்பிடம் தஞ்சமடைந்த ஒருவரையும் அங்கு சந்தித்தேன். அவர் இசுலாமிய சமுதாயத்தில் பிறந்தவர். குடும்பத்தில் தனக்கு வைக்கப்பட்ட பெயர் என்னவென்பதையே அவர் அறவே மறந்துவிட்டார். அவர் தனக்குத்தானே மது என்று பெயரிட்டுக்கொண்டார். இவர்கள் இரு பாலுக்கும் பொதுவான பெயரை வைத்துக்கொள்வது அங்குதான் எனக்குத் தெரிய வந்தது. பாரதி, மது, இசக்கி, ரஜினி, மாரி, பேச்சி... என்று ஏராளமான பெயர்கள் இரு பாலருக்கும் பொதுவாக இருப்பது அப்போதுதான் தெரிந்தது. மது வீட்டுக்கு மூத்த பிள்ளை. தம்பி, தங்கைகளைக் கவனிக்க வேண்டியிருந்ததால் பொறுப்பான ஆண் பிள்ளையாக வளர்ந்து வந்தான். 11 வயது வரை எந்தப் பிரச்சனையும் இல்லை என்று மது கூறினார். அதன் பிறகுதான் உடலில் இன்பமான மாற்றங்கள் ஏற்படத் தொடங்கியதாகவும் அவர் கூறினார். முதலில் என்னவென்றே தெரியாத இனம் புரியாத உணர்ச்சிகளாக அவை இருந்ததாகவும், ஆனால் அது மனதுக்கு மகிழ்ச்சியளிப்பதாக இருந்ததாகவும் சொன்னார்.

ஆனால், “என்னையத்த வயதுப்பையன்களைப் பார்க்கும்போது எனக்குள் ஏற்பட்ட மாற்றங்கள் எனக்குக் குழப்பமாகத்தான் இருந்தது. எனக்குள் மட்டும் ஏன் இந்த மாற்றம் என நினைப்பேன். இதனால் பையன்களிடம் இருந்து கொஞ்சம் கொஞ்சமாக விலகி, பின்னர் முற்றிலுமாக விலகினேன். பொம்பளைப் பிள்ளைகளிடம் நெருக்கமாக இருந்தேன். ஆனால், ஒருத்திகூட என்னை அண்டவிடவில்லை. ஆம்பிளைப் பசங்களும் என்னைக் கிண்டல் பண்ணி விரட்டினர். இதைவிட கொடுமை என் வீட்டிலுள்ளவர்களே என்னை நாளடைவில் வெறுத்தனர். நான் தனியாக இருக்கும்போது நெற்றியில் சாந்துப் பொட்டு வைத்து, கண்மையிட்டுக் கண்ணாடியில் அழகு பார்ப்பது எனக்கு பிடிக்கும். தங்கச்சியின் உள்ளாடைகளை அணிவது பரவசமாக இருக்கும். ஆனால், இதெல்லாம் வீட்டுக்குத் தெரியத் தெரியப் பிரச்சனை பெரிதாகிக்கொண்டே வந்தது. எப்படியாவது இவன் வீட்டை விட்டுத் தொலைந்தால் சரி என நினைத்தனர். அடி உதை தாங்காமல் ஓடிப்போகட்டும் என்றே என்னை ஆளாளுக்கு அடித்து உதைத்தனர். இதனால் வீட்டைவிட்டு வெளியேறுவதைத் தவிர எனக்கு வேறு வழி தெரியவில்லை.

கையில் கிடைத்ததை எடுத்துக்கொண்டு ஓடிவந்துவிட்டேன். அப்படி எடுத்துக்கொண்டு வருவதற்கும் எங்கள் வீட்டில் எதுவுமில்லை. கைக்கு அகப்பட்டது அறுபத்தைந்து ரூபாய் பணமும், எனது துணிமணிகளும் மட்டும்தான்.

சென்னை வரும் இரயிலில் ஏதோ ஒரு ஸ்டேஷனில் தவறுதலாக இறங்கி-விட்டேன். எனக்கு ஒரு திசையும் தெரியவில்லை. நான் அங்குமிங்குமாகச் சுற்றிக்கொண்டிருந்தது பல கண்களில் பட்டது. என்னைத் தெரிந்து கொண்-டதுபோல ஒருவன் அருகில் வந்தான். இப்போதெல்லாம் ஆம்பிளைங்க மேல எனக்கே ஒரு கவர்ச்சி இருந்தது. இதனால் அவன் யாரென்று எனக்குத் தெரியாதபோதும் அவன் அருகில் இருப்பது எனக்குப் பிடித்திருந்தது. என்-னைத் தனது அறைக்கு அழைத்துச் சென்றான். எனக்கு வேலை வாங்கித் தருவதாகச் சொன்னான். நல்ல சாப்பாடு வாங்கித் தந்தான். இரவில் பாதி மயக்கத்தில் தூங்கினேன். அவன் அருகில் படுத்திருந்தான். நெருங்கி வந்-தான்; என் மேல் கை போட்டான்; நெருக்கி அணைத்தான். எனக்கு அது பிடித்திருந்தது. எல்லோரும் என்னை ஒரு ஆணாகப் பார்த்தனர்.

நானும் ஒரு ஆண்தான் என்றே நான் எண்ண வேண்டுமென வற்புறுத்திக் கொடுமைப்படுத்தினர். ஆனால், இவன் என் பெண்மையை அங்கீகரித்தான். எனக்கு அது பிடித்-திருந்தது. என்னை அவன் முழுமையாக சம்போகம் செய்ய அனுமதித்தேன். உடல் முழுவதும் பரவசத்தில் துடித்தது. அந்தப் பரவசத்திலேயே அசந்து தூங்கினேன். மீண்டும் என் உடலில் ஆணின் கை. ஆனால், இது அவன் கையில்லை. என்னால் அவனிடமிருந்து தப்பிக்க முடியவில்லை. தொடர்ந்து 11 பேர் அடுத்தடுத்து என்னைக் கிழித்தனர். உடலெங்கும் ரணம். நகம், பல் போன்றவற்றின் காயங்கள். மரக்கட்டை போல கிடந்தேன். ஆனால், கண்விழித்துப் பார்த்தபோது என் தலைமாட்டில் 11 ஐம்பது ரூபாய் தாள்கள்.

இப்படி தாம் பாலியல் தொழிலாளியான கதையைக் கூறிய மது, தாம் பம்பாய் சென்று தம்மைப் போன்ற திருநங்கைகளோடு சேர்ந்து வாழ்ந்ததாகக் கூறி-னார். அங்குள்ள ஜமாத்தில் சேர்ந்த பிறகுதான் தன்னைப் போன்ற ஏரா-ளமானவர்கள் இருப்பது அவருக்குத் தெரியவந்தது. அங்குள்ளவர்கள்தான் அவருக்கு மது என்ற பெயரை வைத்துள்ளனர். தாம் முழுமையான திரு-நங்கை ஆவதற்காகவும், முழுமையாக பாலியல் தொழிலில் ஈடுபடுவதற்காக-வும் இருமுறை அறுவைசிகிச்சை செய்து கொண்டுள்ளார். இரவில் பாலியல் தொழில்; பகலில் விசேஷ வீடுகளில் கும்மியடித்தல் என்று பொழுது கழிந்த-தாகக் கூறினார். ஆனால், தமிழ்நாடு போல வேறு எங்கும் தாம் அவமானப்-படுத்தப்படவில்லை என்றார். ரயிலில் செல்லும்போதுகூட கவுரவமாக நடத்-தப்பட்டதாகக் கூறினார். கன்னிப் பெண்கள் தங்கள் கால்களில் விழுந்து ஆசீர்வாதம் வாங்கினால் விரைவில் திருமணம் நடக்கும் என்ற நம்பிக்கை அங்கு உள்ளது. நாங்கள் ஏதாவது கெட்ட சொல் சொல்லிவிட்டால், அது சாபம் போல் அப்படியே பலித்துவிடும் என்ற நம்பிக்கையும் வடக்கத்தி மக்-களிடம் இருக்கிறது என்றார்.

மதுவைப் போன்று ஒவ்வொரு திருநங்கையும் அவலங்களையே எதிர்-கொண்டு வாழ்ந்துள்ளனர். தமிழ்நாட்டிலேயே வாழ விதிக்கப்பட்டவர்களின்

வாழ்க்கை மேலும் சீரழிவானது. இங்கு பிச்சைக்காரர்களைவிடக் கேவலமாக வாழ வேண்டியுள்ளது. இதனால் தங்களை அரவாணிகள் என்று சொல்லாமலேயே ரகசியமாக வாழ்வோரும் உண்டு என்பதும் எனக்குக் கூவாகத்தில்தான் தெரியவந்தது. அப்படியரு திருநங்கைதான் பாரதி கண்ணம்மா. நான் தங்கியிருந்த லாட்ஜில் வசதியான ஏர்கண்டிஷன் அறையில் அவர் தங்கியிருந்தார்.

நான் அறைக்கதவைத் தட்டிக்கொண்டு உள்ளே நுழைந்தபோது அவர், ஏதோ ஒரு நாடகக் காட்சிக்குத் தயாராவதுபோல காணப்பட்டார். ரோஸ் கலர் பவுடர் பூசி அகலமான பொட்டு வத்திருந்தார். நீண்ட கூந்தல் பின்னப்பட்டிருந்தது. நைட்டி அணிந்திருந்தார். இரு கைகளிலும் தங்க வளையல்கள், கழுத்தில் கனமான தாலிச் சங்கிலி. கைகளில் மருதாணி இடப்பட்டிருந்தது. 'வாங்க' என அழைத்து மீண்டும் கட்டிலில் உட்காரும்போது கால்களில் மெட்டி தெரிந்தது. கட்டிலின் மீது பட்டுப் புடவை மற்றும் தேவையான உள்ளாடைகள் மடிப்புக் கலையாமல் கிடந்தன.

அரவாணிகளின் சமூக நிலைமை பற்றித் தெரிந்துகொள்வதற்காக வந்துள்ளதாகக் கூறினேன். அவர் முகத்தில் மிகவும் அழகான புன்னகை தெரிந்தது. கையில் காமிராவைப் பார்த்த அவர், இருங்க என்று கூறிவிட்டுப் பட்டுப் புடவையை எடுத்துக்கொண்டு குளியலறைக்குள் நுழைந்தார். திரும்பி வரும்போது முழுமையான அலங்காரத்துடன் இருந்தார். ஒரு மணப்பெண் கணவனுடன் இருந்துவிட்டு வருவதுபோல முகம் வெட்கத்தில் கனிந்திருந்தது. தலை குனிந்தபடி நடந்து வந்தார். அப்போது முன் கொசுவம் விசிறிபோல விரிந்து மடங்கியது. அதற்கேற்ப தனது இரு விரல்களால் கொசுவத் தலைப்பில் மடக்கிப் பிடித்துக் கொண்டார்.

பேச ஆரம்பித்தோம். திருநங்கைகள் உலகு குறித்த ஒவ்வொரு கதவாகத் திறந்துவிட்டார். முதலில் அரவாணிகள் சந்தித்துவரும் சமூகப் பிரச்சனைகள் குறித்துப் பேசினார். கடவுள் இப்படிப் படைத்ததைத் தவிர வேறு எந்தப் பாவமும் இல்லை. ஆனால், தாங்கள் ஏதோ பழி, பாவம் செய்துவிட்டதுபோல பழிவாங்குகிறீர்கள் என்றார். உலகத்துல ஆணும், பெண்ணும் மட்டும் போதுமுன்னு நினைக்கிறீங்க. ஆனால் இப்படி ஒரு பிறப்பும் இருக்கு. பிறந்த குழந்தையோட உணர்ச்சியிலயும், சாகப்போற கிழத்தோட உணர்ச்சியிலயும் ஆண்- பெண்ணுன்னு ஏதாவது பேதம் இருக்கா. அதுபோல நாங்களும் தனி உணர்ச்சியுள்ள பிறவி. இத ஏன் ஏத்துக்க மறுக்கறீங்க. எங்களுக்கு ரேஷன் கார்டுல பேர் இல்ல; வோட்டர் லிஸ்டுல பேர் இல்ல, பாஸ்போர்ட் வாங்க முடியாது. அவரது பேச்சு அவர் ஓரளவு வசதியான உயர் மத்திய தர வர்க்கத்தைச் சேர்ந்தவர் என்பதைத் தெளிவாகக் காட்டியது.

அடுத்ததாக அவரது தனிப்பட்ட வாழ்க்கை குறித்துப் பேசினோம். அவர் தமிழ்நாட்டின் முக்கியமான கோவில் நகரமொன்றில் பிறந்து வளர்ந்து வாழ்ந்து வருகிறார். அவரது தந்தை ஒரு அரசு உயர் அதிகாரி. இதனால்

வசதியான வீட்டுப்பிள்ளைகள் படிக்கும் பள்ளிக்கூடத்தில் படித்தார். பெற்றோர் வைத்த பெயர் முத்துக்கிருஷ்ணன். முத்துக்கிருஷ்ணனுக்குச் சின்ன வயதிலிருந்தே படித்துப் பட்டம் பெற்று நல்ல வேலைக்குச் செல்ல வேண்டும் என்பது இலட்சியம். அவனது உயர் மத்தியதர வர்க்க குடும்பச் சூழ்நிலை அதற்கு உதவியது. நல்ல பள்ளிக்கூடம், டியூஷன் போன்ற வசதிகளால் அவன் நன்றாகப் படித்தான். இடையில், உடலில் ஏற்பட்ட மாற்றங்கள் அக உலகில் பெரும் புயலை ஏற்படுத்தியது. ஆனால், வெளிநடவடிக்கைகளில் அவன் அதைக் காட்டிக்கொள்ளவில்லை எல்லாவற்றையும் மனசுக்குள்ளேயே பூட்டி வைக்கும் மத்திய தரக் குடும்பங்களின் இரட்டை வாழ்க்கை முறை அவனுக்கு பழகிவிட்டதால் எந்த மாற்றமும் வெளியே தெரியவில்லை. இருந்தாலும் போகப்போக எல்லாமும் தெரிந்தது. இந்த உலகத்தில் எதைத்தான் மறைக்க முடியும். உலகமே ஒரு நாடக மேடை என்பதால் வெளிப்படையாகத் தெரியும் காட்சிகளைப்போல கண்ணுக்குப் புலனாகாத காட்சிகளும் பிசிறில்லாமல் அரங்கேறி வந்தன. கல்லூரியில் சக மாணவர்கள், ஆசிரியர்கள் மத்தியில் மெல்லிய புன்னகை என அது தன்னை வெளிக்காட்டியது. ஒரு பக்கம் படிப்பு, வேலை, குடும்பம் என்று முத்துக்கிருஷ்ணனின் கவனம் சென்றாலும், உடலில் ஏற்பட்ட மாற்றங்களும், மெல்லிய புன்னகைகளின் பாதையும் மற்றொரு உலகத்தை அடையாளம் காட்டியது.

எனது உடலுக்குள் ஏற்பட்ட மாற்றங்களும், மன உணர்வுகளும் என்னை வேறொரு உலகுக்கு அழைத்துச் சென்றது என்றார் முத்துக்கிருஷ்ணன். ஒரு பக்கத்தில் குடும்பத்தில் எனக்கு இடப்பட்ட கட்டளைகள், தம்பியின் படிப்பு, தங்கையின் கல்யானம் ஆகிய கடமைகளை நிறைவேற்ற வேண்டியிருந்தது. மறுபக்கம் ஆண்களும், பெண்களும் கண்களால் என்னைக் கொத்தித் தின்றனர். அவர்களது பார்வைகளின் ஊடாக நான் எதையோ தேடி அலைந்தேன். இப்பயணத்தின் இறுதியில்தான் நான் இசக்கியைச் சந்தித்தேன். அவர்தான், நான் இரு பாலுமற்ற பிறவி என்பதைக் கூறினார். அவர்தான் எனக்கு வேறு ஒரு பெயர் வைத்துக்கொள்ளும்படி கூறினார். எனக்குப் பிடித்த பாரதி கண்ணம்மா என்ற பெயரை எனக்கு நானே வைத்துக்கொண்டேன். எங்களூர் ஜமாத்தின் தலைவராக அவர் இருந்தார். அங்கு என்னைப் போன்ற பலரும் இருந்தனர். ஜமாத் ஒரு குடும்பமாக இருந்தது. இதற்காக ஒரு வீடு இருந்தது. ஜமாத்துக்குள் நாம் எப்படி வேண்டுமானாலும் இருந்துகொள்ளலாம் என்றார்.

ஜமாத்தில் இருக்கும்போது நாங்கள் கண்ணியமாக உணர்ந்தோம். ஆனால் வெளியில் அலி, பொட்டை என்று அவமானமாகப் பேசினர். ஆணின் வலிமையும், பெண்ணின் மென்மையும் கொண்டிருந்த எங்களைக் கழிவுப்பொருள்கள் போலப் பார்த்தனர். இதற்கெல்லாம் வடிகாலாக ஜமாத் இருந்தது. எங்களுக்குள் சாதி, மத வித்தியாசம் இல்லை. பெரும்பாலானவர்கள் தங்கள் குடும்பங்களைவிட்டு வெளியேறியிருக்க நான் மட்டும் பிறந்த குடும்-

பத்தோடு இருந்ததும்கூட அவர்களுக்குப் பிடித்திருந்தது. நான் வீட்டிலேயே இருந்து தம்பியின் படிப்பு, தங்கையின் திருமணத்துக்கு உதவ வேண்டும் என்றனர். அதன்படியே எனக்கு நல்ல வேலை கிடைத்தது. பிறகு ஜமாத்திலேயே எனக்குக் கலியாணமும் செய்து வைத்தனர். எனது கணவர் பெயர் மருதமுத்து. அவர் கட்டிய தாலிதான் நான் போட்டிருக்கிறேன். எட்டுப் பவுனில் நானே செய்த தாலி இது. அவருக்கு வேலை இல்லை. நான்தான் மாதாமாதம் பணம் தருகிறேன். எங்கள் வீட்டுக்குப் போகும்போது தாலியைக் கழற்றி வைத்துவிடுவேன்.

பிறந்த வீட்டிலும் எனக்குக் கலியாணம் செய்து வைத்தனர். எனது மனைவி பெயர் மீனாகுமாரி. எங்கள் இருவருக்கும் இரண்டு குழந்தைகள் உள்ளனர். அந்த உலகத்தில் இருக்கும்போது ஆளே மாறிவிடுவேன். கிராப், மீசை, பேண்ட், சர்ட் என சகஜமாக ஆகிவிடுவேன். இப்படி இரண்டு உலகங்களில் பதுங்கிப் பதுங்கி வாழ்கிறோம். என்னை அலி என்றோ பொட்டை என்றோ அரவாணி என்றோ அழைப்பதை நான் விரும்பவில்லை. அரவாணி என்ற சொல் கவுரவமாக இருந்தாலும் அதுவும் மதம் சம்பந்தப்பட்டதாக இருக்கிறது. இரு பால்களையும் குறிக்கும் திரு, நங்கை ஆகிய இரு சொல்களையும் இணைத்து திருநங்கை என்று கூறுவதையே விரும்புகிறேன் என்று பாரதி கண்ணம்மா கூறினார்.

அவரை 8 ஆண்டுகளுக்குப் பிறகு ஒரு திருமண வீட்டில் சந்திப்பேன் என்று நான் நினைக்கவேயில்லை. அவர்தானா என்று எனக்குச் சந்தேகம்தான். தனது மனைவி மக்களுடன் வந்திருந்தார். அவர் தனது அறையில் தனிமையாக இருக்கும்போது அவைரச் சந்தித்து என்னை அறிமுகப்படுத்தினேன். ஆனால் விழுப்புரம் பற்றி எதுவும் கூறவில்லை. அவருக்கு எனது பெயர், அடையாளம் எதுவும் நினைவில்லை. நான் பாரதி கண்ணம்மா என்ற பெயரைக் கூறியதும் அதிர்ந்து நிமிர்ந்தவர் என்னைக் கண்டுகொண்டார். ஓடி வந்து கட்டிக்கொண்டார். கடந்த நேர்காணலின்போது கடைசி வரை அவரைப் புகைப்படம் எடுக்காதது நினைவுக்கு வந்தது.

3. மனசின் அழைப்பு - வயலோன்

ஆங்கிலேயர்கள் நம் நாட்டைக் கைப்பற்றி ஆட்சி செய்யத் துவங்கும் வரை அரவாணிகளுக்கு என்று ஒரு சமூக அந்தஸ்த்து இருந்தது. மன்னர்கள் ஆட்சிக் காலத்தில் அரண்மனை அந்தப்புரங்களில் இருந்தனர் அரவாணிகள். ஆங்கிலேயர்கள் ஆட்சிக்கு வந்ததும் அரவாணிகளை வீதிக்கு விரட்டினார்கள். அவர்களை ஊரைவிட்டே ஒதுக்கி வைத்தனர். அவர்களுக்கு எந்தச் சொத்துரிமையும், குடி உரிமையும் இல்லை என்றாக்கினர்.

இன்றைக்கு அரவாணிகள், பிச்சை எடுத்தல், நடனம் ஆடிப் பிறரை மகிழ்வித்தல், விபச்சாரம் செய்தல் என்றுதான் வாழ்ந்து கொண்டிருக்கின்றனர்.

நான் வசதியான வீட்டில் பிறந்தேன். என் தந்தையார் அரசுப்பணியில் ஒரு உயர்ந்த பதவியை வகித்துக்கொண்டிருக்கிறார். அம்மாவும், படித்தவர்கள்-தான். எனக்கு ஒரு அண்ணனும். ஒரு அக்காவும் உண்டு. அவர்கள் எல்-லாம் நல்ல அந்தஸ்துடன் வசதியாக வாழ்ந்து கொண்டிருக்கிறார்கள். நானும் கல்லூரியில் படித்துப் பட்டம் பெற்றிருக்கிறேன். கம்யூட்டரை மிக லாகவமாக இயக்குவேன்.

வாலிப வயசு வந்த பிறகுதான் எனக்குள் ஒரு 'பெண்மை' இருப்பதை உணர்ந்தேன். அந்த உணர்ச்சியுடன் ஆண் என்ற உருவத்துடன் நான்பட்ட அவஸ்த்தை சொல்லிமாளாது. என் தந்தையார் என்னை மருத்துவர்களிடம் அழைத்துச் சென்று ஆலோசனை கேட்டார். மருத்துவர்கள் நான் 'அலி' என்பதை உறுதி செய்தனர்.

நான் அரவாணியாகிவிட்டால், என் தமக்கையின் திருமணமும், என் தமை-யனாரின் திருமணமும், தடைபடுமோ என்று நினைத்து நான் பொறுமையுடன் என் குடும்பத்துடன் வாழ்ந்து வந்தேன். அவர்கள், இருவருக்கும் திருமணம் நடைபெற்ற பின்னர், நான் எனக்குள்ள எல்லாவிதமான உரிமைகளையும் இழந்து, என் தாயையும், தந்தையையும், சகோதரியையும், சகோதரனையும் பிரிந்து நான் 'ஒரு பெண்ணாக வேண்டும்' என்ற வெறியுடன் வீட்டைவிட்டு வெளியேறினேன். நான் வெளியேறும்போது என் கல்விச்சான்றிதழ்களை மட்-டும் கைப்பற்றிக்கொண்டேன் அந்தச் சான்றிதழ்கள் என் எதிர்கால வாழ்க்-கைக்குப் பயன்பட்டது.

நான் என் வீட்டிலிருந்து வெளியேறி, சென்னையில் உள்ள அரவாணிகளு-டன் சேர்ந்துகொண்டேன். அவர்கள் பல்வேறு விதமான சோதனைகளுக்குப் பிறகு என்னை ஏற்றுக்கொண்டனர்.

வீட்டிலிருந்து உறவுகளைப் பிரிந்த எனக்கு அங்கு தாய், தமக்கை, தங்கை என்று புதிய பெண் வழி உறவுகள் கிடைத்தன. கௌரவமான குடும்பத்தில் பிறந்த நான் அரவானியாகப் புதிய பிறப்பெடுத்தேன்.

சென்னையிலிருந்து அவர்கள் என்னை மும்பைக்கு அழைத்துச் சென்றனர். அங்கு எனக்கு அறுவைச் சிகிச்சை செய்து வைத்தார்கள். அந்தக் காலத்தில் இந்த அறுவைச் சிகிச்சை மிக முரட்டுத்தனமாக நடந்திருக்கிறது. அதற்குத் 'தாயம்மா' முறை என்று பெயர். அம்முறையில் ஆண் உருவில் இருப்ப-வனுக்கு உரிய ஆண் உறுப்பை எந்தவித மயக்க மருந்தும் கொடுக்காமல் சவரக்கத்தி கொண்டு ஒரு பெண் மூதாட்டி அறுத்து எடுத்து விடுவாள். அறுபட்ட உறுப்பிலிருந்து சுமார் நான்கு மணி நேரம் உதிரம் வழிந்து-கொண்டே இருக்கும். அப்போது வழியும் உதிரத்துடன் அவனின் ஆண்-தன்மையும் போய் விடுகிறது என்று அரவாணிகள் நம்புகிறார்கள். இந்தக் கொடூரமான அறுவைச் சிகிச்சையால் சிலர் இறந்து இருக்கின்றனர். அறு-வைச் சிகிச்சை செய்துகொண்ட பிறகு, அவர்களுக்கு கடுங்காப்பியும், நெய்-யும் அதிகமாகக் கொடுப்பார்கள். அறுவைச் சிகிச்சை செய்துகொண்ட பிறகு

40 நாட்கள் விரதம் இருப்பார்கள்.
இப்போதெல்லாம் 'ஹேஸ்டேசன்' என்ற முறையில் மருத்துவர்களே அறுவைச் சிகிச்சை செய்து ஆண் உறுப்பை நீக்கிவிடுகிறார்கள். இந்த நவீன முறை அறுவைச் சிகிச்சைக்கு கொஞ்சம் கூடுதலாக பணம் செலவாகிறது.
அறுவைச் சிகிச்சை செய்து கொண்டு நான் பெண்ணாகிவிட்ட பிறகு என்னை மும்பையில் உள்ள ஒரு சிவப்புவிளக்குப் பகுதியில் கொண்டு போய்விட்டு விட்டார்கள். வசதி வாய்ப்பான குடும்பத்தில் பிறந்து மிகச் செல்லமாக வளர்ந்த நான் பெண்ணாக ஆசைப்பட்டதால், சிவப்பு விளக்குப் பகுதியில்பட்ட கஸ்டங்கள் கொஞ்ச நஞ்சமல்ல.
ஒரு நண்பரின் உதவியுடன் இரண்டு வருடத்திறகுப் பிறகு, நான் அங்கிருந்து தப்பித்தேன். மீண்டும் அரவாணிகளின் முகாமிற்குத்தான் வந்தேன். அங்கே சில பணக்காரர்களை மகிழ்விக்க நடனம் ஆடினேன். நானே தெருத் தெருவாகச் சென்று, பிச்சையும் எடுத்திருக்கிறேன். அப்போதெல்லாம் நான் வசதியாக வாழ்ந்த வாழ்க்கையை ஒரு முறை நினைத்துப் பார்த்துக்கொள்வேன்.
என்னிடம் படிப்பும், சான்றிதழும் இருந்ததால், சில நண்பர்களின் உதவியுடன் ஒரு தனியார் நிறுவனத்தில் பணி செய்ய ஆரம்பித்தேன். 'நம்மாலும் சுயமாக உழைத்துச் சம்பாதிக்க முடியும்' என்ற நம்பிக்கை அப்போதுதான் எனக்கு வந்தது.
அப்போது தினபூமி பத்திரிக்கையின் மும்பை நிருபர் ஒருவரின் உதவியுடன் அரவானிகள் சமூக நிலைகள் குறித்து கட்டுரைகள் எழுதினேன்.
எனக்கும் காதல் ஏற்பட்டது. கேரள மாநிலத்தில் பிறந்து இப்போது மும்பையில் குடியிருக்கும் பாபு என்பவரை நான் காதலித்தேன். அவரும் என்னைக் காதலித்தார். எங்கள் காதலை முதலில் அவரின் பெற்றோர்கள் எதிர்த்தனர். "என்னுடன் ஒரு ஆண் உடல் உறவு கொண்டு மகிழ முடியும் ஆனால் நான் குழந்தை பெற்றுக்கொள்ள முடியாது" என்ற உண்மை எனக்குத் தெரியும். எனவே, என்னை ஒரு நட்புக்காக, ஒரு அடையாளத்திற்காக அவர் திருமணம் செய்துகொள்ள வேண்டும். பிறகு இன்னொரு பெண்ணைப் பார்த்துத் திருமணம் செய்துகொண்டு குழந்தைகள் பெற்றுக்கொள்ள வேண்டும் என்ற நிபந்தனையுடன் தான் நான் அவரைத் திருமணம் செய்துகொண்டேன். எனக்கும் அவருக்கும் திருமணமாகி ஆறு ஆண்டுகளாகிறது. ஆனால் இன்னும் அவர் வேறொரு பெண்ணைத் திருமணம் செய்துகொள்ளவில்லை.
நான் இப்போது 'கண்ணாடி' என்ற அமைப்பை ஏற்படுத்தி அதன் மூலம் அரவாணிகளுக்கு ஏற்படும் இழிவுகளையும், அவலங்களையும் நீக்கப் பாடுபட்டு வருகிறேன்.
எங்களுக்கு என்று ஒரு ஆன்மீகப் பின்னணியும் உள்ளது. மகாபாரதத்தில் அரவாணைப் பலியிடுவது குறித்தும், ராமாயணத்தில் இராமர் வனவாசம் செல்லும் போது, காத்திருந்த மக்களை நோக்கி, "ஆண்களும், பெண்களும்

நாட்டிற்குத் திரும்பிச் செல்லுங்கள்'' என்று சொல்ல ஆண்களும், பெண்களும் காட்டிலிருந்து நாட்டிற்குத் திரும்பிவிட்டார்கள். ஆனால் அலிகள் மட்டும் நாடு திரும்பாமல் 14 ஆண்டு காலம் காட்டில் அந்த இடத்திலேயே தங்கி இருந்தனர். 14 ஆண்டு காலம் கழித்து இராமர் அயோத்தி திரும்பிய போது அங்கு, தங்கி அரவாணிகளையும் நாட்டிற்குள் அழைத்து வந்ததாகவும் கதைகள் உள்ளன.

பைபிளிலும் அலிகளைப் பற்றிய குறிப்புகள் காணப்படுகின்றன. உலகமெங்கும் அலிகள் பற்றிய பிரச்சினைகள் உள்ளன. தமிழ்நாட்டில் தென் பகுதியில்தான் அரவாணிகள் அதிகம் பேர் உள்ளனர். புதன், சனி என்ற கிரகங்களை அலிகிரகம் என்று கூறுகின்றனர்.

இந்தியாவிலேயே அரவாணிகளுக்கான கூத்தாண்டவர் கோயில் தமிழ்நாட்டில்தான் உள்ளது. தமிழ்நாட்டில் பல இடங்களில் கூத்தாண்டவர் கோயில்கள் உள்ளன. அவை கூத்தாண்டவர் கோயில்கள்தான் என்ற விபரமே தெரியாமல் மக்கள் அக்கோயில்களில் வழிபாடுகள் செய்துகொண்டு வருகிறார்கள்.

எங்களுக்கு என்று இந்தியா முழுவதும் ஒரு தனி மொழி உள்ளது. அம்மொழியால் நாங்கள் எங்களுக்குள் கருத்துக்களைப் பரிமாறிக்கொள்வோம். எங்களுக்கு என்று ஒரு நடன முறை இருக்கிறது. எங்களுக்கு என்று ஒரு உரையாடலும் உள்ளது. எங்களின் கலாச்சார பண்பாட்டுக் கூறுகள் தனித்தன்மை வாய்ந்தவை. எங்கள் பாடல்களும், எங்கள் கதைகளும் தனித்த அடையாளங்களைக் கொண்டது. அவைகளை எல்லாம் தொகுத்து மானுடவியல் ஆய்வாளர்கள், ஆய்வுகளை நிகழ்த்த முன் வரவேண்டும்.

நாங்கள் படும் கஷ்டங்கள் கொஞ்ச நஞ்சமல்ல, மாணவப் பருவத்தில், சகமாணவர்களாலும், ஏன் ஆசிரியர்களாலும் கூட நாங்கள் பாலியல் சில்மிஷங்களுக்கு ஆளோனோம். ஆணாக சில ஆண்டுகளாகவும், பெண்ணாகச் சில ஆண்டுகளாகவும் வாழ்கின்ற இந்த இரட்டை வாழ்க்கையில் மனம் படும் ரணம் கொடுமையானது. எங்களுக்குத் தாயும் இல்லை, தந்தையும் இல்லை, எங்களுக்கு உடன்பிறந்தவர்களும் இல்லை. உரிமையாய் எங்களுக்குக் குடும்பத்தில் கிடைக்கவேண்டிய சொத்துக்களும் எங்களுக்குக் கிடைப்பதில்லை. எங்களை எவரேனும் அடித்தாலும் ஏன் என்று கேட்கவும் நாதி இல்லை.

நாங்கள் காவல் நிலையம் சென்றால் அங்கும் எங்களைக் கேலிதான் செய்கிறார்கள். நீதிமன்றத்தில் வழக்குத் தொடர்ந்தாலும் நீதிபதிகளுக்கே, எங்கள் நிலைமை புரிவதில்லை. சான்றிதழில் ஆணாக எங்கள் பெயர் இருந்து, இப்போது நாங்கள் பெண்ணாக இருப்பதினால், நாங்கள் அடையாள அட்டை, ரேசன் கார்டு முதலியவைகளைப் பெறுவதிலும் சிக்கல் உள்ளது. எங்களுக்கான குடியுரிமைக்குக்கூட இந்த நாட்டில் எந்த அத்தாட்சியும் இல்லை. எங்களில் பலருக்கு ஓட்டுரிமையும் இல்லை!

ஊடகங்கள் யாவும் எங்களைக் 'கேலி'யுடனே அணுகுகின்றன. திரைப்படப்பாடல்கள், எங்களை ஒரு மனுஷ ஜன்மமாகக் காட்ட முன்வராமல், அலி,

ஒன்பது, பொட்டை, கீரவடை என்றே அடையாளப்படுத்துகின்றன. நாங்கள் கௌரவமாக வாழ நினைக்கிறோம். எங்களைப் பற்றிக் கவலைப்பட எங்களுக்கு பிள்ளை இல்லை. புதிய தாயுடன், புதிய உறவுடன், புதிய மொழியுடன், புதிய உருவத்துடன் புதிய தொழிலுடன் புலம் பெயர்ந்து வாழ நேர்கிற வாழ்க்கையின் சோகத்தை மக்களுக்கு புரிய வைக்க விரும்புகிறேன். தமிழ் எழுத்தாளர்களில் சிலர் தங்கள் நாவல்களில், சிறுகதைகளில், கவிதைகளில் எங்களின் கஷ்டங்களைக் கண்ணீர்த் துளிகளைக், காயங்களைப் பதிவு செய்திருக்கின்றார்கள். அவர்களுக்கெல்லாம் நாங்கள் நன்றி சொல்லக் கடமைப்பட்டிருக்கிறோம்.

திரைப்பட இயக்குனர்களில் மணிரத்னம் மட்டும் அரவாணிப் பெண்ணை விபத்தில் பலியாக இருக்கும் ஒரு குழந்தையைக் காப்பாற்றும் குணச்சித்திரத்தில் காட்டியுள்ளார். எங்களின் வலியை நாங்களே பதிவு செய்ய எண்ணுகிறோம். அரவாணி பற்றித் தயாராகிக் கொண்டிருக்கும் ஒரு திரைப்படத்திற்கு எங்கள் வாழ்க்கையைத் திறந்து காட்டியுள்ளோம். கதை விவாதத்தில் அவர்களுடன் உட்கார்ந்து பேச உள்ளோம்.

என்னுடைய கதையை நானே, ஒரு நாவலாக எழுதும் முயற்சியில் ஈடுபட்டுள்ளேன். விரைவில் தமிழ் நாவல் உலகின் ஒரு புதிய குரலாக அந்நாவல் வெளிவர உள்ளது. வடநாட்டில் உள்ள சேட்டுகள் தனது கடையின் முதல் “போணி” யை அரவாணிகள் செய்தால் நல்லது என்றும், தனது புதுவீட்டில் அரவாணிகள் நுழைந்தால் நல்லது என்றும் நம்புகிறார்கள். தமிழ்நாட்டில் அத்தகைய நம்பிக்கைகள் கூடக் கிடையாது. எங்களின் கண்ணீரை, எங்களின் காயங்களைக் கலை வடிவத்தின் மூலம் மக்கள் முன் வைக்க நினைத்தோம். அதற்கு நாடகவியல் துறை பேராசிரியை அ. மங்கை, மீனா சுவாமிநாதன் போன்றோர்களும் இன்குலாப். ஏ.கே. செல்லத்துரை போன்ற பேராசிரியர்களும் பெரிதும் உதவினார்கள். சென்னையில் உள்ள ‘மௌனக்குரல்’என்ற நிறுவனமும், எங்கள் கலை நிகழ்ச்சிகளின் தயாரிப்பில் பெரிதும் உதவின.

பல தன்னார்வுத் தொண்டு நிறுவனங்கள் “எயிட்ஸ் தடுப்பு” என்ற பெயரில் பணத்தை எங்களைக்காட்டியே சுருட்டிக் கொள்கின்றன. எனவேதான் எங்களுக்கான உரிமைகளுக்குப் போராட நாங்களே, ‘சுடர்’ என்ற அமைப்பையும் ‘கண்ணாடி’ என்ற அமைப்பையும் ஏற்படுத்தி நடத்திக்கொண்டு வருகிறோம். எங்கள் அமைப்பின் சார்பில் முதலில், அரவாணிகள் பற்றிய கணக்கெடுப்பைத் துவங்கியுள்ளோம். நான் ஒரு பெண்ணாகவே என்னை முன்னிறுத்திக்கொள்ள விரும்புகிறேன். சமூகத்தோடு கலந்து, குடும்பத்தோடு இருந்து அதே சமயம் சுயமரியாதையுடன் வாழ வேண்டும் என்று எண்ணுகிறேன். இந்த இலக்கை நோக்கிப் போராடுவதே எனது இலட்சியம்.

(கண்ணாடிகள் என்ற அரவாணிகள் அமைப்பின்தலைவி திருமிகு.பிரியாபாபு அவர்கள் சொல்லக்கேட்டு பதிவு செய்யப்பட்டது)

4. திருநங்கை ஆயராக ஆகலாமா?

- ஜோ.தமிழ்ச்செல்வன்

ஒரு காலகட்டத்தில் பெண்ணுரிமைக்காக போராடுவது என்பது வேதத்திற்கும், பாரம்பா¢யத்திற்கும், அதிகாரத்திற்கும், தவறான எண்ணங்களுக்கும் போராடுவதுமாக பார்க்கப்பட்டது. கலாச்சாரத்திற்கு எதிரான ஒரு போராட்டமாகவும் கருதப்பட்டது. இப்பொழுது, ஆணும் பெண்ணும் சமமாக நடத்தப்பட வேண்டும் என்ற ஐக்கிய நாடுகளின் மனிதவுரிமை மாநாட்டு தீர்மானத்தை 160 நாடுகள் ஏற்றுக் கொண்டுள்ளன. ஆரோக்கியம், குடும்ப கட்டுப்பாடு இவற்றில் நாடுகளுக்கும் மதங்களுக்கும் இடையே பிரச்சனைகள் இருக்கின்றன. குறிப்பாக எல்லா மதவல்லுநர்களும், தங்களுடைய மதத்தில் பெண்ணுரிமை இருக்கிறதாகவும், அவைப் பேணிப் பாதுகாப்பதாகவும் பேசுகின்றனர். இருப்பினும், எவரும் அவரவர் மதத்தில் பெண்களை குருக்களாக்க விரும்புவதில்லை.

ஆண் பெண் சமத்துவ உரிமைகளைப் பற்றி அதிகமாக பேசுபவர்கள் கிறிஸ்தவர்கள். இருப்பினும் கிறிஸ்தவ மதம் ஒரு ஆணாதிக்க மதமாகவே இருந்து வருகிறது. ஏன் பெண்கள் குருக்களாகக்கூடாது என்பதற்கு பல்வேறு காரணங்கள் கண்டறியப்பட்டன. அவைகள்: (1) இயேசு, பன்னிரண்டு சீடர்களை தேர்வு செய்தார். அவர்களில் ஒரு பெண்கூட தேர்வு செய்யப்படவில்லை. (2) இயற்கை சட்டத்தின்படியும், கிரேக்க உரோமை சட்டங்களின்படியும் பெண்கள் தாழ்ந்தவர்களாகவே கருதப்பட்டு வந்துள்ளனர். அப்படியே காலங்காலமாக கிறிஸ்தவமும் ஏற்றுக் கொண்டுள்ளது. (3) கடவுளின் கட்டளையை மீறி விலக்கப்பட்ட கனியை உண்டதன்மூலம் பாவம் தோன்றியது. அதற்கு பெண்ணே காரணம். பவுல் சொல்கிறார், 'ஆதாம் ஏமாற்றப்படவில்லை; பெண்தான் ஏமாந்து கட்டளையை மீறினார் (1 திமொத்தேயு 2:14)'. (4) மாதவிடாய் காலங்களில் பெண் தூய்மையற்றவளாகி விடுகிறாள். கோவிலை அவள் தீட்டுப்படுத்தி விடுவாள். அவளை ஆலய பணிகளிலிருந்து விலக்கி வைக்க வேண்டும் என்பது கிறிஸ்தவ மரபு. (5) கடவுள் ஆணாகவே இருக்கிறார். பல பெண்களை திருமணம் செய்யும் உரிமையை ஆணுக்கு கடவுள் வழங்கியிருக்கிறார். பல ஆண்களை திருமணம் செய்யும் உரிமையை பெண்ணுக்கு கடவுள் வழங்கவில்லை. (6) மனா£தியாகவும், உடல்¡£தியாகவும் பெண்கள் பலகீனமானவர்கள். பாவசங்கிர்த்தனத்தின் மூலம் பாவமன்னிப்பு கோரும் குற்றத்தை பெண்கள் வெளியே சொல்லிவிடுவார்கள். காவல்துறை மிரட்டினாலும் ஆண்கள் சொல்லமாட்டார்கள். (7) கடவுள் இதுவரையும் ஒரு பெண்ணை இறைவாக்கினராக தேர்வு செய்யவில்லை. (8) பெண்கள் சபைகளில் பேச அனுமதி கிடையாது. புனித பவுல் சொல்கிறார், 'சபையில் பெண்கள் பேசாமல் அமைதியாக இருக்க வேண்டும்.

அவர்களுக்கு பேச அனுமதி இல்லை. மாறாகத் திருச்சட்டம் கூறுவதுபோல் அவர்கள் பணிந்திருக்க வேண்டும். அவர்கள் எதையேனும் அறிய விரும்பி-னால் அதை வீட்டிலுள்ள தங்கள் கணவா¢டம் கேட்டு அறிந்து கொள்ளட்-டும். பெண்கள் திருச்சபையில் பேசுவது வெட்கத்திற்குரியதாகும் (1 கொரிந்-தியர் 15:34)'.

இவ்வளவு காரணங்களை திருச்சபையானது முன்வைத்த பின்பும் பெண்-களை குருக்களாக்க வேண்டுமென்ற கோரிக்கையானது பல்வேறு காலங்க-ளில் பல்வேறு நாடுகளில் விவாதிக்கப்பட்டு வந்துள்ளன. அதன் அடிப்படை-யில் பெண்களை குருக்களாக்க வேண்டும் என்பதற்கும் பல்வேறு காரணங்கள் முன்வைக்கப்பட்டன. (1) கி.பி. 9ஆம் நூற்றாண்டு வரை பெண்கள் குருக்-களாக திருநிலைப்படுத்தப்பட்டு வந்துள்ளனர். கெங்கிரேயாசபையில் திருத்-தொண்டராய் இருக்கும் பெபேயாளை பா¢சுத்தவான் களுக்கேற்றபடி இறை-மக்கள் (உரோமையர் 16:1) ஏற்றுக்கொண்டனர். குருத்துவப் பட்டத்திற்கான பிரார்த்தனைகளில் ஆயர்கள் பெண்களுக்காக செபிக்கும்போது பெயிபாளின் வழியாக பிரார்த்தனையை ஏறெடுத்துள்ளனர். இவை நிக்கோலாஸ் மற்றும் ஜார்ஜ் வாருஸ் ஆகியோரின் கையெழுத்து படிவங்களில் காணப்படுகிறது. (2) திருமுழுக்கு பெறும் ஆணும் பெண்ணும் குருத்துவத்தில் சமநிலை-யிலே பங்கேற்கின்றனர். (3) இயேசுவுக்கு 12 ஆண் சீடர்கள் இருந்த-துபோல் 12 பெண் சீடர்களும் இருந்தனர். அவர்கள்: முன்னாள் நாச-ரேத்து திருக்கோவில் அதிகாரியின் மகள் சூசன்னா, கூசாவின் மனைவி யோன்னா, திபோ¢யாஸ் ஷெப்போரியின் கோடீஸ்வர தம்பதியின் மகள் எலி-சபெத், பேதுருவின் முத்த சகோதா¢ மார்த்தா, யூதாசின் கொழுந்தியார் ரேச்சல், சிரிய தேசத்து வைத்தியர் எல்மாவின் மகள் நாசந்தா, தோமை-யாரின் சிற்றன்னை மில்ச்சா, லேவியின் மூத்த மகள் ரூத், ரோமானிய நூற்-றவர் தலைவா¢ன் மகள் செல்தா, டமாஸ்கஸ் நகர விதவைப்பெண் அகமா, அரமேத்தியா நகர் யோசேப்பின் மகள் ரெபேக்கா மற்றும் மா¢ய மர்தலே-னாள். (4) இயேசுவின் காலத்திற்கு பிறகு கண்டெடுக்கப்பட்ட 82 சுவி-சேசங்களில் 4யை மட்டுமே ஏற்றுக் கொண்டு, பெண்களுக்கு சாதகமான ஏனெய அனைத்து சுவிசேசங்களையும் எரித்தன் மர்மம். (5) இயேசு வானுலகிற்கு எடுத்துக் கொள்ளப்பட்ட பிறகு அவரது சீடர்கள் தங்களது மனைவிகளோடு (1 கொரிந்தியர் 9:15) பிரசங்கித்தனர். (6) வானுலகில் ஆணனென்றும் பெண்ணென்றும் இல்லை. அங்கு அவர்கள் வானதூதர்க-ளாய் இருப்பர். (7) இறையரசு என்பது ஆன்மா சம்பந்தப்பட்டது; அதனால் இறையரசைக் குறித்துப் போதிக்க ஆண்பெண் வித்தியாசம், கூன் குருடு என உடல்¡£தியான வித்தியாசம் தேவையில்லை. எனவே, பெண்களைக் குருக்-களாக்கும் வேண்டும் என்ற கோரிக்கை வலுப்பெற்றது.

பல்வேறு போராட்டங்களுக்கு மத்தியில் கத்தோலிக்க திருச்சபையிலிருந்து வெளியே வந்த மார்ட்டின் லூதரால் துவங்கப்பட்ட சீர்திருத்த சபையானது பெண்களை 1970இல் குருத்துவப் பணியில் ஈடுபடுத்தியது. இதனால் பல்வேறு சபைகளின் நிலைப்பாடு கேள்விக்குரியதானது. 1975இல் ஆங்கிலிக்கன் திருச்சபையிலுள்ள பெண்கள் தங்களை குருக்களாக திருநிலைப்படுத்த வேண்டுமென்ற கோரிக்கையை வைத்தனர். பேராயர் காண்டர்பா¢, கத்தோலிக்க போப் ஆண்டவர் ஆறாம் பவுலிடம் இதுகுறித்து விளக்கம் கேட்டார். அதற்கு அவர், பெண்களை குருக்களாக்குவதற்கு திருச்சபை சட்டத்திலோ, திருச்சட்டத்திலோ இடமில்லை என்றார். பெண்களின் கோரிக்கை வலுப்பெற துவங்கியதால் பேராயர் காண்டர்பா¢ அவர்களின் கோரிக்கையை ஏற்றுக் கொண்டு பெண்களையும் குருக்களாக திருநிலைப்படுத்தினார். இதன்மூலம் சீர்திருத்த சபைகள் புதிய பா¢மாணத்தில் மறுமலர்ச்சியுடன் பயணிக்க துவங்கியது. பெண்களும் ஆயர்களாக திருநிலைப்படுத்தப்பட்டனர்.

கத்தோலிக்க பெண்களும் இக்கோரிக்கையை வலியுறுத்தி பல்வேறு போராட்டங்களை நடத்தினர். 1997 ஏப்ரல் 1 முதல் 4 வரை ஜெர்மனியிலுள்ள ரோட்டன்பர்க் - ஸ்டுட்கார்ட் கத்தோலிக்க மறைமாவட்ட பல்கலைக்கழகத்தில், ‘பெண் திருத்தொண்டர்’ என்ற தலைப்பில் மாநாடு நடத்தினர். பல்வேறு நாட்டைச் சார்ந்த பெண்களும் ஆண்களும் இதில் கலந்து கொண்டனர். மாநாட்டு முடிவில், பெண்களை குருக்களாக திருநிலைப்படுத்த வேண்டும் என்ற கோரிக்கையோடு மாநாட்டை நிறைவு செய்தனர். இயேசுவில் ஒன்றித்த சகோதர சகோதாரியர் 2001 சூன் 29 முதல் சூலை 2 வரை அயர்லாந்து தலைநகர் டப்ளினில் கத்தோலிக்க திருச்சபையில் பெண் குருத்துவம் தலைப்பில் மாநாடு நடத்தினர். முடிவில், பெண்கள் குருக்களாக்கப்பட வேண்டுமென்ற கோரிக்கையோடு மாநாட்டை நிறைவு செய்தனர். இவ்வாறாக பல்வேறு காலகட்டங்களில் பல்வேறு நாடுகளில் உள்ள கத்தோலிக்க பெண்கள் போப்பிற்கு கோரிக்கை வைத்தனர். அவையனைத்து போப்புவால் நிராகா¢க்கப்பட்டது. கத்தோலிக்க பெண்களுக்கே இந்நிலை என்றால் திருநங்கைகளுக்கு எந்நிலை?

சமூக அமைப்பில் திருநங்கைகளின் அடிப்படை உரிமைகள் மறுக்கப்படுகின்றன. அவர்கள் ஒதுக்கப்படுவதால் வேறுவழியில்லாமல் பல திருநங்கைகள் பாலுறவு தொழிலிலும், கைதட்டி காசு வாங்குவதிலும் ஈடுபடுகின்றனர். நாடகங்களும் திரைப்படங்களும் அவர்களை இழிவாக சித்தா¢க்கிறது. அவர்கள் கேலிக்கும் கிண்டலுக்கும் உரியவர்களாக காட்டப்படுகின்றனர். இந்நிலையில், தென்னிந்திய திருச்சபையானது தூத்துக்குடியைச் சார்ந்த திருநங்கையான பாரதியை ஆயராக்க தயார்படுத்துகிறது. தற்பொழுது, பாரதி மதுரை அரசரடியில் உள்ள இறையியல் கல்லூரியில் பி.டி. படித்து வருகிறார். இன்னும் இரண்டு வருடங்களில் படிப்பினை முடித்து விடுவார்.

அவருக்கு ஆயர் பட்டம் வழங்குவதில் பேராயர் தேவசகாயம் உறுதியாக இருக்கிறார். இத்தகைய சூழ்நிலையில் திருநங்கைகள் குருக்களாக முடியுமா என்ற கேள்வியை கடந்து, அவர்கள் ஆயர் ஆக முடியுமா என்ற கேள்வி முன்வைக்கப்பட்டு விவாதிக்கப்பட்டு வருகிறது. திருநங்கைகள் குறித்து விவிலியம் என்ன சொல்கிறது என்பதனை நாம் பார்க்க வேண்டும்.

''விதையடிக்கப்பட்டவனும், ஆண்குறி அறுக்கப்பட்டவனும் இறைவனின் திருப்பேரவைக்குள் நுழையலாகாது'' என இணைச்சட்டம் 23:1 குறிப்பிடுகிறது. இச்சட்டமானது பல்வேறு காலங்களில் இறைவாக்கினர்களாலும் இறைவனாலும் முறியடிக்கப்பட்டுள்ளதை வேதத்தில் காணமுடிகிறது. இறைவாக்கினர் எசாயா, ''மக்களினத்தவர் யாவரும் கடவுளின் மக்கள்'' எனக் குறிப்பிடுகிறார். அதனால் திருநங்கைகள் எவரும் தன்னை பட்ட மரமென கூறாதிருக்க (எசாயா 56:3) வேண்டும் என்கிறார். திருநங்கைகள் குறித்து கடவுள் சொல்கிறார், ''அவர்களை நான் என் திருமலைக்கு அழைத்து வருவேன்; இறைவேண்டல் செய்யப்படும் என் இல்லத்தில் அவர்களை மகிழச் செய்வேன்; அவர்கள் படைக்கும் எரிபலிகளும் ஏனைய பலிகளும் என் பீடத்தின்மேல் ஏற்றுக் கொள்ளப்படும்; ஏனெனில், என் இல்லம் மக்களினங்கள் அனைத்திற்கும் உரிய 'இறைமன்றாட்டின் வீடு' என அழைக்கப்படும்'' என்கிறார். இறைவனே இவ்வாறாக சொன்னபிறகும் திருநங்கைகளை பீடத்தில் போதிக்கவோ அல்லது திருப்பலி செலுத்தவோ அனுமதிக்க மாட்டோம் என்று ஒருவர் சொன்னால் அவர் இறைக்கொள்கைக்கு விரோதமானவராகத்தான் இருக்க முடியும்.

எருசலேம் ஆலயத்தில் நுழைந்த இயேசு கிறிஸ்து, அங்கு வியபாரம் செய்து கொண்டிருந்தவர்களை துரத்தினார். நாணயம் மாற்றுவோரின் மேசைகளையும், புறா விற்போரின் இருக்கைகளையும் கவிழ்த்துப் போட்டார். கோவில் வழியாக எந்த பொருளையும் எடுத்துச் செல்ல விடவில்லை. ''என் இல்லம் மக்களினங்கள் அனைத்திற்கும் உரிய இறைவேண்டலின் வீடு'' என மறைநூலில் எழுதியுள்ளதை வாசித்ததில்லையா என போதிக்கத் துவங்கினார். இதன்மூலம்திருநங்கைகளுக்குரிய அங்கீகாரத்தை இறைவாக்கினர்களும் மெசியா இயேசு கிறிஸ்துவும் வழங்கியுள்ளனர். இதைவிட மேலாக இறைவனே அவர்களை அங்கீகரித்துள்ளார் என்பதனை வேதவசனங்களின் மூலம் அறிய முடிகிறது.

திருநங்கைகள் எப்படிப்பட்டவர்கள் என்பதற்கு வேதம் சொல்கிறது, திருநங்கைகள் அழகுமிக்க, எல்லா ஞானத்திலும் தேர்ச்சிபெற்ற, அறிவிலும் உணர்விலும் கல்வியிலும் சிறந்த, அரசனின் அரண்மனையில் பணியாற்றும் திறமைபெற்ற இளைஞர்களாய் (தானியேல் 1:1-21) இருப்பர். இவர்கள் தாவீது அரசருக்கு பல்வேறு வகையில் உதவியும் ஆசியும் வழங்கியுள்ளனர். மன்னர்கள் காலத்தில் திருநங்கைகள் முக்கிய பதவிகளை வகித்து வந்துள்ளனர். இவர்கள், ஆண்களை விடவும் பலசாலிகளாக திகழ்ந்துள்ளனர்.

கடவுளின் தூதர், இயேசுவின் சீடராகிய பிலிப்புவை அணுகி, நீர் எழுந்து எருசலேமிலிருந்து காசாவுக்கு செல்லும் வழியாகத் தெற்கு நோக்கி போ என்றார். அவ்வாறே பிலிப்பு சென்று கொண்டிருந்தபோது எத்தியோப்பியா அரச அலுவலர் ஒருவர் எருசலேம் சென்று இறைவனை வணங்கிவிட்டு திரும்பிக் கொண்டிருந்தார். அவர் ஒரு திருநங்கை; எத்தியோப்பிய அரசியான கந்தகியின் நிதியமைச்சர். அவர் தமது தோ¢ல் அமர்ந்து எசாயாவின் இறைவாக்கு நூலை வாசித்துக் கொண்டிருந்தார். அதன் பொருளோ அவருக்குப் புரியவில்லை. பிலிப்பு அவா¢டம் சென்று, அதனைக் குறித்து விளக்கமளித்தார். இயேசு கிறிஸ்து வழங்கிய நற்செய்தியையும் போதித்தார். தோ¢ல் சென்று கொண்டிருக்கும்போது வழியில் தண்ணீர் இருப்பதைக் கண்ட திருநங்கை தனக்கு திருமுழுக்கு அளிக்குமாறு பிலிப்புவிடம் வேண்டினார். பிலிப்பும் அவருக்கு திருமுழுக்கு (திருத்தூதர் பணிகள் 8:26:38) வழங்கினார். இதன்மூலம் திருநங்கைகள் மனிதர்களாக மதிக்கப்பட்டு, இயேசுவின் சீடர் ஒருவரால் திருமுழுக்கு வழங்கிய நிகழ்ச்சியை விவிலியத்தில் காணமுடிகிறது. இதன்மூலம் அவர்கள் திருமுழுக்கு பெறுகின்ற உரிமையைப் பெற்றவர்களாகிறார்கள்.

திருநங்கைகள் பிறக்கிறார்களா அல்லது உருவாக்கப்படுகிறார்களா? 'விபச்சாரத்தில் ஈடுபட்டதற்காக அன்றி வேறு எக்காரணத்தையாவது முன்னிட்டுத் தன் மனைவியை விலக்கிவிட்டு வேறொரு பெண்ணை மணப்பவன் எவனும் விபச்சாரம் செய்கிறான்' என்றார் இயேசு. அதற்கு அவருடைய சீடர்கள், 'கணவர் மனைவியர் உறவுநிலை இத்தகையது என்றால் திருமணம் செய்து கொள்ளாதிருப்பதே நல்லது' என்றனர். அதற்கு அவர், 'வரம் பெற்றவர்களே தவிர மற்றவர்கள் இந்த வசனத்தை ஏற்றுக் கொள்ளமாட்டார்கள். தாயின் வயிற்றிலிருந்து திருநங்கைகளாய்ப் (Eunuchs) பிறந்தவர்களும் உண்டு; மனிதர்களால் திருநங்கைகளாக்கப்பட்டவர்களும் உண்டு; விண்ணரசின்பொருட்டு தங்களை திருநங்கைகளாக்கிக் கொண்டவர்களும் உண்டு. இதை ஏற்றுக் கொள்ளக்கூடியவர் ஏற்றுக் கொள்ளட்டும்' (மத்தேயு 19:9-12). சீர்திருத்த சபை விவிலியமானது திருநங்கையை, 'அன்னகர்' என்கிற வார்த்தையால் அடையாளப்படுத்துகிறது. கத்தோலிக்கர்களின் பொதுமொழிபெயர்ப்பு விவிலியம் அன்னகர் என்கிற வார்த்தையையே எடுத்துவிட்டு தவறானதொரு கருத்தை முன்வைக்க முயலுகிறது. ஆங்கில விவிலியத்தில், 'Eunuchs' என்ற வார்த்தை பயன்படுத்தப்படுகிறது.

இயேசு கிறிஸ்து மூன்று விதமான திருநங்கைகளைக் குறித்து பேசுகிறார். (1) மனித செல்லிலுள்ள 23 இணை குரோம சோம்களில் கடைசி 23வது குராமசோம் இணையே ஒருவரை ஆணாகவோ பெண்ணாகவோ தீர்மானிக்கிறது. பெண் கருமுட்டைகள் (XX) இணைந்தால் பெண் குழந்தையும், ஆண்பெண் கருமுட்டைகள் (YX) இணைந்தால் ஆண் குழந்தையும் பிறக்கிறது. இதில், X குரோமசோம் அதிகமாகவோ அல்லது Y குரோமசோம்

அதிகமாகவோ இணைந்துவிட்டால் குழந்தை திருநங்கையாகப் பிறக்கும். குழந்தை பிறந்தவுடன் திருநங்கைக்குரிய அறிகுறிகளைக் காண முடியாது. அதற்குரிய பருவத்தை அடையும்போதுதான் மாற்றத்தை காணமுடியும். இவ்வாறாக சிலர் பிறப்பிலே திருநங்கைகளாக பிறக்கிறார்கள். (2) சிறைக்கைதிகளைக் காவல் காக்கவும், அந்தபுரத்திலுள்ள மன்னரின் மனைவிகளை பாதுகாக்கவும், சில ஆண்களின் ஆண்உறுப்புகளை வலுக்கட்டாயமாக அகற்றி அவர்களை காவலாளிகளாக அரசர்கள் நியமிப்பதுண்டு. எசேக்கியாவின் மகன்கள் கைது செய்யப்பட்டு பாபிலோனிய மன்னரின் அரண்மனையில் திருநங்கைகளாக (எசாயா 39:7) இருந்தனர். இவர்கள் மனிதர்களால் திருநங்கைகள் ஆக்கப்பட்டவர்கள். (3) இறையரசை போதிப்பதற்காகவும், குருக்களாக பணியாற்றுவதற்காகவும், அவ்வாறு பணியாற்றும்போது தாங்கள் வழிதவறி பாவத்தில் விழுந்துவிடாதபடி தங்களது ஆண் உறுப்புகளை மனம்விரும்பி அகற்றி விடுபவர்கள் தொடக்ககால திருச்சபையில் இருந்தார்கள்.

இயேசுவின் கூற்றுப்படி, திருநங்கைகள் பிறக்கவும் செய்கிறார்கள்; உருவாக்கப்படவும் செய்கிறார்கள். சிலர், தங்களை அந்நிலைக்கு ஆளாக்கவும் செய்கிறார்கள். இதன்மூலம் நமக்கு தெளிவாகத் தெரிவது என்னவென்றால் பெண்கள் மட்டுமின்றி திருநங்கைகள் குருக்களாகவும், ஆயராகவும், போப்பாகவும் நியமிக்கப்படுவதற்கு வேதத்தில் இடம் இருக்கிறது. திருநங்கையான பாரதி ஆயராக நியமிக்கப்பட்டால் சீர்திருத்தசபைக் கிறிஸ்தவம் இன்னொருபடி மேலேச் செல்லும். பெண்ணுரிமை பேசும் ஏனைய சபைகளும் மதங்களும் ஊனமாகி முடமாகிக் கிடக்கும்.

கடவுளை ஆணாகவும் பெண்ணாகவும், தாயாகவும் தகப்பனாகவும், அம்மை அப்பனாகவும் விசுவசிப்பவர்கள் கடவுளை ஒரு திருநங்கையாக ஏற்பதுதான் பொருத்தமானதாக இருக்கும். திருநங்கைக்கு மட்டும்தான் ஆண்பால்(அவன்), பெண்பால்(அவள்), மூன்றாம்பால்(அவர்) ஆகிய முப்பால்களை அறியவும் உணரவும் முடியும். அனைத்தையும் அறிந்தவரும் உணர்ந்தவரும்தான் கடவுளாக இருக்க முடியும். கடவுள் ஒரு திருநங்கை என்று சொன்னால் அதில் தவறொன்றும் இல்லை. திருநங்கை ஆயராக நியமிக்கப்படுவதில் பிழையொன்றும் இல்லை.

5. மணிமேகலையில் திருநர் - கி. அய்யப்பன்

மதுரை கூலவாணிகன் சீத்தலைச் சாத்தனார் இயற்றிய காப்பிய நூல் மணிமேகலையாகும். இது 30 காதைகளைக் கொண்டது. கோவலனுக்கும் மாதவிக்கும் பிறந்த மணிமேகலை இல்லறத்தைத் துறந்து துறவறத்தை மேற்கொள்ளும் விதமாக எழுதப்பட்டுள்ள காப்பிய நூல் மணிமேகலை ஆகும். இது சிலப்பதிகாரத்தின் தொடர்ச்சி என்றும் கூறுவர்.

அரசனே காதல் கொண்டாலும் கணிகைக்குலத்தில் பிறந்தவளுக்கு இல்லற வாழ்வு இல்லை என்பதை வலியுறுத்திப் படைக்கப்பட்ட காப்பியமே மணிமேகலை. பழந்தமிழ் இலக்கியங்களில் பல பெயர்களில் திருனரை (மூன்றாம் பாலினத்தை) குறித்துள்ளனர். பால்மருள் சொற்களை"அண்ண-கன், அண்ணாளன், அல்லி, அலி, அழிதூஉ, ஆண்பெண்ணல்லாதவன், ஆணலி, இடபி, இப்பந்தி, கிலிபம், கிலீபம், கிலீவம், கோஷா, சண்டம், சண்டன், சிகண்டி, தூவரன், நபுங்கிஷம், நபுஞ்சகம், நபுஞ்சகன், நபுஞ்சம், நபும்ஸகம், நாமர்தா, பண்டகன், பெட்டையன், பெண்டகம், பெண்டகர், பெண்டகன், பெண்டர், பெண்டு, பெண்ணலி, பெண்ணைவாயன், பேடர், பேடர்கள், பேடன், பேடி, பேடியர், பேடு, பேடுகள், பேதை, மகண்மா, மருள், வசங்கெட்டவன், வண்டரன், வருடவரன், வறடன்" (அன்னிதாமசு, 2004: 117) முதலிய பெயர்கள் திருனரைக் குறிக்கும் பெயர்களாகும்.

பால் திரிந்த மக்களும் அவர்களைக் குறிக்கும் சொற்களும் பின்வருமா-றாம். "ஆண்மை திரிந்து பெண்மை கொண்டவன் பேடி; பெண்மை திரிந்து ஆண்மை கொண்டவள் பேடன்; இவ்விருவருக்கும் பொதுப் பெயர் பேடு. இம்மூவர்க்கும் பலர்பால் பெயர் முறையே பேடியர் பேடர் பேடுகள் என்பன. புணர்ச்சி உணர்ச்சி யில்லாததும் பால் காட்டும் உறுப்பால் ஆணும் பெண்-ணுமல்லாததும் அலி.

பேடி என்னும் பெயர் பேடிமார் பேடிகள் எனவும் பலர்பால் ஏற்கும்" (தொல்காப்பியம், சொல்லதிகாரம்- சேனாவரையம், 1956: 7) என்று கழகப்-பதிப்பின் குறிப்புரை கூறுகின்றது, ஆண்மை திரிந்த பெயராவது பேடி. அச்-சத்தில் ஆண்மையிற் திரிந்தாரைப் பேடி யென்பவாகலான். தெய்வ சிலையார் அலி மூவகைப்படும் என்கிறார்.

ஈண்டு அப்பெயர் பெற்றது அலியென்று கொள்க. அலி மூவகைப்படும்: Òஆணுறுப்பிற் குறைவின்றி ஆண்டன்மை இழந்ததூஉம், பெண்ணுறுப்பிற் குறைவின்றி பெண்டன்மை இழந்ததூஉம், பெண்பிறப்பிற் தோன்றிப் பெண்-ணுறுப் பின்றித் தாடிதோற்றி ஆண்போலத் திரிவதூஉமென. அவற்றுட் பிற்-கூறியது ஈண்டுப் பேடி எனப்பட்டது" (தொல்காப்பியம், சொல்லதிகாரம்-தெய்வ சிலையார், 1929: 11).

"பெண் தன்மையிலிருந்து பிறழ்ந்து ஆண் தன்மையை அதிகம் பெற்றவர்-களை அலி என்ற சொல் குறிக்கிறது" (முனிஷ், 2013: 60) என்று கூறும் முனிஷின் கருத்தை ஏற்கமுடியாது.

ஏன் எனில் அலி என்பவன், பெண்ணிலும் ஆணிலும் சேராத உறுப்பை உடையவன். இது ஆணலி, பெண்ணலி என இருவகைப்படும். ஆணுருவம் இருந்தால் ஆணலி எனவும், பெண்ணுருவம் இருந்தால் பெண்ணலி என்றும் சொல்வதுண்டு ((sambasivampillai, 1931: 125). மேற்கண்டவற்றின் அடிப்படையில், பெண்தன்மையிலிருந்து பிறழ்ந்து ஆண் தன்மை அதிகம்

பெற்றவர்களையே அலி என்று கூறும் முனிஷின் கருத்து சரியானவையாகத் தோன்றவில்லை. அவர்களை ஆணலி என்று கூறுவதே சரியானதாகும். முன் சொல்லப்பட்ட அலி, பேடுக்கான விளக்கங்கள் அடிப்படையில் அலி, பேடு சொற்கள் ஒரே பொருண் மையைக் குறிப்பதாகவே உள்ளதைக் காண-முடிகிறது.

இவர்கள் தற்காலத்தில் அரவாணி, திருநங்கை என்று அழைக்கப்பட்டு வருகின்றனர். இப்பெயர்களும் மாறி தற்போது ஆணாய்ப் பிறந்து பெண்-தன்மை அதிகம் உள்ளவரை திருநங்கை(பேடி)என்றும், பெண்ணாய்ப் பிறந்து ஆண்தன்மை அதிகம் உள்ளவரை திருநம்பி (பேடன்) என்றும் அழைக்கின்-றனர். இத்தகையோர் திருனர்(பேடு, அலி) என்ற ஒரே சொல்லால் குறிப் பிடப்படுகின்றனர்.

திருநங்கை, திருநம்பி இருவரையும் குறிக்கும் ஒரே சொல்லாக திருனர் என்னும் சொல் பயன் படுத்தப்படுகிறது. “திருனர்/Transgender என்பவர்-கள் தங்களது பிறப்பு ரீதியான பாலும், பாலினத்தன்மையும் மாறுபட்டதாக உணர்பவர்கள். திருநங்கை/Male To Female Transgender (MTF) என்பவர்கள் பிறப்பால் ஆண்பாலும், மன அளவில் பெண்பாலாகவும் அடை யாளம் காண்பவர்கள், மற்றும் இந்த வேறுபாட்டை மாற்ற அறுவை சிகிச்சை அல்லது ஹார்மோன் சிகிச்சை மேற்கொண்டவர்கள். இவர்கள் திருனரில் ஒரு பிரிவு.

திருநம்பி/Female To Male Transgender (FTM என்பவர் பிறப்பால் பெண்பாலும், மன அளவில் ஆண்பாலாகவும் அடையாளம் காண்பவர்கள், மற்றும் இந்த வேறு பாட்டை மாற்ற அறுவை சிகிச்சை அல்லது ஹார்மோன் சிகிச்சை மேற்கொண்டவர்கள்.

இவர்கள் திருனரில் இன்னொரு பிரிவு” என்று ஓரினம் என்ற இணைய-தளம் மூலம் தெரிந்துகொள்ள இயலுகிறது. மற்றும் விக்கி பீடியா, சிருஷ்டி மதுரை ஆகிய இணைய பக்கங்களும் திருனரைப் பற்றிப் பேசுகின்றன. இத்-தகைய மூன்றாம் பாலாக உள்ள திருனரைப்(அலி, பேடு) பற்றி மணி மேக-லைக் காப்பியம் பதிவுசெய்துள்ள பாங்கினைப் பற்றி இக்கட்டுரை ஆராய்கி-றது.

ஆணுமில்லாமல் பெண்ணுமில்லாமல் இடை நிலையில் வாழும் திருநங்-கையரைப் பற்றிய பதிவுகளும் மணிமேகலையில் காணப்படுகிறது. திருநங்-கையரைக் குறிக்கும் ‘பேடி’ என்னும் சொல் மூலம் மணிமேகலை திருநங்-கையரை பதிவு செய்திருக்கிறது.

மணிமேகலை காப்பியத்தில் பேடி என்ற சொல் மலர்வனம் புக்க காதை-யில் 25வது வரியிலும், 125வது வரியிலும், 146வது வரியிலும் ஆகிய மூன்று இடங்களில் வருகின்றது.

மேலும் மணிமேகலை பாத்திரமே மறுபிறப்பில் ஆணாய் மாறுவதாக இக்-காப்பியம் பதிவு செய்துள்ளது. ஆக மொத்தத்தில் பெண் ஆணாவதையும்,

ஆண் பெண்ணாவதையும் முதன் முதலில் இக்காப்பியமே பதிவு செய்துள்ளது எனலாம்.

மணிமேகலையின் அழகை சுதமதி கூறுகின்ற பொழுது திருநங்கையர் பேசப்படுகின்றனர். மணி மேகலை என்பவள் மிகவும் அழகானவளாகயிருக்கிறாள். இவளது அழகைக் காணும் ஆண்கள் மயங்கிவிடுவர். அவ்வாறு மயங்காது இருப்பவர்கள் பேடியர் மட்டுமே எனக் கூறுகிறாள்.

“மணிமேகலை தன் மதிமுகம் தன்னுள்
அணி திகழ் நீலத்து ஆய்மலர் ஓட்டிய
கடைமணி உகு நீர் கண்டனன் ஆயின்
படை இட்டு நடுங்கும் காமன் பாவையை
ஆடவர் கண்டால் அகறலும் உண்டோ?
பேடியர் அன்றோ பெற்றியின் நின்றிடின்?”
(மணிமேகலை, 3: 20-25)

எனப் பேடியர்கள் ஆண்தன்மை குறைந்து பெண் தன்மை மிகுந்த பெண்களாக மாறிவிடுவதால், பெண் களை அவர்கள் ரசிக்க மாட்டார்கள். இங்ஙனம் பேடி யரைப் பெண்ணாகப் பதிவு செய்யாமல், பேடியர் எனத் தனிப்பெயரில் பதிவு செய்யப்பட்டுள்ளதைக் காண முடிகிறது.

கொல்லிப்பாவை போல் விளங்கும் இவளைக் கண்ட ஆடவர் அகன்று செல்லவும் வல்லரோ? அவ்வாறு இவளது எழிலை நோக்காதவராய் நிற்பவர் பேடியர்களே ஆவர் (இராமசுப்பிரமணியம்: 2010: 43).

கொல்லிப்பாவை போன்ற இவளை ஆடவர் கண்டன ரானால் இவளை விட்டு நீங்கிப் போதலும் உளதாகுமோ? தம் உள்ளத்தை இவள்பாற் போகவிட்டுத் தளராமல் தம் தகுதியுடன் ஆடவருள் எவரேனும் நின்றனராயின் அவர்கள் பேடியர்களே அல்லரோ (புலியூர் கேசிகன்: 2005: 40). பாவையை ஆடவர் காணின் அவளை விட்டுப் பிரிவாரோ? அவள் அழகைக் கண்டும் அவளை விரும்பாது நிற்பரேல் அவரெல்லாம் பெண்ணின்பம் துய்க்கத் தகுதியற்ற பேடியர் அல்லவோ? (தண்டபாணி: 2005: 19). பாவை போன்ற மணிமேகலையை ஆண்கள் கண்டால் இவளை விட்டு போய் விடுவார்களா? தம் மனதை இவளிடம் போகவிட்டுத் தளராமல் இருப் பாரானால் அவர்கள் பேடிகளாகத்தான் இருப்பார்கள் (கோதண்டம்: 2010: 27).

“கரியல் தாடி மருள் படு பூங்குழல்
பவளச் செவ்வாய் தவளவாள் நகை
ஒள் அரி நெடுங் கண் வெள்ளி வெண்தோட்டு
கருங்கொடிப் புருவத்து மருங்கு வளைபிறை நுதல்
காந்தள் அம் செங்கை ஏந்து இள வன முலை
அகன்ற அல்குல் அம்நுண் மருங்குதல்
இகந்த வட்டுடை எழுது வரிக்கோலத்து

வாணன் பேர்ஊர் மறுகிடைத் தோன்றி
நீள் நிலம் அளந்தோன் மகன் முன் ஆடிய
பேடிக் கோலத்துப் பேடுகாண் குநரும்"
(மணிமேகலை, 3: 116-125)

சுருள் சுருளான தாடியும், கரிய அழகிய கூந்தலும், பவளம் போன்ற சிவந்த வாயும் வெண்மையான ஒளி பொருந்திய பற்களும், ஒளிரும் செவ்வரி படர்ந்த நீண்ட கண்களும், வெண்சங்கால் செய்த காதணியும், கரிய கொடி போன்ற வளைந்த புருவங்களின் மேல் வளைந்த பிறை போன்ற நெற்றியும், செங்காந்தள் மலர்போல் அழகிய சிவந்த கையும், ஏந்திய வனப்புடைய இளங் கொங்கைகளும், அகன்ற அல்குலும், அழகமைந்த நுண்ணிய இடை- யும், கணுக்கால் வரை இல்லாமல் முழங்கால் வரை உடுக்கப்படும் வட்ட- வடிவான உடையும், தோள், முலை முதலியவற்றில் எழுதப்பட்ட வரிக்கீற்று உடைய கோலத்தோடு திருநங்கையர் பேடிக்கூத்து ஆடுகின்றனர் என்கிறது. பண்டைய காலத்தில் திருநங்கைகளுக்கு இருந்த உருவ அழகு இங்குக் கூறப்பட்டுள்ளது.

காமன் என்ற தெய்வத்திற்குச் சொந்தமான கூத்தை அரவாணிகள் ஆடு- வதாக மணிமேகலையில் கூறப்பட்டுள்ளது. ஆனால் சங்க இலக்கியப் பாட- லும், சங்கம் மருவிய இலக்கியப் பாடலும் அரவாணிகள் ஆடிய கூத்தை எந்தவொரு தெய்வத்தோடும் ஒப்பிட்டுக் கூறவில்லை. திருநங்கை களால் ஆடப்பட்டு அவர்களுக்குச் சொந்தமான கூத்து ஒன்று இருந்திருப்பதை மட்- டுமே கூறுகின்றன. காப்பியக் கதைகளும், புராணக்கதைகளும் பேடிக்கூத்- தினைக் கடவுளோடு சார்புபடுத்தியிருக்கிறது. எனவே, பேடிக் கூத்து திருநங்- கைகளுக்குரிய கூத்தாகும் (முனிஷ் : 2010 : 125- 126).

தோலிலும் மார்பிலும் தொய்யில் எழுதப்பெற்ற வண்ணமும் கொண்டு வானாசுரனின் நகரில் நின்ற திருமாலின் மகனான மன்மதன் அன்று ஆடிய பேடிக் கோலத்தைக் கொண்டு விளங்குவோர் ஆடும் பேடு என்னும், கூத்- தினைக் கண்டு வீதியிடையே பரவி மகிழ்ந்தார்கள் (இராமசுப்பிரமணியம்: 2010: 51). வாணன் என்னும் அசுரனது சோ என்னும் நகரிலே நின்று, நெடிதான நிலவுலகை அளந்த திருமாலின் மகனாகிய காமன் என்பான். முன்னர் ஆடிய பேடிக் கோலத்தினைக் கொண்டு விளங்குகின்ற 'பேடு' என்- னும் கூத்தினைக் கண்டு இன்புற்றிருப்பவரும் (புலியூர்க் கேசிகன்: 2005: 49).

ஒரு பேடி கூத்தாடுகிறான். சுருள் சுருளான தாடியும், கரிய அழகிய கூந்- தலும், பவளம் போன்ற சிவந்த வாயும், வெண்மையான ஒளிபொருந்திய பற்- களும், ஒளிரும் செவ்வரி படர்ந்த நீண்ட கண்களும், வெண்சங்கால் செய்த காதணியும், கரியகொடி போன்ற வளைந்த புருவங்களின் மேல் வளைந்த பிறை போன்ற நெற்றியும், செங்காந்தள் மலர்போல் அழகிய சிவந்த கையும் ஏந்திய வனப்புடைய இளங் கொங்கைகளும், அகன்ற அல்குலும், அழக-

மைந்த நுண்ணிய இடையும், கணுக்கால் வரை இல்லாமல் முழங்கால் வரை உடுக்கப்படும் வட்ட வடிவிலான உடையும், தோல், முலை முதலியவற்றில் எழுதப்பட்ட வரிக் கீற்று உடைய கோலத்தோடு பேடி விளங்கினான்.

முன்னர் வாணன் என்ற அசுரனின் மகளான உழையினிடத்துக் கொண்ட காதலால் வாணனால் சிறை வைக்கப்பட்ட தன் மகன் அநிருத்தனை சிறை மீட்கும் பொருட்டு வாணனின் பெரிய நகரத்தின் நீள் வீதியில் நின்று உலக-ளந்த திருமாலின் மகனாகிய காமன் ஆடிய பேடிக் கூத்தை நடுத்தெருவில் நின்று பேடி ஆட அதனைக் கண்டு பலர் நின்றனர் (தண்டபாணி: 2005: 25-26).

வாணன் என்ற அரக்கனுடைய சோ என்ற பெருநகர வீதியில் நின்று திருமாலின் மகனான காமன் என்பவன்போல் ஆடிய பேடு என்ற கூத்தி-னைக் கண்டு சிலர் நின்றனர். ஆண்மை நீங்கிய பெண்மைக் கோலத்தை அரவானி நிலை (கோதண்டம்: 2010: 35-36) என்று இவ்வுரையாசிரியர் கூறுகிறார். இவ்வாறு மணிமேகலையில் வரும் பேடி என்னும் சொல்லுக்கு பேடிக்கூத்து என்ற ஒரு பொருளும், பெண் போன்ற அழகு பேடிக்கு உள்-ளதையும் உரையாசிரியர்கள் தரும் விளக்கங்கள் தெளிவுபடுத்துகின்றன. கோதண்டம் தன் உரையில் தற்காலச் சொல்லான அரவானி நிலை என்கி-றார்.

பண்டைக் காலத்தில் நிகழ்த்தப்பட்ட கூத்துக்களில் திருநங்கை ஆடக்கூ-டிய கூத்தும் இருந்திருக்கிறது. அக்கூத்தினை மக்கள் மத்தியில் நிகழ்த்தித் தங்களை தனியரு இனமாக அடையாளப்படுத்திக் கொண்டனர். பழங்கா-லத்தில் திருநங்கைகளைப் ‘பேடி’ என்ற பெயர்ச்சொல்லாலேயே அழைத்-துள்ளனர். இந்தப் பின்னணியில்தான் பேடிகள் ஆடிய கூத்து ‘பேடிக்கூத்து’ என்று பெயர் பெற்றிருக்கிறது. காமன் ஆடிய கூத்தை திருநங்கை ஆடவில்லை. திருநங்கைகள் பழங்காலத்தி லிருந்து ஆடி வந்த கூத்தைத்-தான் காமன் ஆடியிருக் கிறான். எனவே, வரலாற்றில் கலையுணர்வோ-டும், சிறந்த கலைஞர்களாகவும் திருநங்கைகள் வாழ்ந்துள்ளனர் என்பதைத் தெரிந்துகொள்ள முடிகிறது.

“விராடன் பேரூர் விசயனாம் பேடியைக்
காணிய சூழ்ந்த கம்பலை மாக்களின்
மணிமே கலைதனை வந்துபுறஞ் சுற்றி”
(மணிமேகலை, 3: 146-148)

விராடனது பெரிய நகரத்தின் கண்ணே சென்று கொண்டிருந்த அர்ச்சு-னனாகிய பேடியைக் காண் பதற்காக வந்து சூழ்ந்து கொண்ட, ஆரவாரங் கொண்ட மக்களைப் போலத் திரண்டு வந்து, மணிமேகலையைச் சுற்றிலும் சூழ்ந்து கொண்டனர். மக்கள் கூட்டத்திற்கு உதாரணம் கூறும் அளவிற்கு பாரதத்தின் அர்ச்சுனனின் பேடி (திருநங்கை) வடிவம் திகழ்ந்துள்ளது. அதை மணிமேகலைக் காப்பியத்தில் மதுரை கூலவாணிகன் சீத்தலைச் சாத்தனார்

எடுத்தாண்டுள்ளதைக் காண முடிகிறது.

இக்காப்பியத்தில் மணிமேகலை என்கின்ற பாத்திரத்தின் மூலம் மறுபிறப்பு உணர்த்தப்படுகிறது. அம்மறுபிறப்பில் சமூக நன்மைக்காக மணிமேகலை திருநம்பியாக மாறுகிறார். அனைத்து சமயங்களிலும் ஆண் பெண்ணாவதும், பெண் ஆணாவதும் (உருவ மாற்றம்) நன்மை பயப்பதற்காகவே காட்டப் பட்டிருக்கிறது.

"உத்திர - மகதத்து உறுபிறப்பு எல்லாம்
ஆண்பிறப்பு ஆகி, அருளறம் ஒழியாய்"
(மணிமேகலை, 21 : 175-176)

என்றும்,

"கல்லாக் கயவன் கார் இருள் - தான்வர
நல்லாய்! ஆண் உரு நான்கொண் டிருந்தேன்"
(மணிமேகலை, 23: 94-95)

என்றும் மறுபிறப்புக் கொள்கையிலும், நன்மை பயக்கும் அவதாரக் கொள்கையிலும், மன்னர்களின் அரவணைப் பிலும் திருநங்கைகள் இருந்திருப்பதை மணிமேகலை தெளிவுபடுத்துகிறது. ஒருவரை உயர்த்திப் பிடிக்க மற்றவரைத் தாழ்த்திக் கூறுவதுதான் காப்பியத்தின் தலையாயப் பண்பாக உள்ளது. இதில் மணிமேகலையின் அழகை உயர்த்திக்கூற திருநங்கையரைப் பகடைக் காயாகப் பயன்படுத்தி உள்ளனர் (முகிலை இராச பாண்டியன்: 2013: 360) என்று போ. ஜெயச்சந்திரன் தனது கட்டுரையில் கூறும் கருத்தும் சிந்திக்கத்தக்கன.

தமிழில் சமண மதத்தைப் பரப்புவதற்காக எழுந்த இலக்கியங்களே அதிகம். பௌத்த சமயத்தைப் பரப்பு வதற்காக எழுந்த இலக்கியங்கள் சமணத்தைவிட குறை வானவைகளே ஆகும். அதிலும் காப்பிய நூல்கள் மிகக் குறைவானவைகளாகும். பௌத்த சமயக் கொள்கையை முழுக்கவும் தாங்கி மணிமேகலை, குண்டலகேசி காப்பி யங்கள் படைக்கப்பட்டுள்ளன. இவற்றில் மணிமேகலை காப்பியத்தில் வலியுறுத்தப்பட்டுள்ள மறுபிறப்புக் கொள்கையில் திருநம்பிகளும் பேசப்பட்டுள்ளனர். அத்தோடு திருநங்கை வாழ்வியல் சார்ந்த செய்திகளும் பதிவு செய்யப்பட்டுள்ளன. பௌத்த சமயத்தைத் தழுவிய மன்னர்கள் தங்கள் அரண்மனைகளில் திருநங்கைகளை அங்கீகரித்து உள்ளனர்.

பௌத்த மதத்தில் மற்றொரு முக்கியமான கொள்கை தன்னுயிர் போல் மண்ணுயிர்களை நேசித்தலாகும். இக்கொள்கையின்படி திருநங்கையர் புறக்கணிக்கப்படாமல் பௌத்தர்களால் அரவணைக்கப்பட்டுள்ளனர்.

ஆண் மட்டுமே பெண்ணாக மாறும் நிலையில்லை. பெண்களும் ஆணாக மாறும் நிலையை காப்பியத்தில் முதலில் பதிவு செய்தது மணிமேகலை எனலாம். பௌத்த மதம் கடவுள் என்பதற்கு முக்கியத்துவம் தராமல் தனிமனித சமூகம் நல்வழிப்படுத்துதலுக்கு முக்கியத்துவம் தந்திருக்கிறது. ஆகை-

யால்தான் மனித சமூகத்தில் ஓர் அங்கத்தினராக இருக்கும் திருனரை அங்கீகரித்திருக்கிறது.

6. சாதி எனும் சதியில் சிக்கிய திருநங்கைகள்

சேவற்கொடி செந்தில்

திருநங்கைகள் தமிழ் சமூகத்தில் அங்கீகாரம் தேடி அலையும் ஒரு நாடோடி கூட்டம். இருக்க இடம் கிடையாது, அடையாளம் கிடையாது அங்கீகாரம் கிடையாது.

முதலில் திருநங்கை என்பவர்கள் யார் ? அனைவருக்கும் புரியும் படி கூற வேண்டும் என்றால் உடல் ரீதியாக ஆணாக பிறந்து ஒரு குறிப்பிட்ட பருவத்திற்கு பிறகு தனது உடலில் உணர்வில் பெண் என உணர்ந்த பிறகு பெண்ணாக மாறும் ஒரு மாற்றுப்பாலினத்தை சேர்ந்தவர்கள். சிலர் வெளிப்படையாக தன்னை உணர்ந்ததும் வீட்டை துறந்து வெளியே வந்து திருநங்கையாக மாறி தாங்கள் விரும்பிய ஒரு வாழ்க்கையை வாழ ஆரம்பிப்பர். சரி இவர்களது பூர்வீகம் என்பது எப்படி ஆரம்பிக்கிறது என்றால் அதனை விவரிக்க முடியாது. காரணம் இது உடல் ரீதியான உணர்வு ரீதியான ஒரு மாற்றம். இதற்கு கால நிர்ணயம் செய்ய முடியாது. ஆனால் இவர்கள் தாங்கள் மகாபாரத கதையில் வரும் அரவான் கதாபாத்திரத்தை தங்களது கடவுளாக வணங்குகின்றனர். இந்த அரவான் திருவிழா வட தமிழகத்தில் பிரசித்தி பெற்ற கூவாகம் கூத்தாண்டவர் கோவில் திருவிழா. தமிழ்நாடு மட்டுமின்றி இந்தியா முழுவதும் பலர் இந்த விழாவில் கலந்து கொள்வர். இவர்களுக்கு என தனிக்கலாசாரம், மொழி வழக்கு, சடங்கு முறைகள் என பல உள்ளன. அது குறித்து பிறகு பார்க்கலாம்.

இந்த திருநங்கைகள் பெரும்பாலும் தங்களது குடும்பத்தில் இருந்து விரட்டி அடிக்கப்பட்டு ஒரு திருநங்கை குழுவில் சேர்ந்து அங்கயே வளர்ந்து பிறகு தனது விருப்பப்படி உறுப்பு மாற்று அறுவை சிகிச்சை செய்து கொண்டு பெண்ணாக மாறுகிறார். இது தான் பெரும்பாலான திருநங்கைகள் சொல்லக்கூடிய கதை. அரவாணி, ஒன்பது, உஸ், அலி என்ற சொல்லாடல் மறைந்து எப்படி திருநங்கை என்று கண்ணியமாக அழைக்கப்பட்டு வருகிறதோ அது போல தான் திருநங்கைகளும் பெண்ணாக மாறிவிட்டோம் இது மட்டும் நம் பிறப்பின் அடையாளம் கிடையாது என வாழ்வின் அடுத்த கட்டத்திற்கு முயற்சி செய்கின்றனர். எவ்வளவு சமத்துவம் சமூக நீதி பேசினாலும் கடைசியில் இவர்களை எந்த அடிப்படையில் கல்வி, வேலைவாய்ப்பு என அங்கீகரிப்பது தான்.

இவர்கள் மீது வைக்கப்படும் பெரும்பாலான குற்றச்சாட்டுகள் பாலியல் தொழில் மற்றும் கடைகளில் பிச்சை எடுப்பது. ஆனால் இதையும் தாண்டி பல துறைகளில் அவர்கள் வென்றுள்ளனர். அதிலும் சிலர் மட்டும் தான்

பலருக்கு அதற்கான வாய்ப்பு கிடைக்கவில்லை. இந்த கட்டுரையின் முழு நோக்கமே இவர்களுக்கு என தனி இட ஒதுக்கீடு கிடையாதா? என்பது தான். சாதிகள் இல்லையடி பாப்பா என்று சொல்லும் இதே மண்ணில் தான் இந்த சாதியில் பிறந்ததால் உனக்கு கல்வி மறுக்கப்பட்டு விடக்கூடாது என்று சாதியை முன்னிலை படுத்தி இட ஒதுக்கீடு வழங்கி அவர்களை கல்வி பொருளாதாரம் வேலைவாய்ப்புகளில் முக்கியத்துவம் கொடுக்க அரசு முயற்சி செய்து வருகிறது. தற்போது வரை தமிழ்நாட்டை கண்டு மற்ற மாநிலங்கள் மிரள காரணம் அந்த 69 சதவீத இட ஒதுக்கீடு.

சரி சாதியால் கல்வி வேலைவாய்ப்பு பாதிக்கப்பட்டு விடக்கூடாது என்று போராடும் அரசு இவர்களுக்கு என்ன காரியம் செய்தது. உதரணாமாக கழிப்பறையில் கூட ஆண் பெண் என உள்ளது. மூன்றாம் பாலினத்திற்கு என தனி கழிப்பிடம் உள்ளதா?? இப்போது தான் விண்ணப்ப படிவத்தில் பாலினத்தில் ஆண், பெண் என்பதை தாண்டி மூன்றாம் பாலினம் என கொண்டு வந்துள்ளோம். அப்படி இருக்க இந்த கழிப்பறை யோசனை நாம் எப்போது சிந்திக்க போகிறோம். ஆக எண்ணிக்கையில் குறைவாக இருப்பதால் இவர்கள் குறித்த அக்கறையும் கொஞ்சம் குறைவாக இருக்க செய்கிறது. இவர்களினால் என்ன பயன் ஓட்டு அரசியலுக்கு பெரிய அளவில் வலு சேர்க்காது என்று எண்ணி விட்டுவிடுகின்றனர்.

இவை அனைத்தையும் தாண்டி இவர்களது உணர்வுகளுக்கும் மதிப்பளிக்க வேண்டும். திருநங்கைகள் குறித்து பேசப்பட காரணம் ஒரு பாலினம் தனது அடையாளத்தை தனக்கே தெரியாமல் சாதிய அடையாளமாக மாறி வருகிறது என்பதை உணர்த்துவதற்கே. ஜூன். 29 அன்று சென்னை உயர்நீதிமன்றத்தில் ஒரு வழக்கு விசாரணைக்கு வருகிறது. அரசு வேலைகளில் மூன்றாம் பாலினத்தை சேர்ந்தவர்களுக்கு சிறப்பு இட ஒதுக்கீடு வழங்க வேண்டும் என்பது தான் அந்த வழக்கின் முக்கிய சாராம்சம். இதற்கு தமிழ்நாடுஅரசு சார்பில் ஏற்கனவே இவர்கள் எம். பி. சி என்ற பிரிவின் கீழ் இட ஒதுக்கீடு பெற்று வருகிறார்கள் என்று தமிழ்நாடு அரசு சார்பில் விளக்கம் அளிக்கவும் அந்த வழக்கை முடித்து வைத்து சென்னை உயர்நீதிமன்றம் உத்தரவிடுகிறது.

அதாவது மூன்றாம் பாலினம் என்பதை பெண் கருதிக்கொண்டு அவர்களுக்கான 30 சதவீத இடஒதுக்கீடுக்குள்ளும், மேலும் சாதிய ரீதியாக மிகவும் பிற்படுத்தப்பட்டவர்கள் (எம். பிசி)என்ற பிரிவுக்குள் இட ஒதுக்கீடு வழங்கபடுவதாகவும் எடுத்துக்கொள்ள வேண்டும். இதில் ஆச்சரியம் என்னவென்றால் பாலியல் மாற்றம் காரணமாக வீட்டை விட்டு வெளியேறும் ஆண் பெண்ணாக மாறுகிறார். அவர் திருநங்கையாக புதிய பிறப்பு எடுக்கிறார். பிறகு தனக்கென ஒரு பெயர் உருவாக்கிகொண்டு இந்த சமூகத்தில் ஒரு திருநங்கையாக அவர் அறிமுகமாகிறார். ஆனால் இங்கு இந்த சிஸ்டம் மூன்றாம் பாலினம் என்பதை பெயரளவு வைத்து க்கொண்டு இது போன்ற சட்ட சிக்கலால் உரிய அங்கீகாரம் கிடைக்காமல் திண்டாடுகின்றனர். பலர் இந்த

விழிப்புணர்வு குறித்து பேசி வருகின்றனர். ஆனால் அது அரசின் காதுகளுக்கு எட்டப்படவில்லை.

இந்த இடத்தில் திராவிட கட்சிகள் திருநங்கைகளை அங்கீகரித்ததையும் அழிவுக்கு கொண்டு சென்றதையும் பேசாமல் கடக்க முடியாது. 2013ம் ஆண்டு இடஒதுக்கீடு தான் ஒரே தீர்வு என திருநங்கை ஆர்வலர் கிரேஸ் பானு சட்டப்போரட்டத்தை தொடர்ந்தார். அதன் பிறகு 2016 ம் ஆண்டு சென்னை உயர் நீதிமன்றத்தில் திருநங்கைகள் ஸ்வப்னா, கிரேஸ் பானு, செல்வி மனோஜ் பிரேம்குமார், லிவிங் ஸ்மைல் வித்யா, செல்வம் ஆகியோர் திருநங்கைகளுக்கு கல்வி மற்றும் வேலை வாய்ப்பில் இட ஒதுக்கீடு வழங்குமாறு தமிழக அரசுக்கு உத்தரவிடக் கோரி மனுத் தாக்கல் செய்தனர். இந்த வழக்கில் திருநங்கைகளுக்கு மூன்று சதவீத இட ஒதுக்கீடு வழங்கிட வேண்டும் என்று உத்தரவிட்டு இது குறித்து ஆறு மாதங்களுக்குள் முடிவு எடுக்கப்பட வேண்டும் என்று அரசுக்கு நீதிமன்றம் அறிவுறுத்தியது. அப்போது இருந்தது அம்மையார் செல்வி ஜெயலலிதாவின் ஆட்சி. இந்த மூன்று சதவீத இடஒதுக்கீடு தீர்ப்பு வந்த போது கலைஞர் கருணாநிதி அதை வெகுவாக பாராட்டி வரவேற்றார். காரணம் கலைஞர் கருணாநிதி தான் முதன் முதலில் 2008ம் ஆண்டு திருநங்கை நல வாரியம் அமைத்து அவர்களுக்கு நலத்திட்ட உதவிகளை வழங்க ஏற்பாடு செய்தார். இதனை பார்த்து தான் உச்சநீதிமன்றம் ஏன் மற்ற மாநிலங்களிலும் இது போல செய்யக்கூடாது என்று அறிவுறுத்தியது.

மேலும் இத்தோடு நின்று விடாமல் மத்தியில் ஒரு மசோதாவை கொண்டு வந்தார் கலைஞர் கருணாநிதி. திருநங்கைகளுக்கு தனி பிரதிநிதித்துவம் அந்த தனி நபர் மசோதாவை தாக்கல் செய்தவர் தற்போதுள்ள திமுக எம். பி திருச்சி சிவா. ஆம் திருச்சி சிவா கொண்டு வந்த தனிநபர் மசோதா எந்த வித எதிர்ப்புமின்றி தாக்கலானது. கலைஞரும் திருச்சி சிவாவுக்கும் ஆச்சரியம் என்னவென்றால் சுதந்திரம் பெற்று இன்று வரை 14 தனி நபர் மசோதாக்கள் மட்டும் தான் எந்த வித எதிர்ப்பும் இன்றி தாக்கல் செய்யப்பட்டதாக தகவல். இதன் பிறகு 2019ம் ஆண்டு திருநங்கைகள் உரிமை பாதுகாப்பு மசோதாவை மத்திய அரசு கொண்டு வந்தது. அதற்கு பலரும் எதிர்ப்பு தெரிவித்தனர். அந்த மசோதாவில் இருந்த அம்சங்கள் அப்படி திருநங்கைகள் வறுமை காரணமாக பிச்சை எடுப்பது குற்றம், திருநங்கைகளுக்கு எதிரான பாலியல் குற்றங்களுக்கான தண்டனை ஏழு ஆண்டுகளில் இருந்து இரண்டு ஆண்டுகளாக குறைக்கப்பட்டது போன்ற அம்சங்களால் இதனை பலர் எதிர்த்தனர். ஆனால் இதனை மீறியும் சில மாற்றங்கள் செய்யப்பட்டு அந்த மசோதா தாக்கல் செய்யப்பட்டது.

ஆனால் இதற்கு முன்னோடியாக தமிழ்நாடு 2008 ம் ஆண்டு தமிழ்நாடு திருநங்கை நல வாரியம் என அமைத்து தமிழ்நாட்டில் உள்ள திருநங்கைகளை கணக்கெடுத்து அடையாள அட்டை வழங்கினார் கலைஞர் கருணா-

நிதி. ஆனால் திருநங்கை உரிமை பாதுகாப்பு மசோதாவின் கீழ் நீங்கள் பிறப்பு உறுப்பு மாற்று அறுவை சிகிச்சை செய்த பிறகு மாவட்ட ஆட்சியரிடம் சென்று தான் அடையாள அட்டை வாங்க முடியும். ஆனால் இதை கலைஞர் கருணாநிதி முறியடித்து காட்டினார். இங்குள்ள மூன்று விதிகளுக்குள் உட்பட்டால் அவர்களுக்கு அடையாள அட்டை வழங்கப்படும். ஒன்று அறுவை சிகிச்சை செய்து மாற்றுபாலின உடையில் முழுநேரமாக வாழ்பவர்கள், இரண்டாவது அறுவை சிகிச்சை செய்து கொள்ளாமல் மாற்றுபாலின உடையில் முழுநேரமாக வாழ்பவர்கள், மூன்றாவது அறுவை சிகிச்சை செய்து, செய்யாமல் திருநங்கைகள் கூட்டத்தில் மாற்றுபாலின உடையில் முழுநேரமாக வாழ்பவர்கள். இவர்களுக்கு அடையாள அட்டை வழங்கப்பட்டு நல வாரியம் மூலம் உதவித்தொகை கடன் உதவி கல்வி உதவி கிடைக்க கலைஞர் கருணாநிதி வழிவகை செய்தார். அதனால் கலைஞர் திருநங்கை நல வாரியம் அமைத்த நாளை திருநங்கை நாளாக தமிழ்நாட்டில் கொண்டாடி வருகின்றனர்.

ஆனால் அதன் பிறகு வந்த அரசு இதனை கண்டுகொள்ள வில்லை. 2021 தேர்தலுக்கு முன்பாக அவசரவசரமாக திருநங்கை என்ற ஒரு பாலினத்தை ஒரு சாதிக்குள் திணித்து விட்டனர். அதன் பிறகு வந்த திமுக அரசாவது இதனை கருத்தில் கொண்டு திருநங்கைகளுக்கு உரிய அங்கீகாரம் கொடுக்கும் என்று எண்ணிய நேரத்தில் தான் அதே விஷயத்தை மேற்கோள் காட்டி இப்போதும் அவர்களுக்கான வாய்ப்பு மறுக்கப்பட்டுள்ளது. கர்நாடகாவில் திருநங்கைகளுக்கு ஒரு சதவீதம் இடஒதுக்கீடு கொடுக்கப்பட்டுள்ளது. தற்போது கூட சென்னை பல்கலை கழகத்தில் கல்வி பயில விரும்பும் திருநங்கைகளுக்கு கல்வி செலவை அரசே ஏற்கும் என்றெல்லாம் அறிவிப்புகள் வந்தது. ஆனால் இது போன்று தற்காலிக தீர்வு கொடுக்காமல் அனைவருக்கும் முன்னோடியாக திகழ்ந்த, திகழும் தமிழ்நாடு ஏன் திருநங்கைகளுக்கு இடஒதுக்கீடு வழங்க மறுக்கிறது என்று பலர் கேள்வி எழுப்புகின்றனர்.

7. சந்திப் பிழை போல இவர்கள்-சந்ததிப் பிழை

சந்திப் பிழை போல இவர்கள் - சந்ததிப் பிழை - என்று எழுதினார் கவிஞர் நா.காமராசன். 'அரவாணி' என்று அழைக்கப்படுபவர்களைப் பற்றி மிகுந்த அக்கறையோடு எழுதப்பட்ட கவிதை வரிகள் அவை.

பெண்களுக்கான இடஒதுக்கீடு பற்றிய விவாதம் இந்தியத் துணைக் கண்டம் முழுக்க பற்றி எரிந்து கொண்டிருந்த வேளையில், 'இன்று பெண்களுக்கு இடஒதுக்கீடு கேட்கிறார்கள்; நாளை இதை அலிகளுக்கும் கேட்பார்கள்' என சமூக அக்கறை சிறிதுமின்றி திமிர்த்தனமாக எழுதினான் ஒருவன். உடம்பெல்லாம் மூளை என பார்ப்பனர்களாலும், அவர்களின் பாசந்தாங்கிகளாலும் அழைக்கப்படுபவன் தான் அவன். ஆனால், அந்த மூளை முழுக்க 'நஞ்சு'

மட்டுமே இருப்பதை அவர்கள் எப்போதும் கூறமாட்டார்கள். ஆமாம், 'சோ' தான் அவன்.

இது போன்ற நச்சுக் கருத்துகளை திமிர்த்தனமாகப் பரப்பும் 'நாசக்கார கிருமி' சோ பற்றி மறைந்த கவிஞர் குடியரசு அவர்கள் ஒரு முறை இப்படிக் குறிப்பிட்டார்.

சோ - எழுத்து ஒன்று

எனவே, துளி விஷம்.

சிறுத்துச் சொன்னாலும், மிக சிறப்பாக சொன்னார் கவிஞர் குடியரசு.

நாம் என்றென்றும் நினைவில் வைத்துக் கொள்ளும்படி, அந்தத் துளி விஷப் பார்ப்பானைப் பற்றி கவிஞர் இன்குலாப் தனது 'புறாச் சிறகு போர்த்திய பருந்துகள்' நூலில் இப்படிக் கூறினார்: "காக்கிச் சட்டையுடனும், மொட்டையடித்தத் தலையுடனும் 'சோ' தமது காரை ஓட்டிச் செல்வதை சில சமயம் பார்த்திருக்கிறேன். 'ஸ்வஸ்திக்' சின்னத்தின் பின்னணியில்... காக்கிச் சட்டையும், மொட்டைத் தலையும் எனக்கு பாசிஸ்ட் முசோலினியைத் தான் அப்பொழுதெல்லாம் நினைவுபடுத்தும்.' நமது இன எதிரி சோ பற்றி நாம் அணுக வேண்டிய மிகச் சரியான கோணம் எது என்பதற்கான நினைவூட்டலே மேலே குறிப்பிட்டது, அவ்வளவே.

'அரவாணி' பற்றிய செய்திகளைப் பார்ப்போம். பெண், ஆண் ஆகிய இருபால் குழந்தைகளிடமும், ஏறத்தாழ 13 வயது வரை அவரவர் பால் சார்ந்த பிறப்புறுப்பைத் தவிர உணர்தலில் வேறு எந்த வேறுபாடும் இருப்பதில்லை. 13 வயதுக்குப் பிறகே குழந்தைகளின் உடலியல் பண்புகளில் பால் சார்ந்த மாற்றம் தொடங்குகிறது. இந்த மாற்றம் தொடங்கும் வரை, 'அரவாணி' என அழைக்கப்படுவோரின் உடலியல் பண்புகளிலும் எந்த மாற்றமும் ஏற்படுவதில்லை. 13 வயதுக்குப் பிறகு தான் பெண், ஆண், அரவாணி என்ற கிளைகள் தோன்றுகின்றன.

இச்செய்திக்கு தொடர்பில்லை என்றாலும் ஒன்றை இங்கு பகிர்ந்து கொள்ள வேண்டும் என்ற ஆவல் பிறக்கிறது. குழந்தைகள் பிறந்தவுடன், பெரும்பாலான பெற்றோர்கள் பிறந்த நேரத்தை வைத்து ஜாதகத்தைக் கணித்து அவர்களின் எதிர்காலத்தை அறிவதில் அலாதி ஆர்வம் காட்டுகிறார்கள்.

அதைப்போலவே, பிறக்கும் குழந்தைகளின் எதிர்காலத்தை அவர்கள் வளர்ந்து, வயதாகி, இறக்கின்ற வரையில் கணித்து மிகச் சரியாக(?) கூறுவதாக சோதிடர்கள் தற்போது தொலைக்காட்சிகள் மூலம் நம் வீட்டிற்குள் புகுந்து பொய்சாட்சியுடன் தற்பெருமை அடித்துக் கொள்கிறார்கள். இந்த அனைத்து வகை சோதிடர்களுக்கும் நம் வினா என்னவெனில், இது வரை எந்த ஒரு சோதிடராவது, எந்த ஒரு குழந்தையையாவது, அக்குழந்தை எதிர்காலத்தில் அரவாணியாக மாறும் என கணித்துக் கூறியதாக ஏதேனும் ஒரே ஒரு சான்று உண்டா?

பகுத்தறிவாளர்கள் நம்பும் மருத்துவர்கள் யாராவது பிறந்த குழந்தையைப் பற்றி இதுபோல் கூறியிருக்கிறார்களா? - என்ற எதிர் வினாவை அவர்கள் நம்மை நோக்கி எழுப்ப முடியும். இதற்கு விடை என்னவெனில், ஏறத்தாழ 13 வயதில் தான் உடலில் ஜீன்களால் (மரபணு) அந்த மாற்றம் ஏற்படுவதால், பிறந்த குழந்தையை பரிசோதித்துச் சொல்ல இன்றைய நிலையில் மருத்துவத்தால் முடியாது என்பது உண்மையே. ஆனால், எதிர்காலத்தில் இதுவும் சாத்தியமாகும் வாய்ப்புகள் அதிகம். அவ்வளவு ஏன், விருப்பமில்லையென்றால் அந்த அரவாணித் தன்மையை களையக் கூடிய சாத்தியமும் மருத்துவத்தால் எதிர்காலத்தில் கண்டிப்பாக ஏற்படும்.

மீண்டும் 'அரவாணி' பற்றி நமது கவனத்தைக் குவிப்போம். ஏறத்தாழ 13 வயதில், 'ஈஸ்ட்ரோஜென்' என்ற ஹார்மோன் அதிகமாக சுரப்பதன் மூலம் ஒருவரின் உடலில் பெண் தன்மைப் பண்புகள் ஏற்பட்டு, அவர் பெண் என உடலியல் ரீதியாக நிர்ணயம் செய்யப்படுகிறார். அதேபோல், 'ஆண்ட்ரோஜென்' என் ஹார்மோன் அதிகம் சுரப்பதன் மூலம் ஒருவர் ஆண் என உடலியல் ரீதியாக நிர்ணயம் செய்யப்படுகிறார். குழந்தையின் உடலியல் பண்புகளில் 13 வயதில் ஏற்படும் இத்தகைய மாற்றத்தை உடற்கூறு இயல் இரு கட்டங்களாக பிரிக்கிறது.

பெண்களுக்கான முதல் கட்டமாக - பாலின உறுப்புகளின் வளர்ச்சி முதற்கொண்டு தோலின் மென்மைத் தன்மை வரை பல்வேறு மாற்றங்கள் ஏற்படுகின்றன. (மிகவும் விரிவாக வேறொரு வாய்ப்பில்) பெண்களுக்கான இரண்டாம் கட்டமாக - முகத்தில் மயிர் வளராமை - ('முடி' என்பது சமஸ்கிருதச் சொல்), குரல் தொண்டையிலிருந்து வெளிப்படுதல், ஆண்களை நோக்கிய கவர்ச்சி - இவை போன்ற மேலும் பல மாற்றங்கள் ஈஸ்ட்ரோஜென் அதிகமாக சுரப்பதன் மூலம் பெண்களுக்கு ஏற்படுபவை.

ஆண்களுக்கான முதல் கட்டமாக - பாலின உறுப்பின் வளர்ச்சி முதற்கொண்டு தோலின் கடினத் தன்மை வரை பல மாற்றங்கள் ஏற்படுகின்றன. ஆண்களுக்கான இரண்டாம் கட்டமாக - தாடி, மீசை மற்றும் நெஞ்சில் மயில் வளர்வது, குரல் வயிற்றிலிருந்து வெளிப்படுவது, பெண்களை நோக்கிய கவர்ச்சி - இவை போன்ற மேலும் பல மாற்றங்கள் ஆண்ட்ரோஜென் அதிக அளவில் சுரப்பதால் தான் ஆண்களுக்கு மயிர் உதிர்ந்து தலையில் சொட்டைத்தன்மை உண்டாகிறது. அதனால் தான், சொட்டைத் தலையை உடையவர்கள் பாலின சேர்க்கையில் அதிக ஈடுபாடு காட்டுவார்கள் என்ற கருத்தும் உள்ளது. இதுவும் ஒரு காரணம் என்பதால் அது ஓரளவு உண்மையும் கூட. பெண்களுக்கு ஆண்ட்ரோஜென் குறைவாக சுரப்பதால் தான் பெண்களில் சொட்டைத் தலையை உடையோர் பெரும்பாலும் இருப்பதில்லை.

பெண் தன்மைக்கு, ஈஸ்ட்ரோஜென் அதிக அளவிலும், ஆண்ட்ரோஜென் மிகக் குறைந்த அளவிலும் சுரப்பதே காரணம். அதன் காரணமாகவே பெண்ணிடம், குறைந்த அளவில் மட்டுமே ஆண் தன்மை காணப்படும். ஆண்

தன்மைக்கு, ஆண்ட்ரோஜென் அதிக அளவிலும், ஈஸ்ட்ரோஜென் மிகக் குறைந்த அளவிலும் சுரப்பதே காரணம். எனவே தான், ஆணிடம் குறைந்த அளவில் பெண் தன்மை காணப்படும். உடலியல் பண்புகளின் அடிப்படையில், முற்றிலும் பெண் தன்மையுடைய பெண்ணும் கிடையாது; முற்றிலும் ஆண் தன்மையுடைய ஆணும் கிடையாது.

ஆனால், அரவாணி என்பவருக்கு ஆண்ட்ரோஜென், ஈஸ்ட்ரோஜென் ஆகிய இரண்டும் ஏறத்தாழ சம அளவில் சுரப்பதால் தான், அரவாணி என்பவர் ஆண், பெண் ஆகிய இருவரின் சரிவிகிதக் கலப்பாகத் தெரிகிறார். மேலும், அரவாணியிலும் ஆண் அரவாணி, பெண் அரவாணி என்ற கிளைகள் உண்டு. அரவாணி உடலில் ஏறத்தாழ சரிவிகிதத்தில் சுரக்கும் இரு ஹார்மோன்களிலும், எது சற்று அதிகமாக சுரக்கிறதோ அதுவே அரவாணியின் ஆண் அல்லது பெண் தன்மையை நிர்ணயிக்கிறது.

எனவே, உடலில் இயற்கையாகச் சுரக்கும் ஹார்மோன்களின் விகித மாறுபாட்டால்தான் அரவாணி எனப்படுவோர் குறையுள்ளவராக கருதப்படுகிறார். இது இயற்கையாக ஏற்படும் ஊனம் என்பதைத் தாண்டி வேறு எதுவுமே இல்லை. ‘ஊனமுற்றோர்’ என்போரைப் பற்றிய நமது தவறான கடந்தகாலப் பார்வை முற்றிலும் அகற்றப்பட்டு, அவர்களை சமமாக மதிக்கின்ற மிகச் சரியான நோக்கு நமக்கு ஏற்பட்டிருக்கிது. இதே அணுகுமுறையை அரவாணி மீதும் நாம் திருப்ப வேண்டும்.

ஊனமுற்றோர் என்ற சொல்கூட தற்போது மாற்றப்பட்டு, ‘உடல் ரீதியான சவாலை எதிர்கொள்பவர்’ (physically challenged) என்ற மிகச் சரியான சொல் பயன்படுத்தப்படுகிறது. அதுபோலவே, ஒரு காலத்தில் ‘அலி’ என்று மிக இழிவான பொருளில் பயன்படுத்தப்பட்டது மறைந்து, தற்போது அரவாணி என்றும், திருமங்கை என்றும் விளிக்கப்படுகிறது. வெறும் சொல் மாற்றம் மட்டும் போதாது. உளவியல் ரீதியான நாம் அவர்களை மதிக்க வேண்டும்.

குறிப்பிட்டுச் சொல்ல வேண்டுமானால், சட்டத்தின் ஆட்சியை நிலைநாட்ட துணைபுரிபவர்கள் என்று சொல்லிக் கொள்ளும் காவல் துறையினர், அரவாணிகள் மீது பொய்வழக்கு புனைவதில் இந்தியத் துணைக் கண்டம் முழுக்க ஒரே மாதிரியாகவே நடந்து கொள்கிறார்கள். அரவாணிகளுக்கு குடும்ப அட்டை, வாக்காளர் அட்டை - இவை போன்ற எவ்வளவோ இல்லைகள் தாம் பரிசாக தரப்படுகின்றன. திரு. மு. கருணாநிதி அவர்களின் தலைமையிலான தி.மு.க. அரசு ஆளுநர் உரையில், ‘அரவாணிகளுக்கென தனி நல வாரியம்’ ஏற்படுத்துவதாக கூறியுள்ளது மிக வரவேற்கத்தக்கது. ஏளனப் பார்வை, இழிவுபடுத்துதல் களையப்பட வேண்டும் எனவும், சமநோக்கு என்பதை மய்யமாக வைத்து இவ்வாரியம் இயக்கத் தொடங்கினால் நல்ல அணுகுமுறைக்கான தொடக்கமாக அது இருக்கும் எனவும் நாம் கருதுகிறோம்.

கடைசியாக, துளி விஷப் பார்ப்பான் சோ-வுக்கு சில வரிகள்: சாதாரணமான உடலியல் தன்மைகளைக் கொண்ட ஆண், பெண் இவர்களிடமிருந்து, அரவாணி வேறுபடுவது மேற்சொன்ன இரு சுரப்பிகளின் விகித வேறுபாடுதான். அதேபோன்று, பெரும்பாலோரிடமிருந்து வேறுபடுகிற ஆண் - ஆண், பெண் - பெண் உறவுக்கும் கூட ஒரு முதன்மைக் காரணம், இதே சுரப்பிகளின் வேறுபட்ட விகிதம்தான். அரவாணிகளை இழிவுபடுத்தும் சோ, சாவர்க்கர் - கோட்சே இருவரையும் சேர்த்தே இழிவுபடுத்தியதாக நாம் எண்ணுகிறோம். ஏனெனில், ‘கோழை’ சாவர்க்கர் - ‘அயோக்கியன்’ கோட்சே ஆகியோருக்கு இடையில் ஆண் - ஆண் உறவு இருந்ததாக நிறைய செய்திகள் வந்து விட்டன. நாம் இவர்கள் இருவரையும் எதிர்க்க எதிர் கருத்துத் தளம் என்ற ஒன்றை மட்டுமே கையாள்கிறோம்.

8. ‘அவர்களில்’ என்ன அதிசயம்?

டாக்டர் ப.உ.லெனின்

இவர்கள், அடிக்கடி நம் கண்ணில் படுகிறார்கள். அனைத்து இடங்களுக்கும் இவர்கள் வருகிறார்கள். இவர்களை சிலர் கேலியும், கிண்டலும், செய்கிறார்கள்; பதிலுக்கு இவர்களும் நம்மை அசத்துகிறார்கள். இவர்கள் என்பவர்கள் யார் ? நம்முடனேயே வாழ்ந்து கொண்டிருக்கும், நம் சமகால, சமமனிதர்கள்தான் ‘இவர்கள்’ என்றும் அலிகள். ஆணா, பெண்ணா, என்ற கேள்விக்கு, இவர்கள் ஆணுமற்ற, பெண்ணுமற்றவர்கள் என்பதும் சமயங்களில் சரியாக இருக்கும். இவர்களில் அப்படி என்ன அதிசயமும், அற்புதமும் இருக்கிறது ? இருக்கிறதே; இதோ கீழே படியுங்கள்.

நம் உடலின் அடிப்படையும், ஆதாரமும் செல்கள்தான். செல்களின் கூட்டத்தை திசுக்கள் என்கிறோம். செல்லுக்குள்தான் குரோமோசோம்களும் மரபு அணுக்களும் இருக்கின்றன. இப்படி மறைந்திருக்கும் மர்மத்தில்தான் மறுக்க முடியாத, மனித மகிமைகள் உள்ளன. ஒருவரின் தனிப்பட்ட திறமைக்கு, பாட, ஆட, நடிக்க, ஓட, எழுத, காதலிக்க, காதல் வயப்பட்ட என்று அனைத்திற்கும் காரணம் குரோசோம்களும், மரபு அணுக்களும் தான் (ஜீன் - Gene) என்கிறோம். உயிரை இயங்கச் செய்யும் பல்வேறு காரணிகள் உள்ளடக்கியதுதான் இந்த செல் என்னும் இயற்கையின், இனிமையான படைப்பு.

கருவாகும் செல்: பெண்ணின் மாதவிடாய் சுழற்சியில் குறிப்பிட்ட சில நாட்களில் ஆணின் உயிரணுவுக்காக கருமுட்டை காத்திருக்கும். அந்த நாட்களில் உறவு கொள்ளும்போது உயிரணுவும், கருமுட்டையும் இணைந்து முதல் செல் உருவாகிறது. அந்த செல் பலமடங்கு பெருகி, கருவாக உருவாகிறது. இதுதான் கரு ‘உரு’வாதலின் ரகசியம்.

குரோசோம்கள் பற்றி: 23 ஜோடி குரோசோம்கள் இருக்கின்றன. ஆண் உயி-

ரணுவில் 23 குரோசோம்களும், பெண்கருமுட்டையில் 23 குரோசோம்களும் சேர்ந்துதான் 23 ஜோடி குரோசோம்களாகின்றன. வயிற்றில் இருக்கும் கரு, ஆணா, (அ) பெண்ணா என்று நிர்ணயிப்பதற்கு ஒரு ஜோடி குரோசோம் இருக்கிறது. இதற்கு 'செக்ஸ் குரோசோம்' என்று பெயர்.

கருவின் செக்ஸ் குரோசோம் XY என்றால் அது ஆணாகவும், XX என்றால் அது பெண்ணாகவும் பிறக்கும். முறையாக நடந்து கொண்டிருக்கும் போது இதில் எந்தவித இடைஞ்சலும் இல்லை. இயற்கையின் இயல்பில், இப்படி இருப்பதில், இந்த மகத்தான பணியில் மிகவும் அரிதாக தவறுகள் ஏற்படும். இந்த தவறால் பிறப்பவர்கள்தான். தவறி பிறந்த 'அவர்கள்' இந்த தவறுதலுக்கு மருத்துவம் தந்த பெயர் 'மியூட்டேஷன்' (Mutation) என்று தான் சொல்வோம். இதனால் XX ஆகவும் இல்லாமல், XY ஆகவும் இல்லாமல், XXY அல்லது XYY போன்ற தவறான ஜோடிகளாக அமைந்து விடுகின்றது.

ஒரு உடலில் இரு உறுப்பு: ஒரு சில குழந்தைகளுக்கு ஆணின் உட்பாலுறுப்பும், பெண்ணின் உட்பாலுறுப்பும், ஆக ஒரு உடலிலேயே இருபாலின், உறுப்புகள் இருக்கும். இப்படிப்பட்ட பிறவிகளுக்கு ட்ரூ ஹெர்ம பிராடைட்டுகள் — True Hermaphorodite என்று பெயர். ஆனால் இப்படி பிறப்பது அரிது.

உள்ளே, வெளியே: ஒரு சில சமயங்களில் பெண்ணுக்கு உண்டான XX குரோசோம்களில் ஒரு குறையும் இருக்காது. ஆனால் நமக்கு 'ஹலோ' சொல்லும் ஹார்மோன்கள் அல்வா கொடுத்து குறைபாடுகளை உண்டாக்குகின்றன. அதாவது ஹார்மோன்களில் குறைபாடுகளால், அப்பெண்ணுக்கு உரிய உட்பாலுறுப்பும் ஆணுக்குரிய வெளிப்பாலுறுப்பும் அமைந்து விடுவது உண்டு. இந்த குறை ஆணுக்கும், பெண்ணுக்கும் அதாவது இருவருக்கும் ஆணுக்கு ஏற்பட்டால் Male Pseudo Hermaphroditism என்றும் பெண்ணுக்கு ஏற்பட்டால் Female Pseudo Hermaphroditism என்றும் சொல்கிறார்கள். மேலே விளக்கிய இரு வகையைச் சேர்ந்தவர்களே, இவ்வுலகில் அவர்களாகிய அலிகள். லட்சத்தில், பத்து லட்சத்தில் ஒருவருக்கு தான் இக்குறை ஏற்படும் என்றாலும், திருவிழாக் கூட்டம் போல தீர்ந்து போகாத அவர்கள் கூட்டம், நம்மை திக்குமுக்காடச் செய்கிறதே என்று வியக்கிறீர்களா? இதோ வித்தியாசமான, விவரமான விளக்கம். இவ்விளக்கத்தில் உருபவர்களும் இந்த அலிகளின் கூட்டத்தில் அடக்கம்.

'டிரான்ஸ் வெஸ்டைட்ஸ்' : (Trans Vestites) - குழப்பமான குழப்பத்தில், இவர்கள் மனதால் குழம்பிய மன நோயாளிகள்; தங்கள் எதிர்பாலினர் போலவே ஆடை, அணி கலன்கள், நடை, உடை, பாவனைகள் மற்றும் பலவற்றை அணிந்து பார்ப்பதில், அவர்களுக்கு அப்படியொரு, அலாதி இன்பம்.

உணர்வுகளின் உந்துதல் : இவர்களை Trans sexuals என்கிறார்கள். இவர்களுக்கு தங்களின் பாலினை உணர்ந்து கொள்வதிலேயே, அப்படியொரு

ஆட்டம் காணாத குழப்பமிருக்கும். ஆடை, அணிகலன்களில் மட்டுமில்லாமல், உடல் அளவிலும் எதிர்பாலினர் போல மாற வேண்டும் என்கிற உணர்வுகளின் உந்துதல் தொடர்ந்து உறுத்திக் கொண்டேயிருக்கும். உறுத்தலை, உதறித்தள்ள முடியாத மனதால் ஊனமுற்ற இவர்கள், உணர்வுகளுக்கு அடிபணிந்து ஆபரேஷன் செய்துகொண்டு, ஆள்மாறாட்டம் செய்வார்கள்.

கற்பனைக் காரணம்: யூனக்குகள் (Eunuchs) என்ற வகையைச் சேர்ந்த ஆண்கள், வயதுக்கு வரும் முன்னே தங்களின் பாலுறுப்புகளை வெட்டி விடுவார்கள். அதனால் வயதுக்கு வந்ததும் பின்வரும் ஆண்மை தன்மை வராமல், மென்மையான ‘பெண்மை’ மிகுதியாக இருக்கும். வெட்டி விடுவதற்கான காரணத்தைக் கேட்டால் கடவுளையும், மதத்தையும் இன்னும் சில காரியத்தையும் செய்வார்கள். வெட்டுதல் வேடிக்கை. இதில் சோதனையோ, வேதனையோ, அவர்களுக்கு இல்லை.

ஒரு இனத்தில், இரு சேர்க்கை : ஓரினச் சேர்க்கை உடைய சிலரும் இந்தக் கூட்டத்தில் சமயங்களில் சேர்ந்து கொள்வார்கள். இவர்கள் எல்லோரையும் உள்ளடக்கிய கூட்டத்தில் உள்ளவர்கள் தான் அலிகள். ஆக இது பெருங்கூட்டமாகவே இருக்கிறது.

பாலியல் தொழில் : இவர்களில் பெரும்பாலானோர் இன்றைக்கும் கூட, வட இந்தியாவில் ‘கடவுளின் குழந்தைகள்’ என்று நம்பப்பட்டு பலர் தங்கள் குழந்தைகளுக்கு இவர்களிடம்ஆசி வாங்குகிறார்கள். இப்படிப்பட்ட இவர்கள், இன்றைக்கு பாலியல் தொழிலுக்குத் தள்ளப்பட்டுள்ளனர். எய்ட்ஸ் பரவ இவர்கள் முக்கிய காரணமாக கருதப்படுவார்கள். இவர்களிடம் சென்று வரும் நோயாளிகளின் மூலம் எய்ட்ஸ் நோய்க்கான காரணங்கள் அதிகரித்துள்ளன, என்று ஆதாரபூர்வமான அறிக்கைகள் சொல்கின்றன.

ஆண் குழந்தை பெண் தன்மையுடனும், பெண்குழந்தை ஆண் தன்மையுடனும் பிறப்பதனை மருத்துவதில் Intersex disease என்கிறார்கள். இந்த ஆண், பெண் கலப்பைத் தடுப்பது சாத்தியமா ?

கர்ப்பிணிகள், குழந்தையை எதிர்நோக்கி இருக்கும் நிலையில் வலி நிவாரண மாத்திரைகளை சாப்பிடக் கூடாது. மாதவிடாமல் தள்ளிப் போடுவதற்கும், கரு கலைப்பிற்காகவும், கண்ட மாத்திரைகளையும் சாப்பிடக் கூடாது. அடிக்கடி எக்ஸ் - ரே எடுக்கக் கூடாது. கர்ப்ப காலத்தில் மருத்துவரின் ஆலோசனையைப் பெறாமல் மருந்துகளை சுயமாக சாப்பிடக் கூடாது. சிலவகை மாத்திரைகளில் ஆண் ஹார்மோன் சக்தி உள்ளதால், கருவில் பெண் குழந்தைகள் உருவாகும் நிலையில் தீய விளைவுகள் ஏற்பட வாய்ப்புள்ளது. பிறக்கும் பெண்குழந்தை ஆண் குறிகளுடன் பிறக்கவும் வாய்ப்பு உண்டு.

உறவை உதறுங்கள்: திருமணத்தில் மட்டும் உறவுமுறை திருமணத்தை உதறித் தள்ளுங்கள் ஏனெனில் சமயங்களில் உடலில் உள்ள அட்ரீனல் சுரப்பியல் கோளாறு ஏற்பட்டு, கருவின் பாலுறுப்புகள் சரியாக வளர்வதற்கான ஹார்மோன் உற்பத்தியில் பிரச்சனைகள் ஏற்பட வாய்ப்புண்டு. பிறவியிலேயே இப்-

படி இருந்தால், இதற்கு Congenital Adrenal Hyperplasia என்று பெயர்.

சிகிச்சை பயனளிக்குமா: ஆண் - பெண் கலப்பு கோளாறுகளுடன் குழந்தை பிறந்தால் ஹார்மோன், குரோசோம் கோளாறை கண்டுபிடிக்க - அதாவது ஹார்மோன் அளவு,. குரோமோசோம்களின் எண்ணிக்கை, வடிவமைப்பு ஆகியவற்றை கண்டுபிடிக்க சோதனை செய்ய வேண்டும். மனவளர்ச்சி குன்றிய குழந்தைகளுக்கும் இச்சோதனைகள் செய்ய வேண்டும். அல்டரா சவுண்ட் சோதனையும் செய்வார்கள். பிறகு அறுவை சிகிச்சை செய்து, கோளாறுள்ள பாலுறுப்புகளை சரி செய்து பிரச்சனைகளைத் தீர்க்க முடியும். அதேதாய் இரண்டாவது குழந்தைக்கு கர்ப்பம் அடையும் போது, கர்ப்ப காலத்திலேயே அனைத்து சோதனைகளும் செய்து, தேவையானால் ஹார்மோன் ஊசிகளை செலுத்தி இரண்டாவது குழந்தை கோளாறுடன் பிறப்பதைத் தடுக்க முடியும். ஆரம்ப நிலையிலேயே பெற்றோரும், மற்றோரும், மருத்துவரும் குழந்தைகளின் பால் உறுப்புகளை கவனித்தால், கோளாறிருந்தால் எளிதாக உடன் சரிசெய்யலாம். குழந்தைப் பருவத்தில் பார்க்கத் தவறி, பெரிய வயதில் கண்டுபிடித்தால் கூட ஒரு பெண்ணுக்கு, ஆண் தன்மையை அகற்றி, பூரண பெண்ணாக வாழும் வகையில், வழி செய்ய மருத்துவம் இருக்கிறது. ஒருவருக்கு எதிர் பாலுறுப்புகளோ (அ) அறிகுறியோ (அ) மனநிலை மாற்றாமோ இருந்தால் மருத்துவரிடம் மறைக்காமல், தயங்காமல் வெட்கமின்றி, அனைத்தையும் வெட்ட வெளிச்சமாக்க வேண்டும். வெளிச்சம் வெல்லும்.

சிகிச்சை பெறாவிட்டால்: உள் பாலுறுப்புகளில் புற்றுநோய் ஏற்பட வாய்ப்புள்ளது. மனதாலும், பல்வேறு காரணங்களால் பலர் சிதைந்து போகிறார்கள். இப்படி சிதைந்த மனிதர்களே சீர்தூக்கி நிறுத்த, சிறப்பான மருத்துவம் உள்ளது என்பதனை அவர்கள் அறிய வேண்டும்.

ஆண் - பெண் கலப்புத்தன்மை கொண்டவர்கள் விளையாட்டுகளில் கலந்து கொள்ள முடியாது. தேசிய போட்டிகளில் வீரர்களாகட்டும், வீராங்கனைகளாகட்டும் இருவருமே மரபியல் மருத்துவரிடம் குரோமோசோம் சோதனை செய்துக் கொண்டு சான்றிதழ் பெற வேண்டும். நன்றாக இருந்தால் விளையாடலாம். இல்லை எனில் விதி அவர்கள் வாழ்க்கையில் விளையாடி விட்டு இருக்கும்.

9. கூத்தாண்டவர்

விழுப்புரம் மாவட்டத்தில் உளுந்தூர்பேட்டை அருகே உள்ள கூவாகம் என்ற இடத்தில் உள்ள கூத்தாண்டவர் என்ற அரவான் கோவிலில் ஒவ்வொரு வருடமும் சித்திரை மாதத்தில் நடைபெறும் விழா மிகவும் பிரசித்தி பெற்றது.

அச்சமயத்தில் இந்தியா முழுவதும் இருந்து திருநங்கைகள் அவ்விழா-வுக்கு வருகை தருகிறார்கள்.தங்களது உற்றார் , உறவினர்கள், நண்பர்கள் தோழிகள் போன்ற அனைவரையும் ஒரே இடத்தில் கண்டு மகிழ ஒரு சிறந்த வாய்ப்பாகவும் கருதுகின்றனர்.

மகாபாரதம் குருக்ஷேத்திரப் போரில் வெற்றி பெற வேண்டும் என்றால் ஒழுக்கத்தில் சிறந்த அப்பழுக்கற்ற அனைத்து லட்சணங்களும் பொருந்திய அழகன் ஒருவன் முதல் பலியாக வேண்டும் என சாதகத்தில் நிபுணனான சகாதேவன் ஆரூடம் சொல்கிறான்.. அர்ஜூனனின் மகன் அரவான்.இந்த அரவான் ஒரு நாக கன்னிக்கும் அர்ஜூனனுக்கும் பிறந்தவன். இவன் மிகச்-சிறந்த வீரனும் கூட.. யுத்தத்தில் வெற்றி பெற தன்னையே களப்பலியாக்க சம்மதிக்கிறான்.

அரவான் இரண்டு வரங்களை கிருஷ்ணனிடம் வேண்டிப்பெறுகிறான். ஆம்.. தான் இறந்த பின்னும் மகாபாரதப் போரை பார்க்க வேண்-டும்.வேறொன்றையும் வேண்டுகிறான்.. அதாவது ஒரே ஒரு நாள் இல்லற வாழ்க்கையில் ஈடுபட்டபின் தான பலியாவதாக கூறுகிறான்.ஒரே நாளில் உயிர் விடப்போகிறான் என்று தெரிந்ததல் அரவானை திருமணம் செய்ய யாரும் முன்வரவில்லை.எனவே கிருஷ்ணன் தானே ஒரு பெண்ணாக மாறி அரவானை மணக்க.ஒரு நாள் இல்லற வாழ்க்கை வாழ்ந்துவிட்டு பலியாகி-றான்.பகவான் கிருஷ்ணர் ஒரு பெண்ணை சிருஷ்டித்து அனுப்பினார் என்-றும் கூறப்படுகிறது.

ஆணாக இருந்து பெண்ணாக கிருஷ்ணன் மோகினி அவதாரம் எடுத்-ததால்.ஆணாக இருந்து பெண்ணாக மாறிய திருநங்கைகள் தங்களை மோகினி யாக ஏற்றுக்கொண்டு அரவானை தங்களது கணவனாக நினைத்து பூசாரி கையினால் தாலி கட்டிக் கொள்கிறார்கள்.அரவான் களப்பலி நிகழ்ச்சி முடிந்ததும் தாலியை அறுத்து ஒப்பாரி வைத்து அனைத்து சடங்குகளையும் செய்கிறார்கள்.

மொத்தம் பதினெட்டு நாட்கள் இவ்விழா நடை பெறும்..அதற்கு முன் திருநங்கைகளுக்கான அழகிப் போட்டி , விளையாட்டுக்கள் , கலைநிகழ்ச்-சிகள் என களைகட்டும்.

முதல் நாள் சாகை வார்த்தல்: கூவாகம் சுற்றுவட்டாரத்தில் உள்ள மக்கள் சார்பாக கூழ் குடங்கள் மேளதாளம் முழங்க எடுத்து வரப்பட்டு.கோவில்-முன் படையல் வைத்து, தேங்காய் உடைத்து, கற்பூரம் ஏற்றி வழிபடுவர்.பின் குடங்களிலுள்ள கூழ் மிகப்பெரிய கொப்பரையில் தள்ளப்பட்டு மக்களுக்கு பிரசாதமாக வழங்கப்படுவதுடன் விழா ஆரம்பம் ஆகிறது.தினமும் மகாபா-ரதம் கதை ஆரம்ப நிலையில் இருந்து படிப்படியாக தினமும் சொற்பொ-ழிவு..கதாகாலட்சேபம். கலைநிகழ்ச்சிகள் என்பவை அரங்கேறுகின்றன.

மறுநாள் பந்தலடியில் உள்ள தெய்வநாயகம் தோப்பில் கிராம மக்கள் சார்பில் தாலி கட்டும் நிகழ்ச்சி நடைபெறும்.

சித்திரை மாதம் நடைபெறும் இவ்விழாவில்.. முக்கிய நிகழ்வுகள் பௌர்ணமி அன்று நடைபெறுகிறது..இதற்கு ஒரு சில நாட்களுக்கு முன்பே விழுப்புரம் மாவட்டம் திருநங்கைகளால் கலகலக்கும்.மூன்று நாட்கள் முன்பே கூவாகம் வந்துவிடுவார்கள்.

மிஸ் கூவாகம் அழகிப் போட்டி.

இந்த 18 நாட்களில் சுற்றுவட்டார பகுதிகளில் சுபநிகழ்ச்சிகள் அனைத்தும் தடைசெய்யப்பட்டு விடும்.

14 ம் நாள் : கம்பம் நிறுத்துதல்.

30 அடி உயர கம்பம் நட்டு வைக்கோலால் சுற்றி அரவானின் உருவம் அலங்கரிக்கப்படுகிறது.

15 ம் நாள்; சுவாமி கண் திறத்தல்.:.

அரவானின் வீரம் தியாகம் அவனுடைய அழகு குறித்த ஆடல் பாடல்கள் நடைபெறும்.

இந்த நாட்களில் திருநங்கைகளுக்கான நடன போட்டி மிஸ்.கூவாகம் அழகி போட்டிகள் நடைபெறும்.

திருநங்கைகள் அனைவரும் புதுமணப்பெண் போல ஆடை அலங்காரங்களுடன் வந்து பூசாரி கைகளால் தாலி கட்டிக்கொள்கிறார்கள். இரவு முழுவதும் வேடிக்கை விளையாட்டுக்கள்..என அதிரும்.

16 ம் நாள் களப்பலி: அரவானின் தேர் ஊர்வலமாக எடுத்துச் செல்லப்பட்டு பந்தலடியை அடையும். அழுகளம் என்ற அரவானின் களப்பலி நிகழ்ச்சி நடைபெறும். திருநங்கைகள் அனைவரும் தங்களது தாலியை அறுத்து எறிந்தும் ,தலையில்சூடிய பூக்களை பிய்த்து, குங்குமத்தை கலைத்து , ஒப்பாரி வைத்து அழும் சடங்கு நடைபெறும். பின் அருகிலுள்ள நீர் நிலைகளில் தலைமுழுகி வெண்ணிற ஆடை அணிந்து விதவை கோலம் பூண்டு தங்கள் இருப்பிடம் செல்வர்.

அரவானுக்காகவா? தங்களுக்காக வா?

அன்று மாலை படையலிடப்பட்ட பலிசாதம் வழங்கப்படும். குழந்தை இல்லாதோர் அதை உண்டால் குழந்தைப்பேறு கிடைக்கும் என்ற நம்பிக்கை உள்ளது.

17 ம் நாள்.விடையாத்தி: காலையில் அரவானுடைய சிரசு மட்டும் பந்தலடிக்கு கொண்டு வரப்பட்டு அலங்காரம் செய்யப்பட்டு, அங்கிருந்து கூவாகம் கூத்தாண்டவர் கோவிலுக்கு ஊர்வலமாக எடுத்து வரப்படும்.

போரைக்கண்டு கூத்தாடிய சிரசு.

18 ம் நாள்.தர்மர் பட்டாபிஷேகத்துடன் விழா முடிவடையும்.

இதில் அரவான் தன் சிரத்தை தானே அறுத்துக் கொண்டு களப்பலி யானான் என்றும் , அறுபட்ட தலை மகாபாரதப் போர் முடியும்வரை உயிருடன் இருந்து போரைக் கண்டதாகவும் .. அவ்வேளையில் வெட்டுண்ட சிரம் தனது வாயில் கத்தியை வைத்துக் கொண்டு குதித்து குதித்து..ஆடி , போரை

கண்டு களித்ததால் கூத்தாண்டவர் என்று அழைக்கப்படுகிறார் என்கின்றனர்.
போர் முடிவுக்கு வந்ததும் அரவானை கிருஷ்ணன் உயிர்ப்பித்ததாகவும் கூறப்படுகிறது.

10. 9 என்ற எண் ஏன்?

ஒன்பதுடன் எந்த எண்ணைப் பெருக்கினாலும், வருகின்ற எண்ணின் கூட்டுத்தொகையும், 9 ஆகவே வரும். இந்தவகையில் இந்த எண் ஒரு அதிசய எண்ணாக உள்ளது. திருநங்கைகளும், மனித படைப்புகளில், ஒரு அதிசயமாக சக மனிதர்களால் பாவிக்கப்படுவதால், அவர்களைக் குறிக்க 9 என்ற எண் பயன்படுத்தப்பட்டது. தற்போது, இந்த நிலை மாறி, அவர்களும், சமூகத்துடன் இயல்பாக, இணைந்து வாழ முடிகிறது.

ஒன்பது என்ற எண்ணின் பெருக்குத்தொகைக்கான கூட்டு எண்ணும் ஒன்பதுவாகவே வருவதுபோல, திருநங்கைகளும், எந்த சூழலிலும், தங்கள் தனித்தன்மைகளிலிருந்து அதாவது தங்களுடைய திருநங்கைகள் (அ) திருநம்பிகளுக்கான கோட்பாடுகள், சடங்குகள் மற்றும் உணர்வுகளில் மாறாது இருக்கின்றனர்.

ஒன்பதைத் தலைகீழாக்கினால் ஆறு வரும். திருநங்கைகளும் ஆணாக இருந்து எதிர்பாலினமாகிய பெண்களாக, நேர்மாறாகத் தம்மை மாற்றிக்கொள்கின்றனர். ஒரு பாலினத்தை நேர்எதிர் பாலினமாக அவர்கள் மாற்றம் செய்து கொள்வதால், அவ்வகையிலும், ஒரு காலத்தில், அவ்வாறு அழைக்கப்பட்டுள்ளனர். தற்போது இந்த நிலை வெகுவாக மாறியுள்ளது.

9 என்ற எண்ணிலுள்ள சுழியம், பெண்ணுறுப்பின் அதாவது பெண்தன்மையின் குறியீடாக உள்ளது. மெல்லிய வளைகோடு, ஆணுறுப்பின் குறியீடாக அதாவது ஆண்தன்மையின் குறியீடாக உள்ளது. திருநங்கைகளுள், இந்த இருவகை தன்மைகளும் நிறைந்திருப்பதால், அவர்களைக் குறிக்க அக்காலத்தில் சிலர், ஒன்பது என்ற எண்ணைப் பயன்படுத்தினர். இது ஒருவகையான குறியீடுசார் பொருத்தமாகும்.

ஒன்பது என்ற எண்ணின் வடிவம், நாணிக்கோணி நிற்கும் திருநங்கையின் சாயலில் இருப்பதை, ஊன்றிக் கவனித்தால் புரியும். இதனாலும், திருநங்கைகள், ஒன்பது என்ற எண்பெயரால், ஒரு காலத்தில் அழைக்கப்பட்டனர்.

திருநம்பிகளுக்கும் இக்கருத்துக்கள் பொருந்தும். இந்த எண்ணை வைத்து, திருநங்கைகளை இழிவு படுத்தி அழைப்பது வருந்தத்தக்கது; தவிர்க்க வேண்டியது. அவர்களும், சக மனிதர்களாகவே மதிக்கப்பட வேண்டும். கேள்விக்கான பதிலாகவே இவ்விளக்கத்தைக் குறிப்பிட்டுள்ளேனே தவிர, திருநங்கைகளை அவமதிக்கும் நோக்கத்திலன்று என்பதையும், தெரிவிக்க விரும்புகிறேன்.

11. "திரிபு முதல் திரு வரை": திருனர் வாழ்வும் சமூகமும் - கடலூர் சீனு

முப்பது வருடங்களுக்கு முன்னர் ஓர் இரவு. விழுப்புரத்தில் என் சித்தப்பா வீட்டில், அவரது கடலைமிட்டாய் கம்பெனியில் வேலை முடிந்ததும் அதன் முதன்மை பணியாளர் மகாலிங்கத்துடன், இரவு 10.30 மணி காட்சியாக ஓடிக்கொண்டிருந்த கிங்காங் படத்துக்கு, என் வயதொத்த பொடியன்கள் எட்டு பேருடன், சரக்கு சுமக்கும் ட்ரை சைக்கிளில் ஏறி அமர்ந்து சென்றோம்.

12 மணிக்கு மேல் திரும்ப வரும் வழியில், மேம்பால சரிவில் மிதமிஞ்சிய வேகத்தில் இறங்கிய ட்ரைசைக்கிள் எங்கள் எடை தாளாமல் குடை சாய்ந்து, சக்கரம் முறிந்து நாங்கள் அனைவரும் சாலையில் உருண்டோம். சிறு சிராய்ப்புகள் மட்டுமே. மகாலிங்கம் அருகே உள்ள நகருக்குள் சென்று, நண்பர் வீட்டில் வண்டியை மீட்க உதவி கேட்க எண்ணி நடக்க, எல்லா பொடியன்களும் அவர் பின்னால் நடக்க, வண்டிக்கு காவலாக யார் நிற்பது என்று கேள்வி வந்து, அழுகுனி ஆட்டம் ஆடி என்னை மட்டும் வண்டி அருகே விட்டு விட்டு அனைவரும் காணாமல் போனார்கள்.

அரவமற்ற சாலையில் மிக மிக தொலைவாக இடம் விட்டு நின்றிருக்கும் சாலை விளக்கு வரிசையில் முதல் கம்பத்து டியூப் லைட் உதறி உதறி, வெளுத்து வெளுத்து, தனது காலடி சாலையின் ஒளி படும் எல்லையை துலங்கித் துலங்கி மறையவைத்துக்கொண்டு இருந்தது. அப்போதுதான் அவர்களைக் கண்டேன். தூரத்தில் அவர்கள் தோன்றி, ஒளிர்ந்தும் மறைந்தும் வந்து கொண்டே இருந்தனர். நெருங்க நெருங்க கூடிக் கூடி வந்தது சத் சத் சத் என்றொரு ஒலி, கூடவே இரட்டை காகம் இணைந்து கரைவது போலொரு குரல்.

" இனிமே இந்த பொறப்புக்கு ஆசப்படுவியா"

திரும்ப திரும்ப கேள்வி கேட்கும் குரல் நெருங்க நெருங்க, அதைக் கண்டேன். இரு ஆண்கள் முன் பின் நின்று வலது தோளில் சுமந்து வந்த குறுக்கு கட்டையில், கால்களும் கைகளும் கட்டப்பட்டு தொங்கியாடி வந்துகொண்டிருந்தது ஒரு பெண் பிணம். பின்னால் நடந்து வந்த முதியவள் அழுகையில் வாய் கோண கேவியபடி

" இனிமே இந்த பொறப்புக்கு ஆசப்படுவியா"

என்று கேட்டபடி தனது கையில் இருந்த ஸ்லிப்பரால் பிணத்தின் தலையில் சத் என அடித்தார். ஒற்றை கால் செருப்புடன் அவள் கேட்டு கேட்டு அடித்தபடி, யாருமற்ற அந்த இறுதி ஊர்வலம் தூரத்தில் செல்ல, சென்று மறைந்தனர் நால்வரும்.

இன்றுவரை என்னைத் துரத்தும் அக்காட்சி வழியே அகத்தாலும் புறத்தாலும் நான் சென்ற தொலைவு அதிகம். அன்று நான் கண்ட காட்சி குறித்து

மிக மிக பிந்தி அறிய வந்தேன். அவர்கள் திருநங்கைகள். செத்துப்போன திருநங்கையான தனது தத்துப் பெண்ணை தாய்த் திருநங்கை இடுகாட்டுக்கு எடுத்து போகிறார். எந்த சடங்கும் இன்றி குழி தோண்டி, பிணத்தை குப்-புறப்போட்டு புதைத்து விடுவார்கள். இவ்விதம் செய்வதன் வழியே அவள் மீண்டும் மறுபிறவி எடுக்க மாட்டாள் என்பது நம்பிக்கை. சில குறிப்பிட்ட தென் ஆற்காடு திருநங்கையர் சமூகத்தில் (இன்று இவ்வழக்கம் கிட்டத்தட்ட இல்லை) அவர்களின் இறப்பு சடங்கு இவ்விதமாகவே நிகழ்த்தப் படுகிறது.

திருநங்கையர் வாழ்வும் சமூகமும் சார்ந்த எனது புரிதலை வடிவமைத்த முக்கியமான இரண்டு நூல்களில் ஒன்று, கரசூர் பத்ம பாரதி எழுதி 2013 இல் தமிழினி வெளியீடாக வந்த _ திருநங்கையர் : சமூக வரைவியல் _ எனும் ஆய்வு நூல். துவக்கமாக 2005 இல் கூத்தாண்டவர் கோயில் திருவிழா: இன வரைவியல் நோக்கு எனும் தலைப்பில் பத்மபாரதி எழுதிய ஆய்வேட்டின் விரிவான விரிவான வடிவே இந்நூல்.

இன வரலாறு, வழக்காறுகள்,மொழி நம்பிக்கைகள்,சமூக அமைப்பு, சட்-டங்கள், பாலினம், மருத்துவம், தொழில், பொருளாதாரம், விழாக்கள், சமூக மாற்றம், இன்றைய நிலை என தமிழ் நிலத்தின் திருநங்கையர் சமூக வாழ்வு சார்ந்த முழுமைப் பார்வையை அளிக்கும் முக்கியமானதொரு ஆய்வு நூல் இது.

வட இந்தியாவில் பூனாவாலி, லாலன் வாலி, புல்லாக் வாலி, டோங்கிரி வாலி, லஸ்கர் வாலி, சகலல் வாலி, பேடி பஜார் எனும் ஏழு பிரிவும், தென் இந்தியாவில் பெரிய வீடு, சின்ன வீடு என்ற இரண்டு பிரிவுமாக ஒன்பது பிரிவுகள் கொண்ட மொத்த சமூகம் இதில், இந்த ஒவ்வொரு பிரிவும் ஒரே தாயின் 7 சகோதரர்கள் வழியே கிளைத்தவைதாம் என்ற தொன்மக் கதை-யும் அவர்களுக்கு உண்டு.

பிற தெய்வங்களை வழிபட்டாலும் அனைவருக்கும் ஒரே தாய் தெய்வம்-தான் மூல முதல் தெய்வம். குஜராத்தின் சந்தோஷி மாதா, சித்ரா பௌர்-ணமி அன்று எடுத்த தோற்றமான மூர்க்கே வாலி மாதா. இவர்கள் பிறரால் அழைக்கப்படும் பெயர்களில் ஒன்றான அலி என்பதற்கு மேன்மை என்று பொருள். ஹிஜிரா எனும் பெயருக்கு வாயில் காப்பான் என்று பொருள். ஜோகி எனும் பெயருக்கு குரங்கு என்று பொருள். தமிழ் நிலத்தில் இவர்-களுக்கு ''அரவாணி'' எனும் பெயர் 1998 கூத்தாண்டவர் கோயில் விழா-வில் காவல்துறை உயர் அதிகாரி ஒருவரால் வழங்கப்பட்டு வழக்குக்கு வந்த ஒன்று. “திருநங்கை” எனும் சொல் 'நர்த்தகி நடராஜ்' அவர்களால் புழக்-கத்துக்கு வந்தது. ஆணிலிருந்து பெண்ணுக்கு மாறியவர் திருநங்கை. பெண்-ணிலிருந்து ஆணுக்கு மாறியவர் திருநம்பி. திருனர் என்பது மூன்றாம் பால் என்பதன் பொதுப் பெயராக இன்று அறியப்படுகிறது.

மோகினி அவதாரம் கொண்ட கிருஷ்ணனின் அம்சம் என்று தங்களை அடையாளம் காணும் இச்சமூகம் அதே அளவு, போத்ராஜ் மகராஜ் என்பவ-

ரின் தொன்ம கதையோடும், தாயைக் கொல்ல மறுத்து அதனால் தந்தையின் சாபம் பெற்று அலிகள் என்றான பரசுராமரின் பிற தம்பிகள் கதையோடும் அடையாளம் தேடிக்கொள்கிறது. மூர்க்கா வாலி மாதா, ரேணுகா இவர்களுக்கு எல்லாம் பால் அடையாளத்தை மாற்றி வைக்கும் சக்தி உண்டு என்பது இந்த சமூகத்தின் நம்பிக்கைகளில் ஒன்று.

இவர்களே உருவாக்கி, இவர்களுக்கு மட்டுமே புரியும் என்ற வகையில் இவர்களுக்குள் மட்டுமே புழங்கும் பொது மொழிக்கு சுவடி பாவி என்று பெயர். சீனாவில் பெண்கள் வெறும் பொருட்கள் என்று கையாளப்பட்ட காலத்தில், ஆண்களுக்கு புரியாத ஆனால் அவர்களுக்குள் புரியும் வண்ணம் ஒரு தனி மொழி புழக்கத்தில் இருந்தது சமீபத்தில் கண்டுபிடிக்க பட்டது. இரண்டுக்கும் ஒரே காரணம்தான். பொதுவில் இருந்தாலும் தனித்து இருக்க, வெளியில் இருந்தாலும் தன்னை ஒளித்துக் கொள்ள. எதனாலும் ஒடுக்கப்படாத தங்களது தனி உலகை உருவாக்கிக்கொள்ள இந்த சமூகத்துக்குள் வரும் புதிய அரவாணி மூன்றே மாதத்தில் இந்த மொழியில் தேர்ச்சி அடைந்து விடுவார்.

இவர்களின் கூட்டுக் குடும்ப அமைப்பு எவ்வாறு உருவாகி வருகிறது, அதில் யார் யாருக்கு என்னென்ன வேலை பிரிவு, பஞ்சாயத்து அமைப்பு என்னவாக இருக்கிறது, ஒரு அரவாணி செய்ய கூடியது கூடாதது என்னென்ன, தண்டனைகள் என்ன, பஞ்சாயத்து தலைவர் எவ்விதம் தேர்வு செய்ய படுவார், அவர் தகுதிகள் என்னென்ன, இந்த சமூகத்தின் பிறப்பு முதல் இறப்பு வரை அவர்களுடன் கலந்த சடங்கு சார்ந்த விழாக்கள் என்னென்ன, இந்த சமூகத்துக்குள் ஒருவர் எவ்விதம் உள்ளே வந்து தன்னை பொறுத்திக் கொள்கிறார், இவர்களின் தொழில் நிலை, பொருளாதார நிலை, உடல் நிலை எதிர்கொள்ளும் சிக்கல்கள், நம்பிக்கைகள், வழக்காறுகள், வாழ்வு முறை, வழக்குச் சொற்கள், பிற பண்பாட்டின் இடையீடுகள், இவர்களில் எழுந்த சாதனை ஆளுமைகள், இலக்கியத்தில் வரலாற்றில் சுதந்திர இந்தியாவில் இவர்களின் இடம், என இச்சமூகம் சார்ந்த அனைத்தையும் விவரிக்கும் இந்நூலின் முக்கிய பகுதி, கூத்தாண்டவர் கோயில் விழா பகுதி. இந்த நூல் பேசும் அத்தனை விஷயங்களின் பின்புலத்தில் வைத்து இந்த கூத்தாண்டவர் விழாவை அணுகும்போது இந்தியப் பண்பாடு சார்ந்த புதிய நோக்கு ஒன்றை அடைய முடிகிறது. இந்த நூல் வழியே எந்த இனத் தொடர்பு, இனத் தூய்மை வரலாறும் இன்றி, தோன்றிக்கொண்டே இருக்கும் மூன்றாம் பால் வழியே தங்களை ஒரு தாய் பிள்ளைகள் என்று கண்டு ஒரு சமூகம் உருவாகி, குடும்ப நிர்வாகம் முதல் நீதி பரிபாலனம் தொடர்ந்து விழாக்கள் வரை நிலைபெற்று, மெல்ல மெல்ல சமத்துவ நிலை நோக்கி உயர்ந்து வரும் சித்திரத்தை காணும் அனுபவம் எந்த இலக்கியப் பிரதியின் வீச்சுக்கும் மேலானது.

உணர்ச்சிகள் கலவா ஆய்வு நூலின் தகவல்கள்தான் ஆனாலும் அவை அளிக்கும் கொந்தளிப்பு அளவில்லாதது. உதாரணமாக தவிர்க்க இயலா சூழலில் பொது சமூகத்தில் ஆணாகவும், அவ்வப்போது தலைமறைவாகி அங்கிருந்து இங்கே வந்து அரவாணியாக வாழ்பவர்களின் சித்திரம். தனது குருதி சொட்டுக்களை பாலில் விட்டு, அந்தப் பாலை தனது முலை வழியே வழிவிட்டு, அந்த முலைப் பாலை அருந்த வைத்து, மகளாக ஒரு அரவாணியை தாய் அரவாணி தத்தெடுக்கும் சடங்கு. திகைக்கவைப்பது அரவாணிகள் மேற்கொள்ளும் மரபு வழி விரைத்தரிப்பு சடங்கு விவரணைகள். ஆண் குறி போன இடத்தில், பெண் குறி போல தோற்றம் பெற நிகழும் கை வைத்தியம் முதுகு தண்டை சொடுக்க வைப்பது. இந்த உடலியல் வகைமையுடன் இச்சமூகத்தின் உளவியல் உயிரியல் சார்ந்து மேலதிகபுரிதலை இந்த வகைமையில் இரண்டாவது முக்கிய நூலான கிழக்கு வெளியீடாக கோபிகிருஷ்ணன் (இவரே ஒரு மூன்றாம் பால் நிலை ஆளுமை) எழுதிய _ மறைக்கப்பட்ட பக்கங்கள் _ எனும் நூல்.

பத்ம பாரதியின் இந்த ஆய்வேடு வெளியான ஆண்டுக்கு அடுத்த வருடம் முக்கிய வரலாற்று ஆணை ஒன்று வெளியானது. 2014 ஏப்ரலில் உச்சகநீதிமன்றம் திருனர் பிரிவை ஆண் பெண் எனும் இரு பால்களுக்கு அடுத்து சம பால் நிலையாக அங்கீகரித்து ஆணை பிறப்பித்தது. இதோ இந்த ஆண்டு எந்த அரசு சலுகையும் இன்றி படித்து, அந்த படிப்பின் வழியே தொழில் வெற்றியும் கண்டு, குறைந்தது 50 அரவாணிக்கு உறுதுணையாக நிற்கும் விழுப்புரம் வட்டத்தை சேர்ந்த திரு மர்லிமா முரளிதரன் சிறந்த திருநங்கை எனும் தமிழக அரசின் விருதினை வென்றிருக்கிறார். குறைந்தது 15வருடம் முன்னர் தமிழ் திரைப்படங்கள் அரவாணிகளை எவ்விதம் சித்தரித்ததோ அதை இன்று தமிழ் எந்த பொது மனமும் ஏற்றுக் கொள்ளாது. மாறும் எல்லாமே மாறும். மெல்ல மெல்ல எனினும் நிச்சயம் மாறும். இந்த மாற்றத்துக்கு பத்மபாரதி போன்றோரின் உழைப்பும் அதன் ஆதார வேர்களில் ஒன்று.

திருநங்கையர் சமூக வரைவியல் நூல்

இந்த நூல் வழியே பத்ம பாரதி சென்று அமரும் பீடம் இரண்டு தளங்களில் முக்கியமானது. ஒன்று தீவிர கலை இலக்கிய கலாச்சார செயல்பாடுகள் நிகழும் தனித்தளம். இதில் இலக்கியத்தை எடுத்துக்கொண்டால் ஜெயமோகனின் வெண்முரசு, சு. வேணுகோபால் எழுதிய பால் கனிகள், மா. நவீன்(மலேசியா) எழுதிய சிகண்டி என்று இந்த மூன்றாம் பால் வாழ்வைக் களமாக கொண்ட புனைவுகளை ஒரு கை விரல்கள் எண்ணிக்கைக்குள் அடக்கி விடலாம். மையத்தால் ஒடுக்கப்பட்ட விளிம்பு நிலை சார்பாக பீறிட்டு அடித்த பின்நவீன குப்பைகள் அனைத்துமே மக்கா குப்பைகள் போட வேண்டிய சிவப்பு டப்பாவுக்குள் போய் சேர வேண்டிய ஒன்று என்பதற்கு இந்த நூல் மற்றொரு சாட்சியம். இந்த ஆய்வு நூலின் பெறுமதி இன்றள-

வும் தமிழில் எழுதி குவிக்கப்படும் எந்த பின்நவீன கோட்பாட்டுக்கு பிறந்த குழந்தை புனைவுகளுக்கும் கிடையாது என்பதே உண்மை.

இரண்டாவது அரசு போன்ற பெரு நிறுவனங்கள் இயங்கும் பொது தளம். சில ஆண்டுகள் முன்னர் தமிழினத் தலைவர், முத்தமிழ் வித்தகர், முன்னாள் முதல்வர், காலம் சென்ற, கலைஞர் மு.கருணாநிதி அவர்கள் செம்மொழி தமிழ் மாநாடு ஒன்றை நிகழ்த்தினார். தமிழ் நிலத்தின் பெரும்பாலான பல்கலை கழகங்கள், பேராசிரியர்கள், கூடிய விழா. பல நூறு கோடிகள் செலவு. எல்லா காசும் பிணத்துக்கு வாய்க்கரிசி போன்ற கணக்கில் போய் சேர்ந்தன. ஒரே ஒரு ஆக்கம் கூட சமர்ப்பிக்கப்பட்டவில்லை. இந்த நிலையுடன் ஒப்பிட்டால் மட்டுமே பொது வெளியில், அரசாலோ பிற கல்வி அமைப்பாலோ எந்த அங்கீகாரமும் இன்றி பத்மபாரதி நிகழ்த்தி இருக்கும் செயல்பாடுகளின் தீவிரம் விளங்கும்.

12. கூத்தாண்டவர் திருவிழா-கரசூர் பத்மபாரதி

அரவான் மகாபாரத காப்பியத்தில் வருகின்ற ஒரு பாத்திரம். "அரவான்" இரவன் இராவத் இராவந்த் என்றும் அறியப்படுகிறார். அரவான் திரௌபதி வழிபாட்டு மரபில் முக்கியப்பங்கு வகிப்பவர். கூத்தாண்டவர் என்பது அரவானுக்கு வழங்கப்படும் பொதுவான பெயராகும். அரவான் என்பது தமிழ்ப் பெயர். இது அரவு (பாம்பு) என்ற சொல்லிலிருந்து உருவானதாகும். கூத்தாண்டவர் பற்றிய செய்திகள் வாய்மொழிச் செய்திகளாகவும் எழுத்துவழிச் செய்திகளாகவும் உள்ளன. அரவாணிகளின் சமய விழா என்று சொல்வோமானால் கூத்தாண்டவர் திருவிழாவையே கூறலாம். இது வருடந்தோறும் சித்திரை மாதத்தில் நிகழக் கூடியது. கூவாகம், பிள்ளையார்குப்பம் போன்ற இடங்களில் இத்திருவிழா மிகவும் சிறப்பாகக் கொண்டாடப்படுகிறது. பம்பாய், கல்கத்தா, டில்லி, மும்பை போன்ற வட மாநிலங்கள் மட்டுமல்லாமல் இந்தியா முழுவதும் உள்ள அரவாணிகள் இதில் பங்கு பெறுகின்றனர்.

அருச்சுனன் தீர்த்த யாத்திரை செல்லும்போது அரச உடைகளைக் களைந்து வேதியனாய் யாத்திரைக்குப் புறப்பட்டான். கங்கையில் நீராடினான். பாதாள மங்கையர் சிலர் அங்கு நீராடிக்கொண்டிருந்தனர். அக்கூட்டத்தில் உலோபியைக் கண்டான். அவளுடைய அழகிலும் ஆற்றலிலும் ஈடுபட்டவனாய் அவளைத் தொடர்ந்துசென்று கூடி அங்கு சில காலம் வாழ்ந்திருந்தான். உலோபியான நாககன்னிக்கும் அருச்சுனனுக்கும் பிறந்தவனே அரவான். அரவான் பிறப்பிலேயே 32 இலட்சணங்கள் பொருந்தியவன். எதிர்ரோமம் உடையவன். இந்த அரவானே கூத்தாண்டவராக போற்றப்படுகிறான். வெட்டப்பட்ட உடன் தலை மட்டும் உயிர் பெற்றதாகக் கூறப்படுகிறது.

குதித்துக் குதித்துக் கூத்தாடியதால் கூத்தாண்டவர் எனப் பெயர் ஏற்பட்டது. பரத நாட்டியத்திற்கு நடராஜன் இருப்பது போன்று தெருக்கூத்திற்குக்

கூத்தாண்டவர் இருக்கிறார். அசுரன் அல்லது வேதாளத்தைக் கொன்று கூத்தாடியதால் கூத்தாண்டவர் ஆனார். கூத்தாண்டவர் என்பதற்கு 'நடிகக் கடவுள்' என்றும் 'நாட்டியக்கடவுள்' என்றும் 'கூத்தாடிகளின் கடவுள்' என்றும் பொருள். தென்னார்க்காடு மாவட்டத்தில் பெரும்பாலும் வன்னியர்களில் ஒரு பிரிவினர் கூத்தாடுபவர்களாக இருப்பதனால் இவர்கள் வணங்கும் தெய்வம் கூத்தாண்டவராக பெயர் பெற்று இருக்கலாம். கூத்தன் என்றால் 'நீரில் பிறந்தவன்' என்பதாகப் பொருளும் உண்டு.

பிராமணன் ஒருவனை இந்திரன் கொன்று விடுகிறான். இந்திரன் பிராமணனைக் கொன்ற பாவத்தின் விளைவாகச் சபிக்கப் படுகிறான். கூத்தாண்டவராக மறுபிறவி எடுத்துத் திருமணம் நடந்து தலை தவிர உடல் மறைந்து போகும் என்பது சாபம். இந்திரனான கூத்தாண்டவருக்குப் பெண் தர அனைவரும் மறுக்க, கண்ணன் பெண் வேடம் பூண்டு கூத்தாண்டவரை மணக்கிறார். பின் களப்பலியாகிக் கூத்தாண்டவர் இறக்கிறார். எனவே இக்கதையின் வழி இந்திரனின் மறுபிறவியாகக் கூத்தாண்டவர் கருதப்படுகிறார் என்பதை அறியலாம்.

சந்திரகிரி அரசன் தன் மனைவியோடு வாழ்ந்து வந்தான். அவனுக்குப் பல்லாண்டுகளாகக் குழந்தைப்பேறு இல்லை. இருவரும் கிருஷ்ணன்மீது மிகுந்த பக்தி கொண்டிருந்தமையால் யாகங்கள் செய்து குழந்தைப் பேற்றுக்காக வேண்டினர். கிருஷ்ணர் மனமிரங்கிப் பாரதப்போரில் அறுபட்ட அரவானின் சிரசு உயிருடன் இருப்பதறிந்து அதைக் கருடபகவான் வழியாகச் சரபங்க நதியில் விடச் செய்தார். ஆற்றில் சங்கம்புதரில் சிரசு ஒதுங்கியது.

ஒருநாள் சந்திரகிரி அரசன் வேட்டைக்குச் செல்லும்போது தன் மனைவியையும் உடன் அழைத்துச் சென்றான். அப்பொழுது சரபங்க நதிக்கரையோரமாக அமைந்திருக்கும் அம்மன் கோவிலின் முன்பாக ஒரு குழந்தை தவழ்ந்து கொண்டிருப்பதை அவ்விருவரும் கண்டனர். குழந்தையில்லாத காரணத்தால் அக்குழந்தையை எடுத்துச்சென்று வளர்த்துவந்தனர். சரபங்க நதியிலிருந்து எடுக்கப் பட்டதினால் ஆகாயவாணியின் முன்பாக அக்குழந்தைக்குச் 'சரபாலன்' என்ற பெயரைச் சூட்டினர். சரபாலன் வளர்ந்து பன்னிரெண்டு வயது நிரம்புகையில் அனைத்துக் கலைகளையும் கற்றுத்தேர்ந்தான். திடீரென ஒருநாள் கூத்தாசூரன் சந்திரகிரி அரசனுடன் போரிட்டு அவனைத் தோற்கடித்து நாட்டைக் கைப்பற்றினான். நாடிழந்த அரசன் சந்திரகிரிக்கு மேற்கேயுள்ள திட்டச்சாவடிக் காட்டிற்குச் சென்று தன் மனைவியுடன் வசித்து வந்தான்.

நாட்கள் நகர்ந்தன. சரபாலனுக்கு வயது பதினாறு நிரம்பியது. அப்பொழுது சரபாலன் தன் பெற்றோர் காட்டில் வாழ்கின்ற காரணத்தைக் கேட்டறிந்து, பெற்றோரை அழைத்துக்கொண்டு சந்திரகிரிப் பட்டணத்திற்குச் சென்றான். சகல கலைகளிலும் வல்ல சரபாலன் கூத்தாசூரனோடு போரிட்டு அவனைத் தோற்கடித்து, மீண்டும் நாட்டைக் கைப்பற்றித் தன் தந்தையிடம் ஒப்படைத்தான், அதன்பிறகு, தன் பெற்றோரை அழைத்துக்கொண்டு தான்

சிசுவாகக் கண்டெடுக்கப்பட்ட இடத்திற்குச் சென்றான். அவர்களிடம் நாளைய தினம் சூரியன் உதயமாவதற்கு முன்பாக இதேயிடத்தில் தன்னை வந்து காணும்படிக் கேட்டுக்கொண்டான். அவ்வாறே அவர்கள் மறுநாள் அவ்விடத்தில் சென்று பார்த்தபொழுது சரபாலனின் சிரசினை மட்டும் கண்டனர். உடற்பகுதியைக் காணவில்லை தம் பிள்ளையின் இந்நிலையைக் கண்டு இருவரும் கதறி அழுது கொண்டிருந்தார்கள். அவர்களைப் பார்த்து, சரபாலன், ’கவலைப் படாதீர்கள்! வருடந்தோறும் நீங்கள் சித்திரைப் பௌர்ணமியன்று தேர் அலங்காரத்தில் நின்று கூத்தாசூரனோடு போர்புரிந்த என் உருவத்தைக் காணலாம். நீங்கள் மறுபடியும் என்னைப் பார்க்க விரும்பினால் என் சிரசை மட்டும்தான் பார்க்க முடியும்‘ என்று கூறி மறைந்தான். பிறகு சந்திரகிரி அரசனும் மனைவியும் கலங்கிய கண்களுடன் அரண்மனைக்குத் திரும்பினர்.

கூத்தாண்டவருக்குச் சரபாலன் என்றொரு பெயரும் உண்டு. கூத்தாண்டவர் கோவிலோடு தொடர்புப்படுத்திக் கதை சொல்லப்படுகிறது. சந்திரகிரி என்ற மன்னன் மனைவி கிருபஞ்சியுடன் இப்பூவுலகை ஆண்டுவரும் வேளையில் கூத்தாசூரன் என்னும் அரக்கன் அவர்களை விரட்டிவிட்டு ஆட்சியைக் கைப்பற்றிக்கொண்டான். கிருபஞ்சியும் அரசனும் சிவனை நினைத்துத் தவம் செய்யலாயினர். அவர்கள் தண்ணீர் எடுக்கச் சென்றபோது களப்பலியில் இறந்து போன அரவானின் சிரசு குழந்தை உருக்கொண்டு ஆற்றில் மிதந்து வந்தது. அக்குழந்தையை எடுத்து வளர்த்தனர். அக்குழந்தை வளர்ந்து பெரியவனானதும் கூத்தாசூரனைப் போரில் கொன்று வெற்றியடைகிறது. இவ்வாறு கூத்தாசூரனை வென்ற காரணத்தால் அரவான் ’கூத்தாசூரன்‘ என அழைக்கப்பட்டான்.

கூத்தாண்டவர் பற்றிய புராணக் கதைகள்

1. மகாபாரதம் கூறும் அரவான் கதை
2. வில்லிபாரதம் கூறும் அரவான் கதை
3. மணியாட்டி மகாபாரதம் கூறும் அரவான் கதை
4. வில்லுப்பாட்டு கூறும் அரவான் கதை
5. இசை நாடகம் கூறும் அரவான் கதை

எனக் கூத்தாண்டவர் பற்றிய புராணக் கதைகள் பல வடிவங்களில் எழுதப்பட்டுள்ளன.

மகாபாரதக் கதையின்படிக் கூத்தாண்டவர் கோயில் திருவிழா நடைபெறுகிறது. மேலும் அம்மன் கோயிலில் அரவான் களப்பலி நிகழ்த்தப்படுகிறது. திருவிழா காலங்களில் கதையோடு தொடர்புடைய நிகழ்வுகளை நிகழ்த்துகின்றனர். கூத்தாண்டவர் திருவிழா குறிப்பிட்ட சில இடங்களிலே நடைபெறுகிறது. புதுவையைச் சேர்ந்த பிள்ளையார்குப்பம், விழுப்புரம் மாவட்டம் உளுந்தூர் பேட்டை வட்டம் கூவாகம், கிளியனூர், வடஆர்க்காடு மாவட்டத்தில் உள்ள மோத்தூர், தேவனாம்பட்டினம், கடலூரில் உள்ள மஞ்சக்குப்பம்

போன்ற இடங்களிலும் கூத்தாண்டவர் திருவிழா நடைபெற்று வருகின்றது. இது ஆண்டுதோறும் சித்ரா பவுர்ணமியில் மிகச் சிறப்பாக நிகழ்த்தப்பட்டு வருகிறது.

பாண்டவருக்கும் கௌரவருக்கும் 18 நாட்கள் நடந்த போரினை நினைவு-கூரும் வகையில் கூத்தாண்டவர் திருவிழா வருடந்தோறும் சித்திரை மாதத்-தில் நடைபெறுகிறது. கோயில் மூலவராகக் கூத்தாண்டவர் கருப்புநிறச் சிலைவடிவில் காட்சியளிக்கிறார். அதற்குமுன் முன்னடியானும், பலிபீடமும் அமைந்துள்ளன. தென்கோபுரத்தில் அர்ச்சுனன், அரவான், நாககன்னி சிலைகள் உள்ளன. வடக்குக் கோபுரத்தில் தருமர், திரௌபதி, அர்ச்சுனன் சிலைகள் உள்ளன. கிழக்குமுகம் பார்த்து அமைக்கப்பட்ட முன்கோபுரத்தில் கிருஷ்ணன், அர்ச்சுனன் சிலைகள் வைக்கப்பட்டுள்ளன. தென்மேற்கு மூலையில் இருந்து வடமேற்கு வரையில் திரௌபதி, தருமர், அர்ச்சுனன், வீமன், நகுலன், சகாதேவன், அரவான், கிருஷ்ணன், நாககன்னி, கிருஷ்-ணன் குழந்தை ரூபம், தேவகி முதலிய சிலைகள் உள்ளன. திருவிழா நாட்-கள் தவிர இக்கோயிலில் விசேஷ பூசை செய்யப்படுவதில்லை. ஆனால் நாள்தோறும் தீபம் ஏற்றப்படும்.

சித்திரை அமாவாசையன்று கோமுட்டிச் செட்டியார் (ஆரிய வைசியர்) இனத்தவர் கொடி ஒன்றை யாருக்கும் தெரியாமல் கட்டுவர். இக்கொடி திருட்டுத்தனமாகக் கட்டப்படுவதால் திருட்டுக் கொடி என வழங்குகின்றனர். பிரிட்டிஷ் காலத்தில் பயத்தின் காரணமாக யாருக்கும் தெரியாமல் விடியற்-காலையில் யாரேனும் ஒருவர் திருவிழா நடைபெறுவதற்காகக் கொடி கட்-டுவாராம். கொடி கட்டிவிட்டால் கட்டாயம் திருவிழா நடத்தப்படவேண்டும் என்ற மரபின் எச்சம் காரணமாகவே திருட்டுக் கொடி கட்டும்முறை வழக்-கிற்கு வந்ததாகக் கூறப்படுகிறது.

காப்புக் கொடி கட்டுதல் : 1930-இல் இருந்துதான் அனைவருக்கும் தெரியும்படி கோவிலில் கொடிகட்டுவது வழக்கத்துக்கு வந்தது என்கின்றனர் ஊர்க்காரர்கள். பனவரைந்தான் கோயில் பின்புறம் ஒரு பனை மரத்தில்தான் முதலில் செட்டியார் ஊராருக்குத் தெரியாமல் கொடி கட்டுவார். செட்டியார் இனத்தவர் அம்மனுக்கு அபிஷேகம் செய்து அமாவாசையன்று கொடி கட்டு-வதோடு அவர்களின் பணி முடிந்துவிடும். ஊரார் கொடி கட்டியபின் முதலில் கட்டிய கொடி நீக்கப்படும். அமாவாசையை அடுத்து வரும் செவ்வாய்க்கிழ-மையே ஊரார் காப்புக் கொடி கட்டுவர்.

மஞ்சள் கிழங்கை நூலில் சேர்த்து வலதுகையில் கட்டிக் கொள்வது காப்-புக் கட்டிக் கொள்ளல் என்ற பெயரில் அமாவாசையன்று நிகழும். பின்பு கலசம் சோடிக்கும் நிகழ்விலும் காப்புக் கட்டாதவர்கள் கட்டிக்கொள்வர். யார் வேண்டுமானாலும் காப்புக் கட்டிக் கொள்ளலாம். இதில் கரகம் எடுப்போர், பலி கொடுப்போர் 7 பேர் உரிமையுடன் காப்புக் கட்டிக் கொள்கின்றனர். கொடி கட்டும் அன்று 8.00 மணிக்குக் கோயிலில் இருந்து கிளம்பி மேளதா-

ளத்துடன் பூசைச் சாமான்களுடன் ஆற்றுக்குச் சென்று அங்கு கரகம் செய்து வைத்துவிட்டுக் காப்புக் கட்டியவர் பிரார்த்தனைக்காரர்களுக்குப் காப்பைக் கட்டிவிடுகின்றார். பின் 7 பேரும் கரகத்தை எடுத்துக்கொண்டு கோயிலைச் சுற்றிவந்து பின் வீதியுலா சென்று மீண்டும் கோயிலுக்குச் செல்கின்றனர்.

சுவாமி சிலைக்கு அருகில் கரகம் வைத்து முளைப்பாலிகை இடுகின்றனர். ஒரு வாரத்துக்கு முன்பு கம்பு, கேழ்வரகு, நெல் போன்ற நவதானியங்களை சாமிக்குச் செய்த அபிஷேக நீர் கொண்டு முளைக்க வைப்பதை 'முளைப்பா-லிகையிடல்' என்று வழங்குகின்றனர். கொடி கட்டிய பின்பு மறுவாரம் செவ்-வாய் திருவிழா நடைபெறும்.

ஒரு நாள் கோமுட்டிச் செட்டியார் சங்கராபரணி ஆற்றுக்குள் தவறி விழுந்தாராம். என்ன என்று பார்க்கும்பொழுது 'நான்தான் கூத்தாண்டவர்'. எனக்குக் கோயில் கட்டி விசேஷித்து வாருங்கள்' எனச் சொல்ல அதனைச் செட்டியார் கொண்டுவந்து பின் கிராமத்தார் கோயிலாக ஏற்படுத்தினர் என்-பது வாய்மொழிச் செய்தி. இந்நிகழ்வு 11 தலைமுறைக்கு முன் நடந்ததாகவும் 215 ஆண்டுகள் ஆகின்றன எனவும் கூறுகின்றனர். இதனால்தான் செட்டி-யார் கொடி கட்டிய பின்பே ஊரார் கொடி கட்டுவர். இதற்கடுத்து மறு செவ்-வாய், புதன் கிழமைகளில் திருவிழா நடைபெறுகிறது.

சாலங்கரகம் எடுத்தல் : கூத்தாண்டவர் கோயிலிருந்து கோயில் மேளம், பறைமேளம் அடிக்க பூசாரி கற்பூரம் ஏற்றுகிறார். கரகக்காரர் தாம்பாளத்தட்-டில் தேங்காய், அரிசி எடுத்துக்கொண்டு சாலங்கரகம் எடுத்துவர, அழைப்-புக்காகக் கூத்தாண்டவர் கோயில் முன் உள்ள மாரியம்மன் கோயிலுக்குச் செல்கிறார். அங்குச் சாலங்கரகம் முன் வாழை இலையில் அரிசியை நிரப்-பித் தேங்காய் உடைத்துக் கற்பூரம் ஏற்றி, 'கோவிந்தா.. கோவிந்தா' எனப் பலமுறை கூவிவிட்டுச் சாலங்கரகம் எடுத்துத் தலையில் வைத்துக் கொள்-கின்றனர். வழி நெடுகிலும் 'கோவிந்தா கோவிந்தா ...' எனக் கூவிக்கொண்டு கூத்தாண்டவர் கோயிலுக்குத் தெற்கில் 3 அடி உயரம் உள்ள கங்கம்மா கோயிலின் முன் சென்று தீபாராதனை காட்டுகின்றனர். பின்பு மீண்டும் வெளியே வந்து 'கோவிந்தா ...கோவிந்தா' எனக் கூவிக்கொண்டு சாலங்-கரகத்திற்குத் தீபாராதனை காட்டி ஒவ்வொரு பானை மூடியையும் திறந்து விபூதி போட்டு மூடிவிட்ட பின் (2 மூடி போட்ட அலங்காரம் செய்த பானை-கள், 2 மூடி இல்லாமல் அலங்காரமின்றி இருக்கும் பானைகள்) கோயி-லுக்குள் கொண்டுசெல்லப்படுகிறது. கோயிலிருந்து சாலங்கரகம் சூலம், வேப்-பிலை, மாவிலை, தருப்பைப்புல், அபிஷேகக்கூடை, கத்தி, பலகையின் மேல் அமைந்த காத்தவராயனின் மரபொம்மை ஆகியவற்றுடன் மேளம் (கோயில் பறை இசையுடன்) அடித்துக் கொண்டே கங்கம்மா கோயிலுக்கு வருகின்-றனர். அங்கே தீபாராதனை செய்துவிட்டு 'கோவிந்தா... கோவிந்தா' எனக் கூவிக் கொண்டே ஆற்றுக்குச் செல்கின்றனர்.

கலசம் சோடித்தல் : ஆற்று மணலில் நீர் தெளித்துக் கிழக்குமுகம் பார்த்துக் காத்தவராயனை அமர வைத்து எலுமிச்சை பழம் செருகப்பட்ட 2 சூலங்களைப் பக்கத்துக்கு ஒன்றாய் நட்டு வைக்கின்றனர். இதேபோல் 2 கத்திகளை வைக்கின்றனர். நடுவில் புதுப்பானையால் சோடிக்கப்பட்ட கலசம், அதற்குப் பக்கத்தில் சூலம், கத்தி, கலசம், கொந்தன், காத்தவராயன், கத்தி, சூலம், பெரிய சூலம் என்ற வரிசைப்படியிலும் கீழே உடைத்த தேங்காய், வாழைப்பழம், வெற்றிலைப்பாக்கு, அரிசி நிரப்பப்பட்ட வாழையிலை ஆகியனவும் வைக்கப்பட்டுள்ளன. இப்படியாக, புதுப்பானை, 2 சூலம், 2 கத்தி அனைத்தையும் நீரிட்டுச் சுத்தம் செய்து மஞ்சள் குங்குமமிட்டுக் கலசம் தயாரிக்கின்றனர்.

திருமஞ்சணம் திரட்டுதல் : இதனை 'ஜலம் திரட்டுதல்' எனக் கூறலாம். அதாவது ஆற்றுக்குச் சென்று 2 புது மண்பானைகளில் நீர் கொண்டுவருதலையே 'திருமஞ்சனம் திரட்டுதல்' எனக் கூறுவர். நீர் எடுத்துவந்து கலசத்துக்குப் பின்னால் வைத்து வேப்பிலை, மாவிலை வைத்துத் தீபாராதனை காட்டி இவை அனைத்தையும் எடுத்துக்கொண்டு செல்வர். இந்நிகழ்ச்சி முழுவதும் 'கோவிந்தா கோவிந்தா' என்று கூவி, கோயில் செல்லும் வரை கற்பூரத்தை எரிய விடுகின்றனர்.

கோயிலுக்குள் கலசம் கொண்டுவருதல் : பின்னர் ஆற்றிலிருந்து கிளம்பிப் பனைவரத்தான் கோயிலுக்குப் பின்புறம் வந்து அங்கு எல்லையில் (சாமி எல்லை) கற்பூரம் ஏற்றிவிட்டுப் பின்னர் பனவரத்தான் கோயில் முன்புறம் உள்ள ஐயனாரப்பனுக்கு தீபாராதனை காட்டிவிட்டு அங்கிருந்து கங்கம்மா கோயில் வந்து மீண்டும் தீபாராதனை செய்து கூத்தாண்டவர் கோயிலை ஒரு சுற்றுச் சுற்றி கோயில்முன் வந்து நிற்கின்றனர். பூசாரி மட்டும் உள்ளே சென்று கூத்தாண்டவருக்கு தீபாராதனை காட்டியபின் கலசம் முதல் அனைத்தையும் உள்ளே எடுத்துச் செல்லுகின்றனர். பின் கலசத்தை மட்டும் சாலங்கரகம் முன் வைக்கின்றனர். மற்றதை உள் மண்டபத்தில் வைக்கின்றனர்.

கண்ணனைப் பெண்ணுருவாகச் சோடித்தல் : பனவரத்தான் கோவிலில் உள்ள கண்ணனுக்குப் பெண் வேடமிடுகின்றனர். மரத்தால் ஆன இருக்கையில் கூரப்புடவை கொசுவம் வைத்து அதன் மீது இடக்காலை மடக்கி வலக்காலை தொங்கவிட்டுக் கண்ணன் அமர்ந்து இருக்கிறார். இடக்கை மடிமீது வைத்து வலக்கை ஆசீர் வதிப்பது போல் காட்சி தருகிறார். நெற்றியில் குங்குமம் வைத்து உதட்டில் சாயம் பூசப்பட்டுப் பெண்முகம் உடையவர் போல் கண்ணன் அலங்கரிக்கப்படுகிறார். கழுத்தில் பலவித அணிகலன்களை அணிந்திருக்கிறார். தலையில் நீலநிறத்தில் கிரீடம் சூடப்பட்டுள்ளது.

பகவான் கிருஷ்ணரின் பல முகங்களில் ஒன்றுதான் மோகினி வடிவம். இந்த மோகினி வடிவத்தைக் கிருஷ்ணர் மூன்று முறை எடுத்துள்ளார். 'திருமாலின் கட்டளையால் தேவர்கள், அரசுரர்களின் உதவியுடன் பாற்கடலைக்

கடைந்தபோது, மோகினியாகி அசுரரர்களை மயக்கி, அவர்களுக்கு அமுதம் கொடுக்காமல் தேவர்களுக்கு அதைக் எடுத்துக்கொண்டு வந்தான். இன்று மணம், நாளை மரணம் என்ற நிலையில் அரவானுக்கு எவரும் பெண் கொடுக்க தயங்கியபோது கிருஷ்ணர் அழகிய பெண்ணாக (மோகினியாக) வடிவம் கொண்டு அரவானைத் திருக்கல்யாணம் செய்து கொள்கிறார். பத்மாசூரனைக் கொல்வதற்காக மோகினி அவதாரம் எடுத்துள்ளார்.

அரவானின் அலங்காரம் : அரவான் சிலை கலசநீர் கொண்டு அபிஷேகம் செய்யப்பட்டு மஞ்சளாடை அணிவிக்கப்படுகிறது. ஐயனார் கோயிலில் உள்ள மரத்தாலான அரவான் தலை அலங்கரிக்கப்படுகிறது. அரவான் மாப்பிள்ளையாதலால் கோடித் துணியால் அலங்கரிக்கப்படுகிறார். மாலைகள் அணிவிக்கப்படுகின்றன.

திறத்தல் : மோகினியாக வேடம் பூண்ட கிருஷ்ணனையும் அரவானையும் தீபாராதனை காட்டிக் கூத்தாண்டவர் கோயிலுக்கு எடுத்துவருகின்றனர். இரண்டு சாமிகளையும் மூடியே எடுத்து வந்து மாரியம்மன் கோயில் முன்பு கிழக்குமுகமாகக் கீழே இறக்கி வைக்கின்றனர். அரவானுக்கு மட்டும் வாழை இலையில் பச்சரிசி, முழுதாய் குங்குமமிட்ட 2 எலுமிச்சம் பழங்கள் ஆகியவற்றுடன் ஊதுபத்தி கொளுத்தித் தேங்காய் உடைக்கின்றனர். பின்பு உடைத்த தேங்காய்முனையில் கற்பூரம் எரியும் கரியைப் படியச் செய்து கற்பூரத்தைக் கையில் எடுத்துச் சாமிக்குமுன் வைக்கின்றனர். திறந்தநிலை பெறுவதாக நினைக்கின்றனர். இந்நிகழ்ச்சி 'கண் இவ்வாறு செய்வதால் அரவான் தலைப்பகுதியில் உள்ள கண்கள் திறத்தல்' எனப்படும்.

வெடி வெடித்தல் : ஆற்றங்கரை, மற்ற இடங்களில் முக்கியச்சடங்கு நிகழும்பொழுது 2 வெடிகள் வெடிக்கும். 'இரட்டை வெடி' நல்ல நிகழ்வுகளுக்கு வெடிக்கும். இதனைக் 'கோவில் வெடி' என்கின்றனர். 'ஒற்றை வெடி' வெடிப்பதைச் 'சாவு வெடி' என்கின்றனர். கண் திறத்தல் நிகழும்பொழுது இரட்டை வெடி வெடிக்கின்றனர். சாமிகள் கங்கையம்மன் கோயிலுக்குகொண்டு செல்லப்பட்டு தீபாராதனை காட்டப்படுகின்றன. கூத்தாண்டவர் கோயிலை ஒரு சுற்றுச் சுற்றிவிட்டு அதற்குமுன் வடக்கு நோக்கி நிறுத்தப்படுகின்றன. இதுவரை சாமிகள் துணியால் மூடப்பட்டே இருக்கும். பின்னர் கோயில் உள்ளிருந்து தீபாராதனை வந்தபிறகு சாமிகள் உள்ளே கொண்டு செல்லப்படும். ஆற்றிலிருந்து நீர் எடுத்து வரும்பொழுது கூத்தாண்டவர் கோயில் முன் ஓரிடமாக அமர்ந்து கோயில் மேளம் அடித்துக் கொண்டிருப்பர். பறை மேளம் மட்டும் அதற்குப் பின் நடக்கும் ஒவ்வொரு நிகழ்ச்சிக்கும் உடன் செல்லும்.

வரிசை கொண்டுவருதல் : இரண்டு விளக்குடன் காக்காயன் தோப்பு முருகசாமி வீட்டிலிருந்துதான் பரம்பரை பரம்பரையாக வரிசை வரும். இந்த வரிசை வந்தபிறகுதான் சாமிக்குத் திருமணம் நடக்கும். பூ, வாழைப்பழம், வெற்றிலைப் பாக்கு, சாத்துக்குடி, தேங்காய், கிருணிப்பழம், அன்னாசி,

ஆரஞ்சு முதலியன வரிசையாகக் கொண்டுவரப்படுகின்றன.

திருமணம் : பெண் வேடமிட்ட கிருஷ்ணன், கழுத்து மட்டும் உள்ள அரவான் ஆகிய இருவரும் கிழக்குமுகம் பார்த்து உள்ளனர். அங்கே காமாட்சி அம்மன் விளக்கு, உரல், உரல்மேல் சாலங்கரகம் நீர் உள்ள புதுப்பானையில் ஒரு சிறிய மண்தட்டு விளக்கு, 2 அலங்கரிக்கப்பட்ட மூடியுள்ள பானைகள், 2 அலங்கரிக்கப்படாத மூடியில்லாத பானைகள் ஆகியனவும், கால் நடப்பட்டும் உள்ளன. திருமணம் நடக்கும் இடம் பூப்பந்தலால் அலங்கரிக்கப்பட்டுள்ளது. திருமணத்தில் இடம் பெறும் அனைத்துப் பொருட்களும் இருக்கின்றன.

அரவானின் உருவத் தோற்றம் : கழுத்துவரை வெட்டப்பட்ட அரவான் முகம், சிவப்பு வண்ணம் தீட்டப்பட்டு உள்ளது. கழுத்துப்பகுதியில் வெள்ளைத் துணி அணிவிக்கப்பட்டுள்ளது. அகன்ற பெரிய முகம். அதில் நீண்டு வளர்ந்து வளைந்த அடர்த்தி யான மீசை, வலப்பக்க மூக்கில் ஒரு மெல்லிய வளையம் மூக்குத்தி போன்று காணப்படுகிறது. உதடுகளின் பக்கவாட்டில் இரண்டு வீரப்பற்கள் இருக்கின்றன. வாயின் நடுவில் சாதாரண நிலையில் சின்னப் பற்கள் வரிசையாக அமைந்திருக்கின்றன. இரண்டு பெரிய முட்டைகளைப் பதித்திருப்பது போன்ற வெள்ளை விழிகளும் கறுப்பு மணியும் பயமுறுத்தும் பெரிய கண்களாக உள்ளன. வானவில் போன்ற வளைந்த கறுத்த புருவங்கள். நெற்றியில் மூன்று கோடுகளால் நாமம் இடப்பட்டுள்ளது. தலையில் நாகத்தின் உருவம் சிறிய அளவில் பதித்த கிரீடம் சூட்டப்பட்டுள்ளது. இது நீலம், மஞ்சள், சிவப்பு போன்ற வண்ணங்களில் தீட்டப்பட்டுள்ளன. கழுத்தில் மாலைகள் சூட்டப்பட்டுள்ளன.

தாலி கட்டல் : ஐயர் ஒருவர் முறைப்படி இந்தத் திருமணச் சடங்குகளைச் செய்கிறார். மஞ்சள் கிழங்கை மஞ்சள் கயிற்றில் சேர்த்து அரவான் சார்பில் கிருஷ்ணன் கழுத்தில் ஐயர் இரவு 8-9 மணியளவில் கட்டுகிறார். அலங்கரிக்கப்பட்ட இரண்டு சாலங்கரகப் பானையில் இருவர் தண்ணீர் ஊற்றுகின்றனர். பின்னர் செட்டியார் குடும்பத்தில் இருந்து சாமிக்கு மாலைகள் போடுகின்றனர். அடுத்து வரிசை கொடுப்பவர் மாலை போடுகின்றார். இதனையடுத்துச் செட்டியார் குடும்ப ஆண் பிரதிநிதி ஒருவருக்கு ஐயர் தாலி கட்டுகிறார். இதே போன்று வரிசை அனுப்பிய வீட்டினர் இரண்டு பேருக்கு ஐயர் தாலி கட்டுகிறார். அடுத்து கிருஷ்ணனைத் தூக்குபவர்களுக்குத் தாலி கட்டப்படுகிறது. பின்னர் வரிசை கொடுத்தவர் அவற்றைத் திரும்ப எடுத்துச் சென்றுவிடுகிறார். அடுத்து வரிசையாக அனைவரும் தாலி கட்டிக்கொள்வர்.

அரவாணிகள் அல்லாத ஆண்கள் அனைவரும் கையில் வளையல் அணிந்து பூசாரி கையால் தாலிகட்டிக் கொள்கின்றனர். இவ்வாறு தாலிகட்டிக் கொள்வதால் தங்கள் மனதில் நினைப்பது நிச்சயம் நிறைவேறும் என நம்புகின்றனர். குழந்தைப் பேறு, அரசு உத்தியோகம், திருமணம், காதல் நிறைவேற்றம், நோய் நீக்கம் ஆகிய அனைத்து எண்ணங்களும் நிறை-

வேறுவதாகக் கூறுகின்றனர். கழுத்தில் பூ மாலைகள் சூடி இருக்கின்றனர். சிறியவர் முதல் வயதானவர் வரை ஆண்கள் தாலி கட்டிக்கொண்டாலும் பெண்கள் கட்டிக் கொள்வதில்லை. காரணம் மங்கலக் குறியாகப் பெண்கள் மாங்கல்யம் சூடி இருப்பது மரபு. கூத்தாண்டவர் இறந்த உடனே தாலியறுப்பது அமங்கலமான ஒன்று என்பதால் ஆண்கள் மட்டும் கட்டிக்கொள்கின்றனர். ஏறக்குறைய 2000 முதல் 3000 பேர் வரை உள்ளூர், வெளியூர் ஆண்கள், அரவாணிகள் ஆகியோர் தாலிகட்டிக்கொள்கின்றனர்.

அரவாணிகள் தாலி கட்டிக் கொள்ளுதல் : மும்பை,கல்கத்தா, பெங்களூர், ஹைதராபாத், சென்னை போன்ற பெருநகரங் களிலிருந்து திருவிழாவிற்கு வந்திருந்த அரவாணிகள் அன்றைய தினத்தைத் திருமண நாளாகக் கருதுகின்றனர். பெண்போல அலங்காரம் செய்துகொண்ட அரவாணிகள் தங்களை கிருஷ்ண பூசாரி கையால் கூத்தாண்டவர் முன்பு தாலி கட்டிக் கொள்கின்றனர். கண்ணனின் அம்சமாக, மறு அவதாரமாக நினைத்துக் கணவராக ஏற்றுப் தாலி கட்டும்பொழுது பூசாரி மந்திரம் சொல்கிறார்.

கூத்தாண்டவரைத் தனது கணவனாக எண்ணித் தாலிகட்டிக் கொள்ளும் அரவாணிகள் அன்று இரவு 'முதல் ராத்திரி' என்ற பெயரில் பிற ஆடவருடன் பாலியல் உறவு வைத்துக்கொள்வதாகக் கூறுகின்றனர். இதனை ஒரு சடங்காகச் செய்வதாகவும் கூறுகின்றனர். எங்ஙனம் தாலி கட்டி அறுப்பது ஒரு சடங்கோ அவ்வாறே பாலியல் உறவு கொள்வதும் சடங்கு என்கின்றனர். தாலி கட்டி முடிந்த பின் திருமண விருந்தாக அனைவருக்கும் உணவு அளிக்கப் படுவது 'பள்ளயத்துச் சோறு' என்று அழைக்கப்படுகிறது.

இச்செலவினை ஊர்க்காரர்கள் (தனிநபர் அல்லது குழுவாக) சேர்ந்து செய்கின்றனர். சைவ உணவு வகையே வழங்கப்படுகிறது. வெளியூர், உள்ளூர்ப் பொதுமக்கள், அரவாணிகள், பூசாரிகள் ஆகிய அனைவரும் உணவு உண்கின்றனர்.

மணமக்கள் திருவீதி உலா : காத்தவராயன் சிலை முன்பு செல்ல, அதைத் தொடர்ந்து மணமக்களான மோகினி வடிவக் கிருஷ்ணனையும், கூத்தாண்டவரையும் ஊர் மக்கள் கண்டுகளிக்கவும், அருள் பாலிக்கவும் வீதி வீதியாக ஊர் முழுவதும் உலா வருகின்றனர். அப்போது அவரவர் வீட்டின் முன்பும் சுண்டல் படைக்கப்பட்டுத் தீபாராதனை காட்டித் தேங்காய் உடைக்கப்படுகிறது. பின்பு அனைவருக்கும் சுண்டல் பிரசாதமாகக் கொடுக்கப் படுகிறது. மக்கள் அனைவரும் பயபக்தியுடன் தெய்வங்களை வணங்கி விபூதி, குங்குமம் இட்டுக் கொள்கின்றனர். இறுதியாக அம்மன் கோயிலை அடைவர். மறுநாள் புதன் அன்று காலை கூத்தாண்டவரின் தலை மட்டும் பூசை செய்யப்படுகிறது. பின்பு கோயில் முன்பு ஆடு ஒன்று பலியிடப்படுகிறது. இவையெல்லாம் தேர் இழுப்பதற்கு முன்பு பூசாரியால் செய்யப்படுபவை.

கூத்தாண்டவரின் தேர் இழுத்தல் : மரத்தேரில் பிற்பகல் 1 மணியிலிருந்து கூத்தாண்டவர் ஜோடிப்பு தொடங்குகிறது. நீண்ட பெரிய உருவ அமைப்புடன்

கூத்தாண்டவர் நிற்கிறார். பெரிய கைகளை விரித்தபடி இருக்கிறார். இடக்கையில் கூத்தாண்டவர் உருவத்தைக் காட்டிலும் பெரிய வில் ஒன்று உள்ளது. நீண்ட கழியில் மஞ்சள்துணியைக் கட்டி வில்போன்று அமைத்துள்ளனர். வலக்கையில் நீண்ட கூர்மையான இரும்புக் கத்தி ஒன்றை ஏந்தி உள்ளார். இக்கத்தி முனையில் எலுமிச்சைப்பழம் ஒன்று செருகப் பட்டுள்ளது. தலை, கைவிரல்கள், கால்விரல்கள் மட்டும் சிலையாக இருக்க, மற்ற உடல் பகுதிகளை வைக்கோல்பிரி கொண்டு அமைத்துள்ளனர். கூத்தாண்டவர் தோற்றத்தை மிகப் பெரிதாக்கிக் காட்ட வைக்கோலால் உடல் கூறுகளைத் தயாரிக்கின்றனர். இப்பெரிய உடலை வெள்ளை ஆடை கொண்டு மூடி இருக்கின்றனர். இரண்டு கால்களின் பக்கத்திலும் பெண் சிலைகள் பக்கத்துக்கு ஒன்றாய் உள்ளன. இவர்கள் 'வெண் சாமரப் பெண்கள்' எனப்படுவர். மேலே பூச்சக்கரம் சூழ்ந்துள்ளது. இரண்டு பக்கம் சூரிக் குடை பக்கத்துக்கு ஒன்றாய் உள்ளது. கூத்தாண்டவர் கழுத்தில் ஏகப்பட்ட பூ மாலைகளைச் சூடி உள்ளார் . மரத்தால் ஆன இரண்டு சக்கரத் தேரினை ஊர் மக்கள் இழுக்கின்றனர். அப்பொழுது அரவாணிகள் கூட்டம் கூட்டமாய்க் கும்மியடித்துப் பாடுகின்றனர். சுடுகாடு நோக்கிக் கூத்தாண்டவர் தேர் செல்கிறது.

ஒப்பாரி பாடுதல் : தாலி கட்டிய மறுநாளே கூத்தாண்டவர் இறக்கிறார். இதனால் அரவாணிகள் அனைவரும் மார் அடித்து அழுகின்றனர். ஒருவரை ஒருவர் கட்டிப் பிடித்துக் கூட்டமாக அமர்ந்து ஒப்பாரி பாடுகின்றனர். அரவாணிகள் அல்லாதோர் (தாலி கட்டிய ஆண்கள்) அழுவதுமில்லை. ஒப்பாரி பாடுவதுமில்லை. ஆனால் அரவாணிகள், 'என் ராசா! என்ன அம்போன்னு விட்டுட்டு போயிட்டியே! தலையில வச்ச பூ வாடலியே! நான் எந்த சுகத்தையும் காணலியே!' போன்ற வார்த்தைகளைக் கூறி அழுவர். வாயிலும் வயிற்றிலும் தலையிலும் அடித்துக்கொண்டு இழவு வீட்டில் அழுவதைப் போல் அழுவர். பொதுமக்கள் அனைவரும் இதை ரசிப்பர். மாலையில் இந்நிகழ்வு நடைபெறுகிறது. வட்ட வடிவில் சுற்றிக் கும்மி அடித்து பாடுகின்றனர். மலர் காணிக்கை, வேட்டி போர்த்துதல், ஆட்டுக்கிடா, சேவல் விடுதல், தாலிகட்டி அறுத்தல், கற்பூரம் செலுத்துதல் ஆகியன கூத்தாண்டவர் கோயிலில் சாத்தப்படும் காணிக்கைகளாக உள்ளன.

அரவான் உடல் தீயிடல் : கோழி, ஆடு பலியிட்ட இரத்தத்தில் சோறு கலந்து பூசாரி நான்கு திசைகளிலும் இறைக்கிறார். இதனை உண்டால் குழந்தைப் பேறு கிடைக்கும் என நம்பிச் சிலர் வாங்கிச் செல்கின்றனர். இதனைக் 'காளிச் சோறு' என்கின்றனர். 'இதனை நிணச்சோறு' வீசி நின்ற சங்க காலத்துடன் கருதிப் பார்க்கலாம். அரவான் உடல் சுடுகாட்டுக்கு எடுத்துச் செல்லப்படுகிறது. பின்பு அரவானின் தலை வெட்டப்பட்டதை வெளிப்படுத்த ஒரு பெரிய மஞ்சள் துணியால் தலையை மூடி நீக்கி விடுகின்றனர். கை கால் அலங்காரப் பொருட்கள் ஆகியவற்றையும் நீக்கி எடுத்து வைக்-

கின்றனர். பின்பு வைக்கோல் பிரியால் ஆன உடலைக் கலைத்துப்போட்டுத் தீயிட்டுக் கொளுத்துகின்றனர். கொளுத்தப்பட்டுச் சாம்பலானதை அனை-வரும் நெற்றியில் பூசிக்கொள்கின்றனர். மேலும் அதனை அள்ளி எடுத்-துச்சென்று நடுவீட்டிலும் வைப்பர். இச்சாம்பலைச் செடிகளில் போட்டால் பூப்பூக்கும், காய் காய்க்கும் என நம்பிப் போட்டிபோட்டு அள்ளிச் உடல் எரிந்தபின் அரவான் தலையை ஆற்றில் குளிப்பாட்டி செல்கின்றனர். இந்நிகழ்வைச் செய்வதற்கு இரவு 7.00 மணி ஆகிறது. மீண்டும் கோயிலுக்கு எடுத்துவந்து மல்லாத்தி கிடத்துவர். இந்நிகழ்வு அரவான் களப்பலியானதை வெளிப்படுத்தும். கிருஷ்ணன் சிலை மீண்டும் கோயிலுக்குள் வைக்கப்படுகிறது.

தாலியறுப்பு : அரவான் களப்பலியானதால் தாலி கட்டிய அரவாணிகள் அனைவரும் அழுது புலம்புகிறார்கள். தங்கள் நெற்றிப்பொட்டைக் கலைத்துக் கொள்கின்றனர். சூடிய பூக்களைப் பிய்த்தெறிகின்றனர். கண்ணாடி வளை-யல்களைக் கழற்றியும், உடைத்தும் எறிகின்றனர். முதல்நாள் இரவு கட்டிய தாலியை அறுத்து முன்பெல்லாம் ஏதாவது ஒரு மரத்தடியில் கட்டுவர். தற்-போது கூத்தாண்டவர் ஊர்வலம் வந்த மரத்தேரிலேயே கட்டி விடுகின்றனர். பின்பு அரவாணிகள் குளித்து வண்ண ஆடைகளை நீக்கி வெள்ளாடையை உடுத்திக் கொள்வர். இது கணவனை இழந்த பெண்ணின் விதவை நிலை-யைச் சுட்டிக் காட்டுகின்றது. அரவாணி அல்லாத ஆண்களும் தங்கள் கழுத்தில் உள்ள பூமாலை, தாலி, வளையல் ஆகியவற்றை நீக்கிக் கொள்-கின்றனர். அன்று இரவோடு திருவிழா முடிவடைகிறது. இதனால் மறுநாள் காலையில் வெளியூர் அரவாணிகள் ஊர் செல்கின்றனர். பெரிய வாழையி-லையில் இறைச்சி, கருவாடு, ஆகியவற்றைச் சமைத்துச் சோற்றுடன் கலந்து படைக்கப்படுவதைப் 'படுகளம் இளப்பல்' என்ற பெயரில் அழைக்கின்றனர். இது 16 ஆம் நாள் கருமாதிச் சடங்கு ஆகும். இது கூத்தாண்டவர் ஆத்மா சாந்தி பெறுவதற்காகச் செய்யப்படுகிறது. பின்பு அரவான் தலை பழைய இடத்தில் வைக்கப்படுகிறது. இத்துடன் கூத்தாண்டவர் திருவிழா முடிவடை-கின்றது.

0

ராஜா வீட்டில் நிறைய பண வசதி இருந்தும் தினமும் காரில் ஆபீஸ் செல்-லாமல் ரயிலில் தான் கூடுவாஞ்சேரியில் இருந்து சென்னை எழும்பூர் வரை ஆபீஸ்க்கு செல்வான். அவனது அப்பாவும், அம்மாவும் எவ்வளவோ சொல்-லியும் கேட்கவில்லை. பிறந்தது முதல் இருபது வருடம் காரில் தானே சென்-றேன், இப்பயாவது என்னை என் விருப்ப படி செயல் படவிடுங்கள் என்று கூறுவான்.

அன்று காலையில் அவசரம் அவசரமாக குளித்துவிட்டு வீட்டில் உள்ள சாமி படங்களை கும்மிட்டு விட்டு வழக்கம் போல அலுவலகம் செல்ல கிளம்பும் போது, ராஜாவின் அம்மா சாப்பிட்டு தான் போக வேண்டும் என சொல்லிக்கொண்டே தட்டில் மல்லிகைபூ இல்ல மல்லிகை பூ போல உள்ள இட்லிகளை வைத்தாள், வேண்டாம் என்று சொல்லிக்கொண்டே கட கட என சாப்பிட்டான்.

வேகமாக பைக்கை உதைத்து வீட்டில் இருந்து புறப்பட்டான், போகும் வழியில் நடக்க முடியாமல் ரோட்டில் சென்ற ஒரு பெரியவரை வண்டியில் ஏற்றி கொண்டு பேருந்து நிலையம் சென்று அவரை இறக்கிவிட்டு ரயில் நிலையம் வந்தான். ரயில் நிலையத்தில் வண்டியை காப்பகத்தில் நிறுத்தி-விட்டு, வேகமா நடந்தான் இல்ல ஓடினான், கடைசியில் ஒரு வழியாக பிளாட்பாரத்தை அடைந்தான்.

ரயில் வழக்கத்தை விட கூட்டமாக வந்தது, ஏதோ சொர்க்கத்திற்கு போகும் வாசல் போல எண்ணி ரயில் வாசலை எல்லோரும் சேர்ந்து அடைத்தனர், அந்த சமயத்தில் உள்ளே இருந்தும் சிலர் நரகத்தில் இருந்து வருவது போல கஷ்டப்பட்டு வந்தனர். இவன் பொறுமையாக அனைவ-ருக்கும் வழி விட்டு கொண்டு இருந்தான், கடைசியில் கஷ்டப்பட்டு ரயில் நகரும் போது படியில் தான் இடம் கிடைத்தது. ரயில் நகரும் போது வரும் காற்று இவனை தாலாட்டியது இளையராஜா பாடல்கள் போல. ரயில் தாம்ப-ரம் வந்தவுடன் கூட்டம் சிறிது குறைந்தது. இவன் கொஞ்சம் உள்ளே சென்று நின்றான்.

முதலில் உலக வரைபடம், செய்தித்தாள் விற்பனை செய்யும் பையன் வந்-தான், ஒவ்வொருவரிடமும் சென்று காட்டி விற்பனை செய்தான். அடுத்து பட்டாணி , சுண்டல் என்று ஒரு ஒலி மட்டும் கேட்டது, ஒரு வயசான தாத்தா கம்பீர குரலில் சுண்டலை விற்பனை செய்தார்.

அடுத்து வண்டி குரோம்பேட்டையில் வந்து நின்றது, அப்போது பெட்டியில் இருந்த சில கல்லூரி மாணவர்களும், மாணவிகளும் இறங்கினர். ராஜாவிற்கு அமர இடமும் கிடைத்தது அதுவும் ஜன்னல் ஓரத்தில். அடுத்து வண்டி பல்-லாவரம், திரிசூலம் கடப்பதை ஜன்னல் வழியாக வேடிக்கை பார்த்துகொண்டு வந்தான்.

ரயில் மீனம்பாக்கம் நிறுத்தத்தை அடையும் போது ஒரு பெண் கைகுழந்-தையுடன் வந்து அனைவரிடமும் யாசகம் கேட்டாள். அனைவரும் தங்களால் முடிந்த ஒரு ரூபாய் நாணயங்களை போட்டனர், ராஜாவும் அவன் பங்கிற்கு ஒரு ரூபாய் போட்டான். அடுத்து தன் பையை திறந்து ஒரு குமுதம் வாரஇ-தழை எடுத்து புரட்டினான், வழக்கம் போல அதுவரை அருகில் வேடிக்கை பார்த்தவர், இவன் படிக்கும் பக்கங்களை தனது காந்த பார்வையால் மேய தொடங்கினார். சிறிது நேரம் கழித்து, அவர் பார்ப்பதை பார்த்து விட்டு அவரிடமே வாரஇதழை நீட்டினான். அவரும் சந்தோசமாக வாங்கி படிக்க

ஆரம்பித்தார், ராஜா மீண்டும் ஜன்னலை நோக்கினான். வண்டி பழவந்தாங்-கல் கடந்து கிண்டியை அடைந்தது. கிண்டியில் 'தென்றல் வந்து தீண்டும் போது என்ன வண்ணம்மோ' பாடலை இளையராஜா ஜானகியை விட அருமையாக இரு மாற்று திறனாளிகள் பாடிக் கொண்டே யாசகம் கேட்டு வந்து கொண்டு இருந்தனர். அனைவரும் காது இருந்தும் கேட்காமல், சிலர் ஒரு ரூபாய் கூட போடாமல் முகத்தை வேற வேற பக்கம் திருப்பினர், அவர்களுக்கு பார்வை தெரியாது என தெரியாமல்.

அடுத்து வண்டி சைதாபேட்டையை அடைந்தது, அப்போது சில திருநங்கைகள் அந்த பெட்டியில் ஏறினார்கள்,. ரோசாப்பு நிறத்தில் சாயத்தை இதழ்களுக்கும், மூன்றாம் பிறை நிலவு போல மார்பகங்கள் தெரியும் படி ரவிக்கையும், உள்ளங்கை நெல்லிக்காயை போல தொப்புளும் தெரியும் படி, இல்ல மார்புக்கு நடுவில் விளக்கின் ஒரு திரியை போல கிடந்தது சேலை. இந்த சமுதாயத்தில் எந்த வேலையும் கிடைக்காமல், தனது வயிற்று பிழைப்புக்காக எல்லோரிடமும் யாசகம் கேட்டனர்.

அதில் ஒரு வயசான திருநங்கை 'மாமா காசு கொடு', 'மாமா காசு கொடு' என அனைவரிடமும் கேட்டாள், ஒரு இளவயது திருநங்கை அண்ணா காசு கொடு, அண்ணா காசு கொடு என கை களை தட்டி தட்டி கேட்டாள். இதுவரை ரயிலில் வந்த யாருக்கும் காசு போடாதவர்களும் கூட திருநங்கைகளுக்கு காசு போட்டனர். ரயிலில் இருந்த சில பெண்கள் கூட நாணயங்களை போட்டனர். அவர்களில் இரு இளவயது திருநங்கைகள் ராஜா இருக்கும் இடம் நோக்கி வந்தனர். அதில் ஒரு திருநங்கை அண்ணா காசு கொடு, காசு கொடு என கைகளை தட்டி தட்டி கேட்டாள். உடனே ராஜா தனது சட்டை பையில் கையை விட்டு நூறு ரூபாய் நோட்டுக்களை எடுத்து கொடுத்தான். உடனே அதை வாங்கிய திருநங்கைகள் அவன் தலையில் கை வைத்து ஆசிர்வதித்துவிட்டும், கண்ணத்தில் தட்டியும் சென்றனர். பின்பு அந்த வயசான திருநங்கைகளும் வந்து ஆசிர்வதித்துவிட்டு சென்றனர்.

ரயில் வண்டி அடுத்து நுங்கம்பாக்கம் வந்தவுடன், அனைத்து திருநங்கைகளும் இறங்கினர். ராஜாவின் பக்கத்தில் இருந்த பெரியவர் என்னப்பா தொப்புளை பார்த்தவுடன் நூறு ரூபாய் கொடுக்கிறாய் என கேட்டார். அதுக்கு ஒரு புன்சிரிப்பு மட்டும் பதிலாக கொடுத்தான். அடுத்து இவன் இறங்கும் எக்மோர் ஸ்டேஷன் வந்தது. இறங்கி சுரங்க பாதையில் செல்லும் போது, அந்த பெரியவர் சொன்னது மட்டும் காதில் கேட்டுக் கொண்டே இருந்தது,

"என்னப்பா தொப்புளை பார்த்தவுடன் நூறு ரூபாய் கொடுக்கிறாய்"
"என்னப்பா தொப்புளை பார்த்தவுடன் நூறு ரூபாய் கொடுக்கிறாய்"
"என்னப்பா தொப்புளை பார்த்தவுடன் நூறு ரூபாய் கொடுக்கிறாய்"

தனது பர்சை எடுத்து அதில் உள்ளே இருந்து ஒரு போட்டோவை எடுத்-தான், அதை பார்த்தவுடன் கண்ணீர் வந்தது; அது திரு.ராஜா, திருநங்கை ராணியாக இருந்த போது எடுத்த போட்டோ, நம் வீட்டில் மட்டும் வசதி இல்லாமல் இருந்தால் நாமும் இப்படித்தான் இருப்போம் என்று எண்ணி கண்ணீர் விட்டான்.

13. நான் பானுஜன் அல்ல - ரஞ்சனி

மோனல். இந்தப்பெயரை சொன்னால் வீட்டில் கொலை ஒன்றுதான் விழாத குறை. மற்றும்படி எல்லாம் நடக்கும். நடந்து விட்டது. உடலில் உள்ள ஆறிப்போன காயங்களின் தழும்புகள் அதற்கு சாட்சி. எனது அடையாளங்-களுடன் வாழ கொடுத்த விலைகள் அவை. உள்ளூர மோனலாகவும் வீட்-டில் பானுஜனாகவும் வாழும் இரண்டக வாழ்க்கையொன்றை வாழ்கிறேன். பானுஜன் என பெற்றோர் சூட்டிய பெயரும், உடல் தோற்றமும் வேண்டாத அடையாளமாக மாற, மோனலாக நானே மாறினேன். நீண்ட போராட்டத்தின் பின் எனது அடையாளங்களை கண்டடைந்துள்ளேன். ஆம். நானொரு திரு-நங்கை. மோனிசா என்று எனக்கு பெயரிட்டுள்ளேன். சுருக்கமாக மோனல் என்கிறார்கள். இன்னும் நிறையப் பெயர்களும் வைத்துள்ளனர். திருநங்கை-கள் குறித்து சரியான விழிப்புணர்வு இல்லாமல் இப்போதும் அலி, ஒம்பது மாதிரியான கொச்சை வசனங்கள் பேசிக்கொண்டிருக்கும் குறைச்சமூகத்தில், மோனல்களாக மாறிய பானுஜன்களும், பானுஜன்களாக மாறிய மோனல்-களும் எதிர்கொள்ளும் சவால்கள் சாதாரணமானவையல்ல. தமது அடை-யாளங்களை நிரூபிக்க அவர்கள் குடும்பத்தில் தொடங்கி வசையாக பேசும் அறிமுகமேயில்லாத ஒவ்வொருவருடனும் போராடிக் கொண்டிருக்க வேண்-டும்.

வசை, பாலியல் சீண்டல், குடும்பத்திற்குள் தினம்தினம் நடக்கும் அடி, உதை, சித்திரவதைகளை கடந்துதான் திருநங்கைகள் தமது அடையாளங்-களை வெளிப்படுத்த வேண்டியிருக்கிறது. ஒவ்வொரு திருநங்கைக்கு பின்னா-லும் இரத்தக்கண்ணீர் வடிக்க வைக்கும் ஏராளம் கதைகள் உள்ளன. ஒவ்-வொரு திருநங்கையும் வலியும், அவமானமும் நிறைந்த அந்த கதைகளை கடந்துதான் வந்திருக்கிறார்கள்.

நானும் அதற்கு விதிவிலக்கல்ல.

யாழ்ப்பாணத்தில் மிகச்சாதாரண குடும்பத்தில் பானுஜனாக பிறந்து இன்று மோனலாக மாறியது வரையான காலத்தை, அந்தக்காலம் என்னில் பதித்த ரணமான நினைவுகளை எனது அடையாளங்களை நிரூபிக்க நான் கொடுத்த விலைகளை தொடராக இந்தப்பகுதியில் எழுதவிருக்கிறேன்.

1998 இல் நான் பிறந்தேன். எனக்கு பெற்றோர் இட்டபெயர் பானுஜன். சிறுவயதிலிருந்தே நான் மிகுந்த மென்மையாக இருந்ததாக கூறுவார்கள்.

வீட்டுக்கு அண்மையிலிருந்த பாடசாலையில் சேர்க்கப்பட்டேன். பாடசாலை காலத்தில் எனக்கு நிறைய நண்பர்கள். அவர்களில் பெரும்பான்மையினர் பெண்கள்தான். பெண்களுடன் பழகுவதே எனக்கு இயல்பாக இருந்தது. அப்போது யுத்த நெருக்கடி உச்சக்கட்டத்தில் இருந்தது. எனக்கு ஏழு வயதாக இருக்கும்போது எங்கள் குடும்பம் இந்தியாவிற்கு அகதியாக சென்றது. அங்கு பாடசாலைக்கல்வியை தொடர்ந்தேன். பாடசாலையில் ஆண்களுக்கு தனியாகவும், பெண்களுக்கு தனியாகவும் இருக்கை போடப்பட்டிருந்தது. ஆனால் என்னால் ஆண்களின் வரிசையில் உட்கார முடியவில்லை. பெண்களின் வரிசைதான் எனது வரிசையென உண்மையாகவே உணர்ந்தேன். ஆனால், சில பெண்கள் சிரித்து சத்தமிட, ஆசிரியர் வந்து எனக்கு தண்டனை தந்தார். அத்துடன், ஆண்கள் வரிசையிலேயே உட்கார வேண்டுமென கடுமையான உத்தரவிட்டார். எனக்குள் என்ன பிரச்சனையென்பதை புரியவும் முடியவில்லை, அதை ஆசிரியருக்கு புரிய வைக்கவும் முடியவில்லை.

நாட்டுநிலைமைகள் ஓரளவு சீராக எனது குடும்பம் மீண்டும் யாழ்ப்பாணம் திரும்பியது. நல்லூர் மங்கையற்கரசி வித்தியாலயத்தில் என்னை சேர்த்தார்கள். நாளாகநாளாக நானொரு பெண் என்பதை தீவிரமாக உணரவும், நம்பவும் தொடங்கினேன். ஆண் தோற்றமிருந்தாலும், எனது உணர்வுகள் அனைத்தும் பெண்மைதான் என்பதை மெதுமெதுவாக உணரத் தொடங்கினேன். எனது ஒவ்வொரு அசைவிலும் பெண்மை மிகுந்திருப்பதாக நண்பர்கள் கேலி செய்வதை அப்போது சாதாரணமாகத்தான் எடுத்துக் கொண்டேன். நாளாகநாளாக பிரச்சனைகள் எழத் தொடங்கின. எல்லாம் எனக்குள்ளான மனப்போராட்டங்கள்தான். ஒரு ஆணாக இருந்தும் மாணவர் வரிசையில் என்னால் உட்கார முடியாமலிருந்தது. மாணவர்களுடன் நெருங்கிப்பழகுவதை, ஒன்றாக உட்கார்வதை என்னால் நினைத்தும் பார்க்க முடியாமல் இருந்தது. ஏதோ நெருப்பின் மேல் உட்கார்வதை போலிருந்தது. அப்படியான சமயங்களில் பதற்றமும், மனப்பயமும் கூடி இயல்பற்ற தன்மையாக இருந்தேன். இதனால், மாணவர் வரிசையிலும் இல்லாமல், மாணவியர் வரிசையிலும் இல்லாமல் இரண்டு வரிசைக்கும் நடுவில் உட்கார தொடங்கினேன். ஏழு, எட்டு வயதில் பெண்களிற்கு நடுவில் உட்கார ஆரம்பித்து, நான் யார் என குழம்பிக் கொண்டிருந்தேன். ஆனால் பதின்னான்கு, பதினைந்து வயதில் நான் யார் என்பதை கண்டடைய தொடங்கினேன். எது என்னுடைய திசையென்பது புரிய ஆரம்பித்தது. எங்கள் வகுப்பாசிரியர் ஒருநாள் என்னை தனிமையில் அழைத்து பேசினார். அவரிடம் அனைத்தையும் சொன்னேன். என்னால் ஆண்களுடன் உட்கார, ஒன்றாக பழக முடியாமலுள்ளதை சொன்னேன். எனக்குள்ளிருக்கும் பெண்மையை சொன்னேன். மறுநாள் பெற்றோரை அழைத்து வரச்சொன்னார்.

மறுநாள் பெற்றோர் பாடசாலைக்கு சென்று ஆசிரியரை சந்தித்தனர். அதுதான் பெற்றோருக்கு என்னைப்பற்றி கிடைத்த முதல் தகவல். ஆசிரியர்

விடயங்களை கூறி, என் மாற்றத்தை புரிய வைத்து, கவனமாக பார்க்கும்படி ஆலோசனை கூறி அனுப்பியுள்ளார். நான் பாடசாலை முடிந்து வீட்டுக்கு வர அன்று ஆரம்பித்தது பிரச்சனை. அப்பா இயலுமானவரை என்னை அடித்தார். சாதாரண விடயங்களிற்கு அடித்தால், பெரிதாக கத்தி ஆர்ப்பாட்டம் செய்திருப்பேன். ஆனால் அப்பா அடித்தது, “எனக்கு” எதிராக. எனது உணர்வு வெளிப்பாடுகளிற்கு எதிராக. பொம்பிளை மாதிரி திரிவியா எனக்கேட்டு அடித்தார். நான் அசையாமல் நின்றேன். அப்போது எனக்கு பதினைந்து வயது.

அதன்பின் பாடசாலைக்குள் விரைவாக கதை பரவியது. எல்லா மாணவர்களும் என்னை இளக்காரமாக பார்க்க தொடங்கினார்கள். “ஏய் அலி” என கூப்பிட்டனர். பானுஜன் என்ற பெயர் மாறி அலியானது. அப்போது பாடசாலையில் இருந்த அதிபர், ஆசிரியர்கள் யாரும் அதை தடுக்கவில்லை. எனக்கு ஆறுதலாக இருக்கவுமில்லை.

“ஆணாக இரு.. ஆணாக இரு” என வீட்டில் அன்றாடம் தொடர்ந்த உடல், உள சித்திரவதைகள், தண்டனைகள், பாடசாலை அவமானங்கள் என சிறிய வயதிலேயே நான் சந்தித்த சவால்கள் அனேகம். இன்னொரு பிஞ்சு அதை எதிர்கொள்ளவும் கூடாது. திருநங்கைகள் கல்வியில், வேலை வாய்ப்பில் உயர்ந்த இடங்களை அடைந்து, தனித்துவமானவர்களாக மிளிர்வதெனில் அவர்களின் இளமைக்காலம், பாடசாலைக்கல்வி சீராக, நெருக்கடியில்லாமல் இருக்கவேண்டும். அதற்கு அரசுகள் திருநங்கைகளை பாதுகாக்க, அவர்களின் உரிமைகளை அங்கீகரிக்க வேண்டும். அவர்களின் தனியடையாளம் ஏற்றுக்கொள்ளப்பட வேண்டும். சமூகத்தில் வழிப்புணர்வு ஏற்படுத்தப்பட வேண்டும்.

திருநங்கையாக இந்த உலகத்தில் நான் சந்திக்க ஆரம்பித்த பிரச்சனைகள், சவால்கள், அவமானங்கள் அனைத்திற்கும் பிள்ளையார் சுழியிட்டது அந்தப்பாடசாலை வாழ்க்கைதான்.அப்போது எனக்கு ஏற்பட்ட முதற்காதல், அதன் தொடர்ச்சியாக ஏற்பட்ட விபத்துக்கள், இயல்பான உலகத்தைவிட்டு தள்ளிச்செல்ல வைத்ததெல்லாம் அதன் தொடர்ச்சிதான். முதற்காதல் ஒரு குழந்தையின் முத்தம் போலப் பரிசுத்தமானது. நம்மையறியாமலே நம்முள் ஒருவகைக் கொண்டாட்ட மனநிலையை ஏற்படுத்திவிடும். எல்லோருடைய வாழ்விலும் பருவமாற்றத்தில் கடந்து சென்ற ஒரு காதல்கதை நிச்சயமாக இடம் பெற்றிருக்கும். ஒரு சராசரி மனித உயிரியாக எனக்குள்ளும் அந்தக் காதல் மலர்ந்தது. ஆனால் இந்தக் காதல் அபூர்வமானது. அது ஒர் ‘அவள்’ மீது ஏற்பட்ட காதலல்ல அது ‘அவன்’ மீது ஏற்ப்பட்ட காதல்.

அவன் என் அயல்வீட்டுத் தோழன்.என் சக பராயத்தவன். எப்பொழுதெல்லாம் அவனைக் காண்கிறேனோ அப்பொழுதெல்லாம் என் மனத்தில் ஆயிரம் வண்ணத்துப் பூச்சிகள் செட்டை கட்டிப்பறந்தன. ஏனோ இனம் புரியாத ஒரு படபடப்பு என்னில் ஒட்டிக்கொள்ளும். வெட்கம் வேறு பிடுங்-

கித்தின்றது. தினம் தினம் எப்படியாவது அவனைப் பார்த்துவிட வேண்டும் என மனது அடித்துக் கொள்ளும். ஆனால் அவனுடன் பேசுவததென்றாலே கையும் காலும் வெடவெடத்துப் போய்விடும். அப்பொழுது நடிகர் குணால் மிகவும் பிரபலமாக இருந்தார். என் அவன் கூட குணாலின் சாயலிலே இருந்தான். மோனல் என எனது பெயரினை நான் மாற்றிவைத்துக் கொண்ட பின்ணணியில் கூட என் முதற்காதல் இருந்தது.இப்படியே அவன் மீதான காதலின் பெறுமதி நாளுக்குநாள் ஏறுவரிசையில் சென்றது. ஒரு கட்டத்தில் பாடப்புத்தகங்களிலெல்லாம் அவன் பெயரினைக் கிறுக்கி வைக்கும் அளவிற்குக் கிறுக்குக் கூடிப்போனது. இப்படி ஒருநாள் கணக்குப் புத்தகத்தில் அவன் பெயரினை எழுதி வைத்து விட்டு உறங்கிவிட்டேன். வீட்டில் உள்ளவர்கள் பார்த்து விட்டனர். விடயம் அவன் காதுகள் வரை சென்றது.

அவர்கள் பார்வையில் எப்போதும் நான் பானுஜன்தான். அதனால்தான் என்னவோ, அவர்கள் அன்று நான் புத்தகத்தில் கிறுக்கியததை பெரிதாகக் கண்டு கொள்ளவில்லை. ஏதோ சக நண்பன் பெயரினை விளையாட்டாகக் கிறுக்கிவைத்துள்ளான் என்றே நினைத்திருந்தனர். ஆனால் அன்று முதல் என் காதல் ஊரறிந்த பரகசியமாகிவிட்டது. பானுஜன் என்ற என் பெயரே மறந்து போகும் அளவிற்கு பற்பல புதுப்புது பெயர்களை வைக்க ஆரம்பித்து விட்டார்கள். அலி, ரொபி, சூப்புத்தடி என தத்தமது மொழியறிவிற்கு எட்டிய வகையில் எல்லாம் புதிய புதிய பல பெயர்களை வைத்தனர். ஆனால் எனது மன உணர்ச்சியைப் பற்றி யாரும் கருத்தில் கொள்ளவில்லை. இப்போது அவர்களுக்கு தேவையானதெல்லாம் கிண்டலடித்து கேலிபேசுவதற்கான ஒரு வேடிக்கைப் பொருள். அது தம்மைப் போல இரத்தமும் சதையும் இணைந்த உணர்ச்சியுள்ள ஒரு ஜீவன் என்பது அவர்களின் கண்களுக்குத் தெரியவில்லை. வகுப்பில் தனியாக இருக்கிறான், ஆசிரியர்கள் கேள்வி கேட்டால் நெளிந்து நெளிந்து பதில் செல்கிறான், பெண்கள் போல நடக்கின்றான், இவன் அப்படி, இப்படி என இட்டுக்கட்டி அப்பாவிடம் சொல்லிவிட்டார்கள். அவ்வளவுதான் அன்றிரவு அப்பா ருத்திர தாண்டவம் ஆடிவிட்டார். கோவம், அவமானம் இரண்டையும் ஒன்றாக எப்பெழுதாவது உணர்ந்திருக்கிறீர்களா?. நான் உணர்ந்திருக்கின்றேன்.

அது வாழ்வதில் அர்த்தமில்லை என்ற முடிவிற்கு நான் வந்த தருணம்.எப்படியாவது என் உயிரை மாய்த்துக் கொள்ள வேண்டும் என்ற உணர்வு தீவிரமாக வலுப்பெற்றது. ஆனால் என்ன செய்வது என்றுதான் புரியவில்லை. அப்போது மலத்தியோன்தான் என் கண்ணில் தென்பட்டது. ஏதா ஒரு வேகத்தில் கரைத்துக் குடித்துவிட்டேன். மலத்தியோனைக் குடித்தது மட்டுமன்றி நித்திரைக் குளிசைகளையும் அள்ளிப் போட்டுக் கொண்டு உறங்கிவிட்டேன். கண்விழித்தபோதுதான் தெரிந்தது நான் இருப்பது ஒரு மருத்துவமனை. மரணம் கூட என்னை நேசிக்கவில்லைப் போல. அன்று நான் பிழைத்துக்கொண்டேன். ஆனால் அதன் பின்புதான் எனக்கான சோதனை-

கள் ஆரம்பித்தன. மருந்தினைக் குடித்து விட்டு சிகிச்சை பெற்றுக் கொண்ட பின்பு எனது பாடசாலை வாழ்க்கை முற்றிலுமாக மாறிப்போய் விட்டது. என்னை ஆண்கள் வரிசையில் அமருமாறு பாடசாலை சமூகம் நிர்ப்பந்தித்திருந்தது. ஆனால் என்னால் ஆண்கள் மத்தியில் சமமான ஒரு ஆணாக இருக்க முடியவில்லை. நானும் கூட ஒரு ஆணாக வாழ விரும்பவில்லை. அதேநேரம் பெண்கள் வரிசையில் ஒரு பெண்ணாகவும் என்னால் இயல்பாக இருக்க முடியவில்லை. எனவே ஆண்கள் வரிசைக்கும் பெண்கள் வரிசைக்கும் இடையில் கதிரை, மேசை போட்டு தனியாக அமர்ந்து விட்டேன். யாருடனும் பேசுவதற்குக் கூட அந்த நேரத்தில் பிடிக்கவில்லை.

ஆனால் மனதிற்குள் ஆயிரம் சுனாமி அலைகள் ஓயாமல் அடித்துக் கொண்டே இருந்தன. அப்பொழுது என் மன உணர்வை எங்காவது ஒரு இடத்தில் கொட்டித்தீர்க்க வேண்டும் எனத் தோன்றியது. அவர் எனது பாடசாலையின் ஆங்கில ஆசிரியர் வயது முதிர்ந்தவர். எனது பாடசாலையின் கண்டிப்பான ஆசிரியரும் அவர்தான். அவரிடம் வீட்டுப்பாடம் செய்யாமல் பல தடவை அடிகூட வாங்கியிருக்கின்றேன். ஆனாலும் அந்த ஆசிரியரிடம் எப்படியாவது பேசிவிட வேண்டும் என்று நினைத்தேன். எனது மனப்பாரத்தை ஒருவாறு இறக்கிவைக்கத் தீர்மானித்தேன் முதன் முதலாக ஒரு மனித உயிரி என்னை ஆதரவாகப் பார்த்த தருணமது. தைரியத்தை வரவழைத்துக் கொண்டு, அன்று மதிய உணவிற்கான இடைவேளயில் அவரைச் சந்திப்பதாகத் தீர்மானித்தேன். 'நான் ஆணாக இருக்க விரும்பவில்லை. பெண்ணாகவே வாழவிரும்புகின்றேன்' என்றேன். முதலில் அவர் என்னைக் குழப்பத்துடன்தான் பார்த்தார். அவரிற்கு நான் ஏதோ பிதற்றுவது போலவே இருந்திருக்க வேண்டும். ஆனால் சில நிமிடங்களில் அவர் என்னைப் புரிந்துகொண்டிருக்க வேண்டும். பார்வையில் ஒருவித கனிவு தெரிந்தது. ஆம், அந்த ஆசிரியர் என்னைப் புரிந்துகொண்டார்.

புரிந்து கொண்டது மட்டுமன்றி, மறுநாள் பெற்றோரை வரவழைத்துப் பேசினார். ஆனால் என்ன பேசினார் என்றுதான் தெரியவில்லை. வழமை போல அப்பா இரவில் குடித்துவிட்டு வந்து, அன்று வீட்டில் ருத்திர தாண்டவம் ஆடினார். வலிகள் கண்டு கண்டு இந்தத் தேகம் மரத்துப்போய்விட்டது. மனதில் வன்மம் கூடவே, ஒரு கட்டத்தில் கல் போல இருந்துவிட்டேன். என் மௌனம் மேலும் மேலும் அவரை வெறிகொள்ள வைத்திருக்க வேண்டும். ஆத்திரம் தீரும் வரை அடித்துத் துவைத்து விட்டார். ஆனால் என் கண்கள் அப்போது அழுவதற்குக் கூட அவருக்கு ஒத்துழைக்கவில்லை. யார் யாரோ உறவினர்கள் எல்லாம் வீட்டிற்கு வருவார்கள். குசலம் விசாரிப்பார்கள். அவர்களின் பார்வையில் நான் நாணிக் குறுகிக்போய்விட்டேன். ஒரு புழுவை விட அற்பமாக உணர்தேன். சிலர் என்னைக் கண்டு காறி உமிழ்ந்தார்கள். என்னும் சிலர் என்னைக் கண்டு அச்சப்பட்டார்கள். அருகில் வராமல் தெறித்தோடினார்கள். பலருக்கு நானொரு வேடிக்கை வினோதம்.

அவர்களுக்குத் தெரியாமல் நான் மாறிக்கொண்டேயிருந்தேன் .

அப்பொழுது, ஆண்கள் என்றாலே ஏதோ நரலோகத்தின் எமதூதர்கள் போல இருந்தது எனக்கு. வீட்டிற்கு வரும் ஆண்களிற் கெல்லாம் கற்களால் எறிந்தேன். கோபத்தில் வாயில் வந்தபடியெல்லாம் ஏசினேன். ஆனால் என் செய்கைகள் அவருக்கு விசித்திரமாகத் தோன்றியிருக்கிறது. அதாவது பித்து நிலை. எனக்குப் பைத்தியம் பிடித்திருக்கின்றது என பலரும் பலவாறு பேசினார்கள். அதனால்தான் நான் பெண்கள் போல நடந்து கொள்கின்றேன். கற்களால் எறிகின்றேன் எனக் கூறினார்கள். ஆனால் அம்மா மட்டும் எதுவுமே போசாமல் அழுதுகொண்டேயிருந்தாள். அதைத்தான் என்னால் ஜீரணிக்க முடியவில்லை.

ஒருநாள் கோயிலுக்குப் போகப்போவதாகச் சொல்லி என்னை ஓரிடத்திற்கு அழைத்துச் சென்றார்கள். நானும் ஏதோ விபூதி போட்டு, வேப்பிலை அடிக்கப் போகின்றார்கள் போல என எண்ணிக்கொண்டேன். ஆனால் அன்று நடந்த கதைவேறு. உண்மையில் நான் அழைத்துச் செல்லப்பட்டது, கோயிலுக்கல்ல. அதுவொரு வைத்தியசாலை, மனநலம் பாதிக்கப்பட்டவர்கள் தங்கியிருந்து சிகிச்சை பெறும் இடம். ஆம், அவர்கள் என்னை அழைத்துக் கொண்டு சென்றது தெல்லிப்பளை வைத்தியசாலைக்கு. அங்கு எனக்கு ஊசி மூலமாக மருந்து ஒன்று ஏற்றப்பட்டது. அதன் விபரங்கள் எனக்குத் தெரியவில்லை. அது ஏற்றப்பட்டதன் பின்பு, நான்கு நாட்களின் பின்னர்தான் நான் கண்விழித்தேன். வாழ்க்கையில் அது எனக்கொரு புது அனுபவமாக இருந்தது.

அதன் பின்பு மனநல மருத்துவர் சிவயோகனிடம் அனுப்பி வைக்கப்பட்டேன். அவர் என்னைப் பதினெட்டு வயது வரும்வரை காத்திருக்கச் சொன்னார். அதன் பின்பு தூரத்து உறவுக்கார் வீட்டில் சில நாட்கள் தங்கியிருந்தேன். அங்குதான் அந்தச் சம்பவம் நடந்தது. அவருக்கு ஒரு 65 வயதிருக்கும். ஒருவகையில் எனக்குத் தாத்தா முறையானவர். அன்று சாய்மனைக்கதிரையில் அமர்ந்திருந்தபடி என்னை அழைத்தார். நானும் ஏதோ உடல்நலம் சரியில்லைப் போலஎன எண்ணியபடி அருகில் சென்றேன். ஆனால் அந்த வஞ்சகன் என்னை அசிங்கமாகத் தொட்டான். உறவிற்கு அழைத்தான். வெலவெலத்துப் போய்விட்டேன். கைகளை உதறிவிட்டு என் அறைக்குள் சென்று தாளிட்டுக் கொண்டேன். அவர் மனைவி வரும் வரை கதவினை இறுக்கமாகத்தாள்பாழ் இட்டுக் கொண்டு அறைக்குள்ளேயே முடங்கியிருந்தேன். அவர் என் சொந்தக்காரன். வயதானவர். மனைவியுடன் வசித்து வந்தார். எனது வீட்டில் நெருக்கடி அதிகரிக்க அவர்களின் வீட்டில் தங்க சென்றபோதுதான் அந்த கொடுமை நிகழ்ந்தது. என்னோடு மிக நல்லவர் போல் ஆறுதல் கூறி நன்றாக பழகுவார். என்னை அன்பால் அரவனைக்கின்றார் என்று நினைத்தேன். ஒருநாள் அவரது மனைவி இல்லை. வெளியே போயிருந்தார். அன்று அவரும் நானும்தான். படம் பார்த்தபடி உட்கார்ந்திருந்தேன்.

'பிள்ளஞ்தண்ணி கொஞ்சம் கொண்டு வா' என்றார். தண்ணீரை எடுத்து கொண்டு சென்றேன். அவர் சாய்மனை கதிரையில் உட்கார்ந்திருந்தார்.

நான் தண்ணீரை கொடுக்க வாங்கவில்லை. எல்லைமீற முயன்றார். எனக்கு உடம்பெல்லாம் நடுநடுங்க தொடங்கிவிட்டது. அவரை உதறிவிட்டு அறைக்குள் ஓடிச்சென்று தாளிட்டு விட்டேன். அவரது மனைவி வீட்டுக்கு வந்த பின்னர்தான் வெளியில் வந்தேன். 'என்னடா முகம் எல்லாம் வேர்த்திருக்கு. என்னாச்சு' என்று கேட்டார். நடந்ததை கூறினேன். அவருக்கு கோபம் வந்துவிட்டது. அவர் எல்லோருடனும் அப்படிதான், பாசமாக பிள்ளை என்று அணைத்திருப்பார் என்று சொல்லி, என்னை திட்டினார். நான் சொல்வது உண்மையாக இருக்காதென்ற முன்முடிவுடன் இருந்தார். நான் அந்த வீட்டை விட்டும் வெளியேறினேன்.

திருநங்கைகள் என்பவர்கள் நம்பத்தகுந்தவர்கள் அல்லவென்றுதான் இந்த சமூகம் நினைக்கிறது. திருநங்கைகள் இழிவானவர்கள், அவர்கள் பொருட்படுத்த தக்கவர்கள் அல்ல, உண்மை பேசமாட்டார்கள் என பெரும்பாலானவர்கள் நினைக்கிறார்கள். எல்லா சுய சமாதானங்களையும் விடுங்கள். வாழ்க்கையில் முன்னேறுவது எப்படி என இரண்டு இடங்களில் கருத்தமர்வு நடக்கிறது. இரண்டு இடங்களிலும் உங்களிற்கு அறிமுகமற்றவர்கள் கருத்தமர்வில் கலந்து கொள்கிறார்கள். ஒரு இடத்தில் கலந்து கொள்பவர் திருநங்கை. நீங்கள் எங்கு போவீர்கள்? நிச்சயம் திருநங்கை வளவாளராக இருக்குமிடத்திற்கு செல்லப்போவதில்லை. ஒரு திருநங்கை நமக்கு எதை கற்றுத்தரப் போகிறதென நினைப்பீர்கள். உங்கள் ஒவ்வொருவரையும் போலத்தான் ஒவ்வொருவரும் இருக்கிறார்கள். அதனால்த்தான் இந்த சமூகமே திருநங்கைகளிற்கு எதிரானது என்றேன். இந்த சமூகத்தை எதிர்கொள்ள எவ்வளவு விலைகள் கொடுக்க வேண்டுமென்பதை திருநங்கையாக நான் உணர்ந்து கொண்டுள்ளேன். எனக்கு முன்பாக நின்று பேசும் ஒவ்வொரு மனிதனும் கேலியும், கிண்டலும், வசையும்தான் பேசினார்கள். என்னை புரிந்து கொண்டவர்கள் இந்த சமூகத்தில் மிகச்சிலர்தான்.

என் ஒற்றைக்கை விரல்களே போதும், இந்த சமூகத்தில் எனக்கு ஆதரவாக இருப்பவர்களை கணக்கிட. என்னை முழுமையாக புரிந்து எனக்கு இன்றுவரை ஆறுதலாக இருக்கும் அம்மம்மாதான் என் உலகம். அவருக்கு வரும் ஓய்வூதியத்தில் என்னுடன் வாழ்கிறார். உலகமும், உறவுகளும் என்னை அவமானச் சின்னமாக பார்த்தபோதும், அவர் என்னை முழுமையாக ஏற்றுக்கொண்டார். என் தாய்போல, தந்தைபோல, சகோதரி போல, நண்பி போல அவரே இருக்கிறார்.உலகத்தில் நான் படும் அவமானங்களையெல்லாம் அம்மம்மாவின் மடியில் இறக்கி வைத்துவிட்டுத்தான் உறங்கச் செல்கிறேன். இந்த உலகத்தின் சவால்களையெல்லாம் வென்றுவர அவர் புத்திசொல்லிக்கொண்டிருக்கிறார். அவரது அச்சமெல்லாம், நான் சின்னவயதாக இருப்பதும், அவர் அந்திமகாலத்தில் இருப்பதும். தனக்குப்பின்னால்

நான் என்ன செய்வேன் என கவலைப்பட தொடங்கிவிட்டார்.

ஏனெனில், இந்த சமூகத்தின் சவால்களை கடப்பது இன்னும் எனக்கு சிரமமாகத்தான் உள்ளது. வீதிக்கிறங்கினால் சூப்பி, அலி, ஒன்பது என விதவிதமாக கொச்சையாக கூப்பிடுவார்கள். அவர்களின் பாலியல் வக்கிரம் வெளிப்படும். நீங்கள் இப்பொழுது இசைப்பிரியா பற்றி பேசுகிறீர்கள். ஆயுதம் தூக்காத ஒரு பெண்ணை நூற்றுக்கணக்கான ஆண்கள் முன்னிலையில் நிர்வாணப்படுத்தி, மனவக்கிரங்களை தீர்த்து கொண்டார்கள் என்கிறீர்கள். நீங்கள் என்ன செய்கிறீர்கள்? ஒவ்வொரு ஆணும் உங்களிடமே கேட்டுக்கொள்ளுங்கள். நான் வீதியில் தனிமையில் செல்லும் போது நல்லூரடி, அரசடி, கந்தர்மடம், ஆரியகுளம், யாழ்நகரத்தில் வீதியோரம் நிற்கும் ஆண்களின் சுயரூபத்தை பார்த்திருக்கிறேன். யாருமில்லாத சமயத்தில் ஒரு திருநங்கையிடம் எப்படி வக்கிரப் பேச்சு பேசுகிறீர்கள் என்பதற்கு என் ஒவ்வொரு பயணமும் சாட்சி.

ஒவ்வொரு நாளும் நான் யாராவது ஒருவனால் பாலுறவிற்கு அழைக்கப்படுகிறேன். வீதியில் அழைத்துவிட்டு, வெடித்து சிரிப்பார்கள். இதனால் இப்பொழுது வீட்டைவிட்டு வெளியில் செல்வதென்றாலே அடிவயிறு குமையும். வாசலை கடக்க, கால்களின் கீழே நெருப்பு பற்றிக்கொள்ளும். எனது அச்சம் நியாயமானதென்பது ஒருமுறை நிரூபணமானது. எப்பொழுதும் வீதியில் சுற்றித்திரியும் சிலர் என்னை கடத்தினார்கள். கடத்திச் சென்று துஷ்பிரயோகம் செய்வதுதான் அவர்களின் நோக்கம். அதனால் யாழ்ப்பாண பத்திரிகைகள், இணையங்களின் முதல்பக்க செய்தியாகவும் ஆனேன். ஒரு திருநங்கையாக இந்த வாழ்க்கையையும், சூழலையும் பாதுகாப்பற்றதாகவே நான்உணர்ந்து கொண்டிருந்தேன். இதில் எழுதுவதை விட சிரமமானது அந்த வாழ்க்கை. சில வலிகளிற்கும் அவமானங்களிற்கும் நிகரான வார்த்தைகள் கிடையாது. அந்த வலிகளையும், அவமானங்களையும் வார்த்தைகளில் சொல்ல முடியாது. அதிகமேன், நடந்த முடிந்தபின்னர் மீண்டுமொருமுறை முழுமையாக நினைவுகொள்ளவும் முடியாது. அவ்வளவு கனதி, கொடூரமானது. அப்படியான கனத்த அனுபவங்கைள நான் தினமும் சந்தித்து கொண்டிருந்த பருவம். உலகத்தின் முன் திருநங்கையாக நான் காலடியெடுத்து வைத்த காலம். அவமானங்கள், கேலிகள், வசைகளை எதிர்கொள்ளத் தொடங்கியிருந்தேன். ஓவ்வொரு வசைச்சொல்லை உதிர்க்கும் உதடுகளையும், கேலி பேசும் வாய்களையும் மிக நன்றாகவே மனது பதிந்து வைத்திருந்தது. அதனால் சிலரை பார்த்தாலே வேறுதிசையில் சென்றுவிடுவேன்.

எங்கள் வீட்டுக்கருகில், வீதியில், சுற்றயலில் இருந்த எண்ணற்ற முகங்கள் அசிங்க முகங்களாக மனதில் பதிந்துவிட்டது. அவர்களை எதிர்ப்படும் ஒவ்வொரு சந்தர்ப்பத்திலும், நான் காயப்படுத்தப்படுவேன். இப்படியான சிலர் மிக அசிங்கமாக என்னை கேலி செய்தபடி பின்னாலேயே சுற்றுவார்கள். பாலியல் உறவிற்கு அழைப்பார்கள். இதில் எங்கள் கிராமத்தை சேர்ந்த இருவர்

முக்கியமானவர்கள். அப்பொழுது நான் என்னளவில் மாற்றத்தை உணர்ந்து கொண்டிருந்த சமயம். தோற்றத்திலல்லாமல் செயற்பாட்டில் பெண்மை வெளிப்பட்ட காலம் அது. ஒருநாள் நான் தனிமையில் சென்று கொண்டிருக்க, பின்னால் வந்து பாலியல் உறவிற்கு அழைத்தார்கள். நான் அவர்களை தவிர்த்துவிட்டு, விரைவாக சென்று விட்டேன்.

மறுநாள், நல்லூரடியில் சென்றுகொண்டிருந்தேன். ஆள்நடமாட்டம் குறைவான நேரம். இருவரும் சைக்கிளில் வந்து மறித்தார்கள். தங்களுடன் வரச்சொன்னார்னள். நான் அவர்களை தவிர்த்து வேகமாக செல்ல முயல, கையை பிடித்து இழுத்தார்கள். உதறிவிட்டு ஓடினேன். ஆனால் அவர்கள் என்னை பிடித்துவிட்டனர். சைக்கிளின் முன்பக்கத்தில் என்னை இருத்திக் கொண்டு சென்றார்கள். பாடசாலையொன்றிற்கு முன்பாக உள்ள பற்றைக்குள் கொண்டு சென்று, என் கை,கால், வாயை கட்டி அவர்கள் குரூர எண்ணத்தை செயற்படுத்தினார்கள்.

விடயம் முடிய அவர்கள் தப்பியோடிவிட்டனர். நான் வீட்டுக்கு சென்று நடந்ததை சொன்னேன். பின்னர் வைத்திய சாலையில் அனுமதிக்கப்பட்டு சிகிச்சையளிக்கப்பட்டேன். மறுநாள் யாழ்ப்பாண பத்திரிகை, இணையங்கள் பரபரப்பு செய்திவெளியிட்டன. எல்லா ஊடகங்களும் பாதிக்கப்பட்ட நான் யார் என்பதை துப்பறிந்து, என்னை நெருங்கவே முயன்றன. வைத்தியசாலை, சட்டபாதுகாப்பு இருந்தபடியால் தப்பித்தேன். இல்லையென்றால், என் சிறுபராயத்திலேயே ஊடகங்கள் என்னை கொன்றிருக்கும். என் படம் கிடைத்திருந்தால் நிச்சயம், படத்துடன் செய்தி பிரசுரித்திருப்பார்கள். அவர்கள் யாருக்கும் இந்த அசிங்கத்தை செய்தவர்கள் யார் என்பதிலோ, அவர்களின் அடையாளத்தை வெளிப்படுத்துவதிலோ துளியும் ஆர்வம் கிடையாது. என்னுடன் அத்துமீறி நடந்தவன் ஒருவனிற்கு எச்.ஐ.வி தொற்றுள்ளதென்ற அதிர்ச்சி தகவல் பின்னர்தான் தெரியவந்தது. மருத்துவமனையில் எனக்கு தொடர்சிகிச்சை, பரிசோதனை நடத்தப்பட்டது. நல்லவேளையாக, அப்படியொரு அபாயத்தில் சிக்கவில்லை. இப்பொழுது மகிழ்ச்சியாக இரத்ததானமும் செய்கிறேன்.

யாழில் பாலியல் தொழிலாளிகள் இருக்கிறார்கள். உலகத்தின் எல்லா மூலையிலும் அவர்கள் இருக்கிறார்கள். திருநங்கைகளும் பாலியல் தொழிலாளிகளாக உள்ளனர். ஏன், யாழ்ப்பாணத்தில்கூட அப்படியிருக்கிறார்கள். ஆனால், பெண்களையே பாலியல் பிண்டங்களாகவும், திருநங்கைகள் என்றாலே பாலியல் தொழிலாளிகள்தான் என்பதை போலவும் சமூகம் தவறாக கருதுகிறது. தென்னிந்திய சினிமாவில் திருநங்கைகள் என்றால் பாலியல் தொழில் செய்பவர்கள், கேலிக்குரியவர்கள் என்பதை போன்ற சித்திரம் உருவாக்கப்பட்டுள்ளது.

திருநங்கைகள் வீட்டிலும், சமூகத்திலும் சவால்களை சந்திக்க இதுதான் பிரதான காரணம். திருநங்கைகளும் மனிதர்களே, பால்நிலை வேறுபாட்டால்

அவர்களை கேலிக் குரியவர்களாக பார்ப்பது தவறென்பது நமது சமூகத்தில் சொல்லிக்கொடுக்கப்படவில்லை. அதனால்த்தான் ஒவ்வொரு திருநங்கையும் வீட்டிலும், சமூகத்திலும் சிக்கல்களை சந்திக்கிறார்கள். நான் எனது வீட்டில், பெற்றோர்களுடன் வசிப்பதில்லை. எனது வீட்டில், பெற்றோர்களால் இழைக்கப்பட்ட கொடுமையிலிருந்து காவல்த்துறைதான் காப்பாற்றியது. அவர்களின் பார்வையில் நான் வேண்டாத பிள்ளை. நான் இருப்பதை அவமான சின்னமாக கருதினார்கள். நான் செத்துப்போவதையே விரும்பினார்கள். தினம்தினம் அடித்தார்கள், சித்திரவதை செய்தார்கள், வார்த்தைகளால் கொன்றார்கள். இனிதாங்கவே முடியாதென்ற போது காவலநிலையத்திற்குதான் ஓடினேன். அவர்கள்தான் பெற்றோரை அழைத்து கண்டித்து, ஆலொசனை சொல்லி அனுப்புவார்கள்.

என்னை பெற்றோர் புரிந்துகொள்ளவில்லையென்றபோது ஆரம்பத்தில் கோபமும், வேதனையும் இருந்தது. இப்போது இல்லை. இந்த சமூகம் எப்படியானது, அவர்கள் என்னவிதமாக உருவாக்கப்பட்டுள்ளார்கள் என்பதை அறிந்து கொண்டுவிட்டேன். பதினெட்டு வயது முடிவதற்குள் எனக்கு உலகம் கற்றுத்தந்தது அனேகம். இந்த சமூகத்தின் ஒரு அங்கம்தான் எனது குடும்பமும். இந்த சமூகம் எப்படி உருவாக்கப்பட்டதோ, அப்படித்தான் அவர்களும் உருவாக்கப்பட்டனர். இந்த சமூக அமைப்பு மாறும்வரை குடும்பத்தில், வீட்டில் மாற்றம் வருமென எதிர்பார்க்க முடியாது.

அதனால் யார் மீதும் இப்போது கோபம் கிடையாது

இந்த சமூகத்தில் நான் சந்தித்த வசைகள், அவமானங்களிற்கு நிகராக வீட்டில் கொடுமைகளை அனுபவித்தேன். திருநங்கை என்பது அவமானம் என்பதாக வீட்டில் உணர்வதால் இந்த கொடுமை.

அனேகமாக இன்றும் நான் இரண்டக வாழ்க்கைதான் வாழ வேண்டியுள்ளது. ஒரு திருநங்கையாக சுதந்திரமாக உலாவுவதும், பேசுவதும், நடப்பதும் வீட்டிற்கு வெளியில்தான். வீட்டுக்குள் அந்த சுதந்திரம் கிடையாது. வீட்டுக்குள் பானுஜனாகத்தான் வாழ வேண்டியிருந்தது. பெண்களிற்கான உடைகளை வீட்டில் மறைத்து வைத்திருப்பேன். அலங்காரப்பொருட்களையும் மறைத்து வைத்திருப்பேன். என் உணர்வுகளையும், உடைகளையும் மறைத்து வைத்திருப்பதுதான் வாழ்க்கையாக இருந்தது. அந்த ஆடைகளை அணிந்து, ஒரு பெண்ணாக வெளியில் செல்லும் கணத்திற்காக மனது காத்திருக்கும். பெண்களின் ஆடை அணிந்து, பெண்ணாக அலங்காரம் செய்து வீட்டைவிட்டு வெளியில் செல்லும் கணம்தான் வாழ்வின் மகோன்னத பொழுதாக அமையும். அது எல்லா நாளும் வாய்க்காது. வீட்டிலுள்ள எல்லோரையும் போக்குகாட்டுவதென்றால் சும்மாவா?

எனது உடைப்பைக்குள் பெண்களிற்கான உடைகளும், அலங்காரப் பொருட்களும் இருக்கும். யாருமறியாமல் அதை மலசல கூடத்திற்குள் எடுத்துச்சென்று, உடைமாற்றிக்கொள்ள வேண்டும். யாருமறியாமல் வீட்டின் பின்-

பக்கத்தால் வெளியேறி வீதிக்கு செல்ல வேண்டும். இந்த முயற்சிகள் கிட்டத்தட்ட உயிரைப்பணயம் வைப்பதை போன்றவை. யாரும் கண்டுவிட்டால் அவ்வளவுதான். அடி, உதைதான். இரும்புக்கம்பியாலும் அடிவாங்கியிருக்கிறேன். வீதியில் யாரும் கண்டாலும் அடிதான். அப்பா, தம்பி, நெருங்கிய இரத்த உறவுகள் என பலரின் அடிக்கு பயந்து வாழ வேண்டிய கொடூரநாட்கள் அவை. இத்தனை தடைகளையும் கடந்து, வீதிக்கிறங்கும்போதுதான் ஒரு நிறைவு பிறக்கும். இந்த உலகம் எனக்கானதாகவும் தோன்றும்.

திருநங்கையாக எனது உணர்வுகளை வெளிப்படுத்த ஆரம்பித்த பின்னர் ஒருநாள் கூட யாரும் வீட்டில் ஆறுதலாக கதைத்ததில்லை. ஒரு போர்க்களத்தில் வாழ்வதை போலத்தான் வாழ வேண்டியிருந்தது. எதிரிகளை எதிர்கொள்ள வியூகம் வகுப்பதைபோல ஒவ்வொரு கணமும் வியூகம் வகுக்க வேண்டியிருந்தது. போர்க்களத்திலேயே வாழ்வது மிகக்கொடுமையானது. அதனால் பெரும்பாலும் அறையை பூட்டிவிட்டே இருந்துவிடுவேன். இப்படியே வாழ முடியாதென்ற முடிவிற்கு வந்தபோது வீட்டை விட்டு வெளியேற முடிவு செய்தேன். ஆனால் பதினெட்டு வயதுதான் ஆகிக்கொண்டிருக்கும், திருநங்கையாக உள்ள, திருநங்கையென்பதாலேயே படிப்பை தொடர முடியாத ஒருத்தியால் எங்கு போக முடியும்? சமூகம் என்னை எப்படி எதிர்கொள்ளும்? எப்படி எதிர்நீச்சலிடுவது? இப்படி ஆயிரம் கேள்விகள். இதனால் அம்மம்மாவிடமே சென்றேன். என் வாழ்வில் எல்லாமாக அவர்தான் இருக்கிறார். இந்த உலகத்தில் என்னை புரிந்து கொண்ட, என்னையும் அங்கீகரித்த முதல் மனிதப் பிறவி அவர்தான். மிகச்சின்ன வயதில் திருநங்கையென்ற அடையாளத்துடன், குடும்ப எதிர்ப்பை சமாளிக்க முடியாமல் திண்டாடி, அடுத்து என்னவென தெரியாமல் இருந்த என்னை அணைத்துக் கொண்டது அவர்தான்.

அவர் இல்லாமல் இருந்திருந்தால், நான் இருந்திருப்பேனோ தெரியாது. இந்த தொடரும் இருந்திருக்குமோ தெரியாது. அவர் ஒரு சமூக அறிவுள்ள, புரட்சியாளர் கிடையாது. எல்லா வயோதிக பெண்மணிகளை போலவும் சிந்திக்க, பேச தெரிந்தவர்தான். ஆனால் கடவுளை நம்புகிறார். கடவுளின் படைப்புக்களை புரிந்து கொள்கிறார். நான் திருநங்கையானதற்கு யார்தான் என்ன செய்ய முடியும், இருக்கும்வரை நான் பார்த்துக் கொள்கிறேன் என்றுதான் என்னை அரவணைத்தார். எனக்கு அடைக்கலம் கொடுக்க கூடாதென உறவுகள் அவரை நச்சரித்தபடியே இருக்கிறார்கள். என் ஒருத்திக்காக எல்லா உறவுகளையும் எதிர்க்க துணிந்தார். அம்மம்மாவிற்கு அப்பால் என்னை அதிகம் பாதுகாத்தது காவல்த்துறையும், சட்டமுமே. பதினைந்தாவது வயதில் கொலை செய்யப்பட்டு விடுவேன் என்ற அச்சத்தில் காவல்நிலையம் ஓடிச்சென்றேன். இன்றுவரை அங்கு அடைக்கலம் புகுவது தொடர்கிறது. நான் அடைக்கலம் புகுந்த ஒவ்வொரு சந்தர்ப்பத்திலும் காவல்த்துறையினர் மனிதர்களாக நடந்தார்கள். சட்டத்தின் துணையுடன் என்னை பாதுகாத்தார்-

கள்.

திருநங்கைகள் குறித்த விழிப்புணர்வை எனது குடும்பத்தில் ஏற்படுத்த அவர்கள் எவ்வளவோ முயற்சிகள் செய்து கொண்டிருக்கிறார்கள். இந்த தொடர் எழுத ஆரம்பித்த பின்னர் எதிர்கொள்ளும் நெருக்கடிகளையும் பதிவிட வேண்டும். இந்த தொடரின் முதலாவது பகுதி வெளியானது. அடுத்த நாள் நான் காவல்நிலையம் ஓடிச்செல்ல வேண்டியிருந்தது. வடக்கு கிழக்கில் யாழ்ப்பாணத்தில்தான் திருநங்கைகள் ஓரளவு வெளிப்படையாக செயற்படுகிறார்கள். முழுமையான அமைப்பாக அல்லாவிட்டாலும் ஓரிரண்டு அமைப்புக்கள் திருநங்கைகள் சார்ந்து யாழில் இயங்குகின்றன. திருநங்கைகளை முழுமையாக ஒருங்கிணைக்க, கல்வி தொழில் வாய்ப்புக்களை ஏற்படுத்த முடியாவிட்டாலும் திருநங்கைகளை ஒன்றுதிரட்ட, சமூகத்தில் சிறிய அசைவை ஏற்படுத்த அவற்றால் முடிந்திருக்கிறது. கிளிநொச்சியில், மன்னாரில், வவுனியாவில், கிழக்கில் திருநங்கைகள் பகிரங்கமாக அடையாளத்தை வெளிப்படுத்த தயங்கும் நிலைமையே உள்ளது. இந்த பகுதிகளிலுள்ள திருநங்கைகள் சிலர் யாழ்ப்பாணத்திற்கு வருகிறார்கள். இங்குள்ள திருநங்கைகளுடன் இணைந்திருக்கிறார்கள். திருநங்கைகள் எதிர்கொள்ளும் பெரிய சவால் வேலை வாய்ப்பு. திருநங்கை அடையாளத்தை வெளிப்படுத்திய நாளில் இருந்து அவர்கள் பாடசாலைக்கு செல்ல முடியாத நிலைமை. நான் பாடசாலையில் நீடிக்க முடியாததை போன்ற நிலைமைதான் ஒவ்வொரு திருநங்கைக்கும். போதிய புரிதல் இல்லாத சமூகம், ஆசிரியர்கள், கேலி பேசும் மாணவர்கள் என திருநங்கைகள் எதிர்கொள்ளவே முடியாத சவால் பாடசாலை.

கல்வியை நிறுத்தியவர்களிற்கு தொழில் வாய்ப்புக்கள் கிடைப்பதில்லை. வீட்டில் அங்கீகாரம் கிடைப்பதில்லை. உதவிகளும் கிடைக்காது. திருநங்கை அடையாளத்தை பிள்ளை சுமந்த கோபத்தில் பெற்றோரும் எதிர்நிலையில் இருந்திருப்பார்கள். பின்னர் புரிதல் கிடைத்து, பிள்ளையை ஏதாவதொரு தொழில்கல்விக்கு தயார்படுத்த முயற்சிக்கும் போதுதான் சிக்கல் ஆரம்பிக்கிறது. திருநங்கைகளிற்கு தமிழர்களின் உயர்கல்வி, தொழில்கல்வி நிலையங்கள் எதுவும் திறக்கப்படவில்லை. பெண், ஆண் அடையாளத்துடன்தான் அங்கு செல்ல முடியும். திருநங்கைகள் எங்கு உட்கார்வதென பதில் கேள்வி கேட்பார்கள். உழைப்பு என்பதற்காக எல்லாவித வாய்ப்பையும் சமூகம் திருநங்கைகளிடமிருந்து பறிக்கிறது. எந்த வாய்ப்பையும் வழங்காமல், பிறரில் தங்கியிருக்கும்- அடையாளம் அற்றவர்களாக திருநங்கைகள் இருக்க வேண்டுமென சமூகஅமைப்பு விரும்புகிறது. அவர்களை போகப்பொருளாகவும் பாவனை செய்கிறது. அதனால்த்தான் திருநங்கைகளை பெரும்பாலான ஆண்கள் பாலியல் சீண்டலிற்கு உள்ளாக்குகிறார்கள்.

கல்வியை முழுமையான நிறைவு செய்தாத நான் தொழில் பிரச்சனையை இப்பொழுது எதிர்கொள்கிறேன். ஒருமுறை கச்சேரியடியில் உள்ள விடுதி

ஒன்றில் வேலைக்கு போனேன். துப்பரவு பணி எனக்கு கிடைத்தது. இரண்டு வாரங்கள் சாதாரணமாக கடந்தது. ஒருநாள் விருந்தினர் தங்கியிருக்கும் அறைகளை சுத்தம் செய்ய சென்றேன். அறையொன்றில் தங்கியிருந்து விருந்தினன் ஒருவன் என்னை அழைத்து ஆபாசமாக பேசி, உறவிற்கு அழைத்தான். சாதாரணமாக ஒரு பெண்ணை யாரும் இப்படி அணுகுவ-தில்லை. பெண்கள் சமூகத்தில் சந்திக்கும் நெருக்கடிகள் அதிகமென்றாலும், இப்படியான பகிரங்க சீண்டல்கள் கிடையாது. திருநங்கைகள் என்றால் எப்-படியும் நடக்கலாம், அவர்கள் குரலற்றவர்கள் என்றுதான் பெரும்பாலான-வர்கள் நினைக்கிறார்கள். பிறகொருநாள் விடுதியில் தங்கியிருந்த சிங்கள பயணியொருவர் தன்னுடன் உறவிற்கு வருமாறு சிறிய துண்டில் எழுதி இன்-னொருவர் மூலம் கொடுத்தனுப்பியிருந்தார். அந்த துண்டை கொண்டு வந்த-வர்தான் எழுதுவதில் உதவியிருக்கலாம். இந்த விவகாரத்தை முதலாளி, என் வீட்டில் சொல்ல முடியாது. சொன்னால், நீ இப்பிடி திரிஞ்சால் கண்டவனும் சேட்டை விடுவான்தானே என இலகுவாக கடந்து செல்வார்கள்.

இப்படியான நெருக்கடிகளால் அந்த வேலையை தொடர முடியவில்லை. பின்னர் புடைவைக்கடை ஒன்றில் வேலைக்கு சேர்ந்தேன். நிறையப்பை-யன்கள் கடைக்கு முன்பாக கூடத் தொடங்கினார்கள். 'அலியை பார்க்கப் போறம்' என கூச்சலிடுவார்கள். கடையில் வேலை செய்த மற்றைய பெண்-கள் முகம் சுளிக்க தொடங்க, முதலாளி என்னை வேலையிலிருந்து நிறுத்-தினார். திருநங்கைகளின் எதிர்காலம் எப்படியிருக்கும், பத்து வருடத்தின் பின் என் வாழ்க்கை எப்படியிருக்கும் என்றெல்லாம் எனக்கு தெரியவில்லை. எனக்கு ஆறுதலாக உள்ள வெகுசிலரும் பத்துவருடத்தின் பின் உயிருடன் இருப்பார்களா தெரியவில்லை. அவர்கள் இல்லாத உலகத்தை நினைக்கவே நடுக்கமாக இருக்கிறது. எப்படியோ திருநங்கைகளின் உலகம் இறக்கும்வரை போராட்டம்தான்.

கடந்த ஆறு இதழ்களில் திருநங்கைகளின் உலகம் பற்றிய எனது சிறு அனுபவங்களை எழுதியுள்ளேன். திருநங்கைகள் எதிர்கொள்ளும் மிகப்பெரிய சவால்களை இந்தவகையான எழுத்துக்கள் முற்றாக நிறுத்துமென நான் கற்-பனை செய்யவில்லை. ஆனால், சிறிய விழிப்புணர்வையாவது உண்டாக்கியி-ருக்குமென நம்புகிறேன். அப்படியேதும் நிகழ்ந்திருந்தால் அந்த மகிழ்ச்சியை நான் மட்டுமே உரித்தாக்கி கொள்வது முறையல்ல. தீபம் பத்திரிகைதான் இந்த வாய்ப்பை உருவாக்கி தந்தது. அது இல்லாவிட்டால் இப்படியொரு வாய்ப்பே கிடைத்திருக்காது. அடுத்ததாக, என்கதையை எழுதுவதில் ஒத்-தாசையாக இருந்த தீபத்தின் பிரியந்தினி, சியா ஆகியோருக்கும் நன்றி-யுடையவனாக இருப்பேன். இந்த உலகம் பெரியதுதான். அதில் ஏராளம் ஜன்னல்களும், கதவுகளும் இருக்கலாம். ஆனால், சாவிகள்தான் எமக்கு கிடைக்கவில்லை.

14. ஏஞ்சல் குயின்ரஸ்

சமூகச் செயற்பாட்டாளர் Jaffna Transgender Network இன் நிறுவுனர்

ரஞ்சனி

எமது உணர்வுகளுக்கு மதிப்பளியுங்கள்..!

‘மங்கையானவள் திருநங்கையானவள்
நிழலின் இருளில் சிரிப்பவள்
அன்பின் ஊற்றாய்ப் பிறந்தவள்.
வலியின் வலியாய் பிறந்தவள் திறமைகளை தீர்க்கமாய் பெற்றவள்
ஆணாகி பெண்ணாகி யாதுமானவள்’- — ஆயிஷா பாருக்

ஏஞ்சல் குயின்ரஸ் Jaffna Transgender Network இன் நிறுவுனர் ஆக இருக்கிறார். இவர் LGBTIQ சமூகத்தின் செயற்பாட்டாளராக இலங்கையின் வடபகுதியில் வாழும் Transgender நபர்களின் சமத்துவத்திற்காகவும் அவர்களுக்குச் சுய வேலைவாய்ப்புக்களை அமைத்துக் கொடுப்பதற்காகவும் ஆர்வமுடன் செயற்படுபவர்.

*** ஓர் திருநங்கையாக எப்போது நீங்கள் உங்களளவில் மாற்றங்களை உணர்ந்தீர்கள்?**

எனது 8ஆவது வயதில் நான் முதன் முதலில் என்னுள் ஏற்பட்ட மாற்றம் குறித்து உணர்ந்தேன்.பெண்களுக்குரிய உணர்வுகளை நான் கொண்டிருந்த போதிலும் பெண்களுக்குரிய இயல்பைக் கொண்டவளாக நான் மாற்றமடைகிறேன் என்ற சரியான புரிதல் எனக்கு அப்போது ஏற்படவில்லை.இருப்பினும் பெண்களைப் போல பேசுவது, நடப்பது பெண்களைப் போல செயல்கள் புரிவது போன்ற உணர்வுகள் மனதளவில் துளிர்விட ஆரம்பித்தன. ஆணாகப் பிறந்திருந்தாலும் அப்போதே முதலில் நான் என்னை ஒரு பெண்ணாக உணர்ந்தேன். அந்தத் தருணம் வாழ்வில் மறக்க முடியாத ஒரு தருணமாக இருந்தது.நான் மிகவும் மகிழ்ச்சியடைந்த தருணம் அது. சாதாரண பெண்களைப் போன்றே நான் என்னை உணர்ந்தேன்.

*** உங்களில் உணர்ந்த மாற்றத்தை யாரிடமாவது வெளிப்படுத்தினீர்களா?**

ஆரம்பத்தில் இவ்வுணர்வு குறித்து நான் வெளிப்படையாகப் பேசத் தயங்கினேன். 8 வயதென்பது ஒரு சிறிய வயதாக இருந்ததால் என்னைப் பற்றிய உணர்வுகளை நான் பிறரிடம் வெளிப்படுத்தினால் அவர்களால் நான் ஒதுக்கப்பட்டு விடுவேனோ என்ற பயம் எனக்குள் இருந்தது. எனவே, என்னுடைய உணர்வுகளை நான் கட்டுப்படுத்தி வைத்திருந்தேன். ஒரு கட்டத்தில் என்னுடைய உணர்வுகளை யாரிடமாவது வெளிப்படுத்த வேண்டுமென தோன்றியது. எனவே,என்னைப் போன்ற உணர்வைக் கொண்டவர்களை நான் எனது சமூகத்திலேயே அடையாளம் கண்டேன். அவர்களிடம் தான் நான் என்னுள் உணர்ந்த மாற்றங்கள் குறித்து வெளிப்படுத்தினேன். எனது தனிப்பட்ட விடயங்கள் குறித்து நான் எனது நண்பர்களிடம் தான் அதிகமாகப் பகிர்ந்து

கொள்வேன். அவர்களும் தம்மைக் குறித்து என்னோடு கலந்துரையாடுவார்கள்.

* நீங்கள் ஒரு திருநங்கை என்பதை அறிந்த பின் உங்களுக்கு நெருக்கமானவர்களின் புரிதல் எவ்வாறு அமைந்தது?

நான் திருநங்கைக்குரிய இயல்பைக் கொண்டிருக்கிறேன் என்பதை அறிந்த என்னுடைய பெற்றோரால் அதை ஏற்கமுடியவில்லை. அதற்காக நான் அவர்களைக் குற்றம் கூறவில்லை. ஆனால், குறிப்பிட்ட வயது வரை குழந்தைகளை அரவணைக்க வேண்டியது பெற்றோரது கடமை. ஆயினும், அந்த அரவணைப்பு ஆரம்பத்தில் எனது குடும்பத்திலிருந்து எனக்குக் கிடைக்கவில்லை.

நீ ஏன் பெண்களைப் போல நடக்கின்றாய்? என என் தாய் என்னிடம் பல முறை கேட்டிருக்கிறார். அது மட்டுமல்லாமல் நான் பெண்ணுக்குரிய இயல்பைக் கொண்டிருப்பதை என் தந்தையிடம் கூட வெளிப்படுத்தாமல் மறைத்திருக்கிறார். ஏனென்றால், எமது குடும்பம் ஒரு பாரம்பரிய குடும்பமாகக் காணப்பட்டதோடு அவர்கள் சமூகக்கட்டுப்பாட்டுக்குப் பயந்தவர்களாகவும் காணப்பட்டனர். நான் திருநங்கைக்குரிய இயல்பைக் கொண்டிருக்கிறேன் என்பதை அறிந்தால் சமூகத்தவர்களால், அயலவர்களால் ஒதுக்கப்பட்டு விடுவோம் என அவர்கள் அச்சம் கொண்டனர். சமூகக் கட்டுப்பாட்டுக்குப் பயந்து நான் குடும்பத்தவர்களால் தனிமைப்படுத்தப்பட்டேன். இருப்பினும் எனது அக்கா, பாட்டி மற்றும் நண்பர்கள் எனக்கு உறுதுணையாக இருந்தார்கள்.

* மூன்றாம் பாலினத்தவர் என்று திருநர்களைக் குறிப்பிடுவதைப் பற்றி என்ன நினைக்கிறீர்கள். உங்களால் அப் பதத்தை ஏற்றுக் கொள்ளக்கூடியதாக உள்ளதா?

ஆண் பெண் என்ற பாலினத்தை உருவாக்கிய மனிதர்கள், ஏன் ஆண்களை முதலாம் பாலினம் என்றோ பெண்களை இரண்டாம் பாலினம் என்றோ குறிப்பிடாமல் எம்மை மட்டும் மூன்றாம் பாலினம் எனக் கூறுகிறார்கள்? பாலினத்தில் முதலாம் பாலினம், இரண்டாம் பாலினம் என்று இல்லாத போது நாங்கள் ஏன் மூன்றாம் பாலினம் என சித்திரிக்கப்பட வேண்டும்? எனவே மூன்றாம் பாலினம் என குறிப்பிடப்படுவதை நான் விரும்புவதில்லை. சமூகமானது ஆண், பெண் என்ற இருமைக் கண்ணோட்டத்தில் மட்டும் பார்க்கப் பழகியதால் தான் எம்மைத் தம்மிலிருந்து வேறுபடுத்தி மூன்றாம் பாலினம் என குறிப்பிடுகின்றனர். எனவே பாலினவர்க்கத்தின் அடிப்படையில் வகைப்படுத்துவதில் நான் உடன்பாடு கொள்ளவில்லை.

* திருநங்கையாக சமூகம் எவ்வாறான கண்ணோட்டத்தில் உங்களை நோக்குகிறது?

பலவிதமான குணாதிசியங்களைக் கொண்ட மனிதர்களை உள்ளடக்கிய கட்டமைப்புத்தான் சமூகம். அவ்வாறான சமூகத்தில் உள்ளவர்களுடன் எவ்-

வித தொடர்புமில்லாமல் எம்மால் வாழ முடியாது. இதனடிப்படையில் நான் ஒரு திருநங்கையாக இருப்பதை சமூகத்தில் ஒரு சிலரால் ஏற்றுக்கொள்ளக் கூடியதாக உள்ள போதிலும் பலரால் ஏற்றுக் கொள்ள முடிவதில்லை. ஏனெனில், சமூகத்தில் திருநர்கள் குறித்த சரியான புரிதல் இருக்கவில்லை என்றே கூற வேண்டும். அத்தோடு நான் வாழ்ந்த சமூகம் நெருக்கமான சமுதாயமாகவும் காணப்பட்டது. இதனால் நான் பால்நிலை ரீதியிலான கேலி கிண்டலுக்கும் உட்படுத்தப்பட்டேன்.

*** தற்கால சமூகத்தில் நீங்கள் எவ்வாறான சவால்களை எதிர்கொள்கிறீர்கள்?**

தற்காலத்தில் என்பதை விட ஆரம்பத்திலிருந்தே திருநங்கைகள் பல்வேறுபட்ட சவால்களை எதிர்கொள்கின்றனர். வார்த்தைப் பிரயோகங்கள் ஊடாகக் கேலியாக அழைக்கப்படுவது, சமூகத்தில் தமது அடையாளத்தை ஆண்களாகவோ அல்லது பெண்களாகவோ வெளிப்படுத்த முடியாமலும் சுயமாக வாழ முடியாமல் மன உளைச்சலுடன் சமூக மதிப்பு எதுவுமில்லாமல் தனிப்பட்ட சமுதாயமாக வாழ நிர்ப்பந்திக்கப்பட்டமை, வீட்டு வன்முறை, பாலியல் ரீதியிலான சுரண்டல்கள், கல்வி, வேலை வாய்ப்புக்கள் இல்லாமல் போதல்,திறமைகள் இருந்தாலும் அதை வெளிப்படுத்துவதற்கான சரியான தளம் கிடைக்காமை போன்ற பல்வேறுபட்ட சவால்களுக்கு முகங்கொடுக்க வேண்டியேற்பட்டது.

மேலும் சமூகத்தவர்கள் மத்தியில் திருநர்கள் குறித்த சரியான புரிதல் இல்லாமையாலும் சமூகப் பிரச்சினைகளாலும் தங்களை வெளிப்படுத்த முடியாமல் ஒரு குறிப்பிட்ட வட்டத்திற்குள் மட்டுமே வாழப் பழகுகின்றமையும் திருநர்களுக்குப் பாரிய சவாலாகும்.

*** நீங்கள் எப்போதாவது தனிமையை உணர்ந்திருக்கிறீர்களா?**

ஆம், உணர்ந்திருக்கிறேன். எனது குடும்பத்தில் உணர்ந்திருக்கிறேன்.அதைவிட அதிகமாக எனது பாடசாலையில் கற்கும் காலத்தில் நண்பர்களால் ஒதுக்கப்பட்டபோது தனிமையை உணர்ந்திருக்கிறேன்.இவ்வாறு தனிமைப்படுத்தப்படும்போது அதுவாகவே பழக்கப்பட்டு தனிமையை இனிமையாக உணரத் தொடங்கினேன்.சொல்லப் போனால் தனிமை எனக்கு மிகவும் பிடித்தமான ஒன்று.

*** திருநங்கைகள் தமது பிரச்சினைகள் தேவைகள் குறித்துப் பேச அமைப்புக்கள் ஏதேனும் உள்ளதா?**

ஆம் இருக்கிறது.

Jaffna Transgender Network யாழ்ப்பாணச் சங்கம், பெண்கள் அமைப்புக்கள் போன்ற பல அமைப்புக்கள் உள்ளன. மாதாந்தம் இங்கு கூட்டங்கள் இடம்பெறும். கிட்டத்தட்ட 30 உறுப்பினர்கள் இக் கூட்டத்தில் கலந்து கொள்வர். இங்கு திருநர்கள் மட்டுமல்லாமல் LGBT சமூகத்தைச் சார்ந்தோரும் கலந்து கொள்வர். இதனூடாக எமக்கான உதவிகள், சுய தொழில்

வேலைவாய்ப்புக்கள், உள ரீதியிலான ஆற்றுப்படுத்தல் என்பன மேற்கொள்ளப்படுகிறது. அத்துடன் எம்மில் பலர் வெவ்வேறு அமைப்புக்களின் ஊடாகத் தலைமைத்துவப் பயிற்சிக்காகவும் அனுப்பப்படுகிறார்கள்.

***இவ்வாறான அமைப்புக்கள் இயங்குவதையும் திருநர்கள் தொடர்பான பிரச்சினையையும் நீங்கள் ஊடகங்களில் எவ்வாறு வெளிக்கொணர்ந்து வருகிறீர்கள்?**

ஊடகங்களில் எமது பிரச்சினைகளை வெளிக்கொணர்ந்து வருகிறோம். ஆனால் சில ஊடகங்கள் எம்மை சித்திரித்த விதம் மோசமானதாக இருந்ததால் ஊடகங்கள் மீது நம்பிக்கை போய்விட்டது. ஊடகங்களைப் பொறுத்தவரையில் திருநர்கள் என்பது ஒரு செய்தி மட்டும் தானே. பெரும்பாலான ஊடகங்களில் எமக்கான தளமோ அங்கீகாரமோ வழங்கப்படுதில்லை.என்னைப் பொறுத்தவரையில் பெரும்பாலான சந்தர்ப்பங்களில் ஊடகங்கள் திருநர்கள் பற்றிய புரிதலை மக்களுக்கு ஏற்படுத்தவில்லையென்றே கூற வேண்டும்.

***நீங்கள் அவ்வாறு குறிப்பிடுவதற்கான காரணம்? ஏனென்றால் இன்றைய சூழலில் சில ஊடகங்களால் மக்கள் மத்தியில் திருநர்கள் குறித்த சரியான புரிதல் ஏற்படுத்தப்பட்டு வருகிறதே?**

ஆம்..நான் அதை ஏற்றுக் கொள்கிறேன். ஆனாலும் அனைத்து ஊடகங்களும் ஒரே மாதிரி இருப்பதில்லையே. ஏன் சாதாரண மனிதர்களாகிய நமக்கே ஐந்து விரல்களும் ஒரே மாதிரி இருப்பதில்லை. அதுபோல் தான் ஊடகங்களும். ஓரு ஊடகம் திருநர்கள் குறித்த நேர் எண்ணங்களை ஏற்படுத்தினால் மற்றோர் ஊடகம் எதிர்மறையான எண்ணங்களையே தோற்றுவித்துக்கொண்டிருக்கிறது. இந்த யுகத்தில் வாழும் மக்களால் அதிகம் விரும்பப்படும் ஒரு ஊடகமாக முகநூல் காணப்படுகிறது. முகநூலில் என்னால் பதிவேற்றம் செய்யப்படும் தகவல்கள் அதிகமான நண்பர்களால் பகிரப்படுகிறது. அதற்கான பின்னூட்டங்களும் கிடைக்கின்றன.

ஏனைய நாடுகளோடு ஒப்பிடும்போது இலங்கையை பொறுத்தவரையில் திருநர்கள் குறித்து அவ்வளவாகப் பேசப்படுவதில்லை என்றே கூற வேண்டும். சமூக ஊடகங்கள் வாயிலாகவும் சில ஆவணப்படங்கள் ஊடாகவும் திருநர்கள் குறித்த புரிதல்கள் ஏற்படுத்தப்பட்டு வந்திருக்கின்றன. மற்றபடி வானொலிகளில் எல்லாம் எம்மைக் குறித்துப் பேசுவதென்பது குறைவு. அவர்களுக்கு நாம் ஒரு செய்தி மட்டும்தான்.

*** திரைப்படங்களில் திருநர்கள் எவ்வாறு சித்தரிக்கப்படுவதாக நீங்கள் கருதுகிறீர்கள்?**

எங்களுடைய நாட்டைப் பொறுத்தவரையில் திரைப்படங்களினூடாக திருநர்கள் குறித்த விழிப்புணர்வு ஏற்படுத்தப்படுகிறது என்பது மிகக் குறைவு. இந்தியத் திரைப்படங்களினூடாகவே மக்கள் அதிகமாகக் கவரப்படுகின்றனர். இந்தியத் திரைப்படங்கள் ஏற்படுத்திய பிம்பத்தின் அடிப்படையில் திருநர்க-

ளுக்கான அங்கீகாரம் வேறாகவும் அவர்கள் பார்க்கப்படும் கண்ணோட்டம் வேறாகவும் உள்ளது. எனவே, இந்தியத் திரைப்படங்கள் மூலம் கவரப்பட்ட எம் நாட்டவர்களும் இந்திய சமூகத்தின் பார்வையின் அடிப்படை யிலேயே எம் நாட்டிலுள்ள திருநர்களையும் பார்க்கிறார்கள். ஆனால், எமக்கும் அவர்களுக்கும் நிறைய வேறுபாடுகள் உள்ளன. அந்தவகையில் இந்தியாவில் உள்ளதுபோல பரவலாக திருநர்கள் இலங்கையில் இல்லை.

ஆனால் ஆரம்பத்திலிருந்து இன்றுவரை திரைப்படங்களினூடாக ஏற்படுத்தப்பட்ட கருத்தியலின் அடிப்படையில் திருநர்கள் இழிவாகத்தான் காண்பிக்கப்படுகிறார்கள். குறிப்பாக பருத்தி வீரன், ஜில்லுன்னு ஒரு காதல் போன்ற திரைப்படங்களைப் பார்த்திருந்தால் அங்கு திருநர்கள் என்போரை உணர்வுகளற்ற ஒரு பொருளாகவும், பாலியல் இச்சைகள் கொண்டவர்களாகவுமே காண்பித்திருந்தனர். ஆனால் இன்று சில இயக்குநர்கள் அந்த வெளியிலிருந்து விலகி ஒரு புதிய கோணத்தில் மாற்றுக்கருத்துக்களுடன் சரியான ஒரு பார்வையை மக்கள் மத்தியில் ஏற்படுத்தி வருகின்றனர். இம் முயற்சியானது வரவேற்கத்தக்க ஒன்றாக காணப்படுகிறது. அந்தவகையில் அருவி, காஞ்சனா, தர்மதுரை போன்ற திரைப்படங்கள் திருநர்கள் குறித்த மாற்றுப்பார்வையை மக்கள் மத்தியில் ஏற்படுத்தியுள்ளன.

*** ஊடகங்களில் உங்களுக்கான வாய்ப்புக்கள் வழங்கப்படுகிறதா?**

ஆம் வழங்கப்படுகிறது.எனினும், ஆண் மற்றும் பெண்களுக்கு வழங்கப்படுவது போல் இல்லை.

*** ஊடகங்களில் திருநர்கள் எவ்வாறு வெளிபடுத்தப்பட வேண்டுமென விரும்புகிறீர்கள்?**

ஊடகங்களில் திருநர்கள் குறித்து வெளிபடுத்தும்போது இன்னொரு பிரதிநிதி ஊடாக அப்பாத்திரத்தை வெளிபடுத்தாமல் திருநர்களுக்கே அந்த வாய்ப்பு வழங்கப்படும் போதுதான் உணர்வு ரீதியான புரிதல் மக்கள் மத்தியில் ஏற்படுத்தப்படும். அவ்வாறு இல்லாமல் மாற்றுப் பிரதிநிதி ஒருவர் திருநர்கள் ஒடுக்கப்படுகிறார்கள், இழிவாக்கப்படுகிறார்கள் என்று என்னதான் கூறினாலும் அது முழுமைபெறாத ஒன்றாக காணப்படுவதோடு உண்மைதன்மையற்றதாகவும் காணப்படும். எடுத்துக்காட்டாக அண்மையில் விஜய்சேதுபதி நடித்த சுப்பர் டிலக்ஸ் திரைப்படத்தில் அவர் ஒரு திருநங்கையாக நடித்திருந்தார். அங்கு அவர் நடிப்புதிறனை வெளிப்படுத்துவதற்காக திருநர் குறித்து ஆராய்ந்து அவருடைய நடிப்புத் திறனைவெளிப்படுத்தியிருந்தார். எனினும், திருநர்கள் குறித்து வெவ்வேறான உணர்வு ரீதியிலான இயல்பையும் பிரச்சினையையும் அவரால் வெளிப்படுத்தியிருக்க முடியாது என்பதே உண்மை. ஊடகங்களுக்கு நான் கூற விரும்புவது என்னவென்றால், ஊடகங்கள் தான் மக்கள் மத்தியில் இன்றளவில் அதிகமாகச் செல்வாக்குச் செலுத்துகின்றன.ஏனென்றால், ஒரு விடயம் தொடர்பாக நல்லெண்ணங்களையும் தீயஎண்ணங்களையும் ஏற்படுத்த ஊடகங்களால்தான் முடியும்.

ஒரு விடயம் தொடர்பான புரிதலை மக்கள் மத்தியில் விரைவாக எடுத்துச் செல்லக்கூடிய ஒரு வழியாக ஊடகம் காணப்படுகிறது. எனவே, ஊடகங்கள் திருநர்கள் குறித்த நேர் எண்ணங்களை ஏற்படுத்தினால் அது மக்கள் மத்தியில் வெகுவாக எடுத்துச் செல்லப்படும். ஆரம்பத்தில் திருநர்கள் குறித்து ஒரு இழிவான பார்வைதான் ஏற்படுத்தப்பட்டது. அதனை மாற்றுவதென்பது அவ்வளவு சுலபமானதல்ல. ஏனென்றால் வளர்ப்புப் பெற்றோரிடம் வளரும் குழந்தையிடம் திடீரென ஒரு நாள் வந்து இவர்கள்தான் உன்னுடைய உண்மையான பெற்றோர்கள் என காண்பித்தால் அக்குழந்தையால் அவர்களை உடனடியாக ஏற்க முடியாது. அவர்களுக்கு அதைப் புரிந்து கொள்ள சிலகாலம் தேவைப்படும். அது போல தான் ஊடகங்களும் இவ்வளவு காலமும் திருநர்கள் என்றாலே ஒதுக்கப்பட்டவர்கள், இழிவானவர்கள் என்ற பார்வையை, பிம்பத்தை ஏற்படுத்திவிட்டன.

அதனை அழிப்பதென்பது அவ்வளவு எளிதானதல்ல. என்றாலும் சமீபகாலமாக ஊடகங்களால் திருநர்கள் குறித்த நல்லெண்ணங்கள் விதைக்கப்பட்டு வருகின்றன. இம்முயற்சியானது தொடர்ச்சியாக முன்னெடுக்கப்படுமாக இருந்தால் அது திருநர்களும் சாதாரணமான மனிதர்கள்தான் என்ற ஒரு மனநிலையை பொதுமக்கள் மத்தியில் ஏற்படுத்தும். பொய்யான செய்திகளை ஊடகங்கள் வெளிப்படுத்துவதைத் தவிர்க்க வேண்டும். அண்மையில் கூட ஊடகங்களால் திருநர்கள் ஆட்சேர்ப்புச் செய்கிறார்கள் என்ற ஒரு செய்தி வெளிப்படுத்தப்பட்டது. அதில் எவ்விதமான உண்மைத்தன்மையும் இல்லை. நான் ஊடகங்களிடம் கேட்பதும் அதைத்தான். ஊடகங்களில் திருநர்கள் குறித்து வெளிப்படுத்தும்போது எப்போதும் உண்மைத்தன்மை வாய்ந்த செய்திகளை வெளிப்படுத்துங்கள். யாரைப் பற்றிய தகவல்களை வெளிப்படுத்தப்படுத்த விரும்புகிறீர்களோ அவர்களின் அனுமதியைப் பெற்ற பின்னரே அவர்களைக் குறித்து வெளிப்படுத்துங்கள். உங்களுடைய மனதில் தோன்றுவதை அவர்கள் பார்வையாக ஒரு போதும் வெளிப்படுத்தாதீர்கள். திருநர்கள் மூலமாக சமூக விழிப்புணர்வை ஏற்படுத்தக் கூடிய செய்திகளைத் துல்லியமாக எடுத்துக் கூறுங்கள். எம்மை வெறும் செய்திப்பொருளாக மட்டும் பார்த்து இழிவுபடுத்தாதீர்கள்.

இதுவரையில் ஊடகங்களால் திருநர்கள் குறித்து ஏற்படுத்தப்பட்ட தவறான பிம்பத்தை நீங்களும் தொடராமல் மனித சமுதாயத்தில் திருநர்களுக்கான புதிய அத்தியாயத்தை உருவாக்க முயற்சி செய்யுங்கள். எமது உணர்விற்கும் மதிப்பளியுங்கள். இதுவரையில் ஊடகங்களால் திருநர்கள் குறித்து ஏற்படுத்தப்பட்ட தவறான பிம்பத்தை நீங்களும் தொடராமல் மனித சமுதாயத்தில் திருநர்களுக்கான புதிய அத்தியாயத்தை உருவாக்க முயற்சி செய்யுங்கள். எமது உணர்விற்கும் மதிப்பளியுங்கள். உங்களுக்கான பாதையை நீங்கள் தெரிவு செய்வது போல எமக்கான பாதையையும் உருவாக்கித் தாருங்கள். எமது பாதையில் தடைகளை ஏற்படுத்தாதீர்கள்.

"அழகான அவர்கள்"!

அவன், அவள் என்பதைத் தாண்டி 'அவர்கள்' என்ற மரியாதை, மூன்றாம் பாலினத்தவர்களான திருநங்கைகளுக்கானது. எவ்வளவோ வலி, வேதனைகளைக் கடந்து இன்றுபல துறைகளிலும் தங்களுக்கென்று ஒரு தனி இடத்தினைத் தக்கவைத்துக் கொண்டுள்ளனர் திருநங்கைகள்.

பரதநாட்டியக் கலைஞர் நர்த்தகி நடராஜ் தொடங்கி, செய்தி வாசிப்பாளர் பத்மினி பிரகாஷ், தொகுப்பாளர் ரோஸ், எழுத்தாளர் கல்கி, முதல் பெண் சப் இன்ஸ்பெக்டர் பிரித்திகா யாஷினிவரை தங்களுக்கான உரிமைகளை மீட்-டெடுத்த திருநங்கைகள் ஏராளம். அவர்களுக்கு தன் பங்குக்கு

புடவைகள் மீது அவ்வளவு பிரியம் எனக்கு. விதவிதமாகப் புடவைகளைத் தேர்ந்தெடுத்து அணிவது எனக்குப் பிடிக்கும். புடவைகள் மீது இவ்வளவு ஆர்வம் கொண்ட நான் ஏன், ஒரு டிசைனர் பொட்டிக் ஆரம்பிக்கக்கூடாது என்று யோசித்தபோது உருவானதுதான் 'ரெட் லோட்டஸ்' நிறுவனம். ஆரம்-பத்தில் என் நண்பர்களுக்கு மட்டுமே புடவைகளை வடிவமைத்துக் கொடுத்-துக் கொண்டிருந்தேன். அவர்களிடமிருந்து கிடைத்த உற்சாக வரவேற்பு கார-ணமாக, ஆன்லைன் மூலம் விற்பனையைத் துவக்கினேன்.

திருநங்கை மாடல்கள்... எண்ணம் எப்படி உதித்தது?

எப்போதுமே மாடல்களை தேர்ந்தெடுத்துவிட்டு புடவைகளை வடிவமைப்-பவள் நான். ஒரு சமயம் திருநங்கை ஒருவரின் புடவை அணியும் நேர்த்தி மற்றும் அழகியலைக் கண்டு அசந்துவிட்டேன். பெண் மாடல்களைவிட அசத்தலாக தன்னை அலங்கரித்துக் கொண்டிருந்தார் அவர். அந்த நொடி-தான் வாய்ப்பு கிடைக்கும்போது, நம் புடவைகளுக்கும் திருநங்கைகளை மாடலாக வைக்கலாம் என முடிவெடுத்தேன். ஆனால் செயல்படுத்த நினைத்தசமயம், முதலில் சின்ன தயக்கம் இருந்தது. ஆனால், இந்த சமூகத்-தில் தங்களுக்கான அடையாளத்துக்காகப் போராடும் அவர்களுக்கு என்னால் முடிந்த அங்கீகாரத்தினை அளிக்க நினைத்தே இந்த முடிவினை எடுத்தேன்.

உங்கள் மாடல்கள் கௌரி சாவித்ரி, மாயா மேனன் பற்றி சொல்லுங்கள்..

இருவருமே 29 வயதானவர்கள். கோட்டையத்தைச் சேர்ந்த கௌரி, வேலை தேடிக்கொண்டிருக்கிறார். மாயா மேனன், ஒரு சிறிய யோகா பயிற்சி நிலையத்தினை கொச்சியில் நடத்தி வருகின்றார். இருவருமே அழகானவர்-கள் மட்டுமல்ல, அன்பானவர்களும் கூட. அவர்களுடன் பழகிய பொழுது-தான் திருநங்கைகள் உலகம் எவ்வளவு அழகானது என்பதை நான் தெரிந்து கொண்டேன். நானே அவர்களைப் பற்றி முழுமையாக அறிந்துகொண்டது அப்போதுதான்.

முதலில் அவர்களிடம் இதுபற்றி பேசியபோது, 'எங்களைப் பயன்படுத்-தினால் உங்கள் தயாரிப்புகள் விற்பனையாகாது என்று மறுத்தார்கள். இது, அவர்கள் எந்தளவிற்கு இந்த சமூகத்தினால் காயமடைந்திருக்கிறார்கள் என எனக்கு புரிய வைத்தது. நான் விடாப்பிடியாக நின்றேன். என்னுடைய உறு-

தியைக் கண்டு பின்னர் மாடல்களாக நடிக்க ஒப்புக் கொண்டனர்.

தோள் கொடுத்திருக்கிறார் கேரளாவைச் சேர்ந்த ஷர்மிளா நாயர்.

கொச்சியின் புகழ்பெற்ற ஆடை வடிவமைப்பாளரான இவர், தன்னுடைய 'ரெட் லோட்டஸ்' ஆடை வடிவமைப்பு நிறுவனத்தினால் வடிவமைக்கப்பட்டுள்ள 'மாழவி' என்னும் சில்க் காட்டன் புடவைகளுக்கு திருநங்கைகளை மாடல்களாக பயன்படுத்தியுள்ளார். மாழவி என்றால் 'வானவில்' என்று அர்த்தம். இந்தப் புடவைகளில் வானவில்லின் ஏழு நிறங்களைப் பயன்படுத்தியுள்ளார் ஷர்மிளா. மேலும், இயற்கை வண்ணங்களைக் குழைத்து இந்தப் புடவைகளை உருவாக்கியுள்ளார்.

கார்ப்பரேட் நிறுவனங்கள் தங்கள் தயாரிப்புகளுக்கு மாடல்களாக அழகான பெண்கள், ஹாண்ட்சம் ஆண்கள், பிரபலமானவர்கள் என ஒரு வழக்கமான வட்டத்திலேயே உழன்றுவரும் நிலையில் அந்த வட்டத்தினைத் தைரியமாக உடைத்து திருநங்கைகளை மாடல்களாக பயன்படுத்தி உள்ளார் ஷர்மிளா. அதைப்பற்றி ஷர்மிளாவிடமே கேட்டோம்.

உங்களைப் பற்றி...

''நான் முதுநிலை இலக்கியம் முடித்தவள். முழுக்க, முழுக்க என்னுடைய ஆர்வத்தினால் மட்டுமே டிசைனர் உலகில் நுழைந்தேன். அழகான குழந்தையும், என் தொழிலுக்கு உறுதுணையாக நிற்கும் அன்பான கணவரும் எனக்கு கிடைத்த வரம்!

உங்கள் தயாரிப்பான இந்த சில்க் காட்டன் புடவைகளுக்கு வானவில் என்று குறிப்பாக பெயரிடக் காரணம் ஏதாவது உண்டா?

மூன்றாம் பாலினத்தவரைக் குறிக்கும் வண்ணங்கள் பொதுவாகவே வானவில்லின் ஏழு நிறங்கள்தான். அதனாலேயே இந்த புடவை கலெக்‌ஷனுக்கு மாழவி என்று பெயரிட்டோம். ஏழு வண்ணங்கள் நிறைந்த உலகம் அவர்களுடையது. அது நம் உலகையும் வண்ணமயமாகவே மாற்றும். வானவில்லின் ஏழு நிறங்களிலும் இந்த புடவைகள் கிடைக்கும் என்பது இதன் சிறப்பு.

திருநங்கைகளை மாடல்களாக பயன்படுத்தி புடவைகளை அறிமுகப்படுத்தியபோது கிடைத்த வரவேற்பு எப்படி இருந்தது?

முதலில் இந்த ஐடியா மக்களிடம் சரியாக சென்றடையுமா என்று நான் பயந்தது உண்மைதான். ஆனால், இந்த புடவைகளை அறிமுகப்படுத்தியவுடன் எனக்கு கிடைத்த வரவேற்பு ஆச்சரியமோ, ஆச்சரியம். பாராட்டுக்களில் மூழ்கியே போய்விட்டோம், என்றால் பாருங்கள். மாயாவுக்கும், கௌரிக்கும் வெளிநாடுகளில் இருந்தெல்லாம் வாழ்த்துக்கள் குவிந்தன. சரியான ஒன்றைத்தான் நான் கையில் எடுத்திருக்கின்றேன் என பெருமைப்பட்ட தருணம் அது. இன்னும் சிலர் ஒருபடி மேலே போய், புடவைகளுடன் கௌரி, மாயா அணிந்திருந்தது போன்றே பிளவுஸ்களும் வேண்டும் என்று கேட்டு வாங்கிக் கொண்டனர். முக்கியமாக கௌரி அணிந்திருந்த புடவைகளுக்கு அமெரிக்கா மற்றும் துபாய் வாடிக்கையாளர்களிடம் பெரிய கிரேஸ்.

திருநங்கைகள் குறித்த மாற்றுப் பார்வையை ஏற்படுத்தியிருப்பதாக நம்பு-கின்றீர்களா?

ஆம்..கண்டிப்பாக. மூன்றாம் பாலினத்தவர்களும் நம்மைப் போன்ற மனி-தர்கள்தான். அவர்களுக்கான அடையாளம் இந்த சமூகத்தில் கிடைத்தே தீர வேண்டும். அதில் ஒரு விதையைத்தான் நான் இந்த முயற்சியால் விதைத்தி-ருக்கின்றேன். அது வளர்ந்து மரமாக எல்லாரும் உழைக்க வேண்டும். அவர்-களை மதியுங்கள்...அவர்களுக்கான உரிமைகளை தயவு செய்து பறிக்க நினைக்காதீர்கள்"...என்று உணர்ச்சிவயப்படுகிறார் ஷர்மிளா.

கேரளாவில் கடந்த நவம்பர் 2015 ஆம் ஆண்டு, மூன்றாம் பாலினத்-தவர்களும் சமூகத்தில் பொருளாதார மற்றும் தனிமனித சுதந்திரம் முழு-மையாகக் கொண்டவர்கள் என்று அம்மாநில அரசு அறிவித்தது. அதுவே தனக்கு உந்துதலாக அமைந்ததாக கூறும் ஷர்மிளா, முன்னெப்போதும் இல்-லாத அளவிற்கு இந்த புடவைகளுக்கான வரவேற்பு இருந்ததாகவும் பூரிக்-கிறார். 1500 முதல் 2500 வரையிலான விலைகளில் இந்த புடவைகள் அவருடைய ஆன்லைன் பொட்டிக்கில் கிடைக்கின்றது.

மாடல்களில் ஒருவரான மாயா மேனன் என்ன சொல்கிறார்?

"எம்.ஏ., லிட்ரேச்சர் படிச்சுட்டு இருக்கேன். யோகா வகுப்புகளும் எடுத்-துட்டு இருக்கேன். இந்த மாடலிங் வாய்ப்பு கிடைச்சப்போ நிறைய எதிர்ப்-புகள். திருநங்கையை எப்படி புடவை விளம்பரத்திற்கு நடிக்கவைக்கலாம்னு எதிர்ப்பு கிளம்பியது. எனக்குமே தயக்கம்தான். ஆனா, அதையும் தாண்டி ஷர்மிளா கொடுத்த ஊக்கம் எனக்கு பெரிய பூஸ்ட். ஷூட் முடிஞ்சு வெளி-யான போட்டோக்களில் நான் எனக்கே அவ்ளோ அழகா தெரிஞ்சப்போ வானத்தில் பறக்கற மாதிரி இருந்தது. எதிர்காலத்தில் இதையும் தாண்டி உலகமே திரும்பிப் பார்க்கிற மாதிரி ஏதாவது செய்யணும்" மாயாவின் முகத்-தில் பெருமித ரேகைகள் படர்கிறது.

15. என் அடையாளத்துக்கு முதல் அங்கீகாரம்

ஜெ-வை எதிர்த்து களமிறங்கிய திருநங்கை தேவி பெருமிதம்! - கஜலக்சுமி மகாலிங்கம்

தேவியும் போராட்டமும் "என்னுடைய சொந்த ஊர் சேலம் மாவட்டம் மகுடன்சாவடி.. பிறப்பால் நான் ஒரு ஆண், 12ம் வகுப்பு வரை எங்கள் ஊரில் உள்ள அரசுப் பள்ளியிலேயே படித்தேன், அதற்கு மேல் படிக்க வைக்க குடும்பத்தில் வசதி இல்லை. என்னுடைய 16வது வயதில் எனக்குள் பாதி பெண்மைத் தன்மை இருப்பதை உணர்ந்தேன். இதையடுத்து 17வது வயதில் பாலின மாற்று அறுவை சிகிச்சை செய்ய முடிவு செய்தேன். என்-னுடைய இந்த மாற்றத்திற்கு என் குடும்பத்தாரிடையே கடும் எதிர்ப்பு இருந்-

தது. ஏனெனில் நான் 10 மாத குழந்தையாக இருந்த போதே என் அப்பா இறந்து விட்டார். அம்மா முத்தம்மாள் என்னையும் அக்காவையும் சிரமப்-பட்டு வளர்த்தார். அம்மாவிற்கு 40 வயது இருக்கும் போது நான் பிறந்த-தால் குடும்பத்தில் ஒரே ஆண் வாரிசு, இப்படி மாறி வருவதை அவரால் ஏற்றுக் கொள்ள முடியவில்லை மேலும் கடைசி காலத்தில் என்னை எப்படி காப்பாற்றிக் கொள்வது என்ற அச்சமும் அம்மாவிற்கு இருந்தது, எனினும் முழுதும் பெண்ணாக மாற வேண்டும் என்ற ஆசை மேலோங்கி இருந்ததால் வீட்டில் இருந்த நகை பணத்தை எடுத்துச் சென்று பாலின மாற்று அறுவை சிகிச்சை செய்து கொண்டேன்" என்கிறார் தேவி.

நான் முழுவதும் பெண்ணாக மாறியதை என்னுடைய அம்மா ஏற்றுக் கொள்வதற்கு சிறிது காலம் தேவைப்பட்டது, ஏனெனில் சமூகம் மற்றும் சுற்றத்தாரின் பார்வை அவரை அச்சுறுத்தியது. இப்போது என்னுடன் என் அம்மா சந்தோஷமாக நாட்களை கழித்து வருகிறார் என்று பெருமையோடு சொல்கிறார் தேவி.

'தாய்மடி' கொடுத்து அரவணைக்கும் தேவி: தேவிக்கு சமூகப் பணியில் அதிக ஆர்வம், இதனால் 2004ம் ஆண்டு முதல் பல்வேறு தன்னார்வ தொண்டு நிறுவனங்களுடன் இணைந்து தன்னார்வலராக பணியாற்றியுள்ளார். இதன் விளைவாக 2009ம் ஆண்டு பிப்ரவரியில் 'தாய்மடி' என்ற அறக்-கட்டளையைத் தொடங்கி ஆதரவற்ற முதியோருக்கு உணவும், உறைவிடமும் தந்து உதவுகிறார். "சிறு வயது முதலே உணவிற்கு நான் மிகவும் சிரமப்-பட்டுள்ளேன், சமூகத்தில் நிலவும் இந்த அவல நிலையை துடைத் தெரியும் முதல் முயற்சியாக தொடங்கப்பட்டதே 'தாய்மடி', மகுடன்சாவடியில் எங்க-ளுக்கு சொந்தமான இடத்தில் ஒரு தங்கும் விடுதியை ஏற்படுத்தியுள்ளோம். இந்த விடுதியில் கைவிடப்பட்ட முதியோர்களை அரவணைத்து அவர்க-ளுக்கு உணவும், தங்குமிடமும் இலவசமாக வழங்கி வருகிறோம். தாய்-மடி தொண்டு நிறுவனத்தில் 100 பேரை அரவணைத்துக் கொள்ளும் வசதி இருந்த போதும் தற்போது 20 பேர் இந்த சேவையை பெற்று வருகின்றனர் என்கிறார் 33 வயதான திருநங்கை தேவி.

முதியோர்களுக்கு நான் செய்து வரும் சேவையால் சமூகம் என் மீது வீசிய ஏளனப் பார்வையை தகர்த்தெறிந்துள்ளேன். என்னைப் பலரும் மதிக்-கும் நிலைக்கு நான் உயர்ந்ததால் அம்மா இப்போது என்னை அவருடைய பெண் என்று சொல்லிக் கொள்வதற்கு தயங்குவதே இல்லை என்று பெரு-மைப்படுகிறார் தேவி.

தாய்மடி தொண்டு நிறுவனத்தை தேவி, அவருடைய தாயார் முத்தம்மாள் மற்றும் ஒரு உதவியாளர் சேர்ந்து நடத்தி வருகின்றனர், இதற்கான நிதியை நன்கொடைகள் மூலம் பெறுகின்றனர், மேலும் முதியோர்களுக்கு உதவ நினைப்பவர்களிடம் இருந்து மருத்துவ வசதி, பராமரிப்புச் சேவைக்கு தேவை-யானற்றை கேட்டு பெற்றுக் கொள்கின்றனர்.

அரசியலில் நுழைந்த முதல் திருநங்கை: தேவிக்கு தமிழ் தேசியக் கொள்கையின் மீது ஈர்ப்பு உண்டு. 'நாம் தமிழர் கட்சி' தொடங்கிய காலத்தில் கட்சியில் இணைந்து பல்வேறு பணிகளை செய்துள்ளார். தற்போது தன்னுடைய தாய்மடி தொண்டு நிறுவன சேவையில் முழுவீச்சில் ஈடுபட்டதால் அரசியலில் இருந்து கொஞ்சம் தள்ளியே இருந்தார். எனினும் 2016 சட்டசபை தேர்தலில் போட்டியிடும் வாய்ப்பை அவருக்கு வழங்கியுள்ளது நாம் தமிழர் கட்சி.

"சமூகப் பணியைப் போலவே அரசியலிலும் எனக்கு ஈடுபாடு உள்ளது. தேர்தலில் வேட்பாளராக நான் அறிவிக்கப்பட்டதை அறிந்து மட்டற்ற மகிழ்ச்சியடைந்தேன். என்னுடைய பொறுப்புகள் அதிகரித்துள்ளது அதற்கேற்ப நான் செயல்பட வேண்டும் என்ற தீர்மானம் எனக்குள் ஏற்பட்டுள்ளது" என்று சொல்கிறார் தேவி.

திருநங்கைகள் ஒடுக்கப்பட்ட இனமாகவே பார்க்கப்படும் நிலையில் தமிழகத்தின் முதல் திருநங்கை வேட்பாளராக அரசியல் களத்தில் இறங்கியுள்ளதால் சமூகம் என்னை உற்று நோக்குகிறது, எனவே நான் என்னுடைய கடமையை சிறப்புற நிறைவேற்றுவேன். பிரச்சாரத்தின் போது பொதுமக்கள் எப்போதும் எங்கள் இனத்தின் மீது செலுத்தும் ஏளனப்பார்வை இல்லாமல் அவர்கள் என்னை அந்தத் தொகுதியின் வேட்பாளராக ஏற்றுக் கொண்டுள்ளனர். இது என்னுடைய அடையாளத்திற்கு கிடைத்த மிகப்பெரிய அங்கீகாரம் என்று நெகிழ்கிறார் தேவி.

சென்னை ஆர்.கே.நகர் தொகுதியில் போட்டியிடும் முதலமைச்சர் வேட்பாளர் ஜெயலலிதா தான் தன்னுடைய அரசியல் முன்உதாரணம் என்று கூறி அனைவரையும் ஆச்சரியப்பட வைக்கிறார் தேவி. இதில் ஆச்சரியப்பட என்ன இருக்கிறது என்று தமிழக அரசியல் நிலவரம் தெரியாதவர்கள் கூறலாம், ஏனெனில் தேவி எதிர்த்து நிற்பது ஜெயலலிதாவைத் தான்.

"நான் தமிழர் கட்சியின் சார்பில் வேட்பாளராக நிற்கிறேன், முதலமைச்சர் ஜெயலலிதாவை எதிர்த்து நிற்கவில்லை. என்றுமே நான் அவருக்கு போட்டியில்லை, ஆணாதிக்கம் நிறைந்த அரசியல் தளத்தில் ஒரு பெண்ணாக அனைத்துத் தடைகளையும் உடைத்து துணிச்சலாக செயல்படும் அவர் தான் என்னுடைய முன் உதாரணம்" என்று சொல்லும் தேவி, தொடர்ந்து பேசுகையில் வேட்பு மனுவை வாபஸ் பெறும்படி தனக்கு மிரட்டல்கள் வருவதாகவும் சொல்கிறார். முதலமைச்சரை எதிர்த்து போட்டியிடுவதால் தேர்தலுக்குப் பின்னர் பழிவாங்கப்படுவேன் என்றும் பயமுறுத்தப்படுகிறேன், இந்த பயம் நியாயமானது தான் ஆனால் ஒரு தொகுதியில் வேட்பாளராக யார் வேண்டுமானாலும் நிற்கலாம் என்ற ரீதியிலேயே எங்கள் கட்சி சார்பில் நான் போட்டியிடுகிறேன் என்கிறார் தேவி.

மாற்றத்தை நோக்கி பயணிக்கும் தேவி: தன்னுடைய தாய்மடி தொண்டு நிறுவனத்தை தமிழகம் முழுவதும் விஸ்திகரிப்பு செய்வதே தேவியின் நோக்கம். 'பசியால் எந்த உயிரும் வாடக்கூடாது என்ற அடிப்படையிலேயே எனது அறக்கட்டளை செயல்பட்டு வருகிறது'. தற்போது சேலம் மற்றும் அதன் சுற்று வட்டார பகுதி மக்களால் மட்டுமே அறியப்படும் இந்த சேவையை தமிழகம் முழுவதும் அனைவரும் அறிந்து கொள்ளும் வகையில் இந்த அரசியல் பிரவேசத்தை பயன்படுத்திக் கொள்ள திட்டமிட்டுள்ளதாகச் சொல்கிறார் அவர். திருநங்கைகள் மாற்றத்தை நோக்கி பயணிக்கத் தொடங்கிவிட்டதாக சொல்லும் தேவி, இதே போன்று திருநங்கைகள் மீதான சமுதாயத்தின் பார்வையும் மாற வேண்டும் என்கிறார்.

"திருநங்கைகளால் பாலியல் தொழில் செய்து மட்டுமே பிழைப்பு நடத்த முடியும் என்ற பரவலான கருத்து களைஎடுக்கப்பட வேண்டும். திருநங்கைகளால் செய்ய முடியாதது எதுவும் இல்லை. 12ம் வகுப்பு வரையே படித்திருந்த எனக்கு சமூக சேவை மற்றும் அரசியல் தளம் கிடைத்தது போல அவரவர் தங்களுக்கு ஏற்ற துறையை தேர்வு செய்து அதற்கேற்ப தங்களின் வாழ்வை மேன்மையடையச் செய்ய வேண்டும் என்றும் கோரிக்கை விடுக்கிறார். இதே போன்று அரசுகளும் திருநங்கைகளுக்கு தனி வாரியம் அமைத்து அவர்களுக்கு வேலைவாய்ப்புகளை ஏற்படுத்தித் தர வேண்டும்" என்கிறார்.

விடாமுயற்சியால் காவல் ஆய்வாளரான பிரித்திக்கா, திருநங்கைகளின் உரிமைக்காக போராடும் சகோதரி அமைப்பின் கல்கி மற்றும் அரசியலில் கால் தடம் பதித்திருக்கும் நான், என்னைப் போன்றோரை முன் உதாரணமாக எடுத்துக் கொண்டு மற்ற திருநங்கைகளும் வாழ்வில் ஏற்றத்தைத் தரும் மாற்றத்தை நோக்கி பயணிக்க வேண்டும் என்று விரும்புகிறார் தேவி.

அருட்பெருஞ்சோதி வள்ளலாரின் பொன்மொழியான "எல்லா உயிரும் மதிக்கத்தக்கதே, அவை அனைத்தும் பசியற்ற வாழ்வை வாழ வேண்டும்" இதன்படி பசியால் வாடுவோருக்கு உதவ வேண்டும் என்பதே தனது இலக்கு என்று சொல்கிறார் தேவி. உலகில் படைக்கப்பட்ட ஒவ்வொரு உயிருக்கும் அர்த்தமுள்ள வாழ்க்கை வாழ்வதற்கான உரிமை உள்ளது, திருநங்கைகளும் இதற்கு விதிவிலக்கல்ல என்பதற்கு சிறந்த முன்மாதிரியாகத் திகழ்கிறார் திருநங்கை தேவி.

16. ப்ரித்திகா யாஷினி

சட்டப் போராட்டத்திற்கு பின் வெற்றி கண்ட ப்ரித்திகாவின் வாழ்க்கை பயணம (thanks to .yourstory)

'விடாமுயற்சி விஸ்வரூப வெற்றி' என்று கூறுவார்கள், அது ப்ரித்திகாவின் விஷயத்தில் உறுதி செய்யப்பட்டுள்ளது என்றுதான் சொல்ல வேண்டும்.

அவரின் விடாமுயற்சி, இந்தியாவின் காவல்துறையில் முதல் திருநங்கை சப்-இன்ஸ்பெக்டர் என்ற பெருமையை பெற்றுத் தந்துள்ளது. ஆனால் இதற்கு பின்னால் அவர் சந்தித்த துயரங்கள் மிக அதிகம்.

பொதுவாகவே எந்த துறையிலும் பெண்கள் சாதித்து தங்களை நிலை நாட்டிக் கொள்வது போரட்டங்கள் நிறைந்ததாகவே இருக்கும், இதுவே திரு-நங்கை என்றால் சொல்லவே வேண்டாம். அவரின் இந்த வெற்றியும் கூட ஒவ்வொரு கட்டத்திலும் நீதிமன்றம் சென்றே பெற வேண்டியிருந்தது. அவர் கடந்து வந்த பாதையை பிரத்யேகமாக தமிழ் யுவர் ஸ்டோரியுடன் பகிர்ந்து கொண்டார்.

ப்ரித்திகாவின் இளமைப் பருவம்: சேலத்தில் உள்ள கந்தம்பட்டி என்ற ஊரில் பிறந்து வளர்ந்த ப்ரித்திகாவிற்கு தனது பள்ளிப் பருவத்தின் போதே அவரின் மாற்றம் புலப்பட ஆரம்பித்ததாம். “என்னுடைய நடவடிக்கை, பழக்-கவழக்கங்கள் எல்லாமே பெண்ணை போன்றே இருக்கும், பெரும்பாலான நேரத்தை என் வயதையொட்டிய பெண்களிடமே செலவழித்தேன்” என்று கூறும் ப்ரித்திகா தன்னுடைய பதின்பருவம் தன்னை முழுவதுமாக அறிந்து கொள்ள உதவியது என்கிறார். பனிரெண்டாம் வகுப்பு படிக்கும் காலகட்டத்-தில் தன் நிலைப்பாடை உணர்ந்த அவர், பெற்றோர்களிடமும் மற்றவர்களிட-மும் அதை பகிர்ந்து கொள்ள முடியவில்லை.

மிகுந்த சிரமங்களுக்கிடையே 2011 ஆம் ஆண்டு கணினி பாடத்தில் இளநிலை பட்டம் பெற்றார். கல்வியின் அவசியத்தை உணர்ந்திருந்த ப்ரித்-திகா முதல் வகுப்பில் தேர்ச்சி பெற்றார். தனது நிலையை முதலில் அவரின் தாயாரிடம் பகிர்ந்து கொண்ட போது. “அம்மாவிற்கு பெரும் அதிர்ச்சி. மிக-வும் அழுதார். பூஜை, பரிகாரம், மருத்துவ ஆலோசனை என்று என்-னனோவோ செய்து பார்த்தார்கள். இதற்கெல்லாம் மேல் மனநோய் மருத்-துவம் வரைக்கும் என்னை கொண்டு சென்றார்கள்”. ப்ரித்திகாவின் ஒரே அண்ணன் கூட இவரை தவிர்க்க, வீட்டிலேயே இருக்க கூடாது என்றும் கூறிவிட்டாராம்.

சென்னை புகலிடமாக: 2011 ஆம் ஆண்டு படிப்பை முடித்ததும், வீட்டில் உள்ள பிரச்சனையின் காரணமாக ப்ரித்திகா சென்னை வந்தார். பல்வேறு நிறுவனங்களில் வேலைக்கு விண்ணப்பம் செய்தார். நேர்காணல் நிறைவு பெற்றதும் அவரின் சான்றிதழ்களில் உள்ள வேறு பெயரும் மற்றும் அவரின் நிலையும், வேலை நிராகரிப்பிற்கு காரணமாக அமைந்தது. தான் நினைத்த-படி கௌரவமான வாழ்க்கை வாழ முடியோதோ என்ற அச்சம் தோன்றிய-தாக கூறுகிறார். மிகுந்த இடர்பாடுகளை கடந்து தனியார் மருத்துவமனையில் பணி புரிந்தார்.

சீருடை கனவு: சிறு வயது முதற்கொண்டே ப்ரித்திகாவிற்கு காவல் துறை-யில் சேரும் கனவு இருந்தது. அவர் சந்தித்த இன்னல்கள் களைய வேண்-

டுமென்றால் சாதித்தே ஆக வேண்டும் என்று உணர்திருந்தார். தன் சமூகத்திற்கும் உதவிட வேண்டும் என்ற எண்ணமும் இருந்தது.

பிப்ரவரி மாதம் காவல் துறையில் துணை ஆய்வாளர் தேர்விற்கு விண்ணப்பித்தார். விண்ணப்பம் ஏற்கப்படாத நிலையில் நீதிமன்றம் சென்றார். பின்னர் மே மாதம் எழுதிய தேர்விற்கான முடிவுகள் ஜூலை மாதத்தில் அறிவிக்கப்பட்டது. ஜாதி, ஆண் பெண், சமூகம், துறை ரீதியாக என பல்வேறு நிலைகளின் கீழ் கட்-ஆஃப் மதிப்பெண்கள் அறிவிக்கப்பட்டன . ஆனால் இவருக்கு எந்த கட் -ஃஆப் மதிப்பெண்ணும் வரையுறுக்கப்படவில்லை. மீண்டும் நீதிமன்றம் சென்றார். இதன் பிறகு உடல் தகுதித் தேர்வு நடைபெற்றது. நானூறு மீட்டார் ஓட்டப்பந்தயம், நீளம் தாண்டுதல், கைபந்து என எல்லா தேர்வுகளை கடந்து நூறு மீட்டார் ஓட்டப்பந்தயத்தில் ஒரு வினாடி தாமதமாக வந்ததால் நிராகரிக்கப்பட்டார். மீண்டும் நீதிமன்றம் வரை சென்று வென்றுள்ளார். நவம்பர் மூன்றாம் தேதி நீதிமன்றம் பிறப்பித்த உத்தரவு இவருக்கு மட்டுமின்றி இவர் சார்ந்த சமூகத்தையும் ஊக்குவிக்கும் விதமாகவே அமைந்துள்ளது.

“என்னுடைய இந்த போராட்டத்தில் பவானி சுப்பராயன் அவர்களுக்கு மிகுந்த கடமைப்பட்டுள்ளேன். எந்த வித எதிர்பார்ப்புமின்றி எனக்காக வாதாடி இந்த வெற்றியை பெற்று தந்துள்ளார்” என்கிறார் ப்ரித்திக்கா.

சந்தித்த சவால்கள்: “உடல் ரீதியாக, மன ரீதியாக மிகுந்த போராட்டங்களையே சந்தித்துள்ளேன்.” வீட்டை விட்டு வெளியேறி சென்னை வந்த பொழுது தங்க இடம் கூட இல்லை, வீடு தர கூட யாரும் முன்வரவில்லை. வேலை பெறுவது என்பது மிக கடினமாக இருந்தது. சமூகத்தில் எங்களுக்கென்று எந்த அங்கீகாரமும் இல்லாதது வருத்தமளிக்கிறது.

வீட்டை விட்டு வந்த இரண்டு வருடம் பின் தான் அவர்களை மீண்டும் பார்க்க சென்றேன். வருடத்தில் இரண்டு அல்லது மூன்று முறை அவர்களை சென்று பார்த்துவிடுவேன். அவர்களும் என் நிலையை புரிந்து கொள்ள ஆரம்பித்துள்ளனர். எங்களுக்கான இட ஒதுக்கீடு வேண்டும் என்று ஒன்றரை வருடம் முன்பு ஆணை இருந்தாலும் அது இன்னும் நிலுவைக்கு வரவில்லை. எங்கள் நிலை மேம்பட வேண்டுமானால் எங்களுக்கு ஒதுக்கீடு நிச்சயம் பின்பற்ற வேண்டும்.

தன் சமூகத்திற்கு அவரின் அறிவுரை: முதலில் பெற்றோர்கள் எங்களை போன்றோரை மனவுமந்து ஏற்றுக் கொள்ள வேண்டும். புரிதல் அவசியம் வளர்த்துக் கொள்ள வேண்டும். அவர்கள் புரிந்து கொண்டால் எங்களை போன்ற பெரும்பாலானோர் வீட்டை விட்டு வெளியேறும் அவசியம் ஏற்படாது.

“திருநங்கைகளுக்கு நான் சொல்வெதெல்லாம் எக்காரணத்தை கொண்டும் வீட்டை விட்டு வெளியேற நினைக்காதீர்கள். உங்களின் போராட்டத்தை

அங்கிருந்தே புரிய வைக்க வேண்டும். படிப்பு மிக அவசியம். படிப்பு தான் நமக்கு கை கொடுக்கும், நம் நிலையை உயர்த்தும்''. என்னால் முடிந்த அளவு என் போன்றவர்களுக்கு வழிகாட்ட தயாராக உள்ளேன்.

எதிர்காலம்: இயற்கையாகவே தன்னம்பிக்கை அதிகம் இருந்தாலும், ‘‘புறக்கணிப்பு, இன்னல்கள் இவையே என்னை சாதிக்க உந்தித் தள்ளியது''. என் சமூகத்திற்கு நான் எடுத்துக்காட்டாக இருக்க விரும்புகிறேன்.

என்னுடைய அடுத்த இலக்கு IPS . இதற்கான பயிற்சியையும் ஆரம்பித்துள்ளேன். ‘‘இந்தத் துறையில் சிறந்து விளங்கி என் சமூகத்தை உயர்த்த பாடுபடுவது மட்டுமின்றி பெண்கள் மீதான வன்கொடுமையையும் களைய வேண்டும்'' என்று திடமாக கூறுகிறார் ப்ரித்திகா.

‘‘இந்த வெற்றி மாற்றத்தை உண்டு பண்ணியுள்ளது, குடும்பத்தினரின் சந்தோஷம், மீடியா பேட்டி, முகம் தெரியதாவர்களிடம் இருந்து கூட வாழ்த்துகள், இடைவிடாத தொலைபேசி அழைப்புகள் என, சாதிக்க வேண்டியதை நோக்கிய என் பயணத்தை வேகப்படுத்தியுள்ளது'' என்று புன்முறுவலுடன் நம்மிடம் விடை பெறுகிறார் ப்ரித்திகா.

17. திருநங்கை பத்மினி பிரகாஷ்

‘‘இந்த பூமியில் ஜனித்த அனைவருக்கும் அவரவர் வாழ்க்கையை வாழ்வதற்கான சுதந்திரம் இருக்கிறது. அப்படியிருக்க என்னைப் போன்றவர்களை மட்டும் வாழத் தகுதியற்றவர்களைப் போல் இச்சமூகம் பார்ப்பதற்கு காரணம் என்ன? நாங்கள் இந்த உலகில் வாழும் தகுதியை நிர்ணயிப்பது யார்?''

இந்தக் கேள்வியுடன் யுவர்ஸ்டோரியுடன் தனது பேட்டியைத் துவக்கினார் பத்மினி பிரகாஷ். தற்போது லோட்டஸ் தொலைக்காட்சியில் செய்தி வாசிப்பாளராக இருக்கும் இவர், இந்தியாவின் முதல் திருநங்கை செய்தி வாசிப்பாளர் என்பது தடைகளை தகர்த்தெறிந்த பத்மினி பிரகாஷ் நிலைநாட்டிய சாதனை. தான் எதிர்கொண்ட உடல் சவால், மன அழுத்தம், குடும்பத்தினரின் புறக்கணிப்பு, சமுதாயத்தின் வெறுப்பு திணிப்பு என அனைத்து துயரங்களையும், சவால்களையும் தவிடு பொடியாக்கி சாதனையாளாராக உருவான தனது வெற்றிப் பயணத்தைப் பற்றி விவரிக்கிறார். பத்மினி பிரகாஷ் அனுப்பியிருந்த புகைப்படங்களில் இருந்த புன்னகையும், நம்பிக்கை முகமும் அவர் தொலைபேசியில் பேசியபோது அவரது குரலிலும் எதிரொலித்தது.

இளமைப் பருவம் பற்றி...

எனக்கு 7 வயது இருக்கும். அப்போதுதான் என்னுள் ஏதோ விபரீத மாற்றம் ஏற்படுவதை நான் உணர்ந்தேன். மெல்ல மெல்ல அந்த உணர்வு என்னை முழுமையாக ஆக்கிரமித்துக் கொண்டது. என் நடை, உடை, பாவனை என அனைத்திலும் பெண்மை மிளிரும் ஒவ்வொரு தருணம் என்

குடும்பத்தாரால் வார்த்தைகளால் ஒடுக்கப்பட்டதும், அடித்து துன்புறுத்தப்படுவதும் தவறாமல் நடந்தது. அப்போதெல்லாம் என் மன வேதனைக்கும், உடல் காயங்களுக்கும் மருந்தாக இருந்தது பரதமும், வீணையும் கற்றுத் தந்த பக்கத்து வீட்டுப் பெண்ணே. இருந்தும் நாளுக்கு நாள் துயரம் என்னை துரத்தியது; விரக்தி என்னை தற்கொலைக்கு விரட்டியது.

ஆனால், அந்த தற்கொலை முயற்சிதான் என் வாழ்வின் திருப்புமுனையாக அமைந்தது. ஆம், என்னை மீட்டெடுத்த வெட்டியான் ஒருவர் என்னை ஆசிரமம் ஒன்றில் சேர்த்தார். அந்த பிதாமகன் அளித்த மறு ஜென்மமும், ஆதரவளித்த ஆசிரமத்தையும் நான் என்றென்றைக்கும் மறக்க மாட்டேன். இந்த உலகில் நான் வாழ வேண்டுமா என்பதை வெளியில் இருந்து யாரும் நிர்ணயிக்க முடியாது என்பதை நான் புரிந்து கொண்டேன். அத்தனை திருநங்கைகளும் வாழப் பிறந்தவர்களே. வாழ்க்கையை வாழுங்கள் நம்பிக்கையுடன்.

ஆசிரமத்துக்கு அடுத்து என்ன நேர்ந்தது?

ஆசிரமம் அளித்த உத்வேகத்தில் கல்லூரியில் சேர்ந்தேன். அப்போது பிரகாஷ் என்பவர் என்மீது அன்பு செலுத்தினார். ஆனால், சமூகத்தின் ஏளனம் என்னைத் துரத்தியது. மும்பை, சென்னை என ஓட ஓட விரட்டியது. அறுவை சிகிச்சையுடன் இன்னும் பிற வேதனைகளையும் எதிர்கொண்டேன். வாய் பொத்தி நான்கு சுவர்களுக்குள் அழுது தீர்த்த நான், சொந்த ஊர் கோவைக்கே திரும்பினேன். யாரைச் சந்திப்பேன், அடுத்து என்ன செய்வேன் எனத் திசை தெரியாமல் நின்ற என்னை அதே அன்புடன் கரம் பற்றினார் என் பிரகாஷ். அன்றிலிருந்து இன்றுவரை என் வாழ்வு பிரகாசமாகவே இருக்கிறது.

செய்தி வாசிப்பாளர் ஆனது எப்படி?

அது நான் எதிர்பாராமல் நிகழ்ந்த சம்பவம். ஒரு நாள் என் வீட்டின் அழைப்புமணி ஒலித்தது. கதவைத் திறக்க, வாசலில் நின்றனர் இரண்டு இளைஞர்கள். லோட்டஸ் தொலைக்காட்சியில் இருந்து வருவதாக அறிமுகப்படுத்திக் கொண்டனர். அடுத்து அவர்கள் பேசியது என்னுள் பல்வேறு கேள்விகளை எழுப்பியது.

ஆம், அவர்கள் தொலைக்காட்சியில் நான் செய்தி வாசிப்பாளராக சேர வேண்டும் என்றனர். வழக்கமாக கிண்டல் பேசும் இளைஞர்கள்போல் தான் இவர்களும் என சற்று கோபம் கொண்டேன். இல்லை. நாங்கள் உண்மையாகவே உங்களை ஒரு செய்தி வாசிப்பாளராக ஆக்கவே இங்கு வந்திருக்கிறோம் என்றனர். சங்கீத் குமார், சரவணக் குமார் பேச்சில் எனக்கு நம்பிக்கை ஏற்பட்டது. பின்னர், லோட்டஸ் தொலைக்காட்சி அலுவலகம் சென்றேன். முறையான பயிற்சி மேற்கொண்டேன். எனது தமிழ் உச்சரிப்பு எனக்கு நன் மதிப்பு பெற்றுத் தந்தது. ஆகஸ்ட் 15-ம் தேதி சுதந்திர தினத்தன்று நான் செய்தி வாசிக்க அது நேரடியாக ஒளிபரப்பானது. அந்த நொடிப்பொழுது

என் வாழ்க்கையை முழுமையாக்கியது. முதல் திருநங்கை செய்தி வாசிப்பாளர் நான்தான் என்பது எனக்கே புது விஷயம்தான் என சிரிப்பைச் சிந்தினார் பத்மினி.

பத்மினியைப் பற்றி பல்வேறு அச்சு ஊடகங்களிலும், ஆன்லைன் ஊடகங்களிலும் செய்திகள் வெளியாகியுள்ள நிலையில். அவரது நம்பிக்கையை, சாதனையை யுவர் ஸ்டோரியும் மனம் உவந்து பாராட்டுகிறது.

திருநங்கைகளை பெற்றெடுக்கும் பெற்றோருக்கு நீங்கள் கூற விரும்புவது?

இது ஒரு நல்ல கேள்வி. அன்று என் தந்தை வார்த்தையாலும், பிரம்பாலும் என்னைத் தாக்கி புறக்கணிக்காமல் இருந்திருந்தால்? என் வாழ்க்கை எப்படி இருந்திருக்கும் என்ற கேள்வி என்னுள் இன்றும் இருக்கிறது. எனவே, பெற்றோர்களுக்கும் ஒரு கோரிக்கையை முன்வைக்கிறேன். இவன் என் மகன், இவள் என் மகள் என பெருமைப்படும் நீங்கள் என் இந்தக் குழந்தை திருநங்கை என்ற அங்கீகாரத்தை தாருங்கள். ஒதுக்குதலும், புறக்கணிப்பும் இன்றி மற்ற குழந்தைகளைப் போலவே தரமான கல்வியையும், பாதுகாப்புடன் கூடிய ஆதரவையும் வழங்க வேண்டும்".

உங்கள் வாழ்வின் மகிழ்ச்சியான தருணம் எது? மிகவும் வேதனையளித்தத் தருணம் எது?

என்னைப் போன்றோரை, இந்த சமூகம் மனித இனமாகக் கூட ஏற்றுக்கொள்ளாதபோது ஒரு பெண்ணாகவும், ஒரு குழந்தைக்கு தாயாகவும் வளர்ந்து கொண்டிருக்கும் இத்தருணமே மகிழ்ச்சியான தருணம்.

நான் வாழவே தகுதியில்லை என பெற்ற தந்தையே என்னை வீட்டை விட்டு வீதியில் நிறுத்தியது என்னை வேதனைக்குத் தள்ளிய தருணம். நான் இந்த உலகில் வாழ தகுதியற்றவள் என்பதை நிர்ணயிப்பது யார்?

உங்களைப் போன்ற சக திருநங்கைகளுக்கு நீங்கள் சொல்லும் அறிவுரை என்ன?

ஒவ்வொரு திருநங்கைக்கும் கல்வி மிக அவசியம். பிச்சை புகினும் கற்கை நன்றே. கல்வியுடன் உங்களது தனிதன்மையை கண்டுகொண்டு அதையும் வளர்த்துக் கொள்ளுங்கள். முக்கியமாக உழைத்து வாழ வேண்டும் என்ற எண்ணம் கொள்ளுங்கள். கவுரவமாக வாழ வாய்ப்பை தேடுங்கள் அல்லது வாய்ப்பை சுயமாக உருவாக்கிக்கொள்ளுங்கள். திருநங்கைகள் என்றாலே பாலியல் தொழிலாளர்களாக இருப்பார்கள் அல்லது கைத்தட்டி பிச்சையெடுப்பார்கள் என்ற சமூகப் பார்வை மாற வேண்டும்.

நானும் அப்படித்தான் என் தனித் திறமைகளை வளர்த்துக் கொண்டேன். எனக்கு புத்தக வாசிப்பு பழக்கம் இருந்தது. அதனால், நானும் சில சிறுகதைகளை எழுதினேன். என் கவனத்தை ஆக்கப்பூர்வமாக செலுத்தினேன். எனது சில சிறுகதைகள் பிரசுரமாகின. அமெரிக்காவின் லாஸ் ஏஞ்சல்ஸ் மாகாணத்தை தலைமையிடமாகக் கொண்டு இயங்கும் லிப் டிவியில் நடைபெற்ற ஒரு விவாத நிகழ்ச்சியில் முதல் திருநங்கை செய்தி வாசிப்பாளரான

பத்மினி பிரகாஷ் குறித்து விவாதிக்கப்பட்டிருக்கிறது. பத்மினி ஓர் அடை-யாளம். முகம் தொலைந்துவிட்டதாக கதறும் திருநங்கைகளுக்கு நல்லதொரு முன் உதாரணம்.

அரசாங்கத்திடம் நீங்கள் முன்வைக்கும் கோரிக்கைகள் சில..

என்னைப் போன்றோர் சார்பில் நான் இந்த அரசுக்கு 5 கோரிக்கைகளை முன்வைக்கிறேன்.

1. மக்கள் தொகை கணக்கெடுப்பில் ஆண், பெண் பாலரை போலவே திருநங்கைகளுக்கும் ஓர் இடம் வேண்டும்.

2. திருநங்கை என்று தெரிந்த பிறகும் பாகுபாடின்றி தொடர்ந்து பள்ளிக-ளில் கல்வி கற்க உரிய நடவடிக்கைகளை அரசு மேற்கொள்ள வேண்டும்.

3. மருத்துவமனைகளில் திருநங்கைகளுக்கும் பிரத்யேக சிகச்சை அளிக்க உதவி செய்ய வேண்டும்.

4. சமூகத்திற்கு திருநங்கைகள் பற்றிய புரிதல், விழிப்புணர்வு மற்றும் ஆலோசனைகளை வழங்கி உதவி செய்ய வேண்டும்.

5. அரசு அலுவகங்கள் மற்றும் அரசு நிறுவனங்கள் திருநங்கைகளுக்கு வேலைவாய்ப்பை உருவாக்கித் தர உதவி செய்ய வேண்டும்.

தனது வாழ்க்கைப் பயணத்தை பகிர்ந்துகொண்ட பத்மினி, யுவர்ஸ்டோரி வழியாக ஒரு சேதி சொல்ல விரும்புகிறார். எங்களைப் புரிந்துகொள்ளுங்கள்; ஏற்றுக்கொள்ளுங்கள். ஆண், பெண் போல் திருநங்கைகளையும் ஏற்றுக்-கொள்வதில் சமூகம் தயக்கம் காட்டக்கூடாது என்பது செய்திகள் வாசிக்கும் பத்மினி பிரகாஷ் சொல்லும் சேதி.

18. வித்யா

படைப்பின் ஒழுங்கில் ஏதோ ஒரு புள்ளியில் ஏற்பட்ட சிறு பிசகலால் திரிந்த பால்பேத சிக்கலகளுக்குப் பொறுப்பு இவர்களல்ல. மீளும் கதியற்று வாழ்க்கை நதியின் சுழிகளில் சிக்கித் திணறும் இவர்களைப் பார்த்து கைவிட்ட கரைகள் இரண்டும் கைகொட்டி சிரிப்பவைகளாகின்றன.

திருநங்கை வித்யா தனது சுயமான பால் அடையாளத்தை மீட்க மேற்-கொண்ட போராட்டங்களை இந்நேர்காணல் வழியாக உங்களிடம் சொல்கி-றார்:

உங்கள் குடும்பச் சூழல் பற்றி சொல்லுங்கள்...

திருச்சி மாவட்டம் புத்தூர் அருகில் உய்யக் கொண்டான் புறநகர்ப் பகு-தியில் பிறந்து வளர்ந்தேன். சின்னவயதில் என்னுடைய பெயர் சரவணன். எனக்கு அப்பா இருக்காங்க. ஆனால் அம்மா சிறுவயதாக இருக்கும்போதே இறந்து விட்டாங்க. நான் எனது அக்கா அரவணைப்பில் இருந்தேன். மிகவும் வறுமையில் வாடிய சூழலிலும் என் அப்பா வட்டிக்கு வாங்கி என்னை எம்.ஏ., (பட்டய மொழி) படிக்க வைத்தார். சிறுவயது முதலே அக்காவின்

ஆடைகள், அவர்கள் பயன்படுத்திய அனைத்தையும் பயன்படுத்த விருப்பம் ஏற்பட்டது. பல முறை இதற்காக அடியும் கூட வாங்கியிருக்கிறேன். அப்படி இருந்தும மீண்டும் எனக்குள் பெண்மைத் தன்மைதான் இருந்தது.

ஒரு முழுமையான பெண்ணாக மாறவேண்டும் என்ற எண்ணம் எப்படி ஏற்பட்டது?

ஒருநாள் பஸ்ஸில் போய்க் கொண்டிருந்தபோது என் அருகில் செந்தில் என்பவர் உட்கார்ந்தார். அவருடைய செய்கையும் தோற்றமும் என்னைப் போலவே இருந்ததால் நான் அவரிடம் பேசத் தொடங்கினேன். அவர்தான் ‘திருநங்கையாக மாறுவதற்கு நிறைய தொண்டு நிறுவனங்கள் இருக்கிறது. அதிலே போய்ச் சொன்னால் அவங்க உதவுவாங்க’ என்று கூறினார். நான் வீட்டில் போய் என் அப்பாவிடம் ‘அப்பா எனக்கு சென்னையில் வேலை கிடைத்துவிட்டது. நான் அங்கு போய் வேலைக்குச் சேருகிறேன். இனிமேல் நான் வரமாட்டேன்’ என்று கூறினேன். ‘சரி போ’ என்று சொல்லி, எங்க அப்பா கிளம்பிவிட்டார். நான் எல்லாவற்றையும் எடுத்துக்கொண்டு கிளம்பி வெளியே வரும்பொழுது என் அப்பா வேலையில் இருந்து திரும்பி வந்த-போது என்னைப் பார்த்து அழுதார். நான் சென்னை வந்ததும் நேரு என்-பவரின் அறிமுகம் கிடைத்தது. அவரும், நானும் ஒரு மேன்சனில் தங்கியி-ருந்தோம். அவரிடம் ‘எனக்கு ஏதாவது ஒரு வேலை வாங்கிக் கொடுங்க. நான் ஒரு பெண்ணாகத்தான் இருக்க விரும்புகிறேன்’ என்று சொன்னேன். ஆனால் அவர் என்னிடம் ‘அப்படி இருந்தால் உனக்கு வேலை கிடைக்-காது. கொஞ்ச நாள் வேலை பார். பின்னர் பார்த்துக்கொள்ளலாம்’ என்-றார். ஆனாலும் என் மனது அதற்கு இடம் கொடுக்கவில்லை. இந்த மாதிரி கொடுமையை அனுபவிப்பதைவிட பேசாமல் செத்துவிடலாம் என்ற நினைவு எனக்குள் அதிகமாக ஆர்ப்பரித்தது. அதன் பின்புதான் எனக்கு அருணா என்பவரின் அறிமுகம் கிடைத்தது. அவர் மூலம் நான் புனேக்குச் சென்று அங்கு அறுவைச் சிகிச்சை செய்துகொண்டேன். இந்தச் சமுதாயத்தில் எங்க-ளைப் போன்றோர் செய்து கொண்டிருப்பது ஒன்று விபச்சாரம் அல்லது பிச்-சையெடுத்தல். என் மனது விபச்சாரத்திற்கு இடம் கொடுக்கவில்லை. நான் புனேயில் இரயிலில் பிச்சை எடுத்தேன். நான் அங்கு தினம் தினம் நிறைய கஷ்டங்கள் பட்டேன். சாப்பாட்டிற்கே பெரும் பிரச்சினை.

படிக்கிற காலத்தில் உங்களுக்கு ஏற்பட்ட அனுபவங்கள் எப்படி இருந்தது?

நான் பள்ளிக்கூடம் படிக்கும்பொழுது என்னை “சரவணன் ஒரு அறிவா(அலி) படிப்பா(அலி)” என்றுதான் கூறுவார்கள். நான் வரிசையில் நிற்கும்போது யதார்த்தமாக எனக்கு நம்பர் 9 வந்துவிடும். உடனே மாணவர்-கள் ‘கரெக்டான இடத்திற்குத்தான் அந்த நம்பர் போயிருக்கு’ என்றெல்லாம் கிண்டல் பண்ணுவாங்க. நான் பள்ளியில் யாருடனும் பேசமாட்டேன். ஆசி-ரியர்கள் மத்தியிலும் என் நிலைமை அப்படித்தான் இருந்தது.

சரவணனாக இருக்கும்பொழுது யாரிடமாவது காதல் வயப்பட்டீர்களா?

ஆமாம். அது ஒரு பெண்ணிடம் அல்ல. அது ஒரு ஆணிடம். என்னுடன் கூடப் படித்த பையன் கொழுகொழு என்று அழகாக இருப்பான்.

உங்களை பாலியல் ரீதியாக அடையாளப்படுத்திக்கொள்ள சந்தித்த கஷ்டங்கள்?

பெயராலும், பாலின அடையாளத்திலும் நான் இழந்தவை பல. நூலக அட்டை, வாக்காளர் அட்டை, வங்கிக் கணக்கு, சிம் கார்டு என சகல விதத்திலும் அங்கீகாரமின்றியும் அருவெறுப்புக்குள்ளாகியும் கடந்த 3 வருடங்களைத் தாய்நாடு ஈன்றெடுத்த அகதியாய் வலம் வருகிறேன்.பெயர் மாற்றத்திற்கு தமிழ்நாடு எழுதுபொருள் மற்றும் அச்சுத்துறை, சென்னைக்கு விண்ணப்பப் படிவம் அனுப்பினேன். பெயர் மாற்றத்திற்கெனச் சில காரணங்கள் குறிக்கப்பட்டிருந்தது. உம். மதமாற்றம், Astrology, Neumorology, என்கிற ரீதியில் சில...

நானோ எனது பாலினச் சிக்கலை எதுவும் குறிப்பிடாமல் பொதுவாக I want my name with no regional. Religious and gender identity என்று குறித்திருந்தேன். சரியாக 15வது நாளில் எனது விண்ணப்பம் நிராகரிக்கப்பட்டு வந்தது. அதில் நிராகரிப்பிற்கான காரணமாகக் கொடுக்கப்பட்ட பட்டியலில் அனைத்தையும் பேனாவால் அடித்துவிட்டு, ஒரு மூலையில் பென்சிலால் "இங்கு மனிதர்களுக்கு மட்டுமே பெயர் மாற்றம் மேற்கொள்ளப்படும்" என்று எழுதியிருந்தது.

ஆத்திரம், அழுகை எல்லாமே இருந்தாலும் என்ன செய்வதென்று தெரியாத நிலை, நண்பர் ஒருவரின் அறிவுரையின்படி மதுரையில் உள்ள பெண்ணிய ஆர்வலரும், வழக்கறிஞருமான ரஜினி அவர்களைச் சந்தித்து என் பிரச்சினையை விளக்கினேன். அவரது வழிநடத்தலின் கீழ் பிப்ரவரி 2005ல், நான் பிறந்த ஊரான திருச்சி மாவட்ட கலெக்டர் அவர்களுக்கும், நாங்கள் வசித்த பகுதியைச் சார்ந்த தாசில்தார் அவர்களுக்கும், இவற்றோடு தலைமைச் செயலகத்திற்கும் எனது பிரச்சினையைத் தெளிவாகக் கூறி அனைவருக்கும் மனு ஒன்றினை அனுப்பி எனக்குப் பெயர் மற்றும் பாலின மாற்றம் ஏற்படுத்தித் தர வேண்டிக்கொண்டேன். சில நாட்கள் கழித்து திருச்சி தாசில்தார் அலுவலகத்திலிருந்து அழைப்பு வந்தது. மூன்று முறை நேர்முகத் தேர்வும், சில விசாரணைகளும் முடித்தபின் எனது பெயர் மற்றும் பாலின மாற்ற விண்ணப்பத்தினைத் தமிழ்நாடு எழுதுபொருள் மற்றும் அச்சுத்துறை, சென்னைக்கு மீண்டும் அனுப்பிவைத்தனர். எனக்கும் அதன் நகல் அனுப்பப்பட்டது. ஆனால், பதில் வரவேயில்லை. பிறகு நேரில் சென்ற பிறகு கடிதம் அனுப்புவதாகச் சொன்னார்கள்.

பல மாத இடைவெளிக்குப் பின், பால்மாற்று அறுவைச்சிகிச்சை மேற்கொண்டதன் மருத்துவச் சான்றிதழ் அனுப்பக் கோரி பதில் வந்தது. எனது பால்மாற்று சிகிச்சையோ அங்கீகாரமின்றி மேற்கொள்ளப்பட்டது. மேலும், அதற்கான அங்கீகாரமோ, புரிதலோ கூட இல்லாத சூழலில் நான் என்ன

செய்வது? அதற்கும் என்னிடம் வழி இல்லாத சூழலில் நான் என்ன செய்வது? அதற்கும் என்னிடம் வழி இருந்தது. பால்மாற்று சிகிச்சை முடித்த சில மாதங்களில் குடல்வால் வளர்ச்சி காரணமாக எனக்கு வேறொரு அறுவைச்சிகிச்சை மேற்கொள்ளப்பட்டது. அச்சிகிச்சை முடிந்து நான் வெளியேறியபோது discharge குறிப்பில் எனக்கு ஏற்கெனவே, பால் மாற்று சிகிச்சை மேற்கொள்ளப்பட்டதாக குறிப்பிடப்பட்டிருந்தது. அதனை ஆதாரமாக எடுத்துக்கொள்ளுமாறு அனுப்பியிருந்தேன். ஆனால் பால்மாற்று சிகிச்சை மேற்கொண்ட மருத்துவர்தான் சான்றிதழ் தரவேண்டுமென மீண்டும் மறுத்துவிட்டனர். இதிலேயே அரையாண்டு கழிந்துவிட்டது. அவர்கள் அனுப்பிய மறுப்புகளை அடிப்படையாகக் கொண்டு மதுரை உயர்நீதிமன்றத்தில் வழக்கறிஞர் ரஜினியின் உதவியுடன் வழக்குப் பதிவு செய்தேன். நான்கு மாதங்கள் கழித்து எனது பெயர் மாற்றத்தினை 7 வாரங்களுக்குள் மேற்கொள்ள வேண்டுமென தீர்ப்பு வழங்கப்பட்டது. சந்தோசத்தின் உச்சியில், மிகப்பெரிய வெற்றியடைந்த களிப்போடு காத்திருந்தேன். 7 வாரங்களை அதிகபட்சம் 2 மாதங்களாகக் காத்திருந்தேன். 3 மாதங்கள் ஆனது. பதிலே இல்லை. பொறுக்க முடியாமல் சென்னை வந்து நேரடியாக அலுவலகத்தில் விசாரித்தபோது, தீர்ப்பில் பரிந்துரைக்கத்தான் சொன்னார்கள்.

நாங்கள் பரிந்துரையை ஏற்க முடியாது என்று முடித்துக் கொண்டனர். அடக்கமுடியாத ஆத்திரத்தை அடக்கிக் கொண்டு என் நிலையை விளக்கி, பரிந்துரையை ஏன் ஏற்றுக்கொள்ள முடியாது, அதற்கான காரணம் வேண்டும் என சண்டையிட்ட பின் மருத்துவச் சான்றிதழ் இருந்தால் மட்டுமே மாற்றித்தர முடியும் என்றார்கள்.மருத்துவச் சான்று வேண்டுமெனில் அதற்கான வழியை மேற்கொள்ளுங்கள். இல்லையெனில், கோர்ட் அவமதிப்பு மற்றும் மானநஷ்ட வழக்குத் தொடருவேன் என்று பூச்சாண்டி காட்டியபின் கடிதம் அனுப்புவதாகச் சொன்னார்கள். பல நாட்களுக்குப்பின் மதுரை ராஜாஜி அரசு மருத்துவமனையிலிருந்து மருத்துவச் சான்றிதழ் பெறுமாறு எனக்கும், என்னைச் சோதித்து சான்றளிக்குமாறு மருத்துவமனைக்கும் கடிதம் அனுப்பப்பட்டது.

மருத்துவமனையில் சென்று சான்றிதழ் வாங்குவதற்கு 3 வாரங்கள் ஆனது. அலுவலகத்தில் சில நாட்கள் அலைக்கழிக்கப்பட்ட பின் மருத்துவர்களால் சில நாட்கள் அலைக்கழிக்கப்பட்டேன். அதைவிடக் கொடுமை, அங்குள்ள சில அலுவலர்களால் ஏளனத்திற்கும் அவமானத்திற்கும் ஆளானது. அனைத்தையும் பொறுமையுடன் சகித்துக்கொண்டு இது ஒரு முன்மாதிரியாக அனைவருக்கும் உதவும் என்று காத்திருந்தேன். காத்திருப்பு, அதீத தாமதம், சென்னை விஜயம். ஆவலோடு கேட்டால், “எங்களுக்கும், காப்பி வந்துச்சு. ஆனா, அதுல Medical examination seems she can reared as Female ன்னுதான் இருக்கு. She is female அப்படின்னு வரல. அதனால மாத்த முடியாது” என்று சொன்னார்கள். “இப்போதும

பொறுத்துக்கொண்டு நான் “அதெப்படி, பிறப்பான நான் பொண்ணா இருந்தா அத எங்க அப்பா, அம்மா ஆரம்பத்திலேயே பாலினம்னு குறிச்சிருப்பாங்களே... இப்படிப் பொறக்கப் போயிதானே இந்தக் கஷ்டமெல்லாம்” என்று விவாதம் நடந்தது. பிறகு பெயர் மாற்றத்திற்குச் சம்மதித்தார்கள். நான் நிம்மதி பெருமூச்சு விட்டபோது செப்டம்பர் 2006.

பிறகு டீனிடம் பேசணும், அங்க கேக்கணும், G.O. வரலைன்னு ஏகப்பட்ட சமாளிப்புகள். பொறுத்தது வரை பொறுத்த நான் நேரடியாக ஒருநாள் அலுவலகம் சென்று, மேலதிகாரி அனைவர் முன்பாகவும் கொதித்தெழுந்து சண்டை போட்டதன் பயனாக பேர் மட்டும் மாத்துரதுன்னா பரவால்ல. பாலினம் வேற மாத்தணும்னல. அதனால் எப்படின்னு பேசிட்டு இருக்கறோம் அதான் லேட்டு” என்று உயரதிகாரி ஒருவர் சொன்னார்.
சற்று ஆசுவாசப்படுத்திக்கொண்டு மீண்டும் காத்திருந்தேன். இதற்கிடையில் மதுரையை விட்டு சென்னைக்கு மாறி வந்தாச்சு.

பிறகு பெயர் மாற்றக் குறிப்பினைக் குறிப்பிட்டு ரூ. 1,645/-னை கட்டுமாறு கடிதம் கிடைத்தது. வழக்கமான பெயர் மாற்றத் தொகையோ வெறும் 410 தான். தொகையோ பல மடங்கு கூடுதல். மேலும் பெயர் மாற்றம் மட்டுமே குறிப்பிட்டிருந்த்து. மீண்டும் நேரில் சண்டை போட்டும் பயனில்லை. சரி பெயராவது மாறட்டும் என்று மனதைத் தேற்றிக் கொண்டாலும் என்னிடம் இருந்ததோ ரூ.500. பிறகு அதற்கு மேல் பணம் திரட்ட முயன்று, தோற்று ஒருவழியாக சென்னை பல்கலைக்கழக கன்னடத்துறை பேராசிரியர் திருமதி. தமிழ்ச்செல்வி அவர்கள் கொடுத்து உதவினார்கள் (ஒருமுறை தொலைபேசியிலும், ஒருமுறை நேரிலும் மட்டுமே அறிமுகம்).
பணம் கட்டி முடித்து, ஜனவரி 2008 புது வருடம் புத்தம் புதிதாய் எனக்குத் தொடரும் என்று காத்திருந்தேன். ஜனவரி சோர்வாய்ச் சென்று முடிந்தது. பிப்ரவரியும் வந்தது, பெயர் மாற்றம் என மனதை அரித்துக்கொண்டிருப்பது நின்றுவிட்ட பிறகு மதுரையிலிருந்து நேறு ஆன்ட்டி கால் செய்து என் பெயர் மாற்ற அறிவிப்புக் கடிதம் கிடைத்த செய்தியைச் சொன்னார். நண்பர்களே என் வாழ்நாளில் தீர்க்க முடியாத சிக்கல் ஒரு பாதியைத் தீர்த்துவிட்ட மகிழ்ச்சியை உங்களுக்கு சொல்லாமல் யாரிடம் சொல்வேன்.

கலை, இலக்கிய ஆர்வம் எப்படி வந்தது?

நான் சிறுவயதிலேயே தனிமையில் அதிக நேரம் இருந்ததால், நிறைய புத்தகம் படிக்கும் பழக்கம் இருந்தது. நாடகத்திலும் கூட நான் நடித்திருக்கிறேன். இப்படிக் கொஞ்சம் கொஞ்சமாக வளர்ந்துதான் இப்பொழுது ‘நான் வித்யா’ என்ற நூலையும் எழுதியிருக்கிறேன். இன்னும் நிறைய படிக்க வேண்டும், எழுத வேண்டும் என்ற ஆர்வம் இருக்கிறது.

தற்பொழுது உங்கள் குடும்பம் வித்யாவாகிய உங்களை ஏற்றுக்கொள்கிறதா?

என் குடும்பத்தினரிடம், யாரேனும் ஒருவர் போய் இதைப்பற்றி அவர்களிடம் எடுத்துக்கூறி, அவர்களை மாற்றி என்னை ஏற்றுக் கொள்ள வைப்பார்களா? அப்படி ஒருவர் இருப்பாரா?

உங்களுடைய எதிர்கால லட்சியம்?

சிறுவயதில் தொலைக்காட்சிகளில் ரம்பா, மீனா, குஷ்பு இவர்களைப் பார்க்கும்பொழுது நாமும் இவர்களைப்போல மேக்கப் செய்துகொண்டு நடிகை ஆகவேண்டும் என விரும்பினேன். அப்பொழுது கூட நடிகனாக விரும்பவில்லை

முதன்முதலில் என்னை நடிக்கத்தான் கூப்பிட்டார்கள். நான் கேமராவிற்கு முன்பு நிற்பதைவிட, கேமராவிற்குப் பின் நிற்பதை விரும்பியதால், அசிஸ்டென்ட் இயக்குனராக இருக்கிறேன்.

உங்கள் வாழ்வின் மிகப் பெரிய சந்தோஷம் என்று எதை நினைக்கிறீர்கள்?

நான் முதலில் அறுவைச்சிகிச்சை செய்தவுடன் இனிமேல் 'நான் ஒரு பெண்'தான் என்கிற உணர்வு எனக்குள் வந்ததுதான் என் வாழ்வில் மிகப்பெரிய மகிழ்ச்சியான நாளாகும். அந்த நாளை நான் என் வாழ்வில் மிகப்பெரிய நாளாக நினைத்துக்கொண்டிருக்கிறேன்.

தற்பொழுது உங்களுக்கு ஏதாவது காதல் ஈடுபாடு யார் மீதாவது ஏற்பட்டு இருக்கிறதா?

ஆமாம். அவர் இப்பொழுது படித்துக் கொண்டிருக்கிறார். இன்னும் இரண்டு மூன்று மாதங்களில் எங்களுக்குத் திருமணம் நடக்கலாம்.

பொதுவாகவே காதலிக்கும் ஆண்களிடம் பாலியல் திருப்தி மற்றும் கருவுற்று குழந்தை பெற்றுத் தர வேண்டும் போன்ற எதிர்பார்ப்புகள் இருக்குமே?

என்னைப் பற்றி தொடக்கத்தில் இருந்தே நன்கு தெரிந்துகொண்டவர் அவர். எனக்கு எல்லா ஆதரவும் அவர்தான். குழந்தை பற்றி எங்களுக்கிடையே ஒரு கருத்து முடிவு வைத்திருக்கிறோம். ஆணோ அல்லது பெண்ணோ ஏதாவது ஒரு குழந்தையை நாங்கள் தத்து எடுத்துக்கொள்ளலாம் என்றிருக்கிறோம்.

நீங்கள் அரசியலுக்கு வருவீர்களா?

கண்டிப்பாக அரசியலுக்கு வருவேன். திருநங்கைகளுக்காகப் போராடுகிற ஒரு கட்சி இருந்தால், அந்தக் கட்சியில் சேர்ந்து ஒத்துழைப்பேன்.

திருநங்கைகளுக்காகப் போராடுவீர்களா?

நிச்சயமாகப் போராடுவேன். பிறர்போல ரேஷன் கார்டு, வீடு கேட்டுப் போராடாமல் கல்வி, வேலைவாய்ப்பு, இட ஒதுக்கீடு இதற்காகப் போராடுவேன். கல்வி, வேலைவாய்ப்பு இருந்தால் நாங்களே வீடு, உணவு எல்லாம் தேடிக்கொள்ள முடியும் அல்லவா.வித்யாவுடன் பேசிவிட்டுத் திரும்புகையில், அவர் அடைந்த அவமானங்களும், துயரங்களும் மனதை ஒருபுறம் வருத்தினாலும் போராடி வென்ற அவரது துணிச்சல் எல்லாவற்றையும்விட மனதில்

மேலோங்கி நிற்கிறது.

நாடாளுமன்ற உறுப்பினர் காலமானார்

நியுசிலாந்தின் முதலாவது திருநங்கை நாடாளுமன்ற உறுப்பினரும் எல்ஜிபிடிகியு சமூகத்தினருக்காக அயராவது குரல்கொடுத்தவருமான ஜோர்ஜிர்ஜினா பேயர் தனது 65 வயதில் காலமானார்.

சிறுநீரக பாதிப்புக்குள்ளாகியிருந்த நிலையிலேயே அவர் மரணமடைந்துள்ளார்.

முன்னர் பாலியல் தொழிலாளராக நடிகராக பணியாற்றிய ஜோர்ஜிர்ஜினா பேயர் பல வருடங்கள் மேயராக பணியாற்றிய பின்னர் 1999 இல் நாடாளுமன்றத்திற்கு தெரிவு செய்யப்பட்டார்.

2007 வரை அவர் நாடாளுமன்ற உறுப்பினராக விளங்கினார்.

எல்ஜிபிடிகியு சமூகத்திற்கான சேவைக்காக 2020இல் எலிசபெத் மகாராணி இவரை கௌரவித்திருந்தார்.

ஒருபால் திருமணம் மற்றும் விபச்சாரத்தை குற்றமற்றதாக்குவது போன்றவற்றிற்கு இவர் நியுசிலாந்தில் பெரும் பங்களிப்பை வழங்கியிருந்தார்.

2003 பாலியல் தொழில் குறித்து நாடாளுமன்றத்தில் ஆற்றிய உரையில் பாலியல் தொழிலாளர்களிற்கான இந்த சட்டமூலத்தை நான் ஆதரிக்கின்றேன் எந்த சூழ்நிலையில் அவர்கள் இந்த தொழிலுக்கு வந்திருந்தாலும் அவர்கள் அதிலிருந்து மீண்டு புதிய வாழ்க்கையை ஆரம்பிக்க அனுமதிக்காத இந்த சமூகத்தின் பாசங்குதனம் மற்றும் மனிதாபிமானமற்ற தன்மைiயால் 20 வயதிற்குள் உயிரிழந்தவர்களை எனக்கு தெரியும் என குறிப்பிட்டிருந்தார்.

19. வெற்றி பெற்ற 10 திருநங்கைகள்!

பத்மினி பிரகாஷ்: இந்தியாவின் முதல் திருநங்கை செய்தி வாசிப்பாளர் என்ற பெருமையை பெற்றுள்ளார் கோவையை சேர்ந்த பத்மினி பிரகாஷ். ஆணாக இருந்த இவர் பி.காம் முதலாம் ஆண்டு படிக்கும் போதே தனக்குள் ஏற்பட்ட மாற்றத்தை உணர்ந்துள்ளார். இதனை தொடர்ந்து அவர் சில நெருக்கடி காரணங்களால் தனது குடும்பத்தை விட்டும் ஊரைவிட்டும் நீண்ட காலம் பிரிந்து இருந்தார். அதனை தொடர்ந்து கோவைக்கு மீண்டும் சென்று தற்போது ஒரு தனியார் தொலைகாட்சியில் செய்தி வாசிப்பாளராக இருக்கிறார்.

பிரித்திகா யாஷினி: இந்தியாவின் முதல் திருநங்கை காவல் ஆய்வாளர் என்ற பெருமையை தமிழகத்தை சேர்ந்த பிரித்திகா யாஷினி என்பவர் பெற்றுள்ளார். திருநங்கை என்ற காரணத்தால் இவரது விண்ணப்பத்தை தமிழக காவல்துறை பணிக்கு ஏற்கப்படவில்லை . இருப்பினும் விடாமல் நீதிமன்றத்திற்கு சென்று தனக்கான நியாயத்திற்காக போராடி அதில் வெற்றி பெற்று போலீஸ் அதிகாரியாக தேர்வானார். சேலம் மாவட்டத்தை சேர்ந்த இவர்

தனது போலீஸ் பயிற்சியை முடித்துவிட்டு தற்போது சூளைமேடு காவல்நிலையத்தில் உதவி ஆய்வாளராக உள்ளார்.

மனாபி பண்டோபாத் யாய்: பிறக்கும் போது ஆணாக பிறந்த மனாபி பண்டோபாத் யாய் 2003ம் ஆண்டு அறுவை சிகிச்சை மூலம் பெண்ணாக மாறினார்.

கடந்த 2015ம் ஆண்டு இவர் தனது பிஎச்டி படிப்பை முடித்தார். இதனால் இந்தியாவில் டாக்டர் பட்டம் பெற்ற முதல் திருநங்கை என்ற பெருமையை பெற்றார். இவர் கடந்த ஜூன் 2015ம் ஆண்டில் மேற்கு வங்காளத்தின் கிருஷ்ணநகர் மகளிர் கல்லூரியின் முதல் திருநங்கை கல்லூரி முதல்வராக நியமிக்கப்பட்டார். 1995ம் ஆண்டில் முதல் திருநங்கை இதழான ஒப்-மனாப் என்பதை வெளியிட்டார்.

லக்ஷ்மி நாராயண் திரிபாதி: கடந்த 2008ம் ஆண்டு இந்தியாவை சேர்ந்த லக்ஷ்மி திரிபாதி என்ற திருநங்கை ஐக்கிய நாடுகள் சபையில் ஆசிய பசிபிக் சார்பாக பங்கேற்ற பெருமையை பெற்றுள்ளார். இவர் தனது சிறு வயது முதல் பல விதமான கொடுமைகளை அனுபவித்துள்ளார். இவர் கடந்த 2007ம் ஆண்டு திருநங்கைகளுக்கான அஸ்திவா என்ற இயக்கத்தை தொடங்கினார்.

6 பேக் பேண்ட்: யாஷ் ராஜ் பிலிம்ஸ் இந்தியாவின் முதல் திருநங்கைகள் கொண்ட 6 பேக் பேண்டை கண்டறிந்து இந்த உலகத்திற்கு அறிமுகப்படுத்தியது. இந்த பேண்ட் கடந்த 2016ம் ஆண்டு நடைபெற்ற கேன்ஸ் கிராண்ட் பிரிக்ஸ் கிளாஸ் லையன் என்ற போட்டியில் பங்கேற்று வெற்றி பெற்றுள்ளது.

ஜோயிதா மோண்டல்- நாட்டிலேயே முதல்முறையாக மேற்கு வங்க மாநிலத்தில் லோக் அதாலத் நீதிபதியாக இவர் நியமிக்கப்பட்டார்.

நிடாஷா பிஸ்வாஸ்- இந்தியாவின் முதல் திருநங்கைகளுக்கான அழகிப் போட்டியில் இந்திய திருநங்கை அழகிப் பட்டத்தை வென்றவர்

சத்யஸ்ரீ சர்மிளா- இந்தியாவின் முதல் திருநங்கை வழக்கறிஞர். இவர் ஜூன்,2018ல் பணியமர்த்தப்பட்டார்.

ஜியா தாஸ்- இந்தியாவின் முதல் ஆபரேஷன் தியேட்டர் டெக்னீசியன்

எஸ்தர் பாரதி- இந்தியாவின் முதல் திருநங்கை பாதிரியார். பல்வேறு திருமண நிகழ்ச்சிகளை நடத்தி வருகிறார்.

4

திருநங்கை தாலாட்டு

1. திருநங்கை பிரஸ்ஸி

என் பெயர் பிரஸ்ஸி என் சொந்த ஊர் கோயம்புத்தூர். நான் fashion designing படித்திருக்கிறேன். இப்போது என் துறையில் சொந்தமாக designing செய்து வருகிறேன். இதை தாண்டி சென்னையில் ஒரு தனியார் கல்லூரியில் உதவி பேராசிரியராக இருந்து வருகிறேன். ஆசிரியராக இருப்பது எனக்கு மிகவும் முக்கியமான ஒன்று. அத்துடன் டிசைனிங் மாடெலிங்கும் செய்து வருகிறேன்.

உங்கள் சிறு வயது பற்றி சில வார்த்தைகள்

எல்லா திருநங்கைகள் போல் நானும் சிறு வயதில் என் பெண்மையை உணரும் முன் உலகம் உணர்த்தியது, நான் வித்தியாசமாக உள்ளேன் என்று. எப்போது என்று நியாபகம் இல்லை ஆனால் ஐந்தாம் வகுப்பு வரை சந்தோஷமாக இருந்தேன். அதன் பின்னர் வெளியேயும் வீட்டிலும் நான் கேலி கிண்டலுக்கு ஆளானேன். அப்போது நான் யார் என்று புரியவில்லை. ஒரு திருநங்கையை பார்த்தேன். பெரிய பொட்டு, தலை நிறைய பூ வைத்திருந்த அவர்களை பார்த்து இப்படி தான் என் வாழ்க்கையா என பயந்தேன். அன்று யாரிடமும் இல்லாத புரிதல் தான் இதற்கு காரணம். ஒன்பதாம் வகுப்பு படிக்கும் போது நான் திருநங்கை என்று முழுதாய் உணர்ந்து கொண்டேன்.

உங்களுக்கு நடந்த வன்கொடுமைகள் ?

இன்று வளரும் குழந்தைகளுக்கு good touch bad touch பற்றி தெரிகின்றது. ஆனால் அன்று அந்த புரிதல் இல்லை. நான் சாதாரணமான பிள்ளையும் இல்லை, வித்யாசமாக இருப்பதால் பல முறை பாலியல் தொந்தரவுக்கு ஆளாகி உள்ளேன். என் உறவுக்கார அண்ணன்கள் என்னிடம் தவறாக நடந்து கொள்வார்கள். நான் சரியாக வேண்டும் என்று என்னை ஒரு பாதிரியார் வீட்டில் விட்டு விடுவார்கள். அவர் என்னை பாலியல்

பலாத்காரம் செய்வார். இதை விட்டில் சொல்ல முடியாது, சொன்னால் நம்ப மாட்டார்கள் என்று பயம். இன்று வரை நான் சொன்னதில்லை. இது போன்ற பல புதைக்கப்பட்ட கதைகள் உள்ளன.

இதுதான் உங்கள் பாலினம் என்று எப்போது அறிந்து கொண்டீர்கள்?

சிறு வயதிலிருந்தே பெண் போல் இருக்க ஆசை இருந்தது, என் அக்-காவை போல உடை அணிந்து கொள்ள வேண்டும் என்று ஆசையாய் இருக்கும், சில முறை அதை முயர்ச்சியும் செய்தேன் நான்கு செவுற்றுக்குள். நான் ஒன்பதாம் வகுப்பு படிக்கும் போது வெளியே அவ்வாறு நடந்து கொள்ள ஆரம்பித்தேன். என்னை அடித்தார்கள் பல முறை. ஒரு காலத்தில் நான் வீட்டில் இருப்பது யாருக்கும் தெரியாது ஒரு அறைக்குள் அடைத்து வைத்தனர். இதற்கு முன்னர் என் அப்பா என்னை விடுதியில் விடுவதற்காக பெங்களூர் என்ற இடத்தில் விட்டுவிட்டு பேருந்து நிலையத்திலிருந்து சென்று விட்டார். நான் அவர் என்னை தொலைத்து விட்டார் என்று எண்ணி சிலரின் உதவியுடன் கோயம்புத்தூர் வந்து விட்டேன். வீட்டிற்கு வந்தால் நான் ஏன் வந்தேன் என குழம்பி இருந்தனர். அவர்களுக்கு நான் தேவை-யில்லை என்று புரிந்தது. அதற்குப்பின் அடைத்து விட்டார்கள். மூன்று மாதங்கள் எதுவும் செய்யாமல் மணோ ரீதியான பிரச்சினைகளுக்கு ஆளாக்-கினார்கள். இருக்க முடியாமல் ஒரு நாள் விருந்தினர்கள் வந்திருந்த போது கதவை தட்டி கத்தி வெளியே வந்தேன். அப்பாவுக்கு பயங்கர கோபம். என்னை எப்போதும் பொட்டை என்று திட்டுவார், அப்போது நீங்கள் இரு-வரும் சேர்ந்து பொட்டையை பெற்றிருக்கிரீர்களே நீ பொட்டையா இல்லை நான் பொட்டையா என கேட்பேன். அவர்களுக்கு புரிய வைக்க முடிய-வில்லை. அதனால் விட்டு விட்டு வந்து விட்டேன்.

இதற்கு பின் உங்கள். வாழ்க்கை என்ன ஆனது?

அங்கிருந்து வெளியேறி காந்திபுரம் பேருந்து நிலையம் வந்தேன். அங்கு பல திருநங்கைகள் இருப்பார்கள். அவர்களில் இருவர் என்னை பார்த்தார். அவர்கள் வீட்டிற்கு அழைத்து சென்றார். எனக்கு வேறு வழி இல்லை. பின்-னர் அவர் என்னை மும்பை கூட்டி சென்றார். கடத்தி செல்லவில்லை. என் முழு விருப்பத்தோடு சென்றேன். அங்கு ஒரு பெரிய விடுதி, திருநங்கைகள் இருக்கும் இடம். என் வயது இருக்கும் திருநங்கைகளோடு சிறிது காலம் நன்றாகவே இருந்தது. ஆனால் அது நீடிக்கவில்லை. என்னால் ஆதாயம் ஏதுமில்லாமல் என்னை பார்த்துக் கொள்ள மாட்டார்கள் அல்லவா. தெரு-வில் பிச்சை எடுக்க அனுப்பி வைத்தார்கள். நானும் சென்றேன். நான் சிறு வயதில் பருமனாக இருந்த காரணத்தால் எனக்கு காசு தர மாட்டார்கள். இதனால் நான் காசை வாங்கி சாப்பிட்டு விடுகிறேன் என என்னோடு இருந்-தவர்கள் சொல்ல அங்கேயும் அடி உதைகள். இதை நான் சொல்வற்குக் காரணம் திருநங்கை சமுதாயத்தில் நல்லவர்களும் உண்டு கெட்டவர்களுக்கு உண்டு என்று பதிய வைக்க.

எனக்கு வழி காட்டிய நல் உள்ளங்களும் உள்ளனர். அதன் பின்னர் ஒன்றரை மாதம் அடியும் உணவின்மையும் எல்லோரையும் போல் ஆக்கி விட்டது. இவ்வாறு வாழ்க்கை போனது. எனக்குள் எப்போதும் ஓர் ஆற்றல் இருந்து கொண்டு இருக்கும். படிப்பது எனக்கு மிகவும் பிடித்த ஒன்று. இப்படி மாட்டிக் கொண்டோமே, நம் வாழ்க்கை மாறாதா என்று தினமும் தூங்கும் முன் நினைப்பேன். தூக்கம் வரவும் வராது. ஆனால் எனக்குள் எப்போதும் ஒரு நம்பிக்கை இருந்தது. அங்கு எனக்கு ஒரு ஹிந்தி கார அண்ணா மிகவும் பழக்கமானார். மொழி தடை இருந்தும் நான் படும் துன்பம் பார்த்து எனக்கு உதவி செய்ய முர்ப்பட்டார். அவருக்கு அப்போது வயது இருபது இருக்கும். எங்கள் இருவருக்கும் இடையே இருந்தது சிரிய காதல் என்று கூட சொல்லலாம். அதன் நிமித்தமாக என்னை தப்பிக்க வைத்தார். சௌத்திரான் இரயலில் ஏற்றி விட்டார். வீட்டுக்கு போக பயம், ஆறு மாதத்தில் என் வாழ்வே தலை கீழாக மாறி இருந்தது. திருப்பூரில் இறங்கிவிட்டேன். எனக்கே ஒரு யோசனை அனாதை இல்லத்துக்கு போகலாம் அடைக்கலம் தேடி என்று. அதே போல சென்றேன். அங்கு ஒருவர் உதவினார். ஆனால் திருநங்கையாக இருப்பது சமூகம் ஏற்றுக் கொள்ளாது என்றார். என் கல்விக்காக மறுபடியும் ஆணாக நடிக்க ஆரம்பித்தேன்.

ஒருவாறு 12ஆம் வகுப்பு வரை டுடோரியலில் படித்து முடித்தேன். அரசு பள்ளி ஆசிரியர் ஒருவர் எனக்கு உதவியாக இருந்தார். நான் திருநங்கையாக கல்லூரி சேர எல்லோரும் ஆவலுடன் இருந்தோம். ஆனால் என்னிடம் திருநங்கை என்பதற்கான ஆதாரங்கள் என்று ஒன்றுமில்லை. மறுபடியும் கல்விக்காக நான்கு ஆண்டுகள். கிண்டல், கேலிகல் நடுவில் படித்து முடித்தபின் சென்னை வந்தேன். இங்கும் பல ஒடுக்குமுறைகள். எங்கு போனாலும் திருநங்கை என்றவுடன் மறுப்பு வந்துவிடும். இரவில் பொட்டிக்கில் வேலை கேட்டு சென்ற போது அவர்கள் சொன்னது இங்கு வேலை செய்பவர்கள் எல்லோரின் சம்மதமும் கிடைத்தால் நீங்கள் வேலை செய்யலாம் என்றார்கள். இதுவே ஆணுக்கும் பெண்ணுக்கும் நடக்காது. அங்கு நான் வேலை செய்ய முடியாது என்று புரிந்து கொண்டேன். வேறு வேலைகள் கிடைத்தது ஆனால் நான் அதற்க்காக படிக்கவில்லை. என் துறையில் வேலை இருந்தும் திருநங்கை என்பதால் வேலை தர மறுத்தனர். இதனால் அதிகம் பிச்சை எடுக்கவும் பாலியல் தொழிலுக்கும் தல்லப் படுகிறார்கள். எனக்கும் உதவி கிடைக்காமல் இருந்திருந்தால் அதே நிலைக்கு போயிருப்பேன் என தோன்றும்.

உங்கள் வாழ்வின் திருப்பு முனையாக இருக்கும் உங்கள் துறையில் வேலை கிடைத்தது பற்றி சில வார்த்தைகள்

விளம்பரங்கள் சார்பாக ஒரு வேலை பார்த்து கொண்டிருந்தேன். பிறகு டீச்சிங் வேண்டும் என்று சொன்னார்கள். நம்ம துறை இல்லை என்று தெரிந்தும், சரி பரவாயில்லை என்று அந்த கம்பெனிக்கு இன்டர்வியூக்கு சென்-

றேன். அங்கும் 2,3 டெஸ்ட் வைத்து செலக்ட் செய்தார்கள். தற்போது பேஷன் டிசைனிங் துறையில் கல்லூரி ஆசிரியராக இருக்கிறேன். எனக்கு இன்ஜினியரிங் பற்றி எதுவும் தெரியாது. நான் படித்தது ஃபேஷன் டிசைனிங் தான்.

இன்று உங்கள் தாய் தந்தையுடனான உறவு எப்படி இருக்கிறது?

என்னுடைய அக்கா என்னுடன் பேசுவார்கள். அம்மா அப்பாவுக்கும் பிடிக்கும். அப்பா அம்மாவைப் பொறுத்தவரை நான் பேச வேண்டுமென்றால் பஸ்டாண்ட் போன்ற இடங்களில் வந்து பேசிக்கொள்ளலாம். அப்போதுதான் நான் வாழ்ந்த ஊரில் அப்பாவுக்கும் அம்மாவுக்கும் கௌரவம் கொடி பிடித்துக் கொண்டிருக்கும். இன்றும் என்னால் வீட்டிற்கு செல்ல முடியவில்லை. முதலில் எனக்கு வீட்டிற்கு செல்ல வேண்டும் என்ற ஆசை இல்லை. கடைக்கு போனாலும் அது ஒரு பிரச்சினையாக இருக்கிறது. வீட்டில் எப்படி என்றால், அக்காவிற்கு கல்யாணம் செய்தாயிற்று. அம்மாவுக்கும் அப்பாவுக்கும் வயதாகிவிட்டது. நடுத்தர குடும்பம் தான். இப்போது நான் ஒரு நல்ல நிலைமையில் இருப்பதால், மாமாவிற்கு மாதமாதம் பணம் அனுப்புகிறேன். அதனால் என்னிடம் பேசுகிறார்கள். நானும் அவர்களிடம் என்ன ஏது என்று கேட்டுக்கொண்டு பார்த்துக் கொள்கிறேன். ஆசிரியர் தின வாழ்த்துக்கள் வேறு வழி இல்லை, நான் ஒரு குழந்தையைப் பெற்றுக்கொள்ள முடியாது. அதனால் பெற்றவர்களை யாவது பார்த்துக் கொள்ள வேண்டும் அல்லவா. ஒருவேளை அவர்கள் நினைப்பது போல், 100% ஒரு நல்ல பையனாக இருந்திருந்தால் உயிரை கொடுத்தும் படிக்க வைத்து இருப்பார்களோ என்னவோ. ஆனால் நான் இப்படி இருந்ததால், கடவுளின் அருளால் ஓரளவு படித்து இன்று இந்நிலையிலிருந்து அவர்களை பார்த்துக் கொள்கிறேன்

காதல் பற்றிய தங்களின் கருத்து:

காதல் என்பது உண்மையில் ஒரு புனிதமான ஒன்று. இன்று ஒரு ஹெட்ரோ செக்ஸுவல் காதல் எவ்வளவு உண்மையானது என்று கணிக்க முடியாது. ஆனால், ஒரு ஹோமோ செக்சுவல் காதலோ,LGBTQIA+ காதலோ 100% உண்மையாக இருக்கும் என்று நான் நம்புகிறேன். இதை மற்றவர்கள் வெளியில் இருந்து பார்க்கும் பொழுது வெறும் செக்ஸ் மட்டும் தான் தெரிகிறது. இதே ஒரு ஆணும் பெண்ணும் காதல் கொண்டால், அவர்களிடையே ஒரு ரிலேஷன்ஷிப், ரொமான்ஸ், சாங் எல்லாம் தெரிகிறது. இப்போது, என் நண்பர்கள் இருவரும் கே, அவர்கள் காதலர்கள் என்றால் இவர்கள் செக்ஸ் கொண்டால் எப்படி இருக்கும் என்று தான் எண்ணிப் பார்க்கிறார்கள். நாம் எதற்கு அடுத்த வீட்டு ஜன்னலை எட்டி பார்க்க வேண்டும் என்பதுதான் என் கேள்வி. ஒரு கே மற்றொரு கே புரிந்துகொண்டு இருப்பது அவர்களுக்கு எதுவும் தெரியவில்லை சமுதாயத்திற்கு தான் பெரிதாக தெரிகிறது. ஆனால் திருநங்கைகள் காதலிப்பது ஒரு LGBTQIA+ யில் இல்லாத ஒருவரை தான்.

அப்போது அவருக்கு திருநங்கைகளை பற்றிய புரிதல் என்ன இருக்கும். அவ்வாறு இருக்கையில், என்னை மும்பையிலிருந்து கடத்திக் கொண்டு வந்தான் அல்லவா. அவன் தானே காதல். எனக்காக செய்தான் அல்லவா. நான் வேலை தேடிக் கொண்டிருந்த நேரத்தில் எனக்கு பினான்சியல் ஆக உதவி செய்தார்கள். அக்காவைப் பார்க்க வேண்டுமென்றால் நீ கூட்டிச் செல்வார்கள். அவர் திருநெல்வேலி. அவர் காட்டிய அன்பு அக்கரையில் தான் எனக்கு அவர் மீது காதல் வந்தது. மிகவும் பிடிக்கிறது இன்னும் நீ காதலை சொல்ல சொன்னார்கள் ஆனால் எனக்கு எப்படி கூறுவது என்று தெரியவில்லை. ஏனென்றால் அவர் ஒரு சாதாரண ஆண். நம்மைப் புரிந்து கொண்டு இப்படி ஏற்றுக் கொள்வார் என்ற எண்ணம் எல்லாம் இருந்தது. எங்கள் இருவருக்கும் நல்ல நட்பு இருந்தது. இதை சொன்னால் அந்த நட்பும் போய்விடுமோ என்ற பயம் இருந்தது. இந்த எண்ணம் அவருக்கும் விரிந்திருக்கிறது. இவையெல்லாம் ஒரு மூன்று வருடங்களுக்கு முன்னர். இது எந்த அளவுக்கு நிலையானது என்பது தெரியவில்லை. அவருடைய பெற்றோர்கள் மற்றும் நண்பர்கள் வேண்டாம் என்று கூறினார்கள்.

இன்றும் காதலில் தான் இருக்கிறோம். என்னுடன் தான் இருக்கிறார். அவருடைய வீட்டிலும் நிறைய போராடி என்னுடன் வந்து விட்டார். அவர் வீட்டிலும் ஒரு 50% என்னை ஓரளவு ஏற்றுக் கொண்டார்கள். இன்றும் ஊரறிய திருமணம் செய்து கொள்ளவில்லை. ஏனென்றால், யாருக்கும் யாரும் எழுதப்படவில்லை. ஒருவேளை இது சரிவராது செல்ல வேண்டுமென்றால் நீங்கள் செல்லலாம். இல்லை நான் தான் வேண்டும் என்றால் என்னுடன் இருக்கலாம். ஆனால் அவருடன் தான் வாழ்க்கை நல்லபடியாக சென்று கொண்டிருக்கிறது. ஆனால் இன்றைய காலத்தில், காதல் தோல்வியால் திருநங்கைகளும் தற்கொலை முயற்சி செய்து கொள்கிறார்கள். அது புரியவே இல்லை. இன்றும் அவர் என்னை விட்டு சென்றுவிட்டாள் என்னிடம் படிப்பு இருக்கிறது.

அதை கடந்து சென்று நான் என்னைப் பார்த்துக் கொள்ள வேண்டும். அதை விட்டுவிட்டு தற்கொலை எல்லாம் என்ன கூடாது. இன்னும் சொல்லப்போனால், பெற்றோர்களை விட்டுவிட்டு உறவினர்களை விட்டுவிட்டு, சமுதாயத்தையும் எதிர்த்து நின்று, சர்ஜரி செய்து ஒரு பெண்ணாக வந்து நின்று பின்பு, ஒரு ஆண் உன்னை ஏமாற்றி விட்டான் என்பதற்காகவா தூக்கை தேடுகிறாய் என்று கேட்பேன். எத்தனையோ தூக்கிப் போட்டுக் கொண்டு வாழ்ந்து கொண்டிருக்கிறோம். ஒருவன் சென்றால் என்ன ஒருவன் வருவான் அவ்வளவுதான். இன்றும் அவன் மீது அதிகாரம் காட்டியதில்லை, என் மீது அதிகாரம் காட்டியதில்லை. இருவருக்கும் ஒரு நல்ல மியூச்சுவல் அண்டர்ஸ்டாண்டிங் இருப்பதால்தான் நன்றாக சென்று கொண்டு இருக்கிறது. அவனும் ஒரு நல்ல பையன்.

மிக்க மகிழ்ச்சி. தங்கள் இருவரின் குடும்பமும் ஒன்று சேர்ந்து திருமணம் வரை அழைத்துச் செல்ல வாழ்த்துகிறேன். அடுத்த கேள்வியாக, ஒரு திருநங்கையாக நீங்கள் திருநங்கை சமூகத்திற்கு சொல்ல விரும்பும் கருத்துக்கள்:

நம் சமுதாயம் இன்று ஒரு நல்ல ஸ்மூத் ஆக உள்ளது. ஒரு ஆண் பெண் போலவே நாங்களும் இந்த சமூகத்தில் வரவேண்டும் என்று சொல்லிக் கொண்டிருக்கிறோம், இது நம் கண்ணுக்கு எட்டும் அளவில்தான் இருக்கிறது. இந்த உரிமைகளை வாங்கிக்கொடுத்த நம் முன்னோர்கள், இன்று புடவை கட்டிக் கொண்டு நிற்கிறோம். அன்று லுங்கி கட்டிக் கொண்டு பெண்மையை உணர்ந்து நின்றவர்களும் இருக்கிறார்கள். லுங்கியை தூக்கி கட்டும்பொழுது ஒரு பெண்மணி வரும், குடம் தூக்கும் போது ஒரு பெண்மணி வரும், முடி வளர்த்து இருக்க மாட்டார்கள் ஆனால் அந்தப் பெண்மணி தெரியும், அவ்வளவு கஷ்டப்பட்டு இன்று உரிமைகளை வாங்கி கொடுத்துள்ளனர். நம் முன்னோர்கள். நான் சொல்ல விரும்பும் ஒரே ஒரு விஷயம், மிக மிக முக்கியமானது. நமக்கு எப்படி இந்த உலகத்தில் வாழ உரிமை உள்ளதோ, அதேபோன்று எல்லா உயிரினங்களுக்கும் உள்ளது.

அதை நாமும் புரிந்து கொள்ள வேண்டும். மனிதனுக்கு 6 அறிவு என்கிறோம். விலங்குகளுக்கு ஐந்து அறிவு என்கிறோம். இரண்டுக்கும் என்ன வித்தியாசம்? ஒரு மானைக் கொண்டு கண்ணாடி முன் வைத்தாள், அதனுடைய பிரதிபலிப்பை அதற்கு தெரியாது உணராது. ஒரு மனிதனைக் கொண்டு நிறுத்தினால் தான், நான் இதை மான் என்று உணர்வான். தன்னைத் தானே உணர்ந்து கொள்ளும் ஒரு தன்மைதான். அந்த தன்னை அறிதல் தான் அந்த ஆறாம் அறிவு. அதனால் உன்னை நீயே அறிந்து கொள். சமுதாயத்தில் யாராக இருந்தாலும் அவர்களுக்கு அந்தக் கல்வி என்பது அவசியம். ஒரு ஆசிரியராக சொல்கிறேன், கல்லூரி சென்று பாடம் படிப்பது தான் கல்வி என்பது அல்ல. ஒரு விஷயம் நீ கற்றுக் கொள்கிறாய் என்றால் அதுதான் நிஜமான கல்வி. என்னுடன் ஒரு திருநங்கை இருக்கிறார்கள். அவர்களுக்கு எழுத படிக்க தெரியாது, ஆனால் அவ்வளவு அழகாக மேக்கப் செய்கிறார்கள். அதுதான் கல்வி. உன்னை நீ காப்பாற்றிக் கொள்ள என்ன என்ன செய்கிறாயோ அதுதான் கல்வி. இப்போது நம் பவுண்டேஷன், ஜெயா ஆன்ட்டி அவர்களும் நிறைய செய்து கொண்டிருக்கிறார்கள்.

தற்போது அரசாங்கமே மூன்று மாத கால கல்வி போன்று நிறைய கொடுத்து வருகிறார்கள். திருநங்கைகளுக்கு சொல்லக்கூடிய மற்றொரு விஷயம், பணம் நிறைய இருந்தால் ஆனந்தமாக இருக்கலாம் என்று நினைப்பார்கள்.கிடையவே கிடையாது. அம்பானியே காரில் சென்று கொண்டிருந்தாலும், அவருக்கு அவ்வளவு பிரச்சினைகள் இருக்கும். அதனால் உன்னுடைய திறமையை வைத்து வலிமையை வைத்து வாழ கற்றுக் கொள். இன்று சமூகத்தில், நாம் ஏதோ ஒரு காரணத்திற்காக வெளியே சென்றால் போதும். இது எங்கே செல்கிறது? பிச்சை எடுக்க தான் செல்கிறது என்றெல்-

லாம் சொல்வார்கள். குறிப்பாக இரவில் கிளம்பி விட்டால் போதும். நம்மை ஒரு மனிதனாக வாழவே விடமாட்டார்கள்.எனவே அவர்களுக்கு ஒரு பெரிய மந்திரகோல் ஆக, கல்வியை வைத்திருந்தால் போதும். அவரவர் வேலையை பார்த்துக் கொண்டு போய்க் கொண்டே இருக்க வேண்டியது தான்.

அடுத்த கேள்வி, நீங்கள் முன்மாதிரியாக நினைப்பவர்கள் யார் யார்?

நான் ஏற்கனவே சொன்னது போல், நான் ஒரு அனாதை ஆசிரமத்தில் இருக்கும் போது ஒரு மேம் என்னை பார்த்துக் கொண்டார்கள் அல்லவா. அவங்களுக்கும் எனக்கும் எந்த ஒரு ரத்த பந்தமும் கிடையாது. என்னை படிக்க வைக்க வேண்டும் என்ற அவசியமும் கிடையாது. ஆனால் படிக்க-வைத்தார்கள். அந்த மாதிரி நிறைய பேர் இருக்கிறார்கள். இவர்கள் தான் அவர்கள் தான் என்று என்னால் சுட்டிக் காட்ட முடியாது. அப்படி நிறைய பேர் இருக்கிறார்கள்.

இறுதி கேள்வியாக, ஒரு திருநங்கையாக சமுதாயத்திற்கு பொதுவாக கூற நினைக்கும் கருத்துக்கள் :

இன்று ஒரு 20 வயது பையனும் பெண்ணும் தன்னை ஒரு ஹீரோவாக-வும் ஹீரோயினாகவும் நினைத்துக் கொள்வதற்கு முக்கிய காரணம் திரைப்-படங்கள்தான். நானே திரைப்படம் சென்று பார்த்துவிட்டு வந்தால் என்னை ஒரு ஹீரோயினாக 20 நிமிடம் நினைத்துக்கொள்வேன். அந்த கேரக்ட-ராகவே நாமும் மாறிவிடுவோம். அப்போது, இந்தத் திரைப்படம் ஊடகங்-கள் மீடியா அவைகளுக்கு நிறைய சக்தி உள்ளது. மனிதனின் மனதை மாற்றும் அளவிற்கு ஊடகங்கள் இன்று செயல்படுகிறது. இன்று சமூகத்-தில் LGBTQIA+ டிஸ்கிரிமினேஷன்க்கு ஊடகங்கள் 50% காரணமாக இருக்கிறது. அவர்களை கலாய்ப்பது போல் எடுப்பதனால். அங்கும் ஒரு செக்ஸ்சுவலாக தான் காட்டியிருப்பார்கள். ஏன் இருவரும் சாதாரண நண்-பர்களாக இருப்பது போல் காட்ட வேண்டியதுதானே? எங்களுக்கு 2000 ரூபாய் கொடுத்து நடிக்க வரச் சொன்னால் வந்து தான் ஆக வேண்டும். ஏனெனில் வாழ்வாதார நிலை அப்படி. இன்று நாங்கள் சமுதாயத்தில் ஒரு நல்ல நிலையில் தான் இருக்கிறோம். மேக்கப் ஆர்டிஸ்ட், டீச்சர், மேலும் அறுவை சிகிச்சை படித்தவர்கள் முதற்கொண்டு பெரிய பெரியவர்களாக இன்றும் இருக்கிறார்கள்.

அப்படி கவுரவமாக இருந்து கொண்டிருக்கிறோம். எங்கும் எங்களை கவு-ரவமாக காட்டவில்லை என்றாலும் பரவாயில்லை, தரைகுறைவாக காட்டா-தீர்கள். இன்றும் அப்படிதான் காட்டிக் கொண்டிருக்கிறார்கள். அது வேண்-டாம் என்பதுதான் என்னுடைய கோரிக்கை. மக்களுக்கு LGBTQIA+ பற்றிய புரிதல் இல்லை. அனைவருக்கும் அதைப்பற்றிய புரிதல் நிச்சயம் வேண்டும். நம் இளவயது யாராலும் மீட்டுத்தர முடியாது. இன்றும் நான் எழுதி வைத்திருக்கிறேன், என் கனவை மீட்டுத் தாருங்கள் என்று. யாராலும் மீட்டுத்தர முடியாது. ஒருவர் எந்த கவலையும் இல்லாமல் சந்தோஷமாக

இருப்பது அந்த பள்ளி பருவத்தில் மட்டும்தான். அதையே நாங்கள் சிலர் தொலைத்து விட்டு நிற்கிறோம். என்னதான் நான் கல்லூரியில் வேலை பார்த்தாலும், பள்ளி பருவத்தை திருப்பித் தர முடியாது. எனவே எல்லா திருநங்கைகளுக்கும் சாதாரண மக்களைப் போல் சக உரிமை வேண்டும். அது முழுமையாக மக்கள் மனதில் ஏற்பட வேண்டும் என்ற விஷயம். அதை எல்லாரும் ஏற்றுக் கொள்ள வேண்டிய மனப்பக்குவம் எல்லாருக்கும் வேண்டும்.

நன்றி. தங்களை நேர்காணல் செய்ததில் எனக்கு மிக்க மகிழ்ச்சி. நிறைய நுணுக்கமான விஷயங்களை எல்லாம் சொன்னீர்கள். நீங்கள் கூறிய விஷயங்களை எல்லாம் எண்ணி மிகவும் வியந்து உள்ளேன். நீங்கள் சொன்ன அனைத்துமே வெளிப்படையாக இருந்தது. சில இடங்களில் அந்த வலியும் உணர முடிந்தது. அனைத்திற்கும் நடுவில், சாதிக்க வேண்டும் என்று எண்ணுகிறீர்கள். மாற்றத்தை உருவாக்க வேண்டும் என்று நினைக்கிறீர்கள். கண்டிப்பாக நடக்கும். தொடர்ந்து எங்களுடன் பயணித்துக் கொண்டே இருக்க வேண்டும் என்று வேண்டிக்கொள்கிறேன். உங்கள் கனவுகள் அனைத்தும் நடக்க வேண்டும். உங்களுடைய வாழ்த்துக்கள். தங்களின் பொன்னான நேரத்தை எங்களுக்காக செலவழித்து மிக்க நன்றி. சந்திப்போம்.

2. திருநங்கை சனாவி

மகிழ்ச்சி.சானவி, இன்டர்வியூவிற்கு முன்னாடி உங்களைப்பற்றி எங்களுக்கு அறிமுகம் செய்துகொள்ளுங்கள்.

என் பெயர் சானவி.என்னுடைய சொந்த ஊர், நாமக்கல் மாவட்டம் திருச்செங்கோடு அருகாமையில். நான் சென்னைக்கு வந்து இரண்டு வருடங்கள் ஆகிறது. நான் திருநங்கையாக உணர்ந்தது ஸ்கூல்லைப் அப்போது தான். என்னுடைய ஸ்கூல்லைப்ல இருந்தே டிஸ்க்ரிமினேட் ஆகி, எப்படியாவது திருநங்கையாக மாறவேண்டுமென்று நான் இங்கு வந்தேன். இங்கு ஒரு சோசியல் வேல்பேர் டிரஸ்டின் மூலமாக சோசியல் மீடியாவில் அவர்களை கவனித்தேன். அவர்களை மீட்பண்ணேன், பார்த்தேன், ஜாயின் செய்தேன். இப்போது முழு திருநங்கையாக இந்த அமைப்பில் இருக்கிறேன். இதுதான் என்னுடைய பக்கிரவுண்ட். நான் M.Scமுடித்துள்ளேன்.நான் 5 வருடம் டீச்சராக வேலை செய்துள்ளேன்.

சானவிக்கு அணியம் அறக்கட்டளை பற்றி சொல்கிறேன். எப்போதும் சொல்வதுதான். அணியம் அறக்கட்டளை என்பது LGBTQIA+ மக்களால் நடத்தப்படுகிற ஒரு தன்னார்வ தொண்டுநிறுவனம். இதில் “ஏவி” என்னும் ஒரு ப்ராசஸ் சென்று கொண்டிருக்கிறது. “அகமகிழ்” என்னும் ஒரு ப்ராசஸ் சென்றுகொண்டிருக்கிறது. “ஏவி” என்பது கருணையின் அடிப்படையில் யாருக்கெல்லாம் உதவி தேவைப்படுகிறதோ அவர்கள் எல்லோருக்குமே

உதவுவது. உதாரணத்துக்கு, ஸ்கூல்பீஸ் கட்டுவது, முதியோர்கள் இல்லம், குழந்தைகள்காப்பகம், உடல் ஊனமுற்றோர்கள் இவர்களுக்காக செய்வது. யாருகெல்லாம் தேவை இருக்கிறதோ அவர்களுக்கெல்லாம் செய்வது. “அகமகிழ்” என்பது முழுக்கமுழுக்க LGBTQIA+ மக்களுக்காக சேவை செய்வது. இதில் “பால்மணம்” என்று ஒரு இ-மேகசின் ஒருபாகமாக இருக்கிறது. அதற்காக இண்டர்வியூ எடுக்கத்தான் நான் இன்று சானவியிடம் பேசிக்கொண்டிருக்கிறேன்.இதுபோது,

“செவிகள்குயர்ஹெல்ப்லைன்” ப்ராசஸ் சென்று கொண்டிருக்கிறது. அதில், LGBTQIA+ மக்களுக்கு ஏதேனும் டிப்ரசன் அல்லது க்ரைசிஸ் இருந்தால் அந்த ஹெல்ப்லைன்க்கு கால்செய்து பேசலாம். அவர்களுக்கு நம்மால் முடிந்த உதவியை செய்யமுடியும் என்று செய்து கொண்டிருக்கிறோம். இதுதான் அணியம்.

இப்போது சானவியிடம் “பால்மணம்” ஜனவரி 2021 மாத இதழுக்காக, “திண்ணை” என்னும் தலைப்பின் கீழ் இண்டர்வியூ எடுக்கவந்துள்ளோம். எதற்கு திண்ணை என்றால், நம்மிடம் நிறையபேரு பேசமாட்டார்கள். ஒரு கம்ஃபோர்ட்ஜோன் கொடுக்கமாட்டார்கள்.அதனால், நாங்கள் இருக்கிறோம் உங்களிடம் பேசுவதற்க்கு ,வாங்க திண்ணையில் உட்கார்ந்து பேசலாம் என்று எண்ணி இப்பெயரை வைத்தோம்..

ஆமாம். எங்கள் வீட்டின் அருகில், கிராமத்திலும் கூட மார்னிங் டிப்பன் கட்டி ஹஸ்பண்ட், குழந்தையை அனுப்பிவிட்டு, பிறகு லேடீஸ் எல்லாரும் திண்ணையில் உட்கார்ந்து ,ஜாலியாக பதினொரு மணிவரை அரட்டை அடித்துவிட்டு, பிறகுதான் செல்வார்கள். ஆமாம். அங்கு எந்த ஒருவரை முறையும் இருக்காது. இப்படிதான் பேசணும் அப்படிதான் பேசணும் என்று எந்த ஒரு லிமிட்ஸ் இருக்காது.

சானவியை எங்கள் எல்லோருக்குமே தெரியும். நானும் ஒரு நான்கு ஐந்து முறை பார்த்திருப்பேன். சானவியோட லைப் , குழந்தைப்பருவம், உங்களை நீங்கள் ஒரு ட்ரான்ஸ் ஊமன்-ஆக உணர ஆரம்பித்தது, அதுபோன்ற தருணங்களில் எந்தமாதிரியான பிரச்சனைகள் இந்த சோசைட்டியிலிருந்து ஃபேஸ் பண்ணிருக்கிங்க ?

நிறைய ஃபேஸ் பண்ணிருக்கேன். எந்த ஒரு திருநங்கை குழந்தைகளுக்கும் அந்த வயதில் இதை பற்றி தெரியாது. குழந்தைத்தனமாக குறும்புத்தனமாக இருக்கும், அந்த கட்டத்தைதாண்டும் போதுதான் உடம்புக்குள் இருந்து பாலுணர்வு மாற்றம் தெரியும். பால்மாற்றத்தின் போது, பால்தன்மையை மாற்றிக்கொண்டு, அம்மாவின் ட்ரெஸ், தங்கையின் ட்ரெஸ் எடுத்து அழகு பார்ப்பது, பொட்டு வைத்துக்கொள்வது, மைவைத்துக்கொள்வது, லிப்ஸ்டிக் போட்டுக்கொள்வது, இது எல்லா திருநங்கைகளின் குழந்தை பருவத்திலும் நடந்திருக்கும். அதேபோல்தான் என்னுடைய குழந்தை பருவத்தி-

லும் நடந்து.நான் என்னுடைய பால்தன்மையை உணர்ந்தது, ஐந்து அல்லது ஆறாவது பயிலும்போது. குழந்தைகள் ஆறு அல்லது ஏழுவயது வரைக்கும் ஆணுக்கும் பெண்ணுக்கும் அந்தகுரல் வேறுபாடு இல்லாமல் ஒரே மாதிரியாக தான் இருக்கும். அந்த குழந்தைத்தனமான பேச்சுக்கள் அப்படியே இருக்கும். அந்த பருவநிலை மாற்றத்திற்கு பிறகுதான் பெண்ணோட வோக்கல்கார்ட் சாப்ட்டாகவும், ஆணோட வோக்கல்கார்ட் ஹார்ட்டாகவும் இருக்கும். எங்களுக்கு இடைப்பட்டதாக இருக்கும்.

ஆண் குரலும் பெண்ணின் குரலும் கலந்ததுபோல் இருக்கும். ஏனென்றால், க்ரோமோசோம்ஸ் மாற்றம்தான் திருநங்கையாக மாறுவது. அவ்வாறு க்ரோமோசோம்ஸ் பாதி ஆணும் பாதி பெண்ணும் இருக்கையில் வோக்கல் கார்ட் என்பது ஆணாகவும் இருக்கும் பாதி பெண்ணாகவும் இருக்கும். இவ்வாறு இருக்கையில், நான் ஆறாம் வகுப்பு பயிலும்போது இந்தமாற்றத்தை உணர்ந்தேன். ஒன்று முதல் ஐந்தாம் வகுப்புவரை நடுநிலை பள்ளியில்தான் படித்தேன். அது கோ-எட் பள்ளிதான். அங்கு பெண் சினேகிதி இருந்தாலும் சரி, ஆண் சிநேகிதர்களாக இருந்தாலும் சரி ஒன்றாகதான் பேசுவோம், விளையாடுவோம். அப்போது ஏதும் தெரியவில்லை. பின்பு ஆறாம் வகுப்பிலிருந்து மேலே செல்லும் கட்டம், மாற்றம் உருவாகக்கூடிய கட்டமாக இருந்தது . அப்போது அந்தகட்டத்தில் நாளாக நாளாக அழகான பசங்களை பார்த்தால் ஒரு உணர்வு. அழகாக இருக்கிறான். நம்மிடம் பேசுவான் என்ற உணர்வு.

பிறகு கல்ச்சுரல்ஸ் (பள்ளிவிழா), சந்தோசமாக நம்ம டான்ஸ் ஆட போகிறோம் என்ற ஒரு எக்சைட்மெண்ட் வந்துவிடும். எந்த ஒரு திருநங்கையாக இருந்தாலும், டான்ஸ் என்பது பிடிக்காமல் இருக்காது. அது வாழ்விலே ஒரு அங்கமாக இருக்கிறது. அந்த ஸ்டைல் நளினம் என்பதை அதில் வெளிபடுத்திடலாம். அதனால் டான்ஸ் ஆட ஆரம்பித்தேன். அப்போது அந்தபாட்டுக்கு ஏற்றவாரு பெண் வேடம்தான் போட வேண்டும் என்று சொன்னார்கள். அது இன்னும் எனக்கு எக்சைட்டாக இருந்தது. நாம் விரும்பிய ஆசையாக இருந்ததை எக்ஸ்போசர் செய்யும் பொழுது, மனசுதவித்து ஆடும்போது கிடைக்கும் பேரானந்தம் அதை அடைந்தேன். நல்ல மேக்அப் செய்து கொண்டு, பெண்களின் உடை அணிந்து, மையிட்டு, சடைபின்னி, அந்ததருணம் அவ்வளவு அருமையாக இருந்தது. அது ரொம்பபிடித்திருந்தது.

நீங்கள்அந்த நேரத்தில் வந்து ரொம்ப என்ஜாய் செய்துள்ளீர்கள். உங்களுக்கு எதிரான வன்கொடுமைகள் பாலியல் ரீதியாக அல்லது அதுபோன்ற கொடுமைகள் பற்றிசொல்லுங்கள்.

வன்கொடுமைகள் என்று ஏதும் நடக்கவில்லை. கிண்டல், கேலிகள் அதிகமாக இருந்தது. பெண் போன்று இருக்கிறாய், பெண்கள் மாதிரி நடக்கிறாய், பெண்போல் சிரிக்கிறாய் ,பேசுகிறாய் என்று தொடர்ந்து கூறுகையில்,"அய்-

யயோ இப்படி சொல்கிறார்களே'' என்று எண்ணம் தோன்றும். அது மனவ-ருத்தமாக இருந்தது. இதற்கு நாம் என்ன செய்வது. இது நம் பிறப்பு. நாம் ஏதும் செய்யமுடியாது.

நண்பர்கள், உறவினர்கள் எல்லாம் இவ்வாறு நடந்துகொள்ளும்போது, உங்களிடம் உங்கள் பெற்றவர்களின் நிலை என்னவாக இருந்தது?

பெற்றவர்களுக்கு, தான் பெற்றக்குழந்தை ஊனமாக இருந்தாலும் என்-னவாக இருந்தாலும் அவர்களுக்கு குழந்தைகள்தான். அதில் எந்த ஒரு-மாற்றுக்கருத்தும் கிடையாது. அவர்களை பொறுத்தவரை, மற்றவர்களால் அந்தகுழந்தை வேதனை அடைகிறதே என்பதுதான். அவர்களாகவே ஏதும் எடுத்துக்கொள்ளவில்லை. சொசைட்டிக்காகதான் பயப்படுகிறார்கள். எங்கள் அம்மாவிற்கு மட்டுமே தெரியும். அப்பாவிற்கும், அவருடன் உடன்பிறந்த அக்காவிற்கும் தெரியாது.

தன்னுடைய கூட்டத்துடன் சேர்ந்து சந்தோஷமாக இருக்க வேண்டும் என்பதற்காகதான் வெளியே அனுப்புகிறார்கள். சொசைட்டிக்கு பயந்துதான், சொசைட்டி என்ன சொல்லுமோ? சொசைட்டி ஏற்றுக்கொள்ளுமா? என்று பயத்தில்தான் பெற்றோர்கள் ஏற்றுக்கொள்ள தயங்குகிறார்கள். நான் இருந்-தது எல்லாமே ரூரல் பகுதியில்தான். உங்களுக்கே தெரியும் கிராமப்புறத்தில் ஆணும் பெண்ணும் பேசிக்கொண்டாலே தவறாக எண்ணக்கூடிய சூழ்நிலை-களை உருவாக்கிவிடுவார்கள். அவ்வாறு இருக்கையில் ஒருஆண் பெண்-ணாக மாறுவதை ஒரு பெரிய காட்டுத்தீ போல பரவிவிடும். அப்போது மற்றவர்கள் நடந்துகொள்வதில் நமக்கு வீட்டைவிட்டு வெளியேற வேண்டும் என்றும் நம்மக்களுடன் இணைய வேண்டும் என்றும் தோன்றும். இப்பொ-ழுதும் கூட வீட்டிற்கு சென்றால் பாண்ட், ஷர்டோடதான் போவேன். எங்க அம்மாவுக்குமட்டும்தான் தெரியும். மற்ற உறவினர்கள் எல்லாம் ஏன் முடிவ-ளர்கிறாய் என்று கேட்டால் சாமிக்காக வளர்த்து உள்ளேன் என்று பொய்-தான் கூற வேண்டியுள்ளது.

இது நம்வாழ்க்கை. நாம்தான் வாழ வேண்டும். இந்த விஷயத்தில் பொய்-கூறுவது தப்பில்லை. அந்த இடத்தில் அவப்பெயர் வந்துவிடக்கூடாது என்-பதற்காக கூறியது. அவர்களும் அதை ஒப்புக்கொள்வார்கள். வரும்போது பான்ட், ஷர்ட்டில்தான் வரவேண்டும். நானே நினைத்தாலும் என்னால் புடவை அணிந்து என்வீட்டிற்கு செல்ல முடியாது. உறவினர்கள் முன் பெற்றோர்கள் கஷ்டப்படக்கூடாது என்று என்னை கஷ்டப்படுத்திகொண்டு அன்று பேண்ட், சர்ட்டில்செல்வேன். பெற்றோர்களுக்காக விட்டுக்கொடுப்ப-தில் யாரையும் எதிர்பார்க்கக்கூடாது. பெற்றவர்களே ஏற்கும் மனநிலையில் இருந்தாலும், சுற்றியுள்ளவர்கள் ஏதும் சொல்வார்களோ என்ற பயம் என்-னைப்பற்றி பெற்றவர்களுக்கும் அவர்களைப்பற்றி எனக்கும் இருக்கும். திரு-நங்கைகளுக்கான விழிப்புணர்வு, பிரச்சாரம், படம் எது வந்தாலும், திருநங்-கைகளை புரிந்துகொள்ளும் நிலை ரூரல் பகுதியில் இல்லை.

சானவி எதிர்கொண்ட கஷ்டமான தருணங்களில், நிலைகுலைந்து நின்ற தருணம் என்று ஏதேனும் உள்ளதா?

நிறைய உள்ளது. என் குடும்பம் நடுத்தர குடும்பம்தான். அப்பா, ஆப்ரேட்டராக வேலை செய்தார். அம்மா ஹவுஸ் வைஃப்தான் டெய்லரிங்கும் செய்தார்கள். வீட்டில் வசதி இல்லை என்பதால் கவர்மெண்ட் பள்ளியில் கல்விகட்டணம் கிடையாது என்ற காரணத்தினால் பத்தாம் வகுப்பு வரைபயின்றேன். பதினொன்று, பன்னிரண்டாம் வகுப்பு சேர்வதற்கு கல்விகட்டணம் செலுத்தவேண்டும். வருடத்திற்கு 800 ரூபாய் கட்டணம் செலுத்தவேண்டும். ஆனால், பணம் செலுத்துவதற்கு வழி இல்லை. 2007 ஆம் ஆண்டு பத்தாம் வகுப்புமுடித்தேன். 11ஆம் வகுப்பில் குரூப்தேர்ந்தெடுக்க வேண்டும், அட்மிஷன்போட வேண்டும்.

ஆனால், அப்போது இருந்த காலகட்டத்தில் என்னிடம் 800 ரூபாய் பணம் இல்லை. எனக்கு மேக்ஸ்குரூப் படிக்கவேண்டும் என்று ஆசையாக இருந்தது. கம்ப்யூட்டர்சயின்ஸ் குரூப், அதுவும் நன்றாக மதிப்பெண் வாங்கியவர்களுக்குதான் கிடைக்கும். விளையாட்டுத்தனம், வீட்டின் கஷ்டம் அறிந்து யோசித்தல் என்று கவனமில்லாமல் இருந்து 353 மதிப்பெண்கள்தான் வாங்கியிருந்தேன். பிறகு இறுதியாக ஒருமாதம் வகுப்புகள் முடிந்த பிறகுதான் பணம் கட்டிசேர்ந்தேன். பிளான் செய்துபடித்தேன், அதுவும் படிப்பு ஏறவில்லை. அப்போதுதான் பருவமாற்ற நிலைஏற்பட்டு, அழகான பசங்களை பார்த்ததும் அவர்களுடன் பேசவேண்டும், பழகவேண்டும், என்ற எண்ணம் தோன்றியது. வெளிப்படையாக சொல்ல வேண்டுமென்றால் அந்தப்பள்ளியில் கே பசங்க நிறைய இருப்பார்கள். படிக்கும்போதே அந்த பழக்கவழக்கங்கள் மாறுபட்டதால் படிப்பில் கவனம் செலுத்தமாட்டார்கள், எனக்கும் அவ்வாறே அமைந்தது. அடுத்ததாக கவர்ன்மென்ட் கல்லூரியில் சேர்ந்தேன்.

என் வீட்டில் அதிகமாக படித்தது நான்தான். முதல் பட்டதாரி நான்தான். எங்கள் ஊர்பக்கம் கவர்ன்மென்ட் கல்லூரியில் நன்றாக சொல்லிக் கொடுக்கமாட்டார்கள். அதுபடிப்பை ரொம்பவும் பாதிக்கும். அதை நான் விரும்பவில்லை. அப்பாவும் விரும்பவில்லை. அப்பாவும், அம்மாவும் நாங்கள்தான் படிக்கவில்லை, அவனாவது படிக்க வேண்டும் என்றுதான் படிக்க வைத்தார்கள். அப்போது பத்தாயிரம் கட்டி தனியார் கல்லூரியில் படிக்க வேண்டியநிலை. வீட்டின் சூழ்நிலையில் பணத்தை செலுத்த முடியவில்லை. அந்நிலையில் எந்தபாடத்திற்கு குறைவான கட்டணம் உள்ளதோ, அதை தேர்ந்தெடுத்தேன். அனைவரும் பிடித்த பாடத்தை தேர்வு செய்வார்கள். ஆனால் நான், கட்டணத்தை பார்த்து பாடத்தை தேர்வு செய்தேன். வீட்டிற்கு மீண்டும் கஷ்டம் கொடுக்க முடியாது. திறமை உள்ளவர்கள், அறிவு உள்ளவர்கள் எப்படி வேண்டுமானாலும் படித்துக் கொள்ளலாம்.

அந்த நம்பிக்கையில் அட்டவணையில், குறைவான கட்டணம் உள்ள பாடத்தை தேர்வுசெய்ய முடிவெடுத்தேன். அதிலும் பிசிக்ஸ், தமிழ் மற்றும்

ஆங்கிலம் இருந்தது. தமிழ் மற்றும் ஆங்கிலம் பயில விருப்பம் இல்லை. கடினம் என்று தெரிந்தும், எனக்கு வராது என்று தெரிந்தும் பிசிக்ஸ் தேர்வு செய்தேன். எவ்வளவு படித்திருந்தாலும் பிசிக்ஸ் படித்தால் ஒருகெத்து இருக்கும். அதே சமயம் நாலெட்ஜ் கிடைக்கும். முதல் செமஸ்டரில், அப்பாவால் பணம் செலுத்த முடிந்தது. இரண்டாம் செமஸ்டரில், கடினமாக இருந்தது. அப்பொழுதும், நாளை தேர்வு என்றால் இன்று பணம் செலுத்தினோம். என் கல்லூரியில், பிசிக்ஸ் சென்டர் இருந்தது. அதிலே மாதம் 700 ரூபாய் சம்பளத்திற்கு வேலைபார்த்தேன். எட்டுமணி முதல் மாலை நான்குமணி வரை கல்லூரி வகுப்புகள் நடக்கும். மாலை 4 மணிமுதல் 10 மணிவரை பார்ட்டைம்வேலையாகபணிபுரிந்தேன்.இவ்வாறுதினமும் 5 மணிநேரத்திற்குமாதம் 700 ரூபாய்சம்பளம். இப்படி வேலை செய்து செமஸ்டர் கட்டணங்களை செலுத்தினேன்.

இதுதான் என்னுடைய கஷ்டமான நிலையாக இருந்தது. பெற்றவர்களுக்கு கஷ்டம் கொடுக்கக்கூடாது. பிறகு எம்.எஸ்.சி. படித்தேன். என் நண்பன்தான் படிக்க வைத்தான். அவன்தான் எனக்கு துணையாக இருந்தான். சும்மா இருக்கக்கூடாது என்று கோவையில் ஐந்து மாதம் ஒருஃபேக்டரியில் வேலை செய்தேன். அதில் வருகிற வருமானத்தைதான் வீட்டு கட்டணமாகவுமம் செலவாகும் செய்து வந்தேன். நான் கேம்பஸ் இன்டர்வியூவில் பெரிய ஐடி கம்பெனியில் செலக்ட் ஆகி ஆறுமாதங்கள் வேலை செய்துகொண்டிருந்த நேரத்தில், என் தலையில் பெரிய இடிவந்து விழுந்தது. அப்பாவுக்கு தோல் கேன்சர், உள்பாதத்தில் வந்ததாக தெரியவந்தது. கடவுள் புண்ணியத்தில் இன்ஷூரன்ஸ் பணம் அந்நிலையில் வந்தடைந்தது. அதை வைத்து மருத்துவமனையில் சேர்த்தபோது பாதத்தில் வந்தகேன்சரால் கால் எடுக்க வேண்டியநிலை வந்தது. இப்போது ஆர்டிபிசியல் கால்தான் வைத்துள்ளார். மிகப்பெரிய வேதனையாகவும் கஷ்டத்திலும் நொடிந்துபோன தருணம்.

ஐடி கம்பெனியில் வேலை கிடைத்துவிட்டது இனி எல்லா கஷ்டமும் தீர்ந்துவிடும் என்று எண்ணும் நேரத்தில்தான் இது நடந்தது. அந்தநிலையில் அம்மா ஒருவரால் அப்பாவை பார்த்துக் கொள்ளமுடியாது என்பதால் வேலையை விட்டுவிட்டு வந்தேன். அந்த ஒரு மூணுமாதம் நான்பட்ட கஷ்டமும் வேதனையும் யாருக்கும் வரக்கூடாது என்று நினைக்கிறேன்.

உங்கள் வாழ்வில் நடந்த கஷ்டமான தருணங்களை கூறியுள்ளீர்கள். உங்கள் வாழ்வில் நடந்த மகிழ்ச்சியான தருணம் என்றால் எது? இதை எண்ணினால் நான் மகிழ்ச்சி அடைவேன் என்று நினைக்கக்கூடிய தருணம் எது?

என்னை நான் ஒரு பெண்ணாக உணர்ந்த தருணம் தான் மிகவும் சந்தோஷமான தருணம். இந்த சமூகத்தில் ஒரு பெண்ணாகநான் நடந்து சென்றதுதான் மகிழ்ச்சியான தருணமாக கருதுகிறேன். ரொம்ப சந்தோசமாக இருக்கின்றேன்.

கேட்கவே ரொம்ப சந்தோஷமாக உள்ளது. நீங்கள் ஒரு திருநங்கையாக இருந்து நிறைய விஷயங்களை செய்துகொண்டு இருக்கிறீர்கள. அதைபற்றி கொஞ்சம் விரிவாக கூறுங்கள்.

ஒரு வருடம் நீட் பயிற்சிக்கு, ஒரு இன்ஸ்டிடுயூட்-ல் டீச் செய்துள்ளேன். ஒரு என்.ஜி.ஓ வில், நீட் தேர்வுக்கு பயிற்சி கொடுக்க ,ஒரு இடம் க்ரியேட் செய்து கொடுக்கும்படி கோரிக்கை வைத்திருக்கிறேன். டியூஷன் எடுக்க மிக-வும் பிடிக்கும். ப்ரொபசராக பணியாற்றியுள்ளேன். நான் கற்றுக்கொண்ட விஷயங்களை மற்றவர்களுக்கு சொல்லிக்கொடுக்க வேண்டும் என்று மீண்டும் ப்ரொஃபஸர் வேலைக்கு முயன்று கொண்டிருக்கிறேன். அதுமட்டுமில்லாமல், எனக்கு சர்வீஸ் செய்ய மிகவும் பிடிக்கும். பொதுமக்களுக்கு சேவை செய்ய பிடிக்கும். யார் என்னிடம் சோசியல் சர்வீஸ் செய்ய கேட்டாலும் நான் மறுக்காமல் அவர்களுடன் இணைந்து சேவை செய்வேன். உதரணத்திற்கு, ”அணியம்” க்காக நீங்களே கேட்டால் கூட நான் செய்வேன், சேவை செய்ய அவ்வளவு பிடிக்கும்.

Born2Win சானவி, அதைபற்றிகூறுங்கள்.

சிறுவயதிலிருந்தே பிரண்டாக இருந்தாலும், என்னை ஒரு திருநங்கை என்ற காரணத்தினால் நான் தங்கி இருந்த வீட்டைவிட்டு வெளியே அனுப்-பிவிட்டார்கள் என்று கூறினால், தயவுசெய்து என்னை பார்க்க வந்துவிடாதே. எனக்கும் பிரச்சனை ஆகும், என்றுகூறும் இந்தகாலகட்டத்தில், “நீவாமா. நான் பார்த்துக்கொள்கிறேன் என்று கூறிய Born2Win-ஐ செத்தாலும் மறக்-கமாட்டேன். எந்நிலையிலிருந்தாலும் நன்றியுடன் இருப்பேன். அது எனக்கு இன்னொரு பிறந்த வீடு.

Born2Win என்பது திருநங்கைகளுக்காக இயங்கிகொண்டிருக்கின்ற ஒன்று. தவறான வழியில் செல்லாமல் இருக்க, தவறான தொழிலில் ஈடுபடா-மல் இருக்க, இந்தசமுதாயத்தில் அவர்களை நல்ல நிலையில் வைக்கவேண்-டும் என்ற நோக்கில் பலவிஷயங்கள் செய்துகொண்டிருக்கிறது Born2Win. அவர்கள் கண்டெடுத்த முத்துகளில் சானவியும் ஒருமுத்து.

எனக்கு கிடைத்த முத்துதான் Born2Win. அதற்கும் மேல் இன்று நான் வாழ்ந்து கொண்டிருக்கிறேன் என்றால் அதற்கான வாழ்வாதாரத்தை உரு-வாக்கிக் கொடுத்தது Born2Winதான். அதனால் அனைத்திற்கும் ஒரு படி மேலே தான் வைத்து பார்ப்பேன்.

எல்லாருக்கும் சானவி இப்போது முன்னுதாரணமாக இருக்கிறார்கள். எல்-லோரும் வீட்டைவிட்டு வந்ததும், வேறுவழி இல்லை இந்தவழியில்தான் செல்ல வேண்டும் என்று செல்பவர்களுக்கு நடுவில், வீட்டைவிட்டு வந்ததும் தவறான வழியில்செல்லாமல், சொந்தக்காலில் நின்று நம்மால் சாதிக்க முடி-யும் என்பதற்கு நீங்கள் உதாரணம்தான். அதேபோல, சானவி பார்த்து வியந்த ஒருநபர், சானவியின் முன்னுதாரணம் யார்?

ஸ்வேதா மேடம். ஏனென்றால், இன்று வரையும் அவர்களின் வீட்டிற்கு அவர்களைப்பற்றி காட்டாமல், இவ்வளவு ஒரு துணிவு கம்பீரம், இது எதுவுமே அவரது வீட்டிற்கு தெரியாது. எல்லாத்தையும் தாண்டி சாதித்து இவ்வளவு பெரிய ஒரு எல்மெண்ட் நடத்துறாங்க என்பதே பெரிய விஷயம். அவங்கதான் என்னுடைய ரோல்மாடல். அவர்களைப்போல் வரமுடியவில்லை என்றாலும் அவர்களுடன் இருப்பேன்.

கேட்கவே சந்தோஷமாக உள்ளது. நிறையபேர் அவர்களைபோல் ஆகவேண்டுமென்று சொல்வார்கள். ஆனால், அவர்களைப்போல் வரமுடியவில்லை என்றாலும் அவர்களுடன் இருப்பேன் என்பது கேட்கமகிழ்ச்சியாக உள்ளது. அடுத்தகேள்வி, **ஒரு திருநங்கையாக இருந்து திருநங்கை சமுதாயத்திற்கு நீங்கள் சொல்ல நினைக்கும் விஷயம் என்ன?**

திருநங்கையாக மாறிவருவதே வெளிப்படையாக சந்தோஷமா இருக்கவேண்டும் என்பதற்குதான். ஆனால், தற்போது இருக்கின்ற ஒருசில திருநங்கைகளால், அவர்கள் அடிமைத்தனம் தான் படுத்தப்படுகிறார்கள். ஏனென்றால், அந்த இடத்தில் இருந்துதான் நான் வந்துள்ளேன். அடிமைத்தனமாக இருந்துதான் வெளியேவந்தேன். அந்த அடிமைத்தனம் வேண்டாம் என்று சொல்கிறேன். ஏனென்றால், மூத்த திருநங்கை இருந்தார்கள் என்றால் அவர்களுக்கு அடிபணிந்து செல்லவேண்டும். இதுவே நார்மல் மக்களாக இருந்தால் அப்படி செய்ய தேவையில்லை. சிலர் திருநங்கையாக உணர்ந்து புதிதாக வெளியேவரும் போது மிகவும் கஷ்டப்படுவார்கள். அதனால், என்னை பொறுத்தவரை இந்த அடிமைத்தனமும் இருக்கக்கூடாது.

யாராக இருந்தாலும் அனைவரையும் சமமாகபார்க்க வேண்டும் என்பது என்னுடைய கருத்து. திருநங்கை சமுதாயத்தில் சொல்கிறார்கள், அனைவரையும் சமமாகபாருங்கள் என்று. திருநங்கை சமுதாயத்திற்குள் சமபார்வை கிடையாது. சமநிலை இல்லாமல்தான் இருக்கிறது. பெண்ணாக இருந்தாலும் சரி, யாராக இருந்தாலும் சரி அதற்கான மரியாதையை கொடுக்கவேண்டும். அது செய்யவேண்டும், இது செய்ய வேண்டுமென்று சொல்லுதல் கூடாது. ஒரு அடிமைத்தனம் ஒழிந்துதான் இவ்வளவுதூரம் நாம் வந்துள்ளோம். ஆனால், இவர்களுக்கு உள்ளே ஒரு அடிமைத்தனத்தை உருவாக்கினால், அது தப்பு. ஒருத்தங்க உதவி என்று வருகிறார்கள் என்றால் ஒன்று காப்பாற்ற முடியும் என்று சொல்லுங்கள். இல்லையெனில், இல்லை என்று வெளிப்படையாக சொல்லுங்கள். அதை விட்டுவிட்டு நான் காப்பாற்றுகிறேன் மாதமானால் இவ்வளவு கொடு, வருடமானால் இவ்வளவு கொடு என்று கேக்கக்கூடாது. ஏனென்றால், அவர்களுக்கும் குடும்பம் உண்டு. மகன் என்று பிறந்தால் அவர்களுக்கான கடமை இருக்கும். என் பெற்றோர்களை பொறுத்த வரையில் என்னை இன்றுவரை மகனாக தான் பார்கிறார்கள். அதனடிப்படையிலே நான் அவர்களுக்கு செய்ய வேண்டிய கடமைகள் இன்னும் இருக்கிறது. இப்போது வரை அதைதான் செய்துகொண்டுள்ளேன். நன்முறையில் இருந்து,

259

நன்முறையில் வாழ்ந்து, நல்ல வழியில் சம்பாதித்து அதை செய்து கொண்டிருக்கிறேன். செக்ஸ் அல்லது கை ஏந்துதல் செய்யக் கூடாதென்ற முடிவில் உறுதியாக இருக்கிறேன். ஒருநல்ல படிப்புபடித்து இதை செய்யக்கூடாது. அது படித்தவர்களுக்கு மட்டுமல்ல படிக்காதவர்களுக்கும் நிறைய திட்டங்கள் இருக்கிறது. கவர்மெண்ட் நிறைய ஸ்கீம் கொண்டுவந்து இருக்கு. ஆனால், கஷ்டப்படாமல் பணம் பார்க்கிறார்கள். அதிலும், ஒருவர் பிச்சை எடுத்து அதை வாங்கிசாப்பிடுகிறார்கள் அல்லவா இன்னொரு திருநங்கை, அது அதைவிடக்கொடுமை. அவர்கள் கடைசியில் செல்லும்போது புண்ணியத்தை அல்ல பாவத்தைதான் சேர்த்து செல்வார்கள். இதைப்போன்ற அடிமைத்தனம் இருக்கக்கூடாது.

கல்வி என்பது திருநங்கை மக்களோட வாழ்க்கையில் மாற்றத்தை உருவாக்குகிறது என்று நீங்கள் கருதுகிறீர்களா?

கண்டிப்பாக. கல்வி மட்டும்தான் எல்லாம். திருநங்கை மட்டுமல்ல நார்மல் மக்களுக்குமே, கல்வி என்று ஒன்று இருந்தால் எங்கு வேண்டுமானாலும் சென்று பிழைத்துக்கொள்ளலாம். அது வாழ்க்கையில் மிகப்பெரியதாக்கத்தை உருவாக்கும். எனக்கு கல்வியால் மாற்றமடைகிறது. ஏனென்றால், நான் எம்.எஸ்.சி.படித்துள்ளேன் என்றால், நாளை ஒரு நிறுவனத்தில் சென்றுநிற்கும் போது, திருநங்கை மக்கள் எம்.எஸ்.சி. படித்துள்ளார், இன்ஜினியரிங் படித்துள்ளார்கள் அதிகமாக படித்துள்ளார்கள் என்னும் போது ஒரு தனித்துவம் கிடைக்கும்.

சானவியின் வாழ்வில் காதல் பற்றிக் கூறுங்கள்...

காதல் ஒரு இன்றியமையாத பகுதி. காதல் இல்லாமல் திருநங்கைகள் இல்லை, திருநங்கைகள் இல்லாமல் காதல் இல்லை. எனக்கு காதல் பூத்தது. நாங்கள் பத்தாம் வகுப்பிலிருந்து ஒன்றாக படிக்கிறோம். என்னை எம்.எஸ்.சி. படிக்கவைத்ததும் அவங்கதான். கல்லூரியில் அவர் சேரவில்லை. அந்த இரண்டு வருடகாலமாக உடல் ரீதியாகதான் தொடர்பு இருந்தது. பன்னிரெண்டாம் வகுப்பிற்குபிறகு ஸ்டாப் ஆகிவிட்டது. பிறகு பார்த்தால் என் கல்லூரிக்கு எதிரே உள்ள கடையில்தான் வேலை செய்துவந்தார். ஏனென்றால், அவரது வீடும் அதே ஊரில்தான் உள்ளது. அப்போது விட்டுப்போன அந்த உறவு மீண்டும் தொடர ஆரம்பித்து நாள் போகப்போக அதுகாதலாக மாறியது. அவரது வீட்டில் உள்ளவர்கள் ஸ்ட்ரிக்டாக இருப்பார்கள். அவரது குடும்பத்தில் யாரோ காதல் செய்து ஏமாற்றிவிட்ட காரணத்தினால் காதலை முற்றிலுமாக வெறுத்தார்கள். ஒரு ஆண் பெண் காதலையே வெறுத்தார்கள் என்றால், ஆண் ஆண் காதலை எப்படி எடுப்பார்கள் என்பது மிகப்பெரிய கேள்விக்குறி.

பின்பு பல பிரச்சனைகளுக்கு பிறகு காதல் செய்தோம். பிறகு கோவை சென்று அவரும் ஒருகம்பெனியில் நானும் ஒரு கம்பெனியில் பணியாற்றினோம். கிட்டதட்ட நான்கு வருடம் ஒன்றாக இருந்தோம். நாங்கள் அனைத்-

தையும் பகிர்ந்து கொண்டோம். பிறகு வேறு வேலையில் செராக்ஸ்மெசின் இன்ஜினியராக வேலையில் சேர்ந்தான். பிறகு அப்பாவை பார்த்துக்கொள்ள வேலையை விட்டுவிட்டு வந்துவிட்டேன். பின்பு, அதே ஊரில் கல்லூரி-யில் வேலை செய்யும்போது வந்து அவ்வப்போது பார்த்துவிட்டு போவான். கிட்டத்தட்ட ஐந்துவருட காதல். அதுக்கப்புறம் ரோட்டில் ட்ராவல் செய்யும் போது அவனுடைய கல்யாண பேனர் பார்த்தேன். இப்போது இதைசொல்லும் போது சிரிக்கிறேன் என்றால் அன்று அவ்வளவு வேதனை அடைந்தேன். அவனோட பிரண்டு எனக்கும் பிரண்டுதான். அவங்க காலையில் கால்செய்து அவனோட கல்யாணம் இன்று. நீ போகலையா? என்று கேட்டாங்க. இல்ல விளையாடாதீங்க என்றுநான் கூறினேன். அதற்கு முன்னாடி நாள் இரவு கால் செய்து, “மதுரைக்கு கிளம்புகிறேன். என்னுடைய உறவினர் ஒருவ-ருக்கு கல்யாணம். அட்டண்ட் பண்ணிட்டு மாலை வந்துவிடுவேன். நான்கால் செய்தால் எடு. டிரைவிங்ல இருக்கிறேன்” என்று சொல்லிவிட்டு சென்றவன், காலையில் எதார்த்தமாக பேனரை பார்த்துவிட்டேன்.

பேனரில் பெயர்மட்டும் இருந்தது. ஆனால், நான் நம்பவில்லை. கொஞ்சம் இறங்கி உள்ளே சென்றுபார்க்கும் போது ரிசப்ஷனில் அவனுடைய பெற்-றோர்கள் இருக்கிறார்கள். அந்தநிமிடமே தற்கொலை செய்ய எண்ணினேன். அதைப்பார்த்ததும் மெயின் ரோட்டில் எதுவந்தாலும் பரவாயில்லை என்று எண்ணிநடந்தேன். அன்று என்னுடன் வந்த நண்பர்தான் எடுத்துரைத்தார். நீயும் காதல் கொண்டாய் அவனும் காதல் கொண்டான். ஆனால், இங்கு தாலிகட்டும் தருணம் வரை ஏன் அமைதியாக இருந்தான்?. அப்போது நீ யேசிந்தித்துப்பார். நீ திருநங்கையாக இன்னும் மாறவில்லை. ஆனால், அவனுக்காக மாறினாலும் வாழ்க்கை முழுதும் காப்பாற்றுவான் என்ற எண்-ணமும் கிடையாது. அதனால், உன்னுடைய வாழ்க்கையை பார் புத்திமதி சொன்னார்கள். அன்றிலிருந்து மூன்றுநாள் கழித்துதான் சந்தித்தேன் அவனை. ஒரே அழுகை. அவன் சில எக்ஸ்பிளநேஷன் சொன்னான். அது உண்மையா? பொய்யா? என்பது சத்தியமாக எனக்கு தெரியவில்லை. ஆனால், அப்போது “நான் விருப்பம் இல்லாமல்தான் திருமணம் செய்தேன். நான் இப்பொழுதே விட்டுவிட்டு வருகிறேன். செல்வோமா?” என்று கேட்-டான். அந்தப் பெண்ணோட வாழ்க்கை? நான் ஒன்றுதான் சொன்னேன். அந்தபொண்ணோட வாழ்க்கையை கெடுத்துவிட்டு, நீ என்னோடு வாழ-வேண்டும் என்று அவசியம் கிடையாது.

நீ நன்றாக இரு, சந்தோஷமாக இரு, உண்மையாக இரு. பாய் சொல்-லிவிட்டு வந்துவிட்டேன். அவனோடு இருந்த ஞாபகங்கள் நினைவுகள் அனைத்தையும் விட்டுவிட்டு சென்னைவந்தேன். சென்னை வந்தபிறகு ஒரு உணவகத்தில் ரிசப்ஷனிஸ்டாக வேலைசெய்தேன். அங்கு வேலை செய்-யும்போது தான் இன்னொருவன்அ றிமுகமானான். நன்றாக பேசினான்.

ஆனால், ஏற்கனவே ஒரு பெண்ணை காதலித்துள்ளான். நான் ட்ரான்ஸ்ஜெண்டர் என்று தெரிந்தும் கூட மிகவும் அன்பாக இருந்தான். அவனிடம் என் கடந்த காலத்தை பற்றி சொல்லிவிட்டேன். ஏனென்றால், ஒருவருடன் பழகும்போது நம்முடைய உண்மைகளை அவரிடம் சொல்லவேண்டும். அவர்களிடம் மறைப்பது தவறு. நாளைக்கு பழகிய பிறகு நீ என்னிடம் மறைத்து விட்டாயே என்று கேட்பது எனக்கு பிடிக்காது. நான் ஒருவரிடம் பழகுகிறேன் என்றாள் என்னைப் பற்றிய 100 சதவீத உண்மைகளை சொல்லிவிடுவேன். அதுசரியோ? தவறோ? தெரியாது. ஆனால், நான் உண்மையாக இருக்கிறேன். இந்தக்காதலும் பணத்திற்காக வந்தது. கிட்டத்தட்ட ஒன்றரை லட்சம் ரூபாய் கொடுத்து இருப்பேன். பணத்திற்காக என்னை காதலித்து, பார்த்துக்கொண்டு இவையெல்லாம் அர்த்தமற்றதாக இருக்கிறது. கால் செய்து பேசினால், என்னை நிம்மதியாக வாழவிடு என்று கூறினான். இதை மறைப்பதற்காக அந்த வேலையையும் விட்டுவிட்டேன், மேலும், நான் ட்ரான்ஸ் என்பதற்காக அவர்களே வெளியே துரத்திவிட்டார்கள். வந்துவிட்டேன்.

இப்போது நிறைய ட்ரான்ஸ்ஜெண்டர்ஸ் காதல் தோல்வியினால் தற்கொலை செய்து கொள்கிறார்கள். அதைப்பற்றி தங்களின் அபிப்ராயம்.

என்னைப் பொருத்தவரையில் அது தவறுதான். அவன் என்னை விட்டுவிட்டானே என்ற கவலையில் அரளிவிதையை அரைத்து சாப்பிட்டுவிட்டேன். ஆனால், ஒன்றும் ஆகவில்லை. சரி கடவுள் எதற்காகவோ இதைசெய்கிறார். நான் ஏன் சாகவேண்டும்? என்று விட்டுவிட்டேன். நம்மை ஏமாற்றிவிட்டு நம் பணத்தை வைத்து நன்றாக இருப்பவர்கள் முன், நாம் ஏன் வாழக்கூடாது என்று எண்ணினேன். ஆதலால், என்னைப் பொறுத்தவரை அது முட்டாள்தனம் தான். இந்த மாதிரி எல்லாம் இல்லாமல், இருப்பது ஒரு வாழ்க்கை அதை என்ஜாய் செய்துவிட்டு போக வேண்டும். எல்லாமே அடிபட்டு வந்த விஷயம்தான் என்னை இப்படி மாற்றியது. யாரையும் நம்ப கூடாது. முக்கியமாக காதல்... காதல்... காதல்... என்று சொல்லக் கூடிய பசங்களை நம்பக்கூடாது. நூற்றுக்கு 99% இவ்வாறுதான் இருக்கிறார்கள். அந்த ஒரு சதவீதம் ரொம்ப ரேர். அவர்களும் பெற்றவர்கள் இல்லாதவர்களாக இருப்பார்கள். ஏனென்றால், அன்புக்கு ரொம்ப ஏங்குவார்கள். அவர்களை கூட நம்பலாம். ஆனால், இவ்வாறு நான் உன்னை பார்த்துக்கொள்கிறேன். நீதான் என் கண்ணேமணியே என்று சொல்பவர்களை அருகிலேயே சேர்க்கமாட்டேன். பேஸ்புக்கில் எத்தனையோ பேர் என்னை ஃபாலோ செய்கிறார்கள். நீ அழகாக இருக்கிறாய், நான் லவ் பண்றேன் என்று இரண்டு நாட்கள் என்னிடம் ஒழுங்காக பேசுவார்கள். பிறகு நான் மெசேஜ் செய்தால், அதற்கு பதில் மெசேஜ் வரவே செய்யாது.

இதில் அவர்களின் எக்பெக்டேஷன் பார்த்தால் லவ் இல்லை வெறும் செக்ஸ். அதை சொல்வதற்கு காதல் என்பதை கூறதேவையே இல்லையே. இதற்கு நேராகவே, நீ வேண்டும். ஒரு ஐந்து நிமிடம் படுக்க வேண்டும் என்று

கூறினால் சந்தோஷமே. இதுதான் என்னுடைய அபிப்பிராயம்.

சானவி சமுதாயத்திற்கு பொதுவாக சொல்ல நினைக்கும் விஷயம் என்ன?

இந்த காலகட்டத்தில் நார்மல் மக்கள் அனைவரும் திருநங்கைகளை ஏற்றுக்கொள்ளும் நிலைக்கு வந்துவிட்டனர். எந்த வாய்ப்புகளையும் இழந்துவிடாதீர்கள். இலவசமாக கிடைக்கிறது என்று திருநங்கையின் சுயமரியாதையை இழந்துவிடாதீர்கள்.

3. திருநங்கை ப்ரீத்திஷா

தங்களுக்கு சுய தொழில் தொடங்க வேண்டும் என்ற எண்ணம் எப்போது தோன்றியது? அந்த எண்ணம் வரக் காரணம் என்ன?

சுய தொழில் செய்ய வேண்டும் என்ற எண்ணம் மனிதர்களாகிய எல்லாரும் யாரிடமும் கைகட்டி பணிபுரிய தேவையில்லை என்று விரும்புவார்கள். அப்பொழுதுதான் மொபைல் டீ கடை தொடங்க வேண்டும் என்ற எண்ணம் தோன்றியது. இதைப்போல பல திருநங்கைகளும் இதுபோல சுயதொழில் செய்து வெற்றிபெற்று அவர்களும் தன்னம்பிக்கை பெற்று வாழ்வில் மென்மேலும் வளர ஒரு நல்ல வாய்ப்பாக மொபைல் டீ கடை அமைந்திருப்பது மகிழ்ச்சி அளிக்கிறது.

அதுமட்டும் இல்லாமல் இன்னொருவர் கீழே போய் வேலை செய்ய வேண்டிய அவசியம் இருக்காது அதனால் பல தொந்தரவுகள் நம்மை விட்டு அகலும்.

சாதாரணமாகவே பெண்களுக்கு பல பிரச்சினைகள் இருக்க அதேபோல திருநங்கைகள் முன்வைக்கிற முதல் பிரச்சனை, “எங்களுக்கு யார் வேலை கொடுக்கிறார்”?

அப்படியே வேலை கிடைத்தாலும், எங்களுக்கு சரியான மரியாதை எங்க கிடைக்குது. அதுமட்டுமில்லாமல் எவ்வளவு தொந்தரவுகள் எங்களுக்கு வருது அப்படி இருக்கிற பட்சத்தில் சுயதொழில் தொடங்குவது தான் ஒரு சிறந்த முடிவாக எனக்கு தோணுச்சு. அப்போதுதான் இந்த மொபைல் ஷாப் நடமாடும் தேநீர் கடை துவங்கும் என்ற எண்ணம் எனக்குள் வந்துச்சு.

சரி நான் இந்த தொழில் துவங்கியதனால என்ன பார்த்து பல திருநங்கைகள் முன் வருவாங்க அவர்களுடைய வாழ்க்கையை எப்படி முன்னெடுத்து நடத்தலாம்னு.

சுய தொழில் புரிந்த ஆரம்ப நாட்கள் எவ்வாறு அமைந்தது?

ஆரம்பத்தில் Covid சமயத்தில் கோயம்பேட்டில் மொபைல் டீ கடையைத் துவங்கி அனுபவம் பெற்றது மிகவும் உதவியாக இருந்தது. 3 லிருந்து 4 மாசம் டூவீலரில் தேநீர் விற்று அந்த இடங்களை இருக்கிற பிரச்சனைகள் எப்படி இருக்கும் அப்படின்னு அதை சந்தித்து அந்த ஒரு அனுபவம் பெற்று தான் நான் வந்து இந்த சுயதொழில் ஆரம்பிக்கணும் அப்படின்னு முழுமூச்-

சில் முன்வந்தது.

குறிப்பாக தேநீர் விற்கணும் என்றும் நடமாடும் தேனீர் கடையாக இருக்கணும் என்று ஏன் நினைதீர்கள்?

மொபைல் டீ ஷாப் அதாவது நடமாடும் தேனீர் கடை அப்படிங்கறதுக்கு நம்ம வாடகை கொடுக்க வேண்டாம். நான் கடந்த வருஷம் 2020 மார்ச் 6 இல் ஒரு கடை வைத்து 15 ஆயிரம் ரூபாய் வாடகை அப்படின்னு அஞ்சு மாசத்துக்கு ஒரு லட்சத்திற்கும் மேலாக மட்டுமே கொடுத்து பெரும் நஷ்டத்திற்கு ஆளானேன். இதனால பொருளாதாரத்தில் பெரிய சிக்கல் ஏற்பட்டு பொருளாதார ரீதியாக நிறைய பிரச்சினைகளை சந்தித்து கடைசியாக கைவிட வேண்டிய நிலைமை வந்துருச்சு அந்த நிலைமை தான் நம்மை ஏன் நடமாடும் தேநீர் கடை வைக்க கூடாது அப்படி என்ற ஒரு எண்ணம் தோன்றியது. இதற்கு வாடகை ஒன்னும் கிடையாது அடுத்து செலவுகள் இல்லை என்பதைத் தாண்டி வேறு எந்தவிதமான பிரச்சனைகளும் இருக்காது. இதுவே வாடகைக்கு அப்படின்னு நமக்கு அடுத்த பிரச்சினையாக கரண்ட் பில், மெயின்டனன்ஸ், அப்படின்னு பல சிக்கல்கள் இருக்கு

குறிப்பாக ஏன் தேநீர் கடை?

ஏன் தேநீர் கடை அப்படின்னு யோசிச்ச, ஒரே ஒரு திருநங்கை மட்டுமே இதை எடுத்து சுலபமா நடத்தலாம் இன்னொரு ஆள் வந்து உதவி செய்யணும் அப்படின்னு அவசியம் இருக்காது. இதுவே ஒரு ஆளை வேலைக்கு வைத்து ஆனா அவங்க ஏதோ ஒரு காரணத்தினால் திடீர்னு வேலை செய்ய முடியாது. அப்படின்னு நிமிடங்கள் அந்த திருநங்கை உடைந்து வீட்டிலேயே முடங்கி எந்த விதத்துலயும் பிரச்சனை அப்படின்னா வந்து விடவே கூடாது. ஒரே ஒரு ஆளும் தனியா நின்னு அவங்களால ஒரு சுய தொழில் வந்து இந்த மாதிரி செய்ய முடியும் அப்படி என்ற ஒரே காரணத்துக்காக தான் இந்த நடமாடும் டீக்கடை அப்படிங்கறது.

இதுபோல சுய தொழில் செய்யணும் அப்படின்னு நீங்க சொல்லும் போது உங்களுக்கு உதவி புரிந்தவர்கள் யார்?

இந்த மாதிரி சுய தொழில் செய்யணும் அப்படின்னு நான் யோசிச்ச போது என்னுடைய தோழிகள் மற்றும் பல என்று ஒத்துக்கல ரொம்ப சப்போர்ட் பண்ணாங்க. அதுமட்டுமில்லாம திரைத்துறையில் இருக்க நடிகர் சமுத்திரக்கனி கடையின் திறப்பு நிகழ்வுக்கு வந்து அவங்க போட்டு கொடுத்தாங்க. ஐஎஃப்எஸ் இராஜேந்திரன் ஐயா அவங்களும் வந்தாங்க. என்னுடைய குருநாதர் மாஸ்டர் ஜெயராம் அவர்கள் வந்தாங்க. அப்புறம் என்னுடைய சிலம்பம் கலை ஆசான் வந்திருந்தாங்க.

ஒரு கலைஞனாக எனக்கு கலைதான் உயிர். அதுதான் முதல்ல... இந்த தொழில் வந்து இரண்டாவது பட்சம் தான். நம்முடைய அத்தியாவசிய செலவுகளுக்கு சுயதொழில் செய்யணும் அப்படின்னு எழுத்தாளர் லெனின் அவர்களும் வந்து அவங்களுடைய சப்போர்ட் கொடுத்து இருந்தாங்க இவ்வளவு

பெயர் அவங்களுடைய சப்போர்ட் கொடுத்தது தான் பெரிய பலமே.

அரசு இந்த மாதிரி சுயதொழில் செய்யும் திருநங்கைகளுக்கும், பெரும்பான்மையினரால் ஒதுக்கப்பதுபாவர்களுக்கும் எந்த மாதிரியான உதவி புரிய வேண்டும் அப்படின்னு நீங்க நினைக்கிறீங்க?

நிச்சயமாக அரசு வந்து எங்களுடைய கஷ்டங்களை புரிந்து கொண்டு அவங்க அதற்கு ஏற்றார் போல உதவிகள் செய்ய எழுகின்றது எங்களுக்கு மென்மேலும் ஊக்கமளிக்கும். இப்போது கடுமையான கடன் லெட்டர் வந்து எங்களுக்கு இன்னும் கிடைக்காமல் இருக்கு. அதனால என்னால தொழிலையும் முழு கவனத்தை செலுத்த முடியல அதற்காக அலைய வேண்டி இருக்கு. சோ, இந்த மாதிரியான விஷயங்களை அரசு இன்னும் கவனம் செலுத்தி எங்களுக்கு அளிக்க வேண்டிய உதவியை செய்தது என்றால் எங்களை அது மென்மேலும் ஊக்குவிக்கும்.

தேநீர் கடை துவக்கியதற்கு பின்பு சமூகத்தில் தங்கள் நிலை எவ்வாறு மாற்றம் அடைந்து உள்ளதாக உணர்கிறீர்கள்?

சமூகத்தில் ஒரு நல்ல நிலை ஏற்பட்டு உள்ளது என்பது உண்மையான ஒன்று தான். ஆனால் இந்த நிலை மென்மேலும் வளர வேண்டும். அதற்கான உழைப்பை என்றும் செலுத்திக் கொண்டே இருப்போம்.

தங்களை முன்னுதாரணமாகக் கொண்டு சாதிக்கத் துடிக்கும் திருநங்கைகளுக்கு உங்களின் கருத்து?

அவரவர்களுடைய கல்வித்தகுதிக்கு, கலை ஆர்வத்திற்கு ஏற்றார் போல் எந்த ஒரு வேலையையும் மனதார புரிய வேண்டும்.

தங்கள் வாழ்வின் அனுபவங்களை பகிர்ந்து இதுவரை எங்களுடைய கேள்விகளுக்கு மிகவும் தெளிவாக பதிலளித்த ப்ரீத்திஷா அவர்களுக்கு அணியும் குழுவின் சார்பாக எங்கள் மனமார்ந்த நன்றிகள்.

4. திருநங்கை தீபிகா

தீபிகா எப்படி இருக்கீங்க

நல்ல இருக்கேன்.

அணியம் அறக்கட்டளையின் மாதாந்திர மின்னிதழில் திண்ணை பக்கத்திற்கு தீபிகவுடன் நேர்காணல் அமைக்கின்றோம்.

தீபிகாவின் அறிமுகம்

நான் தீபிகா, பெங்களூரில் வசித்து வருகிறேன். மேலும் சமூக செயற்பாட்டாளராகவும் இருந்து வருகிறார்.

தீபிகா உங்கள் குழந்தை பருவத்தை பற்றி சில வார்த்தைகள்

சிறு வயது முதல் பெண்ணாகவே உணர்ந்து வந்தேன். 7த் ல ஒரு பையன் மேல crush வந்துது. அது சரியா தவறா என்று தெரியவில்லை. அப்போது எனக்குள் பெரிய குழப்பம் வந்தது என் மீது. ஒன்பதாம் வகுப்பு படிக்கும்

போது எனது சொந்தகாரர் ஒருவர் என்னை பாலியல் தொந்தரவு செய்தார். நான் பெண் போல் இருக்கிறேன் நடந்து கொள்ளுகிறெனு சொன்னார். அப்போது நான் புரிந்து கொண்டேன்.

பின்னர் கல்லூரி காலங்களில் என்னை பற்றி புரிந்து கொண்டேன். இன்டர்நெட் சென்டர் சென்று என்னை போன்றவர்களுடன் பேசுவது, யாரும் வீட்டில் இல்லாத போது அம்மாவின் புடவையை அணிந்து கொள்ளுவது என்று செய்து கொண்டிருப்பேன். இவ்வாறு சென்றது.

எங்கள் வீட்டில் பண கஷ்டம் இருந்த காலம் அது. நான் 16 வயதில் வேலைக்கு செல்ல ஆரம்பித்தேன். 18 வயது ஆகியது போல் போலி சான்றிதழ் வாங்கி கொண்டு வேலையில் சேர்ந்தேன். அங்கு எனக்கு சில நம்பர்கள் கிடைத்தார்கள். LGBT சமூக நண்பர்கள். அந்த இருவரும் எனக்கு காதல் செய்ய சிலன்செயலிகளை பற்றி கூறவும், வயசு காரணத்தில் நானும் அவர்கள் சொன்னதை செய்தேன்.

அப்போது என் வீட்டு தெருவில் ஒரு திருநங்கை வருவார்கள் அவரிடம் பேச எப்போதும் ஆசையாக இருக்கும். ஒரு முறை பேசவும் செய்தேன். அவர் என்னிடம் நீ ஏன் இப்படி இருக்கிறாய் என்று கேட்க நான் என் உணர்வுகளை பற்றி கூறினேன். சில நாட்களில் என் வீட்டில் என் நடவடிக்கைகள் கவனித்து என்னை வீட்டில் அடைத்து வைத்தனர். சிறிது காலத்தில் எனக்கு ஒரு பெண்ணுடன் திருமணம் முடிவு செய்தனர். நான் இங்கே இருந்தால் என் வாழ்க்கை முடிந்துவிடும் என்று நினைத்தேன். ரெண்டு சட்டை பேன்ட் மற்றும் அம்மாவின் ரெண்டு புடவைகளை எடுத்து கொண்டு வீட்டை விட்டு வெளியேறினேன். திருநங்கை சமுதாயத்திற்கு சென்றேன்.

முதலில் கை தட்டும் வேலையை செய்ய வேண்டியதாக இருந்தது. எனக்கு அது பழக்கம் இல்லை. ஆனாலும் செய்தேன். நல்ல வேலை பார்த்து கொண்டு இருந்த நான் இதை செய்வதை நினைத்து கவலை பட்டேன். ஒரு நாள் என்னை ஒருவர் கை தட்டி காசு கேட்கும் போது மோசமாக திட்டி விட்டார். எனக்கு அழுகை வந்தது. இவ்வாறு சில வருடங்கள் சென்றது. 5 வருடங் மிகவும் சிரமமாக இருந்தது. ஒரு நா நான் பெண்ணாக மாற சிகிச்சை செய்து கொள்ள போகிறேன் என்று கூறினேன். முதலில் வேண்டாம் என்று சொன்னார்கள். பிறகு நான் செய்தே ஆகவேண்டும் என்று முடிவெடுத்தேன். Counselling சென்றேன் என்னை பற்றி முழு விவரமும் கேட்டு கொண்டு எல்லாம் சரி என்ற பிறகு அனுமதி அளித்தார்கள். பிறகு சிகிச்சையும் முடிந்தது. சிகிச்சை முடிந்து என் அக்கா வீட்டில் இருந்தேன். அங்கே சில பிரச்சினைகள் ஆனதால் அங்கிருந்து புறப்பட்டு வந்து விட்டேன். 40 நாட்கள் முடிந்ததும் என்னை பிச்சை எடுக்க வற்புறுத்தினர். அப்போது இருவர் என்னை பலாத்காரம் செய்ய முயன்றனர். எனக்கு இரத்தம் வந்ததை பார்த்து பேசிகொண்டு சென்றனர். நான் சில நாட்களுக்கு அதை நினைத்தே அழுது கொண்டிருந்தேன்.

266

இங்கிருந்து போக வேண்டும் என்று முடிவு செய்தேன்.
அங்கிருந்து என் அக்கா வீட்டிற்க்கு சென்றேன். அங்கு சில நாட்கள் சென்றன. வேலைக்கு செல்ல வேண்டும் என்று எண்ணம் வந்தது. பல இடங்களில் விண்ணப்பித்தேன். ஒரு இடத்தில் வேலையும் கிடைத்தது. நன்றாக தான் இருந்தது. அங்கு இருந்த போது இன்னொரு வாய்ப்பு கிடைத்தது. Solidity foundation என்ற LGBT அறக்கட்டளையில் அழைப்பு தந்திருந்தார். அக்கவுன்டன்த் வேலை தான் என்று சொன்னார்கள். எனக்கு மிகவும் மகிழ்ச்சியாக இருந்தது. நம் சமுதாய மக்களுக்கு வேலை செய்ய போகிறோம் என்று மகிழ்ச்சி இருந்தது. இப்போதும் இதை தான் செய்து கொண்டு இருக்கிறேன்.

இப்போது பல LGBT மக்கள் காதல் தோல்வியால் தற்கொலை செய்து கொள்கிறார்கள். இதை பற்றிய உங்கள் கருத்து?
நாம் கடந்து வந்த கடின பாதையில் ஒரு ஆண் நுழைந்து மகிழ்ச்சியை தந்துவிட்டு செல்லும் போது மனம் நிலைகுலைந்து அதிக துன்பத்திற்கு ஆளாகிறோம். ஆனால் அதையும் கடந்து வர வேண்டும். வாழ்வின் கஷ்டங்கள் அனைத்தையும் சந்தித்து வாழ்ந்து கொண்டிருக்கும் போது இதனால் வாழ்வை முடித்துக் கொள்ள கூடாது. சமுதாயத்தை எதிர்த்து மனதை தைரியமாக வைத்து கொள்ள வேண்டும்.

திருநங்கையாக இருந்து திருநங்கை சமூகத்திற்கு நீங்கள் கூற நினைக்கும் கருத்து.
இப்போது இருக்கும் சமூகத்தில் திறமைகளை வளர்த்துக் கொண்டு வாழ்வில் அனைவரும் சாதித்து வரும் தலைமுறையினருக்கு உதாரணமாய் இருக்க வேண்டும்

பொது சமூகத்திற்கு நீங்கள் கூறும் கருத்து
எங்களை போன்றவர்களின் முயற்சிகளை புறக்கணிக்காதீர்கள். எங்களால் இது முடியாது, இது செய்ய வராது, இதற்கு தான் லாயக்கு என்று வரையறை அமைக்காதீர்கள்.

நன்றி தீபிகா தொடர்ந்து உங்களுடைய பணிகள் சிறப்பாக அமைய பால்மணம் மின்னிதழ் சார்பாக வாழ்த்துக்கள்.

5. திருநங்கை ரதி

ரதி உங்களை பற்றிய விவரங்களை எங்களுடன் பரிமாரிக்கொள்வீர்களா?

வணக்கம்,

கண்டிப்பா சொல்றேன்,

என் பெயர் ரதி, நான் பிறந்தது திருவாரூர் மாவட்டம், அப்பா உணவகம் நடத்திவந்தார் பிஸ்னஸ் சரியில்லாத காரணத்தால் ஊர் மாறவேண்டிய சூழல். வளர்ந்தது திருத்தணி, மண்ணார்குடி அருகில் உள்ள சென்னார்குடி ஊரில்

LKG,UKG படித்தேன். திருவாரூர் பக்கத்துல தொடராசேரி ஊரில் 1ஆம் வகுப்பு முதல் படித்து வந்தேன். என் தந்தை ஒரு உணவகம் நடத்தி வந்தார், குடும்ப சூழல் காரணமாக ஊர் பயணம் மேற்க்கொண்டோம். திருவாரூரில் இருந்து பாண்டிச்சேரி அருகில் உள்ள மதகடி ஊரில் கடையை துவங்கினார் இப்போது அங்கேயே செட்டில் ஆகிவிட்டோம். குடும்ப தொழில்னா உணவகம் மட்டும் தான், 5 முதல் 12 வகுப்பு வரை பாண்டிச்சேரியில் ஒரு பள்ளியில் படித்து வந்தேன். சிறுவயதில் இருந்தே ஆட்டோமொபைல் மீது எனக்கு மிகுந்த ஆர்வம்; அதற்கு காரணம் எங்க அப்பா தான் டிரண்ஸ்போடேஷன் போன்ற நிறைய தகவல்களை எனது தந்தை எனக்கு கற்று கொடுத்தார். அப்பாவிடம் அதிக உரையாடல் நடத்துவேன்; அவர் எலக்டிரீசியன் வேலை செய்தார் அவருடன் சேர்ந்து அந்த வேலையையும் பார்த்து வந்தேன்.

10 வயது முதல் எனக்குள் மாற்றமானது துவங்கியது, 12 வயசு அப்போ வீட்டில் இருக்க கூடிய பெண்களின் உடையை உடுத்த துவங்கினேன் எனக்கு கொஞ்சம் விவரம் தெரியல அப்போ. என்னிடம் எங்க அம்மா சொல்லியிருக்கிறார் நான் சிறு வயதிலேயே புடவைகளை எல்லாம் இலுத்து போற்றிக்கொள்வேன் என்று. அப்போதான் புடவை மேலும் எனக்கு ஆசை வந்தது, பள்ளிகளில் கூட ஆண் பிள்ளைகளோடு அமர்வது பிடிக்காது பெண்பிள்ளைகளோடு சென்று உட்கார்ந்துக்கொள்வேன், ஆனா எனக்குள்ளே ஒரு கில்டா (Guilt) இருக்கும், இடம் மாறி உட்காந்தி இருக்கோம்னு. பசங்களுக்கு சட்டை பேண்ட் தான் யூனிபாம் அதுகூட எனக்கு போட பிடிக்காது, பெண்களுக்கு சட்டை பாவாடை உடை தான் கொடுத்திருப்பாங்க அப்போ எனக்கு என்ன தோனும்னா நமக்கு இதுபோன்ற உடை கொடுக்க மாட்டாங்களானு நினைப்பேன். எனக்குள் இருந்த அந்த மாற்றங்களுக்கு மத்தியில் எங்க அப்பா மெக்கானிக்கல் ஆர்வத்தை தூண்டினார்.

இருந்தாலும் இந்த விசயத்தை பத்தி எங்க அம்மா அப்பா கிட்ட பேச நான் துவங்கவில்லை.

நீங்கள் உங்களுக்குள் உள்ளவற்றை தயக்கமன்றி கூறுங்கள், கண்டிப்பாக நீங்க இது பத்தியெல்லாம் பேசலாம், எப்போது இருந்து உங்களுக்கு இதுபோன்ற மாற்றம் ஏற்ப்பட்டது ?என்பதையும் பகிரலாம்.

எனக்கு நியாபகம் இருக்கு, என்ன அப்டினா பெண் குழந்தைகளுக்கு பொட்டு, பூ எல்லாம் வச்சி அலங்கரிப்பாங்கள்ள அப்போ, நானும் நினைப்பேன் நமக்கும் இப்படி அலங்காரம் பண்ணுவாங்களானு. வீட்டில் சிறு வயது புகைப்படம் எல்லாம் இருக்கு ஒரு மெமரியா வச்சிருக்காங்க. அம்மா வந்து பூ பொட்டு எல்லாம் வைக்கும் போது நான் கேட்டு அடம் புடிச்சிருக்கேனா அம்மா சொல்லி இருக்காங்க. கொஞ்ச நாட்களுக்கு முன்பு அம்மா அப்பா கிட்டபேசும்போது சொன்னாங்க.

நீங்க என்ன படிச்சீங்க? இப்போ என்ன பண்ணிட்டு இருக்கீங்க? அதை பற்றி சொல்லுரீங்களா?

நான் 10 ஆம் வகுப்பு முடித்தவுடன் எங்க பள்ளியில் மேற்படிப்பிற்கு இரண்டு மூன்று பிரிவுகள் இருந்தது அப்பவே, ஆட்டோ மொபைல் பத்தின பிரிவும் என்னோட பள்ளியில் இருந்தது. என்னோட நண்பன் வந்துட்டு என்ன பிரைன் வாஸ் பண்ணினான் 1st குருப் எடுக்கலாம்னு அப்ப நானும் அவனும் கம்பியூட்டர் சைன்ஸ் குருப் எடுத்து படிச்சோம் , ஆனாலும் எனக்கு ஆர்வம் ஆட்டோமொபைல்ல தான் இருந்தது, அதுக்கப்பறம் செய்-தித்தாளிள் கிடைக்க கூடிய வர்த்தக ரீதியான தகவல்கள், N TV அந்த தொலைக்காட்சியில் கார்& பைக் ஷோனு ஒரு ஷோ ஒளிப்பதிவாகும் அது-மட்டும் கொஞ்சம் கேர் எடுத்து பாப்பேன்.

அப்பறம் வந்துட்டு மேனியூபேக்ஷர் (Manufacture) மேல அதிக ஆர்-வம் வந்துடுச்சு, நான் +2ல எல்லாம் நல்லா படிக்கலா 10 ல நல்லா படிச்-சேன், 12ல அப்படியே மாறிட்டேன், ஏன்னா ஸ்கூல்க்கு போவேன் ஆனா அங்க போய்ட்டு நல்லா தூங்குவேன் காரணம் என்னனா அம்மாவும்,அப்-பாவும் கடையில் தங்கிடுவாங்க. விட்ல வந்துட்டு நான்,தம்பி,பாப்பா மட்டும் தான் இருப்போம் அவங்க எல்லாரும் தூங்கினதுக்கு அப்பறம் நான் எழுந்தி-டுவேன் அப்போ வந்து அம்மாவோட துணிகள் எல்லாமே உடுத்தி பாப்பேன் சேலை எல்லாமே கட்டி பாப்பேன் இது வந்துட்டு தினமும் இரவு நடக்-கும் ஞாயிற்றுக்கிழமை மட்டும் அப்படி பண்ண மாட்டேன், ஏனா அன்னக்கி அம்மா அப்பா எல்லாம் வீட்டில் இருப்பாங்க. நமக்கு கல்யாணம் நடந்தா எப்படி இருக்கும் அப்படி எல்லாம் நினைத்துப் பார்த்து தாலி கட்டி எல்லாம் அலங்கரித்து பாத்திருக்கேன், ஸ்கூல் படிக்கும்போதே.

+2 முடிச்சதுக்கு அப்பறம் நீங்கள் என்ன பண்ணுணீங்க?

+2 ல வந்துட்டு ஒரு அட்டம்டு கணிதப் பாடத்தை கொஞ்சம் கூட படிக்-கவே இல்ல, அப்பா கிட்ட சொன்னேன் மேக்ஸ்ல நான் பெயில்னு; அப்பா அம்மா இரண்டுபேருமே எனக்கு ரொம்பவே சப்போட்(Support) பண்ணி-ணாங்க.ரொம்பவே ஒரு நல்ல அம்மா அப்பா. அப்பா கிட்ட சொன்னேன் நான் டியூஷன் போரேன்னு அட்டம்டு கிளியர் பண்ணணும் எனக்கு படிக்-கனும்னு ஆசையா இருக்குனு, அப்பாவும் சேத்துவிட்டாங்க ஒரு வருடத்தில் படிக்க வேண்டியத நான் ஒரு மாசத்துல படிச்சேன், பாஸ் ஆகிட்டேன்.

சூப்பர் சூப்பர், உங்களோட கல்லூரி பருவத்தை பற்றி சொல்லுங்க.

பாண்டிச்சேரி யுனிவர்சிட்டில கௌன்சிலிங்(Councelling) நடக்கும் அங்க கௌன்சிலிங்க்கு எல்லாம் அப்லய்(Apply) பண்ணினேன் என்னோட அப்ளிகேசன் ரிஜக்ட் ஆகிருச்சு, அப்பறம் வேற காலேஜ் போடலாம் நெனச்-சேன் எனக்கு வந்துட்டு மெக்கானிக்கல் இஞ்சினீயரிங் படிக்கனூனு ஆசை. ஒரு இஞ்சினீயர் காலேஜ்ல இருந்து போன் வந்தது நானும் போய் சேர்ந்து விட்டேன், எனக்கு கல்லூரி பீஸ்சே வந்துட்டு ஒரு லட்சம் வரைக்கும் கேட்-டாங்க. அப்பாவால அவ்லோ பணம் கட்ட முடியாது நாங்க ஒரு மிடில் கிளாஸ் குடும்பம் தான் அம்மா சமையல் பண்ணுவாங்க அப்பா பரோட்டா

மாஸ்டர் இந்த வேலை பாத்துதான் குடும்பத்தை நடத்திட்டு வந்தாங்க. நான் படிச்சது எல்லாமே தமிழ் மீடியம் ஸ்க்கூல்ல காலேஜ் ல பாத்தா எல்லாமே இங்கிலீஷ் ல தான் இருக்கு, எனக்கு கண்ண கட்டி காட்டுல விட்ட மாதிரி இருந்தது. என்னோட காலேஜ் பீஸ் கட்டுரதுக்கு அப்பா பணத்திற்காக அலஞ்சிகிட்டு இருந்தாரு, அப்பாவுக்கு என்னபப்த்தி நல்லா தெரியும் என்ன அவரு ரொம்ப நல்லாவே அனலைஸ்(Analyse) பண்ணிவச்சிருந்தாரு, நீ இஞ்சனீயரிங் படிக்க வேண்டாம் டிப்ளமோ படிப்பானு சொன்னாரு நான் தான் அடம் புடிச்சு இஞ்சினீயரிங் சேந்தன்.

எனக்கு படிக்கவே பிடிக்கல, அப்பா எனக்காக ரொம்பவே கஷ்டப்பட்டாரு நான் காலேஜ் போகலனு சொல்லிட்டேன், அப்பா வந்துட்டு நீ காலேஜ் போ நான் உனக்கு பீஸ் கட்டுரனு சொன்னாரு, இருந்தாலும் எனக்குள்ள ஒரு கஷ்டம் அதனால நான் என்ன பன்னினேனா யாருக்கிட்டையும் சொல்லாம தாத்தா வீட்டுக்கு போய்டேன் , போய்டு நடந்த எல்லாத்தையும் தாத்தா கிட்ட சொல்லிட்டு ஒரு மாதம் அங்கயே இருந்துட்டேன், அப்புறம் கலேஜ் ல இருந்து டி சி வாங்கிட்டோம், டிசி தரமாட்டேன்னு சொல்லிட்டாங்க எம்.எல்.ஏ சிபாரிசு இருந்துதான் தருவோம்னு சொல்லிடாங்கஅப்பாவும் எப்படியோ டி சி வாங்கிட்டாரு, என்னோட அப்பா தான் என்னோட ஹீரோ.

டிசீ வாங்கினதுக்கு அப்பறம் என்ன பண்ணுனீங்க?

அதுக்கு அப்பா சொன்னது, சரிப்பா உனக்கு இங்கிலீஷ் தான் பிரச்சனை நீ ஸ்போக்கன் இங்கிலீஷ் கிலாஸ் போனு சொன்னாரு, எனக்கு விழுப்புரம் பக்கம் நானும் அங்க உள்ள சென்டர்ல சேந்திட்டு கிராமர் எல்லாம் கத்துக்க ஆரம்பிச்சேன். அப்ரம் அங்கேயே கம்யூட்டர் கோச்சிங் நடந்தது அப்பா கிட்ட கேட்டேன் அவரும் சேத்துவிட்டாரு கேட்னு (CAD) சொல்லுவாங்க கம்பியூட்டர் டிசைனிங் ஒரே நேரத்தில் இரண்டுமே முடித்தேன்.

ஒன்யியர் வேஸ்ட் பண்ணாம கொச்சிங் சென்டர் எல்லாம் போனேன், அடுத்த அகாடமி இயர் வரும்போது டிப்ளமோ காலேஜ் பத்தி விசாரிக்க ஆரம்பிச்சேன், 2 காலேஜ் மட்டும் தான் இருந்தது ஒரு காலேஜ் ல ரொம்பவே அதிகமாக பீஸ் கேட்டாங்க, வேற காலேஜ் ல விசாரிச்சாஅங்க அப்பா பட்ஜெட்கு ஏத்த மாதிரி இருந்தது எனக்கும் ஓகே னு தோனினது நான் அங்கேயே சேந்துட்டேன், நான் படிச்ச காலேஜ் பேரு ஹயகிரிவா பாலிடெக்னிக் காலேஜ், காலேஜ் கும் வீட்டுக்கும் 5 -7 கிலோமீட்டர் இருக்கும் தினமும் சைக்கிள் ல தான் போவேன் டேரக்ட் 2nd யியர் தான் படிச்சேன் நல்லா கான்சன்டிரேட் பண்ணி படிச்சேன் அப்பவும் ஒரு அரியர் வந்துடுச்சுடேன் மேக்ஸ்ல தான் அதையும் அடுத்த செமஸ்டர்லயே கிளியர் பண்ணினேன். அட்டோமொபைல்ல கலேஜ் 1ச்டு வந்தேன், 6த் செமஸ்டர் நடக்கும் போது கலேஜ் ல கேம்பஸ் இண்டர்வியூ நடந்தது என்னோட பேரும் இருந்தது நானும் போயிருந்தேன் , சென்னைல உள்ள கம்பெனில இருந்து வந்திருந்தாங்க எப்படியாவது இந்த கம்பனிக்கு வேலைக்கபோகனும்னு ரொம்-

பவே ஹாட்வொர்க் பண்ணினேன், என்ன நானே ரெப்ரஷ் பண்ணிகிறத்துகாக புடவை கட்டிக்கிட்டு அலங்காரம் பண்ணிகுவேன்.

ஏன் நீங்கள் அந்த மாதிரி யெல்லாம் பண்ணிகிறீங்க?

எனக்கு பேண்ட்சட்டைலயே இருக்கிறது பிடிக்காது அதனாலதான், நம்ம மைன்ட் பிரியாகிருச்சுனா நம்ம அடுத்த அடுத்த வேளைய பாக்கலாம் அதான். நான் வந்து மென்டலி(Mentally) பெண் தான், நான் ஆண் கிடையாது . என்னோட மனசுல நான் பெணதான் அப்டின்னு ஓடி கிட்டு இருக்கும்.

இன்டர்வியூ க்கு 15 பேரும் போனோம் அதுல 2பேரு தான் செலக்ட் ஆனோம் அதுல நானும் ஒருத்தர். ஸ்டார்ர்டிங்சேலரியே 11ஆயிரம் நல்ல ஒரு கம்பேனி எல்லாருமே என்கரேஜ் பண்ணிணாங்க, எனக்கு சென்னை போகனும்னு தான் ரொம்பவே ஆச, எங்க அப்பா என்ன பண்ணிடாருனா எங்க அம்மாவோட தங்கச்சி வீட்டுல விட்டுடாங்க கம்பெனி சென்னை ல இருக்கு. சித்தி வீடு மண்ணார்பேட்டைல இருக்கு கம்பெனிக்கு வாக்கிங் டிஸ்டன்தான் அதனால் சித்தியோ கட்டுப்பாட்டுக்குள்ளயே வளந்துட்டேன். சித்திக்கு 2 பெண்குழந்தைகள் அவங்க போடும் அந்த உடை அலங்காரம் எல்லாம் எனக்கும் பண்ணிக்கணூணு தோணும் இருந்தாலும் அப்பாவோட கவுரவம் அப்படினு என்ன நான் கட்டுப்படுத்திகிட்டேன்.

நீங்க மன ரீதியான ஒரு பெண் என்பதை உணர்ந்துடீங்க, ஆனா உடல் ரீதியா நீங்க ஒரு பெண் என்பதை எப்போ உணர்ந்தீங்க, நீங்க அதுக்கான முயற்சிகள் எப்போ எடுத்தீங்க?

6 - 7 படிக்கும் போதே தோனி இருக்கு நமக்கு ஒரு உறுப்பு இருக்கு அது எந்த ஒரு செயல்பாடும் இல்லாமலே இருக்குனு, அது மேலும் ஒரு வெறுப்பு, இருந்தாலும் என்ன பண்ணுறது கூடவே பிறந்துரிச்சு ஒன்னும் பண்ண முடியாது. எனக்கு இதனால் ரொம்பவே மன உளைச்சல் அதனால் 8 படிக்கும்போதே வீட்ட விட்டு போய்டேன் அப்பறம் தொரிஞ்சவங்க கொண்டு வந்து வீட்டுல விட்டுடாங்க. எனக்கு வந்து ஒரு மாதிரி இருக்கும் டெய்லி டெய்லி அது பாப்போம், பாத்துரூம் போகும் போது எல்லாம் பாப்போம் எனக்கு அது சுத்தமா பிடிக்காது, ஜென்ஸ் டாயிலட் தான் போவோம் எனக்கு கம்போர்ட்ஃபுல்லா(Comfortable) இருக்காது, அது ஏன்? தெரியல.

ஏனா நீங்க ஒரு பெண்.

உண்மை தான், அதனால எனக்கு ஒரு கம்போர்ட்ஃபுல் பீல் இருக்காது. நான் யூரின்காக போனாலும் பாத்துரூம் கதவ சாத்திகிட்டு தான் போவேன் அப்போ கொஞ்சம் எனக்கு ஓக்கே வா இருக்கும், நான் கம்போர்ட்ஃபுல்லா பீல் பண்ணுவேன்.

அப்பரம் கலேஜ் படிக்கும் போதே நான் இன்னர் வீயர் எல்லாம் போட ஆரம்மச்சிட்டேன் பயந்து பயந்து தான் போடுவேன், எனக்குப் தனியா

சேலை பிலவுஸ் இன்னர்வியர்ஸ் எல்லாமே வச்சிருக்கேன். என்னோட தம்பி என்ன பயங்கரமான கண்காணிப்பான் வீட்டுல நிறைய தடவ சொல்லி இருக்கான்; அம்மா அண்ணா நைட் எல்லாம் தூங்க மாட்டான் புடவையை எடுத்து கட்டிக்குவான் அப்படினு நிறைய தடவ இது மாதிரி வீட்டுல சொல்லி இருக்கான்.

எனக்கு உடல் ரீதியா நான் எப்போ உணர்ந்தேன், நான் தாத்தா வீட்டில் திருத்தனில இருந்தபோது எனக்கு ஆட்டோமொபைல் இன்ட்ரஸ்ட் அதனால என்னோட சர்டிபிகேட் (Certificate) எல்லாம் எடுத்துகிட்டு அம்பத்தூரில் உள்ள ஒரு ஒரு ஆட்டோ மொபைல் ஆப்பிசா ஏரி இறங்கினேன். அப்போ எனக்கு முதல் முதலில் ஒரு சர்வீஸ் சென்டரில் வேலை கொடுத்தாங்க, அப்போ சம்பளம் 7000 ரூபாய் நான் அங்க சேந்துட்டேன். எனக்கு இந்த மாதிரியான எண்ணங்கள் எல்லாம் வரக்கூடாது நான் மன ரீதியா பெண்தான் ஆனா உடல் ரீதியா ஆணாக இருக்கனும், இது எனக்கு மன ரீதியான போராட்டம் இருந்தது.

இத எல்லாம் தகர்த்த திருத்தனிக்கும் அம்பத்தூருக்கும் டெய்லி வந்துட்டு வந்துட்டு போவேன், என்ன காரணம்னா டிராவல் டைம்ல நான் அது பத்தி யோசிக்க மாட்டேன் டிராவல் ரொம்ப நேரம் அதனால தான். எனக்கு முகநூல் மூலமாக நண்பர்கள் கிடைத்தாங்க அவங்க சொன்னாங்க இங்க ரூம் இருக்கு நீங்க எப்போ வேணும்னாலும் வரலாம் வந்து சேலை கட்டிகலாம்னு சொன்னாங்க , அங்க போவேன் போய்டு டிரஸ் பண்ணிக்குவேன் இருந்தாலும் எனக்கு வெளியே வரத்துக்கு ஒரு பயம், திருத்தனி தாத்தா வீட்டுல இருந்து வந்துட்டு வந்துட்டு போவேன், எனக்கு கொஞ்சம் விவரம் தெரிஞ்சது என்னனா திருநங்கை னா பாலியல் தொழில் செய்வாங்க இல்லனா கடைகளுக்கு போவாங்கனு எனக்கு அது மாதிரியான எண்ணம் வந்திட கூடாதுனு மட்டும் உறுதியா இருந்தேன். அப்படி போய்ட்டா நமக்கு, நம்ம பெற்றோர்களுக்கு உறவினர்களுக்கு தான் அசிங்கம்னு என்ன நான் வெளிப் படுத்திக்காமயே இருந்துட்டேன்.

எங்க கம்பேனிய 2 தடவ மாத்திட்டாங்க அதனால லொக்கேசன் எல்லாம் மாறிடுச்சு கடைசியாகப் கிண்டில டியுலாக்ஸ் மோட்டார் இருக்கு, தினமும் போயிட்டு போயிட்டு தான் வருவேன் அப்போ என்னோட எண்ணங்கள் மாறாது அப்படின்னு. அப்பறம் முகப்பேர்ல வீடு இருக்கிறதா போன் வந்தது நான் அங்கேயே தங்கிட்டேன், ஆப்பீஸ் முடிச்சிட்டு வரும்போது நான் பூ வாங்கிட்டு வருவேன், வீட்டுக்கு வந்துட்டு விக் வச்சிகிட்டு பூ வச்சி அலங்கரிச்சுப்பேன் ஒரு பெண்ணாகவே உணர்ந்தேன், நான் ஒரு கணவன் மனைவி வாழ்க்கை வாழ்ந்தேன் ஆனா அது சரியா முடியல, அவருக்கும் எனக்கும் ஒரு பிரச்சனையாகிருச்சு என்ன கிளம்புனு சொல்லிட்டாங்க, காரணம்என்னன்னு பாத்தா என்னோட பிரண்ட்ஸ் திங்க்ஸ் வைக்கிறத்துக்கு கொஞ்சம் அலோ பண்ணினேன். அப்பறம் வேற வீடு பாக்க ஆரம்பிச்சிட்டேன் தாம்-

பரத்தில் வீடு பாக்க ஆரம்பிச்சிட்டேன், வீடு பாக்கும் போது 5000ஆயிரம் தான் காசு வச்சிருந்தேன், எனக்கு ஒரு அண்ணா வீடு பாக்க ஹெல்ப் பண்ணினாங்க 1 வருசம் அங்க இருந்தேன், கிண்டில இருந்து அம்பத்தூருக்கு டிரான்ஸ்பர் பண்ணீடாங்க ஹைபிரீமியம்(High premium) வெகிக்கலாம் அந்த பிராண்ட், எனக்கு ஒரு அண்ணா ரொம்பவே உதவி பண்ணினாங்க.

இறுதியா நீங்க எப்போ வந்து, நான் முழுசா ஒரு பெண்ணா வாழனும்னு எப்போ நெனச்சீங்க?

கிட்ட தட்ட நெருங்கிட்டேன், நான் வேலை செய்யும்போது திருநங்கை அம்மாவோட பழக்கம் கெடச்சது, நான் அவங்க கூட 7 மாதம் போனேன் அங்க எனக்கு வேலை வாங்கி கொடுத்தாங்க ஒரு பெண்ணாக அங்கிகரிச்சு, வேலைக்கு போறது பாத்தா சேலைல தான் போவோம், அப்பறம் கம்பெனி லாஸ் ஆகுற நிலைமைக்கு வந்துடுச்சு, அப்போ எனக்கு கொஞ்சம் கடன் பிரச்சினை நிறைய வர ஆரம்பிச்சிருச்சு. இன்னொரு பக்கம் எனக்கு சர்ஜரி பண்ணனும்னு ஒரு யோசனை. ரொம்பவே பிரஷ்ஷரா இருந்தது, அம்மா கிட்ட சொன்னேன் நான் சென்னை போறன் எனக்கு அங்க வேளை கிடைக்கும்னு சொல்லிட்டு நான் சென்னைக்கு கிளம்பிட்டேன் வேலை கிடைத்தது, நான் காப்பகத்தில் தங்கி இருந்தேன் 1 வாரம் தான் வேளைக்கு போனேன் அதுக்கு அப்புறம் எனக்கு ரொம்பவே மன உளைச்சல், அம்மா அப்பா தினமும் போன் பண்ணி பேச ஆரம்பிச்சுடாங்க, கடன் தொல்லை வேற.

கொஞ்ச காலகட்டங்களில் நீங்க அம்மா, அப்பா கிட்ட பேசாம இருந்தீர்களா?

ஆமா, ஆமாசரியா பேசுவது இல்ல; கொஞ்ச நாளைக்கு அப்பறம் அவங்க என்ன தேடி வந்துடாங்க.இதுக்கு முன்னாடி ஒரு சம்பவம் நடந்தது, நான் ஒரு திருநங்கை அம்மா வீட்டுல இருந்த போது அப்பா எனக்கு போன் பண்ணி தாத்தாக்கு உடம்பு சரியில்லை உன்ன பாக்கனூனு சொன்னாரு நீ உடனே கிளம்பி வானு

என்ன வரவைக்கிரதுக்காக பொய் சொன்னாரு, நானும் ஆப்பீஸ் முடிச்சிட்டு கிளம்பிட்டேன். என்ன சென்னை வடபழனிக்கு வரசொல்லிடாங்க அங்க ஒரு கார் ரெடியா இருந்தது, கார்ல் கடத்தீட்டு போற மாதிரி போராங்க, சித்தி வீட்டுக்கு கூட்டி டு போயிட்டாங்க எல்லாரும் ஒரே அழுக; நான் சொல்லிடேன் என்ன மன்னிசிருங்க அப்பா என்னால் இப்படி தான் இருக்க முடியும் நான் இப்படி தான் சொல்லிட்டு கிளம்பிட்டேன். அம்மா, அப்பா கிட்ட இப்படி நடந்துகிட்டோமேனு ஒரு மன உளைச்சல்.

ஆப்பீஸ் ஓனர் கிட்ட பேசினேன், நான் வீட்டுக்கு கிளம்புறேன் அம்மா, அப்பா வ பாக்கணும் முடிஞ்சா அங்கேயே தங்கிடுவேனு சொல்லீட்டு பாண்டிச்சேரிக்கு போயிட்டேன் வீட்டுக்கு போனா எல்லாரும் அழுறாங்க நானும் அழுறேன், அப்பா முடி யெல்லாம் வெட்ட சொல்லீடாரு மனசாற முடியெல்-

லாம் வெட்டிட்டு ஒரு ஆண்மாதிரி வாழ கத்துக்கிட்டேன். 1மாதம் அங்க இருந்தேன், மறுபடியும் என்னோட மனநிலை மாறுது, இயல்பான நிலைய தான் விரும்புகிறேன், என்னோட திருநங்கை நண்பர்கள் கிட்ட எல்லாம் போன் பண்ணி பேசுறேன் எனக்கு மன உளைச்சலா இருக்குனு தலையெல்லாம் வலிக்குது மெண்டல் பிரஷ்ர்ரா இருக்குனு. தெரியாதவர்கள் கிட்ட எல்லாம் பேசுவேன், முக நூல் மூலமா பழகினவங்கனு எல்லாருகிட்டயும் என்னோட ஆதங்கத்தை கொட்டி தீக்குறேன். அப்பா கிட்டசொல்லுறேன் நீங்க நினைக்கிற மாதிரி என்னால இருக்க முடியாது எனக்கு ஒரே மனஉளைச்சலா இருக்குனு. சிறு வயதுல இது மாதிரி பண்ணினப்போ பேய் பிடிச்சிருக்குனு நெனச்சுகிட்டு கோவிலுக்கு கூட்டிட்டு போனாங்க பேய் ஓட்டினாங்க; அது மாதிரியெல்லாம் பண்ணாதீங்க நாம மருத்துவ ரீதியாக போகலாம் சைக்கார்டிஸ்கிட்ட போகலாம்னு சொன்னேன். நானும் அப்பாவும் சைக்கியார்டிச்கிட்ட போறோம் அப்பவும் எனக்கு ஒன்னும் சரியாகல அப்பறம் 2-3 டாக்டர் பாக்க போனோம், அப்பறம் எங்க வீட்டு பக்கத்துல இருந்த மெடிக்கல் காலேஜ் கேட்டு பாத்தோம் அங்க சைக்கார்டிஸ்கிட்டபோயிட்டு என்னோட எல்லா பிரச்சனையையும் சொன்னேன், அப்பறம் அப்பாவ கூப்பிட்டு பேசினாரு டாக்டர் சொன்னாங்க இவங்களுக்கு மன ரீதியான பிரச்சினை தான் இது எங்களால் குணப்படுத்த முடியாது அவரால் மட்டும் தான் அது முடியும்னு அப்பா கிட்ட சொல்லிடாங்க, அப்பா டாக்டர் கிட்ட கேக்குறாரு எப்படியாவது என்னோட பையன சரிபனீடுங்கனு.

அப்பறம் டெஸ்ட் எல்லாம் எடுத்தாங்க மெடிக்கல் செக்கப் பண்ணினாங்க. எனக்கு பிளட் கவுண்ட் (Blood count) ரொம்பவே கம்மியா இருக்குனு சொன்னாங்க, அதுக்கு அப்புறம் அப்பா என்ன பண்ண ஆரம்பிச்சுட்ராருனா மருத்துவ ரீதியாக மாத்த முடியுமானு மருந்து மாத்திரை கொடுத்து மாத்திடலாம்னு பாக்குறாங்கஅதுக்கு நிறைய டாக்டர் தேடி அழையுராரு அதபாத்து எனக்கு கொஞ்சம் கஷ்டமாஇருந்தது, எனக்கு தூக்க மாத்திரை கொடுத்திருந்தாங்க நான் என்ன பண்ணிட்டேன் எல்லா மாத்திரையும் போட்டுகிட்டேன் பாக்ஸ் பக்கத்துல வச்சிகிட்டு ஒக்காந்திட்டேன்,தம்பி வீட்டுக்கு வந்தான் நான் கொஞ்சம் கான்சியஸ்சான(Conscious) நிலையில தான் இருந்தேன் தம்பி என் கிட்ட பேச ஆரம்பிக்குறான் நான் மயக்க நிலைக்கு கொஞ்ச கொஞ்சமா போறேன், தம்பி அப்பாக்கு போன் பண்ணி சொல்லிடான், நான் எந்த ஹாச்பிட்ல்ல டிரீட்மன்ட் பாத்தேனோ அங்கேயே கூட்டிடு போய்டாங்க, ஓவர் டோசேஜ் னு போலீஸ்கு சொல்லிட்டாங்க, மாத்திரை எல்லாம் வெளியே எடுத்தாசு. போலீஸ் கேக்குறாங்க நீங்க திருநங்கை, திருநங்கையா இருக்க விருப்பமாவிருப்பமானு கேட்டாங்க விருப்பம்னு சொல்லிட்டேன் மயக்க நிலையில தான் இருக்கேன், 20நாள் சைக்கியார்டிஸ்ட் வார்டு தான் இருக்கனும்னு சொன்னாங்க அங்கேயே இருந்தோம் அப்பறம். சென்னை போனா வேலை கிடைக்கும்னு எப்படியாவது மறுபடியும் சென்னை

வர முடிவு பண்ணிட்டு மறுபடியும் சென்னை கிளம்பி வந்துட்டேன்.

ஓஓ.. அதுக்கு அப்புறம் நீங்க ஒரு திருநங்கையா வாழ தொடங்கிட்டீங்களா?

ஆமாம், நான் வந்து என்னோட அம்மா அப்பா க்கு ஒரு பெரிய துரோகம் பண்ணி இருக்கேன், அது என்ன பண்ணினாலும் மறக்கவே முடியாது.

இத நீங்க துரோகம்னு சொல்ல முடியாது, ஏனா இது இயல்பு உங்க பெற்றோர் தான் இத புரிந்துக்கொள்ள வேண்டும்.

அவங்களுக்கு தெரியும் நான் சின்ன வயசுல இருந்து இப்படி பன்னுறது எல்லாம் அவங்களுக்கு தெரியும் பொடவை கட்டுவது அலங்காரம் பண்ணுறது எல்லாமே தெரியும் ஆனால் அவங்கலால அது ஏற்றுக்கொள்ள முடியல. நான் ஒரு முழு திருநங்கையா இருந்தது. போலீஸ் திருநங்கை காப்பகத்தில்ல இருந்தப்போ திலோத்தம்மாவ பாத்தேன் அவங்க கிட்ட எல்லாமே சொன்னேன் ரெசியூமே(Resume) கொடுத்தேன் ஸ்பான்சர் க்கு வருவாங்க காப்பகத்துல அங்க வரவங்ககிட்ட எல்லாம் ரெசியூமே கொடுப்பேன், 100 ஜெராக்ஸ் காபி எடுத்து வச்சிருப்பேன் ரெசியூமே மட்டுமே. வேலைக்கு போகனுனு முடிவு பண்ணிடேன், நடந்த பிரச்சனை நான் ஒரு இஞ்சினீயர் பிரபஸ்னல் (Professional) அப்படிங்குறதயே மறந்துட்டேன். பெங்களூர்ல எனக்கு ஒரு வேலை கிடைச்சது அங்க போய்டேன். எனக்கு மெக்கானிக்கல் மேல ரொம்பவே ஆர்வம் ஆனா அதுல எனக்கு வேலை கிடைக்கலாம் 1 மாதம் எப்படியோ போயிருச்சு ஆனாலும் எனக்கு டிப்பிரசன்(Depression) தான், அப்பா போன் வாங்கி கொடுத்திருந்தாரு அது எல்லாம் போட்டு ஒடச்சுடேன் கோவம் தாங்காமல், ஒடனே ஒரு போன் வாங்கினேன் இப்ப வரைக்கும் அதுதான் வச்சிருக்கேன், போன் ஒடச்சிட்டு ஒரே அழுக அப்பறம் கொஞ்ச நேரத்துல நானே ரிலாக்ஸ் ஆகிடேன், கவர்மென்ட் திருநங்கைகளுக்கு எல்லாம் வேலை வாய்ப்புகள் இருக்குனு அறிவிச்சாங்க.

நான் என்ன நினைச்சேனா நாம ஏன் முன்னாடி வேலை செஞ்ச கம்பெனில வேலை பாக்க கூடாதுனு யோசிச்சேன் , அப்போ ஒரு ஆணா வேலைப் பாத்தேன் இனிமே திருநங்கையா வேலைப்பாக்கனுனு நெனச்சேன், நானும் என்னோட எல்லா டாக்குமன்டையும் எடுத்துகிட்டு எங்க ஆப்பீஸ் ஹெச்சார் கிட்ட சம்மிட் பன்றேன்.

அவரு என்ன சொன்னாரு நீங்க திருநங்கைனு நாங்க ஒத்துக்கிறோம் ஆனா இன்னம் கொஞ்ம் டாக்கிமன்ஸ் நீங்க சப்மிட் பண்ணனும்னு சொல்லிடாங்க, உங்களுக்கு வேளை எல்லாம் இருக்கு ஆனா நீங்க ரதிங்கிர பேரும் இன்னம் டாக்கிமன்ட்ஸ் சம்மிட் பண்ணனும்னு சொன்னாங்க. அப்பறம் எல்லாதுலயும் ரதினு பெயர் மாற்றம் செஞ்சிட்டேன். ஓடஐடியும் டிரைவிங் லைசென்ஸ் இரண்டு மட்டும் எடுக்க முடியல. பாண்டிச்சேரில கேன்சல் பண்ணிட்டு தமிழ்நாட்டில் எடுத்து கோங்க அப்படினு சொல்லிடாங்க, அப்புறம் இருந்த எல்லா டக்குயுமட்டும் சம்மிட் பண்ணிடேன், அவங்க சொன்னது

நாங்க ஹையர் அபீஸ்கு மெயில் போடுறோம் அவங்க ரிப்பிலே பண்ணிணா நீங்க வேலைல சேந்துகலானு சொல்லீடாங்க. அப்பதான் எனக்கு ரொம்பவே பினாஸ்சியல் பிராப்ளம் இருந்தது, அப்போ எனக்கு உதவி பண்ணினது திலோத்தம்மா தான். நாங்க சாப்பிடும் இடத்தில வேலையே இல்லாம இருந்தாலும் எனக்காக அவர்கள் அங்க ஒரு வேலைய வாங்கிக் கொடுத்தாங்க, கொஞ்ச நாளைக்கு அப்பறம் சமையலுக்கு ஆட்கள் இல்ல அப்பறம் சமையல் பண்ண சொல்லீடாங்க, நல்லா வேலை செஞ்சேன் நல்லா கேர் எடுத்துகிட்டு என்ன ரொம்ப நல்லா பாத்துகிட்டாங்க, கொரோன காலக்கட்டத்தில என்க்கு ரொம்பவே உதவி பண்ணினாங்க எனக்கு தேவையான எல்லாமே கிடைச்சது, அத வச்சிகிட்டு தான் எனக்கான தேவைகளையும் நான் பாத்துகிட்டேன்.

அந்த மெயில் ரிப்பிலே என்ன ஆச்சு?

நானும் போன் பண்ணி போன் பன்னி பேச ஆரம்மிச்சுடேன், ஹையர் ஆபிசர் போன் நம்பர் வரைக்கும் வாங்கிட்டேன், நான் தினமும் போக ஆரம்பிச்சுட்டேன் நான் திருநங்கை உங்க பழைய எம்பிலாய்னு சொல்லிடே இருந்தேன், அப்போ தான் அவங்க மனசுல பதியும்னு, கொரோனா காலகட்டத்தில் நான் கால்பண்ணிடே இருந்தேன், ரிப்பிலே வரல வெயிட் பண்ணுங்க இதே தான் சொன்னாங்க, நம்பிக்கையா பேசினாங்க. நான் முதல்ல வேலை ரிசைன் பண்ணும்போது மேனேஜர் காரணம் கேட்டாரு நான் அப்போதே எல்லா உண்மையும் சொல்லிடேன், நான் ஒரு திருநங்கை என்னால இப்போ வேலை பாக்க முடியல நான் வீட்டுக்கு போறேன் அப்படினு சொல்லிடேன், அவர் சொன்ன ஒரே வார்த்த உனக்கு எப்போ என்ன உதவினாலும் என்கிட்ட கேளு நான் செய்யுறேனு சொன்னாரு, அப்போ சொன்னது எனக்கு நியாபகம் வந்தது நான் அவர்கிட்ட போய்டு கேட்டேன் எனக்கு இப்போ வேலை வேணும் நான் உங்க பழைய எம்பிலாயிதான், நான் ஒரு திருநங்கை எனக்கு வேளை கொடுங்கள் உரிமையோடு கேட்டேன். அவங்களும் ஏத்துகிட்டாங்க, பணிவாவும் கேட்டேன் கொஞ்சம் தொல்லையும் பண்ணினேன்.

அப்பறம் உங்களுக்கு வேலை கிடைத்துவிட்டதா?

கொரோனா முடிஞ்சு தளர்வுகள் கொண்டு வந்தாங்கள்ள அப்போ மறுபடியும் தொல்ல பண்ண ஆரம்பிச்சுட்டேன். மேனேஜர்க்கு போன் பண்ண ஆரம்பிச்சுட்டேன், அப்பறம் கம்பெனிக்கும் போக ஆரம்பிச்சுட்டேன் திருநங்கையா என்ன யாரும் பார்த்தது இல்ல கம்பேனில, வாச்மேனும் உள்ள விட மாட்டாங்க அப்படி போனா அதனால, ஒரே ஒரு பேன்ட் சட்டை மட்டும் வச்சிருப்பேன் கம்பேனிக்குள்ள போய்டு வரதுக்குக் வச்சிருந்தேன் உள்ள போன உடனே எல்லாரும் என்ன பத்தி விசாரிச்சாங்க என்ன நடந்தது? ஏன் வேலைவிட்டு போனனு? நானும் எல்லாமே சொல்லிடேன். அங்க நான் சொன்னதை கேட்டு அதிர்ச்சி ஆகல, என்ன காரணம்னா மேனேஜர் கிட்ட நான் போனது க்கு அப்பறம் என்ன பத்தி கேட்டுருக்காங்க அவரும் நடந்த

எல்லாத்தையும் சொல்லிடாரு. நான் கம்பேனி போகும் போது யாருமே ஏன் கூட வேலை செஞ்சவங்கலே இல்ல எல்லாரும் புதுசு, ஒரே ஒரு பையன் இருந்தான் அவனும் புரிஞ்சுகிட்டான், நான் கம்பேனி விட்டு வெளியே போனப்போ எல்லாரு கிட்டையும் போன்ல பேசும் போது நான் ஒரு திருநங்கைனு சொல்லி இருக்கேன்.

உங்களுக்கு எப்போ வேலை கிடைத்தது?

நவம்பர் 5 எனக்கு வேலை கிடைத்தது, இன்னமும் அதே வேளையில தான் இருக்கேன், கம்பேனில ஒரு சில விதிமுறைகள் மட்டும் வச்சிருக்காங்க நீங்க இப்படிதான் வரனூனு, ஏனா என்ன பையனா பாத்திருப்பாங்க திடீர்னு ஒரு திருநங்கையா பாக்க முடியாது அப்படினு, நான் என்ன பண்ணினேன் எல்லாருக்கிட்டையும் என்கூட வேலை பாக்குறாவங்க எனக்கு மேல் அதிகாரி னு எல்லாருகிட்டையும் நான் ஒரு திருநங்கை னு சொல்லி அவங்க மனசுல பதிய வைக்க ஆரம்பிச்சுட்டேன். அதையும் மீறி மூக்குத்தி எல்லாம் குத்தீட்டு போனேன், டிரஸ் கொஞ்சம் பிரச்சனை வந்துருச்சு, பாத்துரூம் பிரச்சனை வர ஆரம்பிச்சது, அப்புறம் கொஞ்சம் எல்லாருகிட்டயும் பேசி பாத்துரூம் பிரச்சனையையும் சரி பண்ணியாச்சு, நான் லேடீஸ் டாய்லட்டே யூஸ் பண்ண ஆரமச்சுட்டேன் அங்க இருந்தவர்களுக்கு கொஞ்சம் ஒரு மாதிரி இருந்தது அவங்க என் கிட்ட எதுவுமே கேக்கல வேற ஒரு மேனேஜர் கிட்ட கேட்டாங்க அவங்க என்ன சொன்னாங்கனா, அவரு சொல்லிடாரு அவங்க அப்படி தான் அவங்க அப்படி தான் இருப்பாங்க னு சொல்லிடாங்க.

இப்போ ரதி என்னவாக வேலை செய்யுரீங்க?

டெக்னீசியன் வேலை பாக்குறேன்.

ரதிக்கு சிறுவயதில் ஏதேனும் வன்முறை நடந்துள்ளதா ? பாலியல் தொந்தரவு அது மாதிரி?

இல்ல அது மாதிரி எதுவும் நடந்தது இல்ல, நான் யாருகூடையும் பேச மாட்டேன் பசங்க கூடும் பொண்ணுங்க கூடும் யாரு கிட்டையும் பேச மாட்டேன் தனிமையிலதான் இருப்பேன், எல்லாருக்கும் தெரியும் நான் தனிமைய விரும்பக்கூடிய ஒரு கேரக்டர்னு, இல்லனா செவனேனு தூங்கிடுவேன்.

அடுத்த கேள்வி உங்களின் வாழ்கையில் காதல்?

3 வயசுலயே காதலிச்சிருக்கேன், என்னோட முதல் காதல் நான் முன்னாடி சொன்னேனே நான் ஒருத்தர் கூட இருந்தேனு அதுதான். அவரு இப்ப பேசுவாரு ஆனா காதல் எல்லாம் கிடையாது, அப்ப அப்ப மின்னல் மாதிரியெல்லாம் காதல் வந்திருக்கு ஆனா எனக்கு அப்ப தான் புரிந்து நாம ஏமாற்றம் அடைஞ்சிருக்கோம்னு. அப்பரம் எனக்கு தெரிஞ்சவங்க ஒருத்தவங்க அவங்களே வந்து பிரப்போஸ் பண்ணிணாங்க கொரோனாகாலக்கட்டத்தில்தான் தினமும் போன் பண்ணி பேசுவாங்க நாளாக நாளாக எல்லாமே கொரஞ்சுருச்சு, அவங்க போன் பண்ணலனாலும் நானே பண்ணுவேன்

ஆனா அவங்க எடுக்கலனாக, அப்பறம் நானே புரிஞ்சுகிட்டேன் சரினு விட்டுடேன்.

திருமணம் பத்திசொல்லுரீங்களா, அதாவது திருநங்கை வாழ்கையில் திருமணம் என்பது சாத்தியமா?

கற்பனை வளர்ச்சி தான், ஒருவர் கூட திருமணம் நடந்து தாலி எல்லாம் கட்டினார், அதுதான் முதல் திருமண வாழ்கை முதல் காதல் அது சரியா அமையலாம், அப்பறம் நான் அத அப்படியே விட்டுடேன் நம்ம வாழ்கை இப்படிதானு நானே ஏத்துகிட்டேன்.

காதல் தோல்விகள் அதனால பல திருநங்கைகள் தற்கொலை செய்து கொள்கிறார்கள் அதைப் பற்றி உங்கள் கருத்து என்ன?

நாம ஒரு திருநங்கைனு தெரிஞ்சு நம்ம பெற்றோர்கள் எல்லாம் விட்டுச் நமக்கான வாழ்கையை வாழ்வதற்காக தான் வெளியே வறோம் அப்படி தைரியத்தோட வர தெரிஞ்ச நமக்கு யாருமே தெரியாத ஒருத்தர்காக அவள் நாள் பக்கமாக இருந்தாலும் சரி அவர்களுக்காக உயிர எல்லாம் விடக்கூடாது, நம்மை கேலி கிண்டல் பண்ணினவங்க முன்னோடி எல்லாம் நல்லா வாழ்ந்து காட்டனும், காதல் எல்லாம் அடுத்த விசயம், நம்ம பெற்றோர்கள் பெருமையா நினைக்கும் எங்க இருந்தாலும் நம்ம பிள்ளை நல்ல படியாக வேலை செஞ்சு நல்லா வாழ்றானு நினைக்கனும். தவறான வேலைக்கு போகாம நல்ல வேலைல இருக்காங்க அதுதான், நான் என்ன வேலை செய்யுறேன் எங்க வேலை பாக்குறேன் எல்லாமே எங்க வீட்டிக்கு தெரியும்.

உங்க வாழ்க்கையில் ரொம்ப வருத்தப்பட்டஒரு நிகழ்வு அது என்னனு சொல்ல முடியுமா?

எங்க அம்மா, அப்பாவ விட்டுட்டு வந்தது அதுதான்.

அதே மாதிரி சந்தோசமான தருணம் எது உங்களுக்கு?

முதல் காதல் முதல் வாழ்க்கை அதுதான், ரொம்பவே நல்ல சந்தோசமான தருணம். அது சரியா அமையலாம் இப்பவும் அந்த ஏக்கம் இருக்கு ஒரு நல்ல வாழ்க்கை துணை அமையலையேனு ஒரு வருத்தமும் இருக்கு.

நீங்க ஒரு திருநங்கையா இருக்கீங்க, இப்போ உங்க திருநங்கை சமூகத்திற்கு என்ன சொல்ல நினைக்குறீங்க, ஏதாவது ஒரு விடயம் இருக்கும் அதே சொல்லுரீங்களா?

தன்னம்பிக்கை வேணும், சுய கௌரவம் யாரு கிட்டையும் கையேந்தகூடாது நம்ம உடலை விற்று நம்ம வாழனம்னு அவசியமில்லை, படிப்பு ரொம்பவே முக்கியம்.

நீங்க பலருக்கு முன்உதாரணமா இருக்கீங்க, அதுமாதிரி நீங்க யார பாத்து இன்ஸ்பையர் ஆகி இருக்கீங்க?

எங்க அத்தை திலோத்தம்மாவ, என்னோட சகோதரி அக்னிஷா, மதுரா என் கூட இருக்கும், ஜெயா ஆன்டி அவங்க ரொம்பவே ஒரு உதாரணமாக இருந்தாங்க, அப்பறம் கமலி, ஆதித்தியா சிவசாமி.

நீங்க சொன்ன ஐந்து பெயரையும் நான் நேர்காணல் பண்ணி இருக்கேன், எனக்கு ரொம்பவே சந்தோசமா இருக்கு இவங்க எல்லாம் உங்க ரொல்மாடல்னு சொல்லுரப்போ. நான் அடுத்து வேற யாரையாவது இன்டர்வியூவ் பண்ணும்போது உங்களபத்தி சொல்லுவேன்.

அவங்களும் போராடி வந்தவங்க தான், கார்பிரேஷன்ல முதல் திருநங்கையாக வேலைப்பாக்குறாங்க வாழ்க்கையவும் ரன் பன்னுராங்க.

என்னோட முதல் அறிமுகம் கமலிதான், திருநங்கை காப்பகத்துல கிடைத்த ஒருவர்.

என்ன வழிநடத்தினவங்க என்னோட நல்ல ஒரு துணையாவும் இருந்தாங்க. என்ன வேலைக்கு தூண்டினது என்னோட நண்பன் ஆதித்தியா சிவசாமி என்ன ரொம்பவே மோட்டிவேட் பண்ணினான். சில நேரத்துல சில பேரு நமக்கு ஒரு உறுதுணையா இருப்பாங்கள்ள அப்படிதான் இவங்க எல்லாரும்.

இந்த பொது சமூகத்திற்கு திருநங்கை இல்லாமஇந்த சமூகத்திற்கு நீங்க என்ன சொல்ல நினைக்கிறீர்கள்?

திருநங்கையாக இருந்தாலும்யாரா இருந்தாலும் அவங்கள ஒருமனிதரா பாருங்க.திருநங்கை, திருநம்பி யாருமே வேற கிரகத்துல இருந்து வரல அவர்களையும் மனிதர்களாக பாருங்கள். சமூகம்மேலையும் நிறைய தரவுகள் இருக்கு பெற்றோர்கள் ஏத்தக்கலனா சமூகம் ஏத்துகனும், அது இப்போ கொஞ்சம் மாறிட்டு வருது படிச்ச திருநங்கை வேலைக்கு போறாங்க, வேலைகள் தேடுறாங்க.

சமூகமும் மாறனும் திருநங்கை சமூகமும் மாறனும்.

6. சுதாவாகிய நான்...

மூன்றாம் பாலினத்தவர்கள் தங்களுக்கு இருந்த தடைகளை எல்லாம் தகர்த்து இன்று சகல துறைகளிலும் கோலோச்சி வருகின்றனர். அந்தவகையில் இலக்கியம் பேச வந்திருக்கிறார் திருநங்கை சுதா.

‘சகோதரன்’ என்னும் தன்னார்வ தொண்டு நிறுவனத்தின் செயற்பாட்டாளரான சுதா இப்போது அகவை ஐம்பதைத் தொட்டிருக்கிறார். அந்தவகையில் ஒரு திருநங்கையின் வாழ்வில் திருப்புமுனையை ஏற்படுத்திய மனிதர்களுக்கு நன்றி சொல்லும் வகையில், ‘திருநங்கை சுதா 50’ என்ற தனது படைப்பை வெளிக்கொண்டு வருகிறார்.

நிகழ்ச்சி தொகுப்பாளராக சுதா ...

சுதாவின் அம்மா சென்னை; அப்பா திருநெல்வேலி. பிழைப்புக்காக சென்னைக்குக் குடிபெயர்ந்த இவர்களது குடும்பத்தில் சுதாவோடு பிறந்தவர்கள் மொத்தம் 5 பேர். அதில் மூன்றாவது பிள்ளையான சுதா, 8 வயதிலேயே தனக்குள் பாலின மாற்றத்தை உணர்ந்தார். மூன்றாம் பாலினத்தவரை

பொதுச்சமூகம் கேலியாகப் பார்த்தக் காலத்தில் நிராகரிப்பின் நிழலாக இருந்த சுதா, இன்று திருநங்கைகளின் மத்தியில் தன்னம்பிக்கைச்சுடர்! மூன்றாம் பாலினத்தவர்களின் வாழ்வை மையப்படுத்திய 80 சிறுகதைகளை எழுதியிருக்கும் சுதா, அவற்றையும் நூலாக்கும் முனைப்பில் இருக்கிறார்.

நெல்லையில் நடைபெற்றுவரும் புத்தகத் திருவிழாவில், சுதா எழுதிய, 'திருநங்கை சுதா 50' என்ற நூலும் வெளியிடப்படுகிறது. அதற்கான முன்னேற்பாடுகளில் இருந்த சுதாவிடம் காமதேனு மின்னிதழுக்காகப் பேசினோம்.

"கடந்த 30 ஆண்டுகளாக நான் திருநங்கைகளின் சமூக மேம்பாட்டிற்காக பணிசெய்து வருகிறேன். அதற்காக 'சகோதரன்' தொண்டு நிறுவனத்தின் மூலம் ஆக்கபூர்வ பணிகளை முன்னெடுத்து வருகிறேன். திருநங்கைகளுக்கான பிரத்யேக நிகழ்ச்சிக் குழுவையும் நடத்திவருகிறேன். 1992-ல் நான் என் வீட்டை விட்டு வெளியேறினேன். இன்று போல, பொதுச்சமூகத்தில் மூன்றாம் பாலினத்தவர் குறித்த புரிதலே இல்லாத காலம் அது. இன்னும் சொல்லப்போனால், திருநங்கை, திருநம்பி என்னும் நல்ல மரியாதையான சொற்கள்கூட அப்போது உதயமாகி இருக்கவில்லை. கொச்சையான வார்த்தைகளைச் சொல்லி பலரது நிராகரிப்பிற்கும் ஆளாகி இருக்கிறேன். அந்தத் தருணத்தில் எல்லாம் என் அம்மாவும், என் மூத்த சகோதரியும் மட்டுமே எனக்கு ஆறுதல்" என்று தனது ஃபிளாஷ் பேக்கை சொன்னார் சுதா.

தனது கலை திறமைக்காக தமிழக அரசின் கலைமாமணி விருதும் பெற்றிருக்கிறார் சுதா. மத்திய அரசின் தூய்மை இந்தியா திட்டத்தில் திருநங்கைகளை பயன்படுத்தியது, தமிழக அரசின் ஆவின் பொருட்களை மக்கள் விரும்பி நுகர வேண்டும் என்பதை வலியுறுத்தி திருநங்கைகளைக் கொண்டு வீதி நாடகம் அரங்கேற்றியது, திருநங்கைகளைக் கொண்டு 60 மணிநேரம் இடைவிடாத கலை நிகழ்ச்சி நடத்தியது என சுதாவின் பொதுவெளி பங்களிப்புகள் அதிகம்.

தனது தற்போதைய தயாரிப்பான, 'திருநங்கை சுதா 50' நூலைப் பற்றி பேசிய சுதா, "கடந்த 30 ஆண்டுகளாக எனது பயணத்தில் எனக்கு உதவிய நல்ல ஆளுமைகளை மக்கள் முன்வைக்கும் படைப்பாகத்தான் இந்த நூலை எழுதி இருக்கிறேன். இதில் மொத்தம் 30 ஆளுமைகள் வருகிறார்கள். அதில் 5 பேர் மூன்றாம் பாலினத்தவர்கள்.

90-களில் எல்லாம் திருநங்கையைப் பார்த்தால் பேருந்துகூட நிற்காது. அப்போது என் சொந்த வீட்டிலேயே சிலரால் தனிமைப்படுத்த வேண்டிய சூழலுக்கு ஆளானேன். ஒருகட்டத்தில் சக மாணவர்களும் கேலிசெய்ய, பத்தாம் வகுப்போடு பள்ளிக்குப் போகவில்லை. அதன் பிறகு தொழிற்பயிற்சி வகுப்புகளில் சேர்ந்துவிட்டார்கள். அங்கேயும் ஒரேநாளில் என்னைக் கண்டுபிடித்து விடுவார்கள். இதனால் அங்கே இருந்தும் வெளியேறிவிடுவேன். அந்த சமயங்களில் எல்லாம் எனக்கு இளைப்பாறுதலாக இருந்ததே வாசிப்பு

பழக்கம்தான்'' என்றார்.

கலைஞர் டிவி பேச்சரங்கத்தில் பரிசுபெற்ற போது...

பள்ளியில் அதிகம் படிக்காவிட்டாலும் தொடர்ந்து நூலகங்களுக்குச் சென்று வாசிக்கும் வழக்கம் சுதாவுக்கு இருந்தது. அப்படித்தான் எய்ட்ஸ் விழிப்புணர்வு குறித்த ஒரு கட்டுரையைப் படித்த சுதாவிற்கு, அதை எழுதிய சகோதரன் என்னும் அமைப்பைத் தொடங்கிய சுனில் மேனனோடு அறிமுகம் கிடைத்தது. அவரிடம், திருநங்கையாக தான் அனுபவிக்கும் சிக்கல்களைச் சொல்ல, ''இதில் உன் தவறே இல்லை. இது ஹார்மோன் மாற்றத்தினால் நிகழ்வது. உன்னைப் போல் லட்சக்கணக்கானோர் இருக்கிறார்கள்'' என தன்னம்பிக்கையூட்டிய சுனில், தனது சகோதரன் நிறுவனத்திலேயே அவருக்கு ஒரு வேலையும் கொடுத்துள்ளார்.

தனது இந்த நூலில் சுனில் மேனன் பற்றியும் எழுதியிருக்கிறார் சுதா. நடிகை ஷகிலா, எஸ்.வி.சேகர், பாடகி ஜானகி என திரையுலக ஆளுமைகள் பற்றியும் பேசுகிறது இவரின் நூல். அவர்களுடனான தனது நட்பு குறித்தும் பேசினார் சுதா.

''நடிகை ஷகிலா திருநங்கை சமூகத்தின் மீது அளவுகடந்த பிரியம் கொண்டவர். சமீபத்தில்கூட ஒரு திருநங்கையை தத்தெடுத்து வளர்த்தவர். என்னை அவரது முதல் சகோதரி எனச் சொல்லுவார். எனது பிறந்தநாளைக் கூட தனது வீட்டிற்கே அழைத்துக் கொண்டாடியவர். என்னை திருநங்கையாக ஒதுக்கிவிடாமல் அரவணைத்த அவருக்கு மரியாதை செய்ய அவரைப்பற்றியும் எழுதியுள்ளேன்.

எஸ்.வி.சேகர் சார் 1998 -ல் ஒரு நிகழ்ச்சி நடத்தினார். அதற்கு நானும் போயிருந்தேன். அப்போது அவர் திருநங்கைகள் பற்றியும் பேசினார். அப்போது நான் அவரிடம், 'எங்களைப்பற்றி பொதுவெளியில் புரிதல் உருவாக்கும் வகையில் யாரும் பேசுவதில்லையே' என வருத்தப்பட்டேன். மறுவாரமே நேரடியாக என் வீட்டிற்கே வந்துவிட்டார். வீட்டு வாசலில் குவிந்திருந்த மக்கள் கூட்டத்தின் நடுநாயகமாக நின்றுகொண்டு, 'சுதாவும், மற்ற திருநங்கைகளும் என் சகோதரிகள். பகுதிவாசிகளான நீங்கள் அவர்களை கேலி செய்யக்கூடாது. பத்திரமாக பார்த்துக்கொள்ள வேண்டும்' என புரிதலை ஏற்படுத்திச் சென்றார். அன்றைய சூழலில் இது எவ்வளவு பெரிய ஆறுதல்? அதேபோல் தனது நாடக அரங்கேற்றத்தின் போது திருநங்கைகளை முன்வரிசையில் அமரவைப்பார் எஸ்.வி.சேகர். அதனால் தான் அவரைப் பற்றியும் எழுதியிருக்கிறேன்.

ஜானகி அம்மா 2008-ம் ஆண்டு நான் ஏற்பாடு செய்த கச்சேரியில் வந்து பாடினார். அதன்பிறகு தான் என் நிகழ்ச்சிகளுக்கு மதிப்பு கூடியது. அதனால் அவரையும் எனது நூலில் நினைவுகூர்ந்திருக்கிறேன்'' என்றார் சுதா.

நிறைவாக நம்மிடம் பேசிய அவர், “ஒரு குடும்பத்தில் ஆண் பிள்ளையும், பெண் பிள்ளையும் எது செய்தாலும் ஏற்றுக் கொள்கிறார்கள். ஆனால் மூன்றாம் பாலினத்தவர்களான எங்களைப் போன்றவர்கள், சாதித்தால் மட்டுமே இந்த உலகம் திரும்பிப் பார்க்கிறது. சறுக்கினால் கீழே தள்ளி மிதித்து விடுகிறார்கள். அன்றைக்கு என்னை வெறுத்து ஒதுக்கிய எனது சுற்றம் இப்போது என்னை குடும்பத்தில் சேர்த்துக் கொள்ள நினைக்கிறது. ஆனால், அன்றைக்கு எனக்கு ஆறுதலாய் நின்ற எனது அம்மாவிடமும், சகோதரியோடும் மட்டுமே நான் தொடர்பில் இருக்கிறேன். தள்ளிநின்று அவர்களை நேசிக்கிறேன். எனக்கான இந்தப் பிறவியையும் இப்போது அமையும் எனக்கான இந்த வாய்ப்புகளையும் நான் சார்ந்த மூன்றாம் பாலினத்து சொந்தங்களை மேம்படுத்துவதற்காக இறைவன் எனக்குக் கொடுத்த வரமாகவே நினைக்கிறேன்” என்று நெகிழ்ச்சியோடு சொல்லி முடித்தார்.

7. தமிழ்ச் செவ்வியல் நூல்களில் திருநர்

முனைவர் கி. அய்யப்பன்

ஆய்வுச் சுருக்கம்: தமிழ்ச் செவ்வியல் நூல்கள் நாற்பத்தி ஒன்று. இதில் தொல்காப்பியம், அகநானூறு, நாலடியார், திருக்குறள், முதுமொழிக்காஞ்சி, சிலப்பதிகாரம், மணிமேகலை ஆகிய நூல்களில் திருநர் பற்றியப் பதிவுகள் உள்ளன. அந்நூல்களில் திருநரை அலி, பேடி, பேடு, பேடன், ஆண்மை திரிந்கிய சொற்களால் குறிப்பிடப்பட்டுள்ளனர். தற்போது ஆணாய்ப் பிறந்து பெண்தன்மை அதிகம் உள்ள பேடியரைத் திருநங்கை என்றும், பெண்ணாய்ப் பிறந்து ஆண்தன்மை அதிகம் உள்ள பேடரைத் திருநம்பி என்றும் அழைக்கின்றனர். மேலும் திருநங்கை, திருநம்பி ஆகிய இருவரும் திருநர் என்ற ஒரே சொல்லால் குறிப்பிடப்படுகின்றனர். இச்சொல் ஏறக்குறைய 2010-2011 ஆம் ஆண்டுகளில் இருந்து பயன்படுத்தப்பட்டு வருகின்றது. தமிழ் இலக்ண, இலக்கியத் தடத்தில் முதல் முதலாக பிறப்பில் ஆணாகப் பிறக்கும் ஒருவன் பெண் தன்மையை அடைவதையும், பிறப்பில் பெண்ணாகப் பிறக்கும் ஒருவள் ஆண் தன்மையடைவதையும் ஆராயும் முதல் கட்டுரை இது எனலாம்.

பால் மருள் சொற்கள்: உலக மனித உயிர்கள் ஆண், பெண் எனும் இரு பால் பகுப்பில் அமைவது இயல்பாகும். இவ்வாறின்றி, அருகி, மாறுபட்டமையும் மானுடப் பிறவியும் உண்டு. இதனைப் பால் மருள் அல்லது உறுப்பு மருள் எனக் கூறலாம். மன ஊனமாக அறிவு மருள் அமைய உடல் ஊனமாகப் பால் மருள் என்று கூறும் பேராசிரியர் அன்னிதாமசு, மேலும்“அண்ணகன், அண்ணாளன், அல்லி, அலி, அழிதூஉ, ஆண்பெண்ணல்லாதவன், ஆணலி, இடபி, இப்பந்தி, கிலிபம், கிலீபம், கிலீவம், கோஷா, சண்டம், சண்டன், சிகண்டி, தூவரன்,நபுங்கிஷம், நபுஞ்சகம், நபுஞ்சகன், நபுஞ்சம், நபும்ஸகம், நாமர்தா, பண்டகன், பெட்டையன், பெண்டகம்,

பெண்டகர், பெண்டகன், பெண்டர், பெண்டு, பெண்ணலி, பெண்ணைவாயன், பேடர், பேடர்கள், பேடன், பேடி, பேடியர், பேடு, பேடுகள், பேதை, மகண்மா, மருள், வசங்கெட்டவன், வண்டரன், வருடவரன், வறடன்"(அன்னிதாமசு, 2004: 117) முதலிய பால் மருள் சொற்களையும் அடையாளம் காட்டுகிறார்.இத்தகையவர்கள் சமகாலத்தில் திருநர் என்னும் பெயரால் அழைக்கப்படுகின்றனர்.

பேடி+பேடன்=பேடு: பால் திரிந்த மக்களும் அவர்களைக் குறிக்கும் சொற்களும் பின்வருமாறாம். "ஆண்மை திரிந்து பெண்மை கொண்டவன் பேடி; பெண்மை திரிந்து ஆண்மை கொண்டவள் பேடன்; இவ்விருவருக்கும் பொதுப்பெயர் பேடு. இம்மூவர்க்கும் பலர்பால் பெயர் முறையே பேடியர் பேடர் பேடுகள் என்பன. புணர்ச்சி உணர்ச்சியில்லாததும் பால் காட்டும் உறுப்பால் ஆணும் பெண்ணுமல்லாததும் அலி. பேடி என்னும் பெயர் பேடிமார் பேடிகள் எனவும் பலர்பால் ஏற்கும்" (தொல்காப்பியம், சொல்லதிகாரம்- சேனாவரையம், 1956: 7) என்று கழகப்பதிப்பின் குறிப்புரை கூறுகின்றது.

ஆணலி+பெண்ணலி= அலி: ஆண்மை திரிந்த பெயராவது பேடி. அச்சத்தி ஆண்மையிற் திரிந்தாரைப் பேடி யென்ப வாகலான். "தெய்வசிலையார் அலி மூவகைப்படும் என்கிறார். ஈண்டு அப்பெயர் பெற்றது அலி யென்று கொள்க. அலி மூவகைப்படும்: ஆணுறுப்பிற் குறைவின்றி ஆண்டன்மை இழந்ததூஉம், பெண்ணுறுப்பிற் குறைவின்றி பெண்டன்மைஇழந்ததூஉம், பெண்பிறப்பிற் தோன்றிப் பெண்ணுறுப்பின்றித் தாடிதோற்றி ஆண்போலத் திரிவதூஉமென. அவற்றுட் பிற்கூறியது ஈண்டுப் பேடி எனப்பட்டது" (தொல்காப்பியம், சொல்லதிகாரம்- தெய்வசிலையார், 1929: 11). "பெண் தன்மையிலிருந்து பிறழ்ந்து ஆண் தன்மையை அதிகம் பெற்றவர்களை அலி என்ற சொல் குறிக்கிறது' (முனிஷ், 2013: 60)) என்று கூறும் முனிஷின் கருத்து ஏற்றுக்கொள்ளக் கூடியதாக இல்லை. ஏன் எனில் அலி என்பவன், பெண்ணிலும் ஆணிலும் சேராத உறுப்பை உடையவன். இது ஆணலி, பெண்ணலி என இருவகைப்படும். ஆணுருவம் இருந்தால் ஆணலி எனவும், பெண்ணுருவம் இருந்தால் பெண்ணலி என்றும் சொல்வதுண்டு (sambasivampillai, 1931: 125). மேற்கண்டவற்றின் அடிப்படையில், பெண்தன்மையிலிருந்து பிறழ்ந்து ஆண் தன்மை அதிகம் பெற்றவர்களையே அலி என்று கூறும் முனிஷின் கருத்து சரியானவையாகத் தோன்றவில்லை.அவர்களை ஆணலி என்று கூறுவதே சரியானதாகும்.

அலி= பேடு: முன் சொல்லப்பட்ட அலி, பேடுக்கான விளக்கங்கள் அடிப்படையில் அலி, பேடு சொற்கள் ஒரே பொருண்மையைக் குறிப்பதாகவே உள்ளதைக் காணமுடிகிறது. ஆணலி+பெண்ணலி= பேடி+பேடன்=அலி,பேடு என்று கூறுவது சரியாக இருக்கும் என்று கருதுகிறேன்.

அரவாணி- திருநங்கை: அரவாணி என்னும் பெயர் 12-05-1997 அன்று முதல் வழங்கப்பட்டு வருகிறது. இப்பெயரை வைத்தவர் ஆர். இரவி அப்போதைய விழுப்புரம் மாவட்ட காவல்துறை கண்காணிப்பாளர்.திருநங்கை எனும் பெயர் திருநங்கை நர்த்தகி நடராஜ் அவர்களால் 2006ஆம் ஆண்டு வாக்கில் அறிமுகம் செய்யப்பட்டது.

திருநர்: இப்பெயர்களும் மாறி தற்போது ஆணாய் பிறந்து பெண்தன்மை அதிகம் உள்ள பேடியரை திருநங்கைஎன்றும், பெண்ணாய் பிறந்து ஆண்தன்மை அதிகம் உள்ள பேடரை திருநம்பிஎன்றும் அழைக்கின்றனர். திருநங்கை, திருநம்பி ஆகிய இருவரும் திருநர் என்ற ஒரே சொல்லால் குறிப்பிடப்படுகின்றனர்.இச்சொல் 2010-2011 ஆம் ஆண்டுகளில் இருந்து பயன்படுத்தப்பட்டு வருகின்றன.

“திருநர்/Transgenderஎன்பவர்கள் தங்களது பிறப்பு ரீதியான பாலும், பாலினத்தன்மையும் மாறுபட்டதாக உணர்பவர்கள்.திருநங்கை/Male To Female Transgender (MTF) என்பவர்கள் பிறப்பால் ஆண்பாலும், மன அளவில் பெண்பாலாகவும் அடையாளம் காண்பவர்கள், மற்றும் இந்த வேறுபாட்டை மாற்ற அறுவை சிகிச்சை அல்லது ஹார்மோன் சிகிச்சை மேற்கொண்டவர்கள். இவர்கள் திருநரில் ஒரு பிரிவு.திருநம்பி/Female To Male Transgender (FTM) என்பவர் பிறப்பால் பெண்பாலும், மன அளவில் ஆண்பாலாகவும் அடையாளம் காண்பவர்கள், மற்றும் இந்த வேறுபாட்டை மாற்ற அறுவை சிகிச்சை அல்லது ஹார்மோன் சிகிச்சை மேற்கொண்டவர்கள். இவர்கள் திருநரில் இன்னொரு பிரிவு” என்று ஓரினம் என்ற இணையதளம் மூலம் தெரிந்து கொள்ள இயலுகிறது. மேலும், விக்கிபீடியா, சிருஷ்டி மதுரை ஆகிய இணைய பக்கங்களும் திருநரைப் பற்றி பேசுகின்றன.

கல்வெட்டில் பேடு எனும் சொல்: இரண்டாயிரத்து முந்நூறு ஆண்டுகளுக்கு முற்பட்ட கல்வெட்டில் கூட பேடு எனும் சொல் எடுத்தாளப்பட்டு இருக்கிறது. அக்கல்வெட்டு, தேனிமாவட்டம் அருகே 2006ஆம் ஆண்டு பங்குனி மாதம் தஞ்சைப் பல்கலைக்கழகப் பேராசிரியர் கா. இராஜனின் வழிகாட்டலில், அவரது மாணவர்கள் செய்த நடுகல் ஆய்வின் போது கிடைத்தது. அக்கல்வெட்டில்,

“கல் பேடு தீயன் அந்துவன் கூடல் ஊர் ஆகோள்”

என எழுதப்பட்டுள்ளது.சங்ககால இலக்கியங்கள் நடுகற்கள் பற்றியும் ஆகோள் பற்றியும் அதிகமாகவே சொல்கின்றன. ஆகோள் என்றால் பசுக்களை கவர்ந்து வருதலாகும். ஓர் அரசனின் போர் வீரர்கள், வேறோர் அரசனின் எல்லைக்குள் இருக்கும் பசுக்களைப் பிடித்து வருவார்கள். அதனால் இரு அரசர்களுக்கும் இடையே போர் நடக்கும். அக்கல்வெட்டு கூறும் பேடு தீயன் அந்துவன் அப்படி நடந்த போரில் இறந்துள்ளான். இது பெண்ணாக இருந்து ஆணாக மாறிய பேடன் என்பதை அவனின் பெயரைக் கொண்டு அறியலாம். அப்பெயர் தீயன் அந்துவன் என னகர மெய் எழுத்-

தில் முடிவதைக் கவனத்தில் கொள்ளவேண்டும். அந்த நடுகல்லுக்கு உரிய பேடு தீயன் அந்துவன், சிகண்டி போல் ஒரு திருநம்பி என தெரிந்துகொள்ள முடிகிறது. 41 தமிழ்ச் செவ்வியல் நூல்களில் தொல்காப்பியம், அகநானூறு, நாலடியார், திருக்குறள், முதுமொழிக்காஞ்சி, சிலப்பதிகாரம், மணிமேகலை ஆகிய ஏழு நூல்களில் திருநர் பதிவுசெய்துள்ள பாங்கினைப் பற்றி இக்கட்-டுரை ஆராய்கிறது.

தொல்காப்பியம்: தமிழில் கிடைத்த முதல் நூல். இது தொல்காப்பியரால் எழுதப்பட்ட இலக்கண நூல். இந்நூலில் திருநர் குறித்தும் பேசப்படுகின்றன.

"பெண்மை சுட்டிய உயர்திணை மருங்கின்
ஆண்மை திரிந்த பெயர்நிலைக் கிளவியும்
தெய்வம் சுட்டிய பெயர்நிலைக் கிளவியும்
இவ்வென அறியும் அந்தம் தமக்கு இலவே
உயர்திணை மருங்கின் பால்பிரிந் திசைக்கும்"
(சொல்லதிகாரம், கிளவியாக்கம்:4)

என்ற தொல்காப்பிய நூட்பாவிற்கு "உயர்திணையிடத்துப் பெண்மைத் தன்-மையை யெய்த வேண்டி ஆண்மைத் தன்மையினீங்கிய பேடி யென்னும் பொருளும் தெய்வத் தன்மையைக் கருதின தெய்வ மென்னும் பொருளும், இவையிரண்டும், இவையெனத் தம்மை வேறுபால் அறிவிக்கும் ஈற்றெழுத்-தினை யுடைய சொற்களையுடைய வல்ல; மேற்கூறிய மக்களென்றும் உயர்-திணை யிடத்து முப்பாலினையும் உணர்த்தும் சொற்கள், அவ்விடத்தினின்று நீங்கி வந்து தம்மையுணர்த்தும். அந்தத் தமக்கிலவே என்றதனான், மக்களும் தேவருமல்லாத நிரயப் பாலரும் மக்களையுணர்த்தும் முப்பாற் சொல்லாறு சொல்லப்படுவரென்பது கொள்க" (தொல்காப்பியம், சொல்லதிகாரம் உரைக்-கோவை, 1963: 37- 38) என்று கல்லாடர் உரைக்கிறார்.

"ஆண்மை திரிந்த பெயர்நிலைக் கிளவி
ஆண்மை அறிசொற்கு ஆகிடன் இன்றே"
(சொல்லதிகாரம், கிளவியாக்கம்: 12)

எனும் தொல்காப்பிய நூற்பாவனது, ஆண் தன்மையிலிருந்து பெண்மையைப் பெரும்பான்மையாகப் பெற்றவர்களைப் பெண்ணாக கூறுதல் வேண்டும். ஆணாகக் கூறுதல் கூடாது. ஆண்மை அறி சொல் என்றால் என்ன? இவன் ஆண் என்பதை அறியும் சொல் - ஆண்பால் என்பதை அறியும் சொல். மருத்துவன், அமைச்சன், வந்தான், படித்தான் என 'ன்' ஆகிய னகர மெய் எழுத்தில் முடியும் ஆண்பாலைக் குறிக்கும் சொல் ஆண்மை அறிசொல்லா-

கும். ஆண் தன்மையில் இருந்து மாறி (திரிந்து), பேடான பின்னர் பேடி வந்தான் என்றோ, பேடி படித்தான் என்றோ வராது. பேடி வந்தாள் எனவும், பேடி படித்தாள் எனவும் வரும் என்று கூறுகிறது. "பால்மயக் குற்றஐயக் கிளவி தான்அறி பொருள்வயின் பன்மை கூறல்" (சொல்லதிகாரம், கிளவியாக்கம்: 23) எனும் தொல்காப்பிய நூற்பாவானது, திருநர் தோற்றத்தைப் பார்க்கும்பொழுது அவர்கள் ஆணா- பெண்ணா என்பதைக் கண்டறிய முடியாது. அத்தகைய சூழலில் அவர்களைப் பன்மையில் அழைப்பது இலக்கண முறையாகும். பேடு மாற்றமடைகின்ற தன்மையைப் பொறுத்து ஆண்பால் பெண்பாலாகவும், பெண்பால் ஆண்பாலாகவும் சொல்லப்படும் "இவ்வென அறியும் அந்தம் தமக்கிலவே" என்பதால் சொல்லின் இறுதியைக் கொண்டு ஆணா, பெண்ணா என்பதை அறியமுடியாது என்று கூறுவதைக் காணமுடிகிறது.

சங்க இலக்கியம் - அகநானூறு: அகநானூற்றில் மதுரை மருதன் இளநாகனார் மருதத்திணைப் பாடலில் பரத்தையிடம் சென்ற தலைவன் தலைவின் ஊடல் போக்கும் பொருட்டு விறலியைத் தூது அனுப்புகிறான். தலைவி தோழியிடம் சொல்லுவது போன்று வாயில் மறுக்கிறாள். வாயில் மறுத்துக் கூறும்போது திருநங்கையர் பற்றிப் பேசுவதாக அமைந்துள்ளது.

"என்னனப் படும்கொல் - தோழி!- நல்மகிழ்ப்
பேடிப் பெண்கொண்டு ஆடுகை கடுப்ப
நகுவரப் பணைத்த திரிமருப்பு எருமை
மயிர்க்கவின் கொண்ட மாத்தோல் இரும்புறம்
சிறுதொழில் மகாஅர் ஏறி சேணோர்க்குத்
துறுகல் மந்தியின் தோன்றும் ஊரன்"
(அகநானூறு, பா.எண். 206)

எனும் பாடலில், கள் உண்டதால் ஏற்பட்டக் களிப்புடன் பேடிப்பெண்ணின் உருவம் பூண்டு ஆடும் தலைவனின் செயல் மேலே வளைந்தக் கையைப் போன்று முறுக்குண்ட கொம்புகளையுடை கருநிறத் தோலையும், மயிர்கள் அடர்ந்தும் இருக்கும் எருமையின் முதுகில் சிறிய செயல்களைச் செய்யும் சிறுவர்கள் எறி அமர்ந்திருப்பர். அச்செயலானது தொலைவிலிருந்து காண்பார்க்கு உருண்டைக் கல்லில் முதுமந்தி அமர்ந்திருப்பது போன்று தோன்றும் என்று கூறப்பட்டுள்ளது.

திருக்குறள்: திருவள்ளுவர் இயற்றிய நூல் திருக்குறள். இந்நூல் அறம், பொருள், இன்பம் என மூன்று இயல்களையும், 133 அதிகாரங்களையும், அதிகாரத்திற்கு 10 குறள்கள் வீதம் 1330 குறள்களையும் கொண்டுள்ளது. இதில், ஆள்வினையுடைமை, அவையஞ்சாமை அதிகாரங்களில் திருநங்-

கையர் பற்றி திருவள்ளுவர் பேசுகிறார்.

"தாளாண்மை யில்லாதான் வேளாண்மை பேடிகை
வாளாண்மை போலக் கெடும்" (குறள்: 614)

உழைப்பு இல்லாதவன் பிறருக்கு உதவும் உதவி, பேடி (திருநங்கை) போர் செய்யக் கையில் வாளெடுத்ததுபோலப் பயன் அற்றுப் போகக் கூடியது என்று கூறுகிறது. மேலும்,

"பகையகத்துப் பேடிகை ஒள்வாள் அவையத்து
அஞ்சுமவன் கற்ற நூல்" (குறள்: 727)

எனும் குறளில், திருநங்கையரைக் கற்றவர்கள் கூடிய சபையில் எதிர்வாதம் பேச அஞ்சுகிறவனோடு ஒப்பிட்டுள்ளார். திருநங்கையர் கற்றல் மற்றும் பேசுவதில் திறமையற்றவர்கள் என்றும் கோழைகள் என்றும் காட்டப்பட்டுள்ளனர். பேடியின் கையில் எவ்வளவு நல்ல ஆயுதம் இருந்தாலும் அது பிறரைக் காக்கவும் பயன்படாது, தன்னைக் காக்கவும் பயன்படாது. இதேபோன்று எதிர்வாதம் செய்பவனோடு பேசுவதற்குப் பயப்படுகிறவன் எவ்வளவு கற்றறிந்தும் பிறருக்குப் பயனில்லை என்று கூறுகிறது.

முதுமொழிக்காஞ்சி: முதுமொழிக்காஞ்சி பதினெண் கீழ்க்கணக்கு நூல்களுள் ஒன்று. இந்நூலை மதுரைக் கூடலூர்க்கிழார் இயற்றியுள்ளார். இது பத்து அதிகாரங்களாக அதிகாரத்திற்கு பத்து செய்யுள்கள் வீதம் 100 செய்யுள்களைக் கொண்டுள்ளது. இதில் துவ்வாப்பத்தில் உள்ள பாடலடிகளில் பேடியின் (திருநம்பியின்) தன்மைப் பற்றி பேசப்படுகின்றன.

"கழிதருகண்மை பேடியிற் றுவ்வாது"(துவ்வாபத்து, பா.2)

என்னும் பாடல் அடியில் இடமும் காலமும் அறியாது ஒருவன் மிகுந்த வீரத்தைக் காட்டுவது என்பது பேடித்தன்மைக்கு ஒக்கும் என்று கூறுகிறார். அறியாது மிகுந்த வீரம்கொண்டு செயல்படுபவன் பேடித்தன்மைக்கு ஒப்புடைமையாகக் கூறப்பட்டுள்ளதை அறியமுடிகிறது. அஞ்சவேண்டியதற்கு அஞ்சாதிருத்தல் பேடியின் தன்மை என்கின்றது. "கழி தறுகண்மை பேடியின் துவ்வாது" அளவுக்கு அதிகமான வீரம் கழி தறுகண்மை எனப்படும். பெண்தன்மையிலிருந்து மாறி ஆண் தன்மை அடைந்த பேடனை முதுமொழிக்காஞ்சி சொல்கிறது.

சிலப்பதிகாரம்: இளங்கோவடிகள் இயற்றிய காப்பிய நூல் சிலப்பதிகாரம். இக்காப்பிய நூலில் திருநர்ப் பற்றி பதிவுசெய்துள்ள பாங்கு ஆராயப்படு-

கின்றன.

“ஆண்மை திரிந்த பெண்மைக் கோலத்துக்
காமன் ஆடிய பேடியாடலும்”
(கடலாடுகாதை, பா. அடிகள்56-57)

கடலாடு காதையில் ஆடல்வல்ல மாதவி தாளமுறை கெடாமல் தாளகதி-யுடன் கொடுகிட்டி ஆட்டம் முதற்கொண்டு பதினொரு வகை ஆடல்களை நிகழ்த்திக் காட்டுகின்றாள். அதில் ஒருவகை ஆடலாக பேடியாடல் அமை-கின்றது. ஆண் தன்மையை இழந்து பெண்தன்மை பெற்ற கோலத்துடன் மன்மதன் ஆடிய பேடிக் கூத்தை மாதவி நிகழ்த்திக் காட்டுகின்றாள். இதன்-மூலம் காமன் தன்மகனைச் சிறைமீட்டு ஆண் தன்மை திரிந்த பெண்மைக் கோலத்தோடு பேடியாக (திருநங்கையாக) இருந்து பேடிக்கூத்தினை நிகழ்த்-தியதாகக் கூறப்படுகிறது. இதன் காரணமாகப் பேடிக்கூத்தினைக் காமனோடு தொடர்பு படுத்திப் பார்க்கப்படுகிறது. இவை புராணக் கதைகள் சொல்வன-வாகும். பேடிக்கூத்து என்பது பிற்காலத்தில்தான் இறைவனைக் குறித்து நிற்-கிறது. அதற்கு முன்னர் பேடிகளால் மட்டுமே இக்கூத்து நிகழ்த்தப்பட்டிருக்க வேண்டும் எனவேதான் அக்கூத்திற்கு ,பேடிக்கூத்து என்ற பெயர் வந்திருக்-கவேண்டும்.

மதுராபதி தெய்வம்- இருபால் கூற

“வலமருங்கு பொன்னிறம் புரையு மேனியள்
இடக்கை பொலம்பூந் தாமரை யேந்தினும்
வலக்கை அம்சுடர்க் கொடுவாள் பிடித்தோள்
வலக்கால் புனைகழல் கட்டினும் இடக்கால்
தனிச்சிலம்பு அரற்றும் தகைமையள் பனித்துறைக்
கொற்கைக் கொண்கன் குமரித் துறைவன்
பொற்கோட்டு வரம்பன் பொதியில் பொருப்பன்
குலமுதல் கிழத்தி” (கட்டுரைக் காதை, பா.அடிகள்:6-13)

மதுரைக்காண்டத்தில் கட்டுரைக்காதையில் கண்ணகி மதுரையை எரித்த பின் அவள் பின்புறம் தோன்றி முன்னர் நடந்த முற்பிறவிக் கதையைச் சொல்-லும் தெய்வம் மதுராபதியாகும். இத்தெய்வம் இருபால் கூறுடையது. இடது கையில் தாமரை மலரும், வலது கையில் கொடுவாளும், வலது காலில் வீரக்கழலும், இடது காலில் ஒலி செய்யும் ஒற்றைச் சிலம்பும் அணிந்து காட்சி அளிக்கிறார். மூவேந்தர்களில் ஒருவரான பாண்டியர்களின் குலதெய-

வம் மதுராபதி. இத்தெய்வம் இருபால் தன்மை அமைந்த திருநங்கையாக இளங்கோவடிகள் குறிப்பிடுகிறார். வஞ்சிகாண்டத்தில் நீர்படைக் காதையில் சேரன் செஞ்குட்டுவன் பத்தினி தெய்வம் கண்ணகிக்குக் கல் எடுத்ததைப் பதிவு செய்கிறது. தமிழரின் வீரத்தை நிலைநாட்டவும் வடதிசை நாடுகள் மீது படையெடுத்துச் சென்று கனகவிசய மன்னர்களைத் தோற்கடித்து இமயத்தில் கல்லெடுத்து கங்கை ஆற்றில் நீர்படை செய்து தென்திசை நோக்கித் திரும்புகின்றான். அவ்விடத்தில் ஆரியப் பேடிகள் பற்றிப் பேசப்படுகின்றன.

“சுருளிடு தாடி மருள்படு பூங்குழல்
அரிபரந்து ஒழுகிய செழுங்கயல் நெடுங்கண்
விரிவெண் தோட்டு வெண்ணகைத் துவர்வாய்ச
சூடக வரிவளை ஆடமைப் பணைத்தோள்
வளரிள வனமுலை தளரியல் மின்னிடைப்
பாடகச் சீறடி ஆரியப் பேடியோடு”
(நீர்படைக் காதை, பா.அடிகள்: 181-186)

என்ற பாடலில் போர்க்களத்தில் தவவேடம் பூண்டு தப்பியோடிய அரசர்களையும் கறுத்த கூந்தலும் செவ்வரி படர்ந்த பெரிய கெண்டை மீன் போன்ற கண்களும் வெண்சங்கு தோடணிந்தவர்களும் வெள்ளைப் பற்களும் சிவந்த வாயும் கைவளையல் அணிந்த கைகளும் அசையும் மூங்கில் போன்ற தோளும் அழகிய இளமார்பும் மின்னல் இடையும் பாடகம் என்னும் காலணி அணிந்த ஆரிய பேடிகளையும் கைது செய்து சேரனின் வீரம் குறித்துச் சோழ பாண்டிய மன்னர்கள் அறிந்திட அனுப்புகின்றான் என்று கூறப்படுகிறது. மேலும்,

“மான்மதச் சாந்தும் வரி வெண் சாந்தும்
கூனும் குறளும் கொண்டன ஒருசார்
வண்ணமும் சுண்ணமும் மலர்ப்பூம் பிணையலும்
பெண் அணிப் பேடியர் ஏந்தினர் ஒருசார்”
(நடுகல் காதை, பா. அடிகள்: 56-60)

என்ற பாடலில், செங்குட்டுவனின் மனைவியும் அரசியுமான வேணம்மாள், வெண்ணிலா காணுவதற்கு நிலாமுற்றும் வருகின்றாள். ஒளிவீசும் வளையல் அணிந்த பணிப்பெண்கள் மங்கல விளக்கை எந்தி வாழ்த்துகின்றனர். ஒருபக்கம் மத்தள ஒலியும் யாழிசையும் பண்ணமைத்துப் பாடும் பாடல் முழக்கமும் மிகுந்திருக்கின்றன. கஸ்தூரிக் குழம்பையும் தொய்யில் எழுதும் வெண்சந்தனத்தையும் கூனரும் கள்ளரும் ஏந்தி நிற்கின்றனர். அப்போது பெண்-

போல் அழகுடைய பேடிகள் அதாவது திருநங்கையர் சுண்ணப்பொடிகளையும் வாசமலர் மாலைகளையும் ஏந்தி நிற்கின்றனர் என்று கூறுவதின் மூலம் திரு-நங்கையர் அரண்மனை அந்தப்புரங்களில் அரசிக்குப் பணிவிடைகள் செய்-பவர்களாக இருந்துள்ளனர் என்பதை அறியமுடிகிறது.

மணிமேகலை: மதுரை கூலவாணிகன் சீத்தலைச் சாத்தனார் இயற்றிய காப்பிய நூல் மணிமேகலை. இக்காப்பியத்தில் பேடி என்ற சொல் மலர்வனம் புக்க காதையில் 25வது வரியிலும், 125வது வரியிலும், 146வது வரியிலும் ஆகிய மூன்று இடங்களில் வருகின்றன. மேலும் மணிமேகலை பாத்திரமே மறுபிறப்பில் ஆணாய் மாறுவதாக இக்காப்பியம் பதிவு செய்துள்ளது. ஆக மொத்தத்தில் பெண் ஆணாவதையும், ஆண் பெண்ணாவதையும் முதன் முதலில் இக்காப்பியமே பதிவு செய்துள்ளது எனலாம்.

"மணிமே கலைதன் மதிமுகம் தன்னுள்
அணிதிகழ் நீலத் தாய்மல ரோட்டிய
கடைமணி உரு நீர் கண்டன னாயிற
படையிட்டு நடுங்குங் காமன் பாவையை
ஆடவர் கண்டால் அகறலும் உண்டோ?
பேடியர் அன்றோ பெற்றியின் நின்றிடின்?"
(மணிமேகலை, 3: 20-25)

என்ற பாடலில் மணிமேகலையின் அழகை சுதமதி கூறுகின்றபொழுது திரு-நங்கையர் பேசப்படுகின்றனர். மணிமேகலை என்பவள் மிகவும் அழகான-வளாகயிருக்கிறாள். இவளது அழகைக் காணும் ஆண்கள் மயங்கிவிடுவர். அவ்வாறு மயங்காது இருப்பவர்கள் பேடியர் மட்டுமே எனக் கூறுகிறாள். மேலும்,

"கரியல் தாடி மருள் படு பூங்குழல்
பவளச் செவ்வாய் தவளவாள் நகை
ஒள் அரி நெடுங் கண் வெள்ளி வெண்தோட்டு
கருங்கொடிப் புருவத்து மருங்கு வளைபிறை நுதல்
காந்தள் அம் செங்கை ஏந்து இன வன முலை
அகன்ற அல்குல் அம்நுண் மருங்குதல்
இகந்த வட்டுடை எழுது வரிக்கோலத்து
வாணன் பேர்ஊர் மறுகிடைத் தோன்றி
நீள் நிலம் அளந்தோன் மகன் முன் ஆடிய
பேடிக் கோலத்துப் பேடுகாண் குநரும்"
(மணிமேகலை, 3: 116-125)

என்ற பாடலில், சுருள் சுருளான தாடியும், கரிய அழகிய கூந்தலும், பவளம் போன்ற சிவந்த வாயும் வெண்மையான ஒளிபொருந்திய பற்களும், ஒளிரும் செவ்வரி படர்ந்த நீண்ட கண்களும், வெண்சங்கால் செய்த காதணியும், கரியகொடி போன்ற வளைந்த புருவங்களின் மேல் வளைந்த பிறை போன்ற நெற்றியும், செங்காந்தள் மலர்போல் அழகிய சிவந்த கையும், ஏந்திய வனப்புடைய இளங் கொங்கைகள், அகன்ற அல்குலும், அழகமைந்த நுண்ணிய இடையும், கணுக்கால் வரை இல்லாமல் முழங்கால் வரை உடுக்கப்படும் வட்டவடிவான உடையும், தோள், முலை முதலியவற்றில் எழுதப்பட்ட வரிக்கீற்று உடைய கோலத்தோடு பேடியர் (திருநங்கையர்) பேடிக்கூத்து ஆடுகின்றனர் என்று கூறுகிறது. காமன் என்ற தெய்வத்திற்குச் சொந்தமான கூத்தை திருநங்கையர் ஆடுவதாக மணிமேகலையில் கூறப்பட்டுள்ளது. ஆனால் “சங்க இலக்கியப் பாடலும், சங்கம் மருவிய இலக்கியப் பாடலும் அரவாணிகள் ஆடிய கூத்தை எந்தவொரு தெய்வத்தோடும் ஒப்பிட்டுக் கூறவில்லை. திருநங்கைகளால் ஆடப்பட்டு அவர்களுக்குச் சொந்தமான கூத்து ஒன்று இருந்திருப்பதை மட்டுமே கூறுகின்றன. காப்பியக் கதைகளும், புராணக்கதைகளும் பேடிக்கூத்தினைக் கடவுளோடு சார்புபடுத்தியிருக்கிறது. எனவே, பேடிக்கூத்து திருநங்கைகளுக்குரிய கூத்தாகும்” (முனிஷ், 2010: 125- 126) என்று கூறும் முனிஷின் கருத்து சரியானதுதான் எனத் தோன்றுகிறது.

“உத்திர - மகத்து உறுபிறப்பு எல்லாம்
ஆண்பிறப்பு ஆகி, அருளறம் ஒழியாய்”
(மணிமேகலை, 21: 175-176) என்றும்

“கல்லாக் கயவன் கார் இருள் — தான்வர
நல்லாய்! ஆண் உரு நாள் கொண் டிருந்தேன்”
(மணிமேகலை, 23: 94-95)

என்றும் கூறும் பாடலின் மூலம் மணிமேகலை என்கின்ற பாத்திரத்தின் மூலம் மறுபிறப்பு உணர்த்தப்படுகிறது. அம்மறுபிறப்பில் சமூக நன்மைக்காக மணிமேகலை திருநம்பியாக மாறுகிறார். பல சமயங்களிலும் ஆண் பெண்ணாவதும், பெண் ஆணாவதும் (உருவமாற்றம்) நன்மை பயப்பதற்காகவே காட்டப்பட்டிருக்கிறது.

முடிவுகள்: திருநரை, தொல்காப்பியம் ஆண்மை திரிந்த என்று பதிவு செய்கிறது. இவர்கள் அகநானூறு, முதுமொழிக் காஞ்சி, திருக்குறள், சிலப்பதிகாரம், மணிமேகலை ஆகிய நூல்களில் பேடி என்னும் சொல்லின் மூலம் அடையாளப்படுத்தப்பட்டுள்ளனர். தமிழ்ச் செவ்வியல் நூல்களில் திருநரைக்-

குறிக்கும் அலி எனும் சொல் நாலடியாரில் மட்டுமே பயன்படுத்தப்பட்டுள்ளது. இங்கே கவனிக்கத் தக்க ஒன்றாகும். மேலும் இதில் திருநரைக் குறிக்கும் மற்றொரு சொல்லான பேடி என்னும் சொல் வீரமில்லாத, கோழை என்ற பொருளில் திருநங்கையரைக் குறிக்க வந்துள்ளது.

உயர்திணைக்குரிய பால்களாக ஆண்பால், பெண்பால், பலர்பால் ஆகிய மூன்றையும் தொல்காப்பியர் வரையறுக்கின்றார். பாலின தன்மைத் திரிபு ஆண்பால் பெண்பால் ஆகிய இரண்டு பாலினங்களிலும் உள்ளன.அதாவது ஆண்தன்மை திரிந்து பெண் தன்மையைப் பெறுதலும், பெண்தன்மை திரிந்து ஆண்தன்மையைப் பெறுதலும் இருப்பதால், பாலின தன்மை திரிந்தவர்களை ஒரே பாலினத் தன்மையுள் அடக்கிக் கூற முடியாது. எனவே பாலின தன்மைத் திரிந்த திருநரை பேடி வந்தான்; பேடி வந்தாள்; பேடியர் வந்தார் என மூன்று பாலினுள்ளும் அழைக்கலாம் என்று உரையாசிரியர்கள் தரும் விளக்கங்கள் வழி தெரிந்துகொள்ள முடிகிறது.

உயர்திணையில் ஒருவர்களான திருநரை ஆணா பெண்ணா எனத் தெரியாத நிலையில் அவர்களைப் பன்மையில் மரியாதையுடன் அழைக்க வேண்டும். அதாவது பலர்பால் விகுதியான 'அர்' சேர்த்துக் கூற வேண்டும். தொல்காப்பியம் நூற்பாவின்படி திருநரை திருநங்கைகள், திருநம்பிகள் என்று அழைக்கக் கூடாது. திருநங்கையர், திருநம்பியர் என்று அழைப்பதே சரியான சொல்லாகும் என்கின்றனர். இதனை உரையாசிரியர்கள் பால்வழூஉ என்கின்றனர்.

சங்க இலக்கிய அகநானூறு பாடல் திருநங்கையரை வேடிக்கை மனிதராகத்தான் பதிவு செய்கிறது. இது அன்றைய சமூக நிலை என்பதை உணர முடிகிறது. முதுமொழிக்காஞ்சியானது இடமும் காலமும் அறியாது ஒருவன் மிகுந்த வீரம் காட்டுவது என்பது பேடித்தன்மையை ஒக்கும் என்று கூறுவதன் மூலம் இது ஆண் பேடியை அதாவது சிகண்டி போன்ற ஒருவரைக் கூறுகிறது என்பது தெளிவாகிறது. இவர்களையே தற்போது திருநம்பி என்கிறோம். திருக்குறள் மற்றும் நாலடியாரில் பேடி என்ற சொல்லால் குறிப்பிடப்படும் திருநங்கையர் வீரமில்லாத, கோழை என்ற நோக்கிலேயே பதிவு செய்துள்ளதை அறியமுடிகிறது.

ஆண் தன்மையிலிருந்து பிறழ்ந்து பெண் தன்மையை மிகுதியாகப் பெற்ற மனிதர்கள் வாழ்ந்தனர். இம்மனிதக் கூட்டத்திற்கு, பேடி என்றொரு ஆடல் இருந்துள்ளதை சிலப்பதிகாரம் வழி அறிய முடிகிறது. மேலும், தங்கள் அரண்மனைகளில் பணிப்பெண்களாக திருநங்கைகளை அங்கீகரித்து உள்ளனர்.பௌத்த சமயக் கொள்கையை முழுக்கவும் தாங்கி எழுதப்பெற்றுள்ள மணிமேகலை காப்பியத்தில் வலியுறுத்தப்பட்டுள்ள மறுபிறப்புக் கொள்கையில் திருநம்பிகளும் பேசப்பட்டுள்ளனர். அத்தோடு திருநங்கை வாழ்வியல் சார்ந்த செய்திகளும் பதிவு செய்யப்பட்டுள்ளன. பௌத்த சமயத்தைத் தழுவிய மன்னர்கள் தங்கள் அரண்மனைகளில் திருநங்கைகளை அங்கீகரித்து உள்-

ளனர்.பௌத்த மதத்தில் மற்றொரு முக்கியமான கொள்கை தன்னுயிர் போல் மண்ணுயிர்களை நேசித்தலாகும். இக்கொள்கையின்படி திருநங்கையர் புறக்கணிக்கப்படாமல் பௌத்தர்களால் அரவணைக்கப்பட்டுள்ளனர்.
தமிழ்ச் செவ்வியல் நூல்களில் சிலவற்றில் மட்டுமே திருநர் (அலி, பேடி, பேடு) பதிவு செய்யப்பட்டுள்ளனர். அவற்றில் கூட இன்ன நபர் திருநங்கையாக (அலி, பேடி) இருந்தார், இன்ன நபர் திருநம்பியாக (பேடன்) இருந்தார் என்று எங்குமே பதிவு செய்யப்படவில்லை. இது திருநரைப் பற்றிய அன்றைய சமூக நிலையாகக் காணமுடிகிறது. இதன் மூலம் அன்றைய சமூகத்தில் திருநர் மதிக்கப்படவில்லை என்று கருதுவதற்கு இடமாகிறது. தமிழகத்தில் திருநர்களுக்கான உரிமைக் குரல் 1990ஆம் ஆண்டு வாக்கில் ஒலிக்கத் தொடங்கியது. அவர்களின் தொடர் போராட்டத்தின் மூலம் இன்று பல உரிமையும் பெற்று வருகின்றனர். எல்லா நிலையிலும் அவர்களின் உரிமை கிடைக்க பாடுபடுவோம்.

8. வர்ணா

‘‘லயா, தனியா கார் ஓட்டிக்கிட்டுப் போற பார்த்துப் போ’’ என்றான் சரவணன், ஒரு திருமண வரவேற்புக்கு இருவருமே ஒன்றாக செல்வதாகத்தான் இருந்தது. ஆனால் வேலைப்
பளுவின் காரணமாக சரவணன் அவளுடன் வர முடியவில்லை.அதனால் சென்னையில் இருந்து செங்கல்பட்டுக்கு லயா மட்டும் தனியாக கார் ஓட்டி வந்தாள், கார் ஓட்டிக் கொண்டிருக்கும் பொழுதே அம்மாவிடம் இருந்தும், குழந்தையின் பள்ளி வேன் ஓட்டுனரிடம் இருந்தும் தொடர்ந்து அழைப்புகள் வந்து கொண்டே இருந்தது.

எனவே லயா தன் காரை சென்னை புறநகர் தாண்டி ஒரு பகுதியில் ஓரமாக நிறுத்தி வந்த அழைப்புகளுக்கு பதில் தந்து கொண்டு இருந்தாள். அப்போது வித்தியாசமாக தலையில் பூ வைத்துக்கொண்டு மிக அழகான ஒரு தோற்றத்தோடு சிறிது தூரத்தில் இரண்டு பேர் நின்று கொண்டிருப்பது தெரிந்தது. பேசிக்கொண்டே அவர்களையும் கவனித்துக் கொண்டிருந்தாள். அதில் சட்டென ஒரு உருவம் இவளை நோக்கி நடந்து வந்தது.

காருக்குள் வந்து தன்னுடைய கூரிய பார்வையால் லயாவை பார்த்து அதிர்ந்தது. பின் மீண்டும் ஒரு முறை பார்த்து. பின்வாங்கியபடி சாலையில் விரைவாக ஓடியது. லயாவுக்கு ஒன்றுமே புரியவில்லை.ஆனால் அந்த முகத்தை வெகு நெருக்கமாக எங்கேயோ பார்த்தது மட்டும் நினைவிருக்கிறது. அங்கு அலங்காரமாக நின்றவர்கள் அரவாணிகள் என்பது மட்டும் அவளுக்கு தெரிந்தது..

யோசனையுடனே லயா திருமண வரவேற்புக்கு சென்று வந்தாள். ஏனோ அன்று இரவு அந்த முகம் திரும்பத் திரும்ப வந்து கொண்டே இருந்தது.

நினைவில் மிகவும் பரிச்சயமான பழக்கமான முகமாக இருந்தது அந்த திருநங்கை முகம். தன் கணவனிடம் இரவு அந்த திருநங்கை பற்றியே பேசிக்கொண்டு இருந்தாள்.மனம் ஏதோ சொல்ல வருகிறது என தெரிகிறது. ஆனால் அவளால் அது என்ன என கண்டுபிடிக்க முடியவில்லை. அன்று அதிகாலை உறக்கத்தில் சம்பந்தமே இல்லாமல் பழைய அலுவலக தோழன் மனோ முகம் கனவில் வந்தது. உடன் கணவனை எழுப்பி ‘‘ஏங்க, அந்த திருநங்கை வேற யாரும் இல்லைங்க, நம்ம மனோதான்’’ என்றாள் சற்று கலங்கிய கண்களுடன்.

‘‘அட ஆமா, லயா நாம அவனை நினைச்சுக்கிட்டே இருக்கோம். ஆனா, பழைய உருவத்தில் நம்மளுடைய நண்பன நினைச்சுட்டு இருக்கோம்.அதான் அவன உனக்கு அடையாளம் தெரியல... அடக் கடவுளே நாம அவன பத்தி அடிக்கடி பேசுவோம். எங்க இருக்கிறான்? என்ன பண்றான்? அப்படின்னு.. இப்பதான் தெரியுது ஏன் அவன் நம்மகிட்ட திரும்பவும் வரலன்னு... இன்னிக்குதான் காரணம் புரியது. திரும்ப ஒரு முறை அவனை போய் பார்த்துவிட்டு வரலாம்’’ என்றான்.

சில நாட்கள் கழித்து அதே புறநகர்ப் பகுதியில் சரவணன் வாகனத்தை நிறுத்தினான். இருவரும் சற்று தூரம் நடந்து சென்றார்கள். அப்படிப்பட்ட ஒருவரும் அங்கு தென்படவில்லை. வெகு நேரம் காத்திருந்ததுதான் மிச்சம். ஒரே ஒரு திருநங்கை மட்டும் இவர்களை தாண்டி இரு சக்கர வாகனத்தில் சென்றார். உடன் லயாவும் சரவணனும் ஒரு சேர அக்கா என அழைத்ததுதான் தாமதம்... சட்டென வாகனத்தை பின்வாங்கி ஒரு திருநங்கை மிக அழகாக தன்னுடைய உதட்டுச் சாயம் புன்னகையை படரவிட்டார்.

‘‘என்னையா தம்பி அக்கான்னு கூப்பிட்டீங்க?’’

‘‘ஆமாங்கா... உங்களைத்தான்’’ என்றான் சரவணன் மரியாதையுடன். உடன் மகிழ்ந்த திருநங்கை ‘‘இரண்டு பேரும் ரொம்ப நாளைக்கு ஒற்றுமையாய் இருக்கணும். நீண்ட ஆயுள், நல்ல குழந்தை, நல்ல செல்வத்தோட உங்களை இறைவன் வைக்கணும்’’ என இருவரையும் ஒரு சேர சுற்றிப்போட்டார் திருநங்கை. உடன் சரவணன் 100 ரூபாய் எடுத்து நீட்டியவுடன் ‘‘வேணாம் தம்பி... எல்லாமே காசுன்னா என்னதான் இருக்கு இந்த பொழப்புல? என் தம்பி மாதிரியே இருக்க... எனக்கு இப்ப அக்கான்னு கூப்பிட்டது என் சொந்த தம்பி என்னை கூப்பிடுகிற மாதிரி இருக்கு... அது போதும்பா போதும்பா’’ என்றாள்.

‘‘அக்கா உங்க பேரு?’’ ‘‘என் பேரு ஜூலியட்’’ என்றாள் திருநங்கை. ‘‘அக்கா உங்க கிட்ட ஒரு உதவி கேட்கிறேன். செய்ய முடியுமா?’’ என்றான்.உடன் சரவணன் ‘‘இதோ இந்த போட்டோல இருக்கிற பையன் எங்கள் அலுவலக நண்பன். எங்கள் மனோ இவன். இப்போது திருநங்கையாக மாறி...’’ என்று அதற்கு மேல் பேச முடியாமல் இருவரும் அமைதியானார்கள். ‘‘தெரியுதுப்பா... என் அறையில்தான் இவளும் தங்கி இருக்கிறாள்.

இப்ப இவளோட பேரு வர்ணா.''

''அதிகமா பேசமாட்டா அமைதியா இருப்பா... ஒரு அஞ்சு வருஷத்துக்கு முந்தி நானும் இவளும் சேர்ந்துதான் பாலின மாற்று அறுவை சிகிச்சை எடுத்துக்கொண்டோம்'' எனக்கூறி முடித்தாள் ஜூலியட்.''ஆமாம் கா... எங்களுக்கு அவன் மிகவும் நெருங்கிய தோழன். அவன் எங்கிருக்கிறான்... என்ன பண்றான்னு அடிக்கடி நினைச்சுக்கிட்டே இருப்போம். அதான் அன்னிக்கு லயா பாத்துட்டு வந்ததுக்கு அப்புறம் நாங்க இன்னைக்கு அவன தேடிட்டு வந்துட்டோம்...'' உடன் ஜூலியட் கண்களில் நீர்க் கசிந்தது. ''இல்லப்பா, நாங்க எல்லாம் ரொம்ப பாவப்பட்ட ஜென்மம் பா... இது மாதிரி மாறினதுக்கப்புறம் எங்களை யாருமே பாக்குறதுக்கு வரவே மாட்டார்கள். இதுவரைக்கும் எங்களை நண்பர்களோ சொந்தக்காரங்களோ குடும்பத்தாரோ பார்க்க வரவில்லை.

எங்களை தேடி வர முதல் ஆட்கள் நீங்கதான்ப்பா...'' என்று கண்ணீர் விட்டாள் ஜூலியட். ''சரி, வாங்க இன்னும் மூணு கிலோ மீட்டரில்தான் வீடு இருக்கு. நான் முன்னாடியே வண்டி ஓட்டிட்டுப் போறேன். நீங்க வாங்க...'' என்று அவர் தன்னுடைய வாகனத்தை ஓட்டிச் சென்றார். காரில் அமர்ந்ததும் இருவருமே பேசவில்லை. பத்து வருடங்களுக்கு முன்பு மனோ, லயா, சரவணன்... மூவரும் தகவல் தொழில்நுட்பத்துறையில் ஒன்றாகத்தான் வேலை பார்த்தனர்.

அனைவரும் கல்லூரியில் ஒன்றாக பயின்றவர்கள். மனோவிடம் லேசான பெண்மை தன்மை அவ்வப்போது வெளிப்படும். இருந்தாலும் லயா, சரவணன் இருவரும் அவனை கேலி கிண்டல் செய்யாமல் நல்ல நண்பனாக நடத்தினார்கள். நா ட்கள் செல்லச் செல்ல அவனுடைய பெண் தன்மை அதிகமானது. அலுவலகத்தில் வேலை செய்யும் மற்ற ஆண்கள் அவனை சீண்டுவதும், பெண்கள் அவளை பார்த்தாலே ரகசிய சிரிப்பு சிரிப்பதாக விதி விளையாட ஆரம்பித்தது.

அப்போது தலைமை அதிகாரியாக இருந்த சரவணன் இது பற்றி சரி செய்ய சில கூட்டங்களை போட்டு சீண்டிய பணியாளர்களை எச்சரித்தான். சில வக்கிரம் பிடித்த வேலையாட்களை வெளியேற்றவும் செய்தான். பிறகு மீண்டும் சில முறை இதே புகாரை மனோ கொடுக்கையில் சரவணன் சற்று எரிச்சலுடன் ''உனக்காக நான் எத்தனை பேரை பகைச்சிக்க முடியும்? மனோ நீ பார்த்து நடந்துக்க... எங்க போனாலும் உனக்கு இந்த தொல்லதான் இருக்குதுன்னு தெரியும். பிரச்னை உள்ள மனிதர்களிடம்இருந்து தள்ளி இருந்துக்க...'' என சொல்லிவிட்டு வீட்டுக்கு சென்று விட்டான் சரவணன்.

அன்றுதான் அவனை கடைசியாக பார்த்தது... சரவணன் அவனை அதற்கு பின் பல இடங்களில் தேடினான். அவன் குடும்பத்தினருக்கு தகவல் சொல்லியும் தேடினர். ஒரு முடிவும் எட்டவில்லை. அவனை காணவில்லை என ஒவ்வொரு நாளும் வருந்தியதுதான் மிச்சம்.பாவம் 12-ம் வகுப்பு படிக்கும்

அவனுடைய தங்கை மிகவும் நொந்து போய்விட்டாள். அவளுடைய கல்லூரி கனவு தகர்ந்தது. தினக்கூலி வேலைக்கு பெற்றோர்களுடன் செல்ல ஆரம்பித்தாள்.

"இனி எங்களுக்கு அவன் பிள்ளையே இல்லை... அவன் எங்கே போய் இருப்பான் என்று எங்களுக்கு தெரியும்" என்று சொல்லிவிட்டார்கள். ஆனாலும் முயற்சியை விடாத லயா, சரவணன் இருவரும் அவன் எங்கோ கண்டிப்பாக இருப்பான். எதுவும் செய்துகொள்ளும் அளவுக்கு அவன் கோழை இல்லை என பேசிக்கொள்வார்கள்.

அதன் பிறகு மனோ இல்லாத அலுவலகத்தில் வேலை செய்ய பிடிக்காமல் இருவரும் வேறு வேறு அலுவலகத்திற்கு மாறிவிட்டனர். இப்படி யோசித்துக் கொண்டே இருக்கும் போது ஒரு சிறு வீட்டின் முன் கார் நின்றது. ஜூலியட் சைகை காண்பித்து அமைதியாக வரச் சொன்னார். கதவை திறந்ததுதான் தாமதம் சரவணனையும், லயாவையும் கட்டிப்பிடித்து அழுதாள் வர்ணாவாக மாறிய மனோ.

ஆனந்தக் கண்ணீரில் நனைந்த வர்ணா இருவருக்கும் மாறி மாறி முத்தங்கள் தந்து நட்பினை வெளிப்படுத்தினாள். "லயா வா, வாடா சரவணா, உட்காருங்க... ஜூலியட் அக்கா நீயும் உட்காரு... மூணு பேருக்கும் டீ போடுகிறேன்..." என்று சொன்னாள் வர்ணா."அதெல்லாம் நாங்க கண்டிப்பா குடிக்கிறோம், நாங்க சொல்றதை கேட்கணும் சரியா? மனோ நீ உன் பழைய வாழ்க்கை, குடும்பம், நட்பை எல்லாத்தையும் விட்டுட்டு வந்துட்ட... உன் சூழ்நிலை எங்களுக்கு புரியுது... நீ சட்டுனு உன் அடையாளத்தை மாத்திக்கிட்ட. ஆனா, உன் திறமையை எல்லாம் வெளிக்காட்டாம ஏன் இந்த மாதிரி இருக்கிற? நீ இந்நேரம் தகவல் தொழில் நுட்பத்துறையில் மிகப்பெரிய ஆளாக இருக்க வேண்டிய ஒரு நபர்.

அது நினைவிருக்கா உனக்கு?" என்றாள் லயா.உடன் கலங்கிய கண்களுடன் வர்ணா, "என்ன செய்ய சொல்ற லயா? உடம்புக்கும் மனசுக்கும் ஏகப்பட்ட போராட்டம் நடக்கும்போதெல்லாம் பெத்தவங்க, கூட பொறந்த தங்கச்சி, வேலை, வருமானம், நண்பர்கள் அப்படின்னு நானே என்னை வருஷக்கணக்கா சமாளித்து பார்த்தேன். ஏதோ ஒரு வழியா என்னை நானே சரி பண்ணிக்கிட்டே இருந்தேன். ஆனா, காலம் செல்ல செல்ல அவமானமும் சீண்டலும் அதிகமான போது தான் ஏன் இந்த உருவம்? எனக்கு நானே கேள்வி கேட்டுதான் என்னை நானே இந்த உருவத்துக்கு மாத்திக்கிட்டேன்.

மாத்தினப்போ எனக்கு இருந்த வலியை விட நான் ஏதோ ஒரு சாதிச்ச மகிழ்ச்சி எனக்கு கிடச்சுது. இலக்கை தொட்டுட்டதா நினைச்சு உள்ளூர சந்தோஷப்பட்டேன். அந்த அர்த்தநாரீஸ்வரர் அம்சம் நான் என பெருமையா நெனச்சேன். ஆனா, அது நிரந்தரம் இல்லன்னு கொஞ்ச நாளிலேயே புரிஞ்சுகிட்டேன். திரும்பவும் அதே ஏளன பார்வை, அதே அவமானம், அதே சீண்டல் எல்லாமே தொடரத்தான் செஞ்சது. வேற வழி இல்லாம தேவை-

யில்லாத தொழிலுக்கு விரட்டப்பட்டேன்.

மனோவா இருந்து என்ன வேதனைப்பட்டேனோ அதே வேதனை இன்னும் சொல்லப்போனால் அதைவிட அதிகமான வேதனையைதான் இப்பவும் அனுபவிக்கிறேன்'' என வர்ணா கண் கலங்கினாள்.கண்ணீர் விட்ட தங்களின் நண்பனின் நிலையை பார்த்து சரவணன், லயா இருவரும் கண் கலங்கினர். ''சரி, மனோ உன் நிலைமை எனக்கு புரியுது. நீ திரும்ப வேலைக்கு வரணும்'' என்றான் சரவணன். ''இல்ல சரவணா... எனக்கு எல்லாம் மறந்துடுச்சுடா...''''பரவால்ல மனோ... ரெண்டு மூணு மாசம் நானும் லயாவும் பயிற்சி கொடுத்தால் போதும்'' என்றான் சரவணன்.

''சரி என்னதான் வருணாவா மாறினாலும் என் குடும்பம் பத்தி அடிக்கடி நினைக்கிறேன். என்னால் அவங்களுக்கு உதவ முடியலன்னு ராவும் பகலும் கண்ணீர் விடறேன். அடிக்கடி என் தங்கச்சி என்கிட்ட இப்பவும் போன்ல பேசுவா, அப்பா, அம்மா கூலி வேலைக்குதான் இப்பவும் போறாங்களாம்... தங்கச்சி துணிக் கடைக்கு வேலைக்கு போகுதாம். அதை கல்லூரியில் படிக்க வைக்கணும்னு நினைச்சேன்... அது இல்லாம இப்ப கல்யாணம் பண்ணணும்னு நினைக்கிறேன். என்னால முடியல... 27 வயசுக்கு மேல கல்யாணமும் பண்ணி கொடுக்க முடியல... காசு பணம் இல்லாம வர மாப்பிளை எல்லாம் தட்டி தட்டி போகுதாம்.

அதுக்காக மட்டுமாவது நான் சம்பாதிக்கணும்னு நினைக்கிறேன் சரவணா...'' ''அம்மாவை அப்பாவை அதுக்கப்புறம் போய் பார்த்தியா மனோ?'' ''இல்ல சரவணா, என்ன ஊருக்கு வர வேணாம்னு சொல்லிட்டாங்க ... நீ இப்ப இருக்கிறதும் ஒண்ணுதான், இல்லாததும் ஒண்ணுதான் அப்படின்னு கண்ணீர் விடுறாங்க. பாவம் அவர்களுக்கு என்னென்ன கனவு இருந்திருக்கும் ? எனக்கு எல்லாமே புரியுது, என்னை என்ன பண்ண சொல்ற சொல்லு சரவணா?

இப்போதும் அப்பப்ப 500, 1000 அனுப்புறேன்... வாங்கிக்கிறாங்க. ஆனா, ஊர் பக்கம் எட்டிப் பார்க்காத... அப்புறம் நாங்க உயிரோட இருக்க மாட்டோம்னு சொல்லிட்டாங்க'' என்றாள் வர்ணா விரக்தியாக... ''சரி, அதெல்லாம் போகட்டும், இப்பவாவது வெளியுலகத்துக்கு வர்றியா மனோ?''''அப்பயும் சீண்டல்... இப்பவும் அதே சீண்டல் ஏளனம், கேவலப் பார்வை இருக்கத்தான் செய்யுது... பரவாயில்லை நான் வரேன்... இதோ ஜூலியட் அக்காவுக்கும் ஒரு ஹோட்டலில் டீ மாஸ்டர் வேலை கிடைச்சிருக்கு, நாங்க நாளையிலிருந்து வெளி உலகத்துக்கு வர்றோம் சரியா? சரவணா'' என்றாள் வர்ணா.

பின் வர்ணா தயாரித்த மசாலா டீயை பருகிய சரவணன், லயா இருவரும் தங்கள் பழைய நண்பனுடன் பழங்கதைகள் பேசி சிரித்தது மத்தாப்பு வானிலிருந்து உதிர்வதாக இருந்தது. அப்போது சிட்டுக்குருவிகள் வீட்டுக்குள் அங்கும் இங்கும் பறந்து விளையாடிக் கொண்டிருந்தன. மனோவாக மாறிய

வர்ணா, இப்போது தன்னுடைய குடும்பத்திற்காக திரும்பவும் மனதளவில் மனோவாக மாறி சம்பாதிக்க போகிறான். - **தொகுப்பு: பா.தேவிமயில் குமார்**

9. திருநங்கை ஸ்ரீஜா

குடும்பத்தினரின் ஆதரவு இருந்தால், திருநங்கைகளால் நிறைய சாதிக்க முடியும் என்கிறார் திருநங்கை ஸ்ரீஜா. படிப்பு, திருமணம், அன்பான கணவர், வேலை, பொருளாதார நிறைவு என்று அமைந்திருக்கும் தன் வாழ்க்கையே அதற்கு சாட்சி என்கிறார், கணவர் அருண் குமார் கரங்களைப் பிடித்தபடி.

தூத்துக்குடியைச் சேர்ந்த அருண்குமார் - ஸ்ரீஜா தம்பதி, தமிழ்நாட்டின் முதல் ஆண் - திருநங்கை தம்பதியாக திருமணப் பதிவு செய்தவர்கள். அதற்காக சட்டப் போராட்டம் நடத்தியவர்கள். உற்சாகமாக தன் கதை சொல்ல ஆரம்பித்தார் ஸ்ரீஜா.

``என் பேரு ஸ்ரீஜா. ஆங்கில இலக்கியம் படிச்சிருக்கேன். பையனா பிறந்தாலும் பத்து வயசுல இருந்து பொண்ணு மாதிரி டிரெஸ் பண்ணிக்க, நடந்துக்கத்தான் விரும்பினேன். இது தப்புனு வீட்டுல சொன்னாங்க. பத்தாவது படிச்சப்போ, என் சித்திகிட்ட என்னோட உடல்லயும் மனசுலயும் ஏற்படுற மாற்றங்களைச் சொன்னேன். அவங்க, `சிலருக்கு அப்படித்தான் இருக்கும், நீதான் கன்ட்ரோல் பண்ணிக்கணும்'னு சொன்னாங்க. என்னால முடியல. அப்போதான், நான் ஒரு திருநங்கை என்பதை உணர்ந்தேன்.

நிறைய கேலிகளைச் சந்திச்ச பிறகு, சர்ஜரி பண்ணிகிட்டு பொண்ணா மாறி வாழ ஆசைப்பட்டேன். என் மாற்றம், என் சித்திக்கு மட்டுமே தெரிஞ்ச விஷயம். என் அம்மா, தம்பி, ஆச்சிக்குத் தெரியாது. என் அப்பா, நான் சின்ன வயசா இருந்தப்பவே இறந்துட்டாரு.

எனக்கு டைரி எழுதுற பழக்கம் இருக்கு. ஒருநாள் என்னோட டைரியை அம்மா பார்த்துட்டாங்க. அதுக்கப்புறம்தான், என்னோட திருநங்கை அடையாளம் பற்றி என் அம்மாவுக்கும் தம்பிக்கும் தெரிய வந்தது.

சர்ஜரி பண்ணணும்னு அம்மா, தம்பிகிட்ட சொன்னேன். முதல்ல அம்மா ஒத்துக்கல. ஆனா, தம்பி எனக்கு ரொம்ப ஆதரவா இருந்தான். ``அக்கா என்ன ஆசைப்படுதோ அதைச் செய்யலாம்மா"னு சொன்னவன், என் உணர்வுகளைப் புரிஞ்சுக்கிட்டு என்னை `அக்கா'னும் சொல்லி அங்கீகாரத்தைக் கொடுத்தான். அப்புறம் அம்மாவும் சர்ஜரிக்கு ஒத்துக்கிட்டாங்க. சர்ஜரியும் நடந்துச்சு. அதுக்கு அப்புறம் ஒரு வருஷம் என்னால படிக்க முடியல.

எனக்கு காலேஜ் படிக்கணும், வேலைக்குப் போகணும்னு நிறைய ஆசை. ஆனா, திருநங்கை என்பதால எங்கேயும் சீட் தர மாட்டாங்க, என்னால வேலைக்குப் போக முடியாதுனு சொந்தக்காரங்க கிண்டல் பண்ணினாங்க. அவங்க முன்னாடி நல்லா படிச்சு, வாழ்ந்து காட்டணும்னு நினைப்பேன். நான் அப்ளை பண்ணியிருந்த காலேஜ்ல பி.ஏ இங்கிலீஷ் படிக்கிறதுக்கு சீட்-

டும் கிடைத்தது.

காலேஜ்ல சேர்ந்த முதல் வருஷத்துல எனக்கும் அருணுக்கும் காதல் ஏற்பட்டுச்சு. எட்டு மாசத்துல ரெண்டு பேரும் கல்யாணம் பண்ணிக்கிட்டோம். என் வீட்ல அம்மாவும் தம்பியும் ரொம்ப சப்போர்ட்டா இருந்தாங்க. ஆனா, அருண் வீட்டில் எங்கள ஏத்துக்கவே இல்ல.

எங்க கல்யாணத்தை பதிவு பண்ணணும்னு நானும் அருணும் விரும்பினோம். ஆனா, திருமணப் பதிவு விண்ணப்பத்தில் திருநங்கைனு ஒரு பிரிவே இல்லை. எங்களால திருமணத்தை பதிவு பண்ண முடியல. கோர்ட் வரைக்கும் போய், அந்த உரிமையைப் பெற்று, தமிழ்நாட்டின் முதல் ஆண் - திருநங்கை தம்பதியா எங்க திருமணத்தைப் பதிவு செஞ்சோம்.

எங்க திருமணத்துக்கு சட்ட அங்கீகாரம் கிடைச்சது. அது மட்டுமல்லாம கலப்புத் திருமணத்துக்கான சலுகைகளும் எங்களுக்குக் கிடைச்சது. ஆனா, எங்க கல்யாணத்துக்குப் பிறகு, அருண் வேலை செஞ்சுட்டு இருந்த இடத்துல இருந்து அவரை நீக்கிட்டாங்க.

நான் மூன்றாமாண்டு படிக்கும்போது, சாலிட் வேஸ்ட் மேனேஜ்மென்ட் சார்ந்த ஒரு நிறுவனத்தின் கான்ட்ராக்ட்ல ஒரு வருஷம் வேலை பார்த்தேன். அப்போ அருணுக்கு வேலை இல்லை. எங்களப் பத்தி தெரிஞ்ச ஒருத்தரு, எங்க கதையை டாக்குமென்டரியா எடுக்கணும்னு கேட்டாரு. அவர் மூலமா சுபத்ரா தேவி மேடம் அறிமுகம் ஆனாங்க. அவங்க, எங்க வாழ்க்கையில ரொம்ப முக்கியமானவங்க. நான் படிப்பை முடிச்சதும் மேடம் தன்னோட நிறுவனத்தில், எனக்கு சூப்பர்வைசர் வேலை கொடுத்தாங்க. நிறைய பயிற்சிகளைக் கொடுத்து, பிறகு மேனேஜராக்கினாங்க. அருணுக்கு அதே கம்பெனியில சூப்பர்வைசர் வேலை கிடைச்சது. எங்க எம்டி சுபத்ரா தேவி `Younited' என்ற ஒரு டிரஸ்ட் வச்சிருக்காங்க. அதுல நானும் அருணும் தன்னார்வலர்களா இருக்கோம்.

நான் திருநங்கையா மாறுனதுக்கு அப்புறம் இந்தச் சமூகமும் என்னைச் சுத்தி இருந்தவங்களும், என்னால படிக்க முடியாது, எனக்கு வேலை கிடைக்காது, கடைசி வரைக்கும் நான் தனியாதான் இருப்பேன்னு நிறைய பேசுனாங்க. ஆனா அது எல்லாத்தையும் முறியடிக்கிற விதமா நான் நல்லா படிச்சேன், என்னைக் காதலிக்கிற அன்பான ஒரு கணவர் கிடைச்சாரு. எனக்குக் கீழ பதினஞ்சு பேரு வேலை பாக்குற அளவுக்கு ஒரு கம்பெனியோட மேனேஜரா இருக்கேன்.

என்னால எதுவுமே முடியாதுன்னு சொன்னவங்க முன்னாடி எல்லாத்தையும் முடிச்சிக் காட்டியிருக்கேன். இதுக்கு என்னோட அம்மா, தம்பி, கணவர் மூணு பேரும்தான் காரணம். சமூகத்துல எவ்வளவு சிக்கல்கள் திருநங்கைகளுக்கு இருந்தாலும் அவங்களுடைய குடும்பத்துல இருக்கிறவங்க ஆதரவா நின்னா கண்டிப்பா அவங்களால சாதிக்க முடியும். இதுதான் நான் என்னோட வாழ்க்கைல கத்துக்கிட்டேன்" - தன்னம்பிக்கையுடன் கூறுகிறார்

ஸ்ரீஜா அருண்குமார்.

10. திருநங்கை - வெ.நீலகண்டன்

இந்த எபிசோடை காவ்யாவோட மெயில்ல இருந்து தொடங்கலாம். ‘எனக்காக ஒரு பத்து நிமிஷம் ஒதுக்க முடியுமா’ங்கிற பீடிகையோடதான் அந்த மெயிலை ஆரம்பிச்சிருந்தாங்க. காவ்யா, ஒரு திருநங்கை. காவ்யாவுக்கு நர்சிங் படிக்கனும்ன்னு ஆசை. ஆனா காலம் அவங்களை வேற வேற எல்லைடகளுக்குத் துரத்திக்கிட்டே இருக்கு.
காவ்யா ரொம்பவே உணர்வுப்பூர்வமா மெயில்ல பேசியிருக்காங்க.

"திருப்பத்தூர் பக்கத்துல ஒரு சின்ன கிராமத்துல பெறந்தவ நான். மூணு அண்ணன், ரெண்டு அக்கான்னு பெரிய குடும்பம். குடும்பத்தில எல்லாரும் என்னை ஆண்பிள்ளையாதான் பாத்தாங்க. ஆனா, ஆறேழு வயசுலயே என் உடம்பொரு மாதிரியும் மனசொரு மாதிரியும் இருக்கிறதை உணர்ந்துட்டேன். வளர, வளர எனக்குள்ள பெண்மையும் வளர்ந்துச்சு. அம்மா, அக்காவோட உடையைப் போட்டுப் பார்க்கிறது, லிப்ஸ்டிக் பூசிக்கிறது, ஃபேரன் லவ்லியை அள்ளி அப்பிக்கிறதுன்னு யாருமில்லாத நேரத்துல பரிபூரணமான பெண்ணா என்னை நான் மாத்திப்பாத்து சந்தோஷப்பட்டேன். ஆனா இதையெல்லாம் எவ்வளவு காலம் ஒழிஞ்சு ஒழிஞ்சு செய்ய முடியும். ஒருநாள் வீட்டுல கையும் களவுமா பிடிச்சுட்டாங்க. திட்டு, அடி, உதை... நான் என்னோட பிரச்னையை சொல்ல முயற்சி பண்ணேன். எனக்கும் சொல்லத் தெரியலே. அவங்களாலயும் புரிஞ்சுக்க முடியலை.
பாலினம்: வீட்டுல மட்டுமில்லை... வெளியில போனாலும் பிரச்னைதான். எங்க உடல்மொழியை வச்சு கேலி பேசுறது, தப்புத் தப்பா பேரு வச்சு மனசொடிய வைக்கிறதுன்னு நிறைய நடக்கும். ஸ்கூல்ல பொண்ணுங்ககூடவே இருக்கணும்னு தோணும். பாத்ரூம் போறதுகூட பெரிய பிரச்னை. உடலளவுல பையனா இருந்துட்டு பெண்கள் பாத்ரூமுக்குள்ள நுழைய முடியாது. பசங்க பாத்ரூம் போய் அவங்க பக்கத்துல நின்னு பாத்ரூம் போகவும் முடியாது. இந்த அவஸ்தையையெல்லாம் ஒரு ஆணாலயோ பெண்ணாலயோ முழுசா உணரமுடியாது சார்... ஒரு திருநங்கையா இருந்தாமட்டும்தான் புரியும்.

அந்த நேரத்துல நம்மைப் புரிஞ்சுக்கிட்ட ஓர் உயிரை எங்காவது பார்க்க மாட்டோமான்னு இருக்கும். அப்போதான் சுதாம்மாவைப் பாத்தேன். அப்போ நான் எட்டாவது படிச்சுக்கிட்டிருந்தேன். சுதாம்மா, தினமும் எங்க ஸ்கூலைக் கடந்து போவாங்க. முதல் பார்வையிலேயே சுதாம்மா என்னை அடையாளம் கண்டுக்கிட்டாங்க. ஒருநாள் என்னை அவங்க வீட்டுக்குக் கூட்டிக்கிட்டுப் போனாங்க. அங்கே என்னை மாதிரி நிறைய பேர் இருந்தாங்க. அவங்க எல்லார்கிட்டயும் என் மகள்ன்னு என்னை அறிமுகம் செஞ்சாங்க. நிச்சயமா

நான் இங்கேயிருக்க வேண்டியவதான்னு புரிஞ்சுச்சு. "அம்மா நான் இங்கேயே இருந்திர்றேன்னு சொன்னேன்..."

"அது ரொம்ப தப்பும்மா... நீ எப்போ வேணும்னாலும் வந்து போகலாம். ஆனா நீ இருக்க வேண்டியது உன் அப்பா அம்மா கூடத்தான்"னு அனுப்பி வச்சாங்க.

நாளாக நாளாக வீட்டுல கொடுமைகள் அதிகமாச்சு. அடி, உதை, அவமானம்... ஒருநாள் இரவு யாருக்கும் தெரியாம கொஞ்சம் துணிகளை எடுத்துக்கிட்டு சுதாம்மா வீட்டுக்கே வந்துட்டேன்..."ன்னு தொடருது காவ்யாவோட மெயில்.

போனவரைக்கும் சரின்னு காவ்யாவைத் தேடக்கூட இல்லையாம் அவங்க வீட்ல. அப்பா அம்மாக்கிட்ட சேர்த்து வைக்க சுதாம்மா எடுத்த முயற்சிகளுக்கும் பயனில்லை. இனிமே அவ எங்க வீட்டுப்பக்கம் வரக்கூடாதுன்னு சொல்லி தலைமுழுகிட்டாங்க.

பெண்: "சுதாம்மாவோட அரவணைப்புல வளர்ந்தேன். என்னை அழைச்சுக்கிட்டு சென்னைக்கு வந்துட்டாங்க. திருநங்கைகளோட உலகத்துல நானும் வாழ்ந்தேன். சித்தி, அத்தை, பாட்டின்னு நிறைய உறவுகள் கிடைச்சாங்க. சுதாம்மா என்னை படிக்க வச்சாங்க. ஒரு கட்டத்துக்கு மேல படிப்புல நாட்டம் போகலே. என்னதான் மனதளவுல பெண்ணா இருந்தாலும் உடம்புல ஒட்டிக்கிட்டிருக்கிற உறுப்பு ஒவ்வொரு நொடியும் நீ ஆம்பளை ஆம்பளைன்னு சொல்லாமச் சொல்லிக்கிட்டிருக்கும். மும்பைக்குப் போனா ஆபரேஷன் பண்ணிடலாம்ன்னு கூட இருந்தவ சொன்னதை நம்பி கிளம்புனேன்.

ஆபரேஷனுக்கு நிறைய செலவாகும்ன்னு சொன்னாங்க. என்னதான் கடைகடையா ஏறி இறங்கி கைதட்டி காசு கேட்டாலும் ஒருநாளைக்கு இருநூறு ரூபா கிடைச்சாப் பெருசு. சாப்பாட்டுக்கே அது சரியாப் போகும். எங்களுக்கிருக்கிற ஒரே வழி... பாலியல் தொழில்... எங்களுக்கு விதிச்ச விதி அது. அந்த படுகுழியில விழுந்தேன். மூணு வருஷம்... மும்பை வாழ்க்கையில சம்பாதிச்ச பணத்தை வச்சு அறுவை சிகிச்சை செஞ்சுக்கிட்டு முழுமையான பெண்ணா சென்னைக்கு திரும்ப வந்தேன். திரும்பவும் சுதாம்மா கால்லபோய் விழுந்தேன். அவங்க என்னை ஏத்துக்கிட்டாங்க..." - காவ்யாவோட பகிர்வு ரொம்பவே விரிவா இருக்கு.

அருண்ங்கிற ஆட்டோ டிரைவர் காவ்யாவுக்கு பழக்கமானதுல இருந்து காவ்யா வாழ்க்கையில இன்னொரு பிரச்னை ஆரம்பிக்குது. பொதுவா திருநங்கைகள் தன்னை ஒரு ஆண் திருமணம் செஞ்சுக்கனும்னு விரும்புறது ரொம்பவே இயல்புதான். பிறப்புல பிழையாகி மனதும் உடலும் வேற வேறயா பிறக்கிற திருநங்கைகள் தன்னை இந்த உலகம் பெண்ணுன்னு ஏத்துக்கணும்னுதான் காலம் முழுதும் போராடுறாங்க. ஒரு ஆண் தன்னை நேசிக்கிறதுலதான் அது பரிபூரணமாகும்ன்னு நம்புறாங்க. காவ்யா, அருணோட காதல்ல விழுந்துட்டாங்க.

"எனக்கும் அருண் மேல காதல் இருந்துச்சு. ஆனா, இந்த உலகம் நம் உறவை ஏத்துக்காதுன்னு எதார்த்தத்தை அவருக்கு புரிய வைக்க முயற்சி செஞ்சேன். வாழ்ந்தா உன்னோடதான்னு உறுதியா நின்னார். ஒரு கட்டத்துல அவர்தான் என் உலகம்ன்னு நினைக்க ஆரம்பிச்சுட்டேன். இதுவரைக்கும் நான் சேர்த்து வச்சிருந்த பணம், நகைன்னு எல்லாத்தையும் அவருக்காக இழந்தேன். கூட இருந்த பல தோழிகள் என்னை எச்சரிச்சாங்க. எதுவும் என் காதுல ஏறலே. ரெண்டு பேரும் ஒரு கோயில்ல வச்சு திருமணம் செஞ்சுக்கிட்டோம். அண்ணாநகர்ல ஒரு வீடு பிடிச்சு தங்கினோம். கடன் வாங்கி ஆட்டோ வாங்கிக்கொடுத்தேன். இரவு மட்டும்தான் வீட்டுக்கு வரு-வார். விடியறதுக்கு முன்னால எழுந்து போயிடுவார். என்கிட்ட இருந்த காசு பணத்தையெல்லாம் பறிச்சுத் தின்னபிறகு என்னை வெறுத்து ஒதுக்க ஆரம்-பிச்சுட்டார்.

காதல்: படிப்படியா குடிக்கு அடிமையானார். அடிக்க ஆரம்பிச்சார். ஒரு கட்டத்துல வீட்டுக்கே பெண்களை அழைச்சுட்டு வந்தார். என்னை அடிச்சு வெளியில துரத்திட்டு அந்த பெண்ணோட இருப்பார். இரவு முழுவதும் பைத்தியம் மாதிரி ரோட்டுல நின்னிருக்கேன். என்ன இருந்தாலும் நீ பொண்-ணாக முடியுமா, எனக்கு ஒரு குழந்தையைப் பெத்துத்தர முடியுமான்னு கேப்-பார்.

அவர் கேக்குறது நியாயம் தானே... நாங்கள்லாம் பாவப்பட்ட பிறப்புங்-கதானே... நீங்களே சொல்லுங்க... நாங்க இப்படி பொறக்கனும்ன்னு வரம் வாங்கிட்டா வந்து பிறந்தோம்..."- மெயில் நிறைய துயரங்களை சுமந்துக்கிட்-டிருந்தது.

காவ்யா மட்டுமில்லை... ஆண்களை நம்பி வாழ்க்கையை தொலைச்சுட்டு பைத்தியமான, தற்கொலை செஞ்சுக்கிட்ட பல திருநங்கைகளை நான் பாத்-துருக்கேன். உண்மையில நம் சமூகத்தில ரொம்பவே பாவப்பட்ட உயிர்க-ளாத்தான் திருநங்கைகள் வாழ்ந்துக்கிட்டிருக்காங்க.

கல்கி மாதிரி, பிரியா பாபு மாதிரி பொது விஷயங்களுக்காகவும் களத்-துக்கு வர்ற அளவுக்கு திருநங்கைகள் வளர்ந்திருக்காங்க. மாடலிங்ல, காவல்துறையில, மருத்துவத்துறையில, போக்குவரத்துத் துறையிலன்னு எல்-லாத் துறைகள்லயும் திருநங்கைகளோட பங்களிப்பு இருக்கு. ஆனா, இன்-னைக்கும் பல திருநங்கைகளுக்கு பாலியல் தொழில்தான் வாழ்வாதாரமா இருக்குங்கிறது பெரிய முரண். இதுக்கு நாமளும் ஏதோவொரு வகையில காரணம்.

முதல்ல திருநங்கைகள் பத்தி நம்ம பார்வை எப்படியிருக்கு? ஆண் மாதிரி பெண் மாதிரி திருநங்கைகள் மூன்றாம் பாலினம். ஆணாப் பிறந்து பெண் மனதோட வாழுறவங்களைப் போலவே பெண்ணாப் பிறந்து ஆண் மனதோட வாழ்றவங்களும் நம் சமூகத்தில நிறைய இருக்காங்க. அவங்களை திருநம்-பிகள்ன்னு சொல்றோம். சக ஜீவிகளா நம்மகூட வாழ்ற இவங்களைப் பத்தி

நமக்கு எந்தளவுக்கு புரிதல் இருக்கு?

திருநங்கை உருவாகுறது பழக்க வழக்கத்தாலையோ, வளர்ப்பாலயோ இல்லை. பிறப்பிலேயே நிகழ்கிற பிழை. மிகப்பெரிய பாலினச் சிக்கலோட பிறக்கிற பிள்ளைகளோட பிரச்னையைப் புரிஞ்சுக்கிட்டு எத்தனை பெற்றோர் ஆதரவு கொடுக்கிறாங்க. அடியும் உதையும் அவமானமும்தானே இன்னைக்-கும் துரத்துது.

பெண், ஆண்: திருநங்கைகளை நாம எப்படிப் பார்க்கிறோம். பொதுவிடத்தில கைதட்டி காசு கேக்குறவங்களா, பிச்சையெடுக்கிறவங்களா, கோபம் வந்தா துணியைத் தூக்கிக்காட்டி சண்டை போடுறவங்களா, பாலியல் தேவைக்காக அலையுறவங்களாத்தானே தெரிஞ்சு வச்சிருக்கோம்.

ஆணுடலோட பெண்ணும், பெண்ணுடலோட ஆணுமா இருக்கிற ஒரு வாழ்க்கையை உங்களால கற்பனை செஞ்சுபாக்க முடியுதா? அவங்க வாழ்-நாள் முழுவதும் அந்த துயரத்தை சுமக்கிறாங்க. எந்த நிமிடத்துல தன் உடம்பிலருந்து ஆணுக்கு அடையாளமா இருக்கிற உறுப்பு அறுந்து விழு-குதோ அதுதான் அவங்க பரிபூரணமாகுற நேரம்.

இன்னைக்கு அரசு மருத்துவமனைகள்லயே பாலின மாற்று அறுவை சிகிச்சை செய்றாங்க. அந்தக்காலத்துல அந்த வசதிகளெல்லாம் இல்லை. நாற்பது வயதான திருநங்கைகள்கிட்ட பேசினிங்கன்னா அந்த துயரக்கதை-யைச் சொல்லுவாங்க. வசதியான திருநங்கைகள் செலவுபண்ணி தாய்லாந்-துக்குப் போய் அறுவை சிகிச்சை செஞ்சுக்குவாங்க. வசதியில்லாத அபலை திருநங்கைகளுக்கான அறுவை சிகிச்சை சுடுகாட்டுலதான் நடக்கும்.

இறந்துட்டாப் புதைக்க குழி வெட்டி வச்சுட்டுத்தான் அறுவை சிகிச்-சைக்கான ஏற்பாட்டையே தொடங்குவாங்க. அறுவை சிகிச்சை செய்யப்பட வேண்டிய திருநங்கையை சுடுகாட்டுக்கு அழைச்சுட்டுப் போய் விரும்பிய தின்பண்டத்தையெல்லாம் சாப்பிட வைச்சு கிட்டத்தட்ட வாழ்க்கையோட இறுதிநாளா அதை உணரவைப்பாங்க. அனுபவமுள்ள மூத்த திருநங்கை நள்ளிரவுல அவங்க ஆணுறுப்பை சவரக்கத்தியால வெட்டி எடுப்பாங்க. கொட்டுற ரத்தத்தோட பூண்டுத்தோலை புகையவிட்டு அந்தப்புகையை வெட்-டுக்காயத்துல படவிடுவாங்க. அதுதான் வைத்தியம். அறுவை சிகிச்சை செஞ்ச காயத்துல சீல் வச்சு காலம் முழுவதும் அவதிப்பட்ட பல திருநங்-கைகள் இருக்காங்க.

குடும்பத்தால புறக்கணிக்கப்பட்டு, ஏந்தலில்லாம தெருவுல நின்னு, எதை-யெல்லாம் இந்த சமுகம் இழிவுன்னு சொல்லுதோ அதையெல்லாம் செய்ய நிர்ப்பந்திக்கப்பட்டு சந்திக்கக்கூடாத துயரங்களையெல்லாம் சந்திச்ச மூத்த தலைமுறை போல இல்லாம இன்னைக்கு அங்கீகாரத்தோட வாழ ஆரம்-பிச்சிருக்காங்க திருநங்கைகள். கோபத்துல உடையைத் தூக்கிக் காட்டுறதும் பொதுவெளியில எதிர்நிலையெடுத்து நிக்குறதும் சமூகத்துமேல அவங்க காட்-டுற எதிர்ப்புணர்வு. அவங்க சந்திக்கிற துயரங்களைப் புரிஞ்சுக்கிட்டா நாம

அவங்களைப் பாக்குற பார்வையே மாறும்.

பெண் சுதந்திரம்: திருநங்கைகளோட வாழ்க்கைமுறை பத்தி நம்மள்ல பலபேருக்குத் தெரியாது. வீட்டுல இருந்து துரத்தப்பட்டு நிராதரவா ஓடிவர்ற ஒரு திருநங்கைக்கு இன்னொரு திருநங்கைதான் ஆதரவு. ஒரு திருநங்கைதான் விரும்பும் எந்தத் திருநங்கையையும் அம்மாவா ஏற்கலாம். ஒரே தகுதி, தன்னைவிட வயசுல மூத்தவங்களா இருக்கனும். ஒரு திருநங்கையை மகளாக ஏத்துக்கிற சடங்குக்கு 'மடிக்கட்டுதல்'ன்னு பேரு. பெரியவங்க முன்னிலையில, ஒரு தாம்பாளத்தில வெற்றிலை, பாக்கு, சேலை, பூ, பழம், ஒண்ணேகால் ரூபா காசு வச்சு, 'ஆகாயமறிய, பூமியறிய, பெரியவங்க, சின்னவங்க அறிய இன்னையில இருந்து எனக்கு நீ மகளா வர சம்மதமா'ன்னு கேப்பாங்க. அந்தத் திருநங்கை, அம்மாவோட காலைத் தொட்டுக் கும்பிட்டு, 'சம்மதம்'னு சொல்லி தாம்பாளத்தை வாங்கிக்கணும். அதுக்குப்பிறகு அந்த திருநங்கை பிறவா மகளா ஆயிடுவா. நல்லது கெட்டது எல்லாமும் அம்மாவோட பொறுப்பு.

ஒரு திருநங்கை எத்தனை மகள்களை வேணுன்னாலும் தத்தெடுக்கலாம். திருநங்கைகள் தங்கள் மூத்தவர்களுக்கு நிறைய மரியாதை கொடுப்பாங்க. அம்மாவை 'குரு'ன்னுதான் அழைப்பாங்க. அவங்க சொல்றதுதான் வேதவாக்கு. அம்மா நிற்கும்போது மகள்கள் உட்கார மாட்டாங்க. குறுக்கிட்டுப் பேசமாட்டாங்க. அவ்வளவு அன்பு, மரியாதை, கட்டுக்கோப்பு.

திருநங்கைகளோட ஆசையே இந்த சமூகம் தங்களை பொண்ணா அங்கீகரிக்கணும்ங்கிறதுதான். கழுத்துல மஞ்சள் தாலி சரசரக்க, அத்தான்னு ஒரு ஆணை கைபிடிச்சுக்கிட்டு நடந்துட்டா ஒரு திருநங்கை முழுமையடைஞ்சுடுவாங்க. ஆனா, நிறைய ஆண்கள் திருநங்கைகளை ஏமாத்துறாங்க. ஆசைதீர அவங்களை அனுபவிச்சுட்டு, அவங்க சம்பாத்யத்தை பறித்துத் தின்னுட்டு, குற்ற உணர்வே இல்லாம கைவிட்டுட்டுப் போயிடுறாங்க. எத்தனையோ பெண்கள் இருக்கும்போது நீதான் உலகம்னு வர்ற ஒரு ஆணை திருநங்கைகள் தெய்வத்துக்குச் சமமா நினைக்கிறாங்க. ததும்பத் ததும்ப காதலிக்கிறாங்க. நம்பிக்கையாவும் உண்மையாவும் இருக்காங்க. திருநங்கைகளைப் பலவீனப்படுத்துற கேள்வி, உன்னால குழந்தை பெத்துத் தரமுடியுமாங்கிறதுதான்.

குழந்தை: இந்த வார்த்தை திருநங்கைகளை பதற்றத்தில் ஆழ்த்துது. அவங்க கனவுகளை கலையவைச்சு சிதறடிக்கிற கேள்வி இது. காவ்யாவையும் அந்தக் கேள்வியாலதான் காயப்படுத்தியிருக்கார் அவங்க கணவர்ன்னு சொல்லப்படுற ஆண். அவர் மேல சட்ட நடவடிக்கைகள் எடுக்கமுடியும். அது தொடர்பான வழிகாட்டுதல்களை காவ்யாவுக்குக் கொடுத்திருக்கேன்.

திருநங்கைகள் பொதுவெளியில முரட்டுத்தனமா அடையாளப்படலாம். உண்மையில அவங்க ரொம்ப மென்மையான மனம் கொண்டவங்க. எந்த அன்பையும் சந்தேகிக்காம அப்படியே ஏத்துக்குவாங்க. அவங்க காதல்

ரொம்பவே தூய்மையானது. உறுதியானது. ஏற்கெனவே புறக்கணிப்புகளையும் வலிகளையும் மட்டுமே எதிர்கொண்டு நம்பிக்கையோட உங்கள் கரம் பற்றிக்கிற திருநங்கைகளை ஏமாத்தாதீங்க... அவங்க சிந்துற கண்ணீர் காலம் முழுவதும் விடுபட முடியாத சாபமா மாறும்!

11. ஓரின சேர்க்கை - குகன்

கோவா படத்தை பார்த்து வெளியே வந்து நண்பர் ஒருவர் என்னிடம், " அரவிந்த் - சம்பத் 'கே' உறவு முறை பல பேருக்கு புரியவில்லை. அதனாலேயே காமெடி தெரியல" என்றார். ('கோவா' படத்தில் காமெடியே இல்லை என்ற வாதத்திற்கு நான் வரவில்லை).

'கேர்ல் பிரண்ட்' (ஹிந்தி) படத்தில் இஷா கோபிகர் தன் தோழி அம்ருதாவை தன்னுடன் வைத்து கொள்ள அவள் காதலனை கொலை செய்யக் கூட துணிகிறாள். படம் வெளிவந்ததும் பெரிய சர்ச்சையானது. அது மட்டுமில்லாமல், 'கேர்ல் பிரண்ட்' வார்த்தையே கெட்ட வார்த்தையாக நினைத்தார்கள்.

'ஃபையர்' (ஆங்கிலம் & ஹிந்தி) படம் வெளியான போது பல இடங்களில் படத்தின் போஸ்டர் பற்றி எரிந்தது.

இப்படி ஓரின சேர்க்கையை பற்றி படம் வந்தால், ஒன்று புரியாமல் இருக்கிறது அல்லது சர்ச்சைக்குளாகிறது. நம் நாட்டில் திருநங்கைக்காக மீது காட்டும் அன்பும், அனுதாபம் கூட இவர்கள் மீது காட்டுவதில்லை என்பது தான் நிதர்சனம். திருநங்கைக்காக போராடுபவர்கள் கே, லெஸ்பியன் போராடுகிறார்களா என்று தெரியவில்லை. ஆனால், பலர் இதை வெளிப்படையாக பேச பயப்படுகிறார்கள். காரணம், நம்மை ஓரின சேர்க்கை பட்டியலில் சேர்த்து விடுவார்களோ என்ற அச்சம். இதை மன நிலை நோய் என்று கருதும் சமூகத்தில் நாமும் ஒதுக்கப்படுவமோ என்று தயக்கம் இன்னொரு புரம். திருநங்கை பற்றி தெரிந்த அளவுக்கு கூட ஓரின சேர்க்கையை பலருக்கு தெரியவில்லை.

உலகம் தோன்றி பல ஆயிர வருடங்களானதில் இருந்து ஆண்-பெண் உறவு போல் ஆண்-ஆண், பெண் - பெண் உறவுகள் இருந்துக் கொண்டு தான் இருக்கிறது. சாக்ரடீஸ், மகா அலெக்சாண்டர், ஜூலியஸ் சீசர், மைக்கேல் ஏஞ்சலோ, பைரன், ஆஸ்கர் ஒயில்ட் என்று தொடங்கி இன்றைய பாடகர் எல்டன் ஜான் வரை நீளுகிறது. இப்படி பல ஆயிர வருடங்களாக இருக்கும் உறவை ஐக்கிய நாடுகள் சபையின் உலக சுகாதார நிறுவனம், ஒரு பால் உறவை மனநலக் கோளாறாகத் தன் பட்டியலில் வைத்திருந்ததை 1993ல் நீக்கியது.

அமெரிக்க மன நல சிகிச்சையாளர் சங்கத்தில் இருந்து 1973வில் ஹோமோசெக்ஷுவாலிட்டியை மன கோளாறுகள் பட்டியலிருந்து எடுத்துவிட்டது.

ஒரு சில நாடுகளொரின சேர்க்கைக்கு அங்கிகரிக்க வில்லை என்றாலும் பரவாயில்லை. அதை பெரிய குற்றமாக கருதி மரண தண்டனை, ஆயுள் தண்டனை கூட வழங்குகிறது.
இப்படி ஓரின சேர்க்கையினரின் உரிமைக்காகவும், அங்கிகாரத்திர்காகவும் போராடும் அமைப்பாக 'LGBT' (Lesbian, Gay, Bi-sexual, Transgender) அமைப்பு செயல் பட்டுவருகிறது.
எத்தனையோ வருடங்களாக இருக்கும் கே, லெஸ்பியன் உறவுகளை பற்றி முப்பது, நாற்பது வருடங்களாக தான் தைரியமாக பேசுகிறோம். பல பிரச்சனைகளும், சர்ச்சைகளும் நடுவில் ஓரின சேர்க்கை, தன் பால் உறவு, கே, லெஸ்பியன் என்று எப்போது இருந்து தைரியமாக பேச தொடங்கினோம் ? இதில் 'LGBT' அமைப்பின் பங்கு என்ன செய்கிறது ? இதனால் என்ன பயன் என்று அடுத்த பதிவில் பார்ப்போம்.
இந்த தொடர் ஓரின சேர்க்கையை ஆதரிக்கும் தொடராக இருக்காது. அதே சமயம் எதிர்க்கும் தொடராகவும் இருக்காது.
'ஓரின சேர்க்கை' பற்றிய புரிதலும், அதன் போராட்டம் தொடங்கிய விதம், ஒரு சில ஓரின சேர்க்கையாளர் பற்றின வாழ்க்கை குறிப்பு போன்ற விபரங்கள் தொடரில் காணலாம்

12. ஓரின சேர்கையாளர்கள் மிருகங்களா ?

தன் மதர் சூப்பிரியர் ஓரின சேர்கையின் ஆசைக்கு இனங்காமல், மனநோயாளி என்று சொல்லி ஒரு கன்னியாஸ்திரி மருத்துவமனையில் அனுமதிக்கப்பட்டுள்ளாள். அவர் பெரிய பாதரியாரிடம் சொல்லியும் அவருக்கு நியாயம் கிடைக்கவில்லை. தன் சுயசரிதையில் தனக்கு ஏற்ப்பட்ட ஓரின கொடுமைகளை விளக்கிய பிறகு பலர் மனநோயாளி புத்தகம் என்றே விமர்சனம் செய்தனர். இந்த சம்பவம் கேரளாவில் நடந்தது.
*

சென்னை விடுதியின் மேனேஜர் ஒருவர், ஒரு இளைஞனை ஓரின உடல் உறவுக்காக தொல்லைக் கொடுத்தார். வற்புறுத்திய மேனேஜரின் தொல்லை தாங்காமல் இந்த இளைஞன் கத்தியால் குத்தி கொலை செய்துவிட்டான்.
மேனேஜரின் ஓரின வேட்கை அந்த இளைஞனை மிருகமாக மாற்றிவிட்டது.
*

ஜனவரி 24, 1994.
திருப்பதி.
ஐந்தாவது தேசிய அளவில் மகளிர் மாநாடு நடைப்பெறவிருந்தது. பெண் இயக்கங்கள், பெண் முன்னேற்ற அமைப்புகள், பெண்கள் மறுவாழ்வு என்று பல அமைப்புகளில் இருந்து பெண்கள் கலந்து கொண்டனர். வழக்கத்துக்கு மாறாக இந்த முறை சில புது அமைப்பினரும் வந்திருந்தனர்.

இதற்கு முன் நடந்த நான்கு மாநாட்டில் இல்லாத ஒரு அஜெண்டா இந்த மாநாட்டில் சேர்த்திருந்தார்கள். அந்த அஜெண்டாவை பார்த்தும் ஒரு சிலர் முனு முனுத்தனர். இன்னும் சிலர் அதை பற்றி பேச எதிர்த்தனர். முதல் முறையாக மகளிர் மாநாட்டில் 'லெஸ்பியனை' பற்றி அஜென்டாவாக சேர்த்திருந்தனர். லெஸ்பியன் பெண்கள் பொருத்தமட்டில் இது தான் முதல் மாநாடு. முதல் முறையாக லெஸ்பியன் குறித்து விவாதிக்கப்படும் என்று அறிவிக்கப்படிருந்தது.

ஒரு சில எதிர்ப்புகள் மீறி லெஸ்பியன் பற்றி கருத்துகள் அந்த மாநாட்டில் விவாதிக்கப்பட்டது. எதிர்த்தவர்கள் கூறிய கருத்து " ஓரின சேர்க்கையாளர்கள் மிருகங்கள்" என்றது தான்.

ஓரின சேர்கையாளர்கள் உடல் சுகத்திற்காக என்ன வேண்டுமானாலும் செய்ய கூடியவர்கள், மிருகங்கள் போல் நடந்துக் கொள்பவர்கள், கொலை கூட செய்வார்கள் என்று பல கருத்து நிலவி வருகிறது.

'செக்ஸ்' விஷயத்தில் ஓரின சேர்கையாளர்கள் மட்டும் தான் மிருகங்களாக நடந்து கொள்கிறார்களா என்ற கேள்விக்கு முதலில் பதிலளித்தால், மேல் சொன்ன கருத்துக்கு பதில் வந்துவிடும்.

மனைவியின் மரணத்திற்கு பிறகு பாலியல் உறவுக்காக தன் சொந்த மகளை ஒரு பாதள அறையில் அடைத்து இருபது வருடங்களாக ஒருவன் வாழ்ந்து வந்திருக்கிறான் என்ற செய்தியை சமிபத்தில் படித்திருப்பீர்கள். சொந்த மகளை புணர நினைத்தவன் மனிதன் என்பதா அல்லது மிருகம் என்பதா ? நொய்டாவில் சின்ன சிறுமிகளை வன்புணர்ச்சிக்காக கொலை செய்தவனை இயற்கைக்கு ஒப்பான உறவில் ஈடுப்பட்டவன் என்று யாராலும் சொல்லமுடியாமா ?

இன்னும் மலையடிவாரத்தில் பழங்குடி மக்களின் பெண்கள் அதிகார வர்கத்தினரால் தொல்லைகள் சந்தித்துக் கொண்டு தான் இருக்கிறார்கள். இதை மனித உணர்ச்சிகள் என்று சொல்லி நம்மால் நிராகரிக்க முடியுமா ? இல்லை நியாயம் தான் படுத்த முடியுமா ?

அளவுக்கு மீறிய செக்ஸ் ஆசை ஒரு மனிதனை மிருகமாக மாற்றிவிடுகிறது என்பது மறுக்க முடியாத உண்மை. மற்ற உறவில் ஜோடி கிடைப்பது போல் எதிர்பால் உறவுகளை விட சுயபால் உறவுக்கு ஜோடி கிடைப்பது சிக்கல் மட்டுமல்ல... இது பகிரங்கமாகத் தேடலில் ஈடுபட முடியாத ஒன்று. அதனால் மற்ற உறவு தேடலில் விட இதில் வன்முறை கூடுதலாக உள்ளது.

இயற்கையான உறவு என்று சொல்லப்படும் ஆண் - பெண் உறவாகட்டும், ஓரின சேர்கையாகட்டும்... செக்ஸ் உணர்வுக்கான உடல் கிடைக்காத போது கிடைத்த உடலில் மீது வன்முறை அதிகமாக இருப்பதை தான் தினமும் செய்திதாளில் பார்க்கிறோம்.

மேல் சொன்ன எல்லா வன்முறைகளும் 'செக்ஸ்' வன்முறையாகவே பார்க்க வேண்டிய ஒன்று. எந்த வன்முறையையும் நம்மால் எப்படி நியாயப்படுத்த

முடியாதோ அதே போல் ஓரின சேர்க்கையாளர்கள் இப்படி தான் என்று முத்திரை குத்தவும் முடியாது.
“சுயபால் விழைவு இயற்கைக்கு ஒவ்வாத கொடூரச் செயல். அதனால் தான் மிருகத்தனமான நிலை” என்று சொல்லுபவர்களுக்கு இன்னும் சில உதாரணங்கள்.
விலங்கு, பறவைகளில் தாமே இரு பாலுமாக இருக்கும் வகைகள் இயற்கையிலேயே உண்டு. ஒரு ஜோடி ஆண் பறவைகள் தம்பதியாகக் கூடு கட்டி வாழும் போது முட்டைகளுக்குப் பதிலாக அதே போன்ற தோற்றமுடைய கற்களைச் சேகரித்து வந்து தங்கள் கூட்டில் வைக்கும் பழக்கத்தில் உள்ளன. இவை சில சமயம் வேறு பறவையின் அசல் முட்டையைத் திருடி வந்து தம் கூட்டில் வைத்துப் பொரித்து வளர்ப்பதும் உண்டு !
சுமார் 1500 வகை உயிரினங்களில் சுயபால் விழைவுச் செயல்பாடுகளுக்கும் இருப்பது கண்டறியப்பட்டுள்ளது. காட்டெருமை, யானை, சிங்கம், மான், பூனை, சிறுத்தை, நாய், பசு, முயல், ஓட்டைச்சிவிஅங்கி, ஆடு, குரங்கு, கரடி, குதிரை, நரி, கழுகு என்று இன்னும் பல இனங்கள் இந்த பட்டியலில் உண்டு.
(நன்றி : ஞாநியின் ‘அறிந்ததும் அறியாமலும்’)
‘சுயபால் விழைவு’ என்பது இயற்கையில் இல்லாத ஒன்று என்ற அணுகுமுறையில் இருந்து மிருக தனமான உணர்வு என்று நிலையில் தான் இன்று பார்க்கிறார்கள். மிருக தனமான உணர்வு என்ற நிலையில் இருந்து மாறினால் தான், மிருகங்களாக பார்க்கும் ஓரினசேர்கையாளர்கள் மனிதர்களாக நடத்த பட முடியும்.
செக்ஸ்காக கொலை செய்பவர்கள், வன்முறையில் இறங்குபவர்கள், கொடூரமாக நடந்துக் கொள்பவர்கள் போன்றவர்களை மிருகங்கள் என்று சொல்லலாம். ஆனால், ஓரினசேர்கையாளர்கள் மிருகங்கள் என்ற பொதுவான பார்ப்பது எந்த வகையிலும் நியாயம் இருப்பதாக தெரியவில்லை.
இதில், ஓரின சேர்க்கையாளர்களால் நடத்தப்படும் செக்ஸ் வன்முறைக்கு நான் ஆதரவு தெரிவிக்கவில்லை. எதிர்பாலில் செக்ஸ் வன்முறை இருப்பது போல் சுயபாலிலும் உள்ளது என்பதை தான் இந்த கட்டுரையில் எழுதியிருக்கிறேன்.

13. ஓரினசேர்கை மீதான வன்கொடுமைகள்

உலகில் அதிக ஒடுக்கப்படுகின்ற சிறுபான்மையினர் யார் என்று தெரியுமா ? யூதர்கள். கண்டிப்பாக இல்லை. இஸ்ரேலில் யூதர்கள் தான் பெரும்பான்மையினர். இஸ்லாமியர்களா ? உலகில் இருபதுக்கு மேற்ப்பட்ட நாடுகளில் இஸ்லாமியர்கள் அதிகம் இருக்கிறார்கள். ஒரு வேளை தமிழர்கள். தமிழ் நாட்டில் தமிழர்களுக்கு பிரச்சனையில்லையே !! கருப்பு இனத்தினர். அவர்களும்

இல்லை. ஆப்பிரிக்கா நாடுகளில் பெரும்பாலான பகுதியில் அவர்கள் தான் இருக்கிறார்கள். அவர்கள் தான் ஆள்கிறார்கள். பின்பு எந்த சிறுபான்மையினர் எல்லா பகுதியிலும் ஒடுக்கபடுகிறார்கள். சந்தேகமே இல்லை. எந்த நாடாக இருந்தாலும், எந்த மொழியாக இருந்தாலும், இனமாக இருந்தாலும் எல்லா பகுதியிலும் ஒடுக்கப்படும் சிறுபான்மையினர் 'ஓரின சேர்கையாளர்கள்' தான்.

ஒவ்வொரு நாட்டிலும் ஒவ்வொரு விதமான பிரச்சனை ஓரினசேர்க்கையாளர்களுக்கு வந்துக் கொண்டு தான். அந்த நாட்டின் அந்த நாட்டின் பராம்பரிய குணமும், பழக்க வழக்கமும் அவர்களை பார்க்கும் விதத்தில் வேறாக இருந்தாலும் உளவியல் ரீதியாகவோ அல்லது உடல் ரீதியாகவோ தாக்கப்பட்டு வருகிறார்கள்.

தென் ஆப்பிரிக்காவில் லெஸ்பியனில் ஈடுபடும் பெண்களை கற்பழிப்பு நடவடிக்கைகள் நடந்து வருகிறது. ஓரின சேர்க்கை என்பது ஒரு வியாதி. அந்த நோய்யை குணப்படுத்த லெஸ்பியன் பெண்களை 'கரேக்டிவ் ரேப்' என்ற பெயரில் கற்பழித்தால் சரியாகிவிடுமாம். ஆண் சுகம் தெரிந்து விட்டால் சுயபால் இன்பத்தை கைவிடுவார்களாம். அதனால், லெஸ்பியன் பெண்கள் குணப்படுத்த அவர்கள் விருப்பதிற்கு மாறாக கற்பழிக்க பல சமூக சேவகர்கள் கலத்தில் குத்தித்துள்ளனர்.

2000ல் இருந்தே 'கரேக்டிவ் ரேப்' என்ற பெயரில் பல லெஸ்பியன் பெண்கள் கற்பழிக்கப்பட்டு இருக்கிறார்கள். ஆனால், 2008ல் தென் ஆப்பிரிக்கா கால்பந்து வீராங்கனை ஈடி சிமெலைன் என்ற லெஸ்பியன் பெண் 'கரேக்டிவ் ரேப்' பெயரில் ஒரு குழுவால் கற்பழிக்கப்பட்டு படுகொலை செய்யப்பட்டார். இந்த சம்பவத்திற்கு பிறகு தென் ஆப்பிரிக்காவில் நடக்கும் 'கரேக்டிவ் ரேப்' உலக பார்வைக்கு வந்தது. மேலும், வருடத்திற்கு 5 லட்சம் சிறுமி, யுவதிகள் கற்பழிக்கப்படுவதாக தென் ஆப்பிரிக்கா அரசு ஒத்துக் கொண்டுள்ளது.

பிரேசிலில், 19 வயதான ஓச்வன், தன் பகுதியில் 'மிஸ் கே' போட்டியில் வெற்றிப் பெற்று திரும்பும் போது மர்மமான முறையில் தாக்கப்பட்டான். அடுத்த நாள் அவன் உடல் நிர்வணமாய் கண்டெடுக்கப்பட்டு போது இறக்கும் முன் பாலியல் தொல்லைக்கு ஆளானது தெரியவந்தது. 1980 முதல் 2006 வரை பிரேசிலில் 2800 மேற்பட்ட ஓரின சேர்க்கை ஆண்கள் படுகொலை செய்யப்பட்டுள்ளனர்.

2002ல் பிரான்ஸ் நாட்டில் இருக்கும் பாரிஸ் மெயரான 'Bertrand Delanoë 'கே' என்பதால் என்பவர் கடுமையாக தாக்கப்பட்டுள்ளார்.

இஸ்ரேலில், யிஷாயி என்ற யூதன் 'கே போராட்ட ஊர்வலத்தில் மூன்று கேகளை தாக்கி கொலை செய்ய முயற்சித்துள்ளான்.

போர்சுக்கலில், மாற்று பால் அருவை சிகிச்சை செய்துக் கொண்ட Gisberta Salce Júnior' என்பவர், சில வாலிபவர்களால் மூன்று நாள் கற்பழிக்கப்பட்டு கொலைச் செய்யப்பட்டுளார்.

நியூசிலாந்தில், ஜெஃப் விட்டிங்டன் என்ற 'கே' இளைஞன் இரண்டு ஆண்களால் கொடூரமாக தாக்கப்பட்டு இறந்தார்.
இவ்வளவு ஏன் ? ஹிட்லரின் மரண முகாமில் ஓரின சேர்கையாளருக்கு தான் முன்னுரிமை. ஹிட்லர் கொன்ற கோடிக்கணக்கானவர்களில் 50,000 ஓரின சேர்கையாளர்களும் அடங்குவார்கள். இறந்த யுதர்களில், ஓரின சேர்கையாளர்கள் கொடுமையான வன்கொடுமைகளுக்கு பலியானார்கள் என்பது பரிதாபத்திற்குறியது.
இன்னும், ஈரான், நைஜிரியா, அரேபியா, சூடான், ஏமன் போன்ற நாடுகளில் ஓரின சேர்கையாளர்களுக்கு மரண தண்டனை வழங்குகிறது. அதுவும் ஈரானில், 1979ல் இருந்து 4000 ஓரின சேர்கையாளர்களுக்கு மரண தண்டனை வழங்கி கொன்றுள்ளார்கள்.
ஆப்கானிஸ்தானில் கூட ஓரின சேர்கையாளர்களுக்கு 2001ல் வரை மரண தண்டனை வழங்கி வந்தார்கள். தாலிபன் வீழ்ந்த பிறகு ஆப்கானிஸ்தானில் ஓரின சேர்கையாளர்களுக்கு மரண தண்டனை கொடுப்பதை நிறுத்தி அபராதம் மட்டும் போட சட்டம் கொண்டு வந்துள்ளனர். பாகிஸ்தான் போன்ற நாடுகளில் ஓரின சேர்கையாளர்களுக்கு ஆயுள் தண்டனை கொடுக்கப்படுகிறது.

இந்தியா, ரஷ்யா, சீனா போன்ற நாடுகளில் ஓரின சேர்கையாளர்களுக்கு சட்டப்படி அங்கிகாரம் கிடையாது. சமூகப்பார்வையில் நிராகரிப்பு என்ற பெரிய தண்டனை இவர்களுக்கு வழங்கிக் கொண்டு தான் இருக்கிறார்கள்.

உலகம் முழுக்க எதோ சில பகுதிகளில் அங்கிகாரம் பெற்ற இவர்கள் தின வாழ்க்கை நடத்துவதில் சிரமப்படுபவர்கள் பலர் உண்டு. இவர்களை அழிப்பதாகட்டும், எதிர்பதாகட்டும் மொழி, இனம் பாராமல் ஒற்றுமையாக செயல் படுவதில் ஓரின சேர்கையாளர் விஷயத்தில் நடந்துக் கொண்டு தான் இருக்கிறது.

14. ஓரின சேர்கை போராளிகள்

ஓரின சேர்கை என்பது அயல் நாட்டு வியாதி... இந்தியாவில் இல்லவே இல்லை. இயற்கைக்கு புரம்பானது. மனநிலை பாதிக்கப்பட்டவர்கள் என்று பல விதமான விமர்சணங்கள் இந்தியாவில் இருக்கிறது. அமெரிக்கா, ஐரோப்பியா, ரஷ்யா போன்ற நாடுகளில் ஓரின சேர்கையாளர்கள் இருக்கிறார்கள். ஒரு சிலர் ஒதிக்கினாலும் துணிவாக அவர்கள் பேசுவதை மதிக்கிறார்கள். பாச வலையில் பின்னப்பட்ட இந்தியாவில் ஓரின சேர்கையாளர்களர்களை அவர்கள் குடும்பங்கள் நிராகரிப்பதை தாங்கிக் கொள்ள முடிவதில்லை. பல எதிர்ப்புகள் சந்திக்க வேண்டியதாக இருக்கிறது.

இந்த எதிர்ப்புகளையும் மீறி ஒரு சிலர் வாழ்ந்து, அவர்களைப் போல் இருப்பவர்களுக்கு வழிகாட்டியாகவும் இருக்கிறார்கள்.

அவர்களில் ஒரு சிலர்.....

கிடி தடனி (Giti Thadani) - 1980ல் இந்தியாவில் லெஸ்பியன் பரவலாக தெரியப்பட்ட காலத்தில் போராடிய பெண். லெஸ்பியன் திருமணத்தை பற்றியும், லெஸ்பியன் தற்கொலை தடுப்பது பற்றியும் மிக தீவிரமாக பேசியும், எழுதியும் வருகிறார். தன்னை லெஸ்பியன் என்று அறிவித்து, ' Sakhiyani: Lesbian Desire in Ancient and Modern India' என்ற புத்தகத்தை எழுதியிருக்கிறார். அதில் பத்தாண்டுகளாக சமஸ்கிரதத்தை கற்று அவர் மேற்கொண்ட ஆராய்ச்சிகளை இதில் தொகுத்துள்ளார். ரிக் வேதத்தில் 'ஜமி' என்ற இரட்டை அம்மாக்கள், இரத்த சம்மந்தமில்லாத உஷா, நக்டா தாய் - மகள் உறவு போன்ற குறிப்புகள் இருப்பதாக கூறியுள்ளார். குறிப்பாக, கஜுராஹோ சிலையில் இரண்டு யோனி கொண்ட பெண் சிலைகள் இருப்பதாக சொல்லுகிறார்.

டெல்லியில் இருக்கும் 'Sakhi' (சகி) மற்றும் Red Rose Rendezous Group (சிவப்பு ரோஜா) போன்ற ஓரின சேர்க்கை அமைப்புகள் உருவாக காரணமாக இருந்திருக்கிறார்.

நம் விநாயகர் கூட இரண்டு பெண்களால் உருவானவர் என்று தன் பேட்டி ஒன்றில் சொல்லியிருக்கிறார். பார்வதி கங்கையில் நீராடும் போது தன் காவலுக்காக விநாயக பெருமானை உருவாக்கிய கதையில், பார்வதிக்கும், கங்கைக்கும் உருவானவர் என்று விளக்குகிறார். இஸ்லாம், கிறிஸ்து மதங்களில் ஓரின சேர்கையை எதிர்க்கும் நிலையில் இந்து மதத்தை தங்களுக்கு ஆதரவாக்க பார்க்கிறார்கள் என்று இவர் ஆராய்ச்சியை எதிர்ப்பவர்கள் கருத்து தெரிவிக்கின்றனர். கிடி தடனி தன் வேத குறிப்புகளை மறு பரிசீலனை செய்து எந்த லாபமும் அடைய முடியாது என்று அவரை எதிர்ப்பவர்களின் நம்பிக்கையாக இருக்கிறது.

அப்ஹா பையா (Abha Bhaiya) - பத்து வருடங்களாக ஒரு பெண்ணுடன் வாழ்ந்து, இப்போது தனிமையில் வாழ்ந்து வருகிறார். லெஸ்பியன் பெண்களுக்கு மட்டுமில்லாமல் பெண்ணியத்துக்காவும் போராடி வருகிறார். 'சங்கத்' என்ற அமைப்பின் மூலம் திருமணமாகாத பெண்கள், விவாகரத்தான பெண்கள், கன்னியாஸ்திரிகள் போன்றவர்களுக்கு குரல் கொடுத்து வருகிறார்.

மன்வேந்திர சிங் கோஹில் (Manvendra Singh Gohil) - குஜராத்தில் உள்ள ராஜ்பிப்லா சமஸ்தானத்தின் இளவரசராக கருதப்படும் மன்வேந்திர சிங் கோஹில் ஒரு கே. திருமணத்துக்கு பிறகு தனக்கு ஏற்பட்டு இருக்கும் தன் பால் ஆர்வம் மாறிவிடும் என்று நம்பி சந்திரிகா குமாரி என்ற பெண்ணை திருமணம் செய்துக் கொண்டார். அப்போது தான் ஒரு கே என்று அவருக்கு தெரியவில்லை. தாம்பத்திய வாழ்க்கையில் கவனம் செலுத்த முடியாமல் 1992ல் விவாகரத்து பெற்றார். மனநிலை பாதிக்கப்பட்டவர் என்று

சுற்றி இருப்பவர்கள் நினைத்தார்கள். 2002ல் அவரை பரிசோதித்த டாக்டர் அவர் ஒரு கே என்று உறுதிப்படுத்தினார். தான் கே என்று உணர்ந்த கோஹில், தன்னை போல் பாதிக்கப்பட்டுயிருப்பவர்களுக்கு 'லக்ஷியா' என்ற அமைப்பை தொடங்கினார். ஓரின சேர்க்கை மட்டுமில்லாமல் எய்ட்ஸ் பற்றிய விழிப்புணர்வையும் மக்களிடம் பரப்பிவருகிறார். தான் ஒரு ஆண் குழந்தையை தத்தெடுக்கப்போவதாக அறிவித்திருக்கிறார்.

பிந்துமாதவ் கிரே (Bindumadhav Khire) - மராத்திய எழுத்தாளர். திருமணமாகி விவாகரத்து பெற்றவர். ஆரம்பத்தில் தன்னுடைய ஓரின சேர்கை உணர்வை ஏற்றுக் கொள்ளவும் முடியாமல், விடுபடவும் முடியாமல் மிகவும் அவதைப்பட்டவர். மிகுந்த மன உலைச்சலுக்கு உள்ளன, பிந்து மாதவ் அமெரிக்காவுக்கு சென்றார். அங்கு இருக்கும் சன் ப்ரான்சிகோவில் த்ரீகோன் (Trikone) ஓரின சேர்க்கை அமைப்பின் மூலம் தன் குற்றவுணர்வில் இருந்து விடுப்பட்டார். த்ரீகோன் காலாண்டு இதலில் துணை பதிப்பாளராக இருந்து, பின்பு பதிப்பாசிரியரானார். அதன் பின், அமெரிக்காவில் நடந்த ஓரின சேர்கை போராட்டங்களில் கலந்துக் கொண்டார். ஒரு கட்டத்தில் தன்னம்பிகை வளர்ந்ததும் தன்னைப் போல் அவதைப்படும் இந்தியர்களுக்கு உதவ இந்தியா திரும்பினார்.

நிறைய புத்தகம் படித்தார். சுயபால் இனத்திற்காக எழுத தொடங்கினார். 2005ல் , 'பார்ட்னர்' என்ற நாவலை எழுதினார். ஓரின சேர்கைப் பற்றிய இந்த நாவல் சுய பால் தொண்டு நிறுவனங்கள் தங்கள் பிரச்சாரத்திற்கு இந்த புத்தகத்தை பயன்படுத்துகின்றனர்.

அஷோக் ரோவ் ரவி (Ashok Row Ravi) - ஓரின சேர்கையாளரான இவர் மும்பையில் பிறந்தார். சுய பால் இனத்தினருக்காக போராடுவதோடு இல்லாமல், 50000 ஆண்டுகளுக்கு மேல் இருக்கும் இந்திய பாரம்பரியத்தை பற்றியும் ஆராய்ச்சி செய்துவருகிறார். மலையாள மணோராமா, சன்டே மைல், இந்தியன் எக்ஸ்பிரஸ் போன்ற முன்னனி பத்திரிகைகளுக்கு நிருபராக பணியாற்றியிருக்கிறார். 1990ல் பத்திரிகை நிருபர் வேலைக்கு முழுக்கு போட்டு, சொந்தமாக 'பாம்பே தோஸ்த்' என்ற ஓரின சேர்கையாளருக்காக இதழை தொடங்கினார். ஓரின சேர்கை மட்டுமல்லாமல் எய்ட்ஸ் பற்றிய விழிப்புணர்வு பிரச்சாரமும் செய்து வருகிறார். அம்ஸபவர் ஓரின சேர்க்கை அமைப்பை தொடங்கி அதற்கு தலைவராகவும் இருந்து வருகிறார்.

இன்னும் பல பேர் ஓரின சேர்கைக்காக போராடிக் கொண்டு இருக்கிறார்கள். அவர்கள் வெளிச்சத்திற்கு வரமால் இருக்கலாம். இன்று நூற்றி ஐம்பது நாடுகளுக்கு மேல் சட்டப்படி அனுமதிக்கப்பட்ட ஓரின சேர்கை திருமணம் சமூகத்தின் அங்கிகாரத்தை எதிர்பார்த்துக் கொண்டு இருக்கிறது. உலகில் பல நாடுகளில் இவர்கள் போராட்டம் நடந்துக் கொண்டு தான் இருக்கிறது.

சரி... போராட்டம் நடத்த அப்படி என்ன இருக்கிறது? சமூகத்தில் அங்கிகாரம் கொடுக்கவில்லை. ஒதுக்கி வைத்திருக்கிறார்கள். அவ்வளவு தான்.

போராட்டம் நடத்தினால் மதிப்பும், மரியாதையும் தானாய் வந்து விடுமா ? என்று கேள்வி எழலாம். நியாயமான கேள்வி தான்.
இந்தியாவில் நடக்கும் பெரும்பாலான போராட்டங்கள் புரிய வைப்பதற்காகவும், விழிப்புணர்வு எற்ப்படுத்தவும் தான். ஓரின சேர்க்கையால், தற்கொலை நடக்காமல் இருக்க இவர்கள் பாடுபடுகிறார்கள். ஆனால், உலகளவில் ஓரின சேர்கையாளர்கள் மீது நடத்தப்படும் வன்கொடுமைகளை தடுக்க பல போராட்டங்கள் உலகளவில் நடந்து வருகிறது. மிருகத்தை கேவலமாக தண்டிக்கப்பட்டுயிருக்கிறார்கள். ஏன் ? கொலை செய்யப்பட்டிருக்கிறார்கள்.

15. உலக தொண்டு நிறுவனங்கள்

மலேரியா, பன்றிகாய்ச்சல், சிக்கன்குனியா போன்ற முக்கிய வியாதிகளுக்கு மக்கள் மனதில் விழிப்புணர்வு ஏற்படுத்த அரசாங்கமே பொருப்பேற்றுகிறது. டி.வி, போஸ்ட்டர், ரேடியோ என்று விளம்பரப்படுத்தி மக்களுக்கு நோய்களை பற்றி விளக்குவார்கள். அதே போல், எய்ட்ஸ் பற்றி விழிப்புணர்வு ஏற்றப்படுத்துவதற்கு அரசாங்கத்தோடு தனியார் தொண்டு நிறுவனங்களும் லாபம் நோக்கமில்லாமல் பிரச்சாரம் செய்கிறார்கள். இப்படி மக்களுக்கு வியாதிகள் பற்றி புரியவைப்பதாகட்டும், நல்ல திட்டங்களை கொண்டு செல்வதாகட்டும் தொண்டு நிறுவனங்களில் பங்கு கண்டிப்பாக உண்டு.

உயிரை குடிக்கும் எய்ட்ஸ் பற்றி விழிப்புணர்வும், உடல் உறவு பற்றி பாதுகாப்பைப் பற்றி பேசும் தொண்டு நிறுவனங்கள் இருப்பது போல் ஓரின சேர்கை பற்றி மக்களுக்கு புரிய வைக்கவும், அவர்களும் மனிதர்கள் என்று விளக்கவும் சில தொண்டு நிறுவனங்கள் இயங்கி வருகிறது. இந்த தொண்டு நிறுவனங்கள் கே, லெஸ்பியன் என்று யார் வந்தாலும் சேர்த்துக் கொள்வதில்லை. கௌன்சிலிங் முறையில் அவர்கள் கே, லெஸ்பியன் என்று தெரிந்த பிறகே ஏற்றுக் கொள்கிறார்கள். அப்படி கே, லெஸ்பியன் இல்லாதவர்கள், தங்களை தவறாக கே, லெஸ்பியன் என்று நினைத்துக் கொண்டவர்களை மருத்துவ பரிசோதனைக்கு அனுப்ப படுகிறார்கள்.
உலகளவில் ஓரின சேர்க்கைக்காக ஒரு சில தொண்டு நிறுவனங்கள் செயல்ப்பட்டுவருகின்றன.
International Lesbian and Gay Association (ILGA)
International Lesbian Information Service (ILIS)
International Gay and Lesbian Human Rights Commission (IGLHRC)
International Lesbian, Gay, Bisexual, Transgender and Queer Youth and Student Organisation (IGLYO)
International Lesbian, Gay, Bisexual, Transgender & Intersex

Law Association (ILGLaw)

உலகிலே அதிக கே, லெஸ்பியன் கொண்ட தொண்டு நிறுவனக்கள் அமெரிக்கா, கனடா, இங்கிலாந்தில் தான் உள்ளது. அமெரிக்காவில் மட்டும் 118 கே, லெஸ்பியன் அமைப்புகள் உள்ளது.

International Lesbian, Gay, Bisexual, Trans and Intersex Association (ILGA)

இன்று 600க்கும் மேற்பட்ட கே, லெஸ்பியன் அமைப்பினரை அங்கத்தினராக கொண்ட அமைப்பு. கே, லெஸ்பியன் எதிராக நடத்தப்படும் வன்முறைகள், கொடுமைகள், உரிமை மறுப்பு போன்ற விஷயங்களில் இந்த அமைப்பு கவனம் செலுத்துகிறது. இன்று உலகளவில் 110 நாடுகளுக்கு மேல் இந்த அமைப்பு செயல்பட்டு வருகிறது.

கே, லெஸ்பியன் அமைப்புகளில் UN ECOSOC (Economic and Social Council) வின் லாபம் நோக்கமற்ற தொண்டு நிறுவனம் என்ற அங்கிகாரம் பெற்ற முதல் தொண்டு நிறுவனம் ILGA தான்.

அதன்பின் உலகத்தில் உள்ள 3000 கே, லெஸ்பியன் அமைப்பினர் இதில் அங்கத்தினராக உருவாகினார்கள். ஆனால், ஒரு சில காரணத்தால் அடுத்த வருடமே ECOSOC கொடுத்த அங்கிகாரத்தை திரும்ப பெற்றது. அதன் பிறகு, தனியாகவும், மற்ற அமைப்பினருடனும் சேர்ந்து ECOSOC அங்கிகாரத்தை பெற முயற்சித்தனர். ஆனால், அவர்கள் இழந்த அங்கிகாரம் மீண்டும் கிடைக்கவில்லை.

இருந்தும், இந்த அமைப்பு செயல்பாடுகளில் எந்த பாதிப்பும் இல்லை.

International Lesbian Information Service (ILIS)

ஒரு கொள்கை தான். ஆனால், கருத்தளவில் வேறுபடுவதால் பல சங்கங்கள், கட்சிகள் உருவாகுவது போல் கே, லெஸ்பியன் போராடும் தொண்டு நிறுவனங்களில் கூட வெவ்வேறாக அமைப்பாக செயல்படுகிறது.

ILGA இயங்குவதில், உறுப்பினர் சேர்வதில் ஒரு சில நிபந்தனைகள் உள்ளது. இதில் உறுப்பினராக தொண்டு நிறுவனங்கள் செக்ஸ் மற்றும் நிற பிரச்சனைகள் முன் நிறுத்தி செயல்பட வேண்டும். ஆனால், தென் ஆப்பிரிக்காவில் வெள்ளை நிற கே அமைப்பினர் (GASA - Gay Association of South Africa) செக்ஸ் பிரச்சனைகளில் காட்டிய முக்கியதுவத்தை நிறவெறி பிரச்சனைகளில் காட்டவில்லை. அதனால், அவர்கள் உறுப்பினர் ஒரு வருடத்திற்கு ரத்து செய்தது.

கே உறுப்பினர் சேர்த்துக் கொள்வதில் காட்டும் ஆர்வத்தை லெஸ்பியன் உறுப்பினர்கள் சேர்ப்பதில் காட்டவில்லை என்ற கருத்து வேறு இருந்தது. ILGA வில் இருந்த அதிருப்தியால் 1982 ல் இத்தாலியில் உள்ள டூரின் என்ற இடத்தில் கூட்டம் நடத்தினார்கள். அதில், பல லெஸ்பியன் பெண்கள் சேர்ந்து ILIS என்ற அமைப்பை தொடங்கினர்.

ஆரம்பித்த வேகத்தில் துண்டு பிரசுரம், பிரச்சாரம் என்று மேற்கொண்ட

'ILIS' அமைப்பு, அதன் பின் பெரிதாக செயல்படாமல் போய்விட்டது.

International Gay and Lesbian Human Rights Commission (IGLHRC)

ரஷ்யயர், அமெரிக்கர் கே, லெஸ்பியன் கூட்டமைப்பால் 1990 ல் இந்த அமைப்பு உருவானது. ஆரம்பத்தில் ரஷ்யாவில் நடக்கும் மனித உரிமைக்கு மட்டும் குரல் கொடுத்து வந்த அமைப்பு பின்பு அமெரிக்கா, ஆப்ரிகா, ஆசியா என்று உலகளவில் பரவ தொடங்கியது. கே, லெஸ்பியனுக்காக வுக்-காக உழைக்கும் தோழர்/தோழிகளுக்கு இந்த அமைப்பு ஆண்டு தோறும் பரிசு வழங்குகிறது. ஜூலை 19, 2010 அன்று இந்த அமைப்புக்கு ECOSOCவின் லாபம் நோக்கமற்ற தொண்டு நிறுவனம் என்ற அங்கிகா-ரத்தை வழங்கியுள்ளது.

International Lesbian, Gay, Bisexual, Transgender and Queer Youth and Student Organisation (IGLYO)

1984ல் ஐரோப்பிய பகுதியில் தொடங்கப்பட்ட இந்த அமைப்பு, மாணவர்கள், இளைஞர்களை உறுப்பினர்களாக கொண்டு ஐரோப்பிய பகுதியில் கே, லெஸ்பியன் பற்றி உரிமைகள், பிரச்சாரங்கள் செய்து வருகிறார்கள்.

International Lesbian, Gay, Bisexual, Transgender & Intersex Law Association (ILGLaw)

கே, லெஸ்பியன், இருபால் உறவு வைத்துக் கொள்பவர், பால் மாறியவர்கள் மட்டும் உறுப்பினராக சேர்த்துக் கொள்ளாமல் சட்டம் படித்தவர்கள், சட்டத்-துறை சம்மந்தப்படவர்களையும் இதில் உறுப்பினராக சேரலாம். ஓரின சேர்-கையாளர்களுக்கு சட்ட உதவிகள் வழங்குவதில் முதன்மையாக திக ழ்கிறது. இந்தியாவில் செயல் பட்டுவரும் கே, லெஸ்பியன் தொண்டு நிறுவனங்களை பற்றி அடுத்த பதிவில் பார்ப்போம்.

16. லெஸ்பியனும் சில தற்கொலைகளும்

" ஜோஸ்னா ! இனி நாம் இனி பார்க்க முடியாது. நம் பழக்கம் என் அப்பா, அம்மாவுக்கு தெரிந்துவிட்டது."

" நம் இருவரின் காதலை பற்றி சொன்னாய்யா ?"

" சொன்னேன் ஜோஸ்னா ! அவர்கள் ஏற்றுக் கொள்ளவில்லை. என் திரு-மணத்துக்கு மாப்பிள்ளை பார்க்கிறார்கள்"

" உன்னை பற்றி, என்னை பற்றி, நம் உறவை பற்றி முழுவதும் சொன்-னாய்யா ஜெயா ?" என்று கலங்கிய குரலில் கேட்டாள் ஜோஸ்னா.

" எல்லாவற்றையும் சொன்னேன். அவர்கள் மறுத்துவிட்டனர். அவர்கள் என்ன ? இந்த உலகில் யார் தான் நம் உறவை ஏற்றுக் கொள்ளமுடியும்." என்று கண்ணீர் விட்டு அழுதாள் ஜெய ஸ்ரீ.

"நாம் பிரிவது தான் முடிவா ?"

" நாம் பிரிய வேண்டும் என்பது என் பெற்றோர்களின் முடிவு. அப்படியே சேர்ந்து வாழ நினைத்தாலும், இந்த சமுதாயம் என்ன சொல்லும் ? புத்திக்கெட்ட பெண்கள் என்று தானே. அந்த விமர்சனம் நமக்கு தேவையா"
" தேவையில்லை தான். பிரியாமல் ஒன்றாக இருக்க ஒரு வழி சொல்லவா " என்றாள் ஜெய ஸ்ரீ.
பாலைவனத்தில் பழரசம் கிடைத்தது போல் ஜோஸ்னா முகம் மலர்ந்தது. ஜெய ஸ்ரீ சேர்ந்து சாக எடுத்திருக்கும் முடிவை கூறினாள். ஜெய ஸ்ரீ பிரிந்து வாழ்வதை விட அவளுடன் இறக்க ஜோஸ்னாவும் சம்மதிக்கிறாள்.
இருவரும் தற்கொலை செய்துக் கொள்கிறார்கள். அடுத்த நாள் செய்தி தாளில் இரண்டு பெண்கள் இறந்ததை விட அவர்கள் இறந்ததற்கு காரணத்தை தான் பெரிதாக எடுத்துக் கொண்டு பேசினார்கள்.
இந்த சம்பவம் 1979 ஆண்டு டெல்லியில் நடந்தது. (ABVA 1991 : 70)
ஆக்டோபர் 29, 1980 அன்று மல்லிகா, லலிதாம்பிகா (20 வயது) இருவரும் கிணற்றில் விழுந்து தற்கொலை முயற்சித்துள்ளனர். ஆனால், அவர்கள் விருப்பதத்துக்கு மாறாக காப்பாற்றப்பட்டு மருத்துவமனையில் அனுமதிக்கப்பட்டனர். (ABVA 1991 : 70)
ஆக்டோபர், 1988 கீதா டார்ஜி என்ற பெண், தன் நர்ஸ் தோழியான கிஷோரி ஷாவிடம் இருந்தது தன் கணவன் பிரிக்கப்பட்டதால் தூக்கில் தொங்கி தற்கொலை செய்து கொண்டாள். (இந்தியா டுடே, 1988)
ஆகஸ்ட், 1990, வந்தனா என்ற பெண் தன் தோழி சிம்மி கப்பூருக்கு (21 வயது) திருமணம் நிச்சயமாகி இருந்ததால் அவளை சுட்டுக் கொன்று, தன்னையும் சுட்டுக் கொண்டாள். (தாகூர் 1990 : 33)
இது போல் தங்கள் லெஸ்பியன் உறவுகளை வெளியே சொல்ல முடியாமல், கணவனுடன் வாழவும் முடியுமால் வாழ்ந்து கொண்டு இருக்கும் பெண்கள், சில சமயம் இது போல் விபரித முடிவை எடுக்கிறார்கள்.. எல்லா இடங்களில் இருக்கும் ஆணாதிக்கத்தனம் இருப்பது போல், ஓரின சேர்க்கையிலும் இருப்பது ஏற்றுக் கொள்ள வேண்டிய உண்மை.
தென் குஜராத் மாநிலத்தின் இளவரசனாக கருதப்படும் மன்வேந்திர சிங் கோஹில் ஆரம்பத்தில் அவரும் இப்படி தான் இருந்ததாக சொல்லியிருக்கிறார். இப்போது, தன்னை போல் இருக்கும் கே நண்பர்களுக்கு லக்ஷியா என்ற அமைப்பை தொடங்கியிருக்கிறார். ராஜ்கோட், சூரத், வடோடாரா போன்ற இடங்களில் இந்த அமைப்பு இயங்கிவருகிறது.
நடிகர் வேள் எம்.ஆர்.ராதா தன்னுடைய சிறை அனுபவங்கள் பற்றி எழுதிய புத்தகத்தில், நாடகம் நடத்திய காலங்களையும் பகிர்ந்துள்ளார். அதில், தனது நாடகத்தில் நடித்த அழகான யுவன்களை சீமான் மார்கள் அழைத்து சென்றதை சொல்லியிருக்கிறார். (தகவல் : ஞாநியின் 'அறிந்தும் அறியாமலும்')
'Page 3' என்ற படத்தில் மேல்தட்டு வர்கத்தினர் அனாதை ஆசிரமத்தில் இருந்து சிறுவர்களை அழைத்து வந்து உறவு வைத்துக் கொள்வது போல்

காட்டியிருப்பார்கள். பணக்கார வர்கத்தினர் தங்கள் பணபலத்தால் சாதித்ததில் ஓரின சேர்க்கையும் ஒன்று என்று படத்தில் காட்டியிருப்பார்கள். போலி சாமியார்கள் மாட்டிய பிறகு, தங்களை தேடி வரும் யுவன்களுடன் பாலியல் உறவு வைத்துக் கொண்ட செய்திகளை சமிபத்தில் பார்த்து வருகிறோம்.

பணம், பதவி, பொருள் என்று ஏதாவது ஒன்று பயண்படுத்தி ஓரின சேர்கை ஆண்கள் தங்கள் ஆசையை தீர்த்துக் கொள்கிறார்கள். இல்லை என்றால், மனைவியுடன் சேர்ந்து வாழ முடியாமல் குடும்பத்தோடு ஒட்டவும் முடியாமல் விலகிவிடுகிறார்கள். ஆனால், பெண்களால் அப்படி இருக்க முடியவில்லை. குறிப்பிட்டு காலத்திற்கு மேல் தங்கள் திருமணத்தை தள்ளி போட முடியாது. திருமணமான பின்னும் கணவனிடம் உண்மையை சொல்ல முடியாது. பிரிந்து வந்தாலும் தவறான பார்வையில் இருந்து தப்பவும் முடியாது. இப்படி பல சிக்கல்களில் ஆண்களை பெண்கள் ஓரின சேர்க்கையில் அவதை படுகிறார்கள்.

இரண்டு ஆண்கள் நீண்ட நாட்கள் ஒன்றாக வாழுவதை ஏற்றுக் கொள்ளும் உலகம் இரண்டு பெண்கள் நீண்ட நாள் ஒன்றாக வாழ முடிவதில்லை. தங்களையும் ஏமாற்றிக் கொள்ள முடியாமல், சமூகத்தையும் ஏமாற்ற முடியாமல் போகும் போது தான் இது போன்ற தற்கொலை நிகழ்வுகள் நடக்கின்றன.

'திருமணம் வேண்டாம்' என்று சொல்லும் ஆண்ணையும், பெண்ணையும் விமர்சிப்பதில் எந்த வித்தியாசம் தெரிகிறதோ அதே வேறுபாடு ஓரின சேர்க்கையில் ஆண்களை விட பெண்கள் அதிகம் விமர்சிக்கப்படுகிறார்கள். பல விமர்சனங்கள் வரும் என்று தெரிந்து துணிந்து சில பெண்கள் சேர்ந்து வாழ்ந்திருக்கிறார்கள். தற்கொலை செய்து கொண்டவர்கள் பற்றி சொல்லும் போது சேர்ந்து வாழ்ந்தவர்கள் பற்றியும் சொல்லியாக வேண்டும். இல்லையா !

கிராமத்தில் ஆசிரியராக பணி புரிந்த அருணா சொம்பை ஜெய்சிங்பாய் கோகில் (வயது 31) தன் தோழியாக சுதா அமர்சின் மோகன்சின் ரட்ன்வாடியா (வயது 29) ஒரு வருடம் மேல் ஒன்றாக வாழ்ந்த பிறகு 'மைதிதி கரர்' (நட்பு ஒப்பந்தம்) என்ற ஒப்பந்தம் செய்துக் கொண்டதாக அறிவித்துக் கொண்டனர். (ABVA 1991 : 67)

ஊர்மிலா என்ற பெண் தான் திருமணம் செய்யவிருக்கும் ஆணை நிராகரித்து விட்டு 28 வயது நிரம்பிய போலீஸ் கான்ஸ்டேபிள் லீலா நம்டேவும் ஒன்றாக வாழ தொடங்கினார். ஊர் மக்கள் இவர்களை கண்டித்தும் கேட்காமல் இருந்ததால், ஊரை விட்டு ஒதுக்கி வைத்தனர். (ABVA 1991 : 67 - 68, India abroad 1993)

சமூகத்தின் முன் இந்த பெண்கள் நகைச்சுவை பொருளாக தான் தெரிவார்கள். ஊடகங்களும் இவர்களை பற்றி பெரிதாக காட்டுவார்கள். ஆனால், தற்கொலை செய்து கொள்வதாகட்டும், துணிந்து தன்னை பற்றி வெளிப்படையாக சொல்வதாகட்டும் ஓரின சேர்க்கையில் பெண்களுக்கு இருக்கும்

துணிச்சல் ஆண்களுக்கு இல்லை என்பது ஏற்றுக் கொள்ள வேண்டிய ஒன்று.

17. ஐயப்பன் திருமணமாகாததற்கு...

நமது புராண கதையில் எடுத்துக் கொண்டால், சிவன் அப்பாவி தனமாக வேண்டிய வரத்தை அரக்கர்களுக்கு கொடுத்துவிடுவார். விஷ்ணு தன் தந்திரத்தை பயன்படுத்தி அரக்கர்களை ஒழிப்பார். தேவர்களுக்கு பிரச்சனை வரும் என்று தெரியாமல் சிவன் தன் இஷ்டத்துக்கு வரம் கொடுத்துக் கொண்டு தான் இருந்தார். அப்படி, ஒரு அரக்கனிடம் அவன் யார் தலையில் கை வைத்தாலும் அவன் தலை வெடித்து இறந்து விடுவதாக வரம் கொடுத்து விடுகிறார். கொடுத்த வரத்தை சோதித்து பார்க்க சிவன் தலையில் கை வைக்க அரக்கன் வருகிறான். விஷ்ணு விஜய் போல் எண்ட்ரி கொடுத்து பெண் வேடத்தில் அரக்கனை கொல்கிறார். விஷ்ணுவின் பெண் உருவத்தை பார்த்து சிவன் மயங்க, இருவருக்கும் 'ஐயப்பன்' என்ற ஆண் குழந்தை பிறக்கிறது. முதல் ஆண் — ஆண் உறவால் பிறந்த குழந்தை 'ஐயப்பன்' என்று புராண கதைகள் சொல்லுகிறது.

புராணத்தின் பல கதைகள் நம்பும் படியானது இல்லை. நல்லது மட்டும் எடுத்துக் கொண்டு கற்பனைகளை ஒதுக்கி வைக்க வேண்டிய கதைகள் பல உள்ளது. இதில் 'கே' உறவில் பிறந்த ஐயப்பன் என்பதை விட, இரண்டு ஆண்ணின் மகன் என்று கொஞ்சம் கௌரவமாக சொல்லுவோம். என்ன தான் அரசக் குடும்பத்தில் வளர்ந்தாலும், இரண்டு ஆண்களுக்கு பிறந்ததால் பெண்கள் மீது ஈர்ப்பு வராமல் திருமணம் செய்யாமல் இருந்தாரா என்ற சந்தேகம் வரலாம்.

விஞ்ஞான ரீதியாக இரண்டு ஆண்ணுக்கும், இரண்டு பெண்ணுக்கும் குழந்தை பிறக்க வாய்ப்பில்லை. ஆனால், லெஸ்பியன், கே தத்தெடுக்கும் குழந்தைகளுக்கு இவர்கள் பாதிப்பு இருக்குமா என்ற சந்தேகம் நிலவிவருகிறது. பலர் கே, லெஸ்பியன் போன்றவர்களை மன நோயாளியாக பார்ப்பதால் சட்டப்படி இவர்கள் குழந்தை தத்தெடுப்பதில் சிக்கல் உள்ளது.

இந்தியாவில், ஒரு குழந்தையை தத்தெடுக்க வேண்டியது இருந்தால் திருமணமான ஆண், பெண் சேர்ந்து தத்தெடுக்கலாம் அல்லது திருமணமாகாத/ தனிமையில் வாழும் பெண்கள் தத்தெடுக்கலாம். அதனால், கே, லெஸ்பியன் ஜோடிகள் சட்டப்படி குழந்தைகளை தத்தெடுக்க முடியாது. இவர்கள் தத்தெடுக்க மூன்று விதமான பிரச்சனைகளை நேரில் சந்திக்கிறார்கள்.

1. கே, லெஸ்பியன் பராமரிப்பில் வளர்ந்தால் அந்த குழந்தைக்கு தன் பால் உணர்வு குறித்து சந்தேகம் வரலாம். தன்னையும் அவர்கள் வளர்ப்பு பெற்றோர்களை போலவே எண்ணிக் கொள்ளும் அபாயம் உள்ளது.

2. குழந்தை கே, லெஸ்பியனுடன் வளர்ந்தால் சுற்றி இருக்கும் சமூகம் இவர்-

களை மனநோயாளிகளாக பார்ப்பது போல் அந்த குழந்தையை பார்க்கும். அதன் எதிர்காலம் கேள்வி குறியாகிவிடும்.

3. கே, லெஸ்பியன் குழந்தைகள் பள்ளியிலோ அல்லது விளையாட்டிலோ அவர்களது நட்பு வட்டத்தில் கேலியாக பேசலாம். உதாசினம் செய்யலாம். இதனால், அந்த குழந்தைக்கு தன் மீது தாழ்வு மனப்பான்மை வர வாய்ப்புள்ளது.

கே, லெஸ்பியன் போன்றவர்கள் குடும்பத்தில் இருந்து ஒதுக்கப்பட்டு தனிமையாக்கப்பட்ட போதும், அவர்களுக்கு என்று குடும்பம் அமைத்து கொள்ள இது போன்ற நடைமுறை சிக்கல் உள்ளது.

இந்தியாவில் கே, லெஸ்பியன் பற்றின வெளிப்படையாக பேசாமல் இருப்பதால் அவர்களை பற்றி ஆராய்ச்சியோ, சர்வேவோ பெரிய அளவில் எடுக்கப்படவில்லை. ஆனால், அமெரிக்காவில் வெளிப்படையாக பேசப்படுவதால் அவர்கள் தத்தெடுத்து குழந்தைகளை பற்றின சர்வே ஒன்று வெளியீட்டு இருக்கிறார்கள்.

அதில், கே உறவில் ஈடுபடுபவர்கள் பெண் குழந்தையை தத்தெடுப்பதிலும், லெஸ்பியன் உறவில் ஈடுபடுபவர்கள் ஆண் குழந்தையை தத்தெடுப்பதிலும் ஆர்வம் காட்டி வருகிறார்கள். தங்கள் பால் இனத்தில் இருக்கும் குழந்தையை தத்தெடுத்தால் அம்மா, மகள் உறவை/தந்தை, மகன் உறவை கொச்சை படுத்துவார்கள் என்ற அச்சமே காரணமாம்.

இவர்கள் தத்தெடுக்கும் குழந்தைகள் யுவன்/யுவதியாக வளர்ந்த பிறகு செக்ஸ்யில் சாமான்ய யுவன்/யுவதி காட்டிலும் ஆர்வம் குறைவாக இருப்பார்கள் என்று கருத்து தெரிவித்துள்ளனர். தங்கள் தத்து குழந்தைகளிடம் செக்ஸ் பற்றி கே, லெஸ்பியன் பெற்றோர்கள் பேச தயங்குவதே காரணம் என்று கூறுகின்றனர். அதே சமயம், மற்ற யுவன்/யுவதிகளை விட சமூக காரியங்கள், உதவிகள் செய்வதில் இவர்களுக்கு அதிக ஆர்வம் இருக்கும் என்ற கருத்தையும் தெரிவிக்கிறார்கள்.

கே தம்பதியர்கள் குழந்தை வளர்ப்பதில் தெளிவு இல்லாதவர்கள். லெஸ்பியன் தம்பதியர்கள் குழந்தை வளர்ப்பதில் திறமையானவர்கள் என்ற இன்னொரு கருத்தும் உண்டு.

இப்படி, பல கருத்துகள் வெளியிட்டாலும் கே, லெஸ்பியன் ஜோடிகள் குழந்தைகள் தத்தெடுக்கும் உரிமையை சட்ட ரீதியான உரிமை வழங்கப்படவில்லை என்பது தான் உண்மை.

'செக்ஸ்' என்பது தனிப்பட்ட உரிமை. எந்த பெற்றோர்கள் வளர்த்த யுவன்/யுவதியாக இருந்தாலும் சரி, பெற்றோர்களின் வளர்ப்பு முறைக்கும், செக்ஸ்க்கும் சம்பந்தமில்லை. சுற்றமும், நண்பர்கள் சேர்கை தான் 'செக்ஸ்' பற்றிய விழிப்புணர்வும், மோகமும், புரிதலும் ஏற்ப்படுத்துகிறது என்பதை தான் நடைமுறையில் சந்திக்கிறோம். 'செக்ஸ் பிடிக்கவில்லை' என்றால் மருத்துவ ரீதியாக அனுக வேண்டிய ஒன்று தான். ஆனால், யார் மீது 'செக்ஸ் ஈர்ப்பு'

வருகிறது என்பது மனது சம்பந்தப்பட்டது. இதற்கும், வளர்ப்பு முறைக்கும் சம்மந்தமே இல்லை என்பது தான் அமெரிக்க சர்வே வெளியீட்டுள்ளது. விநாயகர் கூட தான் திருமணம் செய்துக் கொள்ளவில்லை. அவரை சந்தேகப்படாமல் இருப்பவர்கள் ஐயப்பன் திருமணம் ஆகாமல் இருப்பதையும் சந்தேகப்பட கூடாது. அதே போல், அனிதாவுக்கும், கார்த்திக்கும் பிறக்கும் குழந்தையும், ஜானகி, மாலதி இருவரும் தத்தெடுக்கும் குழந்தையும், கௌஷிக், கருணாகரன் தத்தெடுக்கும் குழந்தையும் ஒன்று தான்.
**

ஐயப்பன், விநாயகர் என்று குறிப்பிட்டது புரிதலுக்காக மட்டுமே.... இந்து துரோகம் செய்துவிட்டேன் என்று பின்னூட்டம் போட்டு கட்டுரையை திசை திருப்ப வேண்டாம் என்று பணிவுடம் கேட்டு கொள்கிறேன்.

18. ஓரின சேர்க்கை - எதிரான வாதங்கள்

ஒரு முறை அமெரிகாவில் இருக்கும் என் நண்பனிடம் பேசிக் கொண்டு இருக்கும் போது, " அமெரிக்காவில் ஆண் - பெண் சேர்ந்து சுதந்திரமாக சுற்றும் அளவிற்கு ஆண் - ஆண், பெண் - பெண் சுற்றுவதில் இல்லை" என்றான். எனக்கு தூக்கி வாரி போட்டது. இந்தியாவை தவிர எந்த நாட்டையும் பார்க்காத எனக்கு அதிர்ச்சியாக தான் இருக்கும். அதற்கு அவன் சொன்ன காரணம், " ஒரு ஆண் - ஆண் நெருக்கமாக பழகினால், அவர்கள் 'கே' என்று சந்தேகப்படுவார்கள்". இரண்டு பெண்கள் ஒரு வீட்டில் தங்கியிருந்தால் அவர்களுக்குள் 'உறவு' இருப்பதாக நினைப்பார்களாம். கே, லெஸ்பியன் ஜோடிகள் அமெரிக்காவில் பரவலாக வாழ்ந்துக் கொண்டு வருகிறார்கள். இந்தியாவில் ஓரின சேர்க்கை வளர தொடங்கினால் உண்மையாக நண்பர்களாக பலகும் ஆண் - ஆண், பெண் - பெண் உறவுகள் கூட பெற்றோர், சுற்றத்தின் கண்களுக்கு சந்தேக பார்வையில் தெரிவார்கள். குடும்ப நிகழ்ச்சியில் ஒரு பெண் கலந்து கொண்டால், ' உங்க புருஷன் வரலையா ' என்று கேட்பார்கள். கணவன் வந்தால், 'பொண்டாட்டி வரலையா ' என்று விசாரிப்பார்கள். ஓரின சேர்க்கை வளர தொடங்கினால், ' புருஷன் வரலையா ' என்பதற்கு பதிலாக ' இவங்க புருஷன் ஆணா ? பெண்ணா ?' என்ற கேள்வி வரும். இரண்டு பேரில் 'யார் ஆண் மாதிரி இருப்பீங்க ?' போன்ற கேள்விகள் எதிர்காலத்தில் எழும் அபாயம் உள்ளது. ஓரின சேர்க்கை திருமணத்திற்கு சட்ட அங்கிகாரமே கிடைத்தாலும், சமூக அங்கிகாரம் கிடைப்பது மிகவும் கடினம். மற்ற திருமணம் போல் ஓரின சேர்க்கை திருமணத்தை பார்க்க மாட்டார்கள். அவர்கள் தத்தெடுக்கும் குழந்தையின் எதிர்காலம் அதே நிலைமை தான். பெற்றோர்கள் பெயர் தெரியாமல் இருப்பதை விட ஒரு பால் இனத்தினரை விண்ணப்ப படிவத்தில் அம்மா, அப்பா நிரப்புவதற்கு சங்கடமாக இருக்கும். அந்த குழந்தையும் தன்னை தத்-

தெடுத்த பெற்றோர்களை புரிந்துக் கொள்வதில் சிரமம் இருக்கும். வெளியே சொல்லுவதற்கு தயங்கலாம்.

ஆண் - ஆண், பெண் - பெண் உடலுறவு வைத்துக் கொள்ளுவதில் மருத்துவ ரீதியாக உடல் தொல்லைகள் ஏற்ப்படும். ஒரு சில மருத்துவர்கள் இதை மறுத்தாலும், பலர் உடல் தொல்லை வரும் என்று நம்புகிறார்கள். ஓரின சேர்ர்கையாளர்களை மனநோயாளிகளாக பார்க்கும் பார்வையும் இன்னொரு காரணம்.

ஓரின சேர்க்கையாளர்கள் திருமணமே செய்துக் கொண்டாலும் சட்டப்படி அவர்கள் உறவுக்கு அங்கிகாரம் இல்லை. எதிர்காலத்தில் ஒருவருக்கு ஏதாவது நடந்தாலோ மற்றவர் அவரின் சொத்துக்களையோ, பணத்தையோ உரிமை கேட்க முடியாது.

ஓரின சேர்க்கை ஆதரிக்க தொடங்கினால், தங்கள் வம்சம் அந்த தலைமுறையோடு நினறுவிடும் என்ற பெற்றோர்களின் பயப்படுகிறார்கள். அதனால், தங்கள் மகள்/மகன் பற்றி உண்மை தெரிந்ததும் அவர்களை அடித்தோ அல்லது மிரட்டியோ திருமணம் செய்து வைக்க நினைக்கிறார்கள். இரண்டு, மூன்று குழந்தைகள் பெற்ற பெற்றோர்களின் நிலைமை இன்னும் மோசம். ஒருவர் ஓரின சேர்க்கையில் ஈடுபடுபவர் என்று தெரிந்தால் மற்றவர்களின் எதிர்காலமும் கேள்விக்குறியாகிவிடும்.

பல வருடங்களாக வாழும் கணவன், மனைவிகளுக்கு இடையே கருத்து வேறுபாடு ஏற்ப்பட்டு பிரியும் போது எந்த அங்கிகாரம் இல்லாமல் ஒன்றாக வாழும் ஆண் - ஆண், பெண் - பெண் மட்டும் எவ்வளவு நாள் ஒத்த கருத்தோடு வாழ முடியும். ஒரு சிலர் ஆரம்பத்தில் இருக்கும் தைரியம் வாழும் போது இருப்பதில்லை. இருவரில் யாரோ ஒருவர் மனம் மாறி எதிர்பால்வினரை திருமணம் செய்து கொண்டு இயல்பாக வாழ நினைத்தால், மற்றவர் வாழ்க்கை பாதிக்கப்படும். ஓரின சேர்கையாளர்கள் நீண்ட நாள் ஒன்றாக வாழ்வதில்லை என்ற கருத்து நிலவி வருகிறது.

இந்தியாவில், 'ஒருவனுக்கு ஒருத்தி' என்ற பண்பாட்டில் வாழ்பவர்கள். நடைமுறையில், பல பெண்களுடன் ஒரு ஆண் உறவு வைத்துக் கொண்டாலும், ஒரு பெண் கணவனுக்கு தெரியாமல் கள்ளகாதல் இருந்தாலும் 'ஒருவனுக்கு ஒருத்தி' என்ற வாசகம் நம் எல்லோர் மனதில் பதிந்து ஒன்று. 'ஒருவனுக்கு ஒருவன்', 'ஒருத்திக்கு ஒருத்தி' என்ற வாசகம் மாற்றி பேச யாருக்கும் மனவராது.

ஆதரவான வாதங்களையும், எதிரான வாதங்களையும் இரண்டு பக்கம் ஆராய்ந்தால் ஒரு விஷயம் மிக தெளிவாக தெரிகிறது.

ஓரின சேர்க்கை எதிர்ப்பவர்கள் ' உடல்' சம்பந்தப்பட்ட உறவாக பார்க்கிறார்கள்.

ஓரின சேர்க்கை ஆதரிப்பவர்கள் 'உணர்வு' ரீதியாக பார்க்கிறார்கள்.

இரண்டு பக்கத்தில் நீங்கள் எந்த பக்கம் என்று முடிவு செய்வதை விட,

முதலில் நாம் புரிந்து கொள்வோம்.

19. ஓரின சேர்க்கை

சென்னை கடற்கரையில் ஓரின சேர்கையாளர்கள், திருநங்கைகள் தங்கள் உரிமைக்காக போராட்டம் நடத்தினர். பலர் தன் உரிமைக்காக கோஷங்கள் எழுப்பினர். வானவில் கொடிகளை கையிலேந்தி நடந்தனர். அந்த பேரணி-யில் வயதானவர்களை பார்த்ததும் பெரும்பாலான பத்திரிகையாளர்களுக்கு அதிர்ச்சி. பரப்பரப்பான தகவல்களை சேகரிக்க அவர்களிடம் நெருங்கிய போது தான் தெரிந்தது அவர்கள் ஓரின சேர்க்கையாளரின் பெற்றோர்கள் என்று!

அந்த போராடத்தில் பங்கு பெற்ற ஒரு அம்மா, " என் பையன் 'கே'னு போன மாசம் தான் தெரியும். எனக்கும், என் கணவனுக்கும் ரொம்ப அதிர்ச்-சியா இருந்தது. கொஞ்ச நாள்ல எங்கள நாங்களே சமாதானம் பண்ணி-கிட்டோம். அவன் 'கே' நால என் மகன் இல்லனு சொல்ல முடியுமா !" என்றார். மேலும், " என் மகன் சமூக விரோதியில்ல. சமூக பார்வையில வித்தியாசமான பாலுணர்வு உள்ளவன். அவன் உணர்வ நாங்க புரிஞ்சிகிட்ட மாதிரி அவன் மாதிரி இருக்குறவங்களோட பெற்றோரும் புரிஞ்சிக்கனும். என் பையன போல இருக்குறவங்களுக்கு ஆதரவுக்காக எங்க பங்க்கு போராடு-றோம்" என்று பெருமையாக கூறினார்.

ஒரு லெஸ்பியன் பெண், " நான் பாலுணர்வால் வித்தியாசமானவள். ஒரு-வனுடைய திருமதியானவள் என்பதை விட நான் நானாகவே இருக்க விரும்புகிறேன். எனக்கு பெண்கள் மீது வரும் ஈர்ப்பு கூட ஆண்கள் மீது வரவில்லை" என்றாள். " பதினெட்டு வயதானவர்கள் தங்கள் துணையை அவர்களே தேர்ந்தெடுக்கலாம் என்று சட்டமே சொல்லும் போது, அவர் ஆணாக இருந்தால் என்ன? பெண்ணாக இருந்தால் என்ன?. எதிர்பாலி-னரை தான் திருமணம் செய்துக் கொள்ள வேண்டும் என்று எப்படி இந்த சமூதாயம் கட்டுப்படுத்தலாம் ?" என்று குரல் உயர்த்தியே பேசி இருக்கிறார். ஓரின சேர்க்கையை ஆதரிக்க தொடங்கிவிட்டால் பல குடும்பங்களின் அடுத்த தலைமுறை இல்லாமல் போகும் என்று கேட்டதற்கு, ஒரு லெஸ்பி-யன் பெண் " உலக மக்கள் தொகையில் இந்தியா இரண்டாவது இடத்தில் உள்ளது. நாங்கள் இந்தியாவை முதல் இடத்தை அடைய உதவுவதற்கு விருப்பமில்லை. மக்கள் தொகையை கட்டுப்படுத்த ஓரின சேர்கை உதவி தான் செய்கிறது." இந்த பெண் ஒரு ஆஸ்ரமத்தில் இருந்து குழந்தையை தத்தெடுத்து வளர்கிறார். தன் வாரிசாக அந்த குழந்தையின் மீது பாசம் காட்-டுகிறார். 'அனாதை' என்ற வார்த்தை ஓரினசேர்க்கையாளர், திருநங்கையர் போன்றவர்களால் குறைக்க முடியும் என்ற தன்னம்பிக்கை அவர் பேச்சில் இருந்தது.

**

காதலை கொண்டாடும் படங்களில் இந்த வசனம் இல்லாமல் இருப்பதில்லை.
" லவ் அது ஒரு பிலிங்"
" உலகத்துல காதலிக்காதவங்க யாருமில்ல "
" காதல மறந்திட்டு யாரும் நிம்மதியா வாழ முடியாது"
“ஒருவர் மீது அன்பு, அறவனிப்பு, காதல், பாசம் காட்ட மனசு இருந்தால் போதும். பண காசு தேவையில்லை”

ஆக, காதலிக்க இரண்டு மனது, இரண்டு உயிர் தேவைப்படுகிறது. காதலிக்கும் இரண்டு மனது ஆணும், பெணும் இருந்தால் எந்த பிரச்சனையும் இல்லை. ஆனால், அந்த இரண்டு மனதும் ஆண்களுடையதாகவோ, பெண்களுடையதாகவோ இருப்பதால் தான் பிரச்சனையே !

இன்று ‘Living together’ கலாச்சாரம் அமெரிக்காவில் மட்டுமல்ல, இந்தியாவிலும் வளர்ந்து கொண்டு தான் வருகிறது. திருமணமாகல் ஒரே வீட்டில் ஆண், பெண் தங்குகிறார்கள். எந்த நிபந்தனையில்லாமல் ஒன்றாக வாழ்வதால் இவர்கள் குழந்தை பெற்றுக் கொள்வதில் ஆர்வம் காட்டுவதில்லை. நாளைக்கே பிரிய வேண்டிய கட்டாயம் ஏற்ப்பட்டால், பிரிவதற்கு குழந்தை ஒரு தடையாக இருக்க கூடாது என்பதில் ‘Living together’ ஜோடிகள் நினைக்கிறார்கள். ‘Living together’ பற்றி விமர்சிக்காதவர்கள், ஏன் ஓரின சேர்கை திருமணத்தை எதிர்க்க வேண்டும் ? என்று நினைக்க தான் தோன்றுகிறது.

நிலா ரசிகனின் ‘யாரோ ஒருத்தியின் டைரி குறிப்பு’ புத்தகத்தில் ‘லெஸ்பியன்’ பற்றி எழுதிய சிறுகதைக்கு ஒரு வாசகி மின்னஞ்சல் எழுதியதை தனது தளத்தில் வெளியிட்டிருந்தார். அந்த வாசகி, சிறு வயதில் ஒரு ஆண்ணால் பாலியல் தொல்லை அனுபவித்திருக்கிறாள். வளர்ந்த பிறகு அவளுக்கு ஆண்கள் மீதே அதிருப்தி ஏற்பட்டுள்ளது. தன் தோழியுடன் தான் வாழ்ந்து-வருதையும் குறிப்பிடிருந்தார். இந்த வாசகி போல் பல சிறுதிமகள் பாலியல் தொல்லைப்படுத்தப்படுகிறார்கள். அவர்களுக்கு பாலியல் தொல்லை கொடுத்து ஆண்களை வெறுக்க காரணமானவனை தண்டிக்க சட்டத்தில் இடம் இல்லாத போது அந்த பெண்ணின் உணர்வுக்களுக்கு பூட்டு போடுவது எந்த வகையில் நியாயம்.

பலர் ஓரின சேர்க்கையாளர்களை மனநோயாளிகள் என்று கூறுகிறார்கள். இதுவரை ஓரின சேர்க்கை பற்றி படித்த புத்தகங்கள், நண்பர்கள் மூலம் சேகரித்த தகவலில் நான் புரிந்து கொண்டது அவர்கள் மன நோயாளிகள் அல்ல. மனநோயாளிகளாக ஆக்கப்பட்டவர்கள். பெற்றோர்கள், உறவினர்கள், நண்பர்கள் என்று ஒன்று சேர வெருக்கும் போது அவர்கள் மனம் பாதிக்கப்படுகிறது. ஒரு சில பெற்றோர்கள் அடித்து, மிரட்டி திருமணம் செய்து வைக்கிறார்கள். சுற்றத்தின் உதாசின பார்வையும், மிரட்டலும் தங்கள் உணர்வை மறைக்க முடியாமல் மனதளவில் பாதிக்கப்படுகிறார்கள். ஒரு சிலர்

தற்கொலை செய்துக் கொள்ள வேண்டும் என்று நினைக்கிறார்கள். வாழ வேண்டும் என்று நினைப்பவர்கள் தங்கள் உணர்வுகளை கொன்று வாழ்கிறார்கள். தன்னம்பிக்கை, தைரியம் உள்ளவர்கள் தங்கள் பாலுணர்வை வெளிப்படுத்தி துணிச்சலாக வாழ்க்கிறார்கள்.
ஓரின சேர்க்கையில் ஈடுபடுபவர்கள் யாரும் பணமோ பொருளோ எதிர்பார்க்கவில்லை. 'இவர்களும் மனிதர்கள் தான்' என்ற அங்கிகாரத்தை தான் எதிர்பார்க்கிறார்கள்.
திருமணமான ஆண் - பெண் இருவரையும் குடும்பமாக பார்க்கும் சமூகம், ஆண் - ஆண் , பெண் - பெண் என்று ஒன்றாக வாழ்பவர்கள் குடும்பமாக பார்க்க வேண்டும் என்பது தான் இவர்களின் போராட்டம்.

20. கிரேக்கர்களும் ஓரின சேர்க்கையும்

'300' என்ற ஆங்கிலப்படம். மற்ற நாடுகளுக்கு சென்று யுத்தம் நடத்துவதற்காக படைகளை தயாரிக்கிறார்கள். மரணத்திற்கு அஞ்சாத வீரர்களை உருவாக்க நினைக்கிறார்கள். அதனால், ஐந்து வயது சிறுவனாக இருக்கும் போது ஒவ்வொருவனுக்கும் போர் பயிற்சி அளிக்க முடிவு எடுக்கிறார்கள். குழந்தைகளை பெற்று கொள்வதற்காகவே பெண்களிடம் புணர்கிறார்கள். பிறக்கும் ஆண் குழந்தையை ஐந்து வயதில் அன்னையிடம் இருந்து பிரித்து கடுமையான பயிற்சிக் கொடுத்து பெரும் படையை உருவாக்கி யுத்தம் செய்வது தான் கதை.
பண்டைய காலத்தில் கிரேக்கர்கள், ரோமானியர்கள் போர் பிரியர்களாக இருந்தார்கள். போர் களத்தில் நாட்கள் கடத்துவதில் பெருமையாக நினைத்தார்கள். தங்கள் பலத்தை ஒரு ஆணிடம் காட்டுவதில் வீரம் என்று போற்றியவர்கள். கிளியோபட்ராவால் வந்த யுத்தமாகட்டும், 'இலியட்' இதிகாசத்தில் ஹெலனை வைத்து நடந்த மகா யுத்தமாகட்டும். பெண் யுத்தத்திற்கு காரண பொருளாக இருக்கிறாளே தவிர யுத்தத்தில் கலந்து கொள்ள அனுமதித்ததில்லை. யுத்தம் நடத்த காரணத்தை தேடுபவர்களகாக தான் கிரேக்கர்களின் போர் ஆசை இருந்தது.
பெண்களிடம் கூடுவதும் இனப்பெருக்கத்திற்காக மட்டும் தான். தங்களுக்கு ஒரு வாரிசு உருவாக்கி கொள்வதிலும், அடுத்த தலைமுறைக்கு படைகளை உருவாக்கி கொடுப்பது தான் பெண்ணின் முக்கிய வேலையாகவே வைத்திருந்தார்கள். அதனால், பெண்களுக்கு எந்த வித அதிகார பங்கும், பொறுப்பும் கொடுக்கப்படவில்லை. ஆண்டு கணக்கில் போர் விரும்பியர்களான கிரேக்க கணவர்களை அவர்கள் மனைவியர் பிரிந்து இருக்க வேண்டியதாக இருந்தது.
போர்களத்திற்கு சென்ற வீரர்கள் தங்கள் இச்சைக்கு ஆண்ணை புணர்ந்துக் கொள்ள இன்னொரு ஆண் நாடுவதுண்டு. அதே போல், ஆண் துணை

இல்லாமல் பிரிந்து இருக்கும் பெண் இன்னொரு பெண்ணை தீண்டுவதும் கிரேக்கர்களின் வழக்கத்தில் ஒன்று. விதவை திருமணமோ, திருமணத்துக்கு முன் உடலுறவோ அவர்கள் கலாச்சாரத்திற்கு எதிரானது அல்ல.
போர் காலத்திலும் சரி, போர் ஒத்திகை சமயங்களிலும் சரி புணர்ந்து கொள்வதற்கு ஆண் ஆணை நாட வேண்டிய கட்டாயத்தில் இருக்கிறார்கள். இன்றும், இராணுவத்தில் ஓரின சேர்க்கையில் தங்கள் உணர்ச்சிகளை திர்த்துக் கொள்கிறார்கள். இதில், அமெரிக்க இராணுவமோ, இந்திய இராணுவமோ விதிவிளக்கல்ல.
மண்ணை வெற்றி பெறும் பொது பெண்ணையும் பாலியல் தொல்லை செய்வது முகலாயர் படையெடுப்பு தொடங்கி, இன்றைய ஈழத்தை ஆக்கிரமித்த இலங்கை வரை பொதுவான ஒன்று. ஆனால், உலக வரைப்படம் வரையாத காலத்தில் மாவீரர் அலெக்ஸாண்டர் தன் வெற்றி கொண்ட நாடுகளில் பெண்களை பாலியல் தொல்லை செய்ய அனுமதித்ததில்லை. தன் படை வீரர்களுக்கும் பெண்களை தொல்லை செய்யக் கூடாது என்று கட்டளையிட்டிருந்தான். பெண்கள் பாலியல் கொடுமை செய்த வீரர்களுக்கு தண்டனையும் கொடுத்திருக்கிறான்.
பல தேசங்கள் வெற்றி பெற்ற மாவீரன் வெற்றிக் கொண்டாடிய தேசங்களில் பண்களை புணர்ந்துக் கொள்ளாமல் இருந்ததற்கு முக்கிய காரணம் அவன் ஓரின சேர்க்கையாளன் என்பதால் தான். மாவீரன் அலெக்ஸாண்டர் பற்றி எழுதிய வரலாறு எழுத்தாளர்களும் அவரை அப்படிதான் குறிப்பிடிருக்கிறார்கள்.
ஆணும், பெண்ணும் கூடுவது தான் இயற்கை என்று சொல்கிறோம். ஆனால், அந்த இயற்கையான உணர்வால் எத்தனையோ பெண்கள் பாலியல் தொல்லை ஆளாகிறார்கள். ஆனால், ஓரின சேர்க்கை கொண்டாடிய கிரேக்க கலாச்சாரத்தில் ஆண் ஆணையும், பெண்ணையும் கற்பழித்ததாக எந்த புகாரும் வந்ததில்லையாம்.
இந்தியாவில் 53 நிமிடங்களுக்கு ஒரு பெண் கற்பழிக்கப்படுகிறாளாம். காவல்துறையில் பதிவான வழக்கில் இருந்து வந்த புள்ளி விபரம் இது. பதிவாகாத வழக்குகளை வைத்து பார்த்தால், 40 நிமிடத்துக்கு ஒரு பெண் கற்பழிக்கப்படலாம். பசிக்கு உணவு கிடைக்காத நேரத்தில் திருட தோணும். அது போல், செக்ஸ் தேவையான சமயத்தில் செக்ஸ் கிடைக்காத போது தான் கற்பழிப்பு சம்பவங்கள் நிகழ்கின்றன என்று தற்கரிதியான வாதம் செய்யமுடியாது.
இப்படி செக்ஸ் என்ற பெயரில் பெண்களுக்கு எதிரான பல வன்கொடுமைகள் நடப்பதை கட்டுப்படுத்தாதவர்கள், எங்களுக்கு பிடித்தவர்களிடம் செக்ஸ் வைத்துக் கொள்வதை ஏன் எதிர்கிறார்கள் என்று லெஸ்பியன் பெண் தன் உருமைக்காக கேள்வி எழுப்புகிறாள்.
பெண்களின் பாதுகாப்புகாக போதிய சட்டம் இல்லை என்பதற்காக ‘ஓரின

சேர்க்கை' சரி என்று சொல்லிவிட முடியாது. பெண்கள் லெஸ்பியன் விரும்பி சென்றால், ஆண்கள் அவர்களை மேலும் தொல்லை செய்யலாம்.ஆண்களும் 'ஓரின சேர்க்கையில்' ஈடுபட வேண்டியது இருக்கும்.
இப்படி ஒரு கேள்விக்கு பதிலளிக்க இன்னொரு கேள்வி தான் எழுகிறது. இதற்கு முடிவு காண முடியாமல் பட்டிமன்ற விவாதம் போல் நடந்துக் கொண்டுதான் இருக்கிறது.கிரேக்க கலாச்சாரம் அழிந்து விட்ட நிலையில் அதை மேற்கொள் காட்டுவது 'ஓரின சேர்க்கையாளர்' வாதத்திற்கு ஆதரவாக அமையவில்லை.

21. ஓரின சேர்க்கை புரட்சி: ஸ்டோன் வால் சம்பவம்

நியூ யாக் நகரத்தின் அருகில் உள்ள கிரீன்விச் விலேஜ் இடத்தில் கிருஸ்டபர் தெருவில் உள்ளது ஸ்டோன்வால் ஹோட்டல்.
விடுமுறை நாட்களில் மூன்று டாலர் அனுமதி கட்டனமாக வசூலிக்கப்படும். இரண்டு டிக்கெட் கொடுப்பார்கள் மற்றும் இரண்டு கிலாஸ் டிரின்க்ஸ். வேண்டியதை குடிக்கலாம். இத்தனைக்கும் அந்த ஹோட்டலுக்கு மது விற்க லைசன்ஸ் வழங்ப்படவில்லை. முறையான எமர்ஜென்ஸி எக்ஸிட் வழியும் கிடையாது. எந்த வழியில் வந்தோமோ அந்த வழியில் தான் செல்ல வேண்டும். இருந்தும், அந்த ஹோட்டலில் எப்போதும் கூட்டம் இருந்து கொண்டு இருக்கும். பாட்டும், கும்மாளமும் கேட்டுக் கொண்டே இருக்கும்.
காரணம், அந்த ஹோட்டல் ஓரின சேர்க்கையர்களுக்காகவே ஒதுக்கப்பட்ட ஹோட்டல். அங்கு வருபவர்கள் எல்லோரும் கே, லெஸ்பியன் உறவில் ஈடுபடுபவர்கள். ஆனால், அங்கு உறவில் ஈடுபட அனுமதியில்லை. குடிக்கலாம். பாடலாம். ஆடலாம். மற்ற படி போதை மருந்து, விபச்சாரம், பணம் கைமாற்றுவது போன்ற எந்த வித சட்ட விரோதமாக செய்ய அனுமதியில்லை. இருந்தும், போலீஸ் மாதம் ஒரு முறையாவது ரைட் வருவார்கள்.
போலீஸ் வந்ததும் கலர் விளக்கு அனைத்து வெள்ளை விளக்கு போடப்படும். ஆடியவர்கள், அடையடித்தவர்கள் எல்லோரும் அமைதியாகி விடுவார்கள். போலீஸ் விற்க அனுமதியில்லாத மதுபானங்களை பரிமுதல் செய்வார்கள். யாராவது அரை நிர்வாணமாக, ஆபாசமாக உடையணிந்தால் அவர்களையும் கைது செய்வார்கள்.
ஸ்டோன் வால் ஹோட்டலில் 'ட்ரேக்' (Drag) நடனம் மிகவும் பிரபலம். ஆண் ராணி போல் வேடமிட்டு ஆடுவதும், பெண் ராஜா போல் வேடமிட்டு ஆடுவதும் பலர் ரசித்து பார்ப்பார்கள். இப்படி நடனமாடுபவர்கள் கூட முறையான உடையணிய வேண்டும். இல்லையென்றால் ரைட் வந்த போலீஸ் இவர்களையும் கைது செய்யும்.
சில சமயம் ஹோட்டலில் வேலை செய்பவர்களை கூட கைது செய்திருக்கி-

றது.
இப்படி எல்லாம் பார்த்து பழகிபோனவர்களுக்கு அன்று இரவு நடந்த சம்பவம் ஒரு பெரும் புரட்சி ஏற்ப்படுத்தும் என்று யாரும் எதிர்பார்க்கவில்லை.
ஜூன் 28, 1969
காலை 1:20 மணி இருக்கும். இரண்டு காவல் அதிகாரிகள் காஸ்ட்ரோ தெருவில் நுழைந்தனர். அங்கு கையில் மது கோப்பையுடன் பலர் ஜோடி ஜோடியாக நடந்த வண்ணம் இருந்ததை கவனித்தனர். பொது இடம் என்று பார்க்காமல் சில ஜோடிகள் அங்கையே உதட்டோடு உதடு வைத்து முத்தம் கொடுத்தனர். ரௌவுன்ட்ஸ் வந்த அதிகாரிகளுக்கு இதை பார்க்க அருவருப்பாக இருந்தது. ஆனால், எந்த ஜோடியும் இதை பற்றி கவலைப்படவில்லை. அவர்கள் அவர்களாகவே இருப்பது இது போன்ற இடத்தில் தான். அரசாங்க பார்வையில் இவர்கள் மனநிலை பாதிக்கப்பட்டவர்கள். ஆம் ! அன்றைய தேதியில் ஓரின சேர்க்கையில் ஈடுபடுபவர்களை அப்படி தான் அமெரிக்கா கருதிவந்தது.
இந்த தெருவில் போலீஸ் வருவதும், ரைட் நடத்தி வெளியே துரத்துவதும் அவர்களுக்கு பழகிப் போன ஒன்று. பொழுது போகவில்லை என்றால் போலீஸ் அடிப்பதும், காவலில் இரண்டு மூன்று நாள் வைப்பதும் ஓரினசேர்க்கையில் ஈடுபடுபவர்களுக்கு நன்றாக தெரியும். ஆனால், புதிதாக வந்தவர்களுக்கு இந்த விபரம் தெரியாது. போலீஸ் ரைட்டுக்கு ஹோட்டல் உள்ளே நுழைந்ததும் வழக்கம் போல் வெள்ளை விளக்கு எரிந்தது. பாட்டு, ஆட்டம், அரட்டை நின்று நிசப்த்தம் நிழவியது. புதியவர்களுக்கு பயம். தங்களை கைது செய்து விடுவார்களோ, நாளை நமது முகம் பேப்பரில் வந்தால் குடும்ப மானம் என்ன ஆகும் என்ற கவலை வேறு.
பெண் ஓரின சேர்க்கையாளர்களை பெண் போலீஸ் வைத்து சோதனை செய்தனர். ஆண் ஓரின சேர்யாளர்கள் தங்கள் அடையாள அட்டையை காட்டினர். மதுபானங்களை ஹோட்டலில் இருந்து பரிமுதல் செய்தனர். வழக்கத்துக்கு மாறாக 200 பேர்க்கு மேல் இருந்ததால் சோதனை செய்து ஒவ்வொருவராக வெளியே அனுப்பிக் கொண்டு இருந்தனர். ஒரு சிலரை மட்டும் கைது செய்தனர்.
வெளியே வந்தவர்கள் உள்ளே தங்கள் நண்பர்களுக்காக காத்திருந்தனர். என்ன நடக்குமோ ஏது நடக்குமோ என்று உள்ளூர பலர் பயந்து கொண்டு இருந்தனர். எப்படியாவது காவலர் பிடியிலிருந்து தப்பிக்க ஒருவர் நினைத்தார். ஆனால், காவலர் அவரை விடவில்லை. பிடித்துக் கொண்டனர். பத்திரிகையில் தன் பெயர், படம் வந்து விட்டால் என்ன செய்வது என்ற பயத்தில் காவலரை தள்ளினார். ஓரின சேர்க்கையில் ஈடுபடுபவர்கள் காவலரை தாக்கியது இது முதல் தான் முறை.
சோதனைக்கு வந்த காவலர்களில் ஒருவர் ஸ்தம்பித்தார். இரண்டு காவலர் அடித்தவனை பிடித்த போது, யாரோ ஒருவர் " We shall Overcome"

என்ற பாடலை பாடினார். அந்த பாடல் அமெரிக்க மக்கள் சிவில் உரிமைக்காக பாடப்படும் கீதம். இந்த பாடலை பாடியதும், வெளியே இருந்த ஓரின சேர்க்கையாளர் உத்வேகம் பிறந்தது. உள்ளிருக்கும் தங்கள் நண்பர்களை காவலர் பிடியில் இருந்து கொண்டு வர முயன்றனர். அவர்களை தடுக்க காவலர்கள் தாக்கினர். அடிப்பட்டவர்களும் திரும்பி தாக்க தொடங்கினர். சோதனைக்கு வந்த காவலர்களால் கட்டுப்படுத்த முடியவில்லை.
இதுவரை அடிவாங்கியவர்கள் திருப்பி அடித்தது சற்றும் அவர்கள் எதிர்பார்க்கவில்லை. கிரிஸ்டோபர் தெருவே விடியற்காலை வரை கபளிகரமாக இருந்தது.

22. திசை தேடும் திருநங்கையர்

- டிடெக்டிவ் யாஸ்மின்

இந்தத் தொடரை ஆணிடமிருந்து தொடங்குவதா, இல்லை பெண்ணிடமிருந்து தொடங்குவதாக என்று குழப்பம் வந்தது.அப்போது திருநங்கை நர்த்தகி நடராஜ் மற்றும் அவரின் சக்தியும் நினைவுக்கு வர நான் இந்தத் தொடரைத் திருநங்கையிடமிருந்தே தொடங்குகிறேன்.

அதற்கு முன்பாக எனது துப்பறியும் அனுபவத்தில் ஒரு உண்மைச் சம்பவத்தை உங்களிடம் முதலில் பகிர்ந்துகொள்கிறேன்:

கோவையில் கல்யாணமான பொண்ணு. நல்ல வேலை. அவள் வேலையை வேறு இடத்துக்கு மாற்ற வாய்ப்பில்லை. கணவர் சென்னையில் தனியார் கம்பெனியில் வேலை. அப்புறம் கோவைக்கு மாறி வந்து விடுவதாகச் சொல்லியிருந்தார். கல்யாணமான பத்து நாளில் அவர் சென்னைக்குக் கிளம்பிட்டார். ஒரு மாதம் கழித்து வீட்டுக்குத் தெரியாமல் என்னைச் சந்தித்தால் அந்தப் பெண் கல்யாணமாகிப் பத்து நாளில் கிளம்பிட்டார். எப்போ வருவீங்கன்னா இதோ அதோன்னு இழுக்குறார். சரியா பேசல. அந்தப் பத்து நாளில் அவர் செக்ஸ்ல நல்ல ஈடுபாடு காட்டல. அவருக்கு வேற வழியில்லாம ஏதோ கட்டாயத்தின் பேரில் முழுமையற்று இருந்தார்.எனக்கு என்னமோ மனசுல உறுத்தல்.அவர் வேலை செய்யுற இடம் எங்க ? அவர் பழக்கம் வழக்கம்? அவரைப் பற்றிய முழுத் தகவல் வேணும்னு கேட்டார் டிடெக்டிவ் பண்ணனும்னு இது அவரோட போட்டோ அவரின் சென்னை அட்ரஸ் அவர் போன் நெம்பர் கொடுத்தாங்க .

ஆக .நாங்க டிடெக்டிவ் பண்ண ஆரம்பிச்சதும் முதல் தகவலே அவங்க தந்த விலாசத்தில் சென்னையில் அப்படி ஒரு கம்பெனி இல்ல., அது போலி. போன் நெப்பர் மூலம் கொஞ்சம் மெனக்கெட்டுப் போராடி அவர் இருக்கும் இடக்கும் கண்டுபிடிச்சோம். அவர் இருப்பது பாண்டிச்சேரி. அவர் வேலைசெய்வது பியூட்டி பார்லர். அங்கு இவருக்கு என்ன வேலைன்னு ஒருவேளை மானேஜரா இருக்காரோன்னு ஆச்சரியப்பட்டு நான் பாண்டிச்சேரி

போய் அந்தப் பியூட்டி பார்லருக்குள் நுழைந்தேன். எனக்கு ப்ரௌன் ஹேர் கலரிங்க பண்ணமுடியுமான்னு அந்தப் பியூட்டி பார்லரில்விசாரித்தேன்..உட்-கார சொன்னாங்க..

பார்லரில் இருந்து ஒரு பெண் ,பெண் தான் என்னை நன்றாக உபச-ரிச்சாள். அதிகம் பேசல . சில ஹேர் மாடல்களைக் காட்டினாள்..எனக்கு இது பொருந்தும்னு அவளே சில போட்டோ காட்டினாள். ஆனாலும் நான் அவளை உத்து பாத்துக்கொண்டே இருந்தேன். குரலில் ஒரு வித்யாசம், ஏதோ மிமிகிரி செய்து பேசுவது போல். பிறகு ஊர்ஜிதமானது.. அவள் பெண் இல்ல.அந்த முகம் நான் யாரைத் தேடி வந்தேனோ அதே முகம்..ஆனால் ஆணாக இல்லை பெண்ணாக.. பின் அந்தப் பியூட்டி பார்லர் நடத்தும் இயக்குனரிடம் வேறு ஒரு நபர் மூலம் விசாரித்துப் பார்த்து அது ஆண் தான் என உறுதி செய்து கோவை வந்தேன்..

ஒரு பெண்ணின் மனம் கொண்ட ஆண் ..பெண்ணாக வாழ விரும்பும் ஆண் ஏன் ஒரு பெண்ணைத் திருமணம் செய்து இப்படி விட்டுச் செல்ல-வேண்டும். வீடு கௌரவம் பேரண்ட் தொல்லைக்குக் கல்யாணம் பண்ணதா தெரிந்தது. இரவும் பகலும் வேலை செய்வது. தான் ஒரு திருநங்கையாக மாறத்தானோ தெரியாது. நான் அவரிடம் பேசல.விசாரிக்கல..கேஸ் கொடுத்-தவர் தரும் எந்தத் தகவலும் வேறு யாருக்கும் தெரிவிக்கக் கூடாது. அது அறம்.

பின் கோவை வந்து சம்பந்தப்பட்ட கேஸ் கொடுத்தவளிடம் நான் கண்ட-றிந்த உண்மையைச் சொல்லி அவளைத் தேற்றினேன் . ‘ கணவன் பொரு-ளாதாரத்தில் நீ நிற்காம உன் திறமையில் உன் சம்பாத்தியத்தில் நிற்பதுதான் அசலான விடுதலை, முன்னேற்றம்’ என்று சொல்லிப் பேசி விட்டு வந்தேன்

பின்னர்ச் சில மாதங்களில் தெரிந்தது இரு குடும்பத்தார்களும் பேசி ,பரஸ்பர விவாகரத்து வாங்கி விட்டதாகவும் கல்யாணச் செலவுதொகையை முழுதும் அவர் கொடுத்து மன்னிப்பு கேட்டதாகவும். இப்போது அவள் யாரையோ காதலிப்பதாகவும் விரைவில் கோவிலில் திருமணம் நடக்கப் போவதாகவும் சொன்னாள். இப்போது இருவரும் அவரவர்களாக வாழ்கி-றார்கள். அவரவர் வாழ்வு அவரவர் ருசி அவரவர் பயணம்..அதை மாற்றத் தலையிட யாருக்கும் உரிமை இல்லை. சரிதானே...

கோவையில் மாடியில் எனது டிடெக்டிவ் அலுவலகத்தின் பக்கத்தில் ஒரு பியூட்டி பார்லர் நடந்துக்கொண்டிருந்தது... சில நேரம் மாடியிருந்து வேடிக்கை பார்க்க, ரிலாக்ஸ் பண்ண அந்தத் துண்டு வராண்டா சுவரைப் பிடித்தபடி பார்த்துக்கொண்டிருப்பேன். அன்று அப்படி நிற்கும் போது இரு திருநங்கைகள் பியூட்டி பார்லருக்கு வருவதைக் கண்டேன். பின் ஒரு திரு-நங்கையை நிறுத்தி நிறையப் பேசினேன். என் சந்தேகங்களை எல்லாம் கேட்டேன். ’’அக்கா நாங்க இங்க வரும்போது உங்களோடு பேசலாமா ?’’ என்றார். ‘’தாராளமா என்றேன். முதன் முறையாக நான் அக்காவானேன்.

நான் அவர்களை அங்கிகரித்து மதித்து ஒரு பெண்ணாகப் பாவித்துப் பேசுகிறேன் என்பதே பெருமிதமாய் உணர்ந்தார்•••மன்னிக்க.. 'உணர்ந்தாள் அவள்'..அது எனக்குப் பாடம்..

ஒரு முறை சென்னையில் சில பெண்களுக்கு விருது அளிக்கும் விழா. அதில் எனக்கு ஒரு விருது .சிறப்பு அழைப்பாளர் திருநங்கை நர்த்தகி நடராஜ் வந்திருந்தார்..என் நண்பர் அமிர்தம் சூர்யா என்னை அவரிடம் அறிமுகப்படுத்தினார்.. ''ஓ நீங்க தான் அந்த டிடெக்டிவ் யாஸ்மினா..மகிஷா சொல்வார்'' என்றார். '' யார் மகிஷா?'' என்றேன்.. ''அமிர்தம் சூர்யா தான் ..நான் அவரை மகிஷா என்பேன்..அவர் என்னை மர்த்தனி என்று அழைப்பார்..''(பின்னர்த் தான் தெரிந்தது மகிஷாசுரமர்த்தனி என்று ஒரு பெண் கடவுள் இருப்பது.)தொடர்ந்து உரையாடல் போனது.. நான்கேட்டேன் ''மேடம்.. பெண்களின் துயரத்துக்கு என்ன காரணம்னு நீங்க நினைக்கி-நீங்க?'' நர்த்தகி நடராஜ் சொன்ன பதில் '' பெண்கள் தாம் ஒரு அரியச் சக்தி என்று உணரவில்லை. பெண் என்பதைக் கொண்டாடத் தெரியல.அதை உணர்ந்து கொண்டாடத் தெரிந்தால் துக்கத்துக்கு இடமே இல்லை..நாங்க முழுமையா அதை உணர்ந்துள்ளோம்'' என்றார்.. ஏற்கனவே நான் பெண் என்பதில் பெருமிதம் கொண்டவள்..இந்த பதிலுக்குப் பின் பெண் என்ற கர்-வமே எனக்கு வந்து விட்டது.பெண்கள் தங்களைக் கொண்டாடத் தெரியணும் தன்னைப் பெருமையா உணரணும்.

சரி இந்தத் திருநங்கைகளுக்கு அரசும் நீதி துறையும் எதாவது செய்-துள்ளதா? கலைஞர் ஆட்சியில் மூன்றாம் பாலினத்தவர்களை 'திருநங்கை-கள்' என அழைக்கும் சட்டம் இயற்றப்பட்டது. அந்த வார்த்தையே அவர்-களைக் குறிக்க அரசு ஆவணங்களிலும் பயன்படுத்தப்பட்டது.. தி.மு.கழக ஆட்சி யில் 15.4.2008 அன்று “தமிழ்நாடு அரவாணிகள் நல வாரியம்” தொடங்கப்பட்டு, 3,878 அரவாணிகள் கணக்கெடுக்கப்பட்டு, 2,328 அரவா-ணிகளுக்கு அடையாள அட்டைகளும், 1,238 பேருக்குக் குடும்ப அட்-டைகளும், 133 பேருக்குத் தொகுப்பு வீடுகளும், 100 பேருக்குத் தையல் இயந்திரங் களும், 482 பேருக்கு வீட்டு மனைப் பட்டாக்களும், 585 பேருக்-குக் காப்பீட்டு திட்டத்தின் கீழ் மருத்துவ அட்டைகளும் வழங்கப்பட்டன. 2008-2009இல் அரவாணிகள் நல வாரியத்தின் மூலம் 25 இலட்சத்து 53 ஆயிரம் ரூபாய் நிதி உதவி வழங்கப்பட்டது. அரவாணிகளுக்காக 150 சுய உதவிக் குழுக்கள் அமைப்பதற்கு 6 இலட்சத்து 9 ஆயிரம் ரூபா-யும், சுயத் தொழில் தொடங்க 64 இலட்ச ரூபாயும் வழங்கப்பட்டு ள்ளது. 2010-2011ஆம் ஆண் டில் அரவாணிகளுக்கு நலத் திட்ட உதவிகள் வழங்-கும் வகையில் வாரியத்திற்கென ஒரு கோடி ரூபாய் நிதி ஒதுக்கீடு வழங்-கப்பட்டது என்று கூகுள் ஆண்டவர் சொல்கிறார்..நீங்கள் சரிபார்த்துக்கொள்-ளுங்கள்•••இது என் கட்டுரைக்கான புள்ளிவிவரம் தானே ஒழியக் கட்சி சார்பானது அல்ல..நான் எந்தக் கட்சியிலும் உறுப்பினர் இல்லை..

மாற்று பாலினத்தவர் நலன் கோரி தேசியச் சட்ட ஆணைக்குழு தாக்கல் செய்த பேராணை விண்ணப்பத்தின் மீது நமது உச்ச நீதி மன்றம் 15-4-14ல் மாண்புமிகு நீதிபதி எ.கே.சிக்ரி, மாண்புமிகு நீதிபதி கே.எஸ்.ராதாகிருஷ்ணன் சேர்ந்து ஒரு தீர்ப்பு வழங்கினர். அது வெறும் தீர்ப்பு அல்ல, மாறு பாலினத்தவர்களுக்கான ஆவணம். மத்திய மாநில அரசுகள் செயல்படுத்த வேண்டியவைகளை குறிப்பிட்டு மாறு பாலினத்தவரின் உரிமைகளை உறுதி படுத்தி, ஏதேனும் பிரச்னை நிகழுமானால் காவல்நிலையத்தில் எப்படிக் கண்ணியமாக நடத்தவேண்டும் என்பதையும் அந்தரங்கம் காத்தல்பற்றியும் அவர்களுக்கான கருத்து சுதந்திரத்தையும் அத்தீர்ப்பு உறுதி படுத்தியுள்ளது.

அதில் எனக்குப் பிடித்த ஷரத்தில் மாண்புமிகு நீதிபதி ஏ.கே.சிக்ரி சொல்லியிருக்கும் 105 ஷரத்து இப்படி சொல்கிறது ''மருத்துவ முன்னேற்றத்தால் ஒருவர் தமது பாலினப்பண்பை இசைந்து மாற்றிக்கொண்டால் அது மருத்துவ அறமாக இருக்கையில் சட்டதடை இல்லை. சட்ட சிக்கல் இல்லை. பாலின மறு நிர்ணயத்தை அங்கிகரிக்கிறோம்'' என்பதாக அந்த நீதி எழுதிச் செல்கிறதி. நிச்சயம் இந்தத் தீர்ப்பைத் திருநங்கைகள் தமது வேத நூல் போல் போஷிக்க வேண்டியது என்பது வழக்கறிஞராய் எனது எளிய கருத்து.

நானும் இம்மாதிரியான திருநங்கை சிக்கல்களைத் தீர்வு காணவும் அவரின் திறமையை வெளிக்கொணரவும் மே மாதம் கோவையில் எங்கள் ஐ.எஸ். யாஸ்மின் அறக்கட்டளை மூலம்திருநங்கை திருவிழா நடத்தத் திட்டமிட்டுள்ளோம்.

சொல் செயலாவது இப்படித் தானே...

23. நானும், என் காதலர்களும்...ஓல்கா

“காதல் என்பது பொதுவுடமை..” என்கிற தத்துவ திரைப்பாடல் உண்டு. ஆனால் எதார்த்தம் அப்படி இல்லை. மூன்றாம் பாலினமான திருநங்களுக்கும் உணர்வுகள் உண்டு. அந்த உணர்வுகளில் காதலும் உண்டு என்பதை ஆகப்பெரும்பாலோர் ஒப்புக்கொள்வதில்லை.

ஆகவே காதல்.. காதலர் தினம் குறித்து திருநங்கை ஓல்காவிடம் கேட்டோம். குழந்தைகள், பெண்கள், திருநங்கைகள் உரிமைகளுக்காக குரல்கொடுக்கும், போராடும் bravoh என்ற சமூகசேவை அமைப்பை நடத்திவருபவர் இவர். பல்வேறு சமூகப்பணிகளுக்காக விருதுகளும் பாராட்டுகளும் பெற்றவர்.

இதோ திருநங்கை ஓல்கா பி. ஆரோன், காதல், காதலர் தினம், தனது காதல் குறித்தெல்லாம் மனம் திறக்கிறார்:

“உண்மையில் இந்த தினம் காதலர்களுக்கு மட்டுமானதல்ல. அனைவருக்குமான பாசப்பிணைப்பு தினம்தான். இளைஞர் கூட்டம்தான், இந்த தினத்தை காமத்தை அடிப்படையாக வைத்து காதலர் தினமாக மாற்றிவிட்டார்கள். வியாபாரிகளும் திட்டமிட்டு, நுகர்வு கலாச்சாரத்தை உருவாக்க

இந்த தினத்தை பயன்படுத்திக்கொண்டார்கள்.

காமத்தை அடிப்படையாகவைத்து மாத்திட்டாங்க. வியாபாரிகள் திருநங்கை-களுக்கும் காதல் உணர்வு உண்டு. ஆனால், திருநங்கைகளை இன்னமும் தாழ்மையானவர்கள் என்று நினைத்து பார்ப்பவர்கள்தானே அதிகம். இதற்குக் காரணம், மறு உற்பத்தி செய்யக்கூடிய விசயத்துக்குத்தான் மதிப்பு. அதாவது குழந்தை பெற்றுக்கொள்ளக் கூடிய ஆணும், பெண்ணுக்கும் மதிப்பு உண்டு. அந்த வாய்ப்பு இல்லாதவர்களை சமுதாயம் மதிப்பதில்லை. திருநங்கைகள் என்றில்லை, குழந்தை இல்லாதவர்கள், தனிமையை விரும்பி வாழும் பெண்-களுக்கும் இங்கே மரியாதை கிடையாது. அப்படிப்பட்டவர்களை," முதிர்-கன்னி, வாழாவெட்டி, மலடி" என்று தூற்றுவார்கள். அந்த வரிசையில்தான் திருநங்கைகளும் வருகிறார்கள்.

இந்த காதல் என்பதே, ஆணைச் சார்ந்துதான் உருவாக்கப்படுகிறது. அதா-வது, உலகம் தூற்றக்கூடாது. ஆகவே, எத்தனை மோசமானவனாக இருந்-தாலும் நமக்கு ஒரு ஆண் துண வேண்டும் என்ற நிர்ப்பந்தத்தை சமுதாயம் ஏற்படுத்துகிறது. அந்த நிர்ப்பந்ததிற்கு அடிபணிந்து வாழ்பவர்களுக்குத்தான் காதலும், காதலர் தினமும்!

அப்படி ஆணுக்கு அடிமையாகும் பெண்ணாகத்தான் திருநங்கைகள் பெரும்-பாலோர் இருக்கிறார்கள். இதற்குக்காரணம், அவர்களுக்கு ரோல் மாடல் தாய்தான்.

மதியம் சாப்பாடு சரியில்லை என்று அம்மாவை அப்பா அடிக்கிறார். ஆனால், மாலை அப்பா அலுவலகத்தில் இருந்து வரும்போது, பூ பொட்டு வைத்து அப்பாவுக்காக காத்திருக்கிறாள் அம்மா. இதைப் பார்த்து வளரும் பெண்களைப்போலவே, திருநங்கைகளும் அப்படியே உருவாகிறார்கள்.

திருநங்கைகளுக்கும் மனது என்று உண்டு. அதில் காதலும் நிரம்ப உண்டு. அன்புக்காகவும் காதலுக்காகவும் ஏங்குகிறவர்கள் அவர்கள்.

ஆனால் இந்த உலகம் அவர்களை சக உயிராகவே மதிப்பதில்லை. பிறகு எப்படி அவர்களது காதலை மதிக்கும்?

ஆகவே இருட்டுக்குள் தன்னுடன் உறவு கொள்ளும் போது, "கண்ணே மணியே.. உலகிலேயே நீதான் அழகி.." என்று ஆண் புகழும்போது, மகிழ்ச்-சியும், திருப்தியும் அடைகிறார்கள் திருநங்கைகள். அதே ஆண் வெயிடத்-தில் திருநங்கைகளை, "போடா பொட்டை" என்கிறான்.

தன்னை முழுமையான பெண்ணாகவே உணர்ந்த திருநங்கைகளுக்கு இது மிகப்பெரிய மன வலியை கொடுக்கிறது. ஆகவேதான் இருட்டிலாவது ஆண் புகழ்கிறானே, அங்கீகரிக்கிறானே என்று விபச்சார தொழிலில் ஈடுபடுகிறார்-கள். திருநங்கைகள் விபசாரம் செய்து பணம் சம்பாதிப்பதாக சொல்பவர்கள் இதை உணர வேண்டும். திருநங்கைகளுக்கு பணம் முக்கியமல்ல. தனக்கான அங்கீகரம்தான் முக்கியம். அது இருட்டில் கிடைப்பதால் விபசார குழியில்

வேறு வழியின்றி விழுகிறார்கள். பணம் இரண்டாம் பட்சம்தான்.

என்னைப் பொறுத்தவரை என் முதல் காதலும் கடைசி காதலும் என் அம்மாதான். பருவ வயதில், நான் பெண் என்பதை உணர்ந்தபோது அதை என் அம்மாவுக்கும் குடும்பத்தினருக்கும் உணரவைத்தேன். ஆகவே பெரும்பாலான திருநங்கைகளைப்போல வீட்டைவிட்டு வெளியேறி சிரமப்படவில்லை.

என்னை காதலிப்பதாக நிறைய ஆண்கள் சொல்லியிருக்கிறார்கள். இப்போதும் கூட சிலர் புரப்போஸ் செய்கிறார்கள். அப்படிப் பார்த்தால் எனக்கு நிறைய காதலர்கள் உண்டு. (சிரிக்கிறார்) ஆனால் நான் யாரையும் காதலிக்க தயாராக இல்லை. என்னை நெருங்க அனுமதிப்பதில்லை.

காரணம், பழகும் ஆண்கள் அனைவருக்குமே கட்டில்தான் லட்சியமாக இருக்கிறது.

என்னை ஒரு தோழியாக, சமூக சேவகியாக நினைத்து, ஒன்றாக ஒரே படுக்கையில் படுத்தாலும், இரவு முழுதும் என்னை புத்தகங்களை படிக்க அனுமதிக்கும் காதலன் கிடைப்பானா?

அப்டிப்பட்ட ஆண் இருக்கவே மாட்டான்.

எனக்கென வேறு லட்சியங்கள் இருக்கின்றன. மனித உரிமைகளுக்காக போராட வேண்டும். பாதிக்கப்பட்டவர்களுக்கு உதவ வேண்டும் என்பதே என் குறிக்கோள்.

அதே நேரம் எனக்கும் காதல் உணர்வு உண்டு. அதைக் கட்டுப்படுத்தி வாழ பழகிவிட்டேன்.

உணவு இன்றி வாழ முடியாது. ஆனால் காதல் இன்றி வாழலாம்!

நான் வாழ்கிறேன்.. மகிழ்ச்சியாகவே!" - கம்பீரமாகச் சொல்லி முடிக்கிறார் ஓல்கா

24. திருநங்கை தாலாட்டு

கனியினும் கனிந்த வுள்ளம், கனிந்து மெய்யுருகி - கண்கள்
பனிக்கவே நிற்கக்கண்டால், கல்லுமே கரைந்திடாதோ?
இனியுனக்கல்லல் இல்லை, கண்மணி கவலை வேண்டாம்
நனிதிறல் திருனர் முத்தே, செல்வி நீ கண்ணுறங்கு!

பெற்றதாய் தந்தை சுற்றம், விடுத்திட நீயும் செய்த
குற்றமும் ஏதும் உண்டோ - பாவியர் பேதை மாக்கள்
பற்றிடா துன்னை நாங்கள், அன்புடன் அரவணைத்தோம்
பெற்றி யீதெங்கட்கம்மா, தங்கமே கண்ணுறங்கு!

தஞ்சமும் உணவும்கூட தந்திடார் - வாழ்வில் நாமும்
மிஞ்சிட கல்வி தாரார், வேலைதான் தருவரோ காண்;

திருநங்கை

கெஞ்சியா பிச்சை கொள்வோம்? பாழும் இச்சூழல் மாறும்
அஞ்சிடாதமுதமே நீ, சோர்வற கண்ணுறங்கு!

தாயினும் பரிவு காட்டி , உலகறிவதனை யூட்டி
வேயினும் நல்ல தோளி, உந்தனை காத்து வெந்தே-
மாயினும் சமுதாயத்தை மாற்றுவோம், எமக்கு நீயோர்
சேயுமாய் ஆனாய் செல்வி, நன்கு நீ கண்ணுறங்கு!

0

ஆண் அல்ல, பெண் அல்ல
பொன்மணி நீ எனக்கு
தேனமுதம் தான் கண்ணே தேனமுதம்

என் துயரத்தின் கண்ணீர் கண்டு
காலம் தந்த செல்வம் நீயே
(ஆண் அல்ல …..)

நன்மையும் தீமையும்
வகையீடு செய்து நீ
எல்லைகள் தாண்டி வளர்ந்திடவே
பொருளின் எதிரொலியாகவே நீ
நீயாகத்தான் நிறைந்திடு
ராரி…ராரோ…ராராரோ… (2)

மகனல்ல மகளல்ல வானவில்லே (2)
மார்போடு சேர்த்துவைத்தேன் நான் உன்னையே
உச்சி மீது முத்தங்கள் பொழிந்திடுவேன்
என் வாழ்க்கை சாதனையின் முத்தங்கள்

தளராது செழிக்கட்டும் உன் கனவுகள்
பிறர்க்காதரவாய் மாறவேண்டும் உன் வாழ்வு
(ஆண் அல்ல ….)

சாபம் அல்ல, பாவம் அல்ல அன்பே நீ
என் வாழ்க்கை வானிலுதித்த அதிர்ஷ்ட தாரகை,
முதற்தாரகை, முதற்தாரகை நீ.
ராரி…ராரோ…ராராரோ…(2)

25. திருநங்கைகள் என்பவர் யார்?

இந்தியாவிலேயே முதன் முதலாக காவல்துறை உதவி ஆய்வாளராக ஆகி-யிருக்கிறார் திருநங்கை பிரித்திகா யாஷினி! இதையடுத்து சமூகவலைதளங்-களில் பலரும் அவரது படங்களை பகிர்ந்து வாழ்த்து சொல்லிக்கொண்டி-ருக்கிறோம். ஆனால் நேரில் திருநங்கைகளைப் பார்க்கும் போது நம்மில் எத்தனை பேர் அவர்களை மரியாதையுடன் பார்க்கிறோம்?

இதற்குக் காரணம்.. திருநங்கைகள் பற்றிய புரிதல் இல்லாததே! நம் குடும்பத்தில்கூட திருநங்கைகள் இருக்கலாம்.. உருவாகலாம்! மூன்றாம் பாலி-னமான அவர்களைப் பற்றி முழுமையாய் தெரிந்துகொள்ளவே இந்த கட்-டுரை.

காலம் காலமாக கோசா, ஒன்பது, அலி, அரவாணி என்று பல்வேறு தரப்பட்ட அருவெறுக்கத்தக்க பட்டப்பெயர்களில் அழைக்கப்பட்டு வந்-தவர்கள், சமீப காலமாகத்தான் பெருத்தமான திருநங்கை என்ற பெயரில் அழைக்கப்பட ஆரம்பித்தனர். திரு = ஆண்மகன், நங்கை = பெண்மகள்.

திருநங்கைகளைப்பற்றி சுருக் + தெளிவாக சொல்ல வேண்டுமானால் "ஆணாக பிறந்து, பாலின உணர்வைப் பெறும் வயதில் குரோமோசோம் குறைப்பாட்டால் மனதளவில் மட்டும் பெண்ணாக உணர்ச்சி மாற்றம் அடை-பவர்கள்" எனலாம்.

முதலில் ஒரு விசயம்.. இது அவர்களே வேண்டுமென்று நினைத்து மாறு-வதில்லை. இது, விடை சொல்ல முடியாத இயற்கையின் விளையாட்டு.

* மனதளவில் பெண்ணாக பருவமாற்றம் அடையும் போது அவர்களின் பிறப்பு உறுப்பு மீதே வெறுப்பு உண்டாகி, பின் முறையான ஆங்கில மருத்துவ அறுவை சிகிச்சை அல்லது முன்னோர் அனுபவத்தின் மூலம் உறுப்பை நீக்கி விடுவார்கள்.

* உண்மையான ஆணுக்கு உறுப்பை நீக்கி விட்டால், அதோடு அவர் மரணமடையே வேண்டியதுதான். ஆனால், திருநங்கைகளுக்கு அப்படி இல்லை. இதிலிருந்தே இவர்களது மாற்றம் இயற்கையின் விதிவசத்தால் நடப்பது என்பதை அறியலாம்.

* மனதளவில் பெண்ணுக்குரிய உணர்வுகள் இயல்பாகவே வந்து விடுவ-தால், பெண்களைப் போலவே ஆடை, அலங்காரம் ஆகியவற்றை செய்து கொள்வார்கள்.

* திருநங்கைகளோ ஆண் என்ற உடம்பில், பெண்ணுக்குரிய உணர்வு-களை அடக்கி வைத்திருந்தவர்கள். அந்த அடக்கி வைத்த உணர்வுகளை வெளிப்படுத்தும்போது கொஞ்சம் அதீததன்மை இருக்கும் அல்லவா.. அது-தான் அவர்கள் ஓவர் மேக் அப் போட்டுக்கொள்ள காரணம். இதை நாம் புரிந்துகொள்ளாமல் அவர்களை அருவெறுப்புடனும் வித்தியாசமாகவும்

பார்க்கிறோம்.

* சமுதாயத்தின் புறக்கணிப்பின் காரணமாகவே வேறு வழியின்றி அவர்கள் பாலியல் தொழிலை தேர்ந்தெடுக்க வேண்டியிருக்கிறது. .

* பெண் தன்மை உடலில் குடி கொண்டிருப்பதால், இயல்பாகவே இவர்களின் மார்பகமும் பெண்களைப் போலவே கொஞ்சம் பெரிதாகி விடும். அப்படியே ஆகவில்லை என்றாலும் கூட, மருத்துவ முறையில் பெரிதாக்கிக் கொள்கிறார்கள்.

* மனதளவில் பெண் தன்மை குடி கொண்டிருப்பதால் எதிர்பாலினமான ஆண்களின் ஆதரவுதான் அவர்களுக்குத் தேவைப்படுகிறது. ஆகவேதான் ஆண்களைச் சீண்டுகிறார்கள்.

* இவர்கள் ஒரு ஆணையோ அல்லது பெண்ணையோ திருமணம் செய்து கொள்ள சட்டப்படியான வழிமுறைகள் ஏதும் இல்லை. அப்படி திருமணம் செய்து கொண்டால் அது ஒன்று ஹோமோ அல்லது லெஸ்பியன் அல்லது மனித இனம் மிருக இனத்துடன் கொள்ளும் உடற்புணர்ச்சி என்ற வகை பாலியல் உறவாக கருதியே, இச்செயலை இந்திய தண்டனைச் சட்டம் 1860 இன் பிரிவு 377 இன்கீழ், இயற்கைக்கு மாறான புணர்ச்சி என்ற வகையில் தண்டிக்கத்தக்க குற்றமாக சொல்லப்படுகிறது. இந்த நிலை மாற வேண்டும்.

* அன்பிற்காகவும், பாதுகாப்புக்காகவும் ஆணை நாடும் திருநங்கைளின் பலவீனத்தால், இவர்களின் உழைப்பில் உண்டு களித்து, குடித்து கும்மாளமிடும் ஆண்களும் இருக்கிறார்கள்.

திருநங்கைகள் இயற்கையாக எவ்வளவு பிரச்சினைகளை சந்திக்க வேண்டியிருக்கிறது என்பதை ஓரளவு புரிந்திருப்பீர்கள். அதுமட்டுமல்ல.. குடியிருப்பு, வேலை வாய்ப்பு, ஏன்... கழிப்பிடம் கூட அவர்களுக்கு பிரச்சினைதான்.

சரி, இப்போது தற்போதைய சம்பவத்துக்கு வருவோம். நீதிமன்றம் உத்தவிட்ட பிறகும், திருநங்கைகள் காவல் துறைக்கு ஏற்றவர்களா என்று பலரும் கேள்வி எழுப்புகிறார்கள். ஆண், பெண் காவலர்களைவிட இவர்கள் சிறந்தவர்களாகவே இருப்பார்கள்.

பிறப்பால் ஆண் என்பதால் உடல் வலிமை மிகுந்திருக்கும்.

மனதளவில் பெண்களின் குணம் என்பதால் ஓரளவுக்காவது இரக்கக்குணம் இருக்கும்.

குழந்தை பிறக்க வாய்ப்பில்லை என்பதால், பிள்ளைகளுக்காக தவறான வழியில் சொத்து சேர்க்க கைநீட்ட மாட்டார்கள்.

திருநங்கைகளுக்கு ஆண், பெண்ணுக்குரிய குடும்ப பொறுப்பு என்கிற சுமை கிடையாது என்பதால், காவல் கடமையில் முழு கவனமாய், திறம்பட செயல்படுவார்கள்.

அவர்களுக்கு சாதிமத உணர்வுகள் இருக்காது. ஆகவே அவர்களது செயல்பாட்டில் ஒரு சார்பு இருக்காது.

உதவி ஆய்வாளர் திருநங்கை பிரித்திகா யாஷினி அவர்களுக்கு ராயல் சல்யூட்!

26. வெளிச்சத்தை எதிர்நோக்கும் திருநங்கைகள்!

திருநங்கைகளா...தவறான செயல்களில் ஈடுபடுவார்கள், ரயில், பஸ்களிலும், பொதுஇடங்களிலும் கையேந்துவார்கள் என்றெல்லாம் கூறி, அவர்களுக்கு வீடு கூட கொடுக்காமல் புறந்தள்ளும் சமூகத்தில், திருநங்கைகளின் வாழ்வாதாரத்தை உயர்த்தும் வகையில், சமையல் கலை தொடர்பான சிறப்பு பயிற்சி அளித்து, அவர்கள் சொந்தமாகத் தொழில் தொடங்கவும் உதவுகிறது 'ஸ்வஸ்தி ஹெல்த் கேட்டலிஸ்ட்' என்ற தன்னார்வ அமைப்பு.

பெங்களூருவை தலைமையிடமாகக் கொண்ட இந்த அமைப்பு, இந்தியாவில் 2002-ம் ஆண்டு முதல் செயல்பட்டு வருகிறது. உலகம் முழுவதும் உள்ள, பல்வேறு தரப்பட்ட மக்களின் வாழ்வை மேம்படுத்தும் வகையில் 32 நாடுகளில் இந்த அமைப்பு செயல்படுகிறது. இந்தியாவில் 14 மாநிலங்களிலும், தமிழகத்தில் 16 மாவட்டங்களிலும் இந்த அமைப்பு இயங்கி வருகிறது.

தமிழகத்தைப் பொருத்தவரை சமூக, பொருளாதார அமைப்பில் நலிவுற்றோருக்காக பல்வேறு சேவையாற்றும் இந்த அமைப்பு, கோவை மாவட்டத்தில் 2014-ம் ஆண்டு முதல் நலிவடைந்த பிரிவினர், தொழிற்சாலைப் பணியாளர்கள், திருநங்கைகள், திருநம்பிகள், குழந்தைகளின் நலனுக்கான செயல்பாடுகளில் ஈடுபட்டு வருகிறது. 2014-ம் ஆண்டு முதல் கோவை மாவட்ட திருநங்கை அமைப்புடன், ஸ்வஸ்தி அமைப்பு இணைந்து செயல்படுகிறது.

சமூக, பொருளாதார பாதுகாப்பு! - இது தொடர்பாக 'ஸ்வஸ்தி ஹெல்த் கேட்டலிஸ்ட்' அமைப்பின் மாநில நிர்வாகி கே.ஜெயகணேஷை சந்தித்துப் பேசினோம். "திருநங்கைகளின் சமூக, பொருளாதாரப் பாதுகாப்பு மற்றும் அவர்களது வாழ்வாதாரத்தை உயர்த்த வேண்டுமென முடிவு செய்தவுடன், கோவை மாவட்டத்தில் இது தொடர்பாக கணக்

கெடுப்புகளில் ஈடுபட்டோம். ஏறத்தாழ 1,500-க்கும் மேற்பட்ட திருநங்கைகள் இருப்பதும், 50 சதவீதம் பேர்கூட சமூகப் பாதுகாப்பில்லாமல் இருப்பதும் தெரியவந்தது. முதல்கட்டமாக, அவர்

களது அடிப்படைத் தேவைகள் என்னவென்பதை ஆராய்ந்தோம். வாக்காளர் அடையாள அட்டை, ரேஷன் கார்டு என அடையாளமே இல்லாமல் இருப்பதாக பெரும்பாலானோர் தெரிவித்தனர். இதையடுத்து, 2014-ம் ஆண்டு முதல் 2018-ம்

ஆண்டு வரை, அரசுடன் இணைந்து, வாக்காளர் அடையாள அட்டை, ஆதார் கார்டு, ரேஷன் கார்டு உள்ளிட்டவற்றைப் பெற்றுத் தருவது தொடர்பான முகாம்களை நடத்தினோம். இதில், 99 சதவீத திருநங்கைகளுக்கு

அடையாள அட்டைகள், ரேஷன் கார்டு உள்ளிட்டவை பெற்றுத் தரப்பட்டன. அவர்களுக்கு பசுமை வீடுகள் பெற்றுத் தருவது தொடர்பாகவும் பல்வேறு முயற்சிகளை மேற்கொண்டோம்.

பாதிக்கும் மேற்பட்ட திருநங்கைகள், திருநம்பிகளுக்கு வங்கிக் கணக்கு இல்லாததும் தெரியவந்தது. இதையடுத்து, வங்கிகளுடன் இணைந்து, 100 சதவீதம் பேருக்கு வங்கிக் கணக்கு தொடங்கிவைத்து, சேமிப்புப் பழக்கத்தை ஊக்குவித்தோம்.

ஆராய்ச்சி மணி... - வன்முறை, மோசடியால் பாதிக்கப்படும் திருநங்கைகளுக்காக `ஆராய்ச்சி மணி' என்ற குழுவைத் தொடங்கி, காவல் துறை, கோவை மாவட்ட சட்டப்பணிகள் ஆணைக்குழு மூலம் உதவினோம். கோவை ரயில் நிலையத்தில் 3, 4 இளைஞர்கள் சேர்ந்து, ஒரு திருநங்கையை கடுமையாகத் தாக்கினர். திருநங்கைகளுக்குள் கலவரம் என

இதை முடிக்கப் பார்த்தார்கள். காவல் துறையிடம் முறையிட்டு, தவறு செய்தவர்கள் மீது நடவடிக்கை எடுக்கச் செய்தோம். தொடர்ந்து, தலைமைப் பண்பு, தகவல் தொடர்பு திறன் வளர்ப்பு, நேர மேலாண்மை,முடிவெடுக்கும் திறன் வளர்ப்பு தொடர்பான பயிற்சிகளை அளித்தோம்.

பின்னர், அவர்களது வாழ்வாதாரத்தை மேம்படுத்துவதற்கான வழிமுறைகளை ஆராய்ந்தோம். திருநங்கைகளில் சுமார் 200 பேர், சமையல் வேலைக்குச் சென்றும், திருமணம், காதுகுத்து உள்ளிட்ட விசேஷங்களுக்கு ஆர்டரின்பேரில் உணவுப் பொருட்களை செய்துகொடுத்ததும் தெரியவந்தது. குறிப்பாக, பிரியாணி தயாரிப்பில் பலர் ஈடுபட்டிருந்தது ஆய்வில் தெரிந்தது.

இதுகுறித்து மேலும் விசாரித்தபோது, விசேஷ நாட்களில் மட்டும் வருவாய் கிடைப்பதாகவும், மற்ற நாட்களில் பொதுஇடங்களில் வசூலித்துத்துத்தான் வாழ்க்கையை நடத்துவதாகவும் தெரிவித்தனர். இதையடுத்து, 50 திருநங்கைகளைத் தேர்வு செய்து, இரு கட்டங்களாக உணவுப் பொருட்கள் தயாரிக்கும் பயிற்சி அளிக்க முடிவு செய்தோம்.

இதற்கான நிதியுதவிக்காக, நபார்டு வங்கியை அணுகினோம். மேலும், பயிற்சிக்காக கோவை சிஎஸ்ஐ பிஷப் அப்பாசாமி கல்லூரியை நாடினோம். இரு தரப்புமே ஒப்புக் கொண்டதால், பயிற்சி தொடங்கியது.

அக்கல்லூரியின் கேட்டரிங் துறை சார்பில், பேக்கரி பொருட்கள் தயாரிப்பு, இனிப்பு தயாரிப்பு, உணவுப் பொருட்களைப் பதப்படுத்தல் உள்ளிட்ட பயிற்சிகள், அளிக்கப்பட்டன.

கடந்த ஆண்டு டிசம்பர் தொடங்கியஇப்பயிற்சி முகாம், இரு பிரிவுகளாக நடைபெற்று, அண்மையில் முடிவுபெற்றது.

இதில் பங்கேற்ற திருநங்கைகள், மிகுந்த ஆர்வத்துடன் உணவுப் பொருட்களைத் தயாரிக்க கற்றுக் கொண்டனர். அடுப்பில் பாத்திரத்தை வைப்பது தொடங்கி, என்னென்ன பொருட்கள் பயன்படுத்த வேண்டும், எவ்வளவு நேரம் சமைக்க வேண்டுமென அனைத்தையும் குறிப்பு எடுத்துக் கொண்டு,

செயல்முறை பயிற்சி பெற்றனர்.

திருநங்கைகள் தாங்களே ஒரு நிறுவனத்தை தொடங்கி, பொருளாதார ரீதியாக வலுப்பட வேண்டுமென்பதே இதன் நோக்கம். எனவே, அவர்கள் உணவுப் பொருட்களைத் தயாரிக்கும் நிறுவனத்தை தொடங்கவும் உதவத் திட்டமிட்டுள்ளோம். கோவை சி.எஸ்.ஐ. திருச்சபை இடம்கொடுக்க முன்வந்-துள்ளது. நிதியாதாரம் கிடைத்தவுடன், முதல் யூனிட் அமைக்கப்படும். வரும் ஏப்ரல் 15-ம் தேதி உலக திருநங்கைகள் தினம் கடைப்பிடிக்கப்பட உள்ளது. அதற்குள் முதல் யூனிட்டை அமைக்க முயற்சித்து வருகிறோம்.

பொதுவாகவே, திருநங்கைகள் மீதான கண்ணோட்டம் மாற வேண்டும். அவர்கள் சமுதாயத்துடன் இணைந்துவாழும் போதுதான், தற்போதுள்ள கண்-ணோட்டம் மாறும். ஏற்கெனவே, மதுரையில் திருநங்கைகளுக்கு கிராமியக் கலை பயிற்சியும், நாமக்கல்லில் ஆடு, மாடு வளர்ப்பு பயிற்சியும் அளித்-துள்ளோம்.

தற்போது உணவுப் பொருட்கள் தயாரிக்கப் பயிற்சி பெற்றுள்ள திரு-நங்கைகளுக்கு, அவற்றை சந்தைப்படுத்தவும் உதவ உள்ளோம். மேலும், வாடிக்கையாளர்களைக் கவரும் வகையில், தரமான, திருப்தியான உணவு வழங்க வேண்டுமெனவும் அறிவுறுத்தியுள்ளோம். பயிற்சி பெற்ற திருநங்-கைகளுக்கு சான்றிதழ்களும் வழங்கப்பட்டுள்ளன. இனி, அவர்களது பாதை மாறும். பொருளாதார ரீதியாக முன்னேற்றம் பெறுவார்கள்'' என்றார் ஜெய-கணேஷ் நம்பிக்கையுடன்.

தொழில்முனைவோராக மாறுவதே லட்சியம்... - கோவை தெலுங்குபா-ளையத்தைச் சேர்ந்த திருநங்கை ரக்சிதா (27) கூறும்போது, ''நான் 8-ம் வகுப்பு படித்துள்ளேன். திருமணம் மற்றும் விசேஷங்களுக்குச் சென்று, 10, 20 மற்றும் 50 கிலோ வரை பிரியாணி செய்து கொடுப்பேன். அளவு அதி-கரிக்கும்போது, உதவியாட்களை வைத்துக்கொள்வேன். ஆனாலும், பெரும்-பாலான நாட்கள் வேலை இருக்காது.

இதனால்தான் வயிற்றுப் பிழைப்புக்காக கலெக்‌ஷனுக்குச் செல்ல வேண்-டியிருந்தது. பிஷப் அப்பாசாமி கல்லூரியில் நடைபெற்ற முகாமில், கேக், பிஸ்கெட், சூப் குச்சி, சாண்ட்விச் உள்ளிட்டவை தயாரிக்க கற்றுக்கொண்-டேன். இவற்றைத் தயாரிக்கும் நிறுவனத்தை அமைத்து, தொழில்முனை-வோராக வேண்டுமென்பதே எனது லட்சியம்'' என்றார். கோவை சின்னி-யம்பாளையத்தைச் சேர்ந்த எம்.தாரா(28) கூறும்போது, ''விசேஷங்களுக்கு சமையல் செய்ய செல்கிறேன். பிரியாணி, சாதம், குழம்பு என வழக்கமான உணவுப் பொருட்கள் மட்டும் தயாரிக்கத் தெரியும். பெரும்பாலான நாட்களில் வேலை இல்லாததால், வசூலுக்குச் செல்வோம். வாழ்வாதாரம் இல்லாததால்-தான், பாலியல் தொழிலுக்குச் செல்வதாகக்கூட சில திருநங்கைகள் சொல்-வார்கள். இந்த நிலை மாற வேண்டுமென்பதில் எல்லோருமே உறுதியாக

இருக்கிறோம். சமூகத்தில் மற்றவர்களைப்போல உழைத்து, கவுரவமாக வாழ வேண்டுமென எங்களுக்கும் ஆசை உள்ளது. தற்போது தொழில் தொடங்க வாய்ப்புக் கிடைத்தால், முழு ஈடுபாட்டுடன் உழைத்து, எங்களை பொருளாதார ரீதியாக உயர்த்திக் கொள்வோம். அதற்குப் பிறகாவது, இந்த சமூகம் எங்களை ஏற்றுக்கொள்ளும் என நம்புகிறோம்'' என்றார் நெகிழ்வுடன்.

27. திரையில் திருநங்கைகள் - மா. பொன்மாரி

முன்னுரை: உலகில் உள்ள மக்கள் அனைவருக்கும் முக்கியப் பொழுதுபோக்குச் சாதனமாக இருப்பது தொலைக்காட்சி ஆகும். இத்தொலைக்காட்சிகள் பெரும்பான்மையாகத் திரைப்படங்களையும், திரைத்துறையைச் சார்ந்துமே இயங்கிக் கொண்டிருக்கின்றன. திரைப்படங்களில் சமூகம் சார்ந்த பல்வேறு நிகழ்வுகள் கதைகளாக இடம் பிடித்திருக்கின்றன. இந்தக் கதைகளில் சமூகத்தின் பல்வேறு நிலையிலிருப்பவர்கள் குறித்த செய்திகளும் காண்பிக்கப்பட்டிருக்கின்றன. மூன்றாம் பாலினமாகக் கருதப்படும் திருநங்கைகள் குறித்தும் பல்வேறு காட்சிகள் எடுத்துக் காட்டப்பட்டிருக்கின்றன. இந்தியத் திரைப்படங்களில் திருநங்கைகள் மிக அரிதாகவே கண்ணியமானவர்களாகக் காண்பிக்கப் பெறுகிறார்கள். பல திரைப்படங்கள் இவர்களைக் கேலி, கிண்டலுக்குரிய பாத்திரமாகப் பதிவு செய்துள்ளனர். திரைத்துறையில் திருநங்கைகள் பதிவு பெற்றுள்ள விதத்தினை இக்கட்டுரை ஆராய முற்படுகிறது.

நன்முறையில் காண்பிக்கப்பட்ட படங்கள்: திரையுலகில் திருநங்கைகளுக்கு நன்மதிப்பை ஏற்படுத்தியவர் இயக்குநர் மணிரத்தினம் ஆவார். இவருடைய 'பம்பாய்' படத்தில் கலவரச் சூழலில் பிரிந்து வாடும் இரட்டைச் சகோதரர்களில் ஒருவன் தனியாகத் திகைத்து நிற்கும் வேளையில், அச்சிறுவனைக் காப்பாற்றுவது தெருவோரத்தில் வசிக்கும் திருநங்கை ஆவார். தொடர்ந்து வரும் காட்சியிலும் உயிரின் மதிப்பு குறித்து, கலவரக்காரர்களிடம் வீரவசனம் பேசுவதாகப் பதிவு செய்யப்பெற்றுள்ளது.

'தெனாவட்டு' படத்தின் தொடக்கத்தில் தமிழகத்தில் உள்ள கூத்தாண்டவர் கோயிலைக் காட்டுகின்றனர். இறுதியில் வில்லனிடம் இருந்து கதாநாயகர்களைக் காப்பாற்றுபவர்களாகப் பதிவு செய்யப் பெற்றுள்ளது.

'சித்திரம் பேசுதடி'என்னும் திரைப்படத்தில் நற்குணமுள்ள கதாப்பாத்திரமாகத் திருநங்கை படைக்கப்பெற்றுள்ளார். துணி தேய்ப்பவரிடம் காசுகேட்டுக் கொண்டிருக்கின்ற திருநங்கையிடம் கதாநாயகி, கதாநாயகன் சென்ற வழியைக் கேட்கிறாள். அதற்குத் திருநங்கை கதாநாயகன் சென்ற வழி தெரியவில்லை என்று பொய் கூறுகின்றாள். அவ்வாறு கூறுவதற்குக் காரணம் கதாநாயகன் பாலியல் தொழில் நடைபெறும் வீட்டிற்குச் செல்கிறான். பெண்கள் அவ்விடத்திற்குச் செல்லக்கூடாது என்பதற்காக ஆகும்.

மருத்துவத் துறையில் நடக்கும் திரைமறைவு, பொருளாதார அரசியலை

முதன்முறையாகச் சுட்டிக் காட்டிய திரைப்படம் 'ஈ' ஆகும். அப்படத்தின் ஒரு பாடலில் ஓரமாக ஆடிவிட்டுச் செல்லும்படிதான் திருநங்கை காட்டப்பெற்றுள்ளதைத் தவிர அருவருப்பாகக் காட்டப்படவில்லை.

'வானம்' திரைப்படத்தில் திருநங்கை அன்றாடத் தேவையைப் பூர்த்தி செய்ய பெருந்துன்பத்தை அனுபவிக்கின்றதை எடுத்தியம்புகின்றது.

ஒட்டுமொத்தத் தமிழ்த் திரைப்படச் சூழலில் இது போன்ற குறைந்த படங்கள் மட்டுமே திருநங்கைகளுக்கு மதிப்பளிக்கும் வகையில் காட்சிகளை அமைத்துள்ளன. இத்திரைப்படங்களின் வரிசையில் 'காஞ்சனா' திரைப்படம் மிகவும் குறிப்பிடத்தக்க ஒன்றாகும். திருநங்கைகளின் மன உணர்வுகளை எடுத்துக்காட்டுவதோடு அவர்கள் கல்வி கற்று முன்னேற வேண்டியதன் அவசியத்தையும் எடுத்தியம்புகின்றது. இப்படத்தில் ஒரு திருநங்கை மற்றொரு திருநங்கையைத் தத்தெடுத்து வளர்ப்பதும், அவளை மருத்துவராக்கி, அவளுக்கென்று ஒரு மருத்துவமனை கட்டிக் கொடுப்பதும் அவளின் கனவாக உள்ளது. இறுதியில் அத்திருநங்கை மருத்துவராக ஆவதைக் காண்பித்தல் சிறப்புக்குரிய ஒன்றாகும்.

இழிவுபடுத்தும் திரைப்படங்கள்: 'கட்டபொம்மன்' திரைப்படத்தில் நகைச்சுவை நடிகர் கவுண்டமணி பெண்களை வேலைக்கு ஆள் தேர்வு செய்வதாக நகைச்சுவைக் காட்சி வருகின்றது. அக்காட்சிப்படி இரண்டு திருநங்கைகள் வேலைத் தேர்வுக்காகக் காத்திருக்கின்றனர். அவர்களைக் கவுண்டமணி கேலி செய்து, வேலைக்குத் திறமையற்றவர்களாகக் கருதி தரமற்ற மதிப்பீட்டுடன் வெளியேற்றுகிறார். இக்காட்சி ஒரு விதத்தில் திருநங்கைகளின் வேலையில்லா நிலையைக் குறிப்பிட்டுள்ளது.

ஆண்கள் திருநங்கையாக நடித்த படங்களில் குறிப்பிட வேண்டிய முக்கியப் படம், வசந்த் இயக்கத்தில் வெளிவந்த 'அப்பு' திரைப்படம் ஆகும். அப்படத்தில் திருநங்கையாகப் பிரகாஷ்ராஜ் நடித்துள்ளார். அப்படத்தில் பாலியல் தொழில் செய்பவளாக, இளம் பெண்களைத் துன்புறுத்தும் கதாபாத்திரமாகத் திருநங்கை படைக்கப்பட்டுள்ளார்.

'துள்ளாத மனமும் துள்ளும்' படத்தில் வையாபுரி முதலில் பெண் தன்மை உள்ள ஆணாக விஜயின் நண்பராக இருக்கின்றார். சிறிது காலம் கழித்து அவர் திருநங்கையாக மாறிவருவதை அப்படம் கேலியாகக் காண்பித்துள்ளது.

'சில்லுனு ஒரு காதல்'திரைப்பட்த்தில் வடிவேல் பாலியல் தொழில் நடைபெறும் இடத்திற்குச் செல்கிறார். அங்கு உள்ளவர்கள் அனைவரும் திருநங்கைகளாக இருக்கின்றனர். அவர்கள் வடிவேலிடம் உள்ள பணத்தை ஏமாற்றிப் பிழைக்கும் கூட்டமாகச் சித்திரிக்கப் பெற்றுள்ளனர்.

'திருடாதிருடி' என்னும் திரைப்படப் பாடல் திருநங்கைகளைக் கேலி செய்யும் விதமாக அமைந்துள்ளது.

'வேட்டையாடுவிளையாடு' என்னும் திரைப்படத்தின் தொடக்கத்தில் திரு-

நங்கை, காவல் அதிகாரியின் உதவியோடு பாலியல் தொழில் செய்பவராகக் காட்டப் பெற்றுள்ளது. மேலும் சிறைக் கைதிகளை வித்தியாசமான முறையில் தண்டிக்க திருநங்கைகள், கைதிகளுக்குப் பாலியல் தொந்தரவு தருவதற்குப் பயன்படுத்தப்பட்டுள்ளனர்.

'தில்' என்னும் திரைப்படத்தில் திருநங்கைகள் அன்றாடத் தேவையைப் பூர்த்தி செய்யப்படும் துன்பத்தைக் குறிப்பிட்டுள்ளது.

திருநங்கைகளை மையமாகக் கொண்ட படங்கள்: 'கருவறைப்பூக்கள்' என்னும் திரைப்படம் வீட்டை விட்டு வெளியேறும் திருநங்கையின் வாழ்க்கையையும், சமூகத்தால் ஏற்படும் கொடுமைகளை எதிர்த்துப் போராடுவதாகவும் அமைந்துள்ளது. இப்படத்தில் லிவிங் ஸ்மைல் வித்யா, பிரியா பாபு என்ற திருநங்கைகளே முக்கிய கதாபாத்திரமாக நடித்துள்ளனர். இதன் இயக்குநர் லூர்து சேவியர்.

'நவரஸா' என்னும் திரைப்படம் சந்தோஷ்சிவன் இயக்கத்தில் உருவாக்கப் பெற்றதாகும். இப்படத்தில் திருநங்கை பகலில் ஆணாகவும், இரவில் பெண்ணாகவும் வலம் வரும் காட்சி பதிவு செய்யப்பெற்றுள்ளது. மேலும் கூத்தாண்டவர் கோயில் திருவிழா சுட்டப் பெறுகின்றது.

'நர்த்தகி' திரைப்படத்தில் கல்கி என்னும் திருநங்கையின் வாழ்க்கை இடம் பெறுகின்றது. இப்படத்தில் தாயம்மா நிர்வாணம், மகளாகத் தத்தெடுக்கும் சடங்கு போன்றவை சுட்டப்பெறுகின்றன.

'கிரிக்கெட் ஸ்கேண்டல்' திரைப்படம் முதன்முறையாக திருநங்கையால் உருவாக்கப் பெற்றுள்ளது.

முடிவுரை: சமூகப் பொறுப்புணர்வோடு செயல்பட வேண்டிய ஊடகங்களில் மிக முக்கியமான கருவி திரைப்படம். ஆனால் பல நேரங்களில் திரைப்படம் சுயலாபத்தை மட்டுமே எண்ணுகின்றது. எந்த உயிரினமும் தன் இனத்தின் ஊனத்தைக் குறை காண்பது கிடையாது. ஆனால் ஆறறிவு கொண்ட மனித இனம் மட்டுமே மனிதத் தன்மையற்று செயல்படுகின்றது. குடும்பத்தாலும், ஒட்டுமொத்த சமூகத்தாலும், பொதுவாழ்க்கையில் இருந்து புறக்கணிக்கப்பட்ட திருநங்கைகளுக்கு சமூகத்தில் சமமான இடம் கிடைக்க வேண்டியது அவசியம் ஆகும்.

28. திரைப்படத்தில் பாலுறவுச் சித்தரிப்புகள்: அறவியல் அழகியல் பிரச்சினைகள்

யமுனா ராஜேந்திரன்

தமிழ் சினிமாவில் மட்டுமல்ல, ஹாலிவுட் மற்றும் ஐரோப்பிய சினிமாக்களில் மட்டுமல்ல, உலகெங்கிலுமே பாலியல் மற்றும் பாலுறவுச் சித்திரிப்பு தொடர்பான விவாதங்கள் நடந்தே வந்திருக்கின்றன. பாலுறவுச் சித்தரிப்பு தொடர்பாக எழுபப்படும் ஆட்சேபங்கள் ஒன்று அறவியல் அடிப்படையி-

லானது. மற்றது பாலுறவு மற்றும் பாலியல் ஏற்படுத்தும் சமூக விளைவுகள் தொடர்பானது.

அறவியல் ரீதியானது என்கிறபோது (1). மனிதன் விலங்கினத்திலிருந்து மாறுபட்ட ஆன்மத்தளமும் கொண்டவன் எனும் அடிப்படையில எழும் ஆட்சேபம் (2). பாலியல்பின் தன்மை குறித்த ஒரு சமூகத்தின் மதிப்பீடு-களிலிருந்து எழும் ஆட்சேபம். பாலுறவு இந்த இரண்டு காரணங்களாலும் சுதந்திரமாக வெளிப்படுவதினின்று ஒடுக்கப்படுகிறது என்பது உளவியலாளர் சிக்மன்ட் பிராய்டின் பகுப்பாய்வாக இருக்கிறது. பாலுறவின் இயல்பான பீறி-டலை ஒடுக்குவதன் மூலமே மனித சிருஷ்டிகளும் கலைகளும் தோன்-றுகின்றன என்பது அவரது பார்வை. அதாவது பாலியல்பு தொடர்பான பிராய்டியப் பகுப்பாய்வு என்பது பிரச்சினைக்கான மாற்று என்பதைத் தேடிச் செல்வதற்கு மாற்றாக, ஒரு எதிர்முரண் சார்ந்த அறவியல் ரீதியிலான சிக்-கலை நிரந்தரமாக மனிதன் முன் வைத்துவிட்டு விலகிவிடுகிறது.

மனிதனுக்கு பாலுறவு நிறைவேற்றமும் அவசியம். அவனது ஆற்றல்களை சிருஷ்டிகள் கலைகள் சார்ந்து வெளிப்படுத்திக் கொள்வதும் முக்கியம். இதற்-கான இணக்கம்தான் பிரச்சினையே ஒழிய நிரந்தர எதிர்மையில் வாழ்வதல்ல. இப்படியான சூழலில் பாலியல்பின் சுதந்திர வெளிப்பாட்டுக்கு எதிரான சமூக அறவியல் சக்திகளை விசாரிக்க வேண்டிய ஒரு பொறுப்பு கலைஞனுக்கு வருகிறது.

இவ்வகையில்தான் சுதந்திரமான பாலியல்புக்குத் தடையாக இருக்கும் மதம் சார் அறவியல்களை ஒரு படைப்பாளி கேள்விக்கு உட்படுத்துகிறான். இவ்வகையிலேயே சந்ததிப் பெருக்கத்தையடிப்படையாகக் கொண்ட இருபா-லுறவை மதங்கள் மகிமைப்படுத்துவதையும், சமப்பாலுறவை சமூக விரோதம் என்று நிராகரிப்பதையும் கலைஞன் கேள்விக்கு உட்படுத்துகிறான்.

மேற்கத்திய சினிமாவிலும், மேற்கில் தயாரிக்கப்படும் மேற்கல்லாத நாட்டு மக்களைப் பற்றிய படங்களிலும் இன்று சமப்பாலுறவுப் பிரச்சனைகள் கூட சித்திரிக்கப்படத் துவங்கியாகிவிட்டது. (1)பாலுறவுச் சித்திரிப்பு (2) பாலியல்-புச் சித்தரிப்பு பற்றிய விவாதங்கள் மேற்கில் பலபத்தாண்டுகளாக நடைபெற்று வருகின்றன. பாலுறவுச் சித்திரிப்பு சம்பந்தமான ஆடசேபங்கள் அந்தந்தசமூ-கத்தின் கலாச்சார மதிப்பீடுகள் சார்ந்தே வெளியாகின்றன. மேற்கில் பாலு-றவு சம்பந்தமான மதிப்பீடுகள் கிறத்தவ அறவியல் சாரந்தே உருவாகியிருக்-கின்றன. நிலப்பிரபத்துவ மதிப்பீடுகளையும, மன்னராட்சி மதிப்பீடுகளையும் சார்நது உருவான பாலுறவு மதிப்பீடகளைக்கொண்டது கத்தோலிக்க பாலுறவு மதிப்பீடுகள். முதலாளித்துவ நுகர்வும, தனிநபர் தேர்வும் சார்ந்து உருவா-னவை புராதஸ்தாந்து பாலுறவு மதிப்பீடுகள்.

கிறத்தவ மதஅறவியல் அடிப்படைகளிலும், முடியாட்சி யுகத்தின் மதிப்-பீடுகளையும் அதிர்ச்சிக்கு உள்ளாக்கிய படைப்பாளிகளாக இருப்பவர்கள்-தான் பிரெஞ்சுக்காரரான தீ சேத்தும், இங்கிலாந்தைச் சார்ந்தவரான

தி.ஹெச்.லாரன்சும். இவர்கள் வெளிப்படுத்திய பாலுறவு, நிலப்பிரபுத்துவ அறவியலுக்கும் முடியாட்சி காலத்துப் போலி மதிப்பீடுகளுக்கும் (வெளி-யிலொன்றும் உள்ளொன்றும் ஆன போலி மதிப்பீடுகள் — தமக்குக் கீழுள்ள ஆண் பெண்களை வக்கிரமான பாலுறவுக்குப் பாவித்தவர்கள் இவர்கள்) எதிரான கலகம்தான் என்பது வரலாறாக இருக்கிறது. இவர்களால் அதிர்ச்சியடைந்தவர்கள் திருச்சபையினரும் அரசவம்சத்தினரும்தான் என்ப-தும் வரலாறாக இருக்கிறது.

இப்படைப்புகளில் வெளிப்படும் மிகமுக்கியமான ஒரு சமூக அம்சம், இப்-படைப்புகள் ஒடுக்கப்பட்ட பெண்பாலுறவு நடவடிக்கைகளைக் கொண்டாடுகி-றது என்பதுதான். இவ்வாறான பீறிடல்களுக்கெதிரான மதம் சார்ந்த அறவி-யல் அம்சங்களைப் படைப்பாளிகள் கேள்விக்கு உட்படுத்தியபோதெல்லாம், ஆட்சேபங்கள், பிரதானமான அரசியல் பழமைவாதிகளாலும், மதஅடிப்படை-வாதிகளாலும்தான் முன்வைக்கப்பட்டது என்பதும் வரலாறாக இருக்கிறது.

பாலுறவைத் திரைப்படங்களில் சித்தரிப்பது அந்தந்த சமூகங்கள் சார்ந்து மாறுபடுகிறது. லத்தீன் அமெரிக்கத் திரைப்படங்களில் பாலுறவு வெளிப்படை-யாகச் சித்தரிப்புப் பெறுகிறது. அலியா, ஸொலானஸ் போன்ற புரட்சிகரமான இயக்குனர்கள் இதில் முன்னோடியில் இருக்கிறார்கள். ஆப்ரிக்க, இஸ்லா-மிய, கிழக்கத்திய சமூகங்களின் திரைப்படங்களில் பாலுறவு வெளிப்படையா-கச் சித்தரிக்கப்படுவதில்லை. மேற்கத்திய சினிமாவில் பாலுறவுச் சித்தரிப்புகள் அதிக அளவில் இடம் படங்களென் இயக்குனர் பெர்ட்டுலாசியின் பட்ஙக-ளைக் குறிப்பிடலாம். அவர் தி பூர்சுவா

போன்ற படங்களையும் எடுத்தார். சீனப் புரட்சியை ஆக்கபூர்வமாக விமர்சித்த தி லாஸ்ட் எம்பரர் மாதிரிப் படங்களும் எடுத்தார். 1940 எனப் பாசிச எதிரப்பு கம்யூனிஸ ஆதரவுத் திரைப்படமும் எடுத்தார். லாஸ்ட் டேங்கோ அன் பாரிஸ் என மனஉலைச்சலுக்கு உள்ளான நிலையில் சந்திக்கும், அந்நியர்களான ஆண்பெண்ணுக்கு இடையிலான பாலுறவில் விளையும் மதிப்பீடுகள் கடந்த இன்பத்தைக் குறித்தும் படம் எடுத்தார். சம அளவில் பிராய்டிக் கண்ணோட்டத்தினாலும், மார்க்சியத்தினாலும் தான் பாதிப்புப் பெற்றிருப்பதையும் அவர் வெளிப்படையாக முன்வைத்தார். இவரது சகலவிதமான படங்களிலும் மன உலைச்சலுக்கும் வன்முறைக்கும், மரணத்-துக்கும் பாலுறவுக்கும் இடையிலான பதட்டங்களை வெளிப்படையான காட்-சியமைப்புகளில் சித்தரித்திருந்தார்.

இத்தாலியில் பாசிஸ்ட்டுகளுக்கும் கம்யூனிஸ்ட்டுகளுக்கும் இடையிலான போராட்டம் குறித்த 1940 படத்தில் தாக்குதலுக்கான ஆலோசனைகள் முடிந்த பின்னால், கட்சி அலுவலகத்திலேயே பாலுறவு வேட்கையுடன் கம்-யூனிஸ்ட் போராளிகள் உறவு கொள்வதை அவர் சித்தரித்திருந்தார். இம்மா-திரியான காட்சிகளை கற்பனையில் கூட, எமது சமூகங்களில் சித்தரிப்பது சாத்தியமில்லை.

இதே மாதிரியான சித்திரிப்பைத் தான் லாஸ்ட் டாங்கோ இன் பாரிசிலும் சித்தரித்திருந்தார. பாணில் தடவுவதற்காக வைத்திருந்த வெண்ணெய்த் துண்டை, பெண்குறியில் தடவி பாலுறவு கொள்ளும் அக்காட்சியில் மார்லன் பிராண்டோ நடித்திருந்தார்.

பிரச்சினைக்குரிய இன்னொரு இயக்குனர் ஜப்பானியரான நகிசா ஒசிமா. நகிசா ஒசிமா கருத்தியல் ரீதியில் மார்க்சியர். ஜப்பானிய மாவோயிஸ்ட்டுகளின் அரசியல் நட்வடிக்கைகளில் அதிகமும் ஈடுபாடு காட்டியவர். பல்வேறு ஆயுதவிடுதலைப் போராட்டங்கள் குறித்து விவரணப் படங்களை உருவாக்கியவர். குறிப்பாக கலாச்சாரப் புரட்சி குறித்து விவரணப் படங்களை உருவாக்கியவர்.

அவரது இரண்டு படங்கள் ஜப்பானில் தடை செய்யப்பட்டன. அந்தப் படங்கள் பிரான்சில் திரையிடப்பட்டபோது அதனைப் பாரப்பதற்கெனவே ஜப்பானியர்கள் பிரான்ஸ் வந்து சென்றதும் ஜப்பானிய சினிமா வரலாற்றின் பகுதி.

அய்டோ கோரா, அய்னோ கோரா என இருபடங்களை அவர் இயக்கினார். இருபடங்களுக்குமான கருப்பொருட்களை அவர் பத்திரிக்கைச் செய்திகளில் இருந்து பெற்றார். (1). ஆணுறுப்பை வெட்டி அதனை ஆராதித்த பெண் பற்றிய செய்தி. (2). ஒரு முன்னாள் ஜப்பானிய ராணுவச் சிப்பாயும், ஒரு ரிக்சாக்காரரின் மனைவியும் சேர்ந்து, அவளது முதிய கணவனைத் திட்டமிட்டுக் கொன்றொழித்தது பறறியச் செய்தி. இந்த இரண்டு செய்திகளின் பிண்ணனியில் இருந்த, மட்டுமீறிய வன்முறைகளின் பின்னிருந்த, வேட்கைகளின் தனிநபர் அறவியல் உடலியல் பிரச்சனைகளை ஆய்வு செய்தாக அந்தப் படங்கள் இருந்தது.

தமிழ் சமூகத்திலும் சமப்பாலுறவு நடவடிக்கை தெரிந்து போனதால், தற்கொலை செய்து கொண்ட இரண்டு தமிழப் பெண்களின் மரணத்தின் பின்னிருந்த வேட்கைக்கான காரணங்களை ஒரு கலைஞன் நேர்மையுடன் அலச முடியுமானால, எமது சமூகங்களின் ஆண்மையவாத பாலுறவு ஒடுக்குமுறையையும், வெளிப்படுத்தப்படாத பெண்பாலுறவு வேட்கைகளையும் கூட நாம் ஆய்வுக்கு உட்படுத்தியிருக்க முடியும்.

சமூகத்தின் விளிம்பு நிலையிலிருந்து நிகழும் வன்முறை சாரர்ந்த பாலுறவுக் குற்றங்களை தனது படைப்புகளில் தீவிரமாகச்சித்திரித்த கலைஞனாக ஒசிமா இருந்தார். ஜப்பானியக் கலாச்சாரத்தில் கெய்சா எனப்படும் விலைமகளிர் கலாச்சாரம் முக்கியமான சமூகப் பாத்திரம் வகிப்பதாகும். முதலாம், இரண்டாம் போர்க் காலங்களில் ஜப்பானிய ஆண்கள் போருக்குச் சென்றே ஆக வேண்டும் என நிரப்பந்தம் இருந்த ஒரு சூழலில், அழிவும் வன்முறையுமே எங்கெங்கும் நிறைந்திருந்த ஒரு சூழலில், அதி பாலுறவு நாட்டம் கொண்ட ஆணின் பிரச்சினைகளையும், மன உலைச்சல், ஆயத வன்முறை போன்றவற்றுக்கும், பாலியல் வன்முறைக்கும் இடையிலான பொதுத் தடங்க-

ளைக் கண்டடைவதாக அவரது அய்டோ கோரா திரைப்படம் இருந்தது.

அய்னோ கோரா திரைப்படம் ஜப்பானியப் படையில் தன் பணி முடிந்து விடு திரும்பும் ஒரு படையினன், கிராமத்திலிருக்கும் வயதான ரிக்ஷாக்காரர் ஒருவரது மனைவியுடன் கொள்ளும் பாலுறவும், அவர்களிருவரும் கொள்ளும் கலவியலிருந்து தோன்றும் அவர்களது நிரந்தரக் கலவிப்பேரவா, எவ்வாறு அந்த ரிக்ஷாக்காரனைக் கெலை நெய்வது வரை போகிறது என்பதையும் சித்தரித்தது. கொலை செய்துவிட்ட பின்னால, அவர்களது ஸப்பானிய கிராமியக் கலாச்சார மரபு சார்ந்து, அவர்களுக்கு மனத்தளவில் ஏற்படும் கெட்ட ஆவிகள் சார்ந்த அறவியல் பிரச்சனையை படம் காட்சிப்படுத்தியிருந்தது. நிர்பந்தப்படுத்தப்பட்ட படைச்சேர்பபு, சூழவிருந்த வன்முறை,பாலுறவு வேட்கையும் அது தரும் உடல் அமைதியும் என்பதனை இவரது படங்கள் சித்தரிக்கின்றன.

குறிப்பிட்ட இந்தப் படங்கள் வந்தபோது, அந்தந்த நாடுகளில் மிகப்பெரும் சர்ச்சைகள் தோன்றின. பல நாடுகளில் இப்படங்கள் தடை செய்யப்பட்டன. இந்த இயக்குனர்களது சொந்த நாடுகளான ஜப்பானும் இத்தாலியும் இந்தப் படங்களைத் தடை செய்தன. இவர்களது தேடலும் நம்பிக்கைகளும், மனிதர்களது உள உடல் சமநிலைகளில் அவர்கள் கொண்ட ஈடுபாடும், அதற்குத் தடைகளாக இருக்கிற அரசு அறவியல் சாரந்த அம்சங்களை விசாரணை செய்வதற்கு இவர்களை இட்டுச் சென்றது. ஆனால் அகிரா குரசாவோவும, ஸத்யஜித்ரேயும் இப்பிரச்சினைகள் தொடர்பாக எந்தக் கண்ணோட்டங்களைக் கொண்டிருக்கிறார்கள், பெண் பாலுறவு, ஆணபெண் உறவு தொடர்பாக என்ன கண்ணோட்டங்களைக் கொண்டிருக்கிறார்கள் என்பதைக் கொண்டே தீர்மானமாகிறது. அவரவர்களது அறவியல் மதிப்பீடுகளும் முன்னுரிமைகளும் சார்ந்து கலைஞர்களது சித்திரிப்பு என்பதும் வேறுபடுகிறது.

ஸத்தியஜித்ரே ஆண் பெண் உறவில் இந்திய ஆச்சார மரபுகளை மீறாத ஒரு மனிதர். சொந்த வாழ்விலும் அவர் அப்படித்தான் இருந்தார். பாலுமகேந்திரா குறிப்பிடுவதைப் போல, ரேயின் திரைப்படங்களில் பெண்களின் கர்ப்பத்தை அவர் காட்சிப்படுத்தியதில்லை. திருமணம் மீறிய உறவு குறித்த திரைப்படம் என்றாலும் கூட, சாருலதாவில் பாலுறவு வேட்கை சார்ந்த சித்தரிப்புகளை நாம் பார்க்க முடியாது. ஆனால் இந்திய சமாந்திர சினிமா இயக்குனரான கோவிந்த நிஹ்லானியின் ஆக்ரோஷ, தமஸ் போனற் படங்களில் பாலுறவு சார்ந்த சித்தரிப்புகளைப் பார்க்க முடியும். இந்திய தமிழ்வெகுஜனத் திரைப்படங்களின் வன்முறைச் சித்திரிப்பென்பதும், பாலுறவுச் சித்திரிப்பென்பதும் எதிர்மயில் பெண் உடல் சார்ந்துதான் அதிகமும் இடம் பெறுகிறது. ஆனால் நிஹ்லானியின் பாலுறுவுச் சித்தரிப்புகள் படைப்புத்தன்மை வாய்ந்தவை. ஆக்ரோசிலும், அரத்சத்யா, துரோகாலிலும் அவர் சித்தரிக்கும் வன்முறையும் பாலுறவுச் சித்தரிப்புககளும், பாலுறவுக்கும் வன்முறைக்கும் சமூகத்துக்கும் இருக்கும் உறவுகள் தொடர்பாக ஆய்வு செய்யும் கண்ணோட்டம்

கொண்டவை.

நிஹ்லானியின் பெரும்பாலமான படங்கள், ஆக்ரோஷ், துரோகால், 1084 எண்ணின் தாய் போன்றன இந்திய வாழ்வின் அரசியல் வன்முறை தொடர்பான படங்கள் எனபதை இந்தச் சந்தரப்பத்தில் சுட்டிக்காட்ட வேண்டும். எந்த சமாந்திர சினிமா இயக்குனரை விடவும் தொடரந்து அதிகார வர்க்கம் சார்ந்த வன்முறையையும், அதற்கு எதிரான போராளிகளின் வன்முறையையும் தொடர்ந்து சித்தரித்து வருபவர் அவர்தான். கல்கத்தா, நக்ஸல்பாரி அரசியலை வைத்த படஙகள் உருவாக்கிய மிரணாள் சென்னும், நில்ப்புரபுத்துவ முறையை முன்வைத்து ஆங்கூர், மன்த்தன், போன்ற படங்கள் செய்த ஸியாம் பெனிகலும் இன்று வேறு திசைகளுக்கு நகர்ந்து விட்டார்கள். ஆனால் நிஹ்லானி தொடர்ந்து இந்திய சமூகத்தின் பல்வேறு மட்டங்களில் புரையோடியிருக்கும் வண்முறையைப் பற்றி பேசுகிற படங்களையே தொடர்ந்து இயக்குகிறார்.

பெர்ட்டுலூசி, ஓசிமா, நிஹ்லானி போன்றவர்களுக்கிடையிலான மிகப் பொதுவான அம்சம், இவர்கள் அனைவருமே கருத்தியல் ரீதியில் இடதுசாரிப் பிரக்ஐஹ கொண்டவர்கள் என்பதுதான். அந்தவகையில்தான் பாலுறவுக்கும் வன்முறைக்கும் இடையலான உறவகளை, இந்த மூன்று படைப்பாளிகளுமே தமது திரைப்படங்களில் அழுத்தம் கொடுத்துச் சித்தரித்திருக்கிறார்கள்.

பாலுறவுச் சித்தரிப்புக்கு ஆட்சேபங்கள் பிரதானமானவை அறவியல் ரீதியானவை, குறிப்பாக மத ஒழுக்க அடிப்படையிலானவை. கலைஞர்கள் மனிதர்களின் அக உலகங்களசை சித்தரிக்க வேண்டுமானால், அவர்களை ஒடுக்கிக் கொண்டிருக்கும் பல்வேறு அதிகாரங்களை விசாரணை செய்ய வேண்டுமானால், பிரச்சினைகளுக்கரிய அந்த வெளிகள் நிச்சயமாகவே அலசப்படவேண்டும். இதற்கு மதநிறுவனங்கள் அரசுகள், சமூக நிறுவன்ங்கள், படைப்பாளிகள் போன்றவர்களுக்கு இடையில் குறைந்த அடிப்படையிலான் இணக்கம் என்பது உருவாக வேண்டும். இவ்வாறான சித்தரிப்புகள் உருவாக்குகிற சமூக விளைவுகள் குறித்து நிலைாபாடுகள் மேற்கொள்வதற்கு, பல்வேறு சமூக அமைப்புகளின் கருத்துக்களும் கணக்கிலெடுத்துக் கொள்ளப்பட் வேண்டும். இதற்கெனத் தோன்றியதுதான் தணிக்கை அமைப்புகள்.

பாலுறவைச் சித்தரிக்கக் கூடாது என, அரசோ மதபீடங்களோ, குறிப்பிடட் சமூக அமைப்புகளோ சொல்லமுடியாது என்பது, ஒரு ஒப்புக்கொள்ளபட்ட நியதியாக ஆனபோதுதான், அவை உருவாக்கும் விளைவுகளைக் கட்டுபபடுத்துவது என்பதற்கான விதிகள் என்பது உருவாக்கப்படுகிறது. இந்த விதிகள் ஒரு சமூகத்தில் இருக்கும, பெண்களின் பாலறவு வேட்கை தொடர்பான மதிப்பீடுகளிலிருந்தே உருவாகிறது. அரசை மத நிறுவனங்கள் கட்டுப்படுத்தகிறபோது, சிககல் அதிகமாகிவிடுகிறது. இந்தச் சிக்கல்களை எதிர்கொள்ளும் இரு நாடுகளாக நாம் ஈரானையும் இந்தியாவையும் சுட்டிக்காட்டலாம்.

ஈரானில் பாலுறவு சார்ந்த சித்தரிப்புகள் என்பதே இருக்கமுடியாது. இன்னும் பெண்கள் தமது பாலுறவு சார்ந்த வேட்கைகளையோ அதிலுள்ள பிரச்சினைகளையோ கூட விவாதிக்க முடியாது. பாலுறவைச் சித்தரிப்பதற்கான படைப்புச் சுதநதிரம் என்பது அந்த நாட்டில் இல்லை. பாலுறவின் அடிப்படையில் மேற்கொள்ளப்படும் ஒடுக்குமுறை சாரந்து ஒரு படைப்பாளி அங்கு பேசமுடியாது. இஸ்லாமிய மதத்தின் ஆதிக்கம் குறைவாக இருக்கிற இஸ்லாமிய சமூகங்களான எகிப்து, டுனீசியா, லெபனான் போன்ற நாடுகளிலிருந்து வருகிற படங்களில, வெளிப்படையான பாலுறவுச் சித்தரிப்புகளும், மதத்தின் அடிப்படையில் மேற்கொள்ளப்படும் நுட்பமான ஆண்மையப் பாலுறவு வன்முறையும் சித்தரிப்புப் பெறுகிறது.

ஈரானது மிகச்சிறந்த படைப்பாளிகளான கியராஸ்ட்ரோமி, மெஹமல்பூப் போன்றோரின் படங்களில் ஒன்று கூட பாலுறவைக் குறித்துச் சித்தரித்ததில்லை. இவர்களது மனோநிலையை நாம் ஸத்யஜித்ரேயினுடைய மனநிலையுடன் ஒப்பிடமுடியம். ஈரான் அளவில் அதே முறையிலான பிரச்சினைகளை தற்போது திரைப்படப் படைப்பாளிகள் இந்தியாவிலும் எதிர்கொண்டுவருகிறார்கள். கீதா மேத்தாவின் இரண்டு படங்களுக்கும் ஏற்பட்ட பிரச்சினைகளை எடுத்துக் கொள்வோம். ஃபயர் படத்தில் மதச் சடங்காச்சாரங்களால் பாலுறவு வேட்கை நிராகரிக்கப்பட்டபெண்ணும், கணவனால் மனத்தடன் ஒன்றுபடமுயடிாத இன்னொரு பெண்ணும் சமப்பாலுறவில் ஈடுபபடுகிறார்கள்.

மதம் சார்ந்த ஆண்மையக் கருத்தாடல்களுக்கு எதிரானா பெண்ணின் உடல் சாரந்த வேட்கையை அந்தப் படம் முன்வைத்தது. சமப்பாலுறவு தொடர்பான முழமையான கண்ணோட்டம் அல்ல இது.. சமப்பாலுறவு என்பது ஒரு திரிபல்ல, மாறாக அது சில மனிதரின் இயல்பு என்பதுதான் சமப்பாலுறவு அரசியல். இந்தியாவிலும் தமிழகத்திலும் ஏற்படும் சமப்பாலுறவுகளுக்கான காரணங்களில் ஒன்றாக சமனப்படுத்தப்படாத, பகிந்துகொள்ளப்படாத பெண்களின் பாலுறவு நிறைவேற்றம் என்றும் கூட இப்படத்தின் கருவைக் குறிப்பிடலாம். இந்தப் படத்துக்கான முதல் ஆட்சேபம் இந்துத்துவவாதிகளிம் இருந்து வந்தது. சிவசேனா படம் திரையிடப்பட்ட தியேட்டர்களை அடித்து நொறுக்கியது.

தீபாவின் தயாரிப்பிலிருந்த மற்றொரு படமான வாட்டர் பட செட்டுகள் வாரணாசியில் அடித்து நொறுக்கப்ப்பட்டன. விதவைகள் விபச்சாரத்தில் ஈடுபடுவதான அறவியலை அவர்களுக்கு இந்து மதம் நிர்ப்பந்தக்கிறது என்பதுதான் படத்தின் கரு. இந்தப் படத்திற்கான ஆட்சேபமும் இந்துத்துவாதிகளிடமிருந்தே வந்தது. துரதிருஷ்டவசமாக தமிழ் சினிமா இயக்குனர் மகேந்திரன், தீபா மேத்தா மீதான தாக்குதலை நியாப்படுத்தினார். தீபா அந்தப் படத்தினைத் தயாரப்பதனையே அதனால் கைவிட வேண்டிய நிலைமை வந்தது.

சாதியத்திற்கும் பாலியல் வன்முறைக்கும் இருக்கும் தொடர்பை மிக உக்கிரமாகச் சித்தரித்த பண்டிட்குயின் இதேவகையில் தணிக்கையில் பிரச்சினைகளைச் சந்தித்தது. மேல்சாதியினரால் தலித் பெண் பாலியல் பலாத்காரம் செய்யப்படும் கோரக் காட்சி இறுதியில் வெட்டுப்பட்டது. ண்டிட் குயின் படம் இருவகையிலுமான பாலறவைச் சித்தரித்த சர்வதேசத் தரம் வாய்ந்த படங்கிளில் ஒன்றாகும்..பாலுறவுச் சித்தரிப்பில் முற்றிலும் வேறான இரண்டு எதிரெதிர் சித்திரங்கள் இப்படத்தில் வருகின்றன. தன் விருப்புக்கு விரோதமான பாலுறவுப் பலாத்காரத்தின் போது, அப்பெண்ணின் உடல் மீது செலுத்தப்படும் கோரம் நமக்கு சாதியாதிக்க உடல்கள் மீது தீராத வெறுப்பைஏறபடுத்துகிறது. அதே பண்டிட்குயின் தனது காதலனுடன் தனியறையில், மேலிருந்து கொள்ளும் உடலுறவைப் பாரக்கிறபோது உடல்களின் சங்கமத்தில் விளையும் சந்தோசம் நம்மையும் பற்றிப்

பிடிக்கிறது. இரண்டாவது காட்சி இவ்வளவு விரிவாகச் சித்திரிககப்பட்டதினாலேயே, பாலுறவு பலாத்காரக் காட்சியின் கோரம் நச்சென நம் சிந்தைக்குள் இறங்குகிறது. இவ்வகையிலான பாலுறவுச் சித்தரிப்புக்களை விலக்கிவிட்டால் சாதியாதிக்க ஆணுடல் வன்முறையென்பதை நாம் புரிந்து கொள்ள முடியாமலேயே போய்விட்டிருக்கும். மேற்கத்திய நாட்டுத் திரையிடல்களோடு ஒப்பிட, இந்தப் படமும் வெட்டுக்களோடுதான் இந்தியாவில் திரையிடப்பட்டதென்பது சோகமானதாகும்.

ஈரான் இந்திய அனுபவங்கள் மட்டுமல்ல, மேற்கத்திய அனுபவங்களும் இத்தகையதாகவே இருந்திருக்கிறது. பெர்ட்டுலூசியின் லாஸ்ட் டாங்கோ இன் பாரிஸ் படத்திற்கு வாத்திகான் சபை ஆட்சேபம் தெரிவித்தது. த லாஸ்ட் டெம்ப்டேஸன்ஸ் ஆப் ஜீஸஸ் கிரைஸ்ட் என இயேசுநாதரை மானுடப் பிறவியாகச் சித்தரித்து, அவரது பாலுறவு வாழ்வையும் சித்திரித்ததற்காக, இதே மாதிரியிலான ஆடசேபத்தை மேற்கத்திய அமெரிக்க மத அமைப்புகளும் வாட்டிகன் திருச்சபையும் தெரிவித்தது. நாவலாசரியர் கசான்டாகிஸின் நூலின் அடிப்படையில் உருவான இந்தத் திரைப்படத்தை இயக்கனர் மார்ட்டின் ஸ்கோர்ஸிஸே இயக்கியிருந்தார். பெர்ட்டுலூசிக்கும் கத்தோலிக்க இறையியலாளர்களுக்கும் தி லாஸ்ட் டாங்கோ இன் பாரிஸ் படம் தொடர்பான உரையாடல்களும் நிகழ்ந்தது. நீண்ட தணிக்கைப் பிரச்சினைகள், தடைப் பிரச்சினைகள் போன்றவற்றோடுதான் இந்தத் திரைப்படங்கள் அமெரிக்காவிலும் ஐரோப்பாவிலும் திரையிடப்பட்டன. மெல் கிப்ஸன் தற்போது இயேசுநாதரைப் பற்றித்தயாரத்திருகுகும் படம் கூட புனிதத் தந்தையின் ஒப்புதலுக்காகத் திரையிடப்பட்டுக் காட்டப்படுட்டுள்ளது, என்றாலும் திரைப்படம் குறித்து அவர் கருத்துக் கூறமாட்டார என வாத்திகான் அதிகாரிகள் தெரிவித்திருக்கிறார்கள்.

பிரச்சினைகளுக்குள்ளான படங்கள் ஹாலிவுட் வரலைாற்றிலும், ஐரோப்பிய வாரலாற்றிலும் தொடரந்து இருந்து வருகிறது. ரஷ்யப் புரட்சி குறித்த

ஐஸன்ஸ்டானின் போர்க்கப்பல் போதம்கின் பிரித்தானியாவில் நீண்ட காலங்கள் தடை செய்யப்பட்டிருந்தது. இட்லருக்கு ஆதரவான லெனி ரீப்சிந்தாலின் தி பேரேட் அமெரிக்காவிலும் ஐரோப்பாவிலும் நீண்ட காலங்கள் அரசியல் ரீதியான காரணங்களால் தடை செய்யப்ட்டிருந்தது. ஸ்டான்லி குப்ரிக்கின் கிளார்க வொரக் ஆரஞ்ச் அதனது வன்முறைக் காட்சிகளுக்காகவும் நிர்வாணக் காட்சிகளுக்காவும், தொண்ணூறுகளிள் இறுதி வரையிலும் பிரித்தானியாவில் தடை செய்யப்பட்டிருந்தது. அவருடைய இறுதிப்படமான தி அய்ஸ் வைட் ஸட் அதனது பாலுறவுச் சித்தரிப்புக்களுக்காக விவாதத்தை தூண்டியது. பாலுறவுச் சித்தரிப்புகளில் தற்போது பிரித்தானியா போன்ற நாடுகளுக்கும், பிற மேற்கத்திய நாடுகளுக்கும், அமெரிக்காவுக்கும் இடையில் கூட நிறைய வித்தியாசங்கள் இருக்கிறது.

அமெரிக்கத் திரைப்படங்களில் ஆண் பெண் பாலுறுப்புகளை வெளிப்படையாகக் காட்டும் காட்சிகளையோ அல்லது உடலுறவில் ஆண்குறி விறைத்து நிலையிலுள்ள காடசிகளையோ அல்லது பெண்குறியின் அருகாமைக் காட்சிகளையோ திரைப்படத்தில் காணபிக்க முடியாது. நீலப்படங்களில் காட்ட அனுமதிக்கப்பட்டுள்ளது. ஹாலிவுட்டுக்கு இணையான பணம் புரளும் அமைப்பாக நீலப்படத் தொழில் அமெரிக்காவில் இருக்கிறது. ஐரோப்பாவிலுள்ள நெதர்லாந்து, பிரெஞ்சு நாடுகளின் படங்களில் வெளிப்படையான பாலுறவுச் சித்தரிப்புகள் இடம் பெறுகினறன். தி லவர்ஸ், ரொமான்ஸ், இன்டிமஸி போன்ற படங்களில் விறைதத் குறிகளும, அருகாமைக் காடசியாக பெண் பாலுறுப்புகளும் கூட காட்சிகளில் இடம் பெறுகிறது. ஜப்பானில் ஆண் பாலுறுப்புக்களை வெளிப்படையாகக் காட்டலாம் ,ஆனால் பெண்ணுறுப்பைக் காட்ட முடியாது. ஸ்கேன்டிநேவிய நர்டுகளில் நீலப்படங்களைச் சாதாரணமாகவே பார்க்க முடியும். பிரித்தானியாவிலும் 2004 ஆம் ஆண்டிலிருந்து வெளிப்படையான பாலுறவுப் படங்களைக் கடைகளில் வாங்கமுடியம். ஆகவே பாலுறவைச் சித்தரிக்கக் கூடாது எனும் விவாதங்கள் மேற்கிலும் அமெரிக்காவிலும் முற்றுப் பெற்றுவிட்டது. இதனது விளைவாகப் படைப்பாளிகளுக்கு பாலுறவு சம்பந்தமாகச் சித்தரிப்பதில் படைப்புச் சுதந்திரம் கிடைத்திருக்கிறது.

பாலுறவுச் சித்தரிப்பு படைப்பாளிக்கு மட்டும் சுதந்திரத்தைத் தரவில்லை. பாலுறவை வெறுமனே நுகர்வுப் பொருளாக மட்டுமே பாரத்துப் பழகிய வியாபாரிகளுக்கும் இதனால் தங்களது வியாபாரம் செழித்திருக்கிறது.. இதனின்று சமூகப் பொறுப்புள்ள அறிவுஜீவிகளுக்கு மிகப் பெரிய சிக்கல் உருவாகியிருக்கிறது.

(1).பாலுறவைச் சித்தரிக்கிற படைப்பாளியையும் வியாபாரியையும் எப்படித் தரம் பிரிப்பது ?

(2) இவ்வாறான படஙகள் மிக வெளிப்படைாகக் கிடைக்கிறபோது பிள்ளைகளின் ஆற்றல் வாலிபப் பருவத்தின் முன்பே திசை மாறிப் போய்விடு-

கிறதே, அதனை எவ்வாறு எதிர்கொள்வது?

(3) பெண்களின் மீதான பாலுறவு வன்முறை இதனால் அதிகரிக்கிறதே, இதனை எவ்வாறு எதிர்கெள்வது ? இந்த மூன்று பிரச்சினைகளில் முதல் கேள்வியை சமூக நோக்குள்ள படைப்பாளிகளும், சமூக மாற்ற நோக்கம் பிறரும் கொண்டவர்களும் அசட்டையாகப் புறந்தள்ளிவிட முடியாது. பின்னிரண்டு பிரச்சினைகளும் அரசு இப்பிரச்சனைகளில் கட்டுப்பாடு கொணர்வது தொடர்பானதாகும். மேற்கத்திய பிரித்தானிய அரசுகள் இதனைக் கடுமையாகச் செய்கின்றன. வெகுஜனத் திரைப்படங்களைப் பாரப்பதங்கான தணிக்கைச் சான்றிதழ்களை வயது அடிப்படையில் பிரித்துக் கொடுப்பதைப் போலவே, இத்தகைய வியாபார ரீதியிலான நீலப்படங்களைப் பாரப்பதற்கும் கறாரான வயது வரம்புகளை அவர்கள் வித்திதிருப்பது போலவே, இப்படங்களை எல்லா இடங்களிலும் விற்கமுடியாத அளவில் அதற்கென பிரத்யேகமான விற்பனை இடங்களையும் அடையாளம் கண்டிருக்கிறார்கள்.

திரைப்படங்களில் இடம் பெறும் பாலுறவுச் சித்தரிப்பு, வன்முறையின் தன்மை போன்றவற்றின் அடிப்படையில் தணிக்கைச் சான்றிதழ்களை அவர்கள் பல்வேறு மட்டங்களில் தருகிறார்கள்.

(1)அனைவரும் பாரக்கும் படங்கள் : யனிவர்ஸல்

(2) பெற்றோரின் வழிகாட்டுதலுடன் பார்க்க வேண்டிய படங்கள் : பிஜி

(3) 12 வயதுக்குட்பட்டவர்களும் அதற்கு மேலானவர்களும் பாரக்கும் படங்கள்

(4)பதினைந்து வயதுக்கு மேற்பட்டவர்கள் பார்க்கும் படங்கள்

(5) 18 வயதானவர்கள் பாரக்கும் படங்கள் படங்கள்

(6) பதினெட்டு வயதிற்கு மேலானவர்கள் பார்க்கும் வகைப்படுத்தப்பட்ட படங்கள் : ஆர்ரேட்டட். இந்தப படங்கள் குறிப்பாக வெளிப்படையான பாலுறுப்புகள் தெரியும் பங்களாக இருக்கும்.

இந்த வகையிலான தணிக்கைப் பிரிப்பில் மிகமுக்கியமாக கணக்கில் எடுத்துக் கொள்ள வேண்டிய கருத்தாக்கம் என்பது இதுதான்: குடும்பத்துடன் மூன்று தலைமுறையினர் உட்காரந்து பாரக்கும் படங்கள் என்பது இல்லை. அவரவரின் வயது முதிர்ச்சிக்கு ஏற்பவும், பிரச்சினைகளைப் பகுத்தாயும் தனமைக்கு ஏற்பவும், அவரவரின் பிரக்ஞைபுர்வமான தன்மைக்கு ஏற்பவும், குடிமக்கள் திரைப்படக் காட்சிகளுக்கு அனுமதிக்கப்படுவர்..

இவ்வாறனதொரு பிரிவினையினால் குறிப்பிட்ட பிரச்சினைகள் சார்ந்து ஆழமாகத் திரைப்படங்கள் எடுக்கக் கூடிய வாயப்புக்கள் கலைஞர்களுக்குக் கிடைக்கிறது. தத்தமது அறிவு முதிர்ச்சிக்குத் தக்கபடி, ஒரு நாட்டின் குடிமக்களை நெறிப்படுத்திக்கொள்ள, குடும்பத்தின் உறப்பினர்களாலும் பெற்றொர்களாலும் சாத்தியப்படுகிறது. மீறல்கள் எங்கேயும் இருப்பது போல, ஒரு தியேட்டர் முதலாளியும் அல்லது ஒளிப்பேழைகளை விநியோகிக்கும் கடை முதலாளியும் குழ்நதைகளைக் கூட 18 வயதுக்கும் மேற்பட்டோர் படங்க-

ளைப் பாரக்க அனுமதித்து விடலாம். அப்படி நடக்கவும் செய்கிறது. 18 வயதுக்குட்பட்டவர்களுக்கு சிகரெட் கொடுக்கக்க கூடாது என பிரித்தானியாவில் சட்டம் இருக்கிறது.ஆனால் சுரங்க இரயில் வாசல்களில் கிகரெட குடித்துக் கொண்டிருக்கிற 10 வயதுச் சிறுவர் சிறுமிகளை நாம் சாதாரணமாகவே பார்க்க முடியும். இவர்கள் இவ்வாறு இருப்பதற்கான பொறுப்பு வெறுமனே அரசு நிர்வாகம் சாரந்தது மட்டுமல்ல, பெற்றோர்களின் கண்காணிப்பும் பொறுப்பும் சார்ந்ததுமாகும்.

பாலுறவை நுகர்வு நோக்கத்தின் அடிப்பயடைல் வியாபாரத்திற்குப் பஷன்னபடுத்துவது தொடர்பாக விமர்சன ரீதியிலான நிலைபாடுகளை மேற்கொள்ள வேண்டியது என்றும் கலைஞனதும், சமூக மாற்றத்தில் அக்கறையுள்ள அறிவுஜீகளதும் பொறுப்பாக இருக்கிறது. இது ஒரு தொடர் நடவடிக்கையாகும். மதச்சார்பற்ற அடிப்படையில் அரசுகளைத் திரட்டிக் கொண்டிருக்கும் மேற்கத்தியசமூகம் பாலுறவுச் சித்தரிப்பு, படைப்பாளர் சுதந்திரம், அதனது விளைவுகளிலிருந்து குழந்தைகளைப் பாதுகாப்பது போன்ற பிரச்சினைகளை இவ்வாறுதான இணக்கப்படுத்தியிருக்கிறது. இந்த இணக்கப்பாட்டில் நிறவாதம், ஆணாதிக்கம, இனவாதம் போன்றவற்றைக் கடுமையாகத் தணிக்கைக்குஉட்படுத்த வேண்டும் என்பதைக் கூட மேற்கத்திய தணிக்கை அமைப்புகள் தமது விதிகளில் கொண்டிருக்கிறது.

இந்திய தமிழகச் சூழலில், பாலுறவையும் வன்முறையையும் திரைப்படங்களில் ஆரோக்கியமாகவும் பொறுப்புடனும் சித்தரிப்பதென்பது நிறைய சிக்கலக்களைக் கொண்டதாகும். பாலுறவு என்பதையேதமிழ் இந்திய சினிமாப் பார்வையாளன், பாலியல் பலாத்காரக் காட்சிகள் என்றுதான புரிந்து

வைத்திருக்கிறான். பாலுறவு இயல்பில் சந்தோஷமானதொரு அனுபவம் என்பதனைக் கூட இந்திய தமிழ் சினிமாக்கள் காட்சிப்படுத்தவில்லை. உடைகளைந்த நிலையில் உடல்களின் சங்கமத்தைக்காண்பிப்பது ஆபாசமில்லை. உடைகள் அணிந்த நிலையில் முக்கி முணகியபடி, பாலுறவு உச்சங்களைமுகபாவமாக்கி, ஆடப்படும் தமிழ் இந்திய சினிமாப்பாடல் காட்சிகள்தான் ஆபாசம். .குடும்பத்தோடு இப்படங்களைப் பாரப்பது அதனை விட விகாரம்.

இந்திய தமிழ் சினிமாப் படங்களைப் பாரக்கிற ஒரு அந்நியப் பார்வையாளன், இந்தச் சமூகம் உடை அணிந்த நிலையில், நாளின் இருபத்தி நாலுமணிநேரமும், எல்லாச் செயல்களின் போதும் பாலுறவு கொள்ளும் சமூகம் என நினைத்தவிட வாய்ப்பிருக்கிறது. அதைப் போலவே வன்முறை கொண்ட ஒரு சமூகம் என நினைக்கவும் வாயப்பிருக்கிறது. பாலுறுவச் சித்தரிப்பு என்பதை இரட்டை அர்த்த வார்ததைகள் கொண்ட பாடல்கள், உடை அணிந்த நிலையில் காமசூத்ரா அசைவுகள் என்றுதான் இந்தி தமிழ் வெகுஜன சினிமாக்கள் உருவாக்கி வைத்திருக்கின்றன. வன்முறை என்பதைக் கூட அரசு வன்முறை, போல{ஸ் வன்முறை, ராணுவ வன்முறை, சமூக விரோதிகள் மீதான மட்டுமீறிய வன்முறை என்பதகத்தான் காட்சிகளை உருவாக்கி வைத்-

திருக்கிறார்கள். பாட்டும் சண்டையும் இல்லாத படங்களேஇல்லையென்றால். இது தவிர இந்த மனிதர்களுக்கு வேறு பிரச்சனைகளே இல்லை என்றுதான் ஆகிறது.

இப்படங்களைப் பாரக்கிற குழந்தை தான் எல்லோருடனும் சண்டை போட வேண்டும், மனிதனென்றால்கட்டிப்பிடித்துப் பாட்டுப்பாட வேண்டும் என்று-தான் நினைக்கும்.

இத்தகையதாரு பின்னணியில்தான் பாலுறவையும் வன்முறையையும் அதனது சமூகப் பின்புலத்தில் வைத்துச் சித்திரிக்கும் படங்களை நாம் தேட வேண்டியிருக்கிறது. சில விசயங்களை நாம் தெளிவுபடுத்திக்கொள்வது நல்லது. (1) வன்முறை தொடர்பாகவும் பாலுறவும் சம்பந்தமாகவும் கலைஞர்கள் பேசுவதற்கு அமைவிலான பிரச்சினைகள் இந்திய தமிழ் சமூகத்தில் இருக்கிறதா இல்லையா ? (2).பாலுறவு ரீதயில் பெண்களின் மீதான கலாச்சார ஒடுக்குமுறை, மதம் சார்ந்த ஒடுக்குமறை இந்திய தமிழ் சமூகத்தில் இருக்கிறதா இல்லையா ?. இந்த இரண்டு கேள்விகளுக்கும் ஆமென்ற விடைதவிர பிறிதொரு விடையில்லை.

அரசியல், மதம், சாதியம், இனம், ஆணாதிக்கம் என அனைத்து வகையிலான வன்முறைகளும் புரையோடிய சமூகம் எம்முடையது. எமது அன்றாட வன்முறைக்கான காரணங்களில் இந்தக் கூறுகளில் எதுவொன்றோதான் காரணமாக அமைகிறது எனக் காண்பதும் சிக்கலானது இல்லை. தனிநபர் உளவியல் சார்ந்து இதனது தன்மைகள் மட்டுமே மாறுபடும். அப்படியான உளவியல் ரீதியான அலசல்கள் இல்லாமல் எப்படி ஒரு சமூகம் இதிலிருந்து கடந்து போகமுடியும் என்பதொரு பிரச்சினை.

கட்டிப்பிடித்தபடியிலான காதல் தற்கொலைகள், ஈவ் டாசிங், பெணகள் சமப்பாலுறவுத் தற்கொலைகள், அரவாணிகளின் பாலுறவுப் பிரச்சினைகள், கள்ளக் காதலால் கொலை போன்றவை எமது சமூகத்தில் இருக்குமானால், இதற்கான சமூக உளவியல் காரணங்களைப் படைப்பில் சொல்ல நேர்வது கலைஞனுக்கு நிச்சயமாகவே இயல்பாகத்தான் இருக்கும். பாலுறவையும் வன்முறையையும் அதனது ஆழ்தளத்தில் சென்று படைப்பில் சித்தரிப்பதற்கான அனைத்து வகையான பின்னணியும் இந்திய தமிழ் சமூகத்தில் இருக்கிறது.

இந்தியத் தமிழ்த் திரைப்படங்களில் பாலுறவுச் சித்தரிப்பு தொடர்பாக, படங்களை வைத்து விவாதங்கள் இந்தியத் தமிழகச் சூழலில் நிகழந்திருக்கிறதா எனில், இல்லையனெபதே பதில்.

சினிமாக் குப்பகைளான பாய்ஸ் படத்திற்கும், ஜெய் படத்திற்கும், புதுக்-கோட்டையிலிருந்து சரவணன் படத்திற்கும் வந்த எதிர்வினைகள் அளவு, கமல்ஹாஸன் படங்களையோ கோவிந்த நிஹ்லானி படங்களையோ அல்லது பண்டிட் குயினை முன்வைத்தோ, இந்திய தமிழ் சினிமா விமர்சகர்களிடம் பாாலுறவுச் சித்தரிப்பு தொடர்பான விவாதங்கள் உருவானதில்லை. இன்னும்

சகல் பிரச்சினைகள் தொடர்பாகவும் சிறுபத்திரிக்கைகளில்தான் பேசப்பட்டி-ருக்கிறது என்று மார் தட்டிக் கொண்டிருப்பவர்கள் கூட இந்தப் பிரச்சினை-களை அடிப்படைகளுக்குள் நின்று பேசியதில்லை.

இப்போதும் கூட இந்தப் பிரச்சினை சமபநதமாகப் பேசக்கூடிய தகுதி யாருக்கு இருக்கிறது என்த்தான் பிரச்சினைகள் திசை திருப்பப்படுகின்றன. பொத்தாம் பொதுவாகத் தமிழ் சினிமாவில் ஆபாசம் அல்லது நுகர்வு வகை-யிலான சித்தரிப்பு குறித்து ஆட்சேபங்கள்தான் இருந்திருக்கிறதேயொழிய, படைப்பாளிகளின் சுதந்திரம், தணிக்கை அமைப்புகளின் நெறிமுறைகள், நுகர்வுக் கலாச்சாரம், பெண் உடல் வேட்கைச் சித்தரிப்பு என்பதாக இந்த விவாதங்கள் எடுத்துச் செல்லப்படவில்லை. கட்டுரை எழுதிக்கொண்டிருப்ப-வர் அறிந்து அப்படியாகத் தமிழ் சினிமாவில் சில படஙகள் வந்திருக்கிறது.

சேதுமாதவனின் மறுபிறவி, ஆர்.சி.சக்தியின் உணர்ச்சிகள், பாலச்சந்தரின் அரங்கேற்றம், ருத்ரய்யாவின் அவள் அப்படித்தான் போன்ற படஙகள் பெண் பாலுறவு வேட்கை, பாலுறவுச் சுரண்டலின் பின்னுள்ள சமூக மதிப்பீடுகள், பாலுறவின் உளவியல் சிக்கல்கள் குறித்ததாக வந்திருக்கினறன.

உடல் சார்ந்த பிரச்சினைகளை உடலின் மொழியைக் காட்சிகளாக்கிச் சித்திரித்த படங்கள் என இவைகளைக் குறிப்பிடலாம். இவற்றிற்குப் பிறகு கமல்ஸனின் படங்களில் மட்டும் தான் மனம் சார்ந்த அன்பு, உடல் சார்ந்து விகசிப்பதைக் காட்வி வடிவங்களாகக் காணமுடிகிறது. வன்மு-றைக்கும் உடல்வேட்கைக்கும் இருக்கும் எதிர் முரணைத் தன் படங்களில் தொடர்ந்து பேசிவருபவர் கமல்ஹாஸன்.

பாரதீராஜா, பாலுமகேந்திரா, மணிரத்ணம், மகேந்திரன் (தனது பூட்டாத பூட்டுக்களை அதனது பாலுறவுச் சித்தரிப்பிற்காக தான் விரும்பாத படம் எனப் பின்னாளில் சொன்னது மிகப் பெரியசோகம்) போன்ற தமிழ் சினிமா முன்னோடிகள் தொடாத எல்லை இது.

இந்த வகையிலேயே கமல்ஹாஸன் பாலுறவைச் சித்திரிப்பதில் கலை மேதைமையுடன் செயல்படுகிறவர் எனச் சொல்ல முடிகிறது. பாலுறவை எப்-படிச் சித்தரிக்கக் கூடாது என ஆட்சேபம் எழுப்பிக் கொண்டிருப்பதற்கான காலம் அநேகமாக தமிழகத்திலும் முடிவுக்கு வந்துவிட்டது. இனி பாலுறவு எப்படிச் சித்தரிககப்படவேண்டும் என்பது குறித்த விவாதங்களே தேவை. இந்-தப் பிரச்சினைகளில் வியாபாரிகளோ வெகுஜனப் பத்திரிகைக்காரர்களோ பங்கேற்கப் போவதில்லை. மத அடிப்படையிலும், கலாச்சார அடிப்படையி-லும் ஆணாதிக்க் நோக்கின் அடிப்படையிலும் ஆட்சேபங்களை மட்டுமே அவர்கள் தொடரந்து எழுப்பிக் கொண்டிருக்காரகள். சில அறிவுஜீவிகள், எமது இந்திய மரபு பாலுறவைவெளிப்படையாகப் பேசிய காமசூத்ரா மரபு என பாலியல் நுகர்வுசார் வியாபாரத்தை நியாயப்படுத்தக் கூடிய வாய்ப்புக-ளும் கூட இங்கே இருந்து கொண்டுதான் இருக்கிறது.

கமல்ஹாசனுடைய சித்தரிப்புகள் கூட குடும்பத்துக்குள்ளேயான ஆச்சார முறைமைக்குள்தான் பாலுறவின் நெருக்கமான தருணங்களசை சித்தரித்திருக்கிறது. பாக்யராஜின் சில படங்கள், நிலப்பிரபுத்துவ பெண் உடல் நோக்கின் அடிப்படையில், எம்.ஜி.ஆர். பார்வையின் நீட்சியாக, ஆண்பெண் பாலுறவை வெளிப்படையாகச் சித்தரித்திருந்தன. பெண்வேட்கையிலுள்ள சாதிய அம்சங்களை தீவிரமாக விசாரணை செய்கிற வாய்ப்பு இருந்தும்கூட, நுகர்பொருளாகக் காமத்தை ஆக்கிய படமாகச் சீரழிந்த படம் தான் இது நம்ம ஆளு. பெண் பாலுறவின் வேட்கையைச் சித்தரித்த பட்மானால் அது ருத்ரய்யாவின் அவள் அப்படித்தான் படம்தான். அதுவும் கூட உடல்வயமான காட்சிகளைச் சித்தரிப்பதிலிருந்து தவறியிருக்கிறது.

பாய்ஸ் படத்தைத் தொடர்ந்து புதுக்கோட்டையிலிருந்து சரவணன, ஜெய் போன்ற படங்கள் ஓடும் தியேட்டர்களுக்கு தணிக்கைக் குழவின் வழிகாட்டுதலில், போலீசார் படத்திற்குத் தற்காலிகத் தடை முத்திரையிட்டது போன்றன, தணிக்கைக் முறை குறித்த விவாதங்கள் தொட்ங்கப்படுவதற்கான சூசகமான புள்ளியாக இருக்கிறது. விருமாண்டி தணிக்கைப் பிரச்சினை குறித்த கருத்தொன்றில் தணிக்கைக் குழவினரின் நோக்கத்தை முன்வைத்து தான் விவாதத்தைத் தொடங்க விரும்பவில்லை என அஙறிவித்திருக்கிறார் கமர்ஹாஸன்.. அதே கருதுரைப்பில், இன்று உலக தொலைக் காட்சிகளின் வழி நமது குழந்தைகளும், பாலுறவையும் வன்முறையையும் பாரக்கும் நிலைக்கு ஆளாகியிருக்கிறார்கள் என்பதனையும் அவர் தெரிவித்திருக்கிறார். தணிக்கை நெறிகள் மாற்றிக் கொள்ளப்பட வேண்டும்,மாறி வரும் சூழலுக்கு ஏற்ப தணிக்கை விதிகளில் மாற்றம் வேண்டும் என்பதுதான் இதனதுஅடிநிலைச்செய்தியாகும்.

தமிழ் சினிமா தாயரிப்பாளர்களுக்கு வியாபாரம் மட்டுமே முக்கியம் என்பதால்,தகிடுதித்தங்களைச் செய்வதில் அவர்கள் முன்னணியில் இருக்கிறார்கள் என்பதற்கான சான்றுதான்தணிக்கையில் வெட்டப்பட்ட காட்சிகளோடு, ஜெய், புதுக்கோட்டையில் சரவணன் போன்ற படங்கள் ஓடிய சம்பவம். இயக்குனர் சங்கர் படுமோசமான வியாபாரி என நிருபித்த சம்பவம்தான் பாய்ஸ் படத்தை தமிழ் தெரியாத ஆந்திர சென்சார் குழுவிக்குக் கொண்டு சென்றது. இந்தப் படங்கள் எவையுமே பாலுறவினதும் வன்முறையினதும் சமூகப் பரிமாணங்களசை சித்தரித்த படங்கள் அல்லவெனச் சொல்ல வேணடியதில்லை. கமல்ஹாஸனது படங்கள் அவ்வாறு சித்தரிக்க முயற்சியெடுத்திருக்கிற படங்களாகும். அவ்வகையிலேயெ கமல்ஹானது படங்களை வரவேற்க வேண்டியிருக்கிறது. ஆனால் தமிழ் சினிமா கமல்ஹாஸணையும் தாண்டிச் செல்ல வேண்டிய அவசியம் கொண்டிருக்கிறது.

பாலுறுவு, பாலியல்பு இரண்டின் பிரச்சினைகளும் தமிழ் சினிமாவில் சித்திரிககப்பட வேணடிய காலம் வந்துவிட்டது. அதனை எவரும் தடுக்க இயலாது. உடல் நோவையும் சந்தோசத்தையும் உடலைக் காட்சிப்படுத்தாமல்,

அதனது அதார தளத்தில் சித்தரிப்பது என்பது சாத்தியமில்லை. பாலுறவுச் சித்தரிப்பை தமது குடிமக்களுக்கு அனுமதிப்பது தொடர்பாக நிச்சயமாக தணிக்கை முறையில் மாற்றங்கள் கொணரப்பட வேண்டும். அந்த மாற்றங்களுக்குத் தடையாக நிச்சயமாகவே இந்துத்துவாதிகள் இருப்பார்கள். இதைப்போலவே வன்முறையை சித்திரிப்பதை அனுமதிப்பது தொடர்பாகவும் தணிக்கை அமைப்பில் மாறறங்கள் உருவாக வேண்டும். சாதிய ஒடுக்குமுறை, அரசுசார் வன்முறை, ஆணாதிக்க வன்முறை போன்றன குறித்த விமர்சன நோக்கிலான அணுகுமுறை அதனது சட்டதிட்டங்களின் அடிப்படையாக ஆகவேண்டும்.

தணிக்கை அதிகாரிகள் மட்டுமே சினிமா வியாபாரிகளையும், சினிமாத் திருடர்களையும் எதிர்த்துப் போராடி வெல்லமுடியாது. போலீஸ் அதிகாரிகள் மட்டுமே வெகுஜன ஒழுக்கத்திற்குப் பொறுப்பெடுத்துக்கொள்ள அனுமதிக்கவும் கூடாது. இந்தியா போன்ற ஒரு பெரிய நாட்டில் சகல விதங்களிலும் ஒடுக்கப்பட்ட மக்களின் பிரதிநிதிகாளகச செயல்படுகிற தலித்தியரும் இடதுசாரிகளும் பெண்ணியக்குழக்களும் ஒடுக்குமறையைக் கண்காணிப்புச் செய்து தணிக்கை அமைப்புக்கு அழுத்தம் தரும் அமைப்புக்களாகவும் ஆக வேண்டும். தலித்தியர்களும் இடதுசாரிகளும் பெண்ணியர்களும் மிகக் கவனமாக இருக்க ணே(டிய வெளியும் ஒன்றுள்ளது. வியாபாரிக்கும் கலைஞர்களுக்கும் இவர்கள் வித்தியாசத்தை உணரத் தெரிந்திருக்க வேண்டும். பிறழ்வாகக் சித்தரிக்கிற திரிபுகட்கும்,சித்தரித்தே ஆகவேண்டிய அவசியத்துக்கும் இருக்கிற இடைவெளியை இவர்கள் உணரந்திருக்க வேண்டும். அல்லவெனில் படைப்பாளிகளின் சுதந்திரத்தில் கைவைக்கிற அச்சம் நிறைந்த வெளியில் இவர்கள் பிரவேசிக்கிற ஆபத்தும் இருக்கிறது.

29. அலிகளுக் கின்ப முண்டோ?

பா பூபதி

மகாகவி தன்னுடைய ”நடிப்புச் சுதேசிகள் ” கவிதையில் அலிகளுக் கின்ப முண்டோ? என கேட்கிறார். அவர் எந்த அர்த்தத்தில் கேட்டிருந்தாலும், அலிகளுக்கு இன்பம் உண்டா இல்லையா என யோசிப்பதற்கு முன்பாக அலி என்பர்கள் யார் என்பதை நாம் தெரிந்துகொள்ள வேண்டும். உடலோடு பொருந்தாத மனதைப் பெற்றவர்களெல்லாம் அலிகள் அல்ல, அவர்களும் நம்மைப்போல சாதாரணமான மனிதர்கள்தான். யார் அலி என்பதை தெரிந்துகொள்ள நாம் மற்றவர்களின் உடல்ரீதியான காரணங்களை பார்க்க கூடாது, செயல்ரீதியான காரணங்களை கொண்டே யார் யாரெல்லாம் அலி என்பதை தெரிந்துகொள்ள வேண்டும்.

கணிதவியலின் அடிப்படையில் ஒவ்வொரு எண்களுக்கும் உள்ள மதிப்பு தவிர, தனிப்பட்ட முறையில் சில எண்களுக்கு நாம் மதிப்பளித்துள்ளோம்.

பதிமூன்றாம் எண் என்றால் ராசியில்லாத எண் என்றும், ஒன்று, இரண்டு மற்றும் மூன்று போன்ற எண்களை யார் திறமை சாலிகள் என வரிசைப்படுத்தவும் பயண்படுத்திகிறோம். அதுபோல நம்மிடையே உள்ள மக்களை நாமே இழிவுபடுத்த ஒரு எண்ணை பயன்படுத்துகிறோம் அந்த எண் ஒன்பது.

அதுவா நீ! உன்னை டேய் என்று கூப்பிடுவதா அல்லது டி என்று கூப்பிடுவதா, அது ஒன்பதுடா••• நம்மை சிரிக்க வைக்க நாமே ஏற்படுத்திக்கொண்ட இழிவான சொற்கள் இவைகள். தெருநாய்கள் சில சமயத்தில் தெருவில் கிடக்கும் காய்ந்த எழும்புத்துண்டுகளை கடித்து சாப்பிடும்போது, காய்ந்துபோன அந்த எழுபுகள் நாயின் வாயில் ரத்தம் வருமளவிற்கு கிழித்து விடும். தன்னுடைய ரத்தத்தைதான் சுவைத்துக்கொண்டிருக்கிறோம் என்ற உணர்வில்லாமல் அந்த நாய் தொடர்ந்து எழும்புத்துண்டுகளை கடித்துக்கொண்டிருக்கும். நம்மை நாமே இழிவுபடுத்திக்கொள்கிறோம் என்ற உணர்வில்லாமல் மனித இனத்தில் ஒரு பகுதி மக்களை இழிவாகப்பேசி வரும் நமக்கும் அந்த தெருநாய்களுக்கும் பெரிய வித்தியாசமில்லை.

உடல் ரீதியாக ஊனமானவர்களை கண்டது அவர்கள் மீது ஒரு கருணை பார்வை செலுத்துவதும், அவர்களுக்கு சிறு உதவி செய்வதன் மூலமும் மனித நேயம் இன்னும் அழிந்துவிடவில்லை மனிதனை மனிதன் மதித்துக்கொண்டுதான் இருக்கிறோம் என்ற பிரம்மையை ஏற்படுத்துகிறோமே தவிர உண்மையில் நாம் சக மனிதர்களை எவ்வளவு உயர்வாக நடத்துகிறோம் என்பதை தெரிந்துகொள்ள வேண்டுமானால், உடலோடு பொருந்தாத மனதைப் பெற்றிருப்பவர்களை நாம் எப்படி நடத்துகிறோம் என்பதை நினைத்துப்பார்த்தாலே நம்முடைய மனிதநேயத்தின் தன்மை என்னவென்று விளங்கிவிடும்.

வியாபார பொருளான சக மனிதபண்புகள்: பாமர மக்கள்தான் விழிப்புணர்வு இல்லாமல் சக மனிதர்களை கேலி செய்கிறார்கள் என்றால், தொழில்நுட்பம், கதையம்சம் என உலக சினிமாக்களுக்கு போட்டிபோடும் அறிவு ஜீவிகளை கொண்ட நம்ம ஊர் சினிமாவில்கூட உடலோடு பொருந்தாத மனதப் பெற்றிருப்பவர்களை கேவலப்படுத்துவதை வழக்கமாக கொண்டிருக்கிறார்கள். நம்மை சிரிக்க வைப்பதாக நினைத்துக்கொண்டு சிரிப்பு காட்சிகளில் அவர்களை கேவலப்படுத்துகிறார்கள். தன்னுடைய நடிப்புத்திறமையை வெளிப்படுத்தவும், நம்மை சிரிக்கவைக்கவும் உடலோடு பொருந்தாத மனதைப் பெற்றவர்களின் பண்புகளை பயன்படுத்தி பணமாக்கிக் கொண்டிருக்கிறார்களே தவிர அவர்களும் நம்மைப்போல சக மனிதர்கள்தான் என்பதை எந்த புத்திசாலியும் புரிந்துகொள்வதில்லை. திரைப்படங்களுக்கான தணிக்கை குழு எதற்கு இருக்கிறது என்றே தெரியவில்லை, கொலை மற்றும் பாலியல் காட்சிகளை பார்த்தால் மன ரீதியான பாதிப்பு ஏற்படும் என தடுப்பவர்கள் (அதையும் முழுமையாக தடுப்பதில்லை) சக மனிதர்களின் பண்புகளை கேலி செய்து வரும் காட்சிகளை அப்படியே அனுமதித்துக் கொண்டிருக்கிறார்கள்.

யார் அலி/அரவாணி/திருநங்கை: திருநங்கை என்ற வார்த்தைக்கு ஆணும் இல்லாமல் பெண்ணுமில்லாதவர்களாக இருப்பவர்கள் என்று நாம் விளக்கம் கொடுத்துக்கொண்டிருக்கிறோம். தெளிவாக சொல்ல வேண்டுமானால் ஒரு முழுமைத்தன்மை இல்லாதவர்கள் என சொல்லலாம் ஆனால் இந்த முழுமையற்ற தன்மையை காரணம் காட்டி உடலோடு பொருந்தாத மனதை பெற்றவர்களை கேவலப்படுத்த கூடாது ஏனெனில் அது இயற்கையாக ஏற்பட்ட ஒன்று. அவர்களை கேவலப்படுத்துவதாக நினைத்துக்கொண்டு நாம் எவ்வளவு கீழ்தரமானவர்கள் என்பதை காண்பிக்கிறோம் என்பதுதான் உண்மை.

அலிகளாக நீங்கள் இதுவரை நினைத்துக்கொண்டிருந்தவர்கள் உண்மையில் அலிகள் அல்ல. உடல்ரீதியான குறைகளை கொண்டவர்களை அலிகள் என அழைக்காதீர்கள், மனரீதியாக முழுமையடையாதவர்கள் தான் உண்மையில் அலிகள். மனரீதியாக முழுமையடையாத அலிகள் எப்படி இருப்பார்கள் என்பதை பாரதியின் கவிதையை கொண்டே நாம் புரிந்துகொள்ள முடியும்.

நெஞ்சில் உரமுமின்றி நேர்மைத் திறமுமின்றி,
வஞ்சனை சொல்வா ரடி!-கிளியே!
வாய்ச் சொல்லில் வீரரடீ!

தேவியர் மானம்என்றும் தெய்வத்தின் பக்திஎன்றும்
நாவினாற் சொல்வ தல்லால்!-கிளியே!
நம்புத லற்றா ரடீ!

அச்சமும் பேடிமையும் அடிமைச் சிறுமதியும்
உச்சத்திற் கொண்டா ரடீ!-கிளியே!
ஊமைச் சனங்க ளடீ!

ஊக்கமும் உள்வலியும் உண்மையிற் பற்றுமில்லா
மாக்களுக் கோர் கணமும்-கிளியே!
வாழத் தகுதி யுண்டோ?

மானம் சிறிதென்றெண்ணி வாழ்வு பெரிதென்றெண்ணும்
ஈனர்க் குலகந் தனில்-கிளியே!
இருக்க நிலைமை யுண்டோ!

ஒரு அலி எப்படி இருப்பார் என்ற பண்புகளை பாரதியின் இந்த கவிதைகளைக் கொண்டே நாம் வரையறுக்க வேண்டும். கவனித்துப்பார்த்தீர்களானால்

ஆண் என்று சொல்லிக்கொண்டு அல்லது பெண் என்று சொல்லிக்கொண்டு இந்த தகுதிகளை பெற்றிருக்கும் பலபேர்கள் உங்களை சுற்றியிருப்பார்கள். அவர்களின் நடவடிக்கைகளைக்கொண்டே அவர்களை அடையாளம்காண முடியும்.

- எதையும் செய்ய விரும்பாத வாய்ச்சொல் வீரர்கள்
- எப்போதும் அவநம்பிக்கையிலேயே வாழ்பவர்கள்
- எவ்வளவு துன்பம் ஏற்பட்டாலும் எதிர்ப்பை காட்டாமல் முனங்கிக்கொண்டு இருப்பவர்கள்
- சுய முயற்சியில்லாமல் இருக்கும் நிலையிலேயே புலம்பிக்கொண்டிருப்பவர்கள்.
- திடமான முடிவை எடுக்க தெரியாமல் முழிப்பவர்கள்
- முடியும் ஆனா... என இரண்டுவிதமான பதில்களை சொல்பவர்கள்
- எதாவது பிரச்சனை ஏற்பட்டுவிடுமோ என்ற அச்சத்தில், தன்னுடைய சாதாரணமான விருப்பங்களைக்கூட நிறைவேற்றிக்கொள்ளாதவர்கள்
- நமக்கு எதுக்கு பிரச்சனை என்று ஒதுங்கியே வாழ்பவர்கள்

இப்படி எந்த முயற்சியும் இல்லாமல் முக்கிக்கொண்டும் முனங்க்கிக்கொண்டும், முடிவெடுக்கத் தெரியாமல் இருப்பவர்கள்தான் உண்மையில் முழுமையான தன்மையற்றவர்கள் இவர்களினால் யாருக்கும் எந்த பயனும் இருக்காது இவர்களை எந்த வகையானவர்கள் என வகைப்படுத்த இயலாது. அப்படியுமில்லாமல் இப்படியுமில்லாமல் இருப்பவர்கள் என நாம் இவர்களைத்தான் சொல்ல வேண்டும். இது போன்ற பண்புகளைக்கொண்ட நபர்களை தலைமை அதிகாரியாக, தலைவனாக பெற்றவர்களிடம் கேட்டுப்பார்த்தால் தெரியும் அவர்கள் பட்டபாடு என்னவென்று. முடியாது என்றால் முடியாது என்று சொல்லிவிடுங்கள் இப்படி காரணம் சொல்லிக்கொண்டே இருக்க வேண்டாம் என்று அடிக்கடி இந்த நபர்கள் மற்றவர்களிடம் திட்டு வாங்கிக்கொண்டே இருப்பார்கள்.

அலிகளுக்கின்பம் இல்லைதான்: எந்தவிதமான முடிவும் எடுக்கத்தெரியாமல், எந்தவித முயற்சியும் செய்ய துணிவில்லாமல், எந்தவித பயனுமில்லாமல் முக்கி முனங்கிக்கொண்டு இப்படியுமில்லாமல் அப்படியுமில்லாமல் இருப்பவர்கள்தான் அலிகளே தவிர நீங்கள் இதுவரை அலிகளாக நினைத்துக் கொண்டிருந்த “உடலுக்குப் பொருந்தாத மனதைப் பெற்றவர்கள்” அலிகள் அல்ல. இப்படி தனக்கும் மற்றவர்களுக்கும் எந்தவிதத்திலும் பயனில்லாமல் வாழும் அலிகளுக்கு இன்பம் இல்லை என்பதை துணிந்து கூறலாம்.

5

30. பாரதி கண்ணம்மா - அப்பணசாமி

திருநங்கை. பாரதி கண்ணம்மாவை மீண்டும் சந்திப்பேன் என்று நான் நினைக்கவேயில்லை. ஏனெனில் அவர்கள் உலகம் தனி உலகம். அலாதியான உலகம். உண்மையும், மாயையும் போல மாறி மாறி மறுதோன்றலாகத் தோன்றக்கூடியவர்கள். இருளில் இருளாகவும், பகலில் ஒளியாகவும் பதுங்கி அலைபவர்கள். அவர்கள் மனம் வைக்காமல் அவர்களைக் காண முடியாது.

எட்டு ஆண்டுகளுக்கு முன்பாக கூவாகம் கூத்தாண்டவர் திருவிழாவுக்காக விழுப்புரம் சென்றபோதுதான் திருநங்கை. பாரதி கண்ணம்மாவைப் பார்த்தது. அன்று மாலையில் விழுப்புரத்தில் இறங்கியபோது ஊரே கோலாகலமாக மாறியிருந்தது. நகரின் அனைத்து லாட்ஜ்களிலும் அறைகள் நிரம்பி வழிந்தன. கடைசியாக நகர்மன்றத்தில் முக்கியப் பொறுப்பில் இருந்த ஒருவரைச் சந்தித்து உதவி கேட்டதைத் தொடர்ந்து ஒரு மிகப் பெரிய லாட்ஜில் ஒரு அறை கிடைத்தது. ஊரெல்லாம் இதே பேச்சாக இருந்தாலும், அதில் நக்கலும், கிண்டலும்தான் அதிகம் தொனித்தது. கூவாகத்தில் கலந்துகொள்ள நாடு முழுவதிலுமிருந்தும் அரவாணிகள் வந்திருந்தனர். அவர்களிடம் விபச்சாரத்தில் ஈடுபட சிற்றின்ப லோலர்களும் குவிந்தனர். கூவாகம் திருவிழா முடிந்ததற்கு மறுநாள் ஊர் முழுவதும் ஆணுறைகளாக நிறைந்திருக்கும் என்று கிண்டலாக ஊர் மக்கள் கூறினர்.

நான் ஒவ்வொரு அறையாகச் சென்று அங்கிருந்த அரவாணிகளிடம் பேச்சுக் கொடுத்தேன். மேலும், ஒரு தன்னார்வ அமைப்பு மூலம் குறிப்பிட்ட சிலரைச் சந்திக்கவும் ஏற்பாடு செய்யப்பட்டிருந்தது. நான் இவர்களைப் பற்றி முன்பே அதிகமாக அறிந்திருக்கவில்லை. எனவே, இவர்கள் பற்றி ஏற்கனவே அறிந்திருந்த ஒருவரைத் தொலைபேசி மூலம் தொடர்பு கொண்டு சில விவரங்கள் சேகரித்தேன். மகாபாரதத்தில் வரும் அரவான் களபலியோடு தொடர்புபடுத்தி அவர் கூறிய தகவல்கள் எனக்கு ஆர்வமூட்டுவதாக இருந்தன. இதைவிட இத்தகவல்களைக் கூறிய அந்த நபர் குறித்து நண்பர்கள் மத்தியில் உலவிய மெல்லிய புன்னகை மேலும் ஆர்வமூட்டக்கூடியதாக இருந்தது.

அதோடு அவரது மனைவியின் கடுகடுத்த முகமும் நினைவுக்கு வருகிறது. இவர்களுக்கு ஒரு குழந்தையும் இருந்தது. அவர் ஓரினப் புணர்ச்சியாளரா, அல்லது அரவாணியா என்று எனக்குத் தெளிவாகத் தெரியாது.

எனது சொந்த வாழ்க்கையில் இவர்களைப் பற்றிய அனுபவம் குறிப்பிடத் தகுந்ததாக எதுவும் இல்லை. அவர்களது அன்பு தாங்க முடியாதது என்ற எண்ணம் மட்டும் இருந்தது. அன்பற்ற உலகில் இவர்களது அளவிட முடியாத அன்பும், தொடுதலும் மக்களுக்கு அருவருப்பை ஏற்படுத்துவதில் என்ன வியப்பிருக்க முடியும்! கூவாகம் செல்வதற்காக கூட்டமாக வந்து, சுற்றி நின்று கும்மியடிப்பார்கள். அருகில் விகல்பமில்லாமல் நெருக்கமாக நிற்பார்கள். சில நேரங்களில் சட்டைப்பையில் கைகூட விடுவார்கள். ஆனால் யாருடைய சட்டைப் பையிலிருந்தும் பணத்தை அள்ளிக்கொண்டு ஓடியதாக எந்தத் தகவலும் நான் கேள்விப்பட்டதில்லை. அவர்களது பால்பேதமற்ற இந்த அன்பு எனக்கு வியப்பூட்டுவதாக இருக்கும்.

மற்றபடி அவர்களைப் பற்றி நான் மேலும் எதுவும் அறியாததால் கூவாகம் எனக்கு பெரும் கண்திறப்பாக இருந்தது. உண்மையில் கூவாகம் அனுபவம், விழுப்புரம் நோக்கிய பஸ் பயணத்திலேயே தொடங்கிவிட்டிருந்தது. மிகவும் வறுமை நிலையில் இருந்த ஒரு திருநங்கை அந்தப் பஸ்ஸில் வந்தார். 45, 50 வயது மதிக்கத்தக்க கருப்பு நிறமான அவரது முகம் அகன்று பரந்திருந்தது. வெற்றிலைச் சிவப்பேறிய வாயும், பற்களும் பளிச்செனத் தெரிந்தன. ஓரளவு நீளமான கூந்தலை அள்ளி முடித்திருந்தார். அதன்மீது கதம்பம் செருகப்பட்டிருந்தது. அவர் உட்கார்ந்திருந்த இருக்கைக்கு முன்னும் பின்னும் ஒரு கும்பல் உட்கார்ந்துகொண்டு அவரைத் துன்பப்படுத்திக் கொண்டு வந்தது. இதை நான் உட்பட யாருமே கண்டிக்கவில்லை. ஆரம்பத்தில் அந்தக் கும்பலுக்கு ஈடாக அவரும் பேசிக்கொண்டுதான் வந்தார். ஆனால், போகப் போக அந்தக் கும்பல் வரம்பு மீறியது. அசிங்கமான வார்த்தைகள் சரளமாக வெளிவந்தன. பின்னர் உடலைச் சீண்டவும் தொடங்கினார்கள்.

அவரது உடலில் பல கரங்கள் மேய்வது அவரது வயதுக்குப் பெருத்த அவமானமாக இருந்தது. ஆனால், நாங்கள் எல்லோரும் இவர் ஏன்தான் இந்தப் பேருந்தில் ஏறினாரோ என்று நினைத்தோமே தவிர, அவரை மீட்க முயலவில்லை. இந்தச் சித்திரவதையில் இருந்து தப்பிக்க அவர் ஒரு கட்டத்தில் அங்கிருந்து எழுந்து முன் இருக்கைப் பக்கமாக ஓடினார். அந்தக் கும்பலும் அவரை விரட்டியது. கூட்டத்தினரில் ஒருவர் திருநங்கையின் புடவை முந்தானையைப் பிடித்து இழுத்துவிட்டார். இதனால் கோபமடைந்த அவர் ஓங்கி அறைந்துவிட்டார். அவ்வளவுதான்; மொத்தக் கும்பலும் அவரைச் சூழ்ந்துகொண்டது. ‘ஒரு பொட்டை நீ, ஆம்பிளையை எப்படி கை நீட்டி அடிப்பே?’ என்று அவரை உண்டு இல்லை என்று பார்த்துவிட்டது. அவரை உடனடியாக பஸ்ஸில் இருந்து இறக்கிவிட வேண்டும் என கலாட்டா செய்ய ஆரம்பித்துவிட்டனர். இவ்வளவு நேரமும் வேடிக்கை பார்த்துக்கொண்டிருந்த

நடத்துனர் விசிலடித்து பேருந்தை நிறுத்தினார், பின்பக்க வழியாக இறங்கி, முன்பக்கம் வழியாக ஏறினார்; அவரது கையைப் பிடித்து தரதரவென இழுத்துக் கீழே இறக்கிவிட்டு மீண்டும் விசிலடித்தார்.

ஆனால், வண்டி கிளம்புவதற்கு முன் யாரும் எதிர்பாராத வகையில் அவர் வண்டிக்கு முன் பாய்ந்தார். கூந்தலை அவிழ்த்தார். தலைவிரி கோலமாக அழுது அரற்றியபடி மார்பில் அடித்துக்கொண்டார். திடீரென புடவையைத் தூக்கிக் காட்டி கும்மியடித்தபடியே பேருந்தைச் சுற்றி வந்தார். இதனால் நிலைகுலைந்துபோன ஓட்டுநர் அப்படியே உட்கார்ந்துவிட்டார். அந்தத் திருநங்கை கும்மியடித்தபடியே பேருந்தைச் சுற்றிச் சுற்றி வந்துகொண்டிருந்தார். இது நடத்துனரையும் பயமுறுத்தியது. ஓட்டுநர் கூப்பாடு போட்டார். "அதுங்க ஏதாவது சாபம் கொடுத்துட்டா வண்டிக்கு ஏதாவது ஆயிரும். முதல்ல அத உள்ள ஏத்து" என்றார். அதன்பிறகு நடத்துனர் கீழேயிறங்கி மீண்டும் அவரைப் பேருந்துக்குள் ஏற்றிக்கொண்டார். அதன் பிறகு பேருந்துக்குள் இறுக்கமும் அமைதியும் சூழ பேருந்து கிளம்பியது. எனக்கு இது ஒரு புதுவகையான போராட்டமாகப்பட்டது.

இதன்பிறகு விழுப்புரம் லாட்ஜில் திருநங்கைகளின் பல்வேறு முகங்களைக் காண நேர்ந்தது. இதுவரை ஆபாசமாகவும், அருவருப்பாகவும் பார்க்கப்பட்டு வந்த மனிதர்கள் இரத்தமும் சதையுமாக உலா வந்தனர். ஒவ்வொருவரின் கதையும் கேட்பதற்கு அவலமாக இருந்தது. ஆனால் அவர்கள் அப்படியிருப்பதில் அவர்களில் யாருக்கும் வருத்தமில்லை. உண்மையில் தங்கள் பிறப்பினைப் பெருமையாக உணர்ந்தவர்களையே என்னால் அதிகம் காண முடிந்தது. தங்கள் உணர்வுகள் நுட்பமானவை என்றனர். இதனை ஆண்களோ, ஏன் பெண்களோகூட உணர்ந்துகொள்ள முடியாது என்று அவர்கள் கூறினர். இரயில் நிலையக் குப்பைமேடுகளில் பாலியல் தொழில் செய்பவர்களில் இருந்து, அலுவலகங்களில் பொறுப்புள்ள பதவி வகிப்பவர்கள் வரை அங்கு வந்திருந்தனர். பாதுகாப்பற்ற சூழலில் பாலியல் தொழிலில் ஈடுபடுவதால் இவர்களில் பெரும்பாலோருக்கு எய்ட்ஸ் தொற்று இருந்தது. கிராமங்களிலும், சேரிகளிலும் பிறந்த திருநங்கைகளுக்கே இத்தகைய ஆபத்து அதிகம். வறுமையான குடும்பங்களில் பிறந்த இவர்கள் மேலும் சமூக ஒதுக்கலுக்கு ஆளாகித் தங்களது 15, 16 வயதில் வீட்டை விட்டு ஓடிவிடுகிறார்கள்.

இவ்வாறு இந்தியாவின் பல நகரங்களுக்கும் விரட்டப்பட்டு பாலியல் தொழில் தவிர வேறு தொழில்களில் ஈடுபட முடியாததால் முற்றிய எய்ட்ஸ் நோயுடன் சென்னையில் உள்ள ஒரு தன்னார்வ அமைப்பிடம் தஞ்சமடைந்த ஒருவரையும் அங்கு சந்தித்தேன். அவர் இசுலாமிய சமுதாயத்தில் பிறந்தவர். குடும்பத்தில் தனக்கு வைக்கப்பட்ட பெயர் என்னவென்பதையே அவர் அறவே மறந்துவிட்டார். அவர் தனக்குத்தானே மது என்று பெயரிட்டுக்கொண்டார். இவர்கள் இரு பாலுக்கும் பொதுவான பெயரை வைத்துக்கொள்-

வது அங்குதான் எனக்குத் தெரிய வந்தது. பாரதி, மது, இசக்கி, ரஜினி, மாரி, பேச்சி... என்று ஏராளமான பெயர்கள் இரு பாலருக்கும் பொதுவாக இருப்பது அப்போதுதான் தெரிந்தது. மது வீட்டுக்கு மூத்த பிள்ளை. தம்பி, தங்கைகளைக் கவனிக்க வேண்டியிருந்ததால் பொறுப்பான ஆண் பிள்ளையாக வளர்ந்து வந்தான். 11 வயது வரை எந்தப் பிரச்சனையும் இல்லை என்று மது கூறினார். அதன் பிறகுதான் உடலில் இன்பமான மாற்றங்கள் ஏற்படத் தொடங்கியதாகவும் அவர் கூறினார். முதலில் என்னவென்றே தெரியாத இனம் புரியாத உணர்ச்சிகளாக அவை இருந்ததாகவும், ஆனால் அது மனதுக்கு மகிழ்ச்சியளிப்பதாக இருந்ததாகவும் சொன்னார்.

ஆனால், “என்னையத்த வயதுப்பையன்களைப் பார்க்கும்போது எனக்குள் ஏற்பட்ட மாற்றங்கள் எனக்குக் குழப்பமாகத்தான் இருந்தது. எனக்குள் மட்டும் ஏன் இந்த மாற்றம் என நினைப்பேன். இதனால் பையன்களிடம் இருந்து கொஞ்சம் கொஞ்சமாக விலகி, பின்னர் முற்றிலுமாக விலகினேன். பொம்பளைப் பிள்ளைகளிடம் நெருக்கமாக இருந்தேன். ஆனால், ஒருத்திகூட என்னை அண்டவிடவில்லை. ஆம்பிளைப் பசங்களும் என்னைக் கிண்டல் பண்ணி விரட்டினர். இதைவிட கொடுமை என் வீட்டிலுள்ளவர்களே என்னை நாளடைவில் வெறுத்தனர். நான் தனியாக இருக்கும்போது நெற்றியில் சாந்துப் பொட்டு வைத்து, கண்மையிட்டுக் கண்ணாடியில் அழகு பார்ப்பது எனக்கு பிடிக்கும். தங்கச்சியின் உள்ளாடைகளை அணிவது பரவசமாக இருக்கும். ஆனால், இதெல்லாம் வீட்டுக்குத் தெரியத் தெரியப் பிரச்சனை பெரிதாகிக்கொண்டே வந்தது. எப்படியாவது இவன் வீட்டை விட்டுத் தொலைந்தால் சரி என நினைத்தனர். அடி உதை தாங்காமல் ஓடிப்போகட்டும் என்றே என்னை ஆளாளுக்கு அடித்து உதைத்தனர். இதனால் வீட்டைவிட்டு வெளியேறுவதைத் தவிர எனக்கு வேறு வழி தெரியவில்லை.

கையில் கிடைத்ததை எடுத்துக்கொண்டு ஓடிவந்துவிட்டேன். அப்படி எடுத்துக்கொண்டு வருவதற்கும் எங்கள் வீட்டில் எதுவுமில்லை. கைக்கு அகப்பட்டது அறுபத்தைந்து ரூபாய் பணமும், எனது துணிமணிகளும் மட்டும்தான். சென்னை வரும் இரயிலில் ஏதோ ஒரு ஸ்டேஷனில் தவறுதலாக இறங்கிவிட்டேன். எனக்கு ஒரு திசையும் தெரியவில்லை. நான் அங்குமிங்குமாகச் சுற்றிக்கொண்டிருந்தது பல கண்களில் பட்டது. என்னைத் தெரிந்து கொண்டதுபோல ஒருவன் அருகில் வந்தான். இப்போதெல்லாம் ஆம்பிளைங்க மேல எனக்கே ஒரு கவர்ச்சி இருந்தது. இதனால் அவன் யாரென்று எனக்குத் தெரியாதபோதும் அவன் அருகில் இருப்பது எனக்குப் பிடித்திருந்தது. என்னைத் தனது அறைக்கு அழைத்துச் சென்றான். எனக்கு வேலை வாங்கித் தருவதாகச் சொன்னான். நல்ல சாப்பாடு வாங்கித் தந்தான். இரவில் பாதி மயக்கத்தில் தூங்கினேன். அவன் அருகில் படுத்திருந்தான். நெருங்கி வந்தான்; என் மேல் கை போட்டான்; நெருக்கி அணைத்தான். எனக்கு அது பிடித்திருந்தது. எல்லோரும் என்னை ஒரு ஆணாகப் பார்த்தனர்.

நானும் ஒரு ஆண்தான் என்றே நான் எண்ண வேண்டுமென வற்புறுத்திக் கொடுமைப்படுத்தினர். ஆனால், இவன் என் பெண்மையை அங்கீகரித்தான். எனக்கு அது பிடித்-திருந்தது. என்னை அவன் முழுமையாக சம்போகம் செய்ய அனுமதித்தேன். உடல் முழுவதும் பரவசத்தில் துடித்தது. அந்தப் பரவசத்திலேயே அசந்து தூங்கினேன். மீண்டும் என் உடலில் ஆணின் கை. ஆனால், இது அவன் கையில்லை. என்னால் அவனிடமிருந்து தப்பிக்க முடியவில்லை. தொடர்ந்து 11 பேர் அடுத்தடுத்து என்னைக் கிழித்தனர். உடலெங்கும் ரணம். நகம், பல் போன்றவற்றின் காயங்கள். மரக்கட்டை போல கிடந்தேன். ஆனால், கண்விழித்துப் பார்த்தபோது என் தலைமாட்டில் 11 ஐம்பது ரூபாய் தாள்கள்.

இப்படி தாம் பாலியல் தொழிலாளியான கதையைக் கூறிய மது, தாம் பம்பாய் சென்று தம்மைப் போன்ற திருநங்கைகளோடு சேர்ந்து வாழ்ந்ததாகக் கூறினார். அங்குள்ள ஜமாத்தில் சேர்ந்த பிறகுதான் தன்னைப் போன்ற ஏராளமானவர்கள் இருப்பது அவருக்குத் தெரியவந்தது. அங்குள்ளவர்கள்தான் அவருக்கு மது என்ற பெயரை வைத்துள்ளனர். தாம் முழுமையான திருநங்கை ஆவதற்காகவும், முழுமையாக பாலியல் தொழிலில் ஈடுபடுவதற்காகவும் இருமுறை அறுவைசிகிச்சை செய்து கொண்டுள்ளார். இரவில் பாலியல் தொழில்; பகலில் விசேஷ வீடுகளில் கும்மியடித்தல் என்று பொழுது கழிந்ததாகக் கூறினார். ஆனால், தமிழ்நாடு போல வேறு எங்கும் தாம் அவமானப்படுத்தப்படவில்லை என்றார். ரயிலில் செல்லும்போதுகூட கவுரவமாக நடத்தப்பட்டதாகக் கூறினார். கன்னிப் பெண்கள் தங்கள் கால்களில் விழுந்து ஆசீர்வாதம் வாங்கினால் விரைவில் திருமணம் நடக்கும் என்ற நம்பிக்கை அங்கு உள்ளது. நாங்கள் ஏதாவது கெட்ட சொல் சொல்லிவிட்டால், அது சாபம் போல் அப்படியே பலித்துவிடும் என்ற நம்பிக்கையும் வடக்கத்தி மக்களிடம் இருக்கிறது என்றார்.

மதுவைப் போன்று ஒவ்வொரு திருநங்கையும் அவலங்களையே எதிர்கொண்டு வாழ்ந்துள்ளனர். தமிழ்நாட்டிலேயே வாழ விதிக்கப்பட்டவர்களின் வாழ்க்கை மேலும் சீரழிவானது. இங்கு பிச்சைக்காரர்களைவிடக் கேவலமாக வாழ வேண்டியுள்ளது. இதனால் தங்களை அரவாணிகள் என்று சொல்லாமலேயே ரகசியமாக வாழ்வோரும் உண்டு என்பதும் எனக்குக் கூவாகத்தில்தான் தெரியவந்தது. அப்படியரு திருநங்கைதான் பாரதி கண்ணம்மா. நான் தங்கியிருந்த லாட்ஜில் வசதியான ஏர்கண்டிஷன் அறையில் அவர் தங்கியிருந்தார்.

நான் அறைக்கதவைத் தட்டிக்கொண்டு உள்ளே நுழைந்தபோது அவர், ஏதோ ஒரு நாடகக் காட்சிக்குத் தயாராவதுபோல காணப்பட்டார். ரோஸ் கலர் பவுடர் பூசி அகலமான பொட்டு வத்திருந்தார். நீண்ட கூந்தல் பின்னப்பட்டிருந்தது. நைட்டி அணிந்திருந்தார். இரு கைகளிலும் தங்க வளையல்கள், கழுத்தில் கனமான தாலிச் சங்கிலி. கைகளில் மருதாணி இடப்-

பட்டிருந்தது. ‘வாங்க’ என அழைத்து மீண்டும் கட்டிலில் உட்காரும்போது கால்களில் மெட்டி தெரிந்தது. கட்டிலின் மீது பட்டுப் புடவை மற்றும் தேவை-யான உள்ளாடைகள் மடிப்புக் கலையாமல் கிடந்தன.

அரவாணிகளின் சமூக நிலைமை பற்றித் தெரிந்துகொள்வதற்காக வந்-துள்ளதாகக் கூறினேன். அவர் முகத்தில் மிகவும் அழகான புன்னகை தெரிந்தது. கையில் காமிராவைப் பார்த்த அவர், இருங்க என்று கூறிவிட்டுப் பட்டுப் புடவையை எடுத்துக்கொண்டு குளியலறைக்குள் நுழைந்தார். திரும்பி வரும்போது முழுமையான அலங்காரத்துடன் இருந்தார். ஒரு மணப்பெண் கணவனுடன் இருந்துவிட்டு வருவதுபோல முகம் வெட்கத்தில் கனிந்திருந்தது. தலை குனிந்தபடி நடந்து வந்தார். அப்போது முன் கொசுவம் விசிறிபோல விரிந்து மடங்கியது. அதற்கேற்ப தனது இரு விரல்களால் கொசுவத் தலைப்-பில் மடக்கிப் பிடித்துக் கொண்டார்.

பேச ஆரம்பித்தோம். திருநங்கைகள் உலகு குறித்த ஒவ்வொரு கதவாகத் திறந்துவிட்டார். முதலில் அரவாணிகள் சந்தித்துவரும் சமூகப் பிரச்சனைகள் குறித்துப் பேசினார். கடவுள் இப்படிப் படைத்ததைத் தவிர வேறு எந்தப் பாவமும் இல்லை. ஆனால், தாங்கள் ஏதோ பழி, பாவம் செய்துவிட்டது-போல பழிவாங்குகிறீர்கள் என்றார். உலகத்துல ஆணும், பெண்ணும் மட்டும் போதுமுன்னு நினைக்கிறீங்க. ஆனால் இப்படி ஒரு பிறப்பும் இருக்கு. பிறந்த குழந்தையோட உணர்ச்சியிலயும், சாகப்போற கிழத்தோட உணர்ச்சியிலயும் ஆண்- பெண்ணுன்னு ஏதாவது பேதம் இருக்கா. அதுபோல நாங்களும் தனி உணர்ச்சியுள்ள பிறவி. இத ஏன் ஏத்துக்க மறுக்கறீங்க. எங்களுக்கு ரேஷன் கார்டுல பேர் இல்ல; வோட்டர் லிஸ்டுல பேர் இல்ல, பாஸ்போர்ட் வாங்க முடியாது. அவரது பேச்சு அவர் ஓரளவு வசதியான உயர் மத்திய தர வர்க்-கத்தைச் சேர்ந்தவர் என்பதைத் தெளிவாகக் காட்டியது.

அடுத்ததாக அவரது தனிப்பட்ட வாழ்க்கை குறித்துப் பேசினோம். அவர் தமிழ்நாட்டின் முக்கியமான கோவில் நகரமொன்றில் பிறந்து வளர்ந்து வாழ்ந்து வருகிறார். அவரது தந்தை ஒரு அரசு உயர் அதிகாரி. இதனால் வசதியான வீட்டுப்பிள்ளைகள் படிக்கும் பள்ளிக்கூடத்தில் படித்தார். பெற்-றோர் வைத்த பெயர் முத்துக்கிருஷ்ணன். முத்துக்கிருஷ்ணனுக்குச் சின்ன வயதிலிருந்தே படித்துப் பட்டம் பெற்று நல்ல வேலைக்குச் செல்ல வேண்டும் என்பது இலட்சியம். அவனது உயர் மத்தியதர வர்க்க குடும்பச் சூழ்நிலை அதற்கு உதவியது. நல்ல பள்ளிக்கூடம், டியூஷன் போன்ற வசதிகளால் அவன் நன்றாகப் படித்தான். இடையில், உடலில் ஏற்பட்ட மாற்றங்கள் அக உலகில் பெரும் புயலை ஏற்படுத்தியது. ஆனால், வெளிநடவடிக்கை-களில் அவன் அதைக் காட்டிக்கொள்ளவில்லை எல்லாவற்றையும் மனசுக்-குள்ளேயே பூட்டி வைக்கும் மத்திய தரக் குடும்பங்களின் இரட்டை வாழ்க்கை முறை அவனுக்கு பழகிவிட்டதால் எந்த மாற்றமும் வெளியே தெரியவில்லை.

இருந்தாலும் போகப்போக எல்லாமும் தெரிந்தது. இந்த உலகத்தில் எதைத்தான் மறைக்க முடியும். உலகமே ஒரு நாடக மேடை என்பதால் வெளிப்படையாகத் தெரியும் காட்சிகளைப்போல கண்ணுக்குப் புலனாகாத காட்சிகளும் பிசிறில்லாமல் அரங்கேறி வந்தன. கல்லூரியில் சக மாண-வர்கள், ஆசிரியர்கள் மத்தியில் மெல்லிய புன்னகை என அது தன்னை வெளிக்காட்டியது. ஒரு பக்கம் படிப்பு, வேலை, குடும்பம் என்று முத்துக்கி-ருஷ்ணனின் கவனம் சென்றாலும், உடலில் ஏற்பட்ட மாற்றங்களும், மெல்லிய புன்னகைகளின் பாதையும் மற்றொரு உலகத்தை அடையாளம் காட்டியது.

எனது உடலுக்குள் ஏற்பட்ட மாற்றங்களும், மன உணர்வுகளும் என்னை வேறொரு உலகுக்கு அழைத்துச் சென்றது என்றார் முத்துக்கிருஷ்ணன். ஒரு பக்கத்தில் குடும்பத்தில் எனக்கு இடப்பட்ட கட்டளைகள், தம்பியின் படிப்பு, தங்கையின் கல்யானம் ஆகிய கடமைகளை நிறைவேற்ற வேண்டியிருந்-தது. மறுபக்கம் ஆண்களும், பெண்களும் கண்களால் என்னைக் கொத்-தித் தின்றனர். அவர்களது பார்வைகளின் ஊடாக நான் எதையோ தேடி அலைந்தேன். இப்பயணத்தின் இறுதியில்தான் நான் இசக்கியைச் சந்தித்-தேன். அவர்தான், நான் இரு பாலுமற்ற பிறவி என்பதைக் கூறினார். அவர்-தான் எனக்கு வேறு ஒரு பெயர் வைத்துக்கொள்ளும்படி கூறினார். எனக்குப் பிடித்த பாரதி கண்ணம்மா என்ற பெயரை எனக்கு நானே வைத்துக்கொண்-டேன். எங்களூர் ஜமாத்தின் தலைவராக அவர் இருந்தார். அங்கு என்னைப் போன்ற பலரும் இருந்தனர். ஜமாத் ஒரு குடும்பமாக இருந்தது. இதற்காக ஒரு வீடு இருந்தது. ஜமாத்துக்குள் நாம் எப்படி வேண்டுமானாலும் இருந்து-கொள்ளலாம் என்றார்.

ஜமாத்தில் இருக்கும்போது நாங்கள் கண்ணியமாக உணர்ந்தோம். ஆனால் வெளியில் அலி, பொட்டை என்று அவமானமாகப் பேசினர். ஆணின் வலி-மையும், பெண்ணின் மென்மையும் கொண்டிருந்த எங்களைக் கழிவுப்பொ-ருள்கள் போலப் பார்த்தனர். இதற்கெல்லாம் வடிகாலாக ஜமாத் இருந்தது. எங்களுக்குள் சாதி, மத வித்தியாசம் இல்லை. பெரும்பாலானவர்கள் தங்-கள் குடும்பங்களைவிட்டு வெளியேறியிருக்க நான் மட்டும் பிறந்த குடும்-பத்தோடு இருந்ததும்கூட அவர்களுக்குப் பிடித்திருந்தது. நான் வீட்டிலேயே இருந்து தம்பியின் படிப்பு, தங்கையின் திருமணத்துக்கு உதவ வேண்டும் என்-றனர். அதன்படியே எனக்கு நல்ல வேலை கிடைத்தது. பிறகு ஜமாத்திலேயே எனக்குக் கலியாணமும் செய்து வைத்தனர். எனது கணவர் பெயர் மருத-முத்து. அவர் கட்டிய தாலிதான் நான் போட்டிருக்கிறேன். எட்டுப் பவுனில் நானே செய்த தாலி இது. அவருக்கு வேலை இல்லை. நான்தான் மாதாமா-தம் பணம் தருகிறேன். எங்கள் வீட்டுக்குப் போகும்போது தாலியைக் கழற்றி வைத்துவிடுவேன்.

பிறந்த வீட்டிலும் எனக்குக் கலியாணம் செய்து வைத்தனர். எனது மனைவி பெயர் மீனாகுமாரி. எங்கள் இருவருக்கும் இரண்டு குழந்தைகள்

உள்ளனர். அந்த உலகத்தில் இருக்கும்போது ஆளே மாறிவிடுவேன். கிராப், மீசை, பேண்ட், சர்ட் என சகஜமாக ஆகிவிடுவேன். இப்படி இரண்டு உலகங்களில் பதுங்கிப் பதுங்கி வாழ்கிறோம். என்னை அலி என்றோ பொட்டை என்றோ அரவாணி என்றோ அழைப்பதை நான் விரும்பவில்லை. அரவாணி என்ற சொல் கவுரவமாக இருந்தாலும் அதுவும் மதம் சம்பந்தப்பட்டதாக இருக்கிறது. இரு பால்களையும் குறிக்கும் திரு, நங்கை ஆகிய இரு சொல்களையும் இணைத்து திருநங்கை என்று கூறுவதையே விரும்புகிறேன் என்று பாரதி கண்ணம்மா கூறினார்.

அவரை 8 ஆண்டுகளுக்குப் பிறகு ஒரு திருமண வீட்டில் சந்திப்பேன் என்று நான் நினைக்கவேயில்லை. அவர்தானா என்று எனக்குச் சந்தேகம்தான். தனது மனைவி மக்களுடன் வந்திருந்தார். அவர் தனது அறையில் தனிமையாக இருக்கும்போது அவரைச் சந்தித்து என்னை அறிமுகப்படுத்தினேன். ஆனால் விழுப்புரம் பற்றி எதுவும் கூறவில்லை. அவருக்கு எனது பெயர், அடையாளம் எதுவும் நினைவில்லை. நான் பாரதி கண்ணம்மா என்ற பெயரைக் கூறியதும் அதிர்ந்து நிமிர்ந்தவர் என்னைக் கண்டுகொண்டார். ஓடி வந்து கட்டிக்கொண்டார். கடந்த நேர்காணலின்போது கடைசி வரை அவரைப் புகைப்படம் எடுக்காதது நினைவுக்கு வந்தது.

31. திருநங்கை அக்காவுடன் ஒரு பயணம் !

"அக்கா தப்பா எடுத்துக்காதிங்க நீங்க திருநங்கை தானே? இல்ல கல்யாணம் நகநட்டுன்னு பேசிக்கிறீங்களே எப்படி என்னன்னு……."

"இன்னாம்மா இப்படி ரோதன பண்ணினுக்குற ஏறும்மா சீக்கரம்." கடுகடுப்பில் கத்தினார் ஷேர் ஆட்டோ ஓட்டுநர்.

"நீங்க போங்க நான் வேற வண்டியில போய்க்கிறேன்." நானும் கோபத்துல சட்டுன்னு பேசிட்டேன்.

ஓட்டுநருக்கும் எனக்குமான பிரச்சனை முடிவுக்கு வருவதற்குள் கதவு படக்கென திறந்தது. "சண்ட போட்ற நேரமா இது. வா வா உள்ள வா. எங்க சிரிச்சிகினே ஏறு பாக்கலாம்" என்றார் உள்ளே இருந்த திருநங்கை ஒருவர்.

அவர் முகம் நிறைய மஞ்சள். குளிச்சு நெத்தியல வைச்சிருந்த பெரிய வட்டப் பொட்டு, இறந்து போன என் பெரியம்மா கண் முன்னாடி வந்து போனாங்க. அவர் வண்டியில ஏறச் சொன்ன விதம் கன நேரத்துல கோபத்த குறைச்சுடுச்சு. உடனே ஆட்டோவுல ஏறிட்டேன்.

"ஏம்மா போலீசு ட்ராஃபிக் சரிபன்னினுக்கிறான். அந்த எடத்தாண்ட கைய நீட்டினு நிக்கிறே. போலீசு பாத்தான்னா வண்டிய ஓரங்கட்டுவான். 100 தண்டம் அழுவனும், இல்லாங்காட்டி மரியாத இல்லாம திட்டுவான். சம்பாரிக்கிற 100 — 200யும் இவனுங்க புடிங்கினு போனா வீட்டுக்கு இன்னாத்த

எடுத்துனு போறது. அதான் சத்தம் போட்டுட்டேன் தப்பா எடுத்துக்காதம்மா.'' என்றார் ஓட்டுநர்.

''சரி விடுங்க, நானும் போலீசு நின்னத பாக்கல. ஏதோ கவனத்துல இருந்துட்டேன். தப்புதாங்க.''

''கவனத்த வேற எங்கேயோ வச்சுட்டு ரோட்டுல நிக்கிறியே நியாயமா?'' என்றார் எதிரிலிருந்த திருநங்கை.

''என்னக்கா பண்ண சொல்றீங்க மனுசனுக்கு ஆயிரத்தெட்டு கவலை. அதுல ஒன்னு ஏங்கவலை'' என்றேன்.

''அக்கான்னா கூப்ட்ட!'' அழுத்தமாக ஒரு தடவை சொல்லி விட்டு சிரித்தபடி கையால் என் முகத்தை வருடி முத்தமிட்டார். இந்த வெள்ளேந்தியான அன்பு திருநங்கைங்க கிட்ட மட்டும்தான் பாக்க முடியும்.

''இன்னிக்கு நம்ம வீட்டுக்கு வர்ற விருந்தினர் ஒரு திருநங்கை. அவங்க மனசு புண்படும் படியும் வித்தியாசமாகவும் நடந்துக்க கூடாது. அவங்களும் நம்மளாட்டம் மனிதர்கள்தான்'' — எங்க வீட்டுக்கு ஒரு திருநங்கை வரும்போது ஒரு தோழர் இப்படி வகுப்பெடுக்கும் நெலமையிலதான் என் பார்வை எட்டு வருசத்துக்கு முன்னாடி இருந்தது அவருக்கு தெரியாது.

''பொழுது விடிஞ்சு பொழுது போனா கவலைக்கா பஞ்சம். அதையெல்லாம் யோசன பண்ணினா வேலைக்காகுமா? அதுவா நாமளான்னு ஒரு கை பாத்துறனும். வீட்ட விட்டு கெளம்ப சொல்லோ கட்டிருந்த துணியோட சேத்து கவலையையும் அவுத்து போட்டுட்டு வந்துறனும். வெளிய வந்து நாலு பேர பாத்து முகம் மலர்ச்சியா இருக்கனும். காலையில தூங்கி எழுந்தா பால்காரன் வருவான். டிவிக்காரன் வருவான் அதுக்காக இதெல்லாம் ஒதுக்கிப்புட்டு வாழ முடியுமா சொல்லு. வரட்டும் வந்து பாத்துட்டு போகட்டும். இன்னைக்கி இல்லன்னா நாளைக்கி தரப் போறோம்.

யாருக்கு கவலையில்ல சொல்லு. இந்த இவளுக்கு (அருகிலிருந்த இளம் திருநங்கை) இன்னும் ஒரு மாசத்துல கல்யாணம் வச்சுருக்கு. இன்னும் மூணு பவுனு வாங்கனும் என்ன செய்றதுன்னு தெரியல. இவ கண்ண கசக்கியே உயிர விட்டுடுவா போலருக்கு.'' அந்த அக்கா பக்கத்துல இருந்த அந்த இளம் திருநங்கை எந்த நேரத்துலயும் அழுகுற நிலையில இருந்தாங்க. இவங்க பேசினத கேட்டதும் அவங்க கலங்கிய கண்ணுல இருந்து கண்ணீரே வந்துடுச்சு. அவங்க திருநங்கைங்கனு தெரிஞ்சுதான் பேசினேன். இருந்தாலும் திருமணம், நகைன்னு அந்த அக்கா சொன்னதும் ஒரு தடுமாற்றம் எனக்குள்ள.

''அக்கா தப்பா எடுத்துக்காதிங்க நீங்க திருநங்கை தானே? இல்ல கல்யாணம் நகநட்டுன்னு பேசிக்கிறீங்களே எப்படி என்னன்னு.......'' அவங்க மனசு புண்படாமெ கேக்குறோமான்னு ஒரு பயத்துல அப்புடியே நிறுத்திட்டேன்.

“ஆமாப்பா நாங்க திருநங்கையேதான். நாங்களும் ஒங்களப்போல ஆம்பளை ஆளுகள கல்யாணம் கட்டிக்கலான்னு சட்டமே வந்திருக்கு தெரியும்ல”

“தெரியும்கா. அப்புடின்னா அது காதல் கல்யாணமா தானே இருக்க முடியும். நீங்க நகைய பத்தியெல்லாம் பேசுறீங்களே!”

“காதல்தான். அது இவளுக்கு மட்டும் தான் வந்துருக்கு. ஆட்டோ ஓட்டுற பையனோட ஒரு தபா ஆட்டோவுல போயிருக்கா. பயல புடிச்சுப் போச்சு கட்டுனா அவனத்தான் கட்டுவேன்னு ஒத்த கால்ல நிக்கிறா. அவனும் போனா போவுதுன்னு ஆறு பவுன் நகை வேணுங்கற கண்டிசனோட கல்யாணத்துக்கு ஒத்துகிட்டான்.”

“எல்லாம் சரிதான் அதுக்காக நகைய முக்கியமா நெனைக்கிற ஆள கல்யாணம் பண்ணிக்கனுமா?.”

“அட பார்டா! எந்த உலகத்துல இருக்க நீ. எந்த கல்யாணம் நகை இல்லாம நடக்குது. நகை கேக்குற மாப்பிள்ள வேண்டான்னு கர்ப்பப் பையோட இருக்குற நீங்களே, புள்ள பெத்துக்க முடிஞ்ச நீங்களே, சொல்ல மாட்டிங்க. எங்களப் போல திருநங்கைங்க எப்படி சொல்ல முடியும்?

நாங்களும் ஒங்களாட்டம் பொம்பளைதான். கல்யாணம் பண்ணி குடும்பம் குட்டியா வாழனுமுன்னுதான் ஆசைதான், நடக்குமா சொல்லு. அப்பா ஆத்தான்னு குடும்பத்தோட இருக்குற பொண்ணுங்களே அத்தன செரமபபட வேண்டிருக்கு. எங்க கதை நல்லதங்காளை விட சோகமானது. உருவத்துல ஆணாவும் உள்ளத்துல பொண்ணாவும் ரெண்டுங் கெட்டான் வாழ்கை எங்களுக்கு. வீட்டுலயும் ஏத்துக்க மாட்டாங்க. வீட்டுக்கு வெளியேவும் ஏத்துக்க மாட்டாங்க. ஒன்னு பிச்சயெடுக்கனும் இல்ல அப்புடி இப்புடி பொழப்பு பொழைக்கனும். இவ ஒரு வாழ்க்கைய ஆசப்பட்டு அது அமையுது அப்ப கேட்டத குடுத்துதானே அவனும் வருவான்.”

“பையன் வீட்டு குடும்பத்துல ஏத்துக்கிட்டாங்களா”

“எப்புடி ஏத்துப்பாங்க. பிள்ள பெத்து தரமுடியாதவள எந்த குடும்பத்துல ஏத்துப்பாங்க. சொத்து கித்து இல்லேனாலும் ஏத்துக்குறவங்க பிள்ள வேணான்னு சொல்லுவாங்களா, சொல்லு பாப்போம். கொஞ்ச காலம் கழிச்சு வம்ச விருத்திக்கி அந்த பையனுக்கு வேற கல்யாணம் பன்னிப்போம்னு சொல்லிட்டுதான் நாளே குறிச்சாங்க.”

“அதுக்கு பிறகு எப்டிக்கா?”

“அதுக்கு பிறகு விட்டுட்டு ஒரேடியா ஓடிட மாட்டான்னு நம்புறோம். அப்பப்ப வந்து போவான். அசிங்கப்பட்ட வாழ்க்க இல்லாமெ ஒரு குடும்பம் புருச பொஞ்சாதிங்கற அந்தஸ்தோட இருப்பா. எங்க யாருக்கும் கிடைக்காத கவுரவம் அவளுக்கு வரப்போவுதுன்னு எங்களுக்கு சந்தோசம்” என்றவர் கல்யாணப் பொண்ணு கையை நம்பிக்கையோட அழுத்தி ஆறுதலா தலையை

வருடி குடுத்தார்.

“கவலை படாதீங்க. சிவனும் பார்வதியும் சேந்துருக்கும் ஒடம்பு உங்களுக்கு. அதனால உங்களப் போல உள்ளவங்க எல்லாம் கடவுள் மாதிரி. நான் சொல்றேன் கல்யாணம் நல்லபடியா நடக்கும்.” என்றார் அருகில் அமர்ந்து இருந்த தெலுங்குக்கார அம்மா.

“நீ சொல்றத கேக்குறதுக்கு சந்தோசமா இருக்கும்மா. அதுக்காக வீட்டாண்ட உக்காந்திருந்தா காசு பணம் வந்துருமா. எங்களுக்கு தெரிஞ்ச எங்க ஆளுங்க கிட்ட கேட்ருக்கோம். விசயத்த கேள்விப் பட்டதும் சந்தோசமா தர்றதா சொல்லிருக்காங்க. அவங்க மட்டும் என்ன பேங்குல இருந்தா எடுத்து தரப் போறாங்க. எல்லாம் பிச்சதான்.”

“நீங்க எனக்கு சொன்னத நான் உங்களுக்கு சொல்றேன் கவலை படாதீங்கக்கா”

“அவளாவது நல்லா இருக்கட்டும்னு ஆசைதான் எங்க எல்லாருக்கும். நானும் இன்னைக்கி திருஷ்டி சுத்தி போடத்தான் போறேன். செவ்வாய் கிழமை வழக்கத்த விட பத்து ரூவா கூட கிடைக்கும்னு நம்பிதான் போறேன். கூட வாடின்னு கூட்டிட்டு அழுமூச்சியாட்டம் வர்ரா. அடுத்ததா கூட வந்து ஆட்டோவுல ஏறுன நீயும் கோபத்தோட வர்ற. இன்னைக்கி வசூல் மட்டும் கைய கடிச்சுது நீங்க ரெண்டு பேருந்தான் காரணம்.”

“கண்டிப்பா நல்லது நடக்கும். கல்யாணப் பொண்ணுக்கு முன்கூட்டியே வாழ்த்த சொல்லிக்கிறேன்”

“எதுக்கு அவசர அவசரமா வாழ்த்து சொல்லிட்ட, எறங்கப்போறீயா?”

“ஆமாக்கா” என்றபடி பலசரக்கு பையை நகத்தினேன். பையை கையில் வாங்கியவர் என்னை இறங்கச் சொல்லி கையில் கொடுத்து “பாத்துப் போடிம்மா என் செல்லம்” என்றார்.

இறங்குறதுக்கு முன்னாடி “நீங்க எம்பெரியம்மா மாதிரி இருக்கீங்கன்னு” சொல்லணும்னு நினைச்சேன், மறந்துட்டேன்.

32. யாரிவன்?

காமம் ஒரு அழகான விஷயம், அதுவே எல்லைமீறினால் வெறி என்று கூறப்படும். இவனும் அந்த அழகான காமத்தால் ஈர்க்கப்பட்டான், எல்லையும் மீறினான். ஆனால், அது வெறியில்லை. அப்படி என்ன எல்லைமீறினான்? பெண்களிடம் ஈர்ப்பு கொண்ட சராசரி ஆண்கள் போல இவனும் ஈர்க்கப்பட்டான். ஆனால், அந்தஈர்ப்பு காதலை தாண்டி, காமத்தைதாண்டி புனிதமானது. இதை கூறினால் இந்தசமூகம் ஏற்றுகொள்ள மறுக்கிறது. அப்படி என்ன ஈர்ப்பு?

ஒரு நாள் அவன் சிறு வயது நண்பனுடன் இருக்கும்போது நடந்த ஒரு சம்பவம். அது ஒரு சராசரியான நாளாகவே இருந்தது, அவன் இவனை முத்தமிடும்வரை! ஒரு ஆண் இன்னொரு ஆணுக்கு முத்தமா? நம்மில் பலர் இப்படி ஒரு விஷயத்தைக் கேட்டால் முகம் சுழிப்போம், ஏன் என்று உங்களுக்கே தெரியும்.

இரு பெண்கள் புகைப்படத்துக்காக முத்தமிட்டால் ஏற்றுக்கொண்ட இந்த சமுதாயம், அதே ஆண்கள் காதலால் இல்லை, ஒருபால் ஈர்ப்பால் இல்லை, இருபால் ஈர்ப்பால் முத்தம் குடுப்பதை கொச்சையாக பார்க்கிறது இந்த சமுதாயம். ஏன் முத்தம் ஒரு அன்பின் வெளிப்பாடாகப் பார்க்கும் பொழுது ஒருபால் முத்தம் மட்டும் என்னபாவம் செய்தது?, அதில் மட்டும் என்ன ஒரு ஒரவஞ்சனை? வெறும் காமத்தால் ஈர்க்கப்பட்டுதான் ஒரு ஆண் இன்னொரு ஆண்மீது முத்தமோ இல்லை உடல் உறவோ வைத்துக்கொள்வான் என்று என்னை சுற்றி இருக்கும் சிலபேர் கூறினர். ஏன் காமமாக இருந்தால் கூட அதில் என்னதவறு என்று அவனுக்கு தோன்றியது? ஒருவன் தன் காம உணர்வை கட்டுப்படுத்த முடியாமல் வேறுவழியின்றி ஓருபால் உடலுறவு தேடும்பட்சத்தில் அவனின் காதலும் காமமும் கொண்ட ஒரு அழகிய முத்தத்தை என்னால் எதிர்க்க முடியவில்லை. ஆம், இந்த உலகம் எதிர்பார்க்கும் அந்த சராசரி மனிதன் அவன் இல்லை என்று அவனுக்கு புரிந்தது. இது ஒரு பெருமையான விஷயம் என்று மட்டும்தான் தோன்றியது. அதன் வெளிப்பாடாய் இதோ இந்த சமூகத்தில் என்னுடன் இருக்கும் சகமனிதர்களிடம் சொல்ல வேண்டும் என்று முடிவுசெய்தான்.

முதலில் அவன் காதலி. ஆம் ஒரு பெண்ணிடம் காதல் கொண்டு இருந்த போதிலும், அவன் ஒரு ஆணிற்கு முத்தமிட்டேன் என்று எப்படி அவளிடம் கூறமுடியும்? மறைப்பதில் இஷ்டமில்லை! அவன் தலையே அறுந்து விழுந்தாலும் சரி, உண்மையே பேசுவேன் என்று முடிவெடுத்தபின் அவளிடம் கூறினான். அந்தபக்கம் போனில் இருந்து என்னபதில் வருமென்று பயத்தோடு இருந்தபோது அவள் சொன்னவார்த்தை “வாவ்”. மகிழ்ச்சி! ஏன் என்றால் மற்றவர்கள் என்ன சொன்னாலும் அதை பெரிதாக எடுத்துக் கொள்ளமாட்டாள். ஆனால், இவள் இப்படி கூறியபின் அவன் யாருக்காகவும் பைசெக்சுவல் என்ற அடையாளத்தை மறைக்கப்போவதில்லை என்று முடிவெடுத்தான். இருந்தபோதிலும் அவன் அவளிடம் கேட்டான், இன்னொருவரை நான் முத்தமிட்டேன் அதில் உனக்கு கோவமோ, வருத்தமோ இல்லையா என்று? அதற்கு அவள் சொன்னபதில் “நீ உன் பைசெக்சுவலிட்டியை எக்ஸ்ஃபோஸ் பண்ணுற, இதுல நான் ஏன் கோபப்படப்போறேன்?”. வார்த்தைகளால் விவரிக்க முடியவில்லை அவன் எவ்வளவு அதிர்ஷடசாலி என்று! அதன்பின், அவன் நண்பர்களிடம் கூறலாம் என்று முடிவு செய்து அவர்களிடம் கூறினான். ஆனால், அந்த இரவு என்றும் அவனால் மறக்க முடியாது. அவன்

அவர்களிடம் கூறியபின் ஒருவன் “ச்சி” என்று சொன்னான், இன்னொருவன் இரண்டு அடி பின்சென்று,”இனிமேலே உன்கிட்ட ஜாக்கிரதையாக இருக்கனும் இல்லைனா எங்களை ரேப்பண்ணிடுவ”, என்று சொன்னான்.

உடைந்து போனான். அவன் காமம் தலைக்கு ஏறி சுற்றிகொண்டிருக்கும் ஆளில்லை, அவன் காமஉணர்வுகளை கட்டுப்படுத்த முடியாமல் இன்னொருவரை ரேப் செய்வதற்கு. அவன் காதலோ இல்லை காமத்தாலோ ஈர்க்கப்பட்டான். ஆனால், அது வெறி அல்ல.. நாம் வாழ இதுசரியான வழி இல்லையென்று கூறினார்கள், அப்போ எது சரியான வழி? சர்வைவல் ஆஃப் தி ஃபிட்டஸ்ட் என்ற பெயரில் இந்த உலகத்தில் நடக்கும் அநியாயத்தை நாம் பார்த்துக்கொண்டுதான் இருக்கிறோம். நீங்கள் கூறும்படி இது காமமாகவே இருக்கட்டும், இதில் மற்றவற்களை போல் இல்லாமல் வெறும் பாலினம் என்ற எல்லையை மீறியது தப்பாக அவனுக்கு தோன்றவில்லை. ஒரு ஆண் ஒரு பெண்ணிடம் எதனால் ஈர்க்கப்படுவான்? அவளது கேரக்டர் என்று பொய்சொல்ல வேண்டாம். நம் இந்திய சமுதாயத்தில் பெண்ணின் மார்பகம் ஒரு கவர்ச்சி பொருளாகவே சித்தரிக்கப்படுகிறது...

அதன் காரணமாகவே என்னமோ ஒரு ஆண் பெண்ணிடம் கவனிக்கும் முதல் விஷயம் மார்பகம். இதைபடிக்கும் ஆண்களில் ஒரு சில பேருக்கு கசக்கதான் செய்யும். ஆனால், என்ன செய்வது?.. உண்மைகள் இனிப்பாக இருந்தது இல்லை. சரி, நாம் இந்த ஆண்மகனின் கதைக்கு வருவோம். அவனும் மற்ற ஆண்கள்போல் ஒரு பெண்ணை பார்க்கும்போது அவள் மார்பைதான் பார்த்தான், ஆனால், அது காமத்தோடு இல்லை, அந்த மார்பை தொட வேண்டும் என்ற ஆசையோடு இல்லை. இந்த இரண்டும் இல்லையென்றால் வேறு என்ன! அது பொறாமை! ஆம், ஏன் அந்த பெண்போல் எனக்கு மார்பகம் இல்லை என்று அவனுக்கு பொறாமை. சரி இவன் ஒரு ஆண், இவன் ஏன் மார்பகம் வேண்டும் என்று ஆசைப்படுகிறான்? முதலில் அது அவனுக்கு ஒரு அந்தஸ்த்தை கொடுக்கும், அந்த அந்தஸ்து ஒரு ஆண் என்று அவன் வெளியே சொல்லுவதைவிட தன்னை பெருமையாக சித்தரிக்கும் என்று நம்புகிறான். இரண்டாவது பெருமை. ஒரு பெண்ணின் மானம் அவளது மார்பு கிடையாது, அது அவளின் பெருமை என்று கூறினான். ஒரு ஆணாக நீ மார்பு வைத்துக்கொண்டால் அது அசிங்கம், பெருமை இல்லை என்று பலர் கூறியபோதும் அவன் கேட்கவில்லை. ஏன்? இது அவன் சொந்தவிருப்பம்.

அவன் ஏன் இதை விரும்புகிறான் என்று கேக்க உனக்கு உரிமை உண்டு. அதே நேரத்தில் அவன் இப்படி இருக்ககூடாது என்று சொல்ல உனக்கு இல்லை, ஒருபொழுதும் இருக்காது. சரி அவன் மார்பால் ஈர்க்கப்பட்டான், அந்த வெளிப்பாடாக அவன் தனக்கும் மார்பு வேண்டும் என்று ஆசைப்பட்டான். ஆனால், ஒரு பெண்ணிடமிருந்து ஈர்க்கப்பட மார்பு ஒன்று மட்டும்தான் உள்ளதா? யார் கூறியது அவன் மார்பால் மட்டும்தான் ஈர்க்கப்-

பட்டான் என்று? அவன் மார்பால் ஈர்க்கப்பட்ட முதல் இன்றுவரை அவன் பெண்மை என்னும் அழகிய உணர்வுடன் வாழ்ந்துகொண்டிருக்கிறான். ஆம், நன்றாக யோசித்தால், இதிலென்ன பெண் ஆண், அவனுக்கு பிடித்ததுபோல் வாழ்கிறான் என்று சொல்லலாம். ஆனால், என்ன செய்வது நாம் இந்தச-மூகத்தோடு ஒன்றிவிட்டோம். அதனால், இதை ஒரு ஆணுக்குள் இருக்கும் பெண்மை என்றே கூறிவிடுவோமே! இது ஆண் ஆடை, பெண் ஆடை என்று பிரித்து பார்த்த அவன் ஒருநாள் பெண் ஆடைகள் மீது ஆசைப்பட்-டான். ஒரு பெண்ணிற்கு அவள் ஆசைப்பட்ட உடைகளை போட முழுசுதந்-திரம் வந்துவிட்டதா என்றுகேட்டால் இல்லை என்ற பதில்தான் வரும். அது-தான் உண்மை. அதே ஒரு ஆண் அவனுக்கு ஆசை என்று புடவைகட்டிக் கொண்டால்? யோசிக்க முடிகிறதா? இந்த சமுதாயம் என்னவென்று கூறும்? அவன் ஒரு திருநங்கையாக இருக்க வேண்டும் என்று ஆசைபடுபவன். இல்லை, முழுபெண்மையுடன் இருக்க வேண்டும் என்று அவன் ஆசையுடன் வளர்த்ததாடியை எடுக்கவில்லை, தன் ஆண் குறியையும் எடுக்கவேண்டும் என்று ஆசைப்படவில்லை.

மீண்டும் இரண்டாவதுமுறை இந்த சமூகத்தின் தாக்கத்தில் இருந்து வெளியே வந்தான். முடிவு ஒன்று எடுத்தான். அவன் இருக்கும்முறை அல்-லது வாழும்முறை அவனை மட்டும்தான் பிரதிபலிக்கும், ஆண், பெண் என்று அல்ல மற்றும் உடைகளுக்கு பாலினம் இல்லை என்றான். ஆயி-ரம்பேர் போல் சமூகத்தின் தாக்கத்தில் ஏற்பட்ட சுவற்றை உடைத்து அதில் இருந்துவெளியே வந்திருக்கிறான்.

யாரிவன்?

33. பேராசிரியர் விவேக் வீரசேகர்

கேள்வி: “வானவில் சுயமரியாதை பேரணி ” பற்றிய உங்கள் கருத்து?

பதில்: இந்த வரிகளில் உள்ள மூன்று வார்த்தைகளிலுமே சிறந்த பொருள் உள்ளது.வானவில் என்பது பலவண்ணங்களை கொண்டது.அதே போல் நம் வானவில் சுயமரியாதை அமைப்பும் மாற்றுத்திறனாளிகள்,பல்பாலின மக்கள் ஒடுக்கப்பட்ட மக்கள்,தலித் போன்றவர்களின் நலனுக்காகவும்,ஆதரவுக்காக-வும் உள்ளது.மேலும் அவர்களின் வளர்ச்சிக்கும்,சமுதாயத்தில் அவர்களின் முன்னேற்றத்திற்கும் ஒரு பாதையாக அமைக்கிறது.வானவில் என்ற பொருள் இதற்கு மிக சரியாகவும்,இதை அழகுப்படுத்தும் விதமாகவும் உள்ளது. சுய-மரியாதை என்பது அவரது சுதந்திரத்தை மீட்டும் தரும் விஷயமாகும்.எந்த ஒரு தாழ்வு மனபான்மையும் நம்மீது விழாமல் இருக்கவும்,தைரியமாக சமு-தாயத்தில் வாழவும் மிக முக்கிய பங்கு வகிக்கிறது. பேரணி என்பது நாம் மக்கள் மத்தியில் விழிப்புணர்வை ஏற்படுத்தவும்,மக்கள் நம்மை ஆதரிக்க-வும் நாம் குரல் எழுப்பி ஒன்றாக செல்லும் ஒரு நடைப்பயணம் ஆகும்..நாம்

தொடர்ந்து பேரணி நடத்தினால்,நாம் மக்கள் மத்தியில் ஒன்றிணைய வாய்ப்புண்டு.

கேள்வி: lgbtq அமைப்பு எதை நோக்கி சென்று கொண்டு இருக்கிறது?

பதில்: நாக்பூரில் பேரணி நடத்தப்படும்போது,queer மக்கள் அரசியல் பேசக்கூடாது என்று அந்த ஊர் அரசு கட்டளை போட்டது.நாம் அதற்கு எதற்காக எதிர்ப்பு தெரிவித்தோம்.ஏனெனில்,lgbtq மக்கள் தனித்தீவில் வாழவில்லை.அவர்கள் மக்களோடு மக்களாக தான் வாழ்கிறார்கள்.அதிலேயே தலித் மக்கள்,மாற்றுத்திறனாளிகள்,ஒடுக்கப்பட்ட மக்களும் இருக்கிறார்கள்.அந்த மாதிரியான அரசியலைதான் நாங்கள் தமிழ்நாட்டில் முன் எடுக்கிறோம்.அதுவே சில மதச்சித்தாந்தம் பேசுபவர்களுக்கு எரிச்சலாக உள்ளது,நாம் அதிகமாக இருக்கிறோம் என்பதற்காக.மேலும் நமக்கு பேரணி நடத்த கொடுக்கப்படும் இடங்களில்,அதிக மக்கள் வசிப்பதில்லை.எனவே,அனைத்து தென்மாவட்ட மக்களும் இதை முன்னெடுக்க வேண்டும்.நாங்கள் ஏற்கனவே கோவையில் செயல்படுத்திக் கொண்டு இருக்கிறோம்.

கேள்வி: நான் விவேக் வீரசேகரை பார்த்தவரையில்,அனைத்து lgbtq மக்களும்,தங்களுக்கு சட்ட அங்கீகாரம் என்று கேட்டனர்,ஆனால்,நீங்கள் மட்டும் இடஒதுக்கீடு வேண்டும் என கேட்டீர்கள்?அதற்கான காரணம் நான் தெரிந்துக்கொள்ளலாமா?

பதில்: சமுதாயத்திலும்,வீட்டிலும் lgbtq மக்களை சிலர் ஏற்றுக்கொள்ளாமல்,வீட்டை விட்டு துரத்துகிறார்கள்.அதனால் அவர்கள் கல்வி கற்க ,வாழ்க்கை வாழ முடியாமல் கஷ்ட நிலைக்கு தள்ளப்படுகிறார்கள்.இடஒதுக்கீடு மூலம் தலித்கள் நிறைய முன்னேறி வந்து இருக்கிறார்கள்.அதனால்,நமக்கு இடஒதுக்கீடு கிடைப்பதன் மூலம்,நமக்கு பாதுகாப்பும்,நமது வாழக்கை மற்றும் அடிப்படை தேவைகளும் பூர்த்தி செய்யப்படும்.அவர்கள் ஒடுக்குதலில் இருந்தும் வெளியேற வாய்ப்பு கிடைக்கும்.

கேள்வி: lgbtq மக்களுக்கு,எந்த விஷயம் சட்டப்பூர்வமாக கிடைக்கவேண்டும் என்று நீங்கள் நினைக்கிறீர்கள்:

பதில்: இந்தியாவில்,சட்டம் என்று ஒன்று கொண்டு வந்து,அதை நிறைவேற்றினாலே பெரிய விஷயம்தான்.தீண்டாமை கூடாது என்ற சட்டம் இருந்தும்,தீண்டாமை சில இடங்களில் நீடிக்கிறது.பாலின வேறுபாட்டை வைத்து தரம் தாழ்த்தக்கூடாது என்று சட்டம் இருந்தும்,இன்றும் ஊதியம் மற்றும் மற்ற விஷயத்தில் பாலின தரம் தாழ்த்துகிறார்கள்.எனவே,முதலில் அடிப்படையாக பள்ளிகளில்,கல்லூரிகளில்,மக்களிடத்தில் விழிப்புணர்வை ஏற்படுத்த வேண்டும்.பிறகு நம்மைக் ஏற்றுக்கொள்ள அவர்களுக்கு எண்ணம் வரும்.பிறகு இந்தச்சூழல் நீடித்தால்,நமக்கென்று உரிமை சட்டம் நிறைவேற வாய்ப்புண்டு..இதை முன்மொழிகின்ற அரசியல் கட்சிகளும் உண்டு.காங்கிரஸ் மற்றும் இடதுசாரி கட்சிகள் அதன் தேர்தல் மற்றும் இதர அறிக்கைக-

ளில்,நமக்கான ஒதுக்கீடு பற்றி குறிப்பிட்டுள்ளது.மேலும் netflix திரைப்படங்கள்,சீரியஸ் போன்று வேறு சில இணையதள பொழுதுபோக்கு நிறுவனமும்,நம் lbtq மக்களை ஒரு கதாபாத்திரமாக,குணமாக பயன்படுத்தினால்,இன்னும் விழிப்புணர்வு ஏற்பட வாய்ப்புண்டு.

கேள்வி: lgbtq மக்கள் மீது சாதி,மத விஷயங்கள் திணிக்கப்படுவதாக நினைக்கிறீர்களா?

பதில்: சாதி,மதம் என்றாலே அங்கே ஒருங்கிணைவு இருக்காது.அவர்கள் நம்மை அறிவியல் பூர்வமாக நம்மை ஏற்றுக்கொள்ளமாட்டார்கள்.எந்த மதக்கடவுளும்,மனிதர்களுக்குள் பிரிவினையை தூண்டுவதில்லை.

கேள்வி: ஒரு குறிப்பிட்ட மதத்தை சார்ந்த அமைப்பு ,lgbtq மக்களில் அவர்களின் மதத்தைச் சார்ந்தவர்களை மட்டும் சேர அழைப்பு விடுத்தது.இதை பற்றி உங்களுடைய கருத்து:

பதில்: நான் முன்பு சொன்னது போன்று,அவர்கள் நம்மை மதம்,சாதி பிரித்தால்,அவர்கள் நம்மை பாவம் பார்த்து சேர்க்க நினைக்கிறார்கள் என்று பொருள்.அதனால்,நமக்கான உரிமைகளும்,முன்னேற்றமும் சரியாக கிடைக்காது.நாட்டில்,இரண்டு பிரிவினை தான்.ஒன்று முதலாளி வர்க்கம்,மற்றொன்று தொழிலாளி வர்க்கம்.முதலாளிகள் பேரிடர் காலத்தில் கூட பணக்காரராக வாழ்கிறார்கள் .அம்பானி 250 மடங்கு பணக்காரர் ஆகியிருக்கிறார்.நாமெல்லாம்,நமக்கான முன்னேற்றம் கிடைக்கும் வரை தொழிலாளர் வர்க்கத்தை சார்ந்தோர்தான்.எனவே இடதுசாரி அரசியல் தான் நமக்கு சிறந்தது.

கேள்வி:பெற்றோர்கள்,நமக்கான 377 தனிப்பிரிவு சட்டம் வந்த பிறகு,நம்மை ஏற்றுக்கொண்டார்களா?

பதில்: அந்த சட்டம் வந்ததும்,நீக்கியதும் எல்லாருக்கும் தெரியாது.முற்போக்கு சிந்தனை மக்கள் உட்பட.எனவே குழந்தை திரைப்படங்களில்,நம்மை ஒரு கதாபாத்திரமாக வைப்பதன் மூலம், நம் விழிப்புணர்வு சட்டப்பூர்வமாக மக்களிடத்தில் சேரும்.

கேள்வி: lgbtq மக்கள் மட்டுமல்லாது,அனைவருக்கும் பொதுவாக நீங்கள் சொல்ல விரும்புவது?

பதில்: சாதி,மத ரீதியாக அனைவரும் ஒருங்கிணைய முடியாது.பிரிய தான் முடியும்.எனவே,அனைவரும்,சாதி,மத வேறுபாட்டை கடந்து,சமமான ஒருவருக்கொருவர் ஏற்றுக்கொள்ளும் மனநிலையுடன் ஒன்றிணைய வேண்டும் .மேலும் நமக்கான முன்னேற்றத்திற்கு பாடுபடும்/பேசும் இடதுசாரி அரசியலை முன்மொழிய வேண்டும்.

34. ஜான் கெவின்

ஜான் கேவின் எப்படி இருக்கீங்க நல்லா இருக்கேன் நீங்க எப்படி இருக்கீங்க. இன்றைக்கு உங்களை பால்மணம் மாதாந்திர மின்னிதழ் அல்ல இந்த மாத

இதழுக்கு உங்களை நேர்காணல் செய்ய வந்திருக்கிறேன். அதுக்கு முன்னாடி அணிம பத்தி உன்கிட்ட நான் ஒரு சில வார்த்தைகள் சொல்லுறேன். அணியம் அறக்கட்டளை குயர் மக்களால் கடத்திட்டு வர ஒரு பொது நிறுவனம். இதுல ஏவி மற்றும் அகமகிழ் இன்ற பிரிவிலை மக்களுக்கு சேவை செய்து இருக்கும். ஏவி கருணையின் அடிப்படையில் யாருக்கெல்லாம் உதவி தேவைப்படுது அவங்களுக்கு எல்லாத்துக்கும் உதவி செய்கிற ஒரு செயல்பாடு. இதுல முதியோர் இல்லம், அனிதா மெமோரியல் நினைவு கல்வி ஊக்கத்தொகை, பசிப்பிணி மற்றும் பாபாசாகிப் சமூக கற்றல் மையம் இன்ற பேர்ல சேவைகள் செஞ்சுட்டு இருக்கோம்..

அகமகிழ் - இதில் முழுக்க முழுக்க LGBTQIA+ மக்களுக்காக இயங்கும் ஒரு செயல்பாடு. இதில செவிகள் குயர் தொலைபேசி சேவை மையம், YouTube சேனல் மூலமாக விழிப்புணர்வு, பால்மனம் மாதாந்திர மின்னிதழ் என்கின்ற பிரிவுகளில் அணியும் இயங்கிட்டு வருது......

இந்த பால் மனம் மாதாந்திர மின்னிதழ் தான் இன்னைக்கு உங்கள நேர்காணல் செய்ய வந்திருக்கிறார்....

நேர்காணலுக்கு போறதுக்கு முன்னாடி எங்களோட வாசகர்களுக்கு உங்கள பத்தி நீங்க அறிமுகம் செஞ்சுக்கோங்க.

வணக்கம் என்னுடைய பெயர் விஜய் எல்லாருக்கும் என் மச்சான் கெவின் சொன்னால்தான் தெரியும். B. Sc fashion designing and Technology முடிச்சிருக்கேன்.... இப்போதைக்கு நான் யூடியூப் சேனல் ரன் பண்ணிட்டு இருக்கேன்....

நன்றி ஜான் கவின்

உங்களுடைய குழந்தை பருவம்....

என்னோட குழந்தை பருவம் வந்து எனக்குப் பெரிய அளவில் அதிகமான ஞாபகம் இல்ல அதனால எனக்கு அதிகமாக சொல்றதுக்கு எதுவும் இல்லை எனக்கு ஞாபகம் இருக்கிறது சில விஷயங்களை உங்ககிட்ட நான் வந்து பாத்துக்குறேன். நான் கொஞ்சம் feminine இருக்கின்ற ஒரு காரணத்தினால் பலவிதமான வார்த்தைகளால் என்ன வந்து காயப்படுத்தி இருக்காங்க.... உதாரணத்துக்கு பொட்ட 9 பேர் வச்சு என்ன ரொம்ப மனசுக்கு மன உளைச்சலுக்கு ஆளாகி இருக்காங்க.... பல அவமானங்களும் பல போராட்டங்களுக்கும் அப்புறமாதான் நான் யாரென்று உணர்ந்தேன்...

நான் என்னோட கல்லூரியில் இரண்டாம் ஆண்டு படிக்கும்போது தான் என்னுடைய பாலீர்ப்பு என்னவென்றுதான் நான் வந்து முழுசா கண்டுபிடிச்சேன். என்னோட கல்லூரி வாழ்க்கையில் பெரிய அளவில் எனக்கு வந்து எந்த ஒரு வன்முறைகளும் வன்கொடுமைகளும் நடக்கல ஆனா BCA பிரிவு மாணவர்களுக்கும் எங்க பிரிவு மாணவர்களுக்கும் ஒன்றுதான் சில வகுப்புகள் நடக்கும் அந்தப் பிரிவு மாணவர்கள் என்ன பாக்குற கண்ணோட்டம் வந்துட்டு ஒரு வித்தியாசமான கண்ணோட்டம் இருக்கும்போது எனக்கு புரி-

யும் அவங்க என்ன எண்ணத்தில் என பாக்குறாங்க அப்படின்னு சொல்-லிட்டு. என்னோட க்ளோஸ் ஃப்ரெண்ட் அறிவு அவங்கதான் வந்துட்டு எனக்கு எப்பவுமே சப்போர்ட் வந்து இருக்காங்க எனக்கு எப்பவும் ஆறு-தல் நடந்துருக்காங்க பல அவமானங்கள் ஏற்பட்ட சில இடங்களில் சரி பல தோல்விகள் ஏற்படும் நேரங்களில் சரி அவங்க தான் வந்துட்டு எனக்கு உறு-துணையா இருந்திருக்காங்க. அவங்க கிட்ட நான் என்ன பத்தி எல்லாமே ஷேர் பண்ணி இருக்கேன் உங்களுக்கு என்ன பத்தி எல்லாமே அவங்களுக்கு தெரியும். முதல்ல அவங்க கிட்ட தான் நான் என்ன பத்தி சொன்னேன்.

பெற்றோரைப் பற்றி!

என்னோட பெற்றோர்களுக்கு வந்து பெரிதா இதப்பத்தி புரிதல் இல்லை காரணம் இதைப்பற்றிய உங்களுக்கெல்லாம் இது தெரிஞ்சுக்கறதுக்கு வாய்ப்-பும் இல்லை என நானே வந்து என்னோட கல்லூரி படிக்கும்போதுதான் தெரிஞ்சுகிட்டேன்... அப்பதான் நான் சோஷல் மெடிய கொள்ள வந்தேன் சுவாச தான் இதை பத்தி நான் தெரிஞ்சுக்கிட்டேன். என்னோட பெற்றோர்-கள் வந்து என்ன பத்தி என்ன யோசிச்சி இருந்தாங்க என்ன என்ன பத்தி அவங்களுக்கு முன்னாடியே தெரியும் பண்றது எனக்கு தெரியல.... பட் நான் உங்ககிட்ட என்ன பத்தி சொல்லும்போது நிறைய ப்ராப்ளம் வந்துச்சு நிறைய பிரச்சினைகள் இருந்தது மதபோதகர்கள் கிட்ட கூட்டிட்டு போயி எனக்கு நிறைய சடங்குகள் பண்ணாங்க இருந்தாலும் நான் உங்களுக்கு என்னால முடிஞ்ச அளவு புரிய வச்சு இருக்கேன் இன்னைக்கி அவங்க இது வயசுக் கோளாறு சீக்கிரமா சரி ஆகிடும் அப்படின்னு நினைக்கிறாங்க...

என்ன பொருத்த வரைக்கும் என் அப்பா அம்மா வந்துட்டு எனக்கு எல்லா விதத்திலும் எனக்கு நிறைய உறுதுணையாய் இருந்திருக்காங்க....

உங்க பாலீர்ப்பு உங்க வீட்ல எப்ப சொன்னீங்க எப்படி சொன்னீங்க...

நான் பத்திரகாளி வச்சிட்டு இருந்தேன். அந்த காதலை நான் தோத்-துட்டேன் அதனால தான் என்னோட பிரெண்ட்ஸ் கிட்ட வந்துட்டு என்ன பத்தி சொல்ல வேண்டிய ஒரு சூழ்நிலை உருவாச்சு. முதல் நான் சொல்லும்-போது அவங்க புரிஞ்சுக்கல அப்புறம் கொஞ்சம் கொஞ்சம் அவளுக்கு புரிய வச்சேன். அதுக்கு என் கூட பிறந்த எல்லாருமே வந்து உதவி பண்ணாங்க கொஞ்ச நேரத்தில் அவங்க எல்லாருக்கும் நன்றியை தெரிவிக்கிறேன்..

உங்க YouTube channel பத்தி கொஞ்சம் சொல்லுங்க.

முதல்ல YouTube channel உன் ஆரம்பிக்கணும்னு எனக்கு ஆசை இருந்துச்சு... ஆனா நான் அந்த சேனல வச்சு சம்பாதிக்கணும் இல்ல பேர் புகழ் இது பண்ணனும் அப்படின்னு நெனச்சது இல்ல... காரணம் என்ன நாக்கா நாம் முழுக்க முழுக்க அந்த channel ல LGBT மக்களை பத்தின விழிப்புணர்வு எல்லாருக்கும் கொண்டு போய் சேர்க்கும் என்று சொல்லிட்டு முடிவு பண்ணி இருந்தேன்.... இங்க எல்லாருக்குமே போதுமான புரிதல் இல்லாத காரணத்தினால் தான் இதை பத்தி தெரியாம இதப்பத்தி புரியாம

பலரோட மனசையும் காயப்பட தராங்க மற்றும் பலரோட மரணத்துக்கும் காரணமா இருக்காங்க••• என்னால முடிஞ்ச அளவுக்கு என்னோட சமுதாய மக்களுக்கு போதுமான புரிதலை கொடுத்து அவங்கள எல்லாரையும் சமமா பாக்குற ஒரு நிலைமை கொண்டு போகணும் தான் இந்த YouTube channel போட நோக்கம்••••.

உங்க நோக்கம் நிறைவேறும் அப்படின்னு சொல்லிட்டு நானும் ஆசைப்படுறேன்••••••

தற்கொலை அதைப் பற்றி உன்னுடைய கருத்து என்ன..

சமூக கோட்பாடு குள்ள அடங்குற மக்களுடன் ஒப்பிடும் பொழுது பால் கொடுமை மக்கள் பல போராட்டங்களுக்கும் பல இன்னல்களுக்கும் பல அவமானங்களுக்கும் கிண்டலுக்கும் உள்ளாக்கப்படுவார்கள் அத்தனை பாரத்தையும் தாங்கும் கூட நமக்கு ஏற்படுகிற ஏதோ ஒரு செயலாளர் நம்ம உயிரை விடுவது ரொம்பவே முட்டாள்தனமான ஒரு விஷயம். காரணம் என்னன்னா நம்ப வாழ்க்கையில நம்ப நிறைய போராட்டங்களை சந்தித்து இருக்கும் பல சிறப்பான மக்களை பார்த்திருப்போம் அதுக்கு முன்னாடி நம்ம லைஃப்ல ஏற்படுற ஒரு ஒரு பிரச்சினையே வந்து பாத்தீங்கன்னா சர்வ சாதாரணமான ஒரு விஷயம் தான் அதற்காக உயிரை விட்டது என்றது வந்து எந்த விதத்திலும் ஏமாந்து ஏற்றுக்கொள்ள முடியாத ஒரு சம்பவமாக பாக்குறேன்••••••

காதல பத்தி உங்களோட கருத்து•••

கண்டிப்பா எல்லோருடைய வாழ்க்கையிலும் அந்த காதல் என்றது கண்டிப்பா இருக்கணும் காதல் இல்ல பினாகா வாழ்க்கை வெறுமையாக இருக்கும் கண்டிப்பா எல்லோருடைய வாழ்க்கையிலும் அந்த காதல் என்றது கண்டிப்பா இருக்கணும் காதல் இல்ல பினாகா வாழ்க்கை வெறுமையாக இருக்கும். ஆனா நம்ப தேர்ந்தெடுக்கிற நபர் கரெக்டான நபராக நம்பிக்கையான நபர் அவனும் நம்ம கூட என்ன நடந்தாலும் என்ன பிரச்சனைகள் வந்தாலும் நம்மை விட்டுப் போக கூடாத நபரா இருக்கணும். முதல்ல நம்ம உத்தர காதலிக்கத் அதுக்கு முன்னாடி அந்த காதலை நம்ம வீட்டில் சொல்லி நம்மள கன்வின்ஸ் பண்ண முடியும் அப்படி என்ற பட்சத்தில் கண்டிப்பா நீங்க தைரியமா காதல் செய்யலாம் ஆனா நாம வீட்ல சொல்ல முடியல என்னால வீட்ல வந்து ஏத்துக்க வைக்க முடியல அப்படின்னு அக்கா நம்ம காதல் தோல்வி அடையும் அப்போ இது மனங்களும் உடையும் அந்த தருணங்களில் பல வலிகளும் வேதனைகளும் வருவதற்கு வாய்ப்புகள் இருக்கும். ஒரு LGBTIQ மக்களா இருக்கிறத கண்டிப்பா நம்ம வந்து நம்ம வீட்ல இருக்கிற சொல்லியே ஆகணும். ஏனா இருக்குறது ஒரு லைப் இந்த ஒரு லைஃபை நமக்கு பிடிச்ச மாதிரி வாழனும் அதுவும் எந்த ஒரு ஒளிவு மறைவும் இல்லாமல் இந்த சமூகத்துக்கு முன்னாடி இதுதானா அப்படின்னு சொல்லிட்டு சந்தோசமா வாழனும். அப்படி வாழ முடிவு தான்

நமக்கான காதல் நமக்கு கண்டிப்பா அமையும்.

சமூக மாற்றத்தை பத்தி நீங்க என்ன நினைக்கிறீங்க.!

இங்க நிறைய விஷயங்கள் நம்ம போராடிட்டு இருக்கோம் நிறைய விஷயங்கள் நமக்கு இருக்கும் இருந்தும்கூட நான் வந்துட்டு வெளிப்படையாகவும் சுதந்திரமாக இருக்க முடியும் என்கிற கொஞ்சம் யோசிக்க வேண்டிய விஷயம்தான். சட்டரீதியான பல மாற்றங்களை நம்ம கொண்டு வந்தாலும் இந்த சமுதாய எடுக்காத வரைக்கும் நம்மளால இத உறுதியா சொல்ல முடியாது. ஏன்னா நம்ம சமுதாயத்துடன் சேர்ந்து தான் வாழப் போறோம் அதனால முடிஞ்ச அளவுக்கு சமுதாயத்திற்கு புரிதலை கொடுத்து அவங்கள நம்பல எடுக்க வைக்க முயற்சி பண்ணனும்.

பொது சமூக மக்களுக்கு நீங்கள் சொல்ல விரும்பும் கருத்து!

பொது சமூக மக்களுக்கு நான் சொல்ல விரும்புவது ஒரே ஒரு விஷயம்தான் என்ன நாங்க எல்லாருமே சாமான மக்கள்தான் யாருமே வந்து எந்த ஒரு விஷயத்தை வைத்து மனமகிழ்ச்சி பார்த்து அவர்களை ஒதுக்கி வைக்க கூடாது. Lgbtq Plus மக்களே நீங்க பெருசா ஒன்னும் அவர்களை அங்கீகரிக்க வேண்டிய அவசியம் கிடையாது அவங்கள மரியாதையாக மனுஷனா அவன் உணர்வுகளை புரிந்து கொண்டு அவர்களை மதித்து அவர்களுக்கு கிடைத்த கொடுத்தாலே போதும். முடிஞ்ச அளவுக்கு அவங்க உணர்வுகளை புரிஞ்சுகிட்டு அவங்கள உங்க பக்கத்துல வெச்சிக்க முயற்சி பண்ணுங்கமுயற்சி பண்ணுங்க. உதாரணத்துக்கு தோழனும் அப்படின்னு பார்த்தீங்கன்னா உங்க வீடு பக்கத்துல இந்த மாதிரியான மக்கள் இருக்காங்க அப்படின்னு அக்கா அது உங்களுக்கு தெரிய வருது அப்படின்னா அவர்களே உங்க குடும்பத்தில் ஒருத்தன் நெனச்சு அவங்களே நடத்துங்க.

35. அலெக்ஸ் முருகபூபதி

தினேஷ்: ஹாய் அலெக்ஸ் எப்படி இருக்கீங்க?

அலெக்ஸ்: ஹாய் தினேஷ்,நான் நன்றாக இருக்கிறேன்.நீங்க எப்படி இருக்கீங்க?

தினேஷ்: நான் ரொம்ப நன்றாக இருக்கிறேன். இன்றைக்கு அணியம் என்கின்ற அமைப்பில் பால்மனம் என்கின்ற மாதாந்திர மின்னிதழ், அதாவது e-magazine. இதை எங்கள் அமைப்பு சார்பில் தாங்கள் மாதந்தோறும் வெளியிடுவோம். உங்களை நேர்காணல் எடுத்து அதை இந்த மாத நாளிதழில் வெளியிடலாம் என எங்கள் அமைப்பு விரும்புகிறது எனவே எங்கள் அமைப்பு சார்பாக நான் உங்களை நேர்காணல் எடுக்க வந்துள்ளேன். நான் நேர்காணல் எடுக்க வந்துள்ள தலைப்பு -திண்ணை. திண்ணை என்றால் நம்ம சங்கத்திற்காக சாதித்துக் கொண்டு இருப்பவர்களை நேர்காணல் எடுத்து அதை மின்னிதழில் வெளியிடுவோம். அதுமட்டுமில்லாமல் அதை ஒரு புத்-

தகமாகவும் தயாரித்து ஒவ்வொரு வருடத்தின் இறுதியிலும் வெளியிடுவோம்.

அலெக்ஸ்: ரொம்ப நன்றி தினேஷ். என்னையும் இதில் கருத்தில் கொண்டதற்கு மிகவும் நன்றி. உங்கள் அணியம் அமைப்பு வெற்றி நடை போட வேண்டும் என்பதற்கு எனது வாழ்த்துக்கள். உங்கள் அணியம் அமைப்பில் வேலை செய்கின்ற ஒவ்வொருவருக்கும் எனது மனமார்ந்த வாழ்த்துக்கள். உங்களை நினைப்பதில் எனக்கு மிகவும் பெருமையாக இருக்கிறது.

தினேஷ்: மிகவும் நன்றி. எனக்கு இன்றளவும் ஒரு விஷயம் ஞாபகத்தில் இருக்கிறது. அது என்னவென்றால்,என்னுடைய முதல் நேர்காணல் ஓரினம் அமைப்புடைய பிறந்தநாள் அன்று நடைபெற்றது. அப்போது நான் உங்களுடன் பேசி இருக்கிறேன்.

அலெக்ஸ்: ஆம் எனக்கும் அந்த நாள் ஞாபகத்தில் இருக்கிறது.

தினேஷ்: அந்த நாளில் இருந்து இன்று வரைக்கும் நம் இரண்டு பேருக்குமான தொடர்பு மிகவும் நன்றாக போய்க்கொண்டிருக்கிறது அதை பார்ப்பதற்கும் கேட்பதற்கும் மிகவும் சந்தோஷமாக உள்ளது.

அலெக்ஸ்: எனக்கும் சந்தோஷமாக உள்ளது. நான் என்ன சொல்ல வருகிறேன் என்றால் நம் இரண்டு பேரின் எண்ணங்களும் ஒரே மாதிரிதான் இருக்கிறது. அது ஏன் என்று எனக்கு தெரியவில்லை ஆனால் நிறைய தடவை ஒத்து போய் ஒத்து போய் இருக்கிறது. நம்முடைய பேச்சு வார்த்தைகள் அதிக அளவு ஒரே மாதிரியாய் தான் உள்ளது. இந்த அமைப்பில் உள்ள மனிதர்கள் எவ்வாறு நடந்து கொள்கிறார்கள் என்பதைப் பற்றி நாம் கூறும் கருத்துக்கள் அதிக அளவு ஒரே மாதிரியாக தான் உள்ளது. எனக்கு அதுதான் மிகவும் ஆச்சரியமாக உள்ளது. முதன்முதலில் மெச்சூரிட்டி எனப்படுவது வயதை பொருத்தது அல்ல என்பதை நான் புரிந்து கொண்டேன். ஏனென்றால் அதைப் பற்றி என்னிடம் ஒரு தனிப்பட்ட கருத்து உள்ளது. அது என்னவென்றால் ஒருவருக்கு வயது குறைவாக இருந்தால், அவர்கள் அதிகமாகவும் சிந்தனை செய்வார்கள், அதே சமயத்தில் சீக்கிரமாகவும் சிந்தனையை செய்வார்கள். ஆனால் உங்களுடைய சிந்தனை என்பது ரொம்ப மெச்சூர்டு டாக இருந்தது. உங்க கூட எனக்கு தொடர்பு ரொம்ப சுலபமாக இருந்தது, தினேஷ்.

தினேஷ்: கண்டிப்பாக நானும் அப்படியே சிந்தித்து இருக்கிறேன். ரொம்ப சிறுவயதாக இருந்தால் அவர்கள் குழந்தைத்தனமாக குறும்புத்தனமாக இருப்பார்கள். மெச்சூர்டு சிந்தனைகள் இருக்காது. நான் இப்ப புரிஞ்சுகிட்டேன். வயதிற்கும் மெச்சூரிட்டி க்கும் சம்பந்தம் இல்லை என்று. இப்ப கூட நம்மிடத்தில் உள்ள சிந்தனைகள் ஒத்துப்போகிறது. எனக்கு உங்களிடம் நிறைய பேச வேண்டும் எனவே நாம் நேர்காணலுக்கு செல்லலாம்.

அலெக்ஸ் :கண்டிப்பாக செல்லலாம்.

தினேஷ்: இந்த நேர்காணலில் சில கேள்விகள் இருக்கும். அவை அனைத்தும் உங்கள் சுயவிவரங்கள் பற்றியதாகத்தான் இருக்கும். அதாவது

நீங்கள் எப்படி வாழ்க்கையை கடந்து வந்தீர்கள். எந்த மாதிரியான சூழலை நீங்கள் சந்தித்து வந்துள்ளீர்கள் என அது சம்பந்தமாகத் தான் கேள்விகள் இருக்கும். முதல் முதலில் நம் நாளிதழின் வாசகர்களுக்கு நீங்கள் உங்களை தெரியப்படுத்தி கொள்ளலாம்.
அலெக்ஸ் என்பவர் யார் அவர் என்ன செய்து கொண்டிருக்கிறார்.lgbtq அமைப்பதற்காக அவர் என்ன செய்து கொண்டிருக்கிறார் என்று நீங்கள் தெரிவுபடுத்திக் கொள்ளலாம்.

அலெக்ஸ்: lgbtq அமைப்பிற்கு நீங்கள் தான் அதிகமாக வேலை செய்து வருகிறீர்கள் என் உடன் ஒப்பிடும் போது.

தினேஷ்: இல்லை அப்படி மட்டும் சொல்லிவிட முடியாது. lgbtq என்பது ஓரினம் அமைப்பின் ஒரு பகுதி. இன்றைக்கு நான் உயிரோடு இருக்கிறேன் என்றால் அதற்கு காரணம் ராம்கி ஐயா. அதை நான் மறக்கவே மாட்டேன் .சாகும்வரை மறக்கவே மாட்டேன்.

அலெக்ஸ்: சரி, சந்தோசம்.என்னைப்பற்றி நான் தெளிவுபடுத்திக் கொள்கிறேன். என் பெயர் அலெக்ஸ் நான் பிறந்து வளர்ந்தது, அந்தமான் நிக்கோபார் தீவுகளில் உள்ள போர்ட் பிளேயர் என்னும் இடத்தில். எனக்கு போர்ட் பிளேயர் எனப்படுவது சின்னத் தீவு ஒன்று இல்லை. போர்ட் பிளேர் எனப்படுவது இந்தியாவில் உள்ள அனைத்து மக்களும் இருக்கும் ஒரு இடம். ஏனென்றால் என் பக்கத்து வீட்டில் தெலுங்கு மொழி பேசுவார்கள் மேல் வீட்டில் மலையாள மொழி பேசுவார்கள் அதேபோன்று கன்னடா ஓடியா மொழியும் பேசுவார்கள் பெங்காலி பேசுவார்கள் பெங்காலி மக்கள் கொஞ்சம் அதிகமாகவே வசிப்பார்கள் நாங்கள் அனைவரும் ஹிந்தி மொழி தான் பேசுவோம் எனவே எனக்கு ஆரம்ப கட்டத்தில் தமிழ் மொழி கற்றுக் கொண்டு பேசுவதற்கு கொஞ்சம் கஷ்டமாகத்தான் இருந்தது. ஏனெனில் வீட்டில் நான் எங்க என் அப்பா அம்மாவுடன் பேசுவதற்கு அதிக நேரம் இருக்காது பள்ளிக்கூடங்களில் தான் அதிக நேரம் செலவிடுவேன் அதன்பின் பிள்ளைகளுடன் நேரம் செலவிடுவேன் நான் உண்மையை சொல்கிறேன் எனக்கு பத்து வயது ஆகும் வரை என் வாழ்க்கை சாதாரணமாகத்தான் இருந்தேன்.

அந்த வயதில் யாரும் தன்னுடைய பாலினத்தை என்னவென்று தெரிந்து கொள்ள முடியாத மாதிரி தான் இருப்பார்கள். எனக்கும் அதே மாதிரியான நிலைமை தான். நான் அப்போது குழந்தைப்பருவம் எனும் மழலைப் பருவத்தை அனுபவித்துக்கொண்டிருந்தேன். 10 வயது வரை குழந்தைகள் இடத்தில் எந்தவித பாலின வேறுபாடும் அறிய முடியாது. பெண் பிள்ளைகள் ஓரிடத்தில் அமர்ந்திருப்பார்கள் ஆண்பிள்ளைகள் ஓரிடத்தில் அமர்ந்து இருப்பார்கள். நான் ஐந்தாம் வகுப்பு படிக்கும் வரை என்னுள் எந்தவிதமான மாற்றத்தையும் நான் பார்க்கவில்லை உணரவில்லை. என்னுடன் படிக்கும் சக மாணவர்களும் என்னை பாலின வேறுபாட்டில் பார்த்தது கிடையாது சக மாணவிகளும் என்னை பாலின வேறுபாட்டில் பார்த்தது கிடையாது.நானும்

என்னுடன் படிக்கும் மாணவிகளுடன் நேரம் செலவிடுவென் மாணவர்களுடன் பேசுவேன்.

ஆனால்,அந்த குறிப்பிட்ட சமயத்தில், மாணவர்கள் அனைவரும் நான் பேசும் குரலில் வரும் மாற்றதையோ,விதத்தையோ, நளினத்த யோ ஒரு குற்றமாக யாரும் பார்க்கவில்லை. அதை ரசிப்பார்கள் என் அப்பா அம்மா கூட அதை ரசித்து பார்த்திருக்கிறார்கள் என் குரலில் ஒரு மாற்றத்தையும் நளினத்தையும் அதன் விதத்தையும் அதற்கு ஏற்ற எனது உடல் மாற்றத்தையும் அவர்கள் சந்தோஷத்துடன் ரசித்து பார்த்தார்கள் ஒரு குழந்தை பருவ பார்வையுடன். நான் சிறுவயதில் இருக்கும் போது அதை நான் சந்தோசத்துடன் ஏற்றுக்கொண்டு இருந்திருக்கிறேன் என்பதில் நான் அதிர்ஷ்டசாலி என்றே சொல்வேன். ஐந்தாம் வகுப்பு வரை என் வாழ்க்கை நன்றாக சென்றது ஆறாம் வகுப்பில் நான் பயிலும் போது கொஞ்சம் கொஞ்சமாக அனைத்தும் மாற ஆரம்பித்தது ஆண்கள் என்றால் இப்படித்தான் பெண்கள் என்றால் இப்படித்தான் என்ற வரைமுறை இருந்தது. அந்தக் குறுகிய வட்டத்திற்குள் எல்லாரிடமும் இணக்கமாய் செல்வது எனக்கு கொஞ்சம் கஷ்டமாகத்தான் இருந்தது இன்று கூட நான் சொல்கிறேன் எனக்கு ஆண்களை பார்க்கும் போது ஒருவித ஈர்ப்பு வரத்தான் செய்யும் அது எனக்கு சிறுவயதிலிருந்தே இருந்தது.அப்போது நான் விளையாட்டாக கூட எடுத்திருக்கலாம்.

அப்போது சில சமயத்தில் நாடகத்தில் என்னை நடிக்க சொன்னால் நான் மனைவியாக கூட நடிப்பேன். என்னிடம் படிக்கும் சக மாணவிகளிடம்,நீ கணவனாக இரு,நான் உனக்கு மனைவியாக இருக்கிறேன் என்றெல்லாம் சொல்லி விளையாடி இருக்கிறேன். ஆனா அப்ப எனக்கு அதை ஏன் என்று தெரியல. நான் ஏன் மனைவி மாதிரி சொல்லி விளையாடி இருக்கிறேன் என்பது பற்றி நான் யோசித்துப் பார்த்தேன் அப்போது தான் எனக்கு தெரிந்தது என் உள்மனதில் ஆண்களை எனக்கு மிகவும் பிடித்திருக்கிறது என்று. சிறுவயதில் நான் அதிக பெண் பாலினமாக உணர்வேன். பாடகி சித்ராவின் பாட்டுகள் பாடிப்பாடி வளர்ந்தேன். அவர்களின் குரலை நான் நிறைய அனுபவித்து கேட்டு கேட்டு பாடி சந்தோஷப்பட்டு இருக்கிறேன் அதுமட்டுமில்லாமல் பாடகி ஜானகி லதா மங்கேஷ்கர் அவர்களுடைய பாட்டுகளையும் நான் ரசித்து ரசித்து கேட்டு பாடி இருக்கிறேன் எனக்கு அவர்களின் பாடல்கள் பாடுவது மிகவும் பிடிக்கும். ஆண்கள் பாடும் பாட்டு களை நான் பாட விரும்ப மாட்டேன். அதே மாதிரிதான் எனக்கு ஒரு பெண்ணிடம் இருக்கும் ஆசைகள் அனைத்தும் வந்திருக்கின்றது ஆண்கள் மீது ஒரு ஈர்ப்பு வந்து இருக்கின்றது.

அந்த குறிப்பிட்ட சமயத்தில், அதாவது 1990ஆம் ஆண்டுகளில்,எனக்கு நடிகர் சல்மான்கானை எல்லாம் பிடிக்கும். நான் பிறந்தது 1980ஆம் ஆண்டு. 1990 ஆம் ஆண்டுகளில் பள்ளி ஆரம்பிக்கும் நேரங்களில் எனக்கு நடிகர் அமீர்கானை மிகவும் பிடிக்கும். சமயத்தில் ஒரு படம் வெளி-

வந்தது அதன் பெயர் ரங்கீலா. அப்போது என்னுடன் படிக்கும் சக மாண-வர்கள் அந்த படத்தை புகழ்ந்து தள்ளுவார்கள்.அதில் ????? நடித்திருப்-பார். அதுவும் அவர் பிகினி உடையில் நடித்திருப்பார் மேலும் அது ஒரு புரட்சிகரமான படம் ஏனெனில் அப்படி ஒரு பிகினி உடையை பிடித்துக் கொண்டு எந்தவித பெண் நடிகையும் அந்த காலத்தில் நடித்தது கிடையாது எனக்கு அந்த நடிகையை மிகவும் பிடிக்கும் அவர்களுடைய உருவ அமைப்-பும் எனக்கு மிகவும் பிடித்திருந்தது ஆனால் அந்தப் படத்தில் வரும் ஜாக்கி ஷெராப் பை பார்க்கும் போதுதான் எனக்கு ஈர்ப்பு இன்னமும் அதிகமானது ஏனெனில் அவர் அப்போது பிகினி உடையில் இருந்தார் எனக்கு மிகவும் பிடித்திருந்தது.

ஆனால் அப்போது கூட அது மாதிரி விளம்பரத்தில் வந்துள்ளது.உதா-ரணத்துக்கு இந்த உள்ளாடை விளம்பரம். அந்த உள்ளாடை விளம்பரம் வெளிவரும் நாளிதழ்களில் அந்த குறிப்பிட்ட விளம்பரம் பகுதியை மட்டும் நான் வெட்டி எடுத்துக்கொண்டு வைத்துக்கொள்வேன் எனக்கு மட்டும்தான் வைத்துக் கொள்வேன் எனக்கு அது ஒரு உருவ அமைப்பை சந்தோசமாக அனுபவிக்க தோன்றும் அதேசமயத்தில் அப்போது என்னுடன் படிக்கும் சக மாணவர்களும் porn வீடியோக்களை என்னிடம் காண்பிப்பார்கள் அப்போது கூட எனக்கு அதிக ஈர்ப்பு வந்தது இல்லை எனக்கு அந்த வீடியோக்களில் நடிக்கும் ஆணை பார்க்கும் போது தான் அதிக ஈர்ப்பு வந்தது. இந்த வீடி-யோக்களில் வரும் பெண்களை நான் கண்டு கொள்ளவே இல்லை அந்த வீடியோவை என்னிடம் காண்பிக்கும் மாணவர்கள் என்னிடம் சொல்வார்கள் அந்தப் பெண்ணை ரசித்து சில வார்த்தைகள். நான் அதை எல்லாம் பார்த்-தும் பார்க்காத மாதிரி சரி சரி என்று சொல்லிவிட்டு நகர்ந்து சென்று சென்று விடுவேன் எனக்கு அதையெல்லாம் உணரும்போது ஒரு விதமான மாற்றமாக தான் தெரிந்தது அதனால் பள்ளிகளில் நிறைய மாணவர்கள் என்னை கிண்-டல் செய்ய ஆரம்பித்தார்கள்.

ஆறாம் வகுப்பிலிருந்து 12ம் வகுப்பு வரை என்னுடன் படிக்கும் சக மாணவர்கள் என்னை அதிகமாக நிறைய முறை கிண்டல் நான் எப்படி பேசுவேன் என்பதை அறிந்துகொண்டு என் பக்கத்தில் அமர அவர்கள் கூச்-சப்படுவார்கள். ஆனால் நான் என் படிப்பு விஷயத்தில் நான் யாரிடமும் என்னை விட்டுக் கொடுத்துப் போக வில்லை. அந்த சமயத்தில் எனக்கு என் படிப்பு மிகவும் முக்கியமானதாக இருந்தது ஆனால் என் நளினத்தை என்னால்,மாற்றிக் கொள்ள முடியாது. என்னுடைய ஆசிரியர்கள் எல்லாம் என்னை கிண்டல் செய்வார்கள் ஏன் இப்படி நடந்து கொள்கிறாய் என்று. என்னுடைய உடற்பயிற்சி ஆசிரியர் என்னை நடக்க சொல்லி அதை அத்-தனை மாணவர்களிடமும் காண்பித்து என்னை கிண்டல் செய்வார். இது ஒரு வன்மமாக தான் நான் நினைக்கிறேன் நான் அந்த சமயத்தில் ஒரு சிறு குழந்தையாக தான் இருந்தேன் ஒரு சிறு குழந்தைக்கு எப்படி தெரியும் எப்-

படி நடக்க வேண்டும் எப்படி பேச வேண்டும் என்று மேலும் என்னை பாலியல் ரீதியாக என்னுடன் படிக்கும் மாணவர்கள் துன்புறுத்தி இருக்கிறார்கள்.

அது எப்படி என்றால் என் ஆடையெல்லாம் கழட்ட சொல்லி சில சமயங்களில் அதை கழட்டவும் வைத்து என் உள்ளாடையும் கழட்டி நான் ஆணா பெண்ணா என்பதை அனைவரிடமும் காண்பித்து நிரூபிக்க முயற்சித்தார்கள். எனக்கு அது மிகவும் அவமானமாகவும் அசிங்கமாகவும் இருந்தது. மேலும் எனது உள்ளாடையை திறந்து பார்த்து எனக்கு ஆண் உறுப்பு இல்லை. எனக்கு பெண்ணுறுப்பு தான் (vagina) உள்ளது என எல்லோரிடமும் காண்பித்து என்னை அசிங்கப் படுத்தினார்கள் அந்த நிகழ்வு நடந்த நாளில் நான் எனது வகுப்பறையில் ஒரு மூலையில் உட்கார்ந்து கொண்டு அழுது கொண்டிருந்தேன். ஆனால் உன் ஒரே ஒரு கேள்வி எனது மனதில் நின்று கொண்டே இருந்தது. நான் எதற்காக அழ வேண்டும்? என்னை நான் கட்டுப் படுத்திக் கொள்வதற்காகவா? இல்லை எனக்கு பெண்ணுறுப்பு இருக்கிறது என்பதற்காகவா? எனக்கு இப்போது 37 வயது ஆகிறது ஆனால் இப்போதும் நான் அதை மறக்க முடியவில்லை ஏனெனில் அந்த நிகழ்வை எனக்கு செய்தவர்கள், அதை ஆழமாக என் மனதில் பதிய வைத்து விட்டார்கள். இப்போது கூட நான் என் பள்ளி குழுவில் இருக்கிறேன்.

ஆனால் அந்த குழுவில் இருப்பதற்கு எனக்கு துளிகூட விருப்பமும் இல்லை சந்தோசமும் இல்லை ஏனெனில் அந்தப் பள்ளி குழுவில் இருக்கும் மற்ற மாணவர்களை நான் திட்டி விட்டேன் ஏனெனில் அவர்களால் தான் என் வாழ்க்கை இந்த அளவுக்கு வீணாகிவிட்டது நிறைய இன்னல்களை அவர்களால்தான் நான் சந்தித்தேன் என்பதற்காக. ஆனால் அதை எல்லாம் செய்த பிறகு எனக்கு கிடைத்த ஒரு நல்ல விஷயம் சமாதானம். ஏனெனில் அந்த அளவிற்கு எனக்கு இன்னல்களை தந்து அதை என் மனதில் நன்றாக சேகரித்து வைத்து விட்டார்கள். ஆனால் எது எப்படியோ அந்தப் பள்ளிப் பருவத்தை நான் கடந்து வந்துவிட்டேன் என்பது எனக்கு மிகவும் இன்பகரமான விஷயம். நான் பள்ளிகளில் எனது படிப்பில் நான் எந்த குறையும் வைத்ததில்லை எனவே எனக்கு ஒரு நல்ல கல்லூரி தான் கிடைத்தது நான் படித்தது திருவனந்தபுரத்தில் உள்ள ஒரு பொறியியல் கல்லூரி. ஆனால் நான் அங்கு நடந்த ஒரு உண்மையான விஷயத்தை சொல்ல வேண்டும். அந்த கல்லூரியில் உள்ள மாணவர்கள் அனைவரும் மாணிக்கக் கற்கள் என்று சொல்லலாம் ஏனெனில் எந்த ஒரு மாணவரும் என்னை என் பாலின வேறுபாடு கொண்டு முடிவு செய்யவில்லை. நானும் என்னை வெளிப்படுத்தவில்லை.

ஆனால் அங்கு மொழி தடுமாற்றம் எனக்கு இருந்தது ஆனால் அந்த கல்லூரியில் தான் நான் தமிழ் உச்சரிப்பு எல்லாம் நன்றாக கற்றுக் கொண்டேன் ஏனெனில் அங்கு மலையாளிகளும் வந்து கல்வி பயின்றார்கள் அவர்களுடன் பேசும்போது எனக்கு தமிழ் உச்சரிப்பை மிகவும் சுலபமாக கற்றுக்

கொள்ள முடிந்தது.மலையாளிகள் அனைவரும் தமிழ் மொழியை நன்றாக உச்சரிக்கிறார்கள் என்பதை நான் தெரிந்து கொண்டேன். அந்தக் கல்லூரியில் அனைவரும் என்னை நன்றாக படிக்கின்றவனாக ஏற்றுக்கொள்ளவில்லை. ஆனால் அங்கு இருக்கும் மாணவர்கள் பேசும்பொழுது பெண்மை தன்மை-யும் அவர்களது பேசும் விதத்தில் இருக்கும் அந்த மாணவர்கள் நன்றான உடற்கட்டை வைத்து இருந்தாலும் அவர்களது பேச்சில் செல்வது பெண்மை தன்மை இருக்கும் அங்கிருக்கும் மாணவிகளிடம் கூட அதை நான் கண்-டேன் அது எனக்கு ஒரு சந்தோஷத்தையும் தந்தது. ஆனால் அதை நான் நிச்சயமாக ஆண்மை பெண்மை என்று பிரிக்கவில்லை. ஆனால் அவர்கள் பேசும் விதம் மிகவும் மென்மையாக இருந்தது.

ரொம்ப அழகாகவும் இருந்தது ஆனால் நான் அதை மற்ற ஆண்களுடன் ஒப்பிடும்போது சிறிதளவும் ஒத்துப்போகவில்லை ஏனெனில் சில ஆண்களின் குரல் மிகவும் முரடாக இருக்கும். அந்த மாதிரி குரலில் நான் மிகவும் பயந்து விடுவேன்என்னுடைய கல்லூரி நாட்களில் நான் தனிமையாக உணர்ந்தேன் மாணவர்களால் அல்ல.. அந்தக் கல்லூரி காரணமாகவும் அல்ல. அந்-தத் தனிமையில் எனக்கும் நடக்கும் மாற்றங்களை நான் உணர்ந்தேன் சில சமயங்களில் மன அழுத்தமும் பெற்றேன் அதனால் மிகவும் கஷ்டமும் பட்-டேன் நான் அப்போதுதான் lgbtq அமைப்பைப் பற்றி தெரிந்து கொண்டேன். ஓரினச்சேர்க்கை என்று ஒன்று உள்ளது என்பது எனக்கு கல்லூரியில் தான் தெரிந்தது. ஏனெனில் நான் பள்ளிப்பருவத்தில் என்னை நானே அசிங்க-மாக பார்த்துக்கொண்டிருந்தேன் நான் ஒரு தனி ஜந்து மாதிரி தான் என்னை நான் சிந்தித்துக் கொண்டிருந்தேன் தாழ்மையான எண்ணங்களை நினைத்து பார்க்கும் போது எனக்கே வெட்கமாக உள்ளது.

ஏனெனில் அப்போது நான் இருந்த சமுதாயத்தில் அவர்கள் அனைவரும் என்னை ஒரு குறுகிய வட்டத்துள் தள்ளினார்கள். நான் அப்போது ஒரு முரடான சமுதாயத்தில் இருக்கிறேன் என்பதை உணர்ந்தேன் கல்லூரிகளில் நான் மன அழுத்தத்தில் இருந்தால் எனது படிப்பும் சிலது பின்வாங்கியது ஆனால் எனக்கு திறமை இருக்கிறது என்பது எனக்குத் தெரியும். நான் ஒரு வழியாக B.Tech முடித்தேன். ஆனால் அதுக்கப்புறம் எனக்கு வேலையும் இல்லாமல் இருந்தேன் ஆனால் எனக்குள் ஒரு எண்ணம் தோன்றியது நான் இதற்கு மேல் கீழ் இறங்கி போக வேண்டுமா என்று. ஏனெனில் வேலையும் இல்லை என்றால் நம்மால்,வாழ்க்கையை நகர்த்த முடியாது. நாம் வாழ்க்-கையில் ஏதாவது சாதிக்க வேண்டும் அல்லவா யார் சொல்லிக் கொண்டு போகட்டும் ஆனால் அதற்காக நாம் அடுத்த கட்டத்தை சந்திக்காமல் இருக்-கனுமா என்ன எனவே m-tech நுழைவுத்தேர்வு எழுதினேன் அதில் தேர்ச்சி பெற்றேன் அண்ணா பல்கலைக்கழகம் பொறியியல் கல்லூரி கிண்டியில் நான் m-tech படிப்பை முடித்தேன். மேலும் எனக்கு கிடைத்த கல்லூரியை ஒரு முதன்மை கல்லூரி நான் எம்டெக் பயின்ற கல்லூரியும் ஒரு முதன்மை கல்-

லூரி நான் பி டெக் பயின்ற கல்லூரியும் ஒரு முதன்மை கல்லூரி.

அதற்கு அப்புறம் தான் எனக்கு புரிந்தது நான் முட்டாள் இல்லை சமுதாயம்தான் என்னை எனக்கு முட்டாளாக காண்பித்து இருக்கிறது என்று. அதற்கு அப்புறம் நான் நிறைய விஷயங்களை கற்றுக்கொள்ள ஆரம்பித்தேன் அதன்பின் ஒரு ஐடி கம்பெனியில் சேர்ந்தேன் வேலை செய்ய ஆரம்பித்தேன் இன்றுடன் 18 வருடங்கள் ஆகிறது ஒரே கம்பெனியில் வேலை செய்து கொண்டிருக்கிறேன் எனக்கு மிகவும் சந்தோஷமாக உள்ளது ஏனெனில் எனக்கு பொருளாதார ரீதியான சுதந்திரம் கிடைத்துள்ளது அது உண்மையில் ஒரு மிகப்பெரிய விஷயம் தான் இனி வருகின்ற ஓரினச்சேர்க்கை சமுதாயத்திற்கு ஒன்று சொல்ல விரும்புகிறேன் ஒரு சில முரண்பாடுகள் இருக்கலாம் ஆனால் நான் சொல்ல விரும்புவது என்னவென்றால் முதலில் உங்களை நீங்கள் வலிமையாக்கி கொள்ளுங்கள் அதற்குப் பின் உங்கள் தாய் தந்தை பேச்சைக் கேட்க வேண்டும் என்பது அவசியமில்லை.

ஏனெனில் நீங்கள் எப்போது மற்றவர்களை நம்பி உங்கள் வாழ்க்கையை நடத்துவீர்கள் அப்போது நீங்கள் உங்களுக்கு சொந்தமான முடிவை உங்களால் எடுக்க முடியாது முடிவு எடுப்பதற்கும் தயக்கம் ஆனால் நாங்கள் ஒரு சில சமயங்களில் நீங்கள் வெளியேறும்போது நாங்கள் உதவுவதற்கும் இருக்கிறோம். ஆனால் நாங்கள் உங்கள் கூடவே இருக்க முடியாது எனவே நீங்கள் உங்களை வலிமையாக்கி கொள்ளுங்கள் உங்களை பொருளாதார ரீதியாக சுதந்திர மனிதனாக மாற்றிக் கொள்ளுங்கள் அப்புறம் என்ன உலகம் எட்டிக் கொண்டு போய்விடும். நான் உலகம் என்று யாரை குறிப்பிடுகிறேன் என்றால் சமுதாயத்தில் இருக்கும் ஒரு சில விஷயங்களை தான் மொத்த உலகையும் குறையாகச் சொல்லவில்லை படிக்காமல் மட்டும் வராதீர்கள் கையில் ஒரு பட்டப்படிப்பு வைத்துக்கொண்டு கூட வாருங்கள் நாங்கள் உதவுகிறோம் வேலையை கூட பின்பு பார்த்துக் கொள்ளலாம். நான் சமீபத்தில் கூட ஜெய்பீம் என்ற படத்தை பார்த்தேன் நான் அதை பார்த்த பின்பு ஒரு சில நிமிடங்கள் கண்ணீர் விட்டுவிட்டேன்.

அதே மாதிரி சமீபத்தில் வெளிவந்த அசுரன் திரைப்படத்திலும் கல்வியின் முக்கியத்துவத்தை கூறியிருப்பார்கள். அதைத்தான் நான் நமது ஓரினச்சேர்க்கை சமூகத்திற்கும் சொல்ல விரும்புகிறேன் அனைவரும் கல்வி பயிலுங்கள் இல்லையெனில் ஒரு உருவாக்கும் திறன் உங்களுக்கு என்று ஒரு தனிப்பட்ட உபயோகத்தில் இருக்கக்கூடிய திறனை வளர்த்துக் கொள்ளுங்கள் ஏனெனில் உங்கள் சுதந்திரம் உங்களுக்கு மிகவும் முக்கியம் நான் உங்கள் உங்களை அடுத்த கட்டத்திற்கு கொண்டு செல்ல ஒரு சில முயற்சிகளை எடுக்க முடியும் ஆனால் அந்த முயற்சிகளை ஏற்றுக்கொண்டு நீங்கள் தான் அடுத்த அடியை எடுத்து வைக்க வேண்டும் எங்களால் உங்களுக்கு ஒரு தாய் தந்தை போன்று உறுதுணையாக இருக்க முடியாது எனில் எங்கள் தாய் தந்தையே எங்களை எந்த அளவிற்கு கொடுமைப்படுத்தினார்கள் என்பது

உங்களுக்கும் தெரியும்.நீங்கள் உங்களுக்குத் தெரிந்த தனித்திறன் உருவாக்கும் திறன் மற்றும் நீங்கள் பயின்ற கல்வி கொண்டுதான் உங்கள் வாழ்க்கையில் பிழைக்க முடியும்.

தினேஷ்: அலெக்ஸ் நீங்கள் ஓரினம் அமைப்பில் தொண்டராக வேலை செய்கிறீர்களா?

அலெக்ஸ்: நான் ஓரினம் அமைப்பின் வேலை செய்வதில் மிகவும் சந்தோஷப்படுகிறேன். ஏனெனில் நான் ஆரம்ப கால கட்டத்தில் என்னை பற்றி அறிந்து கொள்ள உதவியது ஓரினம் அமைப்புத்தான். அதில் நான் நிறைய விஷயங்களைக் கற்றுக் கொண்டேன் நான் ஓரினம் அமைப்பின் ஒரு முக்கிய தொண்டர். நீங்கள் ஒத்துக் கொண்டால் நான் அணியம் அமைப்பின் கூட வேலை செய்வேன்.

தினேஷ்: நீங்கள் ஒரு ஓரினச்சேர்க்கையாளர் என்று உங்கள் குடும்பத்திற்கு தெரிந்த பிறகு உங்களுக்கு ஏதேனும் மனரீதியாக உடல் ரீதியாக தொந்தரவுகள் நடந்து இருக்கிறதா? நீங்கள் நீங்கள் உங்களை ஒரு ஓரின சேர்க்கையாளராக அடையாளப்படுத்தி வெளிவரும்போது உங்கள் குடும்பத்தினர் உங்களை ஏற்றுக் கொண்டார்களா?

அலெக்ஸ்: எனக்கு ஒரு 27 ,28 வயது ஆகும்போது திருமண அழுத்தம் கொடுக்க ஆரம்பித்தார்கள். நான் அவ்வாறு அழுத்தம் கொடுத்து அவர்களிடம் நான் IAS படிப்பு படிக்க வேண்டும் என்று நான் என் திருமணத்தை தள்ளிப் போட்டுக்கொண்டே இருந்தேன். அப்படியே 30 வயது கடந்தது. அதன் பின்னர் என்னால் எந்தவிதமான சாக்குப் போக்கும் சொல்ல முடியவில்லை ஏனெனில் ஐஏஎஸ் படிப்புக்கான வயது வரம்பு மீறி விட்டேன் என்பதை எனக்குத் தெரியும். ஆனால் நான் அந்த காலகட்டத்தில், நிறைய பொது அறிவு சம்பந்தமான விஷயங்களை நான் கற்றுக்கொண்டேன். இப்போதுகூட என்னிடம் நீங்கள் அரசியல் பொருளாதாரம் புவியியல் சம்பந்தமான கேள்விகளைக் கேட்கும்போது நான் சமாளிக்கும் அளவிற்கு என்னிடம் அதை பற்றிய பொது அறிவு உள்ளது. ஆனால் நான் IAS படிப்பை தேர்ந்தெடுத்து அதற்கு மிக முக்கியமான காரணம் எனது திருமணத்தை தள்ளிப் போடுவதற்கே.

நான் சில சமயங்களில் யோசிப்பேன் எனக்கு திருமண அழுத்தங்கள் எனது விருப்பத்தை சொல்லி இருக்கலாம் என்று. ஆனால் எனக்கு காலமும் கொஞ்சம் தைரியமும் தேவைப்பட்டது நான் எனக்குள் இருக்கும் உண்மையை தெரிவிக்க.. ஒரு குறிப்பிட்ட நேரத்தில் எனக்கும் என் அம்மாவுக்கும் வாக்குவாதம் நடந்தது அது எதற்கு என்றால் நான் பணி புரியும் அலுவலகத்தில் நான் யாரிடமும் பேச மாட்டேன் நான் நான் உண்டு என் வேலை உண்டு என்று எனது பணிகளை முடித்துக் கொண்டு வந்து விடுவேன். ஒரு நாள் என் அம்மா என் அலுவலகத்தில் என்னை தொலைபேசியில் அழைத்து நான் ஒரு கல்யாண இடைத்தரகர்களிடம் பணம் கொடுக்க

வேண்டும் என்று கூறினார்கள் அதுவும் என் கையால் அவர்கள் அவரிடம் கொடுக்க வேண்டும் என வற்புறுத்தினார்கள். அப்போதுதான் எனக்கு கல்யாணம் ஆகும் என்று அவர்கள் ஒரு நம்பிக்கை வைத்திருந்தனர். அதை ஏற்கவில்லை நீங்களே சென்று அந்த பணத்தை அவரிடம் கொடுத்து விடுங்கள் என்று கூறினேன். அந்த குறிப்பிட்ட சமயத்தில் தான் நான் மறுப்பு சொல்ல ஆரம்பித்தேன்அப்போதுதான் நான் கூகுள் சென்னையில் ஓரினச்சேர்க்கையாளர் ஆலோசகர்களை பற்றி தேட ஆரம்பித்தேன்.

அந்த குறிப்பிட்ட சமயத்தில் தான் மேக்டலின் ஜெயரத்தினம். இன்னும் நான் என்னை பற்றி சொல்ல ஆரம்பித்தேன் நான் ஒரு ஓரினச்சேர்க்கையாளர் என்றும் எனக்கு கல்யாணம் அழுத்தம் கொடுக்கிறார்கள் என்றும் கூறினேன் நான் அவரிடம் நான் அதை நான் எப்படி எதிர்கொள்வது என்பதைப் பற்றியும் கலந்து பேசினேன் அப்போது அவர் என்னை என் விருப்பப்படி சரியாக செய்ய சொன்னார் எனக்கு திருமணத்தில் விருப்பம் இல்லை என்றே எனது அப்பா அம்மாவிடம் கூறச் சொன்னார். நானும் என்னால் ஒரு பெண் மணம் புண்படும் அதை ஏற்க முடியவில்லை அதற்கான வாய்ப்புகளையும் தர விருப்பமில்லை எனவே நான் எனக்கு கல்யாணத்தில் விருப்பம் இல்லை என்று கூறினேன். இப்போது கூட ஒரு விஷயத்தை நான் கூறுவேன் எனது பள்ளிக்கூடத்தில் எனது கல்லூரியில் படித்த எனது சக தோழிகள் எனக்கு மிகப்பெரிய ஒரு துணையாக இருந்து இருக்கிறார்கள்.

எனது சக மாணவர்கள் என்னை அசிங்கப் படுத்தி இருக்கிறார்கள் அப்போதெல்லாம் எனக்கு என்னுடன் படித்த சக தோழிகள் தான் எனக்கு ஆறுதலாக பேசி இருக்கிறார்கள்.அவர்களுக்கு உதவி செய்ய நான் என்றும் கடமைப்பட்டிருக்கிறேன். நான் என் ஆலோசகரிடம் என்னால் என் தோழிகள் கஷ்டப்படக்கூடாது என்பதை சொல்லிக் கொண்டே இருப்பேன் அதனால்தான் நான் என் திருமணத்தையும் ஏற்றுக்கொள்ளவில்லை அப்போது என் ஆலோசகர் என்னிடம் கூறினார் அவர் கூறிய வார்த்தைகள் எனக்கு சற்று ஊக்கம் அளிப்பதாக இருந்தது நீ ஏன் அடுத்தவர்கள் வாழ்க்கையைப்பற்றி யோசிக்கிறாய் நீ என்றைக்காவது உன்னை பற்றி யோசித்து இருக்கிறாயா நீ எவ்வளவு அவமானப்பட்டு இருக்கிறாய் நீ எவ்வளவு கஷ்டப்பட்டு இருக்கிறாய் நீ உன்னை பற்றி சிந்தித்து உன்னை வளர்த்துக் கொள் என்று என் ஆலோசகர் என்னிடம் கூறினார்.

இந்த வார்த்தைகள் எனக்கு மனதிற்கு வலுவை தந்தது. நம் இந்தியக் கலாச்சாரத்தில் தானம் தர்மம் முக்கியம் என்பார்கள் ஆனால் என்னைப் பொருத்தமட்டில் தானம் தர்மம் என்னவென்றால் முதலில் நம்மை நாம் நன்றாக பார்த்துக் கொள்ள வேண்டும். நாம் நம்மை பார்த்து கொள்ள தேவைப்படும் செலவுகள் போக மீதி இருந்தால் நாம் அடுத்தவர்களுக்கு கொடுக்கலாம். முதலில் நாம் நம்மளை தான் காதலிக்க வேண்டும். நம்மளை நாம் சந்தோஷமாக வைத்துக்கொள்ள வேண்டும். அதற்குப்பின் நமக்கு விருப்பம்

இருந்தால் நாம் செய்யக்கூடிய தான தருமத்தில் நமக்கு சந்தோஷம் கிடைத்தால் அதை நாம் செய்யலாம். அதுதான் நாம் மனிதனாக வாழ்ந்தோம் என்பதற்கு பொருள் என்று நான் சொல்லுவேன். ஒருநாள் என் அண்ணனை தனிமையில் சந்தித்து உன்னுடன் பேச வேண்டும் என்று கூறினேன் அவனும் சம்மதித்தான். அப்போது நான் என் வியாபாரத்திற்கு பயன்படுத்தும் என் முகவரி அட்டையில், முதல் பக்கத்தில் என் பெயரை எழுதி பின் பக்கத்தில் நான் ஒரு ஓரினச்சேர்க்கையாளர் என்று குறிப்பிட்டு இருந்தேன்.

அதை அவனிடம் காண்பித்து அந்த அட்டையை திருப்பி பார் என்று கூறினேன் எனக்கு அப்போது சற்று பயமாகவும் வருத்தமாகவும் இருந்தது. என் அண்ணன் அந்த அட்டையை பார்த்துவிட்டு ஒரு நிமிடம் பயந்துவிட்டான் அமைதியாக சில நிமிடம் இதுதான் பின்பு இதெல்லாம் ஒரு விஷயமா? நீ சிறுவயதிலிருந்தே இப்போ இப்படி இருந்திருக்கிறாய் அதுவும் தவறில்லை இவர் ஒரு மாற்றம் அவ்வளவுதான் என்று கூறினான். மேலும் நான் அவனிடம், எனக்கு என் கல்யாணத்தில் உடன்பாடில்லை என்று கூறினேன் அதற்கு அவனும் சம்மதித்தான். வீட்டில் என் மேல் அதிகம் யாரும் அப்படி பாசம் வைக்கவில்லை என்னதான் என்னை ஒரு ஆணாக அவர்கள் ஏற்றுக் கொண்டாலும் என்னை ஒரு ஓரினச்சேர்க்கையாளர் ஆக அவர்கள் ஏற்றுக்கொள்ளவில்லை நான் இன்று இருக்கும் ஓரினச்சேர்க்கையாளர்களுக்கு ஒன்று சொல்ல விரும்புகிறேன் யாராவது உங்களை உங்கள் அப்பா அம்மாவை சுட்டிக் காண்பித்து அவர்களை யார் பார்த்துக் கொள்வார்கள் என்று உங்களிடம் பயன்படுத்தினால் நீங்கள் அவர்களிடம் பதிலுக்கு கேளுங்கள் என்னை யார் பார்த்துக் கொள்வது என்று நான் அதற்காக அப்பா அம்மாவை பார்த்துக் கொள்ளாமல் இருக்காதீர்கள் என்று நான் சொல்லவில்லை. நம் அப்பா அம்மா நம்மை ஏற்றுக் கொள்ளாவிட்டால் தூரத்தில் இருந்துகூட பார்த்துக்கொள்ளலாம். நான் ஒரு ஒரு சில சமயங்களில் எனது சொந்த பந்தங்களில் இருந்தும் சில அசிங்கமான வார்த்தைகளை பெற்றேன் அதனால் அவர்களிடம் பேசுவதற்கு எனக்கு பிடிக்கவில்லை அதனால் அவர்களிடம் நான் சற்று விலகியே இருந்தேன்.

தினேஷ்: உங்கள் பார்வையில் காதல் என்பது என்ன?

அலெக்ஸ்: காதல் என்பது ஒரு அறியாமையால் தோன்றுவது.அது யார் மீது வேண்டுமானாலும் வரலாம். எனக்கும் இரண்டு மூன்று காதல் தோல்விகள் வந்துள்ளது சமீபத்தில் கூட எனது துணையர் தற்கொலை செய்து கொண்டார். அதனால் நான் மன அழுத்தத்திற்குள் சென்றிருக்கிறேன்.

காதல் என்பது ஒரு இனிமையான பருவம் என்றே நான் கூறுவேன் சந்தோஷமான அனுபவங்களில் காதலின் நான் பகிர்ந்து இருக்கிறேன் முதல் இரண்டு காதல் தோல்விகள் காதல் சிறிதளவும் தோன்றியதில்ல அவை அனைத்தும் காமத்தின் பெயரில் வந்தது. அவனுக்கு என் உடல் பிடித்திருந்தது எனக்கு அவனின் உடல் பிடித்திருந்தது.அவனுடைய உதடு காது

போன்ற முக்கியமான பாகங்களில் எனக்கு பிடித்திருந்தது அவன் தனியாக எங்கேயாவது சென்று நின்று கொண்டு இருந்தால் அதை நான் அவனுக்கு தெரியாமல் அவன் பின்னாடி நின்று ஒளிந்து கொண்டு அவனை ரசிப்பேன். அவனின் கையை பிடித்து புகைப்படம் எடுத்துக்கொள்ள விரும்புவேன். எனக்கு மன அழுத்தம் இன்றளவும் இருக்கிறது நான் அவருக்கு மாத்திரைகள் எடுத்துக் கொண்டும் இருக்கிறேன் நான் எனக்கு மாத்திரை கொடுக்கும் டாக்டரிடம் பேசும் பொழுது, எனக்கு என் காதலனை மறக்க வைக்க இந்த மாத்திரைகளை கொடுக்காதீர்கள் ஏனெனில் அவனது நினைவுகள் தான் என்னை இன்றளவும் சந்தோசமாக எண்ணங்களுடன் வைத்திருக்கிறது.

நான் ஒரு இந்து தான் இருந்தாலும் எனக்கு அனைத்து மதத்திலும் நம்பிக்கை இருக்கிறது ஒரு பழமொழி கூட உள்ளது கேளுங்கள் கிடைக்கப்படும் தட்டுங்கள் திறக்கப்படும் என்று எனவே தற்கொலை முடிவு எடுக்கும் அனைவரும் அந்த முடிவு எடுக்கும் முன்னர் பல வழிகளில் அதை தடுக்க முயற்சி செய்து பாருங்கள் உங்களுக்குள்ளேயே சொல்லிக் கொள்ளுங்கள் எனக்கு அந்த எண்ணம் வராது என்று. சந்தோசமான எண்ணங்களையே உங்களுக்குள் கொண்டிருங்கள்தினேஷ்: நீங்கள் ஒரு ஓரினச்சேர்க்கையாளர் ஆக LGBTQ மக்களுக்கு ஒரு ஆதரவாளராக சமூகத்திற்கு என்ன சொல்ல விரும்புகிறீர்கள் .? சமூகத்தில் இம்மாதிரியான விஷயங்கள் கொண்டுவரப்படவேண்டும்? இம்மாதிரியான விஷயங்கள் தவிர்க்கப்பட வேண்டும்? இம்மாதிரியான விஷயங்கள் சமூகத்தில் மாற்றப்பட வேண்டும்? என்று நீங்கள் சொல்ல விரும்புவது?

அலெக்ஸ்: முதலில் ஒரு ஓரினச்சேர்க்கையாளர் மீது உள்ள கண்ணோட்டத்தை மாற்றிக்கொள்ள வேண்டும். ஏனெனில் அம்மாதிரியான கண்ணோட்டம் நாம் இன்னும் பழமையான சமூகத்தில்தான் வாழ்கிறோமா என்ற அச்சமான கேள்வியை எழுப்புகிறது••• ஆனால் அப்போதும் கூட நாம் ஒரு குறியுடன் இருந்தோம் ஆனால் அதை,இப்போது ஜாதி மதம் என்ற பெயரில் அதை மறைக்க முயற்சிக்கிறார்கள். எனக்கு அந்த மாதிரியான ஜாதி மதம் தேவையில்லை என்றே தோன்றுகிறது.

அம்மாதிரியான விஷயங்களிலிருந்து பெண்கள் வெளியே வருகிறார்கள் அது உண்மையிலேயே பாராட்டப்பட வேண்டிய விஷயம். ஆனால் நம் சமுதாயத்தில் அவ்வாறு வெளிவர பலபேர் தயக்கம் காட்டுகிறார்கள். நான் அவர்களின் வலிகளை அவர்களின் கண்ணிலேயே பார்க்க முடிகிறது அவர்கள்தான் அழுவதை வெளியில் காண்பித்துக் கொள்ளாமல் கண்ணிலே வைத்துக் கொள்கிறார்கள் என்பதை என்னால் உணர முடிகிறது. நான் ஓரினச்சேர்க்கையாளர்களுக்கு ஒன்று சொல்ல விரும்புகிறேன். நீங்கள் பணிவுடன் இருங்கள் பணிவுடன் நடத்துங்கள் ஏனெனில் நம்மை உண்மையாக காதலிப்பவர்களும் இருக்கிறார்கள் நாம் காண்பிக்கும் சிறு கோபத்தில் கூட

அவர்களை நாம் இழக்க நேரிடும். அதேமாதிரி சமுதாயத்திற்கு நான் சொல்ல விரும்புவது ஒரு வேற்றுமை திணிக்காதீர்கள் மொழிவாரியாக உடல் ரீதியாக உடல் ரீதியாக ஒரு வேற்றுமையை கொண்டு வராதீர்கள் நாம் பக்கத்து பக்கத்து வீட்டில் தான் வசிக்க போகிறோம் நாம் நமக்குள் வன்மம் இருக்கும்போது எப்படி நாம் ஒரு வாழ்க்கையை சந்தோஷமாக வாழ முடியும்? நீங்கள் பழமைவாதிகள் ஆக இருந்தால் காட்டுக்குள் சென்று விடுங்கள்.

நகரத்துக்குள் , கிராமத்துக்குள் இருக்காதீர்கள். ஏனெனில் அங்கு இருக்கும் காட்டுவாசிகள் கூட உங்களை விட மென்மையான எண்ணங்களை கொண்டு இருக்கிறார்கள் நான் சில சமயங்களில் காட்டுவாசிகள் உடன் பேசும்போது அவர்கள் கூட எங்களை புரிந்து கொள்கிறார்கள் ஆனால் படித்த நீங்கள் எங்களை புரிந்து கொள்ளவில்லை என்பதை கேட்கும்போது எனக்கு மிகவும் வருத்தமாகவும் உள்ளது. அனைத்து ஓரினச்சேர்க்கை அழகும் உங்களை சுற்றி அழகான எண்ணங்களை வளர்த்துக் கொள்ளுங்கள் தவறான எண்ணங்களை உங்களிடம் செலுத்துபவர் இடம் சற்று தள்ளியே இருங்கள்.

தினேஷ்: நன்றி அலெக்ஸ் இவ்வளவு நேரம் எங்களுக்கு ஒதுக்கி பொறுமையாக பதில் அளித்ததற்கு.

அலெக்ஸ்: இந்த பொன்னான ஒரு வாய்ப்பை எனக்கு வழங்கி என்னை பேச வைத்ததற்கு நான் உங்களுக்கு நன்றி கூறுகிறேன்.

36. SRC சக்கரவர்த்தி - இடையிலிங்னர்

நல்ல நடிகர், நல்ல தொகுப்பாளர், நம்ம community-ல உள்ள மூத்தவர்களில் ஒருவரான உங்கள பத்தி தெரிஞ்சுக்குறதுக்கு எனக்கு ரொம்ப ஆர்வமா இருக்கு.

ரொம்ப நன்றி. நம்ம community-க்கு மிகப்பெரிய சேவை செஞ்சுட்டு இருக்கு அணியம் foundation. நான் பார்த்து வியந்துருக்கேன். நான் நெறைய interviews குடுத்துருக்கேன். நம்ம community மக்களுக்காக interview குடுக்குறத ரொம்ப பெருமையா நெனைக்கிறேன். இந்த வாய்ப்பு கொடுத்த ஜெகன் அவர்களுக்கும், என்னை இன்னைக்கு நேர்காணல் எடுத்துட்டு இருக்க மரக்கா அவர்களுக்கும் நன்றி.

முதல்ல உங்கள பத்தின ஒரு சின்ன அறிமுகம் குடுத்துடுங்க.

என்னோட பெயர் S.R.சக்ரவர்த்தி. சுருக்கமா S.R.C-ன்னு சொல்லுவாங்க. நம்ம பொறக்குறதுக்கு அப்பா மட்டும் காரணம் இல்ல. அம்மாவும் தானே. எல்லாருமே அப்பாவோட initial வெச்சுக்குறப்ப, நன் யோசிச்சேன், "ஏன் நம்ம அப்பாவோட initial மட்டும் வெச்சுக்குறோம்"-ன்னு. அதான் என் அம்மாவோட initial-உம் சேர்த்து S.R.சக்ரவர்த்தி-ன்னு வெச்சுக்கிட்-

டேன். அம்மா, அப்பா எனக்காக எப்பயுமே நெறய sacrifice பண்ணிருக்காங்க. அதனால அவங்க எப்பவுமே என் கூட இருக்கணும்னு S.R.C-ன்னு short பண்ணிக்கிட்டேன். அத எல்லாரும் S.R.C.சக்ரவர்த்தி-ன்னு போட்டு அப்டியே ஆகிடுச்சு. நான் ஒரு தொகுப்பாளர், நடிகர். 20 வருஷம் தொகுப்பாளரா இருந்துருக்கேன். நான் என்ன வெளிப்படுத்துற நிமிஷம் வரைக்கும், 2020 ஜூன் வரைக்கும் தொகுப்பாளரா இருந்துருக்கேன். என்னைய வெளிப்படுத்துனதுக்கு அப்புறம் நெறய பேர் எண்ணெயை கூப்பிட மறுக்குறாங்க. 2000 நிகழ்சசிகளுக்கு மேல பண்ணிருக்கேன். நான் தொடாத topic-யே கெடயாது. எல்லா துறை சார்ந்தவங்களையுமே நான் interview பண்ணிருக்கேன், கடவுள் அருளால. அப்புறம் 25 serial கிட்ட பண்ணிருக்கேன். என்னோட health issues, society சார்ந்த சில பிரச்சனைகள்னால என்னால இதுல பெருசா போக முடியல. என்னால என்ன பண்ண முடியுமோ அத நான் பண்ணிருக்கேன். அப்றம் நான் ஒரு dubbing artist, voiceover artist. இப்ப சமீப காலங்கள்ல எழுத்தாளராவும் பணிபுரிஞ்சுட்டு இருக்கேன். “திராவிட உரை”-ன்ற பத்திரிகைல reporter ஆகவும் இருக்கேன். இது இல்லாம மக்கள் பணியிலும் இருக்கேன்.

Intersex அப்படின்ற பதம் இப்ப எல்லார்கிட்டயும் விழிப்புணர்வு ஆகிட்டு இருக்க ஒரு பதம். நீங்க intersex person-ன்னு உங்களுக்கு எப்ப தெரியவந்தது?

இதுதான் நான் கண்டிப்பா நம்ம community people-க்கு சொல்லணும்-னு நெனைக்குறது. முதல்ல யாரா இருந்தாலும் வெளிய வரும்போது நெறய பிரச்சனைகள நம்ம எதிர்கொண்டுதான் ஆகணும். தமிழ்நாட்ல முதல் இடைலிங்க, அதாவது intersex person-ஆ நான் வெளிய வந்தேன். நெறய தயக்கத்தோட பயத்தோட தான் நான் வெளிய வந்தேன். எனக்கு யாரையும் தெரியாது. நம்ம community people-உம் பெருசா பழக்கம் கெடயாது. நான் முக்கியமா ஒருத்தருக்கு நன்றி சொல்லணும் அப்டினா அனிஷ் ஆண்டோ-க்கு தான் சொல்லுவேன். நம்ம community person தான் அவரு. அவர் நான் பணிபுரிந்த தொலைக்காட்சில news reader-ஆ இருந்தாரு. அந்த தொலைக்காட்சில எல்லாருக்கும் என்னைய பத்தி தெரியும்.

But எனக்கு இருந்த மாதிரி அவங்களுக்கும் நெறய குழப்பங்கள் இருந்துது. நாளடைவுல என்னோட உடல்நிலை மோசமாகிட்டே இருக்கும்போது, அங்க இருந்த ஒரு cameraman அண்ணனும், என் தம்பி ஒரு cameraman-உம் தான் “என்ன ஆச்சு உனக்கு? ஏன் நாளுக்கு நாள் ரொம்ப மோசமாகுது உடம்பு உனக்கு?”-ன்னு சொல்லி கேக்கும்போது நான் எனக்கு இருக்க பிரச்சனைகள் எல்லாம் சொன்னேன். அவங்க தான் இத பத்தி தெரிஞ்ச ஒருத்தர் நம்ம office-ல இருக்காருன்னு சொல்லி அனிஷ் ஆண்டோ-வ எனக்கு introduce பண்ணாங்க. அவரு, நம்ம சமூக செயற்-

பாட்டாளர் ராமகிருஷ்ணன் அப்படிங்கிற ஒருத்தர introduce பண்ணாரு. அவருகிட்ட போய் என்ன பத்தின விஷயங்கள் எல்லாம் சொல்லி, அவரு என்னைய பாக்கும்போது தான் சொல்றாரு நீங்க intersex-ன்ற category-க்குள்ள தான் வருவீங்கன்னு சொன்னாரு. Intersex பத்தின நெறய விஷயங்கள் எனக்கு சொன்னாரு. அதுவரைக்கும் எனக்கு யாரும் இந்த பிரச்சனைக்கெல்லாம் காரணம் இதுதான், இதுக்கு இப்டி ஒரு தீர்வு இருக்குன்னு யாரும் சொன்னதில்ல. அதுக்கு அப்றம் தான் நான் யோசிச்சேன், எங்க community-அ பத்தி தெரிஞ்சுக்கிட்டேன். யாரும் வெளிய வர்றதில்லை, நெறய பிரச்சனைகள் எதிர்கொள்றாங்க அப்டின்னு தெரிஞ்சுது.

ஏன் நம்ம நம்மல வெளிப்படுத்திக்கக் கூடாதுன்னு யோசிச்சேன். என் life-ல எல்லாமே முடிஞ்சுபோச்சு. Atleast அடுத்து வர்ற generation ஆச்சும் அவர்களுக்கான life வாழணும். என்னைய வெளிப்படுத்தும்போது நான் ஒரு விஷயத்துல தெளிவா இருந்தேன். வெறும் intersex-காக மட்டுமே இருக்க கூடாது. LGBTQIA வரைக்கும் இருக்கணும். எங்க அம்மாக்கிட்ட போராடினேன், என்னைய வெளிப்படுத்தும்போது. அந்த time-ல நான் LGBTQIA பத்தி தெரிஞ்சுக்க ஆரம்பிச்சேன். அந்த ஒவ்வொரு எழுத்துக்குள்ளயும் ஒவ்வொரு மனிதர்களோட வாழ்வு அடங்கிருக்கின்றத தெரிஞ்சுக்கிட்டேன். மக்கள் கிட்ட கொண்டுபோகும்போது intersex பத்தி மட்டுமில்லாம LGBTQIA சேர்த்து தான் விழிப்புணர்வ கொண்டு போகணும்ன்றத மையமா எடுத்துட்டு இன்னைக்கு வரைக்கும் பண்ணிட்டு இருக்கேன். இன்னைக்கு கூட நம்ம பள்ளிக்கல்வித்துறை அமைச்சர் அன்பில் மகேஷ் பொய்யாமொழி அவர்கள சந்திச்சு LGBTQIA-க்கான 6 கோரிக்கைகள் அடங்கிய கோரிக்கை மனு குடுத்துருக்கேன்.

நானும் உங்க முகநூல் பக்கத்துல அந்த post-அ பாத்தேன். ரொம்ப சந்தோஷமா இருந்துச்சு. நம்ம நேர்காணல படிக்கறவங்களுக்காக intersex அப்டினா என்னன்றத பத்தி கொஞ்சம் சொல்லுங்க. மத்த மனிதர்கள விட உங்க உடல் அமைப்பு எப்டி மாறுபட்டு இருந்துது-ன்னும் சொல்லுங்க.

Intersex அப்டின்றது நம்ம தமிழ்நாட்டுல மிக சொற்பமானவங்களுக்கு தான் தெரியும். அப்டி தெரிஞ்சவங்கள்ல சிலர் ஆணுறுப்பும் பெண்ணுறுப்பும் சேந்து பிறக்கிற குழந்தைகள் தான் intersex-ன்னு நெனச்சுட்டு இருக்காங்க. அப்டி கெடயாது. Intersex-ல நெறய variations இருக்கு. இதுதான் intersex-ன்னு இன்னைக்கு வரைக்கும் யாராலயும் சொல்ல முடியல. ஏன்னு பாத்தீங்கன்னா ஒவ்வொரு நாளும் இது சம்மந்தமா புதுசு புதுசா நெறய விஷயங்கள் வெளிய வந்துட்டு இருக்கு. அதுனால இதுதான்னு point பண்ணி சொல்ல தெரியல. எனக்கு தெரிஞ்ச விஷயங்கள சொல்லிட்டு இருக்கேன். அதாவது ஆணுறுப்புக்கு பெண்ணுறுப்பும் கொண்டு பிறக்க கூடிய குழந்தைகள் மட்டும் intersex இல்ல. என்னைய மாதிரி உள்ளுறுப்பு கொண்டு பிறக்க கூடியவர்களும் இருக்காங்க. மரபணு ரீதியா

பாதிக்கப்பட்டவங்களும் இருக்காங்க. நான் பிறக்கும்போது ஒரு ஆண் தான். எனக்கு 10 வயசு இருக்கும்போது என் ஆணுறுப்பு வழியா எனக்கு bleeding வந்தது.

அப்பதான் டாக்டர் கிட்ட போய் பாக்கும்போது, அது bleeding-னும் எனக்கு uterus இருக்குன்னும் தெரியும். அது எல்லாருக்குமே பெரிய ஆச்சரியம். ஏன்னா அப்ப science இந்த அளவுக்கு வளர்ச்சி அடையாத காலம். நான் பிறந்த ஊர் பண்ருட்டி. அங்க அந்த அளவுக்கு மருத்துவ வசதிகள்லாம் கெடயாது. அது அப்டியே போய்கிட்டே இருந்துச்சு. ஒரு 11.5 வயசுக்கு எனக்கு semen வெளிவந்துச்சு. டாக்டர்களுக்கு ரொம்ப ஆச்சரியம், எப்படி ரெண்டுமே வேல செய்யுதுன்னு. அப்பத்தான் எனக்கு இது எல்லாமே தெரிய ஆரம்பிச்சுது. நான் ஒரு ஆண். ஆனா எனக்கு மாதவிடாயும் ஆகுது. ஒரு ஆணுக்கான விந்து சுரப்பிகளும் வேல செய்யுதுன்னு எனக்கு அப்பதான் தெரிஞ்சுச்சு. அந்த நேரத்துல treatment செய்றதுக்கான வசதியும் எங்க ஊருல கெடயாது. ரொம்ப சின்ன வயசா இருந்தனால படிப்பு பிரச்சனையும் வந்துச்சு. 5th leave-ல தான் எனக்கு bleed ஆகுறது நடந்துச்சு. School தொறந்ததுக்கு அப்றம் கூட படிக்கிற பையன்கிட்ட எனக்கு நடந்தத சொன்னேன். அவனுக்கும் அத பத்தி தெரியாதுன்றனால வீட்ல போய் அவங்க அம்மாக்கிட்ட சொல்லிட்டான்.

அவங்க அம்ம அத principal-க்கு phone பண்ணி சொல்லிட்டாங்க. Principal என்னய பயங்கரமா அடிச்சுட்டாங்க. அப்றம் எங்க அம்மா வந்து அது உண்மைதான்னு சொல்ல அது school full-ஆ பரவி, ஊர் full-ஆ பரவிடுச்சு. இன்னைக்கு இவ்ளோ வளர்ச்சி அடைஞ்ச நாகரிகமான உலகத்துலயே இவ்ளோ பிரச்சனைகள் இருக்கப்ப, உங்களுக்கே தெரியும் நான் அன்னைக்கு எவ்ளோ பிரச்சனைகள் எதிர்கொண்டிருப்பேன்னு. என்னோட school என்னைய ஏற்க மறுத்துச்சு, என்னோட படிப்பு போச்சு, அந்த வயசுக்குண்டான என்னோட சந்தோசம் போச்சு. நெறய abuse, நெறய கஷ்டங்கள் இருந்துச்சு. இது ஒரு விதமான intersex. என்னோட genetics பாத்தீங்கன்னா 46 xx male னு சொல்லுவாங்க. இது ஏன் அப்டினா, பொதுவா xx-ன்னா female-ன்னு சொல்லுவாங்க, xy-ன்னா male-ன்னு சொல்லுவாங்க. அம்மாவோட கருல இருக்க genetics xx-ஆ இருக்கும், அப்பாவோட விந்தணுக்கள்-ல இருக்கது xy-ஆ இருக்கும். x ஓட x சேரும்போது பெண் குழந்தை, x ஓட y சேரும்போது ஆண் குழந்தை பிறக்கும். ஒரு ஆணுக்கு xx chromosome இருக்குன்னா எப்டி அவன் ஆணா இருப்பான்.

இங்கதான், அந்த 46 xx பத்தி பாத்தா, for example என்னோட genetics-ல் 100 xx இருக்குன்னு வெச்சுக்கிட்டா, 50 x மேல y ஓட chromosome வேல செய்யுது. அதனால என்ன ஆகிடுச்சுன்னா xx ஓட y வேல செய்றனால என்னோட உடல் ஆணா எடுத்திக்கிச்சு, உள்ளு-

றுப்பு பெண்ணா எடுத்திக்கிச்சு. நான் முழுக்க முழுக்க ஒரு ஆண் தான். ஆனா என்னோட genetics பாத்தீங்கன்னா xx. அப்ப நான் genetically female, biologically நான் male. நெறய பேர் என்கிட்ட ஒரு கேள்வி கேப்பாங்க, "உனக்கு எந்த மாதிரி feelings இருக்கும்ன்னு. எங்க போனா-லும், எந்த பேட்டினாலும் இந்த கேள்வி கேப்பாங்க. எனக்கு சிரிப்பு தான் வரும். இத ஏன் நான் சொல்லணும். படிச்ச எல்லாருக்குமே தெரியும். ஒருத்-தவங்களோட genetics என்னவோ அதுவாதான் அவங்க வளருவாங்க. இங்க வந்து நம்ம உறுப்ப வெச்சு ஆன், பெண்-னு பிரிக்கிறோம். ஆனா து கெடயாது. முதன்முதல்ல அம்மாவோட கருவும், அப்பாவோட விந்தணுவும் சேரும்போது முதல் சேர்க்கை genetics தான். அங்கேயே தீர்மானிக்கப்-படுத்து x ஓட x சேருதா, x ஓட y சேருதா, x ஓட xx y சேருதா, இல்ல xxx சேருதா, இல்ல xxy சேருதான்றது அங்கேயே தீர்மானிக்கப்ப-டுத்து. அதுக்குப்புறம் தான் உறுப்பு உருவாகுது.

வளரும் குழந்தை குறிப்பிட்ட ஒரு வயது வரைக்கும் ஆணும் கிடையாது, பெண்ணும் கிடையாது. அதுக்கப்றம் பெண்ணாதான் வளருது. அதுகுப்பறம் உறுப்பு வளரும்போது தான் அது ஆணா பெண்ணான்னு தீர்மானிச்சுக்குது. வெளிய வந்ததுக்கு அப்புறம் நம்ம என்ன பண்றோம், உறுப்ப வெச்சு ஆன், பெண்-னு பிரிக்கிறோம். அப்டி கெடயாது. 10 வயசு வரைக்கும் ஆண் குழந்தை, பெண் குழந்தைன்னு எந்த பாகுபாடும் கிடையாது. பருவம் அடைந்த பிறகுதான் ஆண் தன்ன ஆணா உணருவான். பெண் தன்ன பெண்ணா உணருவாள். பருவம் அடையுற வயதுள்ள தான் நம்ம யாருன்னு நம்மளால நம்ம தீர்மானிக்க முடியும். அதை எது தீர்மானிக்குதுன்னா, முதன்முதல்ல சேருது பாருங்க, அந்த சேர்க்கை தான் அப்ப நமக்கு வெளிப்படும். அது ஆணா இருக்கலாம், பெண்ணா இருக்கலாம், intersex-ஆ இருக்கலாம், திருநங்கையா இருக்கலாம், திருநம்பியா இருக்கலாம். நம்ம genetics என்னவோ அதுவாத்தான் நம்மளுடைய செயல்பாடுகள் இருக்-கும், நம்ம வாழ்வு அடங்கியிருக்கும். அது இன்னைக்கு யாருமே புரிஞ்-சுக்கல. எல்லாருமே உறுப்பு வைத்து ஆண், பெண்-ன்னு தீர்மானிக்குறாங்க. First of all, உறுப்பு வெச்சு ஆண்,பெண்-ன்னு தீர்மானிக்கிறது இயற்கை கெடயாது.

ஒரு குழந்தை வளரும்போது அத குழந்தையா வளரவிட்டு, வளந்ததுக்கு அப்புறம் தான் யாருன்றத தீர்மானிச்சு எந்த மாதிரி வாழணும்னு னேநிக்கு-றாங்களோ அத ஏத்துக்கிட்டு வாழ்றது தான் இயற்கை. இதைத்தான் நான் இன்னைக்கு மக்கள்கிட்ட சொல்லிட்டு இருக்கேன். என்னோட genetics பத்தி நான் சொன்னேனா. Intersex-ல ரெண்டு இருக்கு: Complete, Partial. Complete பாத்தீங்கன்னா முழுக்க முழுக்க அவங்க பெண்ணா இருப்பாங்க, ஆனா அவங்க chromosome xx-க்கு பதிலா xy-ஆ இருக்-கும். அதனால அவங்களுக்குக் குழந்தை பொறக்குறதுல பிரச்சனை வரும்னு

சொல்லுவாங்க. Partial பாத்தீங்கன்னா முழுக்க முழுக்க அவங்க பெண் குழந்தையா பிறந்துருப்பாங்க, ஆனா அவங்களுக்கு கர்ப்பப்பை இருக்காது, மார்பக வளர்ச்சி இருக்காது. அதனால அவங்க தன்னை ஆணா தான் உணர்வாங்க. இதுலயே ஆண் உறுப்பும் பெண் உறுப்பும் சேந்து பிறக்குறவங்க இருக்காங்கள்ல, பிறக்கும்போது அவங்கள ஆன் குழந்தை, பெண் குழந்தைன்னு தீர்மானிச்சு surgery பண்ண கூடாதுன்னு இன்னைக்கு court சொல்லிருக்கு. அவங்க வளந்ததுக்கு அப்புறம் எந்த உறுப்பு செயல்படுது, எந்த பாலினத்தின் மேல ஈர்ப்பு வருது, என்னவா அவங்க உணர்றாங்க அப்டின்றத பொறுத்துதான் அவங்க அவங்களுக்கு தேவையான உறுப்பு தேர்ந்தெடுத்து அவங்க surgery பண்ணிக்கலாம்னு இன்னைக்கு சட்டம் இருக்கு.

இந்த மாதிரி மரபணு ரீதியா பாதிக்கப்பட்டவர்களும் இருக்காங்க. இப்டி intersex-ல நெறய variations இருக்கு. சில conditions-அ நம்ம எந்த test-லயுமே கண்டுபுடிக்கவே முடியாது. அந்த மாதிரியும் இருக்கு. அதனால இது தான் intersex-ன்னு point பண்ணி நம்மலால சொல்லவே முடியாது. நான் முன்னாடியே சொன்ன மாதிரி, நான் முழுக்க முழுக்க ஒரு ஆண். ஆனா எனக்கு கர்பப்பை இருந்துச்சு. அதனால எனக்கு ஆணுறுப்பு வழியா பெண்மையும் வந்துச்சு, விந்தும் வெளியாச்சு. ஒரு stage-க்கு அப்றம் இதனால நெறய health issues வர ஆரம்பிச்சுது, இதனால. ஏன்னா ஒரு ஆணோட உடல்தன்மைக்கு, பெண்ணோட செயல்பாடுகள் இருக்கப்ப நெறய பிரச்சனைகள் இருக்கும். அது மாதிரியான பிரச்சனைகள் எனக்கு bleed ஆன உடனேயே பயங்கரமான கால் வலி வர ஆரம்பிச்சுது. 13 வயதுல urine problem வந்துச்சு. எல்லாருக்கும் போய் நின்ன உடனேயே open ஆகி urine வரும், முடிச்சதும் close ஆகிடும். ஆனா எனக்கு natural-ஆ அந்த செயல்பாடு இல்ல.

நானாத்தான் pressure குடுத்து urine போனும். அதனால எனக்கு செரியா வெளிய வராது. திரும்ப திரும்ப urine வர்ற மாதிரி feel இருந்துட்டே இருக்கும். நெறய health issues வந்து, எப்பயுமே body pain இருந்துட்டே இருக்கும். இப்டி நெறய பிரச்சனைகள் எதிர்கொண்டு அப்றம் தான் தீர்மானிச்சேன். என்னைய பத்தி தெரிஞ்சுக்கிட்டதுக்கு அப்றம் தான் யாருமே தெரியாம நான் இத்தனை வருஷம் வாழ்ந்துருக்கேன். அதுமாதிரி இன்னும் எத்தன பேர் வாழ்ந்துட்டு இருப்பாங்க. ஏன்னா intersex-ன்னு தெரியாமலே நெறய பேர் வாழ்ந்துட்டு இருக்காங்க. Intersex-ன்னு இருக்கதே நெறய பேருக்கு தெரியாது. அதனால அவங்க எல்லாருக்குமா, நம்ம வெளிய வரணும்னு முடிவுபண்ணி எங்க அம்மாட்ட சொல்லி புரியவெச்சி அதுக்கு அப்றம் என்னைய வெளிப்படுத்தினேன்.

உங்க parents-க்கு முதன் முதல்ல இது தெரியவரும்போது அவங்க reaction எப்டியா இருந்துது?

முதல்ல அவங்களால அத ஒத்துக்க முடியல ஒரு ஆணுக்கு PERIODSனு, மேலும் நான் இருந்த ஊர் ஒரு வளர்ச்சி அடையாத ஒரு ஊர் (பண்ருட்டி) என் பெற்றோருக்கு ஒரு பயம் இருந்தது, எப்படி வளர்க்க போறோம்னு.

படிக்கிற பள்ளியில ஆசிரியர்கள் மூலமாகவும் Abuse நடந்துச்சி, என் தந்தை, நான் அடிப்படை கல்வியாவது பெற வேண்டுமென்று என்னை டுட்டோரியலில் சேர்த்தாங்க அங்கு இருந்த ஆங்கில ஆசிரியராலும் எனக்கு ABUSE நடந்துச்சு அதனால என் படிப்பை பாதியில் நிறுத்திற நிலைமைக்கு வந்துருச்சு. கேலி, கிண்டல், ரோட்டில நடந்து போகும்போது கல்லெடுத்து அடிக்கிறது , தண்ணீரை மேலே ஊத்துவாங்க, மணல் அள்ளி போடுவாங்க இந்த மாதிரி நிறைய கஷ்டங்களை எதிர்கொண்டன், வேற ஒரு பையனை சேர்த்து வச்சு அவன் பெயரை சொல்லி கிண்டல் பண்ணுவாங்க.

அப்பா கொஞ்சம் கிராமத்தால் மாதிரி, அம்மா கொஞ்சம் படிச்சவைங்க அதனால அம்மா நிறைய யோசிப்பாங்க, அப்ப எந்த மனநிலையில் அந்த முடிவை எடுத்தாங்க என்று எனக்கு தெரியாது, எப்படி மனசை மாத்திக்கிட்டாங்கணும் எனக்கு தெரியாது , ஆனா அவங்க மனதளவில் ரொம்ப பாதிக்கப்பட்டு இருந்தாங்க, என்ன நினைச்சு ரொம்ப வருத்தப்படுவாங்க ஒரு கட்டத்துக்கு மேல அம்மா என்கிட்ட சொல்லுவாங்க இந்த ஊர் உன்ன பத்தி ஆயிரம் சொல்லும், உன்னை குழப்பும், காதல் எல்லாம் இந்த வயசுல சகஜம், ஒன்னு மட்டும் நினைச்சுக்கோ, அம்மாவுக்கு உன்மேல முழு நம்பிக்கை இருக்கு நீ ஒரு பையனையும் கல்யாணம் பண்ணிக்க முடியாது, ஒரு பொண்ணையும் கல்யாணம் பண்ணிக்க முடியாது, நானே ஒரு பெண்ணாக இருந்தாள் கூட உன்ன கல்யாணம் பண்ணிக்க யோசிப்பேன், நீ ஒரு சாதாரண மனிதன் வாழ்க்கையை வாழ பிறக்கல, உன் பிரச்சனை இதுதான், நீ ஆண், நீ முழுக்க முழுக்க ஆண், நீ பிறக்கிறப ஆண் குழந்தையா தான் பிறந்த, நான் சாகுற வரைக்கும் உன்ன ஒரு பையனாக தான் பார்க்க விரும்புறேன்

உன் உடல் உள் உறுப்பில் இருந்து BLEEDING வருது, ஒரு பெண்ணோட உறுப்பில் இருந்து அவ்வளவுதான், அதனால, நீ உன் வாழ்க்கையை மற்றவர்களுக்கு பயனுள்ளதாக மாத்திக்கோ, நீ ஒரு சாதாரண வாழ்க்கையை பத்தி நினைக்காதே என்று அந்த வயசிலேயே அம்மா எனக்கு புரிய வச்சுட்டாங்க, அதனால நான் என் நிலைமையை யோசிச்சேன், நம்ம வாழ்க்கைய எப்படியாது மாத்தணும் யோசிச்சேன், அந்த நேரத்தில் தான் என் மனசுல தோணுச்சு, இந்த ஊர்ல நம்மல எவ்வளவு கேலி கிண்டல் பண்றாங்க, இவங்க முன்னாடி நான் பெருசா சாதிச்சு இந்த ஊர்ல வந்து காட்டணும் அப்படின்னு நினைச்சேன், பள்ளியில் அதிகமாக EXTRA CURRICULAR ACTIVITIES கலந்து கொள்வன் இதனால எனக்கு நடிப்பு மேல ஆர்வம் வந்துச்சு அப்ப எனக்கு தெரியாது நம்மளால முடியுமா ஏனா நம்ம உடல்

ஆரோக்கியம் அதுக்கு ஒத்துழைக்குமா தெரியாது, அப்புறம் நான் மருத்துவர்களை நேர்காணல் பண்ணும்போது எனக்குள்ள இருக்க நிறைய கேள்விகள் கேட்பேன், ஒரு சில கேள்விகளை அம்மாகிட்ட நம்மளால கேட்க முடியாதுல்ல, ஒரு சில விஷயங்கள் எல்லாம் நம்ம வெளிப்படையாக கேட்க முடியாதுல, அதனால மருத்துவர்களுடன் நடத்துற நேர்காணலில் என்னோட கேள்விகள கேட்டு தெரிந்து கொள்வேன், இந்த மாதிரி தான் ஒரு மருத்துவரிடம் என்ன பத்தி சொல்லும்போது அவர் நேரில் பார்க்க வர சொன்னாரு, அப்போது பரிசோதனை பண்ணும்போது தான் எனக்கு UTREUS இருக்குன்னு அதனாலதான் எனக்கு PERIODS வருதுன்னு தெரிஞ்சது, அதனால இத நாம எடுத்துட்டா எல்லாரும் மாதிரி நார்மல் ஆகிடலாம் நினைச்சேன், ஆனா நிறைய போராட்டங்கள எதிர்கொண்டன் ஆனா இது தான் என்ன வெளிபடுத்தி இப்படி ஒரு விஷயம் இருக்குன்னு மக்களுக்கு தெரியப்படுத்துசி

உங்க பள்ளி அல்லது கல்லூரி வாழ்க்கையில் இதனால் நீங்கள் சந்திக்க மிகவும் கசப்பான விஷயங்கள் ஏதாவது இருக்கா?

ஆறாம் வகுப்பிலிருந்து நான் பிரச்சினைகளை எதிர்கொள்ள ஆரம்பிச்சேன் எட்டாம் வகுப்பு படிக்கிறப பள்ளியில் சொல்லிட்டாங்க, உங்க பையன் எங்க பள்ளியில் சேர்த்துக்க முடியாது, நீங்க வேற பள்ளியில் சேர்த்துக்கோங்கன்னு சொல்லிட்டாங்க, ஒன்பதாம் வகுப்பு எங்க அப்பா என்ன கூட்டிட்டு போய் மேல்நிலைப் பள்ளியில் சேர்த்தார், ஆனா அந்த மன நிலைமையில என்னால படிக்க முடியல, அதனால எங்க அப்பா அடிப்படை கல்வியாவது பெற வேண்டுமென்று என்னை கூட்டிட்டு போய் ஒரு டுடோரியல் சென்டர் ல சேர்த்தாங்க அங்கே இருந்து ஆங்கில ஆசிரியர் மூலமா பிரச்சனைகள், பிரச்சினைகள அந்த வயசுல இருந்தே எதிர் கொண்டதால் அந்த வயசுல கிடைக்கிற சந்தோஷமே கிடைக்கல ஒரு சாமானிய மனுஷனா நண்பர்களோடு சேர்ந்து விளையாடுறது வெளியே போய்வருவது ஏதும் நடக்கல, அந்த வயசுல நான் எதிர்கொண்ட எல்லாமே கஷ்டம் மட்டும்தான், சென்னை வர வரலும், சொல்ற மாதிரி எதுவும் இல்லை, கேலி, கிண்டல், ABUSE மட்டும் தான், வாழ்க்கையிலேயே நரகமான, கொடுமையான நாட்கள்னா அது இது தான்.

என்றாவது இப்படி பிறந்திருக்கோனு உங்களையே வெறுத்து இருக்கீங்களா?

அந்த நேரத்துல நான் வருத்தப்பட்டு இருக்கேன், பள்ளியைவிட்டு நின்றப எல்லாரும் ஸ்கூல் போவதை பார்த்து எனக்கு கஷ்டமா இருக்கும், நான் போறப்ப கல்லை தூக்கி அடிப்பாங்க , தண்ணி எடுத்து ஊத்திட்டு ஒளிந்து கொள்வார்கள், இதை பார்க்கிறப்ப கடவுள் நம்ம ஏன் படைத்தார் என்று நினைப்பேன். அந்த நேரத்தில அம்மா என்கிட்ட ஒரு விஷயம் சொன்னாங்க, நீ ஏன் இப்படி நினைக்கிற, எல்லாம் மனிதர்களை காட்டிலும் நீ

ரொம்ப special எப்படினா நீ ஒரு ஆணா பொறந்தா ஒரு ஆணோட உணர்வுகளும் வலிகளும் மட்டும்தான் தெரியும், ஒரு பெண்ணாக பிறந்தாள் பெண்ணோட உணர்வுகளும் வலிகளும் மட்டும்தான் தெரியும், ஆனால் உன்னால் ஒரு ஆணுடைய உணர்வுகளையும், வலிகளும் தெரிஞ்சிக்க முடியும், பெண்ணுடைய உணர்வுகளையும் வலிகளும் தெரிஞ்சிக்க முடியும். கடவுள் உன்னை எதற்கு படைத்துள்ளார், மற்றவர்கள் எல்லாம் சாதாரண வாழ்க்கை வாழ படைத்துள்ளார், உன்ன வேற எதுக்கோ படைத்திருக்கிறார், அப்படினு அம்மா சொன்னாங்க, அந்த வயசுல இத கேக்கறப்ப எனக்கும் நம்ம மற்றவர்களை விட தனித்துவமாக இருக்குஇருக்கோனு தெரிஞ்சுகிட்டேன், என்னை கிண்டல் செய்வோரிடம் நான் பெருமையா சொல்லி இருக்கேன் அம்மா சொன்னத. இந்த விஷயம் என்ன சமாதானப்படுத்த அம்மா சொன்ன வார்த்தைகளா இருந்தாலும் அதுதான் உண்மை.

இந்த கேள்வி கேட்கலாமானு தெரியல ஆனா கேட்கிறேன் எப்ப நீங்க ஆபரேஷன் பண்ணுனீங்க?

நான் சென்னையில சர்ஜரி பண்ணிகிட்டேன்

வெளிநாடுகள்ல ஆண்கள் செயற்கையா கர்ப்பப்பை வைத்து குழந்தை பெற்று இருக்காங்களே அந்த மாதிரி நீங்க என்னைக்காவது நினைச்சு இருக்கீங்களா?

என்னுடைய 38வது வயது வரலாம் நான் யாருன்னு எனக்கே தெரியாது, நான் பையனா, பொண்ணா, திருநம்பியா, திருநங்கையா, என்னுடைய உடலமைப்பு என்னவா இருக்கு, என்னுடைய உணர்ச்சிக்கும், உடலுக்கும் செயல்பாட்டிற்கும், சமூகத்திற்கும், என் மனதுக்குள் நடந்த போராட்டங்கள் இருக்குதே, அதை வார்த்தைகளால் சொல்ல முடியாது, என்னுடைய உருவத்திற்கான வாழ்க்கையை வாழ்ந்தாகனும், என்னுடைய உணர்வுகளை அடக்கி ஆகணும், அதை எந்த இடத்திலுமே வெளிப்படுத்தக் கூடாது, இந்த சமூகம் அதை ஏற்காது, இந்த மாதிரி நிறைய விஷயங்கள் இருக்கும்போது நான் போய் பார்க்கிற மருத்துவருகே நான் யார் என்று தெரியாது, அமெரிக்காவுல என்ன மாதிரி இருக்கிற பதினெட்டு வயது பையன் ஒருத்தனுக்கு, பரிசோதனையில் அவனுக்கு கர்ப்பப்பை இருக்கிறது தெரிய வருது, இன்னும் கொஞ்ச நாள்ல கர்ப்பப்பையில் புற்றுநோய் வரப்போகுது என்று கண்டுபிடிக்கிறார்கள்.

மேலும் அவளோட ஆண்குறி செயலிழந்து வருகிறது, அதனால ஆணுறுப்பை எடுக்கணும், கர்ப்பப்பையில் புற்றுநோய் வர உள்ளதால் கர்ப்பப் பையையும் எடுத்து ஆகணும், அதனால வாழ்க்கையை எப்படி ஒரு பிடிமானத்தை கொண்டுவரலாம் யோசிக்கிறான், டோனர் மூலமா விந்தணுக்கள் வாங்கி தன்னோட ஆணுறுப்பு வழியா கர்ப்பப்பையில் செலுத்தி கர்ப்பமா இருக்காரு, சிசேரியன் மூலம் அந்த குழந்தையை வெளி எடுத்துடுவாங்க கர்ப்பப்பையை எடுத்துடுவாங்க, தேவைப்பட்டால் தன்னோட ஆணுறுப்பை

எடுத்துட்டு பெண்ணுருபாக மாத்தி ஒரு இணையோட சந்தோஷமான வாழ்க்கையில் ஈடுபடலாம், தனது வாழ்க்கைக்காக ஒரு குழந்தை இருக்கிறது, அவன் குடும்பம் அவனை ஏற்றுக் கொண்டு, அவனுக்கு கல்வியைக் கொடுத்து இருக்கு, அந்த புரிதல் அந்த நாட்டுல இருக்கு, ஆனா நம்ப நாட்டுல நம்ம யார் என்று தீர்மானிக்க முடியாத நிலைமையில் இருக்கு ,நம்ம நாட்டுல இருக்க மருத்துவர்கள் கிட்ட போய் நம்ம ஒரு கேள்வி கேட்கிறேன், ஆனா அவங்க பதில் சொல்ல மாட்டேங்கிறாங்க, எடுத்துக்காட்டுக்கு நான் சர்ஜரி பண்ணும் போது ஒரு பெரிய சந்தேகம் இருந்துச்சு என்னோட SEMEN TUBE DAMAGE ஆக வாய்ப்புகள் இருந்தது, அதனால அது வேலை செய்யுமானு தெரியாது.

இந்த நிபந்தனைகளோடு தான் எந்தப் பிரச்சினை வந்தாலும் சரின்னு நாங்க சர்ஜரி பண்ண தயாரானோம். அந்த நேரத்துல எனக்குள்ள என்ன கர்வம் இருந்துச்சுன்னா, நீ என்னதான் என்ன கிண்டல் பண்ணினாலும் நான் பெண்ணியம் அடைகிறேன், ஆண்மையும் வெளியே வருது, நான் கர்ப்பப்பையை எடுக்க போறேன், எனக்கு செமன் வெளியே வருது, இது எனக்கு ஒரு நம்பிக்கையை கொடுக்குது அந்த சர்ஜரி முடிஞ்சதுக்கு அப்புறம் இந்த ரெண்டுமே இருக்காதுல்ல, அப்ப நான் யோசிக்கிறேன், என் வாழ்க்கை எப்படி இருக்கும், இந்த சந்தேகத்தை போக்க மருத்துவர் கிட்ட நான் கேட்கிறேன். அப்ப மருத்துவர் நீ ஏன் ரொம்ப யோசிக்கிற, அது ரொம்ப முக்கியமா அப்படினு கேட்டாரு, இப்படித்தான் நம்ம நாட்டுல இருக்கு,

எப்படி குழந்தை பெத்துக்கலாம், இதற்கு வாய்ப்பு இருக்கானு எனக்கு தெரியாது, என்ன நான் வெளிப்படுத்தினதுக்கு அப்புறம் தான் நிறைய விஷயங்கள் தெரியவந்தது, ஆனா அதுக்குள்ள காலம் கடந்தது. என்னோட FALLOBIAN TUBE, PROSTATE கூட தான் CONNECT ஆகி இருந்துச்சு நான் நினைத்திருந்தால் என்னோட ஆணுறுப்பை எடுத்துட்டு நான் ஒரு பெண்ணாக மாறி இருக்கலாம், ஒரு குழந்தை பெற்றுக் கொள்ள முடியுமோ இல்லையோ நான் ஒரு ஆணுடன் பெண்ணாக வாழும் தகுதியோடு நான் வாழ்ந்து இருக்கலாம் அதற்கான நிலைமை இருந்தது ஆனால் இந்த மாதிரி ஒரு வாய்ப்பு இருக்கிறது நமக்கு தெரியல, நம்ம சமூகம் மட்டுமல்ல நமது நாட்டுல மருத்துவம் வளர்ச்சி இல்லை. என்னோட 13 வயசுல ஆரம்பிச்சா யூரின் பிரச்சனை, ஒரு 7 மாதங்களுக்கு முன்னாடி தான் அது கண்டுபிடிச்சி இருக்காங்க அதுக்கு ஒரு பெயர் கொடுத்து இருக்காங்க hypo contractive அப்படின்னு

HYPO CONTRACTIVE என்றால் என்ன?

HYPO CONTRACTIVE அப்படினா நம்ம BLADDER ல சிறுநீர் நிரம்புது, அப்படி நிரம்பும் போது ஒரு நரம்பு நம் மூளைக்கு செய்தி அனுப்பும், சிறுநீர் நிரம்பி இருக்கும், நீ வெளியே அனுப்பபுனு, அதனால நமக்கு யூரின் போகணும்னு ஒரு என்னம் வருது, நாம சிறுநீர் கழிக்க போய் நின்னா

உடனே ஒரு பிரஷர் கொடுக்கும் அதனால சிறுநீர் முழுவதும் வெளியே தள்ளும், முடிந்தவுடன் குளோஸ் ஆகிவிடும், இதுல பிரச்சனை என்னன்னா சிறு நீர் நிரம்பும் அந்த உணர்வு இருக்கும், ஆனால் மூளைக்கு அந்த செய்தியை அனுப்ப முடியாது, அதனால சிறுநீர் போக ஓப்பனாகது, அதனால நாம ஒரு பிரஷர் கொடுத்து சிறுநீர் போகணும், இயற்கையாவே இது நடக்காதனால, ரொம்ப குறைவான சிறுநீர் தான் வெளியே போகும் அதனால முழுவதும் நிரம்பியிருக்க சிறுநீர் வெளியேற்ற முடியாது, ஆனால் முழுவதும் நிரம்பியிருக்க அந்த உணர்வு எனக்கு இருந்து கொண்டே இருக்கும், 500 ML URINE இருந்துச்சுன்னா என்னால 250 ML URINE தான் வெளியேற்ற முடியும் அதற்காக நான் 20 முதல் 30 நிமிடங்கள் செலவழித்து ஆகவேண்டும் சில நேரங்களில் ஒரு மணி நேரம் கூட ஆகலாம் இந்த கண்டுபிடிச்ச மருத்துவருக்கு இதற்கு என்ன மருந்து கொடுக்கலாம் தெரியல

ஒன்றுபட்ட சமுதாயம், LGBTQ , அரசாங்கம் இவர்களிடமிருந்து நீங்கள் எதிர்பார்ப்பது என்ன?

நமது சமூகத்துகிட்ட நான் வைக்கக்கூடிய ஒரே கோரிக்கைதான், சமூகம் மேல எனக்கு ஒரு பெரிய நம்பிக்கை இல்லை, சமூகம் யாருனா அது நாம்தான், சமூகத்தை நான் பெருசாவே எடுத்துக்கல, நம்ம அம்மா, அப்பா, நம்ம குடும்பம் நம்மை ஏத்துக்கிட்டாங்கனா சமூகத்தைப் பற்றிய கவலையே இல்லை, சமூகத்தை நான் எந்த இடத்திலும் பெரிதாக எடுத்துக் கொள்வதில்,லை நமக்கு முதல்ல நம்மளுடைய குடும்பம் நம்மை ஏத்துக்கணும், எங்க அம்மா என்ன ஏத்துக்கிட்டதால் தான் நான் ஒரு நடிகரா ஒரு தொகுப்பாளரா, ஒரு எழுத்தாளரா, ஒரு செய்தியாளரா, ஒரு மக்கள் பணியாளரா, ஒரு INTERSEX PERSONa தமிழ்நாட்டில் முதல் ஆளாக வெளியே வந்திருக்கிறேன், இத்தனை பிரச்சினைகளை எதிர்கொண்டு, வேலை கிடைக்காத சூழ்நிலையிலும், உடல்ரீதியான பிரச்சினைகள் நிறைந்த சூழ்நிலைகளிலும், என்னால் எதிர்கொண்டு வாழ முடியுது என்றால் அதற்கு காரணம் இந்த சமூகம் அல்ல என்னுடைய அம்மா என்னுடைய குடும்பம் என்னை ஏற்றுக் கொண்டதால் தான், நான் சமூகத்தை பற்றி கவலைப்படுவதில்லை, சமூகத்துடன் சேர்ந்து வாழ்ந்த ஆகவேண்டும். அதற்காக நான் சொல்ல வருவது என்னவென்றால், எங்களிடமிருந்து தனிப்பட்ட முறையில் உங்களுக்கு எந்த பிரச்சனையும் வராத வரையிலும் நீங்கள் எந்த இடத்திலும் எங்களை நோகடிக்க வேண்டிய அவசியமில்லை. உங்களுக்கும், எங்களுக்கும் பெரிய வித்தியாசம் கிடையாது, எல்லாரும் ஒன்று தான், இந்த இடத்துல நீங்க எங்களை பாவம்னு பார்க்க வேண்டாம் நன்மையும் செய்ய வேண்டாம், நீங்க எங்களுக்கு செய்யற ஒரு பெரிய நன்மை எங்களை எங்களா வாழவிடுங்கள் எங்களுக்கான உரிமையை கொடுங்க நாங்க எங்க தேவையை சரி பண்ணிபோம்.

நம்ம LGBTQ அப்படின்னு பெயர் வைத்திருக்கிறோம் தவிர நிறைய இடத்தில இந்த பெயரிலேயே பிரிவினை இருக்கு LGBTIQA, LGBTQ+ , நான் ஏன் இந்த இடத்தில இதைக் குறிப்பிடறனா, நம்மை முழுமையாக மக்களிடத்தில் கொண்டு போய் சேர்க்கணும் நம்மை ஏன் வித்தியாசமாக பார்க்கிறார்கள மக்களுக்கு இதை பற்றின புரிதல் ஏற்படவில்லை ஆகையால் முதலில் LGBTIQA சமூகத்தில் இருக்கிற அனைவரும் ஒன்று சேரனும் ஒன்று சேர்ந்து இதை முழுமையாக மக்களிடம் எடுத்துச் செல்ல வேண்டும் இதை நாம் செய்தால் கண்டிப்பாக மாற்றம் ஏற்படும். நம்ம சமூகத்துல நாம் அனைவரும் ஒன்று சேர்ந்து ஒற்றுமையாக இருக்க வேண்டும், இங்க ஒவ்வொரு எழுத்துக்களும் தனித்தனியாக பிரிந்து கிடக்கிறது அது முதலில் ஒன்று சேர வேண்டும், நாம் தான் நமக்கான ஆறுதல் நாம் அனைவரும் ஒருவருக்கொருவர் ஆறுதலாக இருக்க வேண்டும் அப்படி இருந்தால் மட்டுமே மக்களிடம் நாம் கொண்டு சேர்ந்து சேர்க்க முடியும், அப்படி செய்தால் மட்டுமே பல மாற்றங்கள் ஏற்படும்.

நான் அரசாங்கத்திடம் INTERSEX காக மட்டும் என் கோரிக்கைகளை முன் வைக்கவில்லை அனைவருக்கும் சேர்த்து தான் கோரிக்கை வைக்கிறேன், INTERSEX அப்படி என்றால் என்னவென்று மக்களுக்கு தெரியாது ஆகையால் அரசாங்கம் மக்களிடையே இப்படிப்பட்ட மக்கள் இருக்கிறார்கள் என்று உணர்த்த வேண்டும் மக்களுக்கு புரிதலை ஏற்படுத்த வேண்டும் நமக்கான அடிப்படைத் தேவைகளான கல்வி, மருத்துவம், வேலை, இது மூன்றும் கொடுத்தால் நாம் யாரையும் சார்ந்து வாழ தேவையில்லை, தானாகவே அனைவருடைய வாழ்வும் மேன்மை அடையும், இது அனைத்தும் அடிப்படை உரிமைகள் அரசாங்கம் அனைத்து மக்களுக்கும் கொடுக்க வேண்டிய அடிப்படை உரிமை பாகுபாடின்றி சமமாக அளித்தாலே அவர் அவர்களுடைய வாழ்க்கையை அவர் அவர்கள் வாழ்வார்கள்.

ரொம்ப நன்றி ரொம்ப அழகாக கேள்விகள் அனைத்திற்கும் பதில் அளித்தீர்கள் இறுதியாக என்னுடைய கருத்தையும் இங்கு பதிவு செய்கிறேன். உங்களிடம் இருந்து கேட்டு தெரிந்து கிட்ட செய்திகள் மூலமாக, நான் இந்த சமூகத்திற்கும், அரசாங்கத்திற்கும் உங்கள் மூலமாக இந்த கோரிக்கைகளை வைக்கிறேன்.

INTERSEX மக்களும் இந்த சமூகத்தில் GAY, LESIBIAN, TRANSMEN,TRANSWOMEN போல INTERSEX மக்களும் இருக்கிறார்கள் என்று வெளிச்சம் போட்டு காட்ட வேண்டிய கட்டாயம், கடமை உணர்வு நம் மேல் இருக்கிறது.

37. தினுவுடன் நேர்காணல் - ஸ்ரீகாந்த்

இந்தக் கட்டுரை மூலமா குயர் (Queer) செலிபிரிட்டி தினு அவர்களோட வாழ்க்கையைப் பற்றி, அவங்க பேஸ் (face) பண்ண கசப்பான தருணங்கள், அத அவங்க எதிர்கொண்ட விதம் பத்தியெல்லாம் கேட்டு தெரிஞ்சுக்க போறோம். ரொம்ப முக்கியமா LGBT ரிலேடட் (related)-ஆ நமக்கு இன்னும் புரிதல் இல்லாத விஷயங்கள் பத்தி அவங்ககிட்ட கேட்டு தெரிஞ்சுக்க போறோம்.

கேள்வியாளர் (கே): வணக்கம் தினு. எப்படி இருக்கீங்க?

தினு (தி): வணக்கம். நான் ரொம்ப நல்லா இருக்கேன். நீங்க?

கே: நானும் நலம். நன்றி. நீங்க யாரு. நீங்க இப்ப என்ன பண்ணிட்டு இருக்கீங்க?

தி: நான் தினு. நான் இப்போ கீழ்ப்பாக்கம் மருத்துவக் கல்லூரி-ல எம்.டி (M.D.,), எம்.பி.பி.ஸ் (M.B.B.S.,) பெண்கள் விடுதி-ல மேனேஜர் (Manager)-அ வேல பாத்துட்டு இருக்கேன். மற்றும் சமூக ஆர்வலர்-ஆகவும் இருக்கேன்.

கே: உங்க வாழ்க்கை-ல நீங்க குயர் (queer)-ன்றத எப்ப உணர ஆரம்பிச்சீங்க?

தி: என்னுடைய 5-6 வயசுலயே நான் மத்தவங்கள விட வித்யாசமா இருக்கேன்-னு நான் உணர ஆரம்பிச்சேன். நான் யாரு-ன்னு நான் அடையாளம் கண்டுக்குறதுக்கு முன்னாடியே இந்த சமூகம் என்னை அடையாளம் கண்டுடுச்சு, என் நடை, உடை, பாவம் மூலியமாக. அதன் அடிப்படையில என்னை நெறய கேலி கிண்டல் எல்லாம் பண்ணாங்க. அது ஒரு பக்கம் இருந்தாலும், என்ன நான் முழுசா உணர்ந்தது என்னுடைய இரண்டாவது பிரேக்-அப் (Break-up)-க்குப் பிறகுதான். அதன் பிறகுதான் சமூகத்துக்கு இதுதான் நான்-னு தெரிவிச்சேன்.

கே: எல்லாருக்கும் முதல் காதல்-ன்றது ரொம்ப முக்கியமான மறக்க முடியாத நிகழ்வு. உங்க முதல் காதல் பத்தி சொல்ல முடியுமா?

தி: முதல் காதல்-ன்ற வார்த்தைய கேட்டாலே என்னை அறியாம எனக்கு வெக்கம் வந்துடும். ஏன்-னா அதுக்கு முன்னாடி வரை நான் பார்த்த ஆண்கள் எல்லாரும், என் உடல் மீது ஈர்ப்பு கொண்ட ஆண்கள் தான். ஆனால், என் முதல் காதல் அப்டி இல்ல. முதல் முதலா ஒருத்தர பாக்கறேன். அவன் யாருன்னு தெரியாது. என் வகுப்பு வாசல்-ல நின்னுட்டு இருக்கான். 2-3 நாளா அப்டி நிக்குறான். அவன் யாருக்காக நிக்குறான்-னும் எனக்குத் தெரியாது. என் நண்பர் ஒருத்தவர்தான், அவன் எனக்காக வெயிட் (wait) பன்றான், என்கிட்ட பேசணும்-னு நெனைக்குறாரு-ன்னு சொன்னாரு. நான் போய் பேசும்போது "நான் கொஞ்ச நாளா உன்ன பாத்துட்டு இருக்கேன். எனக்கு உன்ன புடிச்சிருக்கு. நான் உன்ன லவ் (love) பண்-

றேன்-னு சொன்னாரு. எனக்கு சிரிப்பு தான் வந்தது. அதோட மனசுல ஒரு வெக்கமும் இருந்துச்சு. எனக்கு 16, அவருக்கு 17 வயசு இருக்கும் அப்போ. எனக்கு அது புதுசா இருந்துச்சு. அவர் டெய்லி (daily) என்னைய பாக்க வந்து நிப்பாரு. ஸ்கூல் (school)-ல எல்லாரும் பாத்து பயப்படக்கூடிய ஒரு நபர் அவரு. அப்டி பட்ட ஒருத்தரு எனக்காக காத்துட்டு இருக்காரு-ன்றது ஒரு பக்கம் கர்வம் ஆகவும் இருந்துது. அந்த சமயங்கள்-ல எல்லாரும் அவர் பேரு சொல்லி தான் என்னய கிண்டல் பண்ணுவாங்க. ஆனா எனக்கு தெரியாது ஏன் கிண்டல் பண்றாங்கன்னு. அப்றம் நான் அவர்கிட்டயே கேட்டேன் “ஏன் உங்க பேர வெச்சு கிண்டல் பண்றாங்கன்னு”. “நான் எல்லார்கிட்டயும் நீ என்னோட வைஃப் (wife)-னு சொல்லிருக்கேன்”-ன்னு சொன்னாரு. எனக்கு என்ன சொல்றதுன்னே தெரில. அப்ப அவரு 12-th, நான் 11-th. அந்த காலகட்டம் ரொம்ப மகிழ்ச்சியான ஒரு காலம். என்கிட்டே யாருமே நெருங்க முடியாது. எனக்கு ஒரு பாதுகாப்பா நின்னாரு அவரு. அந்த உறவு 3 வருஷங்கள், நான் பி.காம் (B.Com.,) ரெண்டாவது வருஷம் படிக்கிற வரை நல்லா போச்சு.

கே: உங்க கல்லூரி வாழ்க்கை எப்படி இருந்துச்சு? LGBT அப்படிங்கிற டேர்ம் (term) உங்களுக்கு எப்ப தெரிய ஆரம்பிச்சுது?

தி: ஸ்கூல் (school) வரைக்கும் நான் ரொம்ப பொலைட் (polite)-ஆ இருந்தேன். சத்தமா பேசமாட்டேன், சத்தமா சிரிக்கமாட்டேன். ஒரு இடத்துல உக்காந்துட்டா எந்திரிச்சு ரெஸ்ட்ரூம் (restroom) கூட போக மாட்டேன். பயந்த சுபாவத்தோட இருந்தேன். அப்ப என்னோட அந்த முதல் காதலன் என்கிட்ட “நான் எப்பவும் உன் கூடவே இருக்க மாட்டேன். உன்னைய ப்ரொடெக்ட் (protect) பண்ணிட்டே இருக்க முடியாது. நீ இன்னும் தைரியமா இருக்கனும். நான் காலேஜ் (college) போய்ட்டா நீ 12-th படிக்கும்போது எப்படி இருப்ப, யோசிச்சு பாரு. நீ யாராச்சும் ஏதாச்சும் கேட்டாங்கன்னா ரியாக்ட் (react) பண்ணு. உன்னைய எதும் சொன்னாங்கன்னா ஏன்-ன்னு கேளு. பொறுமையா கேக்காத, சத்தமா கேளு. அப்போ உன்னைய சொல்றவங்க பயப்படுவாங்க”-ன்னு சொல்லி கொடுத்தாரு. அத நான் பின்பற்ற ஆரம்பிச்சேன். காலேஜ் (college) வந்த அப்றம் சீனியர்ஸ் (seniors) கூட என்கிட்டே பேச பயப்படுவாங்க. என்னய யாரும் கேலி கிண்டல் பண்ண மாட்டாங்க. நான் எதையுமே சத்தமா தான் பேசுவேன். நான் எனக்காக, என்னய காப்பாத்திக்கிறதுக்காக ஒரு பிம்பத்த உருவாக்கினேன். அந்த பிம்பம் எனக்கு பழகிடுச்சு. என்னுடைய கல்லூரி வாழ்க்கை ரொம்ப நல்லா போச்சு. நான் நெறய கத்துக்கிட்டேன். அங்கதான் நான் சமூக சேவைகள்-ல ஈடுபட ஆரம்பிச்சேன். காலேஜ் (college)-ல ஸ்டூடெண்ட் ரெப்ரெசென்டடிவ் (Student Representative), டிபார்ட்மென்ட் ஜெனரல் செகரெட்டரி (Department General Secretary), டிபார்ட்-

மென்ட் செகரெட்டரி (Department Secretary)-ஆ எல்லாம் இருந்-தேன். எனக்குள்ள ஒரு ஆளுமைய உணர்ந்தது கல்லூரி-ல தான். கல்-லூரி-ல எனக்கு புல்லீஸ் (bullies) கெடயாது. கல்லூரி வாழ்க்கை ரொம்ப நல்லாவே போச்சு. ஆனா அப்பவும் நான் குயர் (queer)-ன்றத உணரல. நான் வேலை-ல இருக்கும்போது, ரெண்டாவது பிரேக்-அப் (break-up)-க்கு அப்புறமாத்தான் நான் உணர்ந்தேன். அதுக்கு முன்னவரை, எனக்கு புடிச்ச ஒரு பையனோட நான் உடலுறவு வெச்சுக்குறேன் அப்டின்ற ஒரு மனநிலை-ல தான் இருந்தேன். அத மாத்துனது என்னோட ரெண்டாவது பிரேக்-அப் (break-up) தான்.

கே: உங்க குரலையோ, இல்ல நீங்க ரியாக்ட் (react) பண்றத பாத்தோ சுத்தி இருக்கவங்க பயப்பட்ட மாதிரியான தருணம் ஏதாச்சும் இருக்கா?

தி: நெறய நேரங்கள்-ல நடந்துருக்கு. நெறய பெரு என்னோட வாய்ஸ் (voice)-அ கேட்டு தூரமா ஒதுங்கி போய்டுவாங்க. இப்பவும் நடக்குது. தெரியாத நபர்கள் யாரும் கால் (call) பண்ணாங்கன்னா “சொல்லுங்க மேடம் (madam)” அப்டின்னு சொல்லுவாங்க. என் வாய்ஸ் (voice) கேட்டு கைதட்டியோ இல்ல வார்த்தைகள் சொல்லி கேலி கிண்டல் பண்றதோ இன்னைக்குமே நடந்துட்டு தான் இருக்கு. ஆனா நான் அத கடந்து வர பழகிட்டேன். இது தப்புன்றத பத்திலாம் அவங்களுக்கு விளக்க விருப்பமும் இல்ல, நேரமும் இல்ல.

கே: அருமையா சொன்னிங்க. கலை, இலக்கியத்துக்கும் LGBT-க்கும் இருக்க சம்மந்தத்த பத்தி நீங்க என்ன நெனைக்குறிங்க?

தி: கலை, இலக்கியத்துக்கும் LGBT-க்கும் எந்த அளவுக்கு சம்மந்தம் இருக்கு-ன்னு பாத்தோம்னா, ஒரு புத்தகம் புரட்சி செய்யும். புரிதல குடுக்கும். காலத்தால் அழிக்க முடியாத ஆவணம் அது. இன்னைக்குவரைக்கும் தமிழ்-ல குயர் (queer) இலக்கியம், ரொம்ப கம்மியாதான் இருக்கு. அதையும் மக்கள்கிட்ட கொண்டு போய் சேக்குறதுக்கான வேலைகளை பெருசா பண்றது கெடயாது, ஒரு சில பதிப்பகங்கள் தவிர. எல்லாருமே அத ஒரு பொருள் ஈட்டும் நோக்கத்துக்காக மட்டுமே பாக்குறாங்க. இதை நாங்க எப்படி பாக்-கிறோம்-னா, மக்கள் கிட்ட நம்ம சமூகத்தைப் பத்தி கொண்டு போய் சேக்-கக் கூடிய ஒரு கருவியாதான் பாக்கிறோம். பாடல், சினிமா, தியேட்டர் (theatre) முதலிய கலை வடிவங்கள்-ல குயர் (queer) மக்கள் இருக்க-ணும். இப்பவரை குயர் (queer) மக்கள கேலி பண்ற மாதிரியான விஷ-யங்கள் தான் இருக்கு. மிக சிலர் தான் நம்மல சப்போர்ட் (support) பண்றாங்க. ஏன் கலைவடிவம் ரொம்ப முக்கியம்-னா, நம்ம வலிய ஒருத்-தவங்ககிட்ட சொல்றத விட அத நம்ம திரையிட்டு காட்டினோம்னா அது ஒருத்தவங்கள தாக்கும். ஒரு திருநங்கை படுற துயரங்கள நீங்க சொல்றதுக்-கும், நடிச்சு காட்றத்துக்கும் நெறய வித்யாசங்கள் இருக்கு. நம்மல உணர வைக்கும். அதனால் இது ரெண்டையும் மக்கள்கிட்ட கொண்டு போய் சேக்-

குறதுக்கு நம்ம பயன்படுத்துற ஆயுதமா நான் பாக்குறேன்.

குயர் (queer) மக்கள்-ல நெறய கலைஞர்கள் இருக்காங்க. ஆனா அவங்களுக்கு வாய்ப்ப இந்த சமூகம் குடுக்க மாட்டிங்குது. இப்போ இருக்க கலை இலக்கிய வடிவம் ஆணால், ஆணுக்கும் பெண்ணுக்கும் உருவாக்கப்பட்ட ஒரு வடிவமாதான் இன்னைக்கும் இருக்கு. அப்ப நாங்க எங்க போவோம். குயர் (queer) மக்களுக்கு-ன்னு ஒரு வடிவத்த கடந்து 10 வருஷமா தான் உருவாக்க தொடங்கிருக்காங்க. ரேவதி அம்மா, ஸ்வேதா அக்கா, கல்கி சுப்ரமணியம் இவங்கள மாதிரியானவர்கள் அந்த வடிவத்தை உருவாக்கிட்டு இருக்காங்க. அவர்கள் பின்தொடர்ந்து இன்னும் நிறைய குயர் (queer) மக்கள், அதுக்குள்ள வர்றாங்க. இவங்களுக்கு முன்னாடி எங்களுக்கு உருவாக்கமே கெடயாது. இப்போ உருவாக்கம் வரும்போது வாய்ப்புகள் கொடுக்கப்படணும், கொடுங்க. 2011-ல வெளியான ஒரு இந்தி தொடர்-ல gay உறவைப் பத்தி கண்ணியமா சொல்லிருப்பாங்க. அத தமிழ்-ல டப் (dub) பண்ணி "என் வாழ்க்கை"-ன்னு ஒளிபரப்பு செஞ்சாங்க. அதே மாதிரி, "கருத்தம்மா"-ன்ற ஒரு தொடர்லயும் அத பண்ணாங்க. அது மாதிரியான விஷயங்கள் ஏன் இன்னும் தமிழ் சின்னத்திரைலையோ வெள்ளித்திரைலையோ இல்ல!? எங்கள கேலி பண்றத மட்டும் தான் பண்றிங்களே தவிர, எங்களுக்குள்ளயும் காதல் இருக்கு, வலி இருக்கு, ஏக்கம் இருக்கு, தவிப்பு இருக்கு. ஆனா ஏன் இதெல்லாம் ஒரு துணைக் கதையா கூட வெக்க மாட்றிங்க. எங்களை கதாநாயகன், கதாநாயகியா காட்டுற அளவுக்கு கூட வேணாம். கதாநாயகி ப்ரெண்ட் (friend)-ஆ காட்றதுக்கு கூட உங்க மனசு உறுத்துதில்ல, அதான் ஏன்னு கேக்குறேன். மக்களுக்கு ஒரு நல்ல முற்போக்கான விஷயத்தை கொண்டு போய் சேக்குற ஒரு கலைவடிவம் தான் ஒரு நல்ல கலைவடிவமா இருக்கும்.

கே: இதுக்கான தடையா என்ன இருக்குன்னு நீங்க நெனைக்குறிங்க?

தி: புரிதலும் ஏற்றுக்கொள்ளும் மனப்பான்மையும் தான். 2 வருஷத்துக்கு முன்னாடி தன்னை ஒரு முற்போக்கு சிந்தனையாளர்-ன்னு சொல்லிக்கக் கூடிய ஒரு இயக்குநரோட ஒரு நேர்காணல் பாத்தேன். LGBT-ன்றது மேற்கத்திய கலாச்சாரம், அத ஏன் இங்க கொண்டுவர்றிங்கன்னு கேக்கறாரு. இப்டி முற்போக்கு பேச கூடியவர்களிடமே ஏற்றுக்கொள்ளக்கூடிய மனப்பான்மை இல்லாததுனால தான் எங்களுக்கான வாய்ப்புகளை பறிக்குறாங்க, மறுக்குறாங்கன்னு சொல்லமாட்டேன், பறிக்குறாங்க. ஏன் பறிக்கப்படுத்து-ன்னு சொல்றேன்னா அவங்களுக்கு புடிக்கல, உடன்பாடு இல்லன்றதுனால எங்கள் வாய்ப்புகள் பறிக்கப்படுது. தனிப்பட்ட மனிதர்களின் விருப்பு வெறுப்புனால தான் குயர் (queer) மக்களின் அடையாளம் அழிக்கப்படுது.

கே: அரசுத்துறைல இருந்து நீங்க என்ன எதிர்பாக்குறீங்க? அவங்க ஏதாவது பண்றங்களா இப்போ?

தி: நாங்க நெறயவே எதிர்பாக்குறோம். ரொம்ப மிகையாலாம் இல்ல. ஒரு மனிதனுக்கு தேவையான பேசிக் (basic) தேவைகளைத்தான் எதிர்பாக்குறோம், உணவு, உடை, இருப்பிடம், கல்வி — இது நாலும். இது நாலும் எல்லாருக்கும் சமமா கெடைக்குதான்னு கேட்டா இங்க ஒரு பெரிய கேள்விக்குறி இருக்கு. அதும் குயர் (queer) மக்களுக்கு கெடைக்குதான்னு கேட்டா, கிடைச்சாலும் கிடைக்க விடாத சூழல் தான் இருக்கு. இப்பதான் பாலிசி மேக்கிங் (Policy Making) பத்தி பேசிட்டு இருக்காங்க. அது வந்த அப்றம் தான் அதுல நமக்கு சாதகமா என்ன இருக்குன்னு பாக்கணும். குயர் (queer) மக்களுக்கு எப்படிப்பட்ட நலத்திட்டங்கள் செயல்படுத்துறாங்கன்றதுல தான் அரசாங்கம் குயர் (queer) மக்கள் மேல ஆர்வம் காட்றாங்கன்றது இருக்கு. ஒரு திருநங்கைய கொலை பண்ணா அதுக்கு தண்டனை 3 வருஷம் தான். எனக்குப் புரில. நாங்களும் மனுஷங்கதானே. என்னய ஒருத்தன் கொலை பன்றான்னா அவனுக்கு 3 வருஷம் தண்டனை போதுமா!? அது அரசாங்கத்தோட நலத்திட்டமா!? ஒரு பெண்ண பலாத்காரம் பண்ணாலே மரண தண்டனை குடுக்கணும்ன்னு பேசுறோம்.

அப்ப பெண்ணியம் பேசுறவங்கள்லாம் உண்மைலயே பெண்ணியவாதிகளான்னு யோசிக்கக் கூடிய அளவுக்கு தோணுது எனக்கு. நாங்களும் பெண்கள் தான். எங்க மேல வன்முறை நடக்கும்போது, அவர்களுக்கான தண்டனை மட்டும் ஏன் கம்மியா இருக்கு. எங்க மேல நடக்கக் கூடிய வன்முறைக்கு நீதிமன்றமோ காவல்துறையோ அரசாங்கமோ ஏன் கவனம் காட்ட மாட்டிங்குறாங்க!? எங்களைப் பாதுகாக்க ஏன் எந்த மாதிரியான நலத்திட்டங்களையும் உருவாக்க மாட்டிங்குறாங்க!? ஒரு பாதுகாப்பான சூழ்நிலையை உருவாக்குறது அரசாங்கத்தோட கைல இருக்கு. அரசாங்கம் எப்போ அதுக்கான நடவடிக்கைகள் எடுக்குதோ, அப்பதான் குயர் (queer) மக்களுக்கு பாதுகாப்பான சூழ்நிலை இருக்கும். இப்ப இருக்கக் கூடிய அரசு, LGBT மக்கள பத்தி நெறய யோசிக்கிறாங்க, உள்ளடக்கி பேசுறாங்க, நெறையா செய்றாங்க. அத பாக்கும்போது நல்லது நடக்கும்ன்ற நம்பிக்கை. அவங்கள்டயும் நெறய எதிர்பார்ப்புகள் இருக்கு. அத அவங்க நிறைவேத்தலைன்ற வருத்தமும் இருக்கு.

கே: LGBT-ல் சாதி மதத்தின் தாக்கம் எப்படி இருக்கு-ன்னு நெனைக்குறிங்க?

தி: தோழர் அழகுஜெகன் அடிக்கடி ஒரு விஷயம் சொல்லுவாரு. ஒரு கட்டத்துல குயர் (queer) மக்களை இந்த சமூகம் ஏத்துக்கும், 20 வருஷத்துலயோ, 30 வருஷத்துலயோ. ஆனா இந்த சமூகத்துக்குள்ள தீண்டாமை இருக்குல்ல, சாதி சார்ந்தோ, மதம் சார்ந்தோ, அது என்னைக்குமே மாறாது. அது இருக்க வரைக்கும் LGBT-க்கான பாதுகாப்பான சூழல் உருவாகாது. ஏன்னா சாதி-ன்றது மதம் சார்ந்து தான் இருக்கு. எல்லா மதத்துலயும் சாதிய ஒடுக்குமுறை இருக்கு. அதே மாதிரி எல்லா மதத்துக்குள்ளயும் மதத் தீவி-

ரவாதம் இருக்கு. நான் இந்துவாக தான் பிறந்தேன். ஆனா அத நெனச்சு நான் நெறய நேரங்கள்ல வருத்தப்பட்டிருக்கேன். ஏன்னா, பாராளுமன்றத்துல தன்பாலீர்ப்பாளர்கள் திருமணத்தைப் பத்தி ஒரு கேள்வி எழுப்பப்படுது. செக்ஷன் (section) 377-க்கு அப்றமா. இந்துத்துவத்த தாங்கி புடிக்கக் கூடிய எம்.பி., (M.P.,) ஒருத்தர், இந்து முறைப்படி திருமணம் பண்ணா திருமணத்த அங்கீகரிக்கிறோம்-ன்னு சொன்னாரு. இந்து முறைப்படினா கணவன்-மனைவி உறவு. ஆனா நாங்க அந்த பைனரி (binary) அமைப்புக்குள்ளயே வர மாட்டோம். நாங்க நான்-பைனரி (non-binary)-ஆ தான் தள்ளி நிக்குறோம். நான்-பைனரி (non-binary)-னா ஜென்டர் (gender) அமைப்பு கெடயாது. சமூகம் உருவாக்கி வெச்சுருக்க ஒரு கட்டமைப்பு. அதுக்குள்ளயே நாங்க வரல. சரி, நான் இந்துவா பொறந்தேன், வள்ர்ந்தேன்.

நான் ஒரு இந்து பையன காதலிச்சு கல்யாணம் பண்ணி கணவன்-மனைவி-யா இருக்கோம்ன்னு வெச்சுக்கோங்க. அப்ப கிறிஸ்துவர்கள் என்ன பண்ணுவாங்க!? இஸ்லாமியர்கள் என்ன பண்ணுவாங்க? மத்த மதத்துல LGBT மக்களே இல்லையா!? அப்பா நீங்க ஒரு மதத்த வெச்சு, இன்னொரு மதத்த ஒடுக்கும்போது, வெறுப்பு உருவாகும். ஏற்றுக்கொள்ள மனப்பான்மை இல்லாம போகும். இதே தான் சாதிலயும் நடக்குது. சாதி-ல கௌரவம், மரியாதை, நம்ம சாதிய சேந்தவங்க என்ன நினைப்பாங்க, அது மாதிரி நெனச்சுட்டு ஆணவ கொலை பண்ணக் கூடியவர்களும் நெறய பேர் இருக்காங்க. அதனால, இந்த சாதியும் மதமும் இருக்குற வரைக்கும், LGBT-க்கு பாதுகாப்பான சூழல் இருக்காது. ஏன்னா, உதாரணமா, இந்துக்களுக்கும் இஸ்லாமியர்களுக்கும் நெறய கருத்து வேறுபாடுகள் இருக்கு. ஆனா LGBT-ன்னு வர்றப்ப ரெண்டு பேரும் ஒரே முடிவுல நிப்பாங்க.

ரெண்டு பெரும் ஏத்துக்க மாட்டாங்க. இதுலயே உங்களுக்கு மதத்துனால LGBT சமூகத்துக்கு ஏற்படக் கூடிய தாக்கம் தெரிஞ்சுருக்கும். மதம் சார்ந்து இயங்கக்கூடிய நிறைய நிறுவனங்கள்-ல குயர் (queer) மக்களின் குரல் நசுக்கப்படுது. மிக சிலர் ஏத்துக்குறாங்க. இங்க வலிகள் நெறய இருக்கு. அதத் தொடைக்க ஒரு கை பத்தாது. பல கைகள் தேவைப்படுது. அப்டி பாக்கும்போது, நீங்க என்னதான் வழக்கு போட்டு, உங்க பக்க நியாயங்களை வெச்சு வாதாடினாலும், சட்ட அமைச்சர் முடிவு பண்ணனும், எம்.பி., (M.P.,) முடிவு பண்ணனும். சட்ட அமைச்சர் இது சட்டத்துக்கு எதிரானது-ன்னு சொல்லுவாரு, அதையும் தாண்டி மதத்துக்கு எதிரானது, மதக் கலாச்சாரத்துக்கு எதிரானது-ன்னு சொல்லுவாங்க. அதையே தான் எம்.பி., (M.P.,)-யும் சொல்லுவாங்க. இப்போ ஆட்சில இருக்கவங்க மட்டும் தான் பண்றங்களா னு கேட்டா, கிடையாது. முன்னாடி ஆட்சில இருந்தவங்க இத பத்திலாம் கவலையே படல. இப்ப பேசுறாங்க இது தர்றோம், அது தர்றோம்ன்னு. குயர் (queer) மக்கள வெச்சு அரசியல் பன்றாங்க.

கே: இந்த நிலை வருங்காலத்துல மாற என்ன மாதிரியான நடவடிக்கைகள்லாம் எடுக்கணும்-ன்னு நினைக்கிறீங்க?

தி: இதுக்கான பதில நான் குயர் (queer) சமூகத்துக்கு தான் சொல்ல விரும்புறேன். பொது சமூகத்துக்கு இல்ல, ஏன்னா பொது சமூகத்துக்கிட்ட போய் எங்களை ஏத்துக்கோங்கன்னு சொல்ற எடத்துல நாங்க இல்ல. உங்க யார்கிட்டயும் போய் எங்களை ஏத்துக்கோங்கன்னு சொல்லல. எங்களுக்கான உரிமையை பறிக்காதீங்கன்னு தான் சொல்றோம். நான் இந்தியா-ல பொறந்துக்குறேன். அதனால எனக்குன்னு அடிப்படை உரிமைகள் இருக்குல்ல. அதுல தலையிடாதீங்கன்னு சொல்றேன். அவ்ளோதான். வருங்காலத்துல எங்க வாழ்க்கை நல்லா இருக்கணும்னா அதுக்கு நாங்க என்ன பண்ணனும்-னு என் குயர் (queer) மக்களுக்கு தான் சொல்ல விருப்பப்படுறேன். முதல்ல கல்வி. கல்வி ரொம்ப ரொம்ப முக்கியம். குயர் (queer)-ஆ இருந்துட்டு குறைந்தபட்சம் ஒரு டிகிரி (degree)-ஆச்சும் முடிச்சுருக்கணும், டிகிரி (degree)-யோ, ஐடிஐ (ITI)-யோ, டிப்ளோமா (Diploma)-வோ ஆச்சும் முடிச்சுருக்கணும். யாரையும் சார்ந்திருக்காம மாசம் குறைந்தபட்சம் 10000 சம்பாதிக்கிற அளவுக்காச்சும் தகுதி இருக்க அளவு கல்வி இருக்கணும். அதோட ஒரு கூடுதல் திறன் இருக்கணும். ஏன் குயர் (queer) மக்கள் அன்ட்ராபிரேனார் (entreprenaur)-ஆ இருக்க கூடாதா!? நடிகராவோ இயக்குநராவோ எழுத்தாளரவோ இருக்கக்கூடாதா!? இன்னும் நம்ம நிறைய விஷயங்களை தெரிஞ்சுக்கிட்டு அதுல சாதிக்கிறதுக்கான விஷயங்கள பண்ணலாம். இது முதல் விஷயம். இரண்டாவது விஷயம். மிக மிக முக்கியமான விஷயம்.

குயர் (queer) குழந்தைகள பாதுகாக்கிறது. இதுல குயர் (queer) மக்களுக்கும் பங்கு இருக்கு, பொது சமூகத்துக்கும் பங்கு இருக்கு. உடல்ரீதியாவும் மனரீதியாவும், எந்த பாதிப்பும் உருவாக்காம, அன்பான, ஏற்றுக்கொள்ளக்கூடிய சூழ்நிலையை உருவாக்கி, மன அமைதியோட அவங்க வாழ்க்கையை கொண்டுபோறதுக்கு உறுதுணையா இருக்கனும்ன்னு நான் நினைக்கிறேன். மூனாவது வேலை பாதுகாப்பு. இன்னைக்கு காலகட்டத்துல ஏதாச்சும் ஒரு பிரச்சனை வந்துச்சுனா யாரானாலும் வேலைய விட்டு போங்கன்னு சொல்லிடறாங்க. அப்டி அனுப்புறப்ப வெளிய போய் அவங்க வேலை தேடுவாங்க, கிடைக்கும், குடும்பத்தோட துணை இருக்கும் , சரி. அப்ப குயர் (queer) மக்கள் என்ன பண்ணுவாங்க. குடும்பத்தோட ஆதரவு இல்லாத குயர் (queer) மக்கள் என்ன பண்ணுவாங்க!? ஒரு புது வேலை கிடைக்க பல மாசங்கள் ஆகலாம். அந்த காலகட்டத்துல அவங்க வாழ்வாதாரத்த எப்டி பாத்துப்பாங்க!? முக்கியமா திருநங்கை/ திருநர் மக்களுக்கு ரொம்ப கஷ்டம். அவங்களோட உடல்நிலைய பாத்துக்குறதுக்கே அவங்களுக்கு காசு பத்தாது. அப்டி இருக்கும்போது வேலை போயாச்சுன்னா அவங்க உடல், மனம் எந்தளவுக்கு பாதிக்கப்படும். அதனால கண்டிப்பா வேலை பாதுகாப்பு

ரொம்ப முக்கியம்.

அதே மாதிரி எல்லா அலுவலகத்துலயும் குயர் (queer) மக்கள சாதாரணமா நடத்தணும். மத்தவங்கள மாதிரிதான் நாங்களும் குடுத்த வேலைய செய்யுறோம், அவ்வளவுதான். அதே மாதிரி குயர் (queer) மக்களுக்கு தரப்படுற ஊதியம், பிற மக்களுக்கு கொடுக்கப்படுற ஊதியத்த விட ரொம்ப கம்மியா இருக்கு. காரணம், அவங்க குயர் (queer) மக்களா இருக்கதுனால மட்டும். அப்ப அது சம வாய்ப்பு கிடையாது. அது சமத்துவம் கிடையாது. சமத்துவம்-ன்றது அவங்களுக்கு சம வாய்ப்பு இருக்கணும், அதே மாதிரி சமமான வெகுமதியும் இருக்கணும். என்கிட்ட இருக்க திறமைக்கு குடுக்குற வெகுமதி ஏன் சமமா இல்லன்றது தான் என்னோட கேள்வி. அதுக்கு அப்றம் குயர் (queer) மக்களுக்கு இருக்க மிக முக்கியமான தேவை கிடைமட்ட இட ஒதுக்கீடு (Horizontal Reservation). கிடைமட்ட இட ஒதுக்கீடு (Horizontal Reservation), அப்டினா, தலித் பெண்கள்-ன்னு ஒரு பிரிவு இருக்கு. ஏன்னா அவங்க எஸ்.சி (SC) பிரிவுக்குள்ள வர்றதுனால. ஆனா எஸ்.சி (SC) பிரிவுல பிறந்த திருநங்கைக்கு அந்த வாய்ப்பு இருக்கான்னு கேட்டா, கிடையாது. வேற ஒரு பிரிவுல போட்டி போட சொல்றாங்க. யோசிச்சு பாருங்க. தலித் மாணவன், தலித் மாணவி இருக்காங்க. அவங்களுக்காக இட ஒதுக்கீடு கொண்டு வர்றாங்க. அவங்க குடும்பத்தோட துணை இருக்கு.

ஆனா திருநங்கைக்கோ திருநர்க்கோ எந்த குடும்பம் துணை இருக்கு. அப்படியும்கூட படிச்சு தேர்ச்சி பெற்றவர்களுக்கு அரசு வேலைக் குடுக்கல. இட ஒதுக்கீடு-ல வேலை குடுக்க சொல்லியாச்சு. ஆனா மாநில அரசு அதுக்கான எந்த முன்னெடுப்புமே எடுக்கல. ஒன்றிய அரசும் கூட. கண்துடைப்புக்கு பண்றோம்ன்னு சொல்றாங்களே தவிர, எந்த முன்னெடுப்புமே இல்ல. இட ஒதுக்கீட அதிகப்படுத்துங்க. பெண்களுக்கு இப்பதான் 33 வந்துருக்கீங்க. அப்ப எங்களுக்கு எப்ப குடுப்பீங்க. அது ரொம்ப ரொம்ப முக்கியமான விஷயமா பாக்குறேன். இன்னொன்னு நம்மள நம்மலே நேசிக்கிறது, செல்ப் லவ் (Self-love). நம்ம உடல நம்ம ரொம்ப நேசிக்கணும். நம்ம துவண்டு போய் உக்கார்ற நேரங்கள்ல நம்மல நம்மலே நேசிச்சாதான், மன அழுத்தமோ, மனச் சோர்வோ நம்மள ஆட்சி பண்ணாது.

நம்மை ஆளுமைக்கு உள்ளாக்கிவிடாது, அது நம்மை ஆட்சி செய்திடாது. எல்லோருக்கும் மன அழுத்தம் இருக்கும், அதை நாம் கடந்து வந்து விடுவோம். ஆனால் தன்னை நேசிக்காத நபராக இருந்தால், அவரின் முடிவுகள் தவறாக இருக்கும். ஆகையால், நம் உடல் எவ்வாறு இருந்தாலும் நாம் அதை நேசிக்க வேண்டும். இன்று அதிகளவில் நிறம், உடல், உருவம் சார்ந்த கேலிகளும் கிண்டல்களும் செய்கிறார்கள். யார் என்ன கூறினால் என்ன? என் உடலை நான் நேசிக்கிறேன். நான் தினமும் கண்ணாடி முன் நின்று என் உடலை ரசிப்பேன். எனக்கு தொப்பை இருக்கிறது என்று கூறி-

னாலோ நான் கருப்பாக இருக்கிறேன் என்று கூறினாலோ நான் கவலை கொள்ள மாட்டேன். அதற்காக எந்தவித சிகிச்சையும் எடுத்து கொள்ளவும் மாட்டேன். ஒரு காலத்தில் நான் அதை செய்து கொண்டிருந்தேன். பிறகு புரிந்துகொண்டேன், சிகிச்சை எடுத்துகொள்வதினால் என்ன உபயோகம்? ஏனென்றால் 2019ல் 98 கிலோவில் இருந்து 68 கிலோவாக என் உடல் எடையைக் குறைத்தேன்.

உடல் எடையைக் குறைத்ததினால் இந்த சமூகம் என் தலையில் கிரீடம் தூக்கி வைத்ததா? இல்லையே. அப்போது என்னை எப்படி பார்த்ததோ அப்படி தான் தற்போதும் பார்க்கிறது. பிறகு ஏன் என்று எனக்கு தோன்றியது. நன்றாக சாப்பிடுகிறேன், மகிழ்ச்சியாக சிரிக்கிறேன். அதனால் தன்னலப் பற்று (self-love) என்பதை நான் மிக முக்கியமாக கருதுகிறேன். அடுத்ததாக உள்ள முக்கியமான விடயம் hearing (கேட்டல்). அதை பற்றி பேசுவதற்கு முன் நான் இரண்டு நபரைப் பற்றி பேசியே ஆகவேண்டும். அந்த இரண்டு நபர்கள் என்னுடைய குரு. நான் மன அழுத்தத்தினால் பாதிக்கப்பட்டு இருந்தப்போது நான் ஒரு NGO (அரசு சார்பற்ற அமைப்பு) மூலமாக ஒருவரிடம் சென்றேன். அந்த அமைப்பின் பெயர் ஓரினம். அங்கு ராம்கி என்னும் நபர் இருந்தார். எல்லோரும் அவரை ராம்கி என்று அழைப்பர், நான் அவரை ஆர்.கே (RK) என்று அழைப்பேன். நான் பெரும்பாலான இடங்களில் கூறியிருக்கிறேன். அது அவருக்கு எப்படி இருக்கும் என்று தெரியவில்லை ஆனால் உண்மையாகவே நான் அதை என் மனதிலிருந்து தான் கூறுகிறேன். இன்று தினு என்னும் ஓர் நபர் உயிருடன் இருக்கிறேனென்றால் அதற்கு காரணம் ஆர்.கே மட்டும் தான். அவர் கொடுத்த தைரியம், ஊக்கம் மட்டும் தான் காரணம்.

அப்போது, நான் என் இரண்டாவது காதல் முறிவுக்கு பின்னால் மிகவும் தனிமையாகி, மன அழுத்தத்திற்கு உள்ளாகி, எனக்கு உதவி செய்வதற்கு யாருமே இல்லை என்று எண்ணி என்ன செய்வது என்று அறியாமல் தற்கொலை செய்து கொள்வதற்கு முயன்றேன். மின்விசிரியில் துணியைப் போட்டுவிட்டு எப்படி அதை கட்டலாம் என்று யோசித்து கொண்டிருந்தேன். அப்போது வெளியில் இருந்து அம்மா கதவைத் தட்டும் சத்தம் கேட்டது. நான் வேகமாக அந்த துணியை எடுத்துவிட்டு ஒரு நிமிடம் நாம் ஏன் சாக வேண்டும் என்று யோசித்தேன். மறுநாள் அலுவலகம் சென்றதும் NGO பற்றி ஆராய்ந்தேன், அப்போது ஓரினம் தென்பாட்டது. அவருக்கு நான் messengerஇல் குறுஞ்செய்தி அனுப்பியதும் அவர் என்னை தொடர்பு கொண்டார், அவரிடம் பேசினேன். அவர் என்னை KMC யில் கவுன்செல்லிங் எடுத்து கொள்ள கூறினார். அதுபோலவே செய்தேன். அதன் பிறகு இரண்டு மூன்று அமர்வுகளுக்கு சென்றேன். அப்போது ஆர்.கே என்னிடம் கூறிய ஒரு விடயம் என்னவென்றால் "உன் குரலை நான் கேட்டேன், எல்லோருக்கும் அந்த வாய்ப்பு கிடைக்காது. அதனால் உன்னிடம் யாராவது

பேச வேண்டும் என்று நினைத்தால், அதை கேள். அவரின் குரலைக் கேள். அது மிக மிக முக்கியம். நம் குயர் மக்களுக்கு மிக முக்கியம். ஏனென்றால் அது தான் நமக்கு கிடைப்பது இல்லை". அது தான் நான் செவிகள் உள் வர காரணமும் கூட. இரண்டாவது, விழிப்புணர்வு ஏற்படுத்துவதற்கு. அதை கடைசியாக கூறுகிறேன். சகோதரன் என்னும் அரசு சார்பற்ற அமைப்பில் (NGO) ஜெயா ஆன்டி இருக்கிறார். அவர் என்னை ஸ்வீட்டி என்று அழைப்பார். அவர் அதில் நிர்வாக இயக்குனர். எனது Come outக்கு பிறகு 2018ல் நான் அவரிடம் பேசும்போது அவர் கூறிய வார்த்தை என்னவென்றால் "பொது சமூகத்தை நீ கேள்வி கேட்காதே ஸ்வீட்டி. உன்னை நீ கேள்வி கேட்டு கொள், உனக்கு என்ன கடமை இருக்கிறது என்று". "அனைத்து குயர் மக்களுக்குமே ஒரு கடமை இருக்கிறது. தன்னைப் பற்றிய புரிதலைத் தன் குடும்பத்தாருக்கு கொண்டு சேர்க்க வேண்டிய கடமை. நீ மைக் பிடித்து பேச வேண்டிய அவசியம் இல்லை. ஊடகத்தில் பேச வேண்டிய அவசியம் இல்லை. நீ சாலைகள் தோறும் அட்டைகள் பிடிக்க அவசியம் இல்லை. ஆனால் உன்னை சுற்றி இருப்பவர்களுக்கு அந்த புரிதலைக் கொடுக்க வேண்டும். நீ நான்கு நபருக்கு கொடுத்தால் அது நாற்பது ஆகும். நாற்பது ஐம்பது ஆகும் ஐம்பது அறுபது ஆகும். ஒரு கையால் தட்டினால் மட்டுமே எல்லாம் கிடைத்துவிடாது எல்லோரும் இணைந்து தட்டும்பொழுது தான் கிடைக்கும்" என்று ஜெயா ஆன்டி கூறினார். அதனால் எனக்கு எங்கெங்கெல்லாம் வாய்ப்பு கிடைக்கிறதோ அங்கெல்லாம் குயர் மக்களைப் பற்றி நான் பேசுவேன். அப்படி தான் என் பயணம் தொடங்கியது. அதனால் கேட்டல் என்பது மிக முக்கியமான விடயம் என்று நான் நினைக்கிறன். இதெல்லாம் தான் குயர் மக்களுக்கு மிக முக்கியமாக இருக்க வேண்டிய விடயம் என்று நான் நினைக்கிறேன்.

ஸ்ரீகாந்த் : செவிகளுடன் எப்படி இணைந்தீர்கள்? அந்த பயணம் எப்படி இருந்தது?

தினு : ஜெயா ஆன்டியுடன் பேசி முடித்ததற்கு பின் நான் யூட்யூப் (youtube) பக்கம் ஒன்று தொடங்கினேன். அதில் பின்தொடர்பவர்கள் (followers) பெரிதாக எல்லாம் இல்லை. என்னுடைய நோக்கம் குயர் மக்களைப் பற்றிய புரிதல் தமிழாக்கத்தில் இருக்க வேண்டும் என்பதே. கே (gay) என்றால் என்ன? அந்த காலகட்டத்தில் ஒரு ஆணும் ஆணும் காதலிக்கிறார்கள், உடலுறவு கொள்கிறார்கள் என்பதைத் தமிழாக்கத்தில் ஊடகங்களில் பெரியதாக கூறியது இல்லை. நான் அதை முகநூலிலும் பகிர்வேன். அதன் வரவேற்பு நன்றாக இருந்தது. வீட்டு பக்கத்தில் உள்ளவர்களும் அதை பற்றி பேசுவார்கள், சந்தேகம் கேட்பார்கள். 2019 Pride நடக்கும்பொழுது, உங்களின் காணொளியை நான் வீட்டில் காட்டினேன் என்று என்னிடம் வந்து கூறினார்கள். நான் அப்போது என்னை பெரிய பிரபலமா-

கவெல்லாம் எண்ணி கொள்ளவில்லை. எனக்கு கிடைத்த வழிகாட்டுதலின்படி என் கடமையைச் சரிவர செய்துகொண்டிருக்கிறேன் என்றே தோன்றியது. அந்த pride இல் தான் நான் அழகு ஜெகனை சந்தித்தேன். அங்கு நான் "கல்யாணம் செய்துகொள்ள மாப்பிள்ளை யாராவது இருக்கிறீர்களா?" என்று கேட்டேன். உடனே ஜெகன் "நான் இருக்கிறேன்" என்று கூறிக்கொண்டு வந்தார்.

இருவரும் சேர்ந்து ஆடினோம். பிறகு விடைபெறும்பொழுது, ஜெகன், "நான் தற்போது பெங்களூரில் இருக்கிறேன். சென்னை வந்ததும் ஒரு NGO தொடங்கும் எண்ணம் உள்ளது. இணைந்து ஏதாவது செய்யலாம்" எனக் கூறினார். பிறகு நாங்கள் எண்கள் பரிமாறிக்கொண்டு விடைபெற்றோம். அவ்வப்போது நான் வெளியிடும் காணொளியில் திருத்தம் ஏதேனும் இருந்தால் கூறுவார். அதன்பிறகு 2020ல் covid தொடங்கியது. நான் அப்போது ஒரு NGO மூலமாக பொருளாதார அடிப்படையில் பின்தங்கியிருந்த குடும்பங்களைச் சேர்ந்த குழந்தைகளுக்கு டியூஷன்(tuition) எடுத்து கொண்டிருந்தேன். அந்த காலகட்டத்தில் தான் நான் தன்பாலீர்ப்பாளராக come out ஆனேன். அதனால் அந்த NGO விற்கும் எனக்கும் சில முரண்பாடுகள் ஏற்பட்டது. குயர் மக்களைப் பற்றிய விழிப்புணர்வை ஆசிரியர்களாகிய நீங்கள் ஏற்படுத்தவேண்டும் என்று நான் வலியுறுத்தினேன். அது ஒரு தனிநபரின் விருப்பு வெறுப்பு காரணமாக மறுக்கப்பட்டது. அவர்கள் என்னை எப்படியாவது வெளியேற்ற வேண்டும் என்று எண்ணும்போது covid தொடங்கியது. கோவிட் தொடங்கியதும் நிதியில்லை எனக் கூறி அந்த டியூஷன் சென்டரை மூடிவிட்டார்கள். அந்த காலகட்டத்தில் ஒரு நாள் ஜெகன் என்னை அழைத்து pride நடப்பது கடிது, அதனால் நாம் அதை அப்படியே விட்டுவிட முடியாது அனைவரையும் உற்சாக படுத்தும் விதமாக ஏதாவது செய்யவேண்டும் என்று எண்ணி அனைவரிடமும் காணொளிகள் பெற்று அதை பதிவேற்றம் செய்திருந்தார். அதில் நானும் பேசியிருந்தேன். அடுத்ததாகவே அது '30 inspiring queer' என்னும் தலைப்பில் வந்தது. அப்போது ஜெகன் ஒரு ஹெல்ப்லைன் (helpline) தொடங்கலாம் என்று திட்டமிட்டிருக்கிறோம், அதற்கு பயிற்சி எடுத்து கொள்ளலாம் என்றார். பிறகு ஒரு மூன்று மாதம் வெவ்வேறு துறைகளிலிருந்து வந்த வல்லுநர்களிடமிருந்து பயிற்சி பெற்றோம். பிறகு அதை துவங்குவதற்கு கொஞ்ச நாள் முன்

ஜெகன், "இந்த ஹெல்ப்லைன் பெயர் செவிகள் நீங்கள் தான் அதன் ஒருங்கிணைப்பாளர்" என்று கூறினார். அப்போது நான் இது சரியாக இருக்குமா என்னால் இதை சரிவர செய்யமுடியுமா என்று கேட்டேன். அதற்கு அவர் உன்னால் செய்யமுடியும் என்று என்னை ஊக்கப்படுத்தியதால் தான் நான் செவிகளுடன் இணைந்தேன். செவிகளில் 2 ஆண்டுகளில் ஏறத்தாழ 1000 அழைப்புகளை நான் ஏற்று பேசியிருக்கிறேன். ஒவ்வொரு அழைப்புமே

மறக்கமுடியாததாக இருக்கும், பல வலிகள் இருக்கும், பலர் அழுவார்கள், சிலருக்கான தீர்வுகள் எங்களிடம் இருக்கவே இருக்காது. சிலர் ஆழமான மன அழுத்தத்தில் இருப்பார்கள். அவர்களுக்கு மருத்துவ துறையில் இருந்து எவ்வாறு உதவ முடியும் என்று பார்த்து உதவி இருக்கிறோம். இவ்வாறு தான் என் பயணம் அணியமில் (Aniyam Foundation) தொடங்கியது. அதன்பிறகு அணியம் ஒருங்கிணைப்பாளர்களில் ஒருவராகி அணியமின் பால்மணம், விருது வழங்கும் விழா (award functions) உட்பட மற்ற இயக்கங்களிலும் எனது பங்கையாற்றினேன். அப்போது தான் ஜெகன் டியூஷன் (tuition) எடுப்பதை மறுபடியும் தொடங்கு நான் நிதி உதவி செய்கிறேன் என்றார். ஒரு வாரம் கழித்து இதை நாமே செய்யலாம் என்று அதற்கு பாபா சாகேப் சமூக கற்றல் மையம் எனப் பெயரிட்டு தொடங்கினோம். இரண்டு ஆண்டு நன்றாக சென்றது. அங்கு பாடம் மட்டுமல்லாது குயர் மக்களைப் பற்றிய கல்வி உட்பட முற்போக்கு சிந்தனைகள் உடைய பல விடயங்களைக் குழந்தைகளுக்கு கற்றுக்கொடுத்தோம். அதன் பிறகு அங்கு சில அரசு சார்ந்த நில பிரச்சினையால் சிலர் வீடு மாறி சென்று விட்டனர். எண்ணிக்கை குறைவால் அம்மையத்தை மூடி விட்டோம். அதன் பிறகு அணியமுடன் தொடர்ந்தேன். இப்பொழுது நான் ஒரு சின்ன இடைவெளி எடுத்து இருக்கிறேன்.

ஸ்ரீகாந்த் : அந்த இடைவெளியில் இருந்து சீக்கிரம் வெளியில் வந்து உங்கள் பணியினை தொடர்வீர்கள் என்று நம்புகிறேன். நீங்கள் அப்போது யூட்யூப் (youtube) பக்கம் வைத்திருந்தீர்கள் அல்லவா, இப்பொழுது யூட்யூபில் பால்புதுமையர் (LGBTQ) சம்பந்தமாக தமிழில் தட்டச்சு செய்தால், ஒன்று அதற்கு எதிர் மாறாக வரும் அல்லது pride சம்பந்தமாக வரும் அல்லது பாலியல் காட்சிகளாக வரும். இன்றளவுமே யாரும் அதில் இருக்க கூடிய பாலினம், பாலீர்ப்பு பற்றி தெளிவாக உங்களைப் போல் பேசவில்லை என்று கூறலாம். நீங்கள் மறுபடி இதை தொடருங்கள். ஆதரவளிக்க நாங்கள் அனைவரும் இருக்கிறோம்.

தினு : கண்டிப்பாக! இதை மறுபடி தொடங்க வேண்டும் என்று நாங்களும் நினைக்கிறோம், தொடங்க வேண்டும் என்னும் எண்ணமும் இருக்கிறது. அணியமின் யூட்யூப் (youtube) பக்கத்தில் நாங்கள் இதைப் பற்றி பேசியிருக்கிறோம். ஆனால் வணிகமாக ஒரு காணொளி பார்ப்பதற்கும் விழிப்புணர்வு காணொளி பார்ப்பதற்கும் பல வித்தியாசங்கள் இங்கு இருக்கிறது. பார்ப்போம்! யூட்யூப் (youtube) பக்கத்தில் நாங்கள் விழிப்புணர்வு செய்வது மட்டுமல்லாமல் ஏற்கனவே பிரபலமாக இருக்கும் youtube பக்கங்களுமே பல நல்ல கேள்விகளைக் கேட்கலாம். எப்போதுமே உங்களுக்கு சின்ன வயதில் என்ன நடந்தது ? நீங்கள் இப்போது உணவுக்கு என்ன செய்கிறீர்கள்? என்பது போல் கேள்விகள் அல்லாமல் முற்போக்கு சிந்தனைகளோடு இன்னும் பல முற்போக்கான கேள்விகளைக் கேட்கலாம். எங்களிடம் கூறுவ-

தற்கு பல விடயம் இருக்கிறது. அது போல் ஏன் கேட்காமல் இருக்கிறார்கள் என்று தெரியவில்லை. அதுபோல் கேள்விகளைக் கேட்டால், அக்காணொளி இன்னும் அதிக மக்களைச் சென்று அடையும். எதிர்மறையாக பேசுவதை விட நேர்மறையாக பேசலாம்.

ஸ்ரீகாந்த் : பாலினம் பற்றி பேசும்பொழுது பல பேருடைய இன்ஸ்டாகிராம் (instagram) பக்கங்களிலோ அல்லது professional ஆன பதிவுகளிலோ he/him, she/her, they/them என மேலே குறிப்பிட்டு இருப்பர். ஏன் pronoun மிக முக்கியம் என்று நீங்கள் நினைக்கிறீர்கள்? அதை ஏன் நாம் உபயோகப்படுத்த வேண்டும்? அதை பற்றி கூற முடியுமா?

தினு : இப்போது நான் ஒரு ஆண் என்று வைத்துக்கொள்ளுங்கள். நான்கு பேர் இருக்கும் இடத்தில் வைத்து என்னை வாடி என்று கூறினால் என்னால் ஏற்றுக்கொள்ள முடியுமா? எனது மனம் புண்படும் இல்லையா? இப்போது என் உள்ளுணர்வு ஒரு பெண். ஆனால் சமூகத்திற்கும் குடும்பத்-திற்கும் பயந்து நான் இந்த சமூகத்திற்கு முன்னால் எனக்கு பிடிக்காத ஒரு உடையில் இருக்கிறேன் என்றால் அந்த உடையை வைத்து நீங்கள் எப்படி என்னை மதிப்பிடுவீர்கள்? அது என்னை இன்னும் காயத்திற்கு உள்ளாக்கும். இங்கு என் உள்ளுணர்வு பாதிக்கப்படுகிறது அல்லவா?! நான் விருப்பப்பட்டு அந்த உடையில் இல்லை, என் விருப்பம் இல்லாமல் தான் அந்த உடை-யில் இருக்கிறேன், வேறு வழி இல்லாமல் அந்த உடையில் இருக்கிறேன். இது ஒரு அடிப்படையான எடுத்துக்காட்டு. நான் என்ன உணர்கிறேனோ, என் உள்ளுணர்வு என்னவாக இருக்கிறதோ, நான் ஆணாக உணர்கிறேனா அல்லது பெண்ணாக உணர்கிறேனா என்பதை தெரிந்து கொண்டு நீங்கள் என்னை அழைக்கும்பொழுது அதில் ஒரு மகிழ்ச்சி கிடைக்கும் அல்லவா அதற்கு அளவே கிடையாது. ஏனென்றால் குடும்பத்தில் இருப்பவர்கள் தான் நம்மை அப்படி அழைக்கிறார்கள் என்று நாம் வெளியே வந்து நண்பர்கள் மத்தியில் இருக்கிறோம்.

நண்பர்கள் மத்தியில் இப்படி ஒரு சூழல் கிடைத்தது என்று வைத்துக் கொள்ளுங்கள் நம் மன அழுத்தம் சிறிது குறையும். நாமே நமது அசல் தன்மையைப் பயமில்லாமல் உணர்வோம். நமது அசல் தன்மையை நம்மிடம் இருந்து பறிக்கும் பொழுது நமக்கு எவ்வளவு வலிக்கிறது. உங்கள் அடை-யாளத்தை உங்களிடம் இருந்து அழிக்கும்பொழுது எவ்வளவு வலிக்கிறது, அதேதான் இங்குமே. என்னுடைய அடையாளம் இதுதான். நான் பிறக்கும் பொழுது ஒரு ஆணாக, ஆண் உடலில் பிறந்திருக்கலாம். ஆனால் என் உணர்வுகள் ஆண் கிடையாது. நான் ஒரு பெண்ணாக தான் இருக்க ஆசைப்படுகிறேன் அல்லது இந்த சமூகம் சொல்லக் கூடிய எந்த கட்ட-மைப்பிலும் நான் அடங்காமல் இருக்கலாம். ஆணும் இல்லை பெண்ணும் இல்லை. பிறக்கும் பொழுது பெண்ணாக, பெண் உடலில் பிறந்திருக்கலாம் ஆனால் என்னை நான் ஒரு ஆணாக தான் உணர்கிறேன் என்பது என்-

னுடைய உள்ளுணர்வு சார்ந்தது. அதை நீங்கள் pronoun misgender செய்யும்பொழுது அது என் மனதை இன்னும் பாதிக்கும்.

ஸ்ரீகாந்த்: Pronoun என்பது மிக முக்கியம் என்று கூறி விட்டீர்கள். இதை குறிப்பிடும் பொழுது they/them என்றும் சிலர் குறிப்பிட்டு இருப்பார்கள். He/him என்றால் அவன் என்று கூறலாம் she/her என்றால் அவள் என்று கூறலாம். They/them என்றால் என்ன?

தினு : They/them என்னும் pronoun உபயோகப்படுத்துபவர்கள் தங்களை எந்த பாலினத்திற்குள்ளும் பொருத்திக் கொள்ள மாட்டார்கள். அவர்களை non-binary மக்கள் (பாலின இருநிலைக்கு

அப்பாற்பட்டவர்கள்) என்று கூறுவார்கள். Binary என்றால் ஆண், பெண். ஆண் பெண் என்னும் கோட்பாடுகளுக்குள் வரக்கூடிய எல்லோருமே binary. தன்னை ஓர் ஆண் என்றும் கூறாமல் ஒரு பெண் என்றும் கூறாமல் தனக்குள் இரண்டு பாலினமும் இருக்கிறது அல்லது எந்த பாலினமும் கிடையாது, ஒரே நேரத்தில் இரண்டு பாலினத்தையும் உணர்கிறேன் அல்லது சிறிது நேரம் இந்த பாலினமாக உணர்கிறேன் சிறிது நேரம் அந்த பாலினமாக உணர்கிறேன், சூழலுக்கு ஏற்றார் போல் எனது உணர்வுகள் வெளிப்படும் பொழுது, என் எதிரில் இருப்பவரைப் பொறுத்து எனது உணர்வுகள் மாறுபடுகிறது என் உடல் பாவங்கள் மாறுபடுகிறது என்னும் பொழுது அவர்களை non-binary (பாலின இருநிலைக்கு அப்பாற்பட்டவர்கள்) என்று கூற முடியும். அவர்களை ஒரு ஆண் என்றும் கூறமுடியாது ஒரு பெண் என்றும் கூற முடியாது.

ஸ்ரீகாந்த் : அவர்களை எவ்வாறு அழைப்பது?

தினு : அவர்களிடம் சென்று நீங்கள் they/them ஆ என்று கேட்க கூடாது. நீங்கள் என்னை பார்க்கிறீர்கள் ஹாய் என்று சொல்லுகிறீர்கள், நானும் ஹாய் என்கிறேன். உங்கள் பெயர் என்னவென்று கேட்கிறீர்கள், நான் என் பெயர் தினு என்று கூறுகிறேன். அடுத்து, உங்களை நான் எப்படி அழைக்க வேண்டும் என்று கேட்க வேண்டும். இதை அவர்கள் non-binary (பாலின இருநிலைக்கு அப்பாற்பட்டவர்கள்) அல்லது trans மக்கள் (மருவிய பாலின மக்கள்) என்பதால் மட்டுமே கேட்க வேண்டும் என்றல்ல, பொதுவாகவே ஒரு மனிதன் சக மனிதனை எப்படி அழைக்க வேண்டும் என்று கேட்டுவிட்டு அழைப்பது மிகவும் நல்லது. இதை குழந்தையிலிருந்தே கற்றுக் கொடுக்கத் தொடங்கினால் வளர வளர அக்குழந்தைகள் அதை பின்பற்றி கொள்வார்கள்.

ஸ்ரீகாந்த் : இந்த கேள்வி எனக்கு ரொம்ப நாளாக இருந்தது. இன்று விடை கிடைத்துவிட்டது. அடுத்து, இப்போது தன்னை குயராக (பால்புதுமையினர்) அடையாளப்படுத்தி கொள்பவர்கள் என்ன செய்தால் அவர்களின் எதிர்காலம் நன்றாக அமையும்.

தினு : முதலில் நீங்கள் self-identify செய்து கொண்டீர்கள் என்றால் அதை எல்லோரிடமும் கூற வேண்டிய அவசியம் இல்லை. நான் gay (தன்பாலீர்ப்பாளர்), நான் lesbian (தன்பாலீர்ப்பாளர்), நான் transwoman (திருநங்கை), நான் transman (திருநம்பி), நான் non-binary (பாலின இருநிலைக்கு அப்பாற்பட்டவர்), நான் bisexual (இருபாலீர்ப்புடையவர்) என்று எல்லோரிடமும் சென்று கூற வேண்டும் என்ற அவசியம் கிடையாது. உங்களை நீங்கள் self-identify செய்துகொண்டீர்கள் என்றால் நன்று, உங்களுக்கு புரிதல் வந்துவிட்டது. அடுத்ததாக நீங்கள் என்ன செய்ய வேண்டும் என்றால், நன்றாக படிக்க வேண்டும். படிப்பை முடித்துவிட்டு ஒரு வேலைக்கு செல்ல வேண்டும். வேலைக்கு சென்ற பிறகு, சொல்ல வேண்டிய ஒரு சூழல் உருவாகும் இல்லையா, சொல்லி தான் ஆக வேண்டும் இப்போது சொன்னால் சரியாக இருக்கும் என்று உங்களுக்கு தோன்றும் இல்லையா, அப்பொழுது தான் நீங்கள் கூற வேண்டுமே தவிர அதுவரை கூறக் கூடாது. சில நேரங்களில் நாம் கூறும் முன்னே இந்த சமூகம் நம்மை கண்டுபிடித்து இருக்கும் அந்த நேரத்தில் நம்மை வெளிப்படுத்தக்கூடிய ஒரு சூழலில் இருக்கும் பொழுது வெளிப்படுத்தலாம். ஆனால் உங்கள் கல்வி பாதிக்காத அளவில் உங்கள் அருகில் ஒரு பாதுகாப்பான நபரை வைத்துக்கொண்டு நீங்கள் வெளிப்படுத்தலாம்.

ஸ்ரீகாந்த் : Relationship என்று வரும்பொழுது அதிக காதல் முறிவுகள் உடனே உடனே ஆகக் கூடியதாக இருக்கிறது. எவராலுமே உடைக்க முடியாத அளவிற்கு ஒரு நல்ல relationship இருக்க வேண்டும் என்றால் என்னென்ன பின்பற்றினால் சரியாக இருக்கும்.

தினு : நல்ல relationship என்று ஒன்று இல்லை. என்னுடைய காதல்-முறிவே எப்படி என்றால் என்னை விழுந்து விழுந்து காதலித்த ஓர் நபர், நான் இரண்டாம் ஆண்டு பயிலும்போது என்னை கல்யாணம் செய்துகொள்ள முடியாது என்றார். அப்போது எனக்கு gay, lesbian, bisexual எல்லாம் எனக்கு தெரியாது. அவர் எனக்கு ஒரு பெண்ணைப் பிடித்திருக்கிறது என்று கூறும்போது என்னால் அதை புரிந்து கொள்ள முடியவில்லை இப்போது இருக்கிற மனப்பக்குவம் அப்போது எனக்கு கிடையாது. இருந்திருந்தால், சரி நீங்கள் bisexual (இருபாலீர்ப்புடையவர்) போல, சரி நாம் அதை பற்றி யோசிப்போம் என்றிருப்பேன், அந்த அளவிற்கு நான் அந்த நபரைக் காதலித்தேன். அப்போது, அந்த நபரை வேறொருவருடன் பகிர்ந்து கொள்ள முடியவில்லை. என்னை பற்றி மட்டும் தான் யோசித்தேன். காதலுமே அப்படி தான். எல்லோரும், தியாகம் செய்ய வேண்டும், ஒருத்தருக்காக இன்னொருவர் விட்டுக்கொடுத்து செல்ல வேண்டும் என்றெல்லாம் கூறுவார்கள். அப்படியெல்லாம் கிடையாது. நான் என்னுடைய பார்வையில் இருந்து கூறுகிறேன். நம்முடன் இருக்கும் partner தப்பு செய்துவிட்டார்கள் என்றால், அந்த தப்பைப் பற்றி பேச வேண்டும். உட்கார வைத்து ஏன் இப்-

படி செய்தாய், எதனால் இப்படி செய்தாய் என்று பேச வேண்டும். கோபம் வருகிறதா சத்தமிட்டு, முடிவில் அந்த பிரச்சனைக்கு ஒரு தீர்வைக் கண்டு-கொண்டு இருவரும் அதிலிருந்து விலகி ஒன்றாக வருகிறீர்கள் இல்லையா அது தான் relationship.

அந்த பிரச்சனைக்காக விட்டு பிரியாமல் அதை பத்தி யோசித்து நீங்கள் பேசுவது தான் relationship. நான் சொல்லும் பிரச்சனை கொலை, கொள்ளை, வன்புணர்வு போன்றவை அல்ல, சின்ன சின்ன கருத்து வேறு-பாடுகள் போன்றவையெல்லாம் கூறுகிறேன். நாம் கற்றுக்கொள்வோம். இது-போல் பேசினால் அவருக்கு பிடிக்காது, இந்த விடயம் செய்தால் பிடிக்காது. ஒன்றுமே இல்லை தலைத்துவட்டி விட்டு துண்டை கீழே போட்டால் அவனுக்கு பிடிக்காது அல்லது அவளுக்கு பிடிக்காது என்பதை அவர்கள் கோபப்பட்டு நம்மிடம் கூறினால் தான் தெரியும் அல்லது நமக்கு தெரியாது. அது போல் Stable ஆன (நிலையான) ஒரு relationshipக்கு முக்கிய-மான ஆதாரமாக இருப்பது மூன்று விடயங்கள் தான். ஒன்று emotional satisfaction. மகிழ்ச்சியான சூழலிலும் சரி கடினமான சூழலிலும் சரி நம்-முடன் துணை நிற்பது. இரண்டாவது physical satisfaction, இது மிக மிக முக்கியமானது. இதைப் பற்றி நான் அடுத்து கூறுகிறேன். மூன்றாவது financial stability. பொருளாதார நெருக்கடிகள் இல்லாமல், ஒருவரை ஒருவர் சார்ந்து இல்லாமல் தனித்து

இருக்க வேண்டும். அதே நேரத்தில் எதிர்காலத்திற்காக இருவரும் இணைந்து ஏதாவது செய்ய வேண்டும். Asexual மக்கள் (அல்பாலீர்ப்பினர்) இருக்கிறார்கள். அவர்களுக்கு physicalஆக எதுவும் தோன்றாது. அவர்-களைக் காதலிக்கும் நபரும் இவர்களது physical relationship என்ன-வாக இருக்கும் என்று புரிந்து கொண்டால் அவர்களுக்குள் காதல் நன்றாக அமையும். இப்போது நான் இருக்கிறேன், எனக்கு ஒருவரைக் கட்டி பிடிப்-பதற்கு பிடிக்கும், முத்தமிட பிடிக்கும். அவர்களுக்கும் விருப்பம் என்னும் பொழுது நாம் அதை செய்யலாம். Asexual மக்களைப் பொறுத்தவரை அவர்களுக்கு காதல் என்பது பார்ப்பது, பேசுவது அவர்களுக்காக ஒவ்-வொன்றையும் பார்த்து பார்த்து செய்வது, இவற்றிலேயே அவர்கள் satisfy ஆகி கொள்வார்கள். உடல் தேவையே அங்கு இருக்காது. அங்க, அவர் காதலிக்கும் நபரும் அதே போல் இருந்தால் மட்டும்தான் அந்த ரிலே-ஷன்ஷிப் நிலையாக இருக்கும். அவர் காதலிக்கும் நபர் 'இல்லை எனக்கு physical need இருக்கிறது நீ என்னை தொட வேண்டும்' என்று கூறும்-பொழுது அந்த இடத்தில் பிரச்சனைகள் வரும். பிரிவு உருவாகும்.

அதனால் ஒருத்தருக்கு ஒருத்தர் இந்த மூன்று விடயங்களின் மேல் சமமான புரிதலுடன் கொண்டு சென்றால் அந்த ரிலேஷன்ஷிப் நிலையாக இருக்கும். எவராலும் பிரிக்க முடியாதா என்று கேட்டால் நான் அவ்வாறு கூற மாட்டேன். எனக்கு இப்போது ஸ்ரீகாந்த் அழகாக தெரிகிறார், எனக்கு

பிடித்திருக்கிறது. நாளைக்கே எனக்கும் அவருக்கும் ஒரு கருத்து வேறுபாடு எனக்கு அவரை பிடிக்கவில்லை. அப்போது எனக்கு வேறொருவரைப் பிடித்திருக்கிறது என்றால் நான் விலகி செல்கிறேன் என்றால் உனக்கும் எனக்கும் ஒத்துப் போகவில்லை நாம் பிரிந்து விலகி சென்று விடுவோம் என்று இருவர் முடிவு செய்யும் பொழுது எந்த mental trauma வும் இல்லாமல் எந்த பிளாக்மெயில்களும் இல்லாமல் அவர் செல்லட்டும் என்ற மனப்பான்மையுடன் இருவர் இருக்கிறார்கள் அல்லவா அதுதான் ரிலேஷன்ஷிப்.

ஸ்ரீகாந்த் : இது நிறைய பேருக்கு உதவியாக இருக்கும் என்று நான் நினைக்கிறேன். இப்போது அடுத்த பகுதிக்கு செல்வோம். உங்களுக்கு பிடித்தமான விடயங்களை தெரிந்து கொள்வோம். உங்களுக்கு பிடித்த ஒரு படம் என்றால் என்ன?

தினு : எனக்கு மிகவும் பிடித்த படம் என்னவென்றால் பாலசந்தரின் இயக்கத்தில் வெளிவந்த அவள் ஒரு தொடர்கதை. அந்தப் படம் எனக்கு மிகவும் பிடிக்கும். அவளுக்கு, தனக்கு என்று நிறைய ஆசைகள் இருக்கும் தனக்கு என்று நிறைய கனவுகள் இருக்கும். ஆனால் அதை எல்லாம் அவள் தனது குடும்பத்திற்காக விட்டு கொடுத்துவிட்டு குடும்பம் நம்மை புரிந்து கொண்டால் போதும் என்ற சூழலில் இருக்கக்கூடிய ஒரு கதையாக இருக்கும். அதுமட்டுமன்றி பெண்ணியம் அதிகமாக பேசி இருக்கக்கூடிய ஒரு படமாக இருக்கும். அதனால் அந்த காலகட்டத்தில் எனக்கு அந்த படம் மிகவும் பிடிக்கும். இப்ப வரையிலுமே எனக்கு மிகவும் பிடிக்கும்.

ஸ்ரீகாந்த் : உங்களுக்கு பிடித்த பாடல் எது? அதாவது மன அழுத்தத்துடன் இருக்கும் பொழுதோ மகிழ்ச்சியாக இருக்கும் பொழுதோ எப்போதுமே மிகவும் பிடித்த பாடல் என்றால் எது?

தினு : எப்போதுமே பிடித்த பாடல் நட்புக்கு 'இதோ இதோ என் நெஞ்சிலே' என்று ஒரு பாடல் இருக்கிறது அந்தப் பாடல் எப்போதுமே எனக்கு மிகவும் பிடிக்கும். காதல் என்று வரும் பொழுது 180 என்று ஒரு படம். அது சித்தார்த்தின் படம். அதில் 'நீ கோரினால்' என்னும் பாடல் மிகவும் பிடிக்கும். ஏனென்றால் என்னுடைய முன்னாள் காதலர் பார்ப்பதற்கு கொஞ்சம் சித்தார்த்தை போல் தான் இருப்பார். அதனால் அவராலயே எனக்கு அந்த பாடல் மிகவும் பிடிக்கும். அதன் பிறகு 'முன்பே வா' பாடல் பிடிக்கும்.

ஸ்ரீகாந்த் : இவ்வளவு அழகாக பாடுவீர்கள் என்று தெரிந்திருந்தால் ஒரு பாடலையும் பாட கூறி இருப்பேன். உங்களுக்குப் பிடித்த உணவு எது?

தினு : பிரியாணி எனக்கு மிகவும் பிடிக்கும். I love பிரியாணி. அதுவும் beef பிரியாணி எனக்கு மிக மிக பிடிக்கும். எப்போது கொடுத்தாலும் சாப்பிடுவேன். மற்றும் வெஜ் உணவில் சாம்பார். சாம்பார் அப்பளம் பிடிக்கும்.

ஸ்ரீகாந்த் : உங்களுக்குப் பிடித்த நிறம் என்றால் அது என்ன?

தினு : கருப்பு. உலகத்திற்கே தெரியும். 'கருப்பு தான் எனக்கு பிடிச்ச கலரு'.

ஸ்ரீகாந்த் : நீங்கள் அடிக்கடி ஒரு கடைக்கு செல்கிறீர்கள் என்றால் அங்கு முதலில் வாங்ககூடிய அல்லது உங்களுக்கு பிடித்தமான அணிகலன் எது?

தினு : தோடு. தோடு தான் முதலில் பார்ப்பேன். எனக்கு மட்டுமல்ல என் சகோதரிகளுக்குமே நான் அதை தான் முதலில் பார்ப்பேன். நன்றாக இருக்கிறதா. Collections எப்படி இருக்கிறது என்று பார்ப்பேன். நன்றாக இருக்கிறது என்றால் அப்படியே மொத்தமாக வாங்கிக் கொண்டு வந்து விடுவேன்.

ஸ்ரீகாந்த் : உங்களுக்கு பிடித்தமான நடிகர் யார்?

தினு : சூர்யா. காரணம் அவர் நன்றாக நடிக்கிறார் என்பதல்ல. அவர் ஒரு நல்ல மனிதர். கல்வியை வியாபாரமாக பார்க்கக்கூடிய இந்த சமூகத்தில் கல்விக்கு உதவி செய்யக்கூடிய ஒரு அமைப்பை உருவாக்கினார் இல்லையா, அந்த காலகட்டத்தில் இருந்து எனக்கு சூர்யா பிடித்தம். I fell in love with him என்று கூறலாம். ஜோதிகா அக்கா கோபித்து கொள்வார் என்று நினைக்கிறேன். இப்போது அவர் தயாரிக்கும் படங்களாக இருக்கட்டும், தேர்ந்துதெடுக்கும் படங்களாக இருக்கட்டும் எல்லாம் முற்போக்கு சிந்தனையோடு இருக்கும்பொழுது எனக்கு இன்னும் அவர் மீது ஒரு மரியாதை வந்துவிட்டது. அதனால் அவரை எனக்கு பிடிக்கும்.

ஸ்ரீகாந்த் : உங்களுக்குப் பிடித்தமான நடிகை யார்?

தினு : எல்லா காலத்திலும் எனக்கு எப்போதுமே யாரை பிடிக்கும் என்றால் சில்க் ஸ்மிதா தான். பெரும்பாலானோர் அவரை item dancer கவர்ச்சியானவர் என்றெல்லாம் கூறுவர். ஆனால் நான் அவரை ஒரு கதாநாயகியாக, சிறந்த நடிகையாக பார்க்கிறேன். அவர் இன்று இருந்திருந்தால் நன்றாக இருந்திருக்கும் என்று நான் யோசித்து இருக்கிறேன். அவர் வாழ்க்கையில் நிறைய போராட்டங்கள் இருந்திருக்கிறது. நான் அவரை எனக்கு ஒரு முன்மாதிரியாக பார்க்கிறேன். அவருக்கு அடுத்தது எனக்கு மிகவும் பிடித்த நடிகை நயன்தாரா அக்கா. ஏன் நயன்தாரா அக்காவைப் பிடிக்கும் என்றால் அவர் அழகாக இருக்கிறார் நன்றாக நடிக்கிறார் என்றெல்லாம் கிடையாது. அவர் மிகவும் கடினமாக உழைக்கும் நபர். இந்த சமூகம் நிறைய அவரைக் காயப்படுத்தும்பொழுது கூட அவர் விட்டுவிடவில்லை. அவர் உழைத்து கொண்டே இருந்தார். இன்றளவுமே அவர் முன்னணி நடிகை தான். தற்போது அவருக்கு கல்யாணம் ஆகிவிட்டது இரண்டு குழந்தைகள் இருக்கிறது என்று கூறினாலும் கூட அவர் முன்னணி நடிகை தான். எந்த பாத்திரம் கொடுத்தாலும் அவரால் நடிக்க முடியும். அந்தப் பாத்திரத்துடன் பொருந்தி சரியாக நடித்திருப்பார். அதெல்லாம் எனக்கு மிகவும் பிடிக்கும்.

ஸ்ரீகாந்த் : நீங்கள் வாசித்த நூல்களிலே உங்களுக்கு பிடித்தமான நூல் எது?

தினு : மரக்காவின் மெல்லக் கொல்லும் மன்னிப்புகள். அதில் எனக்கு பிடித்த கவிதை ‘இருட்டு புதரில் நல்லா ஊம்பு என்ற வாய் தான் விடிந்தவுடன் ஒன்பது என்று ஓலனமிடுகிறது’. பெரும்பாலான குயர் மக்களுக்கு அது மனதைத் தாக்கக்கூடிய அளவுக்கு இருக்கும். அந்த நூலில் நிறைய கவிதைகள் நன்றாக இருக்கும். அடுத்து ஜெகனுடைய ‘செருப்பை தின்கிறேன்’ பிடிக்கும். அது இந்த சமூகத்தினுடைய சட்டையைப் பிடித்து உலுக்கி கேள்வி எழுப்புவது போல் இருக்கும். இந்த சமூகத்தின் மீது வைக்கக்கூடிய கேள்விகளாக இருக்கும். அடுத்து பால்மணம். நான் அதிகமாக நூல்கள் வாசிக்க மாட்டேன். பால்மணம் ஏன் சொல்கிறேன் என்றால், ஒரே புத்தகத்தில் பல மக்களுடைய வலிகளின் குரலை பார்க்கலாம், குயர் மக்களுடைய சாதனைகளைப் பார்க்கலாம். பால்மணத்திற்கு நான் நேர்காணல் எடுத்ததினால் மாதாமாதம் அவ்விதழ் வெளிவரும்பொழுது அதை வாசித்து பார்ப்பேன். எல்லாம் எவ்வாறு இருக்கிறது, நாம் எடுத்து கொடுத்த நேர்காணல் சரியாக வந்துள்ளதா என்று பார்க்கும்பொழுது வாசித்தது தான்.

ஸ்ரீகாந்த் : உங்களுக்கு உங்கள் வாழ்க்கையில் பிடித்தமான நபர், அவரை என்றுமே மறக்கவே மாட்டேன் என்றால் அது யார்?

தினு : நான் ஒருவரைக் கூறுவதற்கு முன் ஒரு விடயம் கூறவேண்டும். இரண்டு நபர் தற்போது உயிருடன் இல்லை. ஒருவன் மோனிஷ் என்னுடைய நெருக்கமான நண்பன். 16 வயதில் அவர் தவறிவிட்டார். அவர் ஒரு குயர் நபர். சமூகம் கொடுத்த நெருக்கடியின் காரணமாக தன்னுடைய உடலைத் நெருப்புக்கு இறையாக்கிகொண்டார். அந்த சம்பவத்தை என்னால் மறக்கவே முடியாது. அப்போது அந்த காலகட்டத்தில் அவர் எனக்கு நல்ல நண்பர். பிறகு சமீபத்தில் இரண்டு ஆண்டுகளுக்கு முன்பு என்னுடைய குழந்தை, பெயர் காமிஸ் ஜான்சன். அவனும் தற்கொலை செய்துகொண்டான். செவிகள் தொடங்கிய மூன்று அல்லது நான்கு மாதங்களில் என்று நினைக்கிறேன். அதுவுமே எனக்கு மிக பெரிய இழப்பு. இவர்கள் இருவருமே எனக்கு என் வாழ்க்கையில் முக்கியம் என்று நினைத்தேன், தற்போது அவர்கள் இருவருமே இல்லை. பிறகு எனது 15, 16 வயதிலிருந்து ஒருவரை தெரியும் அவர் பெயர் திலோத்தம்மா. அவர் ஒரு திருநங்கை. அவர் 2D shelter home இல் ஒருங்கிணைப்பாளராக இருக்கிறார்.

மிகவும் அருமையான மனிதர். நாங்கள் அதிகமாக பேசிக்கொள்ள மாட்டோம், ஆனால் நாங்கள் அமர்ந்து பேச தொடங்கினால் நேரம் போதாது. நிறைய விடயங்கள் பேசுவோம். எங்களுக்குள் ஒளிவு மறைவு என்பதே கிடையாது, எந்த ரகசியங்களும் கிடையாது, எல்லாவற்றையுமே பகிர்ந்து கொள்வோம். தற்போது எனக்கு நெருக்கமாக இருக்கக்கூடியவர் ஷர்மி, அவரின் கணவர் சக்தி மாமா மற்றும் ஜாய் ஜோஷ்வா. இவர்கள் மூவரும் தான். அதன்பிறகு மரக்கா. ஜெகனை எனக்கு 2019லிருந்து தெரியும். எங்களுக்குள் நிறைய கருத்து வேறுபாடுகள் இருக்கிறது. இருந்தாலும் கூட எங்-

களால் ஒருவரை ஒருவர் வெறுக்க முடியாது. நாங்கள் இருவரும் ஒன்றாக இல்லை, அதிகமாக பேசிகொள்வதும் இல்லை இருந்தாலும் எங்கள் இருவருக்கும் ஒருவரை ஒருவர் பிடிக்கும். நல்ல நண்பர்கள் என்று கூறுவேன்.

ஸ்ரீகாந்த் : நீங்கள் சென்ற இடங்களிலேயே உங்களுக்கு பிடித்தமான இடம் எது? மகிழ்ச்சியாக இருக்கும்பொழுதோ கவலையுடன் இருக்கும்பொழுதோ உங்களுக்கு பிடித்த இடம் என்றால் அது எது?

தினு : மூன்று கூறலாம். எதுவெல்லாம் குயர் மக்களுக்கு பாதுகாப்பான இடங்களோ அவையாவுமே எனக்கு பிடித்தமான இடங்கள். இரண்டாவது ஷர்மியின் வீடு. அதன் பிறகு பார்த்தால் என்னுடைய அலுவலகத்தில் ஒரு ஆலமரம் இருக்கிறது. நான் எப்போதெல்லாம் மிகவும் மனசோர்வுடன் உணர்கிறேனோ அப்போதெல்லாம் அந்த ஆலமரத்தின் அருகில் சென்று அமர்ந்தால் மனதில் உள்ள பாரங்கள் எல்லாம் குறைந்து விடும்.

ஸ்ரீகாந்த் : உங்களுக்கு பிடித்தமான உடை எது?

தினு : கருப்பு நிற உடை அனைத்துமே எனக்கு பிடிக்கும். Feminine ஆக என்னைக் காட்டக்கூடிய அனைத்து உடைகளுமே எனக்கு மிகவும் பிடிக்கும்.

ஸ்ரீகாந்த் : இப்படி பொதுவாக கூறிவிட்டால் எப்படி! உங்களுக்கு பிடித்த கடவுள்?

தினு : எனக்கு கடவுள் மேல் நம்பிக்கை இல்லை. இருந்தால் காட்டுங்கள் பிறகு அதை பற்றி யோசிக்கலாம்.

ஸ்ரீகாந்த் : நல்ல ஒரு பதில் கூறியிருக்கிறீர்கள். உங்களுக்கு பிடித்தமான விளையாட்டு எது?

தினு : shuttlecock மிகவும் பிடிக்கும்.

ஸ்ரீகாந்த் : உங்களுக்கு பிடித்தமான செல்லப்பிராணி ஏதாவது இருக்கிறதா?

தினு : எனக்கு நாய் பூனை என்றால் மிகவும் பிடிக்கும். எதிர்காலத்தில் கைவிடப்பட்ட நாய்கள் மற்றும் பூனைகளுக்கு shelter தொடங்கும் எண்ணமும் எனக்கு உள்ளது, அது எனது நீண்ட நாள் ஆசை.

ஸ்ரீகாந்த்: இன்ஸ்டாகிராமில் கேள்விகள் கேட்க பதிவு செய்திருந்தோம். என்ன கேள்விகள் வந்திருக்கிறது?

தினு : ஒரே ஒருவர் மட்டும் 'Are you love me' என்று கேட்டிருக்கிறார். இந்த விடயம் ஷர்மிக்கு தெரிந்தது என்றால் அவள் என்னை துடைப்பத்தால் அடிப்பாள் என்று நினைக்கிறேன். ஏனென்றால் அந்த நபருடன் நான் பேசிகொண்டிருக்கிறேன். இன்னும் உறுதிப்படுத்தவில்லை. தற்போது அவருக்கு ஆம் என்று பதிலளிக்கலாம் என்றிருக்கிறேன். ஆம் என்று தான் அனுப்ப போகிறேன்.

ஸ்ரீகாந்த் : வருங்காலத்தில் என்ன நடக்கிறது என்று கூறுவீர்களா?

தினு : கண்டிப்பாக கூறுவேன்.

ஸ்ரீகாந்த் : மிக்க நன்றி தினு. இவ்வளவு நேரம் மிகவும் பொறுமையாக இனிமையாக பதிலளித்தமைக்கு நன்றி. இந்த நேர்காணல் மூலமாக அடுத்து நாம் என்ன செய்ய வேண்டும் எதை நோக்கி பயணிக்க வேண்டும் என்று இன்னும் பலர் தெரிந்து கொள்வார்கள். நிறைய வாய்ப்புகள் அரசு பக்கத்தில் இருந்து வரும் என்று நாம் எதிர்பார்க்கலாம். அடுத்தடுத்து இன்னும் வளர்ச்சியடையும் என்றும் எதிர்பார்க்கலாம். மிக்க நன்றி தினு.

தினு : மிக்க நன்றி ஸ்ரீகாந்த். உங்களுடைய கேள்விகள் அனைத்தும் மிகவும் நன்றாக இருந்தது. எனக்கு மிகவும் பிடித்திருந்தது. இதை போல் இன்னும் நிறைய விடயங்களைப் பலர் பேசினால் குயர் மக்களைப் பற்றிய புரிதல் அதிகமாகவே பொதுமக்களைப் போய் சேரும். மீண்டும் ஒரு முறை மிக்க நன்றி. மேலும் அணியம் ஃபவுன்டேஷனிற்கும் அழகு ஜெகனிற்கும் ஒருங்கிணைப்பாளர் ஆனந்திற்கும் எனது நன்றி மற்றும் செவிகளின் mentors மற்றும் interns கும் எனது வாழ்த்துகளைத் தெரிவித்துகொள்கிறேன்.

காப்பியா வாசிப்பகம்

உயிரைக் காக்க ஓடாத நாள் வேண்டும்

83 - இனப்படுகொலைக்கு முன் அறவழிப் போராட்டமும், ஆயுதப் போராட்டமும் கலந்திருந்த காலத்திலேயே தலைமறைவு வாழ்க்கைக்கு தயார் என ஒவ்வொருவரும் தனக்குத் தானே கட்டளை இட்டுக் கொண்டனர் உலகின் விடுதலைக்காக போராடும் இயக்கங்களுக்கெல்லாம் மிகச் சிறந்த காத்திரமான கட்டுப்பாட்டுடனும், ஒழுக்கத்துடனான வாழ்வுப் போருக்கும் முன்னுதாரணமாக திகழும் எல்டிடிஇ வருகை, வளர்ச்சி 83 இல் மக்களோடு இரண்டறக் கலந்து மக்கள்தான் எல்டிடிஇ எல்டிடிஇ தான் மக்கள் என்கிற விடுதலைப் போராட்டத்திற்கு பெருவாரியான மக்கள் *மண்ணுக்காக மரணிப்போம் என கிளர்ந்தெழுந்தார்கள்.

எல்லாவற்றையும் இழந்துவிட்ட நானும் எனது 11வது அகவையில் நண்பர்களுடன் சேர்ந்து சாவதற்கு சத்தியம் செய்தேன் பாலர் வகுப்பு முதல் பல்கலைக்கழகம் வரை என்னோடு நெருங்கிய நண்பர்கள் யாரும் உயிரோடு இல்லை இராணுவ மொழியில் சொல்வதென்றால் அவர்கள் காணாமல் போனார்கள் கடந்த 33 ஆண்டுகளாக இடப்பெயர்வான சுற்றோடி வாழ்வும் - புலம் பெயர்ந்த வாழ்வும் என் பின்னால் தொடர்ந்த வண்ணம் இருக்கின்றன வாழ்வின் நீள் பாதையில் எல்லாவற்றுக்கும் முகம் கொடுத்து வாழப் பழகிக் கொண்டேன்.

மறைந்து வாழவும், இழந்து வாழவும், இறந்து வாழவும், பழகிக் கொண்ட நான், இந்த இகழ் வாழ்வில் இன்று பதுங்கி வாழவோ, நிமிர்ந்து வாழவோ பலமும் இல்லை பயமமுமில்லை என்ற நிலையில் உள்ளேன் உடலும் உள்-

ளமும் தளர்ந்து போனாலும் ஏதோ ஒரு நம்பிக்கையில் வாழவும் தமிழ் சமூ-கத்துக்கு ஒன்றைச் செய்ய முடியும் என்ற விருப்பவியல் குருதித் தோனியில் தோணியில் வந்த காலம் கரைகிறது.

85 முதல் இன்று வரை ஓடித்திரியும் வாழ்வில் பல கவிதைகளும் கட்டு-ரைகளும் காணாமல் போனது இதழ்களை தேடுவதும் சாத்தியமில்லை இதழ் நடத்தியவர்களும் சேகரிப்பாளர்களும் உயிரோடு இருந்தால்தானே தேடுவ-தற்கு வாழ்வதற்கே போராடும் மனிதர்களிடத்தில் எதைத் தேடி அலைவது நான் சேகரித்த நூலகமும் எழுதியவைகளும் காலப்போக்கில் அனலிலும் புனலிலும் கரைந்தது ஒரு பக்கம் என்றால், பேரினவாத அரசால் பத்திரிகை சுதந்திரமும் எழுத்தாளர்களும் தடை செய்யப்படுவதும், கொல்லப்படுவதும், நூல்கள் எரியூட்டப்படுவதும் இன்று வரை தொடர்ந்த வண்ணம் இருக்கை-யில், நானும் என் கவிதைகளும் தப்புவது எம்மாத்திரம்?நானும் எல்லாவற்-றுக்கும் ஆளானேன் எல்லாவற்றையும் ஞாபகப்படுத்தி எழுதி விடலாம் என்ற நம்பிக்கை மட்டும் இன்னும் முகிலாய் இருக்கிறது.

தமிழக மக்களுக்கு ஈழப் போர் குறித்த வாழ்வையும் பேரினவாத அரசால் நாளாந்தம் மக்கள் படும் பேரவலத்தையும் ஒரு நூறு கவிதைகளாகவும் கதைகளாகவும் சொல்லியிருக்கிறேன் புலம்பெயர் வாழ்வில் தமிழகப் பார்-வையை உரை நடையாகவும், காதல் கவிதைகளாகவும், நாட்டுப்புறவியல் களச் சேகரிப்புகளாகவும், பத்திகளாகவும், இலக்கண இலக்கிய அகராதிக் காப்பியமாகவும், நாடகக்கலையாகவும், நுண்கலைப் பிரதிகளாகவும், நாடோ-டிப் பயணங்களாகவும், கலா சாலை போதகனாகவும், முற்போக்கில்லா கற்-போக்கு விருந்தாளனாகவும், தொகுப்பதிகாரமாகவும் பதிவு செய்திருக்கிறேன் மேலும் ஆங்கிலத்தில் மூத்தகுடி கலாச்சாரப் பயணங்கள் மற்றும் கல்விப் புலக்கலைப் பேரதிகார நுட்பவியல் குறித்தும் மனைவி தமிழ் இனியா சொற்-களை விதைத்து வருகிறார் புகார்க் காண்டத்திலிருந்து மதுரைக் காண்-டம் வந்துள்ள கொடை மகன் இமயக்காப்பியன்(5) படைப்பாக்கப் பணியில் முந்நீர் போல் எமக்கு பேருதவியாக இருக்கிறான் துயரங்களின் சாட்சிகள் மரணிப்பதில்லை என்கிற காத்திரச் சொல்லின் சாட்சிகளாய் நாங்கள் கீழடி / உலகின் / மூத்த காலடி

எனக்கான உதவிகளை செய்யும் குழந்தைகள் சக்தி என்கிற விடுதலை வெண்பா, சூரிய வாசன் என்கிற இலக்கியப் புரட்சியாளன், ரித்திஷா, விதுஷி, பார்பி என்கிற மோனலிக்கும், பாரா முகமாகவே போய்விட்ட ஜேர்-மனியில் வாழும் குழந்தைகளான பூர்த்திகா, அரிகர சுதன் ஆகியோருக்கும் நன்றி சொல்ல தேவையில்லை எக்காலத்திலும் நன்றிக்குரியவர்களாக இருக்-கும் என் சின்னத்தாய் செல்வி கிருஷ்ணமூர்த்தி குடும்பத்தாருக்கும் மற்றும் எனது அக்கா பத்மாவதி, தீபாவிற்கும் நன்றிகள் பல.

இன்று நாளை நான் கொல்லப்படலாம் என்ற நம்பிக்கையுடனையே வாழ்-கிறேன். - **தமிழ்த்தேசன் இமயக்காப்பியன்**

6

சிறு(திரு)கதைகள்

1. உயிர் வெளிக் காகிதம் - ஸ்ரீஜா வெங்கடேஷ்

நான் கோடியில் ஒரு ஜீவன். என்னை நான் ஒருத்தி என்றோ ஒருவன் என்றோ சொல்லிக் கொள்ள விரும்பவில்லை என்பதில்லை சொல்லிக் கொள்ள முடியாது. இல்லை! நீங்கள் நினைப்பது போல இல்லை!. நான் திருநங்கை அல்ல. அவர்களைத்தான் ஒருத்தி என்று குறிப்பிட முடியுமே. எப்படி ஆண்களில் திரு நங்கைகள் உண்டோ அதே போல் பெண்களிலும் உண்டு என்பது உங்களுக்குத் தெரியுமா? அந்த வகையைச் சேர்ந்தது தான் என் பிறப்பு. பெண்களுக்குரிய எந்த வளர்ச்சியும் இருக்காது. அதே சமயம் ஆண்களுக்குரிய வளர்ச்சியும் முழுமையாக இருக்காது. அதனால் தான் நான் என்னை எந்த வகையில் சேர்ப்பது என்று தெரியாமல் முழித்துக் கொண்டிருக்கிறேன். என்னைப் போல் இருப்பவர்கள் கோடியில் ஒருவர் தானாம். டாக்டர் சொன்னார். அதனால் தான் நான் என்னைக் கோடியில் ஒரு ஜீவன் என்றேன்.

என் அம்மா தான் பாவம். என்னை வைத்துக் கொண்டுப் போராடிக் கொண்டிருக்கிறாள். என் பிறப்பு இப்படித்தான் என்று நான் பிறந்த உடனேயே ஆஸ்பத்திரியில் சொல்லி விட்டார்களாம். அன்று பயந்து கொண்டு போன அப்பா தான் அவரை இன்று வரை நான் பார்த்ததில்லை. எனக்கும் வயது இருபத்தெட்டாகிறது. என்னைச் சிறு வயதிலிருந்தே வழக்கமாக பரிசோதிக்கும் டாக்டர் எவ்வளவோ சொல்லியும் கேட்காமல் அம்மா என்னை பள்ளியில் சேர்த்தாள். எழுத்துக்களைப் பார்த்தால் ஏதோ படங்களைப் பார்ப்பது போல இருந்ததே தவிர என்னால் அவற்றை வேறு படுத்தி அறிய முடியவில்லை. மிகவும் கஷ்டப் பட்டு முயற்சி செய்த போது , தலை வலித்து , கை கால்கள் வெட்டி இழுக்க ஆரம்பித்து விட்டது. என்னைப் போன்ற பிறவிகளால் படிக்கவோ எழுதவோ முடியாதாம். எங்கள் மூளை

அதற்கேற்றபடி வடிவமைக்கப் படவில்லையாம். இதுவும் டாக்டர் சொன்னது தான்.

என் போன்ற பிறவிகளை படிப்பு மட்டுமே காப்பாற்றும் என்ற உறுதியோடிருந்த அம்மா தன் தோல்வியை ஒப்புக் கொண்டாள். என்னுடைய ஐந்தாம் வயதில் என்னால் அவளுக்கு ஏற்பட்ட தோல்வி தொடர்ந்து கொண்டு தான் இருக்கிறது. ஆனாலும் அவள் மனம் தளரவேயில்லை. என் அப்பா எங்களை விட்டு ஓடிப் போனார் என்று சொன்னேன் அல்லவா , அப்படி அவர் விட்டு விட்டு ஓடிப் போன போது அம்மாவுக்கு இரண்டு குழந்தைகள். எனக்கு அண்ணன் ஒருவனும் இருந்தான். அவன் மேல் அம்மா மிகவும் நம்பிக்கை வைத்திருந்தாள். அவன் நன்கு படித்து பெரிய உத்தியோகம் பார்த்து என்னைக் காப்பாற்றுவான் என்று.

அம்மாவின் அதிர்ஷடம் தான் நான் பிறந்தபோதே தெரிந்து விட்டதே. அண்ணன் மிகவும் சுமாராகப் படித்தான். அம்மாவும் பெரிய வீடுகளுக்கு சமைத்துக் கொடுத்தும் , சாயங்கால வேளைகளில் இட்லி விற்றும் , ஹோட்டல்களுக்கு சில பண்டங்கள் சப்ளை செய்தும் எங்களைக் காப்பாற்றினாள். அவள் பட்ட பாடுகள் கொஞ்ச நஞ்சமல்ல. வீட்டு வாடகை கொடுக்க முடியாத சமயங்களில் , வீட்டின் சொந்தக்காரரர் அம்மாவைப் பார்க்கும் பார்வை! அம்மா கூசிப் போவாள். அவர் போன பிறகு , என்னைக் கட்டிக் கொண்டு “நீ ஒழுங்கான பிறவியா இருந்திருக்கக் கூடாதா? நீயாவது நல்லாப் ப்டிச்சு என்னைக் காப்பாத்துவியே? இன்னும் எத்தனை நாளைக்குத்தான் இந்தப் பாடு?'' என்று அழுவாள். அதன் அர்த்தம் அப்போதெல்லாம் எனக்குப் புரியாது.

அண்ணன் இது ஒன்றிலும் பட்டுக் கொள்ள மாட்டான். அவ்வப்போது அம்மாவிடம் அடித்துப் பிடுங்கி செலவுக்குக் காசு வாங்கிக் கொண்டு போவான். எல்லா கிளாசிலும் ஃபெயிலாகி ஃபெயிலாகிப் படிக்கிறான் என்று அம்மா மிகவும் வருத்தப் பட்டுக் கொள்வாள். ஒரு நிலையில் பள்ளிப் படிப்புக்கு மொத்தமாக முழுக்குப் போட்டு விட்டான். அம்மா கேட்டதற்கு என்னால் படிக்க முடியாது என்று அடித்துக் கூறி விட்டான். வேலை தேடுகிறேன் பேர்வழி என்று வெளியில் சுற்றிக் கொண்டிருந்தான். அம்மா தான் அவனுக்காகவும் சேர்த்து சம்பாதித்தாள்.

அம்மாவுக்கு ஓய்வு என்பதே கிடையாது. காலையில் சமையல் வேலைக்குப் போவாள். முன்னெல்லாம் என்னையும் அழைத்துக் கொண்டு போவாள். ஒரு சிலர் என் வரவை விரும்பாமல் , அதைச் சொல்லவும் முடியாமல் அம்மாவை சமைக்க வேண்டாம் என்று சொல்ல ஆரம்பித்ததிலிருந்து அம்மா என்னை விட்டு விட்டுத்தான் போகிறாள். மதியம் வந்து சாப்பிட்டு விட்டு , மறு நாள் இட்லிக்கு மாவு அரைப்பாள். சாம்பார்ப் பொடி , ரசப் பொடி ஊறுகாய் என்று தயார் செய்து தெரிந்த வீடுகளுக்கு விற்பாள். சாயங்காலம் ஆனதும் இட்லிக் கடை.

காலையில் அம்மா வேலைக்குப் போகும் அந்த நேரம் மட்டுமே எனக்கான நேரம். நான் முழுத்தனிமையில் என்னை மறந்து ரசிக்கும் நேரம். அழகழகான பெண்களும் , ஆண்களும் விரைந்து செல்வதை வேடிக்கைப் பார்ப்பது எனக்கு மிகவும் பிடிக்கும். அவர்களுடைய முக பாவங்களிலிருந்து அவர்கள் எப்படிப் பட்டவர்கள் ? என்று யோசிப்பேன். சில குழந்தைகளும் போகும். அதில் ஒரு குழந்தை மூன்று அல்லது நாலு வயது தான் இருக்கும் , தலை நிறைய முடியுடன் , குண்டு கன்னங்களோடு .யூனிஃபார்ம் அணிந்து அப்பாவுடன் போகும். என்னைக் கடக்கும் போதெல்லாம் என்னைப் பார்த்து அழகாகச் சிரிக்கும். நானும் சிரிப்பேன். அந்தச் சிரிப்பில் நான் கரைந்து போவேன். இது வரை என்னைப் பார்த்து யாரும் சிரித்தது கிடையாது குழந்தைகளைத் தவிர என்ற தகவல் உங்களுக்காக.

எனக்குள் ஆயிரம் கேள்விகள். இந்த மனிதர்கள் எங்கே? எதற்காக அரக்கப் பரக்க ஓடுகிறார்கள்? அவர்களுக்குள் ஏன் இத்தனை வெறுப்பு? ஆங்காரம்? நல்ல பிறவி கிடைத்தும் ஏன் இத்தனை ஏமாற்றம்? சிலர் அழகாப் பூத்திருக்கும் பூவை வன்முறையோடு பிடுங்குவது போல ஸ்கூலுக்குக் கூட்டிப் போகும் போது குழந்தைகளைக அடிக்கிறார்களே ஏன்? குழந்தையின் புன்னகையை விட உயர்ந்ததா பள்ளிக்கூடம்? ஏன் ஒருவருக்கொருவர் சண்டை போட்டுக் கொள்கிறார்கள்? என்றெல்லாம் கேட்க எனக்கு ஆசைதான். ஆனால் நான் பேசுவதைக் கேட்கும் பொறுமை தான் அம்மாவுக்கு இல்லை. ஆம்! எனக்குப் பேச்சு திக்கித்திக்கி குழறித்தான் வரும். அதுவும் வார்த்தைகளுக்காக நான் நிறைய யோசிக்க வேண்டும். நீங்களே சொல்லுங்கள் , அம்மாவைப் போல ஒரு பரபரப்பான மனுஷிக்கு , என் மெதுவான திக்கித் திக்கி வரும் பேச்சைக் கேட்க பொறுமை இருக்குமா?

அப்படியும் அம்மா சில நாள் கேட்பாள். நான் பெரும்பாலும் குழந்தைகள் பற்றித்தான் கேட்பேன். எனக்குக் குழந்தைகள் என்றால் மிகவும் பிடிக்கும் என்று எப்படியோ புரிந்து கொண்டு விட்டாள். ” நீயும் சாதாரணமாப் பொறந்திருந்தீன்னா , இந்நேரம் உனக்கும் கல்யாணம் ஆகி குழந்தை பிறந்திருக்குமே, இப்படிப் பொறந்துட்டியேடி! ” என்று அழுதாள். இது தான் அம்மாவிடம் எனக்குப் பிடிக்காத ஒன்று நான் ஏதாவது சொன்னால் உடனே அழுவாள். தன் தலையெழுத்தைப் பற்றியும் , என் தலையெழுத்தைப் பற்றியும் பேசி கண்ணீர் விடுவாள். “இது மனசுல என்னென்ன ஆசைகளோ? ஏக்கங்களோ? பாவம் வாயத் தொறந்து சொல்லக் கூட முடியாமே ஆக்கிட்டியே கடவுளே” என்று கடவுளிடம் முறையிடுவாள். நான் ஏதாவது கேட்டால் பதிலுக்கு அழும் அம்மாவைப் பார்த்து எனக்குச் சிரிப்பாக இருக்கும். என் சிரிப்பைப் பார்த்து அம்மா மேலும் அழுவாள்.

அண்ணன் ஒரு வழியாக ஒரு வேலையில் சேர்ந்து விட்டான். அம்மா நிம்மதிப் பெருமூச்சு விட்டாள். இனி சாயங்கால இட்லிக் கடை வேண்டாம்

என்று முடிவு செய்தாள். ஆனால் எனக்கு வைத்திய செலவு அதிகரித்ததால் மீண்டும் வேறு வழியில்லாமல் தொடங்கி விட்டாள். சொல்ல மறந்து விட்டேனே ! . அடிக்கடி எனக்கு நெஞ்சு வலி வரும்.. அப்போதெல்லாம் , என் போன்ற பிறவிகளுக்கு நெஞ்சு பலகீனமாகத்தான் இருக்கும் ஆனால் ஒன்றும் ஆகாது என்று பிறந்த போதே டாக்டர் சொன்னதாகச் சொல்லி என்னைத் தேற்றுவாள். சில சமயம் பொறுத்துக் கொள்ளும்படியாக இருக்கும். சில சமயம் தாங்க முடியாமல் போகும் போது , அம்மா மடியில் படுத்துக் கதறி அழ வேண்டும் போல இருக்கும். நான் சுவாசத்திற்குத் தடுமாறுவதைப் பார்த்து அம்மா பதறுவாளே தவிர மடியில் போட்டுக் கொள்ள மாட்டாள். அப்படிச் செய்தால் நான் இறந்து விடுவேனோ? என்ற பயம் பாவம்!. என் போன்றவர்கள் மேல் பாசம் காட்டுபவர்கள் பெற்ற தாயாக மட்டும் தானே இருக்க முடியும்?

எனக்கு நெஞ்சு வலி வரும்போதெல்லாம் டாக்டர் ஒரு ஊசி போட்டு மூக்கில் ஸ்ப்ரே செய்ய ஒரு மருந்தும் கொடுப்பார். எங்கள் மேல் இரக்கப் பட்டு ஃபீஸ் வாங்க மாட்டார் என்றாலும் மருந்துக்குக் காசு கொடுக்க வேண்டுமே. அந்த ஸ்ப்ரே மருந்து ஐநூறு ரூபாய் விலை. எனக்கு ஆச்சரியமாக இருக்கும். ஒரு காகிததைக் கொடுத்தால் என் உயிரையே காப்பாறும் மருந்து கொடுக்கிறார்களே? எப்படி? அப்படியானால் என் உயிர் அந்தக் காகிதத்தில் தான் இருக்கிறதா? அம்மா சொன்னாள். அவள் கொடுக்கும் காகிதத்துக்கு மதிப்பு அதிகமாம். எனக்கு ஒரு நாள் இனிப்புச் சாப்பிட வேண்டும் போல இருந்தது. வீட்டிலிருந்த காகிதத்திலிருந்து ஒன்று எடுத்துப் போனேன். அம்மா கொடுத்த காகிதத்தை விட பெரியது. ஆனால் கடைக்காரர் ஏனோ எனக்கு இனிப்புத் தர மறுத்ததுமல்லாமல் என்னைப் பைத்தியம் என்றும் சொன்னார். எனக்குப் புரியவேயில்லை. அம்மாவிடம் இதைச் சொல்லவில்லை. சொன்னால் அதற்கு வேறு அழுவாள். எனக்கு அழுவதும் பிடிக்காது , அழுபவர்களையும் பிடிக்காது.

அண்ணன் இப்போது நிறைய சம்பாதிக்கிறானாம். ஆனால் வீட்டுக்குக் கொடுப்பதேயில்லையாம். மாதம் சம்பளம் மூவாயிரத்திலிருந்து , ஐயாயிரமாக உயர்ந்து விட்டதாம். அவனே சொன்னான். ஆனால் வீட்டுக்கு அதே ரெண்டாயிர ரூபாய் தான் கொடுக்கிறான் என்று அம்மா குறைப்பட்டுக் கொண்டாள். அம்மாவும் எவ்வளவோ கேட்டுப் பார்த்தாள் முடியவே முடியாது என்று சொல்லி விட்டான். எனக்கு இந்த விஷயங்கள் எல்லாம் புரிவதே இல்லை. அவனே ஒரு பெண் பார்த்துக் கல்யாணமும் செய்து கொண்டான். அம்மா தான் பாவம் திண்டாடிப் போனாள். “ஏற்கனவே காசே குடுக்க மாட்டான். இப்போ கல்யாணம் வேற பண்ணிக்கிட்டானா? வெளங்குனாப்புலதான். நான் இனிமே இவளை வெச்சுக்கிட்டு என்ன செய்யப் போறேனோ? வரவர எனக்கும் உடம்பு தள்ள மாட்டேங்குது. வயசாகுது இல்லையா?” என்று வருவோர் போவோரிடம் அங்கலாய்த்துக் கொண்டிருந்தாள்.

இப்போதெல்லாம் எனக்கு நெஞ்சு வலி அடிக்கடி வருகிறது. முன் எப்போதும் இல்லாத அளவு வலியோடும் வருகிறது. சாதாரணமாக நடப்பதே கஷ்டமாக இருக்கிறது. எனக்கு ஏனோ அம்மாவைப் பார்க்க பாவமாக இருந்தது. அம்மாவாலும் முடியவில்லை. அடிக்கடி தலை சுற்றி உட்கார்ந்து விடுகிறாள். அண்ணனிடம் ஒரு நாள் இது பற்றி சொல்ல ஆரம்பித்தேன் “ஆ , ஆங்! நீ பேச ஆரம்பிக்காதே! அம்மாவுக்கு ஒண்ணுமில்ல! நல்லா தூங்கி ரெஸ்ட் எடுத்தா சரியாயிடும் , நீ இருக்கற வரை அது நடக்காது” என்று சொல்லி விட்டு பச்சையாக ஒரு காகிதத்தை என் கையில் கொடுத்து விட்டு அவன் வீட்டுக்குப் போய் விட்டான்.

எனக்கு நெஞ்சு வலி வரும்போதெல்லாம் தன்னிடம் இல்லையென்றாலும் கூட யார் யாரிடமோ கடன் வாங்கி என்னைக் காப்பாற்றுவாள் அம்மா. ஏன் என்னைக் காப்பாற்ற இத்தனை பாடு படுகிறாள் என்றிருக்கும் எனக்கு. இந்த முறை நெஞ்சு வலியோடு வலிப்பும் சேர்ந்து கொண்டது. வலியோடு தள்ளாடித் துடித்துப் போனேன். கண்களிலிருந்து என்னையறியாமல் கண்ணீர் வந்திருக்க வேண்டும். அம்மா கண்களை துடைத்து விட்டபடி இருந்தாள். எல்லா டப்பாக்களிலும் தேடி விட்டாள். எதிலும் அவள் தேடியது கிடைக்கவில்லை போலும். தலையை அள்ளி முடிந்து கொண்டு , அண்ணனின் வீட்டு போர்ஷன் கதவைத் தட்டினாள்.

“எதுக்கு அந்த தரித்தரத்தைக் காப்பாத்தணும். ஒரேடியா போய்த்தான் தொலையட்டுமே! உன்னைப் பிடிச்ச சனி ஒழிஞ்சதுன்னு நெனச்சிக்கோயேன்! இது ஒழிஞ்சதுன்னா பெத்த கடனுக்கு நான் உன்னை வெச்சுக் காப்பாத்தறேன். தொலையட்டும் விடு. ஒவ்வொரு தடவையும் ஐநூறு ஐநூறா கொட்டிக் குடுக்க இங்கே யாரும் கோடீஸ்வரங்க இல்லே! எந்த நேரத்துல பொறந்ததோ என்னையும் சேத்து தரித்திரம் புடிச்சு ஆட்டுது. சீ!” என்று கோபத்தைக் கக்கினான். அன்று அவனுக்கென்ன நெருக்கடியோ? பாவம்!அம்மா விக்கித்துப் போய் விட்டாள். இதை அவள் எதிர்பார்க்கவில்லை போலும்.

பதில் ஏதும் பேசாமல் அவன் முகத்தில் காறித் துப்பியவள் நேரே எங்கோ ஓடினாள். யாரிடம் சென்றிருப்பாள் என்று எனக்குத் தெரியும். அவசரத்துக்கு உதவ அம்மாவுக்கு ஒரு மாமி இருக்கிறாள். அவளிடம் தான் போயிருப்பாள். எனக்கு வலி அதிகமாகியது. அந்த ஸ்ப்ரே மருந்தை மனம் தேடியது. ஏன் அம்மா இன்னும் வரவில்லை? “அம்மா அம்மா சீக்கிரம் வாயேன். எனக்கு என்னவோ செய்யுதே! உன்னைப் பார்க்கணும் போல இருக்கே!. மூச்சை அடைத்தது.

திடீரென்று ஏதோ ஒரு அமைதி சூழ்ந்தது என்னை. வலி கொஞ்சம் குறைவதாகப் பட்டது. என்னைச் சுற்றி இருந்தவர்கள் பதட்டப் பட்டனர் “ஐயையோ! வாயில நுரை தள்ளுதே! சீக்கிரம் டாக்டரிடம் கூட்டிப் போனால் தேவலையே” என்று சொல்லிக் கொண்டிருந்தார்களே அன்றி யாரும் என்

அருகில் கூட வரவில்லை.

திடீரென்று என் வலிகள் யாவும் நின்று விட்டன. ஏதோ மேகங்களின் ஊடே நான் மிதப்பது போல இருந்தது. உலகத்தில் உள்ள எல்லாக் குழந்தைகளும் என்னைப் பார்த்துச் சிரித்து அழாமல் பள்ளிக் கூடம் போயின. பூக்கள் என்னைப் பார்த்து நலம் விசாரித்தன. "அம்மா! மருந்து வேண்டாம்மா! எனக்கு எல்லாம் சரியாப் போச்சும்மா! நீ ஒண்ணும் சிரமப் படாதே! "என்று கத்த வேண்டும் போல இருந்தது. என்ன ஆச்சரியம் என்னால் வேகமாகப் பேச முடிந்தது. ஆனால் யாருமே கவனிக்கவில்லை. தங்களுக்குள் குசுகுசுவென்று பேசிக் கொண்டார்கள். சிலர் "எல்லாம் முடிஞ்சிடிச்சு " என்று சொல்லி நைசாக நழுவினர். இன்னும் ஒருவர் அண்ணனைக் கூப்பிடப் போனார். அண்ணன் , அண்ணியோடு வந்து எட்ட நின்று பார்த்தான். ஏனோ அவன் கண்களில் கண்ணீர். எனக்கு ஒன்றும் புரியவில்லை.

மிதக்கும் உணர்வு மிகவும் சுகமாக இருந்தது. வாழ் நாள் முழுக்க இப்படியே இருந்தால் போதும் வேறு ஒன்றும் வேண்டாம் என்று தோன்றியது. ஆனால் மனம் "அம்மா ! அம்மா!" என்று கதறியது ஆனால் எதுவோ ஒன்று என்னை அந்த இடத்தை விட்டு இழுக்க ஆரம்பித்தது. "அம்மாவைக் காணுமே? எனக்கு உடம்பு சரியான விஷயத்தைச் சொன்னா எவ்ளோ சந்தோஷப்படுவா? ஆனா நான் ஏன் எங்கியோ போறேனே?" . அம்மாவை விட்டு விட்டுப் போக வேண்டி வருமோ என்ற பயம் முதல் முறையாக வந்தது.

அம்மா ஓடி வந்தாள். யாரோ என்னவோ சொன்னார்கள் . பதில் பேசாமல் தலையில் கை வைத்து உட்கார்ந்து கொண்டாள். அண்ணன் அம்மா அருகில் வந்தான். யாரையுமே அம்மா லட்சியமே செய்யவில்லை. என்னையும் சேர்த்துத்தான். "போயிட்டியா! ஒரேடியாப் போயிட்டியா? இன்னியோட உனக்கு விடிவு காலம் தான். அடுத்த பொறப்பாவது நல்ல பொறப்பா இருக்கட்டும் , ஏன் தான் இந்த ஏழை வயத்துல வந்து பொறந்து தொலச்சியோ? என்ன சுகத்தைக் கண்டே?நீ பாட்டுக்கு பூ , மரம் குழந்தைகள்னு வேடிக்கை பாத்துக்கிட்டு இருப்பியே? நீ வாழ இந்த உலகத்துல ஒரு எடம் இல்லாமப் போச்சே! போடியம்மா போ? நானும் பின்னாலேயே வரேன் போ!" என்று புலம்பிக் கொண்டிருந்தாள். கண்களிருந்து கண்ணீர் பெருகி அவள் மார்புச் சேலை எல்லாம் ஈரமானது.

அம்மாவின் பேச்சைக் கேட்கக் கேட்க எனக்குள் ஒரு பிரகாசம். தெளிவு. எனக்கு எல்லாமே புரிந்து விட்டது. அம்மாவை நினைத்துக் கொந்தளித்த மனம் நிம்மதியானது. கொஞ்ச நேரம் அம்மாவின் விம்மல் மட்டும் கேட்டுக் கொண்டிருந்தது அதன் பின்னர் எங்கும் எதிலும் நான் விரும்பிய அமைதி , நிம்மதி. அந்த உலகத்தில் இருந்த எல்லார் முகத்திலும் புன்னகை.

2. பூங்சிறகுகளின் உயிர்ப்பு! - ஜே.செல்லம் ஜெரினா

அந்த பிரபலமான, ‘‘டிவி’ சேனலின், பிரபலமான புரோகிராம் அது. படப்பிடிப்பு மும்முரமாக நடந்து கொண்டிருந்தது. நிகழ்ச்சியின் இயக்குனர் ராதா, நிகழ்ச்சியின் போக்கில் கவனமாக இருந்தாள்.

இந்த முறை, ‘‘டாபிக்’கே வித்தியாசமானது. திருநங்கைகள், தங்கள் குடும்பத்தை விட்டு வெளியேறிய பின்பும், முன்பும், சம்பந்தப்பட்ட குடும்பத்தாரின் உணர்வுகள், பிரச்னைகள், நடவடிக்கைகள் — இது தான் கான்செப்ட். நிகழ்ச்சி சூடு பிடித்துக் கொண்டிருந்தது.

இதோ... இதோ... மைக், சரவணமுத்துவிடம் வந்து விட்டது. மைக்கை கையில் வாங்கியதுமே, அவன் கதற ஆரம்பித்து விட்டான். சூழலின் தன்மையே மாறிவிட்டது.

கேள்விகள் கேட்கும் தொகுப்பாளர், ‘‘’’உங்க வீட்டிலும்...’’ என்று துவங்க, அவன் முகத்தை பொத்திக் கொண்டு அழ, யூனிட் மொத்தமும், ராதாவை பார்க்க... ராதா, ‘‘’’லைட்ஸ் ஆப்.’’ என்றாள்.

கூட்டம் சலசலக்க, அவனை அழைத்து, அருகில் இருந்த அறைக்குள் நுழைந்தாள் ராதா.

சூடாக டீ வரவழைத்தாள். டீ உள்ளே போனதுமே, கொஞ்சம் தெளிவானது அவன் முகம்.

‘‘’’சொல்லுங்க மிஸ்டர் சரவணமுத்து... ஏன் இப்படி உணர்ச்சிவசப்பட்டு எக்சைட்மென்ட்டாகிட்டீங்க?’’ என்று, தோழமையுடன் கேட்டாள் ராதா.

‘‘’’சாரி மேடம்... என்னால் புரோகிராம் டிஸ்டர்ப் ஆயிடுச்சு.’’

‘‘’’பரவாயில்ல... உங்க மனசுல இருக்கிறதை முதல்லே என் கிட்டே கொட்டுங்க. ரிலாக்ஸ் ஆகிடுவீங்க. அப்புறம் கேமரா முன்னால பேசலாம்... சொல்லுங்க...’’

இடதுகை விரல் நகங்களையே உற்று பார்த்தவன், தழைத்த குரலில் பேச ஆரம்பித்தான். ‘‘’’நான்... அண்ணன், அம்மா — இதான் எங்க குடும்பம். அப்பா, என் சின்ன வயசுலேயே தவறிட்டார். தோட்டம், நிலம், வீடுன்னு இருந்ததாலே, வாழ்க்கை ஒண்ணும் கஷ்டமாக போகலை,’’ என்று துவங்கினான்.

‘‘அம்மா... எனக்கு கல்யாணம் வேணாம். தம்பி சரவணமுத்து காதலிக்கிற பொண்ணு வீட்டுலே அவசரப்படறாங்க... அந்த பொண்ணையே பேசி முடிங்கம்மா...’

‘‘அதெப்படி கிருஷ்ணா... மூத்தவன் நீயிருக்க, இளையவனுக்கு கல்யாணம் முடிக்கிறது?’ மறுத்தாள் அம்மா.

‘‘எனக்கு கல்யாணம்லாம் சரிபட்டு வராதும்மா... சொன்னா கேளுங்க...’ இறுதியில் கிருஷ்ணனின் பிடிவாதமே வென்றது.

சாந்தியின் கைத்தளம் பற்றினான் சரவணமுத்து.

சாந்தி தான், கிருஷ்ணாவிடம் உள்ள மாறுதலை கண்டுபிடித்தாள். கிருஷ்ணன், விடுதியில் தங்கி படித்தவன். படிப்பு முடிந்ததும் கூட, தோட்ட வீட்டிலேயே தங்கிக் கொண்டான்.

சரவணமுத்துவோ, அம்மாவோ, விகற்பமாக நினைக்கவில்லை. வேலை, வசதிக்காக தங்கியிருக்கிறான் என்றே நினைத்தனர். ஆனால், சாந்தி கண்டுபிடித்து விட்டாள்.

கணவனின் காதில் போட்டதோடு, ஊரெல்லாம் டமாரம் அடித்தாள். கிருஷ்ணன் கண்ணில் படும்போதெல்லாம், நக்கல் பேச்சும், கேலிச் சிரிப்புமாய் படுத்தி வைத்தாள். இதில், அடிப்பட்டு போனான் கிருஷ்ணன்.

அம்மா அதிர்ந்து போனாள். தாய் மனசு, ‘‘இது உண்மையா... உண்மையா...’ என்று பைத்தியமாய் தவித்தது.

ஒரு நாள், சரவணமுத்து, ‘‘அண்ணே... என் பொண்டாட்டி என்னையே ஒரு மாதிரி கேவலமா பாக்குறா... உன்னால, எனக்கு அவமானமாக இருக்கு. நீ எங்கையாவது கண்காணாம போயிடேன்...’ என்றான் கோபமாக.

‘‘சரவணா... என்ன பேச்சுடா இது... அவன் உன் உடன்பிறப்புடா... பாவி, அவனை வீட்டை விட்டு போகச் சொல்றீயே நல்லாயிருப்பியா நீ?’ அம்மா இடைமறித்தாள்.

‘‘பேசாதீங்கம்மா... ஊருல தலைகாட்ட முடியலை... அவனவன் என் முதுகுக்கு பின்னால, நக்கலடிக்கிறான்... தெருவுல போனாலே... ‘‘ஓம்போது’ன்னு கத்தறான்... எனக்கு நாண்டுகிட்டு சாகணும் போல இருக்கு... எல்லாம் இந்த பொட்டைப் பயலால வந்தது... கண்டவனும், என்னை பேசுறான்க... இவன் ஒழிஞ்சு போனாதான், நிம்மதியா தெருவுல நடக்க முடியும்...’ என்றான் நிர்தாட்சண்யமாய்.

தலையிலடித்துக் கொண்டு அழுதாள் அம்மா.

‘‘டேய் சரவணா... இப்படியெல்லாம் பேசாதடா... உனக்கு முன்னால அவனை தாண்டா இந்த வயிறு சுமந்தது... அவன்தான் முதன்முதலா, ‘‘அம்மா’ன்னு வாய் நிறைய கூப்பிட்டு, எனக்கு பெருமிதத்தை தந்தான்... நம்மளை விட்டா, அவனுக்கு யாருடா இருக்கா... இந்த வீட்டுக்காக, அவன் மாடு மாதிரி உழைச்சிருக்கான்டா...

‘‘வேணும்ன்னா, கிருஷ்ணன் தோட்டத்து வீட்டிலேயே இருந்துப்பான். இங்க வரமாட்டான். உன் கண்ணுலேயே படமாட்டான்... சரின்னு சொல்லுடா...’

தாய் கெஞ்ச கெஞ்ச, தலையை சிலுப்பி கொண்டான் சரவணமுத்து. இரவில், சாந்தி காதோரமாய் குழைந்து சொன்னது, ரீங்காரமிட்டது...

‘‘தோ பாருங்க... உங்க அண்ணனோ, அக்காவோ, அந்த ரெண்டுங்கெட்டான் சனியனை விரட்டி விட்டுடுங்க... மொத்த ஆஸ்தியும், விள்ளாம

விரியாம நமக்கு வந்திடும். நாளைக்கே முடிவெடுத்து, ‘‘அதை’ துரத்துறீங்க, சொல்லிட்டேன்...’

தம்பி சொன்ன, ‘‘பொட்டை’ என்ற வார்த்தையிலேயே, குமைந்து குமுறிக் கொண்டு நின்றான் கிருஷ்ணன்.

‘‘எங்கேனா போகட்டும்... இந்த மாதிரி பொட்டை ஜன்மம், ஊருல எவ்ளோ இல்லே... அத்தோட போய் தொலையட்டும். கர்மம். கண்ணை-விட்டு அகண்டு போனா சரி. மானம் போகுது. அண்ணனாம் அண்ணன்...’

‘‘அண்ணன் இல்லைங்க அக்கா...’ — எகத்தாளமாய் சிரித்தாள் சாந்தி.

‘‘ஏம்மா... எல்லாம் உன் வேலைதானா... அண்ணன் தம்பி நடுவுலே, மூட்டிவிட்டுக்கிட்டு வேடிக்கை பாக்குறீயா... அடுக்குமா இது... பொண்ணா நீ? மனசுல இரக்கம் வேணாம்...’ சீறினாள் அம்மா.

‘‘அதுக்கு என்ன அத்தே செய்யறது... விதை சரியாயில்லையோ, விதைச்ச நெலம் தான் சரியாயில்லையோ... யாருக்கு தெரியும்? ஆக மொத்தத்துலே பயிரு பதரா போயிடுச்சு... யாரை குத்தஞ் சொல்றது...’ அவள் நக்கலாக சிரித்தாள்.

‘‘சிரிக்காத சாந்தி... பெத்த வயிறு பத்திகிட்டு எரியுது... வீணா, என் வாயில விழாத...’

‘‘ஹ்ஹா தோடா... பொட்டையை பெத்து வச்சுகிட்டு, வாய் நீளுதே அத்-தையம்மாவுக்கு... சாபம் தந்துடுவீங்களோ...’ அவள் நொடித்தாள்.

அம்மாவின் அழுகை, இன்னும் அதிகமாகியது. கிருஷ்ணனின் முகம் தொங்கிப் போய் விட்டது.

‘‘எந்த ஜென்மத்து பாவம் இது... ஏன் எனக்கு இப்படி ஒரு ஊனம்? கடவுளே... மேலுதட்டு மீசையும், உடைந்து போன குரலும், ஆண்மகனாக புற அடையாளங்களாக நிற்க, மனசு மட்டும் பெண்மையின் மென்மை உணர்வுகளாய், அங்கங்களின் மாற்றமுமாய் தடுமாறி போய் விழ வைக்-கிறதே... இது யாரால், எதனால்? எந்த தேவன் தந்த சாபம் இது... கடவுளே...’ உள்ளுக்குள்ளே மறுகினான் கிருஷ்ணன்.

ஒரு சூட்கேசை தூக்கி வந்து தொப்பென்று போட்டு, அதன் மேல் பணக்-கற்றையை வைத்து, வலது கையால் வாசலை காட்டினான் சரவணமுத்து.

‘‘”இப்படித்தான் என் அண்ணனை வீட்டை விட்டே விரட்டினேன் மேடம்.”

முகத்திலடித்துக் கொண்டான் சரவணமுத்து.

அவன் கைகளை விலக்கிவிட்டு, ‘‘”சரு... ப்ளீஸ்...” என்றாள் ராதா.

அடிவாங்கினாற் போல் ஏறிட்டுப் பார்த்தான் சரவணன்.

‘‘”என்னாச்சு?”

‘‘”மேடம்... எங்கண்ணன், என்னை இப்படித் தான் கூப்பிடுவான்,” கண்-களைத் துடைத்துக் கொண்டான்.

ராதாவின் கண்களும் கலங்கின. நாசூக்காய் விரல் நுனியால் உதறிவிட்-டுக் கொண்டாள்.

“”சரி சரவணன்... அப்புறம் உங்கண்ணன் போயிட்டார்... உங்கம்மா எப்படி இருக்காங்க... உங்களுக்கு எத்தனை குழந்தைகள்?”

“”குழந்தைகளா?” கேலியாய் சிரித்தான் சரவணன்.

“”மேடம்... எங்கண்ணனை நான் படுத்திய பாட்டுக்கு, ஆண்டவன் கூலி கொடுத்திட்டார். எனக்கு குழந்தைகளே இல்லை. டாக்டர்ங்க கிட்ட எல்லாம் போய் வந்தோம். ரெண்டு பேர் கிட்டயும் ஒரு குறையும் இல்லேன்னு மெடிக்-கல் ரிப்போர்ட் சொல்லுது... கோவில் கோவிலா சுத்தியாச்சு... ஆனா, அந்த பாக்கியம் மட்டும் கிடைக்கவே இல்லை.

“”எங்கம்மா என்னோட பேசறதையே நிறுத்திட்டாங்க... அண்ணன் போனதுமே, அண்ணன் இருந்த தோட்ட வீட்டுக்கே போயிட்டாங்க... தப்பி தவறி பார்த்துகிட்டா கூட, அவங்க பார்வையே என்னை குற்றவாளி மாதிரி பார்க்கும்... என் பெண்டாட்டி, என் சொத்தையெல்லாம் அவபேருல மாத்-திகிட்டு, என்னை அடிமை மாதிரி நடத்துறா...

“”இப்போல்லாம், என்னை என்னன்னு கூப்பிடறா தெரியுமா மேடம்?” தலையை உயர்த்தி பார்த்தாள் ராதா.

கண்ணத்து சதைகள் துடிக்க, உதடு பிதுங்க, “”பொ...பொட்டை... பொட்டென்னு கூப்பிடறா...” உடல் குலுங்க அழுதான் சரவணமுத்து.

‘‘சட்’டென்று எழுந்த ராதா, அவனை நெருங்கி நின்று அணைத்துக் கொண்டாள்.

“”சரு... சரு... அழாதடா... ப்ளீஸ் அழாதேடா...”

ஸ்விட்ச் போட்டது போல அழுகை நின்றது. கண்களை மலர்த்தி, அவளை பார்த்தான் சரவணமுத்து.

“”ஆமாம்டா... நான் தான் கிருஷ்ணன்... ராதா கிருஷ்ணன்...” என்-றதும், அவளை கட்டிக் கொண்டு அழ ஆரம்பித்தான் சரவணமுத்து.

ராதா கிருஷ்ணன் என்ற ராதாவும் அழ ஆரம்பித்தாள்.

இத்தனை காலமும், அடக்கி வைத்திருந்த அத்தனை அழுத்தமும், அழு-கையாய் பொத்து கொண்டு வர, இருவருக்குமான நெருக்கத்தில், அடை-காத்து முடித்து போய்விட்ட பறவையின் வெறுங்கூட்டில், சிதறிக் கிடக்கும் மென்மையான பூஞ்சிறகுகளின் உயிர்ப்பு தெரிந்தது!

3. பொருத்தம் - ஜனநேசன்

கொரோனா முடக்க காலம். சமீபத்தில் தான் வங்கிகள் இயங்க அனுமதிக்-கப்பட்டன. வங்கியில் கூட்டம் இல்லை ஒன்றிரண்டு பேர் வருவதும் போவ-துமாக இருந்தனர். மேலாளர் வெங்கடேசன் தன் முன்னால் உள்ள காமிரா

கண்காணிப்புத் திரையில் ஒரு கண்ணும், கணினி திரையில் விரிந்த கடன் கணக்குப் பட்டியலில் ஒரு கண்ணுமாய் இருந்தார். எந்தத் தொழிலும் நடக்காமல் முடங்கி கிடக்கும் நிலையில், கடன் நிலுவை வட்டிகளை குட்டிப்போட்டுக் கொண்டே இருந்தன. பந்து அடிப்பவனையும், பிடிக்க முயல்பவனையும் தாண்டி பந்து போகும் இடத்தையும் பார்த்து பார்த்து கழுத்துவலி ஏற்பட்ட நடுவர் நிலைதான் அவருக்கு. பிடறியைத் தடவிக் கொண்டார். என்ன செய்வது ஏற்றுக்கொண்ட பொறுப்பு செய்துதான் தீரவேண்டும்.

முதன்மை கணக்காளர் வந்து தலை சொறிந்து நின்றார். “ வாங்க சார், என்ன பிரச்சினை , தயங்காம சொல்லுங்க. “ “ ஒண்ணுமில்லை சார். அந்த அலையன்ஸ் விசயமா நான் சொன்னதில் ஒரு சிறு பிரச்சினை. நான் சொன்னது மாதிரி அந்த குடும்பம் நல்ல வசதியான குடும்பம் தான். அப்பா அம்மாவும் நல்ல தரமானவங்க தான். அந்த மாப்பிள்ளை பையனும் நல்ல லட்சணமான பையன்தான். இப்போ ஒரு வார காலமா ஒரு மாதிரியான வீட்டுப் பக்கம் திரிகிறான் என்று நேற்று ராத்திரி ஒரு தகவல் வந்தது. அந்தப் பொண்ணும் இந்த ஊரிலே பிரபலமா பேசப்படும் விலைமாது குடும்பமுன்னு தகவல். அதனால கொஞ்சம் விரிவா விசாரிச்சுட்டு அடுத்த கட்டம் பேசலாமுன்னு உங்க நண்பருக்கு சொல்லி வையுங்க. நானும் இன்னும் கூடுதலா விசாரிச்சு சொல்றேன். “

மேலாளர் வெங்கடேசனுக்கு பிடறிவலி போய் தலைவலி வந்தது போலானது.“பரவாயில்லை சார். முன்னதாகத் தெரிந்தது நல்லதாகப் போச்சு. ரொம்ப நன்றி. நீங்களும் வேறுவேறு ஆளுக மூலம் விசாரிங்க. பெண்ணு, மாப்பிள்ளை ரெண்டு குடும்பங்களும் ஆர்வமாக இருக்காங்க. நம்மால முடிந்த உதவியைச் செய்வோம்.” என்று சொல்லி அனுப்பினார். இருவீட்டாரும் ஏன் இப்படி அவசரப் படுகிறார்கள் தெரியவில்லை. கொஞ்சம் நிதானமாகச் செய்யலாம். பதறாத காரியம் சிதறாது என்பதை அவர்கள் புரிந்து கொள்ள வேண்டுமே.

பெண்ணின் அப்பா பிரபாகர் இவரது நெடுநாள் நண்பர். சிவகங்கையில் இதே கனரா வங்கிக் கிளையின் மேலாளராக இருக்கிறார். கடந்த வாரம் இவர் ஊருக்குப் போயிருக்கும் போது பிரபாகரன் இவரது வீட்டுக்கு வந்திருந்தார். கும்பகோணத்திலிருந்து தன் பெண்ணுக்கு ஒரு வரன் வந்திருக்கிறது. மாப்பிளையின் அப்பா அந்தப்பகுதியில் பெரிய அளவு விவசாயம் பண்றாராம். மூன்று பஸ்கள் ஓடுது. சீவல் பாக்டரி வைத்து முன்னூறு ஆளுகளுக்கு வேலை கொடுக்கிறார். மாப்பிள்ளை பையன் பிரகதீஷ் டிகிரி படிச்சிட்டு அப்பா பிஸ்னசுக்கு உதவியா இருக்காராம். பையன் பார்க்க நல்லா இருக்காரு. பெண்ணுக்கும் பிள்ளைக்கும் ஜாதகப் பொருத்தமும் நல்லா இருக்கு. இந்தக் குடும்ப விவர உண்மைத் தன்மையை நம்ம கிளை ஆளுகள் மூலம் விசாரிச்சு சொல்லணும் என்றார்.

வெங்கடேசனும் தனது வங்கி முதன்மைக் கணக்காளர் மூலம் விசாரித்த வரையில் பிரபாகரன் சொன்ன தகவல்கள் உண்மை தான் என்று தெரிய வந்ததைச் சொல்லிவிட்டார். ஜாதகத்தில் தொடங்கி, போட்டோ ஆல்பங்கள் பரிமாறி பெண்ணு, மாப்பிள்ளை வீடுகள் பார்க்கும் கட்டத்துக்கு நகர்ந்து விட்டது. இப்போது மாப்பிளையைப் பற்றி மாறுபட்ட தகவல் வருகிறதே, இதை நாசுக்காய் சொல்ல வேண்டுமே •••என்ற யோசனை பிழிந்தது.

“ சார் வணக்கம் . உள்ளே வரலாமா “ என்ற இனியகுரல் கண்ணாடி அறைக்குள் நுழைந்து அவரை நிமிர்த்தியது. ஒரு முறை பார்த்தவுடன் மீண்டும் பார்க்கத் தூண்டும் தோற்றம்.! அனிச்சையாகத் தலையிசைத்து முகக்கவசத்தை சரி செய்து கொண்டார். அந்தப்பெண்ணின் வாயை முகக்கவசம் மறைத்தாலும் அரும்பிய புன்னகை அகன்று விரிந்த கண்களில் ஒளிர்ந்தது. எனினும் முகத்தில் சோகச்சாயல் கவ்வி இருந்தது. அவள் இருக்கையில் உட்காருமுன்னே அவரது மனசுக்குள் உட்கார்ந்து விட்டாள்.!

“ சொல்லுங்கம்மா. உங்களுக்கு என்ன வேணும்.? “

“ சார் எனக்கு இந்த பேங்கில் சேமிப்புக்கணக்கும் , டெபாசிட் கணக்கும் இருக்கு••••..”

“ சொல்லுங்கம்மா. உங்களுக்கு என்ன செய்யணும். ?“

“ சார், கொஞ்சம் பெர்சனல் •••••• நீங்கதான் உதவணும் “

“ சொல்லுங்கம்மா, பேங் மூலமா என்ன செய்யணும்.? “

“ சார், பிரகதீஸ் என்கிற பையனுக்கு நீங்க பொண்ணு பார்த்திருக்கிறதா அந்தப் பையன் சொல்லுச்சு. அவன் இப்போ கல்யாணம் பண்ணும் நிலையில் இல்லை. அதை விளக்கமா இங்கே பேசமுடியாது. விரிவா தெரிஞ்சுக்க விரும்பினா சொல்லுங்க. நாம வெளியே எங்காவது போய் பேசுவோம். இந்தாங்க இது என் போன் நம்பர். உங்களுக்கு நேரம் கிடைக்கும் போது பேசுங்க. தேங்க்ஸ். நான் வர்றேன் சார்.” என்று ஒரு சிறிய தாளைக் கொடுத்து எழுந்து போனாள். வந்து போனது தென்றலா புயலா தெரியவில்லை. அவள் போகும்போது பார்த்தார். அவளது நீண்ட பின்னல் அவளது வனப்புக்கு அழகூட்டியது. அவளது உருவம் மனது முழுவதும் வியாபித்து நின்றது. எதிரே காபி கொண்டுவந்த பையன் ஒதுங்கி நின்றான். அவன் கொடுத்த கசந்த காபி மனதுக்குள் உற்சாகத்தை சுரந்தது. மனக்குதிரையை அடக்கி மாதாந்திர பற்றுவரவு நிலுவை அறிக்கையை தயாரிக்கும் வேலைக்குள் பிரவேசித்தார் மாலை பணிமுடியும் நேரம் முதன்மைக் கணக்காளர் சொன்னார்,

”இன்னைக்கு காலையில் உங்களை வந்து பார்த்த பெண்கிட்டதான் அந்த மாப்பிளை பையன் பிரகதீஸ் சிக்கியிருக்கிறானாம். கவனமா நடந்துக்குங்க. நாமளும் வாலிபத்தின் கடைசி படிக்கட்டில் இருக்கிறோம். வழுக்கி விழுந்தால் எழுந்திருக்கிறது கஷ்டம் “ என்று சிரித்தார்.

வெங்கடேஷனுக்கும் சிரிப்பு வந்தது; “ நமக்குதான் அவுங்க வாடிக்கையாளர். நாமில்லங்கிற நினைப்பு இருக்கு. கவலைப்படாதீங்க. “ என்று பேசிக்கொண்டே கிளம்பினார்.

இரவு எட்டுமணி வாக்கில் பிரபாகரே போன் பண்ணினார். “ வெங்கடேஷ் ரொம்ப நன்றி. நீ விசாரிச்சு சொன்னது பரமதிருப்தி. பெண்ணு மாப்பிள்ளை சாதகத்தை வேறொரு ஜோசியரிடமும் காட்டினோம். பத்து பொருத்தமும் பொருந்தி வருது. இந்த இரு ஜாதகருக்கும் கல்யாணம் செய்யலாம் என்றார். நம்மப் பொண்ணு போட்டோவை பார்த்ததும் அவுங்களுக்கு பிடிச்சுக்குச்சுன்னாங்க. அவுங்க மெயிலில் அனுப்பின பையன் போட்டோ ஆல்பம் நமக்கும் பிடுச்சுகிச்சு. இதில வேடிக்கை என்னன்னா அந்த பையனும் காலேஜ் நாடகத்தில ராணி வேஷத்தில் நடிச்சிருக்கு. வேஷம் அவ்வளவு பாந்தமா பொருந்தி இருக்கு. நம்ம பொண்ணு பிரியாவும் காலேஜ் நாடகத்தில் ராஜாவா நடிச்சிருக்கு. வேஷம் கச்சிதமா பொருந்தி இருக்கு. வாழ்க்கையும் பொருந்திப் போகும். ! ஒரு முறைக்காக நாங்க ஞாயிறுக்கிழமை மாப்பிளை வீடு பார்க்க வர்றோம். நீ தயவுசெய்து இங்க ஊருக்கு வந்திராம கும்பகோணத்திலே இரு. காலையிலே பதினோருமணிக்கு வந்துருவோம். பார்த்து பேசிட்டு பன்னிரண்டு மணி வாக்கில நாம ஊரு திரும்பிருவோம். உன் மருமக பிரியாவுக்காக இந்தச் சிரமத்தை பொறுத்துக்கணும். “ என்றவர் இவரை பேசவிடாமல் போனை அவரது மனைவியிடம் கொடுத்துவிட்டார்.

“ அண்ணே, வணக்கம். உங்க உதவியை மறக்க முடியாது. கொஞ்சம் சிரமம் பார்க்காகாம, நீங்க கும்பகோணத்திலேயே இருங்க. நாமெல்லாம் சேர்ந்து மாப்பிளை வீட்டுக்கு போய் பார்த்து பேசிட்டு பனிரெண்டு மணிக்கே திரும்பிருவோம். சிரமத்துக்கு கொஞ்சம் பொறுத்துக்குங்க அண்ணே. இந்தாங்க அவருகிட்ட பேசுங்க ”என்று போனை பிரபாகரிடம் கொடுத்தாள்.

“ பிரபாகர் என்ன மின்னல் வேகமா இருக்கு. மருமக பிரியாவுக்கு சம்மதமான்னு கேட்டீங்களா “

“ அது சின்னப்பொண்ணு என்ன சொல்லும். பெத்தவங்க சொல்லறதை கேட்கிறவதானே “

“ அப்படி இல்லை பிரபா, நம்ம தலைமுறைப் பொண்ணில்லை, பிரியா. இந்தத் தலைமுறை பொண்ணு. அதுவும் ஒரு பேங் ப்ரோபசனருக்கு மாப்பிள்ளை எப்படி இருக்கணுமுன்னு ஆசை இருக்குமுல்ல. கல்யாணத்துக்கு முன்னால இதெல்லாம் கேட்டு தெரிஞ்சுக்கிறது நல்லது. பொண்ணு விருப்பதோட செய்யிறதுதான் நல்லது. நீ பிரியாவைக் கலந்துகிட்டு சொல்லு. நானும் அந்தப் பிரகதீசைப் பற்றி இன்னும் கொஞ்சம் விரிவா விசாரிச்சுக்கிறேன். ‘ என்று கைப்பேசியைத் துண்டித்தார்.

நண்பருக்கு உதவறேன்னு உபத்துரவத்தில் மாட்டிக் கொண்டோமோ. சரி , தலையிட்டு விட்டோம். சிக்கலை அவிழ்க்கப் பார்ப்போம்.
வானதிக்கு போன் செய்து, நாளை மாலை பிரகதீஷ் விசயமா பேசலாம் என்று நினைக்கிறன். எங்கே சந்திப்பது என்ற விவரத்தை சொல்லவும் என்று கூறினார்.

''இந்தக் கொரோனா தளர்வு காலத்தில் யாரும் வராத இடம் தாராசுரம் கோயில் தான். அங்கே போய் ஆற அமர பேசலாம். நான் சரியாக ஆறுமணிக்கு தெற்கு தாலுகா போலிஸ் ஸ்டேசன் தாண்டி தஞ்சாவூர் ரோடு திரும்பும் இடத்தில் நிற்கிறேன். வயலட் கலர் சேலை கட்டியிருப்பேன். சரியாக ஆறுமணிக்கு வந்திருங்க , அந்த இடத்தில் ஐந்து நிமிசத்துக்கு மேல் நிற்பது பொருத்தமா இருக்காது.'' என்று வானதி சொன்னதை வெங்கடேசன் ஒப்புக்கொண்டார்.

கும்பகோணத்தில் பணியில் சேர்ந்தது முதலே தாராசுரம் போக நினைத்தார். வாய்க்கவில்லை. அது நாளைக்கு தான் குதிருது. அதுவும் அற்புத சிலைகள் நிறைந்த இடத்தில் ஓர் உயிர்ச் சிலையோடு அமர்ந்து பேசப்போறோம் என்ற நினைப்பு எழும்போது நாக்கைக் கடித்தார். நமக்கே இப்படி தடுமாற்றம் என்றால் அந்த இளைஞன் பிரகதீஷ் பாடு எப்படியோ. அவனிருக்கட்டும் , நம் வயசென்ன, சமூக அந்தஸ்து என்ன, ஒரு விலைமகள் என்று சொல்லப்படுபவளோடு பேசுவதில் அப்படி என்ன துடிப்பு. நம் நிலையில் இருந்து இறங்கியிறாமல் தாமரை மொட்டுபோல் விலகி நிற்க வேண்டும். என்ற ஓடிய சிந்தனையை கைப்பேசி சிணுங்கல் அறுத்தது. கைபேசியைப் பார்த்தார். பெயரில்லா அழைப்பு. புதிய எண்ணாக இருக்கிறதே என்று கைபேசியை இயக்கினார்.

“ ஹலோ அங்கிள் நான் பிரியா பேசறேன். சாரி அங்கிள் உங்களுக்கு தொல்லை கொடுக்கிறேன். தப்பா நினைக்காதீங்க. அந்த கும்பகோணம் மாப்பிளை எனக்கு பிடிக்கலை,. என்னளவுக்கு படிக்கவுமில்லை; வேலையும் பார்க்கவுமில்லை. எனக்குத் தெரிஞ்ச வரையில் பிஸ்னஸ்மேன்கள் பிஸ்னஸ்ன்னு திரிவாங்களே தவிர மனைவி, பிள்ளைகள் பாசத்துக்கு நேரம் ஒதுக்கமாட்டாங்க. அதுவுமில்லாம அந்தப் பையன் முகத்தில் ஆண்மைக்கான கம்பீரமில்லை. எனக்கு இஷ்டமில்லாதவனை கட்டிவைக்க வேண்டாம். உங்க பிரண்டுகிட்ட நீங்கதான் பேசமுடியும். அவரு ஜாதகக் கட்டங்களையும் , அவுங்ககிட்ட இருக்கிற பணவசதிகளை மட்டுமே பார்க்கிறார். எனக்கு பிடிச்சிருக்கான்னு நினைக்க கூட மாட்டேங்கிறார்.

எப்படியாவது உங்க பிரண்டுகிட்ட சொல்லி வேற மாப்பிளையைப் பார்க்கச் சொல்லுங்க. சாரி அங்கிள் உங்க ஓய்வுநேரத்தில் தொந்தரவு கொடுத்திட்டேன் “ என்று இவர் பதிலைக்கூட கேட்காமல் பேச்சை துண்டித்து விட்டாள். திடீரென்று தாக்கிய கோடைமழை போலிருந்தது. ஆனாலும் பிரியா-

வின் பேச்சிலிருந்த ஆதங்கம், அழுத்தம் அவரது தூக்கத்தை துரத்தியது. வானதியும், பிரியாவும் மனதில் தோன்றி அவரை இருமுனைகளில் பிடித்து பிழிந்தார்கள். உலர்ந்து போனவர், மரம் சும்மா நின்றாலும் காற்று விடுவதில்லை என்று நினைத்தபடியே புரண்டார். எப்போது உறங்கினார் என்றறியார்.

அன்றைய வங்கிப்பணிக்கு இறக்கை முளைத்துக் கொண்டது . இணைய இடறலோ , தலைமை அலுவலகத் தொல்லையோ இல்லை. ஐந்து மணிக்கு வெங்கடேசன் வெளியே வந்துவிட்டார். அறைக்குச் சென்றதும் குளித்து, பிடித்த உடை பூண்டு, வசந்தபவனில் சிறுபலகாரம், காபி சாப்பிட்டு, வாடகைக்கார் பிடித்தார்.. ஆறு மணிக்கு குறிப்பிட்ட இடத்துக்குப் போனார். இடப்புறமாக அவள் நின்றிருந்தாள். அவளைப் பின்சீட்டில் ஏற்றிக்கொண்டார். வண்டிக்குள் சுகந்தம் வீசியது. அடுத்த நொடியில் தாராசுரம் கோயில் முன் நின்றது. இன்று காலத்திற்கு ஏன் இறக்கை முளைத்தது என்று தெரியவில்லை. காரை அனுப்பி விட்டார். கோயிலுக்குள் ஒரு தேவதையோடு நுழைவதுபோல் உணர்வு.

அவருக்கு தாராசுரம் கோயிலில் சிற்பங்களின் நுட்பத்தை ரசிக்க ரொம்பநாள் ஆசை. ஆனால் விரையும் காலத்தை உறைய வைத்திருக்கும் கற்சிற்பங்களுக்கு மத்தியில் உயிர் சிற்பத்தோடு இருந்து பேசவேண்டிய நிலை.! கற்சிற்பத்தைக் காண நேரமில்லை. அவர் சிந்தனை எல்லாம் அவள் சொல்வதை அறியவே அலைந்தது. கோயிலுக்குள் இடவலமாக வந்து அவர்கள் எதிரெதிரே அமர்ந்து பேச இடம் தேர்ந்தனர். அந்தியின் இருள்திரைக்கு ஒத்திசைப்பது போல் மங்கலான விளக்கொளிர்ந்தது. அக்கோயிலுக்குள் காண்பதெல்லாம் ஓர் ஒத்திசைவில் இருப்பதாக உணர்ந்தார். அவள் பின்னலை முன்னால் மடியில் போட்டுக்கொண்டாள். மலைமுகடுகளுக்கு எழில் கூடியது. ஊடுருவிப் பார்ப்போரை எச்சரிக்கும் சாட்டையைப் போலவும் தோன்றியது.

முகக்கவசத்தை வாய்க்கு கீழே இறக்கிவிட்டு வானதியே பேச்சைத் தொடங்கினாள்; “ பிரகதீசைப் பத்தி சொல்றதுக்கு முன்னால் என்னைப் பத்தியும் நீங்க தெரிஞ்சிக்கணும். ஊருக்குள்ளே என்னைப்பத்தி பல கதைகள் நித்தம் நித்தம் உலவுது. என்னைச் சுற்றி ஓயாமல் பல கண்கள் மேய்ந்துகிட்டே இருக்கு. பல வாய்கள் மென்னுகிட்டே இருக்கு. காரணம் நடனம், சங்கீதமுன்னு ஒரு மரபான குடும்பத்திலிருந்து வந்த நான் யார் வலையிலும் சிக்காமல் இருக்கிறேன். என் தாத்தா தட்சிணாமூர்த்தி இருபதுவயசிலேயே வேதாரண்யத்தில் உப்புசத்தியாகிரகப் போராட்டத்தில் ராஜாஜி தலைமையில் ஈடுபட்டவர்களில் முன்னோடியானவர். நல்ல சாரீரத்தோடு பாரதியின் தேச எழுச்சிப் பாடல்களையும் நாமக்கல் ராமலிங்கம் பிள்ளையின் பாடல்களையும் பாடுவார்.

தானே மெட்டுக்கட்டியும் பாட்டுகளை பாடும் திறமையும் உண்டு. நிமிர்ந்த சரீரமும் உண்டு. அதனால் அவரை அந்த போராட்டத்தில் முன்னணியிலே வைத்திருந்தனர் . வேதாரண்யத்தில் உப்பு எடுக்க முயற்சிக்கும் போது போலிஸ் அடித்ததில் இடக்கை முறிந்துபோன நிலையிலும் சோராத குரலும் , தளராத உடல்வாகும் இருந்ததால் சுதந்திரம் அடையும் வரையில் முதல் வரிசையில் இருந்தார். பிறகு எங்கள் மீது திணிக்கப்பட்ட சாதியடுக்கில் பின்னுக்கு தள்ளப்பட்டார். அரசை எதிர்த்து போராடும் அவருக்கு யாரும் பெண் கொடுக்க முன்வரவில்லை. நாற்பது வயதில் சொந்த சாதியில் சாதிய நடைமுறைக்கு உதவாதவர் என்று ஒதுக்கப்பட்ட காலூனமுற்ற பெண்ணை மணந்தார்.

பெற்ற சுதந்திரம் நீடிக்க சுயமரியாதை முக்கியம் தானே, தாத்தா, பெரியார் வழியில் சமூகமாற்றத்திற்கு போராடுவோரோடு இணைந்தார். தாசிமுறை ஒழிப்பு, பால்யமணம் தடுப்பு, விதவை மறுமணம் ஊக்குவிப்பு போன்ற நடவடிக்கைகளில் ஈடுபட்டார். எனது பாட்டி , தெய்வகுத்தம் வந்துரும் என்று, பயமுறுத்தியும் சாதி வழக்கத்துக்கு உட்பட அம்மா மறுத்து விட்டார். அம்மாவும் தனது மரபார்ந்த ஆடல், பாடல் திறனை சுயமரியாதை இயக்கப் பிரச்சாரங்களில் பயன்படுத்தினார் . அம்மா இருபத்தைந்து வயசில் தாத்தாவின் சீடரை முத்துலட்சுமி ரெட்டி, பெரியார் போன்றோர் முன்னிலையில் சுயமரியாதை திருமணம் செய்து கொண்டார்.

ஆனாலும் என் பெற்றோர் மறுத்த சடங்குகளுக்குள்ளே என்னை இந்த சமூகம் தள்ளப் பார்க்கிறது. இந்த சடங்கு மறுப்பு போராட்டத்தின் கடைசிக்கண்ணி நான். பள்ளிப்பருவ காலத்திலேயே பக்கத்து தெருவில் வசித்த எம்.வி.வெங்கட்ராம் அய்யா கையெழுத்து போட்டுக்குடுத்த நித்தியகன்னி, வேள்வித்தீ நாவல்களை வாங்கி படித்தேன். கரிச்சான் குஞ்சுவின் பசித்த மானுடம் நாவலை அவர் கையெழுத்து போட்டுக் கொடுத்ததையும் படித்தேன். ஜானகிராமனின் அம்மா வந்தாள், மோகமுள், மரப்பசு நாவல்களையும் படித்து இருக்கிறேன். அவுங்க மூணுபேரது நாவல்களும் எனக்கு காதலுக்கும், காமத்துக்கும் உள்ள வித்தியாசத்தை, குடல் பசிக்கும், உடல் பசிக்கும் உள்ள வித்தியாசத்தையும் உணர்த்தின.

என் உடலை விரும்பி வருகிறவர்கள் தரும் பணத்தை அவர்களைக் கொண்டே குடற்பசி தீர்க்கும் வடலூர் சத்திய ஞான சபைக்கு வங்கிச்சலானில் செலுத்த எழுதுவிப்பேன். பிறகு எதிரமர்ந்து அவர்களின் அறிவுப் பசியைப் போக்க முயல்வேன். நினைத்தது நிறைவேறாது எரிச்சலுற்ற அவர்கள் மிரண்டோடுகிறார்கள். என்னைப் பற்றி வக்கிரத்துடன் வதந்தி பரப்புகின்றனர். உடலை விரும்புபவர்களைத் தவிர்த்து என் மனதை விரும்புபவரையே ஏற்பேன் என்று முப்பத்தைந்து வயதிலும் காத்திருக்கிறேன். என் பிடிவாதத்தை தகர்க்க என்னால புறக்கணிக்கப்பட்டவர்களும், எப்படியாவது என்னை நுகரத் துடிப்பவர்களும் ஓயாது கதைகளைப் பின்னிக் கொண்டே இருக்கிறார்கள்.

உங்களையும் என்னையும் சேர்த்துப் பேசினாலும் ஆச்சர்யமில்லை. “ முக-வாய்க்கு கீழே சரிந்த முகக்கவசத்தை சரிசெய்து கொண்டாள். கோயிலின் சுற்றுச்சுவருக்கு அப்பாலிருந்து ஒளிரும் சோடியம் விளக்கின் செம்மஞ்சள் ஒளி சுற்றச்சுவரை ஒட்டிய மரக்கிளை அசையும் போதெல்லாம் ஊடுருவி அவள் மீது பட்டு பட்டு முகத்தில் வெளிப்படும் உணர்வுகளுக்கேற்ப வர்ண-ஜாலம் செய்தது.

அவருக்கு வானதியுடன் மாயவுலகத்தில் உலவுவது போல் உணர்வு. “ இனி பிரகதீஷ் விஷயத்துக்கு வருவோம். அப்பா இறந்ததும் குடந்தை ஜோஸ்யர் தெருவிலிருந்த வீட்டை விற்றுவிட்டு பக்தபுரி தெருவில் ஒரு சிறு-வீட்டை வாங்கி குடிவந்தோம். அங்கிருந்தே தென்னிந்தியாவின் கேம்ப்ரிட்ஜ் என்று சொல்லக்கூடிய அரசு ஆண்கள் கல்லூரியில் எம் எஸ் சி கம்ப்யூட்-டர் சைன்ஸ் படித்து முதல்வகுப்பில் தேறினேன். ஆற்றில் தண்ணீர் நிறையப் போகும் போது அந்த மூன்றடி பாலத்தில் கல்லூரிக்கு நடந்து போவதே தனி அனுபவம். அந்தக் கல்லூரியிலேயே கௌரவ விரிவுரையாளர் பணி கிடைத்-தது. மாணவர்கள், சக ஆசிரியர்கள் ஊடுருவல் பார்வைக்கு விருந்தாவது எனக்கு பிடிக்கவில்லை. பணிவோடு மறுத்துவிட்டேன். மென்பொறி துறையில் பெங்களூரில், சென்னையில் வேலைகள் கிடைத்தன. மரணத்தின் விளிம்பில் இருந்த அம்மாவை அழைத்து போக இயலாத நிலையில் அந்த வேலைக-ளுக்கும் போகவில்லை.

எனக்கிருந்த கணினி நுட்ப அறிவைக் கொண்டு விளம்பர வடிவமைப்பு., செயல்திட்டம் தயாரித்து தருதல், புத்தகங்கள், கல்யாண அழைப்புகளுக்கான வடிவமைப்பு போன்றவற்றை செய்து கொடுத்து வரும் வருமானத்தைக் கொண்டு வாழ்வை நடத்தி வருகிறேன்.. கடந்த வருஷம் அம்மா இறந்ததும் தான் எனக்கு வெளியிலிருந்து தொல்லைகளும், துரத்தல்களும் அதிகம். எனது சமயோசித அறிவுகொண்டு யாரையும் அண்டவிடாமல் பார்த்து வரு-கிறேன்.

பிரகதீஷ் தனது சீவல் கம்பனி, டிராவல்ஸ் கம்பனி விளம்பர வடிவமைப்பு செய்வதற்கு அடிக்கடி வருவான். கடந்த வாரம் ஒரு நாள் ராத்திரி ஒன்பது மணி வாக்கில் கதவைத் தட்டினான். விளம்பர வடிவமைப்புக்கு கொடுத்-துவிட்டுப் போக வந்திருக்கிறான் என்று கதவைத் திறந்தேன். போதையில் தள்ளாடியபடியே எனது சேலையை பிடித்து இழுத்து இன்னைக்கு நீ வேணு-முன்னு மேல விழ வந்தான். அவனை உதறி கன்னத்தில் ஓங்கி அறை விட்டதும் மயங்கி கீழே விழுந்தான். தண்ணீர் தெளித்து கண் விழித்ததும் இருகன்னங்களிலும் அறைந்தேன். நிதானத்திற்கு வந்தான். அழுதான். குடி-காரர்களின் அழுகைக்கு இரங்கக்கூடாது என்று, நீ வெளியே போறீயா, போலிசை வர வைக்கவா ? என்று மிரட்டினேன். என் காலில் விழுந்து, “ அக்கா மன்னிச்சிருங்கக்கா.

இந்த ஒருவாரமா எங்க வீட்டில என்னை கல்யாணம் பண்ணிக்கோன்னு வருத்துறாவோ. எனக்கு கல்யாண ஆசையே இல்லை. என் சேக்காளிக நீ ஆம்பிளையான்னு கேட்கிறானுவோ. உங்களை மாதிரி அழகானவங்களைப் பார்க்கிறப்போ, உங்களை மாதிரி டிரஸ் பண்ணி அலங்காரம் பண்ணிக்கவும் ஆசைவருது. ஆனா திருநங்கையா மாறவும் இஷ்டமில்லை. எங்க வீட்-டுக்கு தெரிஞ்சா அம்மாவும், அப்பாவும் நாண்டுக்குவாக. என் சேக்காளி ஒருத்தன் சொன்னான்; பிள்ளே, நல்லா தண்ணியைப் போட்டுட்டு உனக்குப் பிடிச்ச பொம்பளையோட படுத்து புரளு . நீ ஆம்பிளையா நடந்துக்க அவுங்-களே சொல்லிக் குடுத்துருவாக. என்று உங்க பேரைச் சொல்லி உங்ககிட்டப் போகச் சொன்னான். அதான் வந்தேன்.. என்னை மன்னிச்சிருங்கக்கா. நான் என்ன செய்யணும் சொல்லுங்கக்கா “ என்று விம்மினான்.

எந்த ஆம்பிளையும் சொல்லத் துணியாததை சொல்றானே !. எனக்கு வந்த ஆத்திரமும், சிரிப்பும் அடங்கிப்போனது . ‘ உன் ஆண் தன்மையை நீயே தெரிஞ்சிக்கலாம். அந்த உணர்வு உனக்கு பத்தாம் வகுப்பு படிக்கும் போதே வந்திருக்கும். இப்போ நீ பொம்பளைக மாதிரி துணிமணி உடுத்தி அலங்காரம் பண்ண விரும்பறேன்னு சொல்றதிலிருந்து உனக்கு ஆண்தன்மை குறைஞ்சிருக்குன்னு தெரியுது. இதுக்கான டாக்டர்கள் தஞ்சாவூர், திருச்சியில் இருக்காங்க. அங்கே நீ மட்டும் போய் தெரிஞ்சிக்கலாம். குறைபாடுகள் இருந்தா தீர்க்க வழிவகை இருக்கானு பார்க்கலாம் என்றேன்.

‘ஐயோ அக்கா அதெல்லாம் வேணாம்க்கா. எனக்கு காரைக்குடியில் பேங்கில வேலை பார்க்கிற ஒரு பொண்ணை பார்த்திருக்காங்க. அது உங்-களை மாதிரி லட்சணமான பொண்ணா போட்டோவில தெரியுது. அந்தப் பொண்ணைக் கட்டிக்கிட்டு எங்க இரண்டு பேரோட வாழ்க்கையையும் நரக-மாக்க விரும்பலை. அந்தப் பொண்ணு வீட்டுக்காரங்களை என்னை மாப்-பிளை பார்க்க வராமத் தடுக்கணும். நம்மூரு கனராபேங் மேனஜர் தான் இந்த ஏற்பாடு பண்ணி இருக்கிறார். அவுங்க வர்றதைத் தடுத்து, என்னை இந்த அவமானத்திலிருந்து காப்பாத்துங்கக்கா. இதை என்னைப் பற்றி புரிஞ்ச உங்களைத் தவிர வேற யாருகிட்டேயும் நான் சொல்லமுடியாது. கொரோனா முடிஞ்சு ரயிலுக ஓட ஆரம்பிச்சுருச்சுன்னா வடக்கே கண்காணாத ஊரில் எதாவது ஆஸ்ரமத்தில் சேர்ந்து மனுசனா எளியவங்களுக்கு தொண்டு செஞ்சு வாழ்நாளைக் கழிச்சுருவேன்.’ என்று கெஞ்சறான். “

ஒரு செருமல் சத்தம் கேட்டது. “ காவலாளி கோயிலைப் பூட்டுவதற்கு நேரமானதை உணர்த்துறாரு. “ என்று எழுந்தாள். அவள் தேவதையை விட உயர்ந்தவளாகத் தோன்றினாள்.

4. மெல்லினம் - அண்டனூர் சுரா

பக்கத்து வீட்டு வினோத் மட்டுமா சொன்னான்?. எதிர்த்த வீட்டு அஞ்சலை-யும் தான் சொன்னாள்.அவளுடன்சேர்ந்த ரெங்கம்மாளும்தான் சொன்னாள். “ எனக்கு கல்யாணம் நடக்கவே நடக்காதாம்”. “கல்யாணம் நான் பண்ணிக்-கிட்டால் நீங்களெல்லாம் என்ன செஞ்சிக்கிறீங்க?“ என்று நான்கேட்டேன். அத்தனைப்பேருமே வாயைப் பொத்திக்கிட்டு நின்றாங்க. ரெங்கம்மாள் மட்டும் நெஞ்சை நிமிர்த்துக்கிட்டு சொன்னாள். “ ஒரு பக்கக் காதை அறுத்துக்கி-றேனு“. அவள் வாய்ப்பந்தல் போடுகிறவள். ரொம்பகூட காதைஅறுத்துக்கி-றுவாளே•••..!

ரெங்கம்மாளை விடு . அவளுக்கு உடம்பெல்லாம் வாய். தொனத்தொனத்த பேர்வழி. எந்நேரமும் என்னிடம் வம்புக்கு நிற்கிறவள் . மதுமதிக்கு எங்கே போய்விட்டதாம் புத்தி. அவளும் நானும்தானேஒன்றாக பள்ளிக்கூடத்திற்கு போய் வருவோம். என் வீட்டுக்கணக்குகளை பார்த்து எழுதி மேரி டீச்சரிடம் வெரி குட் வாங்கி கொண்டவளாச்சே.அவளுக்கு நான் என்ன குற்றம் செய்-தேன். அவளும்தான் சொன்னாள். “ எனக்கு கல்யாணமே ஆகாதாம் “ அவள்முகம் பார்க்கச் சகிக்காது. பெங்களூர் கத்திரிக்காய் மாதிரி இருப்பாள் கரடு முரடாக.தேவலோகத்தில் உள்ள முப்பத்தி மூன்று கோடி தேவர்கள் இருப்பதை விடவும் அதிகப்படியான முகப்பருக்கள்அவளுக்கு . போதாக்கு-றைக்கு ஊசியால்குத்தியதைப்போலமுகமெங்கும் தழும்புகள். ஒருநாள் பள்-ளிக்கூடம் விட்டு திரும்பி வருகையில் அவள்சொன்னாள். என் முகத்தைப் பார்த்துதான் சொன்னாள். “ எனக்கு ஒரு சோடினு கிடைச்சால் செவ்வாய் கிரகத்திலதான் கிடைக்குமாம்”. இது எப்படி இருக்கு! எனக்கும் ஓர் உயிர் இருக்கு. இப்படியெல்லாம் பேசினாலும் என் மனது நோகுமென்று அவளுக்கு அந்த இடத்தில தெரியவில்லை தானே!. என்ன மனுசிஅவள். ச்சீச்சீ.! அவளெல்லாம் எனக்கு ஒருதோஸ்த்?

என்கூட படித்தசோமன்ஒருநாள் கைகளை இப்படியும் அப்படியுமாகஆட்டி தலுக் , புலுக்கெனநடந்தான். “ ஏன்டா இப்படி நடக்கே? “ என்று கேட்-டேன். அதுக்கு அவன்சொன்னான். “ என்ன மாதிரி நடந்து பார்த்தேனு “. சொல்ல மட்டுமாச்செய்தான். பல்லெல்லாம் கழண்டு விழுகிற மாதிரிகெக்கே , கெக்கேனு சிரிக்கவும் செய்தான். அப்பொழுதேஅவனதுபல்லைபெயர்த்துஅ-வன் கையில் கொடுத்திருக்கணும். போனால் போகுதென்று விட்டுவிட்டேன். அவனுக்கு எத்தனை கொழுப்பு இருந்திருந்தால்அந்த வார்த்தையை அவன்-சொல்லிருப்பான்..?

பத்தாம் வகுப்பில் இரண்டு தடவை அட்டெம்ப்ட் அடித்தவன் சேது மாமா-மகன் மாதவன். அவன் பத்தாம் வகுப்பில்தேர்வான் என்றுயார் நம்பினார்?. நான்தான் அவனை பாஸ் பண்ணவைத்தேன். அந்த நன்றி கூட அவனுக்கு

இல்லை. என்னை பார்க்கும் பொழுதெல்லாம் பட்டப்பெயர் வைத்து கூப்பிடுகிறான் .நிலத்திற்கு உச்ச வரம்பு வைக்கிற மாதிரி கேலி, கிண்டலுக்கும் உச்ச வரம்பு வைக்கணும். அதுக்கு மேல்பண்ணினால் சப்பானி மாதிரி சப் என்றுஅறைகிறஉரிமையையும் கொடுக்கணும். அப்பொழுதான் இந்த மாதிரி பையன்கள் அடங்குவார்கள்.

எனக்கு என்ன குறையாம் ? என் உயரத்திற்கு ஈடு கொடுக்க இந்த ஊரில்யார் இருக்கா ? என் அம்மா சொல்கிற மாதிரி, ஒரு வட்டத்துக்குள் அடங்கும் முகம்.தேய்த்து கழுவியதைப்போல பளபளப்பு. பரந்த நெற்றி. வளைந்த நாசி. வெள்ளொளி வீசும் கண்கள்.வாட்டச்சாட்டமான உடல்வாகு. எலுமிச்சம்பழம் நிறம்.நான்பஞ்சத்திற்கு அடிப்பட்ட பரதேசி மாதிரியாகவா இருக்கேன்?. இல்லை தின்னுக்கொழுத்த காட்டெருமை மாதிரி இருக்கேனா? ஒரு மனுசா எப்படி இருக்கணுமோ அப்படித்தானே இருக்கேன். எல்லாப் பானைக்கும் ஒரு மூடி இருக்கிற மாதிரி எனக்கும் ஒரு சோடி இருந்திருக்குத்தானே! அதனால் தானே எனக்குகல்யாணம் நடக்கயிருக்கிறது!

நான் என் கல்யாணத்தை அப்பா , அம்மா விரும்புகிறப்படிதான் பண்ணிருந்திருக்கணும். அப்பாக்கிட்ட சொன்னால் அவர் சம்மதிக்கவா செய்வார்? குலம் கேட்பார். கோத்திரம் கேட்பார். சாதி கேட்கிறத்தோடு இல்லாமல்சாதிக்குள் இருக்கின்ற பட்டத்தையும் கேட்பார். அப்பாவைக்கூட ஒரு ரகத்தில் சேர்க்கலாம். நான் எப்படியோ போய் தொலையட்டுமென தலை மூழ்கிட்டு போயிடுவார். அம்மா இருக்கிறாளே•••••••••..அப்பப்பா! அழுது புரண்டு ஊரைக்கூட்டி ரணகளம் அல்லவா பண்ணிவிடுவாள்!. அதான் என் முடிவுக்கு இந்தக் கல்யாணத்தை நானே பண்ணிக்கிறேன்.

அம்மாவுக்கு என் மீது எப்பொழுதும் ஒரு கண்ணுதான் . என்னோட நடை, உடை, பேச்சு அத்தனையையும் வைத்தக்கண் எடுக்காமல் பார்ப்பாள். அப்பா••••••••••. ? ஊகூம். நான் குழந்தையாக இருந்த பொழுது என்னை தூக்கிக் கொஞ்சினாரோ என்னவோ?

நான் கடந்தவருடம்தான் பள்ளிப்படிப்பை முடித்தேன். பனிரெண்டாம் வகுப்பில் நான் எவ்வளவு மார்க் தெரியுமா? தொள்ளாயிரத்து எண்பது. அப்பா என்னோட மார்க்கைப் பார்த்து கொஞ்சமாவது மெச்சிருக்கணுமே••••..?. ஊகூம்.என்னை பாராட்டுவதற்கு அவரிடம் ஏது வார்த்தைகள். ஒன்று சொன்னார். “ நீ படிச்சது போதும் “ .

அப்பாகால்களில்விழுந்து அழுது கெஞ்சினேன். அப்பா இளகி திட நிலையிலிருந்து திரவ நிலைக்கு வருவதாக இல்லை. ஒரு நாள் அப்பாவைப் பார்த்து கேட்டேன். கேட்க வேண்டுமென்றுதான் கேட்டேன். முகத்தை தூக்கி வைத்துக்கொண்டு கொஞ்சம் கோபத்தை செயற்கையா வர வைத்துக்கொண்டு கேட்டேன். “ என்னை இதுக்கு மேலே படிக்க வைக்க முடியலைனா என்னதுக்கு என்னை பெத்தியாம்? ”.நான் கேட்டக்கேள்வியை அவரால்பொறுத்-

துகொள்ள முடியவில்லை. மூக்கு விடைக்க, கண்கள் சிவக்க அம்மாவை சொல்லித் திட்டுகிற அதே அசிங்க வார்த்தையைச் சொல்லி என் கன்னத்-தில்ஒர் அறை விட்டார். ஊறவைத்த துணியைப்போல கூனிக்குறுகி குந்திப்-போனேன். எனக்கு அழுகை விக்கி விக்கி அடைத்தது . குந்திப்போனால் குலைந்துப்போயிடுவேனாக்கும்......?

அவர் என்ன என்னை படிக்க வைக்கிறது? . நானே படித்துக்கொள்கிறேன் என கிளம்பினேன் . வளர்ந்த வீட்டை விட்டு, விளையாண்டுத்திரிந்த-ரோட்டை விட்டு, ஊரைவிட்டு, அண்ணன் , அக்கா , அப்பா , அம்மா கண்களில் படாமல்சென்னைக்குச் சென்றேன்.

நான் இல்லாதவீடு, ஊர் எப்படி இருந்திருக்கும்.......? என்னால் கணிக்க முடியவில்லை. அம்மாஅடிக்கடி சொல்வாளே “ முத்து .... நீ ஏன் இவ்ளோ அழகா இருக்கேனு தெரியுமா? எங்களையெல்லாம் படைச்-சவர் பிரம்மன். உன்னை படைச்சவர் கிருஷ்ணன்.“என்னைப்படைத்தஅந்த கிருஷ்ணனுக்குத்தான் அது தெரியும்.

நான் கொஞ்ச நாட்கள் சென்னையில் தங்கியிருந்தேன். கிடைக்கின்ற வேலைகளை பார்த்துக்கொண்டு வயிற்றை கழுவிக்கொண்டிருந்தேன். விடிந்-தால் , இருட்டினால் வீட்டு ஞாபகங்கள் என் முன்பு நிழலாடும். அப்பா மீதான நினைவுகளைக்கூட என்னால்மென்றுவிழுங்கிக்கொள்ள முடிந்தது. ஆனால் அம்மா, அண்ணன், அக்கா ஞாபகங்கள் கண்களுக்குள்ளே மிதந்தன. அங்கு இருக்கின்ற பொழுது நான் பட்ட இன்னல்கள் சொல்லி மாளாது. ஒன்று மட்டும் புரிந்துக்கொண்டேன். பூமி சூரியனைச்சுற்றி வரவில்லை. ஆண்களைத்தான்சுற்றி வருகிறதென்று.

ஒரு நாள் எக்மோர் ரயில்வே ஸ்டேசன்க்கு அருகில் கையேந்தி கடையில சாப்பிட்டுக்கொண்டிருந்தேன். அப்பொழுதுதான் சுயம்புவை பார்க்க நேரிட்-டது. நான் உதவி என்று கேட்காமல் எனக்கு உதவி செய்தார் அவர். “ என் கூடவே வந்திடுறியா....? “ என்று கேட்டார். அவரைநான் முழுவதுமாக நம்பினேன். அவர் கண்களில் தெரிந்த ஈரம், இரக்கம் அதற்கு முன்நான் எங்கேயும் அனுபவிக்காத ஒன்று.

அவர் கூட நான் விழுப்புரத்திற்கு வந்தேன். வந்ததும் அப்பாவிற்கு கடிதம் எழுதினேன். நான் எழுதிய கடிதத்திற்கு பதில் வராதா..........? என்று தினந்தோறும் ஏங்கினேன். அப்பாவிடமிருந்து ஒரு பதிலும் வரவில்லை. போனில் பேசலாமா......? என்று கூட யோசித்தேன். சுயம்புவிடம் கிடைத்த அரவணைப்பு என் வீட்டு நினைவுகளை முழுவதுமாக மறக்கடித்து விட்டது. ஒரு நாள் என்னைத்தேடி அப்பா வந்தார். அப்பாவைக்கண்டதும் எனக்கு கைகால்கள் புரியவில்லை. வந்ததும் என்னை கட்டிப்பிடித்து அழுதார். என்னை மன்னித்து விடு ! என விசும்பினார். என்னை அவர் கூடவே கூட்டிக்கொண்டு போவார் என நினைத்தேன். அந்த நினைப்பில் மண்தான்

விழுந்தது. “ முத்து............. எனக்கொரு காரியம் பண்றீயா.........? “ எனக்கேட்டார். “ என்னதுப்பா....? “ என்று ஆவலோடு கேட்டேன். “ அக்காவுக்கு கல்யாணம் நடக்க இருக்கு. அது நல்லபடியாக முடிகிற வரைக்கும் நீ வீட்டுக்கு வர வேண்டாம் “ எனச்சொன்னார். அந்த ஒரு நொடியில் நான் சிதைந்துப்போனேன். உதடுகளில் முட்டிய அழுகையை மெல்ல விழுங்கிக்கொண்டேன். “ ஏனப்பா....?“ என்று கேட்டேன். “ உன்னை மாதிரியே அக்காளும்இருப்பாளோ என மாப்பிள்ளை வீட்டுக்காரங்க சந்தேகப்படுறாங்க“ என்று சொன்னார். அதற்கு பிறகு அப்பா , அம்மா எல்லாமே எனக்கு சுயம்புதான்.

இப்பொழுது நான் விழுப்புரத்தில் சுயம்பு கூட தங்கியிருக்கேன். ஒரு தொண்டு நிறுவனத்தில் பகுதி நேரம் வேலைப்பார்த்துக்கொண்டு ஒரு யுனிவர்சிட்டியில்அஞ்சல் வழிக்கல்வியில் பி.எ இங்கிலீஸ் படித்துக்கொண்டிருக்கிறேன். நான் படிக்க வேண்டியது இன்னும் எவ்வளவோ இருக்கின்றன. இன்று எனக்கென்று ஒரு தனி உலகம் இயங்குவதாக உணர்கிறேன். என்னைச்சுற்றியும் நிறைய நல விரும்பிகள் இருக்கிறார்கள். அவர்கள் தான் என்னை படிக்க வைக்கிறார்கள். அவர்களுக்காகத்தான் நான் படித்துக்கொண்டிருக்கிறேன். இந்தப்படிப்பு முடிந்ததும் அடுத்ததாக பி.எட் படிக்கப்போகிறேன் . பிறகு போட்டித்தேர்வு எழுதி டீச்சர் போஸ்டிங்க் வாங்கத்தான் போகிறேன். இது என்னுடைய ஏழடுக்கு கனவு.

என்னைக் கேலிச் செய்த அத்தனை பையன்களும் , பெண்களும் அவரவர் குழந்தைகளை அழைத்துக்கொண்டு வந்து “ என் பிள்ளைக்கு நல்லாப் பாடம் சொல்லிக்கொடு“ என்று கெஞ்சுகின்றக்காலம்மிக விரைவில் வரத்தான் போகிறது. அப்பொழுது தெரியும் இந்த முத்து யார் என்று !கண்ணுக்குத் தெரிந்த பகலும் கண்ணுக்குத் தெரியாத இரவுக்குள்ளே அடங்கித்தான் ஆகணும் என்கிறஉண்மையைஅன்றைக்கு எல்லாரும் தெரிந்துக்கொள்வார்கள்.

என்னுடன் கல்லூரியில் படிக்கின்ற சுகந்தி ஒரு நாள் தேர்வு எழுதுகின்ற பொழுது என் பரீட்சை தாளை காட்டச்சொல்லி கெஞ்சினாள். நானும் பாவமென்று காட்டினேன் . தேர்வு முடிந்ததும் பேச்சுக்கிடையில் சொன்னாள். “ என்னோட அறிவுக்கு நான் கலெக்டர் கூட ஆவேனாம். ஆனால் எனக்கு கல்யாணம் மட்டும் ஆகவே ஆகாதாம் ”. நான் அவளிடம் இதைக் கேட்டேனா? அவளாகவே சொல்லிவிட்டு திரும்பிக்கூட பார்க்காமல் சென்றுவிட்டாள்.

இதோ சற்று நேரத்தில் எனக்கு கல்யாணம் நடக்கப்போகிறது. எனக்கு மட்டுமல்ல. என்னைப்போல இன்னும் எத்தனையோ பேருக்கு இந்தக் கோயிலில் கல்யாணம் நடக்கப்போகிறது. ரெங்கம்மாள் என்ன செய்வாளாம்.........? காதை அறுத்துக்கொள்வாளா......? வினோத் என்ன செய்வானாம்.....?

சுகந்தி என்ன செய்வாளாம்..........? என்னைச்சுற்றிலும் எத்தனையோமணப்பெண்கள் இருக்கிறார்கள் . இதையெல்லாம் பார்க்கயாருக்கும் கொடுத்து வைக்கவில்லை.
நான் உடுத்திருக்கின்ற இந்தக் காஞ்சிப்பட்டு எவ்வளவு தெரியுமா? இருபதாயிரம் ரூபாய். சுயம்புஎனக்கு கிப்ட்டா வாங்கிக்கொடுத்தது. இதோ என் காலில் வெள்ளிக் கொலுசு. விரல்களில் மிஞ்சி, பீலி, பில்லணை .கையில் நாகவந்து, வளைவி .இடுப்பில் ஒட்டியாணம் .கழுத்தில் அட்டியல், கண்டரசம், காசுமாலை. மூக்கில் பேசரி, தொறட்டி. காதில் முருகு, அலுக்கு, ஒன்னப்பு, மாட்டில். தலையில் நெத்தி சுட்டி, சுத்திப்பரிஞ்சி, உச்சி ராக்கடி. முடியில் ஜடை நாகம் .எல்லாமே வாடகை நகைகள்தான். இருந்திட்டு போகட்டுமே . எனக்கு வேலை கிடைத்ததற்குப்பிறகு தங்கத்தில் வாங்கி அணிந்துக்கொள்கிறேன்.
எனக்கு தெரிந்தவரைக்கும் யாருக்கும் இத்தனை நகை நட்டுகளோடு இப்படியொரு கல்யாணம் நடந்ததே இல்லை. யாருக்கு இவ்வளவு கூட்டம் கூடியிருக்கிறது?குப்பத்து மக்கள் தேங்காய் பழத்தட்டுகளோடு கூடி வருகிறார்கள்.ஆயிரம் தலைகள் கொண்ட அதிசயப்பிறவியைப்போல மனிதக்கூட்டம். பேச்சைக்குறைக்காத உருமி மேளம், டோலக் தளம்.இது போதாதென்று கையை நீட்டி நீட்டி, தட்டித் தட்டி கைத்தாளம். .
கெட்டி மேளம், கெட்டி மேளம். ....
இதோ என் கழுத்தில் தாலி ஏறிவிட்டது. தாலியை எடுத்து கண்களில் ஒற்றி உள்ளூர ரசிக்கிறேன்.என்னுடைய நீண்ட நாள் ஆசைகள் மெல்ல அடங்குகின்றன. அந்தக்காலத்து அணு ஆயுதம் போல வான வேடிக்கைகள். காற்றைக்கிழிக்கும் சிவகாசி வெடிகள். இதோ என் கணவர் கல்யாணம் முடிந்து ஊர்வலத்தில் வருகிறார். ஊர்வலத்தில் ஆட்டம், பாட்டம், கொண்டாட்டம் . கைகளை நீட்டி நீட்டி , தட்டித் தட்டிப் போர்ப்பரணி பாடுகிறார்கள் . மேடும் பள்ளமுமான ராகம். உடைவும் குடைவுமான பாட்டு.
எனக்கு கல்யாணம் என்பது தூக்குனாங்குருவி கூடு மாதிரி அதிசயமான ஒன்றுதான். அம்மா , அப்பா, அக்கா , அண்ணன் உட்பட என்னைக் கேலிச்செய்த அத்தனைப் பேர் முகங்களையும் மனதிற்குள் நிறுத்தி கர்வம் கொள்ளப்பார்க்கிறேன். நான்உயர , உயர போகிறேன். ஆகாயத்தில் அந்தரத்தில் மிதக்கிறேன் . இந்த நாள் என் வாழ்நாளில் மறக்க முடியாத நாள். என்னுடையகல்யாண நாள் அல்லவா!
.திடீரென இரைச்சலோடு கூடிய மழை விட்டது மாதிரியான அமைதி கோயிலில் நிலவத் தொடங்குகிறது. ஊர்,பெயர் தெரியாத ஒரு நபர் ஓடி வந்து என் தாலியை அறுக்கிறாள்.என் தலையில் அடித்து முடிகளை பிய்க்கிறாள். நெற்றிப்பொட்டை அழிக்கிறாள்.என் ஆத்ம உலகம் சூன்யமாகி விட்டதைப் போல உணர்கிறேன்“ என் புருசனுக்கு என்ன ஆச்சு?“ எல்லோரையும் போல பதறியடித்துக்கொண்டு கேட்கிறேன். “ உன் புருசனைவெட்டி

காளிக்கு காவிக்கொடுத்திட்டாங்க “ என்றவாறுஒரு கை என் வளையல்களைஉடைக்கின்றது.
என் சகவாசிகள் உடம்பே துண்டானதைப்போலதுடிக்கிறார்கள். சற்று முன் கட்டிக்கொண்ட தாலிகளை அறுத்து எறிகிறார்கள்.ஒருவரையொருவர் கட்டிப்பிடித்துக்கொண்டு அழுகிறார்கள். முடிச்சு , முடிச்சாக உட்கார்ந்துக்கொண்டு ஒப்பாரி வைக்கிறார்கள். மாரடைப்பு வருவதைப் போல வயிற்றிலும் மார்பில் அடித்துக்கொண்டு , கைகளை ஒன்றோடு ஒன்று மோதி வளையல்களை உடைத்துக்கொண்டு, முடிகளை பிய்த்து மலர்ச்சரங்களை கசக்கி எறிகிறார்கள்.கூத்தாண்டவர் கோயில் திருவிழா கடைசிக்கட்டத்தை நோக்கி சென்றுகொண்டிருக்கிறது.
பகல் மெல்ல சுருண்டு இருட்டின் மடிக்குள் அடங்குகின்ற நேரத்திற்கு வந்தாகி விட்டது. மாங்கல்யத்தை இழந்து பூ , பொட்டுகளை இழந்து திருவிழாவை வேடிக்கைப் பார்த்தபடி தனி மரமாக நிற்கிறேன். சட்டென ஆடவர் கூட்டம் என்னை மொய்க்கிறது. சில கைகள் என் கன்னங்களை வருடுகிறது. பிச்சிப்பூவை பிய்ப்பதைப்போல என் தசைகளை பிய்க்கிறது. என் ஆடைகளை வேகமாக களைகிறது. மின்சாரம் ஒழுகும் சுவிட்சைத் தொட்டவள் போல திடுக்கிடுகிறேன். என் விசும்பலை மீறி சில கைகள் என் அங்கங்களை நெறிக்கிறது . முள்ளம்பன்றியின் சிலிர்த்துப்போன முடிகள் போன்ற பலரின் மீசைகள் என் கன்னங்களில்குத்துகின்றன .பம்பரமாக சுற்றி தன்னை விடுவித்துக்கொள்ள முயற்சி செய்கிறேன். ஆண்களின் அகோரப்பிடிக்குள் நான். என் அங்கங்களில் காயம் என்பது போல உணர முடிகிறது.வலி பிராணன் வாங்குவதைப்போல ரணமெடுக்கிறது.பூனையின் கால் நகங்களில் சிக்கிய அணிலாகிப் போனேன் நான்.
வியூகங்களை உடைத்துக்கொண்டு அபிமன்யூ மாதிரி வெளியே வர முயற்சிக்கிறேன்.முழுப்பலத்தையும் ஒன்றுத்திரட்டி ஒரு விசும்பு விசும்புகிறேன். கீழே விழுந்து ,புரண்டு, விக்கித்துகதறுகிறேன். மல்லாக்கத் தூக்கிப்போட்ட கரப்பான்பூச்சி எப்படி தவிக்குமோ அப்படியாக கைகால்களை உதறிக்கொண்டு தவிக்கிறேன். “ அம்மா••••••அப்பா••••••••••.. சுயம்பு••••••••••.“ ஓலமிடுகிறேன். என்னை மொய்த்தக்கூட்டம் பதறியடித்துக்கொண்டு விலகி ஓடுகிறது.
நான் தன்னிலை மறந்து மயக்கத்தின் ஆழத்திற்குச் செல்கிறேன். யார் யாரோ ஓடிவந்து என்னை தூக்குகிறார்கள். அவர்கள் பேசிக்கொள்வதுஎன் காதுகளில் விழுகிறது. “ இந்த அரவாணி (திருநங்கை) திருவிழாவிற்கு புதுசு போல. அதான் கூத்தாண்டவருக்காக இப்படி அழுது , அழுது மயக்கம் போட்டிருக்கு “ .

5. இடைப் பிறவி - ஸ்ரீஜா வெங்கடேஷ்

பதினைந்து வயது நிதீஷின் மனம் நிலை கொள்ளாமல் அலைந்தது. தான் சாதாரணமாக இல்லை என்று அவனுக்குப்புரிந்தது.

“என்ன தவறு என்னிடம்? ஏன் என் மனம் பெண்களின் அருகாமையை நாடுகிறது? அவர்களின் நடுவே இருப்பது தான் பாதுகாப்பாக இருப்பது போலத் தோன்றுகிறது. அவ்வளவு ஏன்? அவர்களை எல்லா விதத்திலும் பின் பற்ற உத்வேகம் பிறக்கிறது. ஏன் அம்மா என்னை ஆணென்று சொல்கிறாள்? உடற் கூறுகளின் படி பார்த்தால் நான் கண்டிப்பாக ஆண் தான். ஆனால் என் மனம் அதை ஏனோ ஏற்க மறுக்கிறது. என்னை ஒரு பெண்ணாகவே நான் உணர்கிறேன்.”

சில நாட்கள் முன்னால் நடந்த சம்பவம் நினைவில் ஆடியது.

நிதீஷ் தன் நண்பர்களோடு தெருவில் நின்று பேசிக் கொண்டிருந்தான். அப்போது ராம்ஜி “டேய் அதோ வரா பாரு அவ சரியான மொக்கை ஃபிகர்டா!” என்றான். அதை எல்லாரும் ஆமோதிக்க நிதீஷுக்கு ஏனோ சங்கடமாக இருந்தது. அதே போல அவர்கள் தெருவில் போகும் பெண்களைப் பார்த்து கமெண்ட் அடிக்க அடிக்க இவனுள் ஆத்திரம் பொங்கியது.

கைகளைத் தட்டி “என்னடா? பொம்பளைங்கன்னா அவ்வளவு இளக்காரமாப் போச்சா? ஏன் எப்பப் பாத்தாலும் கேலி பண்றீங்க? உங்களுக்கு வேற வேலை இல்லியா?” என்ற போது அனைவரும் சிரித்தனர்.

“நிதீஷ்! உன்னை என்னவோன்னு நெனச்சோம்! நீ சூப்பர்டா! அப்படியே லேடீசப் போலவே பேசறியே?” என்றான் ராம்ஜி.

“அது மட்டுமா? பாடி லாங்குவேஜைக் கூட மாத்திக்கிட்டாண்டா! ” என்று இவன் தோளில் அடிக்கத் துடித்துப் போனான் நிதீஷ். அவர்கள் ஸ்பரிசம் ஏனோ அவனுக்குப் பிடிக்கவில்லை.

“சும்மா இருங்கடா! எனக்கு ஆத்திர ஆத்திரமா வருது” என்று உடலை வளைத்து இவன் சொல்லவும் மீண்டும் உரத்த சிரிப்பு.

தன்னைப் புரிந்து கொள்ளாத நண்பர்களை விட்டு விலகி வந்து விட்டான்.வீட்டுக்கு வந்து தனிமையில் யோசித்த போது தான் தன் நடை , பாவனைகள் மாறியிருக்கிறது என்பதை உணர்ந்து கொண்டான். முதன் முதலாக அவனுக்குள் ஒரு பயம் வந்தது.

நான் யார்? ஆணா? பெண்ணா? இல்லை இல்லை•••அதுவா?

ஆராய்ச்சியில் இறங்கினான் அவன்.

நல்லவேளையாக அவனுக்கு கம்ப்யூட்டர் கை கொடுத்தது. நெட்டில் நிறைய விவரங்கள் தேடினான். நிறையக் கட்டுரைகள் படித்தான். அப்போது தான் ஒரு ஆண் மகனுக்கு வர வேண்டிய முக்கிய மாற்றம் தனக்கு இன்னும் நிகழவில்லை என்பதை உணர்ந்தது அவன் மனம். அதை இனிமேலும் எதிர்-

பார்ப்பது புத்திசாலித்தனமா? இல்லை என்னை இயற்கை ஒரு கோமாளி-யாக மாற்றிவிடத் தயாராக இருக்கிறதா? ஒன்றும் புரியவில்லை அவனுக்கு. அழுகை அழுகையாக வந்தது. அம்மாவின் தோளில் சாய்ந்து அழ வேண்-டும் போல இருந்தது.

அம்மாவின் நினைவு வந்ததும் வயிற்றில் ஊசி இறங்கினாற் போல இருந்-தது. அம்மாவுக்கு என்னைப் பற்றித் தெரிந்தால் எப்படி எதிர்கொள்வாள்? என்னை ஏற்றுக் கொள்ள மாட்டாள் நிச்சயம். எல்லாக் கதைகளிலும் , சினிமாவிலும் கூட காண்பிக்கிறார்களே பெற்றோர்களே என் போன்ற குழந்-தைகளை வீட்டை விட்டு விரட்டும் நிகழ்ச்சிகளை. அவன் கண்களிலிருந்து நீர் வடிந்தது.

“அம்மா! நீ மட்டும் என்னை ஏத்துக்கலைன்னா என் கதி என்னம்மா? இப்பவே என்னால படிக்க முடியாது! வேலை கிடைக்காது! நான் ஒரு செக்ஸ் மிஷினா மாறணும். கொடூரமானவர்களின் மன வக்கிரங்களுக்கு வடிகாலாய் நான் இருக்கணும். என்னால அதையெல்லாம் நெனச்சுப் பாக்கவே முடியல! ”

யோசித்து யோசித்துப் பார்த்தான். நல்லவேளை அப்பா இந்தியாவிலேயே இல்லை. நிதீஷுக்காக , இவனை டாக்டராக்க வேண்டும் என்ற அம்மாவின் கனவுக்காக பணம் சம்பாதிக்கப் போயிருக்கிறார். இரண்டு வருடங்களுக்கு ஒரு முறை தான் வருவார். அதனால் அவரிடம் இந்த விஷயத்தைச் சொல்ல வேண்டும் என்ற அவமானத்துக்கு ஆளாகாமல் தப்பிவிடலாம்.

அம்மா அவனை சாப்பிடக் கூப்பிட்டாள்.

“நிதீஷ்! அப்பா ஃபோன் பண்ணியிருந்தாருடா! உனக்கு ரெண்டு ஜீன்ஸ் பேண்ட் வாங்கி அவரோட ஃபிரெண்டு சலீம் அடுத்த மாசம் வரர் இல்லியா அவர்கிட்டக் குடுத்து விடறாராம். வேற ஏதாவது வேணுமா உனக்குன்னு கேக்கச் சொன்னாருடா!”

“எனக்கு ஃபாரின் சேலை தான் வேனும். இல்லைன்னா மேக்சி அல்லது ஸ்கர்ட். இதை வாங்கி அனுப்புவாரா அப்பா?” என்று கேட்கத் துடித்த வாயை அடக்கிக் கொண்டு “ஒண்ணும் வேண்டாம்மா!” என்றும் மௌனமாக சாப்பிட்டான்.

என்ன தோன்றியதோ அம்மா வந்து மெதுவாக தலை கோதினாள். பரம சுகமாக இருந்தது அவனுக்கு . கண்களிலிருந்து ரெண்டு சொட்டுக் கண்ணீர் வெளியேறத் துடித்தது. அடக்கிக் கொண்டான். சாப்பிட்டு முடித்தவன் அம்-மாவுக்குக் கூடமாட உதவினான். வேலை செய்யும் போது அம்மாவின் கை வளையல்கள் அழகாக ஒன்றோடு ஒன்று மோதி சத்தம் செய்தது சங்கீதமாக இருந்தது. தானும் வளையல் போட்டுப் பார்க்க வேண்டும் என்ற ஆவலை கட்டுப் படுத்திக் கொண்டான்.

மறு நாள் டெஸ்ட் இருந்தது. இனி என்ன படித்து என்ன? என் தலை விதி முடிவு செய்யப் பட்டு விட்டது. எதற்காகப் படிக்க வேண்டும்? என்று முடிவு செய்து கொண்டு மீண்டும் இண்டெர் நெட்டை நாடினான்.

அவன் தேடிய விவரங்கள் அவனுக்குக் கிடைத்தன. அவனைப் போன்ற இடை நிலைப் பிறவிகள் அனுபவிக்கும் துன்பங்கள் கண்ணீராக அவன் முன் விரிந்தன. அவர்கள் வாழ்க்கை அசிங்கத்தாலும் ரத்தத்தாலும் எழுதப் பட்டி-ருந்தது. அவனுக்கு திகில் பிடித்துக் கொண்டது.

“ஐயையோ! நான் என்ன செய்ய? கடவுளே! என்னைக் காப்பாற்று! ” என்று கண் மூடி வேண்டும் போது ஒரு எண்ணம் தோன்றியது. பேசாமல் செத்து விட்டால் என்ன? அப்படிச் செய்வதால் ஏற்படும் நன்மைகள் அவன் கண் முன் விரிந்தன.

முதலில் தான் இந்த மாதிரி என்று தன் அன்ண்பர்களுக்குத் தெரிவதற்கு முன்னால் நாம் போய்விடலாம். அம்மாவின் ஏமாற்றம் , அப்பாவின் கோபம் இவற்றுக்கு ஆளாகாமல் தப்பி விடலாம். ஊர்ரூராகச் சென்று பிச்சையெ-டுத்து வாழும் வாழ்க்கை இருக்காது. எல்லாரும் அருவருப்புடன் பார்க்கும் பார்வையைத் தவிர்த்து விடலாம். முக்கியமாக பாலியல் கொடூரங்களுக்கு ஆளாக வேண்டியதில்லை. எல்லாவற்றையும் யோசித்துப் பார்த்து தற்கொலை என்ற முடிவுக்கு வந்தான் நிதீஷ்.

“அம்மா! என்னை மன்னிச்சிடும்மா! உன் கனவை நிறைவேத்த வழி தெரியல எனக்கு. உனக்கும் அப்பாவுக்கும் நான் ஒரு நாளும் அவமானத்-தைத் தேடித் தர மாட்டேன். என்னை இப்படியாக்கிய இயற்கை மீது தான் எனக்குக் கோபம். வேற யாரோடயும் இல்ல. நான் போறேன்” என்று சொல்-லிக் கொண்டவன் மெதுவாக டிராயரைத் திறந்து பிளேடை எடுத்தான்.

கூர்மையான அதன் முனைகள் டியூப் லைட் வெளிச்சத்தில் பளபளத்தன.

கைகளை நீட்டி நரம்புகளை வெட்ட முயன்ற அந்த வினாடி அவன் கண் முன் வேறொரு கரம் நீண்டது.

“ஊம்! என்னோடதையும் சேர்த்து வெட்டு! ஏன் தயங்கற வெட்டு ! ” என்றாள் அம்மா. கோபத்திலும் சோகத்திலும் அவள் முகம் ஜொலித்தது. அவள் மிக மிக அழகாக இருப்பதாகத் தோன்றியது அவனுக்கு. பிளேடைத் தூக்கி எறிந்தவன் “அம்மா நான் ஏன் இந்த முடிவுக்கு வந்தேன்னு உனக்குத் தெரியாதும்மா! அது தெரிஞ்சப்புறம் ஏன் என்னைத் தடுத்தேன்னு வருத்தப் படுவ”

அம்மா சேலைத் தலைப்பால் அவன் முகம் துடைத்தாள்.

“தெரியும் நிதீஷ்! எனக்கு நல்லாவே தெரியும்!” .அதிர்ந்து போய் எழுந்து நின்றான் அவன்.

” தன் குழந்தையோட ஒவ்வொரு அசைவையும் உணர்ந்தவ தாய். அது-வும் நான் உன்னை கடந்த ஒரு வருஷமாவே கண்காணிச்சுக்கிட்டு தான்

வரேன். எனக்கு உன் வளர்ச்சி மேல அப்பவே சந்தேகம் வந்திட்டுதுப்பா! ”

ஆத்திரம் வந்தது அவனுக்கு.”அப்ப ஏம்மா எங்கிட்ட சொல்லலை? நீயும் என்னை வேடிக்கை பாத்த இல்லியா?”அம்மாவின் முகம் சுருங்கியது.

“இல்லைப்பா! எதா இருந்தாலும் அதை நீ உணரணும். உனக்கா தெரிய வரும் போது அதிர்ச்சி கொஞ்சம் குறைவா இருக்கும். அதுவும் போக எனக்கும் என்னைத் தேத்திக்க கொஞ்சம் டயம் தேவைப் பட்டதுப்பா! இப்ப நீ யாருன்னு உணந்துட்டன்னு எனக்குத் தோணுச்சி! கடந்த ரெண்டு நாளாவே நீ சரியா இல்ல! நீ என் பொடவயக் கட்டிப் பார்த்ததை நான் பாத்துட்டேன். ஆனா அதே சமயம் நீ பயப்படாம நெட்ல இது சம்பந்தமா தகவல் சேகரிச்ச பாரு அதை நான் ரொம்ப பாராட்டினேன்.

வெடித்து அழுதான் நிதீஷ்.

“அம்மா! நான் என்ன தப்பும்மா பண்ணினேன்? என்னை ஏன் இப்படிப் பெத்த? இனிமே எனக்கு வாழ்க்கையில என்ன இருக்கு? இந்த வீட்டுல நான் இருக்க முடியாது. வெளியல போயி வாழற தைரியம் எனக்கு இல்ல. நான் என்ன பண்ணுவேன்மா? என்னை ஏன் சாக விட மாட்டேங்கற?”

“இதுக்கா நான் உன்னைப் பெத்தேன்? இந்த முடிவுக்கு வரவா நான் உன்னை ஆளாக்கினேன்? எந்த சூழ்நிலையிலும் தைரியத்தை மட்டும் இழக்கக் கூடாது! இது ஒரு ஹார்மோனல் குறைபாடு தான். அதை இந்த சமூகம் தான் ரொம்பப் பெருசு படுத்தி அவங்களை இந்த இழிநிலைக்கு தள்ளியிருக்கு. இதுல உன்னொட தப்பு எதுவும் இல்ல. இயற்கை உன்னை இந்த நிலைக்கு ஆளாக்கினதுக்கு நீ என்னடா பண்ண முடியும்?”

“அப்டீன்னா அம்மா! நீ என்னை வெறுக்கலையா? இந்த வீட்டுலருந்து விரட்டலையா?” சிரித்தாள் அம்மா.

“நீ என் குழந்தைப்பா! திருடுறவனையும் , பொம்பிளைங்களை மதிக்காதவனையுமே வீட்டுல வெச்சுக்கறாங்க உன்னை எதுக்குப்பா வீட்டை விட்டு விரட்டணும்?”

“ஆனா அம்மா என் எதிர்காலம்?”

“ரெண்டு பேரும் சேர்ந்து போராடுவோம்! அப்பா வந்தா அவரையும் சேத்துப்போம்! ஸ்கூல்லயும் , மெடிக்கல் காலேஜுலயும் படிக்க போராடி இடம் வாங்குவோம். மாற்றுத் திறனாளிகள் படிக்கலாம்னா நீயும் ஒரு மாற்றுத் திறனாளி தானே? அதைக் கேப்போம். கேஸ் போட்டாவது ஜெயிப்போம். என்ன? ஆனா நீ ஒரு விஷயத்தை மறக்கக் கூடாது”

அவன் அம்மாவையே வைத்த கண் வாங்காமல் பார்த்துக் கொண்டிருந்தான்.

“நீ பெரிய டாக்டரா ஆனதுக்கப்புறம் உன்னை மாதிரி இருக்கறவங்களுக்காகப் போராடு. வீட்டை விட்டு விரட்டப்பட்ட திருநங்கைகளுக்கு ஒரு வாழ்வு குடு. அவங்க மானமா பிழைக்க ஒரு வழி செஞ்சி குடு. செய்வியா

நிதி? ” என்ற அம்மாவின் கரங்களை பற்றி ஒற்றிக் கொண்ட நிதீஷ் மறு நாள் டெஸ்டுக்குப் படிக்க புத்தகங்களை எடுத்தாள்(ன்).

6. மானம் - கு. அழகர்சாமி

இரயில் பயணத்தை அவன் என்றைக்குமே வெறும் இரயில் பயணமாய்ப் பார்ப்பது இல்லை. இரயில் பயணத்தை ஒரு தத்துவார்த்தமாகவே கண்டு அவனுக்கு விருப்பமாகி விட்டது. ஒரு ஆரம்பித்திலிருந்து ஒரு முடிவுக்குச் செல்லும் வாழ்க்கையைப் போல இரயில் ஊடறுத்துக் கொண்டு போகிறது என்று பல சமயங்களில் அவன் நினைப்பதுண்டு. இரயில் விரைந்து செல்லும் வழியெல்லாம் நில்லாக் காட்சிகளில் மனந் தோய்ந்து நிற்கும் புதிரை அவன் இரயில் பயணம் முழுவதும் விடுவித்துக் கொண்டே இருப்பதுண்டு. இரயில் நிற்கும் இரயிலடிகளை விட தான் செல்லும் இரயில் நிற்காது போகும் இரயி-லடிகளின் மர்மத்தை இரயில் கடப்பதற்கு முன்னமேயே பிடிபடுவதற்கு முயற்-சிப்பதாய் அவன் பார்வை அந்த இரயிலடிகளின் மேல் பாயும்.

அப்போது அவனுக்கு மட்டும் இரயில் ஒரு விநாடி நின்று போவது போல் அவனின் சிந்தையில் இரயில் கட்டுண்டு இருக்கும். இரயில் நிற்காத அந்த இரயிலடிகளில் ஆட்களில்லாது வெறிச்சோடிப் போய் இருக்கும் தனிமை-யில் எங்கிருந்தோ ஒரு நாய் ஓடி வந்து ஏதோ திசை நோக்கி, இருக்கும் தனிமையின் தொலைவை நீட்டிப்பது போல் தோன்றும் அவனுக்கு. அப்போ-தெல்லாம் அவ்வளவு பெரிய இரயிலில் தான் மட்டும் தனியாய்ப் பிரயா-ணம் செய்தால் தன் தனிமையில் இரயில் பயணமும் நில்லாக் காட்சியாய் ஓடிப் போவது இன்னும் துல்லியமாகும் என்றெல்லாம் உள் தர்சனம் செய்து கொண்டிருப்பான்.

இந்த இரயில் பயணம் அவன் வெகுகாலம் கழித்துப் போவதாக அவனுக்கு திடீரென்று நினைவு கொண்டது. மதுரைக்குச் செல்லும் வைகை விரைவு இரயில் வண்டி ஆயத்த நிலையில் புறப்படத் தயாராக இருக்கும். ஒரு மிக நீளமான இயந்திர நாய் பாய்ச்சலுக்குத் தயாராக இருப்பது போல் அவனுக்கு உள்ளத்தில் சிலிர்ப்பு ஏற்படும். ”இது என்ன? இந்தக் கடைசி நிமிஷத்தில் மூட்டை முடிச்சோடு ஏழு பேர்கள் வெளி கிரகத்திலிருந்து வந்து குதிப்பது போல் உள்ளே அவசர அவசரமாய் நுழைகிறார்களே. மனிதர்-கள் ஏன் அவசரத்தையும் துரிதகதியையும் விரும்பி தழுவிக் கொள்கிறார்-கள்? காலத்தையே கால்செருப்பாய் போட்டுக் கொண்டு ஆளாய்ப் பறக்-கிறார்களோ?” என்று அவன் நினைப்புகள் ஓடிக் கொண்டிருக்கும் போதே அவர்கள் அவனிருக்கும் இருக்கைக்குப் பக்கத்திலேயும், எதிரேலேயும் என்று உட்கார்ந்திருப்பர்.

அது ஒரு பெரிய குடும்பமாயிருக்கும் எனறு ஊகிப்பதற்கு எந்தக் கால அவகாசமும் அவனுக்குத் தேவையில்லை. அவன் இருக்கைக்கு எதிரில் அமர்ந்தவர்கள் ஒரு இளைஞனும், இளம் பெண்ணும். அவர்கள் அண்மையில் திருமணம் செய்து கொண்ட தம்பதியினர் என்று அவன் ஊகித்துக் கொண்டான். அந்த இளம் பெண் வகிடெடுத்த நெற்றியில் பொட்டு வைத்திருப்பாள். சல்வார் சூட் போட்டிருந்தாலும் கல்யாணம் செய்து கொண்டு விட்ட பின்னால் அது அவள் துடுக்குத்தனத்தைக் கொஞ்சம் குறைத்துக் காட்டுவது போல் இருக்கும் அவனுக்கு. இளைஞனிடம் ஒரு புது மாப்பிள்ளை முறுக்கு இருப்பதை அவன் அவளிடம் பேசும் காதல் கலந்திருக்கும் கண்களில் கொஞ்சம் கர்வம் கலந்திருக்கும் தோரணையிலும்- அவர்கள் அவளின் பெற்றோர்களாக இருக்க வேண்டும்- அவளின் பெற்றோர்கள் இருக்கும் இருக்கைகளிலிருந்து ஒதுங்கி வந்து மனைவியோடு அவன் எதிர் இருக்கைகளில் தேர்ந்தெடுத்து இளைஞன் அமர்ந்து கொண்டதிலிருந்தும் அவன் புரிந்து கொள்வதற்கு அரிதாக இல்லை. அவளுடைய பெற்றோர்களோடு அவளுடைய சகோதரன், அண்ணியும் அவர்கள் குழந்தையும் கூட வந்திருப்பார்கள்.

வைகை இரயில் வண்டி இறக்கை கட்டிப் பறப்பது போல் பறந்து கொண்டிருக்கும். ஒரு பறவை அதன் மேல் குறுக்கே பறந்து அதைக் கேலி செய்வது போல் இருக்கும். ஆரம்பத்தில் நீயா நானா என்று ஒரு இருக்கை வரிசையில் நான்கு பேர் உட்கார்ந்திருக்கும் இறுக்கமும் இட நெருக்கடியும் கொஞ்சம் குறைந்தது போலிருக்கும். பயணிகள் அவரவர் அவரவர் நினைவோட்டத்தில் இருப்பது போல் இருக்கும். இரயில் ஓட்டத்துக்கு இணையாய் எத்தனை நினைப்பு ஓட்டங்கள் என்று அவன் அதிசியித்துக் கொண்டிருப்பான். எதிரிலிருந்த குடும்பத்தின் செயல்பாடுகள் ஆரம்பமாகி விட்டன. தம் செயல்பாடுகளை மற்றவர்கள் கவனிப்பார்களே என்ற பிரக்ஞை குடும்பத்தினருக்கு இல்லாததே அவனை அவர்களின் செயல்பாடுகளைக் கவனிப்பதற்குத் தூண்டுதலாயிருக்கும்.

குடும்பத்தினர் இரைந்தும் சிரித்தும் பேசிக் கொண்டிருப்பது அவனுக்கு விகாரமாயும், இரயில் விரைந்தோடி இரையும் தாள கதியோடு ஒத்துப் போகாதது போலும் அவனுக்குத் தோன்றும். குழந்தையை வேறு சீண்டிக் கொண்டு விளையாடிக் கொண்டிருப்பார்கள். சில சமயங்களில் வீட்டில் தங்கள் கொஞ்சாத கொஞ்சலும், சீண்டாத சீண்டலும் பெற்றோர்கள் இந்த மாதிரியான இரயில் பயணங்களில் மேற்கொள்வது பயணங்களில் நேரம் கிடைப்பதாலா அல்லது பயணத்தில் தம் பொழுது கழிவதற்கான ஏதுவாகவா என்று அவன் யோசிக்கலானான். குழந்தையோ அவர்களின் கொஞ்சலையும் சீண்டலையும் பிடிக்காதது போல சிணுங்கவும் குழந்தையின் தாய் குழந்தை தூங்கட்டுமென்று ஒரு சேலையை எடுத்து தன் இருக்கைக்கு மேலேயே தூளி கட்ட முயல்வாள். முடியாது திணற அவளின் கணவன் வெற்றிகரமாக தூளி

கட்டி முடித்து விட்டு ஒரு பெருமிதம் கொள்வது போல் தன் மனைவியைப் பார்ப்பான்.

இரயில் ஓட ஓடக் காட்சிகள் ஓடிக் கொண்டிருக்கும். கொளுத்தும் வெயில் வேட்டி கருவேல முட்செடியில் சிக்கிக் கிழிபட்டுக் கொண்டிருக்கும். கூட்டமாய் இருக்கும் சில பனை மரங்கள் தள்ளி ஒரு பனை மரம் மட்டும் தனியாய்ச் சூரிய வெயிலைக் குடித்துக் கொண்டிருக்கும். இரயில் கழிவறைப் பக்கம் தன் அவலத்தைக் கூனிக் குறுகி முகத்தை எப்போதும் குறுக்கிய கால்களுக்குள் புதைத்துக் கொண்டு டிக்கெட் இல்லாமல் பயணம் செய்து கொண்டிருந்த இளமை பறி போன பிச்சைக்காரி எங்கே போனாள்? எங்கு போய்ச் சேர்வது என்று தெரியாமல் பயணிக்கும் அவளுக்கு எங்கு போய்ச் சேர்ந்தாலும் அங்கு போய்ச் சேர்வது தானா?. சாப்பாட்டுக்குத் தயாராகி விட்டிருக்கும் குடும்பம். சாதம் சாம்பார் , முட்டை, தயிர் என்று பரிமாறல்கள் தொடங்கியிருக்கும். தனியாய் அவன் எதிரில் இருக்கும் இருக்கைகளில் அமர்ந்திருக்கும் இளந் தம்பதிகளுக்கு முதல் பரிமாறல் நடக்கும். மற்றவர்களின் பசியைத் தூண்டி விடுவது போல் இருக்கும் அவர்கள் பரிமாறுவதும் உண்பதுமாய் இருப்பது.

இந்தப் பசியாறலுக்கு முன்னமேயே குறுக்கும் நெடுக்குமாக வந்து போய்க் கொண்டிருக்கும் இரயில் காண்ட்டீன் ஊழியர்கள் பஜ்ஜி,பலகாரம் காபி, டீ என்று குடும்பத்தினரிடம் நடந்த வியாபரத்தில் அவர்களுக்குப் பழக்கமாகி விட்டனர். குழந்தை இன்னும் தூங்கிக் கொண்டிருப்பதை குடும்பத்தினர் தொல்லையில்லையென்று விரும்புவது போல் தோன்றும் அவனுக்கு. இளந் தம்பதிகள் தங்களுக்குள்ளேயே விடாது பேசிக் கொண்டே வந்து கொண்டிருப்பார்கள். குடும்பத்தில் பிறருக்கும் வேறு யாரிடமும் பேச வேண்டிய அவசியமின்றி விஷயங்கள் ஏராளமாய் இருக்க எப்படி அந்த விஷயங்கள் அவர்களுக்கு சுவாரசியமாகின்றன என்று ஆச்சரியப்படுவான். அதனால் தான் பேச முயன்றாலும் அது அவர்களுக்கு சுவாரசியமில்லாமலும், இடைஞ்சலாகவும் இருக்கும் என்ற காரணத்தால் அவன் அவர்களைக் கண்ணோட்டம் செய்வதையும் கூட ஒரு நாகரிகத்தோடு செய்ய வேண்டிய நிர்ப்பந்தத்தில் இருந்தான்.

இப்போது இரயில் விழுப்புரம் இரயிலடியில் நெடுஞ்சாலையில் ஓடி ஒரு நாய் களைத்துப் போய் நிற்பது போல் நின்று கொண்டிருக்கும். அவனும், குடும்பத்தினரும் இருக்கும் இரயில் பெட்டியில் ஏறி உள்ளே ஒரு திருநங்கை நுழைவாள். அவளைத் தொடர்ந்து இன்னும் சிலர் நுழைவார்கள். அவள் வாளிப்பையும் வாயாடலையும் சேர்த்து கூட்டிக் கொண்டே நுழைவது போல் இருக்கும். அவளின் ஈர்ப்பு ஆணில் பெண்ணின் நிழலும், பெண்ணில் ஆணின் நிழலும் சேர்ந்த பரிமாணத்தில் அமைவதாயும் தன்னுள்ளிருக்கும் ஆண்மையும் பெண்மையும் கலந்து பிரக்ஞை வெளியில் பிரத்தியட்சமாய்க் காணும் பரவசமாய் அது மாறுவதாயும் அவன் உணர்ந்தான்.

அவளின் வாளிப்பில் இருக்கும் நேரடித்தனம் பொய்யானதென்பது அவள் வாழும் வாழ்க்கையின் உண்மையில் அடிபட்டுப் போகும் என்று நினைத்தான். அதே சமயத்தில் அவனுக்கு அவள் மேல் பயம் கொண்டது.

அந்த பயம் அவளின் வசீகரத்தில் ஒளிந்து கொண்டிருக்கும் மாயையின் நிழலில் மனம் கொள்ளாது இருள்வதால் என்பதாலிருக்கும். மிகவும் கலகலப்பாக வந்து கொண்டிருக்கும் திருநங்கை கை தட்டுவாள். ஒவ்வொரு இருக்கையில் இருப்பவர்களிடமும் கை தட்டிக் காசு கேட்கும் அவளின் செயலை பிச்சை எடுப்பது என்ற ரீதியில் எடுத்துக் கொள்ள முடியாது என்று அவனுக்கு மனத்தில் படும். ஒரு பிரத்தியேகமான மன உடல் ரீதியில் தாம் வாழும் வாழ்க்கையின் அங்கீகரிப்பை இப்படி அவள் உரிமையோடு எதிர்பார்க்கும் விதமாகக் காலந் தோறும் பழகி விட்டாளோ என்று அவனுக்கு ஒரு ஐயம். அவள் தன்னை நெருங்கிக் கொண்டே இருக்கிறாள். ஏன் ஜ்வாலையை அள்ளிக் கொண்டு வருகிறாள்? எந்தக் காட்டைக் கொளுத்தப் போகிறாள்? என்று அவன் மனம் உன்மத்தம் கொள்ளும்.

அவன் இருக்கும் இருக்கை வரிசைக்கே வந்து விட்டாள். காம தேவன் இந்திரன் அவளிடம் எந்த வில்லைக் கொடுத்து விட்டுப் போனான்? அவள் கண்களில் முதலில் பட்டது அவனுக்கு எதிரே உட்கார்ந்திருக்கும் இளந்தம்பதியினர் தான். அவள் இந்திர வில்லைக் கண்களில் வளைத்துக் கைகளில் சொடுக்கி காண முடியாத மலர் பாணங்களை எய்வது அவர்களுக்குத் தெரியவில்லையா? அந்த மலர் பாணங்கள் அவர்கள் மேல் வாழ்வின் வசந்தங்களைப் பொழிந்து உன்மத்தம் கொள்ள வைப்பதை அவர்களுக்குப் புரியவில்லையா? அவள் கை நீட்டிக் கேட்பது காசுக்கா? இல்லை அது இந்திர வரமா? எத்தனை விநாடிகள் காத்திருக்கும் இந்திர வரம் என்பது போல் காதலில் தழுவத் தயக்கப்படுவது போல் இருக்கும் இளந் தம்பதிகளிடமிருந்து அவனிருக்கும் இருக்கை வரிசையில் வேறு யாரையும் அணுகாது நகர்ந்து போவாள் அடுத்த இருக்கை வரிசைக்கு அந்தத் திருநங்கை.

பெண்ணின் தந்தைக்கு என்ன யோசனையோ? நகர்ந்து போய்க் கொண்டிருக்கும் திருநங்கையை மறுபடியும் கூப்பிட்டார். அவளிடம் "நல்லா ஆசீர்வாதம் பண்ணுங்க; கூடிய சீக்கிரம் தாயும் பிள்ளையாகனும்? என்று சொன்னதும் அவள் கைகளை உயர்த்தி இளந்தம்பதியினரின் உச்சந் தலைகளின் மேல் சுற்றுகள் சுற்றி வாழ்த்துவாள். இந்திரன் வானிலிருந்து வாழ்த்தி திருநங்கைக்கு மந்திரத்தைச் சொல்லச் சொன்னது போல் அவனுக்குத் தோற்றம் கொள்ளும். இளம் தம்பதிகள் இன்னும் அழகாகிக் காதல் கொண்டு மயங்குவது போல் அவனுக்குத் தோன்றியதில் ஒரு வரம்பை மீறின அச்சமும் கூடும். மகிழ்ந்து போன பெண்ணின் தந்தை ஒரு பத்து ரூபாய் நோட்டை எடுத்து வாழ்த்திய திருநங்கையிடம் கொடுத்தார்.

காற்றடைத்த பாலீதின் பை வெடித்தது போல் அவள் "கூலிக்காக நான் வாழ்த்திறதில்ல" என்று வெடித்து பெண்ணின் தந்தையை முகமெடுத்தும்

பார்க்காமல் அடுத்த விநாடியே அவள் புறப்படப் போகும் இரயில் வண்டியிலிருந்து இறங்குவாள். அதைப் பார்த்துக் கொண்டிருந்த பெண்ணின் தந்தையின் மனம் அதிர்ந்ததோ இல்லையோ அவன் மனம் அதிர்ந்தது. அவனின் ஆடைகளைத் திருநங்கை களைந்து எடுத்துக் கொண்டு போனது போல் அவன் அவனைக் கனவு போல் பார்ப்பான். மானம் ஆணுமல்ல; பெண்ணுமல்ல; ஆண் பெண் உறுப்புகளல்ல என்று பளிச்சென்று அவன் மனத்தில் ஒரு மின்னல் ஓடி இறங்கும். புறப்படும் இரயில் வண்டியும் ஒரு விநாடி அதிர்ந்து நின்று மறுபடியும் இரயிலடியை விட்டுப் புறப்பட்டது போலிருக்கும் அவனுக்கு. திருநங்கை மறையும் வரை இரயில் ஜன்னல் வழியே இரயில் நடைமேடையில் அவள் ஒருத்தி என்பது போல அவளைப் பார்த்துக் கொண்டே இருப்பான் அவன்.

7. வேடிக்கை மனிதரோ... - ஜனநேசன்

பளிச்சென்று இருந்த வானத்தில் திடீரென்று கருகும்மென்று இருட்டு பரவியது. வானத்தில் சூரிய ஒளியின் தடயத்தையே காணோம். ! ஒரு பெரிய கரும்பறவை அதன் அடர்ந்த சிறகை விரித்து பூமியை அழுத்துவது போல் புழுக்கமான இருட்டு.! அண்ணாந்து பார்த்தால் மழைமேகம் இல்லை. கரும்பழுப்பு போர்வை போர்த்தியது போலிருந்தது. பக்கத்து நாடு எதிலிருந்தும் மழை மேகத்துக்கான ரசாயனம் தூவியது நம் நாட்டுக்கு திசை மாறி வந்து விட்டதா..? அப்படியான மேகத்திரட்சியும் தென்பட வில்லையே ..! இது எதன் தாக்கம் ? காற்று மண்டலமே அடைபட்டது போல மூச்சுத் திணறல் ஏற்படுகிறதே..? மக்கள் எல்லோரும் வானத்தைப் பார்ப்பதும், மூச்சுவிடத் திணறி நெஞ்சைத் தடவியும் கொள்கிறார்களே....! நமக்கே இப்படி என்றால் சிறுபிள்ளைகள், வயசாளிகள் என்ன பாடு படுகிறார்களோ...? எந்தத் தொலைக் காட்சிகளும் இயங்கவில்லை.

செயற்கைக்கோள் இணைப்புக் கிட்டவில்லை என்ற எழுத்துகள் கண்சிமிட்டின. வானிலை ஆய்வுத் துறையினருக்கு தொடர்புகொண்டால் வெகுநேரம் கழித்தே தொடர்பு கிடைத்தது. இஸ்ரோ செயற்கைக்கோள் தகவல்களை ஆய்வு செய்து கொண்டிருக்கிறோம். வானிலிருந்து பூமியை நோக்கி அழுத்திக்கொண்டு வரும் கரும்போர்வை உருவாகிய காரணிகள் எவை என்று தெரிய வில்லை. இந்தக் கரும்படலத்தை எப்படிக் கலைக்கலாம் என்று அண்டை நாடுகளிலும் விஞ்ஞானிகள் தீவிரமாக முயற்சி எடுத்துக் கொண்டிருக்கிறார்கள் என்ற தகவல் பழைய டிரான்சிஸ்டர் ரேடியோ ஒலிபரப்பு போல் விட்டு விட்டுக் கேட்டது. புழுக்கமும், மூச்சுத் திணறலும், ஊற்றெடுக்கும் வியர்வையும் உயிரினங்களைத் தவிக்க விட்டது. இதிலிருந்து மீட்சி இல்லையா.... இது நிஜமா, கொடுங்கனவா தெரிய வில்லை.

எழுந்து வெளியே வந்தால் வெயில் கோரப் பற்களைக் காட்டி இளித்துக் கொண்டிருந்தது. தெருவில் மனுச வாசத்தையே காணோம். மரம் பேருக்-கேற்றபடி அசைவற்று நின்றது. இலைகளில் ஒளிச்சேர்க்கைக்கான சிலிர்ப்பு கூடத் தென்படவில்லை. கொரோனா பெருந்தொற்றைப் பற்றி வாசித்தபடி கண்ணயர்ந்த நிலையில் வந்த கனவற்ற நினைவு மயக்கம் தான் இது.! “ என்னங்க ,சேர்ல உட்கார்ந்து பேப்பர் பார்த்துகிட்டே இருந்தீங்க , திடீர்னு வாசல் பக்கம் ஓடித் தெருவைப் பார்த்து நிற்கிறீங்க, என்ன யாரும் வர்றாங்-களா “ மனைவி பதறிக் கேட்டாள். கொரோனா காலத்தில் யாரும் வீட்டுக்கு வந்து தொற்ற வைத்து விடக்கூடாது என்ற பயம் தீயாகப் பற்றுகிறது. ஊரு, உலகெங்கும். இந்தத் தீயை அணைப்பது எப்படி, இந்த கொரோனா பேயை ஒழிப்பது எப்படி?. எந்த மந்திரமும், தந்திரமும் பலிக்கவில்லையே ! நாளுக்கு நாள் லட்சக் கணக்கானோர் கொரோனாவில் சிக்குவதும், ஆயிரக் கணக்கா-னோர் சாவதும் தொடர்கிறதே. கொரோனாவுக்கு முடிவு கட்டுவதில் மருத்துவ உலகமே திணறுதே. வல்லரசுகள் தடுமாறுதுகளே ! ஆனாலும் தொடக்கம் என்றிருந்தால் முடிவும் இருக்கும் இது தானே உலக இயங்கியல்.. நம்புவோம் ! பெருமூச்சு வெளிப்பட்டது.

மனைவி தொலைக்காட்சியில் பழைய படத்தைப் பார்த்தபடியே சோறு பரிமாறினாள். சோதனை மேல் சோதனை பாடல் ஒலித்தது .. சிரிப்பு வந்தது. உடனே தடுக்க முடியாதை பொறுத்திருந்து தான் வெல்லமுடியும். உலகம் சந்திக்கும் நூதனமான சோதனை. கடவுளின் துகளைக் கண்ட மனிதன் கொரோனாவுக்கும் முடிவு கண்டறிவான் நினைத்தபடி சோற்றை விழுங்கியா-யிற்று, கைப்பேசியில் குறுந்தகவல் முணுமுணுத்தது . ஓய்வூதியம் கணக்கில் வரவானத் தகவல்.

..ம்ம்ம்.. நம்மபாடு எப்படியோ கழியுது. அன்றாடக் கூலிகள், தெரு வியா-பாரிகள் ,அரவானிகள் இப்படி உதிரி உழைப்பாளிகள், அவர்களது குடும்பம், குழந்தைகளின் வயிற்றுப் பாடுகளை எப்படி சமாளிக்கிறார்கள் என்ற எண்-ணம் பெருங்காற்றில் சிலிர்க்கும் இலைகள் போல மனம் விதிர்த்தது. திரு-நங்கை கீர்த்தனாவின் நினைவு வந்தது. அவளையும், அவளது சகபாடிக-ளையும் சந்தித்த நிகழ்வுகள் நினைவிலாடின.

2

நெருஞ்சிக்குடி ரயில் நிலையம் . ராமேஸ்வரம் பயணிகள் ரயில் உள்ளே நுழைந்ததும் பரபரப்பும் படபடப்பும் இறக்கைகளை அடித்துக் கொண்டது. . திருச்சியிலிருந்து ராமேஸ்வரம் செல்லும் அந்தப் பயணிகள் ரயிலில் கூட்டம் அதிகமில்லாத பெட்டியில் சில பயணிகளோடு ராஜகோபாலும் , நண்பர்க-ளும் ஏறினர் அவர்களை முந்திக் கொண்டு திருநங்கையர் மூவர் ஏறினர்.

“இங்க பாருய்யா, டிக்கெட் எடுத்து போறவனை தள்ளி விட்டுட்டு வித்தவுட்கள் ஏறுறதை •••!. ” ஒரு பயணி அங்கலாய்த்தார். ஒரு திருநங்கை திரும்பிப் பார்த்து முறைத்தாள், இன்னொருவர் “ உள்ளேப் போயி பேசிக்கலாம் , நகருங்கம்மா.” என்று கத்தி நெரிசலை நெகிழ்த்தினார். அரவானிகளை விலக்கி பயணிகள், முன்னேறி இடம்பிடிக்க ஓடினர். கிடைத்த இடத்தில் அமர்ந்தனர். சந்தோசத்தில் குலுங்கி வண்டி நகர்ந்தது .

திருநங்கைகள் இரு கைகளைத் தட்டி ஒலி எழுப்பி காசு கேட்டு வந்தனர். அவர்களது அதீதமான அலங்காரமும், நெளிவும், குழைவும் பயணிகளது கண்களை ஈர்த்தது. அவரவர் மனோநிலைக்கேற்ப திருநங்கையரைப் பார்த்தனர். நங்கையரும் பயணிகளின் தோற்றம் கண்டு உளப்பாங்கை மதிப்பிட்டு யாசகம் கேட்டனர். ஒருத்தி இளைஞர்களிடம் “ மாப்பு, மச்சான், உங்கக் கொழுந்திக்கு உதவுங்க “ என்று கன்னத்தை தடவினாள் . சில இளைஞர்கள் அருவருப்புடன் அவளது கையைத் தட்டிவிட்டு முறைத்தனர். ஒருவர் அவளது கையைத் தடவி கிறங்கலாகப் பார்வையை அவளது தலையிலிருந்து பாதம் வரை ஒழுகவிட்டு, பத்து ரூபாயை கையைத் தொட்டுக் கொடுத்தான். “இன்னும் கல்யாணம் ஆகலையா மச்சான் “ என்று அவள் அவனது குமட்டில் இடித்தாள் . அவன் கன்னத்தை தடவிக் கொண்டான். இன்னொரு நாற்பது வயசு பயணி, தன்னிடம் கையேந்தி வந்தவளை, முறைத்து “ இருக்கிற உடம்பைப் பார்த்தால் உழைச்சு பத்து பேருக்கு சோறு போடலாம். எதாவது வேலையைப் பார்த்து பிழைக்கலாமில்ல. “ கடுப்பாகிப் போனவள் , “ இப்படி கையேந்தி பத்து பேருக்கு நா சோறு போடறேன். என் மகராசா , உங்களுக்கு கோடி புண்ணியம், ஒரு வேலை இருந்தாச் சொல்லுங்க. இன்னைக்கே நீங்க சொல்ற இடத்துக்கு சர்டிபிக்கேட்டோட வந்திர்றேன். “ அந்த நபர் முகத்தைத் திருப்பிக் கொண்டு, கழிவறைப் பக்கம் போனார்.

அந்த நங்கை தலையில் அடித்துக்கொண்டு, லாகவமாய் தலை அலங்காரத்தைச் சரி செய்து கொண்டு, கோணிய முகத்தில் புன்னகையை பூசிக்கொண்டு எதிர் வரிசையில் உட்கார்ந்து இருப்பவர்களிடம் கையேந்தி, “ அய்யா , இந்த அரவானி வயித்துப் பாட்டுக்கு, எதாவது கொடுத்து உதவுங்கய்யா.” என்று கெஞ்சினாள். அவர்கள் ஐந்து பேரும் அறுபதைக் கடந்தவர்கள். ஓய்வூதிய சங்கத்துக்காரர்கள். இதுவரை நடந்ததை எல்லாம் கவனித்துக் கொண்டிருந்தவர்கள் .அவர்களில் தலைவர் சின்னையா, “ ஏம்மா, நீ என்ன படிச்சிருக்க, ஏதாவது வேலை வாங்கிக் குடுத்தா செய்வியா..”

“அய்யா , நான் எம்.காம். படிச்சிருக்கேன். கண்ணியமான வேலை எது குடுத்தாலும் செய்வேனுங்கய்யா “ இந்த பதிலில் ஐவரும் அதிர்ச்சியுற்றனர்.

துணைத்தலைவர் சுந்தர்ராஜன் , “எம்.காமா. ரொம்ப சந்தோசம்.! அதென்ன கண்ணியமான வேலை ?”

“இப்படித்தான் ஒருத்தர் வேலை வாங்கித் தர்றேன்னு பிராத்தல் புரோக்கர்கிட்ட மாட்டி விட்டுட்டாரு. அங்கிருந்து தப்பிக்கிறது பெரும்பாடாகி விட்டது. அதான் ஏதாவது கிளார்க் வேலை மாதிரி கண்ணியமான வேலை கேட்கிறது. அரவானின்னு கீழ்த் தரமா பலரு நினைக்கிறாங்க. நீங்க அப்படி நினைக்கமாட்டீங்க , இருந்தாலும் நான் சொல்றதைத் தெளிவாச் சொல்லணுமில்ல.” செயலாளர் இராஜகோபால் ; “ அம்மா உங்கக் குழுவில் எத்தனைப் பேர் இருக்கீங்க. இதில் எத்தனை பேர் என்னென்ன படிச்சிருக்கீங்க. விவரம் சொல்லுங்க. நாங்க இன்னைக்கு எங்க ஓய்வூதியர் சங்கம் சார்பில் கலெக்டரைப் பார்க்கப் போறோம். அப்போ உங்க பிரச்சினைகள் பற்றி பேசி உங்களுக்கு உதவ முயற்சி செய்வோம்.”

“ரொம்ப சந்தோசம் அய்யா . எங்க குழுவில் பதிமூணு பேர் இருக்கோம். நான் ஒருத்தி தான் காலலேஜ் படிப்பு. மத்தவங்க எல்லாம் பத்தாம் வகுப்புக்கு கீழே படிச்சவங்க. அவங்களுக்கு முப்பது வயசுக்கு மேலாகுது. எங்களுக்கு ஊருக்குள்ள தங்க வீடு யாரும் குடுக்க மாட்டேங்கிறாக. இங்க நெருஞ்சிக்குடி சந்தைப் பேட்டை பின்னால ஒரு குடிசையில் தங்கி இருக்கோம். ராத்திரி நேரத்தில் குடிகாரங்க தொல்லைத் தாங்க முடியலை அய்யா . தங்கறதுக்காவது எங்களுக்கு வீடு ஏற்பாடு செஞ்சு குடுங்கய்யா. உங்களுக்கு. புண்ணியம் சேரட்டும் “ என்றபடி வணங்கி குனிந்து அவர்களது கால்களைத் தொட முயன்றாள். அவர்கள் தங்களது கால்களைத் தூக்கி சீட்டில் வைத்துக் கொண்டனர். ராஜகோபால் ; “ இதுதான் கெட்ட பழக்கம். உங்க ஆளுகளைக் கூட்டிட்டு வா, பேசுவோம் ”.

“கோபிசுக்காதீங்கய்யா, எங்க பிரச்சினை தீரனும்கிற ஆவலாதியில இப்படி செஞ்சுட்டேன். “ என்று கும்பிட்டு தலைகுனிந்து கைபிசைந்து நின்றாள். கண்ணீர் வழிந்தது. சின்னையா சொன்னார் , “ இப்படி காலில விழுகிறது நல்ல பழக்கம் இல்லம்மா. நீங்க கண்ணியமா சுயமரியாதையோட பிழைக்ணும்னு நினைக்கிறீங்க. காலில் விழுறது உங்க நினைப்புக்கு எதிரானது. அதனாலச் சொன்னோம். நாங்க கோபப்படலை. உங்க ஆளுகளைக் கூட்டிட்டு வா பேசுவோம்.”

அவள் சிட்டாகப் பறந்தாள் . அடுத்த ஐந்தாவது நிமிஷத்தில் மூவரும் வந்துவிட்டனர். வானவில் மூன்றாக உருமாறி நடந்து வந்தது. அந்த நிறக்கலவை அவர்களது உடல்வாகுக்குப் பொருந்தவில்லை என்றாலும், பார்த்ததும் மறுபடியும் பார்க்கத் தூண்டியது . நளினமாய் வணக்கம் செய்தனர். மூவரும் தங்களை அறிமுகப்படுத்திக் கொண்டனர். குண்டாக வயது மூத்தவள் அர்த்தனா. ஒல்லியாக இருந்தவள் நர்த்தனா. மூன்றாமவள் எம்.காம் படித்தவள் கீர்த்தனா. அவர்களது பெயர்கள் இவர்களது புருவத்தை உயர்த்தி புன்-

னகையை மலர்த்தியது. தற்போதுள்ள பயண நேரத்தில் விவரமாகக் கேட்க அவகாசமில்லை. சாவகாசமாக எல்லாவற்றையும் விசாரிப்போம். ராஜகோ-பால்,'' அம்மா இப்போ சிவகங்கை வரப்போகுது. எங்களோடு நீங்களும் இறங்குங்க. பேப்பர் தர்றோம். அதில உங்களுக்கு தங்க வீடும், பிழைப்புக்கு ஏதாவது வேலை வாய்ப்பையும் தந்து புறக்கணிக்கப்பட்ட இந்த திருநங்கை-களுக்கு உதவுங்க என்று மனு எழுதி அதில நீங்க மூணுபேர் உட்பட உங்க குழுவினர்கள் பெயர் எழுதி கையெழுத்துப் போட்டுக் குடுங்க. கீர்த்தனா, நீ எம்.காம் படிச்சதை சொல்லி எதாவது அரசுத்துறையில் வேலைவாய்ப்பு தந்து உதவுங்கன்னு ஒரு மனு தனியாக எழுது. நாங்க கலெக்டரைப் பார்க்-கப் போகும்போது கூட்டிட்டுப் போறோம்.''

``சரிங்க அய்யா. நீங்க கம்யுனிஸ்ட் கட்சிகாரகளா `` அர்த்தனா தயங்கிய கரகரத்த குரலில் கேட்டாள். சின்னையா தனது ஸ்டாலின் மீசை விரிய கெக்கலியிட்டுச் சிரித்தார். மற்ற நால்வரும் புன்னகைத்தனர். செல்லையா, `` ஏம்மா எங்களைப் பார்த்தா கம்யுனிஸ்ட் மாதிரியா தெரியுது .! ``

``கோபிச்சுக்காதீங்க அய்யா. கம்யூனிஸ்ட்காரங்க தான் இந்த மாதிரி உதவியெல்லாம் செய்வாங்கன்னு கேள்விப்பட்டிருக்கிறோம். அதனால அப்-படிச் சொன்னேன். தப்புங்குளா அய்யா.'' ராமசாமி, '' கம்யுனிஸ்டுன்னே வச்சுக்கோ. நாங்க ஓய்வூதிய சங்க பொறுப்பாளர்கள். உங்கள் சிரமத்தைப் பார்த்துட்டோம். முயற்சி பண்ணிப் பார்ப்போம். பழம் கிடைச்சா சந்தோசம்.'' ரயில் ஊர் வந்ததும் குதூகலமாகக் கூவி நின்றது.

3

மாவட்ட ஆட்சியரைச் சங்கத்தினர் சந்தித்தனர். தங்களை அறிமுகப்படுத்திக் கொண்டார்கள் ,. மூத்தகுடிமக்கள் வந்திருக்கீறிர்கள் என்று எழுந்து நின்று வரவேற்றார். அவர்களது கோரிக்கை மனுவை வாசித்து, அதிலுள்ள விவரங்-களைக் கவனமாக கேட்டறிந்தார். `` அம்மா ,எங்கள் ஓய்வூதியர்கள் வசிக்-கும் கழனிக்குடி பகுதியில் சர்வே எண் குறித்த தவறான புரிதலில் பத்திரப்ப-திவு நிறுத்தி வைக்கப்பட்டுள்ளது. இத்தடையை நீக்கி இந்த சர்வே எண்ணில் அடங்கிய மனைகளைப் பத்திரப்பதிவு செய்ய ஆணை வழங்க வேண்டும். இந்த உதவியால் நூற்றுக்கு மேற்பட்ட குடும்பங்களில் தம் பிள்ளைகளுக்கு உயர்கல்வி, திருமணம், தொழில் தொடங்குதல் முதலான நல்ல காரியங்-கள் நடக்கும். அப்புறம் இரண்டாவது கோரிக்கையான அந்த பகுதி முதன்-மைச் சாலையில் உள்ள ஆக்கிரமிப்புகளை அகற்றினால் அந்தப் பகுதியில் அடிக்கடி நிகழும் விபத்துகள் தடுக்கப்பட்டு உயிர்ச்சேதங்கள் தவிர்க்கப்படும் `` துணைத்தலைவர் சுந்தர்ராஜன் மாவட்ட ஆட்சியரிடம் விளக்கினார்.

இந்த கோரிக்கைகள் இரண்டும் பொதுமக்கள் நலம் சார்ந்தது தான் இன்னும் ஒரு மாத காலத்திற்குள் இவற்றை நிறைவேற்றித் தருகிறேன் என்று மாவட்ட ஆட்சியர் உறுதி அளித்தார்.

செயலாளர் ராஜகோபால் " அம்மா , இன்னொரு கோரிக்கை. எங்க ஊரில் எம்.காம், படித்த திருநங்கை ஒருவர் ரயிலில் பிச்சை எடுத்து பிழைக்கிறார். அவரைப் போல பத்துக்கும் மேற்பட்ட திருநங்கைகள் இருக்காங்க. அவர்களுக்கு தங்க வாடகைக்கு வீடு தர மறுக்கிறார்கள். தங்க இடமில்லாமல் சந்தைப் பேட்டைக்குப் பின்புறம் ஒரு குடிசையில் வசிக்கிறார்கள். அவர்களுக்கு இராத்திரி நேரங்களில் குடிகாரர்கள் தொல்லை கொடுக்கிறார்களாம்.. அவர்களுக்கு அம்மா கருணையோடு தங்கவீடு இடம் ஒதுக்கித் தரவேண்டும். எம்.காம். பட்டதாரிக்கு எதாவது வேலை ஏற்பாடு செய்து தரவேண்டும். அவர்களை இன்று ரயிலில் சந்தித்தோம். அவர்கள் வெளியில் காத்திருக்கிறார்கள், அம்மா இசைவு தந்தால் அவர்களை வரச் சொல்கிறோம்.."

வாயில்லதவர்களுக்காக மூத்த குடிமக்கள் பேசுகிறீர்கள். வரச் சொல்லுங்கள். நீங்கள் நம்பிக்கையோடு போய் வாருங்கள் உங்கள் கோரிக்கைகளை நிறைவேற்றித் தருகிறேன் என்று ஆட்சியர் எழுந்து வழி அனுப்பினார். அவர்கள் நன்றி கூறி வெளியே வந்தார்கள் .

டபேதாரிடம் சொல்லி திருநங்கையரை மாவட்ட ஆட்சியரிடம் அனுப்பி வைத்து அவர்கள் வருகைக்காக காத்திருந்தனர் . அரைமணி நேரம் கழித்து வந்தனர். அவர்கள் முகங்களில் நம்பிக்கை சுடர்ந்தது. சங்கத்தினரைப் பார்த்ததும் உங்கள் உதவியை என்றும் மறக்க மாட்டோம் என்று நன்றி பொங்க வணங்கினர். தலைவர் சின்னையா ; ", வாங்க வெளியே போய் விரிவாப் பேசுவோம் " என்றார்.

பொருளாளர் செல்லையா," மணி ஒன்றரை ஆயிருச்சு. வாங்க காண்டீனில் சாப்பிட்டுட்டுப் பேசுவோம் " என்றார். கீர்த்தனா சொன்னாள் " நாங்க மதிய நேரத்தில் சாப்பிடுவதில்லை. ஒரு டீ ,வடை, அல்லது பன்னோடு மதியத்தை ஓட்டிவிடுவோம். " ஓய்வூதியர் வயிற்றில் தீயை ஊற்றியது போல் இருந்தது. அவர்களது இரக்கம் செறிந்த பார்வை தாங்காமல் நங்கைகள் குனிந்து கொண்டனர். அர்த்தனா, " நாங்க மதிய நேரத்தில் யாசகம் கேட்டு பல இடங்களில் அலைந்து கொண்டிருப்போம். கிடைச்சக் காசை வச்சு சாப்பிட்டுடோமுனா, வீட்டில் வயசாகி உடம்புக்கு முடியாதவங்க மூணுபேர் இருக்காங்க, அவுங்களுக்கு ராத்திரி தின்ன குடுக்க முடியாமப் போனா என்ன செய்யிருது.? எல்லா நாளும் எங்கள் தேவைக்கான காசு கிடைக்கிறதில்ல. அதனால நாங்க பத்துபேரு கையேந்தி கிடைக்கிறதில பதிமூணு பேரு காலை, ராத்திரி ரெண்டுவேளை சாப்பிடனும். எங்களுக்கான மேக்கப்பு அயிட்டங்களையும் வாங்கணும். அதனால நாங்க யாரும் மதியம்

திங்கிறதில்ல. “ அவள் சொன்னவிதம் சங்கத்தாரின் ஈரல்குலையை சுண்டி இழுத்தது. பசி அணைந்து போன உணர்வு..

துணைச்செயலாளர் ராமசாமி “உங்க நிலைமை பரிதாபமாக இருக்கிறது. நாங்க வயசான சக்கரை வியாதிகாரக. நாங்க சாப்பிடாம இருக்க முடியாது. நாங்க சாப்பாடு வாங்கித் தர்றோம், எங்களுக்காக சாப்பிடுங்க.” எல்லாரும் சேர்ந்து சாப்பிட்டார்கள். மாவட்ட ஆட்சியர் திருநங்கையரின் கோரிக்கை-களை ஒரு மாதத்திற்குள் நிச்சயம் நிறைவேற்றித் தருவதாகச் சொன்னாராம். இவர்களது முன்னிலையில் இரு அலுவலர்களை அழைத்து நெருஞ்சிக்குடி பகுதியில் குடியிருப்பு இடங்கள் எங்கெங்கு இருக்கிறது என்ற விவரத்தைத் தருமாறு சொன்னாராம். கீர்த்தனாவுக்கு வருவாய்துறையில் எதாவது தற்-காலிக வேலை தருவதாகச் சொன்னாராம். குடும்ப அட்டைக்கு முறையா தாலுகா ஆபீஸில் மனுக் குடுக்க சொன்னாங்க. இதை நங்கையர் சொல்-லும்போது அவர்களது வாடிய முகங்கள் விரிந்து ஒளிர்ந்தது. சங்கத்தாருக்கு பெருமகிழ்ச்சியாக இருந்தது.

நர்த்தனா சொன்னாள் , “அய்யா உத்தரவு குடுங்கள். நாம வந்த ரயில் ராமேஸ்வரத்திலிருந்து திரும்புவதற்குள் இந்த குறைப் பொழுதில் நாலு காசு பார்த்தாதான் ரவைக்கும், காலைக்கும் கஞ்சி குடிக்க முடியும் “ “சரி நீங்க போங்கம்மா. உங்களுக்கு என்ன பிரச்சினைன்னாலும் எங்களை வந்து பாருங்கள் என்று முகவரியைக் கூறி அனுப்பினர் .

மறுநாள் காலை பதினொருமணி வாக்கில் ஓய்வூதியர் சங்க அலுவல-கத்துக்கு கீர்த்தனா வந்து வணங்கி நின்றாள். தலைவர் சின்னய்யா,” என்-னம்மா, நீ மட்டும் வந்திருக்கே. மத்தவங்கெல்லாம் வரலையா “ “ நாங்க நேத்து நடந்ததை எல்லாம் சொன்னோம். எங்க அக்காமாருக ரொம்ப சந்-தோசப் பட்டாங்கய்யா. இன்னொரு நாள் நேர்ல வந்து நன்றி சொல்லனு-முன்னு இருக்காங்க. எல்லாரும் வந்தா வயித்துப்பாட்டுக்கு கஸ்டமாயிரு-முன்னு, என்னை மட்டும் அனுப்பி உங்ககிட்ட கேட்டு ரேசன்கார்டுக்கு மனுக் குடுத்துட்டு வரச் சொன்னாங்கய்யா. “

ராஜகோபால்; “ சரி செய்வோம். நீ எந்த வயசில திருநங்கையா மாறின? உங்க வீட்டில உனக்கு ஒத்துழைப்புக் குடுத்தாகலா ? எம்.காம். வரை எப்படி படிச்ச? உன்னைப் பத்தி சொல்லு. நின்னுகிட்டே பேசாதே. அந்த சேர்ல சும்மா உட்கார்ந்து பேசு. பயப்படாதே .நாங்க உன்னை வேத்து ஆளா நினைக்கில “ அவள் தயங்கி உட்கார்ந்து சொல்லத் தொடங்கினாள்.

4

கார்த்தி எட்டாம் வகுப்புக்கு படிக்கும் நாளில் அவனது உடலில் புது மாற்-றத்தை உணர்ந்தான். மார்பு காம்புகள் சிலிர்த்து துடிப்பது போல் உணர்வு.

அவற்றைப் பிடித்து அழுத்திக் கொண்டிருந்தால் சுகமாய் உடலெங்கும் இதமான கிளுகிளுப்பு உணர்வு பரவியது . அடிக்கடி குளியலறைக்கு போகத் தூண்டியது. பெண்களது உடைகளை உடுத்த வேண்டும். அவர்களைப் போல் கண்ணில் மையிட வேண்டும் . நீண்டகூந்தல் வளர்க்க வேண்டும் . பூ சூட வேண்டும் என்று ஏக்கம் அதிகரித்தது . ஆண்களைப் பார்த்தால் ஒரு வெறுப்புணர்வு தோன்றியது. சகப் பசங்களோடு விளையாடக் கூச்சமும் , பெண் பிள்ளைகளோடு விளையாட ஏக்கமும் தோன்றியது. காலையில் குளிக்கும்போது அக்கா அவிழ்த்துப் போட்ட அழுக்குத் துணிகளை அணிந்து கண்ணாடி பார்ப்பது. தன்னை மறந்திருப்பது. வெளியில் கதவு தட்டப்படும் போது அந்தத் துணிகளை அவிழ்த்து விட்டு அவசர அவசரமாகக் குளித்து வெளியேறுவது. என்னடா பொம்பிளைப் பிள்ளை மாதிரி இம்புட்டு நேரம் குளிக்கிற? ஆம்பிளைப் பிள்ளை சட்டுபுட்டுன்னு குளிச்சிட்டு வர்றதில்லை-யான்னு அம்மா கேட்கும் போதெல்லாம் மௌனம் சாதிக்கிறது. ராத்திரிகளில் சொல்ல முடியாத கனவுகள்... இப்படியான இம்சைகள் வாட்டின.

சகவயசுப் பையன்களிடமிருந்து ஒதுங்க நூலகம் போனான். மனதும் உடலும் உணர்ச்சிக் கொந்தளிப்பில் இருக்கும்போது வாசிப்பின் பக்கம் மடை-மாற்றினால் உணர்சிகளை வெல்லலாம். அறிவில் சிறந்தவனாக மாறலாம் என மு.வரதராசனாரின் அகல்விளக்கு நூலில் வாசித்தான். இந்த வாசிப்பு அவனுக்கு நல்லதொரு புகலிடமாக இருந்தது. வகுப்பிலும் ஆசிரியர்கள் பாடம் நடத்துவதை கவனித்து எண்ண ஓட்டங்களைத் தவிர்க்கவும் கற்றான். தூங்கும் நேரம் தவிர்த்த மற்ற நேரம் வாசிப்பும், வாசித்ததை அசைபோடு-வதுமாக இருந்தான். தூங்குமுன் வாசிப்பின் கண்ணயர்விலே தூங்கினான். இந்த பயிற்சி அவனைக் காத்தது. பெற்றோரிடமும், சுற்றியிருப்போரிடமும் நல்ல மதிப்பை உண்டாக்கியது. இதனால் நடுத்தரக் குடும்பத்தை சேர்ந்த-வனாக இருந்தாலும் பெத்தவங்களும், சொந்தங்களும் அவன் கல்லூரி படிப்-புக்கு செல்ல, சூழலை மீறி உதவினர். உடல்மாற்றங்களை மறைக்க தளர்-வான உடைகளையே உடுத்தினான்.

மூன்றாண்டு கல்லூரிப் படிப்புக்காலத்தைக் கடத்த பெரும்பாடு பட்டான். படிப்பில் முதல் வகுப்பில் எளிதாகத் தேறினான் . உடலுணர்வை வெல்-லத்தான் சொல்லவியலா துயரடைந்தான். இந்த துயரிலிருந்து தப்பிக்க புத்-தகங்களே உதவின. “ சென்னையில் போய் வேலை பார்த்துக் கொண்டே படிக்கிறேன். நல்ல வேலை கிடைத்ததும் சொல்கிறேன். அதுவரை என்னை யாரும் தேடவேண்டாம். மாதா மாதம் என்னால் முடிந்த பணத்தை அனுப்பி வைக்கின்றேன்.” என்று சென்னைக்கு பஸ் ஏறிவிட்டான்.

சென்னையில் கண்ணில் பட்ட திருநங்கையிடம் தனது பிரச்சினைகளைச் சொல்லி உதவி கேட்டான். அவள் சார்ந்த குழுவினரிடம் அழைத்துப் போனாள். அவர்கள் அவனது பிரச்சினைகளை பரிவுடன் கேட்டு அரவ-ணைத்தனர். பெண்ணுக்கான துணிமணிகளைக் கொடுத்து அணியச் செய்-

தனர். ஆணுடையைக் கழட்டவும் புதிதாக பிறந்தது போல் உடலெங்கும் புல்லரித்து புளகாங்கிதம் உணர்ந்தான். பத்து நாளுக்குள் அவர்களது பழக்க வழக்கங்கள் தொற்றிக் கொண்டன .

அவர்களோடு சேர்ந்து அலைந்து யாசகம் பெறுவது, பகிர்ந்துண்பது. கூத்-தும்,பாட்டுமாய் நாள்கள் கடந்தன .அக்காமார்களிடம் திருநங்கையர் வாழ்க்கை முறை குறித்த சந்தேகங்களை எல்லாம் கேட்டான். அவர்களும் நிறைய சொன்னார்கள். மகாபாரதப் போரில் அரவானின் பலி. மகாவிஷ்ணு எடுத்த மோகினி அவதாரங்கள். பத்மாசுரனை வென்றது; சிவனையே மயக்-கியது; இன்றும் வடமாநிலங்களில் அரவானிகளை தெய்வப் பிறவிகளாக மதித்து திருமண நிகழ்வுகளில், குழந்தை பிறந்த வீட்டு விசேசங்களில் அரவானிகளை அழைத்து ஆசிர்வாதங்களைப் பெறும் நடைமுறைகள் எல்-லாம் சொன்னார்கள். இக்கதைகள் அவனது பிறப்புக்கும் ஒரு அர்த்தம் இருக்கிறது என்று நினைக்கவைத்தது. " இவ்வளவு பெருமை நமக்கிருந்தும் ஏன் நம்மை அலின்னும் , ஒன்பதுன்னும் கேலி செய்கிறார்கள் " என்று கேட்டான். ஒரு அக்கா சொன்னது, " நாம் ஆணுமல்லாம பெண்ணுமல்லாம இருக்கிறதால அலி என்கிறார்கள்." அவன் கேட்டான் ." ஒன்பதுன்னு ஏனக்கா சொல்றாங்க ? " ஒரு அக்கா சொன்னது; " பூஜ்யமும் ஒன்னும் இணைந்த மாதிரி ஒன்பதாம் நம்பர் இருக்கில்லை அதனால்தான் அப்படிச் சொல்றாங்க." இன்னொரு படிச்ச அக்கா சொன்னது.

"இது ஓரளவு சரிதான். கணக்கில ஒன்பதின்கிற நம்பரோடு எந்த நம்ப-ரைக் கொண்டு பெருக்கினாலும் ஒன்பதின் வர்க்கம் தான் வரும். அதாவது , ரெண்டு ஒன்பது பதினெட்டு. இதன் கூட்டுத் தொகை ஒன்பது; மூணு ஒன்-பது இருபத்தேழு, இதன் கூட்டுத்தொகை ஒன்பது. நாலு ஒன்பது முப்பத்தாறு இதன் கூட்டுத்தொகை ஒன்பது. இப்படி வரிசையா சொல்லலாம். ஆக ஒன்-பதோட ஒரு நம்பரை பெருக்கும்போது புது நம்பர் வராது . ஒன்பது புது இனப் பெருக்கத்துக்கும் உதவாது என்று கொஞ்சம் விவரம் தெரிஞ்சவங்க சொல்லுவாங்க. இப்படிக் கூப்பிடறது தப்பில்லை. ஒன்பதுன்னோ அலின்னோ சொல்லும்போது, கேலியும், அருவருப்பும் வர்றமாதிரி சொல்லுற ஜனங்க-ளின் மனநிலைதான் அருவருப்பானது, அதை நாம் கண்டு கொள்ளாமல் நம் வாழ்ற விதத்தை மாத்திகிட்டா காலப்போக்கில் சரியாயிரும்! .இந்த வக்கிரப்-போக்கும் மறைஞ்சிரும்! வடமாநிலங்களில் நம்மை ஓரளவு மதிக்கிறார்கள்.

நம்ம மாநிலத்தில் கூட மாற்றம் வந்துகிட்டிருக்கு. நம்மவங்க படிச்சு வேலைகள் தேட ஆரம்பிச்சிட்டாங்க. இன்னும் பலர் மதிக்கிற வேலைகள் பார்த்தா நம்மலை கொச்சையா பார்க்கிற மனப்போக்கு குறைஞ்சுரும்! உணர்ச்சகளை அடக்கி ஒரே சிந்தனையில் ஈடுபடும் திறமை சாதாரண ஆம்பிளை ,பொம்பிளைகளைவிட நமக்கு கூடுதலாக இருக்கு.! அதுனால நாம விஞ்ஞான ஆராய்ச்சியிலோ , இராணுவ பாதுகாப்பிலோ , உளவ

அறிவதிலோ ஈடுபாட்டால் மத்தவங்களை விட நாமலே சாதனை படைப்-போம்.! நம்மலில் மாலிக் கபூர்ங்கிற மாவீரன் இருந்தான்.”

இப்படி பேசிக்கொண்டிருந்த சமயத்தில்தான் கார்த்தி சொன்னான்; “இப்-படி சூம்பிப்போன வாழைப்பூ மாதிரி தொங்க விட்டுகிட்டு ஏனக்கா இருக்-கணும்? நான் உங்களை மாதிரி ஆப்பிரேசன் பண்ணிக்கிலாமில்ல... !” அவனைக் கட்டித்தழுவி அக்காமார்கள் கொஞ்சினார்கள். அவனுக்கு அறு-வைச் சிகிச்சை செய்து கொள்ள உதவினர். அப்போது அவன் பட்ட ரண வேதனைகளுக்கு அவர்களது அன்பும், பெருமிதமான உணர்வுகளை ஏற்-படுத்தும் புராணக் கதைகளும், சத்தான உணவும், பாசமிகு வார்த்தைக-ளும் அவனுக்கு அருமருந்தாக இருந்தது. அறுவைச் சிகிச்சையின் போதே அவனது கார்த்தி என்ற பெயரை கீர்த்தனா என்று மாற்றிக் கொண்டான். சட்டபூர்வமாக பதிந்தும் விட்டான்.

பாம்பாய் போன்ற வடமாநிலங்களுக்கு போனால் நல்ல மரியாதையும், செல்வாக்கோடும் வாழலாம். அதற்கு சிவந்த நிறமும், இந்தி, சமஸ்கிருத புராண பரிச்சயமும் தேவை. இது தனக்கு ஒத்து வராது.. உள்ளூரிலே எதா-வது பிழைக்கலாம் என்று வேலைக்கு முயன்றாள். இதற்கு அஞ்சல்வழியில் எம்.காம் சேர்ந்து படிக்கலானாள் . அவர்கள் குழுவில் படிப்பறிவு இல்லா-தவர்களே அதிகம். அவர்கள் வேலை பார்த்து பிழைப்பதை விட யாசித்து பிழைப்பதிலே திருப்தி அடைந்தனர். இந்தத் திருநங்கையர் குழுக் குழுவாக அந்தந்த பகுதியில் சேர்ந்து வாழ்ந்தாலும் அவர்களுக்கிடையில் அகங்கார எண்ணங்களும், உயர்வு தாழ்வு பாகுபாடுகளும் உண்டு. இது அவ்வப்போது மோதல்களாக வெடிப்பதுமுண்டு. இப்படியான மோதலின் போது அவனை அரவணைத்த ஒரு குழுவினருக்கும் இன்னொரு குழுவினருக்கும் மனக்க-சப்பும் வார்த்தை மோதல்களும் மூண்டது.. அகங்காரத் தீயை அணைக்க அவள் முயன்றாள். முடியவில்லை.

அவளை இனம் கண்டு ஆதரித்த குழுவினர் மற்றொரு குழுவின் ஆதிக்கப் போக்கு பிடிக்காமல் சென்னையை விட்டு வெளியேறும் முடிவை எடுத்தனர். சென்னையில் இருந்தால் கீர்த்தனா மேற்கொண்டு படிக்கவும் கௌரவமான ஒரு வேலையைப் பார்த்துக் கொண்டு சமூகச் செயற்பாடுகளில் ஈடுபடலாம் .அம்மா அப்பாவுக்கும் உதவலாம். ஆனால் அவளை ஆதரித்து அறுவை சிகிச்சை எல்லாம் செய்வித்து தான் தனி மனுசி இல்லை என்று உணர்த்-தியக் குழுவின் செஞ்சோற்றுக் கடன் தீர்க்க அந்தக் குழுவோடு இயங்க வேண்டிய கடமை என்று உணர்ந்தாள். அவளது குழு நெருஞ்சிக்குடிக்கு பயணம் ஆனது.

ஓய்வூதியர் சங்கத் துணைத்தலைவர் சுந்தர்ராஜன்; “ நெருஞ்சிக்குடி நல்ல ஊருதான் .இங்கு உங்காளுக யாருமில்லை. மதுரை , திருச்சிப் பக்கமிருந்து அவ்வப்போது ரயிலில் வந்து போவார்கள். உங்கள் குழு இங்கிருந்தால்

அவர்கள் கூட இங்கே வர வாய்ப்பில்லை. உங்களுக்கு கலெக்டர் தங்க வீடும் , பிழைக்க வேலையும் ஏற்பாடு செய்து தருவதாக உறுதி கொடுத்துள்ளார். அதை நாங்கள் கவனித்துக் கொள்கிறோம். நீங்க பயமில்லாமல் பிழையுங்க. பிரச்சினைனா வாங்க ,எங்கள் சங்கம் தேவையான உதவியைச் செய்யும்.'' கீர்த்தனா வணங்கி விடைபெற்றாள்.

5

மூன்று மாதங்களாக திருநங்கையர் குழுவினர் சங்கத்துப் பக்கம் வரவில்லை. தியாகிக்கோட்டை சாலையில் திருநங்கையருக்கு வீடுகட்ட மூன்று செண்டு இடம் ஒதுக்கப்பட்டது. அதில் ஒரு குடிசை அமைத்து குடியேறினார்கள். இரண்டு செண்டு நிலத்தில் வீடுகட்டவும், அறை செண்டு இடத்தில் சின்ன காய்கனித் தோட்டமும் திட்டமிட்டு வேலை நடப்பதாக ஒரு முறை போனில் சொன்னார்கள். கீர்த்தனாவுக்கு சோலையூர் பகுதி வருவாய்த்துறை ஆய்வாளர் அலுவலகத்தில் அலுவலக உதவியாளராக தற்காலிக அடிப்படையில் பணி வழங்கப் பட்டுள்ளது. அர்த்தனா, நர்த்தனா முதலானோர் பத்தாம் வகுப்பு கூட நிறைவு செய்யவில்லை என்பதால் தற்போது வேலை ஏதும் வழங்கப்படவில்லை . வாய்ப்பு ஏற்படும் போது பயன்படுத்திக் கொள்ளப்படும் என்று மாவட்ட ஆட்சியர் அலுவலகத்திலிருந்து தகவல். நங்கையர் ஓரளவு நிம்மதியாக வாழ்க்கையை அமர்த்திக் கொண்டார்கள். சங்கத்துக்கார்களும் அவரவர் வேலையில் சுழன்றனர். காலம் ஊர்ந்தது.

ஒரு ஞாயிற்றுக் கிழமை காலை திருச்சியிலிருந்து நெருஞ்சிக்குடிக்கு ரயிலில் ராஜகோபால் மனைவியுடன் பயணித்துக் கொண்டிருந்தார். புதுக்கோட்டையைத் தாண்டியதும் ஒரு திருநங்கை பயணிகளிடம் யாசகம் கேட்டு வந்தாள். ராஜகோபாலைப் பார்த்ததும் அந்த திருநங்கை அய்யோ... கடவுளே என்றபடி ஓடினாள்.. கீர்த்தனாவின் சாயலில் இருக்கவே ராஜகோபால் கீர்த்தனா என்று அழைக்க வாயைத் திறந்தவர், பக்கத்தில் மனைவி இருக்கவும் கட்டுப்படுத்திக் கொண்டு எழுந்தார்.

மனைவி ,'' என்னங்க யாரு அது ? நம்மலைப் பார்த்தது ஓடுறாங்க? “ வந்து சொல்றேன் என்று போனவர் ஐந்து நிமிசத்தில் கீர்த்தனாவுடன் வந்து அமர்ந்தார். கீர்த்தனா ராஜகோபாலின் மனைவியை வணங்கினாள் . “ அய்யா தப்பா நினைச்சுக்காதீங்க. வேற வழி இல்லாமல் தான் இந்தத் தொழிலுக்கு வரவேண்டியதாயிருச்சு “ என்று குரல் நெகிழக் கைகளைப் பிசைந்தாள். மனைவிக்கு ஒன்றும் புரியவில்லை. அவரை ஏறிட்டுப் பார்த்தார். மனைவியை சாடை செய்து அமர்த்திட்டு ராஜகோபால் கீர்த்தனாவைப் பார்த்தார் .

“ அய்யா, கலக்டரம்மா சொன்னபடி சோலையூர் ஆர்.ஐ ஆபிசில் பியுனா வேலைக்கு சேர்ந்துட்டேன். தினசரி வேலைக்குப் போய்கிட்டு தான் இருக்கேன். எங்க மூத்த அக்காமாருக இமிசை தாங்க முடியவில்லை. நான் தொடர்ந்து வேலைக்குப் போகுனமுன்னா மூணுலட்ச ரூபாயைக் குடுத்திட்டு விலகிப் போ என்கிறாங்க. நான் வாங்கிற சம்பளமோ மாசம் ஐயாயிரம் தான். மூணு லட்சத்துக்கு எங்கே போவேன். கொஞ்சம் பொறுங்க அக்கா, டிஎன்பி எஸ் சி பரீட்சை எழுதியிருக்கேன். நிச்சயமா பாஸ் பண்ணியிருவேன். வேலை வந்ததும் ஒருவருசத்தில மூணு லட்ச ரூபாய் தர்றது மட்டுமல்ல. வேண்டிய உதவி ஏல்லாம் செய்யிறேன் என்று அரவான் மீது சத்தியம் செஞ்சு சொல்லியும் அவுங்க கேட்கலைங்க அய்யா.

அவுங்க செஞ்ச உதவியை மறந்துட்டு அவுங்களை உதறிட்டு வெளியே வரமுடியலை. இதைவிடக் கொடுமை என்னன்னா என்னைப் பெத்து வளர்த்த அப்பா செத்துப்போன தகவல் தெரிஞ்சும் இந்தக் கோலத்தில் போயி அம்மாவைப் பார்த்து அழுது ஆறுதல் சொல்ல முடியவில்லை. மகனுக்கான காரியங்களைச் செய்யமுடியலை ஒரு ஆபிசர் அந்தஸ்தில் நான் போனால் கூட என் கோலத்தை மறந்து என்னிடம் பேசவாவது செய்வாங்க. நான் இப்படிப் பராரியா போனால் எங்கம்மா உடலில் தொடுக்கிகிட்டு இருக்கிற உசுர்கூடப் போயிரும். நான் என்ன செய்ய ?, சொல்லுங்கய்யா ” என்று ராஜகோபால் காலடியில் உட்கார்ந்து கீர்த்தனா விம்மினாள். அவரின் மனைவி முந்தானையைச் சுருட்டி வாயைப் பொத்திக் கொண்டாள் . கண்ணோரம் கசிந்திருந்தது .ராஜகோபால் நெகிழ்ந்து பெருமூச்சு விட்டார்.

“கீர்த்தனா, உன் பிரச்சினையை சங்கத்துக்கு வந்து சொல்லியிருக்கலாம். பரவாயில்லை. கண்ணியமா வேலை செய்யணுமுன்னு ஆசைபட்டா மட்டும் போதாது. பிரச்சனைகளை எதிர்கொண்டு ஜெயிச்சு காட்டு. இந்த நிமிஷத்தோட இப்படி யாசகம் வாங்கிறதை நிறுத்து. நாங்க உங்க அக்காமாருகிட்ட வந்து பேசறோம். உனக்கு தொல்லை குடுக்காம நாங்க பார்த்துக்கிறோம். நாளை மறுநாள் செவ்வாய்கிழமை காலையில் நீ வேலைக்கு கிளம்புறதுக்குள்ளே வந்து பார்க்கிறோம் . கவலையை விடு. முகத்தைக் கழுவிட்டு வந்து உக்காரு. இந்தா இன்னைக்கு உனது செலவுக்கு இந்த நூறு ரூபாயை வச்சிக்கோ. “

ராஜகோபாலின் பேச்சு அவளுக்குத் தெம்பைக் கொடுத்தது. கீர்த்தனா எழுந்து அவரின் மனைவியை மீண்டும் வணங்கி ,” நான் உங்களை அம்மா, அப்பான்னு கூப்பிடலாமா .. “ என்று காலை தொடப் போனாள். மனைவி ராஜகோபாலை பெருமிதத்தோடு பார்த்தபடி “ “நல்லா . நீயும் எங்க மக மாதிரிதாம்மா. அதனால தானே இவர் உன்மேல இவ்வளவு அக்கறை எடுத்து உதவுறார் “ நெகிழ்வாய்ச் சொன்னார். மனைவியின் இந்த புரிதல் அவரது சங்கப்பணிக்கு கிரீஸ் போட்டது போலானது !. கீர்த்தனா ஒப்பனை

கலையாமல் கண்ணைத் துடைத்து வந்து எதிரில் அமர்ந்தாள்.

செவ்வாய்கிழமை சங்க நிர்வாகிகள் ஐந்து பேரும் தியாகிக்கோட்டை சாலையில் கண்மாய்க் கரையோரம் இருந்த திருநங்கைகள் குடிசைக்குப் போனார்கள். அந்தப் பகுதியில் அங்கங்கே சில வீடுகள் முளைத்துக் கொண்டிருந்தன. ரோட்டோர வேப்ப மரத்தின் கீழ் சிறு பாலத் திட்டில் மற்ற நிர்வாகிகளை உட்காரச் செய்துவிட்டு ராஜகோபால் மட்டும் அவர்களது குடி-சைக்கு அருகே சென்று , கீர்த்தனா ,நர்த்தனா, அர்த்தனா சங்கத்துக்கா-ரங்க வந்திருக்கோம் எல்லாரும் வெளியே வாங்கம்மா. என்று குரல் கொடுத்-தார் . கீர்த்தனா முன்னதாகவே சொல்லி இருந்ததாலே பதிமூனுபேரும் வந்து வணங்கினார்கள். அவர்களை மரத்தடிக்கு அழைத்துப் போனார்.

எல்லாரும் அறிமுகம் செய்து கொண்டனர். அவர்கள் ஒப்பனையோடு தான் இருந்தனர். மூத்தவர்கள் மூவர் உடல் பெருத்து , கால வெப்பத்தில் சுட்ட கத்தரிக்காய்ப் போல் முகம் சுருங்கி இருந்தனர். சுருக்கத்தில் அப்பிய ரோஸ் பவுடர் திட்டு திட்டாய் மினுங்கின. ஒப்பனையை மீறி மூப்பின் தளர்வு வெளிப்பட்டது. மூத்த திருநங்கை சுப்புத்தாய் . “ அய்யாக்க மாருக்கு வணக்கம். நீங்க எங்களுக்கு கடவுளுக மாதிரி பெரிய உதவிகள் செஞ்சி-ருக்கீக. நாங்கதான் உங்க இடம் தேடிவந்து நன்றி தெரிவிக்கணும். எங்க சோத்துப்பாடு, நினைக்கிற மாதிரி நடந்துக்க முடியலை. எங்களை மனப்-பூர்வமா மன்னிக்கணும். எங்களை உங்க பிள்ளைக மாதிரி நினைச்சு எங்-களுக்கு உதவணும். அந்த அரவானும், பெருமாளும் உங்க சந்ததியைக் காப்பாத்தணும்.” என்று கூற பதிமூனுபேரும் அவர்களை நோக்கி குனிந்து வணங்கினர். முத்தம்மாள் என்பவள் சொன்னாள். “ புழுதித் தரை. நல்ல தரைன்னா நாங்க விழுந்து கும்பிட்டிருப்போம் “ என்ற படி குனிந்து சங்-கத்துக்காரங்க கால்களைத் தொட முயன்றனர். அவர்கள் கால்களை மேலே இழுத்துக் கொண்டனர் ..

துணைத்தலைவர் சுந்தர்ராஜன் , “ தரையில் விழுகக் கூடாது; நீங்க. நிமிர்ந்திருக்கணும்னு தான், நீங்க கேட்காமலே உதவ வந்தோம். “ தலைவர் சின்னையா, “ உங்களைப் பற்றியும், நீங்க கீர்த்தனாவுக்கு செஞ்ச உதவி, இப்போதைய உங்கநிலை பற்றியும் கீர்த்தனா சொல்லுச்சு. முதுமையில் உங்க இயலாமையும், உங்களுக்கு வயித்துப்பசி தீர உத்தரவாதப் படுத்தவாவது உங்-களிடம் பணம் இருக்கவேண்டும் என்கிறதை நாங்க உங்களைப் பார்த்ததும் புரிந்து கொண்டோம். உங்களுக்கு உதவி வேண்டும்போது எங்க சங்கத்துக்கு வாங்க, நாங்க செய்யத் தயாரா இருக்கோம். இந்த சமயத்தில் இன்னொன்-னும் சொல்றோம். இப்பதான் ஒரு கவுரவமா ஆபிசுக்கு வேலைக்கு நுழைஞ்-சிருக்கிற கீர்த்தனாவை தெருவிலே தள்ளிவிட்டுறாதீங்க. அவள் படிப்புக்கும் திறமைக்கும் இருக்கவேண்டிய இடமே வேற. இந்த இயற்கை பண்ணின சதி-யில அவளது நிலை இப்படியாகி விட்டது.

கீர்த்தனாவுக்கு மட்டுமல்ல உங்களைப் போன்ற எல்லா சகோதரிகளுக்கும், சகோதரர்களுக்கும் ஆதரவாகவும், உங்க வாழ்க்கை நிலை மேம்படனும்னு நினைக்கிறோம். உங்களுக்கு பணத்தேவை ஏற்படும் போது உதவ உத்தர-வாதம் தருகிறோம். கீர்த்தனா நினைத்திருந்தால் அவளது குடும்பத்தினரை சமாதானம் செய்துகொண்டு நிம்மதியாய் வீட்டிலே இருந்திருக்கலாம். இப்படி உங்களோடு தெருவில் அலைய வேண்டியதில்லை . ஆனால் இந்த வாழ்வி-லிருந்து உயர்ந்து உங்களையும், பெற்றவங்களையும் உடன்பிறந்தவர்களையும் பெருமை படுத்தனுமுன்னு தானே அவள் ஒரு முதுநிலை பட்டதாரி என்பதை மறந்து உங்களோடு திரிகிறாள். அதனால அவளை நிம்மதியா வேலைசெய்ய விடுங்க. அவளது நிலை உயரும் போது உங்கள் வாழ்வும் உயரும். “

சுப்புத்தாய்; “ அய்யா, நீங்க எங்க பிள்ள கீர்த்தனா மீது இவ்வளவு நம்பிக்கை வச்சிருக்கிறது எங்களுக்கு பெருமையாக இருக்கிறது. அவளது விசுவாசத்தையும் , நன்றியையும் அவள் சென்னைக் குழுவினரோடு சேரா-மல் எங்களோடு வந்தபோதே தெரியும். சென்னைக்குழு எங்க பிள்ளைகளை வேறுவேறு வேலைகளுக்கு கட்டாயப்படுத்தவும், மறுத்து அவர்களைப் பிரிந்து இந்த ஊரில் வந்து லோள் படுகிறோம். எப்படி வேணுமானாலும் வாழலாம் என்கிறவங்க அவங்களோடத் தங்கிட்டாங்க. பிச்சை எடுத்தாலும் கவரதை-யாய் வாழணுமுன்னு வந்தவங்க நாங்க. எங்க அன்னாடப் பிழைப்போட சாகிறவரைக்கும் நோய் நொடியில்லாம, அழுந்தாமக் கிழுந்தாமச் சாகனும். அதுக்கான சேமிப்பு தான் இந்த மூணு லட்சம். எங்ககிட்ட வர்றவங்க இப்படி உழைச்சு வயசானவங்களை விட்டுட்டு ஓடியிட்டா நாங்க என்ன செய்யிறது? எங்களுக்கு உங்களை மாதிரி பென்சனா வருது? கவருமென்ட் நினைச்சா எங்களைப் போன்ற நங்கை, நம்பிகளுக்கு வாரியம் அமைச்சு சிறு தொழில் கற்றுக்கொடுத்தா எங்க உழைப்பில பொருள் உற்பத்தியும், வருமானமும் வரும் .. எங்களை மாதிரி நுட்பமா, கடுமையா எந்த ஆணும் பெண்ணும் உழைச்சிற முடியாது. எங்களுக்கு தொழில் கத்துக் குடுத்தா கவருமெண்-டுக்கும் வருமானம். எங்களுக்கும் கவுரவமான பிழைப்பு.! ஆனா எங்களை உதிரியா அலைய வச்சிட்டது. “

ராஜகோபால்; “ அம்மாடி, பெரிய பொருளாதர மேதை மாதிரி இவ்வளவு விஷயத்தை வச்சிக்கிட்டு மூலையில் ஒதுங்கிக் கிடக்கிறீங்க. நீங்க ஜனங்க-ளோட ஜனமா புழங்க ஆரம்பிச்சாதான் உங்க திறமை வெளியே தெரியும். கூட்டு முயற்ச்சியால வாரியம் அமைக்கலாம். நீங்க எங்களோட பழகுங்க. பழகப் பழக உங்களது திறமைகளை புறக்கணிக்க முடியாத நிலையில் மாற்றம் வரும். சரி, இப்போ கீர்த்தனா விசயத்துக்கு வருவோம். அவளை பிச்சை எடுக்க விடாம நிம்மதியா வேலைக்கு போக விடுங்க. நிச்சயமா அவளது திறமைக்கு தகுந்த வேலை கிடைக்கும். நீங்களும் பலனடைவீங்க.” முத்தம்-மையும், சுப்புத்தாயும் கீர்த்தனாவுக்கு சிரமம் இல்லாமல் வேலைக்குப் போய்

வர உறுதி கொடுத்தார்கள். அவர்களது வீட்டுக்கு தேவையான செங்கல் , சிமெண்ட் நண்பர்களிடம் நன்கொடையாகப் பெற்றுத் தருவதாக சங்கத்துக்-காரங்க உறுதி கொடுத்தனர். அவர்கள் வணங்கி விடைபெற்றனர்.. இவர்கள் இருசக்கர வாகனங்களைக் கிளப்பினர். செல்லையா ; “ இவ்வளவு தூரம் வந்துட்டோம். அவர்கள் வீட்டை எப்படி வைத்து இருக்கிறார்கள் என்று பார்க்காம வந்துட்டோமே “

சுந்தர்ராஜன் ; “ குடிசையில் என்ன கட்டில் பீரோவா இருக்கப் போகுது ? இரண்டு பக்கம் நைலான்கயறு கொடிகட்டி சேலை, ரவிக்கை ,பஞ்சுவச்ச பிராக்கள் தொங்கும். இரண்டு மூணு சூட்கேஸகளில் புதுத் துணிமணிகள், காசுபணம் இருக்க போகுது “ சின்னய்யா; “ இங்க பாருய்யா, துணைத்த-லைவர் அவுங்க குடிசைக்கு உள்ளே போய் நேர்ல பார்த்தது மாதிரி சொல்-றாரு. ராஜகோபால்; “ திருனங்கைன்னு குறைச்சு மதிக்கிறோம். அவுங்க கிட்டேயும் எவ்வளவு தீர்க்கமான சிந்தனை இருக்கு. இந்த சமுகம் அவுங்-களை மதிக்கத் தவறியிருச்சு. இந்த சமுகத்திலிருந்து தானே அரசாங்கம் வருது..

செல்லையா ; “ சோறு போடற விவசாயிகளையே மதிக்கத் தவறிய-வர்கள், இவர்களை மதிக்கவா போறாங்க. அரசுகள் எல்லாம் யாராருக்கோ அடிமைகளாக இருக்குதுக. அவுங்களுக்கு சேவகம் செய்யுறதுதான் அதுக வேலை. அவங்களைத் தேர்ந்தெடுக்கிற நம்மலை என்ன சொல்றது.? “ பேசிக்கொண்டே அவரவர் வீடுகளுக்கு கலைந்தார்கள்.

6

கொடும் ராட்சாசப்பறவை தனது கருஞ்சிறகை விரித்து கொரோனா எனும் தொற்றை உலகெங்கும் வியாபிக்க வைத்துவிட்டது. வல்லரசு என்று குதித்த நாடுகள் திக்குமுக்காடி விழிக்கின்றன. சமூக விலங்குகளாக சேர்ந்து வாழப் பழகிய மனிதர்களை கொரோனா தொற்றிவிடாதிருக்க “ தனித்திரு, விலகி-யிரு, முகக்கவசம் அணிந்திரு “ என்று உலகமெங்கும் புதிய கோஷங்கள் முழங்கத் தொடங்கி விட்டன. கொரோனா பூதத்துக்கு அஞ்சி நாடுகள் தோறும் முகக்கவசம் அணிந்து பொதுவிலக்கம், ஊரடங்கு என்று வீட்டுக்குள் புது வாழ்க்கை முறையை எதிர்கொள்ளத் தொடங்கிவிட்டனர்..

அங்கே சுற்றி, இங்கே சுற்றி அந்த கண்ணுணரா கொரோனா பூதம் கீர்த்-தனா அலுவலகத்திற்கும் வந்துவிட்டது. இந்த பூதத்திற்கு எதிராக மருத்து-வத்துறையினரும், வருவாய்துறையினரும், காவல்துறையினரும் கடும்போரை நடத்திக் கொண்டிருந்தனர். கீர்த்தனா சோலையூர் வருவாய் ஆய்வாளரின் உதவியாளர் என்பதால் வருவாய் அலுவலர் வளர்மதியின் பொறுப்பில் விடப்பட்ட தொற்று பாதுகாப்பு பகுதியில் உள்ள பெண் நோயாளிகள் பகு-

திக்கு உதவியாளராக நியமிக்கப்பட்டாள். தங்க வைக்கப்பட்டுள்ள பெண் நோயாளிகள் வெளியே தப்பிச் சென்றுவிடாமல் தடுக்க வேண்டும். உள்ளே நுழைபவர் ஒவ்வொருவரும் கிருமி நீக்கி திரவம் சானிடைசர் கொண்டு கைகளைத் துடைத்தும், முகக்கவசம் அணிந்தும் செல்வதை உறுதிப்படுத்த வேண்டும். அங்குள்ள மருத்துவர்கள், மருத்துவ உதவியாளர்கள் ஏவக்கூடிய பணிகளையும் செய்ய வேண்டும்.

நோயாளிகளுக்கு வீட்டார்கள் மூலம் வரும் உணவு மற்றும் துணிமணி-களை, மருந்துப் பொருள்களைக் கொண்டு போய் உரியவரிடம் கொடுக்க வேண்டும். இடைவிடாத வேலைகள் இருக்கும். பாவம், மருத்துவ பணி-யாளர்களும், வருவாய்த்துறையினரும் ஓய்வில்லாமல் தொற்றுக்கு எதிராகப் போராடிக் கொண்டிருந்தனர். தும்மல், இருமல், தொடுவது மூலமாகத் தொற்-றும் என்று முககவசம், கையுறை கொடுத்திருந்தனர். இது போதிய அளவுக்கு வழங்கப்படாததால் பயன்படுத்தியதையே திரும்பவும் பயன்படுத்த வேண்டிய-தாயிற்று. இது ஒருவகையான ஒவ்வாமைச் சோர்வை உணர்த்தியது. லண்-டனில், ஸ்பெயினில் மருத்துவர்களது சோர்வைப் போக்கி உற்சாகப்படுத்த எல்லா மக்களையும் அந்நாடுகள் கைத்தட்டச் செய்தன என்று செய்தியில் கேட்டாள்.. இந்திய பிரதமரும் அவ்வாறே நாட்டு மக்களைக் கைதட்டச் செய்தார்.

நோய்த் தடுப்பகங்களில் பணியாற்றும் மருத்துவ பணியாளர்களுக்கு தேவையான நோய்த் தடுப்புக் கவசங்கள், கிருமி நீக்கிதிரவம் போன்றவை வேண்டிய அளவுக்கு கொடுக்காமல் கைகளைத் தட்டுவது என்பது பணி-யாற்றுவோரை கேலி செய்வது போலிருந்தது. நொந்துபோன மருத்துவர்கள் வெளியே வந்து பாதுகாப்பு கவசங்கள் வேண்டி கோஷங்கள் முழக்கினர். கீர்த்தனாவும் அவர்களோடு சேர்ந்து கொண்டாள். வருவாய்துறை அலுவலர் கீர்த்தனாவைக் கடிந்தார். “ மேடம் நானும் தொற்றாளிகளோடதான் புழங்-குகிறேன். எனக்கு முதல்நாள் கொடுத்த முகக்கவசம், கையுறைக்கு பின் மாற்று உடுப்புகள் கொடுக்கப் படவில்லை. எனக்கு கொரோனா தொத்துனா எங்கிட்டிருந்து உங்களுக்கும் தொத்துமில்ல. அதனாலதான் அவுங்களோட கோசம் போட்டேன் மேடம் .” கீர்த்தனாவின் பதில் அலுவலரின் முகத்தை மலர்த்தியது.

“ சரி, நம்ம ரெவன்யு டிபார்ட்மென்ட் தான் இந்த வேலைகளைச் செய்-யுது. நாமலே போராட்டதில நின்னா கடுமையான விளைவுகளை உருவாக்-கும். ரொம்ப எச்சரிக்கையாக இருக்கணும். இவர்களோட வேலைப் பார்த்-துகிட்டே இங்க என்னென்ன நடக்குது. என்ன குறை, என்ன நிறைன்னு நாம கவனித்து அரசுக்கு அறிக்கை கொடுக்கணும், கவனம்.” அன்பொழுகக் கூறினார். இந்தக் கடுமையான வேலைக்கு இந்த அன்பான அணுகுமுறை தான் ஆறுதல்.. மறுநாளே எல்லாருக்கும் தேவையான அளவு பாதுகாப்பு

கவசங்கள் வழங்கப் பட்டன. கீர்த்தனா அந்தக் கவச உடையில் தலைக்கவசமில்லா விண்வெளி வீராங்கனை போல் தோன்றினாள்.

காப்பகத்திற்கு வரும் செய்தித்தாளை எல்லோரும் பார்த்து கசங்கிய நிலையில் இவளுக்கு வாசிக்க கிடைக்கும். செய்தித்தாளை வாசிக்கும்போது இவளது மனமும் கசங்கியது. மேலைநாடுகளில் தொற்றைத் தடுக்க பதினைந்து நாள்கள் பொது அடைப்புன்னு அறிவித்ததும் நம்நாட்டு சூழல்களை, மக்கள் வாழ்நிலைகளைக் கருதாம நம் நாட்டு அரசுகளும் பொது அடைப்புன்னு அறிவிச்சுட்டாங்க. பொதுவா இராத்திரி வெளிக்கதவை அடைக்கும் முன்னே வெளியே மேயப்போன ஆடு, கோழிகள், குஞ்சுகள், நாய் எல்லாம் வந்து அதனதன் இடத்தில் அடஞ்சிருச்சான்னு பார்த்துதான் அம்மா கதவை மூடுவாள். ஆனா நம்ம அரசுகள் லட்சக்கணக்கான உதிரி உழைப்பாளிகள், ஊருவிட்டு ஊரு பிழைக்கப் போனவர்களை நினைச்சுப் பார்க்காம பொதடைப்பு, போக்குவரத்து நிறுத்தமுன்னு அறிவிச்சிட்டாங்க. ஆயிரக் கணக்கான ஜனங்க பிள்ளைகுட்டி, குருமான்களோடு கஞ்சி தண்ணி இல்லாம நடந்தே சாகுதுகளே ••• அரசுக்கு கொஞ்ச நஞ்சம் முன் யோசனை, இரக்கம் வேணாம்.? மக்களை உயிருள்ள மனுசராப் பார்க்காமா வோட்டுப் போடற பிராணிகளாப் பார்க்கிறாங்களோ ?

மகாராஸ்ட்ராவில் தண்டவாளத்தில் படுத்துக் கிடந்தவர்கள் ரயில் என்ஜினில் அடிபட்டுக் கொத்தாக செத்துபோனாங்களே அவுங்க நம்ம இந்திய ஜனங்கள் தானே. எல்லையில் ஒருவீரர் இறந்து போனால் துடிப்பதாக காட்டும் அரசு, நம்ம பொருளாதரத்தை மேம்படுத்த உழைக்கும் தொழிலாளிகள் செத்தா ஏன் துடிக்க மாட்டேங்கிது. இவர்களும் நாட்டுக்கு உழைப்பவர்கள் தானே•••? ஓட்டுப் போட்டவர்கள் தானே ? கண்ணீர் பொங்கவே மேற்கொண்டு அவளாலே வாசிக்க முடியவில்லை. நாடு பூராவும் புலம்பெயர்ந்த உழைப்பாளிகள் கஞ்சிக்கில்லாமல் உழைக்க வந்த இடத்தில் சாவதற்கு பிறந்த மண்ணில் சாகலாம் என்று சொந்த ஊரு நோக்கி நடக்கத் தொடங்கி விட்டார்கள். உரிய பாதுகாப்பு இல்லாமல் வந்தவர்களால் நாடு முழுவதும் தொற்று பரவிவிட்டது. தேவையான அளவு மருத்துவ மனைகள் இல்லாமல் இப்படி காலேஜு, பள்ளி வளாகங்களில் தொற்று தடுப்பு மையங்கள் நடத்தப்பட்டு வருகிறது.

இதில் கொடுமை என்னவென்றால் மாநிலத்திலே சிறந்த தனியார் மருத்துவ மனைகள் என்று பேரு வாங்கிய தனியார் மருத்துவ மனைகள் கதவை அடைத்துக் கொண்டன. நல்ல நோபல் ப்ரோபெசன்..! உலகை ஆதிக்கம் செலுத்திய அல்லோபதி மருத்துவ வியாபார சாம்ராஜ்யங்களும் கைகளைப் பிசைந்து நிற்கின்றன. ஏறக்குறைய ஆறுமாத காலமாகியும் ஒரு தடுப்பு மருந்து கண்டுபிடிக்க முடியவில்லை. கடைசியில் நோய் எதிர்ப்பு சக்தியை அதிகப் படுத்த கப சுர நீர் , சுக்குமல்லி கசாயம், நிலவேம்பு கசாயமுன்னு சித்த வைத்திய முறைகள் தான் இப்போது கைகண்ட மருந்து. இந்-

தத் தடுப்பகத்தில் கூட காலையில் மருத்துவர் முதற்கொண்டு நோயாளிகள் வரை எல்லோருக்கும் இளம்சூட்டில் கபசுர நீர். சிற்றுண்டி மிளகுப் பொங்கல், கீரைவடை; மதியம் காய்கனிப் புலவு, முட்டை, சீரகமிளகு கலந்த எழுமிச்சை ரசம்; மாலை நாலு மணிக்கு சுக்குமல்லி காபி; இரவில் சப்பாத்தி – காய்கனி குருமா என்று உணவு நடைமுறைகள். இதோடு சில மாத்திரைகள் என்ற ரீதியில் மருத்துவப் பராமரிப்பில் ஒரு வாரம் பத்து நாள்களில் பலர் குணமடைந்து போகிறார்கள். கொரோனா தொற்று உலகையே ஸ்தம்பிக்க வைத்துவிட்டது.

அன்றாட வாழ்வியல் நீரோட்டங்களைத் தடம் புரட்டி போட்டுவிட்டது. அதனால் கட்டுக்கு அடங்காமல் புதுப்புது நோயாளிகள் வந்தபடி இருந்தனர். மருத்துவ பணியாளர்கள் ஒரு நாளைக்கு பனிரெண்டுமணி நேரம் வீதம் இரு சுழற்சியில் வேலை பார்த்தார்கள். அவர்களுக்கு ஊக்க ஊதியம் ஏதும் அறிவிக்கப்படவில்லை. நமது பிரதமர் இரவில் விளக்கை அணைத்து அகல்விளக்கோ, மெழுகுவத்தியோ ஏற்றுங்கள். நமது ஒன்றுபட்ட செய்கையால் நோயின் வேகம் கட்டுப்படும் என்று அறிவித்து விளக்கேற்ற வைத்தார்.. தனது கட்சி தொடங்கிய நாற்பதாவது ஆண்டைக் கொண்டாடத்தான பிரதமர் விளக்கேற்றச் சொன்னார் என்ற விவரத்தை மறுநாளே எதிர்கட்சிகள் அம்பலப்படுத்தி விட்டன. இதை வாசிக்கையில் கீர்த்தனாவுக்கு இத்தாலியின் நீரோ மன்னன் நினைவு வந்தது. எரிச்சல் பொங்கியது. காய்ச்சல் வருவது போல் கண்ணும் உடலும் காந்தியது. மருத்துவர்கள் மனதளவிலும் சோர்ந்து போனார்கள்.

இந்த சமயம் புதிய கலெக்டர் வந்தார். நோய்த் தடுப்பகத்தைப் பார்வையிட்டு திரும்பும் போது மருத்துவர்களிடம் கருத்துகள் கேட்பார். அவர் கீர்த்திகாவிடம் கனிவாகப் பேசுவார். அவர் அவளிடம் கேட்டபோது “ அய்யா நோய்த் தடுப்பகத்தில் எல்லாரும் சோர்ந்து போயிருக்கிறார்கள். அவர்களது சிந்தனையை மாற்ற டிவி பெட்டி ஒன்னு ஹாலில் வச்சு பழைய பாடல்களையோ , நகைச்சுவைக் காட்சிகளையோ கேட்கச் செய்தால் ,தங்கி இருப்பவர்களுக்கு சோர்வு குறையும். மனம் நோயை மறக்கும் நோய் எதிர்ப்பு சக்தியும் கூடும் “ கலெக்டர் நல்ல யோசனை என்று வருவாய் அலுவலரிடம் சொன்னார். அந்த இடம் அரசு பொறியியல் கல்லூரி என்பதால் மறுநாளே விடுதியிலிருந்து டிவிபெட்டி வந்து எல்லாரையும் சிரிக்க வைத்தது. மருத்துவர்களும் , நோயாளிகளும் இவளைப் பெருமையாகப் பேசினர். இவளுக்கும் உற்சாகமாக இருந்தது. இந்த யோசனை, மாவட்டம் முழுதும் மற்ற நோய்த் தடுப்பகங்களிலும் செயல்படுத்தப் பட்டது. கலெக்டருக்கு நல்ல பேரு.

7

அன்றைய செய்தித் தாளில் வந்த செய்தி பேரிடியாக தலையில் விழுந்தது.. டி என் பி எஸ் சி தேர்வு முடிவு இணையத்தில் வெளியிடப்பட்டது. அதில் இராமநாதபுரம் மாவட்டத்தில் இரு மையங்களில் தேர்ச்சி பெற்றோர் நூற்றுக்கு மேற்பட்டவர்கள் தர வரிசையில் அடுத்தடுத்து வருவது சந்தேகத்திற்கிடமாக உள்ளது. பிற மாவட்டத்தைச் சேர்ந்த தேர்வாளர்கள் நீதிமன்றம் சென்றுள்ளனர். தேர்வு முடிவு நிறுத்தி வைக்கப்பட்டு விசாரணை நடத்த உத்தரவிடப்பட்டுள்ளது. அந்த இரு மையங்களில் நடந்த தேர்வை ரத்து செய்துவிட்டு புதிய தர வரிசைப்படி தேர்வு முடிவுகளை வெளியிட வேண்டும் என்ற கோரிக்கைகள் வந்துள்ளன. கீர்த்தனா குருப் 2 வில் இரண்டு வகைத் தேர்வுகளையும், குருப் -4ல் ஒரு தேர்வும் எழுதி இருந்தாள். மூன்றிலும் தேர்ச்சி அடையும் விதத்தில் எழுதியிருந்தாள். நிச்சயம் மூன்றில் ஒன்றிலாவது தேர்ச்சி அடைந்து விடுவாள் என்ற நம்பிக்கையில் இருந்தாள். ஆனால் இப்படி மூன்று தேர்வு முடிவுகளும் நிறுத்தி வைக்கப்பட்டுள்ளனவே. என்ன செய்ய ..?

இவளுக்கு விதியில் நம்பிக்கை இல்லை. இவள் மனம் துயரில் கடையப்படும் போதெல்லாம் தனிமையில் சென்று பாரதியின் “ நல்லதோர் வீணை செய்தே அதை நலங்கெடப் புழுதியில் ஏறிவதுண்டோ ••• “ பாடலை நெக்குருகப் பாடி கண்ணீரில் கரைவாள். கொஞ்சம் மனம் சமநிலையை அடையும். பின் .”..தேடிச் சோறு நித்தம் தின்று•••••••.கொடுங்கூற்றுக்கு இரையாகும் வேடிக்கை மனிதரைப் போல் வீழ்வேன் என்று நினைத்தாயோ••• “என்ற பாடலை சந்தலயம் பிறழாமல் சொல்லுவாள். தனது துயரை எதிர்த்து கர்ஜிப்பது போலிருக்கும். இந்தப் பாடலை உச்சரித்து முடிந்த பின் பெருமழை பெய்து வெளுத்த வானம் போல் மனம் தெளிந்திருக்கும்.

இன்றும் கீர்த்தனா பாரதியையே தஞ்சம் புகுந்தாள். மனம் தெளிவடைந்தாள். தவறு செய்தவர்களை நீக்கி நிச்சயம் பிற மாவட்டத் தேர்வாளர்களின் முடிவுகள் அறிவிக்கப்படும். அதில் தேறிவிடுவாள். அடுத்த ஆண்டு பொதுத்தேர்தல் நடைபெறவிருப்பதால் வேலை இல்லாதவர்களின் குடும்ப வாக்குகளுக்காகவது அரசு முயற்சிக்கும் . இவ்விஷயத்தில் நல்ல முடிவுகளை எதிர்பார்க்கலாம். ஆனாலும் சும்மா இருக்காமல் ஐஏஎஸ் தேர்வுகள் எழுத முயற்சிப்போம் என்று முடிவெடுத்தாள்.

அவளது இருக்கையில் நூலகத்தில் பெற்ற ஐ ஏ எஸ் முதல்நிலைத் தேர்வுக்கான புத்தகம் இருந்தது. அன்று நோய்த்தடுப்பகத்தைப் பார்வையிடத் தியாகிக்கோட்டை சப்கலெக்டர் வந்திருந்தார். அவர் உள்ளே சென்று பார்வையிட்டு விட்டு திரும்பும் போது இவளது இடத்தில் இருந்த அப்புத்தகத்தை பார்த்தார். “ அது யார் புத்தகம் , நீ படிக்கிறாயா” இவள் தலையசைத்தாள்.

“ சர்விஸ் கமிசன் எழுதினியா “ “ எழுதியிருக்கிறேனுங்க மேடம். ரிசல்ட் தாமதமாகும் போலிருக்குங்க . அதனால சிவில் சர்விஸ் எழுதிப் பார்க்கலாமின்னு படிக்க ஆரம்பிச் சிருக்கேனுங்க மேடம்.” “ குட். நீ என்ன படிச்சிருக்கே , உன்கிட்ட ஆன்றாய்ட் செல் இருக்கா? “நான் எம்.காம். பஸ்ட் கிளாசில் பாஸ் பண்ணியிருக்கேனுங்க மேடம். என்கிட்டே சாதா செல் தான் இருக்குங்க மேடம். “

“வெரி குட் ! போஸ்ட் கிராஜுவேட். சந்தோசம். நான் என்கிட்டே இருக்கிற செல்லைத் தர்றேன். அதுல நெட்டிலே ஐ.எ எஸ் க்கு படிக்க நிறைய விவரங்கள் கிடைக்கும். படி. சந்தேகம் வந்தா கேளு சொல்லித் தர்றேன். அதென்ன புத்தக புண்டல்? உனக்கு புத்தகம் படிக்க நேரம் எப்படிக் கிடைக்குது ?” “ என்று முறுவலிட்டார். “ அது ஒருத்தர் அன்பளிப்பாகக் கொடுத்தார் மேடம் .” “ வேலை பார்க்கிற இடத்தில் அன்பளிப்பு எந்த முறையிலும் வாங்கக் கூடாதுன்னு உனக்குத் தெரியாதா “ “ “மேடம் , சாரி மேடம். இது அந்த மாதிரியான அன்பளிப்பு இல்லை மேடம். இது ஒரு அன்புத் தொல்லை மேடம். இந்த ஊரைச் சேர்ந்த ஒரு பேராசிரியர் நேற்று அவர் மனைவிக்கு கொரோனானு சேர்க்க வந்திருந்தார். விரைவு சோதனையில் அந்தம்மாவுக்கு நெகடிவ் என்று கேட்டதும் பேராசிரியருக்கு மயக்கம் வந்துவிட்டது.

கதறி அழுத அவரது மனைவிக்கு ஆறுதல் சொல்லி பேராசிரியருக்கு முதல் உதவி செய்து மயக்கம் தெளிவித்தோம். அவரது மனைவி சொன்னார்; எண்ணத்தில் செயலில் எதிலும் பாசிடிவாகவே இருக்கனும்பார் . எனக்கு நெகடிவ்னு கேட்டதும் அவருக்கு மயக்கம் வந்துருச்சு. ‘இதைக் கேட்ட எனக்கு சிரிப்பு வந்திருச்சு . மயக்கம் தெளிந்த பேராசிரியர் என்னை புதிராகப் பார்த்தார். நான், சார், உங்க மனைவிக்கு நெகடிவான நெகடிவ் இல்லை. பாசிடிவான நெகடிவ். அதனால சந்தோசமா உங்க மனைவியை வீட்டுக்கு கூட்டிட்டுப் போங்க. கொரோனாவுக்கு டாட்டா சொல்லிட்டுப் போங்க.! என்றதும் ஓரளவு புரிந்தவராக என்னைப் பார்த்து சிரித்தார். ‘நான் பாசிடிவ் , நெகடிவ் என்று சொற்களின் நேரடி அர்த்தங்களை மட்டுமே நினைத்துப் பழகிவிட்டேன்.

இந்த இரண்டு சொற்களும் சூழலுக்கு ஏற்ப எதிரான அர்த்தத்தையும் தரும் என்கிறதை நினைக்கலை. பரவாயில்லை நீ தெளிவாத் தான் இருக்கே. நீ நிறைய புத்தகங்கள் படிப்பே போலிருக்கே. ரொம்ப சந்தோசமுன்னு மனைவியை அழைத்துப் போனார். அடுத்த அரைமணி நேரத்தில் வந்து இந்த புத்தகங்களைக் கட்டாயப்படுத்தி கொடுத்துட்டு, கொரொனா ஓய்ந்ததுக்கு அப்புறம் என்னை வந்து பாருன்னு போயிட்டார்.. இது ஒருவகையான அன்புத்தொல்லை. இந்த புத்தகங்களை படிக்கவும், பத்திரமா வைக்கவும் இடமில்லாமல் தவிக்கிறேன். பொதுநூலகத்துக்கு கொடுக்கலாமுன்னு இருக்கேனுங்க

மேடம். ".

" சந்தோசம். புத்திசாலியா நடந்துக்க. " என்று சப்கலெக்டர் புன்னகைத்து வெளியேறினார். இவள் நன்றி மேடம் என்று வழி அனுப்பினாள். இவளது உடலில் புதுத்தெம்பு பரவியது. மனம் மிதந்தது.

கீர்த்தனா சந்தைப்பேட்டை பகுதியில் நரிக்குறவர் குடியிருப்பு பகுதியில் இருந்தபோது நாடோடிகளாகத் திரிந்த குறவர்களது பிள்ளைகளுக்கு எழுதப் படிக்க கற்றுக் கொடுத்தது நினைவுக்கு வந்தது. தனக்கு கீழ் நிலையில் உள்ளவருக்கு நாம் சொல்லிக் கொடுத்தோம். இன்று தனக்கு மேல்நிலையில் உள்ளவர்கள் உதவுகிறார்கள். இந்தக் கொரோனா பொது அடைப்பு, பொது விலக்கக் காலத்தில் குறவர்களும் பசிக்கு என்ன செய்கிறார்களோ ..? பாவம் சாதாரண நாள்களிலே வயிற்றுப் பாட்டுக்கு பெரிதும் அலைவார்கள். இந்த பொது அடைப்பில் அரசு சொல்லும் உதவி அவர்களுக்கும் எட்டுதா? அவர்கள் நம்மலை மாதிரி இல்லை. கிடைப்பதை அளவாகவே உண்ணுவார்கள். உணவை வீணாக்காமல் பக்குவப் படுத்தி வைத்து தின்பார்கள். அவர்களில் யாரையும் தொந்தியும் , தொப்பையுமாய்ப் பார்த்ததில்லை. ஐம்பது வயசுக்கு மேற்பட்ட பெண்களில் சிலர் உடலில் ஏற்படும் இயற்கை மாற்றத்தினால் சற்று வயிறு பெருத்து தோன்றுவர். காடு மேடு , வெயில் ,மழை என்று அலைந்து திரியும் அவர்களுக்கு சளி பிடித்து, இருமலோ , காய்ச்சலோ வந்து பார்த்ததில்லை. அவர்களுக்கு இருக்கும் நோய் எதிர்ப்புத்திறன் நமக்கு இல்லை. கொரோனா நெருக்கடி தீர்ந்த பின் அவர்களைப் போய் பார்த்து வரணும்.

கோயம்பேடு காய்கறி மார்கெட்டில் கூடிய மக்கள் கூட்டத்தால் வடமாவட்டங்களில் கொரோனா பரவிவிட்டது. நாள்தோறும் வட மாவட்டங்களில் நூற்றுக்கு மேற்பட்டவர்கள் , சென்னை மாநகரத்தில் ஆயிரக் கணக்கானோர் கொரோனாவில் பாதிக்கப்பட்டோர் பட்டியல் பெருகி வருகிறது. இந்த நேரத்தில் அரசு கொஞ்சம் விழிப்புணர்வோடு இருந்து சென்னை மக்களை சென்னை நகரத்தை விட்டு வெளியே செல்ல விடாமல் தடுத்திருக்கலாம். அப்படி செய்யத் தவறி விட்டது.. வெளி மாவட்டங்களில் இருந்து வாழ்க்கைப் பாட்டுக்கு சென்னையில் குடியேறிய மக்கள் உயிர் பயத்தோடு கூட்டம் கூட்டமாக கிடைக்கும் வாகன வசதிகள் கொண்டு அவரவர் சொந்த மாவட்டங்களுக்கு திரும்பி விட்டனர். இப்போது கொரோனா தனது தொற்றுக்கரங்களை தமிழகம் முழுவதும் பரப்பிவிட்டது. தினம் ஐந்தாயிரம் பேருக்கு குறையாமல் பாதிக்கப்பட்டோர் பட்டியல் கூடிக் கொண்டே இருக்கிறது. மருத்துவ வசதிமிக்க மாநிலம் என்று பெயரை கேள்விக்குறியாக்கி நாட்டிலே நோய்த் தொற்றில் இரண்டாவது இடத்தைப் பிடிச்சிருச்சே.

இப்போது சென்னை மக்கள் நெருஞ்சிக்குடிக்கு வந்ததால் கூடுதலாக ஐந்து நோய்த் தடுப்பகங்கள் திறக்க வேண்டியதாயிற்று. தாசில்தார், திருநங்கையரை பணிக்கு அமர்த்த விவரம் கீர்த்தனாவிடம் கேட்டார் . இவள் வீட்டு முகவரி மட்டும் கொடுத்து விருப்பமுள்ளவங்களை பயன்படுத்திக்கிங்க

சார் என்றாள்.
கீர்த்தனா சுப்புதாயக்காவுக்கு போன் செய்து விவரத்தை சொன்னாள். அரசு நம்மகிட்ட கேட்கும்போது பொது வேலைகளுக்கு நாம பயன்பட்டோம்னா , இதை வைத்து நம்ம குழு பொருளாதார ரீதியா வளர அரசின் ஆதரவு கிடைக்கும். நீங்க முந்தி சொன்னமாதிரி திருநங்கையர் வாரியம் அமைக்கும் நோக்கத்துக்கும் உதவியாக இருக்கும். அதனால மறுக்காம நாலைந்து பேரை அனுப்பி வையுங்கக்கா "

"ஏண்டி ,நீ படிச்சவ விநயமாப் பேசி எங்களையும் கொரோனாவில மாட்டி விடுறியா ..? உன்னைத்தான் நாங்க மஞ்சத்தண்ணி தெளிச்சு விட்டுட்டோம். இன்னும் ஏண்டி எங்களை வில்லங்கத்தில மாட்டிவிடுறே ".

"அக்கா ,நம்ம அரவான்பெருமாள் சத்தியமா மாட்டிவிடுற எண்ணம் இல்லக்கா .என்னை நம்பு .நம்மாளுக எதிர்கால நன்மைக்காகத்தான் அட்ரெஸ் மட்டும்தான் சொன்னேன்.. தாசில்தார் வந்து கேட்டா நம்மாளுகளை அனுப்புறதும் , அனுப்பாததும் உங்க இஷ்டம். "

"ஏண்டி, அரசாங்கம் கொடுத்த இடத்தில குடியிருந்துகிட்டு அரசு தயவுக்கு தொன்னாந்துகிட்டு இருக்கிற நாம பொதுவேலைக்கு நம்மாளுகளை அனுப்ப முடியாதுன்னு சொல்லமுடியுமாடி.."

"அதான்க்கா , முடிஞ்சவங்களை அனுப்பக்கா ."

" நீ எப்படிடி இருக்க.? பார்த்து ஒரு மாசமாச்சு. அங்கே உனக்கு தங்க திங்க வசதியா இருக்கா ? பார்த்து சூதானமா இருடி. உலகமே கொரோனா நோயால சுருண்டு கிடக்கு. நோயை கீயை தொத்திகிட்டு வந்துறாதே. எங்கனால பார்க்கத் தெம்பும் ஐவேசுமில்ல. உங்கையில காசுபணமேதும் இருந்தா ஒரெட்டு வந்து குடுத்துட்டுப் போ "என்று ஆற்றாமை பொங்க போனைத் துண்டித்தாள்.

அர்த்தனா , நர்த்தனா , கன்னிகா ,நித்திகா, பிரீதிகா என ஐந்து பெரும் புதியதாக உருவாக்கப்பட்ட தொற்று தடுப்பகங்களில் பணி அமர்த்தப் பட்டனர். அவர்களும் கீர்த்தனாவைப் போல் அங்கேயே தங்க அனுமதிக்கப் பட்டனர். அவர்களது சோற்றுப் பிரச்சினை தீர்ந்தது. பொது அடைப்பில் , கடைகள் திறக்காத நிலையில் , பஸ் , ரயில் ஓடாத சூழலில் அவர்கள் யாசகத்துக்கு போகமுடியாது. அரசு கொடுக்கிற உதவியும் கிடைக்காட்டா கையிலிருப்பதைத் தான் செலவழிக்கணும். இருப்புக்காசை எடுக்கணுமுன்னா சுப்புத்தாய் அக்காவுக்கு உயிர் போகுமே. என்று இவள் நினைக்கையில் எதிரே ஒரு கர்ப்பிணி தென்பட்டாள். கீர்த்தனாவுக்கு அவளது அம்மா , அக்கா நினைவு வந்தது. அப்பா செத்ததுக்கு கூட போக முடியவில்லை. அம்மாவுக்கு இப்போது ஐம்பது வயசு இருக்கலாம். நோய் நொடியோடு என்னென்ன சிரமமெல்லாம் படறாளோ ? கல்யாணமான அக்கா உதவுறாளோ , அவளுக்கு எத்தனை பிள்ளைகளோ , அவ வாழ்க்கைப்பாடு எப்படியோ

என்று சிந்தனை துவைத்து முறுக்கிப் பிழிந்தது. கண்ணீர் கசிந்தது. பொது இடத்தில் அழக்கூடாது என்று மெல்லிய குரலில் நல்லதோர் வீணை செய்தே அதை நலங்கெட புழுதியில் எறிவதுண்டோ .... முணுமுணுத்தாள்.

8

1917 இல் முதலாம் உலகப்போர் சமயம், சென்னையில் ஜெர்மனியின் எம்ப்டன் கப்பல் குண்டு போடப் போவதாக வந்த செய்தியில் கொத்து கொத்தாக சென்னையிலிருந்து நடந்தே தென் மாவட்டங்களுக்கும், மேற்கு மாவட்டங்களுக்கும் சென்றார்கள். என்று படித்திருக்கிறாள். இப்போது நேரில் பார்க்கிறாள். சென்னையிலிருந்தும் மட்டுமல்ல மகாராஷ்டிரா, குஜராத், ஆந்திரா, கேரளா, கர்நாடகா போன்ற மாநிலங்களில் பிழைக்கப் போன மக்கள் கொரோனா தாக்க உயிர் பயத்தில் கூட்டம் கூட்டமாக தமிழகம் திரும்பத் தொடங்கினர்.

வெளி மாநிலத்திலிருந்து மக்கள் வர வர கொரோனா தொற்றுக்கு பாதிக்கப்படுவோர் எண்ணிக்கையும் அதிகரித்தது. இந்த நோயை ஓட ஓட மூன்று நாளில் விரட்டுவோம் என்ற ஆட்சியாளர்கள் மூன்று மாதமாகியும் நோயைக் கட்டுப்படுத்த முடியாமல் கடவுள் தான் காக்க வேண்டும் என்றும் கொரோனா நோயோடு வாழப் பழகிக் கொள்வோம் என்றும் புலம்ப ஆரம்பித்தனர். மக்களும் அரசின் ஆரம்பகால சூரத்தன அறிக்கைகளில் மெத்தனமாக இருந்தனர். பிறகு உலகு தழுவிய நோய்த் தாக்கத்தைப் பார்த்ததும் உயிர்பயம் தொற்றிக்கொண்டது. கடவுளிடம் முறையிட கோயில்களுக்கும் செல்ல முடியவில்லை.சற்றே விலகியிரும் பிள்ளாய் என்று கடவுளும் ஒதுங்கிக் கொண்டார்.

ஆலயங்கள் எல்லாம் கதவடைப்பில் கொரோனா சாதி, மதம், இனம், மொழி , வயசு , பதவி , அந்தஸ்து எதையும் பார்ப்பதில்லை என்பதை உலகம் உணரத் தொடங்கியது. உலகம் முடிவுக்கு வந்திருமோன்னு அச்சப்பட்டவர்களும் உண்டு. இதனால் பொது அடைப்பில் தளர்வு அறிவிக்கபட்ட போதெல்லாம் தனிநபர் இடைவெளி , முகக்கவசம் எல்லாம் புறக்கணித்து கடைகளில் குவிந்தனர். காய், கனி, கறி, முட்டை, மீன், கோழி, அரிசி பருப்பு என்று தின்பண்டங்களை வாங்கிக் குவித்தனர். ஒவ்வொரு பொது அடைப்புக்கு முதல் நாள் இரவு எல்லாம் பண்டிகை நாள்களாக மாறின. ஊரடங்கு, சுகாதாரக் கட்டுபாடுகளை மக்கள் துறந்தனர். இரவுநேரத்தில் கறிக்கடை, மீன், கோழிக் கடைகளில் குவிந்தனர். தொற்று கண்ணுணராத் தீயாகப் பரவியது.

நோய்த் தடுப்பகங்களின் எண்ணிக்கை கூடக் கூட பராமரிப்பின் தரம் குறைந்தது. நோய்த்தடுப்பு மருந்து கண்டறியப் படாத நிலையில் வெற்று சிகிச்சையில் என்ன பலன் கிடைக்கும் ? மருத்துவப் பணியாளர்களிடம்

சோர்வும் வளர்ந்தது. தனியார் மருத்துவமனைகள் செயல்பட அனுமதிக்கப்பட்டன. அவர்களது பணம் கறக்கும் முறைகளையே கையாண்டனர். இப்படியான நிலையில் எளிய மக்கள் தம் விதியை நொந்து அரசு நோய்த் தடுப்பகத்தில் சரணடைந்தனர். பலர் சித்த , ஹோமியோ மருந்துகளை நாடினர். எதைத் தின்றாவது நோயை விரட்டினால் போதும் என்ற எண்ணம் எல்லா மட்டங்களிலும் பரவியது. பலர் காய்ச்சல் இருமல் வந்தால் மருத்துவமனைக்குப் போனால் கொரோனா தடுப்பகத்தில் பதினைத்து நாள்களுக்கு வைத்து விடுவர் என்று பயந்து வீட்டிலே இருந்து தெரிந்த மருந்துக் கடைகளில் பராசெட்டமால் மாத்திரைகளையும் ,இருமல் சிரபையும் வாங்கி சாப்பிட்டார்கள் . இவர்களில் சிலர் நலமடைந்ததும் உண்டு. சிலருக்கு நோய் முற்றி கொரோனாவாக மாறி வீட்டில் உள்ளவர்களுக்கும் தொற்றச் செய்ததுமுண்டு.

கீர்த்தனாவின் சகபாடி பிரித்திகா திடீரென்று போன் செய்து அழுதாள். அவள் பணியாற்றும் அண்ணா நகர் நோய்த் தடுப்பகத்தில் காவல் பணியில் இருக்கும் சப் இன்ஸ்பெக்டர் ஒருவர், அவள் கழிவறைக்குப் போகும் போது பின்னாலே போய் பலவந்தப்படுத்தி இருக்கிறார். அவள் திமிறி கூச்சல் இட்டிருக்கிறாள். அவளது வாயைப் பொத்திக் கடிக்க முயற்ச்சித்திருக்கிறார். அவள் அவரை கீழே தள்ள , அவர் எழுந்து முகத்தில் அடிக்க உதடு கிழிந்து ரத்தம் வழிந்துள்ளது, யாரிடமாவது சொன்னேன்னா உன்னை பெட்ரோல் ஊத்தி எரிச்சு கொரோனா தற்கொலைன்னு கதையை முடிச்சிருவேன் என்று மிரட்டினான். கீர்த்தனா , பிரித்திகாவின் ரத்தம் வழிந்து வீங்கிய முகப்படத்தை எஸ்பி க்கு வீடியோவில் அனுப்பச் சொன்னாள்.. இவளும் அந்த செய்தியின் நகலை கலெக்டருக்கு அனுப்பி எஸ்பியிடம் பேசுமாறு கெஞ்சினாள்.

கலெக்டரும் எஸ்பியிடம் பேசி நடவடிக்கை எடுக்கச் சொல்லி இருக்கிறார் எஸ்பி பாண்டியன் கண்டிப்பானவர். அவர் மண்டல போலிஸ் டி ஐ ஜி யிடம் பேசி அந்த காமாந்தகாரனை ராத்திரியோடு ராத்திரியாக கன்னியாகுமரி மாவட்ட ஆயுதப்படைக்கு மாற்றி விட்டார். இந்த கொரோனா கொடுங்காலத்திலும் இப்படி நடக்கிறது. ஆனால் இந்த சம்பவம் தம்மால் எந்தப் பிரச்சினைகளையும் எதிர்கொள்ள முடியும் என்ற நம்பிக்கையை திருநங்கயருக்கு ஏற்படுத்தியது. காவல்துறையினருக்கு நங்கையரிடம் எச்சரிக்கையோடு இருக்கவேண்டும் என்ற எண்ணம் உருவானது.

தடுப்பு மருந்து கண்டு முடிக்க இயலவில்லை. இனி கொரோனாவோடு தான் வாழ வேண்டும் என்ற நிலைக்கு வந்த அரசுகள் ஊரடங்கை தளர்த்தியது. கடைகளும், பஸ்களும் இயங்கத் தொடங்கின. திருநங்கையர் சுப்புத்தாய், முத்தம்மை தவிர மீதமுள்ள ஐவர் கடைகளில், பேருந்துகளில் முகக்கவசங்களோடு சென்று யாசகம் பெறத் தொடங்கினர். வாழ்வின் அன்றாட நடைமுறைகள் அச்சத்தோடு நகர்ந்தன. ஒருவார கால அலைச்சல்களில் கண்ணம்மாவுக்கும் ,மீனாவுக்கும் கொரோனா அறிகுறிகள் தெரிய நோய்த்

தடுப்பகத்தில் சேர்க்கப்பட்டனர். இதில் ஐம்பது வயதான கண்ணம்மா இறந்து போனாள். கண்ணம்மா இறந்த அதிர்ச்சியில் மரண பீதியில் மீனாவும் இறந்து போனாள். கொரோனா நோய் தாக்கத்தில் இறந்தவர்களை புதைப்பதற்க்கு பல இடங்களில் ஊர் மக்கள் சுடுகாடுகளுக்கு உடலைக் கொண்டு செல்வதை மறித்து கலவரம் செய்தார்கள்.

சென்னையில் ஒரு பிரபல மருத்துவரின் உடலுக்கு சுடுகாடு கிட்டாமல் மூன்று நான்கு சுடுகாடுகளுக்கு அலைந்து கடைசியில் போலிஸ் தலையிட்டு வானத்தில் எச்சரிக்கையாகச் சுட்டு கலவரக்காரர்களை விரட்டினர். பின் உடல் அடக்கம் செய்யப்பட்டது. இதேபோல் அவலம் ஆதரவற்ற அபலைகளான கண்ணம்மா, மீனா உடல்களையும் அடக்கம் செய்வதில் பிரச்சின வந்துறக் கூடாது என்று கீர்த்தனா கலங்கினாள். உடனே கோட்டாச்சியரிடம் போனில் முறையிட்டாள். கோட்டாச்சியரின் உத்தரவுப்படி தாசில்தார் இந்த இரு திருநங்கையரின் பிணங்களையும் மின்மயானத்தில் தகனம் செய்வித்தார். ஆனால் நோய்த் தடுப்பகத்தில் பணியாற்றும் கீர்த்தனா உட்பட ஆறு திருனங்கையரும் துக்கத்தில் கலந்து கொள்ள அனுமதிக்கப்படவில்லை.

அக்காமார்களின் உடலை அடக்கம் செய்வதில் கிடைத்த ஆறுதல், துக்கத்தில் பங்கேற்கத் தடையில் பறிபோனது. கீர்த்தனாவுக்கு மனம் பிசைந்தது. இவள் சென்னையில் அறுவை சிகிச்சை மேற்கொண்ட போது இவளைத் தனது மகளைப் போல் கண்ணம்மா பராமரித்தாள். சொந்தத் தாயை பிரிந்து வந்த கார்த்தி என்ற கீர்த்தனாவுக்கு, சுப்புத்தாய் கண்ணம்மாள், போன்றவர்கள் தாய்மைப் பாசத்தை ஈடுசெய்தார்கள். மீனா இவளைச் சொந்தத் தங்கை போல பாவித்தாள் . தவிர்க்க முடியாத இறப்பை ஏற்றுதான் ஆகவேண்டும். இறந்தவர்களின் அளப்பரிய பணிகளை நினைவில் கொண்டு நாம் வாழ்ந்தாக வேண்டும். அடுத்த தலைமுறைக்கு நம் நினைவைப் பதித்துச் செல்லவேண்டும். துன்பம் வரும் போதெல்லாம் இவளுக்கு பாரதி தான் புகலிடம்.

9

கொரோனா தடுப்பு மருந்துகள் பற்றி உலக சுகாதார நிறுவனமே ஒவ்வொரு வாரமும் ஒவ்வொரு வகையான மருந்தின் நம்பகத்தையும் , பொருந்தாத்தன்மை குறித்தும் அறிக்கைகளை வெளியிட்டு வந்தது. இத்தொற்று நவம்பர் மாதத்தில் உச்சம் தொட்டு படிப்படியாய் குறையும் என்ற தகவலும் சொல்லப்பட்டது . இதனிடையே சீனா, இந்தியா, பிரிட்டன் போன்ற நாடுகள் தடுப்பு மருந்துகளைக் கண்டுபிடித்து விட்டோம். இனி நோயாளிகளுக்கு கொடுத்து சோதனை செய்ய வேண்டும் என்று கூறின. இந்தத் தருணத்தில் சித்த மருத்துவர்கள் கொரோனா தடுப்பு மருந்தைக் கண்டுபிடித்து விட்டோம். எங்கள் மருந்துக்கு அனுமதி கொடுங்கள் என்று கோரிக்கை வைத்தனர். அல்லோபதியின் அடிமைகளான அரசுகள் காதுகளை அடை.த்துக் கொண்ட.ன.

இப்படியான சூழலில் கொரோனா நோய்த்தடுப்பு பணிகளில் ஈடுபட்ட பல மருத்துவர்கள் உயிரிழந்த செய்திகளும் உலுக்கின. கீர்த்தனாவின் தடுப்பகத்திலும் நாற்பது வயது மருத்துவர் ஒருவர் இறந்து விட்டார். இறப்புக்கு பணியழுத்தமும், ஓய்வின்மையும் காரணம் என்றார்கள். நோயாளிகளோடு சிரித்த முகத்தோடு பேசி பலரது நோய்மையை சிரிப்பால் குறைத்தார். இன்று அவரது சிரித்த முகமே நெஞ்சில் நிற்கிறது. பாவம் , அவர் என்னென்ன கனவுகளை சுமந்து நின்றாரோ , அவரது இழப்பை அவரது குடும்பம் எவ்வாறு தாங்குமோ ....

கீர்த்தனா, நலமடைந்து திரும்பும் நோயாளிகளிடம் தெம்பூட்டி பேசி அனுப்புவாள். புதியதாக வரும் நோயாளிகள் சிறைக்குள் வருவது போல் அச்சப்படுவர். நோய் தீர்ந்து வீடு திரும்புவோமா நம்பிக்கை இழந்து குமைவர். அவர்களிடம் ஆறுதலாகப் பேசி இங்கிருந்து சிகிச்சைக்கு ஒத்துழைத்து நோயிலிருந்து தேறிச் சென்றவர்கள் பற்றி சொல்லுவாள். இவளது அன்பொழுகும் பேச்சும், அர்ப்பணிப்பும் அவர்களுக்கு நம்பிக்கையை ஏற்படுத்தும். இப்படி நோயாளிகளோடு ஊடாடிய கீர்த்தனா மீதும் பாசம் கொண்டு கொரோனா தொற்றியது.

அதே தடுப்பகத்தில் அனுமதிக்கப் பட்டாள். நோய்மை குறித்து அச்சம் ஏதுமில்லாமல் எல்லை தாண்டி நோயாளிகளிடம் நெருங்கி விட்டோமோ என்று சுயவிமர்சனம் உறுத்தியது. செய்யும் பணியில் அதீத ஈடுபாடு காட்டும்போது இது மாதிரி பாதிப்பு சகஜம் தான். இப்போது நோயை பயன்படுத்தி வாசிப்பில் கவனம் செலுத்தலானாள். மருத்துவர் ஆலோசனைப்படி நடந்து கொண்டாள். ஒரு வாரத்தில் குணம் அடைந்தாள். எச்சரிக்கை நிமித்தம் கூடுதலாக ஒரு வாரம் இருந்தாள். பதினைந்தாம் நாள் நோய்த் தடுப்பகத்திலிருந்து விடுவிக்கப் பட்டாள்.

கீர்த்தனா அடுத்து எங்கே போவது, என்ன செய்வது கேள்விகள் பிழிந்து தொங்க விட்டன. வேம்பும் , மஞ்சள்கொன்றையும் , புங்கன் மரங்களும் சூரிய கால்கள் உள்ளே நுழையமுடியா குளிர்ந்த வளாகம் ; ஆதரவற்ற தான் பலருக்கு ஆறுதல் கூறி , மக்களோடு சகஜமாகப் பழகும் பணி ; நேரா நேரம் அலைச்சல்களில்லாத சத்தான சாப்பாடு ; பல உயர் அதிகாரிகளோடு பழகி தன்னைச் சேர்ந்தவர்களுக்கும் உதவும் வாய்ப்பு ; இதை எல்லாம் விட்டு வெளியே போவது சரியா..? துணிந்து தாசில்தாரிடம் இக்காப்பகத்திலே தொடர்ந்து பணியாற்ற அனுமதிக்கும் படி கேட்டாள். தாசில்தார் ," நீ நல்லா வேலைப்பார்க்கிற , இப்போதான் நோயிலிருந்து குணமாகிருக்கே ;எதற்கும் மருத்துவர் ஆலோசனையைக் கேட்போம்" என்றார்.

"நோயிலிருந்து குணமடைந்த அறிகுறிகள் தெரிந்தாலும் இன்னும் ஒரு பதினைந்து நாள் ஓய்வெடுத்து உடல்நிலை பார்த்த பிறகு இதுமாதிரி மக்கள் தொடர்பு பணிக்கு வருவது தான் ,நல்லது. பாதுகாப்பானதும் கூட." என்று

மருத்துவர் சொன்னதைத் தாசில்தார் ஏற்றுகொண்டார். “ நீ ரெஸ்ட் எடுத்-துட்டு பதினைந்து நாள் கழித்து , அதாவது ஜூன் முப்பது அன்னக்கி என்னை வந்து பாரு “ என்றார். அவரது கனிந்த சிரிப்பு போய் வா மகளே என்று உணர்த்தியது..

கீர்த்தனா , சுப்புத்தாய் அக்காவுக்கு போன் செய்து தான் கொரோனா விலி-ருந்து குணமடைந்து விட்டேன். வீட்டுக்குப் போகச் சொல்லிட்டார்கள். வீட்-டுக்குப் புறப்பட்டு வருகிறேன். வீட்டுக்கு என்னென்ன, சாமான்கள் வாங்கி வரணும் என்று கேட்டாள்.

“குணமானது ரொம்ப சந்தோசம் தாயி. நீ ஒன்னும் வாங்கிட்டு வரவே-ணாம். நாங்க சமாளிச்சுக்கிறோம். நீ கொஞ்ச நாளைக்கு அங்கிட்டே இருந்து கொரோனா தொத்து அடங்கினப் பிறகு வந்தா போதும். இப்போ அவசரப்பட்டு வந்துறாதே தாயி , உனக்கு புண்ணியம் கிடைக்கட்டும். மணி மணியா ரெண்டு உசிரைத் தூக்கிக் குடுத்த நொம்பலம் இன்னும் தீரல தாயி. நீ மகராசியா இருப்பே .. அவசரப்பட்டு வந்திறாதே.! “ போனைத் துண்டித்து விட்டாள்.

கீர்த்தனாவுக்கு கண்ணை இருட்டிக் கொண்டு வந்தது. வேப்ப மரத்து நிழ-லில் உட்கார்ந்தாள். ஒரு நொடிப்பொழுதில் அனாதையாக்கி விட்டது. .இந்த கொரோனா கால அந்தகாரத்தில் எங்கே போவது. எல்லா வழிகளும். வெளி-களும் மூடிக் கிடக்கின்றனவே •••! நெடுந்தூர பஸ் ,ரயில் போக்குவரத்து-களும் நிறுத்தப் பட்டுள்ளன. இந்த மாவட்ட எல்லையைத் தாண்டி எந்த பஸ்சும் போகாதே .எந்தப் போக்கிடமும் இல்லை. சொந்த அம்மாவோ , அக்காவோ நம்மை இப்படி அம்போன்னு நடுவாந்திரத்தில் விடுவார்களா.. அந்த ரத்தபந்தம் இப்படி புறக்கணிக்குமா..? நல்ல வாலிபம் அரும்பி வந்த நேரத்தில் அவர்களை உதறி வந்த நான் இன்று உடல் கெட்டு ,கோலம் மாறி அவர்களிடம் போக முடியுமா•••? நான் நினைத்த நல்லநிலைக்கு வரா-மல் அவர்களிடம் போவதில் அர்த்தம் இல்லையே••• நான் வேடிக்கை மனி-தனாகி விட்டேனோ ஐயோ பாரதி•••?

காக்கைகள் கருப்பு வில்லாய் வலசையிலிருந்து தம் இருப்பிடம் நோக்கி பறந்தன. தனக்கு ஏது இருப்பிடம் ? கண்ணீர் ததும்பியது . தீக்குள் விரலை வைத்ததும் எடுத்தது போல் அந்த தீண்டும் இன்பம் உடலெங்கும் பரவிய பரவசத்தில் என்னை மறந்து தப்பு செய்து விட்டேனோ •••? கார்த்தியாகவே இருந்திருக்கலாமோ•••சே . மனமொப்பி செய்ததற்கு வருந்துவது கூடாது. குதித்த வெள்ளத்திலிருந்து நீந்தி மீளவேண்டும்.

எவ்வளவு நேரம் உட்கார்ந்திருந்தாளோ தெரியவில்லை. கொசு கடிக்க, கண் விழித்தாள். இமை மயிர்க்கால்களில் கோர்த்து நின்ற துளிகள் உதிர்ந்து உப்புக் கரித்தன. சுற்றிலும் இருட்டு கவிந்திருந்தது. வாழ்க்கையும் இருண்டு விட்டதா••••தூரத்தில் சிறு வெளிச்சம். இருட்டு கூட சிறிய வெளிச்சம்

தானே பாரதி, பாரதி..!.நல்லா சொன்னியே பாரதி என்று நொந்த சிரிப்பில் வாய் விரிந்தது . உலர்ந்த உதடுகளை ஈரப்படுத்திக் கொண்டு ஊரடங்கிய ஆளரவமில்லா சாலையில் மெல்ல நடந்தாள்.

10

இந்த நேரத்தில் எங்கே போவது..? ரயில்வே ஸ்டேசன் , பஸ் நிலையங்களில் கூட மனுசப் புழக்கம் இல்லையே,,, அங்கும் தங்க இயலாதே ••• நல்ல நாளிலே தனியே சேலை கட்டியவர் வாசம் பட்டாலே ரெண்டுகால் வெறி-நாய்கள் காமக் கண்கள் மின்னி நாக்கொழுகித் திரியுமே . இந்த ஊரடங்கு காலத்தில் , கடைகன்னிகள் திறக்காத பொழுதில் எந்த ஜந்துகள் எப்படித் திரிகிறதோ•••? ஓய்வூதியர் சங்கச் செயலர் ராஜகோபால் வீட்டிற்குப் போனால் வரந்தாவிலாவது தங்க இடம் கொடுப்பார்கள். தான் அவர்களை அப்பா , அம்மாவென்று சொல்லவும் தயக்கமில்லாமல் ஏற்றுக் கொண்டார்-களே. இந்த கொரோனா ராத்திரியில் அவர்களுக்கு தொல்லை கொடுப்-பதா••• ஊரு உலகில் உள்ளோருக்குள்ள நோயின் தொற்று பயம் அவர்-களுக்கும் இருக்கத்தானே செய்யும்•••? அவர்கள் என்னைப் பெற்றவர்கள் இல்லையே ..? இங்கே எங்காவது அடைத்த கடைகளின் மறைவில் ராப்-பொழுதைக் கடத்திட்டு காலையில் அவர் வீட்டுக்குப் போவோம். ஏதாவது உதவி கிடைக்கலாம்.

நடந்தவள் ரயில்வே கேட் எதிர்பட்டதும் நின்றாள். இடமும் வலமும் மேற்கும் கிழக்குமாக இணையாத இரு இணைகோடுகளாய் தண்டவாளம் நீண்டு கிடந்தது . தலை வால் காணப்படாத இரு பாம்புகளின் நீண்ட உடல்-களாக இருளில் மினுமினுத்தன . இது முடிவு தெரியாத தன் பயணத்தின் வெளிப்பாடோ•••? ஒ, இந்த தண்டவாளதிற்காவது இரு திசைகள் இருக்-கின்றன. தன் பயணம் திக்கு தெரியாமல் பாதைகள் புலனாகாத புதிராக இருக்கிறதே . இந்தத் திறந்த வெளி இருட்டை பார்த்ததும் சின்ன ஆசை அரும்பியது. தனக்கு விவரம் தெரிந்த நொடியிலிருந்து திறந்தவெளியில் சிறு-நீர் கழிக்க முடிந்ததில்லை. இப்போதும் கூட பொதுக்கழிவறைக்கு இவள் போனால் இவள் எப்படி கழிக்கிறாள் என்று நூறு கண்கள் நோட்டம் விடு-கின்றன. இதோ இப்போது சாலையிலிருந்து சற்று தள்ளி யார் கண்ணுக்கும் படாத இந்தத் திறந்த வெளியில் இருள் சூழ உட்கார்ந்தாள்.

சிறுகுமிழ்களிட்டு ஓடிய நீர்பரப்பில் நாலாம்பிறை நிலவும் மௌனத்தில் உரையாடும் நட்சசத்திரங்களும் ஒளிர்ந்தன. அண்ணாந்தாள் . இதெல்லாம் இவளுக்கு காணக் கிடைக்கா காட்சிகள். என்னைப் போன்ற நிலவைச் சுற்றி நட்சத்திரங்கள் கேலிவதை செய்கின்றனவா•••? இல்லை. உன்னைச் சுற்றி நாங்கள் ஆதரவாக இருக்கின்றோம் எனச் சொல்லுகின்றனவா•••? கொஞ்-சம் தள்ளி இருந்த சிறு பாலக்கட்டையில் உட்கார்ந்து வானம் பார்த்திருந்-

தாள். தன் நிலையும் வானம் பார்த்த பூமி தானா..? மானாவாரி மனுசியா •••? எங்கும் போகாமல் இந்த இரவு முழுவதும் வானத்தோடு உறவாடு-வோமே•••! இது போல் இன்னொரு இரவு கிடைக்குமா ..? இந்த இரவோடு இந்த வழி வரும் சரக்கு ரயிலில் வாழ்வை முடித்துக் கொள்வோமா..? சுற்-றிலும் பார்வையைச் சுழல விட்டாள். தூரத்தில் மங்கலாக வெளிச்சக் கோடு-கள் தெரிந்தன. முன்னிரவிலேயே முடங்கிய தெருக்களை ஒளிப் பற்களால் கேலி செய்கிறதோ ,,, . ..

சற்று தூரத்தில் ஓருருவம் அசைந்தது. கண்களைக் கூர்மைப்படுத்தி பார்த்தாள். ஓர் ஆணுருவம் தண்டவாளத்தில் படுத்தது. இவள் அண்ணே என்று குரல் கொடுத்தாள். அவ்வுருவம் திடுக்கிட்டு எழுந்து ஓட முயன்றது. அண்ணே , ஓடாதீங்க. நானும் உங்களைப் போலத்தான். நில்லுங்கண்ணே . அண்ணே என்ற சொல் அவனை நின்று திரும்பிப் பார்க்கத் தூண்டியது. அவனை நோக்கி இவள் நடந்தாள். அவன் இவளது கால்களை உற்றுப் பார்த்தான். மனுசி தான். பெருமூச்சு விட்டு தளர்வாய் நின்றான்.

“ எதுக்கண்ணே . சாக நினைக்கிறீங்க. நானும் உங்களைப் போல தான். சாகுறதுக்கு முன்னால நம்ம துயரத்தையாவது பகிர்ந்துக்குவோமே. “ சொந்-தம், சுற்றம் எல்லாம் தன்னை விரட்டிவிட்ட நிலையில் வாழ்வின் கடைசி நொடியில் நம்மிடம் ஆறுதலா பேச ஒரு மனசு கிடைச்சதே என்று பற்றிய அவளது ஆறுதல் கரத்தை நெகிழ்த்தி பேச ஆரம்பித்தான்.

அவன் ஒரு ஆட்டோ ஓட்டி . அவனோடு இரண்டு ஆட்டோ ஓட்டிகள் சேர்ந்து. சென்னை சூளைமேட்டில் ஒரு சிறுவீடு வாடகைக்கு எடுத்து தங்கி கூலிக்கு ஆட்டோ ஒட்டிவந்தனர். ஒருநாள் முழுதும் கிடைக்கும் சவாரி பணத்தில் ஆட்டோவுக்கு வாடகை போக எஞ்சியதில் அவன் திங்க ,தங்க , உடுக்க செலவு செய்தது போக கொஞ்சம் எடுத்து வைத்துக்கொண்டு மிச்ச சொச்சத்தை நெருஞ்சிக்குடி அருகில் கிரிராம் நகரில் தங்கியிருக்கும் அம்-மாவுக்கு அனுப்பி வைப்பான். அம்மா அந்தப் பகுதியில் மூன்று வீடுகளில் பாத்திரம் கழுவிக் கிடைக்கும் சோற்றை சாப்பிடுவாள். பெறும் கூலியில், கட்டிக்கொடுத்த மகளுக்கு நோம்பு நொடிகளுக்கு கொடுபாள். மீதியுள்ளதை அன்பு மகனுக்கு சேர்த்து வைத்து வந்தாள். அருமை தங்கை கல்யாணத்தை கடனைக் கிடனை வாங்கி முடித்து வைத்த மகனுக்கு ஒரு குடும்பம் அமைச்-சுக் குடுத்து ஒரு பேரப்பிள்ளையை பார்த்திட்டு தான் கண்ணை மூடனு-முன்னு அம்மா உயிரைப் பிடித்துக் கொண்டு இருக்கிறாள் . இப்படியான பாச வைராக்கியக் கயற்றின் மேல் நடந்து தாயும் , மகனும் வாழ்ந்து வரும்-போது தான், கொரோனா ஊரு உலகத்தை தாக்கியது போல இவர்களையும் முடக்கிப் போட்டது.

அவனும் , அவனது சக ஓட்டுனர்களும் அனுதினம் காலை சவ்வாரி கோயம்பேட்டிலிருந்து காய்கனிகளைக் கொண்டு வந்து சேர்த்த பின் தான்

குளித்து, உண்டு, பள்ளிக்கூட சவ்வாரிகள் போவார்கள் . இது தொடர்ந்து நடந்து வந்தது. வயசு முப்பதை நெருங்குது. சேர்ந்திருக்கிற காசோடு கொஞ்சம் கடனை வாங்கி தனக்கேத்த அப்பாவி சப்பாவி குடும்பத்திலிருந்து ஒரு பெண்ணைப் பார்த்து முடிச்சோமுன்னா நாமலும் ஒரு மனுசனா தலை நிமிரலாம் என்ற வாழ்க்கைத்திட்டம் .இதற்காக தனது சேமிப்பை வங்கியில் சேர்த்து வந்தான். இதைச் சுற்றி அவனது ஓட்டமும் , கனவும் தொடர்ந்தது. இப்படி ஓட்டத்தில் கொரோனா தடுப்புச்சுவர் எழுப்பியது. கோயம்பேட்டுக்கு வந்த வியாபாரி கள் மூலம் அவனையும் கொரோனா தொற்றியது.

பதினைந்து நாள் தொற்றுத் தடுப்பகத்தில் சிகிச்சை பெற்றான். சிறு பிராயத்தில் பலதானிய உணவு முறையில் வளர்ந்தவன். நோய் எதிர்ப்பு சக்தியினால் தடுப்பு மருந்து கண்டறியப்படா நோயிலிருந்து பத்து நாளிலே மீண்டான் . எனினும் நோய்க்கிருமியின் இருப்பு பதினைந்து நாள் என்ற மதிப்பீட்டில் பதினாறாவது நாள் விடுதலை ஆனான். அவனது சகபாடிகள் மருத்துவ பாதுகாப்பில் இருந்தனர்.

உலக புத்தக தினத்தையொட்டி பாரதி புத்தகாலயம், புதிய கோணம், இளையோர் இலக்கியம் மற்றும் புக்ஸ் ஃபார் சில்ரன் வெளியிட்டுள்ள அனைத்து நூல்களுக்கு 25% சிறப்புக் கழிவு உண்டு. (23.04.201 — 05.05.2021 வரை மட்டும்)

அவன் குடியிருந்த தெரு கொரோனா அடைப்புத் தகரங்களால் மூடப்பட்டு இருந்தது. அவன் தனது நோய்விடுவிப்பு சான்றைக் காட்டியும் அக்கம் பக்கத்தினர் தெருவுக்குள் விடவில்லை. உணவகமில்லை , பொது போக்குவரத்தும் இல்லை. இங்கே தனியாக இருந்து அவதிபடுவதற்கு அம்மாவிடம் போவது ஒருவருக்கு ஒருவர் ஆறுதல் என்று ஊருக்கு கிளம்பினான். சென்னையைச் சுற்றி நான்கு மாவட்டங்கள் போக்குவரத்து தடைபட்டு விட்டன. சரி மெல்ல செங்கல்பட்டு வரை நடப்போம். அங்கிருந்து கிடைக்கும் வாகனத்தில் ஊர்ப் போய்ச் சேருவோம் என்று நடந்தான். செங்கல்பட்டை ஐந்துமணியில் அடைந்தான்.

அங்கிருந்தும் எந்த வாகனப் போக்குவரத்துமில்லை. ஆனாலும் தெற்கு நோக்கி நூற்றுக் கணக்கானோர் நடந்தபடி இருந்தனர். வடமாநிலத்தவர்கள் வடக்கு நோக்கி ஐந்நூறுக்கு மேற்பட்டவர் பிள்ளைகுட்டிகள் , வயசானவர்கள் என சகல தரப்பினரும் மூட்டை முடிச்சுகளோடு நடந்து வந்து கொண்டு இருந்தனர். வீங்கிய கால்களுடன் , ஊன்றிய கம்புகளுடன் அவர்கள் நடந்து வருவதைப் பார்த்தால் மூன்று நாள்களாக நடந்து வருகிறார்கள் போலிருக்கிறது அவர்களுக்கு ஏற்றது நமக்கு என்று நடந்தான். சில இடங்களில் கூடுதல் விலைக்கு சோற்றுப் பொட்டலமும் , தண்ணீர் பாட்டிலும் கிடைத்தது. சில இடங்களில் அன்ன தானம் கிடைத்தது.

அவனது ஊர் நெருஞ்சிக்குடிப் பகுதியில் ஆண்டு தோறும் தை மாதத்தில் பழநிக்கு பாத யாத்திரையாக இருநூறு கிலோமீட்டர் நடப்பார்கள். . அதுமா-

திரி நினைத்து அவன் நடக்கத் தொடங்கினான். ஆனால் வெயிலும் , தண்ணீர் தாகமும் வாட்டியது. முகக்கவசத்தோடு நடப்பது மூச்சு விட சிரமமாக இருக்கிறது . அதைக் கழற்றிய பின்னும் அவனது நடைவேகம் குறைந்து கொண்டே வந்தது. கிடைக்கும் மரநிழலில் வெயிலைக் கழித்து நடையைத் தொடர்ந்தான். இவனை ஒத்த சக நடையாளர்களின் பல்வேறு அனுபவங்களை பகிர்ந்து கொண்டே நடந்தது வலியை மறக்கச்செய்தது .சிலர் செல்லில் சினிமாப் பாடல்களைப் பாடச்செய்து கேட்டுக் கொண்டே நடந்தார்கள். முதல் நாள் நடையில் திண்டிவனம் வந்து விட்டான். ஊருக்குள் நுழைய முடியாதபடி தடுப்புகள் வைத்து இருந்தார்கள். காவலர்கள் யாருமில்லை. வெட்டவெளியில் மரத்தடியில் படுத்தார்கள்.

விடிவதற்குமுன் எழுந்து நடையைத் தொடர்ந்தார்கள். கால்செருப்பு அழுத்தி கொப்பளம் வெடித்து புண் வந்து பலர் நடக்க முடியாத படி தவித்தார்கள். சிலர் நடக்க இயலாமல் மரத்தடியில் சுருண்டு கிடந்தார்கள். அவனுக்கும் கால் வீங்கியது. மெல்ல மெல்ல ஊர்ந்து கம்பூன்றி நடந்தான். விழுப்புரம் வர மணி பத்தாகி விட்டது. ஊருக்குள் நுழைவதற்கு காவல்துறையினர் சோதனைச்சாவடி அமைத்திருந்தனர். அதில் பணியாற்றிய காவலர்களுக்கு கொரோனா தாக்கியதால் சோதனைச்சாவடியில் எவருமில்லை..கொரோனா நோய் சோதனைக்குப் பின்னரே ஊருக்குள் அனுமதிக்கப் படுவர் என்று ஒரு அறிவிப்பு மட்டும் தொங்கியது.

பெரும்பாலான ஊர்களில் இதுதான் நிலை என்றார்கள். அங்கு ஊர் எல்லையில் தயிர்சாதப் பொட்டலம் இரண்டும் தண்ணி பாக்கட்கள் இரண்டும் வாங்கினான் . ஒன்றைச் சாப்பிட்டுவிட்டு ஒன்றை மதியத்திற்கு வைத்துக்கொண்டு நடந்தான். அந்த ஒரு பொட்டலத்தைச் சுமப்பதே பெரும் சுமையாக உணர்ந்தான். கால்கள் கொப்பளித்து வெடித்தது. வாங்கி வைத்திருந்த பாராசிட்டமால் மாத்திரை ஒன்றை விழுங்கி சாலையோர மரநிழலில் படுத்தான். மாலை நாலு மணிக்குதான் எழுந்தான். தூக்கம் புதுத்தெம்பைக் கொடுத்தது. வைத்திருந்த பொட்டலத்தைத் தின்றுவிட்டு நடையைத் தொடர்ந்தான்.

புதியதாக விழுப்புரம் பகுதியிலிருந்து வந்தவர்கள் செல்லில் கொரோனாச் செய்திகள் கேட்டதைப் பகிர்ந்தனர். கொரோனாவிலிருந்து உலகுக்கு விடிவில்லையா ..? உலகை அழிக்க அணுகுண்டைக் கண்டு பிடித்த நாடுகள் ஒரு வைரஸ் தொற்றைக் கட்டுப்படுத்த ஒரு மருந்தைக் கண்டுபிடிக்க முடியவில்லையே.? ••• எந்தக் கடவுளுக்கும் கண்ணில்லையே ••• பாவம் , அந்தக் கடவுளே லாக் டவுனில் மாட்டிகிட்டாரே .. கால்வலி பொறுக்க மாட்டாத ஒருத்தன் ; “ இனிமேல் ஓட்டுக் கேட்டு வாங்கடா மாப்பிளைகா அன்னக்கி வச்சிகிறேன்டி “ இன்னொருத்தன் கடகடவென்று சிரித்து , “ இதெல்லாம் பிரசவ வைராக்கியம் மாதிரிடி மாப்பிள்ளை. , ஒரு குவாட்டரும் பிரியாணிப்

பொட்டலமும் , இருநூறு ஒவாயும் பார்த்தவுடனே மட்டை ஆயிருவே. எதில போடணும் தலைவான்னு தொன்னாந்து நிப்பே.. உனக்கெல்லாம் எதுக்குடி இந்த சவடாலு ..? " " மாப்பு , அதெல்லாம் மாறிபோச்சுடி . இந்த வட்டம் பாருடி . இந்தக் கொரோனாவில குவாட்டரையே மறந்து மாசக் கணக்காச்சு. இனிமே எந்தப் பருப்பும் நம்மகிட்ட வேகாதடி " இப்படி பலரும் பலவாறு பேசி கால்வலியை மறந்து நடந்தனர்.

நாலாம் நாள் காலையில் நெருஞ்சிக்குடியை அடைந்தான். கிரிராம்நகர் வீட்டில் அம்மா இல்லை. பக்கத்து வீட்டில் விசாரித்ததில் மருமகனுக்கு கொரோனா வந்து நெருஞ்சிக்குடி ஆஸ்பத்திரியில் சேர்த்திருக்கிறார்கள். கைப்பிள்ளைக்கார மகளுக்கு அம்மா துணையாகப் போயிருக்கிறாள் என்றார்கள். பக்கத்தில் தான் வசந்தநகர். அங்குள்ள தங்கை வீட்டுக்குப் போனான். நனைந்த பனைமரம் போல் கருத்து , முகம் வாடி ,வீங்கிய கால்கட்டோடு நடந்தே வந்திருக்கிற மகனைப் பார்த்து அழுதாள். கொரோனாவிலிருந்து குணமானதற்கு சந்தோசப்பட்டாள். வெளி வாசலிலே உட்காரவைத்து பால் கொடுத்தாள். " வெந்நீ வச்சுத் தர்றேன் குளிச்சிட்டு சாபிட்டுட்டு நீ நம்ம வீட்டுக்குப் போயிரு.. இங்க தங்கச்சி பச்சப்பிள்ளைக்காரி, உன்னோட அலைச்சலில் கிருமி மறைஞ்சு கிறஞ்சு இருந்து தங்கச்சியையோ , பிள்ளையையோ பாதிச்சிறக் கூடாது தம்பி " என்றாள். தங்கை அவனைப் பார்த்ததும் ," நீ ஏன்ணா இங்க வந்தே ? நானே புருஷனை ஆஸ்பத்திரில விட்டுட்டு உசுரைப் பிடிச்சுகிட்டு இருக்கேன்.

நீ வெளியே போ. எல்லாம் சரியானதுக்கு பிறகு வா .." என்று அம்மாவை உள்ளே தள்ளி கதவை மூடிக்கொண்டாள். அம்மா கதறி அழும் சத்தம் கேட்டது. "இவ்வளவு தொல்லை ,துயரத்தைத் தாங்கி நொம்பலப்பட்டு வந்தது இந்த அவமானம் படத்தானா. இதுக்கு சென்னையிலே கொரோனாவில செத்து தொலைஞ்சு இருக்கலாம். " புலம்பியபடி மெல்ல அம்மா வீட்டுக்குப் போய் கதவைத் திறக்கும்போது அக்கம் பக்கத்தவர் எல்லாம் கூடி , " தம்பி , நீ கொரோனாவில பாதிக்கப்பட்டதாகக் கேள்விப் பட்டோம். உனக்கு புண்ணியமா இருக்கட்டும். நீ வெளியே போ. முதல்ல நோய்த் தடுப்பகதுக்குப் போ " என்று விரட்டினர். அவன் கொரோனா நோயிலிருந்து குணமடைந்த சான்றைக் காட்டினான். " குணமாயி வந்தவன் வர்ற வழியில் யாரிடமிருந்தாவது தொத்திக் கொண்டு வந்திருந்தா ..என்ன செய்வது ? அதனால நீ இங்கிருந்து போறீயா .. போலீசைக் கூப்பிடவா " என்று ஒரு கனத்த மூங்கிக்கம்பு கொண்டு அவனைக் கீழே தள்ளினர்.

இவ்வளவு அவமானத்துக்கு பிறகும் வாழனுமா ...? கேள்வி அவன் முன் ராட்ச உருவம் கொண்டு ஆடியது. அடக்கி பக்கத்திலுள்ள நோய்த் தடுப்பகத்திற்குப் போனான் . தன் நோய் விடுவிப்பு சான்றைக் காட்டி

சென்னையிலிருந்து வந்துள்ளேன். என்னை மீண்டும் சோதிச்சு சொல்லுங்க. என்னை வீட்டுக்குள் விடமாட்டேங்கிறாங்க என்று கெஞ்சியிருக்கிறான். உங்கள் உடல்சூடெல்லாம் சரியாத்தான் இருக்கு. பயமில்லை . ஏதாவது அறிகுறி தெரிஞ்சா வாங்க என்று அனுப்பி விட்டார்கள். மனம் நொந்து வரிசையில் நின்று டாஸ்மாக்கில் பிராந்தி குடிச்சிட்டு மரத்தடியில் படுத்து விட்டான் . இருட்டவும் கொசுக்கடி தாங்காமல் எழுந்தான். தன்னைத் துரத்தி இப்படி நடுரோட்டில் விட்டபின் ஏன் வாழனும். இந்தப் பக்கம் வரும் கூட்ஸ்ரயில் முன் விழுந்து சாவோம். நம்மால தானே இவன் செத்தான் என்று துரத்தியவர்கள் மனதையும் உலுக்க இப்படி சாகிறதுதான் சரியான வழி. அவன் சாக வந்த காரணத்தைச் சொல்லி முடித்தான். இவளும் தனது துயரக் கதையையும் இன்றையத் திக்கற்ற நிலையையும் வறண்ட குரலில் சொன்னாள்.

அவன், “தங்கச்சி, நம்ம ரெண்டுபேரு கதையும் ஒண்ணுதான். நம்ம ரெண்டுபேரையும் சுத்தியிருக்கிறவங்க அவமானப்படுத்தி விரட்டிட்டாங்க . நாம செத்தா , நம் சாவிற்கு சம்பந்தப்பட்டவங்க காரணமுன்னு அவுங்க மனசாட்சி உறுத்த உணர்ந்து வருந்துவாங்க. இனி யாரையும் இப்படி தெருவுக்கு விரட்டமாட்டங்க இல்ல.” கீர்த்தனா சிரித்தாள். “ நாம ரயில்ல அடிபட்டு சாகறது ஒரே நாள் செய்தியோடு மறந்து போயிருவாங்க. நம் விதி முடிஞ்சிருச்சு செத்துட்டோமுன்னு சமாதானப் படுவாங்க. அவுங்களுக்கு மனசாட்சி இருந்தா நம்மலைப் புறக்கனிப்பாங்களா ? அதுமில்லாமல் நாம ரெண்டுபேரும் ஒரே இடத்தில் செத்தா...நம்மலைப் பத்தி பல கதைகளைக் கட்டிவிட்டு வாயை மென்று சுகம் காண்பாங்க.”

தூரத்தில் ஒற்றைக்கண் ராட்சன் போல ஒற்றை ஒளி உமிழ்ந்து இருட்டைக் கிழித்துக்கொண்டு நற நறத்த ஓசையோடு சரக்கு ரயில் வந்து கொண்டிருந்தது. ரயில்வேகேட் மூடுவதற்கான மணி அலறத் தொடங்கியது.

“ தங்கச்சி , சீக்கிரம் சொல்லு தங்கச்சி. அதோ ரயில் கிட்ட நெருங்கப் போகுது. “ அவன் பரபரத்தான். “ “ சாகிறது சுலபம் . வாழ்றது தான் பெருமை. “ என்று அவனது உடலை இறுகப் பற்றிக்கொண்டாள் . .” நாம் சாக வேண்டாம் . இந்த ரயிலை மறிப்போம். டிரைவர் , கார்டு இறங்கி வருவாங்க .நாம் சமாதானம் செய்து நம்மளை அப்புறப்படுத்த முயற்சிப்பாங்க. நாம மறுத்து தண்டவாளத்தில் படுத்துக் கொள்வோம். போலிஸ் வரட்டும். பக்கத்தில் உள்ள கொரோனா தடுப்பகத்துக்கு இந்நேரம் பார்வையிட சப் கலெக்டர் இந்த வழியாத் தான் வருவாங்க .ரயில் மறிக்கப்பட்டது தெரிஞ்சு , அவுங்களும் பேச்சுவார்த்தைக்கு வருவாங்க . நம்ம பிரச்சினையைச் சொல்லுவோம் முடிவு கிடைக்கும். இது நம்மலைப் போல புறக்கணிக்கப்பட்ட ஆயிரக் கணக்கானவர்களுக்கு உதவும்.”

நீண்ட கூட்ஸ்வண்டியின் பாதிப் பெட்டிகள் கேட்டைக் கடந்த நிலையில் இரு ஆண் பெண் உருவங்களைப் பார்த்ததும் ஓட்டுனர் அவசர பிரேக்கைப்

போட்டார். காலிப் பெட்டிகள் நிறைய இருந்ததால் கூட்ஸ் வண்டி தொடர் குண்டுகள் வெடித்தது போல் பெரும் சத்தத்தோடு குலுங்கி நின்றது. ரயில்வே கேட்டின் இரு பக்கங்களில் வாகனத்தில் வந்தவர்களும் , அருகிலிருந்த வீட்டுக்காரர்களும் அதிர்ந்து ஓடிவந்தனர். தூரத்தில் அவசர ஒலி எழுப்பியபடி வரும் சப் கலெக்டரின் காரோலியும் கேட்டது.

8. வாழ நினைத்தால் வாழலாம்!

பவள சங்கரி

உலகப்புகழ் மெரீனா கடற்கரை. பலவிதமான வண்ணங்களும், எண்ணங்களும் சுமந்துத் திரியும் மனிதர்களுடன் நாளும் உறவாடும் ஓயாத அலைகள். மாறி மாறி வரும் மக்கள் மத்தியில் என்றும் மாறாமல் அனைத்திற்கும் சாட்சியாய் நிற்கும் கடல் அன்னை. பல்லாயிரம் உயிர்களை பலி வாங்கி, விழுங்கினாலும் பச்சைப்பிள்ளையாய் துள்ளி விளையாடும் தோற்றம். கதிரவன் தம் செங்கிரணங்களை வீசத்துடிக்கும் மங்கிய இளங்காலைப் பொழுது.

சரசரவென கடலோரம் ஈர மணலில் பாதம் பதித்துக் கொண்டிருந்தவளின் நடையில் இருந்த தள்ளாட்டம் ஏதோ உள்ளுணர்வாக தப்பாகச் சொல்ல தன் நடையை எட்டிப்போட்டாள் அனுஜா. வழக்க்மாக் அவள் வாக்கிங் வரும் நேரம் இன்று சற்று தள்ளிப்போனது. தான் நினைத்தது சரியாக இருந்தது புரிந்தது. அந்தப் பெண்ணின் பின்புறம் மட்டுமே தெரிந்தது... ஆளையும், உயரத்தையும் வைத்துப் பார்க்கும்போது இருபது அல்லது ஒன்றிரண்டு முன்பின்னாக வயது கணிக்கலாம். ஏதோ வித்தியாசமாகத் தெரிந்தாள். யோசித்துக் கொண்டே நெருங்கியவள், அதற்குள் அவள் அவ்வளவு விரைவாக கடலில் சென்று இறங்குவாள் என்று கொஞ்சமும் எதிர்பார்க்கவில்லை. கடக்க வேண்டிய பத்தடி தூரத்தை அவ்வளவு விரைவாக நான்கு எட்டில் கடந்தது தனக்கே ஆச்சரியம்தான்.. எட்டிப்போய் இழுத்துப் பிடிக்க முயன்றாள். அதற்குள் வேகமாக முன்னேறியவள், அலைகள் இழுத்த இழுப்பிற்கு சமாளிக்க முடியாமல், விழுந்தவளை ஆழத்தில் செல்வதற்குள் பின்னாலிருந்து ஒரு கரம் அணைத்துப் பிடித்து இழுத்தது.

வெளியே கொண்டு வந்து போட்ட அனு, அவள் வயிற்றில் அமுக்கி உள்ளே சென்ற நீரை வெளியேற்றினாள். சற்று நேரத்தில் மயக்கம் தெளிந்து எழுந்தவளை பார்த்த மாத்திரத்திலேயே அவளுடைய இந்த பரிதாபமான முடிவிற்கான காரணம் புரிந்தது. மேற்கொண்டு அவளிடம் எதுவுமே பேசாமல் அவள் கையைப் பிடித்து இழுத்துக் கொண்டு சென்றாள். அவள் என்று சொல்லக் கூடியவளும், மகுடிக்கு கட்டுப்பட்ட நாகமாக அனுவின் பின்னே தொடர்ந்தாள். அனு கூட்டிச்சென்ற இடம் ஒரு ஆசிரமம் போல இருந்தாலும், அந்த காலை வேளையில் மிக சுறுசுறுப்பாக இயங்கிக் கொண்டிருந்தது. ராமசாமி என்று யாரையோ பெயர் சொல்லி அழைத்தவள், அவளுக்கு

தங்குமிடத்தை காட்டிவிட்டு வரச்சொன்னாள். ஒன்றும் பேசாமல் செல்ல எத்தனித்தவளை, ''உன் பெயர் என்ன'' என்ற ஒற்றைக் கேள்வி நின்று திரும்பிப் பார்க்க வைத்தது. ஒரு நிமிடம் அனுஜாவின் கண்களை உற்று நோக்கியவள், "நானாக வைத்துக் கொண்ட பெயர் அம்ருதா'' என்றாள்.

ஒரு புன்னகையை பதிலாகத் தந்தவள், எதையோ யோசித்துக் கொண்டே நகர்ந்தாள் அனுஜா.

மூன்று ஆண்டுகள் ஓடிவிட்டது. தன் வாழ்விற்கும் ஓர் அர்த்தம் இருப்பதை உணர்ந்து கொள்ள முடிந்தது. மனதில் இருந்த அந்த பழைய கோபமும், ஆத்திரமும் குறைந்து இன்று அமைதியானதொரு நிலை அம்ருதாவிற்கு. உண்ணும் சோற்றிற்கு ஏற்ற உழைப்பு, அதற்கேற்ற ஊதியம், தையல் பயிற்சி வகுப்பு, யோகாசனம், தியானம், மருத்துவ ஆலோசனை நேரம் என பொழுது வெகு வேகமாக நகர்ந்து கொண்டிருந்தது. விவரம் தெரிந்த காலத்திலிருந்து பெற்றோரின் பரிவும், பாசமும்கூட உணர்ந்திராதவளுக்கு, இன்று அக்கா, அண்ணன், தம்பி, தங்கை, என எத்தனையோ உறவுகள். ஆயிரம் இருந்தும், தன்னை ஒதுக்கித் தள்ளிய குடும்பத்தினர் மீது வெறுப்போ, கோபமோ எதுவுமே இல்லாதது தனக்கே ஆச்சரியம்தான்.

தாங்கொணா அலட்சியப் பார்வைகளும், எள்ளி நகையாடும் பேச்சுக்களும் பலவற்றை சகித்துக் கொண்டாலும், தன்னைப் பெற்றவர்களே காட்டிய இழிவான பார்வையையும், அவர்களுடைய தர்மசங்கடங்களையும் ஒவ்வொரு நாளும் சகித்துக் கொள்ள இயலாமையில்தான் வீட்டை விட்டு சொல்லாமல்,கொள்ளாமல் ஓடி வர வேண்டியதாகியது. ஏதோ தானே விரும்பி இப்பிறவியை எடுத்துக் கொண்டது போல பெற்றோரின் நடவடிக்கை அவள் நெஞ்சை முள்ளாய் தைத்தது. மனம் என்ற ஒன்று மட்டும் எல்லோரைப் போன்று தனக்கும் பொதுவாக அமைந்துவிட்டதை அவர்களால் உணர முடியாமல் போனதுதான் வேதனையின் உச்சம்....

ஆணாய்ப் பிறந்த அண்ணனும், பெண்ணாய்ப் பிறந்த தங்கையும் பெற்ற அன்பும், பாசமும், இரண்டுங்கெட்டானாக பிறந்த தனக்குக் கிடைக்காததை பிஞ்சிலேயே உணர்ந்தவள். இது நடக்கும் என்று எதிர்பார்த்து காத்திருந்தவர்கள் போல, தான் பெற்ற குழந்தைக்கு அடிப்படை வாழ்வாதார சூழலையாவது ஏற்படுத்திக் கொடுக்க வேண்டுமென்ற குறைந்தபட்ச எண்ணம் கூட இல்லாமல் போனதை என்ன செய்ய முடியும்..

கழுகுக் கூட்டத்தில் சிக்கிய கோழிக்குஞ்சாக ஆன தன் வாழ்க்கையை காப்பாற்றிக்கொள்ள முடியாமல் அன்று எடுத்த முடிவு சில மணித்துளிகளிலேயே தலையெழுத்தையே மாற்றியமைத்து விட்ட வரமாக எண்ணத்தோன்றியது. பெற்றோரையும், உடன் பிறப்புக்களையும் அவர்கள் அறியாமல் அவ்வப்போது ஒளிந்திருந்து பார்த்து வருவாள். ஒரு நாளாவது தன்னைப்பற்றி யாராவது தவறியாவது ஒரு வார்த்தை பேசக்கூடாதா என்ற ஏக்கமும் இருக்கும். விட்டது தொல்லை என்று நிம்மதியாக, நினைப்பதுகூட பாவம் என்று

இருப்பவர்கள், அர்த்தநாரீஸ்வரரை மட்டும் விழுந்து, விழுந்து கும்பிடுவது வேடிக்கையாக இருந்தது.

வீட்டை விட்டு வந்த இந்த பத்து ஆண்டுகளில் பட்ட வேதனைகள் கடலளவையும் மிஞ்சுமே... பிச்சை எடுத்து வயிறு வளர்த்தபோது கூட படாத சிரமங்கள் பருவம் வந்த பிறகு கழுகுகளிடம் சிக்கி சீரழந்த நேரம் மரணமே மேல் என்று நினைக்கத் தோன்றியது. இன்று தானும் இந்த உலகில் வாழ்த்தகுதி வாய்ந்த ஒரு உயிர் என்பதை உணரச் செய்த அனுஜாவை தெய்வமாகவே கொண்டாடினாள். அது மட்டுமல்லாமல், தன்னால் மூன்று ஆதரவற்ற குழந்தைகளை தத்து எடுத்து அவர்களைப் படிக்க வைக்க முடி-கிறது என்று எண்ணும்போது பெருமை பொங்கியது..

அன்று வங்கிக்கு பணம் கட்டுவதற்காகச் சென்று திரும்பும் வழியில் தெருவோரம் ஏதோ சத்தமும், கைகலப்பும் தெரிந்தது. தன்னுடைய இருசக்கர வாகனத்தை ஓரமாக நிறுத்திவிட்டு நெருங்கியவள், அங்கு ஒரு ஐந்து ரூபாய் பணத்திற்காக இரண்டு குரூப்பாக பிரிந்து அடிதடி போட்டுக்கொண்டி-ருந்த திருநங்கைகளைப் பார்க்கும் போது வேதனையாக இருந்தது. பலமுறை இவர்களிடம் விடுதியில் வந்து சேரும்படி சொல்லியும், அங்கிருக்கும் கட்டுப்-பாடுகளை ஏற்றுக்கொள்ள மனமில்லாமல் தொடர்ந்து தங்க மறுத்து இப்படி தெருவில் காட்சிப் பொருளாக ஆகிறார்களே என்ற கோபமும் ஆத்திரமும் வந்தது.

”அடிப்பாவிகளா... ஏண்டி இப்படி செய்யறீங்க எத்தனைவாட்டி சொன்-னாலும் திருந்த மாட்டீங்கறீங்க.. எதுக்குடி இந்த சுயபச்சாதாபம் உங்க-ளுக்கு... ஆண்டவன் நமக்கு படைப்புலதான வஞ்சம் பண்ணிப்புட்டான்.. மத்தவிங்களைப்போல நல்ல மூளையும், சக்தியும் கொடுத்திருக்கான்.. நமக்-குனு எத்தனையோ தனிப்பட்ட திறமைகள கொடுத்திருக்கானே.. கைகால் இல்லாதவன்கூட தன்னால முடிஞ்ச தொழிலைச் செய்யுறான்.. நாம் மட்டும் ஏன் இப்படி கையாலாகாம்த் திரியணும்.. நாம ஒழுங்கா ஏதோ ஒரு தொழில நேர்மையா செஞ்சாத்தானே அரசாங்கமும் நம்மள் புரிஞ்சிக்கிட்டு சலு-கைகள தருவாங்க. மக்களும் மரியாதையா நடத்துவாங்க.. இப்படி நம்ம-ளையே அசிங்கப்படுத்திக்கவா இந்த பொறப்பு... நம்ம வாழ்க்கைய நாமதா-னடி வாழணும்.. வாழ நினைத்தால் வாழலாம், வழியா இல்லை பூமியில்....?”

“ஐய.. இங்க பாருங்கடி இந்தக் கூத்தை... அட்வைஸ் பண்றாளாம்... நாங்க என்ன கோட்டையப் புடிக்கவா போட்டுக்கிட்டு கிடக்கறோம்.. அடுத்த நேர வவுத்துப்பாடு.. கஞ்சிக்கிடி.. பசிக் கொடுமை பட்டாத்தான தெரியும்.. வந்துட்டா என்னமோ புத்தி சொல்ல..“

போக்குவரத்து இடைஞ்சல் ஏற்பட்டதால், யாரோ கொடுத்த புகாரின் பேரில் போலீஸ் வந்து வழக்கம் போல மிரட்டி, ஜீப்பில் ஏறச்சொன்ன போது,

அம்ருதா, அவர்களுக்காக வாதாடி, காப்பாற்றினாலும், இது நிரந்தரம் அல்ல . விரைவிலேயே அடுத்த சண்டைக்குத் தயாராகிவிடுவார்கள்... சொன்னாலும் புரிந்து கொள்ள மாட்டேன் என்கிறார்களே என்ற வேதனையுடனே, அடுத்து தான் கலந்து கொள்ள வேண்டிய தொலைக்காட்சி பேட்டிக்கான நேரம் ஆகிவிட்டதே என்று ஓட்டமாக ஓடினாள். தன்னுடைய த்னனம்பிக்கையையும், மனத்தெளிவையும் பாராட்டும் வகையிலும், இது போன்று பாதிக்கப்பட்டவர்களை ஊக்குவிக்கும் வகையிலும், அம்ருதாவை பேட்டி எடுத்தார்கள். நிகழ்ச்சி முடிந்து திரும்ப இரவு வெகுநேரம் ஆகிவிட்டது.

இரயில் நிலையத்தின் அருகில் உள்ள குறுக்குச் சந்தின் வழியாக சென்றால் சீக்கிரம் விடுதியை அடைந்து விடலாம் என்று நினைத்து வண்டியைத் திருப்பியவள், அந்த சந்தில் தெருவிளக்கு பழுதாகிப் போனதால் இருண்டு கிடந்தது.. வேகமாகக்கடந்து போய் விடலாம் என்று நினைத்து வண்டியை முடுக்கியவள், கொஞ்ச தூரம் சென்றவுடன் ஹெட்லைட் வெளிச்சத்தில் ஒரு பெண் ஓடுவதையும், முரட்டு உருவம் ஒன்று துரத்திக்கொண்டு ஓடி, அந்தப் பெண்ணை நெருங்கும் சமயம் சரியாகப் பார்த்துவிட்டாள். சற்றும் தயங்காமல் அவர்களை நெருங்கி வண்டியை நிறுத்தி விட்டு, இறங்கினாள். பளிச்சென்ற ஒளியில் கண்கள்கூச தடுமாறிய அந்த உருவம் கொஞ்சம் தயங்க, அந்த இடைவெளியில் கையை மடக்கி, பலமனைத்தும் திரட்டி, பொளேரென அவன் பிடரியில் ஒன்று விட்டாள்.

அப்படியே சுருண்டு விழுந்தவன் கதி என்னவானது என்றுகூட கவனிக்காமல் அந்தப் பெண்ணை கையைப் பிடித்து இழுத்து வந்து வண்டியை ஸ்டார்ட் செய்து அவளை உட்கார வைத்து வேகமாகக் கிளப்பினாள்.. மெயின் ரோடிற்கு வந்தவுடன்தான் உயிரே வந்தது அவளுக்கு. அந்தப் பெண்ணை அப்போதுதான் முழுவதுமாக கவனித்தாள்.. ஆச்சரியத்தில் கண்கள் விரிந்து கலங்கிப் போனது. தன் உடன் பிறந்த சகோதரியைக் காப்பாற்றியிருப்பது தெரிந்தவுடன், தன் பிறப்பிற்கே ஒரு அர்த்தம் கிடைத்தது போன்று உணர்ந்தாள் அவள்.. இதை அறியாமலே பயத்தில் உறைந்து போயிருந்த அந்த பெண் அம்ருதாவின் கைகளைப் பிடித்துக் கொண்டு கண்கள் கலங்க “ரொம்ப நன்றிக்கா.. ஆண்டவனா பார்த்துதான் உங்களை அனுப்பி என்னைக் காப்பாற்ற வைத்தான். கம்ப்யூட்டர் கிளாஸ் போயிட்டு திரும்பி வந்தேன்.

கூட வர பிள்ளைக இன்னைக்கு வரல.. தனியா வந்தேன். குறுக்கு சந்துல வந்தது தப்பாப் போச்சு.. நல்ல நேரத்துல தெய்வமாட்டமா வந்து அந்த குடிகார பாவிகிட்ட இருந்து காப்பாத்திட்டீங்க” என்று கண்கள் கலங்க நெகிழ்ந்து போனாள். தன் உடன்பிறப்பின் ஸ்பரிசம் பட்டவுடன், புத்துயிர் பெற்றது போன்று உணர்ந்தவள், ஒன்றும் பேச முடியாமல், அவளிடம் ஏதும் காட்டிக் கொள்ளாமல் வீடு எங்கிருக்கிறது என்று கேட்டு, வீட்டின் முனையிலேயே இறக்கிவிட்டுச் சென்றாள்... அக்கா... நன்றிக்கா என்று அன்பாக

தன் உயிர்த் தங்கை சொல்வது காதில் கேட்டும், திரும்பி கையை ஆட்டி-விட்டு வேகமாக நகர்ந்தாள் அதே மகிழ்ச்சியுடன்......

9. ஜீல்லு - சாந்தி சரவணன்

கல்லூரி திறப்பு விழா ஏற்பாடுகள் ஒரு பக்கம் பரபரப்பாக நடந்து கொண்டு இருந்தது. ஆம் ஆம்பூர் அருகில் மாதனூரில் தான் "செல்வி கலைக் கல்-லூரி" முதலாம் ஆண்டு விழா ஏற்பாடுகள் கோலாகலமாக நடந்து கொண்டு இருந்தது.

விழாவிற்கு அமைச்சர், கலெக்டர், திருநங்கை, மில்டரி அதிகாரி என சிறப்பு விருந்தினராக பலர் வர போகிறார்கள்.

முதல்வர் ஜீல்லு வழக்கம் போல் அமைதியாக எந்த ஒரு அவசரமும் அவரிடம் தெரியாது, இயல்பாக பேராசிரியர் அனைவரோடு கலந்துரையாடல் முடித்து அவர்களுக்கான பணிகள் பகிர்ந்து அளித்து திட்டம் வரையறுத்துக் கொண்டு இருந்தார்.

ஒரு மணி நேரம் ஆலோசனை கூட்டம் முடிந்தது. அனைவரும் கலைந்து அவரவர் பொறுப்புகளை அரங்கேற்றக் கிளம்பி விட்டார்கள். சரியாக ஐந்து மணிக்கு விழா தொடக்கம் என மறுபடியும் ஒருமுறை முதல்வர் சொன்னவு-டன். சிறப்பான முறையில் விழா நடக்கும் தோழர் என சக பேராசிரியர்கள் விடை பெற்று சென்றனர்.

மாலை 5 மணி கடவுள் வாழ்த்துடன் விழா துவங்கியது. சிறப்பு விருந்தி-னர்கள் மேடையை அலங்கரித்தனர்.

விழா கல்லூரி தலைவி திருநங்கை. ரோஸ் துவக்கி வைத்தார். அவரைத் தொடர்ந்து கல்லூரியின் துணைத் தலைவி கோதை நிகழ்ச்சி நிரல்கள் பற்றி அறிவித்தார். தொடர்ந்து செயலாளர் இனியன் நிகழ்ச்சிகளை ஒருங்கி-ணைக்க, மேடையில் அமர்ந்திருந்த முதல்வர் தன் நினைவுகளுக்குள்....

****

ராமு மாதனூரில் விவசாயம் செய்து வந்தார். விவசாயம் என்றவுடன் ஏக்-கர் கணக்கில் எண்ணங்கள் சென்றால்.. நிற்க ஒரு 5 செண்ட் நிலத்தில் காய்கறிகள் பயிரிடுதல் தான் அவரின் வேலை. அவருக்குத் துணையாக அவரின் மனைவி செல்வி காலையிலே விட்டு வேலை எல்லாம் முடித்து விட்டு, பிள்ளைகள் சுகுமாரன், சுகந்தி இருவருக்கும் சாப்பாடு எல்லாம் கட்டி வைத்து விட்டு அவர்களை எழுப்பி தயார் செய்து பள்ளிக்கு அனுப்பி விட்டு கணவனுக்கு ஒத்தாசையாக நிலத்தில் உடன் இருப்பாள்.

சுகுமாரன் பெரியவன் எட்டாவது படிக்கிறான். சுகந்தி ஏழாம் வகுப்பு படிக்கிறாள். சிறு குடும்பம். மகிழ்ச்சியாக அவர்கள் வாழ்ந்தார்கள்.

சுகுமாரனுக்கு தங்கை மேல் பாசம் அதிகம். ஆனால் இருவரும் சண்டை போட்டு கொண்டே இருப்பார்கள்.

“அண்ணா நேத்து என் ஃபிரெண்ட் கொடுத்த சாக்லேட் இங்கே வைத்தேன். நீ எடுத்தியா•••..” என்றாள் சுகந்தி.

“நானா•••. எனக்கு எதுக்கு உன் சாக்லேட். நான் இப்ப தான் கடைக்குப் போய் வாங்கி வந்தேன், உனக்கு வேண்டுமானால் இந்தா எடுத்துக்கோ” என்றான் சுகுமாரன்.

சுகந்தி அந்த சாக்லேட் பார்த்தவுடன் ஓடி வந்து அவனிடம் இருந்து அந்த சாக்லேட் வாங்கத் துரத்த சுகுமாரன் ஓட•••.. “அண்ணா, கொடுண்ணா, அது என் ஃபிரெண்ட் கொடுத்தது.. ப்ளீஸ்•••.ப்ளீஸ் என தங்கையின் துரத்தலில் ஒரு இனம் புரியாத இன்பம்.

தங்கையின் செயல்கள் ஒன்று ஒன்றாக ரசிப்பான். இருவரும் ஒன்றாக பள்ளி செல்வார்கள். தங்கையைக் கைப் பிடித்து அழைத்து செல்வான்.

இப்படியே இன்பமாக நாட்கள் சென்று கொண்டு இருந்தன. அந்த நாளும் வந்தது. ஆம், சுகந்தி பள்ளியில் வயிற்று வலியில் துடித்தாள். ஆசிரியை தனியாக அழைத்து சென்று ஊகித்தது சரி தான் என, சுகுமாரனை அழைத்து வர சொல்லி ஒரு மாணவனை அனுப்பினார்.

சுகுமாரன் பதட்டத்துடன் வந்தான்.

ஆசிரியை தனியாக அவன் அழைத்து சென்று. “சுகுமாரா, சுகந்தியை பத்திரமாக வீட்டுக்குக் கூட்டிட்டுப் போ. அம்மாவிடம் தங்கச்சி பெரியவள் ஆகிவிட்டாள் என சொல்” என்றார்.

“அப்படினா என்ன டீச்சர்?” என்ற சுகுமாரனைப் பார்த்து “ஒண்ணுமில்ல.. நீ அம்மாவிடம் போய் சொல். அம்மா பார்த்துக் கொள்வார்கள்” என்கிறார் ஆசிரியை.

சுகுமாரனுக்கு ஒன்றும் புரியவில்லை. ஆனால் அழும் தங்கையை வழக்கம் போல் கைபிடித்து பள்ளி வாசல் வரை வந்து ஆசிரியர் கொடுத்த காசில் ஆட்டோ பேசி தங்கையை பத்திரமாக வீட்டுக்கு அழைத்து வந்தான்.

அம்மாவுக்கு தகவல் சொன்னவுடன். மிகவும் மகிழ்ச்சியாக “அய்யோ இப்போ நான் என்ன செய்வேன்” என்றாள்.

“சுகுமாரா அப்பா பக்கத்தில டீக் கடைக்கு போய் இருக்காரு. சீக்கிரமா வீட்டுக்கு கூப்பிட்டு வா” என சொல்லி கொண்டே பக்கத்து வீட்டு அக்காவை அழைத்து வரச் சென்றாள்.

சற்று நேரத்தில் வீடே விழா கோலம் கொண்டது. ஆடம்பரமாக செலவு செய்ய வசதி இல்லை. ஆனால் அக்கம் பக்கம் வந்த செல்வியின் தோழிகள் சேர்ந்து தண்ணீர் ஊற்றி, செல்வியின் தம்பிக்கு தகவல் சுகுமார் போய் சொல்லி அழைத்து வர ஓலை குடிசை போட்டு மகளை அமர வைத்து அழகு பார்த்தாள் செல்வி. ராமு வழக்கம் போல் அமைதியாக நிகழ்வுகளை கவனித்த வண்ணம் அதே சமயம் பார்க்கும் போது வளர்ந்து விட்டாள் என் மகள் என்ற பெருமையோடு நின்று கொண்டு இருந்தான்.

சுகுமாரனுக்கு என்னவென்று அறியாமல் ஒரு மகிழ்ச்சி. தங்கை புடவையில் பெரிய பெண்ணாக இருக்கிறாளே….

சடங்கு எல்லாம் முடிந்து இயல்பாகப் பள்ளி செல்லத் துவங்கினாள் சுகந்தி. வழக்கம் போல் அண்ணன் துணையோடு. சடங்கில் நிறைய மேக்கப் செட் வரிசை வைத்தார்கள். கண்ணாடி கலர் வளையல், உதட்டு சாயம், கண்ணுக்கு காஜல். அதில் பெரும் மகிழ்ச்சி சுகந்திக்கு. ரோஸ் கலர் தாவணி மிகவும் பிடித்து இருந்தது. ஐந்து செட் பாவாடை தாவணி. முக்கியமாக நெயில் பாலீஷ். பல வண்ணங்களில். பள்ளிக்கு சீருடை என்பதால், வார இறுதி நாட்களில் அவற்றை எல்லாம் எடுத்து அலங்கரித்து கொண்டு ஒரே கொண்டாட்டமாக இருந்தாள்.

சுகுமாரனுக்கு அரையாண்டு பரிட்சை துவங்கியது. இரவு எல்லாம் கண் முழித்து படித்துக் கொண்டு இருந்தான். மறு நாள் காலை சற்று முன்னரே செல்ல வேண்டும் என்பதற்காக, “சுகந்தி காலையில் எட்டரை மணிக்கே போகனும். ரெடியாகிவிடு. இல்லையென்றால் நான் உன்னை விட்டுவிட்டுப் போய்விடுவேன்” என்றான்.

சொன்னது தான் தாமதம் ஓ என அழ ஆரம்பித்து விட்டாள் சுகந்தி. “உன் கூடத் தானே நான் வருவேன். என்னை விட்டு விட்டு எப்படி நீ தனியா போவேன் என சொல்லலாம். நீ என் அண்ணன் தானே. நீ அப்படி சொல்லலாமா……”என அழ ஆரம்பித்தாள். நிறுத்தவே இல்லை.

ராமுவும், செல்வியும் “அட அண்ணா சும்மா சொல்லுது. பரிட்சை இல்ல. அது தான். அவன் படிக்கட்டும். பேசமா போய் படு. காலையில் சீக்கிரமா கிளம்பணும்” என சமாதானப்படுத்த, சுகுமாரனுகுத் தங்கை தன் மேல் எத்தனை பிரியமாக இருக்கிறாள் என்ற மகிழ்ச்சியோடு படிக்க சென்றான்.

செல்வி ராமுவிடம், “உன் பசங்க பாசமலர் சிவாஜி சாவித்திரி தான் போ…” என சொல்லி சிரித்து கொண்டே படுக்கையை விரித்து மகள் சுகந்தியை படுக்க வைத்து தானும் படுத்துக் கொண்டாள்.

வழக்கமாக வாசல் திண்ணையில் ஒருபுறம் ராமுவும் மறுபுறம் சுகுமாரனும் படுத்துக் கொள்வார்கள். சுகுமாரன் கோயில் வாசலில் தான் வீதி விளக்கு நன்றாக தெரியும் என்பதால் அங்கு போய் இருப்பான். ராமுவும் உறங்கச் சென்றார்.

‘கடவுளே இந்த சந்தோஷத்தை கடைசி வரை கொடு’ என ஒரு வேண்டுதலை சமர்பித்து உறங்கச் சென்றாள்.

விடியற்காலை கோழி கூவல் கேட்டு கண் விழித்தாள் செல்வி. தெரு விளக்கில் படித்து கொண்டு இருக்கும் சுகுமாரனுக்கு சூடாக கருப்பட்டி தயார் செய்து வெளியே வந்து பார்த்தவருக்கு அதிர்ச்சி. ‘அட இந்த புள்ள இன்னா தூங்குது. பரிட்சை யென்றால் தூங்கவே மாட்டானே’ என யோசித்துக் கொண்டே கிட்டே சென்று தலையில் கை வைத்துப் பார்த்தாள்.

உடல் கொதிக்க 'அட என்னாச்சு என் புள்ளைக்கு'...

"என்னங்க எழுத்திருங்க புள்ளைக்கு ஜுரம் ஒடம்பெல்லாம் கொதிக்குது பாருங்க..சுகுமாரா சுகுமாரா....."

பதில் இல்லை... வெறும் முனங்கல் சத்தம் சுகுமாரனிடம்.

"போய் வைத்தியர் இருக்காரா பாருங்க".

ஆயுர்வேத டாக்டரைத் தான் அவள் மொழியில் வைத்தியர் என்று சொல்ல.. ராமு தூக்கம் கலைந்து வேகமாகச் சென்று சைக்கிளில் வைத்தியரை அழைத்து வந்தான்.

வைத்தியர் நாடி பார்த்து சூரணம் கலந்து கொடுத்தார்.

"இந்தாமா மூணு வேளை தினமும் இதைக் கொடுங்கள் மூணு நாளுக்கு. சரியாயிரும். ஓய்வு எடுக்கட்டும். பள்ளிக்கூடம் போக வேண்டாம்".

"பரிட்சை வைத்தியரே".

"இருக்கட்டும். முடியாம போய் என்ன செய்யப் போறான். ஒரு மூணு நாளு போக வேண்டாம் அப்புறம் சரியாயிரும்" என்றார்.

"சரிங்க வைத்தியரே" என்று சொல்லி ராம் வைத்தியரை அழைத்து சென்று வைத்தியசாலையில் விட்டு விட்டு வந்தான்.

காலை ஏழு மணி. சுகந்தி "அய்யோ அண்ணன் கத்த போறான். சீக்கிரம் ரெடியாகி விட வேண்டும்" என யோசித்துக் கொண்டே எழுந்தவள், அண்ணன்வீட்டுக்குள் படுத்து இருப்பது கண்டு,

"அம்மா அண்ணன் ஏன் இன்னும் தூங்குறான் ? எழுப்புமா....பரிட்சை மா அண்ணுக்கு" என்றாள்.

"தெரியும் டீ. அவனுக்கு காய்ச்சல். மூணு நாளு அவன் பள்ளிக் கூடத்திற்கு வர மாட்டான். வாத்தியாரிடம் சொல்லிவிடு. நீ அப்பாவோடு போ" என்றாள் செல்வி.

"அப்பாவா... எனக்கு அண்ணன் கூட போனா தான் பிடிக்கும்" என்றவளை சமாதானம் செய்து கணவனோடு அனுப்பி வைத்தாள்.

மூன்று நாட்கள் ஜுரம் குறையவே இல்லை. ஆனால் வைத்தியர் கொடுத்த சூரணத்தைத் தினமும் கொடுத்தாள். அவனுக்கு பசி வரும் போது அரை கிளாஸ் கஞ்சி குடித்தான். மூன்று நாட்கள் நல்ல ஓய்வு. நான்காம் நாள் காய்ச்சல் குறைந்தது. இதற்கிடையில் சுகந்தி தினமும் அண்ணனிடம் 'நீ இல்லாமல் எனக்கு ஸ்கூல் போக பிடிக்கலை..' என ஒரே ஒப்பாரி.

ஒரு வாரம் கழித்து வழக்கம் போல் அண்ணனும் தங்கையும் ஒன்றாக பள்ளிக்கு சென்றார்கள்.

சுகந்திக்கு மகிழ்ச்சி. ஆனால் சுகுமாரன் சோர்வாகவே இருந்தான்.

தன் உடலில் ஏதோ ஒரு மாற்றம் உருவாகுவதை உணர முடிந்தது அவனால். தன்னையே ரசிக்க ஆரம்பித்தான். உதடுகளுக்கு சாயம் பூசிக் கொள்ள மனம் ஏங்கியது. கூந்தல் வளர்க்க வேண்டும் போல இருந்தது.

அது மட்டுமல்ல, குண்டு மல்லி வாங்கி தலையில் சூடிக் கொள்ள பிரியமாக இருந்தது. பெண்ணுக்குரிய குணங்கள் என இந்த சமூகம் எதையெல்லாம் பழக்கப்படுத்தி உள்ளதோ அதற்கெல்லாம் அவன் மனம் ஏங்கத் துவங்கியது.

ஏன் இந்த மாற்றம்? ஒன்றும் புரியவில்லை சுகுமாரனுக்கு. யாரிடம் பகிர-வேண்டும் என்று கூட தெரியவில்லை. அப்பாவை கண்டாலே பயம். நாட்கள் இப்படியே நகர்ந்தன.

சுகந்தியின் கூச்சல் கேட்டு அடுப்படியில் இருந்து வெளியே ஓடி வந்தாள், செல்வி.

அம்மா என் நெயில் பாலிஷ் காணோம் என்று கத்திய மகள் தலையில் ஒரு அடி போட்டாள் செல்வி.

இதே வேலையாப் போச்சு. வளையல் காணோம். பொட்டு காணோ-மென..... போடி போ. போய் வேலைய பாரு'' என்றாள்.

ஒரு நாள் சாமி படத்துக்கு வாங்கி வைத்த மல்லிகைப் பூவும் காணோம். யார் வந்து எடுத்து இருப்பார்கள் என சந்தேகம் அப்போது தான் எழுந்தது. மகள் சொல்வது உண்மை தானோ. ரோஸ் தாவணி வேற இல்லை என அழுததும் நினைவில் ஓடின.

அதுவுமின்றி சுகுமாரன் செயல்களில் ஏதோ ஒரு மாற்றத்தை உணர்ந்-தாள். வைத்தியரிடம் அவனை அழைத்து சென்று காட்ட கணவனிடம் வற்-புறுத்தி அனுப்பி வைத்தாள்.

ஆம் அவள் நினைத்தது சரிதான். சுகுமாரன் தன் இயல்பில் இல்லை. மன மாற்றங்களும் உடல் மாற்றங்களும் உணர்வு மாற்றங்களும் அவனை ஆட்டிப் படைக்கிறது என்பதை உணர்ந்தாள். ராமுவுக்கு இதை ஏற்றுக் கொள்ள மனமில்லை. ஆனால் செல்வி தெளிவாக இருந்தாள். எக்காரணம் கொண்டும் தன் மகனை அனாதையாக வீதியில் விட மாட்டேன். அவனை சாதிக்க வைப்பேன் என மனதில் முடிவெடுத்தாள்.

சுகந்திக்கும் அவனது மாற்றம் புரிய ஆரம்பித்தது. சுகுமாரனுடன் பள்ளி செல்வதை நிறுத்திக் கொண்டாள். அவனிடம் பேசுவதையும். இது சுகுமாரா-னால் ஏற்றுக் கொள்ள முடியவே இல்லை. ஆனால் அம்மா அந்த ரணத்தை ஆற்றினார்.

தற்கொலை செய்து கொள்ளலாம் என முயற்சித்தான். ஏதோ சத்தம் கேட்டு கண் விழித்தாள் செல்வி. மகன் தூக்கு போட்டு கொள்ள முயற்-சிப்பதை கண்டு துடித்து விட்டாள். அந்த கயிற்றை வீசி எறிந்து மகனை அணைத்துக் கொண்டு தைரியப் படுத்தினாள்.

"நீ சாமிடா செல்லம். அர்த்தநாரி. நீ என்ன தப்பா பண்ண, அம்மா நான் இருக்கிறேன். நீ நினைச்ச மாதிரியே நல்லபடி நாம் வாழ்ந்து காமிக்கணும்'' என மகனுக்கு ஆறுதல் கூறினாள்.

ராமுவினால் இதை ஏற்றுக் கொள்ள முடியவில்லை. அந்த வருத்தத்திலே உடல் நிலை சரியில்லாமல் போக, திடீரென்று ஒரு நாள் மாரடைப்பால்

இறந்தார்.

சுகந்தி வளர வளர அண்ணனின் உணர்வுகள் புரிந்துக் கொண்டாள். அண்ணனை உதாசீனம் செய்ததை எண்ணி மிகவும் மனம் வருந்தினாள். ஊர் ஜனம் கேலியும் கிண்டலும் செய்யும் போது பக்க துணையாக நின்று இரு பெண்கள் சுகுமாரன் என்கிற ஜீல்லுவை பார்த்துக்கொண்டார்கள்.

சமூகம் பற்றி நாம் அறிந்ததே. பள்ளியில் ஜீல்லுவை நிறுத்தி விட்டார்கள். ஆனால், செல்வி ஜீல்லுவை அப்படியே விடவில்லை. தொலைதூர கல்வி பயில வைத்தாள். எம் ஏ (தமிழ்), எம் ஃபில் முடித்து, தன்னை சமூகத்தோடு பயணிக்க தன் தாயும் தங்கையும் எப்படி போராடினார்கள் என ஜீல்லுக்கு மட்டுமே தெரியும். பல முறை துவண்ட போதும் போது அம்மா செல்வி "நீ சாதிக்க பிறந்தவள் நீ உன் வாழ்க்கையை ஒரு எடுத்துக்காட்டாக வாழ்ந்து காட்டு" என்று சொல்லி ஜீல்லுவை ஊக்கப் படுத்துவாள்.

அம்மா எத்தனை அழகான உறவு. பெண்ணின் திருமணத்திற்குக் கூட விற்காத நிலத்தை ஜீல்லு கல்லூரி கட்ட வேண்டும் என்று சொன்னவுடன் நிலத்தை விற்று கல்லூரிக்கு அடிக்கல் நாட்டப்பட்டது. பல NGO உதவி செய்ததின் பலன் இந்த கல்லூரி.

ஜீல்லுக்கு பல நேரங்களில் பல எண்ணங்கள் தோன்றும். நான் என்ன தவறு செய்தேன். ஏன் சமூகம் என்னை உதாசீனம் செய்கிறது. காயப்-படுத்துகிறது. இயற்கையின் படைப்பில் அனைத்தும் சாத்தியமே. அதிகமான படைப்புகள் எதுவோ அதுவே சரியான படைப்பு என யார் நிர்ணயம் செய்-தது. மாற்றங்கள் வர வேண்டும். மாற்றம் ஒன்றே மாறாதது. தன் தாய் செல்வியின் ஆதரவு தங்கையின் அரவணைப்பு இன்று "செல்வி கலைக் கல்லூரி" முதல்வராக ஜீல்லுவை உயர்த்தியுள்ளது. அதுமட்டுமின்றி இங்கு அனைத்து பாலினருக்கும் கல்வி பயில வாய்ப்பு. பேராசிரியராக பணியாற்ற வாய்ப்பு, அதே போல் மாணவ மாணவி, திருநங்கை, திருநம்பியர் கல்லூரி-யில் இடம் உண்டு.

அரங்கில் அனைத்து இயற்கை படைப்புகளும் கல்லூரி தலைவராக, துணைத் தலைவராக, செயலாளராக இன்று சரி சமமாக வாய்ப்பு கிடைக்க பெற்றது தான் ஜீல்லுவின் வெற்றி.
****

அரங்கின் கைத்தட்டல் முதல்வர் ஜீல்லு தன் நினைவுகளில் இருந்து விழித்தாள்.

முதல் வரிசையில் தங்கை சுகந்தி, அவளது கணவர் யுவன் மகள் யாழினி அமர்ந்து இருப்பதை கண்டு மகிழ்ந்தாள். அம்மா 'உன் கனவு நனவாகிவிட்-டது. நான் வாழ்க்கையில் ஜெயித்துவிட்டேன்' என மானசீகமாக அம்மாவி-டம் சொல்லி கொண்டு இருந்தாள் ஜீல்லு.

10. தன்மானம் - ராதிகா விஜய்பாபு

சீதா காரை ஓட்டிக் கொண்டு கிளினிக் சென்று கொண்டிருந்தாள் நேரமாகி விட்டது என்ற பதட்டம் ஒருபுறமிருந்தாலும் எஃப்எம் இல் பாட்டு கேட்டுக்-கொண்டு நிதானமாக சென்று கொண்டிருந்தாள்.

"தினமும் இருப்பதைவிட இன்றைக்கு என்ன இவ்வளவு ட்ராபிக்"
கார் சிக்னலில் நின்றது.

அப்பொழுது ஜவுளிக்கடை பொம்மைக்கு கட்டிய சேலையை போல அவ்-வளவு அழகாக ரோஜாப்பூ நிற புடவையில் பச்சை நிற பார்டர் வைத்து எடுப்பா சேலையை கட்டி, கைகள் நிறைய வளையல் போட்டு, ஒரு களை-யான முகம், அகன்ற நெற்றியும், திருத்தமான புருவங்கள், கூர்மையான மூக்கு , நல்ல ரோஸ் கலர் உதட்டு சாயம் பூசி , பவுடர் நிறுவனமே இவர்களை நம்பித்தான் இருப்பதுபோல கன்னத்தில் 1/2 இன் சுக்கு பவுடர் போட்டு தலை நிறைய பூ வைத்து அழகாக அசைந்து அசைந்து நடந்து ஒவ்வொரு காரின் கதவையும் தட்டி காசு கேட்டு கொண்டு இருந்த ஒரு திருநங்கையை பார்த்துகொண்டு இருந்தாள். தன் கார் அருகில் வந்ததும் எங்கேயோ பார்த்த முகம் போல உள்ளது என்று சற்று உற்று பார்த்துக்-கொண்டிருக்கும் பொழுதே தலையில் கை வைத்து விட்டு கையை நீட்டி-னார் பத்து ரூபாய் கொடுத்துவிட்டு பேசலாம் என்று முகத்தை பார்ப்பதற்குள் அடுத்த காரை நோக்கி சென்று விட்டார் சிக்னலின் நிறம் பச்சை மாறிவிட்-டது, எங்கேயோ பார்த்த முகம் என்று யோசித்துக்கொண்டே கிளினிக்கை அடைந்தாள்.

நோயாளிகளை பார்த்து முடித்து அனைத்து பணிகளும் நிறைவடைந்ததும் டோக்கன் கொடுக்கும் செல்வி அறைக்குள் நுழைந்தாள்.

" என்ன செல்வி இன்னும் யாராவது இருக்காங்களா? "
" இல்ல மேடம் எல்லாரையும் பார்த்தாச்சு."

ஒரு தட்டில் பழம் பூ பத்திரிக்கையை வைத்து அடுத்த மாதம் கல்யாணம் மேடம் வீட்டுக்கு வந்து பத்திரிக்கை கொடுக்க முடியல தப்பா நினைச்சுக்கா-தீங்க என்று கொடுத்தாள்.

"எந்த ஊரு? மாப்பிள்ளை என்ன பண்றாங்க? "
தாய்மாமா தான் மேடம் ஊர்ல விவசாயம் பார்த்துகிட்டு இருக்காங்க கல்-யாணத்துக்கப்புறம் ஊருக்கு போயிடுவோம்.

"வேற யாரையாவது இந்த வேலைக்கு சொல்லி விட்டுட்டு போறேன்"
என்றாள்.

பத்திரிக்கையை பார்த்ததும் மாப்பிள்ளை இன் பெயர் அகிலன் என்று இருந்தது.

அவளுக்கு அந்த திருநங்கையின் முகம் ஞாபகம் வந்தது ஆம் அது அகிலன் தான்.

காரை எடுத்துக் கொண்டு வீட்டிற்கு செல்லும் வழியெல்லாம் தன் சிறுவயது ஞாபகத்தில் ஆழ்ந்தாள்.

அகிலன் சிறுவயதில் எதிர் வீட்டில் வசித்த நண்பன்.

பால்ய பருவத்தில் தெருக் குழந்தைகள் அனைவரும் ஒன்றாக விளையாடுவோம். ஆறாம் வகுப்பு வரை எல்லாம் நன்றாகத்தான் போய்க்கொண்டிருந்தது ஏழாம் வகுப்பு படிக்கும் பொழுது அகிலன் இடம் ஒரு வித்தியாசம் தெரிய ஆரம்பித்தது அவன் மற்ற ஆண் குழந்தைகளைப் போல விளையாடாமல் எங்களுடனே விளையாடுவான் சட்டையில் உள்ள அனைத்து பட்டன்களையும் போட்டுக் கொள்வான் பூவின் மென்மை ஒத்த மென்மையான குணம் உடையவனாக வெளிப்பட்டான். பள்ளியில் சக மாணவர்கள் அவனை மனதளவில் மிகவும் காயப்படுத்தினார்கள். இன்று காலை சிக்னலில் பார்த்து நிச்சயம் அவன் தான்.

ஒருமுறை அவன் வீட்டில் யாரும் இல்லாத பொழுது அவன் அக்காவின் உடைகளை அணிந்து பொட்டு வைத்து லிப்ஸ்டிக் போட்டு அழகு பார்த்துக் கொண்டிருக்கும் பொழுது அவன் அப்பா அதை பார்த்து அடித்து வீட்டை விட்டு விரட்டி விட்டார்.

பாவம் அவன் அம்மா நீண்ட நாட்கள் அவனை எண்ணி அழுது கொண்டே இருந்தார்கள். அதன்பின் அவன் என்ன ஆனான் எங்கு போனான் என்று தெரியவில்லை.

இத்தனை ஆண்டு கழித்து அவனைப் பார்த்ததும் பேச முடியாமல் போய்விட்டதே அடுத்த முறை அவனை பார்த்தால் அழைத்துப் பேச வேண்டும் என்று அந்த சிக்னலின் ஓரம் வண்டியை நிறுத்தி தேடிப்பார்த்தால் தென்படவில்லை.

அடுத்த நாள் காலை அதே சிக்னலில் அவனைப் பார்த்ததும் காரை விட்டு இறங்கி அகிலன் அகிலன் என்று அழைத்தாள்.

"அகிலன் தானே நீங்கள்...."

அழகாக சிரித்துக் கொண்டே

"இல்லை அகிலா நீங்க..."

"என்ன தெரியலையா நான் தான் உன் சின்ன வயசு பிரெண்ட் சீதா"

"நல்லா இருக்கியா சரி நான் கிளம்புறேன்" என்று நழுவ முயன்றார்.

"வா உன்கிட்ட பேசணும்" என்று வற்புறுத்தி அழைத்துக் கொண்டு கிளம்பினாள்.

போகும் வழியில்

" ஏன் அகிலன் எங்கு போன இத்தன வருஷம்? "

"அகிலன் இல்ல அகிலா"

“சரி சரி எப்படி இருக்க அகிலா? “

இருக்கேன் என்னோட உலகத்துல சந்தோஷமா, என்னை இங்கேயே இறக்கி விடு சீதா உனக்கு எதுக்கு கஷ்டம்.

“இதுல எனக்கு ஒரு கஷ்டமும் இல்ல நம்ம சின்ன வயசுல எவ்வளவு ஜாலியா விளையாடுவோம் ஞாபகம் இருக்கா .”

சொல்லு இத்தனை வருஷம் எங்க இருந்த எப்படி இருக்க?

ஏதோ இருக்கேன் சீதா...

நாங்க என்ன பாவம் செய்தோம் இது ஒரு ஹார்மோன் மாற்றம் இதில் எங்கு தப்பு என்ன இருக்கு இதை சுத்தி இருக்கிறவங்க புரிஞ்சிக்கிறது இல்லை. அன்னைக்கு மட்டும் அப்பா அதைப் புரிந்து இருந்தாரு நான் இப்படி பிச்சை எடுக்கிற நிலைமை வந்திருக்குமா சொல்லு.

என்னால யாரும் அவமானப்பட வேணாம்னு தான் வீட்டை விட்டே அன்னைக்கு போயிட்டேன்.

ரொம்ப கஷ்டப்பட்டேன் சீதா, ஒரு நாய்க்கு கூட சோறு வைப்பாங்க ஆனா எங்கள ஒரு நாயை விடக் கேவலமா பாப்பாங்க.

பாம்பேக்கு போயி ரொம்ப கஷ்டப்பட்டு ஆப்ரேஷன் முடிச்சுட்டு அப்படியே அங்க இங்க பிச்சை எடுத்து போலீசுக்கு ரவுடிகளுக்கு மாமுல் கொடுத்து கிடைக்கிற காசுல அலங்கார பொருட்களை வாங்கி கிட்டு ஒரு வேளை சாப்பாட்டுக்கு கஷ்டப்பட்டு அப்படியே போயிட்டு இருக்கு....

“எங்க குடியிருக்க? “

இங்கதான் பக்கத்துல, எங்களுக்கு வீடு கிடைக்கிறது கஷ்டம் அப்படியே கிடைச்சாலும் ரெண்டு மடங்கு வாடகை அதிகம்.

ஏன் அகிலா இப்பதான் ஆட்டோ டிரைவர், சர்வர் , சமீபத்தில்கூட மெட்ரோ ரயில்ல உங்களை மாதிரி பல பேருக்கு வேலை கிடைச்சிருக்கு நீ ஏன் பிச்சை எடுக்குற.

சமுதாயத்தால் இருட்டடிப்பு செய்யப்பட்ட எங்க வாழ்க்கையில ஒளி ஏற்படுத்த சமூக நல குழுக்கள் போராடினாலும் எல்லாரையும் அது இன்னும் சென்றடையல.

அங்கே இங்கே நல்லது நடந்தாலும் இன்னும் நிறைய பேர் எங்களை தப்பான கண்ணோட்டத்தில் தான் பார்க்கிறாங்க. இதனால எங்க சுயகௌரவம் மே கம்மி ஆயிடுச்சு சிலர் மதுவுக்கு அடிமை ஆயிட்டாங்க.

எங்களுக்கு இந்த தப்பான கண்ணோட்டம் வேண்டாம் இறக்கமும் வேண்டாம் என்று சீதாவை உற்றுப் பார்த்தார் அகிலா.

சரி வா கிளினிக்ல உனக்கு வேலை போட்டு தரேன் நீ தன்மானத்தோடு வாழலாம் என்று சினேகத்தோடு அகிலாவை அழைத்துச் சென்றாள் சீதா.

11. அரவான் - ப.மதியழகன்

தன்னுடைய நடையை விரைவாக்கினான் நந்தகுமார்.அவன் பத்தாவது படிக்-கும் பள்ளிக்கூடம் ஒன்றும் வெகுதொலைவில் இல்லை;வகுப்புகள் துவங்கவும் இன்னும் இருபது நிமிடமிருந்தது.

அவனது நடைவேகத்துக்குக் காரணம் விடலைப் பருவ பையன்களின் கேலி.தனக்குள் ஏதோ மாற்றம் நிகழ்ந்து கொண்டிருப்பதைப் சில மாதங்க-ளாய் உணர்ந்து கொண்டு வந்தான்.தன்னை ஒத்த பிராயமுடையவர்களின் உடலில் ஏற்பட்ட மாற்றம் தன்னிலிருந்து வேறுபடுவதை எண்ணி அச்சம் கொண்டான்.

அரும்பு மீசை உதட்டின் மேல் வளர்ந்து, குரல் உடைந்து சற்றே கரகரப்-பாக மாறிக் கொண்டிருந்த டீன் ஏஜ் பையன்கள் நிறைந்த வகுப்பில்,நந்தகு-மார் குரல் மட்டும் கீச்சி கீச்சுவென ஒலிக்கும் போது வகுப்பே சிரிப்பலையில் மூழ்கும்.

சமூக அறிவியல் வாத்தியார் பாடத்தின் இடையே பொது அறிவு வினா-விற்கான பதிலை ஒவ்வொரு மாணவனாக எழுப்பி கேட்டுக்கொண்டு வரும்-போது எழுந்து நின்ற நந்தகுமாரை "தெரியாதுன்னா அப்படியே சும்மா நிக்கவேண்டியது தானடா, என்னடா மேனா மினுக்கியாட்டம் நெளியற நிமிர்ந்து நின்னுடா விறைப்பா" என்று நையாண்டி செய்த போது மாணவிகள் அனைவரும் முகத்தைப் பொத்திக் கொண்டு சிரிக்க நந்தகுமாரின் முகம் வாடிப்போய் காற்றுப் போன பலூனாகிவிட்டது.உள்ளுக்குள் உடைந்து போனான்.அவனது கட்டுப்பாட்டுக்குள் இல்லாமல் அனிச்சையாக நடக்கும் செயலுக்கும் நந்தகுமார் தொடர்ந்து தண்டணைப் பெற்று வந்தான்.

பள்ளியின் நுழைவாயிலை அடைந்தவுடன் அவன் மனம் நிம்மதியடைந்-தது.ஆமாம்! இன்று அவன் எதிர்ப்படவில்லை.இரு தினங்களாய் வாட்டர் டாங்க் அருகில் அமர்ந்து கொண்டு அவ்விடத்தைக் கடந்து செல்லும் போது ஓம்போது என உரக்கச் சத்தமிடுபவனிடமிருந்து தப்பித்து வந்துவிட்டோ-மென்று பெருமூச்சுவிட்டான்.

மறுநாள் காலை பாத்ரூமில் குளிக்கும் போது அக்கா முகத்தில் தேய்த்து-விட்டு மீதம் வைத்திருந்த மஞ்சளைப் பார்த்தான்.நீண்ட நாட்களாய் அவனது மனதில் ஒரு குறுகுறுப்பு,மஞ்சள் பூசி குளித்து ரோஸ்பவுடர் அப்பிக் கொண்டு கண்ணாடியில் தன் எழிலை பார்த்துவிட வேண்டுமென்று.

நீண்ட நேரமாய் நிலைக்கண்ணாடி முன்பு முகத்தைப் பார்த்தபடி நின்றி-ருந்த நந்தகுமாரை அவனது அப்பா ரெங்கநாதன் அவனுடைய கையைப் பற்றித் திருப்பி "என்னடா அப்படியே மெய்மறந்து பார்த்துகிட்டு இருக்கிற மூஞ்சிய தேனா வழியுது" என்று கேட்டபோது அவனது முகத்தில் அப்-பியிருந்த மஞ்சளைப் பார்த்துவிட்டு ஓங்கி கன்னத்தில் ஒரு அறைவிட்-

டார்.கேடுகெட்ட ஒரு புள்ளையை திருஷ்டிப் பரிகாரமாதிரி பெத்து வச்சி-ருக்கா;அவனவன் சின்ன வயசிலேயே கம்ப்யூட்டர்,ரோபோன்னு ஆராய்ச்சி பண்ணி டாக்டர் வாங்குறான்;இவன் முகத்துல மஞ்சளைத் தடவிகிட்டு பொட்டபுள்ள மாதிரி அழகு பார்த்துகிட்டு இருக்கான்.இந்தக் கண்றாவியெல்-லாம் பாக்கணும்னு என் தலையெழுத்து எனத் திட்டினார்.

இரண்டு வாரம் கழித்து ஒரு ஞாயிற்றுக்கிழமையன்று அப்பாவுடன் பக்-கத்து ஊருக்கு செல்ல பேருந்தில் ஏறிய நந்தகுமார்,ஆண்கள் இருக்கை காலியாயிருக்க அவர்களின் அருகே உட்கார கூச்சப்பட்டு பெண்கள் உட்-கார்ந்திருக்கும் ஸீட்டில் மத்திம வயதுடைய பெண்ணருகில் அமர,அவன் இவனுடைய முகத்தைப் பார்த்துக் காறி உமிழ்ந்துவிட்டுப் போனாள்.

பேருந்தின் பின்பகுதியிலிருந்து நடந்ததைப் பார்த்துக் கொண்டிருந்த ரெங்-கநாதன் அவனை நோக்கிப் பாய்ந்து வந்து ஓர் அறை அறைந்து ‘‘இனிமே வீட்டுப்பக்கம் வராத ஒழிஞ்சுபோ எங்கயாச்சும்;நீ பண்ற கூத்தையெல்லாம் பொறுத்துகிட்டு இருக்கமுடியாது.உன்னை அவதுப்புல,உன்னைய பதினைஞ்சு வருஷமா வளர்த்தேன் பாரு அதுக்கு என்னையத் துப்பிட்டுப் போறா.போ ஒரேயடியா இன்னையோட தலை மூழ்கிட்டேன்’’ எனச் ஆவேசத்துடன் சொல்லிவிட்டு பஸ்ஸிலிருந்து இறங்கி விறுவிறுவென திரும்பிப் பார்க்காமல் சென்று மறைந்தார்.

ஆண்கள் கூட்டத்தில் அவமானப்படுத்தப்பட்டு வார்த்தைகளால் காயப்-படுத்தி துரத்தியடிக்கப்படுவதும்.தானாய் ஒதுங்கி தனிமையில் அறையில் அடைந்து கிடந்த போது பித்துப் பிடித்துவிடும் நிலையிலிருந்துத் தப்பிக்க பெண்களிடம் நட்புணர்வுடன் பழகப்போய் அவர்களால் பிராணியைப் போய் முகம் சுளித்து அருவருப்பாய் விரட்டப்படுவதுமான இந்த அன்றாட நிகழ்-விலிந்து தன்னைக் காப்பாற்ற,தன் உணர்வை புரிந்துகொண்டு அரவணைக்க ஓர் அன்புள்ளம் இல்லையா இந்த உலகில் என்ற கேள்விகோடு ஏதோ ஒரு ஊரில் நடத்துனரால் இறக்கிவிடப்பட்டு கால்போன போக்கில் நடக்கத் துவங்-கினான்.

பாதைகள் கிளைகிளையாகப் பிரிந்து சாலை போக்குவரத்தால் நெருங்க இயலாத பொட்டல் கிராமத்திற்கு அவனை இழுத்துச் சென்றது.இருள் மெல்-லக் கவ்வத் துவங்கியது,

குளத்தருகே அமர்ந்திருந்த அவனை அருகாமையிலிருந்து வரும் சத்தம் ஈர்த்தது.

அவ்விடத்தை அவன் அடைந்த போது கோவில் திருவிழாவில் பாரதத்-திலிருந்து விராடபர்வம் தெருக்கூத்து நடந்து கொண்டிருந்தது.

பாண்டவர்கள் வனவாசத்தின் இறுதில் அஞ்ஞாதவாசத்தில் ஐவரும் மாறு-வேடமிட்டு விராட தேசத்தில் நுழைகிறார்கள்.விராட தேசத்து அரசபையில் தங்கள் திறமையை அரசன் முன்பு வெளிப்படுத்தி பணியாட்களாக சேர்த்துக் கொள்ளுமாறு வேண்டுகிறார்கள்.தருமர் அரசனுக்கு அருகில் மதியூகியாயி-

ருந்து அவ்வப்போது அரசருடன் பகடையாடுபவராக,பீமன் சமையற்கலைஞனாக,அருச்சனன் திருநங்கை வேடமிட்டு அந்தப்புர பணிப்பெண்ணாக,நகுலனும் சகாதேவனும் கால்நடைகளைப் பராமரிப்பவனாக பாண்டவர்கள் தங்களின் ராஜவம்ச வாழ்வை மறந்து சாதாரண வேலைக்காரர்களாக ஆகும் காட்சிகளில் அக்கிராமமே தெருக்கூத்துக் கலைஞர்களின் நடிப்பை ஆவென வாயைப் பிளந்துப் பார்த்துக் கொண்டிருந்தது.

அந்தப்புரத்தில் சேவைபுரியும் திருநங்கை வேஷமிட்ட அருச்சுனன் கதாபாத்திரத்தை சுற்றிலும் அரவானிகள் கூட்டம் நிற்பதைப் நந்தகுமார் அங்கு கண்டான்.அவனது விரக்தியடைந்த மனதில் நம்பிக்கை துளிர்விட ஆரம்பித்தது

கூத்து முடிந்தது அரிதாரத்தைக் கலைந்து வேறு ஊருக்குக் கிளம்பி கொண்டிருந்த அரவானிகளிடம் வந்து மிரள விழித்தபடி நின்றான்.

“என்ன பையா யாரு நீ?” என்றாள் ஒரு அரவானி

“நான் வீட்டைவிட்டு ஓடிவந்துட்டேன், என்னைய உங்க கூட்டத்துல சேர்த்திருப்பீங்களா?” என்றான் அப்பாவியாக.

வயதில் மூத்த அரவானி அவனை தன்னருகே அழைத்து விபரத்தைக் கேட்க,நடந்த அனைத்தையும் கூறினான்.

சில நிமிடநேரம் யோசித்த அவன் ”சடங்கு முடிஞ்சாத்தான் எங்க சமூகத்துல சேர்த்துப்போம்,அதுக்கு மும்பை போகணும் பயமில்லாம?” என்றாள்.

சரியென்று தலையாட்டினான்

இரு தினங்கள் கழித்து மும்பை செல்லும் ரயிலில் இரு அரவானிகளுடன் அமர்ந்திருந்தான் நந்தகுமார்.மௌனமாக அமர்ந்திருந்த அவனைப் பார்த்து “என்னப்பா சோகமாயிருக்குற இப்படி ஆயிட்டோம்ன்னா ...., எப்படி ஆயிட்டோம் நம்ம சொல்லு?”

“......”

“ஸ்டேஷனுக்கு வர்ற வழியில இறுதி ஊர்வலம் போனிச்சேப் பார்த்தியா?”

“பார்த்தேன்” என்றான்

“பாடையில படுக்கவைச்சிக் கொண்டு போறாங்களே, அது என்ன?”

“பொணம்”

“சரி ஆம்பளையா? பொம்பளையா? அது?”

“பொம்பளை”

“பத்தியா கல்யாணங்கட்டி மவராசியா வாழ்ந்து குழந்தை குட்டிகளோட இருந்தவ உயிர் போச்சுனா அவ பொணமாயிடுறா;நாம இறந்தாலும் பொணம் தான்.சடலத்துல இது அரவானிப் பொணம்ன்னு வேறுபாடு இருக்கா என்ன? எல்லாம் தசைப் பிண்டம் தான்.நம்ம சமூகத்தைப் பத்தி பையிள்ல ஒரு வாக்கியம் வரும் படிச்சிருக்கியா பரலோக ராஜ்யத்தில் அவர்களுக்கு இடமுண்டுன்னு, அதை நினைச்சு இந்தக் கஷ்டங்களைத் தாங்கிக்கணும்”

“இனிமே சோத்துக்கும் உடுத்த துணிமணிக்கும் என்ன பண்ணப் போறோம், பிச்சையெடுக்கிற நிலைமை வந்திருமோன்னு பயப்படுறீயா?ஏன் உன்னால சொந்தக் கால்ல நின்னு சுயமா சம்பாதிக்க முடியாதா என்ன?இது ஒரு ஊனம்னு நினைக்காத படிப்பு,வேலைன்னு உன்னை பிஸியா வைச்சிக்-கிட்டீனா உன்னைப் பத்தின ஞாபகம் மறந்து காலம் தன்னால ஓடிடும்.”எனக் கூறி அவனைத் தேற்ற முயன்றாள் அந்த அரவானி.

ரயில் இருளை கிழித்தபடி அதிவேகமாக பல்வேறு ஊர்களை கடந்து சென்று கொண்டிருந்தது.தூங்காமல் விழித்துக் கொண்டு ஓரிடத்தில் நிலை-குத்திய பார்வையோடு ஜன்னலருகே உட்கார்ந்திருந்த அவனைப் பார்த்த அரவானியில் ஒருவள் மெல்ல அருகில் வந்து “ஊரை இழந்திட்ட,உறவை இழந்திட்ட, ஆனா நம்பிக்கையை இழந்திட்டீனா வாழ்றது கஷ்டமாயி-டும்,எதையும் தைரியமா எதிர்கொள்ளனும்.இங்க நிலையா இருக்கிற இயற்கை நம்ம மேல ஒரு பாகுபாடும் காட்டறதில்லை,நிலையில்லாத வாழ்க்-கையில நீர்க்குமிழி மாறி கண நேரம் வந்து போற மனிதர்கள் தான் நம்மை உதாசீனப்படுத்துறாங்க.அடுத்தவங்க நம்ம என்ன நினைப்பாங்க-ளோன்னு எண்ணிக்கிட்டே இருந்தா யாரால எதைச் செய்ய முடியும் சொல்லு ராமர் மேல வைச்ச நம்பிக்கையில அனுமார் ஒரே தாவல்ல கடலைத் தாண்டிட்டார்.ராமச்சந்திர மூர்த்தி கடலைத் தாண்ட சேது பாலம் கட்ட வேண்டியதாப் போச்சு.நாளைக்கு விடியும்னு நம்பிக்கையிருந்தாம்ப்பா படுக்கையில நிம்மதியா உறங்க முடியும்” என்ற அரவானியின் ஆறுதல் வார்த்தைகள் அவனது மனக்காயத்தை ஆற்ற அப்படியே உறங்கிப்போனான் நந்தகுமார்.

அன்றைய காலை பொழுது அவனுக்கு விடிந்தது.மும்பை நகரம் அவனுக்கு வியப்பளித்தது.இப்பூமியில் இப்படியும் ஒரு நகரம் இருக்க முடி-யுமா?என வானுயர்ந்த கட்டிடங்களை அண்ணாந்து பார்த்துக் கொண்டே வந்தான்.ஏதோ ஒரு உந்து சக்தி தன்னை தள்ளிக் கொண்டே வந்து இங்கு நிறுத்தியிருப்பதை எண்ணினான்.

இனிமேல் தன் பெயர் நந்தகுமார் இல்லை, நந்தகுமாரி நந்தகுமாரி நந்-தகுமாரி என மூன்று முறை மனசுக்குள் அழுத்தமாக உச்சரித்தான்.அவமா-னங்கள் அனைத்தும் அவனுக்குள் வைராக்யம் வேர்விடுவதற்கு வித்திட்டன. காற்று முழுவேகத்தோடு அவன் மீது மோதி தோளில் சுமந்து வந்த பழைய நினைவுக் குப்பைகளை அடித்துக் கொண்டு அரபிக்கடல் நோக்கிச் சென்-றது.

12. ஓம்போதுகள் வந்திருக்காக... - மு.ஆனந்தன்

ரயிலிலிருந்து இறங்கும்போதே கைரதிக்கு கக்கூஸ் வருவதைப் போன்ற உணர்வுகள் அடிவயிற்றை செல்லமாக அழுத்தியது. அது அதிகாலை 5.30 மணி. விழுப்புரம் ரயிலடியிலிருந்து கைரதியும், பிலோமினாவும், சந்தியாவும் வெளியே வந்தார்கள், ‘‘உடனே ஒரு ஆட்டோவைப் பிடித்து ஏதாவது ஒரு லாட்ஜ்க்கு போகலாம்’’ என்றாள் கைரதி. கிடைத்த ஆட்டோவில் ஏறினார்கள். ‘‘பஸ் ஸ்டாண்ட் பக்கமிருக்கிற நல்ல லாட்ஜ்க்கு விடுப்பா’’ என்றார்கள்.

‘‘என்னம்மா கூவாகம் திருவிழாதான் முடிஞ்சு பல மாசம் ஆயிடுச்சே, இப்ப வரீங்க’’ ஆட்டோ டிரைவர் பேச்சு கொடுத்தார்.

‘‘ஏப்பா கூத்தாண்டவரப் பார்க்க மட்டுந்தா நாங்க வரனும்மா, வேற ஜோலியா வரக்கூடாதா?’’ சந்தியா கேட்டாள்.

‘‘எப்ப வேணுன்னாலும் வாங்கம்மா, நாங்கென்ன புதுசாவா அரவாணிகளப் பாக்கறோம். இது அரவாணிக ஊராச்சே’’.

‘‘நல்லா ரூம் கிடைக்குமாப்பா’’

‘‘ஏம்மா கிடைக்காது, கூவாகம் திருவிழா சமயத்துல ஊர் முச்சூடும் அரவாணிகளா திரிவாங்க, எல்லா லாட்ஜ்களிலும் அரவாணிகதான் தங்குவாங்க’’.

ஆமாம், ஆட்டோ ஓட்டுநர் சொல்வது சரிதான். விழுப்புரம் மக்களுக்கும் விடுதிகளுக்கும் திருநங்கைகள் புதிதா என்ன?. அந்த ஊர் திருநங்கைகளின் உணர் குவி மையம். புரியும்படி தமிழில் சொல்வதென்றால் ‘‘சென்சிடீவ் ஏரியா’’. கூவாகம் கூத்தாண்டர் திருவிழாவின் போது ஊர் தன் உதடுகளில் லிப்டிக் பூசி தலையில் கொண்டை வைத்து பூச்சூடி அமர்க்களமாகத் திரியும். அனைத்து விடுதிக் கட்டிடங்களும் திருநங்கைகளின் மூச்சுக் காற்றால் வேர்த்துக் கிடக்கும். நாடு முழுவதிலிருந்தும் வந்திருக்கும் தினுசு தினுசான திருநங்கைகளால் குறுக்கும் நெடுக்குமான வீதிகள் கைகளை நீட்டி நீட்டி ஒய்யார நடை பயிலும். அவர்களை அனுபவிக்க சிற்றின்பச் சிகாமணிகளும் வருவார்கள். அவர்களுக்கும் லாட்ஜ்களின் பரந்த மனம் தன் ரெண்டு கதவுகளையும் பெப்பரப்பேவென திறந்து வைத்திருக்கும். ‘‘கூவாகம் திருவிழா முடிந்த மறுநாள் ஊர் முச்சூடும் கொட்டுக்கிடக்கும் ஆணுறைகளை வண்டி வச்சு அள்ளோனும்னு’’ மக்கள் நக்கலடிப்பார்கள். கூவாகம் பலி களத்தில் அரவாண் துண்டாக்கப்படுவதை முதல் நாள் கட்டிய தாலியுடன் கண்ணுறும் அரவாணிகளின் தொண்டைக்குழியிலிருந்து வெடித்தெழும் அழு குரல்களுக்கு விழுப்புரம் துக்கம் அனுசரிக்கும். அந்த அளவுக்கு மக்களின் மனம் பழகியிருந்தது. எனவே தங்களுக்கு லாட்ஜ் கிடைப்பதில் சிரமம் ஏற்படும் என்பதை அவர்கள் நினைத்துக்கூட பார்க்கவில்லை.

கைரதியும் அவள் தோழிகளும் மாறிய பாலினர் நலனுக்காக "அவதார்' என்ற அமைப்பை நடத்தி வருகிறார்கள். கைரதி ஆணாக இருந்த போது முதுகலை ஆங்கில இலக்கியம் படித்துள்ளார். கல்லூரிப் படிப்பை முடித்த பிறகுதான் தன்னை பெண்ணாக உணர்ந்து திருநங்கையாக மாறினாள். சரளமாக ஆங்கிலம் பேசுவாள். பிலோமினாவும் சந்தியாவும் பள்ளிப் படிப்பை உடைத்துக் கொண்டு வீட்டை விட்டு ஓடி வந்தவர்கள். பாதிக்கப்பட்ட மாறிய பாலினருக்கு உதவுவது மட்டுமல்ல சமூக அமைப்புகள், கல்லூரிகளுக்குச் சென்று மாறிய பாலினர் குறித்து விழிப்புணர்வு கூட்டங்கள் நடத்துவது அரசு அதிகாரிகளைச் சந்தித்து மாறிய பாலினருக்கான நலத்திட்டங்களை அமல்படுத்துவது பற்றி அழுத்தமளிப்பது என ஆக்கப்பூர்வமாக இயங்கி வருகின்றனர். ஒவ்வொரு மாவட்டங்களுக்கும் சென்று மாவட்ட ஆட்சியரை சந்திப்பது முக்கிய பணி. இன்று விழுப்புரம் மாவட்ட ஆட்சியரையும் அதிகாரிகளையும் சந்தித்துப் பேசுவதற்காகத்தான் வந்துள்ளார்கள்.

ரயிலடியிலிருந்து ஆட்டோவில் ஏறியவுடனே சந்தியாவிற்கு பத்துப் பதினைந்து ஆண்டுகளுக்கு முன்னர் கலந்துகொண்ட கூவாகம் திருவிழாவின் நினைவுகள் ஊறியது. சித்ரா பௌர்ணமியின் அந்த பதினெட்டு நாளும் எவ்வளவு உணர்ச்சிமயம், எத்தனை பரவசம், எத்தனை அழுகை, எத்தன ஏக்கம். முதல் நாள் கோவிலில் மணிக்கணக்காக கால் கடுக்க வரிசையில் நின்று பூசாரி கையால் தாலியைக் கட்டிக்கொண்ட தருணங்களை மறக்க முடியுமா. கூட்டம் லட்சத்தைத் தாண்டும். அன்று அத்தனை பேரும் புது மணப்பெண்கள். எங்கு திரும்பினாலும் கழுத்தில் புதுத்தாலியும் தழையத் தழைய பட்டுப்புடவையும் தலை நிறைய மல்லிகைப் பூவுமாக கிருஷ்ணனின் மோகினி அவதாரங்கள். அனைவருக்கும் அன்று முதலிரவு. இல்லாத அரவாணுடன் நினைவுகளால் முதலிரவில் இணைந்தார்கள். சந்தியாவும் அப்படித்தான் நினைத்தாள். மறுநாள் ஒவ்வொரு தெருவிலும் கற்பூரம் மலை போல் குவித்து எரிக்கப்பட்டது. கூத்தாண்டவர் பாட்டும் கும்மியாட்டமுமாக கூட்டம் நகர்ந்தது. தேரில் அரவாண் போர் வீரனாக உலா வந்தான். வழி நெடுகிலும் அர்ச்சனை, தீபாராதனை, வழிபாடுகள். கோவில் வரை அரவாண் தலை மட்டுமே வந்தது. அருகில் வந்தவுடன் அருகிலுள்ள நத்தம், தொட்டி, கீரிமேடு ஊர்களிலிருந்து கொண்டு வரப்பட்ட கைகள், கால்கள், மார்புகள் இணைக்கப்பட்டு முழு வடிவ அரவாண் போர்த்தளபதியாக கம்பீரமாக காட்சியளித்தான்.

ஆக்ரோஷமாக புறப்பட்ட அரவாண் முதல் தெருவைக் கடந்ததும் களப்பலி கொடுக்கப்பட்டான். பூக்களைப் பிய்த்து பொட்டை அழைத்து அலங்காரங்களை மாய்த்து மோகினிகளின் தொண்டைக்குழியில் பீறிட்டது ஓலம். அழுகையும் ஒப்பாரியும் ஓலமுமாக பந்தலடியிலுள்ள படுகளத்திற்கு வந்து சேர்ந்தார்கள். புனித கம்பத்தின் அருகில் பூசாரி மோகினிகளின் தாலிகளை அறுவாளால் அறுத்தெறிந்தார். பலிசாதம் வாங்க பொதுமக்கள் முண்டியடித்-

தார்கள். லட்சம் மோகினிகள் மார்பில் அடித்துக்கொண்டு அழுதார்கள். புராணத்தில் பலி கொடுக்கப்படுவதற்கு முன்பு அரவாணும் மோகினியும் அந்த ஓரிரவாவது தாம்பத்ய வாழ்க்கையில் இணைந்தார்கள். ஆனால் ஒவ்வொரு ஆண்டும் அரவாணிகள் தாலி கட்டிக்கொண்டு முதலிரவுக்கு காத்திருக்கிறார்கள். அந்த ஓரிரவுக்கு மட்டுமாவது அரவாண் வருவாரா?. யோசனை தடைபட்டது.

பேருந்து நிலையத்திற்கு எதிரே ஒட்டகச்சிவிங்கி போல் வளர்ந்திருந்த ஒரு விடுதிக்கு முன் ஆட்டோ நின்றது. ஆட்டோவிற்கு பணம் கொடுத்துவிட்டு கைரதியின் கால்கள் வேகமாக லாட்ஜ்ஜுக்குள் நுழைந்தன. அடிவயிற்றில் திரண்டிருந்த அழுத்தம் கால்களை வேகப்படுத்தியது. நைட் ஷிப்ட்டின் விளிம்பை முகத்தில் வழிய விட்டிருந்த இளைஞர் முறுவலை வரவேற்பின் அடையாளமாக உதிர்த்தார். “சொல்லிட்டாளே அவ காதல . . .” அவருடைய செல்போன் உதிர்த்த காதலின் ஒலிக்கற்றைகள் அந்தக் காலை நேர மழலை வெயிலை இனிமையாக்கியது.

“என்ன சார், காலங்காத்தாலேயே லவ் சாங் தூள் கிளப்புது” உற்சாகத்துடன் கேட்டாள் பிலோமினா

“சுப்ரபாதம் கேட்டுக்கேட்டு காதெல்லாம் புளிச்சுப்போச்சு” என்றார் அந்த இளைஞர்.

சிரித்துக்கொண்டே “ரூம் வேணும்” என்றார்கள்

“எந்த ரூம் வேணும், எத்தன பேர், எத்தன நாள் தங்குவீங்க” எல்லா கேள்விகளையும் ஒரே மூச்சில் கேட்டுவிட வேண்டும் என்ற முடிவோடு பேசினார். வீட்டுக்குத் திரும்பும் நேரம் நெருங்கிவிட்டதால் இருக்கலாம்.

“டபுள் ரூம், மூனு பேரு, நாளைக்கு வெக்கேட் செய்திடுவோம்” அதே பாணியில் பதிலளித்தாள் பிலோமினா.

“டபுள் ரூம் 1,300 ரூபாய், எக்ஸ்ட்ரா பெட் 200 ரூபாய், மொத்தம் 1,500. அட்வான்ஸ் 2000 கட்டனும்”.

மேற்கொண்டு எந்த விவரங்களும் கேட்காமல் லெட்ஜரில் பெயர் முகவரியை எழுதிக்கொடுத்தாள் கைரதி. ஐ.டி. புரூப் வேண்டுமென்று சொன்ன போது ஆதார் அட்டையைக் கொடுத்தாள். ஆதார் அட்டையை ஸ்கேணரில் நகலெடுத்துவிட்டு திருப்பிக்கொடுத்தார்.

“டெபிட் கார்ட்ல பணம் கட்டலாமா” பர்சலிருந்து டெபிட் கார்டை எடுத்து நீட்டினாள் கைரதி.

“105 ஆம் ரூம் எடுத்துக்குங்க” என்று சாவியை எடுத்து வரவேற்பு மேசையின் மீது வைத்தார்.

“ரூமுக்கு போனவுடன் முதலில் டாய்லெட் போகவேண்டும்” மனதுக்குள் வடை சுட்டுக்கொண்டிருந்தாள் கைரதி.

அப்போதுதான் வெள்ளை வேட்டி சட்டையும் நெற்றியில் திருநீறு பட்டை-யுமாக ரோஸ் கலர் ரெண்டாயிரம் ரூபாய் தாளைப் போல் பெரும் வரவாய் வந்தார் அவர். அவரை மேனேஜர் என்று அறிமுகப்படுத்தினார் அந்த இளைஞர். மேனேஜர் இவர்களை குறு குறுவெனப் பார்த்தார். கண் பார்-வைகளைப் பிரித்து ஓவ்வொருத்தரையும் தனித்தனியாகப் பகுப்பாய்வு செய்-தார். “நாங்க திருநங்கைகள்தான்” என்ற வாசகம் இரண்டு இஞ்ச் அளவில் தடித்த வடிவில் அழகி எழத்துருக்களில் சிவப்பு, பச்சை, கருப்பு நிறங்க-ளில் அவர்கள் உடல் முழுவதும் மார்க்கர் பேனாவால் எழுதப்பட்டிருந்தது. ஆனால் மூன்று பேரும் மூன்று தினுசாக இருந்தார்கள். எல்லோரும் ஒரே மாதிரி இருக்க வேண்டுமென கூத்தாண்டவரின் கட்டளையா என்ன?

கைரதி சுடிதார் உடுத்தியிருந்தாள். மிகையலங்காரங்கள் எதுவும் இல்லை. மிகையலங்காரம் என்ற வார்த்தை சரியா?, நமது கண்களுக்குத்தான் அது மிகையலங்காரம். அவர்கள் மனதுக்கு அதுதான் அலங்காரம். பத்து வருடங்-களுக்கு முன்பே “நிர்வாணம்” (ஆண் குறி நீக்கல்) செய்துவிட்டாள். பெண் குரலாக மாற ஸ்பீச் தெரபியும் மார்புகள் வளர ஹார்மோன் தெரபியும் செய்-திருந்தாள். குரல் சற்று பெண் குரலுக்கு ஒத்த குரலாக மாறியது. ஆனால் மார்புகள் நினைத்ததுபோல் வளரவில்லை. எத்தனை ஹார்மோன் மாத்திரை-கள், வளருவேனா என பிடிவாதம் பிடித்தன. இடது கை புஜத்தில் ஹார்-மோன் ஸ்டிரிப் பட்டையை மாதக்கணக்கில் ஒட்டியும் பார்த்தாள். எதுவும் அவள் நெஞ்சு மேட்டில் எந்த உயிரியல் மாற்றங்களை நிகழ்த்தவில்லை. மார்புகளுக்கு கொழுப்பை தரக்கூடிய ஆஸ்ட்ரோஜென் செயல்படவில்லை-யாம். இதற்கு மேல் ஹார்மோன் தெரபி செய்தால் கணையமும் சிறுநீரக-மும் பாதித்துவிடும் என்று டாக்டர் கைவிரித்துவிட்டார். இருக்கும் ஒரே வழி “சிலாஸ்டிக் ப்ரோஸ்தீசிஸ்” மட்டுமே. சிலிகானும் பிளாஸ்டிக்கும் கலந்த ரப்-பர் பலூன்களை பொருத்துவதுதான் அந்த சிகிச்சை. அவரவர் விருப்பத்-திற்கேற்ப சிறிதும் பெரிதுமாக மார்பகங்கள் பொருத்திக்கொள்ளலாம். சிலி-கான் மார்புகள் என்பது அதன் செல்லப் பெயர். அதற்கு லட்சங்கள் செலவு செய்ய எங்கே போவாள். மெச்சிக்கொள்ளும் அளவுக்கு பெரிய மார்பு-கள் இல்லையென்றாலும் பிலோமினா, சந்தியா போல் சொல்லிக்கொள்ளும் அளவுக்காவது வராதா என ஏங்கினாள். ஏங்கித் தவித்துதான் ஆகவேண்-டும். வேறென்ன செய்ய முடியும். நெஞ்சுக்கு மேல் புடைத்திருக்க வேண்-டுமென்ற ஆசை நெஞ்சுக் குழிக்குள் ஏக்கமாக அமுங்கிக் கிடந்தது. புஷ்-டியான ஸ்பெஷல் பிரா உள்ளாடைகளை அணிந்து அந்த ஏக்கத்திற்கு சற்றேனும் ஆறுதல் தேடிக்கொள்கிறாள்.

பிலோமினாவின் உருவம்தான் ரொம்பவும் வித்தியாசமானது. உருண்டைத் தலை. மொட்டை மண்டை. அதில் ஒரு செண்டிமீட்டர் துளிர்த்து நிற்கும் மயிர்ப் படலம். முழங்காலுக்கு கீழ் வரை அசைந்தாடும் பாவாடை. மேலே வட்டக் கழுத்து டி சர்ட். உடலைக் குறித்தும் உடையைக் குறித்தும் எந்த

கவனமும் இல்லாத உடல் மொழி. சந்தியாதான் நீங்கள் நினைப்பது போன்ற பொதுமை உருவம். நாம் சேலை ஜாக்கெட்டில் பார்த்துப் பழகிய குறுமிளகின் இருட்டைப் போன்ற கருத்த தடித்த உருவம். பிதுங்கிய வயிறு. இரவு புறப்படுவதற்கு முன் எழுதிய கண் மசி. பார்த்தவுடனே இவர்கள் திருநங்கைகள் என்பதற்கு ஏதாவது சிரமம் இருக்குமா என்ன? அதுவும் விழுப்புரத்தானுக்கு சொல்லியா கொடுக்க வேண்டும்.

ரூம் சாவியைக் கொடுக்கத் தயாரான அந்த இளைஞரை சைகையால் நிறுத்தினார் மேனேஜர். வரவேற்பு மேசையின் மேலிருந்த கம்பிவட தொலைபேசியை எடுத்து யாரிடமோ பேசினார். முதலாளியுடனாக இருக்கும்.

“சார் ஒம்போதுங்க வந்திருக்காக, ரூம் வேணுமாம்”.

“..................”

“சரிங்க சார்”

“ரூம் இல்ல, வேற இடம் பார்த்துக்குங்க”

“ஏ இல்லைங்கிறீங்க, எதுக்கு எங்கள ஒப்போதுங்கிறீங்க” கைரதி உணர்ச்சிவசப்பட்டாள்.

“நீங்க ஒம்போதுகதான”

“நா எம்.ஏ. படிச்சிருக்கேன், ஐ ஆம் ஹெய்லிங் ஃபிரம் ரெஸ்பெக்டபிள் ஃபேமிலி, வி ஆர் டுயிங் சோசியல் சர்வீஸ்” கோபமாகப் பேசினாள்.

“என்ன படிச்சிருந்தாலும், என்ன வேலை செஞ்சாலும் ஒம்போதுகள ஒம்போதுன்னுதா சொல்லுவாங்க, காலங்காத்தாலயே மண்டைய ஒடைக்காம போங்கம்மா” இடது புறங்கையால் வாசலைக்காட்டி பேசினார் மேனேஜர்.

அறை இல்லை என்று மறுத்ததைவிட ‘ஒம்போதுகள்” என்ற வார்த்தையை மெல்ல முடியவில்லை. வெளியே வந்து நீண்ட நேரமாகியும் கேலியின் வலியும் நிராகரிப்பின் ரணமும் உள்மனதின் சதைகளை கரகரவென அறுத்துக் கொண்டிருந்தது.

“ஏண்டி பிலோமினா, நாம என்ன படிச்சிருந்தாலும், என்ன இங்கிலீஷ் பேசினாலும் என்ன வேலை செஞ்சாலும் நமக்கு இருக்கிற அடையாளம் இந்த ஒம்போதுகதான்” என வலியை சிந்தினாள் கைரதி.

“சரி விடுடி, நாம வேற லாட்ஜ் பார்த்துக்குலாம்”

அதன் பிறகு அதே வரிசையில் நான்கு விடுதிகளுக்கு போனார்கள். யாரும் அறை தரவில்லை. வார்த்தைகள் மாறுபட்டன. பதில் என்னமோ ஒன்றாகத்தானிருந்தது. மத்திய அரசு ஆயிரம் ரூபாய், ஐநூறு ரூபாயெல்லாம் செல்லாது என அறிவித்த போது கையிலிருந்த நாலாயிரம் ரூபாய் பணத்தை மாற்றுவதற்கு வங்கி வங்கியாக அலைந்தது ஏனோ இப்போது கைரதிக்கு ஞாபகம் வந்தது. “என்ன ஒரு அலைச்சல், என்ன ஒரு உளைச்சல்”. அதன் பிறகு அதே போல் இப்பவும் அலைச்சல், உளைச்சல். “அந்த அலைச்சல் எல்லாத்துக்குமானது, இந்த அலைச்சல் எங்களைப்போல பாவப்பட்ட ஜென்-

மங்களுக்கு மட்டுந்தா''. அவள் மனம் சமனடைய மறுக்கிறது.

கைரதியின் அடிவயிற்று அழுத்தம் இப்போது ''அவசரம்'' என்ற இரண்டாம் கட்டத்திற்கு முன்னேறியிருந்தது. அவசரத்தை அடக்க ஒரே இடத்தில் நிற்காமல் முன்னேயும் பின்னேயும் கால்களை நகர்த்திக்கொண்டே இருந்தாள்.

''பெரிய லாட்ஜ்க்கு போலாம், அங்க இதெல்லாம் பார்க்க மாட்டாங்க'' என்றாள் சந்தியா.

அதே வரிசையில் சற்று தள்ளி தனியாக இருந்த ஒரு த்ரி ஸ்டார் ஓட்டலுக்குப் போனார்கள். டபுள் ரூம் வாடகை 3000 ரூபாய் ஜி.எஸ்.டி. வரி தனி என கட்டண அட்டை சொல்லியது. பட்ஜெட் தாங்காது என்றாலும் அதைத் தவிர வேறு வழி தெரியவில்லை. ஆனால் அவர்கள் நினைத்ததற்கு மாறாக அங்கும் ரூம் இல்லை என்று சொல்லிவிட்டார்கள். என்ன கொஞ்சம் டீசெண்ட்டாக ''ரூம் எதுவும் இப்ப வேகெண்ட் இல்லைங்க'' என்றார்கள். அவர்கள் சொன்னது நம்பும்படியாக இல்லை. அதை உண்மையா பொய்யா என்பதைத் தெரிந்துகொள்ள வேண்டுமென நினைத்தாள் கைரதி. வெளியே வந்து விழுப்புரத்திலுள்ள நண்பர் ஒருவருக்கு போன் செய்து விசயத்தைச் சொன்னாள். அந்த நண்பர் அந்த த்ரி ஸ்டார் ஓட்டலுக்கு போன் செய்து ''ரூம் இருக்கிறதா'' என்று கேட்டார். அவர்கள் ''ரூம் இருக்கு வாங்க'' என்றார்கள். கைரதி மீண்டும் அந்த ஓட்டலுக்குச் சென்றாள்.

''உங்களுக்குத்தான் அப்பவே ரூம் இல்லைன்னு சொல்லிட்டமே'' என்றார்கள்.

''என் ப்ரண்ட் உங்களுக்கு போன் செய்து கேட்டார், ரூம் இருக்குன்னு சொன்னீங்க''

என்ன பதில் சொல்வது என சற்று நேரம் தடுமாறினார் சபாரி சூட் உடையில் தன் இளந்தொந்தி வயிற்றை மறைத்திருந்த அந்த நடுவயதுக்காரர்.

''அந்த ரூமை ஆன் லைன்ல வேற கஸ்டமர் புக் செஞ்சிருக்காங்க, அத கவனிக்காம சொல்லிட்டாங்க'' என்று சமாளித்தார்.

மீண்டும் விரக்தி மொழி பேசி அகலமான அதே வீதியில் அலைந்தார்கள். கைரதியின் அடிவயிற்று அழுத்தம் இப்போது ''அவஸ்த்தை'' என்ற மூன்றாம் கட்டத்திற்கு முன்னேறியிருந்தது. அடிக்கடி அடிவயிற்றைப் பிடித்து அடக்க முயற்சித்துக் கொண்டிருந்தாள். எங்கே அவளையும் மீறி வெளியே வந்துவிடுமோ என்ற பதற்றம் ஒட்டிக்கொண்டது. உடனே எங்கேயாவது கக்கூஸ் போக வேண்டும். எப்படிப் போவது?. சுற்றும் முற்றும் கண்களைச் சுழற்றினாள். எதிர்புறமிருந்த பேருந்து நிலையத்தில் கண்கள் நிலை குத்தி நின்றன. பேருந்து நிலையத்தில் கழிப்பிடம் இருக்குமே. அது நாறிக்கிடக்கும். இருந்தாலும் பரவாயில்லை, அவசரத்திற்கு அதைத் தவிர வேறு வழியில்லை என நினைத்துக் கொண்டு அதை நோக்கி நடந்தாள். பாதி தூரம் சென்றவள்

நட்ட நடு சாலையில் நின்றாள். ஏதோ யோசித்தாள். திரும்பினாள். "ஆட்டோக்களும் பேருந்துகளும் சர் சர்ரென்று சென்றன" என்ற வாசகத்தை இங்கு தனியாக எழுத வேண்டுமா என்ன? அதையெல்லாம் உங்கள் திறமைக்கேற்ப நீங்களே ஊகித்துக்கொள்ளுங்கள்.

"ஏண்டி திரும்பி வந்துட்ட" சந்தியா கேட்டாள்.

"அங்க ஆம்பளங்களுக்கும் பொம்பளங்களுக்கும் தனித்தனியா கக்கூஸ் இருக்கும். நமக்குன்னு தனியா இருக்குமா?. நாம எதுல போறது. நாம ஆம்பளங்க கக்கூஸ்க்கு போக முடியாது. பொம்பளங்க கக்கூஸ்க்கு போனா அவுங்க ஏத்துக்க மாட்டாங்க, நமக்கு ஏண்டி வம்பு, நமக்கு ஏண்டி இந்த நெலம" அடிவயிற்று அவஸ்த்தையும் மன உளைச்சலும் கைரதியின் வார்த்தைகளில் வழிந்தது. நெருப்புருண்டையை விழுங்கியது போல் வயிற்றுக்குள் மல உருண்டை கிடந்து பாடாய் படுத்தியது.

ஒரு மணி நேர தேடலுக்குப் பிறகு ஒரு வழியாக ஒரு லாட்ஜ் முதலாளி பெரிய மனதுடன் அறை கொடுக்க முன்வந்தார். அவள் மனதுக்குள் ஒற்றை மாம்பூவின் வாசம் தென்பட்டது. ஆனால் மூன்று தளங்களில் காலியாக இருந்த அறைகள் எதையும் கொடுக்கவில்லை. மொட்டை மாடியில் அஸ்பெட்டாஸ் சீட் போட்டிருந்த சிறிய அறையை காட்டினார் ரூம் பாய். எட்டுக்கு எட்டு அளவு. ஒரு பழைய ஒத்தை இரும்புக் கட்டில். பழைய சாமான்கள் போட்டு வைக்கும் அறையாக இருந்திருக்க வேண்டும். வெளியே மொட்டை மாடியில் வடகிழக்கு மூலையில் குத்த வைத்து அமர்ந்திருந்தது ஒரு கழிப்பறை. அதற்கே 1500 ரூபாய் வாடகை என்றார் அந்தப் புண்ணியவான். கைரதியின் அடிவயிற்று அழுத்தம் இப்போது "முட்டல்" என்ற உச்ச நிலையை அடைந்ததிருந்தது. இதற்கு மேல் அதை அடக்குவதற்கான எந்த உக்தியும் இதுவரை கண்டுபிடிக்கப்படவில்லை. ஏதாவது கேட்டால் இதுவும் கிடைக்காதோ என்ற பயத்தில் பணத்தைக் கொடுத்துவிட்டு அறைக்கு வந்தார்கள்.

அறையில் பைகளை எறிந்துவிட்டு கழிப்பறைக்கு ஓடினாள் கைரதி. தாழ் கழண்டு கிடந்த கதவைச் சாத்தினாள். பெருங்குடலில் முட்டி மோதிக் கொண்டிருந்த மலம் பெரும் சப்தத்துடன் கடகடவென வெளியேறியது. நிராகரிப்பின் வலி மட்டும் அமைதியாக உள்ளே தங்கிவிட்டது.

13. மணியக்கா - மன்னார் அமுதன்

சந்திப்பிழை போன்ற
சந்ததிப்பிழை நாங்கள்
காலத்தின் பேரேட்டைக்
கடவுள் திருத்தட்டும்

தி(தெ)ருநங்கை

- நா.காமராசன் - கறுப்பு மலர்கள்

மணியக்கா லயித்து ஆடிக்கொண்டிருந்தாள்.என்னதான் மாயம் இருக்குதடி••• கண்ணன் இசைத்திடும் தேன்குழல் தான்••••. இதயம் உருக்குதடி••••.என பாடலுக்குள் தன்னை இழந்தவளாக அனிச்சையாக உடல் வளைத்து ஆடிக்கொண்டிருந்தாள்.பரதம் தான் அவள்.அவள் தான் பரதம்.கண்கள் கிறங்கி, கண்ணணோடு ஒன்றாக கலப்பது போலவும், அவனோடு காற்று வெளியில் கை கோர்த்து நடப்பது போலவும் ஆடிக்கொண்டிருந்தாள். பெரிய பெரிய சபாக்களில் எல்லாம் அரங்கேற்றம் செய்தவள் மணியக்கா. ஆடிய காலும் பாடிய வாயும் சும்மாயிருக்காது என்பது போல் இன்று இந்த ஊர் மக்களின் ரெக்கார்ட் டான்ஸ் மேடையில் ஆடுகிறாள்.

மணியக்கா முறையாகப் பயின்ற நடனமங்கையாய் இருப்பாள் என யாருமே அறிந்திருக்கவில்லை. ஊரே வாய் திறந்து பார்த்துக் கொண்டிருந்தது. விமலனும் கண்வெட்டாமல் மணியக்காவையே பார்த்துக் கொண்டிருந்தான். வானிலிருந்து விழுந்து தெறிக்கும் ஆலங்கட்டிகளைப் போல வண்ண ஒளிகள் மணியக்காவின் மீது விழுந்து உருண்டு ஓடியது.

அவள் இடுப்பின் நெளிவும், மேல் துணியின் விலகலும் விமலனுக்குள் ஹார்மோனைத் தூண்டியது. குடித்திருந்த சாராயம் மணியக்கா சொன்ன அண்ணாச்சியின் சேட்டைகளை நினைத்து நினைத்து அவனுக்குள் கிளர்ச்சியை ஏற்படுத்தியது. ஆட்டம் முடியட்டும் என்று விமலன் பொறுமையின்றிக் காத்துக் கொண்டிருந்தான்.

மணியக்காவை முதன்முதலில் பார்த்த போது விமலனுக்கு வயிற்றுக்குள் ஏதோ பிசைந்தது.பேருந்தில் தூங்கிக்கொண்டிருந்தவனின் தோளில் ஒரு கை விழுந்து நெல்லூருக்கு எம்புட்டு தூரம் என்ற போது விமலன் திடுக்கிட்டுட்டான். பக்கத்தில் வாய் நிறைய வெற்றிலையும், நெற்றியில் பெரிய பொட்டும், பாவாடைக்குப் பதில் வேட்டியும், இரண்டு நாள் மீசை தாடியும் பின்னப்பட்ட தலைமுடியுமாக ஐந்தரை அடி உயரத்தில் இருந்தாள். ஒன்னுக்கொன்னு முரணா இருந்தாலும் கண்ணுல ஒளியும், முகத்துல ஒரு தேஜசும் இல்லாம இல்ல. நாலாவது இறக்கம் என்று விட்டேத்தியாய் சொல்லிவிட்டு திரும்பி மறுபக்கம் இருந்தவனிடம் வாடகைக்கு வீடு புடிக்க முடியுமா என்றாள். எண்ணங்களுக்குள் மூழ்கிக் கிடந்த விமலனுக்கு அவள் குரல் குளிக்கப் போகும் பௌபு செட்டுக் கிணத்துக்குள்ளிருந்து ஒலிப்பது போல இருந்தது.

விமலனுடைய உடலுக்குள் திடீரென ஏற்படும் மாற்றங்களுக்கும், மனதில் தோன்றும் விசித்திர எண்ணங்களுக்கும் உருவம் கொடுத்தது போல் இருந்தாள் அவள்.நானும் ஒரு நாள் இப்படித் தான் போய்விடுவேனோ என்ற எண்ணம் மேலோங்க உடல் சிலிர்த்தது. ஆம்பளையாடா நீ, நெளியாம நேரா நில்லுடா, ஒழுங்கா நட, நகத்தைக் கடிக்காத, நிலத்துல கோலம் போட்ட கட்ட விரலை உடைச்சுடுவேன், விமலா வாடா குளிக்கப் போலாம், அங்-

கல்லாம் கையை வைக்காதீங்க மாமா என்ற வார்த்தைக் கோர்வைகள் ஒன்றன் மேல் ஒன்றாய் விமலனின் காதுக்குள் விழுந்து மனதை நிறைத்துக் கொண்டிருந்தது.ஆம்பளைனா கோவப் படனும்டா, எல்லாத்துக்கும் அழுதுகிட்டு மூக்க வடிச்சிகிட்டா வந்து நிக்கிறதுனு அம்மா சொன்னது நினைவுக்கு வர, உனக்கெல்லாம் வீடு புடிச்சுக் குடுக்கிறது தான் எனக்கு வேலையான்னு நெஞ்சை நிமிர்த்திய போது பேருந்தில் இருந்தவர்கள் விமலனை ஒரு மாதிரியாய் பார்த்தார்கள். ஊருக்கு புதுசு அதான் கேட்டேன் முடியலன்னா விட்டுரு என்று பலகீனமாய் முனங்கிவிட்டு நெற்றியில் பூத்திருந்த வியர்வையை ஆட்காட்டிவிரலால் வழித்து, கட்டை விரலோடு சேர்த்து நளினமாய் சுண்டினாள்.

ஒரு துளி விமலனில் தெறிக்க தலையை உலுப்பித் திரும்பிப் பார்த்தான். அவள் அவனையே பாவமாய் பார்த்துக் கொண்டிருந்தாள். என்ன பேரு என்றான். சுப்பிரமணி, மணியக்கானு கூப்பிடுவாக என்றாள்.

வேப்பங்குளத்துள ஒரு பெரிய வீடு வந்திருக்கு.கான்ராக்ட் எடுத்தாச்சு, வேலையாள் மட்டும் தான் பாக்கி. விமலா நீயும் வாறியா என்று பெயிண்டர் அண்ணாச்சி கேக்கும் போதே விமலன் சைக்கிளை எடுத்துக் கொண்டு தயாராகினான். முன்னாடி போயிட்டிரு விமலா. மாரியம்மன் கோயில் முக்குல நில்லு. இன்னும் ரெண்டாள பாத்து கூட்டியாந்திடுறன்னு போன அண்ணாச்சி அரை மணிநேரம் கழித்து மணியக்காவையும், சேகரையும் கூட்டிக் கொண்டு வந்துட்டிருந்தார்.

சைக்கிள் பாரில் ஒரு காலைப் போட்டுக் கொண்டு ஒரு காலால் ஊன்றி நின்று வேப்பமரத்தில் ஓடிக்கொண்டிருந்த அணில்களைப் பார்த்துக் கொண்டிருந்த விமலனுக்கு மணியக்காவைப் பார்த்ததும் கால்கள் வலுவிழந்து நிலத்தில் சரிவது போல இருந்தது. என்ன விமலா நாறின மீன நாயி பாக்காப்ல பாக்க... அதுவும் உன்னப்போல ரெண்டுங்கெட்டான் தான் என்ற அண்ணாச்சியின் தொனியில் நக்கல் தூக்கலாக இருந்தது.

முட்டிக் கொண்டு நின்ற கண்ணீரை அடக்கியபடி நா.. ஒன்னும் அப்டி இல்ல அண்ணாச்சி. சும்மா வாய்க்கு வந்தத பேசி ஆளுக முன்னாடி அவமானப் படுத்தாதிக என்று மட்டுமே விமலனால் சொல்ல முடிந்தது. அண்ணாச்சி விமலனைப் பற்றிச் சொன்ன தகவல் மணியக்காவிற்கு புதிதாக இருந்தது. ரொம்பத் தான் அலுத்துக்குறடே. அண்ணாச்சி இல்லாததையா சொல்லிட்டாக நீ ஆம்பளனா நாலு அடி நெளியாம நடந்து காட்டு என அண்ணாச்சியோடு சேர்ந்து கொண்டான் சேகர்.

அண்ணாச்சி வேலை கொடுக்கிறீக எங்கிறதுக்காக எது வேணும்ணானும் பேசலாம்னு நினைச்சிக்கிடாதிக. இந்த வேலை இல்லன்னா இன்னொரு வேலை. சின்னப் பயல அழ வைச்சிப் பாக்காதீக என்று மணியக்கா சொல்ல விமலனுக்கு மணியக்காவின் மீது முதல் முறையாக மரியாதை வந்தது.

உனக்கென்ன மணி. வாயிருக்கு .. பிழச்சுக்குவ. நம்மால அப்டியெல்லாம் முடியாது. பெயிண்ட் அடிச்சா தான் சோறு. பேசிகிட்டே நிக்காம நீயும் விமலனுமா அந்த கதைவுகளையும் சுவரையும் சாண்ட் பேப்பர் போட்டு தேச்சிருங்க. சேகரு சுண்ணாம்பை வடிச்சு நீலத்தைக் கலந்து ஒரு கோட்டிங் அடிச்சிட்டிருடேன்னு சொல்லிட்டே அண்ணாச்சி சைக்கிள எடுத்துட்டு கிளம்பிட்டாரு. அண்ணாச்சி திரும்ப வரும் போது மப்புல தான் வருவார்னும் விமலனுக்குத் தெரியும்.

அண்ணாச்சியோடு வெள்ளையடிக்க வருவது அவனுக்கு இது முதல் முறையில்ல. அண்ணாச்சிக்கு ஆள் கிடைக்கலன்னா விமலனையும் சேத்துக்குவார். விமலனுக்கு முக்காச் சம்பளம் குடுத்தாப் போதும். மேலதிகமா வேணும்னு கேட்கக் தெரியாதவன்.மேற்பார்வைக்கு ஆளில்லைனாலும் குடுத்த வேலையை செய்வான். இப்புடி எத்தன பேரு சம்பளத்த புடிச்சுகிட்டு குடுத்தாலும் புள்ளபேறுக்கு போயிருக்கிற அண்ணாச்சி பொண்டாட்டிக்கு பத்தவே பத்தாது.அவ வயிரும் வத்தவே வத்தாது.

ஆளில்லாத வீட்டில் ஆளுக்கொரு மூலையில் நின்று வேலை செய்வது ரெண்டு பேருக்குமே சங்கடமாக இருந்தது. யாரு முதலில் பேசுறதுன்னு யோசித்துக் கொண்டிருக்கும் போதே விமலன் தும்மினான். விமலா மூக்க மறைச்சு துண்ட கட்டிக்கோ. தூசியால்ல இருக்கு என சந்தர்ப்பத்தை பயன்படுத்திக் கொண்டாள் மணியக்கா.

இரண்டாம் நாளிலேயே நீண்ட கால நண்பர்களைப் போல இருவரும் பேசிச் சிரித்துக் கொண்டே சைக்கிளில் போகும் போது ”ரெண்டுங் கெட்டான் ரெண்டும் ஒண்ணா போகுது.. இவனுக முகத்துல முழிச்சா உருப்பட்டாப் போல தான்” என்று தொப்பையைத் தள்ளிக்கொண்டே போனார் தலையாரி.

தனக்குள் ஏற்படும் எதிரும் புதிருமான எண்ண அலைகளை மணியக்காவிடம் எப்படியாவது சொல்ல வேண்டும் என விமலன் நினைத்தாலும் கூச்சம் தடுத்தது. எப்படியாவது பேச்சை ஆரம்பிக்க வேண்டும் என்பதற்காக மணியக்கா, நீ நல்லா உயரமா ஆம்பளை மாதிரி தானே இருக்கிற, பிறகெதுக்கு பொம்பிளை மாதிரி நடந்துக்குற என்றான்.

கேட்டுக் கேட்டு புளிச்சுப் போய் எரிச்சல் படுத்துற கேள்வியா இருந்தாலும் அறிஞ்சுக்கனும்னு கேக்கிறவனுக்கு சொல்றது தானே நியாயம்னு மணிக்கு தோணிச்சு. பிறக்கிறப்போவும், வளர்றப்போவும் நானும் உன்ன மாதிரி ஆம்பிளயா தான் இருந்தேன். போக போக மனசோட ஆசை அதிகமாகி மூளையை கட்டிப் போட்டிருச்சு. நானும் இப்படியெல்லாம் இருக்கக் கூடாதுன்னு தான் முயற்சி பன்றேன். முடியலயே. மூளை தோத்துருது..ஆசை ஜெயிச்சுருது.

மனுசனோட வேறுவேறான குணாதிசயங்களுக்கும் காரணமான வெவ்வேறு மரபணுக்களை கற்றையாக ஒருங்கே கொண்டிருப்பது தான் குரோமோசோம். இந்த 46 குரோமோசோம்களும் இரண்டிரண்டாக மொத்தம் 23 ஜோடிகளாக

இருக்கும். இதுல 22 ஜோடிகள் உடலின் பால் சம்பந்தப்படாத மற்ற அனைத்துப் பண்புகளையும் கட்டுப்படுத்தும். கடைசி ஜோடி குரோமோசோம்-கள் பாலினம் சம்பந்தப்பட்டவை. அது எக்ஸ் எக்ஸ் என்று ஆண்களி-லும் எக்ஸ் வை என்று பெண்களிலும் இருக்கும். இனப்பெருக்கத்தின் போது ஆண்களில் அது எக்ஸ் மற்றும் வை ஆகவும், பெண்களில் இரண்டு எக்ஸ்-களாகவும் அளவில் மட்டுமல்ல பண்புகளிலும் சரிபாதியாக பிரிந்து கரு உரு-வாக உதவும். உருவாகும் கருவில் ஆணின் எக்ஸ்சும் பெண்ணின் எக்ஸ்சும் இணைந்து ரெண்டு எக்ஸ் குரோமோசோம் உருவானால் அது பெண்ணாக வளரும். ஆணின் வையும் பெண்ணின் எக்ஸ்சும் இணைந்து எக்ஸ்வை குரோமோசாமாக உருவானால் ஆணாகவும் வளரும். இன்னும் வேறுவிதமாக கூறினால் உருவாகும் கருவில் Y குரோமாசோம் இருந்தால் அது ஆணாக-வும் Y இல்லையென்றால் அது பெண்ணாகவும் வளர்ச்சியடைகிறது எனலாம். ஒரு எக்ஸ் அல்லது ஒரு வை குரோமோசோம் அதிகமாகிவிட்டால் அந்-தக் குழந்தை என்னைப் போல் பிறந்துவிடுகிறது.ஆண் பெண் என்பதனை உறுப்பின் மூலமாக அறிஞ்சிரலாம். ஆனா திருநங்கை என்பதை ஆணும் பெண்ணும் பருவ மாற்றம் அடையும் பதிமூனு வயசிக்கு மேல தான் கண்டு-பிடிக்கலாம்ன்னு அறிவியல் விளக்கமும் குடுத்தா மணியக்கா. ஆனா அது ஒன்னும் விமலனுக்குப் புரிவதாக இல்லை.மணியக்கா பேசிட்டிருக்கிறப்பவே சாராய நெடியோடு அண்ணாச்சி உள்ளே நுழைந்தார்.

வாங்குற சம்பளத்துக்கு வேலை செஞ்சா தான் உடம்புல ஒட்டும். ஆராய்ச்சி என்ன வேண்டிக் கிடக்கு. பேசிட்டே நின்னு பழகினா உடம்பு தினவெடுத்திரும் விமலா. வேலை செய்ய வளையாது. மணி நீ மேல வா, வேலையிருக்குனு சொல்லிட்டே அண்ணாச்சி மாடிப்படியேறி மேல் அறைக்-குள் போனார். பின்னாலயே மணியும் போனா. போன வேகத்துலயே திரும்-பின மணி நீ எல்லாம் மனுசனாடா.இப்புடிப் பொழைக்கிறதுக்கு சாகலாம்னு அண்ணாச்சியை வசைபாடிகிட்டே மாடிப்படிகளில் கீழிறங்கினாள்.

பின்னாலேயே ஓடி வந்த வந்த அண்ணாச்சி பாதிப் படிகளிலேயே மணி-யின் கையை இறுக்கிப் பிடித்துக் கொண்டு ஆரஞ்சு மிட்டாய்க்கு அடம் பிடிக்கும் சிறு குழந்தையைப் போல கெஞ்சினார். புரிஞ்சுக்கோ மணி.. பொண்டாட்டி வேற ஊரில இல்ல. சம்பளத்துல வேணும்னா இருபது ரூபா கூட்டித் தாரேன். மண்ணு தின்னுற உடம்ப மனுசன் தின்னுறதுல என்ன தப்-பிருக்கு சொல்லு.அப்புடியே காப்பாத்தி வச்சு நீ யாருக்கு குடுக்கப் போறனு சொல்லிட்டே மணியக்காவை மேல் மாடிக்கு இழுத்துட்டுப் போனார்.

இதே போல தான் விமலன் பம்பு செட்டுல குளிச்சுட்டு இருக்கிறப்போ அங்க வந்த தலையாரி கிணத்துக்குள் குதிச்சு குளிக்க ஆரம்பித்தார். கொஞ்ச நேரத்துல விமலா நீச்சல் தெரியுமாடே உனக்குன்னு கேட்டவரிடம் எட்டிப் பார்த்து இல்லையென்று தலையாட்டினான். நீச்சல் தெரியாதவன்லாம் ஆம்பளையாடா . வா நா நீச்சல் பழக்கி விடுறேன்னு கூப்பிட தண்ணிக்குப்

பயந்து படிகளில் இறங்கினான் விமலன்.

பயப்படாதடே இறங்கி வா நா இருக்கன்லே.. முதல்ல தண்ணிப் பயம் போகனும். பயப்படாம குதிச்சிரு.. முங்க விடாம நா தூக்கிடுறன்னு தலையாரி கரிசனையாய் சொல்ல விமலனும் குதித்தான். குதிச்சதும் தண்ணி வாய் மூக்கெல்லாம் போயி நாசியில ஏற மூச்செடுக்க முடியாமல் ஒரு நிமிடத்தில் சாவு இப்புடித் தான் வரும் போல என விமலன் நினைத்துக் கொண்டான். அதற்குள் தலையாரி விமலனின் முடியைப் புடிச்சு இழுத்து கடைசிப் படியில போட்டார். தலையாரி தொப்பையை நீருக்கு மேல் விட்டு ஒரு தவளை தலைகீழாய்க் கிடப்பது போல் மிதப்பதை பார்க்கும் போது விமலனுக்கும் நீச்சலை எப்படியாவது பழகிரனும்னு வைராக்கியம் வந்துருச்சு. மூச்சிரைப்பு அடங்கியதும் படியில புடிச்சுக்கிட்டே காலை மட்டும் அடிக்கத் தொடங்கினான். அதைப் பார்த்து பெரிதாய் சிரித்த தலையாரி தண்ணிக்குள்ள வந்தாத் தானுடா நீச்சல் பழகலாம்.என் கையப் புடிச்சுக்கோன்னு சொல்லி விமலனை நடுக்கிணத்துக்கு கூட்டிட்டு போயி அவன் எதிர்பார்க்காதப்போ இறுக்கி உதட்டோடு உதடு பதித்தார்.

சீய் விடுய்யா மானங்கெட்டவனேன்னு விமலன் உதறித் தள்ளி தண்ணிக்குள் மூழ்கி மூச்சுத் திணறி ஒரு கல்லைப் பிடித்து படியேறும் போது தலையாரி கட்டியிருந்த துண்டு விமலனின் கையில் இருந்தது.தலையாரி எதுவும் நடக்காதது போல் சிரித்துக் கொண்டே போகப் போக பழகிரும் வான்னு சொல்ல அருவருப்பாய் பார்த்த விமலன் துண்டைத் தூக்கி அவன் மேல் எறிந்துவிட்டு படியேறினான்.

படியிலிருந்து வேர்க்க விறுவிறுக்க இறங்கி வந்த அண்ணாச்சி நின்னுட்டே கனவு காணுறியோடே, இன்னைக்குள்ள தேய்ப்பு வேலையை முடிச்சுடனுன்னு சொல்லிட்டே போனார்.மணியக்காவுக்கு என்ன ஆயிருக்கும்னு அறிய விமலன் மாடிக்கு ஓடினான். அங்க மணியக்கா குப்புறக் கிடந்தா. விமலனைக் கண்டதும் உடையை ஒதுக்கியபடி எழுந்து கழிப்பறைக்குள் போனாள். உதடு கொஞ்சம் வீங்கியிருந்தது. பிறகு அன்றைய நாள் முழுவதும் ரெண்டு பேருமே பேசிக்கல.

வேலை முடிந்தும் இருவரும் பேசிக் கொள்ளாமலேயே வந்தார்கள்.விமலனின் வீட்டைக் கடக்கும் போது அப்பறங்காட்டி வீட்டுக்கு வா விமலா, ரெக்கார்ட் டான்ஸ் பாக்கப் போகலாம்னு மணியக்கா சொல்ல அதைக் கேட்டுக்கொண்டு நின்ற விமலனின் அம்மா சேர்க்கை சரியா இருந்தாத் தானடே நீ சரியா இருப்ப. இப்புடி ரெண்டுங் கெட்டாங் கூட திரியறதுக்கா ஒத்தப் பிள்ளையப் பெத்தன். நீ பசங்க கூட திரியறது தானே. எதுக்கு இது கூடல்லாம் சேருறன்னு கத்தினா.

எல்லாம் எனக்குத் தெரியும்னு சொன்னபடியே விமலனும், எதையுமே கேட்காதது போல மணியக்காவும் ஆளுக்கொரு பக்கமாய் போனார்கள். குளிச்சு, சாப்பிட்டுட்டு கொஞ்சம் இருட்ட ஆரம்பிக்க மணியக்கா வீட்டுக்குப்

போனான் விமலன். மணியக்கா நல்லா குடிச்சுட்டு கிறங்கிய கண்களுடன் வீட்டிற்கு வெளியில் இருந்தாள். விமலனைக் கண்டதும் நா குழற எதோ சொல்லிவிட்டு கைகளை ஆட்டி பக்கத்தில் கூப்பிட்டாள். அவனுக்குள் கொஞ்சம் ஊத்திக் கொடுத்தா. முதலில் வேண்டாம் என மறுத்த விமலன் பிறகு மணந்து பார்த்துவிட்டு வாங்கிக் குடிச்சுட்டு மாங்காய் ஊறுகாயையும் முறுக்கையும் கடித்தான்.

மாடியில் என்ன நடந்திருக்கும் என்பதை எப்படியாவது அறிய வேண்டும் எனும் துடிப்பில் விமலன் காலையில் விட்ட கதையின் மீதியை மணியக்காவிடம் கேட்டான். மணியக்காவிற்கும் ஏதாவது சொல்ல வேண்டும் போல இருந்தது. ஆலய குருக்களா இருந்த அப்பாவுக்கு சேவை செய்ய கோயிலுக்குப் போனது, சங்கீதம், நாட்டியம் படிச்சது, முதல் முறையா சேலையோடு தன்னை பார்த்த தகப்பனார் கோயில் ஆனையின் காலில் கொண்டு போய் கட்டி விட்டது, காப்பாத்துறன் பேர்வழின்னு கூட்டிட்டுப் போய் இரவு முழுக்க தூங்க விடாம இம்சை பண்ணின சின்னக் குருக்கள் என்று எல்லாத்தையும் கொஞ்சம் கொஞ்சமா மணியக்கா சொன்னா.

விமலனும் தன் பங்குக்கு தனக்கு நடந்த சில சம்பவங்களையும் சொல்லி அழுதான். அழாதடா விமலா. எல்லாரும் குரோமோசோம் மாற்றத்தால இப்படி ஆகிறதில்ல.. சில பேர் வளர்ப்புலயும், முறையான பாலியல் கல்வி இல்லாததாலயும் இலகுவாக் கிடைக்கிற கலவி இன்பத்துக் அடிமைப்பட்டும் மனசளவில தன்னை ஒரு பெண்ணா நம்புறதாலயும் இப்படியாயிடுறாங்க. சம்போகிச்சு சுகம் அனுபவிக்கிற வரைக்கும் ஒவ்வொரு ஆம்பளையும் தன்னைத் தானே சந்தேகப்பட்டுக் கொண்டுதான் இருப்பான். ஆம்பளயாவோ பொம்பிளையாவோ பிறந்தா சந்தோசப்படனும்டா விமலா. அத விட்டுட்டு இவனுக நான் தான் பெருசு, நீ தான் பெருசுன்னு சண்டை போட்டுட்டே செத்துப் போயிடறானுக. வாழ்க்கையில நமக்கு ஒரு பொருள் கிடைக்கவே கிடைக்காதுன்னு தெரியறப்போ தான் அதன் வலியை உணர முடியும்.

எல்லாரையும் போல புருசன் வேணும், புள்ள வேணும்னு எனக்கும் ஆசை தான். ஆனா இவனுக எல்லாம் சம்போகிக்க மட்டும் தானே வருவானுக. இவனுகளுக்கு அன்புன்னா என்னன்னே தெரிய மாட்டேங்குது. தெரிஞ்சிருந்தாலும் அதை ஏன் என்கிட்ட காட்ட மாட்டேனுறானுக. நல்ல சினேகிதனாக் கூட பழக ஒருத்தனுக்கும் மனசில்லையே விமலா. நீ என் கூட சிநேகிதனா இருப்பியா, என் மேல அன்பா இருக்கியான்னு போதை உச்சத்துக்கு ஏற மணியக்கா விமலனிடம் அலம்பிக் கொண்டே கையை நீட்டி சத்தியம் செய்யச் சொன்னாள். விமலன் சத்தியம் செய்தபடி அவள் கையைப் பிடித்து எழுப்பி வா ரெக்கார்ட் டான்ஸ் பாக்கப் போகலாம்னு கூட்டிட்டுப் போனான்.

மணியக்கா ஆடிக் களைத்து மேடையில் நிற்கையில் ஒரு இரசிகக் குடிமகன் தள்ளாடிக் கொண்டே மேடையில் ஏறி மணியக்காவின் நெஞ்சுச் சட்-

டையில் 100 ரூபாயைச் செருவிட்டு விசிலடித்துக் கொண்டே இறங்கினான். அவன் பின்னாலேயே மணியக்காவும் தள்ளாடிக் கொண்ட இறங்க தலையாரியும் அண்ணாச்சியும் வழியை மறித்துக் கொண்டு நின்றார்கள்.அண்ணாச்சி தலையாரியிடம் சொல்லியிருப்பான். தலையாரி பல்லைக் காட்டிக் கொண்டே மணி எனக்காக நீ வீட்டுக்கு ஒருக்க வந்து ஆடனும், வெளிநாட்டு சரக்கு வாங்கி வெச்சிருக்கேன்னு தலையைச் சொறிந்தார்.

அண்ணாச்சியையும் தலையாரியையும் இடித்துக்கொண்டு நடுவில் புகுந்த விமலன் சொருகிய கண்களோடு வா போகலாம் என மணியக்காவின் கையைப் பிடித்து இழுத்தான். அந்தப் பிடி அண்ணாச்சி காலையில் பிடித்து இழுத்ததைப் போலவே இருந்தது. கைய விடு விமலா என உதறி முடியாமல் போகவே விமலனின் பின்னால் போனாள் மணியக்கா.

நீ வா, நா சொல்றேன்னு பிடியைத் தளர்த்தாமல் இழுத்துப் போனான் விமலன். மணியக்கா ஆடும் போது வண்ண விளக்குகளில் மின்னித் தெறித்த அங்கங்கள் அவனுக்கு திரும்பத் திரும்ப கண்ணுக்குள் வந்தது. கொஞ்ச தூரம் இழுத்துப்போன விமலன் எதிர்ப்பட்ட மரத்தின் மறைவில் மணியக்காவை தள்ளினான். நடக்கப் போவதை புரிந்து கொண்ட மணியக்கா, விமலா நீ சத்தியம் பண்ணினடா, மறந்துட்டியா, நாம சிநேகிதனுகடாண்ணூ ஏக்கத்தோடு முணங்கிக் கொண்டே விழுந்தாள்.

14. திருநங்கை - கோதண்டபானி நிரஞ்சலாதேவி

தயாளினி மரத்தடியில் உட்கார்ந்து இருந்தாள்,மரத்தில் இருந்த காக்கைகளின் சத்தம் எரிச்சலை ஏற்படுத்தியது அவளுக்கு,ஏன் தான் இந்த காக்கைகள் இப்படி கத்தி காதை புண்ணாக்கிறது என்று மனதில் நினைத்தவள் தனக்குள் சிரித்துக் கொண்டாள்,கத்த சரி அதுகளுக்கு உரிமை இருக்கு,எனக்கு அப்படியா?வாயடைத்து உட்கார்ந்து இருக்கேன் என்று மனதில் தோன்றியது,அப்பா சௌந்தர்,அம்மா புவனா,தங்கை நளாயினி மத்தியில் தயாளன் என்று பிறந்து தற்போது தயாளினியாக உருவெடுத்து உட்கார்ந்து இருக்கேன்,கடவுளை குற்றம் சொல்வதா காலத்தை குற்றம் சொல்வதா,ஒன்னும் புரியாமல் இருக்கும் என்னை விட இந்த காக்கைகள் எவ்வளவோ மேல்,எவ்வளவு ஒற்றுமையாக இருக்கின்றது என்று நினைத்துக் கொண்டாள் தயாளினி,சௌந்தர் ஒரு கம்பனி மெனேஜர்,அம்மா தட்டச்சாளராக வேலை செய்கிறார்,மகள் நாளாயினி காலேஜ் போகிறாள் தற்போது,சில வருடங்களுக்கு முன்பு எட்டாம் வகுப்பில் படித்துக் கொண்டு இருந்தான் தயாளன்,பார்க்க அழகாக இருப்பான்.

எப்போதும் சந்தோஷமாக அவனுடைய பாடசைலை நாட்கள் சென்றது நண்பர்களுடன் அரட்டை,பெற்றோர்களின் அளவு கடந்த செல்லம் என்று வாழ்ந்தவன் தான் தயாளன்,காலத்தின் கொடுமை தன்னை அறியாமல் சில

மாற்றங்கள் அவனுக்குள் ஏற்பட்டது,அவனுக்கும் ஆரம்பத்தில் எதுவும் புரியவில்லை,வீட்டில் நளாயினி வைத்திருக்கும் பொட்டை எடுத்துக் வைத்துக் கொள்ள ஆசை ஏற்பட்டது,அவனும் எடுத்து வைத்துக் கொள்வான்,என்னடா பொம்பள புள்ளை மாதிரி பொட்டு வைத்துக்கிட்டு திரியிற என்ற திட்டியப் பிறகு கலட்டி வைத்து விடுவான்,இது தான் ஆரம்பம்,நாளாக நாளாக நளாயினி போடும் உடைகளை போட்டு பார்ப்பான்,அம்மாவின் சேலையை சுத்தி கட்டி கண்ணாடி முன் நின்று அழகு பார்ப்பான்,யாரும் அறைக்கு வருவதுப் போல் இருந்தால் உடனே சேலையை கலட்டி மறைத்து வைத்து விடுவான்,அம்மா வாங்கி வைத்திருக்கும் பூவை எடுத்து தலையில் வைத்துக் கொள்வான்,யாளினி அறையில் வைத்திருக்கும் அழகு சாதனப் பொருட்களை எல்லாம் போட்டு பார்ப்பான்,இப்படி அவனின் செய்கைகள் மெதுவாக மாறியது,அதை பெரிதாக கண்டுக் கொள்ளவில்லை வீட்டில்,சின்னப் பையன் ஏதோ விளையாட்டுத் தனமாக செய்றான் என்று நினைத்தார்கள்.

பாடசாலைக்கு போகும் போது பெண்களிடம் மட்டுமே பேச ஆரம்பித்தான் தயாளன்,ஆண்களை கண்டால் கூச்சப்படத் தொடங்கினான்,நளாயினியும் அதே பாடசாலையில் படித்ததால்,சில மாணவர்கள் நளாயினியிடம் வந்து கூறுவார்கள்,உங்கள் அண்ணன் என்ன எந்த நேரமும் பொம்பள புள்ளைகள் பின்னுக்கே திரிகிறான் ஏதாவது வருத்தமா என்று கிண்டல் செய்வார்கள்,நளாயினி வீட்டில் போய் அழதாத குறையாக அம்மாவிடம் கூறுவாள்,அண்ணன் பாடசாலையில் இப்படி நடக்குது என்று,அதன் பிறகு தான் புவனா மகனின் செய்கைகளை கவனிக்க ஆரம்பித்தாள்,ஒரு நாள் அவனுக்கு தெரியாமல்,அறையின் ஜன்னல் பக்கம் நின்று அவனை கவனித்த புவனாவிற்கு தூக்கி வாரிப் போட்டது,மகன் தயாளன் சேலையை கட்டிக் கொண்டு,கண்ணாடி முன் ரசித்து பார்த்துக் கொண்டு இருப்பதை கண்டு அவள் திகைத்து விட்டாள்,அவனுக்கு தெரியாது அம்மா ஜன்னல் பக்கமாக இருந்து பார்ப்பது,அவள் மெதுவாக அறை பக்கம் வந்து கதவை திறந்தவுடன் தயாளன் மிரண்டு போனான்,என்னடா செய்ற என்று அடிக்க ஆரம்பித்தாள் புவனா,அம்மா என்னை அடிக்காதே,எனக்கு நளாயினி மாதிரி இருக்க தான் ஆசையாக இருக்கு என்றதும்,வாயை மூடு என்று மேலும் அடித்தாள் புவனா

சௌந்தர் வந்ததும் புவனா நடந்ததை சொன்னாள்,என்னடி சொல்ற என்று அவர் பதறி போனார்,இருவருக்கும் என்ன செய்வது என்று ஒன்றும் புரியவில்லை,அடுத்த நாள் ஒரு மனோதத்துவ டாக்டரிடம் தயாளனை அழைத்து போக முடிவு எடுத்தார்கள் இருவரும்,மறுநாள் தயாளனை ஒரு மருத்துவரிடம் அழைத்துப் போனார்கள்,அவர் தயாளனிடம் ஆயிரம் கேள்வி கேட்டார்,தயாளன் எதையும் காதில் வாங்கவில்லை,எனக்கு பெண்களை போல் தான் இருக்க வேண்டும்,எனக்கு அது தான் பிடித்திருக்கு என்பதில் பிடிவாதமாக இருந்தான் தயாளன்,அந்த டாக்டரும் முடிந்தளவு எடுத்து சொன்னார்.

ஆனால் தயாளன் மனதை மாற்றிக் கொள்ள தயாராக இல்லை. ஒரு கட்டத்தில் சௌந்தர்,புவனாவிற்கு கோபம் வந்து விட்டது,ஏன் இப்படி பிடிவாதம் பிடிக்கின்ற டாக்டர் சொல்வதை கேள் என்று அடிக்கவும் வந்து விட்டார்கள், டாக்டர் அவர்களை தடுத்து விட்டார். இல்லை இது அடித்து திருத்த கூடிய விடயம் இல்லை,அவன் உடலில் ஏற்படும் மாற்றங்கள், அவன் மனதளவில் பாதித்து இல்லை.

ஆனால் அவன் இனி பெண்ணாக தான் நடந்து கொள்வான் என்றார் டாக்டர்,இருவரும் ஒருவர் முகத்தை ஒருவர் பார்த்துக் கொண்டார்கள் தயாளனின் பெற்றோர்கள்,டாக்டர் மேலும் சொன்னது,அவன் பெண்ணாக வாழ்ந்து விட்டு போகட்டும்,அருவை சிகிச்சை செய்து பெண்ணாக மாற்றி,உங்களுடன் வைத்துக் கொள்ளுங்கள் என்றார் அவர்,இதில் அவன் தப்பு எதுவும் இல்லை,அவனை அரவணைப்பது உங்கள் கடமை என்றார் டாக்டர்,சரி என்று தலையை மட்டும் ஆட்டிவிட்டு வெளியில் வந்து விட்டார்கள் மூவரும்,அந்த ஆளுக்கு என்ன,எதுவும் வாயில் சொல்ல நல்லா தான் இருக்கும்,அந்த ஆளுக்கு இப்படி ஒரு பிள்ளை என்றால்,வீட்டில் வைத்து கொஞ்சிவாங்களாமா,எல்லாம் வாயில் சொல்லுவானுங்கள்,தங்களுக்கு என்று வந்தால் எதுவும் செய்ய தான் மாட்டான்கள் என்று டாக்டரை திட்டி தீர்த்தனர் தயாளன் பெற்றோர்கள்

அந்த கோபம் தயாளன் பக்கம் திரும்பியது,நம்ம மானத்தை வாங்கவே நம் வயித்தில் வந்து பிறந்திருக்கு சனியன் என்றார்கள்,அவனுக்கு எதுவும் புரியவில்லை,இத்தனை நாட்களும் என் மகன் என்று கொண்டாடியவர்கள் ஒரு நிமிடத்தில் காலீல் போட்டு மிதித்தார்கள்,அவர்களுடன் தயாளனுக்கு வீட்டுக்கு போகவே பயமாக இருந்தது,அழுத்துக் கொண்டே அவர்களுடன் சென்றான் அவன்,அதன் பிறகு அவனுக்கு வீட்டில் நரக வாழ்க்கை தான்,நளாயினி எந்த நேரமும் சண்டை தயாளன் அவளின் பொருட்களை எல்லாம் எடுப்பதாக கூறி,இது போதாது தயாளனை அடிக்க உள்ள கோபத்தை எல்லாம் வைத்து வெளுத்து வாங்குவார்கள் பெற்றோர்கள்,வீட்டை விட்டு போய்விட வேண்டும் நினைத்தான் தயாளன் அவனுக்கு பணம் தேவைபட்டது,அம்மாவின் நகைகளை எடுத்துக் கொண்டு ஒரு நாள் வீட்டை விட்டு வெளியில் வந்து விட்டான் தயாளன்

தற்போது என்ன செய்வது என்று ஒன்றும் புரியவில்லை அவனுக்கு,ஏற்கெனவே போய் பார்த்த டாக்டரை தேடிப் போனான் அவன்,எப்படியாவது அருவை சிகிச்சை செய்யனும் என்று அழுதான்,அந்த டாக்டர் அவருக்கு தெரிந்த ஒரு டாக்டரை போய் பார்க்கும் படி சொன்னார்,தயாளனும் அந்த டாக்டரை தேடிப் போனான்,அவர் கேட்ட முதல் கேள்வி பணம் இருக்கா என்று,ஆமாம் நகையாக இருக்கு நகைகளை அவரிடம் கொடுத்தான்,திருட்டு நகையா என்றார் அவர்,அவன் இல்லை அம்மாவின் நகைகள் என்றான்,இங்கு நகையெல்லாம் வாங்க மாட்டோம் அதை எல்லாம் வித்து

பணமாக கொண்டு வா என்றார் அவர்,எனக்கு யாரையும் இங்கு தெரியாது என்றான் தயாளன்,அடகு கடையில் வைத்து பணம் வாங்கு என்றார் அந்த டாக்டர்,தயாளன் நகைகளை பாதி விலைக்கு வித்து,பணத்தை கட்டி அருவை சிகிச்சை செய்து கொண்டான் தற்போது தயாளன் தயாளினியாக உருவெடுத்தாள்

அவளை சமுதாயம் ஏற்றுக் கொள்ளவில்லை,பல கேலி கிண்டலுக்கு ஆளானாள்,மற்றவர்களின் பார்வையே வித்தியாசமாக இருந்தது,எந்த இடங்களிலும் வேலை கிடைக்கவில்லை,பிச்சை கூட யாரும் போடுவதற்கு தயாராக இல்லை,பசி கொடுமை,வாய்விட்டு கேட்கும் ஆண்கள் பார்க்க அழகாக இருக்க ஒரு நாளைக்கு வாறீயா என்று,என்ன உலகம் இது,பகல் நேரத்தில் மட்டும் மட்டமாக பார்ப்வர்கள்,இரவில் படுக்க தயாராக இருந்தார்கள்,அந்த ஐந்து நிமிட சுகத்திற்கு ஜாதி,மதம்,பணம்,அசிங்கம் சிறுவர்கள்,திருநங்கைகள் என்று எதுவும் பார்க்கத் தோன்றவில்லை அவர்களுக்கு,பகல் நேரம் துஷ்பிரயோகத்திற்காக வாய்கிழிய பேசுபவர்கள் கூட இரவு நேரம் அடிமைகள் தான்,இவர்கள் மத்தியில் இருந்து எப்படி தப்பிப்பது என்று தாயாளினிக்கு தெரியவில்லை,இந்த சாக்கடையில் போய் விழவும் மனம் இடம் கொடுக்கவில்லை அவளுக்கு,ஒரு பள்ளியில் துப்பரவு வேலை கிடைத்தது,செய்ய ஆரம்பித்தாள்,தங்குவதற்கு இடம் இல்லை

யாரும் வாடகைக்கு வீடு கொடுப்பதற்கு கூட தயாராக இல்லை,பள்ளியின் ஒரு மரத்தடியில் படுத்துக் கொள்வாள்,இரவில் தூக்கம் வராது,தன்னை பாதுகாத்துக் கொள்ள விழித்திருப்பாள்,அதே பாடசாலையில் துப்பரவு வேலை செய்த மரகதத்துடன் யாளினிக்கு பழக்கம் ஏற்பட்டது

அவள் இருந்த குடிசையில் யாளினிக்கும் இடம் கொடுத்தாள்,மரகதம் திருமணம் செய்யவில்லை,வயதான அப்பா படுக்கையில் கிடந்தார்,இவள் உழைத்து கஞ்சி ஊத்திக் கொண்டு இருந்தாள்,எப்படி அக்கா இத்தனை வருடமாக தனியாக கல்யாணம் கட்டாமல் வாழ்ந்த,உன்னை மட்டும் எப்படி விட்டு வைத்தான்கள் என்றாள் யாளினி,அது எப்படி விட்டு வைப்பான்கள்,என்னை தூக்கிட்டு போனவன்கள் எல்லாம் என்னிடம் எதுவும் இல்லை என்று பயந்து தான் ஓடியிருக்கான்கள் என்று விரக்தியாக சிரித்தாள் மரகதம்,என்னக்கா சொல்லுறீங்கள் என்றாள் யாளினி,ஆமாம் உங்களுக்கு மாற்றங்கள் தெரியும்,கடவுள் சிலரை என்னை மாதிரியும் படைத்திருக்கான் என்றாள் மரகதம்,நீங்கள் கொடுத்து வைத்தவர்கள் குடும்பத்தோடு இருக்கீங்கள் என்றாள் யாளினி,

அடி பைத்தியமே இது என் அப்பாவே கிடையாது என்றாள் மரகதம்,என்னக்கா இப்படி சொல்லுறீங்கள் என்றாள் யாளினி,ஆமாம் நானும் வசதியான குடும்பத்தில் பிறந்து துரத்தி அடிக்கப் பட்டப்போது இந்த மனுஷன் எனக்கு ஆதரவு அளித்தார்,உன்னை மாதிரி நானும் தெருவோரம் இருந்தவள் தான்,அந்தோனி இவர் பெயர்,தெருவில் துணிகளை அயன் பன்னி

கொடுக்கும் தொழில்,அடிக்கடி அவர் இருக்கும் இடத்தில் ஒரு மரத்தடியில் தான் நான் உட்கார்ந்து இருப்பேன்,என்னிடம் பேச ஆரம்பித்தவர் என் கதையை கேட்டு பரிதாப பட்டு இந்த குடிசைக்கு அழைத்து வந்து விட்டார்,இவர் மனைவி யாருடனோ ஓடி போய்விட்டதாக சொன்னார். அக்கம் பக்கம் கேவலமாக கதைத்தார்கள், இவர் எதையும் கண்டுக் கொள்ளவில்லை.

நீ என் மகள் மாதிரி,நம்மை தப்பாக தான் பேசும் இந்த உலகம் அதை மாற்ற முடியாது,உனக்கு ஏதாவது வேலை கிடைத்தால் செய், இல்லை என்றால் நான் செய்யும் தொழிலை நீயும் செய் என்றார்,நானும் அவருடன் துணிகளை அயன் செய்து கொடுக்க ஆரம்பித்தேன்,அதில் பெரிய அளவில் வருமானம் இல்லை என்றாலும்,கஞ்சி குடிக்க போதுமானதாக இருந்தது,நல்லா இருந்த மனுஷன் தீடீரென்று உடம்பு முடியாமல் படுத்து விட்டார். நான் தனியாக வேலை செய்யும் போது பல சிக்கல்கள்,அவர்களிடம் இருந்து தப்பிக்க,இந்த வேலையை தேடிக்கொண்டேன் என்றாள் மரகதம், பெற்றெடுத்தவர்கள் கூட துரத்தி விட்டார்கள்,இவர் எனக்கு ஆதரவு கொடுத்து காப்பாற்றியவர் இவர் தான் என்னுடைய உண்மையான அப்பா,உயிருடன் இருக்கும் மட்டும் நன்றாக பார்த்துக்கனும் என்று கண் கலங்கினாள் மரகதம்

நாய், பூனை குட்டிகளை கூட பார்த்து பார்த்து வீட்டில் வளர்க்கும் சிலர்,பத்து மாதம் சுமந்து பெற்றெடுக்கும் பிள்ளைகளுக்கு ஏதாவது குறை என்றால் தூக்கி எரிவதற்கும் தயங்குவது இல்லை,ஒவ்வொருவரின் குறையையும் குறையாக பார்க்காதீங்கள்,பெற்றோர்கள் தான் பிள்ளைகளுக்கு பாதுகாப்பு,அவர்களே தூக்கி எரிந்தால் அவர்களின் நிலமையை சற்று யோசித்துப் பாருங்கள்,வசதி வாய்புகளுடன் வாழவேண்டிய தாயாளினி,மரகதம் போன்றவர்கள் இன்று குடிசையில்,இனியும் இந்த மாதிரி தவறுகள் நடக்காமல் பார்த்துக் கொள்வது பெற்றோர்களின் கடமை.

15. ஜீவித சங்கல்பம் - க.நவம்

நான்கு நாள் சிகிச்சைக்குப் பிறகு அசதியும் களைப்பும் மேலிட, முதுகுப் பையைக் கையிலேந்திக்கொண்டு, ரொறொன்ரோ மவுண் சினாய் மருத்துவ மனையிலிருந்து, யூனிவேர்சிற்றி அவெனியூ வாசல் வழியாக வெளியே வருகிறேன். இலையுதிர் காலத்து இளங்காலைக் கதிரொளியில் கண்கள் கூசின. இதமான காற்றும், மிதமான வெப்பமும் உடலுக்குப் புத்துயிரூட்டின.
யூனிவேர்சிற்றி அவெனியூ வழக்கம் போல, வாகனச் சன சந்தடியுடன் அல்லாடியபடி!

டாக்ஸி ஒன்றைக் கையசைத்துக் கூப்பிட்டு, பின்னிருக்கையிலேறி மெதுவாக அமர்கிறேன். ‘எங்கே போகவேண்டும்?’ எனக் கேட்பதற்கு, சாரதி பயன்படுத்திய எத்தியோப்பிய ஆங்கில ‘மணிப்பிரவாளத்தை’ மனம்விட்டு

இரசிக்கும் ஆவலை, அவனது கேள்வியின் முடிவில் துருத்திக்கொண்டு நின்ற ‘சார்’ என்ற வார்த்தை திசை திருப்பிக்கொண்டது!

‘பின்னோக்காடி’ ஊடாக என்னையே நோக்கி நின்ற அவனது மஞ்சள்பூத்த கண்களைப் பார்த்து, மெல்லிய முறுவலிப்புடன் ‘மார்க்கம் — டெனிசன்’ என்கிறேன். நீண்ட பயணம் ஒன்று கிடைத்த உற்சாகத்துடன் வாகனத்தைத் துரிதப்படுத்தினான். இன்று பொதுப் போக்குவரத்து வாகனச் சேவை எனக்கு உகந்ததல்ல என்ற விளக்கம் இவனுக்கேன்?

உரையாடலைத் தொடரவும் உடலில் வலுவில்லை. இருக்கையின் முதுகணைப்பில் பிடரியைப் பின்னோக்கி மெதுவாகச் சரித்து, மெதுவாக மூச்சை உள்ளிழுத்து வெளிவிட்டு, தியானம் செய்யுமாப்போலக் கண்களை மூடுகிறேன்.

இன்று வீட்டில் சூல்கொள்ளவிருக்கும் சூறாவளி பற்றிய அச்சம் மனதை அலைக்கழிக்கிறது!

பொலிகண்டி, யாழ் குடாநாட்டின் உச்சந் தலையில் உள்ள ஒரு கிராமம். நான் பிறந்து வளர்ந்து, பத்தாம் வகுப்புவரை படித்துவந்த இடம். பசுமை மாறாத புகையிலை நாற்று மேடைகளும், கடலை அண்டிய தென்னை மரக்காடுகளும், ஊர்மனையை நிரப்பிய பனை மரக்கூடல்களும் ஒருகாலத்தில் அக்கிராமத்தின் அப்பாவித் தனத்தைச் சொல்லும் அப்பழுக்கற்ற அடையாளங்கள்!

அந்தக் கிராமத்தில் வாழ்ந்த கடைசிக் காலங்களில், நான்தான் எனது அடையாளங்களைப் பறிகொடுக்கத் துவங்கியதாக ஞாபகம்.

குமர்ப் பருவத்தை எட்டிய காலத்தின் பின்னரும் வீட்டுப் பின்வளவில் நின்ற கறுத்தக் கொழும்பான் மாமரங்களில் ஏறியிருந்து மாங்காய் பறித்துச் சாப்பிட்டிருக்கிறேன். அப்போதுதான் கிரிக்கட் விளையாடத் துவங்கிய தம்பிக்கு எப்படி ‘லெக் பிறேக், ஓஃப் ஸ்பின்’ பந்து வீசலாம் எனக் கற்றுக் கொடுத்திருக்கிறேன். அநாயாசமாகச் சீட்டியடித்தபடியே வீட்டு வேலைகளைச் செய்து வந்திருக்கிறேன். பையன்களுடன் சேர்ந்து சயிக்கிளில் கடற்கரைக்கு உலாத்தப் போய் வந்திருக்கிறேன். இப்படி, இன்னுமின்னும் ••••.. நிறையச் சொல்லலாம்!

அப்பாவுக்கு இது ஒரு பிரச்சினையேயல்ல. ‘வீட்டுக்குள்ளே பெண்ணைப் பூட்டி வைக்கும் விந்தை மனிதரை’ அடியோடு வெறுக்கும் வித்தியாசமான பிறவி, அவர். அம்மாவின் உபன்யாசங்கள்தான் அடிக்கடி ஆரோகண அவரோகணங்களின் எல்லைகளைத் தொட்டுத் திரும்பின.

போரின் உக்கிரம் பொறுக்க முடியாமல் 2002 ஆரம்பத்தில் கொழும்புசென்று தங்கியிருந்த சில மாதங்களிலும், 2003 பிற்பகுதியில் கனடாவந்து பதினோராம் வகுப்பில் படிக்கத் துவங்கிய காலங்களிலும் எனக்குச் சினேகிதிகள் குறைவு. இங்கு பள்ளி வகுப்புகளிலும் தமிழ் வகுப்புகளிலும் நான் சந்தித்த தமிழ் மாணவமணிகள் பரதம் என்றும், வீணை என்றும், வயலின்

என்றும், கர்நாடக சங்கீதம் என்றும் பெற்றோருடன் அள்ளுண்டு, அலைந்து திரிந்தார்கள். நான் அவற்றையெல்லாம் அலட்சியம் செய்து வாளாவிருந்தமை அம்மாவுக்குக் கவலை!

பதிலாக, ஆங்கிலத்தை அதிக சிரத்தையெடுத்துக் கற்றுக்கொண்டேன். பள்ளிப் படிப்பில் படு சுட்டியாக விளங்கினேன். கடுமையான உழைப்பு என்னை ஹமில்ரன் பல்கலைக் கழகத்தில் உயிரியல் விஞ்ஞானப் பட்டப் படிப்புக்கு அனுப்பி வைத்தது. அவ்வப்போது பல்துறைசார் தமிழ் ஆங்கில நூல்களைப் படித்தேன். இவ்விதமாக, நாலாதிசைகளிலும் தேடியலைந்து, என் அறிவை நான் பெருக்கிக்கொண்டமை அப்பாவுக்குப் பெருமை!

பல்கலைக்கழக விடுதி வாழ்க்கை நாட்களில்தான் எனக்குள் புதுவித உலகொன்று கருக்கட்டத் துவங்கியதை நானாக அவதானிக்கலானேன்! உலகாலும், உறவுகளாலும், அண்டை அயலாலும், புறச் சூழலாலும் எனக்கென நிச்சயிக்கப்பட்ட உலகம் எனக்குரியதல்ல என்பதை உணரலானேன். என் உடலின் மென்மையையும் பெண்மையையும் நானே வெறுக்கலானேன்!

இந்த வெறுப்பு, புதியதொரு ஆளுமை எனக்குள் சுயங்கொள்ளக் காரணமாயிற்று. எனது குரல் கரகரத்தது. உடலின் தசைநார்கள் முறுக்கேறின. நடையுடை பாவனைகளில் மாற்றங்கள் முளைவிடலாயின. ஆரம்பத்தில் வியிப்பாகவும் விந்தையாகவும் இருந்தது. சமயங்களில், ஒருவித வெட்கம் கலந்த, குழப்பமாகக்கூட இருந்தது. ஆயினும், நாளாக நாளாக எனது உடலில் ஏற்படத்துவங்கிய மாற்றங்களை மனம் அங்கீகரிக்கத் துணிந்தது.
புதிய மனக் குருவியின் சிறகடிப்பில் மனம் சிலிர்க்கலானேன்!

தலைமுடியை ஒட்ட வெட்டியெடுத்துக்கொண்டேன். அம்மா ஆசையோடு வாங்கித் தந்த தோடுகளைக் கழற்றிக்கொண்டேன். ஆடைகளையும் வாசனைப் பொருட்களின் வகைகளையும் மாற்றிக் கொண்டேன். கையோடிருந்த இரண்டொரு சாறி, சுடிதார்களைச் சுருட்டி வைத்துக்கொண்டேன். சிநேகிதிகளைத் தவிர்த்துக்கொண்டேன். விடுதலை நாட்களிலும் வீட்டுக்குப் போய்வருவதைக் குறைத்துக்கொண்டேன். அருமை பெருமையாகப் போய்வந்த சமயங்களிலும், ஏதோ சாக்குப் போக்குச் சொல்லிவிட்டு, ஒருசில மணித்தியாலங்களில் ஓடிவந்துவிடுவேன்.

கனடாவில் தமிழ்ப் பெற்றாருக்கும் பெண்பிள்ளைகளுக்கும்; அவர்களது கலியாண காலங்களில்தான் அநேகமாக, முரண்பாடுகள் முளைவிடத் துவங்குகின்றன. திடீரென எவனையாவது வீட்டுக்குள் கூட்டிவந்துவிடுகிறார்கள் அல்லது சொல்லாமல் கொள்ளாமல் எவனுடனாவது குடும்பம் நடத்தப் போய்விடுகிறார்கள். இதனால் தமது பிள்ளைகளுக்கு ஊருலகறியத் தாம் விரும்பியவாறு கலியாணத்தைக் கோலாகலமாகச் செய்து பார்க்கும் வாய்ப்பைப் பெற்றோர் இழந்துவிடுகிறார்கள். இதன் காரணமாக, முன்கூட்டியே ஆகக் குறைந்தது ஒரு பூப்பு நீராட்டு விழாவையோ அல்லது ஒரு அரங்கேற்றத்தையோ தன்னிலும், செய்துபார்த்து மகிழ்ந்துவிட வேண்டும் என்பதில்

இவர்கள் குறியாக இருக்கிறார்கள். குதிரைவண்டி முதற்கொண்டு ஹெலி-கொப்டர் வரையிலான செலவுகள் உட்பட, நாற்பதாயிரம் ஐம்பதாயிரம் என்று ஆடம்பரமாகப் பணத்தை அள்ளிக் கொட்டவும் தயாராக இருக்கிறார்கள்.
என்னுடைய பூப்பு நீராட்டு விழாவை விமரிசையாகக் கொண்டாட, ஊர் நிலமை அப்போது சாதகமாக இருக்கவில்லை. கனடா வந்தபின்னர் 'எமது' எனச் சொல்லப்படும் கலை எதையும் நான் கற்றுக்கொள்ளவில்லை. அதனால் அரங்கேற்றம் செய்து பார்க்கும் அரிய வாய்ப்பும் அம்மாவுக்குக் கிடைக்கவில்லை. கலியாணம் ஒன்றுதான் அம்மாவின் கைவசமிருக்கும் ஒரேயொரு துருப்புச் சீட்டு. அதையும் கைநழுவவிட அம்மாவுக்கு அறவே விருப்பமில்லை.
தமிழ்நாட்டுக்குப் போய் வருபவர்களிடம் சொல்லிவைத்து, விலையுயர்ந்த காஞ்சிவரம் கூறைச் சாறிகளை இறக்குமதி செய்து வைத்திருக்கிறாள். சாதாரண சாறிகளோ, புதுப்புது வர்ணங்களிலும் டிசைன்களிலும் என்று ஒரு சாறிக் களஞ்சியமே வைத்திருக்கிறாள். மலேசியா வழியாக வந்தவர்களின் கை கால் காது மூக்கு கழுத்து இடுப்பு இன்னோரன்ன உடலுறுப்புகளை அலங்கரித்தவாறு வந்துசேர்ந்த தங்க நகைகளை, பெட்டி பெட்டியாக வாங்-கிப் பூட்டி வைத்திருக்கிறாள். 'பியூட்டி பார்ளர்' ஒன்றில் உள்ள அத்தனை அழகு சாதனங்களில் ஒன்றையும் விடாமல் வாங்கி கண்ணாடிப் பெட்டிக்-குள் காட்சிக்கு வைத்திருக்கிறாள். அழைப்பிதழ் முதற்கொண்டு அன்பளிப்பு ஈறாக, சகலதும் ஏற்கனவே தமிழ்நாட்டில் தேர்வு செய்யப்பட்டு, என் கலி-யாண நாளுக்காக அங்கு காத்துக் கிடக்கின்றன.

அம்மாவை நினைக்கத்தான் பாவமாக இருக்கிறது!

பட்டப்படிப்பு முடிந்து, ஹமில்ரனில் உள்ள உயிரியல் தொழில் நுட்பக் கம்பனி ஒன்றின் ஆய்வுப் பிரிவில் இரண்டு வருடங்களுக்கு மேலாகப் பணி-யாற்றி வருகிறேன். வேலைநேரம் போக, எஞ்சிய வேளைகளில் என்னைப் பற்றிய ஆய்வுகளில் தீவிரமாக ஈடுபட்டேன்.

இணையங்கள், ஆய்வு நூல்கள் போன்றவற்றுள் இடையறாது என்னைத் தேடினேன். பல நிறுவனங்களுடன் தொடர்புகளை மேற்கொண்டேன். தகவல்-களைத் திரட்டிக்கொண்டேன்.
பல்கலைக் கழகத்திலும் சரி, எனது பணியிடத்திலும் சரி, என்னில் ஏற்பட்டு வரும் மாற்றம் மற்றவர்களுக்கு ஒரு பிரச்சினையே அல்ல. அறிவியலாளர், கல்வியாளர், நவீன பண்பாட்டாளர், முற்போக்குச் சிந்தனையாளர்கள் மத்-தியில் எங்களைப் போன்றவர்கள் பற்றிய விபரத் தெளிவும், புரிந்துணர்வும் இப்போதெல்லாம் நிறையவே காணப்படுகின்றது. 'குறைவான சமூக வலு' கொண்ட ஒரு சிறுபான்மையாக எங்களையும் எங்கள் பிரச்சினைகளையும் இவர்கள் அனுதாபத்தோடு அணுகுகின்றார்கள். எங்களை ஏளனமாகவும் தரக்குறைவாகவும் பார்ப்பவர்களது எண்ணிக்கை குறைந்து வருகிறது.

எனது பாலின அடையாளம் என்பது நான் ஒரு ஆண் அல்லது ஒரு பெண் அல்லது வேறு ஏதோவொன்று என்பதான ஓர் உள்ளுணர்வுதான். பிறப்பால் நான் பெற்றிருந்த பால் வகையுடன் ஒத்துப்போக முடியாத - 'ட்ரான்ஸ்ஜெண்டர்' என ஆங்கிலத்தில் அழைக்கப்படும் - ஒரு பால்மாறுந-ராக நான் இருப்பதற்கு என்னைப் பழிசொல்லி என்ன பயன்? இடைநடுவே எனக்குள் முளைவிட்ட இந்த உள்ளுணர்வுக்கும் உடலியல் மாற்றங்களுக்கும் நான் பொறுப்பாளியல்லவே. மரபியல்சார் பாதிப்பு, என் தாயிடம் காணப்-பட்ட முன்மகப்பேற்று ஓமோன் அளவு மட்டம், எனது குழந்தைப் பருவ — இளமைக்கால அனுபவங்கள் போன்ற இன்னும் பலவற்றில் ஒன்றோ, பலவோ அல்லது எல்லாமோ இதற்குக் காரணங்களாகலாம்.

என்னுள் ஏற்பட்ட மாற்றத்தை எதிர்கொள்வற்கென, துணிச்சலுடன் மனநல நிபுணர் ஒருவரைச் சந்தித்தேன். அவரது ஆலோசனைகள் தைரியம் தந்தன; தன்னம்பிக்கை ஊட்டின. அவரது பணிப்பின் பேரில் எனது உடலி-யல் மாற்றங்கள் குறித்து மருத்துவர்களைக் கண்டு, ஆரம்ப மருத்துவ உதவி-களைப் பெற்றேன். பால்மாறுநர்கள் பொது அமைப்புக்களுடன் தொடர்பு-களை ஏற்படுத்தினேன். என்னை ஒத்த பலரது நட்பினைத் தேடிக்கொண்-டேன். பால்மாறுநர்கள் உடல் நலனுக்கான உலகத் தொழின்முறைச் சங்கத்-தின் (WPATH) ஆலோசனைகளும் வழிகாட்டல்களும் எனக்குப் பெரிதும் உதவின. எனது வாழ்வுரிமையை வலுப்படுத்திக் கொள்வதற்கான எனது இடையறாத போராட்டத்தின் ஓர் அங்கம்தான் இப்போது நான் செய்தெடுத்-துக்கொண்ட பாலுறுதிப்பாட்டுச் சிகிச்சை!

தாராண்மை ஜனநாயகத்தின் தந்தை எனத் தன்னைத் தானே பீத்திக்-கொள்ளும் அமெரிக்கா போலன்றி, என்போன்ற சிறுபான்மையினருக்கென்று பிரத்தியேகமான சட்டப் பாதுகாப்புகளைக் கனடா வழங்கியுள்ளது. இருந்தும், வேலைவாய்ப்பு, வீட்டுவசதி, உடல் நலப் பராமரிப்பு, கல்வி, சட்டத்துறை, குடும்பம் என்று வரும்போது, மிக 'நுட்பமான' பாகுபாடு இங்கும் நிலவி வரு-கின்றது. இவ்வாறான சூழ்நிலையில், பிறரது தாக்குதல்களுக்கு ஆளாதல், சமூக நிராகரிப்பு, பாகுபாடு போன்றன காரணமாக அளவுகடந்த ஆவல், பதற்றம், மன அழுத்தம் என்பன, ஒருவரை உளக் கோளாறு நிலைக்கு இட்டுச்செல்லும் ஆபத்தும் உண்டு. வெள்ளையர் அல்லாதவர்களுக்கு இதன் பாதிப்பு இன்னும் இன்னும் அதிகம். இதனால் வெறுப்புக் குற்றங்களுக்கு இரையாவதுடன், சமயங்களில், அவற்றைச் செய்பவர்களாகவும் பால்மாறுநர்-கள் காணப்படுகின்றமை துயரந்தான்!

தமிழர் வரலாற்றுக்குள் நான் மேற்கொண்ட தேடுதல்களோ பல சுவை-யான தகவல்களைச் சொல்லித் தந்தன. பால்மாறுநர்களை, சங்க இலக்கி-யங்களும், அறநூல்களும், பக்தி இலக்கியங்களும், காப்பியங்களும் அரவா-ணிகள், அச்சுமாறிகள், ஆண் பெண்ணாகிகள், பரத்தையருக்கு ஒப்பானோர், அதுகள், அலிகள், ஊனங்கள், பேடிகள் என்று பல்வேறு பெயர்களால்

குறிப்பிடுகின்றன. பால்மாறுநர்களை இழிவானவர்களாகவும் கேள்விக்குரியவர்களாகவும் ஒதுக்கிய வரலாறு அன்று தொட்டு இன்றுவரை தமிழ் நாட்டில் தொடர்கிறது. பெயரளவில் 'திருநங்கையர்' கௌரவமான பெயர்தான்! ஆனால் அந்தப் பெயருக்குப் பின்னால் ஒழிந்திருக்கும் கேலியும் அவமதிப்பும் கொஞ்ச நஞ்சமல்ல!

ஈழத் தமிழர்களைப் பொறுத்தவரை எதையுமே அடக்கி வாசிப்பார்கள்ளூ ஆனால் ஆழ ஊடுருவி வாசிப்பார்கள். இவர்களுக்கு தன்பாலின வேட்கையாளர்கள், பால்மாறுநர்கள் போன்றவர்களைப் பற்றிப் பேசுவதற்கே கூச்சம்! அவர்களைச் சமூகத்தின் சாபக்கேடுகள் என்று அருவருப்புடன் பார்க்கிறார்கள். அவர்களுடன் பேசுவது, பழகுவது ஒருவகைத் துடக்குச் சமாச்சாரம் என்று முகம் சுழிக்கிறார்கள். இதனால்தான், இந்த சிறுபான்மையினரும் தங்களைத் தமது சமூகத்தவரிடையே இனங்காட்டிக்கொள்ளத் துணிச்சலற்றவர்களாக ஒதுங்கி வாழ்ந்து வருகிறார்கள்.

எது எப்படியாயினும், ஒன்றை மட்டும் என் உள்மனம் உறுதியாக நம்புகிறது!

இயற்கையின் படைப்பு விநோதங்களில் நானும் ஒன்று! சற்று வித்தியாசமான ஒன்று; அவ்வளவுதான்! இந்த வித்தியாசத்தின் அடிப்படையில் அவமானத்தின் ஓர் அடையாளமாக என்னையே நான் ஒருபோதும் அவமதிக்கமாட்டேன். அதைப் பிறர் செய்வதையும் அனுமதிக்கமாட்டேன். இது உறுதி! இதில் எந்தவிதமான ....

' மார்க்கம் — டெனிசனில் எங்கே போகவேண்டும், சார் ....' என்ற டாக்ஸி சாரதியின் கேள்வியுடன் நினைவு கலைந்து திரும்பியது.

விலாசத்தைச் சொல்லி வீடுபோய்ச் சேர்ந்தேன்.

கதவைத் திறந்து உள்ளே நுழைந்த போது, புதுரக ஊதுபத்தி வாசனையை என் முகர்வுப் புலன் சரிவர மோப்பம் பிடித்தறிந்தது. ஏதோவொரு பக்திப்பாடலை அம்மாவின் பாட்டுப் பெட்டி தன்பாட்டில் பாடிக்கொண்டிருக்கிறது. அம்மா, சாமி அறையில் என்பதற்கு அவை சாட்சியங்கள். அப்பா வேலைக்குப் போயிருப்பார். தம்பி வகுப்புக்குப் போயிருப்பான். வீடு ஓய்ந்துபோயிருந்தது.

முதுகுப் பையைக் கீழே வைத்துவிட்டு, ஆளரவம் ஏதுமின்றி மெதுவாக நடந்துசென்று சாப்பாட்டு மேசைக் கதிரை ஒன்றில் அமர்ந்துகொள்கிறேன். ஏதோ அசுமாத்தம் அம்மாவின் காதை எட்டியிருக்கவேண்டும். சாமியறைக் கதவுக்கு வெளியே வந்து எட்டிப் பார்த்த அம்மாவுக்கு, இன்ப அதிர்ச்சியாக நான் அமர்ந்திருந்தேன்.

'என்ன இது, சொல்லாமல் கொள்ளாமல் ......!' மேற்கொண்டு பேசமுடியாத பெருமகிழ்ச்சி, அம்மாவுக்கு!

'எனக்கொரு கோப்பி போட்டுத்தாருங்கோ... களைப்பாயிருக்கம்மா?'

'குரல் கம்மிக் கிடக்குது....ஏன் சுதா, இதென்ன கோலமம்மா? ஏதும் சுகமில்லையோ, பிள்ளை?' சமயலறைக்குள் ஓடிப்போய் அவசரமாகக்

கோப்பி தயாரித்துக்கொண்டே அம்மா கேட்டாள்.

சுதாகரி என்ற என் பெயரின் சுருக்கம்தான் சுதா. பெயரைச் சுதாகரன் என்று இப்போது மாற்றிக்கொண்ட பின்னரும், சுதாவே என்னுடைய சுட்டிப் பெயராகப் பொருந்திவிட்டது. 'பெயரில் என்ன இருக்கிறது?' என்று ஷேக்ஸ்பியர் முதல் சேரன் வரை பலரும் சொல்லிவிட்டார்கள். ஆனால் எனது பெயரில்தான் என் சமூக அடயாளமே தங்கி இருக்கின்றதே!

'அம்மா, கோப்பியை முதல் தந்திட்டு, எனக்கு முன்னாலை வந்து கொஞ்ச நேரம் இருங்கோ. ஒரு அரை மணித்தியாலம் ஆறுதலாக உங்களோடை கதைக்க வேணும்'

சூடான நெஸ்கஃபே கலந்த கோப்பியை ஆவலோடு உறிஞ்சிக் குடிக்கிறேன். எனக்கு நேரே முன்னாலுள்ள கதிரையில் வந்து உட்கார்ந்தபோதுதான், அம்மா என்னைக் கூர்ந்து நோக்கினாள்.

சிறிதுநேர மௌனத்தின் பின்னர், அம்மாவை நேருக்குநேர் பார்க்கத் திராணியற்ற நிலையில், வெற்றுக் கோப்பிக் கிண்ணத்தினுள் விழிகளைக் வீழ்த்திக்கொண்டு மெல்லச் சொல்லத் தொடங்கினேன்.

ஊரில் நாங்கள் வாழ்ந்த கடைசிக் காலம் தொட்டு, இன்றுவரை எனக்குள் நிகழந்த மாற்றங்களை ஒன்றும் விடாமல் அம்மாவிடம் ஒப்புவித்து முடித்தபோது எனக்கு மூச்சு முட்டியது! நெஞ்சு இலேசாகப் படபடத்தது! தலையைத் தூக்கி அம்மாவின் முகத்தைப் பார்க்கவிடாமல் என்றுமில்லாத பயம் ஒன்று என்னைத் தடுத்தது!

ஆழமாக மூச்சை உள்ளே இழுத்துக்கொண்டு அம்மாவை நிமிர்ந்து பார்த்தேன். அங்கே பிரளயம் இல்லை; பூகம்பம் இல்லை; சூறாவளி இல்லை!

முகத்தில் சலனமேதுமின்றி, என்னையே பார்த்தபடி கல்லாய்ச் சமைந்து போயிருந்தாள், அம்மா!

அம்மாவை நேர்கொண்டு பார்க்க எனக்குத் திராணியில்லை. குனிந்த தலையுடன் கண்களை மூடியவாறு சொன்னேன் —

'முந்தாநாள்தான் அறுவைச் சிகிச்சை செய்து, என்னுடைய ரெண்டு மார்பகங்களையும் வெட்டியெடுத்தார்கள்.'

இருள் கவிந்த மௌனம் இருவர் மனங்களையும் பாரமாக அழுத்தியது!

ஒருசில மணித்துளி நிசப்தத்தைக் கலைத்தபடி பின்புறமாக எழுந்துவந்து, என்னை அணைத்த அம்மாவின் ஸ்பரிசம் சில்லிட வைத்தது! கட்டையாக வெட்டிய என் தலை முடியைக் கோதிவிட்டவாறு, உச்சி முகர்ந்து, தளதளத்த குரலில் அம்மா கேட்டாள் -

'ஏனிப்படித் தன்னந் தனியனாக...? .... எனக்கு ஒரு வார்த்தை சொல்லியிருக்கலாமே...!'

மெதுவாகத் தலையைத் தூக்கி அம்மாவைப் பார்த்தேன். என் அம்மாவின் கண்களில் கண்ணீத் துளிகள் திரண்டுகொண்டிருந்தன.

நான் அம்மாவின் கைகளை இறுகப் பற்றிக்கொண்டேன்!

7

16. இரும்புப் பூக்கள் - கவிஜி

நன்றாக யோசித்து எடுத்து முடிவல்ல. நன்றாக யோசிக்க முடியாத மனநிலை ஒன்றில் உள்ள சுகத்தின்பால்...வந்த தடுமாற்றத்தின் விளைவு தான்... இந்த சூனியத்தின் முக்கில் நிற்பது.

வாகனங்களின் இரைச்சல் மரண அவஸ்தையைத் தந்து கொண்டிருந்தது. அந்த தோஷம் இந்த தோஷம் என்று ஜாதகம் பார்த்தே வீணா போனவர்களில் சந்திரனும் ஒருவன். சாலையில் அடிக்கடி வந்து போகும் ஆம்புலன்சின் சைரன் கண்ணை மூடிக் கொண்டு மண்டைக்குள் அவனையே திருகிக் கொண்டிருந்தது.

ஜாதகம் பார்த்தே 38 வயசு வரை சாவடிச்ச வீட்டை நினைத்த போது காறித் துப்ப வேண்டும் போலிருந்தது. சாலையில் துப்புவது சரியல்ல என்ற தன் நிலை அவனை அவனுள்ளேயே துப்ப வைத்தது. மிக கடுமையான தீவிரம் தான் அவனை மேட்டுப்பாளைய சாலையில் நிற்க வைத்திருக்கிறது. உள்ளும் புறமும் உருளும் காமத்தின் தகிப்பை அவன் யாரோவாக இருந்து உணர்ந்த போது இந்த முடிவுக்கு வர வேண்டியதாகிப் போனது

தாங்கொணா துயரத்தின் வாயில் அவன் அறை கொண்டிகளோடு குலுங்கிக் கொண்டே இருப்பதை அவன் தன்னளவில் தானே அசை போட்டுக் கொண்டே இருத்ததை முழுதாக சொல்ல இயலாது. முள் காட்டில் மனம் உடைத்து வேடிக்கை பார்த்த முன்னிரவுங்களை தூக்கிக் கொண்டு வீடு வந்து, விடியும்வரை இரவெல்லாம் தன்னோடு தானே கலவி செய்தததை நினைக்க நினைக்க சொல்லில்லா குறியீடுகளால் தாகத்தின் விளிம்புகளில் தொடர்ந்து அழுகை வந்தது.

ஜாதகம் பார்த்த ஜோசியனை செருப்பால் அடித்து விட்டு ஓடி வந்த போது தீராத துக்கம் தீர்க்கவல்ல தரிசனத்துக்கு காத்திருந்தது.

“பெண் சுகம் எப்படி இருக்குமென்று மனதுக்குள் கற்பனை வருவதுண்டு....” பாடல் வரிகளில் ஒடுங்கி நடுங்கி சுவரோரம் நிர்வாணமாய் அமர்ந்து சிகரட்டை ஊதி தள்ளுகையில்..... சீயென இருக்கும். சரியான

வயதில் ஒரு சரியான ஜோடியை தேர்ந்தெடுத்துக் கொள்ள வேண்டும். மனிதன் தனியாக இருப்பது நல்லதல்ல என்கிறது பைபிள். கூர்கெட்ட முட்டாள்களுக்கு ஒரு வெங்காயமும் தெரிவதில்லை. பத்து பொருத்தமும் சரியா இருந்தா தான் அந்த கல்யாணம் விளங்குமாம். விட்டா ஆண்குறியையும் பெண் குறியையும் அளந்து பார்த்துவானுங்க போல•••தவளைப்பசங்க. ஜாதகம்.. தோஷம்னு போட்டு சாவடிக்கறாங்க.. அரிப்பெடுத்து அலையறவனுக்குத்தான தெரியும்••• அல்குல் தேடும்••• அவஸ்தை.

வாய் முணுமுணுக்க கண்கள் அலைபாய்ந்தது.

கண்களில் மீன் நீந்த நெற்றியில் நட்சத்திரம் ஜொலிக்க••••ரோஸ்பவுடரில்•••சந்தனம் மணக்க••• சிலுக்கு புடவையில்.. ஜிவ்வென்று ஒருத்தி வந்து நின்றாள். நேராக சொர்க்கத்தில் இருந்து ஆடையின்றி தலைகீழாய் வந்தவள் போல படக் படக்கென்று கண்கள் சிமிட்டினாள்.

உள்ளுக்குள் பட்டாம் பூச்சி நிமிர என்ன பதில் சொல்வது என்று தெரியாமல்.. என்ன பதிலை எதிர்பார்ப்பது என்றும் தெரியாமல் சந்திரன் தடுமாறினான்.

" பொல்லாமா•••" என்றாள்.

நாக்கு வாயோரம் ஒருமுறை வெளிவந்து வலக்கண் சிமிட்டி உள்ளிழுத்த போது•••" போலாமா•••" சொல்லில் தேன் சொட்டியது. வெற்றிடம் இசைக்க உள்ளே வேகம் இம்சிக்க மெல்ல தலை ஆட்டினான். கண்கள் அனிச்சையாக நாலாபுறமும் ஒரு முறை பார்த்துக் கொண்டன. சாலையில் நகரும் ட்ராபிக், எவன் செத்தாலும் கவலை இல்லை என்பதாக இயங்கிக் கொண்டிருந்தது. மனதுக்குள் மிக வேகமாய் இதயம் துடிப்பதை நடுக்கத்தோடு அசையும் கால்களால் உணர்ந்தான்.

அவள் கண்கள் எங்கெல்லாமோ சுழன்று என்னவெல்லாமோ செய்தன. அவள் சாலையில் எதோ கணக்கு போட்டுக் கொண்டே சந்திரனின் அருகே இன்னும் கிட்ட வந்து.. "த்தவுசண்ட் டூ ஹண்ட்ரேட்••••." என்று சொல்லி ஒரு முறை கண்கள் வேகமாய் சிமிட்டி••••." பிளேஸ் இருக்கு" என்றாள். அப்போது இடது கை வலது மாராப்பை சரி செய்தது. புளகம் மெல்லுவது போல மனதிலிருந்து வந்தன வார்த்தைகள். திக்கென்று தூக்கி வாரி போட்டது. "ஆயிரத்து ஐநூறா•••!!!???" சந்திரனின் இடது கை தானாக பாக்கெட்டைத் தடவியது.

"எப்படி சேர்த்தாலும் எட்நூறுதான தேறும்••••.." தொண்டை அடைக்க••• ஒரு வித குறுக்கு வெட்டு அவமானம் அவனுள் சூழ்ந்தது. முகத்தை எதுவோ கோணியது.

"ஹல்லோ.. சொல்லுங்க••• டைம் ஆச்சு••••. போலாமா இல்லையா•••" நெற்றி தொடும் நெளிந்த கூந்தலை நேராக்கிக் கொண்டாள்.

என்ன சொல்வது என்று தெரியாத மாதிரி சந்திரனின் முகம் கனத்தது.

“பணம் கம்.....மியா.....”

“என்னங்க......?”

“இல்ல... அமௌன்ட் கொஞ்சம் கம்மியா இருக்கு........”

அவன் முடிப்பதற்குள் அவள் இடத்தை காலி செய்திருந்தாள்.....பபுள்-கம்மை துப்பியபடி.

அம்மணமாய் நிற்கையில் யாரோ செருப்பால் அடித்து போல இருந்தது.

“இது தேவையா... பணம் இல்லாதவனெல்லாம் எதுக்கு உவக்க ஆசைப்படனும்... வாழ்க்கை முழுக்க உவக்க தகுதியில்லாதவனாகவே வாழ்வதில் ஒரு வகை சுய பச்சாதாப பெருமிதம் இருக்கும். அதை கட்டிபி-டித்துக் கொண்டு ஜாதகத்தைக் காப்பாற்றிய பெருமையோடு வாழ்ந்து முடித்-திட வேண்டியது தான். வீட்டிலிருக்கும் பெரிய நாய்களுக்கு இதெல்லாம் ஒரு மண்ணும் புரியாது. பையன் இன்னும் செட்டில் ஆகல.. ஆன பின்னால தான் கல்யாணத்த பத்தி பேச்செடுக்க முடியும்னு பெருமை வேற. செட்-டுல்னா....என்னங்கடா....

அறிவுகெட்ட கூமுட்டைங்களா...? உடல் தேவை பூர்த்தியாகாத போது அவனால் எதிலும் கவனத்தோடு ஈடுபட முடியாது என்ற உடல் அறிவியலை எப்போதுதான் புரிந்து கொள்வார்கள்...”

சந்திரன் தலை கவிழ்ந்து நின்றிருந்தான்.

“என்ன்னங்க... போலாமா...” என்ற குரலில் திடுக்கிட்டு தானாக நகர்ந்தான். கண்களில் மிரட்சி படர... தலையை காற்றில் பின்னோக்கி இழுத்துக் கொண்டு அந்த சதுர முகத்தை நன்றாக பார்த்தான்.

கண்ணடித்து சிரித்தாள் இன்னொருத்தி.

பட்டென்று ஏதோ புரிந்த நொடியில்......இன்னொருத்தி... இல்லை.... இன்னொருத்தன். இல்லை இல்லை இன்னொருத்தன் இல்லை.. இன்னொ-ருத்தி தான். அதே ரோஸ் பவுடரில் மின்னிய முகத்தில்.. உற்று நோக்கினால் தான் சொரசொரப்பு தெரியும். பார்த்த தோராயத்தில்.... பத்தடி தூரத்தில் பசுமை பூக்கும் பெண் தான் அவளும்.

என்ன கணக்கு இது... காலத்தின் மீதும்... காலத்தில் தன்னை கழித்த விளிம்பின் மீதும் தீராத கோபத்தில் கண்கள் சிவக்க பார்த்தவனிடம....’ ஒன்லி சிஸ் ஹண்ட்ரேட்” என்றாள்.

கண்களில் ஒரு வகை ஆர்வம் மேலோங்க பார்த்தான் சந்திரன்.

“வீடு இருக்கு. சேஃப் தான்.....” என்றபோது கழுத்து ஒரு முறை வலப்-பக்கமும் ஒரு முறை இடப்பக்கமும் போய் வந்தது. அதுவே ஒரு மலை-யுச்சி மந்தார பூ வாசத்தை மூளைக்குள் உணர வைத்தது. சட்டென்று தேவ-தையாய் மாறிப் போனவளைப் பார்த்து.....மெல்ல புன்னகைத்தான். அது அவளை மெல்லும் புன்னகைதான்.

வண்டியில் போகும் போதே பேர் ஊர் எல்லாம் கேட்டான்.

தி(தெ)ருநங்கை

“மாலினி ஃ பிரம் தேவகோட்டை…”

காதருகே அவள் இமைகள் அசைந்து கூச்சம் சிமிட்டியது. அவள் “தேவகோட்டை”யில் இருந்து தான் வந்திருப்பாள் என்று நம்பலாம். அப்படியொரு இனம் புரியாத வாசம் அவளெங்கும் வீசியது. ஒரு கை ஹேண்டில் பாரில் இருக்க இடக்கையை அவள் தொடை மீது வைத்து தடவினான்.

“என்ன அவ்ளோ அவரசமா…. பொறுங்க… கொஞ்ச தூரம் தான்.. எல்லாரும் பார்க்கறாங்கள்ல…..!” என்று கை மீது செல்லமாய் கிள்ளி வைத்தாள். காதோரம் ஊதினாள். கிறக்கம் நரம்பெல்லாம் ஊறியது.

தெரிந்த ஏரியா தான். ஆனால் இத்தனை குறுக்கு சந்துகளை இப்போது தான் தெரிகிறது. அவள் வழிகாட்ட விழிகாட்ட நிலவு நெளியும் சந்துகளில்.. அவன் பைக்கும் நெளிந்து வளைந்து சென்றது. குறுக்கு சந்தில் வண்டி தடுமாறும் போதெல்லாம் அவன் முதுகில் நிலவுகள் முகம் நசுங்கின. மல்லிகை பூவின் கிறக்கம் ….மானுட சதையின் நுட்பம் என்று தானாக நகர்ந்தது ஆசை. ஏதோ பேச முனைந்த போது நடுவிரலை வாய் குறுக்காக வைத்து “ஸ்ஸ்ஸ்….’ என ஜாடை செய்தாள். சுற்றும் வீடுகள் இருக்கின்றன. எந்த ஜன்னலில் இருந்தும் எந்த வெண்ணையும் புகைப்படம் எடுக்கலாம். வீடியோ எடுக்கலாம்…..கவனத்தோடு என்னை பின் தொடர் என்பது ஜாடையின் சந்தம்.

அவள் ராஜகுமாரியைப் போல முன்னே நடந்தாள். அவன்….பாட்டு பாடி யாசகம் பெறும் ஒரு புலவனைப் போல பின்னே நடந்தான். அந்த வாசலில் அத்தனை செருப்புகள் கிடந்தன. அதனதன் அதனதன் ஜோடி மாறாமல் அடுக்கி வைத்தது போல இருந்தன. கால்கள் கிறுக்கிய கவிதைகள் அவைகள்.

உள்ளூர கள்ளூறினாலும்… உதறல் பாதி.. உறுத்தல் பாதி என திரு திரு பார்வையில் ஒரு அறிமுகத் திருடனாய் சென்றான். ஹாலில் நிறைய திருநங்கைகள்…. சோபாவில் அமர்ந்தபடி… நின்று கொண்டு அலைபேசியபடி.. போருக்கு தயாராகி மினுங்கும் தோரணையோடு இருந்தார்கள். ஹாலைத் தொட்டது போல சுற்றிலும் இருந்த கதவுகள் உள்ளே நடப்பவற்றை வாய் மூடி பேசின.

மாலினி சற்று உள்ளே ஒதுங்கி இருந்த கதவைத் திறந்து கொண்டு உள்ளே செல்ல….சந்திரன் தடுமாறி நின்றான். வெவ்வேறு வடிவத்தில் சோபாவில் அமர்ந்திருந்த திருநங்கைகள் சட்டென எழுந்து அவன் முன்னால் தலை வணங்கி நின்றார்கள். அலைபேசிக் கொண்டிருந்தவர்கள் கூட ஒரு கணம் அப்படித்தான் நின்றார்கள்.

ஒரு சீனப்படத்தில் கூட அப்படித்தான் நிற்பார்கள். ஒரு மாதிரியான ஆசுவாசம் நொடியில் பூத்தது. எல்லாருக்கும் பொதுவான ஒரு புன்னகையை கொடுத்து விட்டு திறந்திருந்த கதவுக்குள் வேகமாய் நடந்து நுழைந்தான்.

அடுத்த கணம் கதவடைக்கப் பட்டது.

மாலினி சிரித்துக் கொண்டே...'' புதுசா...?'' என்றாள்.

''ரெம்ப புதுசு'' என்று முனகினான். அவள் டியூப் லைட்டை அணைத்து விட்டு மெழுகு வர்த்தியை ஏற்றினாள்.

''அய்யோ லைட் போடுங்க'' என்றான் அவரசமாக.

''ம்ஹும்... எனக்கு வெக்கம்'' என்று ஒரு சொல்லிக் கொண்டே ஒரு டிக் டிக் கடிகாரத்தில் நேரம் செட் பண்ணினாள்.

அவன் என்ன என்று பார்க்க... ''உங்க டைம் ஸ்டார்ட்ஸ்... ''

''!!!!!!!!!!!''

''என்ன பாக்கறீங்க.. இப்போ இருந்து சரியா ஒரு மணி நேரம் தான் உங்க டைம் ''என்றவள் முகத்தில் இருளும் ஒளியும் கலந்து ஒரு அலுவலக குறிப்பு தெரிந்தது.

''பணம் குடுக்கறீங்களா... சாமிகிட்ட வெச்சு எடுக்கணும்..'' என்றபோது அவள் உடல் உரச உள்ளே தீ பற்றியது சந்திரனுக்கு. எண்ணி எண்ணி கொடுத்தான். நிறைய ஐம்பது ரூபாய் நோட்டுகள் இரண்டு முறை எண்ண வைத்தது. வாங்கியவள் சாமி அறைக்கு சென்று விட்டு சில நொடிகளில் வந்தாள். வந்ததும் பட படவென ஆடைகளை அவிழ்த்து விட்டு உரிந்த கோழியாக நின்றாள். சந்திரனுக்கு வேர்த்து குறுகுறுத்து திக்கு முக்காடிப் போனது. எதைப்பார்க்க...எதை விட என்று உடல் தடுமாறிய இசையுடன் கூடிய நடுக்கத்தில் வேகமாய் அவனை ஆட்கொண்டது காமம். அவன் அதி வேகமாய் அவளை அணைத்தான். எதை முதலில் செய்வது எதை பிறகு செய்வது என்று தெரியாத தடுமாற்றத்தில் கீழே சரிந்து அவள் வயிற்றில் முத்தமிட்டான். கைகள் மேல் நோக்கிய மார்பில் இருந்தன.

பட்டென தள்ளி விட்டு... ''சீக்கிரம் வந்த வேலையை மட்டும் பாருங்க... டைம் ஆகுது'' என்றாள் மாலினி.

''வந்த வேலைன்னா....!?'' உள்ளுக்குள் புரளும் கேள்வியோடு... திரும்பி நின்றவளை முதுகோடு சேர்த்து மீண்டும் அணைத்தான் சந்திரன்.

''ஹல்லோ எனக்கு கூசும்ங்க.. இதெல்லாம் பண்ணாதீங்க...'' அணைத்தலில் இருந்து வேகமாய் விடுபட்டாள்.

''இதெல்லாம் பண்ணாதீங்கன்னா......வேற என்ன பண்ண...?'' முனங்கினான்.

தலையணைக்கடியில் இருந்து நீள்வட்ட உறை ஒன்றை எடுத்து நீட்டினாள்.

வாங்கி பார்த்து விட்டு...''ஓஹ்.. என புருவம் உயர்த்தியவனாய் தலையை முன்னோக்கி அவள் முகம் அருகே சென்று மீண்டும் நெற்றியில் கன்னத்தில் வேக வேகமாய் நாலைந்து முத்தமிட்டான்.

அவனிடமிருந்து சற்று நகர்ந்து, “ஹால்லோ...... சொன்னா புரியாதா.... எச்சில் படுத்துற வேலையெல்லாம் வேண்டாம். வந்தமா மேட்டர் முடிச்சிட்டு போயிட்டே இருக்கனும்” அவள் உயர்த்திய குரலில் ஆண்மை மிளிர்ந்தது.

அது எப்டி... கட்டி பிடிக்காம..... முத்தமிடாம....... ஒட்டாம முட்டாம உவத்தல் மட்டும் செய்யறது....?” வாய்க்குள்ளாகவே கேட்டான். அவளருகே தன் தலையை கோதிக் கொண்டே செய்வதறியாமல் அமர்ந்திருந்தான். அந்த டிக் டிக் கடிகாரத்தின் வாய் இப்போது திக் திக் என்று அடித்துக் கொண்டிருந்தது.

“ஹெல்லோ டைம் ஆகிட்டுருக்கு.. வேண்டானா கிளம்புங்க.... அடுத்த கஸ்டமர் வெயிட்டிங்.......” என்றவள் கையிலிருந்த அலைபேசியில் சாட் செய்து கொண்டே கால்கள் அகட்டி படுத்திருந்தாள்.

என்னவோ போல் இருந்தது... கொடுமை கொடுமைன்னு கோயிலுக்கு போனா அங்க ஒரு கொடுமை கால விரிச்சு படுத்திருந்துச்சாம்.... இப்போ என்ன தான் பண்ண...? அறுநூறு ரூபாய் வேற குடுத்ருக்கு. ஆனா... இவ்ளோ கண்டிஷன் போடறா...!”

“மாலினி நீங்க இதை முதல்லயே சொல்லி இருக்கனும்...” நிறைய முழுங்கிக் கொண்டு கொஞ்சமாக பேசினான்.

“எதை.....?”

“இப்டி.....இந்த மாதிரி.... தொடாம தான்.......”

“இதெல்லாமா சொல்வாங்க.....”பட்டென்று பதில் வந்தது. அவள் கை அலைபேசியில் எதையோ வாட்சப்பிக் கொண்டிருந்தது.

மூர்க்கம் உள்ளே திணற படக்கென அவள் மேல் சரிந்து முயங்கத் தொடங்கினான். கைகள் அங்கும் இங்கும் பிசைய அவள் பிடித்து தள்ளி உதறி எழுந்தமருந்தாள். ஒரு பிசாசைப் போல இருந்தது இருவரின் வேகமும்.

டே... கூமுட்டை....சொன்னா புரியாதா... கையெல்லாம் வெச்ச மரியாதை கெட்றும்..

முகத்தில் அடித்த அவமானத்தில் சட்டென சுருங்கினான். மேல்மூச்சில் வாங்கிய கோபத்தில் பளாரென ஒரு அறை விட்டான்.

“என்னடி மரியாதை இல்லாம பேசற... பணம் வாங்கினீல்ல....சர்வீஸ் குடு...” கையைப் பற்றி இழுத்தான்.

பட்டென்று எழுந்து நின்றவள் சந்திரனின் வயிற்றோடு சேர்த்து உதைத்துத் தள்ளினாள்.

“ங்கோத்தா.... கை வைக்கறயா....” மீண்டும்... உதைத்தாள்.

சந்திரன் நிலை தடுமாறி எழுந்து நின்று அவளை இழுத்து கசகசவென முத்தமிட்டான். கழுத்து கன்னம் உதடு என்று கிட்டத்தட்ட ஒரு ரேப்புக்கான

ஆரம்ப நிலையில் இருந்தன பிராண்டல்கள். கைகள் பிருஷ்டம் பிசைய.......நெளிந்து வளைந்து வழுக்கிக் கொண்டு விடுவித்த அவள் தூவென துப்பினாள்.

அதற்குள் மாயமோ மந்திரமோ கதவு திறக்கப்பட்டது.

மூன்று திருநங்கைகள் உள்ளே வந்து, 'என்னாச்சு...?' என்று கேட்டார்கள். அதில் முதலில் தலை வணங்கி வணக்கம் சொன்னவள் குரல் தான் முதலில் வந்தது.

"அதான் கூசுதுன்னு சொல்றாங்க....அப்புறம் என்ன கேனக்...." என்று இடக் கன்னம் அதிர ஒரு அறை விட்டாள்.

அடித்த அடி சந்திரனை ஸ்தம்பிக்க வைத்தது. தடுமாறி சுவரில் சரிந்தவன் உக்கார்ந்தபடியே மூளையை துரிதப்படுத்தி எதிரே நின்ற கால்களில் ஒன்றில் முட்டியோடு சேர்த்து உதைத்தான். உதைபட்ட நொடியில் முன்பக்கம் ஆஃ.. என்று குரலோடு பக்கவாட்டில் சாய்ந்தது காலுக்கு சொந்தகார உடல்.

"உதைக்காரன் பாரு" என்று முனகியபடியே மாலினி எகிறி வந்து சந்திரன் முகத்தில் ஓங்கி ஓங்கி மிதித்தாள்.

"மரியாதையா என் காசை குடுங்கடி.... தே** முண்டைங்களா....."

மாலினியின் கெண்டைக்கால் கைக்கு லாவகமாக மாட்ட.....பிடியை இறுக்கி திருப்பி மடக்கி இழுத்து கீழே தள்ளினான். நின்றிருந்த நல்ல உயரமான செந்தோல் ஒருத்தி சந்திரனின் தலைமயிரைப் பற்றி கழுத்தை குனிய வைத்து முதில் சளீர் சளீர் சளீர் என்று மூன்று முறை அறைந்தாள். வலி தாங்காமல் நெஞ்சை நிமிர்த்தி முதுகின் இரு சப்பைகளையும் இணைத்து குப்புற விழுந்தவன் பெருமூச்சு விட்டுக் கொண்டே அசையாமல் கிடந்தான். உடல் வேகமாய் நடுங்கியபடி இருந்தது.

அதற்குள் ஹாலில் இருந்து சமிக்கை வர.. உயர்ந்த செந்தோல்...நெற்றியை ஒதுக்கி தலைமுடியை சரி செய்தபடியே "பார்த்துக்கோங்க சத்தம் வந்தறக்கூடாது" என்று வெண்கலக் குரலில் சொல்லி விட்டு ஆடையை சரி செய்து கொண்டே குப்புறக் கிடந்தவன் இடுப்பில் நங்கென்று ஒரு மிதி வைத்து சென்றாள். "கஸ்டமருக்கு தெரிஞ்சிறப் போகுது. கதவை சாத்து" என்று கிசுகிசுத்தபடியே வெளியே இருந்து இன்னொருத்தி உள்ளே வந்தாள்.

"குடுக்கற அறுநூறு ரூபாய்க்கு இங்கிலீஸ்காரன் மாதிரி முத்தம் குடுக்காறாண்டி.... ஒழுங்கா பண்ணிட்டு போன்னு சொன்னா நொட்ட நியாயம் பேசி... பொண்டாட்டி மாதிரி அடிக்கிறான் சொட்டைத்தலையன்...." என்று சொல்லிக் கொண்டே அவன் கையை பிடித்து வெறித்தனமாக திருகினாள் மாலினி. தரையோடு திமிரிய சந்திரன் பட்டென்று எழுந்து மாலினியின் ஒரு முலையை பற்றி இழுத்து நசுக்கத் தொடங்கினான். எதிர்பாராத பிடியில் தடுமாறிப் போனாள். வலியால் வாய் பொத்தி கத்த, கருப்பு நங்கை அவன்

இடது காலைப் பற்றி கடிக்கத் தொடங்கினாள். வலி பொறுக்காத சந்திரன் இடப்பக்கம் கழுத்தை வளைத்துப் பிடித்திருந்த இன்னொருத்தியின் வயிற்றில் இடக் கையை ஊன்றி சுவற்றோடு சேர்த்து அழுத்தினான். இதற்கிடையில் சத்தம் கேட்டு வெளியே இருந்து இன்னும் இரண்டு திருநங்கைகள் உள் வந்து சந்திரன் மேல் விழுந்து பிராண்டினார்கள்.

ரத்தம் வழிய பேச்சும் வழிய உடல் சூடு நிலை அடைந்து "புதுப்பேட்டை" படத்தில் "தனுஷ்" சொல்வது போல "வலிக்கல.... அட்ட்டி...." என்பதாக அறைக்குள் கரப்பான் பூச்சியைப் போல நகர்ந்து கொண்டே இருந்தான். சுற்றி நின்று மூச்சு வாங்க பார்த்துக் கொண்டிருந்த மூவருக்கும்.. தலை களைந்து மேக்கப் வழிந்து அலங்கோலமாய் இருந்தது. அந்த அறையிலி-ருந்த பொருட்களின் சரிதலும்.. இடம் மாற்றலும்.. விழுதலும்.....சத்ருக்கள் நிறைந்த ஒரு போர்க்களத்தை உருவாக்கி இருந்தது. மூச்சு திணற அமை-தியாய் சரிந்து கிடந்த ஓய்வில் கிடைத்த பலத்தில்...... திரட்டிய மூச்சைக் கொண்டு நுரையீரல் உப்பிய போது....... கைக்கு கொஞ்சம் பலம் கிடைத்-தது. கால்களின் பலத்தையும் கைக்கு மாற்றி...... மாலினியின் மூக்கில் பலமாக ஒரு குத்து விட குத்திய வேகத்தில் சில்லு மூக்கு தெறித்து ரத்-தம் குபுகுபுவென ஒழுகியது. பின் மண்டையில் பளீரென விழுந்த அறைக்கு விசைத்த வேகத்தோடு சுவற்றில் மோதி சரிந்தான் சந்திரன். பின்மண்டை-யில் அடித்த வேகத்தோடு மீண்டும் கருப்பு நங்கை மிதிக்கத் துவங்கினாள். கழுத்து, சுவரில் சாய்ந்திருக்க மீதி வளைந்த கழுத்தொட்டிய பின் முதுகு தரையில் சரிந்திருக்க கையை ஊன்றி ஒருமாதிரி சமநிலைப்படுத்திய சந்-திரன், கருப்பு மங்கையின் காலை பற்றி இழுத்து கீழே சரித்தான். போட்ட வேகத்தில் அவள் மீது ஏறி அமர்ந்து கன்னத்தில் புறங்கை கொண்டு விசிற விசிற.......அடி, பட்டும் படாமலும் அடிக்க முடியாமலும் அடிக்க தடுமாறி தவித்தபடி அவள் மீது அவனையும் அறியாமல் மூத்திரம் போயிருந்தான். அதற்குள் இன்னொருத்தி அவனை முதுகோடு மிதித்து தள்ளி விட... எகிறி முன்னால் தலை குப்புற விழுந்த சந்திரன் கையில், கட்டிலுக்கடியில் எரிந்து கொண்டிருந்த கொத்து பத்தி கிடைத்தது. அனிச்சையாக எடுத்த மாத்திரத்-தில் கீழே கிடந்தவளின் கழுத்தில் சொருகினான். பத்திகள் உடைய... கீழே கிடந்தவள் வாய் மூடி அலறினாள்.

எல்லாமே சத்தம் இல்லாமல் தொண்டைக்குள்ளேயே நிகழ்ந்து கொண்டி-ருந்தது.

மின்விசிறியின் சப்தம் கடுமையாக கேட்டது. எதையோ குத்தி கிழிக்கும் கொடூரம் அதனிடம். ஆளாளுக்கு ஒரு மூலையில் கிடந்தார்கள். அனைவ-ரின் மூச்சு சப்தமும் சீராக தாறுமாறாக கேட்டது.

ஒரு மணி நேரம் முடிந்ததற்கான அலாரம் அடித்தது.

திக் டிக் திக் டிக் திக் டிக்....

வெளியே இருந்து கதவைத் திறந்து கொண்டு இன்னும் இரு நங்கைகள் உள்ளே வந்தார்கள். உடல் கிழிந்து மண்டை உடைந்து.... கைகால் வளைந்து....சதை குதறி...அடுத்த ஐந்து நிமிடத்தில் சந்திரன் சாலையோரம் கிடந்தான்.

இரவும் சுடும் என்று உணர்ந்த போது உடம்பில் எங்கிருந்தெல்லாமோ ரத்தம் சொட்டிக் கொண்டிருந்தது. ஆசையின் வேகம்.... அவன் ஆடை கிழித்திருந்தது. காமத்தின் சாபம் அவன் உடலை துவைத்திருந்தது. பேச்சு தானாக முணங்கியது. நிலவொலியில் அவன் ஒரு சிவப்பு சித்திரத்தை சுமந்தபடி, பலியான ஒரு முதலையைப் போல கிடந்தான். யாராவது கழுத்தில் மிதித்து கொன்று விட மாட்டார்களா என்று தோன்றியது. அவன் உடல் முழுக்க அவமானத்தின் புழுக்களை உணர்ந்தான்.

வெகு நேரம் அங்கும் இங்கும் அசைந்தபடி கிடந்தான். அப்படிக் கிடப்பது கூட ஆழ் மனதில் யாழ் மீட்டியது போல இருந்தது. கண்களில் நீர் கொட்டியது. மனதுக்குள் தேள் கொட்டியது. அது அது நடக்க வேண்டிய நேரத்தில் நடந்தால் எல்லாம் சரியாக இருக்கும் என்ற தத்துவம் அவன் கழுத்தில் எறும்புகளாய் ஊர்ந்தன.

நாளை காலையில் ஜோசியரிடம் செல்ல வேண்டும் என்று சொன்ன பாட்டி முகத்தில் காரி உமிழத் தோன்றியது. செவ்வாய் சுக்கிரன் வியாழன் என்று ஏதேதோ பேசிக் கொண்டிருக்கும் அப்பா மீது ஆசிட் ஊத்த தோன்றியது. அந்தஸ்து... கௌரவம்...ஊர் மரியாதை உறவு மரியாதை சொந்த பந்த மரியாதை என்று 50 சவரனுக்கு குறையாமல் எதிர்பார்க்கும் அம்மா கழுத்தில் சூரி கத்தியால் குத்தத் தோன்றியது.

தன் அனுபவத்திலிருந்து, ஊரார் அனுபவத்திலிருந்து, முன்னோர் அனுபவத்திலிருந்து கிடைத்த முடிவுகளின் பெரும்பகுதியைக் கொண்டு ஒரு மாதிரி ப்ராக்டிகல் கலவை அளவுகளின் வழியாக ஜாதகம் கணிக்கப்படுகிறது. கணிப்பு சில நேரத்தில் ஒத்துப் போகலாம். சில நேரத்தில் ஒத்துப் போகாமல் போகலாம். ஜாதகப் பொருத்தம் ஒரு நம்பிக்கைக்குத்தானே தவிர கண்ணை மூடிக் கொண்டு நம்பும் மூட நம்பிக்கைக்கு இல்லை. அது ஒரு வசதிக்குத்தானே தவிர வாழ்வின் அடித்தளத்தின் ஆதாரமாகாது. அதுவும் பெற்றோர்கள் தன் நம்பிக்கையை செயல்படுத்திப் பார்க்கும் ட்ரையல் வண்டியாக பிள்ளைகளை பயன்படுத்துவதை வன்மையாக கண்டிக்கிறது 40ஐ நெருங்கியும் பெண் கிடைக்காதவனின் சாபம்

“நாள் நட்சத்திரம்.. நேரம்.. காலம் பார்த்து தானே அம்மாவுக்கும் அப்பாவுக்கும் சாந்தி முகூர்த்தம் நடந்துச்சு.. அப்புறம் ஏன் என் வாழ்க்கை இப்டி இருக்கு” என்று அவன் முணங்கியது அவனுக்கே கேட்கவில்லை.

நகர்ந்து நகர்ந்து தெரு விளக்குக்கு கீழே வந்திருந்தான். வீதியில் இரவு புழுக்கம் அலைந்து கொண்டிருந்தது.

தெரு விளக்குக்கு எதிரே இருந்த கடை திண்ணையில் படுத்திருந்த ஒரு உருவம் அவனையே பார்த்தது. பார்க்க பார்க்க கண்கள் சொருக கடினப் பட்டு நெற்றி தூக்கிப் பார்த்துக் கொண்டிருந்தது. காலம் சுருக்கி காணு-தல் அது என வெற்றிடம் புரிந்தது. சந்திரன், இருக்கும் மிச்ச உயிரைக் கொண்டு தன்னையே திரட்டி கூர்ந்து பார்த்தான். அந்த உருவமும் பார்த்-துக் கொண்டே இருந்தது. அது ஒரு பிச்சைக்காரியின் உடலைப் போர்த்-தியிருந்தது. அழுக்கு படிந்த முகத்தில் பிறழ்ந்த பாவனை. பற்கள் கரிந்து தெரிய.... தலையை மட்டும் தூக்கி நிலை குத்திய பார்வையில் கஷ்டப்பட்டு தலையை தூக்கவும் இறக்கவுமாக பார்த்துக் கொண்டிருந்தது. அதுக்கு ஏதோ புரிந்திருந்தது அல்லது எல்லாமே தெரிந்திருந்தது. பிண்டத்தின் முடிச்சுக்கள் அவிழ்வதில் இருக்கும் நப்பாசை அறிந்த பார்வை அது.

சந்திரன் பார்த்தான். பிச்சைக்காரியும் பார்த்தாள். சந்திரன் கண்களில் நீர் வழிந்து கன்னம் கிழிந்திருந்தது. உடல் நகர முடியாத வேதனையில் துடித்-தது. ரத்தம் சொட்டும் ராத்திரிக்கு நிறம் மாறி இருந்தது.

பார்த்துக் கொண்டே இருந்த பிச்சைக்காரி தலையை ஆட்டி "கிட்ட வா" என்று அழைத்தாள். அவன் பார்த்துக் கொண்டேயிருந்தான். பாதி வானம் சிவந்திருந்தது.

"வ்வா......"என்று வாய் திறந்து ஈனக்குரகுரலில் கூப்பிட்டாள். அவள் கண்களில் அன்பின் திரவம் நிலை குத்தியிருந்தது.

மீண்டும் தலை ஆட்டி, "......வா" என்றாள்.

சந்திரன் நகர்ந்து நகர்ந்து நகர்ந்து நகர்ந்து அவளருகே சென்றான். அவளை நெருங்கி மனம் வலிக்க அவளுக்கருகே சரிந்தான்.

அவள் ஒரு கையால் மேலே போர்த்தியிருந்த அந்த சாக்குப் பையை தூக்கி அவனை உள்ளே இழுத்து அணைத்துக் கொண்டாள். அவன் அவளை இறுக கட்டிக் கொண்டு அழ ஆரம்பித்தான்.

அந்த தெரு விளக்கு கம்பத்தில் உட்கார்ந்து குறுகுறுவென அத்தனை நேரம், எல்லாவற்றையும் பார்த்துக் கொண்டிருந்த இரவுக் காக்கை ஒன்று அப்பாடா என்று ஆசுவாசமாக பறக்கத் தொடங்கியது.

17. வானத்தை நேசிக்கும் நட்சத்திரங்கள்

அபிமானி

“"நல்லா இருக்கீங்களா மாமா?" என்று கரகரப்புடன் ஒலித்த குரல் கேட்-டுத் திடுக்கிட்டு நிமிர்ந்து பார்த்தேன். என் எதிரில் மூன்று இளவட்ட திருநங்-கைகள் நின்றிருந்தது தெரிந்தது. சிட்டுக்குருவிகளைப் போன்ற துள்ளலான உடல்கட்டுகள். ஆனால் அளவுக்கு மீறிய அழுத்தமான ஒப்பனைகள்.

எனக்கும் குழப்பமாக இருந்தது. யார் என்னை அழைத்திருப்பார்கள்? கண்டுகொள்ள முடியாமல் பேந்த பேந்த விழித்தேன்.

மூவரில் முன்னுக்கு நின்றிருந்த ‘‘பெண்தான்’ என்னைப் பார்த்து தீவிரமாக முறுவலித்துக் கொண்டிருந்தது தெரிந்தது. அவளே வாய் திறந்து என்னிடம் வார்த்தையாடவும் துவங்கினாள்.

‘‘’’என்னையத் தெரியலையா மாமா?’’

‘‘’’தெரியலையே, யாரு நீ...?’’

‘‘’’நாந்தான் மாமா விக்னேஸ்வரன். ஹார்பர் கோட்டர்ஸ்ய்க்கு ஒங்க வீட்டுக்கு அடிக்கடி வந்திருக்கேனே’’

‘‘’’எங்க வீட்டுக்கா?’’

‘‘’’ஒங்க பக்கத்து வீட்டுலக் குடியிருக்காரே சுந்தரம் மாமா... அவுங்க வீட்டுக்கு வரும்போது கட்டாயம் ஒங்க வீட்டுக்கும் வந்திருக்கேன். நம்ம சங்கர் தம்பி நல்லா இருக்கானா? அடிக்கடி அவன்கூட வந்து வெளையாடிட்டுப் போவேனே. இன்னுமா மாமா என்னைய ஞாபகத்துக்கு வரலங்கிறீங்க?’’

இப்போது ஞாபகத்துக்கு வந்தது எனக்கு. அது இரண்டு வருடங்களுக்கு முந்தைய நிகழ்வு. இப்போதும் சுந்தரம் தூத்துக்குடி துறைமுகக் குடியிருப்புப் பகுதியில் என் வீட்டுக்குப் பக்கத்து வீட்டில்தான் குடும்பசமேதராய் குடியிருந்து கொண்டிருக்கிறார். அலுவலகத்தில் என்னைப் போலவே உயர்நிலை எழுத்தர் உத்தியோகம் அவருக்கு. எங்கள் இரு குடும்பங்களுக்கும் பரிச்சயம் அதிகமாக இருந்தது. இப்போதும் இருந்துகொண்டுதான் வருகிறது. அவரின் வீட்டுக்கு வருகிற விருந்தாளிகள் என் வீட்டுக்கு வந்து பேசிப் புழங்கிக்கொள்வதும், என் வீட்டுக்கு வந்த விருந்தாளிகள் அவரின் வீட்டுக்குச் சென்று பேசிப் புழங்கிக்கொள்வதும் எங்களின் பரிச்சயத்தை மேலும் இறுக வைத்துக்கொண்டிருந்தது. இரண்டு வருடங்களுக்கு முன்னால் வரை நகரத்திலிருந்து குடும்ப உறவினர்களுடன் சுந்தரத்தின் அக்கா கல்பனா வந்து கொண்டிருந்தாள். அவளின் மூன்று பையன்களில் இளையவனான விக்னேஸ்வரன் தன் மாமா வீட்டுக்கு வந்ததும் வராததுமாய் உடனே என் வீட்டுக்குத்தான் ஓடி வருவான். வாளிப்பான தேகம் கொண்டிருந்த விடலைப் பையன். பத்தாம் வகுப்புப் படித்துக் கொண்டிருப்பதாக என் விசாரிப்புக்குப் பதில் சொல்லியிருக்கிறான். என் மகன் சங்கர் என்றால் அவனுக்குக் கொள்ளைப் பிரியம். இரண்டு வயது பொடிப்பயல் அவன். எதையும் தீர்மானமாகக் கணித்துவிட முடியாத, சொல்லிவிட முடியாத தளிர் பருவம். ரொம்ப நேரம் சங்கருடன் சேர்ந்து விளையாடிவிட்டுத்தான் மாமா வீட்டுக்குப் போவான் விக்னேஸ்வரன். இப்போது இரண்டு வருடங்களாகத்தான் தன் தம்பியின் வீட்டுக்கு கல்பனாவின் வருகை நின்று போயிருந்தது. அரிச்சல் தாளாமல் ஒருநாள் என் மனைவி புனிதாவிடம் சந்தேகம் கேட்டேன். என் மனைவி சொல்லியிருந்த விவரம் எனக்கு அதிர்ச்சியைத் தந்தது.

"அந்தக் கூத்த ஏன் கேக்கறீங்க? கல்பனா அக்கா மகன் விக்னேஸ்வ-ரன்னு ஒரு பையன் வருவான்ல? நம்ம வீட்டுக்கும் வந்து நம்ம பயலோட வெளையாடிக்கிட்டிருப்பானே. அவனோட பேச்சும் போக்கும் சரியில்லை-யாங்க'

"அதுக்கு...?'

"அவன வீட்டவிட்டு வெரட்டிப்புட்டாங்களாம்'

"வீட்ட விட்டு வெரட்டுற அளவுக்கு அவ்வளவு பெரிய தப்பு என்ன பண்-ணான்?'

"அவன் பொம்பள மாதிரித்தான் பேசுறானாம். பொம்பளைங்க உடுத்துற துணிமணியத்தான் யாருக்கும் தெரியாம அவன் எடுத்து உடுத்துறானாம். எல்லாருக்கும் கேவலமாயிருக்குன்னு சொல்லி அவன அடிச்சி வெரட்டிப்புட்-டாங்களாம்'.

"திருநங்கையா மாறிக்கிட்டிருக்கானா?'

"அது என்ன நங்கையோ... அப்படித்தான் நான் கேள்விப்பட்டேன். அத அவமானமா நெனச்சித்தான் மொத்தக் குடும்பமே எங்கும் போகாம வீட்டி-லேயே அடஞ்சி கெடக்குதாம்'.

இப்போது அவனைப் பரிதாபத்துடன் பார்த்தேன் நான். அவன் ஆணாய் இருந்ததைவிட இப்போதுதான் அழகாக இருப்பதாகத் தோன்றியது எனக்கு. கிளி மூக்கைப்போல நீண்டு, சன்னமாய் வளைந்த நாசி. செவ்விதழ் உதடு-கள். அவற்றில் அழுத்தமாய் சாயம் பூசிக்கொண்டிருந்ததுகூட அழகாகத்தான் தோன்றியது. மல்கோவா மாம்பழத்தைப்போல உருண்டை முகம். கனிவான பார்வை. புருவங்களிலும் அடர்த்தியாய் மை தீட்டியிருந்தான். குதிரை வாலைப்போல கூந்தலின் பின்பகுதியைக் கொத்தாகக் கட்டித் தொங்க-விட்டிருந்தான். அவனுடன் நின்றிருந்த "பெண்கள்' இருவரும் ஏகதேசம் அவனைப் போலத்தான் பகட்டான ஒப்பனையில் நின்றிருந்தனர். அவர்களும் அவனைப் போலத்தான் ஆணாயிருந்து...

""எத்தன நாளாச்சி விக்னேஸ், உன்னையப் பாத்து? இப்ப எங்க இருக்-கிற?"

""இங்க... விழுப்புரத்துலதான்... ஊருக்கு வெளிய குடிசை போட்டு இவுங்களோடத்தான் குடியிருக்கேன்".

பக்கத்தில் நின்றிருந்தவர்களைப் பார்த்து பெருமை தவழ சிரித்துக்கொண்-டான் விக்னேஸ்வரன். அவர்களும் அவனின் சொற்களை ஏற்றுக்கொண்டு இணக்கமாகச் சிரித்துக் கொண்டனர். வெள்ளந்தியான சிரிப்பு.

""சாப்பாட்டுக்கு என்ன பண்ற விக்னேஸ்? என்ன வேல பாக்குற?"

""எம் பேரு இப்போ நிர்மலாதேவி மாமா. இவ பேரு சாலினி... இவ பேரு சௌந்தர்யா"

எல்லாமே அவர்களாக வைத்துக்கொண்ட பெயர்கள் என்பது எனக்குப் புரிந்தது. அவர்களை அருவருத்து ஒதுக்கும் சமூகத்தின் முகத்தில் ஓங்கி அறைவதுபோன்று அக்கறையுடன் அமைத்துக்கொண்ட பெயர்கள். அழகான பெயர்கள்.

“”அப்படியா? நல்லா இருக்கு. சரி. சாப்பாட்டுக்கு என்ன பண்ற? எங்கேயாவது வேல பாக்கிறீயா விக்னேஸ்?”

“”எங்களுக்கு யாரு மாமா வேல தர்றாங்க? வேல கேட்டுப் போனா கிண்டல்தான் பண்றாங்க. எங்க பிழைப்பைப் பற்றி ஏன் கேக்கறீங்க? அதெல்லாம் ஈனப் பிழைப்பு”. ரொம்பவும் சடைத்துக்கொண்டான் விக்னேஸ்வரன். முகம் பேதலித்துக் கிடந்தது.

திருநங்கைகளின் தொழில்கள் என்னவாக இருந்தன என்பதை நான் ஏற்கெனவே அரசல்புரசலாகக் கேட்டிருந்ததாலும், அவற்றைப் பற்றிச் சொல்லிக்கொள்ள விக்னேஸ்வரன் தயக்கம் காட்டுவதாலும், மேலும் கிளற விரும்பவில்லை.

“”ஓங்க வீட்லயிருந்து உன்னையப் பாக்க யாரும் வந்திருக்காங்களா விக்னேஸ்? நீயாவது போய்ப் பார்த்ததுண்டா?”

விக்னேஸ்வரனின் முகத்தில் ஏக்கத்தின் பேரலைகள் எம்பித் தாழ்வதாகத் தோன்றியது எனக்கு. தாழ்ந்த “அலைகள்’ இரைச்சலுடன் உதிர்ந்து சிதறின.

பெருமூச்சு விட்டுக்கொண்டான் விக்னேஸ்வரன். “”அது எப்படி மாமா வருவாங்க, என்னையப் பாக்கறதையே அவமானமா நெனைக்கிறவங்க? எனக்கு அவுங்களப் பாக்கறதுக்கு ஆசதான்... அடிக்க வந்திருவாங்களோன்னு பயமாயிருக்கு.”

அவர்கள் மூவரின் முகங்களிலும் அடர்த்தியான வேதனை நிழலைத் தரிசிக்க முடிந்தது எனக்கு. எங்களுக்கு முன்னால் அலங்கரிக்கப்பட்டு நிறுத்தியிருந்த மேடையில் ஓரிரண்டு வெள்ளை வேட்டி மனிதர்கள் கரங்களில் தடித்த புத்தகங்களுடன் ஏறி வந்து நாற்காலிகளில் அமர்ந்து கொள்வதும் தெரிந்தது. இன்னும் ஓரிரு நிமிடங்களில் விழா துவங்கிவிடலாம் என்று யூகித்துக் கொண்டேன். அவர்களுக்கும் அந்த எண்ணம்தான் மேலோங்கி நின்றிருக்க வேண்டும்.

“”சரி மாமா. மத்தியானம் சாப்பாட்டு வேளையில உங்களப் பாக்கறென். விழா ஆரம்பிக்கப் போவுது”.

“”சரி விக்னேஸ்”.

மேடை களை கட்டியிருந்தது. வெள்ளை வேட்டி, பேண்ட் சட்டை போட்ட மனிதர்கள் வரிசையாக மேடையில் உட்கார்ந்திருந்தனர். அவர்களுக்கு மத்தியில் கிடந்த இருக்கையில் சாந்தகுமார் உட்கார்ந்திருந்தார். வழுக்கைத் தலையும் வாட்டசாட்டமாக உடம்புங்கொண்டு ஓர் ஒட்டகச்சிவிங்கியைப்போல உயரமாகத் தெரிந்தார். அவர்தான் மாநாட்டைக் கூட்டி-

யிருந்தார். தான் நடத்திக்கொண்டு வந்த ''சத்தம்' என்கிற பத்திரிகையின் பொன்விழாவைக் கொண்டாடும் உத்வேகத்தில் திருநங்கைகளின் எழுச்சி விழாவாக மாற்றியிருந்தார். சமூக சிந்தனையுள்ள மனிதர் அவர். அந்த இதழில் தொடர்ச்சியாக நான் சிறுகதைகளும் கவிதைகளும் எழுதிக் கொண்டிருந்ததில் எனக்கும் விழாவில் பங்கெடுக்குமாறு அழைப்பிதழ் கிடைத்திருந்தது. விக்னேஸ்வரன் என்முன் வந்து அழைத்துக் கொண்டு நிற்பதற்கு சற்று முன்புவரை ''சத்தத்'தில்தான் ஆழ்ந்து மௌனமாகிப் போயிருந்தேன். விக்னேஸ்வரனுக்கும் அழைப்பிதழ் கிடைத்திருக்க வேண்டும். பந்தலின் வடக்குப் பக்கத்தில் பெருந்திரளாக திருநங்கைகளின் இருப்புத் தெரிந்தது. வரிசைக்கிரமமாகப் போட்டிருந்த நாற்காலிகளை அரக்கப் பரக்க ஆக்கிரமித்துக்கொண்டு வாயடிக்கவும், வம்புகள் பண்ணி ஒருவருக்கொருவர் போக்குக் காட்டிக் கொள்ளவுமாக உற்சாகத்தில் அமர்ந்திருந்தனர்.

தெற்குப் பகுதியில் பரவலாக விரித்துப் போட்டிருந்த இருக்கைகளில் ஆண்கள் அமர்ந்திருந்தார்கள். சிலர், இதழில் பங்களிப்புச் செய்கிறவர்களும், சிலர் சாந்தகுமாருக்குப் பரிச்சயமான அறிவு ஜீவிகளாகவும் இருக்கலாம் என்று எனக்கு மேலோட்டமாக நினைக்கத் தோன்றியது. ஆயிரம் பேர்கள் அமர்ந்து பார்க்கக்கூடிய அளவுக்கு விஸ்தாரமாக இருந்தது பந்தல். விசிறும் வெட்டவெளிக் காற்றில் அதன் ஓலைக் கீற்றுக்கள், சரிகை இழைகள் உரசிக் கொண்டதுபோன்ற ஓசையை எழுப்பிக் கொண்டிருந்தன. ஊரைவிட்டு ஒதுங்கிப் போயிருந்த ஒரு தோட்டத்தின் உள்வெளியில் மாநாடு கூட்டப்பட்டிருந்ததால், சனங்களின் சந்தடியற்று ரொம்பவும் அமைதியாகவும் சுதந்திரமாகவும் தோற்றம் தந்தது. காலை நேர வெயிலின் வெக்கையைத் தணிக்கும் பொருட்டு, வடக்குப் பக்கம் சிப்பாய்க் கூட்டங்களைப்போல திரளாக நின்றிருந்த வாழை மரங்களின் தோகைகள் பரத்திவிட்ட காற்று, பந்தலுக்குள் பரவசத்தை மிதக்க வைத்துக் கொண்டிருந்தது.

முதலில் சாந்தகுமார்தான் வரவேற்புரை நிகழ்த்தினார். திருநங்கைகளின் முன்னேற்றம் குறித்து விலாவாரியாகப் பேசினார். எடுத்திருந்த போராட்டங்கள், இனி எடுக்க வேண்டிய போராட்டங்கள் பற்றிய விளக்கங்கள் அவரின் முன்னுரையில் மூழ்கிக் கிடந்தன. அவருக்கு அடுத்துப் பேச வந்தவர்கள் திருநங்கைகளின் உலகளாவிய நிலைமைகளையும் அதை எல்லாருக்கும் புரிய வைக்க வேண்டிய தலையாய கடமையையும் குறித்து விளக்கமாகச் சொன்னார்கள்.

திருநங்கைகளுக்கும் தங்கள் கருத்துகளைப் பரிமாறிக் கொள்ளும் அவகாசம் தந்திருந்தார் சாந்தகுமார். காலைப் பகுதி முழுதும் கருத்துரையிலே முடிந்துவிட, மதியம் உணவுக்குப் பிறகுதான் திருநங்கைகளின் கலாசார விழா நடந்தேறும் என்பதை நான் அறிந்திருந்தேன். ஒருசிலர் கூறிய கருத்துகளையே வேறு சிலரும் எடுத்துக் கூறிக்கொண்டிருந்ததில் எல்லோருக்கும் சலிப்புத் தட்டத் துவங்கியது தெரிந்தது. எனக்கும்தான். புதுக் கருத்துகளைக்

கூற இவர்களுக்கு விஷயங்கள் கிடைக்கவில்லையா என்று நான் எரிச்சலோடு காத்துக்கொண்டிருந்தபோது என் எதிர்பார்ப்புக்கு ஏற்றவாறு விக்னேஸ்வரன் வீறுகொண்டு பாய்ந்து மேடைக்கு வந்தான். இதுவரை திருநங்கைகளின் கூட்டத்தில் தன்னை மறைத்துக்கொண்டு, இப்போது மேகக் கூட்டத்தைக் கிழித்துக்கொண்டு வெளியே வந்து வெளிச்சம் தரும் முழு நிலவாய் மேடையில் அவன் காட்சி தந்தான். மேடையில் தன் கருத்துகளைச் சொல்வதற்கு ஏற்கெனவே சாந்தகுமாரிடம் அனுமதி வாங்கியிருக்க வேண்டும். அவனைப் பார்த்ததும் சாந்தகுமார் தலையாட்டிச் சம்மதம் தெரிவித்துக் கொண்டது தெரிந்தது.

“”அய்யா••• எல்லாருக்கும் வணக்கம். உங்களோட சேர்ந்து நாங்க போராடினதுனாலதான் எங்களுக்கு ஓட்டுப் போடுற உரிமையும் குடும்ப அட்டைகளும் கெடச்சது. அடுத்து எங்களுக்குக் கல்வி கற்க உரிமையும், அரசாங்க வேலையில இடஒதுக்கீடும் கிடைக்க இன்னும் போராட வேண்டியதிருக்கு என்பதை நான் அறிவேன். இவை எல்லாவற்றையும்விட எங்களுக்கு எது முக்கியமின்னா••• எல்லாரும் எங்களையும் சக மனிதர்களாக ஏற்றுக்கொள்கிற மனநிலைக்கு வரணும்••• நாங்களும் எல்லோரையும்போல சகஜமாகப் பழகித் திரியணும். மொதல்ல••• இந்த விழாவுக்கு வந்திருக்கிற ஆம்பளைகள் பொம்பளைகள் எல்லாரும் ஒரு சபதம் எடுத்துக்குங்க. ஒங்க ஃபேமிலியில யாராச்சும் எங்கள மாதிரி திருநங்கையாய் மாறினா, அவுங்கள மற்ற குழந்தைகளை மாதிரி சமமா நடத்துவேன்னு சபதம் எடுத்துக்குங்க. அவுங்கள வீட்ட

விட்டு வெரட்டுறதுக்குச் சம்மதிக்க மாட்டோமின்னு உறுதிமொழி எடுத்துக்குங்க. எல்லோருடனும் நாங்க சகஜமா பழகணும்••• அவுங்களும் எங்களச் சமமா நடத்தணும். அதுதாங்கய்யா முக்கியமின்னு நாங்க நெனைக்கிறோம். நன்றிங்க”.

திருநங்கைகளின் கூட்டத்திலிருந்து அடுக்கடுக்காகக் கைதட்டல்களும் ஆர்ப்பரிப்பாய் விசில் சத்தங்களும் கேட்கத் துவங்கின. மேடையில் அமர்ந்திருந்தவர்களின் முகங்கள் எல்லாம் இறுகிப்போய்க் கிடந்ததை நான் கண்டேன். சாந்தகுமாருக்குக்கூட அது சங்கடமாகத்தான் போயிருக்க வேண்டுமோ என்னவோ. உட்கார்ந்த இருக்கையில் நெளிந்து கொண்டிருந்தார்.

எல்லோருக்கும் வணக்கம் சொல்லிவிட்டு விக்னேஸ்வரன் கீழே இறங்கிவிட்டிருந்தான். அவனின் பெண்மை தரித்தக் கோலத்தில் எத்தனை அவமானங்கள் அடங்கிக் கிடக்கின்றன என்பதை அறிந்துகொண்டேன். அவன் கலங்கிப் போயிருந்தான்.

மதிய சாப்பாட்டு வேளையில் என்னிடம் வந்து பேச்சுக் கொடுக்க அவன் தயங்குவதாகத் தோன்றியது எனக்கு. தன் பேச்சின் மூலம் எல்லா ஆண்களையும் பெண்களையும் காயப்படுத்திவிட்டிருந்ததுபோல என்னையும் காயப்படுத்தி விட்டிருந்ததாய் அவன் நினைத்திருக்கலாம். அவன் பேச்சில் எனக்-

கொன்றும் வலி ஏற்படவில்லை என்பதை எப்படி அவனுக்குப் புரிய வைப்பது என்று யோசித்துக் கொண்டிருந்தேன். கூட்ட நெரிசலில் அவன் மறைந்து மறைந்து போய்க் கொண்டிருந்தது தெரிந்தது. எலுமிச்சைச் சோறும், தயிர்ச் சோறுமே மதிய உணவாகப் படைத்திருந்தார்கள். அவற்றைத் தின்பதற்கு அதிக நேரம் எடுக்க வேண்டியதில்லை என்பதால் சீக்கிரமாக விழுங்கிவிட்டு பந்தலுக்குள் வந்து அமர்ந்துகொண்டேன். அவன் அங்கு வந்ததும் பிடித்துக் கொள்ளலாம் என்பது என் திட்டம். அவன் விடாக்கண்டனாக இருந்தான். அவனோடு சேர்ந்த கூட்டாளிகள் எல்லோரும் வந்து உட்கார்ந்த பிறகுதான் அவனும் தன் பரிவாரங்களுடன் வந்து பந்தலுக்குள் இடம்பிடித்தான்.

கலாசார நிகழ்ச்சிகள் துவங்கிவிட்டிருந்தன. திருநங்கைகளுக்கு மட்டுமே ஒதுக்கப்பட்டிருந்த நிகழ்ச்சிகள். எடுத்த எடுப்பில் அழகிப் போட்டி நடந்தது. விதம்விதமாய் ஒப்பனைகள் பண்ணிக்கொண்டு நெளிந்து குழைந்து நடந்து-போன திருநங்கைகளைக் கண்டபோது அவர்களுக்குள் புதைந்துகிடந்த ஏக்-கத்தின் தாக்கம் தெரிந்தது. பிறகு, இசைக்கப்பட்ட சினிமாப் பாட்டுக்கு ஒரு சிலர் துள்ளிக் குதித்து ஆடிவிட்டுப் போனார்கள். அடுத்து ஒரு திருநங்கை வந்து நின்று ஒலிவாங்கியில் பாடிவிட்டுப் போனாள்.

இவற்றில் எதிலுமே விக்னேஸ்வரன் கலந்துகொள்ளாமல் தவிர்த்திருப்பது ஏன் என்று எனக்கு யோசிக்கத் தோன்றியது. பந்தலுக்குள் அவன் உட்கார்ந்-திருந்த இடத்தில் தலையைத் தூக்கிப் பார்த்தேன். இருக்கை வெற்றிடமாகக் கிடந்தது தெரிந்ததும் வினாடியில் அதிர்ந்து போனேன்.

கலை நிகழ்ச்சிகள் முடிந்து, விழா நிறைவு பெற்றதும், சாந்தகுமாரிடம் சென்று விடைபெற்றுவிட்டு வெளியே கிளம்பிக் கொண்டிருந்தேன். மாலை மயங்கி, இரவு துவங்கியிருந்தது. பேருந்து பிடித்து தூத்துக்குடி செல்ல வேண்-டும். பந்தலின் வாசல் முகப்பில் கையில் ஒரு பார்சலோடு விக்னேஸ்வரன் நின்று கொண்டிருந்தான் அவனின் கூட்டாளிகளுடன். என்னைக் கண்டதும் வெட்கப்பட்டுத் தலைகுனிந்து கொண்டான்.

“”என்ன விக்னேஸ், இங்க வந்து நிக்கற? பந்தல்ல ரொம்ப நேரமா ஆளக் காணல?”

“”அம்மாவுக்கு பூனம் சேலைன்னா ரொம்பப் பிடிக்கும் மாமா. அத வாங்-கத்தான் கடைக்குப் போயிருந்தேன். இத அம்மாக்கிட்டக் குடுத்திருங்க.”

ரொம்பவும் வாஞ்சையுடன் நீட்டினான் அவன். தட்ட முடியாமல் வாங்கிக் கொண்டேன் நான்.

“”ஊருக்கு வர்றீயா? அம்மாவையும் அப்பாவையும் பாத்துட்டு வந்திர்ற-லாம்”

“”இல்ல மாமா. அவுங்க என்னைக்கு என்னை மனசார ஏத்துக்கிறாங்-களோ அன்றைக்குத்தான் அங்க வருவேன் மாமா”.

“”அவுங்கள்லாம் மாறதுக்கு ரொம்ப காலம் ஆகும். அதுவரைக்கும் இப்படி இங்கேதான் இருக்கப்போறியா?”

“”வேற வழி? நல்லாப் படிச்சிருக்கிற உங்கள மாதிரி விசயம் தெரிஞ்சவங்களே எங்கள மனப்பூர்வமா ஏத்துக்காதபோது, அவுங்க பாவம், பத்தாம் வகுப்போ பன்னிரெண்டாம் வகுப்பு வரைக்குமோ படிச்சவங்க… அவுங்களுக்கு எப்படி ரொம்பச் சீக்கிரத்துல ஏத்துக்க மனசு வரும் மாமா?”

எனக்குத் தூக்கி வாரிப் போட்டது. இவனென்ன இத்தனை கறாராய் தன் கருத்தையும் கோபத்தையும் வெளிப்படுத்துகிறான் என்று கலவரத்துடன் நினைத்துப் பார்த்தேன். எதைச் சாக்காக வைத்து என்னையும் குற்றவாளிக் கூண்டில் நிறுத்திவிட்டிருக்கிறான்? என் முகம் கருத்துப் போனது.

“”புரியல. எதை வச்சி, என்னையும் உன்னைய ஏத்துக்காத லிஸ்ட்ல சேத்துட்ட விக்னேஸ்?”

“”பின்ன, என்னய நீங்க சகஜமா ஏத்திருந்தா என் மாற்றத்தையும் நீங்க ஏத்திருக்கணும். எம் பேரு நிர்மலா தேவிங்கறதையும் நீங்க ஏத்திருக்கணும். அதை ஏத்துக்க விருப்பமில்லாமத்தான் இன்னும் என்னைய “விக்னேஸ் விக்னேஸ்’ஸுன்னே கூப்பிடுறீங்க?”

“”சாரி நிர்மலாதேவி..” என்று அசடு வழியச் சொல்லிவிட்டு “அவளிடமிருந்து’ விடைபெற்றேன்.

18. உயிருடன் ஒரு சிரிப்பு

அன்று மதியம் மூன்று மணிக்கே வேலையில் மனம் செல்லாததால் களைப்புற்று அப்பார்ட்மெண்ட்டிற்கு திரும்பினாள் சரளா. மனம் ஏனோ தீபிகாவைப் பற்றியே நினைத்தது. ஒரு உருவம் இல்லாமலேயே தன்னை அழ வைத்துக்கொண்டு இருந்த தன் உணர்வுகள் இப்பொழுது தீபிகாவின் உருவத்தில் தன்னை சித்ரவதை, இல்லை, இல்லை, மனம் அதை ரசிக்கும் பொழது, அது கிடைக்காத வேதனையில் தான் மருகுவதை உணர்ந்தாள். கௌச்சில் சரிந்த சரளா தன் மனபாரம் குறைய என்ன செய்வது என தெரியாமல் அழ ஆரம்பித்தாள்.

சிறகடித்து பறக்கும் பட்டாம்பூச்சி என மற்றவர்களால் வர்ணிக்கப் படும் பருவத்தில் தான் மட்டும் முள் சிறகில் இருந்த பட்டாம்பூச்சியாய், அழகாக பறக்க முடியாமல், மனம் சக மாணவிகளிடம் தோழமையுடன் பழக முடியாமல்… தொந்திரவு, ஆம், அதை தொந்திரவு என்றுதான் முதலில் விலக்க முற்பட்டாள். முடியாமல் போகவே சோர்ந்து போய், படிப்பில் தன் கவனத்தைத் திருப்பினாள். அவள் பெற்றோர் பெருமையுடன் பேசும்படி மாநிலத்திலேயே முதல் இடத்தில் ப்ளஸ் டூ பாஸ் செய்து மேலே மேலே படித்து இதோ டாக்டர் சரளாவாக நாஸாவில் வேலை செய்கிறாள். கல்யாணம்

என்று அவளது பெற்றோர்களும் நச்சரித்துக் கொண்டுதான் இருக்கின்றனர். இப்பொழுது அவர்களுக்கு அது பெரிய கவலையாகவே மாறி விட்டது. மனம் கசந்து பேசஆரம்பித்து உள்ளார்கள். அவர்களை வேதனைப் படுத்துகிறோமே என்ற கவலை ஒரு பக்கமும், தான் யார் என்பதை எப்படி சொல்வது என்ற அச்சமும் சரளாவை வாட்டி வதைத்துக் கொண்டு இருக்கிறது. வெளி உலகத்திற்காக சிரித்தாலும் அவளுக்கே அதில் உயிர் இல்லாதது தெரியும். எல்லாவற்றையும் நினைத்துத்தான் அழதாள்.

தீபிகா வரும் சத்தம் கேட்டது. தன்னை சரளா சுதாரித்துக் கொள்வதற்குள் அவள் உள்ளே நுழைந்து விட்டாள். அவளது முகத்தைப் பார்த்ததுமே, "அழுகிறாயா, என்ன?" என்று கேட்டவள், கவலையுடன் அருகில் வந்து அமர்ந்தாள்.

இந்த நிலையிலும் பாழாய்ப் போன மனம் அவள் கூர்மையான மூக்கையும் துருதுருப்பான கண்களையும் கவனிக்கத் தவறவில்லை. சரளாவிடம் இருந்து எந்த பதிலும் வராமல் போகவே, மெதுவாக, "என்னிடம் சொல்லலாம் என்றால் சொல், சரள்" என்றாள்.

அவ்வளவுதான். அப்படியே உடைந்து போய் விட்டாள். எப்படி இவளிடம் நான் கூறுவேன் என்று மனதிற்குள் போராட்டமே நடத்தினாள். தீபிகாவைப் பொறுத்தவரை, சரளா கலகலப்பாக பழகும் பெண் இல்லை என்றாலும் இப்படி காரணம் இல்லாமல் அழும் சாதாரண பெண் அல்ல. ஏதோ கவலை இவளை வாட்டுகிறது என்று உணர்ந்தவள், அவள் முகத்தைத்தன் கைகளில் ஏந்தி, "எதுவானாலும் சொல் சரள்" என்றாள்.

அதற்குமேல் பொறுக்க முடியாமல்போன சரளா, "தீபி, நான் சொல்வதைக் கேட்டால் இப்படி நீ என் பக்கத்தில் இருப்பாயோ, மாட்டாயோ, தெரியாது. ஆனாலும் சொல்லத்தான் போகிறேன். நான் பெண் என்றாலும் என் மனம் ஏனோ பெண்ணிடமே காதல் உணர்வு தோன்றுகிறது." என்றவள், தொடரலாமா வேண்டாமா என்று யோசித்து, நிமிர்ந்து தீபிக்காவின் முகத்தைப் பார்க்கவே கூசி, மெள்ள நிமிர்ந்தாள்.ஆனால் அதில் எந்தவித மாற்றமும் இல்லாத்ததால், சற்று தைரியம் அடைந்து, மேலே கூற ஆரம்பித்தாள். "உன்னைப் பார்த்த முதல் இத்தனை வருடங்களாக கட்டுப்பாட்டிற்குள் அழுது கொண்டு இருந்த என் மனம் அடக்க முடியாமல் என்னை தொந்திரவு செய்கிறது. என்னை மனித்துவிடு. என்னால் உன்னிடம் வெறும் தோழியாக பழக முடியவில்லை" என்றவள், வழிந்தோடும் கண்ணீரைத் துடைத்துக் கொண்டாள். நான் வெளியே இடம் பார்த்துக் கொள்கிறேன் என்பாளா, என்று பயந்து, எதுவானாலும் எதிர்கொண்டுதான் ஆக வேண்டும் என்று தீர்மானித்தவளாய், அவள் முடிவை சொல்லட்டும் என மொளனமாக தலை குனிந்து இருந்தாள். சற்று நேரம் கழித்தும் பதில் வராமல் போகவே, நிமிர்ந்த சரளா அதிர்ந்தாள். அவள் கண்களிலும் மாலை, மாலையாக கண்ணீர்.

பதறிப்போனவளை இதமாக அணைத்த தீபிகா, “சரள், உன்னிடம் எப்படி கூறுவது என்று நான் தவித்துக் கொண்டு இருந்ததைத்தான் நீ இப்பொழுது கூறினாய். உண்மையில் என் பாரமும் குறைத்து விட்டாய்” என்று திணறி, திணறிக் கூறி முடித்தாள். இதை சற்றும் எதிர்பார்க்காத சரளா, ஒரு நிமிடம் ஸ்தம்பித்து விட்டாற்போல் மகிழ்ச்சியில் என்ன செய்வது என்றே தெரியாமல் இருந்தாள். தன் நிலை அடைந்து அவளை நிமிர்ந்துப் பார்த்தாள். இருவர் கண்களிலும் ஆனந்தக் கண்ணீர்.

பிறகு இருவரும் எவ்வளவு வேதனைகளை தேவை இல்லாமலே பட்டு இருக்கிறோம் என்று உணர்ந்தார்கள். இப்பொழுதும் அவர்களுக்கு எதிர்ப்புகள் வரும். அவர்கள் பெற்றோர் இதை புரிந்து கொள்வார்களா, மாட்டார்களா?, உலகம் இதை அங்கீகரிக்குமா என பல கேள்விகள் இருந்தாலும், அதை எல்லாம் மறந்து, பத்து வயதில் சிரித்த அதே ஆனந்த சிரிப்பை இத்தனை வருடங்களுக்கு வாய் விட்டு, மனம் விட்டு சிரித்தனர்.

அந்த சிரிப்பில் உயிர் இருந்தது.

19. முகூர்த்த நேரம்

இன்று:

“சித்தப்பா லேட் ஆச்சி, சீக்கிரமா கிளம்பு” என்றாள் மீனா குட்டி.

“நீ போய் வண்டிய ஸ்டார்ட் பண்ணு, நான் வந்துட்டேன்” என்று சாவியை அவளிடம் கொடுத்துவிட்டு, திலீப் ஷூ லேசை அவசரமாய்க் கட்டினான்.

பட்டன் ஸ்டார்ட் வண்டியை தயக்கமின்றி விர்ரென எழுப்பினாள் மீனா.

“தம்பி வரும்போது இன்னைக்கு மறக்காம வெளிய சாப்பிட்டு வந்துடுங்க. நாங்க எல்லாம் செங்கல்பட்டு போறோம்” என்று சொல்லி முடிக்கும் முன் “டேய் அடி வாங்க போற” என்று அதட்டி மீனாவின் மூன்று வயதுத் தம்பியை அடக்க முயன்றாள் மீனாவின் அம்மா.

அதற்குள் வண்டி வேகம் பிடிக்கவே, “சரி அண்ணி” என்று உரக்கக் கத்தி விட்டுச் சூடு பிடிக்கப் பறந்தான் திலீப்.

அன்று:

“சார் சார், ப்ளீஸ் கொஞ்சம் வண்டிய நிறுத்துங்க” என்று குரல் கேட்டது. சாதரணமாய் வண்டியை நிறுத்த மாட்டான் திலீப் என்றாலும், அதைச் சொன்ன கண்களுக்கு அடிபணிவதை விட அவனுக்கு வேறு வழி தெரியவில்லை. கூர்மையான பார்வை, அதை விட கூர்மையான மீசை, உறுதியான இரும்பு எலும்புகளின் மேல் இறுக்கமாய் போர்த்திய கருப்புத் தோலின் மீது ஆழுக்குச் சட்டை.

“பிச்சைக்காரனா?” என்று திலீப் வியந்திருக்கையில், “சார் சார், நீங்க பாம்பு ஹௌசு பக்கம் போறதா இருந்தா, என்னை கொஞ்சம் ட்ராப் பண்ணிட்டு

போங்க சார். பஸ் மிஸ் ஆயிடிச்சி. லேட்டா போனா முதலாளி என்ன வேலைய வுட்டு தூக்கிருவாறு சார். என்னைக்காவது உங்க பைக்கு ரிப்பேர் ஆனா, என்ன கூப்பிடுங்க, ப்ரீயா பண்ணித் தர்றேன் சார்'' என்று முத்து சொன்ன பண்ட மாற்றை விட, அவன் கண்களுக்கு மீண்டும் அடி பணிந்-தான் திலீப்.

இன்று:

''மிஸ்டர் திலீப், உங்க எக்ஸ்ப்ளனேஷனேல்லாம் சரிதான். இந்த 'பக்கி' சாப்ட்வேர நாம கிளையண்டுக்கு அனுப்பினா, அடுத்த டேர்முக்கு நமக்கு ப்ராஜெக்ட் கிடைக்கிற சன்செஸ் ரொம்பக் கம்மி'' — இது மேனேஜர்.

''சார், பர்ஸ்ட் இது நம்ம ப்ராஜெக்டே இல்லை. சிங்கப்பூர் ஆபிஸ் இதை தெரியாத்தனமா சைன் பண்ணி, எக்குத்தப்பா மாட்டிக்கிட்டதால, நைசா நம்ம தலைல கட்டிட்டாங்க. அவங்க கேக்கர அவுட்புட் வேணும்னா, இன்னும் ஆறு மாசமாவது ஆகும். ஒரு வாரத்துலல எல்லாம் முடிக்க முடியாது சார்'' என்று உறுதியாகச் சொன்னான் திலீப்.

''சரி இன்னைக்கு எப். சி. ஆர். டாகுமெண்டையாவது முடிச்சி குடுத்துட்டுப் போங்க'' என்றார் மேனஜர்.

''சார் மண்டே வந்து உங்களுக்கு என்ன வேணும்னாலும் செஞ்சு குடுக்க-றேன். இன்னைக்கு அஞ்சு மணிக்கு நான் கிளம்பியே ஆகணும்'' என்று திலீப் முடிவாகச் சொன்னான்

''என்ன வீகெண்ட் பெங்க்ளூருக்குப் போய் பொறுக்கப் போறியா? செய் செய் உனக்கு என்ன பிள்ளையா குட்டியா'' என் சலித்துக் கொண்டார் மேனேஜர்.

அன்று:

''சார், சைலன்சரக் கழட்டி, கலர் கலரா லைட்டுப் போட்டு, சைரன் சவுண்டு எல்லாம் வரணும்னா, அதுக்கு ரொம்பச் செலவாகும்'' என்று முத்து சொல்லி முடிக்கும் முன், அவன் வாயை தனது வாயால் மூடி, ஐந்து நிமிட இறுக்கத்-திற்கு பிறகு திலீப் சொன்னான் ''பாதி பேமண்ட் குடுத்தாச்சு, மீதிய ராத்திரி குடுக்கறேன்''

முத்துவை அவன் குறும்பு, இல்லை, குத்தும் பார்வை பார்த்தான்.

''இந்த ஸ்டைலெல்லாம் நல்லாத்தான் இருக்கு, இன்னைக்கு ராத்திரி என்னை மரியாதையா கொண்டு போய் மெட்ராஸ்ல விடு, நாளைக்கு நான் வேலை பாக்கணும்'' என்றான் முத்து.

''சண்டே கூட வேலையா? என்னோட இருக்ககூடாதா'' என்று திலீப் சிணுங்கினான்.

''உனக்கு என்ன நீ சாப்ட்வேர் இஞ்சினீயர், உக்காந்து தேய்க்கர வேலை, வீக்கெண்ட் எல்லாம் 'ப்ரீ'தான். நான் உடம்பு வளைச்சு உழைச்சாத்தான், என் குடிகார அப்பன் வெச்ச கடனையும், என் வாழாவெட்டி தங்கச்சிக்கும், அவ பிள்ளைக்கும் ஒரு வழியைச் செய்ய முடியும்'' என்று முடித்தான் முத்து.

“உடம்ப ரொம்ப ஸ்ட்ரெயின் பண்ணிக்காத, அது எனக்குச் சொந்தம்” என்று திலீப் கூலாகச் சொன்னான்.

இன்று:

திலீப் சாப்பிட்டுக் கொண்டே அம்மாவிடம் போனில், “இதுக்கெல்லாம் ஏம்மா டென்ஷன் ஆகுற, அண்ணி அண்ணா கல்யாணம் ஆகி 12 வருஷம் ஆச்சு, இன்னும் நீ என்னவோ புது சம்மந்தி மாதிரி அவங்க அத கண்டுக்கல, இத மதிக்கலன்னு அலட்டிக்காம , பேரன் பேத்தியோட போய் சேரு. ஐ மீன், செங்கல்பட்டுக்கு” என்றான்.

“ஏன்டா சுடுகாட்டுக்குன்னு சொல்லேன். அதுக்குதான் காத்துக்கிட்டு இருக்கேன். உங்க அண்ணன் தலையணை மந்திரத்துக்கு மயங்கி, அவளோட தலையாட்டி பொம்மையா மாறிட்டான். நீயாவது வீட்ட மதிக்கரவளா ஒருத்திய கட்டுவன்னு பர்த்தா, ஒரு வழிக்கும் வர மாட்டேங்கற. உங்க அப்பா அவர் பாட்டுக்கு என்னை நிர்கதியா உங்க தலைல கட்டிட்டு, நிம்மதியா போய் சேந்துட்டாரு. என் தலைல அவ்ளோதான் எழுதி இருக்கு” என்று திட்டித் தீர்த்தாள்.

திலிப்பிற்கு உணவை முடிக்கும் முன்பே, வயிறு நிறைந்து விட்டது.

அன்று:

“நமக்குப் பொண்ணு பொறந்தா அது உன்னை மாதிரிதான் இருக்கணும்” என்றான் தீலிப் .

இடைமறித்து “ஒண்ணும் வேணாம். நானே கருப்பு, அப்புறம் அவள எவனும் கட்ட மாட்டான்” என்றான் முத்து.

“கருப்புதான் எனக்கு புடிச்ச கலரு” என்று பாடி நகைத்த திலீப் “பாத்தியா பாத்தியா, உனக்கு ஏன் இந்த இன்பீரியாரிட்டி காம்ப்ளெக்ஸ்? நீ மட்டும் வெள்ளையா இருந்தா, நான் உன்னை அன்னைக்கு பைக்ல ஏத்தி இருக்கவே மாட்டேன்” என்றான்.

“உனக்குப் பிடிச்சிருந்தா சரிதான். இப்படி வாய்ப்பேச்சுலயும், கனவிலேயும் தான் நாம குடும்பம் நடத்தி குழந்தையெல்லாம் பெத்துக்க முடியும். மத்தவங்களப் பொறுத்த வரைக்கும் நான் உனக்கு வெறும் ப்ரெண்டு. அன்னிக்கு உன்னோட அபீஸ் ‘ட்ரிப்பு’ன்னு வயநாடு போனப்ப உன்னோட கலீக்ஸ் கிட்ட எல்லாம் நான் யாரு, உனக்கு எப்படி பிரண்டுன்னு புளுகித் தள்ளி, சமாளிக்கறதுக்குள்ள போதும் போதும்னு ஆயிடிச்சி. உங்க வீட்டுக்கு வந்தா, உங்க அம்மா, இந்த மேக்கனிக்கு பயலோட உனக்கு என்ன சகவாசம்னு கேக்கறாங்க” என்று முத்து தன் நிலைமையை வெளிப்படுத்தினான்.

சற்று நேரம் யோசித்த திலீப் “சரி வா ஓடிப்போய் நாம ரெண்டு பேரும் கல்யாணம் பண்ணிக்கலாம்” என்றான்.

“இன்னைக்கு நீ அடிச்சா ஜோக்குல மட்டமான ஜோக் இதுதான்” என்று சிரித்தான் முத்து.

“இல்லடா ஸீரியஸா” என்று பதில் சொன்னான் திலீப்.

இன்று:

திலீப்பின் செல் போன் ஒலித்தது. அவன் அண்ணாவிடமிருந்து. “டேய் திலீப், உடனே கோயம்பேடு பஸ்டாண்டுக்குப் போய் அம்மாவ கூட்டிட்டு வந்து வீட்ல ட்ராப் பண்ணு” என்றது அண்ணாவின் குரல்.

“ஏன்ணா? அம்மா அண்ணியோட செங்கல்பட்டுக்குல போயிருக்கணும். என்ன ஆச்சு? ஏதாவது பிரச்சனையா?” என்று குழம்பினான் திலீப்.

“ஆமாம்டா. நேரம் காலம் தெரியாம அம்மா உன் அண்ணி கிட்ட சம்மந்தி வீட்டுப் பிரச்சனைய ஆரம்பிச்சிருக்கா. பதிலுக்கு உன் அண்ணியும் ‘சுருக்’குன்னு ஏதோ கேட்டுட்டா. அம்மா வீம்பா அவங்க வீட்டுப் பக்கம் தலை வெச்சி கூடப் படுக்க மாட்டேன். செங்கல்பட்டுக்கு வரமாட்டேன்னு சொல்லிட்டா. உங்க அண்ணி எவ்வளவோ சொல்லியும் கேக்கல, அவளும் கௌம்பிட்டா” என்று புலம்பித் தீர்த்தான் அண்ணன்.

“ச்சே என்ன நான்சென்ஸ், நான் அத்தனை சொல்லியும் அம்மா இப்படி பண்ணிட்டாங்களே. சரி, ஒரு ஆட்டோ புடிச்சி அம்மாவ நீ வீட்டுக்குப் போகச் சொல்லியிருக்கக் கூடாதா” என திலீப் கேட்டான்.

“அது எனக்குத் தெரியாதா? அம்மா அப்செட் ஆகி அழுதுட்டு உட்கார்ந்திருக்காங்க. இப்ப நம்ம யாராவது போனாதான் அவங்க கொஞ்சம் சமாதானமாவாங்க. அதுவும் அவங்க செல்லப் புள்ள நீ போனீன்னா அவங்க மனசு கொஞ்சம் ரிலாக்சாகும்” அண்ணன் அவனை விடுவதாக இல்லை.

“அது இல்லண்ணா, எனக்கு 6.30 மணிக்கு ஒரு முக்கியமான வேலை இருக்கு. நீ போய்க் கூட்டிட்டு வாண்ணா, ப்ளீஸ்” என்று திலீப் மீண்டும் தப்பிக்கப் பார்த்தான்.

“இத பாரு இன்னைக்கு பேங்க்ல இயர்லி ஆடிட். லாக்கர் ரூமத் திறந்து உள்ள உட்கார்ந்திருக்கோம். மிட்நைட் குள்ள நான் முடிச்சி வெளிய வந்தாலேப் பெரிய விஷயம். நீ போய்த்தான் ஆகணும், ஃப்ரைடே ஈவனிங் நீ என்ன வெட்டி முறிப்பன்னு எனக்குத் தெரியும்” என்று அண்ணன் கறாராய்ப் பேசினான்.

“அது இல்லண்ணா …” என்று திலீப் மீண்டும் பேச ஆரமிப்க்க, “ஜஸ்ட் டூ இட்” என்று சொல்லி அண்ணன் போனைக் கட் செய்தான்.

இதை முத்துவிடம் எப்படி விளக்குவது என்று திலீப் குழம்பி இருக்கையில், முத்துவிடமிருந்து வந்த எஸ்.எம்.எஸ். “யே குருவி, சிட்டுக் குருவி” என்ற மெட்டு ஒலித்தது.

“Konjam late aagum inga periya problem” என்ற எஸ்.எம்.எஸ்சை கண்டபோது, வேதனைப்படுவதா, ஆறுதல் அடைவதா எனக் குழம்பினான். சுதாரித்தவன் “sari enakkum personal problem, 7.25 kku vantha pothum. manage pannalam” என பதில் எஸ்.எம்.எஸ். கொடுத்து

விட்டு, அம்மாவை அழைத்து வரக் கிளம்பினான்.

கோபம் நிறைய இருந்தது. அத்தனைக் கூட்டம் மிக்க பேருந்து நிலையத்தில் அம்மாவைச் 'சட்'டெனக் கண்டுபிடித்து "ஏறும்மா" என்றான். அம்மாவை வீட்டில் இறக்கி விட்ட போது மணி 6.57. வண்டியை விட்டு இறங்காமல் வாசலில் இருந்தே கிளம்பி விடலாம் என முடிவு செய்து இருந்த போதிலும், சிறுநீர் நிரம்பி வயிறு சிதறும் நிலையில் இருந்ததால், சற்றே உள்ளே சென்று விட்டு வரலாம் என்று முடிவை மாற்றிக் கொண்டான். கையை அலம்பி விட்டு, அதைத் துடைக்காமலேயே கிளம்ப இருந் திலீப்பை அம்மா மறித்து "சட்டுன்னு ஒரு உப்புமா பண்ணித் தரேன், சாப்பிட்டுப் போ" என்றாள்.

"அதெல்லாம் ஒண்ணும் வேணாம், எனக்கு அவசரமா வேலை இருக்கு, நான் போகணும்" என்று சொல்லிக் கொண்டு வாசலுக்கு விரைந்த திலீப், ப்ரேக் அடித்தாற்போல் வேகம் குறைந்துத் திரும்ப வீட்டிற்குள் நுழைந்தான்.

"என்னடா ஏதாவது மறந்துட்டியா?" என்று அம்மா கேட்டாள் .

"என்னை ஆசீர்வாதம் பண்ணும்மா" என்று அம்மா காலில் விழுந்தான் திலீப்.

"உனக்கு ஒரு குறையும் வராது, நீ தீர்க்காயுசா இருப்ப. நல்லா இருடா கண்ணா" என்று வியப்புக் கலந்த புன்னகையுடன் வாழ்த்தினாள் அம்மா.

மாலை நேரச் சாலை வெள்ளத்தில் எதிர் நீச்சல் செய்து வடபழனி வந்து சேருவதற்குள் மணி 7.50 ஆகி விட்டது. வண்டியை நிறுத்தி, முத்துவுக்கு செல் போனில் கால் அடிதான் திலீப். முத்து எடுக்கவில்லை. ஐந்து நிமிடம் கழித்து "owner paduthal. innum 15 min. apparam kilambiduven" என்று எஸ்.எம்.எஸ் வந்தது முத்துவிடமிருந்து.

"90 clock temple will be closed soon. pls hurry" என்று பதில் அனுப்பினான் திலீப். மணி ஆக ஆக, நெஞ்சை அடைத்தது திலீப்பிற்கு.

எதிர்பார்த்துக் காத்திருக்கும் ஒவ்வொரு கணமும், யுகமாய் நீண்டது. சுற்றும் முற்றும் பார்த்தான் திலீப். பரபரப்பாய் கோவிலுக்குள் அலை மோதிய வண்ணம் பல்லாயிரம் ஜனங்கள். பிச்சை, பூ வியாபாரம், செருப்புக் காவல் எனக் கோவில் சார்ந்த வர்த்தகம் புரியும் சிறு நிலை முனைவர்கள், கூலிகள், கோவிலின் மணியோசை, அதன் பெருஞ்சுவர் மேல் முடுக்கப் பட்டிருந்த ஸ்பீக்கரின் சத்தமான பக்திப் பாடல்கள், உயர்ந்த கோபுரம், அதன் மீது வண்ண மின் விளக்குகள், அதன் பிரகாசத்தையும் பொருட்படுத்தாது மீறி ஒளிர்ந்த ஒன்றிரண்டு வின்மீன்கள் — அனைத்தும் சேர்ந்து அலை அலையாய் அடிப்பது போலவும், அலைகளை தாங்கும் ஒரு சிறிய தீவாய்ச் தான் சிதறாமல் நிற்பது போலவும் தோன்றியது திலீப்பிற்கு.

நேரம் ஆக, புயல்கள் தணிந்தன. அலைகள் ஓய்ந்தன. ஆனால் தனித்தீவில் பூகம்ப நிலை உருவாகிக் கொண்டிருந்தது.

8.37 க்கு ஒரு கை திலீப்பின் தோள்களை தட்டியது. "சாரிடா லேட் ஆயி-டிச்சி" என்ற முத்து குரல் கேட்ட போது, அடக்கி வைத்திருந்த மூச்சு எரி-மலையின் அனல் குழம்பாய் வெளியேறித் தணிந்தது திலீப்பிற்கு.
"புது சட்டையைக் குடு, ரெண்டு நிமிஷத்துல மாத்திட்டு வந்திடறேன்" என்-றான் முத்து.
"அதுக்கெல்லாம் நேரம் இல்லை, வாப் போகலாம்" என்று அவசரப்படுத்தி-னான் திலீப்.
கோவிலுக்குள் அப்போது கூட்டம் அதிகம் இல்லை. தீபங்கள் எண்ணெய் தீர்ந்து அணையும் தருவாயில் இருந்தன. அர்ச்சனைகளும், ஸ்பீக்கரின் கர்-ஜனைகளும் நின்று போயிருந்தன. ஆண்டவன் சன்னிதானத்தில், 'அவனும் அவனும்' கைகூப்பிக் கும்பிட்டு விட்டு, மெல்லிய இரு தங்கச் சங்கிலிகளை ஒருவர் கழுத்தில் ஒருவர் மாட்டி, அதற்குள் ஈரமாகி விட்டிருந்த கண்களொ-டுக் கண்கள் பிணைத்துச் செய்தார்கள் ஒரு பிரமாணம்.

அது அவர்களின் முகூர்த்த நேரம்.

என் பயணங்கள்

இடம்: புரசைவாக்கம் கெல்லீஸ் பஸ் நிறுத்தம். எனது பள்ளிப் பருவத்தில் ஒரு நாள். பயிலரங்கு ஒன்றுக்கு போவதற்காக பஸ்ஸுக்கு காத்திருந்தேன். எனக்கு மிக அருகே ஒரு ஸ்கூட்டர் வந்து நின்றது. சற்றே அதிர்ந்து விலகத் துவங்கிய என்னை கை காட்டி அழைத்தார் அந்த ஸ்கூட்டரில் வந்தவர். டி ஷர்ட், கூலிங் கிளாஸ் போட்டிருந்தார். அவரது வெள்ளை லுங்கியில் சாம்பல் நிறத்தில் பெரிய கட்டம் போட்டிருந்ததுகூட இன்னிக்கும் நன்றாக நினைவிருக்கிறது.

"வா, வண்டியில ஏறிக்கோ. அண்ணா நகருக்குத்தான போற? டிராப் பண்றேன்" என்றார். எனக்கு அப்போது இப்படி ஒரு அனுபவம் புதிது! வாகனப் பயணம் என்றால் கொள்ளை ஆசை. ஆனால் இவர் ஏன் என்னை அழைத்துக்கொண்டு போக முன்வர வேண்டும் எனப் புரியாமல் விழித்தேன். என் தயக்கத்தைப் பார்த்த அவர், "என்னைத் தெரியலையா? நானும் நீ இருக்கிற அதே காலனிதான். உன்னை அடிக்கடி பாத்துருக்கேன். நானும் அந்தப் பக்கம்தான் போறேன், சும்மா வாடா" என்றார். பஸ் இன்னும் வந்-தபாடில்லை, பேசாமல் ஸ்கூட்டரில் ஏறி ஜிங்கென்று (வாகனப் பயணத்தை அப்போது அப்படித்தான் சொல்வார்கள்) இறங்கினால் எப்படி இருக்கும்?

15 வயதுக்குமேல் ஆகியிருந்ததால், ஏதோ ஒரு தைரியம். என்னைக் கடத்திப் போகவா போகிறார்? என்ற எண்ணத்தில் ஏறினேன்.

"என் தோளப் புடிச்சுக்க!" வற்புறுத்திச் சொன்னார். அவ்வாரே ஒரு கையால் பிடித்தவாறு உட்கார்ந்தேன். இன்னொரு கையை அவரே இழுத்துப்

பிடித்து தன் வயிற்றில் வைத்துக்கொண்டு, “நல்லா இறுக்கி பிடி” என்றார். “வேண்டாங்க நான் எங்க அண்ணங்க கூட பைக்கில போயியிருக்கேன். நா ஒண்ணும் விழுந்திட மாட்டேன்” — இது நான்.

ஸ்கூட்டர் வேறு மிகவும் மெதுவாக போய்க்கொண்டிருந்தது. “என்னைப் பிடிச்சுக்க அச்சமா இருக்கா?” என்றார். “அச்சமா?” அந்த வார்த்தையை பேச்சு வழக்கில் பயன்படுத்தி அப்போதுதான் கேட்டேன். “ஓ பயமா?” யோசனையில் இருந்த என்னிடமிருந்து வலது கையை அவர் கை இழுத்துத் தன் தொடையில் வைத்துப் “பிடியை விட்ராத” என்றார். கொஞ்ச நேரம் அவர் சொன்னதுக்காக, கையை எடுக்காமல் வைத்திருந்தேன். “எங்க வீட்டு அட்ரஸ் தர்றேன். லீவு நாள்ல வாயேன். நாம ஜாலியா மகாபலிபுரம் போலாமா?” என்றார். எனக்கு என்ன பதில் சொல்வது என்று தெரியாததால், முழித்தேன். என் மவுனம் அவருக்கு எரிச்சலைத் தூண்டியிருக்கவேண்டும், “என்ன எதுவுமே சொல்ல மாட்டேங்கிற. ஏன் கையை எடுத்திட்ட? அச்சப்படாத! சரியா?” என்றவாறு என் கையைத் தன் பிறப்புறுப்புப் பக்கம் மீண்டும் இழுத்துச் சென்றபோதுதான் எனக்கு பயம் ஏற்பட்டது. “இல்ல.. வேண்டாம். எதுக்கு...?” வார்த்தைகள் ஒவ்வொன்றாய் என்னிடமிருந்து வெளி வந்து விழுகிறது. கையை இழுத்துக்கொண்டு அமைதியாகி விடுகிறேன். யோசிக்கத் தொடங்குகிறேன். பேசாமல் வண்டியை நிறுத்தச் சொல்லி இறங்கி விடலாமா? யோசித்துக்கொண்டு இருக்கும்போதே ஸ்கூட்டரை டெயிலர்ஸ் ரோடில் திரும்பிவிடுகிறார். அதன் மறுமுனை வரை பஸ் வராது. என்ன செய்வது? அவஸ்தையாய் உணர்கிறேன்.

“ஏன் கையை இழுத்துக்கிற? என்ன பிடிக்கலையா?” முதல் முறையாக அதட்டுகிறார். பின் என்ன தோன்றியதோ. வண்டியை நிறுத்தி, “நான் வேறு பக்கம் போகவேண்டியிருக்கு, இறங்கு” என இறக்கிவிட்டுத் திரும்பிப் பார்க்காமல் போய்விடுகிறார். இது தேராது என்ற முடிவுக்கு வந்திருப்பார் போல. என்னைத் தெரியும் என்று சொன்னதெல்லாம் பொய்யோ? என தோன்றியது. நல்ல வேளை. இத்தோடு விட்டாரே என்ற நிம்மதி “சே. அடுத்த பஸ் ஸ்டாப்பிலயாவது விட்டிருக்கலாம்” என்றுகூட எனக்கு ஒரு நினைப்பு வந்தது வினோதம்தான்! நடையைக் கட்டினேன்.

அத்தகைய அனுபவங்கள் தொடரப்போவதை நான் அன்று உணர்ந்திருக்கவில்லை. நீண்ட நாள் இடைவெளிக்குப் பிறகு. நான் என்.ஐ.ஐ.டியில் (NIIT) ஒரு டிப்ளோமா செய்துகொண்டிருந்த சமையம். நுங்கம்பாக்கம் வானிலை ஆய்வு மையம் முன் இருந்த பஸ் நிறுத்தம் நோக்கி போய்க்கொண்டிருந்தேன். சைக்கிளில் வெண்தாடியுடன் ஒருவர் உட்கார்ந்தபடி என்னைப் பார்த்துப் புன்னகைத்தார். பதிலுக்குப் புன்னகைத்தபடி நடந்த என்னைக் கடந்து சென்று நின்றது அந்த சைக்கிள். மீண்டும் அதே பெரியவர். அதே புன்னகை. தொடர்ந்து நடந்தேன். மூன்றாம் முறை சைக்கிள் என்-

னைக் கடந்து நின்றபோது, என்ன? என்றேன். “எனக்கு எல்லாம் தெரியும். வா! காரியர்ல உக்காரு” என்றார். தலையசைத்து மறுத்து வேகத்துடன் நடக்கத் துவங்கினேன். இம்முறை முந்தைய ஸ்கூட்டர் அனுபவம் சட்டென்று நினைவுக்கு வந்து தொலைத்தது. ஓட்டமெடுத்தேன். ஏதோ ஒரு பஸ் ஸ்டாண்டை நோக்கி போய்க்கொண்டிருக்க, எந்த ரூட் என்றுகூட பார்க்காமல் ஓடி அதில் ஏறி உட்கார்ந்துவிட்டேன். நெஞ்சில் படபடப்பாய் இருந்தது. அடுத்த பல நாட்கள் அந்த சாலையில் வெவ்வேறு ரூட்களில் நடக்க ஆரம்பித்தேன். எங்காவது அந்த கிழவர் வந்துவிடப் போகிறாரே என்று பயப்படுவேன்.

அப்புறம் வந்த வருடங்களில் இத்தகைய அனுபவங்களில்தான் எத்தனை வெரைட்டி?

பாரீஸ் முனையில் புத்தகங்கள் விற்கும் தெரு எது என்று சரியாக தெரியாமல், உயர் நீதிமன்றக் கட்டிடத்தின் பக்கம் உலாத்திக் கொண்டிருந்தேன். இந்த முறை வாகனம் ஆட்டோ. ஆட்டோக்காரர், “பீச்சுக்குத்தான? வா, கொண்டு விடறேன்” என்றார். அது பகல் வேளை ஆகையால் இப்போதுபோய் யார் பீச்சுக்குப் போவார்கள் என்ற எண்ணம்தான் வந்தது. “இல்லங்க நான் வரல” என்றேன். “காசு நீ கொடுக்க வேண்டாம். சும்மா டிராப் பண்றேன்” . எனக்கு ஆச்சரியம்! இது நடந்தபோது கல்லூரி ஆசிரியர் வேலையில் இருந்தேன். அடிக்கடி ஆட்டோ பயண அனுபவம் இருந்தது. எனக்குத் தெரிந்த தருமமிகு சென்னையில், காசு வாங்காமல் சவாரி ஏற்றும் ஆட்டோக்காரரை நான் உள்ளபடியே பார்த்ததில்லை. ஆர்வம் தாங்காமல் கேட்டுவிட்டேன். “நீங்க ஏன் காசு வாங்காம என்னை பீச்சுக்குக் கொண்டுபோய்விடணும்? அதுவும் இந்த நேரத்தில் நான் கேட்காமலேயே?”

வந்த பதில் என்னை உச்ச கட்ட அதிர்ச்சிக்கு உள்ளாக்கியது. “நீ கொடுக்க வேணாம், பீச்சுல ‘பார்ட்டிங்க’ பணம் கொடுப்பாங்க நம்ம ரெண்டு பேத்துக்கும்” என்றார் அந்த ஆட்டோக்காரர். அப்படியென்றால், அங்கும் இங்குமாய் அலைந்து திரிந்து கொண்டிருந்த என்னை, வாடிக்கையாளரை எதிர் நோக்கும் ஒரு பாலியல் தொழிலாளியாகவே நினைத்து விட்டிருக்கிறார் அவர் என புரிந்தது. ஒரு நிமிடத்தில் எனக்குள் அதுவரை இருந்த ‘பேராசிரியர்’ என்கிற சுய பிம்பம் (இமேஜ்) சுக்கல் நூறாக நொறுங்கிவிட்டது. “வேண்டாங்க” ஒற்றை வார்த்தையுடன் இடத்தைவிட்டு அகன்றேன் உடனே.

பிறகு, ஆட்டோக்கள் சிலவற்றின் ஓட்டுனர்கள் போக்கு எனக்கு அத்துப்படி ஆனது. ஒவ்வொருவர் ஒவ்வொரு விதமாக பாலியல் அழைப்புக்கள் விடுக்கிறார்கள். சிலர் வண்டியை நிறுத்தி, சிறு நீர் கழிக்கப் போய்வருவார்கள். வந்ததும், தமக்கு ‘அந்தப் பிரதேசத்தில்’ ஏற்படும் தவிப்புக்கள் பற்றிப் பேசத் தொடங்குவார்கள். வீட்டில் மனைவியுடன் தனக்கு திருப்தி இல்லை என ரகசியக் குரலில் தன் அந்தரங்கக் கதைகளை முன்பின் தெரி-

யாத என்னிடம் விவரிக்கும்போது, எனக்குள் ஆயாசம் தலைதூக்கும். ஏன் என்றால், இவர்கள் அப்படி இப்படி என்று எங்கு வருகிறார்கள் என்பது-தான் எனக்கு நன்றாய் தெரியுமே! லைப்ரரிகள் போகும்போதும், நட்சத்திர ஹோட்டல்கள் போகும்போதும், "நீங்க இப்படித்தானா எப்பவும். ஜாலியா..? வேலக்குப் போறதில்லயா?" என்று கேட்டவர்கள் உண்டு. பலரிடமிருந்து, " உனக்கு கல்யாணம் ஆயிடுச்சா" என்ற கேள்வி வரும். நான் உஷாராகிவி-டுவேன். ஏன் கேட்டீங்க? என்பேன். "இல்ல... உன்ன பாத்தா கேக்கணும்னு தோணுச்சு" என்பார்கள். சிலர் எனக்கு டீ வாங்கித்தர முன்வருவார்கள். நான் மறுப்பேன். இறங்கும்போது, "அவ்வளவுதானா? வேற ஒண்ணும் இல்-லியா? எப்ப பாக்கலாம்?. வீட்டுக்குக் கூப்பிட மாட்டியா? என் ரூமுக்கு வந்-திட்டுப் போறியா?, இந்த ரூட்டுலதான் தெனம் வருவியா? தெனமும் என்ன சாப்புடுவ? உன்னத் தொட்டுப் பாக்கணும்போல தோணுது? நீங்க டான்சரா? விசுவரூபம் படத்துல கமல் ஆடுற டான்ஸ் பாத்திருக்கீங்களா?" இப்படி கிரக்கத்துடன் அவர்கள் கேட்கும் கேள்விகளுக்கு எல்லாம் ஒரே அடி நாதம் தான் இருக்கும் — காமம்!.

இப்போதெல்லாம், சாலையில் நடக்கும்போது ஏதாவது ஒரு கார் என் அருகே வேகம் குறைத்து நகர்ந்தாலோ, நின்றாலோ, சினிமாவில் வரும் கிண்டல் பாட்டுப் பாடினாலோ, யாராவது வழிப்போக்கர்கள் டைம் கேட்-டாலோ, சம்மந்தமில்லாமல் அரசியல் பேசினாலொ, எனக்கு உள்ளூர பரப-ரப்பு தொற்றிக்கொள்ளும். முதல் முறை ஸ்கூட்டர்காரரிடம் ஏற்படாத 'அச்-சம்' இப்போது ஆட்டோ ஸ்டார்ட் ஆகிவிடும்.

இதையெல்லாம் எப்படிச் சமாளிக்கிறேன்? என்று கேட்டால் அது ஒரு சுவாரசியமான தனிக் கதை. மதர் தெரசாவிலிருந்து மலாலா வரை பலரது மலர்ந்த முகங்களை நினைவு கூரவேண்டியது. அவர்களைப் போல கனிவான பார்வை, தூய புன்னகை, மருந்து தரும் நர்ஸ் போன்ற தண்மையான குரல் ஆகியவற்றை வரவழைத்துக் கொள்வது மிகவும் அவசியம்!. போதாக்கு-றைக்கு வாயிலிருந்து உதிர்ப்பதற்காகவே சில தத்துவ முத்துக்களையும் தயா-ராக துணைக்கு வைத்துக்கொள்கிறேன். மாதிரிக்கு ஒன்றிரண்டு: "உடம்பு சுகம் எல்லாம் நிலையா? இன்னிக்கு இருக்கறவுங்க நாளைக்கு இருப்-போமா?" -இப்படியெல்லாம் மெய் ஞானம் மணக்க மணக்க பேசினால் அவர்கள் 'இவன் வேலைக்கு ஆக மாட்டான்' அப்படீன்னு தானாக அமை-தியாகி விடுகிறார்கள். அப்புறம் என்ன? பேச்சால் அவரைத் திசை திருப்பி, போய்ச்சேரும் இடம் வந்ததும், வண்டியை விட்டிறங்கித் திரும்பிப் பார்க்காமல் நடைபோடவேண்டியதுதான்.

"ஸ்கூல்ல நாம் ஒண்ணா படிச்சோமே — மறந்துட்டீங்களா?" என்றபடி வீட்டுக்கு அழைத்தார் அக்கம்பக்கத்தில் வசிப்பவர். போனால், "வைஃப் ஊருக்குப் போயிருச்சு. அதனாலதான் உங்களைக் கூப்புட்டேன். பேசிக்க-

லாம்னு'' என்றார். அப்படின்னா, மனைவி இருந்தா பேசியிருக்க முடியாதா? என் எண்ணம் ஓடியது. வீடு இருளாக இருந்தது. உக்காரச் சொல்லிவிட்டு, "அப்புறம்?'' என்றார். இப்போதான் எனக்கு உள்ளுணர்வு அதிகமாச்சே! உடனே கேட்டேன், "என்ன வேணும் உங்களுக்கு?'' என. பட்டென்று பதில் தந்தார், "செக்ஸ்தான்''.

"முதலில் ரொம்ப சாரி. என்னால் உங்க விருப்பத்தை நிறைவேற்ற முடியாது. எனக்குப் பழக்கமில்லை. அதுசரி, எப்படி என்னை இதுக்காக வரவழைச்சீங்க?'' என்றேன்.

"உங்களைப் பார்த்தால் ஆசையா இருந்தது. உங்களுக்கும் விருப்பம் இருக்கும் என்று நினைச்சேன். என் மனைவிக்கு என் வேகத்துக்கும் தேவைக்கும் ஈடு கொடுக்க முடியல. அதான்..'' பேச்சை நிறுத்தினார். அழுதுவிடுவார் போல இருந்தது. பேச்சை மாற்றினேன். "என்ன வேலை செய்யறீங்க?'' என்றேன். சினிமா துறையாம். வட இந்தியாவில் ஏதோ ஒரு ஊர்க்காரராம். இந்த ஊரில் மதம் கடந்து காதல் திருமணம் செய்தவர். இரண்டு பெண் குழந்தைகள்! ஸ்கூல் படிக்கிறார்கள். படப்பிடிப்பின் இடையே ஒரு முறை திருநங்கை ஒருவரிடம் பாலுறவு வைத்திருக்கிறார். அதை மேலும் தொடர வேறு ஆளைத் தேடிவ்ருகிறார்.

நான் கேட்டேன். "உங்கள் மனைவி இல்லாததால் அழைத்தேன் என்கிறீர்கள். நாளைக்கு யாருக்காவது உங்கள் நடவடிக்கைகள் தெரிந்தால்?

"ஐயய்யோ. என் லைஃப் அம்பேல்தான்'' என்றார்.

சரி. உங்கள் வீட்டைப் பார்த்தால் நீங்கள் மத நம்பிக்கை அதிகம் உள்ளவர்போலிருக்கு. நீங்கள் கோரும் இன்பமும் உங்கள் நம்பிக்கையும், மனைவி மீதான பாசமும் முரண் ஆகிவிடாதா? என்றேன்.

"அது வேற. இது வேற. என்ன செய்யுறது சொல்லுங்க? சிலதை சில சமயம் விட்டுக் கொடுக்கத்தான் வேண்டியிருக்கு'' என்றார். இது அவர் பக்கத்தின் நியாயம்.

எனக்கு நானே வக்கீலாகிப் பேசினேன். "நான் வாழ்க்கை முழுவதும் சிக்கலில்லாமல் பாலியல் துறவில் கழித்துவிட்டேன். ஒரு வாதத்துக்காக உங்கள் விருப்பத்துக்காக இப்போது இணங்குறேன்னு வெச்சுக்குங்க. ஒருவேளை எனக்கும் இந்த உறவு பிடிச்சுப் போகுதுன்னு வெச்சிக்குவோம். அப்புறம் நாளைக்கு எனக்கு உடல் தேவை ஏற்பட்டுச்சுன்னா? நேரே உங்க வீட்டுக்கு வந்து காலிங் பெல்லை அழுத்தி உங்களை அணுக முடியுங்களா?'' என்றேன். அரண்டுபோனமாதிரி அமைதியானார்.

சற்று நேரம் கழித்து, '' நான் அதையெல்லாம் யோசிக்கவே இல்ல. மன்னிச்சுக்குங்க'' என்றார்.

புதுமையான இந்த உரையாடலுக்கு வழிவகுத்ததுக்காக ஒரு டீ வாங்கித் தந்தேன். நண்பராக ஒருவரை ஒருவர் ஏற்றுக்கொண்டோம். நடைப்பயணம்

முடிந்து வீடு திரும்பியதும், கேட்டேன், "இன்னிக்கு என்னை வரவழைச்சப்ப, நம்ம சந்திப்பு இப்படி நட்பாக முடியும் என நினைச்சீங்களா?"

"இல்லவே இல்ல. ஆனா இதுவும் சந்தோஷமாதான் இருக்கு" என்றார். என்னிடமிருந்து ஒரு நிம்மதி பெருமூச்சு வெளிப்பட்டது.

21. என் தற்காலிக வானவில் அவள்

அது ஒரு ஜூன் மாத கடைசி சனிக்கிழமை. வழக்கம் போல அன்றும் முகநூலில் எனது உண்மை உருவத்தை மறைத்து போலி கணக்கில் உலாவிக் கொண்டிருந்தேன். மதியழகி எனும் நான் நிலவழகி எனும் பெயரில். அரசாங்கப் பணியில் இருந்து கொண்டே அரசிற்கு எதிராகக், அரசின் நிலைபாடுகளுக்கு எதிராகக் கருத்துத் தெரிவிப்பது என்பது தன் தலையில் தானே மண்ணை வாரிக்கொண்டதற்குச் சமம் தானே. சமத்துவம், சமூக நீதி சார்பாக எனக்குள் எழும் கருத்துகளை சுதந்திரமாக பகிர்ந்து கொள்ளவே இந்த போலிக் கணக்கு.

ஜூன் மாதம் என்றாலே அது மாற்று பாலீர்ப்பாளர்கள், மாற்று பாலினத்தவர்களுக்கான சுயமரியாதை மாதம். மெசெஞ்சரில் ஒரு குறுஞ்செய்தி வினிதா என்ற பெயரில். பார்த்தவுடனே தெரிந்தது அதுவும் ஒரு போலிக் கணக்கு என்று. அன்று நான் வெட்டியாக இருந்ததால் பேச ஆரம்பித்தேன். பரஸ்பர வணக்கங்கள் மற்றும் விசாரிப்புகளுக்குப் பின்,

'நிலா! நான் ஒரு சமபால் ஈர்ப்பாளள், உனது பதிவுகள் எனக்கு மிகவும் பிடிக்கும்.' என வினிதா கூறினாள்.

'மிக்க மகிழ்ச்சி வினிதா, வாழ்த்துகள்' — இது நான்.

'நீங்க இருபால் ஈர்ப்பாளரா?'

'இல்ல வினிதா, நானும் ஒரு சமபால் ஈர்ப்பாளள் தான்'

(இப்போது உங்களுக்குத் தெரிந்திருக்கும், நிஜமாகவே நான் ஏன் இந்த போலிக்கணக்கில் உலாவுகிறேன் என்று).

இவ்வாறாக ஆரம்பித்த உரையாடல் சில நாட்கள் தொடர்ந்தது.

பொதுவாகவே மெசெஞ்சரில் கடலை போட வருபவர்களை நான் மதிப்பதே இல்லை. ஆனால் வினிதா கூட மட்டும் எனது உரையாடலை நாட்கணக்கில் தொடர்ந்தேன். சில காரணங்கள் இருந்தாலும், முதல் காரணம் இருவருமே ஆண்டி இந்தியன், ஷமூக விரோதி, அர்பன் நக்ஸல் என்ற பட்டங்களை அறிவு ஜீவிகளான சங்கிகளிடமிருந்து பெற்றிருப்பது தான். சமூகவியலில் முதுகலைப் பட்டம் பெற்றிருந்த வினிதாவுக்கு இந்தியாவின் பன்முகக் கலாச்சாரம் மேல் அளவிலா ஈர்ப்பு; தேடித்தேடி புதுப்புதுக் கலாச்சாரங்களை பற்றித் தெரிந்து கொள்வதும், இந்தியாவின் பன்முகத் தன்மையை சிலாகிப்பதும் மிகவும் பிடித்த ஒன்று. அவளது பால்நோக்குப் பற்றி முதல்நாள் பேசியதுடன் சரி, அடுத்த இரண்டு வாரங்களில் அவள் பேசியது

எல்லாம் இந்தியாவின் பன்முகத் தன்மைப் பற்றியும், அதற்கு மாற்றாக ஒரு-முகத் தன்மை புகுத்த நினைக்கும் சங்கிகளின் செயல்த் திட்டத்திற்கு எதி-ரான நிலைப்பாடுகளைப் பற்றியும் தான். சமபால் ஈர்ப்பாளள் என்றாலே நான் கண்டிப்பாக இடதுசாரியாகத் தானே இருக்க முடியும், என்னை என் பாலியல் நோக்கின் அடிப்படையில் ஒடுக்கும் போது, நான் பிற ஒடுக்குமுறைகளுக்கும் எதிரானவளாகத் தானே இருக்க முடியும்! எனவே வினிதா பேசிய வித-மும், பேச்சும் என்னை வெகுவாகவேக் கவர்ந்தது. இரண்டு வாரங்களுக்கு பின், நிலவழகியாக பேசிக் கொண்டிருந்த நான் மதியழகியாகவும், வினிதா-வாக பேசிக்கொண்டிருந்த அவள் நான்சியாகவும் எங்களது உண்மையான முகநூல் கணக்குகளில் பேச ஆரம்பித்தோம்.

எண்களை பரிமாறிக் கொண்டு அலைபேசியிலும் பேச ஆரம்பித்தோம், ஊர், உலகம், சமூகம் என சுற்றிய எங்கள் பேச்சு, ஒருக்கட்டத்தில் எங்களை நோக்கித் திரும்பியது. நான்சி அவ்வபோது காமத்துபால் கலந்து பட்டும்படா-மல் பேச ஆரம்பித்தாள். சில சமயம் உரையாடல் முழுக்க கலவி மட்டுமே நிரம்பியிருக்கும். எனக்கும் அது பிடித்திருந்தது. புதிதாக தோன்றிய இந்த உறவு நட்பா, காதலா அல்லது வெறும் காமமா என்ற குழப்பம் மெல்ல என்-னுள் தோன்ற ஆரம்பித்தது.

காதல் - எந்தவொரு வரைமுறைக்குள்ளும், விளக்கங்களுக்குள்ளும் சிக்-கிக் கொள்ளாத விசித்திரம். 25 வயதை எட்டியிருக்கும் எனக்கும் அந்த விசித்திரம் எப்படி இருக்கும் எனத் தெரியாது. மறுதலித்த பல ஆண்க-ளின் காதல் கோரிக்கைகளையும், நிறைவேற்றப்பட்ட சில பெண்களின் காமக் கோரிக்கைகளையும் கொண்டதுதான் இந்த 25 வருட வாழ்க்கை. சிறுவய-திலே அரசாங்க வேலை கிடைத்ததால், எனது வாழ்க்கையை முடிவு செய்யும் உரிமையை எனது பெற்றோர்களிடமிருந்து பறித்துக் கொண்டேன். எல்லாம் சரி தான், ஆனால் காதல் என்ற உணர்வு மட்டும் எப்படி இருக்கும் என இதுவரை உணர்ந்ததில்லை. வினிதா, இல்லை இல்லை நான்சி காமத்துப்-பால் கலந்து பேச ஆரம்பித்த மூன்றாவது வாரத்திலிருந்து, வார்த்தையால் விவரிக்க முடியா ஓர் உணர்வால் ஆட்பட்டிருந்தேன். உடலியல் இன்பத்தை தேவையான அளவு அனுபவித்திருந்த போதும், உணர்வியல் ரீதியான இன்-பத்திற்கு உள்ளம் ஏங்கிய சமயத்தில் தான் நான்சியுடனான இப்புது உறவு ஏற்பட்டிருந்தது.

விளக்கமுடியா இந்த உணர்வுதான் காதலா? இந்த போதைதான் காதலா?, இப்போதையை நான்சி எப்போதும் எனக்கு தருவாளா, இல்லை இதுவும் மற்றுமொரு உடல்த்தேவைக்கான உறவா? என பல குழப்பங்கள் மனதில் ஓர் அமைதியின்மையை ஏற்படுத்த தொடங்கியது. இதைத் தொடரும் விருப்-பம் எனக்கு இல்லை. ஒரு தெளிவான முடிவை எடுக்க வேண்டுமானால் நான்சியை நேரில் சந்தித்துப் பேச வேண்டும் என நினைத்தேன். அதற்கு முன் நான்சியிடம் அலைபேசியிலேயே கேட்டேன், நமக்குள் ஏற்பட்டிருக்கும்

இந்த உறவு எத்தகையது, இவ்வுறவின் நோக்கம் என்ன என்று?!. என் நட்பு தான் அவளுக்கு வேண்டுமாம், தேவைப்படின் அவ்வபோது கலவியும். எனக்கு குழப்பம் இன்னும் அதிகரித்தது. எனவே நாம் நேரில் சந்திப்போம் என கூறியபோது முதலில் மறுத்தவள், என் வற்புறுத்தலில் பேரில் ஒத்துக் கொண்டாள்.

ஜூலை மாத கடைசி சனிக்கிழமை அது. அலுவலக வேலையாக மதுரை வரை செல்கிறேன் என வீட்டில் கூறிவிட்டு சிவகங்கையிலிருந்து கிளம்பி-னேன், மேலூரிலிருக்கும் நான்சியைப் பார்க்க. தொ. பரமசிவன் அவர்களின் அழகர்கோவிலை படித்தப்பின் மீண்டும் ஒருமுறை அழகர் கோவில் செல்ல விரும்பினேன். எனவே நான்சியும் நானும் அழகர்கோவில் சந்திக்கலாம் என முடிவெடுத்துக் கொண்டோம்.

பேசிக்கொண்டது போல 11 மணி அளவில் நான் அழகர்கோயில் சென்று விட்டேன். நான்சி வர 30 நிமிடங்கள் தாமதமாகும் என தெரிவித்ததால், நேரம் போக்குவதற்காக அவளது வினிதா என்ற போலிக்கணக்கிலிருந்த பதி-வுகளை படிக்க ஆரம்பித்தேன். நிறைய பன்முகத் கலாச்சாரம் பற்றிய பதி-வுகள், சில காதல் பதிவுகள் இருந்தது. அதில் சில பதிவுகளில் ரோஷிணி என்ற பெயரை டேக் செய்து காதல் பதிவுகளை மே மாதம் வரை வினிதா இட்டிருந்தாள். யார் அந்த ரோஷிணி என்று தெரிந்துகொள்ளும் ஆவலில் அந்த கணக்கை ஆராய்ந்தால் அதுவும் ஒரு போலிக் கணக்கு. சில குழப்-பங்கள் இது தொடர்பாக எழுந்தாலும், நான்சி வருவதை பார்த்ததும் தற்கா-லிகமாக மறைந்தது. முதல் நேரடிச் சந்திப்பு. அழகர் கோவிலை தொ.பரம-சிவன் அவர்களின் எழுத்துகளின்கண் கொண்டு பார்த்து இரசித்த விட்டு, கோவில் வளாகத்தில் தனியாக இருந்த ஒரு மர நிழலில் அமர்ந்தோம். வினிதாவே ஆரம்பித்தாள். இருவரைப் பற்றிய அடிப்படைத் தகவல்களையும் அலைபேசியிலேயே பகிர்ந்திருந்தோம். தான் தயார் செய்து கொண்டிருக்கும் அரசாங்க வேலைக்கான தேர்வில் தான் தனது கவனம் முழுக்க இருப்பதாக மீண்டும் ஒருமுறை கூறினாள். அவளைப் பற்றிய எந்த முடிவையும் எடுக்-காத, அவளது முடிவைப் பொறுத்து எனது முடிவை அமைத்துக் கொள்ள-லாம் என நினைத்த நான் இன்று அந்த முடிவை எடுத்துவிட வேண்டும் என தீர்க்கமாக நினைத்தேன். எனவே நானே ஆரம்பித்தேன்.

“நான்சி, நமது உறவை எவ்வாறு அமைத்துக் கொள்ள விரும்புகிறாய்? இந்த உறவு வெறும் நட்பா, இல்லை காமம் கலந்த நட்பா, காதலா, காத-லுக்கான படிநிலைகளா? உனது நிலைப்பாடு எதுவென தெளிவாகச் சொல், குழப்பமான மனநிலையோடு நாட்களை கடத்த எனக்கு விருப்பம் இல்லை. இன்றே முடிவெடுப்போம். என்னச் சொல்கிறாய்?”

ஒருமணி நேரத்திற்கும் மேல் பேசியிருப்போம். நான்சியால் ஒரு தெளி-வான நிலைப்பாட்டைச் சொல்ல முடியவில்லை. மாற்றி மாற்றி பேசினாள். நான் அவளுக்கு நல்ல தோழியாக வேண்டுமாம்,சில சமயம் கலவியும்

வேண்டுமாம், என்னைக் காதலிக்கிறேன் எனச் சொல்கிறாள், உடனே இல்லை என மறுக்கிறாள். அவள் பேசியதன் மூலம் எனது குழப்பம் மேலும் அதிகரிக்கத் தான் செய்தது. மெதுவாக பேச்சை ரோஷிணி பக்கம் திருப்பினேன். யார் அந்த ரோஷிணி எனக் கேட்டேன். ரோஷிணி பெயரைக் கேட்டதும் தடுமாறியவள், அதை மறைக்க முயற்சித்தை நான் கவனிக்காமல் இல்லை. ரோஷிணி எனது நல்ல தோழி எனக் கூறியவள், தோழியோடு தான் காதல் பதிவுகள் இடுவாயா எனக் கேட்டதும் தனது முன்னாள் காதலி எனக் கூறினாள். சரி விடு எனக் கூறிக் கொண்டு, நமது உறவுநிலையை காதலுக்கான படிநிலைகளில் ஒன்றில் வைப்போம், நட்பு என்றால் அதில் கண்டிப்பாக காமம் கலக்கக் கூடாது; எனவே நமது உறவுநிலைக்கு அது சரிவராது என நானே ஒரு நிலைப்பாட்டை அவளிடம் தெரிவித்துக் கொண்டு, எடுத்துக் கொண்டேன்; எனது குழப்பங்களுக்கு ஒரு தற்காலிகத் தீர்வைக் கொடுத்தேன். மதியம் 2 மணியைக் கடந்ததால் இருவரும் ஒரு உணவகத்தில் சாப்பிட்டப் பின் விடைப் பெற்றுக் கொண்டோம்.

அதற்கு அடுத்து வந்த நாட்கள் எனக்கு மிகவும் வித்தியாசமாக இருந்தது. ஒரு புது உணர்வால் ஆட்கொள்ளப் பட்டிருந்தேன். காதல் படங்களில் வருவது போலவே எனக்கும் நடப்பது போலத் தோன்றியது. நான்சியுடன் அலைபேசியில் பேசும் போதெல்லாம் இன்பக் கடலில் மிதக்க ஆரம்பித்தேன். நான்சியும் காதல் ஒழுக பேசிய பேச்சுகளும் வார்த்தைகளும் எனக்குள் ஒரு மனக் கிளர்ச்சியை ஏற்படுத்தியிருந்தது. ஒரு சமபால் ஈர்ப்பாளராக வாழ்வது அத்துணை சுலபமானது அல்ல, அது உங்களுக்கும் தெரியும். பெற்றோர்களின் எதிர்ப்பு, சீக்கிரம் திருமணம் செய்து கொள் என்ற உறவினர்களின் நச்சரிப்பு என்ற புற அழுத்தங்கள் ஒருபுறம் இருந்தாலும், நிச்சயமில்லா எதிர்காலம் பற்றிய பயம், தனிமையிலே வாழ்க்கை முடிந்துவிடுமோ என்ற பயம் என்ற அகச்சிக்கல்கள் பெறும் அழுத்தத்தைக் கொடுக்கும். நீடித்த ஓர் உறவிற்கு மனம் எப்போது ஏங்கும். எனக்கும் மனம் அப்படி ஏங்கிய நேரத்தில் தான் நான்சியுடனான அறிமுகம் கிடைத்தது. இருந்தாலும், அவசரப் பட வேண்டாம், பொறுமையாக முடிவெடுப்போம் என என் மனதை பக்குவப் படுத்தியிருந்தேன். அதே நேரத்தில் இப்போது நிகழ்ந்து கொண்டிருக்கும் வானவில் நிமிடங்களை கொஞ்சம் கூட தாமதிக்காமல், விட்டுவிடாமல் முழுவதும் அனுபவிப்போம் என நினைத்து வானவில் நாட்களை அனுபவித்துக் கொண்டிருந்தேன்.

சரியாக நாங்கள் பேச ஆரம்பித்த 45 ஆவது நாள். ஒரு ஏகாந்த மாலைப் பொழுது. நான்சி என்னை அலைபேசியில் அழைத்தாள்.

” மதி, நீ எனக்கு ஒரு நல்ல தோழி; நட்பைத் தவிர நம்மிடையே வேறொன்றும் இல்லை, நேரடியாகவே சொல்கிறேன்; ரோஷிணி என் காதலி, எனக்கு அவள்தான் வேண்டும். எனக்கும் அவளுக்கும் சில வாரங்களாக கருத்து வேறுபாடு நிலவியது. அவள் என்னை ஊதாசினப் படுத்துகிறாள்,

என்னை வெறுக்கிறாள் என நானே தேவையில்லாமல் கற்பனைச் செய்து கொண்டு அவளிடமிருந்து விலக முயற்சித்துக் கொண்டிருந்த சமயத்தில் தான் நான் உன்னுடன் பேச ஆரம்பித்தேன். உன்னை எனக்கு மிகவும் பிடித்திருக்கிறது; ஆனாலும் எனக்கு ரோஷிணி தான் வேண்டும். நேற்று, பல வாரங்களுக்குப் பின் நேரில் சந்தித்தோம். அவள் என் மேல் எவ்வளவு காதல் வைத்திருக்கிறாள் என புரிந்து கொண்டேன். எனவே நம் உறவு காதலாக பரிணமிக்காது, நாம் நண்பர்களாவே இருந்து விடுவோமே. என்னச் சொல்கிறாய்?"

என நான்சி கூறியவுடன் ஒரு நிமிடம் நிலைத்தடுமாறி விட்டேன். பின் ஒருவழியாக சுதாரித்துக் கொண்டு நான் பேச ஆரம்பித்தேன்.

"நல்லது ரோஷிணி, குறைந்தபட்சம் இப்போதாவது இதை சொல்-கிறாயே, நல்லது. ஆனால் ஒன்று மட்டும் சத்தியம். நீ என்னை உன் தேவைக்கு பயன்படுத்திக் கொண்டாய் என்று தான் நான் நினைக்கிறேன், உன் உறவில் ஒரு பிரச்சனை என்று நாம் பேச ஆரம்பித்த முதல் நாளே அல்லது நாம் நேரில் சந்தித்த அன்றாவது சொல்லியிருந்தால், நான் தேவை-யில்லாத கற்பனை உலகை உருவாக்கி இருக்க மாட்டேன். பரவாயில்லை விடு. நன்றாக இரு உன் காதலியுடன். ஆனால் நான் இந்த உறவைத் தொடர விரும்பவில்லை, என்ன சொன்னாய், நான் வெறும் தோழி, இந்த உறவு வெறும் நட்பு,.. ம்ம்ம், தோழியுடன் தான் நீ கலவி உரையா-டல்(செக்ஸ்டிங்), வீடியோ செக்ஸ் செய்வாயா? இதைச் சொல்ல உனக்கு வெட்கமாக இல்லை; ஓர் உறவில் சிக்கல் இருக்கும் போதே இன்னொருவ-ருடன் உன்னால் எப்படி இவ்வாறு பேச முடிந்தது, இது கேவலமாக தெரி-யவில்லையா? உனது உறவிற்கு நீ செய்யும் துரோகமாக தெரியவில்லையா?. ஒன்றை மட்டும் உறுதியாக சொல்லுகிறேன்.

நமக்குள் ஏற்பட்ட இந்த உறவு என்றாவது ஒரு நாள் காதலாக பரிணமிக்-கும் என நம்பியிருந்தேன், ஆனால் அதற்கு இப்போது வாய்ப்பில்லை என்று தெரிந்தபின் இதைத் தொடர எனக்கு விருப்பம் இல்லை. கண்டிப்பாக நீ என் தோழி இல்லை, என் வாழ்வில் எனக்கு தற்காலிக இன்பத்தை கொடுத்த ஒரு தற்காலிக வானவில் நீ, அவ்வளவு தான். நீ என்னைப் பயன்படுத்-திக் கொண்டாய், என்னை இரண்டாவது தெரிவாக நினைத்துக் கொண்டாய் என்று என் மனம் உறுதியாக நம்புகிறது. மனம் வலிக்கிறது, இந்த வலி நீங்க வேண்டுமானால் நீ என் வாழ்க்கையில் மீண்டும் வர க் கூடாது, இத்-தோடு இந்த வானவில் நிமிடங்கள் முடிகிறது" என்று படபடவென பேசிய நான் அவள் பதிலளிக்கக் கூட வாய்ப்புக் கொடுக்காமல் அழைப்பைத் துண்-டித்தேன். அவள் என்னை மீண்டும் தொடர்பு கொள்ள முடியா வண்ணம் இருக்க வேண்டிய எல்லாவற்றையும் உடனே செய்து முடித்தேன்.

563

இதுவரை நான் அனுபவித்திராத காதல் உணர்வை, நான் அனுபவிக்க உதவியவள் அவள். நிச்சயமற்ற நிரந்த வானவில்லை நோக்கிய வெறுமையான பயணத்தில், அயர்ச்சி ஏற்பட்ட தருணத்தில் எனக்கு புத்துணர்ச்சி அளித்த என் தற்காலிக வானவில் அவள். அவள் மேல் எவ்வித கோபமும் எனக்கு இல்லை, நானும் என் தற்காலிக வானவில் நிமிடங்களை நினைத்து மகிழ்ச்சியாகவே உள்ளேன். அவள் கூட மறுபடியும் பேசி நல்ல தோழியாக இருக்க முடியும்தான். இருந்தபோதிலும் அவள் என் தற்காலிக வானவில்லாக மட்டுமே இருந்து விட்டு போகட்டுமே! என்ன சொல்கிறீர்கள்!

22. 'ஓரியன்' ஆக்கம்-செய்யாறு தி.தா.நாராயணன்

அவன்....? ஜீவன். இடையில் மட்டும் ஒரு உள்ளாடையுடன் வெட்டவெளியில் உட்கார்ந்து சூரியனின் வெப்பக் கதிர் வீச்சை உள்வாங்கிக் கொண்டிருக்கின்றான். உடலுக்கான வைட்டமின் D3 தயாரிப்பு. ஈரக் காற்று சிலுசிலுவென்று வீசுகிறது. சென்ற நூற்றாண்டில் மோதிய ஒரு வால் நட்சத்திரத்தின் தாக்குதலால் பூமியின் சுழற்சி அச்சியினுடைய கோணம் லேசாக மாறியது.. தாக்குதலின் விளைவாய் உலகில் கோடிக்கணக்கில் மக்கள் சில மணி நேரங்களில் மடிந்து போனார்கள். பேரழிவு. இந்த இயற்கை வலிமையானதும், கொடைத்தன்மை கொண்டதுவும் மட்டுமில்லை, கொடூரமானவையும் ஈவு இரக்கமற்றவையும் கூட. அந்த நிகழ்வுகளுக்கப்புறம் சூரியனிடமிருந்து கிடைக்கும் ஆற்றல் குறைந்து போனது. ப்ளஸ் தட்பவெப்ப நிலையும் மாறியிருந்தது. அ.ப்.ப்பபா...அந்த கொடூரமான நாட்களை இந்த உலகத்து மக்களால் பல தலைமுறைகளுக்கு மறக்க முடியாது. அது ஒரு காலை நேரம் காலை ஒன்பது மணியிருக்கும். உலகம் உறக்கம் தெளிந்து இயக்கத்தை துவக்கியிருந்த நேரம்.

ஆண்களும், பெண்களும் தத்தம் சம்பாதனைகளுக்காக ஓட ஆரம்பித்திருந்த நேரம். பட்டுச் சுருணையாய் பாலர் பள்ளி குழந்தைகளும், மாணவர்களும், மாணவிகளும், பெரியவர்களும் என்று சாலைகள் பரபரப்பாய் இயங்கிக் கொண்டிருந்த நேரம். திடீரென்று காது கிழியும்படி பெரிய இடி சத்தம். அதன் அதிர்வை உலகெங்கிலும் முழுமையாக உள்வாங்கிக் கொள்வதற்குள் பெருமழை பெய்வது மாதிரி, கருகிய கற்களும், நெருப்புக் குழம்புகளும், பூமாரி பொழிவது போல கொத்து கொத்தாய் வந்து விழ ஆரம்பித்தன. விழுந்த இடங்களில் எல்லாம் தீ பற்றி கொழுந்து விட்டு எரிந்தன. சடசடவென்று கற்குழம்பு மழை. ஒரு நிமிடத்தில் நாடகத்தின் அடுத்தக் காட்சி போல நிலைமை தலை கீழாய் மாறியிருந்தது. மக்கள் அலறியடித்துக் கொண்டு இங்குமங்கும் ஒண்ட இடம் தேடி ஓடினார்கள். அங்கங்கே எரிந்தவர்களும், செத்து விழுந்தவர்களும், எங்கும் அழுகை ஓலம். வீடுகளெல்லாம் பற்றியெரிந்தன. இந்த மோதலில் வால்நட்சத்திரப் பொழிவுகளின் மூன்-

றில் இரண்டு பகுதி பொழிவுகள் கடலில் வீழ்ந்தன. அதனால்தான் சற்று குறைவான அளவில் இறப்புகள் ஏற்பட்டன என்று விஞ்ஞானிகள் அறிக்கை விட்டிருந்தனர். இந்த கொடூர நிகழ்வு உலகம் முழுக்க நடந்திருக்கிறது. உலகமே அரற்றிக் கொண்டிருக்கும் அந்த பேரிடரில் தப்பிப் பிழைத்தவர்கள்-தான் இன்றைக்கிருக்கும் மக்கள் கூட்டம்.

அதிக நேரம் சுரீரென்று வெய்யில் பட சாத்தியமில்லாத நிலையில் வைட்-டமின் D3 குறைபாட்டால் படிப்படியாக குழந்தைகளில் இருந்து பெரியவர்கள் வரை ரிக்கெட்ஸில் வளைந்த கால்களுடன் அவதிப் பட்டார்கள். வேறு வழி-யில்லை. சாலையோரங்களில், மைதானங்களில், திறந்தவெளிகளில், எங்கும் மக்கள் கூட்டம்கூட்டமாக சூரிய ஆற்றல் கிடைக்கும் நேரங்களில் முக்கால் நிர்வாணத்தில் வெய்யிலில் காய்ந்துக் கொண்டிருக்கிறார்கள். வீட்டு மொட்-டைமாடிகளில் எல்லாம் பெண்கள் அதே நிலையில், அதே காரணங்களுக்-காக.

ஜீவன் D3 வைட்டமினுக்காக காய்வதை முடித்துக் கொண்டு வீட்டிற்கு வரும்போது, வெளியே அவனுக்காக ரஷ்ஷு காத்திருந்தான். சென்ற ஆண்டு நிலவுக்கு போனபோது இவன் ஜீவனின் சக பயணி. “ஏய்! என்-னப்பா இவ்வளவு தூரம்?.” - -ரஷ்ஷுவை கட்டிப் பிடித்துக் கொண்டான். “வாக்கிங். நேத்து உன் ஆளு சுமனாவைப் பார்த்தேண்டா.” “அது என்ன என் ஆளுன்னு பேர் வைக்கிற?.” “உன்னைப் பத்திதாம்பா அப்படி பேசறா.” “சே! அவ ஒரு நல்ல நண்பிடா, அதத் தாண்டி எதுவுமில்ல. நீ அவளைக் கேட்டுப்பாரு. அவளும் இதையேதான் சொல்லுவா. சரீ ராதா, பூஜால்லாம் எப்படி இருக்காங்க?.” “பூஜா யாரோ ஒரு புது பையனோட சுத்திக் கிட்-டிருக்கா. ராதா தெரியல. நல்ல கட்டை இல்ல?.” - —இவர்களின் சம்-பாஷனையில் பாடுபொருள் பெண்களைத்தாண்டி வேறு எதுவுமே இருக்-காதோ?. ஆமாம், எத்தனை யுகங்கள் கடந்தால்தான் என்ன?, மனித குலம் இருக்கும் வரையிலும் ஆண்களுக்கு பெண்களைவிட வேறு ஈர்ப்பான விஷ-யங்கள் இந்த உலகத்தில் என்னவாக இருக்க முடியும்?.

“ஜீவன்! உங்களுடைய ஓரியன் பயணம் எப்ப?. “தெரியல, அநேகமா அடுத்த மாசமாக இருக்கலாம்.” “ஜாக்கிரதை. ஏவுதளம் பூரா உன்னைப் பத்திய பேச்சாத்தான் இருக்கு. விஷயம் தெரியல. ஆனா விஞ்ஞானிகள் மட்டத்தில் உன்னை அய்யோ பாவம்னு பேசிக்கிறாங்க. எப்படியோ நீ இந்த பயணத்தில் விட்டில் பூச்சியாக மாட்டியிக்கியோன்னு இருக்கு. ஜாக்கிர-தைப்பா. அதைச் சொல்லத்தான் வந்தேன்.” “ஏன்•••ஏன்..அப்படி சொல்-றப்பா?.” “தெரியல. எதுக்கோ உன்னை குறி வெச்சிருக்காங்களோன்னு தோணுது.” “என் மடியில கனமில்ல சரி நான் பார்த்துக்கறேன்.” - ஏன் இப்படி சொல்றான்?. மனசஞ்சலத்துடன் ஜீவன் வீட்டிற்குள் நுழைய, ஹாலில் இருந்தபடியே கண்காணித்துக் கொண்டிருக்கும் கம்ப்யூட்டர் ஆதர்ஷ்—8

குரல் கொடுத்தது. எலெக்ட்ரானிக் இயந்திரன். எக்ஸ்பர்ட் சிஸ்டம், ஆர்ட்டிஃபிஷியல் இண்டெலிஜன்ஸ் துறையின் லேட்டஸ்ட் டிவைஸ். அர்ஷாதி அண்டு ஆத்ரூ நிறுவனத்தின் தயாரிப்பு. பேரலல் பிராஸசிங்கில் வடிவமைக்கப்பட்டு கோடிக் கணக்கில் புழக்கத்தில் விடப் பட்டிருக்கும் மாடல்களின் ஒரு பிரதி. சுயமாக சிந்திக்கும், வேகமாய் முடிவெடுக்கும்.

இந்த மாடல்களுக்கு இங்கே ஏகப்பட்ட கிராக்கி. அப்போது ஆதர்ஷ் - 8 ன் குரல். "அரசிடமிருந்து உங்களுக்கு ஒரு செய்தி பேனலில் காத்துக் கொண்டிருக்கிறது." - விரைந்தான். மேசையில் திரையில் எழுத்துக்கள் திரும்பத் திரும்ப வந்துக் கொண்டிருக்கின்றன. " 278 - 2790 ஆம் தேதி, அதாவது இன்றிலிருந்து நான்காம் நாள் காலை நான்கு மணிக்கு உங்கள் ஓரியன் பயணம் திட்டமிடப் பட்டிருக்கிறது தயாராகுங்கள்." - தெரிந்த செய்திதான் என்றாலும், உள்ளே குபுக்கென்று ஒரு பயம் எழுந்தடங்கியது. அடுத்த மாதம் என்று தேதி குறிப்பிட்டு விட்டு திடீரென்று நாலு நாட்களுக்குள் என்றால், எனக்கெதிராக யாரோ வலை விரிச்சிருக்கிற மாதிரி உள்ளுணர்வு சொல்லுதே. இந்த நெடும் பயணத்துக்கு தன்னை ஏன் தேர்ந்தெடுத்தார்கள்? என்று ஆத்திரப்பட்டான். ஆனால் மறுக்க முடியாது. தேசத்துரோகம்.

"ஓரியன் கிரகத்தில் நீங்கள் ஆற்றவேண்டிய செயல்திட்டத்தை மீண்டும் ஒருமுறை சரிபார்த்து மனதில் நிறுத்துங்கள். இவள்தான் உங்களுடன் பயணிக்கப் போகிற பார்ட்னர் மிஸ்.இமா., வயசு - 25, இடது கண் புருவத்திலும், வலது பக்க மேலுதட்டிலும் சின்னதாக இரண்டு கருப்பு மச்சங்களைக் கொண்டிருப்பவள். உயரம் 175 செ.மீ. வானியலில் உயர் படிப்பு."— திரையில் அவளைக் காட்டினார்கள்.குறைவான உடையுடன் உரித்த கோழிபோல அப்போதே சாப்பிட்டு விடவேண்டும் போலிருந்தாள். இந்தப் பயணம் ஒரு வருடத்துக்கு முன்னரே திட்டமிடப் பட்டது. எட்டு மாதங்களுக்கு முன்பாகவே ஓரியன் பயணத்திற்கு ஜீவனையும், இமாவையும் தேர்ந்தெடுத்து தனித்தனியாக வெவ்வேறு இடங்களில் வைத்துப் பயிற்சி அளித்திருக்கிறார்கள். இந்த சூரியக் குடும்பத்தைத் தாண்டி நெடுந்தொலைவு போகும் பயணம் என்பதால் கடுமையான பயிற்சி. அதற்கான மற்ற வகை பயிற்சிகளுடன், தனிமைச் சிறையில் வைத்து, நாட்கணக்கில் உணவில்லாமல், தண்ணீர் கூட இல்லாமல் சாகடித்து, தாங்கும் திறனை அதிகப்படுத்தி, அ.ப்.ப்.பா.

இந்தக் கணத்தில் உங்களுக்கு ஒரு விஷயத்தைச் சொல்லியாக வேண்டும். இரவில் வானத்தைப் பாருங்கள் .நடுவானுக்கு சற்று வடக்குப் பக்கம் மினுக்கும் ஓரியன் நெபுலா விண்மீன்கள் கூட்டம் தெரிகிறதா?. ஒரு லட்சம் ஒளி ஆண்டுகள் தூரம் விட்டம் உள்ள அந்த பரந்த விரிந்த அதன் பரப்பில், வடகிழக்கு திசை மூலையில் சற்று இளஞ்சிவப்பில் மின்னுகிறதே, அதுதான் அந்த மண்டலத்தில் இருக்கும் கணக்கற்ற சூரியன்களில் ஒன்று.. அதைச்

சுற்றிக்கொண்டிருக்கும், ஒரு குறிப்பிட்டகிரகத்திற்கு நம் மூதாதைய விஞ்ஞானிகள் சூட்டியிருக்கும் பெயர் ஓரியன்.தெரிந்ததவரையிலும் அது இந்த பிரபஞ்சத்தில் உயிர்கள் வாழ்ந்துக் கொண்டிருக்கும் இரண்டு கிரகங்களுல் ஒன்று. அதன் இன்றைய சராசரி சீதோஷ்ண நிலை - (—)6 டிகிரி முதல் +34° செல்ஷியஸ் வரை. அதன் விடுபடு திசை வேகம் பூமியை விட - 0.8 கி.மீ/நொடி அதிகம். ஒரு நாள் என்பது பூமியைப் போலவே அவர்களுக்கும் 24 மணி நேரந்தான். பருவகாலங்கள், வருடம் என்பது எல்லாமே அப்படியே டிட்டோ.

கிளம்ப வேண்டிய தினம் விடியற்காலை மூன்று மணிக்கெல்லாம் ஜீவன் தயாராகிவிட வெளியே ஊர்தி காத்திருந்தது. அவனுக்குள்ளே ரஷ்ஷூ சொன்ன வார்த்தைகள் உள்ளே அலையடித்துக் கொண்டிருக்கிறது. அவன் விண்கலம் - 838 ஐ நெருங்கியபோது இமாவும் வந்து சேர்ந்துக் கொண்டாள். அ.ப்.ப்.பா..36-24-36,ல் ஒரு சொர்க்கம். சுலபமாய் விழுந்துவிடுவான் போல, அவளுந்தான். அது ஒன்றும் பெரிய சமூகக் குற்றமில்லை.ஆண்கள் பெண்களை அடக்கியாளும் உத்தியாய் அவர்களிடம் மட்டுமே திணிக்கப் பட்டிருந்த `கற்பு' என்ற அடிமைப் படுத்தும் மாயவலை மூன்று நூற்றாண்டுகளுக்கு முன்பே அறவே நீக்கப்பட்டு விட்டது.

விண்கலம் - 838, பிரமாண்டமாய் ஒரு அசுரனைப் போல உயர்ந்து நிற்கிறது. எரிபொருள் - -டியூட்ரியம், டிரிடியம்,அணுக்கரு பிணைவு முறையில் பெறப்படும் சக்தி. ஒப்புவிசைத்திறன்—1080 செகண்ட். விரிந்து ஓடும் அந்த பெரிய மைதானத்தில் அங்கங்கே சில விண்கலங்கள் கிளம்பத் தயாராக நின்றுக் கொண்டிருந்தன. அவைகள் இந்த சூரியக் குடும்பத்திற்குள் உள்ள கோள்களுக்கு பயணிக்கும் சிறிய ரக ஏவூர்திகள். இரண்டு குழுக்கள் வந்து விண்வெளி உடைகள் பொருத்தி சோதனை செய்ய ஜீவனையும், இமாவையும் அழைத்துச் சென்றார்கள். எல்லாம் முடிந்தது. ஜீவனும், இமாவும், வழியனுப்ப வந்தவர்களின் கடைசி சிரிப்பையும், கையசைப்பையும் வாங்கிக் கொண்டு உள்ளே பிரவேசித்தார்கள். அவனை பைத்தியமாக ஈர்க்கக் கூடிய அத்தனைப் பரிமாணங்களும் அவளிடத்தில் அபரிதமாக இருப்பதைப் பார்த்ததில் அவனுக்கு உள்ளே வியர்த்தது. ஹூம்! இந்த ரணகளத்திலும் ஒரு கிளுகிளுப்பு கேட்குது.

கொஞ்ச நேரம் இருவருக்கும் விஞ்ஞானிகளின் அறிவுரைகள் இயர்போன் வழியே அஞ்சல் செய்யப்பட்டுக் கொண்டிருந்தன.இவர்கள் இருவருக்கும் விண்வெளிப் பயணம் புதிதில்லை. சூரியக் குடும்பத்திற்குள் இருக்கும் கோளுக்கு ஒரு தடவை பயணித்த அனுபவம் இருக்கிறது.. ஆனால் முதன்முறையாக இந்த நெடும்பயணம். இருவருக்கும் உள்ளே வியர்க்க ஆரம்பித்தது. பயணத்தில் உயிர் நிச்சயமில்லை. குடும்பத்தைவிட்டு, மனிதர்களை விட்டு, இந்த உலகத்தின் அத்தனை உள்ளடக்கங்களையும் விட்டு, விலகிப் போகும் இந்த பிரிவு தற்காலிகமானதா, நிரந்தரமானதா?. என்ற விசாரத்-

தில் கொஞ்ச நேரம் சோகத்தில் மௌனித்தார்கள். இனி நடப்பது எதையும் அவர்களால் தவிர்க்க முடியாது .

இப்போது இருவரும் தங்கள் ஆளுமையில் இருக்கக் கூடிய உபகரணங்களை ஒருபார்வை பார்த்து சோதித்து முடித்தார்கள். மிஸ்.இமா மளமளவென்று போதிக்கப்பட்ட அடுத்த கட்ட செயலில் இறங்கினாள். விண்கலத்தின் இக்னீஷியனுக்காக விண்கலத்தின் கண்காணிப்பு கணினிக்கு ஆணை வழங்கினாள். கவுண்ட் டவுன் இரண்டாயிரத்தில் தொடங்கி, மெதுவான, சீரான ரிதத்தில் இறங்க ஆரம்பித்தது. 72 - 96 மணி நேர கவுண்ட் டவுன் என்பதெல்லாம் இப்போது வழக்கில் இல்லை. அங்கே விஞ்ஞானக் கூடத்தில் விஞ்ஞானிகள்கூட்டம் பரபரப்பாய் இயங்கிக் கொண்டிருக்கிறது.தலைமை விஞ்ஞானியின் மேற்பார்வையில் விஞ்ஞானிகள் குழு சோதித்தமுடித்துவிட்ட எல்லா சோதனைகளின் மீதும் ஒரு கடைசி கட்ட பார்வைகள். இப்போதெல்லாம் விண்கல பயணத்தின் போக்கை தீர்மானிப்பது விண்கலத்திலிருக்கும் மானிட்டர் மட்டுமே, தரை கட்டுப்பாட்டு அறை அல்ல. மூன்றாம் நிலையிலுள்ள விஞ்ஞானி பிரம்மாவிடம் சக விஞ்ஞானி ஒருத்தர் நெருங்கி தாழ்ந்த குரலில்

“என்ன சார் ஓரியனுக்கு இந்தப் பையனை அனுப்பறாங்க?. ஏற்கனவே மூணு வருஷத்துக்கு முன்ன போன நம்ம ஆட்கள் ரெண்டு பேரையும் அங்க அடிச்சே கொன்னுருக்காங்க. இந்தப் பையனும் பெண்கள் விஷயத்தில ரொம்ப வீக் ஆச்சே”

“உஷ்! அடக்கி வாசியும். நமக்கு வேணாம் அந்த விஷயம். தலைவர் காரணமாத்தான் இவனை அனுப்பறார்னு பேசிக்கிறாங்க. அநேகமாக திரும்ப மாட்டானாம். அதுதான் திட்டம்.” - கேட்டவர் அதிர்ச்சியாகி நின்று விட்டார்.

கிளம்ப சில நொடிகளே நிலுவையில் இருக்கும் அந்த நேரம், ஜீவன் ஓரியனுக்கான வழிகாட்டி சங்கதிகளை ஒரு கிளான்ஸ் பார்வையில் திரையில் மேய்ந்துக் கொண்டிருக்கிறான். இப்போது கவுண்ட் டவுன் ஜீரோவைத் தொட்டுவிட. “ஷ்•••ஷ்•••ஷ்••••ட்..ட்•••ட்..ட்..ட்..டு..டும்..ம்..ம்.” - வெடியோசையில் மூன்று கிலோமீட்டர் சுற்றுவட்டாரம் கிடுகிடுத்தது. அசுர வேகத்துடன் விசிறியடிக்கப்படும் நெருப்புக் கோளமல்ல, கடல். வெப்பம் தகித்தது, கண்கள் கூசின. சத்தம் - 170 டெஸிபல்களைத் தாண்டியது. லாஞ்ச்பேட் சரியான கணத்தில் தன் பிடிமாணத்தை விட்டு விலகிக் கொள்ள,விண்கலம் - 838 நெருப்பு ஜ்வாலையைக் கக்கிக் கொண்டு, மேலெழும்பியது. எடுத்த வேகப் பாய்ச்சலில் உள்ளேயிருந்த அவர்களுக்கு வயிறு எக்கியது.கிளம்பிய ஐந்தாவது நொடியில் 52 வது கிலோமீட்டர் உயரத்தில் பதினாறு டிகிரி சாய்ந்து தன் நெடிய பயணத்தைத் தொடங்கியது. ஜீவனிடம் எதையோ கேட்க திரும்பிய இமா, அவன் தன்னை விழுங்கிக் கொண்டிருப்பதை கவனித்தாள். கண்-

களை உருட்டி முறைத்து எச்சரித்தாள். அதில் நிஜம் குறைவாய் இருப்பதை ஜீவன் புரிந்துக் கொண்டான். ம்... நிச்சயமாக குட்டி ஜீவனுடனோ, குட்டி தேவதை இமாவுடனோதான் திரும்புவோம் போலிருக்கிறது தனக்குள் சொல்லிக் கொண்டான். இந்தப் பயணத்தில் இமாவின் பணி என்பது இந்த விண்கலத்தை சரியான பாதையில் செலுத்தி ஓரியன்னில் தரையிறக்குவது, ஓரியனில் ஜீவனின் செயல்களுக்கு உதவுவது, திரும்ப பூமிக்கு கொண்டுவந்து சேர்ப்பதுவுந்தான்.

விண்கலம் இப்போது100 வது கிலோமீட்டர் உயரத்தில் பூஜ்ஜியம் ஈர்ப்பு எல்லையைத் தாண்டிவிட, அந்த நொடியில். இருவரும்ஒரு மாதிரியான அந்த பரமானந்தத்தை உணர்ந்தார்கள். எடையற்ற நிலையில் அந்தரத்தில் மிதக்க ஆரம்பித்தார்கள். மிதந்தபடியே கொஞ்ச நேரம் முன்னும் பின்னும் போய்வந்து குதூகலித்தார்கள். இப்போது விண்வெளி உடையை கழட்டிவிட்டு சாதாரண உடைக்கு மாறிக் கொண்டார்கள். இமா விளையாட்டாய் எடுத்துப் போட்ட ஒரு குட்டி பென்சில் கண்ணெதிரில் அப்படியே அந்தரத்தில் நிற்கிறது. லேசாய் சுண்டிவிட, அந்த கோடிவரை அந்தரத்தில் மிதந்தபடி மேல்கீழாய் சுழன்றுக் கொண்டே போய் விண்கலத்தின் சுவரில் முட்டி திரும்பி வருவதை பார்த்து ரசித்தார்கள்.

“ஜீவன்! ஒரு சந்தேகம். ஏற்கனவே பிதுங்கும் மக்கள்தொகை பிரச்சினைகளில் திணறிக் கொண்டிருக்கும் நம் அரசாங்கம் கண்காணாத தொலைவிலிருக்கும் முகந்தெரியாத மனிதர்களுக்காக ஏன் இந்தப் பயணத்திற்கு வீண் செலவு செய்கிறது?,தேவைதானா?.” “அங்கே மனிதர்கள் அழிவின் விளிம்பில் இருக்கிறார்களாம். காரணம் தெரியவில்லை. காரணங்களை ஆராயக் கூடிய விஞ்ஞானிகள் பற்றாக் குறையாம். இந்த பிரபஞ்சத்தில் நம் பூமியிலும், ஓரியன் கிரகத்திலும் மட்டும்தான் உயிரினங்கள் வாழ்கின்றன. முதல் விஷயம் அவர்களும் நம்மைப் போன்ற மனிதர்கள். ஆதியில் விண்ணிலிருந்து தேவதூதர்களாக அவர்கள் மண்ணில் போய் இறங்கியவர்கள் நம் முன்னோர்கள்தான். நாம் ஒரு நாலைந்து முறை ஓரியனுக்கு போய்வந்திருக்கிறோம். அவர்களைக் காப்பாற்ற நாம் எதையாவது செய்தாக வேண்டும். லாப நஷ்டம் பார்க்கிற வேலை இல்லை இது. அதேசமயம் இதில் கொஞ்சமாய் நம்முடைய சுயநலமும் உண்டு. இன்றைக்கு அங்கே எப்படியென்று புரிந்துக் கொள்ள முடியாதபடிக்கு தொடர்ந்து மனிதகுலம் குறைந்துக் கொண்டே வருகிறதாம். உதவி கேட்டு கோரிக்கை வந்துக் கொண்டே இருக்கிறது. இங்கே பூமியில் இயற்கை சீற்றங்களால் கோடி கணக்கில் மக்களை நாம் இழந்திருப்பினும், பெருத்துப் போய் கிடக்கும் மக்கள்தொகையில் நாம் திணறிக் கொண்டிருக்கிறோம். குறைக்க வழி தெரியவில்லை. எனவே அங்கே குறைவதற்கான காரணிகளைக் கண்டுபிடித்து அவர்களுக்கு நிவர்த்தியும், அந்த காரணிகளை வைத்து இங்கே பூமியில் மக்கள்தொகையை குறைக்கவும் முடியுமா?. ஆமாம் இதுதான் இலக்கு. எச்சரிக்கை உனக்கு

இதில் மாற்றுக் கருத்து இருக்குமானால் சொல்லாதே, விழுங்கி விடு. ராஜ-துரோகம். ”

“ ஐயோ! சரி.....சரி... அதற்கு நாம ரெண்டுபேர் மட்டும் போய் என்ன செய்து விடமுடியும்?. சரி என்ன செய்யப் போகிறோம்.” “இதற்கு என் பதில் தெரியாது. ” “எனக்குப் புரியவில்லை இது என்ன மாதிரியான பதில்?. அப்-படியென்றால் நாம் நம்முடைய தேன்நிலவுக்காகவா அங்கே போகிறோம்?.” - சொல்லிவிட்டு நக்கலாய் சிரித்தாள். ”இதற்கு என் பதில் சந்தோஷங்களு-டன் நான் தயார். உன் இசைவுக்காக காத்திருக்கிறேன். அங்கே ஆராய்ச்சி-களைச் செய்து மக்கள்தொகை வீழ்ச்சிக்கான காரணங்களைக் கண்டுபிடித்து அதற்கான தீர்வையும் சொல்லப் போறது நானில்லை. இதோ இந்த ஸீகம் - I, ஸீகம் - II,கம்ப்யூட்டர்கள்.” - - அவன் சுட்டிய திசையில்40×40×45 சென்டிமீட்டர் அளவில் அடக்கமாக இரண்டு கம்ப்யூட்டர்கள் உட்கார்ந்தி-ருந்தன. ஜீவன் இப்போது டெலஸ்கோப் வழியாக வியூஃபைண்டரை அட்-ஜஸ்ட் செய்து வெளியே பார்க்க ஆரம்பித்தான்.

“ஹேய்! இமா! இங்க வந்துபார். நமக்கு சின்ன ஒளிப்புள்ளியாகத் தெரிஞ்சிக்கிட்டிருந்த ஓரியன் கோள் இப்போது ஒரு நிலவைப் போல பிரகா-சிக்குது பார். ச்சே! என்ன அழகு?. - — கிட்டே வந்த இமாவை வியூஃ-பைண்டரிடம் அனுமதிக்கும் சாக்கில் அவளை அணைத்தபடி நின்றான். மறுப்பில்லை, அனுமதித்தாள். தூசுப் படலம் இல்லாத வெற்றிடம் என்ப-தால் ஒளிச்சிதறல்கள் இல்லாத இருண்ட பிரபஞ்சத்தில் பெரிய பிரகாசமாய் ஓரியன் நெபுலாவின் சூரியன்களில் ஒன்றும், அதைச் சுற்றி சின்னச்சின்ன வெளிச்ச நிலாக்களாக அதன் கோள்களும், அவை ஒவ்வொன்றை சுற்றியும் வெளிச்ச புள்ளிகளாக அவைகளின் நிலவுகளும், என்று பார்க்க ரம்மியமாக இருந்தன. சற்று நேரம் இருவரும் மெய் மறந்து பார்த்துக் கொண்டிருக்க, அப்போது கண்ட்ரோல் சிஸ்டம் கம்ப்யூட்டர் பீப்...பீப்...பீப்... அலர்ட் ஒலி கொடுத்துவிட்டு தகவலை ஸ்க்ரீனில் படர விட்டது. “விண்கலம் - 838 க்கு எச்சரிக்கை தரப்படுகிறது. ஜாக்கிரதை. இன்னும் முப்பது நிமிடங்க-ளுக்கு அப்புறம் ஆர்.ஜி.ஜி. 110 ப்ளாக் ஹோல் ஐ நெருங்கப் போகிறீர்-கள். ஆபத்து...பெரும் ஆபத்து. அதில் மாட்டினால் ஒளி கூட தப்பித்து வெளியே போக முடியாது இழுத்துக் கொள்ளும். அந்த பகுதியைச் சுற்றி அதீத வெப்பக் காற்றும், சுற்றிலும் வெளிர் நீல வண்ணத்தில் பெரிய வளை-யமும் பிரகாசமாய் ஜொலிக்கும். .அதுதான் அடையாளம். இரும்பு அயான்-கள் ஒளிர்வதினால்தான் அந்த நீல வண்ணம். இன்னும் 26 நிமிடம், 34 நொடிகள் முடிந்ததும் செல்லும் நம் பாதையிலிருந்து விண்கலம் 4° விலகும். அந்த நொடியிலிருந்து அதன் வேகம் உயரும். உயர்ந்து, எட்டு நிமி-டங்கள் பயணித்து, அப்புறம் மீண்டும் பழைய பாதைக்கும், பழைய வேகத்-துக்கும், மாறிவிடும். திசைமாற்றம், வேகமாற்றம் வருவதால் எழுந்து நடமாட

வேண்டாம். இருக்கையோடு பிணைத்துக் கொள்ளுங்கள்..'' - - அவசரமாய் இருவரும் உட்கார்ந்து, தத்தம் இருக்கையோடு பிணைத்துக் கொண்டார்கள். ஜீவன் மீண்டும் பேச ஆரம்பித்தான்.

“இதோ இருக்கும் ஸீகம் - I, ஸீகம். - II. சூப்பர் கம்ப்யூட்டர்கள். இரண்டும் இரண்டு எலெக்ட்ரானிக் விஞ்ஞானிகள், உபரியாக சமீபத்திய சில பொதுஅறிவுக் களஞ்சியங்களையும் கொண்டுள்ளன. திரும்பும் போது இரண்டையும் ஓரியன் நிவாகிகளிடம் ஒப்படைத்து விடச் சொல்லி நமக்கு உத்தரவு. அவர்களுக்கு நாம் அளிக்கும் அன்பளிப்பு. இந்தப் பயணத்தி-னுடைய சரியான நோக்கமும் இதுதான். இரண்டும் அங்கே திறமையான விஞ்ஞானிகளாய் செயல் பட்டு அங்கே விஞ்ஞானிகளின் பற்றாக் குறை-யைத் தீர்த்து வைக்கப் போகின்றன. எல்லா வகையான ஆய்வுகளுக்கும் அவர்களுக்கு உதவும். இவைகளுக்குத் தெரியாத விஷயங்கள் எந்த உலகத்-திலும் இல்லை.''

''அட! அப்படியா?.நாம் நம்மைவிட இதுபோன்ற எலெக்ட்ரானிக்ஸ் இயந்-திரங்களை முழுசாகச் சார்ந்திருப்பதே நம் இயல்பாக மாற்றிக் கொண்டு விட்-டோம். சரி இதை நான் சோதிச்சிப் பார்க்கட்டுமா?.'' ''தாராளமாக முயற்சி செய். எல்லை எதுவும் கிடையாது. எதைப்பற்றி வேண்டுமானாலும். ப்.ப்.பூ! ஆனால் அதை சோதிக்கும் அளவுக்கு உனக்கு ஞானம் உண்டா என்பது-தான் என் கேள்வி.'' - அவன் சொல்லிக் கொண்டே ஸீகம் - II ஐ உயிர்ப்-பித்தான். இமா அவனை முறைத்து விட்டு அதைக் கேட்டு திணறடிக்க வேண்டிய கேள்விகளை ஆழமாக யோசித்து, அணு விஞ்ஞானத்தில் ஆரம்-பித்தாள்.. ''யுரேனியம்235 ன் கிரிட்டிகள் மாஸ் எவ்வளவு?.‘‘ - கேள்வியை முடிக்கும் நொடியிலேயே பதில் வந்துவிட்டது. “52.4 Kg'' “கடவுள் எங்கே இருக்கிறார்.?'' “மனித மனங்களிலும், இலக்கியங்களிலும், மறை நூல்களி-லும்.'' ''சரி உம்•••காஸ்மிக் சூப் பத்தி சொல்லு.'' “முதன்முதல் உயிர்கள் தோன்றியதின் வரலாறு. மீத்தேன்,கரியமில வாயு, ஹைட்ரஜன் சேர்ந்த கூட்-டுதான் அந்த மேற்படி சூப். அதிலிருந்து அமைனோ அமிலங்கள் தோன்றி அப்புறமாக அதிலிருந்து உயிர் உற்பத்தி என்பது ஒரு சித்தாந்தம்.''

“ஒரு அணுகுண்டு வெடிப்பது எந்த மூன்று விஷயங்களைச் சார்ந்துள்-ளது?.'' “கிரிடிக்கிள் மாஸ், கிரிட்டிகிள் பர்செண்டேஜ், பாதுகாப்பான இடை-வெளி.'' “ சரி•••சரி இதற்கு சொல்.தூய்மையான காதல் என்பது என்ன?.'' ''ஒப்பனை செய்யப்பட்ட காமம் .'' - -அந்த பதிலில் லயித்தாள். ‘‘சரி..முட்-டையிடும் ஆண் பறவை ஒன்று இருந்தது, தற்போது அது இல்லை. அழிந்-துவிட்டது. அதன் பெயர்?.'' - அது சற்று தாமதித்தது. தன் மெமரி செண்-டரில் தேடுகிறது போல. இமா சிரித்தாள். “சில்லிமேட்.'' இமா திகைத்து நின்றாள்.

" நம் பூமியில், புழங்கும் மறை நூல்கள், அணு, உயிரியல்,ரசாயணம், இயற்பியல். வானியல், தத்துவம் எதைப் பற்றியும் இதனிடம் சந்தேகங்கள் கேட்கலாம். ஓரியன்னில் புழங்கும் நூல்கள், அறிவியல் சங்கதிகளில் கூட புகுந்து விளையாடலாம். உனக்கு அவைகளில் திறமை இருந்தால்.. " - என்று ஜீவன் சிரித்தான். "அப்படியா? ஒரு சுலபமான கேள்வி. இதுக்கு பதில் சொல்லட்டும் பார்ப்போம். ஒத்துக்கறேன். ஏய் ஸீகம் - II..! காயத்திரி மந்திரத்தைச் சொல்லு." - -ஒரு நிமிடம் அது வேலை செய்யாமல் ஸ்தம்பித்தது. "பார்த்தியா இந்த டப்பா முழிக்குது. அது பேச்சு வழக்கில் இல்லாத ரொம்ப பழைய மொழி, சமஸ்கிருதம்." - இமா சிரித்தாள். அதன் இயக்கங்கள் நின்று விட்டதோ?, இருவருக்கும் பயம் வந்துவிட்டது. பக்கங்களில் தட்டிப் பார்த்தார்கள். ஊஹூம். "இதைவிஞ்ஞானின்னு சொன்னால் ஓரியனில் இருக்கிறவன் காரித் துப்புவான்."—அதன் இயக்கங்கள்முடங்கி விட்டிருந்தன.

"என்ன கேப்டன்! ஒருவேளை இது போலி தயாரிப்போ?." - — எப்படி இது நேர்ந்தது? ஜீவன் பலவிதமாய் முயற்சித்து விட்டு சோர்ந்து போனான்.. இதை அவன் எதிர்பார்க்க வில்லை. அவனும் பலவிதங்களில் முயற்சித்துத் தோற்றான். கொஞ்சநேரம் அதையே பார்த்துக் கொண்டிருந்து விட்டு, பூமிக்கு தகவல் அனுப்ப யத்தனித்த அந்த நிமிஷத்தில், திடீரென்று விளக்கெரிய அதன் இயக்கங்கள் உயிர் பெற்றன.. அதைத் தொடர்ந்து சில நொடிகளில் பாடல் வரிகள் திரையில் வர, அது கணீரென்று இசையுடன் பாட ஆரம்பித்து விட்டது. "ஓம்பூர் புவனஸ்ஸுவ: ஓம் தத் ஸவிது வரேண்யம்: பர்க்க தேவஸ்ய தீமஹி: தியே யோந பர்ஸோத யாத்." - - -திகைத்து நின்றாள், அருமையிலும் அருமை. அது தேடுவதற்கு இவ்வளவு நேரம் எடுத்துக் கொண்டிருக்கிறது போல." - இருவரும் இப்போது அதிலிருந்து விலகி, வெளியே வேடிக்கை பார்க்க ஆரம்பித்தார்கள். திடீரென்று ஆ..ஆ..! இமா பயத்தில் வீல் என்று கத்திவிட்டாள். ஜீவனை கெட்டியாக பிடித்துக் கொண்டாள். ஜீவனும் அதைப் பார்த்து விட்டான். வெளியே ஒரு பிணம், ஆணோ,பெண்ணோ சரியாகப் பார்க்க முடியவில்லை. கை கால்களை பரப்பிக் கொண்டு ஏதோ ஒரு கோளின் ஈர்ப்பு விசைக்கேற்ப தன்கதியில் மிதந்தபடி விண்கலத்தை லேசாக உரசிவிட்டு ஹோ வென்று வேகமாக போய் கொண்டிருக்கிறது. இருவருக்கும் இது போதிக்கப்பட்டுள்ள செய்திதான் என்றாலும் திடீரென்று பார்த்ததும் ஏற்பட்ட அலறல்.

" பயப்படாதே இமா. ஏதாவது கைவிடப்பட்ட விண்ணூர்தியில் இருந்திருப்பான் பாவம் இனிமேல் தன்னைக் காப்பாற்ற யாரும் வரமாட்டார்கள் என்ற நிலை புரிந்ததும், வெளியில் வந்து விண்வெளி உடையைக் களைந்து விட்டு மரணத்தை ஏற்றுக் கொண்டிருப்பான். குறைந்த வலியுடன் சில நொடிகளில் மரணம் சம்பவித்திருக்கும்.. இந்த விண்வெளியில் கணக்கில்லா

விண்கலங்களும், அதிலிருந்த மனிதர்களும் கைவிடப்பட்டு அநாதையாக இந்த பிரபஞ்சத்தில் பிணங்களாக சுற்றிக் கொண்டிருக்கிறார்கள். அதேசமயம் உடல்கள் எத்தனை வருடங்கள் ஆனாலும் எதுவுமற்ற இந்த சூன்யப் பிர-தேசத்தில் அழுகிப் போவதில்லை, மாறாக தொடர்ச்சியான அதீத சூரிய வெப்பத்தில் உலர்ந்து போயிருக்கும்.. நம் சூரியக் குடும்பத்தின் எல்லைக்குள் பிணங்கள் இன்னும் நிறைய எதிர்படும். பயம் கொள்ளாதே.'' - -விஞ்ஞா-னிகளின் ஆராய்ச்சியில் சாகும் எலிகளாய் மடிந்து போகும் மனிதர்களை நினைத்து வருத்தப் பட்டாள். இப்போது தானும், ஜீவனும் கூட எலிகளாய்-தானே வந்திருக்கிறோம்? என்று சுய இரக்கத்தில் அழுகை வந்தது. ஜீவன் அவளை தேற்றினான்.

“அழாதே நாம் சாதனையாளர் நிலைக்கு உயர்ந்துக் கொண்டிருக்கிறோம். ஓரியனின் பிரச்சினைக்கு நாம் தீர்வு கண்டுவிட்டோமானால் எவ்வளவு ஓரி-யன்வாசிகள் நம்மை வாழ்த்துவார்கள்?. யோசித்துப் பார்.'' “ ஜீவன்! விஞ்-ஞானிகளின் பார்வையில் நாம் அவர்களுடைய சோதனைக்கு உதவும் எலி-கள்தான்..'' - அவன் மவுனமாகி விட்டான்.

ஆயிற்று, அந்த நேரம் வந்து விட்டது. விண்கலம்— 838 பல்வேறு நிலைகளைக் கடந்து, இடையில் எதிர்ப்பட்ட விண்கற்கள், குறுங்கோள்கள், கருப்புத்துளை போன்றவைகளால் ஏற்படும் பல பல ஆபத்துக்களிலிருந்து தப்பித்து தன் நெடிய பயணத்தை முடித்துக் கொண்டு, ஓரியன் கிரகத்தில் ஒரு காலை மழை நேரத்தில் தரையிறங்க ஆரம்பித்தது. இங்கே அடர்த்-தியான காற்று மண்டலம் உண்டென்பதால், விண்கலம் தன் இயக்கங்களை நிறுத்திக் கொள்ள, அதை ஒரு பெரிய பாரசூட் ஏந்திக் கொண்டது., விண்-கலம் காற்றில் அலையும் ஒரு சிறகுபோல ஆடியாடி மெதுமெதுவாக இறங்க ஆரம்பித்தது. அவர்கள் இறங்க வேண்டிய இடம் பிரிவு-88 அது இதுதான். இதற்கு சரியாக அட்சரேகை - 13° - 04'N, தீர்க்கரேகை - 80° - 17'E. இறங்கும் போதுகடற்கரைப் பகுதி தெரிய ஆரம்பித்ததும் மானிட்டர் எச்ச-ரிக்கை ஒலி கொடுத்தது.

அவர்கள் பருந்து பார்வையாய் அந்த கிரகத்தைப் பார்க்க ஆரம்பித்தார்-கள். ஆஹா என்ன அழகான ஓரியன் உருண்டை?. கோளின் மேல்,கீழ் பக்-கங்களில் மூடிக் கொண்டிருக்கும் பனிப்பிரதேசம் வெள்ளைபூத்து பளீரென்று தெரிகின்றன. அல்டிமீட்டர் ரீடிங் விண்கலம் மூவாயிரம் அடி உயரத்தில் இருப்பதாக சொன்ன போது கீழே பசுமையான காடுகளும், செங்குத்தான கட்டடங்களும் குட்டி குட்டியாய் மினியேச்சர் உருவங்களாக தெரிந்தன. இந்த கிரகத்தில் அடர்ந்த காட்டுப் பகுதி அதிகம் போல் தெரிகிறது. சற்று தள்ளி பிரமாண்டமாக நீல வண்ணத்தில் கடல் அலையடித்துக் கொண்டிருக்கிறது. பரிச்சயம் இல்லாத புதிய பூமி என்பதில் உள்ளே இனம்புரியாத கலவரம் எழுந்தது. விண்கலம் தரையைத் தொடும் முன்பாக மானிட்டர் லேண்டிங்

செக் ஓகே என்றது. மெதுமெதுவாக இறங்கி, விண்கலத்தின் கால்கள் நீண்டு தரையில் அழுந்தப் பதிந்தன. அந்த இடம் ஒருஅடர்ந்த காடு போல் தெரி-கிறது.

வெளியே பயங்கரமாக மழை. கொட்டித் தீர்த்துக் கொண்டிருக்கிறது. அவர்கள் அதீத டென்ஷனுடன் காத்திருந்தார்கள். ஆபத்து என்ன ரூபத்தில் வரும் என்று தெரியாது. இந்த காட்டில் என்ன மாதிரி மிருகங்கள் இருக்கி-றதோ?. அதில்லாமல் மனிதகுல அழிவுக்குக் காரணம் ஏதாவது பெயர் தெரி-யாத வைரஸ்களின் கொடூர தாக்குதல்களாகக் கூட இருக்கலாம். பாதுகாப்பு கவசம் இன்றி இறங்க வேண்டாம் என்று ஏற்கனவே எச்சரிக்கை செய்-யப் பட்டிருந்தார்கள். ஆட்டோ அனலைஸர் வெளிக்காற்றை உள்ளிழுத்து பல்வேறு சோதனைகளுக்குப் பின்னர் அறிக்கையை துப்பியது. பூமியைவி-டஆக்ஸிஜன் அதிகம்,32%, நைட்ரஜன் - 62%, ஆர்கான் - 0.93%, கரியமிலவாயு மிகவும் குறைவு, 0.010%., அதனால்தான் இந்த குளிரும், அதிக மழையும் என்றான் ஜீவன். மழை ஓய்ந்து அவர்கள் மெதுவாக வெளி-வாங்கி சரிந்து நிற்கும் படிகளில் இறங்கினார்கள். இறங்கும் முன் இருவரும் பாதுகாப்புக்காக லேசர் கன்னை எடுத்து செருகிக் கொண்டார்கள். ஓரியன் தலைமைக்கு தகவல் போயிருக்கிறது. உங்களை அழைத்துச் செல்ல ஆட்கள் தயாராக காத்திருப்பார்கள் என்றார்கள், ஆனால் அங்கே யாரும் இல்லை. இங்கே இவர்களுக்கு ஒரு அதிர்ச்சியான அனுபவம் காத்திருக்கிறது. ஆமாம் அவர்கள் மனிதரல்லாத மனிதர்களை இங்கே சந்திக்கப் போகிறார்கள்

இறங்கி நடக்க ஆரம்பித்தார்கள்.இதுபோன்ற ஒரு இடத்தை கற்பனை செய்வதற்குக் கூட அவர்களுக்கு கடினமாக இருந்தது. மனித சஞ்சார-மில்லாத,ஆனால் அவர்கள் வாழ்ந்த, வாழ்கிற, வாழப்போகிற இடங்களில் உயர்ந்த காங்க்ரீட் கட்டடங்கள் நெருக்கமாய் நிற்க, அத்தனையும் நொறுங்கி, சிதைந்து, குட்டிச் சுவர்களாக நிற்கின்றன. இந்த இடம் ஒருகாலத்தில் வளர்ந்த நகரமாக இருந்திருக்க வேண்டும், இன்று சிதைந்த நிலையில் கிடக்கிறது. சாலைகள் இருந்ததற்கான அடையாளங்களாக, தார் கலவைக-ளும், சரளைக் கற்களும், சிதறிக் கிடக்கின்றன. அங்கங்கே சாலை இருந்த இடத்தை பிளந்துக் கொண்டு எழும்பி நிற்கும் பெரிய பெரிய மரங்கள், செடி கொடிகள், புதர்கள். மழையினால் தேங்கி நிற்கும் வெள்ளக்காடுகள். சேற்றில் கால்கள் புதைகின்றன.. இங்கே அடிக்கடி மழை கொட்டுகிறது போல. எங்கும் பச்சைப் பசேலென்று விரிந்தோடும் காடுகள். பலத்த காற்-றைத் தவிர, ஆள் அரவமில்லாத, பயமுறுத்தும் அமானுஷ்ய அமைதி. "இமா! என்னை பலமாக பிடித்துக் கொள்.காற்று பலமாக அடிக்கிறது பார்." - இமா அவனை கெட்டியாக பிடித்துக் கொண்டாள். அந்த இடிபாடுகளி-னூடே அவர்கள் மெதுவாக நடக்க ஆரம்பித்தார்கள். ஒரு அரைமணி நேரம் நடந்த பிறகும் எங்கும் மனிதர்களோ, விலங்குகளோ இருப்பதற்கான அறி-குறி எதுவும் தெரியவில்லை. பயமுறுத்தும் பயங்கர அமைதி. சுற்றி சுற்றி

நாலாபுறங்களிலும் பார்வையை சுழலவிட்டபடியெ நடந்துக் கொண்டிருந்தார்கள். அப்போது அங்கங்கே கட்டட இடிபாடுகளுக்கிடையில் லேசாக தெரிந்த அசைவுகளை ஜீவன் பார்த்துவிட்டான்..

“இமா! சீக்கிரம் அவர்களை தொடர்பு கொள். இந்த குட்டிச் சுவர்களின் பொந்துகள் பக்கம் அசைவு தெரியுது பார். யாரோ அல்லது எதுவோ?. ஆ••• மனுஷங்கதான். ஓ! அங்க பாரு அவங்க நம்மளை நோக்கித்தான் ஓடிவர்றாங்க. என்னா ஆவேசம் பாரு. ஆபத்து•••ஆபத்து. இங்க காற்றில் பிராணவாயு அதிகம் என்பதால் உயிரினங்களின் பலம் நம்மைவிட அதிகம். நம்மால சமாளிக்க முடியாது.சீக்கிரம்•••சீக்கிரம்.” - - அவர்கள் வித்தியாசமான உடையிலிருந்தார்கள். முட்டிவரைக்கும் தொளதொளவென்று ஒரு ஆடை, மேலே ஒரு துணியை போர்த்தியிருந்தார்கள்.

” இல்லை தொடர்பு கிடைக்கவில்லை. நாம இப்போது முடிந்த வரைக்கும் ஓடுவோம் வேறு வழியில்லை.” - - அவர்கள் இப்போது தலைதெறிக்க ஓட ஆரம்பித்தார்கள். பின்னால் நாலு பேர் பேய்க்கூச்சல் போட்டபடி இவர்களைத் துரத்த ஆரம்பித்தார்கள். இவர்கள் மரணபயத்தில் ஓடி ஓடி•••, கொஞ்ச நேர ஓட்டத்திற்கப்புறம் ஒரு அகன்ற சமவெளியை அடைந்தார்கள்.. அந்தப் பகுதியை அடைந்தபோது, ஒரு நாலைந்து மனிதர்கள் எதிர்கொண்டு தடுத்தாட் கொண்டார்கள். கைகுவித்தபடி கிட்டே வந்தார்கள். துரத்தி வந்த மனிதர்கள் வேகத்துடன் ஜீவன், இமா, மேல் பாய, இமா வீல் என்று அலறினாள்.

இவர்கள் குறுக்கே வந்து தடுத்து, ஏதோ கையால் சமிக்ஞை காட்ட அவர்கள் திரும்பிப் போனார்கள். “ தோழர்களே! பிரிவு - 88 ன் தலைவரின் சார்பாக உங்களை வரவேற்கிறோம். பயம் வேண்டாம் அவர்கள் உங்களின் உடையைப் பார்த்துதான் நீங்கள் வேற்று கிரகத்திலிருந்து வந்த எதிரிகள் என்று துரத்தினார்கள். உங்களின் இந்த உடையைக் களைஞ்சிடுங்க.இங்கே கிருமிகள் ஆபத்து எதுவுமில்லை.” - -இவர்களுக்கு அவர்கள் பாணியிலான மாற்று உடை அணிய ஏற்பாடு செய்தார்கள்.சற்று ஒதுக்குப்புரமாக சென்று இருவரும் உடையை மாற்றினார்கள். அவர்களுடன் வந்திருந்த ஸோம்னா என்ற அழகுப் புயல் நெருக்கமாக வந்து அவன் உடைகளைக் களைய உதவினாள், கண்ட இடங்களில் தயக்கமின்றி கையை வைக்க அவனுக்கு கூச்சமாக இருந்தது. ஆனால் அவள் எந்த பிரதிபலிப்புமின்றி இயங்கினாள். இமாவுக்கும் அவள்தான் உதவி செய்தாள். அதற்குள் ஜீவன் அவளை நெருக்கத்தில் நிதானித்து கண்களால் முழுசாக தின்று முடித்திருந்தான்.

விசிலடிக்கத் தூண்டும், சற்று கறுத்த, கட்டான,உடல்வாகு. கறுப்புமுத்து கூட ஒரு அழகுதான். ஆஹா அந்த அழகுப்புயல் இவர்களுக்கு வழிகாட்டியாம். “இமா! ஆச்சரியமாக இருக்கிறது. இவர்களுக்கும் நம்முடைய தமிழ் தெரிந்திருக்கிறது பார்த்தாயா?.”. “ஐயா! தமிழ் யாரால் இங்கிருந்து உங்கள்

கிரகத்துக்கு பரவியது என்று எங்களுக்கு தெரியாது, ஆனால் அது எங்கள் மொழி.'' —ஜீவன் சிரித்தான். "சரி...சரி..நமக்குள் மொழிப் போர் வேண்டாம். இந்த பிரபஞ்சத்தில் மனிதன் வாழும் இரண்டு கிரகங்களிலும் சில பகுதிகளில் தமிழ் பேசப் படுகிறது என்பதே மகிழ்ச்சி. மிகத் தொண்மையான காலங்களில்இரண்டு கோள்களின் மனிதர்களுக்கிடையில் பரிவர்த்தனைகள் இருந்திருக்கலாம். யார் கண்டது?. சரீ ஏன் வேற்று கிரகத்திலிருந்து வரும் எங்களை நீங்கள் எதிரிகளாக நினைக்க வேண்டும்? நண்பர்களாக இருக்க முடியாதா?.'' - என்று கேட்டான் ஜீவன் '' வெளியே இருந்து வந்த வேற்று கிரகத்து ஆட்கள் பரப்பிய ஒருவகை வைரஸால்தான் நம் மக்கள் நிறைய அழிந்து விட்டார்கள் என்று அவர்கள் நம்புகிறார்கள், அதனால்தான்.''.

அடுத்து சூரியசக்தி வண்டி ஒன்று அவர்களை ஏந்திக் கொண்டு பறந்தது. கூடவே அவன் பக்கத்தில் கைடாக ஸோம்னா என்ற அந்த அழகுப் புயல். . ஜீவனும்,இமாவும், ப்ளஸ் விண்கலத்திலிருந்து கொண்டுவரப்பட்ட கம்ப்யூட்டர் ஸீகம்—I ,ஸீகம் - II வும், ஒரு பெரிய அறையில் தங்க வைக்கப் பட்டனர். காலை உணவாகக் களி போன்ற ஒரு வஸ்துவைத் தந்தார்கள். சில முக்கிய அதிகாரிகள் வந்து சந்தித்து விட்டுச் சென்றார்கள். இரவில் ஜீவன் இயற்கையின் உந்துதல் தாளமுடியாமல் இமாவிடம் சிருங்கார அஸ்திரங்களை வீசிப் பார்த்தான். அவள் ஆட்காட்டி விரலை நீட்டி துண்டாகிவிடும் என்று எச்சரித்ததும் சுருண்டுக் கொண்டது மனசு.

காலையில் எழுந்தவுடன் அவர்களுக்கு இடப்பட்டிருக்கும் ஆணைப்படி செயல்பட ஆரம்பித்தார்கள். இந்த கிரகத்தில் பல பாகங்களிலிருந்து எடுத்த மண் , காற்று, மனிதர்களின் ரத்தத் தடவல்கள். என்று எல்லாவற்றையும் பரிசோதிக்க வேண்டும். மண் மாதிரிகள் பரிசோதனைக்காக வரிசைஎண் கொடுக்கப் பட்டு, வந்திறங்கியிருந்தன. ஜீவன் அந்த மண் மாதிரிகளை எப்படி ஸீகம் - I னிடம் சோதனைக்காக கொடுத்து முடிவுகளை வாங்க வேண்டும் என்று இமாவுக்கு சொல்லிக் கொடுத்துவிட்டு, அ.பு. ஸோம்னாவுடன் ஸோலார் காரில் கிளம்பி விட்டான். அவளுடைய உதவிக்கு என்று மூன்று பெண்களை ஏற்பாடு செய்திருந்தார்கள்.

வெறிச்சோடி கிடக்கும் சாலைகளில் சூரிய மின்பலகைகள் போர்த்திய சிறியரக கார்களும், சிறு வேன்களும் எப்போதாவது ஒன்று என்ற அளவில் ஓடிக் கொண்டிருந்தன. மற்றபடி சாலை வெறிச்சோடி கிடக்க, அங்கொன்றும் இங்கொன்றுமாக மனிதர்கள் நடமாட்டம் மிக சொற்பமாக இருந்தது. எங்கும் நீக்கமற நிறைந்திருப்பது காற்றும், அமானுஷ்ய அமைதியும்தான். நெருக்கமாய் நிற்கும் உயர்ந்த கட்டடங்கள் விசோவென்று காற்றோடிக் கொண்டிருக்க,உள்ளே மனிதர்கள் இருக்கிறார்களா?, தெரியவில்லை.. மொத்தத்தில் ஒரு அடர்த்தியான அளவில் மனித சமூகத்தைக் கொண்டிருந்த பகுதியில் திடீரென்று மனிதர்கள் அழிந்து அவர்கள் உருவாக்கிய கட்டடங்கள் மட்டும்

அடையாளச் சின்னங்களாய் நிற்பதைப் பார்க்க, வாழ்க்கையின் அநித்தியம் உறைக்கிறது. ஊடே நெடு நெடுவென்று நெருக்கமாய் மரங்கள். இங்கே வெய்யிலும், மழையும் மிக நன்றாகவே காயவும், பெய்யவும் செய்கின்றன.

வழியில் சொற்பமாய் எப்போதாவது எதிர்படும் ஒன்றிரண்டு இளம் பெண்களின் யவ்வனத்தில் ஜீவன் உருகினான். சே! என்னா வார்ப்பு?, என்னா கலர்?. சதா வெளுப்பு நிறங்களிலேயே பெண்களைப் பார்த்திருந்தவனுக்கு, கறுப்பு நிறத்தின் பல்வேறு ரகங்களில் வனப்பாக இருக்கும் அந்தப் பெண்கள் பெரிய ஈர்ப்பாக இருந்தனர். இங்கே மனிதசக்தியே பிரதான சக்தி என்பதால் ஆண்கள் கட்டுமஸ்த்தாக வலிமையுடனும், பெண்கள் ஒரேமாதிரியாக மதமதவென்று புஷ்டியாகவும் வலுவுடனும் இருக்கிறார்கள். அங்கிருக்கும் மாளிகைகளின் மேல்பகுதிகளில் எல்லாம் பாதுகாப்பாக பறவையினங்கள் ஆக்கிரமித்திருந்தன.அவைகள் போடும்விதவிதமான சத்தங்கள் இங்கே வரை கேட்கின்றன.. அவன் மெய் மறந்து பார்த்துக் கொண்டே வர, அப்போதுதான் கவனித்தான் வெளியே எதையோ காட்டி விவரிப்பாக அவனுக்குச் சொல்லிக் கொண்டேயிருந்த ஸோம்னா தாராளமாய் அவன் தொடையின் மேல் வலது கையை வைத்திருந்தாள்.,

பதிலுக்கு அவன் ஊக்கம் பெற்று அவள் தோளின் மேல் கையைப் போட்டு இழுத்து அணைத்து இச் பதிக்க முயற்சித்தான். எதிர் முனையில் மறுப்பில்லை. ஆஹா இந்த பழம் இவ்வளவு சீக்கிரம் நம்ம மடியில் வந்து விழுந்து விட்டதா?. அ..ஆ.னா.ல்.. என்னஇவள்? எவ்வித உணர்ச்சி பிரதிபலிப்புமின்றி ஒரு மரம்போல இருக்கிறாளே. இந்த விஷயத்தில் ஆண்களுக்கு தூண்டுதல்தரக்கூடிய வெட்கம் அவளிடத்தில் அறவே இல்லை.அவனுக்குஅது வித்தியாசமாகப் பட்டது. மீண்டும் அவள் புஜத்தைப் பற்றியபோது “ ஜீவன்! என்ன பண்ணப் போறீங்க?. அதற்கு இன்னும் ரெண்டுமாசம் பொறுங்கள்” - என்று சொல்லிவிட்டு ஸோம்னா வண்டியை நிறுத்தினாள்.சே! அதை கூட ஒரு நளினமில்லாமல் செத்தவனுக்கு வெத்தலை பாக்கு குடுத்தாற் போல சொல்லில் வறட்சி. “எதுக்கு ரெண்டு மாசம்?.” - அவள் பதில் சொல்லவில்லை. “ சரி ஸோம்னா! நாம் இப்போது எங்கே வந்திருக்கிறோம்?..” “ எங்கள் பகுதியில்இருக்கும் விஞ்ஞானி கோபன். அவரைத்தான் இப்போது பார்க்கப் போகீறீர்கள்.” .

விஞ்ஞானி சராசரிக்கு சற்று உயரமாக இருந்தார். வயோதிகம் காரணமாய் அவர் நிற்கும்போது கூன் விழுகிறது. இருவரும் பரஸ்பரம் வணக்கம் சொன்ன பிறகு நேரிடையாக விஷயத்திற்கு வந்துவிட்டார். “நண்பரே! மனித இனம் இங்கே வேகமாய் அழிந்துக் கொண்டு இருக்கிறது. எங்களுக்கு அதற்கான காரணங்களும் தெரியவில்லை, தீர்வுகளும் தெரியவில்லை. அதை ஆராயும் திறமையான விஞ்ஞானிகளும் இன்று எங்களிடம் இல்லை. இந்த கிரகத்தில் ஒரு காலத்தில் மின்சார தயாரிப்பு இருந்திருக்கிறது. மனிதர்களின்

பற்றாக் குறையினால் பராமரிக்கும் நுணுக்கம் தெரிந்த ஆட்களின்றி இங்கிருந்த பல மின்நிலையங்களும், அணுமின் நிலையங்களும் வெடித்துச் சிதறி லட்ச லட்சமாக மனிதர்கள், உயிரினங்கள் அழிந்ததாக குறிப்புகள் இருக்கின்றன. இப்படித்தான் பலபல அறிவியல் முன்னேற்றங்களெல்லாம் எங்களிடமிருந்து போய்விட்டன.. இன்னும் சொல்லப் போனால்

எங்கள் பூமியிலிருந்து வெட்டி எடுக்கப்படும் திட,திரவ,வாயு, எரிபொருட்கள் சுத்தமாய் தீர்ந்து போய்விட்ட காலத்திலிருந்தே எங்கள் அழிவுகள் ஆரம்பித்து விட்டனவாம். இன்று அறிவியலில்...? பூஜ்ஜியம். இரண்டாயிரம் ஆண்டுகள் பின்னால் போய்விட்டோம். இப்போது நான் சொல்லிய அத்தனை விஷயங்களும் என் முன்னோர்கள் எழுதி வைத்த குறிப்புகளை வைத்துதான் சொல்கிறேன். நாங்கள் யாரும் நேரடிக் காட்சியாக எதையும் பார்த்ததில்லை என்பதுதான் உண்மை.ஆச்சரியமாக சூரியஒளி சக்தி பற்றிய விஷயஞானம் மட்டும் இன்றும் எங்களிடம் உள்ளது. “என்னா கதையாக இருக்கு?.கற்ற அறிவியல் தொழில் நுட்பங்கள் எப்படி மறந்து போகும்?.” “மறக்கவில்லை மறைந்து போனார்கள். ஒரு புள்ளி விவரம் சொல்றேன் கேளுங்க. முன்னொரு காலத்தில் எங்கள் பூமியின் மக்கள்தொகை நினைத்துப் பார்க்க முடியாத அளவு பெருகிப் போய் விட்டதாம்..1640 கோடி. அசுர வளர்ச்சி. ஒரு காலத்தில் உலகத்தின் மொத்த ஜனத்தொகையில் நூறு கோடிகள் கூடுவதற்கு இருநூறு வருஷங்கள் ஆயிற்றாம். கடைசியாக ஐந்து வருஷங்களிலேயே நூறு கோடிகள் என்ற வேகத்தில் கூடியிருக்கிறது. அந்தளவுக்கு வளர்ச்சி வேகம்.” - —ஜீவனுக்கு அதிர்ச்சியாக இருந்தது.

“அய்யய்யோ! எங்கள் பூமியின் இன்றைய ஜனத்தொகை 800 கோடி, இதற்கே நாங்கள் சொல்ல முடியாத கஷ்டங்களையும் பட்டினிச் சாவுகளையும் அனுபவித்துக் கொண்டிருக்கின்றோம். உணவு, தண்ணீர் எல்லாமே பற்றாக்குறை. 1640 கோடி என்றால் ஐயய்யோ!.” ”ஆமாம் காலங்காலமாய் எங்களுக்கு வாய்த்த தலைவர்கள் மக்கள் நலனும், தொலைநோக்குப் பார்வையும் இல்லாதவர்களாகப் போனது எங்களின் துயரம். மக்கள் தொகை பெருக்கத்தை தடுக்க அவர்கள் யோசிக்கவே இல்லை. அரசாங்கப் பணத்தை திருடுவதற்கு திட்டமிடவே அவர்களுக்கு நேரம் சரியாக இருந்தது. ஆனால் பின்னாளில் அவர்கள் சேர்த்த அத்தனை செல்வங்களும், அவர்களின் உயிர்களும் மக்களால் சூறையாடப்பட்டு விட்டன என்பது வேறு விஷயம். யோசித்துப் பாருங்கள் கற்பனைசெய்ய முடியாத அளவுக்கு மக்கள் வெள்ளம். சாப்பிட எதுவுமில்லை.

தண்ணீர் பற்றாக்குறை. பூமியின் சராசரி வெப்பம் ஏகத்துக்கு எகிறிவிட, ஜீவ நதிகளெல்லாம் வறண்டு போய், மழையும் அருகிப்போய், பசி..பசி...உணவுக்காகவும், தண்ணீருக்காகவும் அப்படி அலைந்து செத்திருக்கிறார்கள். எஞ்சியிருந்த மிருகங்களை எல்லாம் காலி பண்ணிவிட்டு,

கடைசியில் பசிக் கொடுமை தாளாமல் அன்றைக்கு இங்கே சுலபமாய் கிடைக்கக் கூடியதாக இருந்த மனித மாமிசத்தை சாப்பிட ஆரம்பித்தார்களாம். எளியோரெல்லாம் வலியோருக்கு உணவாகினார்களாம். ஆமாம் நண்பரே! எங்களை நாங்களே தின்றோம். இந்த பசிப் போராட்டத்தில் தகுதியானது தப்பிப் பிழைக்கும் என்ற உயிரியல் கோட்பாட்டின்படி உடல் வலிமைகள் மட்டுமே வாழ்க்கைப் போராட்டத்தில் வெற்றி பெற்றன.. பல பல மேதைகளும், விஞ்ஞானிகளும், வல்லுனர்களும் காணாமல் போனார்கள். இன்றைக்கு யோசிக்கிற போது இப்படி கூட நடந்திருக்குமா? என்று அதிர்ச்சியாக இருக்கிறது. ஆனால் அப்படித்தான் நடந்ததாக குறிப்புகள் கூறுகின்றன.. இது இங்கு மட்டுமில்லை, உலகம் முழுக்க நிகழ்ந்த நிகழ்வுகள்.'' - ஜீவன் அதிர்ச்சியில் உறைந்துபோய் நின்றான். பேசவாய் இல்லை. ஜீவன் சற்று இடைவெளி விட்டு சொன்னான் ''கோபன் அவர்களே எல்லாருக்கும் எல்லாமும் கிடைத்துக் கொண்டிருக்கும் வரையில்தான் நாமும் மனிதர்கள். இல்லையென்றால் விலங்குகள்தான்.''

''உண்மை. அந்த காலக் கட்டத்திற்கு அப்புறந்தான் பிரச்சினையே எழுந்ததாம். இங்கே ஒரு அதிசயம் நிகழ ஆரம்பித்தது. மக்கள்தொகை எப்படி என்று தெரியாமலேயே படிப்படியாக அதேசமயம் படுவேகமாகக் குறைய ஆரம்பித்து விட்டதாம்.. அப்படி குறைந்து வருவதை எம்மக்கள் தெரிந்துக் கொள்ளவில்லை.ரொம்ப காலங்களுக்கப்புறம் நிலைமை கைமீறி போன பின்னால்தான் உணர்ந்திருக்கிறார்கள். அதற்கப்புறம் சுதாரித்துக் கொண்டு பல நாடுகளும் காரணங்களை ஆராய்ந்திருக்கின்றன. ஓரளவுக்கு காரணம் தெரிந்தது பிறப்பு விகிதம் குறைந்திருந்தது. எப்படி என்பதில் தீர்வு காணமுடியாமல் நாட்டுக்கு நாடு குழப்பங்கள். அப்படி நீடித்துக் கொண்டேயிருந்த குழப்பங்களூடே மக்கள்தொகை குறைந்துக் கொண்டே வந்து இன்றையதேதிக்கு உலகின் மொத்த மக்கள் தொகை வெறும் நூற்றுநாற்பது கோடிகள்தான். இதுவரையிலும் காரணம் தெரியவில்லை. எங்களுக்கு தெரிந்து விட்டது மனித குலத்திற்கு கேடு வந்திருக்கிறது, முழுமையாக அழியப் போகிறோம்.'' - அவர் முகத்தை பொத்திக் கொண்டார்.''

''இதில் ஆச்சரியப்பட என்ன இருக்கிறது?, மனுஷனே மனுஷனை தின்று தீர்த்திருப்பான்...'' ''அப்படி இல்லை, அது ஒரு கட்டம் வரைக்கும்தான். மக்கள் மனித மாமிசம் தின்பதை நிறுத்தி நானூறு ஐந்நூறு ஆண்டுகளுக்கு மேல் ஆகிவிட்டன. பல தலைமுறைகள் கடந்து விட்டன. ஆனால் இன்றைக்கும் தானே குறைந்துக் கொண்டே இருக்கிறோம்?.இந்த இடைப்பட்ட காலத்தில் ஒன்பது தடவைகள் பெருத்த அளவில் பூகம்பங்களும், பத்து தடவைகள் ஆழிப்பேரலை சாவுகளும், அப்புறம் விபத்துக்களால், வியாதிகளால் சாவுகள், முதுமைச்சாவுகள், புதுசுபுதுசாகத் தோன்றும் வைரஸ் தொற்று சாவுகள் போன்ற பலப்பல இனங்களில் அழிவுகள் ஏற்பட்டுக் கொண்டே-

தான் இருக்கின்றன. ஆனால் இவை அதிவேக மக்கள்தொகை குறைவுக்கான பொருத்தமான காரணங்களில்லை. போதாது.'' - ஜீவனுக்கும் குழப்பமாக இருந்த்து.

. மறுநாள் இரவு இமாவுடன் பேசிக் கொண்டிருந்தான். அதற்குள் அங்கே மண் பரிசோதனைகள் முழுமையாக முடிந்து, காற்று மாதிரிகள் அடைத்த சீலிட்ட பைகள் வந்திறங்கியிருந்தன. அந்நேரத்துக்கு இமா சற்று காட்டமாகக் கேட்டாள். அதற்குள் இவர்களுக்கிடையில் ஒரு நெருக்கம் வர ஆரம்பித்திருந்தது.

``என்ன நேற்று ஸோம்னாவை சீண்டிப் பார்த்தியா?'' ``இல்லையே. யார் சொன்னது?.'' - -இப்போது இமா முகத்தில் சற்று கடுமை தெரிந்தது. ``த்தூ! பொய்காரா! ஸோம்னாவை நீ உறவுக்கு பலவந்தப் படுத்தியிருக்கிறாய். அவள் ரெண்டு மூணு ஆளுங்களோட ரகசியமா பேசிக்கிட்டிருந்ததை நானே கேட்டேன். உன் சேட்டையைப் பற்றி சொல்லிக் கொண்டிருந்தாள். அவர்கள் சமயம் பார்த்து உன்னை மடக்கிப் பிடிச்சி அவளுக்கு ஜோடியாக்கிட திட்டம் போட்டிருக்காங்க, ஜாக்கிரதை.'' - -அவன் நம்பமுடியாதவனாக நின்றான். ``வந்த இடத்தில் அப்படி நடந்தால் நீ இந்த ஓரியன் கிரகத்தின் பிரஜையாக ஆகவேண்டியதுதான். மறுத்தால் கொன்றுவிடுவார்கள். ஏற்கனவே நம்முடைய இரண்டு விஞ்ஞானிகள் இதே விஷயத்தினால் செத்திருக்கிறார்கள். இல்லை ஸோம்னாவை நம்ம பூமிக்கு கூட்டிட்டுப் போய்விடலாம் என்று நீ நினைத்தால், அது நடக்காது. நம்ம விண்கலம் துல்லியமாக நம் இரண்டு பேருடைய எடைக்குத்தான் வடிவமைக்கப் பட்டுள்ளது. அப்படி இல்லாமல் என்னை இந்த கிரகத்திலேயே உயிருடனோ,பிணமாகவோ தள்ளிவிட்டு அவளை கூட்டிப் போயிடலாம் என்று நீ யோசிப்பாயானால்.''

``இமா..இமா..! என்ன என்னை அவ்வளவு கேவலமாக எடை பொட்டு விட்டாய். உன்னை விடவா அவள்?.'' ``ஜீவன்!எனக்கு ஆண்களின் புத்தி தெரியும். அப்படி என்னை இங்கேயே தள்ளிட்டு அவளுடன் போய்விடலாம்னு நீ நினைத்தால், அதுவும் நடக்காது. இந்த ஏவூர்தியை சரியான பாதையில் செலுத்தி பூமியை அடையும் மார்க்கம் எனக்கு மட்டுமே தெரியும். சிஸ்டத்திற்கான பாஸ்வேர்ட் எனக்கு மட்டுமே தெரியும். அதற்காக மட்டுமே பணிக்கப் பட்டவள் நான். நல்லா யோசிச்சிக்கோ.'' - ஜீவன் யோசனையில் ஆழ்ந்தான்.

இந்த கிரகத்தைப் பொறுத்தமட்டில் ஒரு விஷயம் மட்டும் ஆரம்பத்திலிருந்தே ஜீவனுக்கு உறுத்திக் கொண்டு இருக்கிறது. அதை யோசிக்கிற போது ஸோம்னாவின் திட்டம் பற்றி இமா சொன்னது, ஜீவனுக்கு நம்ப முடியாததாக இருந்தது. ஆணோ, பெண்ணோ, இரண்டு பேருமே இங்கே சரியாக இல்லை. இவர்களிடம் என்னவோ தப்பு இருக்கிறது. ஆமாம் எல்லோருமே ஒரு துறவு நிலையில் வாழ்கிற மாதிரிதான் இருக்கிறார்கள். ஆண்களுக்கும், பெண்க-

ளுக்கும் இடையில் இருக்க வேண்டிய அந்த நேசம், நெருக்கம், எல்லா உயிரினங்களுக்கும் உள்ள அந்த ஆண் பெண் ஈர்ப்பு இங்கே மனிதர்களிடம் பார்க்கமுடியவில்லையே. எல்லோரும் மந்திரித்து விட்டவர்கள் போல ஓடிக் கொண்டிருக்கின்றார்களே. காதலோடு பேசிச் செல்லும் ஜோடிகளை எங்கும் பார்க்க முடியவில்லையே. சாலையில் ஒரு அழகிய பெண் நடந்து சென்றால் பூமியில் பத்து கண்களாவது மொய்க்கும். கிழவன் கூட ஒரு தடவை அழகை ரசித்து வைப்பான். இங்கே ஒருத்தன் கூடஅப்படி இல்லையே அது ஏன்?. ஸோம்னா கூட என் போன்ற ஆம்பளை கைபட்டும் கட்டை மாதிரி இருக்-காளே. லயிப்போ, வெட்கமோ இல்லையே. ஒரு வேளை அவ பெண்ணில்-லையோ. ஆமாம் ஏன் அப்படியிருக்கக் கூடாது?.நாளைக்கு என்ன ஆனா-லும் சரி இந்த விஷயத்தை உறுதி செய்திட்றதே சரி.

மறுநாள் ஸோம்னாவுடன் வெளியே கிளம்பி கொஞ்ச தூரம் போனதும் ஒரு தனிமையான இடத்தில் நிறுத்தச் சொன்னான். “ஸோம்னா! எனக்கு உன்மேல் சில சந்தேகங்கள் இருக்கின்றன. நீதான் தீர்த்து வைக்க வேண்டும். தலை வெடிக்குது ”. “என்ன சும்மா வளர்த்தாம கேளு.” - இந்த இரண்டு மூன்று நாட்களிலேயே ஜீவனிடம் ஒருமையில் பேசும் உரிமையை எடுத்துக் கொண்டு விட்டாள். “உண்மையில் நீ பெண்ணில்லையா திருநங்கையா?.” “ஏய்! என்ன என்னைப் பார்த்தால் பெண்ணாய் தெரியலையா?.” “ ஆமாம் தெரியல நிரூபி.” “ எப்படி ?.” “ஈஸி. குழந்தைகளை ஆணா பெண்-ணான்னு எப்படி கண்டுபிடிக்கிறோம்?.” —அவள் சிரித்து விட்டாள். “ உன்னுடைய இந்த பதில் நீ யார்னு உன்னை அடையாளம் காட்டுது ஜீவன். ஆனால் எனக்கு ஒரு விஷயம் புரியல. நான் பெண்தான்னு நிரூபிச்சிட்-றேன். அப்புறம் நமக்குள்ள அப்படியென்ன நடந்துடும்?. அதுக்கு ரெண்டுமா-சம் காத்திருக்கணுமில்ல?. உடனே ஏன் ரெண்டுமாசம்னு கேட்டு தொல்லை பண்ணக் கூடாது” - கண்டிப்புடன் சொல்லிவிட்டு மீண்டும் பளீரென்று சிரித்-தாள். என்னடா இவ எப்ப பார்த்தாலும் ரெண்டுமாசம் ரெண்டுமாசம்னு பீலா விட்டுக்கிட்டு இருக்கா. அது என்னன்னு தெரிஞ்சிக்கலேன்னா மண்டை வெடிச்சிடும் போல இருக்குதே. இன்னும் வேகமாக முயற்சிக்கலாம்னா இந்த ஓரியன் கிரக மனுஷங்களைப் பத்தி பயம் வருது. அடிச்சே கொன்னுடுவாங்-களாமே. ஒவ்வொருத்தனும் திம்சுகட்டை மாதிரி இருக்கான்.

ஏற்கனவே வரையறுக்கப் பட்டிருந்த திட்டப்படி மண், காற்று, ரத்தம் என்று மூன்று விதமான சோதனைகளும் முடிந்து விட்ட நிலையில் நேற்று-டன் இவர்கள் ஓரியன் கிரகத்தில் காலடி வைத்து ஒரு மாதமாகி விட்டது. இன்றுவரை ஒரு சின்ன விஷயம் கூட பிடிபடவில்லை. இடையில் தலைவர் சூர்யா அவ்வப்போது வந்து பார்த்துவிட்டுச் சென்றார். இன்றைக்கு ஸீகம்—I ,ஸீகம்-II, களிடம் இறுதி அறிக்கையைப் பெறவேண்டிய நாள். இதிலாவது காரணங்கள் ஏதாவது தெரியுதான்னு பார்க்கலாம். ஜீவனும் இமாவும் மண்,

காற்று , ரத்தத் தடவல்களின் மாதிரிகளை ஸீகம் - I யிடம் கொடுத்து பெறப்பட்ட அறிக்கைகளை ஸீகம் - II யிடம் கொடுத்து விட்டு காத்திருந்தார்கள். அந்த பெரிய ஹாலில் தலைவர் சூர்யாவும்,, விஞ்ஞானி கோபனும்கூட காத்திருந்தார்கள். எல்லாவற்றையும் அலசி முடித்து ஒருமணி நேரம் கடந்த பின்பு இறுதி அறிக்கை திரையில் வர ஆரம்பித்தது.

1) மண் - - - பரவலாக எல்லா பகுதிகளிலும் மண்ணில் அடர்த்தியாக பூச்சிக்கொல்லி ரசாயனங்கள் ஊடுருவியுள்ளன. இந்த விஷம் ஏறக் குறைய 6% - 12% அளவுக்கு மனிதர்களிடம் மலட்டுத்தன்மையை உண்டாக்கியிருக்கக் கூடும். அதேசமயம் Y குரோமோசோம்களின் ஆதிக்கத்தினால் அதிக அதிகளவில் ஆண்குழந்தைகள் மட்டுமே பிறக்கும் நிலை வரும், வந்திருக்கும். (பிறப்பு விகித புள்ளிவிவரங்களை சரிபார்க்க அது சரி என்றது.)

2) வளிமண்டலம் - காற்றில் எல்லா வாயுக்களும் உயிரினங்களுக்கு ஆரோக்கியம் தரும் அளவில் கலந்திருக்கின்றன.

3) மனிதர்களின்ரத்தத்தடவல்கள் - - இங்குள்ள மனிதர்களின் dio.3 ஜீன் தொகுதிகள், மனிதர்களின் ஜீன்கள் போல் இல்லை. அமைப்பில் வித்தியாசப்படுகின்றன. ஜீவனும்,இமாவும் இப்போது பரபரப்பானார்கள். இந்த ரகசியம் சற்று குழப்பமாக இருந்தாலும் ஏன் என்பதற்கான விடைக்கு நெருக்கமாக வந்து விட்டதாக உள்ளுணர்வு சொல்லியது. (எல்லா உயிரினங்களிலும் dio.3 ஜீன்களின் தொகுப்பு தான் பிட்யூட்டரி, பீனியல் சுரப்பிகள், மற்றும் ஸ்ட்ரையேட்டம் பகுதியில் சுரக்கும் D2 டோப்பமைன் ரிஸப்டார் புரதம் மூலம் பாலியல் உணர்வுகளையும், செயல்களையும் கட்டுப்படுத்துகின்றன. பசி உணர்வையும், சாப்பிட்ட பின்பு போதும் என்ற நிறைவையும் கூட கொடுப்பது இந்த D2 டோப்பமைன் ரிஸப்டார் புரதங்கள்தான்).

சார்!....சார்!...சார்!...எங்க ஓட்றீங்க?. நிச்சயமா இது ஜீனோம் பத்தி கிளாஸ் இல்லை சார்!. கதைதான் சார், கதைதான் நம்புங்க. சரி...சரி.. விட்ருவோம்.சிலதை விலாவாரியா சொல்லலாம்னு நெனைச்சேன். சரி.. இங்க இருக்கிற மனுஷங்களுக்கு மட்டும் பாலியலை கட்டுப்படுத்துகிற ஜீன்ல ஏதோ வித்தியாசம் இருக்கு.அத்த மனசுல வெச்சிக்குங்க போதும்.. ஜீவன் இப்போது தன் கேள்வியை தட்டினான். “இதனால் மனிதர்களுக்கு என்ன பாதிப்புகள்” “கருத்தரிப்பு மோசமாய் குறைந்து போகும்.” “எப்படி?.” - சிறிது நேரம் காத்திருந்தான். அதற்கு பதிலேதும் வரவில்லை.ஒருக்கால் அதனிடம் விடை இல்லையோ. அதற்குள் கோபன் குறுக்கிட்டு அவசரமாய தட்டினார். “இந்த மாற்றம் எப்படி ஏற்பட்டிருக்க முடியும்?.” - பதில் வார்த்தைகள் திரையில் வரத் துவங்கின.

” உயிரியல் ஆராய்ச்சியாளர்கள் இதற்கு விடை சொல்வார்கள். இது காலத்தின் கட்டாயம். அதுதான் பரிணாம மாற்றம். பரிணாமம் என்பதுஆயிரக் கணக்கான, லட்சக் கணக்கான வருடங்களில்தான் ஏற்படக் கூடும்

என்றொரு சித்தாந்தம் உண்டு. ஆனால் கால இடைவெளிகளை நெருக்கடிகள்தான் தீர்மானிக்கின்றன என்ற கருத்தும் இருக்கிறது.. பரிணாமம் அசாத்திய பலம் பெற்றது. எந்த பரிணாமம் உயிரினங்களின் வெற்றிகரமான வாழ்க்கையை வடிவமைத்து, அதற்கு உறுதுணையாகவும் இருக்கிறதோ, அதே பரிணாமந்தான் உயிர்களின் அழிவுக்கும் காரணியாகிறது. இயற்கையின் சித்தாந்தம் இங்கே நிலைநாட்டப் பட்டிருக்கிறது. ‘‘இந்த உலகம் தன்னைத்தானே காப்பாற்றிக் கொள்ளும் தன்மை கொண்டுள்ளது. மிகுதியாக பெருகிப் போகும் உயிரினங்களை அளவோடு அழித்து ஒரு மாதிரி சமன் செய்துக் கொள்ளும் தன்மையும் இருக்கிறது. பூகம்பங்களும், வெள்ளமும், மழையும், உயிரினங்களை சமன் செய்யும் பூமியின் சாகஸங்களில் ஒன்று என்பது இயற்கை சித்தாந்தம். ஆனால் மனிதனின் இனப் பெருக்கத்தை மட்டும் கட்டுப் படுத்த இயலவில்லை. அவன் தன் அறிவுக் கூர்மையால் எப்போதும் தப்பித்தே வந்திருக்கிறான். ஆனால் இந்த தடவை பரிணாமம் விஸ்வரூபம் எடுத்திருக்கிறது. மனிதர்களின் ஜீனுக்குள் நுழைந்து மனித உற்பத்தியை குறைத்து, அவனும் தப்பிக்க முடியாதபடி தன் சர்வ வல்லமையை, தலைமைப் பண்பை நிலைநாட்டி இருக்கிறது.’’ - ஜீவன் தன் கேள்வியை தட்டினான். ‘‘இந்த கிரகத்தில் மனிதகுலம் முழுவதுமாக அழியப் போகிறதா?’’

‘‘பரிணாமத்தை கணிக்க முடியாது. இயற்கையை வரையறுக்க முடியாது. இதற்கு காலத்தால் மட்டுமே பதில் சொல்ல முடியும். மீண்டும் ஜீன்களில் மாற்றம் வரலாம், மனிதகுலம் துளிர்க்கலாம், அப்படி நிகழாமலும் போகலாம்.’’

இப்போது விஞ்ஞானி கோபன் அடுத்த கேள்வியைத் தட்டினார். ‘‘மனித ஜீன்களில் நாங்கள் ஏதாவது திருத்தங்கள் செய்து பழைய மனிதர்களை உருவாக்க முடியுமா?..’’ - அது சிறிது நேரம் மவுனம் சாதித்தது. ‘‘வெற்றி கிட்ட வாழ்த்துக்கள்.’’

மறுநாள் காலை விஞ்ஞானியிடமும்,தலைவரிடமும் சிலவற்றை கலந்து ஆலோசிக்க வேண்டி ஜீவன் வெளியே கிளம்பும்போது கவனித்தான். ஸோம்னா சற்று தொலைவில் யாரோ இரண்டு ஆட்களுடன் ரகசியம் பேசிக் கொண்டிருந்தாள். ஆட்கள் வாட்டசாட்டமாய் இருந்தார்கள். இமா எச்சரித்தது நினைவுக்குள் வந்துபோனது. ஆனால் ஸீகம் - II சொன்ன வித்தியாசப் படும் dio3 ஜீன்கள் இந்த மனிதர்களுக்கு என்ன மாதிரியான விளைவுகளை ஏற்படுத்தி உற்பத்தியை குறைக்கின்றன?, என்பது பற்றி உறுதி செய்ய வேண்டியிருக்கிறது. ஜனத்தொகை வீழ்ச்சிக்கான சூட்சுமம் இதில்தான் ஒளிந்திருக்கிறது. முக்கியமாக அதற்கான விடையை ஸோம்னா மூலம்தான் நாம்மால் தெரிந்துக் கொள்ள முடியும். அன்றைக்கு மதியம் என்ன ஆனாலும் சரி என்று அவன் ஸோம்னாவை மீண்டும் சீண்டினான்.

வேண்டுமென்றே சற்று எல்லை மீறினான். இழுத்து அவளை கட்டி-யணைத்து உணர்ச்சியுடன் அழுந்த இச் பதிக்க, அப்போதும் அவளிடம் எந்த பாதிப்பும் இல்லை, அதைவிட சுவாரஸ்யமாக வெளியே பார்த்துக் கொண்டிருக்கிறாள். இதென்ன சவம் போல. மீண்டும் அவளிடம் கூடுதலாக சேட்டையைக் காட்ட, அப்போதுதான் சற்று சினம் காட்டினாள். ''சும்மா இருங்க. இந்த விஷயத்திற்கு இன்னும் இரண்டு மாதங்கள் காத்திருக்க-ணும்னு ஏற்கனவே உங்களிடம் சொல்லியிருக்கிறேன். அப்புறம் எதுக்கு இப்-படி?.'' - என்றாள். ''அதென்ன கணக்கு இரண்டு மாதங்கள்? சொல்லு..'' - அதற்கு அவள் பதில் சொல்லாமல் தலையிலடித்துக் கொண்டு போய்விட்-டாள். அவன் விடுவதாக இல்லை. அப்போதே கிளம்பி விஞ்ஞானி கோபனி-டம் போய் நின்றான்.

''ஆமாம் திடீர்னு.அதில் என்ன உங்களுக்கு சந்தேகம்? நீங்களும் மனு-ஷன் தானே?. அதற்கு.இன்னும் ரெண்டு மாசம் போகணுமில்ல?...''. ''அதான் ஏன் அந்த ரெண்டுமாசம்?.'' - அவர் சிரித்து விட்டார்.

''சரி..சரி..இதுக்கு பதில் சொல்லுங்க அந்த விஷயத்துக்கு இப்ப நீங்க தயாரா?.'' *

''நான் எப்பவுமே தயார்.'' - அவர் பலமாக சிரித்துவிட்டு ''இல்லை, சாத்-தியமில்லை.'' - அவர் போய்விட்டார். ச்சே! இந்த கிழவனை நம்பியும் பிர-யோஜனமில்லை. ஸோம்னாவைத்தான் பிடிக்கணும். இமாவையும் இழுத்துக் கொண்டு ஓடினான். அப்பொது ஸோம்னா அன்றைக்கு பேசிக்கொண்டிருந்த திம்சு கட்டை மனிதர்களுடன் பேசிக் கொண்டிருந்தாள். இவனுக்கு உள்ளே சிலீரென்று பயம் கவ்வியது. சே..சே..வெளியே காட்டி கொள்ளக் கூடாது

ஸோம்னா ஜீவனையும், இமாவையும் பார்த்ததும் அவசரமாக அவர்களை அனுப்பிவிட்டு வந்தாள்.

''ஸோம்னா! நான் முதலிலேயே சொல்லிட்றேன். உன்னிடம் கொஞ்சம் எல்லை மீறி நடந்துக் கொண்டது ஒரு ஆராய்ச்சிக்காகத்தான். தப்பா எடுத்-துக்காதே.'' ''அதில தப்பு எங்கே இருக்கு?. எல்லோருக்கும் இருக்கும் இயற்கையான உணர்ச்சிதானே?. ரெண்டுமாசம் எப்ப முடியும்னு நானும் ஆர்வத்தோட காத்திருக்கேன் ஜீவன்.'' - -இமா அழுதுடுவாள் போல இருந்தாள். ''சரி ஸோம்னா இப்ப உன்னிடம் பேசிக் கொண்டிருந்த அந்த ரெண்டு நபர்கள் யார்?. அவங்களோடு உன்னை அடிக்கடி பார்க்கிறேனே.'' ''என் கணவர்கள்.'' ''ரெண்டு பேருமேவா?.'' ''ஆமாம்.'' '' இதுக்கு மேல நானுமா?.ஐயோ! நான் அம்பேல்ரா சாமி. சரி..சரி..இங்க நீங்க எத்தனை பேரை வேணாலும் கட்டிக்கலாமா?.'' ''ஆமாம் அந்த விஷயத்திற்கு அவர்-கள் கணவர்களாக இருக்க வேண்டும்என்பது கூட இல்லை.எதுவும் தடைகி-டையாது. பற்றாக்குறைதான் காரணம்.. . '' - -ஜீவனும், இமாவும் பேஸ்து அடிச்சி நின்னுட்டாங்க. ''இப்பவாவது சொல்லு அது என்ன ரெண்டு மாசம்?.

மண்டை வெடிக்குது.'' -

அப்புறம் ஸோம்னா ஜீவனிடம் நெருங்கி வந்து சொன்னதில் ரெண்டு பேருக்கும் அதிர்ச்சி. ஓ! கடவுளே! இதென்ன சபித்து விட்ட இனம் மாதிரி. ஒரு வேளை பல தலைமுறைகளுக்கு முன்பாகவே இந்த பண்பு மாற்றங்கள் வந்திருக்கலாமோ. அதனால்தான் இங்கே யாருக்கும் நிஜம் தெரியவில்லையோ. ஆச்சரியம், அதிர்ச்சி தாளமுடியவில்லை. ஒரு வேளை இவர்கள் மனிதர்கள் இல்லையோ. மனிதர்கள் மாதிரியான தோற்றத்தில் ஒரு விலங்கினமோ?. இல்லை இல்லை இது மனித இனம்தான் என்றால் எப்படி இது சாத்தியமாச்சு?. இவர்களும் நம்மைப் போன்ற மனிதர்கள்தானே?. அதனால்தானே அன்றைக்கு இங்கே மக்கள்தொகை1640 கோடியாக பெருகியது?. இந்தஉடலியல் பண்பு மாற்றம் எப்போது நடந்திருக்கும்?, எப்படி நேர்ந்திருக்கும்?.

. சே! உப்புசப்பு இல்லாத வாழ்க்கை. ஒரு ஆணுக்கும் பெண்ணுக்கும் இடையில் எத்தனை விதமான வாழ்க்கையை அர்த்தப் படுத்தும் சுவாரஸ்யங்கள்?. இது எதுவுமில்லாமல், துறவு நிலையில் ஒரு வாழ்க்கை.ச்சே!. இந்த ஓரியன் கிரகத்து மனிதர்களை நினைக்க பாவமாய் இருந்தது.பாலியலில் இவங்க பிரச்சினையின் ரகசியம் என்னவென்பதை அன்றைக்கு ஸோம்னா போட்டுடைத்தாள், கோபன் அதை உறுதி செய்தார்.. "என்ன புரியாத மாதிரி நடிக்கிறீர்கள்?. நமக்கெல்லாம் இனச்சேர்க்கை காலம் என்பது வருடத்தில் பனிபெய்யும் அந்த ஒரேயொரு மாதம் மட்டும்தானே?. அதற்கு இன்னும் இரண்டு மாதங்கள் காத்திருக்க வேண்டுமே.. மற்ற சமயங்களில் நமக்கு அந்த உணர்வுகள் துளியும் இல்லாமல் நான் எப்படி உனக்கு உடன் படுவேன்?. நீயுந்தான் என்ன பண்ணிவிடுவாய், சொல்லு.''

ஜீவனுக்கும், இமாவுக்கும் விளங்கி விட்டது. நரிகள், சில வகை மான்கள் வருடத்தில் ஒரு குறிப்பிட்ட பருவ காலத்தில் மட்டும் இனச்சேர்க்கையில் ஈடுபடும். அது போன்ற பாலியல் குறைபாடுகளுடன் சுணங்கிக் கிடக்கும் இந்த ஓரியன் கிரகத்து மனிதர்களின் மேல் இரக்கம் சுரந்தது. இந்த விஷயத்தை யோசிக்க யோசிக்க ஆச்சரியமாகவும், அது ஒரு பெரிய ஆராய்ச்சிக்கான களமாகவும் உள்ள கனமான விஷயமாக இருந்தது. விடையை கண்டுபிடித்தாயிற்று. பரிணாமம் நான்கு விதங்களில் மனித இனப் பெருக்கத்தை ஒடுக்கியிருக்கிறது. 1)மக்களிடம் மலட்டுத்தன்மை அதிகரிப்பு.2)ஆண்களின் பிறப்பு விகிதம் மட்டும் மடங்குகளில் அதிகரிப்பு.3) வருடத்தில் ஒருமாதம் மட்டுமே ஏற்படும் இனச்சேர்க்கை காலமும், அதையொட்டி ஏற்படும் பாலியல் போர்களினால் மடியும் ஆண்களும், குறுகிப்போய்விட்ட கருத்தரிக்கும் வாய்ப்புகளும். 4)இயற்கைச் சீற்றங்களினால் உயரப் போய்விட்ட இறப்பு விகிதமும். போதும், மனிதகுல பேரழிவுக்கு இந்த காரணங்களே போதுமானது. உற்பத்தி இல்லாமல் செலவுமட்டும் அதிகம்,

அவர்கள் ஓரியன் கிரகத்திலிருந்து கிளம்ப வேண்டிய வேளை வந்து-விட்டது. எல்லாருக்கும் எல்லாவற்றிற்குமான காரண காரியங்கள் விளங்கி விட்டன. "கேப்டன்! நல்லவேளை நம்ம பூமியில் இந்த பாலியல் குறைகள் ஏற்படவில்லையோ தப்பித்தோம்." " இல்லை இமா! அளவைமீறி மக்கள்-தொகைப் பெருக்கம் ஏற்படும் போது நம் பூமியிலும் இந்த நிலை வரும், வரலாம். இன்றைக்கு அங்கே நம்முடைய தேவைக்காக நிலத்தில் அதிகள-வில் நாம் கொட்டிக் கொண்டிருக்கும் செயற்கை உரங்களும், பூச்சிக்கொல்லி மருந்துகளும் நாளை விஸ்வரூபம் எடுக்கும்."

அவர்கள் விடைபெற்று பூமிக்கு கிளம்பும்பொது தலைவர் சூர்யாவும், விஞ்ஞானி கோபனும் கூட இவர்களை வழியனுப்ப வந்திருந்தார்கள். சூர்யா ஜீவனின் கையைப் பிடித்துக் கொண்டு "ஜீவன்! நாங்கள் எங்களுடைய ஜீன்-களை திருத்த முடிவு செய்திருக்கிறோம்.இல்லையென்றால் முழுசாக அழிந்து விடுவோம்.எங்களுக்கு உங்களுடைய உதவி தேவை. உங்கள் நாட்டு தலை-வருக்கு வேண்டுகோள் அனுப்பியிருக்கிறேன். எங்கள் கோரிக்கையை நீங்க-ளும் சொல்லுங்கள்." - -ஜீவன் தலையசைத்தான்.

விண்கலம்கிளம்பவிருக்கும்இந்தநேரத்தில் ஒரு விஷயத்தை நினைத்துப் பார்க்க, ஜீவனுக்கும், இமாவுக்கும் உள்ளே சில்லிடுகிறது. பெண்கள் எண்-ணிக்கை குறைவாகவும், ஆண்கள் எண்ணிக்கை மிக அதிகமாகவும் பெருத்-துப் போய் கிடக்கின்ற இந்த சூழலில் வருஷத்தில் ஒரேயொரு மாதம் மட்டுமே இனப்பெருக்கக் காலம் என்ற நெருக்கடியில் ஆண்களால் பெண்-களுக்கு ஏற்படக்கூடிய மோசமான பாலியல் நெருக்கடிகளை, இம்சைகளை, வேதனைகளை, யோசிக்க மனசு பதைக்கிறது. பாவம் பெண்கள். ஆனால் அவர்களுக்கு இதெல்லாம் எப்போதோ பழகிப் போயிருக்கும். ரொம்ப காலங்-களாக இப்படித்தானே வாழ்ந்து கொண்டிருக்கின்றார்கள்?. என்று மனசு ஒரு பக்கம் சமாதானம் சொல்லிக் கொண்டிருக்கிறது. ஏற்படும் சூழ்நிலைக்கேற்ப தன்னை தகவமைத்துக் கொள்வதுதானே உயிர்கள் தப்பிப் பிழைப்பதற்கான தகுதி.

அவர்கள் கையசைத்து விடைபெற்று விண்கலத்தின் படியில் ஏறும் முன்-பாக இமாதான் தலைவர் சூர்யாவிடம் கேட்டாள் . " தலைவரே! இந்த கிரகத்தில் இந்த இடத்தை`பிரிவு - 88' என்று எண்களால் பிரித்திருக்கிறீர்-களே. முற்காலத்திலும் இதற்கு இதே பெயர்தானா?.. "

"இன்றைக்குத்தான் இது பிரிவு - 88,ஆதியில்இதன் பெயர்— `தமிழ்-நாடு'. விண்கலம்நிற்கும்இந்தகாட்டுப்பகுதிதான்அன்றைய - `சென்னை - தேனாம்பேட்டை'.

23. ஒரு முடிவுரையும், ஒரு முன்னுரையும்

சில சமயங்களில் அளவுக்கதிகமான தனிமை நம்மை ஒரு சுய தேடலுக்கு இட்டுச் செல்லும். தேடலின் முடிவில் நாம் எதிர்பாராத திருப்பங்களையும் உண்மைகளையும் உணரத் தொடங்குவோம்.

சிதம்பரம் அண்ணாமலை பல்கலைக்கழகத்தில் முதுகலை அரசியல் அறிவியல் பயிலும் இருவர் தான் நம் கதை நாயகர்கள். பொதுவாக முதுகலை இரண்டாம் ஆண்டு பயிலும் மாணவர்களுக்கு மார்ச்சு மாதம் என்பது பெரும் தலைவலி பிடித்த மாதம். கடைசி வருட ஆய்வு அறிக்கையை சமர்பிக்க வேண்டும், தேர்வுக்கு தயார் செய்ய வேண்டும், எல்லாவற்றையும் விட கல்லூரி வாழ்வில் கடைசி நாள்களின் வலியை சுமக்க வேண்டும். அப்படி பட்ட மாதத்தில் தான் இவ்வருடம் இந்தியாவில் கொரோனா என்ற நோய்த் தொற்று மக்களை அச்சுறுத்த ஆரம்பித்தது.

தமிழகத்தில் மார்ச் மாதம் 17 முதல் 31 வரை பள்ளி, கல்லூரிகள் செயல் படாது என அறிவிக்கப் பட்டப்போதும் டேனியலும், பரக்கத்தும் ஆய்வு அறிக்கை தொடர்பான வேலையால் தாங்கள் வாடகைக்கு எடுத்திருந்த வீட்டிலே தங்கி இருந்தனர். மார்ச் 22 அன்று ஒரு நாள் அடையாள பொது முடக்கத்தின் போது கைத்தட்டி கொரோனாவை விரட்டி அடித்த மகிழ்ச்சியில் திளைத்திருந்த போது, போக்கு வரத்துத் துறையில் பணி புரியும் நண்பனின் அப்பா கொடுத்த அறிவுரைப் படி ஊருக்குக் கிளம்ப ஆயத்தமாயினர். வரும் நாள்களில் பேருந்து பயணம் தடைச் செய்ய வாய்ப்புள்ளதாக நண்பனின் தந்தை தெரிவித்திருந்தார். ஆய்வு வேலையும் இறுதிக் கட்டத்தை நெருங்கியதால் மீதமுள்ளவற்றை ஊருக்குச் சென்று பார்க்கலாம் என்றும் அடுத்த நாள் காலை முதல் பேருந்தில் ஊருக்கு புறப்பட்டு செல்வதாகவும் முடிவெடுத்துக் கொண்டனர். டேனியல் கோவில்பட்டிக்கும், பரக்கத் திருப்பத்தூருக்கும் செல்வதற்காக சிதம்பரம் பேருந்து நிலையம் வந்தனர். டேனியலை திருச்சி பேருந்தில் வழியனுப்பி வைத்து விட்டு, பரக்கத் திருவண்ணாமலை பேருந்தைப் பிடித்தான்.

ஊருக்கு கிளம்பும் முதல் நாள் இரவு, டேனியல் மனதை இனம் புரியாத பயம் ஆட்கொண்டது. பள்ளிப்படிப்பை முடித்தப் பின் அவன் வீட்டிலும், அவனது சொந்த ஊரிலும் இருந்த நாள்கள் மிகக் குறைவு. கோடை விடுமுறையில் கூட ஏதாவது களப்பணியில் தன்னை ஈடுபடுத்திக் கொண்டு வெளியிடங்களுக்குச் சென்று விடுவான். இப்போது இந்த பொதுமுடக்கத்தால் வீட்டில் எவ்வளவு நாட்கள் இருக்கப் போகிறோமோ என்று பயங்கொள்ள ஆரம்பித்தான். இங்கு வாடகைக்கு இருக்கும் வீட்டிலே தங்கி விடலாம் என்றால் அதுவும் சிரமம். என்ன செய்வது என்று யோசித்துக் கொண்டிருக்கும் போதே, டேனியலின் முகத்தைப் பார்த்து என்னவென்று அனுமானித்துக் கொண்ட பரக்கத் அவனின் தன் மடியில் கிடத்தினான். ” மச்சான் நீ

என்ன யோசிக்கிறனு புரியுது. யூஜி பர்ஸ்ட் இயர்ல இருந்து நான் உங்கூட படிக்கிறேன்; அந்த மூணு வருசம் உன்னோட மன நிலை எப்படி இருந்துச்சுனு நல்லாவே தெரியும். நீ யார் அப்படிங்கிற கேள்விக்கு பதில் தேட நம்ம காலேஜ் கவுன்சிலர்(மன நல ஆலோசகர்) மூலமாக முயற்சி செஞ்சப்ப நீ எவ்ளோ கஷ்டப் பட்டனு தெரியும்.

ஆறு மாசத்துக்கு ஒரு முறை உன்னோட நிலைப்பாடு மாறிட்டு இருக்கும்; ஒரு முறை வந்து நான் ஒரு சமபால் ஈர்ப்பாளன்னு சொல்லுவ; ஒரு ஆறு மாசம் கழிச்சி அப்படி இல்லனு சொல்லுவ. பட் ஒரு வழியா பைனல் இயர் படிக்கும் போது நீ தெளிவா சொன்ன, நீ ஒரு சமபால் ஈர்ப்பாளன்னு. அதுக்கு அப்பறம் நீ உன் முகமூடி மேல அவ்ளோ கவனமா இருந்த. யாருக்கும் உன்ன பத்தி தெரிஞ்சிட கூடாதுனு உன்னோட நடத்தையில, பேச்சுல ரொம்ப கவனமா இருப்ப. எங்கிட்ட மட்டும் உன்னோட முகமூடியை கழட்டி வச்சுருவ. ஊருல, வீட்ல இதுவரை யாருக்கும் உன்னப் பத்தி தெரியல. பட் இனிமே தெரிஞ்சு போயிடுமோனு பயப்புடுற, சரியா? கவலப் படாத மச்சான், அப்படி எதுவும் ஆகாது. நீ எப்ப வேணாலும் எனக்கு கால் பண்ணு. ஆனா மறுபடியும் ஒரு விசயத்த மட்டும் சொல்றேன். கேட்டுக்க. இந்த சமபால் ஈர்ப்புனு நீ சொல்றது எல்லாம் just a part of sex. அன்னைக்கு சரக்கடிச்ச போதைல நீயும் நானும் ஒரு முறை செக்ஸ் வச்சுகிட்டோம், அதுக்காக நான் என்ன சமபால் ஈர்ப்பாளனா? இது ஒரு வகையான செக்ஸ் மச்சான் அவ்ளோ தான். உனக்கு தான் ஊருல அத்தைப் பொண்ணுங்க நிறைய இருக்காங்கனு சொல்லுவியே, யாரையாச்சும் உசார் பண்ணு" பரக்கத் சொன்ன இந்த கடைசி விசயத்த கேட்ட டேனியல் சடாரென்று எழுந்து பரக்கத்தை கோபத்தோடு பார்த்தான். "உனக்கெல்லாம் எவ்ளோ சொன்னாலும் புரியாதுல, இவ்ளோ கஷ்டப் பட்டு எங்கூட நீ பழக வேண்டாம். உன் வேலைய பாத்துட்டுப் போ" என்று கோபத்தோடு கூறிய டேனியல் தன் துணிமணிகளை பெட்டியில் அடுக்க ஆரம்பித்தான்.

அவர்கள் ஊருக்குச் சென்ற அதே நாளில் 21 நாட்கள் பொதுமுடக்கம் பற்றிய அறிவிப்பு வெளியானது. ஏப்ரல் ஒன்றாம் தேதியே கல்லூரிக்கு சென்று விடலாம் என நினைத்த டேனியலுக்கு இது சற்றே ஏமாற்றத்தை அளித்தது. பொது முடக்கத்தின் முதல் பத்து நாள்கள் வாட்சப்பில் பகிரப் பட்ட கேளிக்கை விளையாட்டுகளால் சந்தோசமாகச் சென்றது. அடுத்த பத்து நாள்கள் லூடோ போன்ற விளையாட்டுகளால் கடத்தப் பட்டது. அதற்குப் பின் அனைத்து சலித்து விட்டது. தினமும் டேனியலுடன் வீடியோ அழைப்பு மூலம் பேசிக்கொண்டிருந்த பரக்கத் அதை குறைத்துக் கொள்ள ஆரம்பித்தான். டேனியல் வீட்டில் தலைக்கட்டுகள் அதிகம். டேனியலுக்கு 2 அண்ணன்கள் மற்றும் 1 தங்கை. அண்ணன்கள் அதே தெருவில் புது வீடு கட்டி தனித்தனியாக இருந்தனர். தங்கை கல்லூரியில் இளங்கலை முதலாமாண்டு மாணவி. டேனியல் பெரும்பாலும் பகல் பொழுதில் வீட்டில் இருப்பதை

தவிர்த்தான். காலையில் சாப்பிட்டு முடித்தவுடன் தோட்டத்திற்கு சென்று விடுவான். மாலையில் சூரியன் அடங்கியப் பின் தான் வீட்டிற்கு வருவான். முதல் கட்ட பொது முடக்கத்தில் இவனை யாரும் பெரிதாக கண்டு கொள்ள வில்லை. இவனும் யாரிடம் பெரிதாக பேசிக் கொண்டதில்லை. நீட்டிக்கப் பட்ட பொது முடக்கக் காலத்தில் தோட்டத்திற்கு செல்வதும் இவனுக்கு சலிப் பாக்கி விட்டது. எனவே வீட்டில் அவன் அறைக்குள்ளே அடங்கிக் கொண்-டான்.

இதே காலத்தில், கேளிக்கை விளையாட்டுகளிலும் லூடோவிலும் ஆர்வம் இல்லாத பரக்கத் பப்ஜி போன்ற விளையாட்டுகளில் தீவிரமாக விளையாடிக் கொண்டிருந்தான். ஒருகட்டத்தில் அவை அவனுக்கு சலீப்பூட்டின. அந்த நேரத்தில் தான் லாரி உரிமையாளரான அவன் தந்தை சென்னை சென்று திரும்பினார். 14 நாள்கள் கழித்து அவருக்கு கொரோனா தொற்று இருப்பது உறுதி செய்யப் பட்டதுடன், வீட்டில் அவன் அம்மா, அத்தை மற்றும் தங்-கைக்கும் கொரோனா தொற்று உறுதியானது. அதிர்ஷ்டவசமாக இவனுக்கு தொற்று ஏற்பட வில்லை. மருத்துவ அதிகாரிகள் பாதிக்கப் பட்டோர்களை மருத்துவமனைக்கு கொண்டு சென்ற அதே வேளையில் இவனை வீட்டிலே தனிமைப் படுத்தினர். பக்கத்து ஊரில் இருந்த அக்கா இவனை பார்த்துக் கொள்ள அழைத்து வரப்பட்டார். இவனை அவன் அறையை விட்டு 15 நாள்களுக்கு வெளியேறக் கூடாது என சுகாதாரத் துறை அதிகாரிகள் கண்-டிப்புடன் அறிவுறுத்தி விட்டு சென்றனர். இரமலான் மாதமும் தொடங்கி-யது. இவனுக்கு தேவையான உணவை மட்டும் அவனது அறைக்கு தகுந்த பாதுகாப்புடன் அவனது அக்கா எடுத்துச் செல்வார். அந்த அறைக்குள்ளே அடைப்பட்டுக் கிடந்த பரக்கத்துக்கு செல்போன் மட்டுமே ஒரே துணையாக இருந்தது. ஒருகட்டத்தில் அதுவும் அவனுக்கு சலித்து விட்டது. நோன்பு இருப்பதால் பெரும்பாலான நேரங்களில் அமைதியாக அல்லாவைப் பற்றி நினைப்பதும், தன் வாழ்வைப் பற்றி நினைப்பதுவுமாக நேரத்தைக் கடத்த ஆரம்பித்தான்.

டேனியலின் ஊரிலோ, வீட்டிலோ பொது முடக்கம் எவ்வித மாற்றத்தையும் பெரியளவில் ஏற்படுத்த வில்லை. தேவையான பொருட்கள் வண்டிகளில் விற்பனைச் செய்யப் பட்டது. பகல் நேரங்களில் பெரும்பாலான நேரங்கள் அவன் வீடு அண்ணிகளாலும், அண்ணன் குழந்தைகளாலும் நிரம்பியிருக்-கும். எப்போதும் அரட்டைச் சத்தம் கேட்டுக் கொண்டிருக்கும். முதல் பொது-முடக்கத்தில் இவையனைத்திலும் நழுவிக் கொண்ட டேனியல் நீட்டிக்கப் பட்ட பொதுமுடக்கத்தில் மாட்டிக் கொண்டான். இவன் நழுவிச் சென்றதற்-கான காரணம், எங்கே தன் முகமூடி அவர்கள் முன்னிலையில் கழன்று விடுமோ என்ற பயம் தான். பின் இவன் விரும்பா விட்டாலும் அண்ணியார்-கள் அரட்டைப் பேச்சுக்கு அழைத்த சமயங்களில் தன் பேசும் முறையிலும் உடல் மொழியிலும் அதிக கவனம் செலுத்தி தன் முகமூடியை கவனமாக

589

பார்த்துக் கொண்டான். சமயங்களில் அவனையும் மீறி அவனது முகமூடி கழன்று விடும். ஆனால் அதை யாரும் பெரிதாக எடுத்துக் கொள்ளவில்லை.

பெரும்பாலும் அவனது கைபேசியை பிறர் தொடக் கூட அனுமதிக்க மாட்டான். ஆனால் ஒருநாள் அவனது கைப்பேசியின் கடவுச் சொல்லை தெரிந்து கொண்ட 5ஆம் வகுப்பு படிக்கும் அண்ணன் மகன், டேனியல் குளிக்கச் சென்ற நேரம் பார்த்து, அவனது கைபேசியில் விளையாட ஆரம்பித்தான். எதேச்சையாக அலைபேசியின் இணையத் தொடர்பு கிடைத்தவுடன், அவனது முகநூல் போலிக்கணக்கிலிருந்து குறுஞ்செய்திகளும், டேட்டிங் செயலிகளில் இருந்து அறிவிப்புகளும் வர ஆரம்பித்தன. இதை அந்த நேரம் பார்த்து அவனது அறைக்குள் நுழைந்த அவனது தங்கை கவனித்ததால் அலைபேசியை அச்சிறுவனிடமிருந்து கைப்பற்றி அந்த செய்திகளை படிக்க ஆரம்பித்தாள். தன் அண்ணன் ஒரு சமபால் ஈர்ப்பாளன் என்பதை அவளால் ஏற்றுக் கொள்ள முடியவில்லை. வருத்தத்தை விட கோபமும் அருவருப்புமே அவளுக்கு அதிகமாக வந்தது. அதே கோபத்துடன் தன் அப்பா, அம்மாவிடம் இந்த செய்தியை சொன்னாள். குளியலறையை விட்டு வெளியே வந்த டேனியலுக்கு பெரிய அதிர்ச்சி காத்திருந்தது.

அளவுக்கதிகமான தனிமை பரக்கத்தை ஒரு சுயத்தேடலுக்கு இட்டுச் சென்றது. சரக்கடித்த போதையில் டேனியலுடன் கழிந்த அந்த இரவு அடிக்கடி அவன் நினைவில் வந்து சென்றது. அது அவனுக்கு மிகவும் பிடித்தும் இருந்தது. அது வெறும் களவியலில் ஒரு பகுதியே என நினைத்திருந்த பரக்கத் அவ்வாறு இல்லையென தோன்றுவது போல இருந்தது. அதே சமயம் அவன் பல வருடங்களாக தொலை தூர காதலில் இருக்கும் தன் காதலியுடன் கழித்த நேரங்களும் அவன் நினைவில் வந்து சென்றது. டேனியலுடன் பழகிய இந்த 5 வருடங்களும் அவனுக்கு மிகவும் புதுமையாக இருந்தது. டேனியல் பற்றி நினைத்த போதெல்லாம் ஒருவித கிளர்ச்சி அவன் மனதில் உண்டானதை, அவன் அப்படியெல்லாம் இருக்காது என தவிர்த்து வந்த தருணங்களும் அவன் நினைவில் வந்து சென்றன. தன் காதலியின் முகத்தில் டேனியலின் முகமும், டேனியலின் முகத்தில் தன் காதலியின் முகமும் மாறி மாறி தோன்றியது போல இருந்தது அவனுக்கு. இதைப் பற்றி டேனியலிடம் பேச முயற்சித்த போது ஒரு வாரமாக டேனியலின் எண் தொடர்பு எல்லைக்கு அப்பால் இருப்பதாக கணிணிக்குரல் தெரிவித்தது. அந்த இடைப்பட்ட காலத்தில் பலவாறு மனதை சுயபரிசோதனைக்கு உட்படுத்திக் கொண்ட பரக்கத், தான் ஓர் இருபால் ஈர்ப்பாளன் என்பதை உறுதிப்படுத்திக் கொண்டதுடன் தன்னை அவ்வாறாக ஏற்றுக் கொள்ள ஆரம்பித்தான் டேனியல் பகிர்ந்திருந்த மன நல ஆலோசகரின் உளவியல் ஆலோசனைகள் பரக்கத்துக்கு இந்த முடிவை எடுக்க உதவி புரிந்தன. அதே உறுதியுடன் தன் காதலனான டேனியலை அலைபேசியில் தொடர்பு கொண்டான்.

• 590 •

பாரம்பரியமிக்க கிறித்தவ குடும்பமான டேனியலின் குடும்பத்தில் டேனியலால் பெரிய பிரளயமே உண்டானது. எந்த முகமூடியை தாண்டி தன் அடையாளம் தன் வீட்டில் இருப்பவர்களுக்கு தெரியக் கூடாது என நினைத்தானோ அந்த முகமூடி இன்று கிழிந்து விட்டது. அதே நாளில் அவனது கைபேசி உடைக்கப்பட்டது அவனது மூத்த அண்ணனால். வீட்டிலிருந்த எல்லோரும் அவனுக்கு அறிவுரை வழங்குகிறேன் என்ற பெயரில் அவனை மனதளவில் துன்புறுத்தினர். போதாதக் குறைக்கு அச்சமயம் பார்த்து மருத்துவர் ஷாலினியின் conversion therapy ஐ ஆதரிக்கும் வீடியோ ஒன்று வெளியானது. அந்த வீடியோவைக் காட்டி அவனை மாறி விடுமாறு எல்லோரும் மிரட்டினர். சரியான உணவு மறுக்கப் பட்டது. அவனது அம்மா முதற்கொண்டு அவனை யாரும் ஏற்றுக் கொள்ளவில்லை. மாறாக எல்லோரும் அவனை புறக்கணித்தனர்; வெறுத்தனர்; தங்கள் குடும்பத்திற்கு வந்த களங்கம் என நினைத்தனர். அண்ணன் குழந்தைகளை அவன் பக்கத்தில் விடவே இல்லை. ஒரு வேலையும், பொருளாதார பிடிப்பும் கிடைத்தப் பின் தன் முகமூடியை கிழித்துவிட்டு இந்த குடும்பத்தை விட்டே வெளியேறி விடலாம் என்று தான் டேனியல் நினைத்திருந்தான். அவனுக்குத் தெரியும் மதத்திலும், குடும்ப பெருமையிலும் ஊறிப்போன தன் குடும்பத்தினருக்கு தன்னை புரிந்து கொள்ளும் பொறுமையும் அவசியமும் இல்லை என்று.

ஆனால் இந்த கொடூரமான பொதுமுடக்கம் அவன் எதிர்பாரா நேரத்தில் அவனது முகமூடியை கிழித்து விட்டது. கிட்டத்தட்ட பதினைந்து நாள்களுக்கும் மேலாக தன் மேல் நிகழ்த்தப்பட்ட உளவியல் வன்முறைக்கு ஒரு முற்றுப்புள்ளி வைக்க முடிவெடுத்தான். எதிர்காலம் சூனியமாய் தெரியும் போது நிகழ்காலத்தை கொலை செய்வதே அவனுக்கு சரியான தீர்வாக தெரிந்தது. ஓர் இரவில் யாருக்கும் தெரியாமல் வீட்டை விட்டு வெளியேறியவன் தோட்டத்து கிணற்று நீரோடு தன் உயிரை கலந்து கொண்டான். அடுத்த நாள் காலை கிணற்றில் மிதந்த அவனது உடலை கண்ட குடும்பத்தினர் கவலை அடைந்ததை விட தங்கள் குடும்பத்திற்கு ஏற்பட்ட களங்கம் தீர்ந்து விட்டதென எண்ணி நிம்மதி அடைந்தனர். இருட்டில் தோட்டத்திற்குள் தனியாக கௌதாரி தட்டு வைக்க வந்த இடத்தில் கால் தவறி கிணற்றில் விழுந்து இறந்ததாக அவனது இறப்புக்கு ஒரு பொய்யான முடிவுரை எழுதப்பட்டது. பொதுமுடக்க காலம் என்பதால் டேனியலின் நண்பர்கள் யாருக்கு இறப்பைப் பற்றிய தகவல் பகிரப் பட வில்லை.

பெண்கள் பேசவே கூடாது என்று கற்பிக்கப் பட்ட அந்த கிறித்தவ குடும்பத்தில் டேனியலின் அம்மா மட்டும் மனதிற்குள் ஒப்பாரி வைத்துக் கொண்டிருந்தார்.

இங்கே திருப்பத்தூரில் பலமுறை முயற்சித்தும் டேனியலை தொடர்பு கொள்ள முடியாத பரக்கத் எப்போது பொதுமுடக்கம் தளர்த்தப்படும்? எப்போது டேனியலை சந்தித்து அவனை பெருமகிழ்ச்சி கொள்ளச் செய்யும்

இந்த செய்தியை சொல்வது என்று ஆவலோடு காத்திருந்தான்.

24. மூன்றாம் பாலினம் - எஸ்.கண்ணன்

சுதர்சன் எம்.டெக் படித்துவிட்டு, தொடர்ந்து யுபிஎஸ்சி எழுதி பாஸ் செய்தான். தற்போது அதற்கான போஸ்டிங் ஆர்டர் வரவேண்டும். இன்னும் சில வாரங்கள் காத்திருக்க வேண்டும்.

சின்ன வயசு. பகலில் வீட்டினுள் சும்மா அடைந்து கிடப்பது என்பது மிகக் கொடுமையான விஷயம். ஒரு பெண்ணின் அருகாமைக்காக மனசும் உடம்பும் ஏங்கியது. விரகதாபம் அவனை வதைத்தது.

அவன் வீட்டிலிருந்து தாமிரபரணி ஆற்றுக்கு போகிற வழிக்கு இரண்டு பாதைகள் உண்டு. ஒன்று ஜனரஞ்சகமான பாதை. எப்போதும் மக்கள் சாரி சாரியாக குளிக்கப் போவதும், வருவதுமாக இருப்பார்கள்.

இன்னொன்று சற்று குறுகலான அழுக்கான மண்ரோட்டுப் பாதை. அந்தப் பாதையில் ஜன நடமாட்டமே இருக்காது. முட்புதர்கள் அதிகம். தவிர, அந்தப் பாதையிலிருந்து சற்று விலகி வலது பக்கம் ஒரு முட்டுச்சந்து இருக்கிறது.

அந்த முட்டுச் சந்துக்குள் நான்கைந்து குடும்பங்கள் இருக்கின்றன. . அவர்கள் அனைவரும் மூன்றாம் பாலினத்தவர்கள். அவர்கள் எப்போதும் தலையை விரித்துப் போட்டுக்கொண்டு வீடுகளின் வாசலில் கூட்டமாக அமர்ந்திருப்பார்கள். சிலர் பேன் எடுத்துக் கொண்டிருப்பார்கள். பலர் கண்ணாடியில் முகம் பார்த்து பவுடர் அப்பிக்கொண்டு அழகு பார்த்துக் கொண்டிருப்பார்கள். .

அதுதவிர, போகிற வருகிற ஆண்களைப் பார்த்து மார்பை விரித்துப் போட்டுக்கொண்டு சிரிப்பார்கள். சிலர் கைகளால் சைகைசெய்து அழைப்பார்கள். பல ஆண்கள் சுற்றும் முற்றும் ஒருமுறை பார்த்துவிட்டு அவர்களின் வீட்டிற்குள் நுழைந்தும் விடுவார்கள்.

இதை சுதர்சன் நிறைய தடவைகள் பார்த்திருக்கிறான். அவனுக்கும் தான் ஒருமுறை அவர்களிடம் போய்விட்டு வந்தால்தான் என்ன என்கிற எண்ணம் சமீப காலங்களாக அடிக்கடி ஏற்படுகிறது. ஒரு வித்தியாசமான அனுபவத் தேடல்.

அதற்காக வெள்ளோட்டம் பார்க்க, இரண்டு மூன்று தடவைகள் அந்த முட்டுச் சந்தின் வழியாக அவர்களை ஓரக்கண்ணால் பார்த்துக்கொண்டே, நமட்டுச்சிரிப்புடன் கடந்திருக்கிறான்.

அப்போது அவர்களும் இவனை நட்புடன் பார்த்து கரகர குரலில் “என்னப் பார்வை உந்தன் பார்வை?” எனப் பாடுவார்கள். இவனுக்கு வெட்கமாகவும், ஒருவித பதட்டமாகவும் இருக்கும். விறுவிறென வேகமாக நடந்து அந்த முட்டுச் சந்தை தாண்டிச் சென்றுவிடுவான்.

அந்த மூன்றாம் பாலினத்தவர்களில் ஒருத்தி மட்டும் ரொம்ப அமைதியாக இவனைப் பார்ப்பாள். அவள் ரொம்பச் சிவப்பாக, ஒல்லியாக, அழகாக இருப்பாள். ஒரு சினிமா நடிகையின் ஸ்டைலும், மேக்கப்பும் அவளிடம் அதிகம் காணப்படும். சுதர்சனுக்கு அவளை ரொம்பப்பிடிக்கும். அவளுடன் ஒருமுறையாவது பேசிவிட வேண்டும் என்கிற எண்ணம் அவனுள் தீயாக மூண்டது.

ஒருநாள் பகலில் சுட்டெரிக்கும் வெயிலில் அந்த முட்டுச்சந்துப் பக்கம் மெதுவாகப் போனான். வீடுகளின் வாசலில் அந்த அழகியும் தன் பரிவாரங்களுடன் அமர்ந்திருந்தாள். அவர்கள் சுதர்சனைப் பார்த்து எப்போதும்போல கிண்டலாகப் பாட ஆரம்பித்தார்கள். சுதர்சன் சற்று தைரியத்தை திரட்டிக்கொண்டு அந்த அழகியிடம் சென்று, “உங்க பேரென்ன?” என்றான்.

“ரேணுகா” என்றாள் அமைதியான புன்சிரிப்புடன்.

அங்கிருந்த ஒருத்தி, “ஏம்பா...எங்க பேரையும் கேட்க மாட்டியா?” என்று தடித்த குரலில் இவனைக் கேட்டாள்.

அவ்வளவுதான். சுதர்சன் அந்த இடத்தைவிட்டு விறுவிறுவென கடந்து சென்றுவிட்டான்.

வீட்டிற்கு வந்ததும் தனக்குள் “ரேணுகா....ரேணுகா” என்று இரண்டுமுறை சொல்லிப் பார்த்துக் கொண்டான். சுகமாக இருந்தது. ஒருநாள் அவளிடம் கண்டிப்பாக போய்விட வேண்டும் என்று தனக்குள் உறுதி பூண்டான்.

மறுவாரம் அவனுக்கு யுபிஎஸ்சியிலிருந்து போஸ்டிங் வந்தது. போபாலில் போட்டிருந்தார்கள். எங்கு இருந்தால் என்ன? வேலையை ஒப்புக்கொள்ள முடிவு செய்தான். அடுத்த மாதம் பத்தாம்தேதி போபாலுக்கு ரயிலில் முன்பதிவு செய்துகொண்டான்.

போபால் போவதற்குள் ஒருமுறையாவது ரேணுகாவைத் தொட்டு விட-வேண்டும் என்று நினைத்துக்கொண்டு ஆவலாக காத்திருந்தான்.

அன்று ஒருபுதன் கிழமை.

பகல் இரண்டு மணிக்கு அந்த முட்டுச்சந்துக்கு கிளம்பிச் சென்றான். பலர் அமர்ந்திருந்தார்கள். ஆனால் ரேணுகா மட்டும் அங்கில்லை. சரி நாளை வரலாம் என நினைத்து அந்த இடத்தைக் கடக்கையில், ஒருத்தி முரட்டுத்தனமாக இவனது கையைப்பிடித்து வீட்டிற்குள் இழுத்துச் சென்றாள். மற்ற இருவர் அவன் முதுகைத் தள்ளி உள்ளே கடத்திச் சென்றனர். கதவை ஒருக்களித்துச் சாத்தினர்.

“ரேணுகா பேரை அன்னிக்கி கேட்டில்ல....இன்னிக்கி எங்க பேரையும் தெரிஞ்சுக்க.”

வீட்டினுள் இருட்டாக இருந்தது. ஜன்னல் எதுவும் இல்லை. வெப்பமாக இருந்தது. பயங்கரமாக முடை நாற்றம் அடித்தது. உடம்பு வியர்த்தது.

இவனைச் சுற்றி தடித் தடியாக வாட்ட சாட்டமாக மூன்றுபேர். அருகில் பார்த்தபோது அவர்கள் முகம் கரடுமுரடாக இருந்தது. ஏராளமாக மீசை முளைத்திருந்தது.

சுதர்சன் பயத்தில் நடுங்கினான். ஒருத்தி இவனது சட்டைப்பையில் கையைவிட்டு அதிலிருந்த நூறு ரூபாய்த்தாளை எடுத்துக் கொண்டாள்.

இன்னொருத்தி "நூறு ரூபாய்க்கு நீ எங்களில் ஒருத்தியை கட்டித்தான் பிடிக்க முடியும்....வேறு எதுவும் செய்யமுடியாது. சீக்கிரம் முடிச்சிட்டு போய்யா." என்றாள்.

சுதர்சன் தன்னை மிகக் கேவலமாகவும், அசிங்கமாகவும் உணர்ந்தான்.

அப்போது திடீரென்று கதவு திறக்கப்பட்டு அந்த ரேணுகா உள்ளே வந்தாள்.

"அவர விடுங்கடி..." என்று அதட்ட, அனைவரும் விலகி நின்றனர்.

பின்பு நிதானமாக இவனைப்பார்த்து, "நீ படிச்சவன்தான? உனக்கு அறிவு வேண்டாம்? அன்னிக்கி உங்க பேரென்னன்னு என்னை நீ மரியாதையுடன் கேட்டப்பவே எனக்கு தெரியும் நீ படிச்சவன்.....நல்ல பேமிலி பேக்ரவுண்டுன்னு...."

"..........................."

"எங்களைப்பற்றி நீ என்ன நெனச்ச? எங்களில் பெரும்பாலோர் படிச்சு முன்னுக்குவர ஆரம்பிச்சாச்சு... தயவுசெய்து எங்களையும் ஒரு சராசரி மனித உயிராக மதியுங்கள். நாங்கள் அர்ச்சுனனுக்கும் நாககன்னிக்கும் பிறந்த அரவாண் வழி வந்தவர்கள். அதனால் நாங்கள் அரவாணிகள் என்று அழைக்கப் படுகிறோம்.

"எங்களுக்கும் அரசியல் சாசன உரிமைகள் பொருந்தும் என்று உச்சநீதிமன்றமே சொல்லிவிட்டது. அதனால் தமிழக அரசு மூன்றாம் பாலினத்தாரை அங்கீகரிக்கத் தொடங்கியுள்ளது. இந்தியாவின் முதல் காவல்துறை ஆய்வாளர் பிரித்திகா யாஷினி எனும் திருநங்கை தமிழ்நாட்டைச் சேர்ந்தவர். எங்களுக்கும் சமத்துவ உரிமைகள் கிடைக்கும் சகாப்தம் தொடங்கிவிட்டது."

"யக்கா அவன்கிட்ட எதுக்கு இதெல்லாம் சொல்லிக்கிட்டு?"

"ஏண்டி, பணம் ஏதாவது இவர்கிட்ட புடுங்கினீங்களா?"

"ஆமாக்க யமுனாதான் புடுங்கி வச்சிருக்கா..."

யமுனா என்பவள் மரியாதையாக அந்த நூறுரூபாயை சுதர்சனிடம் திருப்பிக் கொடுத்தாள்.

ரேணுகா தொடர்ந்தாள்.

"நானும் ஒரு க்ராஜ்வேட்தான்....விஜய் டிவியில் வருகிற 'இப்படிக்கு ரோஸ்' நிகழ்ச்சியில் வரும் ரோஸ் என் சொந்த அக்கா. அவள் மூலமாக நான் இப்போது சினிமாவில் நடிக்கப் போகிறேன். அடுத்தவாரம் ஆடிஷன் டெஸ்ட்....இனிமே இந்தப் பக்கம் வராத....ப்ளீஸ் கோ."

சுதர்சன் வெட்கித் தலைகுனிந்து வெளியேறினான்.

அதன்பிறகு அவன் அந்தப்பக்கம் போகவேயில்லை.

வருடங்கள் ஓடின....

போபாலிலிருந்து சென்னைக்கு மாற்றலாகி வந்ததும், அவனுக்குத் திருமணமாகி ஒரு பெண்குழந்தையும் பிறந்துவிட்டது.

ரேணுகா சினிமாவில் பேய் வேடக் கதாநாயகியாக தொடர்ந்து நடித்து புகழ் பெற்றாள். தன் பெயரை ரேணுகாதேவி என மாற்றிக்கொண்டாள். சுதர்சன் அவளைப்பற்றி பத்திரிக்கைகளின் மூலமாக அதிகம் படித்து தெரிந்து கொண்டான். தவிர வால்போஸ்டர்களிலும் அவளை நிறையப் பார்த்தான்.

அன்று அவன் வீட்டினருகே இருக்கும் ஷாப்பிங் மாலில் ரேணுகாதேவி நடித்துக் கொண்டிருந்த ஒரு படத்தின் ஷூட்டிங் நடந்து கொண்டிருந்தது.

சுதர்சன் அவளைப் பார்க்கும் ஆர்வத்தில் தன் நான்கு வயதுக் குழந்தையுடன் அங்கு சென்றான்.

அவள் ஷூட்டிங் இடைவெளியில், அவளுக்கான ஏசி காரவானில் ஏறி உள்ளே சென்றாள்.

சுதர்சன் பரபரப்புடன் தன் விசிட்டிங் கார்டை எடுத்து அதன் பின்னால், "ஆத்தங்கரை ஓரத்தில் என்னைப் புத்திசொல்லித் திருத்திய தேவதையை பார்க்க வந்துள்ளேன்" என்று எழுதி காரவான் செக்யூரிட்டியிடம் கார்டைக் கொடுத்து ரேணுகாதேவி மேடத்திடம் கொடுக்கச் சொன்னான்.

உள்ளே சென்று திரும்பிய செக்யூரிட்டி "மேடம் உங்களை உடனே வரச்சொன்னாங்க" என்று உள்ளே அழைத்துச் சென்றான்.

அலங்கரிக்கப்பட்ட பிரத்தியேகமான ஒரு அறையாக அந்தக் கேரவன் காணப்பட்டது. வாசனையாக இருந்தது. உள்ளே அபரிதமான ஏசியில் ரேணுகாதேவி கம்பீரமாக அமர்ந்திருந்தாள்.

குழந்தையுடன் சுதர்சனைப் பார்த்ததும் மரியாதையுடன் எழுந்து நின்று புன்னகைத்தபடி கைகளை கூப்பினாள். அதே புன்னகை.

"என்னை ஞாபகம் இருக்கிறதா?"

"ஓ நன்றாக ஞாபகமிருக்கிறது....எப்படி இருக்கீங்க?"

"மனைவி, குழந்தையுடன் சந்தோஷமாக இருக்கிறேன் மேடம். ஒருதடவை என் வீட்டிற்கு வாங்க."

"கண்டிப்பாக வருகிறேன். யுவர் டாட்டர் இஸ் வெரி க்யூட்."

குழந்தையை ஆர்வமுடன் அள்ளித் தூக்கிக் கொஞ்சினாள்.

குழந்தைக்கு கொடுக்க தன்னிடம் ஒன்றுமில்லையே என்று நினைத்தவள், பின்பு சட்டென்று நினவு வந்தவளாக தன்னுடைய வானிடிபேக்கைத் திறந்து, ஷூட்டிங் கன்டினியுட்டிக்காக கழற்றி வைத்திருந்த தன்னுடைய நீளமான தங்கச் செயினை ஒரு கண்ணாடிப் பேழையிலிருந்து எடுத்து குழந்தையின் கழுத்தில் புன்னகைத்தபடி அணிவித்தாள்.

பின்பு குழந்தையின் இரண்டு கன்னங்களிலும் மாறிமாறி முத்தமிட்டாள்.

குழந்தையைப் பார்த்து, "ஆல் த வெரி பெஸ்ட் .... வாட் இஸ் யுவர் நேம்?" என்று கேட்டாள்.

"மை நேம் இஸ் ரேணுகா."

25. கட்டிப்பிடி வைத்தியம்

இன்னைக்கும் கட்டிப்புடி வைத்தியம் பண்ண வருவான்ல, எப்படியாச்சும் இன்னைக்கு அவண்ட்ட சொல்லிடனும்... ஸ்டீபன் பள்ளி வளாகத்தில் கடந்த 30 நிமிடங்களாக காத்திருக்கிறான் செந்திலின் வருகைக்காக! அவர்கள் இருவரும் அமர்ந்து மதிய உணவு உண்ணும் பூவரச மர நிழலில் காத்திருக்கிறான். விடுமுறை நாள் என்ற போதும் ஸ்டீபனும் செந்திலும் இன்று சந்திப்பதாக முன்னரே பேசி வைத்திருந்தனர்.

ஸ்டீபன் — செந்தில் இருவரும் 6ஆம் வகுப்பில் இருந்து ஒன்றாக படித்து வருகின்றனர். இந்த வருடம் 10ஆம் வகுப்பு, முதல் பொதுத் தேர்வு. அவர்கள் படிக்கும் பள்ளியில் ஞாயிற்றுக்கிழமையும் கூட 10ஆம் வகுப்பு மாணவர்களுக்கு சிறப்பு வகுப்பு இருக்கும். இந்த வாரம் மட்டும் அதிசயமாக விடுமுறை விட்டிருந்தனர்.

அது அவர்கள் 9ஆம் வகுப்பு படித்துக் கொண்டிருந்த சமயம்.....

டேய் ஸ்டீபன், நேத்து சாய்ங்காலம் சன் டிவில புது படம் வசூல் ராஜா MBBS போட்டாங்கல, பாத்தியாடா?..

ஆமாடா பாத்தேன்.. ஏன் கேக்குற??

இல்ல அதுல ஹீரோ கமல் கட்டிப்புடி வைத்தியம் செய்வாருல..

ஆமா...

எனக்கு இப்ப டென்சனா இருக்கு.. நாம கட்டிப்புடி வைத்தியம் செஞ்சுகலமா???

தாராளமாடா?? கட்டிப்புடி வைத்தியம் செஞ்சிகிறது என்ன தப்பு?? அது நல்லது தானே??

அன்றிலிருந்து அவர்களின் கட்டிப்புடி வைத்தியம் தினந்தோறும் தொடர்ந்தது..

6ஆம் வகுப்பிலிருந்து இணைப்பிரியா நண்பர்களாக இருக்கும் ஸ்டீபனும் செந்திலும் செய்யும் அலப்பறைகள் இருக்கிறதே!! அதற்கு அளவே இருக்காது. ஒரு நாள் செந்தில் ஜனனியை காதலிக்கிறேன் என்று இவனிடன் சொன்னப் போது, போட்டியாக இவனும் தான் ரோசியை காதலிப்பதாக சொல்ல, வகுப்பில் இருந்த கருப்பு ஆடு ஒன்று கடைசியில் வகுப்பு ஆசிரியரிடம் போட்டுக் கொடுத்து விட, "ஏண்டா ஏழாங்கிளாசு படிக்கிற ஒங்களுக்கு லவ்வு கேக்குதோ" என்று சொல்லிக்கொண்டே பிரம்படி அபிசேகம்

செய்ய, அது ஒரு சோக கதையாக முடிந்தது. இதில் கொடுமை என்னவென்றால் இருவருமே காதலிக்கவில்லை.. போட்டிக்கு போட்டியாக நடந்த வினையாய் முடிந்த விளையாட்டு அது.

வளர் இளம் பருவத்திற்கே உண்டான தடுமாற்றங்கள் இருவரிடமும் தென்படத் தொடங்கியத் தருணம். மஞ்சள் பத்திரிக்கைகளை யாருக்கும் தெரியாமல் ரகசியமாக படிப்பது, காதல் பாடல்களையும், இரவு நேர பாடல்களையும் இரசிப்பது, யாருக்கும் தெரியாமல், வீட்டில் யாருமில்லா சமயங்களில் ஃபேஷன் டிவி பார்ப்பது என்று சென்றுக் கொண்டிருந்தது அவர்கள் வாழ்க்கை. நாளாக நாளாக ஸ்டீபன் செந்தில் மேல் அதிக அக்கறை எடுத்துக் கொள்ள ஆரம்பித்தான்; அவனோடு அதிக நேரம் செலவிட விரும்பினான்; அவனுக்காக நிறைய செலவு செய்யத் தொடங்கினான். எப்போதும் அவனோடே இருக்க வேண்டும் என்று ஸ்டீபனுக்குத் தோன்றியது. ஒவ்வொரு முறை கட்டிப்புடி வைத்தியம் செய்யும் போது ஓர் இனம் புரியாத ஆனந்தம் ஸ்டீபன் மனதில் தோன்றியது. இதே தான் செந்திலுக்கும் தோன்றியதா என்றால் அதற்கான பதில் ஸ்டீபனிடம் இல்லை. ஆனால் செந்தில் எப்போதும் ஸ்டீபனுடனே இருந்தான்; கட்டிப்புடி வைத்தியத்தை ஸ்டீபனுக்கு தவறாமல் கொடுத்து வந்தான்.

இதோ தூரத்தில் செந்தில் வந்துக் கொண்டிருக்கிறான்.

வாரான் பாரு.. எப்ப வரச்சொன்ன எப்ப வாரான் பாரு.. வாடா ஒனக்கு இப்ப தான் 10 மணி ஆகுதா? ஒரு மணி நேரமா வெயிட் பண்ணிட்டு இருக்கேன் தெரியுமா??

சரி சரி கோவப்படாத ஸ்டீபன்.. வீட்டுல அப்பாக்கு ஏதோ டிரான்பர் வந்திருக்காம்; அதப் பத்தி பேசிட்டு இருந்தாங்க; எங்கிட்ட இப்போ வேற ஸ்கூல் மாத்தி விட்டா நல்லாப் படிப்பியானு கேட்டாங்க, நான் மாட்டேன் இங்கயே இந்த ஸ்கூல்ல தான் படிப்பேன்னு சண்டப் போட்டேன்.. எப்படியோ என்னனமோ பேசி என்ன சம்மதிக்க வச்சுட்டாங்க.. அதான் லேட்டாயிருச்சு, நானே எவ்ளோ கடுப்புல இருக்கேனு தெரியுமா????

என்னடா இப்படி சொல்ற.. கிளாஸ் ஆரம்பிச்சி ஒரு மாசம் ஆவுது••• வேற ஸ்கூல்ல இப்போ சேத்துப்பாங்கலா?? நீ பொய் தானே சொல்ற??

நான் ஏண்டா பொய் சொல்லப் போறேன்..ஏதோ அறந்தாங்கி ஸ்கூல் HM எங்க அப்பாக்கு தெரிஞ்சவராம், அவரு ஓக்கே சொல்லிட்டாராம். சொல்ல முடியாது இன்னும் ஒரு வாராத்துல கௌம்பிடுவோம்.

ஓ அப்டியா!! என்னனு தெரியல மனசு ஒரு மாதிரி இருக்கு செந்தில்••••

ஸ்டீபன் மனசு ஒரு மாதிரி இருந்தா என்னப் பண்ணனும்??••••

என்னப் பண்ணனும்?? கட்டிப்புடி வைத்தியம் பண்ணனும்..

,,,,,,••••••.,,,,,,,

செந்தில் உங்கிட்ட ஒன்னு சொல்லனும்•••

என்னடா சொல்லு•••

போன வாரம் தினத்தந்தி ஞாயிறு மலர்ல ஒரு செய்தி படிச்சேன்.. அமெரிக்காவுல ஆம்பளயும் ஆம்பளயும் கல்யாணம் பண்ணிக்கலாமாம்; தப்பில்லையாம். நாமளும் அந்த மாதிரி கல்யாணம் பண்ணிக்கிடலாமா டா?? என்ன சொல்ற??

போடா•••லூசு•••என்னமோ சொல்ற எனக்கு ஒன்னும் புரியல••• சரி சரி எனக்கு டைம் ஆச்சு நான் கௌம்புறேன்.. பை பை•••.

என்றுக் கூறிய செந்தில் மீண்டும் ஒருமுறை கட்டிப்பிடி வைத்தியம் செய்து விட்டுச் சென்றான். தவிர்க்க முடியாத சூழ்நிலை காரணமாக, அந்த வார இறுதியில் ஸ்டீபனுக்கு உடல் நிலை சரியில்லாததால் பள்ளிக்கு வராத நாளில் செந்தில் மாற்றுச் சான்றிதழை வாங்கிக்கொண்டு பள்ளியை விட்டும் ஊரை விட்டும் சென்றிருந்தான்.

திங்கள் கிழமை பள்ளிக்கு வந்த ஸ்டீபன், செந்தில் பள்ளியை விட்டு சென்றதை அறிந்து, எதுவும் புரியாமல் அவர்கள் மதிய உண்ணும் பூவரச மரத்தடியில் அவர்களின் கட்டிப்பிடி வைத்திய நினைவுகளை நினைத்துக் கொண்டிருந்தான்.

26. சில நேரம் சில விபத்துகள்-அமலன் எபிநேசர்

இரயில் பயணம் அழகானது. ஜன்னல் ஓரம் அமர்ந்து வேடிக்கை பார்த்துக் கொண்டே ஹெட்செடில் இளையராஜா பாடல்களுக்கு மதி மயங்குவது ஒரு விதம் என்றால், நமது பெட்டியில் இருப்பவரிடம் பேசி கொண்டே போவது இன்னொரு விதம். எதிலும் நம்மை சலிக்காமல் கொண்டு போவது தான் இரயில் பயணத்தின் சிறப்பு. நாளை திருமணம் என்று மகிழ்ச்சியின் களிப்பில் மதுரை செல்லும் வைகை எக்ஸ்பிரஸில் ஏறி என் இருக்கையில் அமர்ந்தேன் இருந்தும் அசட்டு தனம் என் எதிர் இருக்கையில் இருப்பவர் யாரென்று தெரிந்து கொள்ள எழுந்த ஆர்வம், அதற்கு ஒரு பெண் சாயலை கற்பனையிலே பூசி இருந்தது. அதுவும் வீண் போகவில்லை, என் ஆர்வத்தை தாண்டிய ஒரு அழகான பெண் எதிர் இருக்கையில் வந்த அமர்ந்தாள். இதயத்தில் பூத்த சந்தோசம் புன்னகையாய் மாறுவதற்குள் அவளது குழந்தையும் அவள் அருகில் அமர்ந்தான். என் கண்ணியம் மனதில் பதார் என அடிக்க மீண்டும் இளையராஜாவிடம் தஞ்சம் அடைந்தேன்.

இராயிலில் வழக்கமாய் திருநங்கைகள் காசு கேட்டு வருவது வழக்கம். அவர்கள் இந்த பெண்ணை பார்த்தவுடனே புன்னகைத்து அவளின் குழந்தையும் தூக்கி கொஞ்சினார்கள். எனக்கு சற்று ஆச்சரியம். அவர்கள் சென்ற பின் அந்த பெண்ணிடம், அவர்களிடம் பார்த்து இருக்குமாறு அறிவுரை கூற தொடங்கிய மாத்திரத்தில் அவள் என்னை நோக்கி ஒரு முறை முறைத்தாள். என் பேச்சுப் பின்வாங்கிய நேரத்தில் அவள் சிறு கடுப்புடன் திருநங்கையர்கள் சமுதாயம் பற்றியும் அவர்களது அவல நிலை குறித்து அதற்கு நாம்

தான் காரணம் என பல செய்திகளை சொல்ல நானும் என் மன நிலையை குறித்து வெட்கி கவனம் சிதறாமல் கேட்டு கொண்டு இருந்தேன். மேலும் திருநங்கைகள் சிலரின் படிப்புக்கு இவள் உதவி வருகிறார் என கூறினாள். அவள் மேல் உள்ள மதிப்பு மேலும் உயர்ந்தது.

பேச்சுகள் தொடர்ந்தது. அறிமுகங்கள் தாண்டி சமுதாயம் அரசியல் என தொடர்ந்த உரையாடல் அவளின் முற்போக்கு கண்டு சிறு பொறாமை எட்டி பார்த்தது. மேலும் காதலில் தொடங்கி விவகாரத்தில் முடிந்த அவளின் திரு-மணம் வாழ்வு சற்று கலக்கத்தை தந்தது. என்னைப்பற்றி பெரிதாக சொல்லி கொள்ள கூட எதுவும் இல்லை என்ற நிலையில் தான் இருந்தது என் வாழ்க்கை.

நான் பார்த்த, கடந்த பெண்களில அவள் ஒரு வித்தியாசம். என்னுடைய சமுதாய பார்வை ஒரு நிமிடம் திருப்பி போட்டாள். பேச்சுகள் தீர அவள் புத்தகத்தை நாடி சென்றாள். எனக்கோ திடிரென ஒரு கலக்கம். ஒரு நல்ல திரைப்படம் பார்த்த பின் ஏற்படும் கலக்கம் போன்ற ஒரு மனநிலை. என் அன்பான கண்ணியம் காணாமல் போய் மனதில் அவள் மீது ஒரு ஆசை, ஈர்ப்பு. என் வாழ்வின் மிக அற்புதமான இந்த மூன்று மணி நேரத்தை வாழ்க்கை முழுவதும் இருக்காதா என மெதுவாக ஏக்க விதை-களை விதைத்து மனம். என் கண்களோ அவளை மைய படுத்திக் அங்கும் இங்கும் ஓடியது. இது காதலா என்று எனக்கு தெரியவில்லை ஆனால் எனக்குள் இப்போது பல தரப்பட்ட எண்ணங்கள் சிறகடித்தது.

இறங்கும் இடம் வந்தது, அவளிடம் என் மனதில் ஓடுவதை சொல்ல எனக்கு போதிய தைரியம் இல்லை. நாளை திருமணம் என்ற நிலையில் இருந்த மகிழ்ச்சிகள் கரைந்து குழப்ப கடலில் தவித்தேன். கட்டாயம் என்ற பெயரில் போலி புன்னகையுடன் விடைப்பெற்று பிரிய மனம் இல்லாமல் இறங்கினேன்.

சிறு தூரம் வந்த பிறகு. ஒரு யோசனை உதித்தது. ஒரு காகிதத்தில் “I will Miss you Forever” என்று எழுதி, அவளை தேடி அவளிடம் சென்று “Sorry Don’t take me wrong” என்று சொல்லி அந்த காகிதத்தை நீட்டினென். அவள் சாதரணமாக அதை வாங்கினாளா. நான் கொடுத்த மாத்திரத்தில் திரும்பி நடந்தேன்.

எல்லோர் வாழ்க்கையிலும் இது போன்ற விபத்து நடக்கிறது. சிலர் சொல்-கிறார்கள் சிலர் கடந்து செல்கிறார்கள். ஆனால் இது போன்றவைகள் அழகிய தருணங்களாய் என்றும் வாடா மலர்களாக நம் மன தோட்டத்தில் பூத்துக்குலுங்கும்!!!

27. வலி - ஆர்.அபிலாஷ்

நான் ஒரு பத்திரிகையாளன். அவ்வளவாய் புத்திகூர்மை இல்லாத ஒரு மனிதன். அதனாலேயே என் அலுவலகத்தில் என்னை சில விசயங்களை எந்த கேள்வியும் கேட்காமல் ஒப்படைத்தார்கள். அவை பல சமயம் முக்கியமான பணிகளாகவும் இருக்கும். அடிக்கடி பத்திரிகை அறிக்கைகளின் மேல் நீங்கள் பார்க்கக் கூடிய கதிர்வேலன், மோகன்பாபு, சிவகுமார் போன்ற பல பெயர்களில் ஒன்று. நான் எழுதிய எதையும் படித்து இவன் யார் என்று வினவ மாட்டீர்கள், என்ன விசயம் என்று மட்டுமே தற்காலிக ஆர்வத்துடன் இமை தூக்குவீர்கள். அப்படி இருப்பதும் ஒரு சிறப்பு தான். ஒருமுறை எங்கள் பத்திரிகையில் சாதி விவகாரம் பற்றின அறிக்கை ஒன்று பெரும் சர்சையை ஏற்படுத்த எங்களது திருச்சி கிளை ஒன்றை அடித்து நொறுக்கினார்கள். சென்னையில் கூட எதிராக ஊர்வலம் நடத்தி பத்திரிகையாளர் சந்திப்பு கொடுத்து மிரட்டினார்கள். அதை எழுதிய மூன்று பேர் குழுவில் நானும் ஒருவன். என்னை யாருமே கவனிக்கவில்லை என்பது மட்டுமல்ல நடந்த கலவர செயல்களுக்கு வெகுஅருகாமையில் நின்று கொண்டிருந்தேன். சிறுதுரும்பு கூட என் மேல் படவில்லை. இது போன்ற மற்றொரு காரமான அஸைன்மெண்டை எனக்கு அடுத்து அளித்தார்கள். முன்பு நடிகைகளின் அந்தரங்கங்களை எழுதி பிரச்சனை ஆயிற்றே, அதைப் போல ஒன்று. எந்த கிளர்ச்சியும் பயமும் அற்று நான் இந்த பணியிலும் ஈடுபட்டேன்.

ஒரு மூத்த பத்திரிகையாளர், அவருடன் நானும் பிரதீப்பும். இது தான் அணி. பிரதீப் சினிமா இயக்குநர்கள், நடிக நடிகைகளுடன் புழங்குவதற்காக பத்திரிகை பணியை தேர்ந்தெடுத்தவன். அவனுக்கு பத்திரிகை உலக சமாச்சாரங்கள், அரசியல் சமூக நடப்புகள் எதிலும் ஈடுபாடில்லை. இடைவேளையின் போது அவனுடன் தேநீர் குடிக்கும் போதெல்லாம் நாக்கும் உதடும் சுடும். அப்படியான கதைகளை சொல்வான். அவன் எடுக்கப்போகும் படங்களின் கதை என்பான். அவை ஏற்கனவே எடுக்கப்பட்டது போன்றும் இனி ஒருக்காலும் எடுக்க முடியாது என்று தோன்றும். ஏதாவது ஒரு நடிகர் நேற்று தான் வந்திருப்பார்; அவருக்கு கூட கதை வைத்திருப்பான். மூத்த பத்திரிகையாளருக்கு கழுத்து வரை வேலைகள் இருந்தன. அவர் சில ஆலோசனைகள் சொல்வார்; நாங்கள் தரும் ஆலோசனைகளை நிராகரிப்பார். அல்லது நாங்கள் தரும் ஆலோசனைகளை நிராகரிப்பார்; சில ஆலோசனைகள் சொல்வார். எங்களது அறிக்கைகளுக்கு அவர் தான் இறுதி வடிவம் அளிப்பார். சில பெண்கள் சமையல் செய்வது போல் அவர் கை வைத்ததும் அறிக்கைகளுக்கு முற்றிலும் புதிய நிறம் கிடைத்து விடும். தோசைக்கல்லுக்கும் தோசைக்குமான உறவு தான் பத்திரிகையாளனின் எழுத்துக்கும் பத்திரிகைக்குமான உறவு என்று எனக்கு தோன்றும். என்னால் முடிந்ததெல்லாம் தோசையை கருக வைப்பது தான். எனக்கு

எனது தன்னிலையான தனித்த அடையாளத்தை கொண்டு வர வேண்டும் என்று தோன்றும் போதெல்லாம் அதனைத் தான் செய்வேன்.

ஒரு வட்டத்தை துல்லியமாக வரைய முதலில் புள்ளி வைப்பார்கள்; புள்ளியில் தொட்டு காம்பஸ் கொண்டு வட்டமிழுப்பார்கள். அதற்கு மேல் புள்ளி முக்கியமில்லை. நான் எப்போதும் வட்டத்தின் வெளியே நிற்பவன் என்று இரக்கம் தோன்றும் போதெல்லாம் நான் பள்ளியில் படித்த இந்த விபரத்தை தான் யோசிப்பேன். ஆனால் இம்முறை வட்டம் இட்டபின் புள்ளி வைக்கும்படி ஒரு காரியம் நடப்பதற்கு துணையாக இருந்தேன்.

எனக்குத் தந்த பணி சென்னையின் பொது இடங்களில் தனியாக செயல்படும் hawkers என்கிற விபச்சாரிகளை பேட்டி காண்பது. பெரிய ஆய்வெல்லாம் ஒன்றும் கிடையாது. கொஞ்சம் கிளுகிளுப்பு பிளஸ் ஒழுக்க ஆவேசம். என்னுடைய பத்திரிகை நண்பர்களின் தொடர்பில் இருந்து கிடைத்த அறிமுகங்கள் ஏற்கனவே பீல்டில் இருந்து ஓய்வுற்று கூட்டிக் கொடுக்கும் வேலை செய்தார்கள். அவர்கள் நல்ல வீட்டில் கொஞ்சம் நல்ல நிலையில் இருந்தார்கள். இன்னும் சிலர் குடும்பத்துக்குள், அதுவும் மாமா, கொழுந்தன், உறவினர் சூழ மரபான குடும்ப அமைப்புக்குள், வாழ்ந்து கொண்டிருந்தனர். அவர்களை பேட்டி காண்பது இருதரப்புக்கும் ஆபத்தாக இருந்தது. மற்ற நகரங்களை ஒப்பிடுகையில் சென்னையில் விபச்சாரிகளை காணபது அரிது என்றார்கள் சில நண்பர்கள். புள்ளிவிபரம் அவர்கள் சில ஆயிரங்களில் உள்ளதாக சொன்னது. அது எண்ணூர் போரூர் ஐஸ்ஹவுஸ் போன்ற சில பகுதிகளில் மட்டும் எடுக்கப்பட்ட புள்ளிவிபரம். நிச்சயம் மொத்த எண்ணிக்கை மூன்று நான்கு மடங்கு கூட இருக்கும். நல்ல வேலைடா என்று களைத்து போனது அப்போது தான்.

பிரதீப்பின் எழுத்து ஏரியா திருநங்கைகள் எனப்படுகிற அலிகள். அவர்கள் தம் பிழைப்புக்காக மிக வெளிப்படையாக இருக்கும் அவசியம் இருந்தது. அவன் திருநங்கையருக்கு அறுவைசிகிச்சை செய்யும் மேடவாக்கத்தை சேர்ந்த ஒரு டாக்டரின் பேட்டி, அவர்கள் பயன்படுத்தும் ஹார்மோன் மருந்துகள், தினசரி சராசரி வருமானம், வழக்கமான வாடிக்கையாளர்களின் பின்னணி, அவர்கள் தொழிலுக்கு வந்த கதை உள்ளிட்ட பல கதைகளை தகவல்களை ஒரே வாரத்தில் திரட்டி வந்தான். அவனது குரூரமான மனம் கூட அப்படித் தான் தெரிய வந்தது.

ஒரு திருநங்கையிடம் பேட்டி என்று துணைக்கு என்னையும் அழைத்துப் போனான். அவளா அவனா என்று சொல்லத்தெரியாததால் அவர் என்றே கூறுகிறேன். அவர் கறுப்பாக எங்கள் இருவரையும் விட அரை அடியாவது உயரமாக திடகாத்திரமாக இருந்தார். ரோஸ் நிற நலைனான் புடவை கட்டியிருந்தார். ஒரு இருட்டான குடிசைக்குள் எங்களை அழைத்து சென்றார். உள்ளே சில மூட்டைகள் மற்றும் துணிகள் இறைந்து கிடந்தன. மண் தரை. குண்டு பல்ப். மின்விசிறி காற்றில்லாமல் சுற்றியது. அவர் ஆயிரம் ரூபாய்

வாங்கிக் கொண்டு மிச்சம் தர மறுத்தார். அறுநூறு ரூபாய் தானே பேரம் என்று பிரதீப் சண்டை பிடித்தான். அவர் சட்டென்று எழுந்து நின்று இன்னும் உயரமாக இன்னும் கரகரப்பான குரலில் “மிச்சம் வாடகைக்கு” என்ற போது எனக்கு உடல் குளிர்ந்து வேர்த்தது. எழுந்து மூலையில் நின்றேன். பிரதீப் “வாடகையா?” என்று கத்திய போது “ச்சூ பக்கத்து வீடுகளில ஆளிருக்காங்க. சத்தம் போடாதீங்க. கம்பிளயண்ட் பண்ணுவாங்க” என்று டீச்சர் போல் சுண்டு விரல் தூக்கி உதடுகளின் மேல் வைத்து சொன்னார். அப்போது தான் விவகாரம் வேறு எங்கேயே போகிறது என்று எனது மந்தமூளைக்கு புரிந்தது. அவர் வெளியே போய் வாடகையை கொடுத்து விட்டு உள்ளே வந்து தாழ்ப்பாள் இல்லாத கதவை வெறுமனே சாத்தி வைத்து விளக்கை அணைத்து முந்தானையை செயற்கையான சிரிப்புடன் உருவி விட்டு படுக்கும் வரை நாங்கள் எதுவுமே பேசவில்லை. பிரதீப் கண்களில் கூர்மையை காட்டி அமர்ந்திருந்தான். அப்பெண் சட்டென்று எழுந்து அவனை கட்டிப் பிடித்தாள். அவன் அவளை உதறினான்.

ரவிக்கையை அவிழ்க்க சொன்னான். அவள் கேட்காதது போல் அவனை முத்தமிட பார்த்தாள். அங்கு நடப்பது பார்க்க டி.வியில் விபத்துச்செய்தியை புரியாத மொழியில் பார்ப்பது போல் இருந்தது. அவன் மேலும் வற்புறுத்த அவள் ”விளக்கை போட முடியாதுங்க. பக்கத்து வீட்டுக்காரங்க கம்பிளயண்ட் பண்ணுவாங்க” என்றான். “என்ன பணம் வாங்கீட்டு ஏமாத்துறியா” என்று திரும்பத் திரும்ப கேட்டான். அவர் ஸ் ஸ் என்று அதிருப்தியை வெளிப்படுத்தினார். பிறகு “ஐந்து நிமிடம் தான்” என்று விளக்கை போட்டார். அவசரமாக ரவிக்கையை ஒருபக்கம் நீக்கி தனது சிறுவனின் முதிராத மார்பைப் போன்ற முலையை காட்டினார். பிரதீப் “வாடா” என்று இழுத்து எனக்கும் காட்டினான். அவர் அசுவாரஸ்யமாக முலையை அவனது வாய்க்கு திணித்தார். அவன் விலகிக் கொண்டு அவளது உடல் பகுதிகளை உயிரியல் மாணவன் போல் ஆர்வமாக பார்த்தான். “சரி எங்க பண்ணுறது?”

“முன்னயும் பண்ணலாம் பின்னயும் பண்ணலாம்”

“முன்னே எங்க? உனக்குத் தான் ஓட்டை இல்லையே”

அவள் ஆவேசமாக “இருக்கே இருக்கே இங்க பாருங்க” என்று கால்களை அகட்டிக் காட்டினாள். பிரதீப் தன் செல்போன் டார்ச் ஒளி பாய்ச்சி எனக்கும் காட்டினான். ”பாஸ் கம் ஹியர்; லுக் அட் திஸ். பொண்ணுங்களுக்கு லேபியா மேஜரா லேபியா மைனரா என்று இரு உதடுகள் இருக்கும். இதுங்களுக்கு வெறும் ஓட்டை தான் பார்த்தியா. படலமா சதையோட இருக்கிற வெளிஉதடு மிஸ்ஸிங் கவனிங்க”. அந்த உறுப்பு அல்ல அவனது பேச்சு எனக்கு குமட்டிக் கொண்டு வந்தது. அவர் “சீக்கிரம் பண்ணுங்க. டைம் ஆவுதுப்பா. ரொம்ப நேரம் விளக்கை போடக் கூடாது” என்றார். பிரதீப் சலிப்பாக “இரு” என்று விட்டு அவள் மீது விழுந்து பொருந்தினான்.

நான் திரும்பிக் கொண்டேன். அவன் பேசுவதை தொடர்ந்தான். "புதுசா தான் ஆபரேசன் பண்ணியிருக்குது போல பாஸ். செம டைட்டா இருக்குது. யு காண்ட் இமாஜின் சீரியஸ்லி. இட்ஸ் லைக் ஃபக்கிங் என வெர்ஜின். ஹி ஹி சம்டைம்ஸ் இதுங்களை பண்ணும் போது ரத்தம் கூட வரும். ஏன்னா இது ஓட்டை இல்லை ஒரு புண் பாருங்க. இதுங்க தொடர்ந்து இந்த ஓட்டையை மூட விடாம பார்த்துக்கணும். பொண்ணுங்க காது குத்தின துவாரம் கம்மல் போடாட்டி மூடி விடறாப்புல. இப்போ மேட்டர் பண்றதுனால கூட ஓட்டை அடையாம இருக்கும்.

ஆக்சுவலி நாம் இப்பிடி பம்ப் அடிக்கிறதுக்கு இது தான் எனக்கு பணம் தரணும். இது ஒரு சேவை. ஹி ஹி". நான் "வெளியே வெயிட் பண்ணுறேன்" என்ற போது எதேச்சையாக திரும்பினேன். குண்டுபல்பின் நேர் கீழே அவர் முகத்தை வேதனையில் சுளிப்பதை பல்லை கடிப்பது தெரிந்தது. ஒருபக்கம் இயங்கியபடி அவன் கவலையாக சொன்னான் "ரெண்டு பேருக்கும் சேர்த்து பணம் கொடுத்திருக்கேன் பாஸ்". வெளியே வந்து பார்த்தால் ஆள் நடமாட்டம் அதிகமாக இருந்தது. அதனால் குடிசை வாசலில் இருட்டில் ஓரமாக மறைந்து நின்றேன். நான் வெளியேறின கொஞ்ச நேரத்தில் பிரதீப்புக்கு வந்து விட்டது. அவன் எழுந்தான். அவள் அது தெரியாமல் "ஓட்டை இதோ இங்கே இருக்கு. நீங்க தொடர்ந்து நல்லா பண்ணுங்க" என்று வாடிக்கையாளர் திருப்தி அடையவில்லையோ என்ற கவலையில் சொல்வது கேட்டது. அவன் நிறைந்த ஆணுறையை கழற்றிக் கொடுத்திருக்க வேண்டும். அதை பத்திரமாக வாங்கி வெளியே போய் போட்டு வந்தாள். வெளியே வந்ததும் அவன் "ரொம்ப டைட் பாஸ். அது தான் ரொம்ப நேரம் தாங்கல" என்று வறட்டுத்தொனியில் சொன்னான். "ஏதோ பேட்டிக்குன்னு தான் வந்தேன். இப்பிடின்னா வந்திருக்க மாட்டேன் பிரதீப்"

"ஏதோ வி.ஐ.பிகிட்ட ஐநூறு ரூபா பணம் வாங்கிட்டு எடுக்கிற பேட்டின்னு நெனைச்சீங்களா. இது இன்வெஸ்டிகேட்டிவ் ஜெர்னலிஸம் பாஸ்."

"அவங்க ரொம்ப வலியில இருந்த மாதிரி இருந்துது பார்க்க."

"ஆமா. அது ஆறாத புண்ணு இல்லியா. சம் டைம்ஸ் ரத்தம் கூட வரும். அது சமீபமா தான் ஆபரேசன் பண்ணியிருக்கும் போல"

"பிறகு நீ ஏன் விடாப்பிடியா பண்ணினே? நீ ரொம்ப முரட்டுத்தனமா நடந்துக்கிட்ட"

"நானா? பாருங்க பாஸ். இருக்கலாம். அப்போ நான் அதை அப்போ ரசிச்சேன், ஆனா இப்போ நீங்க சொல்லும்போது கஷ்டமா கூட இருக்கு", பிறகு குரலில் சுவாரஸ்யம் தொற்றிக் கொள்ள சொன்னான்

"எவ்வளவு சுவாரஸ்யமான கேஸ் ஹிஸ்டிரி எல்லாம் சேகரிச்சு வச்சிருக்கேன்னு பாருங்க", அவன் தன் மடிக்கணினியை திறந்து பத்து அத்தியாயங்களை காட்டினான். இரண்டு பேட்டிகளை படித்து காட்டினான். ஒரு திரு-

நங்கை நீக்கப்பட்ட தனது ஆண்குறியை மிஸ் பண்ணுவதாக விசனிப்பதை அழுத்தி எழுதியிருந்தான். இன்னொருவர் ஹார்மோன் ஊசிகள் ரொம்ப போடுவதால் சுருங்கிப் போன தனது ஆண்குறியைக் குறித்து கவலைபட்டி-ருந்தார். "ஆனா நான் சந்திச்ச இன்னும் சில பேரு பொண்ணா மாறுனதில ஒரு முழுமையுணர்வோட இருக்காங்க. இந்த அறுவை சிகிச்சை, மருந்து, மேக் அப் செலவு இதுக்கெல்லாம் ஆகுற செலவு ஒரு பெரிய டிராப். பொம்-பளையா மாற நெனைச்சு அந்த செலவை தாக்குப்பிடிக்கிறதுக்காக கணிச-மான பேர் இந்த தொழிலில இருக்கிறதை நான் கண்டுபிடிச்சேன். இருத்தலி-யல் நெருக்கடிங்கறது நமக்கெல்லாம் ஆன்மீகமானது; ஆனால் இதுங்களுக்கு அது உடல்ரீதியானது; பௌதிகமானது...". அவன் இப்படி ரொம்ப அக்-கறையாக பேசிக் கொண்டு போனான்; சற்று நேரம் முன்பு ஒரு திருநங்-கையை துன்புறுத்தியது இவன் தான் என்று யோசிக்க கஷ்டமாக இருந்தது. அவன் இப்படி எழுதிய முப்பத்து மூன்று பக்கங்களில் எட்டுபக்கங்கள் வழக்-கமான "வறுமை காரணமாய் சமூகத்தால் புறக்கணிக்கப்பட்டதால் விபச்சாரம் நோக்கி தள்ளப்பட்ட நாங்களும் மனுசங்க தானுங்க; எங்களையும் ஏத்துக்-குங்க" வகை கண்ணீர் மன்றாடல் கட்டுரை. "இதை மட்டும் தான் நம்ம எடிட்டர் சார் செலக்ட் பண்ணுவாரு பாருங்க" என்றான். அப்படியே தான் நடந்தது.

எனக்குத் தரப்பட்ட கெடு நெருங்கிக் கொண்டிருந்தது. பிரதீப் ஒரு உபா-யம் சொன்னான். இணையத்தில் உள்ள பாலியல் forumகளில் விபச்சாரி-களிடம் சென்று வந்தவர்கள் தம் அனுபவங்களை எழுதியிருந்தனர். கணிச-மானவை கற்பனையானவை என்று தெரிந்தது. அவற்றை கொஞ்சம் அங்கே இங்கே மாற்றி கொஞ்சம் கண்ணீர் கொஞ்சம் அவலம் வறுமை குடும்ப சோகம் சேர்த்து எழுதினோம். அதில் ஒரு ஊமை விபச்சாரியின் கதை எங்-கள் எடிட்டரின் கண்ணில் நீரை வரவழைத்து விட்டது. அவள் கடற்கரை-யில் வேலை செய்தாள். வாடிக்கையாளர் தன் உறுப்புக்குள் விரல் விட்ட போது வலி தாளாமல் அவள் தன் விரலை வாயில் கடித்து காண்பித்தா-ளாம். பெரும்பாலான அனுபவங்களில் வலி ஏற்படுத்தியதை பயனர்கள் எழு-தும் போது அடிநாதமாக அதில் பெருமை இருந்தது. பெண்கள் கத்தினால் கிளர்ச்சி, அடக்கி வலியை தனக்குள் முழுங்கினால் திருப்தி, இந்த விச-யத்தில் விரலை கடித்தது கவித்துவம் என்று ஒரு பயனர் அந்த forum-இல் கமெண்ட் எழுதியிருந்தார். அந்த பெண் உண்மையில் பார்க்க எப்படி இருந்திருப்பார் என்று நாங்கள் இருவருமாக கற்பனை செய்து கலந்து விவா-தித்து எழுதினோம். அப்பெண்ணுக்கு இடதுகால் உடைந்து உள்ளே பிளேட் வைத்திருப்பதாய், அவளுக்கு மூளைக்குறைபாடு உள்ளதாய் சேர்க்க பிரதீப் சொன்னான். இரண்டாவது அத்தியாயமாய் அது வெளியான போது நண்பர்-கள் நன்றாக வந்திருப்பதாக நெகிழ்ச்சியாக சொன்னார்கள். அதில் ஒருவன்

மெரீனாவில் நிஜமாகவே அப்படி ஒரு பெண்ணை பார்த்திருப்பதாக சொன்னான். அப்போது தான் எனக்கு முதன்முதலாக குற்றவுணர்வு தோன்றியது. பிரதீப்பின் உதவியை மறுத்து நானாகவே இனி இயங்குவது என்று முடிவு செய்தேன்.

மெல்ல மெல்ல இது போன்ற பெண்களை கண்டுபிடிப்பது எளிதாயிற்று. அவர்கள் நகை அணிந்திருக்கவில்லை; மலிவான ஆடை அணிந்திருந்தார்கள். செல்போனில் பேச மாட்டார்கள். நான் எதிர்பார்த்தது போல் மல்லிகைப் பூ கொலுசு அணிந்திருக்கவில்லை; அழகாக முகத்தில் சதா ஒரு சோகத்தை தேக்கியபடியும் இல்லை. நன்றாக துப்பட்டாவால் மூடி ஒழுங்காக நடந்தார்கள். தனியாக அல்லது இரண்டு மூன்று பெண்களாக சேர்ந்து சுற்றினார்கள். அவர்களாக என்னைப் பார்த்து வரவில்லை; நானாக முறைத்து பார்த்தால் திரும்ப கோபமாக முறைத்தார்கள். ஆனால் பார்த்ததும் அந்த கண்களில் இருந்து ஒரு ரகசிய சமிக்ஞையை பெறும் திறனை நிறைய அலைந்து திரிந்த பின் பெற்றிருந்தேன். அப்படித் தான் பாலங்களுக்குக் கீழ், பேருந்து நிலையங்களில், ஷாப்பிங் மால்களில் அவர்களை சந்தித்தேன். பணம் கொடுத்து கொஞ்ச நேரம் பேசி விட்டு வந்து விடுவேன். சில பேர் என்னை வற்புறுத்துவார்கள். அப்போதெல்லாம் என் மனநிலை கசாப்புக்கடையில் நிற்பவருடையதாக இருக்கும். கடுமையான களைப்பு மேலிட மறுத்து விடுவேன். கடற்கரையில் சில பெண்கள் பேச மறுத்தார்கள். பணம் கொடுத்தால் “எடுத்து விடு” என்று தொடர்ந்து அவசரப்படுத்தினார்கள். பேச ஆரம்பித்தால் ”இன்னும் நாலு கஸ்டமரை பார்க்கணும்” என்று எழுந்து போனார்கள். சிலர் உண்மை பேசினார்கள்; சிலர் பொய் பேசினார்கள்.

செவ்வாய்க்கிழமைகளில் கோயிலுக்கு போய் விட்டு தாமதமாக தொழிலுக்கு வருபவர்களை பார்த்தான். அதில் ஒரு பெண்ணை பார்த்தால் எய்ட்ஸ் வந்தது போல் நோஞ்சானாக கண்கள் பிதுங்க தெரிந்தாள். சில இளம்பெண்கள் தனியார் நிறுவன வேலை என்று வீட்டில் பொய் சொல்லி விட்டு தினமும் கடற்கரைக்கு இதற்காக வந்தார்கள். அவர்கள் மாலை எட்டு மணிக்குள் வீடு திரும்பி விட வேண்டும். விடிகாலையில் அங்கு வந்து விடுவதாய் ஜெயா என்று ஒரு பெண் சொன்னாள். விறுவிறுவென்று அருகம்புல் ஜூஸ் குடித்து நடைபழக வருபவர்கள் இதைக் கூடவா அந்த வேளையில் பண்ணுவார்கள் என்று கேட்டான். “எல்லாரும் வாக்கிங் வரவா வராங்க” என்று ஜெயா சிரித்தாள். தினமும் ஆயிரம் ரூபா சம்பாதிச்சு வீட்டுக்கு கொடுக்கணும் என்று ஒரு பெண் சதா கவலைப்பட்டாள். பலரும் கூட பாதுகாப்புக்கு ஒரு ஆண் வைத்திருந்தார்கள். சில ஆண்கள் கடற்கரையில் இவர்கள் தொழில்செய்யும் போது போலீஸ் வருகிறதா என்று காவல் காத்தார்கள். ஒருமுறை இப்படித்தான் ஒருவன் ஓடி வந்து என் தோளில் வந்து “போலீஸ் வருது எழுந்திரு எழுந்திரு” என்றான். நான் தான் தவறு ஒன்-

றும் செய்யவில்லையே என்றேன். ஆனால் அந்த பெண் எழுந்து கிளம்பி விட்டாள். நான் அவனுடன் பின்னர் பரிச்சயம் செய்து கொண்டேன். அவன் பெயர் குமரேசன்.

குமரேசன் ஒரு தனியார் நிறுவனத்தில் இரவுநேர காவலாளியாக வேலை செய்தான். பகலில் கடற்கரைக்கு வந்து விடுவான். அவன் கூடுதல் பணம் கொடுத்து வகுப்புக்கு போகாமலே ஒரு கல்லூரியில் பி.எட் படித்துக் கொண்டிருந்தான். தன்னுடைய கனவு சினிமாவில் நுழைந்து விடுவது என்று உற்சாகமாக சொன்னான். பேசின கொஞ்ச நேரத்தில் அபார உரிமை எடுத்து நெருங்கி விடும் வகை அவன். ஒரு தீப்பெட்டி கேட்டு இல்லை என்றாலே "என்ன சார்..." என்று கண்கலங்கி விடுவான். ஜெயாவை தொழிலுக்கு விடுவதில் அவனுக்கு எந்த குற்றவுணர்வும் இல்லை. "அவளுக்கு நான் தேவை எனக்கு அவள் தேவை சார். நாளைக்கு நான் அவளை நல்லா பாத்துப்பேன் சார்" என்று கல்மிஷமில்லாமல் சொன்னான். அவனுக்கு இந்த சமூக அமைப்பின் மீதோ மக்களின் பாசாங்கு மீதோ எந்த கோபமும் இல்லை. போலீஸ் மீது மட்டுமே அவனுக்கு கடுமையான வெறுப்பும் அச்சமும் இருந்தது. "எத்தனை பேரு கண்கூடா ஊழல் பண்ணுறாங்க. போலீஸ் பிடிக்குதா? இதோ இந்த பீச்சில எத்தன பேரு பொண்ணுங்கள தள்ளிக்கிணு வந்து கிஸ்ஸடிக்கிறானுங்க, ரூம்ல பண்ணுற அத்தனையும் பண்ணுறாங்க. ஆனா தோ இந்த பொண்ணுங்க அதையே நாலு காசு சம்பாரிக்கிறதுக்கு பண்ணுனா தப்பா?".

ஜெயா மூலமாக வேறு சில பெண்களை சந்தித்தேன். அப்பெண்கள் தனியாக பேசும் போது பிறரை உருவ ரீதியாகத் தான் குறிப்பிட்டனர். "அந்த ராணி இருக்கா இல்லியா..." என்றால் "யாரு அந்த கறுப்பா பல்லு நீட்டிக்கிணு இருக்குமே அதுவா" என்பார்கள். கீதாவைக் கேட்டல் "ஆமா அந்த பொம்பளை. சூத்து இம்மாம் பெரிசா இருக்குமே" என்று கைகளை அகட்டிக் காட்டி சொல்வார்கள்.

நான் ஜெயா, குமரேசனின் கதையை ஒரு தனி அத்தியாயமாக எழுதத் துவங்கினேன். குமரேசனிடம் ரொம்ப பிறகே நான் ஒரு பத்திரிகையாளன் என்ற உண்மையை சொன்னேன். ஆனால் தொடரை எழுதும் விபரத்தை சொல்லவில்லை.

ஜெயா ஒரு கதை சொன்னாள். அவள் குமரேசனை பத்தாம் வகுப்பு படிக்கும் போது காதலித்து ஓடி வந்து விட்டாள். அவன் தான் அவளை பிற ஆண்களிடம் வற்புறுத்தி கூட்டி விட்டது. ஒரு நாள் முருகேசன் தன் கையை கடித்து விட்டதாக ஒரு புண்ணைக் காட்டினாள். அதனால் தன்னால் பத்து நாள் தொழிலுக்கு வரமுடியாமல் போய் விட்டதாக சொன்னாள். எனக்கு அது கேட்க வருத்தமாக இருந்தது. முருகேசனிடம் விசாரித்த போது அவன் காறித் துப்பி விட்டு "தேவடியா முண்ட" என்று மட்டும் திட்டி விட்டு

மௌனமானான். சேர்ந்து தேநீர் குடித்துக் கொண்டிருக்கும் போது “நான் இதுவரை அவமேல கைய வச்சதே இல்ல தெரியுமா. கடவுள் மேல சத்தியமா சொல்றேன்” என்றான். அவள் வாடிக்கையாளரை கவர்வதற்காக வழக்கமாக சொல்லும் கதை அது என்றான். எனக்கு நம்பிக்கை ஏற்படவில்லை. நான் தான் வாடிக்கையாளர் இல்லியே என்றேன். “காசு கொடுத்தா அப்படித்தான் பேசுவா. பழகிடுச்சு இல்ல” என்றான் உணர்ச்சியற்ற முகத்துடன். ஆனால் ஜெயா ஒருபக்கம் குமரேசனுக்கு பயந்து தான் தொழில் செய்வதாய் அவனிடம் சொல்லிக் கொண்டிருந்தாள்.

போலீசுக்கு அடுத்தபடியாய் குமரேசனுக்கு பிடிக்காதது கடற்கரையில் வெளிப்படையாக உலவும் விபச்சாரிகள். சில பேர் காலையில் இருந்து ராத்திரி வரை அங்கேயே தங்கி சாப்பிட்டு உறங்குவதாகவும் அதனால் போலீசுக்கு புகார் சென்று தங்களைப் போன்றவர்களுக்கு தொல்லைகள் ஏற்படுவதாகவும் சொன்னான். “வந்தாச்சா ரெண்டே அவர்ல பத்து கஸ்டமர பார்த்து சட்டுசட்டுன்னு எடுத்து அடிச்சு விட்டாச்சான்னு போய்ட்டே இருக்கணும். இப்ப்டி நாள் பூரா சுத்திக்கிணு இருந்தா எல்லாருக்கும் தான் பாதகம்”. ஐம்பது வயதுக்கு மேலான வயதான பெண்கள் சில வெளிப்படையாக வாடிக்கையாளர்களை அழைத்தார்கள். அவர்களுக்கு கிராக்கி ரொம்ப கம்மி. போலீசும் பொருட்படுத்தவில்லை. ஆனால் அவர்களால் பிறருக்கு பேர்கெடுவதாக குமரேசன் கவலைப்பட்டான். அதிலும் குறிப்பாக ஒரு கிழவி மாலை ஏழு மணிக்கு சரியாக வந்து கடற்கரை முழுக்க ரவுண்ட்ஸ் வருவார். எந்த ஆணைப் பார்த்தாலும் “அஞ்சு நிமிசம் ஜாலியா ஒட்காரலாம் வரியா” என்று தவறாமல் கேட்பார். இவரைப் பார்க்க நேர்ந்தால் முருகேசன் துரத்தி விடுவான்.

ஜெயாவை அங்கு சூப் கடை நடத்திய ஒருவன் காதலித்தான். அவன் கடையில் அவள் எங்களுக்கு சூப் வாங்கித் தருவாள். தன் தோழிகளுடன் அவள் சந்திப்பதும் பொதுவாக அங்கு தான். சூப்கடைக்காரன் ஜெயாவுக்கு அடிக்கடி அறிவுரை சொல்வான் “ஏன் இப்பிடி இந்த வயசுல வீணா போற நீ. உருப்படியா ஒழுங்கா வீட்டோட இருக்கலாமுல்ல” என்பான். அவள் அசிரத்தையாக ஆடையணிந்து வந்தால் “பொண்ணுன்னா பூவும் பொட்டுமா பார்க்க பாந்தமா இருக்கணும். வரதும் வரியே ஒழுங்கா அழகா வரலாம் இல்லியா?” என்று ரொம்ப வருத்தப்படுவான். முருகேசனை துறந்து அவனிடம் அவள் செல்வாளா என்று கேட்டதற்கு “இந்த தேவாங்கு கூட போறதுக்கு அவன் கூடயே இருந்து தொலைக்கலாம்” என்றாள். “அவன் சைட் அடிக்கிறதுக்காக நான் பூ வச்சுக்கிட்டு நகை போட்டு வரணுமா” என்று கேட்பாள்.

என் அத்தியாயம் கிட்டத்தட்ட முடிந்து விட்டது. பிரதீப் ஒரு சின்ன புத்தகம் எழுதும் அளவுக்கு திருநங்கையர் பற்றி கள-ஆய்வில் தகவல் சேகரித்தி-

ருந்தான். அப்போது தொழிலில் ஈடுபடாத மேற்தட்டு திருநங்கையர் சிலரிடம் பேட்டி கண்டு எழுதிக் கொண்டிருந்தான். அன்று அதற்காக அவன் கடற்க-ரையில் நடக்கும் திருநங்கையரின் பேரணி ஒன்றை பதிவு செய்ய வந்திருந்-தான். பேரணி முடிந்து மாலையில் நாங்கள் சுண்டல் மென்றபடி அமர்ந்தி-ருந்த போது ஜெயாவை பார்த்தேன். பிரதீப்பை அறிமுகப்படுத்தி விட்டேன். அவள் அவனிடம் “உள்ளே வரீங்களா?” என்று தன் பாணியில் கழுத்தை மெல்ல சாய்த்து அசட்டையான தொனியில் கேட்டாள். அவன் அதற்கு “அது என் ஏரியா இல்லீங்க. இவனிது” என்றான் என்னைக் காட்டி. ஜெயா-வுக்கு விளங்கவில்லை.

பிறகு சில நாட்கள் அவன் என்னுடன் கடற்கரைக்கு வந்தான். அவன் வேலையை முடித்திருந்தான். இருந்தும் ஏன் என்னுடன் வருகிறான் என்று விளங்கவில்லை. ஒருநாள் நான் தாமதமாகப் சென்றேன். ஆனால் பிரதீப் ஏற்கனவே வந்திருந்தான். மாலை ஐந்து இருக்கும். உழைப்பாளர் சிலை பக்கமாய் கூட்டம் இருந்தது. அவன் தான் என்னை அங்கு அழைத்துப் போனான்.

ஒரு போலீஸ் வேனை சுற்றி சில பெண் போலீசார் நகத்தை சுரண்டி சிரித்து பேசியும் எஸ்.எம்.எஸ் அனுப்பியும் நின்றனர். நாங்கள் உள்ளே போய் பார்த்தோம். அங்கே இரண்டு போலீசாருடன் ஜெயா வாதித்துக் கொண்டு நின்றாள். தான் எந்த தவறும் செய்யவில்லை என்றும் தன் கணவனை பார்க்க அங்கே வந்ததாகவும் திரும்ப திரும்ப சொன்னாள். ஆனால் அவளைப் பற்றி உறுதியான தகவல் இருந்ததால் போலீஸ் ஆதாரத்துக்காக எல்லாம் காத்திருக்கவில்லை. அவளை வேனில் ஏற்ற முயன்றனர். அவள் மறுத்து முரண்டு பிடித்தாள். அப்போது ஒரு போலீஸ்காரர் அவளை கன்-னத்தில் அறைந்து கெட்டவார்த்தைகளால் அழைத்து “மரியாதையா ஏறுடி” என்றார். அறையில் அவள் சமனம் இழந்து கீழே விழுந்து விட்டாள். “நாட-கம் போடுறியா” என்று அவர்கள் அவளை லத்தியால் காலிலும் முதுகி-லுமாய் படபடவென்று அடித்தார்கள். அவள் கொஞ்ச நேரம் அமைதியாய் படுத்திருந்தாள். பின்பு மௌனமாய் அழுதபடியே எழுந்து வேனுக்கு சென்-றாள்.

கடையில் சிகரெட் பிடித்து நின்ற போலீஸ்காரர் ஒருவரிடம் என்னை அறிமுகப்படுத்தி கேஸ் என்னவென்று விசாரித்தேன். “அவங்க ஹஸ்பெண்ட பாக்க வந்ததா சொல்றாங்களே சார்” என்றேன். “ரெகுலர் பிராத்தல் கேஸுங்க. இவளை எங்களுக்கு தெரியாதா” என்று சிரித்தார். “இதுங்க ரொம்ப அதிகமாயிட்டாளுங்க. பப்ளிங் நியீசன்ஸ் பண்ணுறாளுங்க. கம்பிளெ-யிண்ட்ஸ் அதிகமாயிடுச்சு”. சூப்கடைக்காரன் சோகமாக “எவனோ தேவடி-யாபையன் போலீசுக்கு போன் பண்ணி இருக்கான் சார்” என்றான். எனக்கு அவன் மீதே சந்தேகமாக இருந்தது. இதனிடையே நான் கூட்டத்தில் பிர-

தீப்பை தொலைத்து விட்டேன். அவன் கொஞ்ச நேரத்தில் வந்து தான் பண்ணின காரியத்தை சொன்ன போது எனக்கு அவன் மீது முதன்முதலாக மரியாதை வந்தது.

பிரதீப் செல்போனில் எடுத்த அந்த காணொளி எம்.எம்.எஸ் மற்றும் யுடியூப் முகநூல் வழியாக பெரும்பரபரப்பை ஏற்படுத்தியது. யுடியூபில் லட்சக்கணக்கானோர் ஒரே நாளில் பார்த்திருந்தனர். ஒரு பெண் பொதுவெளியில் ஆண் போலீசாரால் லத்தியால் புரட்டி அடிக்கப்படும் காட்சி தொலைக்காட்சியிலும் ஒளிபரப்பானது. இணையத்தில் கருத்து யுத்தங்கள் மும்முரமாக நிகழ்ந்தன. ஒரு பெண்ணை போய் எப்படி அடிக்கலாம் என்று பலரும் ஆவேசப்பட்டார்கள். கடற்கரை போன்ற பொதுவிடங்களில் விபச்சார நடவடிக்கைகள் அதிரித்து விட்டன என வேறு பலர் கொதித்தனர். சிலர் கெட்டவார்த்தைகளால் திட்டி அப்பெண்ணுக்கு இன்னும் நாலு போடனும் சார் என்றார்கள். பெண்ணியவாதிகள் வந்து பெண்கள் எப்போதும் உடலின் பெயரிலேயே ஒடுக்கப்படுகிறார்கள் என்று கண்டித்தனர். குற்றவாளி ஆனாலும் மனித உரிமைகள் மீறப்படுவது கண்டிக்கத்தக்கது என்று ஒரு சாரார் கடுமையாக விமர்சித்தனர். இன்னும் சில பேர் வந்து கடற்கரையில் சில்மிஷம் செய்யும் காதலர்களை கண்டித்தனர். அப்போது நூற்றுக்கணக்கானோர் புதிதாய் விவாதத்தில் நுழைந்து காதலர்களுக்கு கடற்கரையில் இடம் மறுப்பது மாபெரும் அநியாயம், தனிமனித ஒடுக்குமுறை, பிற்போக்குவாதம் என்று எதிர்த்தனர். இந்த பிரச்சனை ஓய்ந்ததும் முகநூலில் விபச்சாரம் சரியா தவறா என்று ஒரு விவாதம் துவங்கியது.

சில பின்நவீனத்துவவாதிகளும் முற்போக்காளர்களும் விபச்சாரம் எந்த தொழிலையும் போன்று ஒரு தொழில் மட்டுமே, அவர்களுக்கும் உரிமைகள் உண்டு என்றனர். ஒரு பொது அறவியலுக்குள் அவர்களை கொண்டு வரலாகாது என்றனர். ஒழுக்கவாதிகளும் பெண்ணியவாதிகளும் இருவேறு காரணங்களுக்காக விபச்சாரத்தை எதிர்த்தனர். விபச்சாரம் சமூகத்துக்கு கேடானது என்று ஒரு பக்கமும், அதனால் பெண்கள் ஒடுக்கப்படுகின்றனர் என்று மறுபக்கமும் பேசினர். டி.வி விவாதங்களில் தோன்றின சிறப்புவிருந்தினர்கள் மைக்கில் ”அந்த பெண் செய்ததும் தப்புதான் அந்த போலீஸ் செய்ததும் தப்பு தான். எல்லாரும் திருந்தி தவறு நடக்காமல் இருக்க இன்னின்ன செய்ய வேண்டும்” என்ற பாணியில் கொழகொழவென்று பேசினர். எப்.எம் வானொலியில் “லவ்வர்ஸ் பீச்சுக்கு போய் கடலை போடலாமா, எங்கே என்னெல்லாம் செய்யலாம் என்னெல்லாம் கூடாது” என்று இருபதே நொடிகளில் நின்றபடி நடந்தபடி வேலை பார்த்தபடி வேலையே இல்லாதபடி சர்ச்சித்தனர். கொஞ்ச நாளில் இங்கே என்னே நடக்கிறது என்றே விளங்கவில்லை. ஜெயாவின் நிலைமை என்னவாயிருக்கும் என்றும் தினமும் கவலைப்பட்டேன். ஜெயா கைதான மறுநாள் தான் எனது அத்தியாயம் பிரசுரமானது.

அதைப் பார்க்க எனக்கு வெறுப்பாக இருந்தது.

பத்து நாள் கழிந்திருக்கும். காணொளி வந்த இடமே தெரியாமல் போய் விட்டிருந்தது. ஒரு பழைய ஊழல் வழக்கு மீண்டும் விசாரணைக்கு வந்தது. இது பற்றி டி.வி சிறப்புவிருந்தினர்கள் இறுக்கமான சட்டைக்காலர்களுக்குள் இருந்து "கட்டாயமாக மக்களுக்கு நீதி வழங்க வேண்டிய காலம் நெருங்கி விட்டது" என்று பேசிக் கொண்டிருந்தனர். நாங்கள் வரவிருக்கும் தேர்தல் ஊகங்களை எழுதும் பணியில் அமர்த்தப்பட்டிருந்தோம். அப்படி ஒருநாள் முழுக்க அலைந்து விட்டு பிரதீப்புக்கு தெரிந்த சில உதவி இயக்குநர்களை வடபழனியில் பார்த்து பேசி விட்டு அவர்களின் அறையில் காலையில் காய்ச்சி குளிர்ந்து போயிருந்த கஞ்சியில் ஊறுகாய் கரைத்து குடித்து விட்டு சிகரெட் புகைக்குள் அமர்ந்து எதிர்காலத்தை தீர்மானமாய் பேசி விட்டு வெளியேறி ஒரு குறுக்குசந்து வழியாய் நடந்து வந்து கொண்டிருந்தோம். எங்களை யாரோ பின் தொடர்வதாய் பட்டது.

பிரதீப் திரும்பிப் பார்த்து விட்டு என்னை இழுத்துக் கொண்டு ஒரு டாஸ்மாக்குக்குள் நுழைந்தான்.. அங்குள்ள பின்வாசல் வழியாய் வேறொரு தெருவில் இறங்கி அவசரமாய் ஒரு விநாயகர் கோவில் பக்கமாய் வந்து நின்று ஆசுவாசித்தோம். பிறகு ஆளுக்கொரு சிகரெட் பற்ற வைத்து வெளிச்சமான பகுதியாய் பார்த்து நடந்த போது ஒரு சைக்கிள் வேகமாய் வந்து எங்களை வழிமறித்தது. குமரேசன். "நீயா" என்று புன்னகைத்தேன். அவன் பொறிகலங்குவது போல் ஒரு அறைவிட்டான். "ஓத்த பாடு" என்று அவன் சொன்னது முப்பது நொடிகளில் விட்டு விட்டு எக்கோவுடன் கேட்டது. என் மென்னியை பிடித்து அவன் நெறித்தான். கையை முறுக்கி என் மூக்கை குத்த வந்தான். அப்போது பிரதீப் வந்து நடுவில் விழுந்து தடுக்க பார்க்க அவன் மூக்கு உடைந்தது. அவனது வெள்ளை சட்டை ரத்தம் வழிந்து விகாரமாக தெரிந்தது. ஆச்சரியமாக அவன் ஓட முயற்சிக்காமல் குமரேசனை எதிர்கொண்டான். நான் கொஞ்ச தூரம் ஓடி விட்டு திரும்பிப் பார்த்தேன்.

குமரேசன் அவனை அடிவயிற்றில் மிதித்து முதுகில் குத்தினான். அப்போது அங்கு வந்த சிலர் அவனை பிடித்துக் கொண்டனர். நானும் தைரியத்தை வரவழைத்து என் நண்பனிடம் சென்று அவனை தாங்கிக் கொண்டேன். பையில் இருந்து புட்டியை எடுத்து ஊற்றி அவன் முகத்தை துடைத்து விட்டேன். ரத்தம் நிற்கவே இல்லை. குமரேசன் திமிறியபடி கத்தினான் "டேய் என் பொண்டாட்டி மட்டும் ஜெயிலில இருந்து வரல உன்னை சாவடிச்சுவடேண்டா பாடு.". அவன் கொஞ்ச நேரத்தில் அழத் தொடங்கினான். கல்லூரியில் அவன் இன்னும் கட்ட வேண்டிய மிச்ச கட்டணத்தை ஏற்பாடு செய்ய முடியாவிட்டால் அவனால் இறுதிப்பரீட்சை எழுத முடியாமல் போகும் என்றும் அதனால் அவன் எதிர்காலமே வீணாகும் என்றும் புலம்பினான். அவனைப் பிடித்துக் கொண்டவர்கள் அவன் பரிச்சயக்காரர்கள்

போல. அவர்கள் என்னை சமாதானப்படுத்தி ‘‘சார் இங்கே இருந்து போய் விடுங்க’’ என்று அவசரப்படுத்தினார்கள். நான் பயத்தில் பிரதீப்பை இழுத்துக் கொண்டு வந்து விட்டேன்.

பிரதீப்பின் முகம் வீங்கி இருந்தது. வலது கண் புடைத்திருந்தது. கழுத்தில் நகக்கீறல்கள் தெரிந்தன. அவனிடம் ஒரு அசாதாரண அமைதி இருந்தது. எதற்கும் தான் பொறுப்பல்ல என்கிற ரீதியில் நடந்து வந்து கொண்டிருந்தான். நான் அவனிடம் ‘‘நீ ஏன் நடுவில வந்து விழுந்து அடிவாங்கின?’’ என்று கேட்டேன். கொஞ்ச நேர அமைதிக்கு பிறகு அவன்

‘‘நான் தானே காரணம்’’ என்றான்.

‘‘ஆங்?’’

‘‘நான் தான் போலீசுக்கு போன் பண்ணி அவளை அடையாளம் சொன்னேன்’’

‘‘நீயா ஏன்?’’

‘‘அரெஸ்ட் ஆகிறத வீடியோ எடுத்து அப்லோட் பண்ணினா என்ன ஆகும்னு பார்க்கலாமுன்னு தான். அது இவ்வளவு சென்சேஷனலா ஆகும்னு நான் எதிர்பார்க்கல. அந்த பொண்ணு பயங்கரமா டிராமா பண்ணி அடிவாங்கி நான் எதிர்பார்த்ததை விட இம்பேக்ட் பயங்கரமாயிருச்சு’’

‘‘பிரதீப் என்ன அநியாயம்டா நீ செஞ்சது’’

‘‘இதுல என்ன அநியாயம்பா. இதை மக்களுக்கு கொண்டு போக வேண்டியது என் கடமை. அந்த பொண்ணு இவன் கிட்ட மாட்டி இருக்கிறா. அவளை மாதிரி எத்தனையோ பொண்ணுங்க. இந்த விசயத்தை ஒரு பொதுவிவாதமா மாத்தனும்னு விரும்பினேன். மூணு நாள் லட்சக்கணக்கான பேர் இதைப் பார்த்தாங்க இல்ல. அதோட உன் தொடர்ல இவ கதையை நீ எழுதினதும் இன்னும் அதிமானபேர் படிச்சாங்க இல்ல’’

‘‘அதுக்கு ஒரு பொண்ணை அடிவாங்க வைப்பியா. ஜெயிலுக்கு அனுப்பிவியா?’’

‘‘விபச்சாரிகள், அவங்களோட அவல நிலைமை, அவங்க மேல போலீஸ் காட்டுற வன்முறை இதைல்லாம் மீடியா கவனத்தில கொண்டு வந்தேனில்ல. இது அவங்களுக்கு நல்லது தானே பாஸ். முன்னேற்றம்கிறது வலியும் கண்ணீரும் சேர்ந்தது தானே’’ என்று சுணங்காமல் பேசிக் கொண்டே சென்றான். ‘‘ஆனா துரதிஷ்டவசமா நீங்க கேட்குற நியாயத்துக்கு மூணு நாள் தான் ஆயுள். அதுக்கு நான் என்ன செய்ய? மூணே நாள் தான். ஜஸ்ட் திரீ டேஸ்’’. அதை திரும்ப திரும்ப சொன்ன போது அவனது மேல்உதடு இடதுபக்கமாய் கோணியது. ஒருநொடி சுரீரென வலி ஏற வலதுகண் படபடவென அடித்துக் கொண்டது.

28. மும்பையில் ஒரு மாலை-ரஞ்சிதா ரவீந்திரன்

கண் முழிச்சப்போ , வீட்டுல முன் அறையில் விளக்கு எரிஞ்சுட்டு இருந்துச்சு . மணி ஒன்றரை. இன்னுமா ரிஷபா தூங்கல ? தூக்கக்கலக்கத்தில, தள்ளாடிட்டே ராதிகா எழுந்து வந்தா.

“ரிஷப் மச்சி, இன்னும் தூங்கலையா?”

“தோ, இந்த book முடிக்க போறேன் ராதிகா , just 80 pages தான் பாக்கி, முடிச்சிட்டு தூங்கணும்.”

“just 80 pages? அருமை, காலைல நான் எந்திரிக்கறப்போ தான் நீ தூங்க போறே! ஏதோ பண்ணு”

கொட்டாவி விட்டபடி மறுபடியும் படுக்கையில் விழுந்து தூங்க போனா ராதிகா.

பட்டப்படிப்பை முடிச்சு தென் தமிழகத்தில் இருந்து, கணினித்துறையில பணிபுரிய மும்பை வந்த பெண் , ராதிகா. மும்பையோட பிரம்மாண்டம் ஆரம்பத்தில ராதிகாவுக்கு ஒரு வித மிரட்சியை குடுத்தது உண்மை தான். ஆனாலும் வேலை, அலுவலக சூழல், எதையும் எப்பவும் செய்யலாங்கிற சுதந்திரம், ராதிகாவுக்கு புதுசாவும் சந்தோஷமாவும் இருந்துச்சு. tuition போக கூட அப்பாவோட வண்டில போன ராதிகாவுக்கு, இந்த கலாச்சாரமும், தொந்தரவு தராத தனிமையும், சுதந்திரமும் இன்னும் நிறைய விஷயங்களை தன்னிச்சையா கத்துக்க வெச்சுது. பின்னல் ஜடை, short hair ஆச்சு, துப்பட்டா over coat ஆச்சு, மருதாணி nailpolish ஆச்சு. ராதிகாவுக்கு அது பிடிச்சுது.

ஆனா ரிஷபா அப்படி இல்ல. மும்பைலயே பிறந்து வளர்ந்த நவநாகரீக தமிழ்பொண்ணு. வண்டி ஓட்டணும், நிறைய பயணிக்கணும் , சாகசங்கள் நிரம்பிய வாழ்க்கையை தேர்ந்தெடுக்கணும், பிடிச்சதை செய்யணும் ன்னு வித்தியாசமான வாழ்க்கை வாழற பொண்ணு. சில விளம்பர படங்கள், சினிமா படங்களுக்கு photographer ah வேலை பாக்கறா. அப்பா அம்மா டெல்லில வேலை பாக்கறனால ரொம்ப வருஷமா மும்பைல தனியா வசிச்சிட்டு வந்தா. தினமும் மின்சார ரயில் ல போக ஆரம்பிச்ச ராதிகா ரிஷபாவோட அறிமுகம் ஆகி, அப்புறம் ஹாஸ்டல் காலி பண்ணிட்டு, ரிஷபாவோட அறையிலயே தங்க ஆரம்பிச்சா.

ரிஷபாவோட வேலை மாசக்கணக்குல இருக்கும், இருக்காது. நிறைய வெளியிடங்கள் பயணிக்கணும் , நிறைய மனிதர்கள், அசுர வேலை. ராதிகாவுக்கு கம்ப்யூட்டர் முன்னாடி 9 மணி நேர இயந்திர வேலை. அது முடிச்சா சாப்பாடு, தூக்கம், வீட்டுக்கு போன், டிவி அவ்ளோதான். ரெண்டு பேரோட வாழ்க்கை முறை வேறுனாலும், அவங்க நட்பு யதார்த்தமா இருந்துச்சு. நிறைய பகிர்ந்துக்குவாங்க. ராதிகா வேலையெல்லாம் செய்ய ரிஷபா-

வுக்கு சொல்லிகுடுப்பா, ராதிகாவுக்கு நிறைய பரிசளிப்பா ரிஷபா. நிறைய ஊர் சுத்துவாங்க. அவங்க நட்பு சந்தோஷமா நகர்ந்துட்டு போச்சு.

ஒரு மாலை நேரம், வேலை முடிஞ்சு ரிஷபா சீக்கிரமே வீட்டுக்கு வந்து பாட்டு போட்டு டான்ஸ் ஆடிட்டு இருந்தா. முன்பக்க கதவை படார் ன்னு திறந்த ராதிகா, பாட்டை off பண்ணினா.

"இப்போ எதுக்கு இவ்ளோ சத்தமா பாட்டு ஓடுது இங்க?"

"உனக்கென்ன ஆச்சு, நீ ஏன் இப்படி டென்ஷனா இருக்கே? "

"எல்லாம் என் நேரம், எதுவும் கேக்காதே தயவுசெய்து அமைதியா விடு" ராதிகாவுக்கு பேச பேச கண்ணீர் முட்டிட்டு வந்துச்சு.

"ஹே, என்னன்னு சொன்னா தானே தெரியும்? என்ன problem? come on tell me"

"நம்ம apartment முன்னாடி ரெண்டு பசங்க மேல வந்து பிடிச்சிட்டு போறாங்க. திரும்பி முறைச்சா ஏதோ ஹிந்தில கமெண்ட் அடிச்சிட்டு சிரிச்சிட்டு போறாங்க, என்னால ஏன் எதுவுமே பண்ண முடில, அவன் இடிச்சதை விட, அவனை எதுவுமே செய்ய முடிலயேங்கிற கோவம் தான் ரிஷபா எனக்கு அதிகமா இருக்கு. "

கண்ணுல தண்ணியோட ஆக்ரோஷமா பேசுன ராதிகாவை ரிஷபா அமைதியா பாத்தா. ராதிகாக்கு அவ்ளோ சரளமா ஹிந்தி பேச வராது. நிறைய தடுமாறுவா. அதுனாலயே தான் நினைக்கறது சொல்ல முடிலங்கிற வருத்தம் அவளுக்கு உண்டு.

"ராதிகா, என் கூட வா!" ரிஷபா அவளை இழுக்காத குறையா கூட்டிட்டு போனா. வெளியே போய் watchman கிட்டே எதோ கேட்டா, நேரா எதிர்ல இருந்த super market ல நுழைஞ்சா. அங்க இருந்த 2 பசங்களை ராதிகா கிட்டே காட்டி, இவங்களா-ன்னு கேட்டா. ராதிகா கொஞ்சம் தயக்கத்தோடு ஆமான்னா.

Agar who teri behen hoti toh kyat um upse haath uthaoge? Uspe hasoge? Agar teri behen ko dard......... (பட பட ன்னு ஹிந்தில பேசிட்டு போனா ரிஷபா)

(இவ ஒரு வேளை உன் தங்கையா இருந்திருந்தா, உன் நண்பன் அவளை இடிச்சிருந்தா என்ன பண்ணிருப்பே? இப்படி சிரிச்சிருப்பியா? அப்போ அவங்களுக்கு வலிக்குதுனா நீ இப்படி செய்ய மாட்டே-ல? அப்போ இவளை இடிக்கலாம் ன்னு உனக்கு யார் அனுமதி குடுத்தது? நீ இடிச்சது அவளுக்கு மனசில தான் வலிச்சிருக்கும். அடுத்த பொண்ணை உனக்கு இடிக்கணும் ன்னு தோணும் போது, இவளோட கண்ணீர் உனக்கு ஞாபகம் வருதா ன்னு பாரு)

சொல்லிட்டு, ராதிகாவை கூட்டிட்டு திரும்ப அபார்ட்மெண்ட்க்கே வந்துட்டா. அந்த பசங்க ஒரு வார்த்தை பேசல, திரு திரு னு முழிச்சிட்டு

நின்னாங்க. ராதிகாவுக்கு ரொம்ப சந்தோஷமாயிடுச்சு. ரூமுக்குள்ள வந்து ரிஷபாவை கட்டிபிடிச்சிட்டு அழுது தீர்த்துட்டா.

“ஹே லூசு, இப்படி வளர்ந்த புள்ளை அழுகலாமா?”

“இல்ல ரிஷபா, என் ஊர்ல எல்லாம், பசங்க கிண்டல் பண்ணினா, மேல உரசினா எதுவும் கேக்க முடியாது, யாரும் support பண்ண மாட்டாங்க. பொறுத்துட்டுதான் போகணும். இன்னிக்கு நீ பேசுனது எனக்காக மட்டும் இல்ல, இவ்ளோ நாளா இதெல்லாம் பொறுத்துகிட்டே பொண்ணுங்க எல்லாற்காகவும் னு தோணுது. thank you.”

“friends குள்ள thanks-லாம் சொல்லுவாங்களா என்ன? முகம் கழுவிட்டு வா, எனக்கு ice cream சாப்பிடணும் போலருக்கு. வெளிய போலாம்”

ராதிகாவுக்கு எதோ ஒரு விதமா, புதுசா இருந்துச்சு. ஒரு சந்தோஷம், நிறைவு. வெளியே கௌம்பி போனாங்க. வண்டியே ஓட்ட தெரியாத ராதிகாவுக்கு, பைக் ல ரிஷபா பின்னாடி உக்காந்துட்டு, தெருக்கள்-ல மும்பையோட இரவை துரத்தறது ரொம்ப பிடிச்ச ஒண்ணு. வேகமா, பாட்டு பாடிட்டு அரட்டை அடிச்சிட்டு , எதாவது சாப்பிட்டு வண்டில சுத்திட்டே இருக்கறது ராதிகாவுக்கு ஒரு மிக பெரிய பரிசா ரிஷபா குடுத்தா. எவ்வளவு சந்தேகங்கள் கேட்டாலும் பொறுமையா சொல்லிக்குடுத்தா. நிறைய இடங்கள் சுத்தி காட்டினா. டான்ஸ் ஆட சொல்லிகுடுப்பா, காலைல அவ எந்திரிக்கறதுக்குள்ள உணவு தயார் செய்து வெச்சுடுவா. ஊருக்கு போறதை விட, ஆபீஸ் போறதை விட ரிஷபா கூட அதிக நேரம் செலவழிச்சா ராதிகா. கிட்டத்தட்ட ரிஷபா இல்லைனா ராதிகாவுக்கு நாளே நகராது.

ஆனா, ராதிகாவுக்கு ஏதோ ஒரு நெருடல் இருந்துச்சு. ஏன் இவ்ளோ நெருக்கம்? எந்த சிநேகிதி கிட்டயும் இப்படி இருந்தது இல்ல. முதல் தடவை வீட்டை விட்டு வந்து தங்கறனாலயா? ரிஷபாவோட அலட்டிக்காத குணத்துனாலயா? நம்ம அவகிட்ட தோழிங்கறதை தாண்டி நெருங்கறோமா? இப்படி நிறைய கேள்விகள் அவளுக்குள்ளேயே.

அவ கிட்டே இயல்பாவும் பழக முடில, விலகியும் நிக்க முடில, ராதிகாவுக்கு நிறைய குழப்பங்கள். இதன் தொடர்ச்சியா ரிஷபாக்கிட்டே எரிஞ்சு விழ ஆரம்பிச்சா. ரிஷபாக்கு கொஞ்சம் குழம்பினாலும், பின்ன அதை கண்டுக்காம விட்டுட்டா. ஒரு நாள் சாயங்காலம் ரிஷபா ஆபீஸ்லேர்ந்து லேட்டா வந்தா. light கூட போடாம, வீடே இருட்டா அமைதியா இருந்துச்சு. இவ்ளோ நேரமா ராதிகா வரலை ன்னு நினைச்சிட்டே light போட்டா. ராதிகாவோட விசும்பல் சத்தம் கேட்டுது. பெட் ல சுருண்டு படுத்துட்டு அழுதுட்டு இருந்த ராதிகாவை பார்த்ததும் ரிஷபாவுக்கு ஏதோ போல ஆயிடுச்சு.

“என்னாச்சு ராதிகா, இன்னிக்கு எதாவது பிரச்சனையா? மும்பை வந்ததுலேர்ந்து உனக்கு எதாவது ஒண்ணு வந்துருது. நீயும் அடிக்கடி upset ஆய்-

டறே! problems face பண்ண கத்துக்கோ, இப்படி அழுதுட்டே இருந்தா எப்படி சமாளிப்பே? health போயிடாதா? என்னாச்சு சொல்லேன்...."

ராதிகாவை வலுக்கட்டாயமா இழுத்து உக்கார வெச்சா. அவ முகத்தை திருப்பினா. ராதிகா அவளை நேருக்கு நேரா பார்த்தா.

"ரிஷபா, எனக்கு மும்பை பிரச்சனை இல்ல. உன்கிட்டே ஒண்ணே ஒண்ணு கேக்கணும். அதுக்கு நேரா பதில் சொல்லுவியா? "

"கேளு டா"

" பயம் வர்றதுக்குள்ள பட்டுனு கேட்டுடறேன். நீ திட்டினாலும் பரவாயில்லை. நான் உன்கிட்டே ரொம்ப நெருங்கிட்டேன் ரிஷபா. எனக்கு எந்த ஆணை பாத்தாலும் எதுவும் தோணலை. ஆனா உன்கூட இருந்தா தான் எனக்கு ஒரு நிறைவா இருக்கு. இவ்ளோ நாளா எனக்கே தெரில. ஒரு வேளை நான் லெஸ்பியனா இருக்கேனா என்னவோ தெரியல. ஆனா எனக்கு உன்கூட உன் வாழ்க்கை துணையா இருக்கனும்ன்னு தோணுது ரிஷபா. நான் என்ன பண்ணட்டும்?"

ராதிகா தேம்பி தேம்பி அழறதை பாத்ததும், ரிஷபாவுக்கு என்ன செய்யறதுன்னு தெரியல. அமைதியா அவளை கட்டிபுடிச்சுகிட்டா,அழுது முடிக்கட்டும்ன்னு. ஒரு இருபது நிமிஷம் கழிச்சு, ராதிகா கொஞ்சமா ஆசுவாசம் ஆனா. அவளை face wash பண்ண வெச்சு, ரெண்டு coffee-யோட balcony ல உக்காந்தா ரிஷபா.

"ராதிகா, அழுது முடிச்சிட்டே ல? fine, இனிமே அழாம அமைதியா நான் சொல்றதை கேளு. கேட்டு முடிச்சிட்டு அழலாமா வேணாமா னு நீயே முடிவு பண்ணு. நான் இந்தியா முழுக்க சுத்திருக்கேன். பசங்க பொண்ணுங்கன்னு நிறைய friends இருக்காங்க. எனக்குன்னு நிரந்தர வீடு கிடையாது, நிரந்தர வேலை கிடையாது என் உணவு, dressing, விருப்பு வெறுப்பு ன்னு என் lifestyle யே வேற. but, நீ அப்படி இல்ல. சின்ன குடும்பம், கிராமத்து life, traditions, சம்பிரதாயங்கள் எல்லாம் இருக்கற ஒரு indian middle class பொண்ணு. நான் cool ah இருப்பேன், நீ நிறைய கோபப்படுவே. நான் ரொம்ப jolly type நீ ரொம்ப அமைதி. எல்லாமே நம்ம contrast தான் இல்லையா? ஒத்துகரியா?"

ராதிகா ஆமா-ன்னு தலையாட்டினா.

"Good. நம்ம இப்போ வேலை காரணமா ஒண்ணா ஒரே வீட்டுல இருக்கோம், நிறைய பேசுவோம், பகிர்ந்துக்குவோம். ஒரு பிரச்சனைன்னா நம்ம ஒருத்தருக்கு ஒருத்தர் துணையா இருப்போம். But as friends. ஒரு Support, ஒரு companionship எல்லாமே இருக்கு. இப்போ வரை நமக்குள்ள எந்த commitment -யும் இல்லங்கிறதை நீ உணர்றியா? ஆனா இது ஒரு relationship ah மாறும்போது, நமக்குள்ள எதிர்பார்ப்புகள் வரும் இல்லையா? நீ எனக்காக நேரம் ஒதுக்கணும், என்கூட வெளிய வரணும்,

எனக்காக சிரிக்கணும் சண்டை போடணும் ன்னு நிறைய expectations & commitments இருக்கும் இல்லையா? அப்பவும் நீ இதே அன்போட என்கிட்டே இருக்க முடியுமா? because நான்லாம் marriage கான ஆளே கிடையாது. நான் எந்த ஆணையும் கல்யாணம் பண்ணிக்க போறதும் கிடையாது. அதுக்காக நான் லெஸ்பியனா-னு கேட்டா பதில் சொல்ல தெரியல. but என்னால இந்த family , குழந்தை, மாமியார், நாத்தனார், சமையல், கணவர் சேவை ன்னு உக்கார முடியாது. அதான் நான் ஏன் வீட்டுல கூட marriage பத்தி பேசாதீங்கன்னு சொல்லிட்டேன்...''

ராதிகா எதுவும் புரியாம அமைதியா கேட்டுட்டு உக்காந்துருந்தா.

“ஆனா, உனக்கு ஒரு விஷயம் தெரியுமா? நான் 6, 7 வருஷம் தனியா தான் இருக்கேன், நான் பாட்டுல பயணிப்பேன், சாப்பிடுவேன், ஊர் சுத்துவேன், தூங்குவேன், எனக்குன்னு யாரும் வேணும் ன்னு நான் நினைச்சதே இல்ல. ஜாலியா இருக்கனும். அவ்ளோதான் எனக்கு வேணும். எனக்கு உன்னையும் ரொம்ப புடிக்கும். எந்த எதிர்பார்ப்பும் இல்லாம, என்கிட்டே ரொம்ப இயல்பா அன்பா ன்னு இருக்கே. எனக்கும் உன்கூட இருக்க பிடிக்கும் தான். ஆனா, என்னோட இந்த வாழ்க்கை முறைக்கு எந்த எதிர்ப்பும் காட்டாம , என்கிட்டே பெரிய எதிர்பார்ப்புகள் வெச்சுக்காம அன்பை மட்டுமே குடுத்து வாங்கி, உன்னால என்கூட இருக்க முடியுமா?''

ராதிகா மலங்க மலங்க முழிச்சா. “புரியல ரிஷபா!''

“தெளிவாவே சொல்றேன். எனக்கு உன்னை ரொம்ப புடிக்கும். நம்ம இப்போ ஒண்ணாதானே இருக்கோம் இந்த வீட்டுல. இப்படியே இருக்கலாம். நம்ம வேலைகளை செய்வோம். வீட்டுக்கு அப்பப்போ போய்ட்டு விடுவோம். நிறைய பயணிப்போம், கத்துக்குவோம். கூடவே நீ ஆசைப்பட்டதை போல, நம்ம life partners ah இருப்போம். சரியா?''

ராதிகா கண்ணெடுக்காம பார்த்தா.

“இரு, முடிச்சர்றேன். நான் உன்கிட்டே இப்போ போலவே அன்பா இருப்பேன், உன்னை நல்லா பாத்துக்கறேன். ஆனா, குழந்தை, கல்யாணம்-னு பேச கூடாது. meanwhile உனக்கு ஏதாவது ஒரு ஆண் அல்லது இன்னொரு பெண்ணையோ புடிச்சுதுன்னா நான் எதுவும் சொல்ல மாட்டேன், உன் life நீ தேர்ந்தெடுத்துக்கலாம். ஆனா என்கிட்டே என்னோட இந்த எதார்த்தமான குணத்துக்காக சண்டை போட கூடாது. ஜாலியா இருக்கணும் எப்பவும் சிரிச்சிட்டே. இருப்பியா? ''

“என்ன ரிஷபா இவ்ளோ simple ah முடிச்சிட்டே? நீ என்கூட பேசாம போய்டுவேன்னு எல்லாம் நினைச்சுட்டேன். அப்போ உனக்கு ஓகே வா? உனக்கும் என்னை பிடிக்குமா? உனக்கும்...''

“ஐயோ லூசு இரு... அன்பா இருக்க, ஆண், பெண், நாய்க்குட்டி, திருநங்கை ன்னு பால் பேதம், இன பேதம் பாக்கற ஆள் கிடையாது நான்.

என்கிட்டே அன்பா இருந்தா நானும் அன்பா இருப்பேன். அவ்ளோதான். simple ...

அதோட என்ன கேள்வி இது, உன்னை புடிக்குமான்னு? யார்க்கு உன்னை புடிக்காது? எல்லார்க்கும் புடிக்கும், எனக்கும் ரொம்ப புடிக்கும். என்ன....... இவ்ளோ நாளா உன்னை friend ah மட்டும் பாத்துட்டேன், இனி அதை தாண்டியும் பாக்கணும். அவ்ளோதான்''

"ஹே, என்ன நீ? இது அவ்ளோ சாதாரண விஷயம் இல்ல டா.... நான் சொன்னதும் எப்படி நீ சரின்னு சொன்னே? வீட்டுல என்ன சொல்றது? இதெல்லாம் நம்ம ஊர்ல சாத்தியமா?''

"அது உன் பிரச்சனை. உன் வீட்டுல என்ன சொல்லணும், எப்படி சொல்லணும் ன்னு நீதான் பாக்கணும். என் வீட்டை நான் பாத்துக்கறேன். கல்யாணம் ன்னு ஒண்ணும் இல்லையே, சேர்ந்து இருக்க போறோம், நம்ம வாழ்க்கை இது, நம்ம தான் முடிவெடுக்கணும். சரியா? நான் இது மாதிரி நிறைய பேர் பாத்துட்டேன், உனக்கு தான் இது புதுசு. எனக்கொண்ணும் இல்ல So உனக்கு ஓகே னா நல்லா யோசிச்சு முழு மனசா சொல்லு''

"ரிஷபா, நீ திடீர்னு இப்படி சொல்லுவே ன்னு நினைக்கல டா..... ஆனா எனக்கு உன்னை ரொம்ப புடிக்கும்ன்னு மட்டும் தெரியுது, எனக்கு உன்கூட இருக்கணும். அவ்ளோதான். இதுல யோசிக்க ஒண்ணுமில்லே. ......''

ஒரு 10 நிமிஷம், ரெண்டு பேரும் அமைதியா இருந்தாங்க. ராதிகா தான் முகத்தை துடைச்சிட்டு தீர்க்கமா சொன்னா..

"ரிஷபா, நான் நல்ல யோசிச்சிட்டேன். இனிமேலும் யோசிக்க தயார் இல்ல. எங்க வீடு or society or சட்டம் ன்னு எந்த பிரச்சனை வந்தாலும் பாத்துக்கலாம். எதோ வேகத்தில சொல்லல. நல்லா யோசிச்சு தான் சொல்றேன். நான் ரெடி தான். இனி நம்ம ரெண்டு பேரும் life partners ah ஒண்ணா இருக்கலாம். நீ சொன்னது போல, சிரிச்சிட்டே. இருப்பியா?''

ராதிகா சொன்னப்போ, ரிஷபா கண்ணுல சின்னதா ஒரு spark தெரிஞ்சுது. அமைதியான முகத்தோட, சிரிச்சிட்டே "thankyou ராதிகா'' அப்படினு மட்டும் சொன்னா.

ராதிகாவுக்கு கண்ணுல தண்ணீ வர ஆரம்பிச்சுது, மெதுவா தன் தோள்ல சாஞ்சவளை, ரிஷபா தூக்கி, "இப்போதான அழ கூடாதுன்னு சொன்னேன்?'' அப்படினு சொன்னா. ராதிகா ஏதோ சொல்ல வாய் திறந்தப்போ "ஷ்ஷ்....'' ன்னு அவ இதள்கள்ல விரல் பதிச்சா. ரெண்டு நொடி ராதிகாவோட முகத்தை பார்த்தா. மெல்ல விரல் நகர்ந்து இதழ்களே ஆக்கிரமிக்க தொடங்கிச்சு. மெல்ல விழுந்த சாரல் மழை யோட, மும்பை மாநகர மாலை நேர காற்று சில்லுனு வீச ஆரம்பிச்சுது....

29. கறிவேப்பிலை மாமா-நாங்குநேரி வாசஸ்ரீ

எ 2 ப்ளாக் ல குடியிருந்த மாமி காலையில 6 மணிக்கு செத்துப் பொயிட்டாங்களாம். உங்கள பூரணி அம்மா போன் பண்ணச் சொன்னாங்க. சொசைட்டி கிரவுண்டில் கால்பந்து பயிற்சி முடிந்து வீடு திரும்பிய விக்னேஷ் சொன்ன தகவல் மனதைப் பிசைய ஆரம்பித்தது. முன்னூறு வீடுகள் கொண்ட டில்லியின் அந்த விக்டோரியா சொசைட்டியில் மொத்தம் நாங்கள் மூன்று பேர் தான் தமிழர்கள்.

மாமி நன்றாய்த் தானே இருந்தாள். போனவாரம் செவ்வாய் கிழமை காய்கறிச் சந்தையில் சந்தித்தது. அதுவே கடைசி சந்திப்பாக இருக்கும் என நம்பவே முடியவில்லை. எவ்வளவு குளிரிலும் ஸ்வெட்டர் அணிய மாட்டாள். வெறும் சால்வை தான். அரக்க பரக்க செய்த டிபனை விக்னேஷுக்கு எடுத்து வைத்து விட்டு பூரணியை அழைத்தேன். மாமி வீட்டிற்கு எதிர் வீட்டில் குடியிருக்கும் பூரணி இப்போது அங்கே அழுது கொண்டிருப்பாளோ. பால்கனியிலிருந்து பார்த்தால் தெரியும் தூரம் தான் அவர்களின் வீடு. அப்படியொன்றும் அங்கே ஆள் நடமாட்டம் தெரியவில்லை. குப்பை கூட்டுபவன் சாவகாசமாக வேலை செய்து கொண்டிருந்தான். சர்தார்ஜி கார் துடைப்பவனை திட்டிக் கொண்டிருந்தார்.

உனக்கு தொடைக்க இந்த அழுக்குத் துணி தான் கெடச்சிதா என அவரவர் பால்கனியில் நின்றே செப்புச் சொம்பிலிருந்து தண்ணீரை கீழே ஊற்றி சூரிய நமஸ்காரம் செய்ய முயன்றதில் இரண்டாம் மாடி பாட்டியின் மீது தெரியாமல் தண்ணீர் ஊற்றியதற்காக மூன்றாம் மாடி தாத்தா மன்னிப்பு கேட்டுக்கொண்டிருந்தார். வெள்ளிக் கிழமை என்பதால் ஓரிரு இல்லத்தரசிகள் சிவப்புத் துணி மூடிய தாம்பாளத்தை எடுத்துக்கொண்டு கோவிலை நோக்கி சென்று கொண்டிருந்தனர். அவர்களின் பின்னால் சீக்கிரம் வா. பூந்தி கெடைக்கும் என கூட்டத்தைத் திரட்டிக் கொண்டு வேலைக்காரி மினியின் மகன் லக்கி ஓடிக் கொண்டிருந்தான்.

ஆச்சர்யம் தான் இந்த பத்து வயது லக்கி பையனுக்குமாமி எவ்வளவு செய்திருப்பாள்.

அவ செத்ததுல யாருக்குமே வருத்தம் இல்லயா. என்ன உலகம் இது. இப்போ அவன கூப்பிட்டுற வேண்டியதுதான்.

ஏ லக்கி எங்க ஓடற. இங்க வா. என்றவுடன்

ஆன்டி எ2 தாதி செத்துட்டாங்க. நான் தோட்டக்காரன் பாபா கிட்ட எலுமிச்ச கன்னுக்கு சொல்லிட்டேன். இப்போ நான் பூந்தி வாங்க போறேன். வந்து சொல்றேன். சுத்த ஹிந்தியில் சொல்லிவிட்டு ஓடிவிட்டான்.

ஒன்றும் புரியாமல் பூரணியைக் கூப்பிட்டேன்.

பூரணி எப்டி இப்படி திடீர்னு ஆரம்பித்தவுடன்

நிம்மி நான் சொல்றத மொதல்ல கேளு. மாமியோட பாடி ஹாஸ்பிடல்ல தான் இருக்கு. தரதுக்கு நேரம் ஆகும். நீ உன் வீட்டு வேலையெல்லாம் முடிச்சவொடனே போன் பண்ணு அப்ப போலாம். மறக்காம ஒரு செட் டிரஸ் எடுத்து டைனிங் டேபிள் மேல வச்சிரு. வந்தவுடனே குளிச்சிட்டுதான் மத்த பொருள தொட முடியும். அதுக்காக சொல்றேன். சரி நான் இப்போ வச்சிர்-ரேன். வைத்தே விட்டாள். என்ன ஆச்சு எல்லாருக்கும். இருந்தாலும் செத்-தாலும் அவுங்கவுங்களுக்கு தன்னோட வேல தான் முக் கியம். சன்னலடியில் உட்கார்ந்து மாமி வீட்டு தோட்டத்த பாக்க ஆரம்பிச்சேன்.

பால்கனிக்கு ஒட்டியபடி மாமி போட்டிருக்குற தோட்டத்துல கறிவேப்பிலை, மல்லிகைச் செடி, வெற்றிலை, வாழை வரைக்கும் நன்றாக தெரிஞ்சது. அதுக்குப் பின்னாலயும் மருதாணி, சோத்துக்கத்தாழை வளத்த மாதிரி ஞாப-கம். மாமிக்குதான் மாமனார் மாமியார் மேல எவ்வளவு மரியாத. வரு-சத்துக்குஒருதடவை கருவேப்பில மரத்து மூட்டுல டிரஸ் வாங்கி வச்சி மாமனார் நினைவா தோட்டக்காரனுக்கு குடுப்பாங்க. அதேபோல மல்லி-கைச்செடி மாமியாராம். ஒவ்வொருதடவையும் மல்லிகை பூக்கும்போது அத தொடுத்து குடுத்துட்டு, நாத்தனார் வெத்தலையையும் மாமியார் மல்லிகப் பூவையும் வச்சிக் கொடுக்கறேன். நீடூழி வாழணும் னு எனக்கும் பூரணிக்கும் குடுப்பாங்க.

அவுங்க வீட்ல செத்தவங்க எல்லாரோட நினைவாலயும் ஒவ்வொரு செடி வைப்பாங்க போல. அதத்தான் ஒருவேள லக்கி சொல்லிருப்பான். மாமி நினைவா எலுமிச்சைய வளக்கணும் னு மாமா நினைச்சிருக்கலாம்.

மொதல்ல ஹாஸ்பிடல் போணும். அதுக்கப்புறம் மீதியப் பாத்துக்கலாம்.

கிளம்பி பூரணி வீட்டுக்குப் போனவொடனேதான் தெரிஞ்சது மாமி வீட்ல யாரும் இல்லன்னு. பூட்டின வீட்டு வாசல்ல மாமி போட்ட நெளிக்கோலம் பளிச் னு. ஹாஸ்பிடல்லேந்து மாமிய வீட்டுக்குகொண்டு வர மாட்டாங்களாம். அவங்களோட உறுப்புகள் எல்லாம் தானம் கொடுத்ததால பாடிய பேக் பண்ணி நேரா சுடுகாட்டுக்கு கொண்டு போயிடுவாங்க போல. நானே உன்ன கூப்பிடறதா இருந்தேன். வா சீக்கிரம் போலாம். என்றாள் பூரணி.

இருவரும் சைக்கிள் ரிக்ஷா எடுத்து ஹாஸ்பிடலை அடைந்தோம். முழுவ-தும் மூடப்பட்ட சாக்குப் பை போன்ற உறையுனுள் மாமியின் உடல் இருப்ப-தாகச் சொன்னதால் அவளைக் கற்பனை செய்து கொண்டு இரண்டு சொட்டு கண்ணீர் வடித்து இறுதி மரியாதை செலுத்தினோம். பக்கத்தில் மாமியின் மகளும், கணவரும், இரண்டு நண்பர்களும் தவிர வேறு யாருமில்லை. பாவம். மாமி. முறைப்படி மந்திரங்கள் சொல்லி கர்மம் பண்ண வேண்டாமா. பத்தாம் நாள், பதிமூன்றாம் நாளாவது பண்ணுவார்களோ என்னவோ. பழகி-யதற்காக நாமாவது மாமாவிடம் சொல்ல வேண்டும். தீர்மானித்துக் கொண்டே வீடு வந்து சேர்ந்தோம். நான் வீட்டிற்க்குக் கிளம்புமுன்பே சரியாக ஒருமணி நேரத்தில் மாமாவும், மகளும் வந்துவிடவே கேட்டுவிட வேண்டியதுதான் என

தி(தெ)ருநங்கை

தீர்மானித்தோம்.

மகள் போபாலில் இருப்பதாக மாமி சொல்லி கேள்விப்பட்டிருக்கிறோம். ஐம்பது வயது இருக்கும். பார்த்தால் கல்யாணம் ஆன மாதிரி தெரியவில்லை. மெதுவாக பேச்சு குடுத்தவுடன் மாமா ஆரம்பித்தார். இவ்வளவு நாளும் நான் யார் கிட்டயும் பேசினதே இல்ல.

இப்போ பேச வேண்டிய நேரம். நீங்கல்லாம் என்னைய மாமா னு கூப்பிடறதுல சந்தோஷம். இப்போ நான் மாமிக்கு சடங்கு செய்யணும்னு எதிர்பாப்பீங்க. ஆனா என்ன செய்யணும்னு எனக்கு தெரியாது. நான் ஒரு அநாதை. சேலம் அநாதை இல்லத்துல தான் படிச்சி வளந்தேன். என்ன பெத்தவங்க யாரு என்ன குலம் னு எனக்கு தெரியாது. திருச்சி கல்லூரில படிக்கும்போது அநாதையான உங்க மாமிய சந்திச்சேன். படிச்சி ரெயில்வே ல வேலைக்கு சேந்தவுடனே எங்க இல்லத்தோட உதவியோட நாங்க திருமணம் செய்துகிட்டோம். எங்களுக்கு இனி குழந்த பிறக்க வாய்ப்பில்லன்னு டாக்டர் சொன்னவுடனே இல்லத்துக்கு தெரிவிச்சு ஒரு குழந்தைய தத்தெடுக்கணும்னு சொன்னோம். அவுங்க கேட்டுக்கிட்டதுக்கிணங்க திருநங்கையான இந்த மகதிய அவளோட இருபது வயசிலேந்து மகளா வளத்துக்கிட்டு வரோம். அவ போபால்ல புத்தி ஸ்வாதீனமில்லாது கைவிடப்பட்ட அநாதைகளுக்காக காப்பகம் நடத்தறா. எங்க குடும்பச் சொத்துங்கறது அது ஒண்ணுதான்.

அவ கூடவே நானும் கெளம்பி போபாலுக்கு போயிடலாம் னு நினைச்சா மாமி வளத்து வச்ச இந்த கற்பனை கறிவேப்பிலை அப்பா, மல்லிகை அம்மா, வெத்திலை தங்கை இவங்கல்லாம் என்னய தடுக்கற மாதிரி தோணுது. தினமும் தண்ணி ஊத்தும்போது சொல்லுவா. எங்க ரெண்டு பேருல யாரு மொதல்ல செத்தாலும் உங்க கூட தோட்டத்துல செடியா நிப்போம். எங்கள திரும்பவும் அநாதையாக்கிடலாம் னு மட்டும் நெனைச்சிடாதீங்க. நான் எலுமிச்சமரமா நிப்பேன். இவரு உங்க வாரிசு தானே. அதனால கறிவேப்பிலை மரம் தான். அதனால இந்த குடும்பத்துல எலுமிச்சயா மாமிய நட்டு வச்சிட்டு தினமும் அவள கவனிச்சி எப்போ நான் கருவேப்பில மரமா நிக்கப்போறேன்னு காத்துக் கிடக்கிறதுதான் என் வேலை. ரெண்டு பேரும் சிரமப் பட்டுக்காதீங்க. சாகர் ரத்னால சாப்பாட்டுக்கு சொல்லிட்டேன். நாங்க சாப்பிட்டுக்குவோம். நாளைலேந்து சமயல்காரிய ஏற்பாடு பண்ணிடுவேன்.

போயிட்டு வாங்க. ஏதேதோ கேட்க வேண்டும் என நினைத்த இருவரும் வாயடைத்து நின்றோம்.

30. ஈரம் - பாரதிநேசன்

அது ஒரு ரயில் நிலையம்.

அங்கே பயணிகளை நிரப்புவதற்காக எக்ஸ்பிரஸ் ரயில் பத்து நிமிடம் நிற்பது வழக்கம்.

ரயில் நின்ற போது

கருப்பு வெள்ளை தாடியும்

கசங்கிய யூனிபார்மும்

வியர்வை பூத்திருந்த முகத்தையும்

அடையாளமாக கொண்ட

ரயில்வே டீ ஊழியர் ஒருவர்

“சமோசா ! டீ!”

“சமோசா ! டீ !”

“சமோசா ! டீ !”

என ரயிலின் சன்னல் கம்பிகளின் மீது தனது ‘டீ கேனை’ தொங்கவிட்டு கூவிக்கொண்டிருந்தார்.

“யோவ்...எனக்கு ஒரு டீ”

என அகண்ட மனிதர் ஒருவர் கேட்டார்

அவர் நிரப்பிதந்த டீ போதாமையால் அகண்ட மனிதர் சிரித்துக்கொண்டே அந்த கப் முழுதும் நிரப்ப சொன்னார்

அவரும் நிரப்பி தந்தார்.உலகையே வென்றதாய்.ஒரு கர்வம் அந்த அகண்ட மனிதரின் கண்களில் மிளிர்ந்தது.

“பயணிகளின் கனிவான கவனித்திற்கு...”

தஞ்சாவூரிலிருந்து காரைக்கால் வரை செல்லும் ‘காரைக்கால் எக்ஸ்பிரஸ்’ இன்னும் சற்று நேரத்தில் புறப்படும்...

என பெண் குரல் அறிவிக்கிறது.அந்த குரலுக்கு அதிகம் 25 வயதுவரை இருக்கலாம்.

ரயில் பெட்டியில் கவுரமான கூட்டம்.

இரண்டு திருநங்கைகள் ஏறுகின்றனர்...ரயில் பெட்டிக்குள்

ஹெட்செட் மாட்டிக்கொண்டு ரஹ்மான் பாடலை கேட்டுக்கொண்டிருக்கும் இளைஞன் அதிர்ச்சியடைந்து மிகுந்து பதட்டத்தோடு தன் பர்சில் இருந்து ‘ஐந்து ரூபாய்’ நாணயத்தை எடுத்து கையில் வைத்துக்கொள்கிறான்.

திருநங்கையிடம் ஐந்து ரூபாய் குடுக்கும்போது அவன் உள்ளங்கை வியர்த்து நனைந்திருந்தது.

அவன் தலையில் கைவைத்து திருநங்கை ஆசிர்வதித்து அடுத்த இருக்கைக்கு நகர்கிறாள்.

அவன் திருநங்கைக்கு பர்சில் சில்லறை எடுத்து போது அறியாமல் தவற-விட்ட இருநூறு ரூபாய் தாளை ஒரு மூதாட்டி எடுத்து அவனிடம் தந்தாள்.

அந்த மூதாட்டி ரயில் முழுதும் பிச்சை எடுத்துக்கொண்டு இருந்ததை இவன் பார்த்திருந்தான்.

அவனிடம் சைகை மொழியில் எனக்கு பசிக்குது டீ வாங்கி குடு என கேட்கிறாள் அந்த 'ஹெட்செட் இளைஞன்' தலையை திருப்பிக்கொள்கிறான்.

அந்த மூதாட்டி எந்த சலனமும் இல்லாமல் அடுத்த இருக்கையில் கைக்-குழந்தையோடு அமர்ந்திருந்த அம்மா குடுத்த இரண்டு ரூபாயை வாங்கி வைத்துக்கொண்டாள்.

“தயிர்சாதம்! லெமன்சாதம்! புளிசாதம்!”

பொட்டலம் 30 ரூபா தான் சார் வாங்கிக்க

என கூவிக்கொண்டு வந்தவனிடம்

மூதாட்டி அவளின் சுருக்குப்பையை அவிழ்த்து மொத்த சில்லறைகளை திரட்டி “ஏழு ரூபாய்” கொடுத்து

'சாதம்ம்ம்ம் என்றாள் ஈனஸ்வரத்தில்'.

அவன் சத்தமாக கேட்டான்

' என்ன சாதம் வேணும் ? '

' புளிசாதம் ! '

ஏழு ரூபாயை வாங்கிக்கொண்டு இரண்டு புளிசாதப் பொட்டலங்களை அவளிடம் கொடுத்துவிட்டு

“தயிர்சாதம்! லெமன்சாதம்! புளிசாதம்!”

என மீண்டும் கூவி நகர்ந்தான்.

31. குறி - சுப்ரபாரதிமணியன்

குப்பென்று வீசிய முகப்பவுடர் வாசம் தன் பக்கத்தில் அதே இருக்கையின் ஒரு பகுதியில் உட்கார்ந்திருப்பவளிடமிருந்து ஊடாடியதை உணர்ந்தான் அவன்..காலி இருக்கையில் யாரோ பெண் உட்கார்கிறார் என்பது கிளர்ச்-சியூட்டுவதாக இருந்தது. யார் என்று கூர்ந்து பார்ப்பது நாகரீகமாக இருக்-காது என்று முகத்தை ஜன்னல் பக்கம் திருப்பி வெளிக்காட்சியைப் பார்த்-தான், குமரன் நினைவு மண்டபத்தைக் கடந்து பேருந்து அண்ணாவையும் பெரியாரையும் ஒருங்கே காட்டியபடி நகர்ந்தது. அதீத பவுடர் வாசமும் இன்-னொரு உடமபு வெகு அருகிலிருப்பதும் உடம்பைக்கிளர்ச்சி கொள்ளச்செய்-தது அவனுக்கு.

பாலம் ஏறும் போது பேருந்துத் திரும்பியதில் அவளின் உடம்பு அவனுடன் நெருங்கி வந்த போது கிளர்ச்சியாக இருந்தது. அந்த முகத்தைக் கூர்ந்து கவனித்தான் . முகச்சவரம் செய்யப்பட்டு பவுடர் இடும்போது தன் முகம் எப்படியிருக்குமோ அப்படியிருந்தது. இன்னும் கூர்ந்து கவனிப்பதை அவளும்

பார்த்தாள்.

அது திருநங்கையாக இருந்தது. அவன் உடம்பின் கிளர்ச்சி சற்றே அடங்குவதாக இருந்தது. ஆனால் அந்த உடம்பின் நெருக்கமும் உடம்பு வாசனையும் அவனுக்குப் பிடித்திருந்தது. நெருக்கமாக்கிக் கொண்டான்.

நெருப்பரிச்சல் பகுதியில் திருநங்கைகள் அதிகம் இருப்பதைக் கவனித்திருக்கிறான். பிச்சையெடுக்கிற போது அவர்களின் அதட்டல் மிகையாக இருந்திருக்கிறது, பிச்சை கிடைக்காத போது உடம்ப்பின் பாகங்களைக் காட்டியும் உடலை பகிரங்கப்படுத்தியும் செய்யும் சேஷ்டைகளோ பிரதிபலிப்புகளோ அவனை அதிர்ச்சியடையச் செய்திருக்கிறது.பிச்சை கேட்டு கொடுக்காத ஒருவனைத் தொடர் வண்டிப்பெட்டியிலிருந்து தள்ளிக் கொன்ற சம்பவம் சமீபத்தில் அவனை அதிர்ச்சிக்குள்ளாக்கியிருந்தது. பெரிய கட்டிடங்கள் மின்விளக்குகளை பொருத்திக்கொண்டு தங்களை அழகாக்கிக் கொண்டிருந்தன. பேருந்தின் வேக இயக்கத்தில் அவள் வெகு நெருக்கமாக தன் உடம்பைப் பொருத்திக் கொள்வது தெரிந்த்து.. அவனுக்கும் இசைவாக இருப்பது போல் இருந்தான்.பயணம் ரொம்பதூரம் தொடர வேண்டும் என நினைத்தான்.

பேருந்தில் இருக்கையை திருநங்கையொருத்தி பகிர்ந்து கொள்வது இதுதான் முதல் தடவை., அவனின் இருக்கையருகில் நின்று கொண்டு கிளர்ச்சியூட்டியவர்கள் பலர் இருந்திருக்கிறார்கள். வீதிகளில் நடக்கும் போதும் அவர்களைப் பின்தொடர்கிற அனுபவமும் அவனுக்கு வாய்த்திருக்கிறது. அவர்களின் வெகு விரைசலாக நடையைக்காணும் போது இரட்டை சக்கர வாகனம் வாங்க இயலாதது உறுத்தியிருக்கிறது.இன்னும் நிலைமை சீர்படவில்லை. ஜி எஸ் டி என்று வந்த பின் பனியன் தொழில் சீர்குலைந்து விட்டது இனியும் இரட்டைச்சக்கர வாகனம் வாங்குவது சாத்தியமில்லை என்பதாய் நினைத்தான். 3999, 4999 ரூபாய் ஆரம்பத்தில் கட்டி விட்டால் போதும் ஓர் இரட்டைச்சக்கர வண்டியை எடுத்து விடலாம். பிறகு மாதக்கட்டிணமும் வட்டியும்தான் அவனைப் பெரிதாய் உறுத்தியது. இரட்டைச்சக்கர வண்டியை வாங்கும் யோசனையைத் தள்ளிவைத்துக்கொண்டே வந்தான்.

குமார் நகர் நூலகத்தின் முன் இருந்த குழித்தடத்தால் பேருந்து தடை பட்டது போல் நின்றது வெகு நேரம். போக்குவரத்து சிக்னலின் விளக்குகள் வெவ்வேறு நிறத்தைக்காட்டிக் கொண்டிருந்தன. அவன் அந்த நூலகத்திற்கு அவ்வப்போது வந்து போவான். பத்திரிக்கை பகுதியில் எதையாவது புரட்டிக் கொண்டிருப்பான். புத்தகம் எடுக்க நாலைந்து முறை விண்ணப்பங்கள் வாங்கி விட்டான். ரேசன் கடை அட்டை, கெஜடட் அலுவலர் கையொப்பம் என்று விண்ணப்பத்தில் கேட்டபோது சாத்தியமில்லை என்று தள்ளியேப் போயிற்று. ஆதார் அட்டை போதுமா என கேட்க நினைத்தான். அதுவும் நழுவிப் போய் விட்டது. புதுப்புத்தக வாசனை போல் பக்கத்திலிருப்பவளிடமிருந்து வந்த வாசம் அவனுக்குப் பிடித்திருந்தது.

அவன் அறை நண்பர்கள் மாறிக்கொண்டே இருந்தார்கள். ஏதாவது பனியன் கம்பனிக்கு மாறிக்கொண்டே இருந்தார்கள் . வேலை குறைவு., ஒரு ஆளெ செட் பண்ணிட்டேன் தொரத்தணும்.அதுக்குப் புது கம்பனி பக்கம் , அங்கெ கூலி குறைவு, ஒப்பந்தக்கூலியெல்லா சும்மா பேருக்கு என்று ஏதாவது காரணங்கள் அவர்கள் வேறு அறை பார்ப்பதற்கென்று அவர்களுக்கிருந்தன.அவர்கள் எல்லோரும் கைபேசியில் திரைப்படங்கள், ஆபாசப் படங்களை பார்க்கிறவர்களாக இருந்தார்கள்.அல்லது வாட்ஸப்பில் உலவிக்கொண்டிருந்தார்கள்;முகநூலில் ஒன்றுக்கும் மேற்பட முகவரிகளைக் கொண்டிருந்தார்கள். சிலது ஆண் ,பெண் குறிகளை அடையாளப்படுத்திய முகவரிகள்.

அவன் பழைய மாத நாவல் ஒன்றை படித்துக் கொண்டிருந்தபோது ஒருமுறை “ பழையபப் பஞ்சாங்கமா இருக்கியே “ என்று கிண்டலடித்தார்கள் . “ இதெல்லே இதிலெ கெடைக்காததா “. என்று கைபேசியைக் காட்டினார்கள் .எப்போதும் அவனின் அறை நண்பர்களாக இருப்பவர்களும் அதே போலத்தான். அப்படித்தான் வாய்த்திருந்தார்கள்.

உணவகங்களில் சாப்பிட்டு அலுத்துவிடும்போதும் உடம்பு சரியில்லாமல் போகும் போதும் சமைத்துச் சாப்பிட ஆசை வந்திருருக்கிறது அவனுக்கு. அம்மாவும் பலதரம் சமைத்துப்பழகச் சொல்லியிருக்கிறாள், அம்மா பருப்புப்பொடி, ரசப்பொடி என்று வகை வகையாய் தயாரித்துத் தர தயாராகவும் இருந்தார்கள் .கூட இருப்பவர்கள் எவ்வித ஒத்துழைப்பும் இல்லாததால் அதுவும் சாத்யமில்லாமல் இருந்தது. நூலகம் அருகிலிருந்த செட்டி நாடு மெஸ்ஸிலிருந்து வந்த மெலிதான வாசம் அவனுக்குபிடித்திருந்தது.

பேருந்து நகர ஆரம்பித்து போக்குவரத்துச் சிக்னலின் அடையாளத்தால் நின்ற போது திருநங்கை எழுவதைப் பார்த்துவிட்டு பாலச்சந்திரனும் எழுந்தான். பின் பக்கம் இருந்தக் கூட்டம் விலகாமல் இடித்துக் கொண்டுச் செல்ல வழி விட்டது . நூலகத்தின் இடது பக்கமிருந்த வீதியில் அவள் நடக்கத்துவங்கியது கண்ணில் பட்டது. பெரிய நகரத்தில் தான் இப்படி திருநங்கைகள் பேருந்து இருக்கையைப் பகிர்ந்து கொள்கிறார்கள் என்பது ஞாபகம் வந்தது. ஊரும் பெரிய நகரமாகி விட்டது. இன்னும் சில ஆண்டுகளில் ஒரு லட்சம் கோடி ரூபாய் அந்நியச் செலவாணியை எட்டப் போகிற நகரம் பெரிய நகரமல்லவா. இபோது முதலாளியையும் தொழிலாளி ஆகிற மோச வித்தையைச் செய்யும் பெரிய நகரமல்லவா என்ற நினைப்பு வந்தது.

திருநங்கை பார்வையில் படும்படி இல்லாமல் தன் முன்னால் இருந்தக்கூட்டம் நகர்ந்து கொண்டிருந்தது. பிச்சம்பாளையத்திற்கு பேருந்து டிக்கட் எடுத்திருந்தான். திருநங்கையப் பின்தொடர குமார் நகரிலேயே இறங்கிவிட்டான், நெரிசலில் தன்னைப் பொருத்திக் கொள்ள முடியாதவன் போல் பின்வாங்கினான்.இப்போது திருநங்கையையும் தவற விட்டு விட்டான்,

இவர்கள் ஏன் இப்படி இருக்கிறார்கள் என்று அவன் அறை நண்பன் கோவிந்திடம் கேட்டிருக்கிறான். “ இந்த ஊர்லே எவ்வளவு வேலைக பனி-யன் தொழில்லே கெடக்குது. இந்தத் திருநங்கைகெல்லா அதெல்லாம் செய்-யலாமில்லையா. எங்கெங்கெல்லாமிருந்து தொழிலாளிக சத்திஸ்கர், ஒடியா, பீகார் பெங்கால்லிருந்தெல்லா இங்க வந்து குவியறாங்க..இவங்களுக்கென்ன கேடு ..பிச்சையெடுக்கறாளுக”

“ பிச்சையெடுக்கறானுகங்கறைதையும் சேர்த்துக்க “

“ ஆமாம. இந்தத் திருநங்கைகளும் எங்கிருந்தெல்லாமோ இங்க வந்து குவியறாங்க அவங்களுக்குப் புடிச்சது பிசையெடுக்கறதும் செக்ஸூம்தான்••• அதெ வுட மாட்டாங்க. சிரமப்பட்டு பிச்சையெடுத்தாலும் ஒரு தொழிலுக்குக்-குன்னு போக மாட்டாங்க . அவங்க ருசி அதிலெ. அவங்களெ நானும் ருசி பாக்கணும் “

நெரிசலில் மிதிபட்டது போல் பலர் கடந்து சென்றார்கள். பருத்த சதைக-ளைக் கொண்ட மனிதன் ஒருவன் அவனைத் தள்ளிவிட்டு சிக்னலைக்கடக்க முற்பட்டதில் அவன் சற்றே பின் தங்கி விட்டான். வியர்வை நாற்றம் இன்-னும் கொஞ்சம் தள்ளிபோகச் செய்தது. காலுக்குப் பக்கத்தில் ஓடிக்கொண்-டிருந்த சாக்கடையிலிருந்து அந்த வாசம் வந்திருக்கலாமா என்ற சந்தேகம் வந்தது.. தலையைத் ரேவதி மருத்துவமனை வீதியில் திருப்பிய போது முழு முதுகும் தெரிய போய்க்கொண்டிருந்தவள் ஒரு திருநங்கையாகத்தான் இருக்க வேண்டும் என்ற எண்ணம் வந்தது. முந்தின திருநங்கையைப்போலவே பரந்த முதுகு. ஆனால் ஜாக்கெட்டின் நிறம் வேறானதாக இருந்ததை நிச்சயப்ப-டுத்திக் கொண்டான் . வேறொரு திருநங்கைதான் .. இவ்வள்வு பெண்-கள் நடமாடும் போது ஒரு திருநங்கை அவனின் கண்களில் பட்டு விட்டது அவனுக்கே ஆச்சர்யமாக இருந்தது. அவனின் நடை விரசலானது.

அந்தத் திருநங்கைக்கு இணையாக நடக்க ஆரம்பித்ததும் முகப்பூச்சின் வாசத்தை உள்ளிழுத்துக்கொண்டான். அவளின் முகத்தில் இரண்டு, மூன்ற-டுக்காய் பவுடர் அடர்த்தியாக இருந்தது. அவளிடமிருந்த ஏதோவகையான செண்ட் வாசனை அவன் மூக்கைத் துளைத்தது.

அவள் குறுக்குச் சந்தொன்றில் சற்று தூரம் நடந்தவள் திரும்பி நின்றாள். “ என்ன வர்றியா “ ஒரு வகைப்படபடப்பு உடம்பை ஆக்கிரமித்துக் கொள்ள அவனும் உம் என்றான். கோவிந்த் சொன்ன ருசி பார்க்கிற ஆசை அவனுள் வந்து விட்டது.

'' செரி.. பின்னால வா “ அவனும் உற்சாகத்தை வரவழைத்துக் கொண்-டான்.

“ பசிக்குது ••• சாப்புட்டர்லாமா “

“' ஓ..” திருநங்கையுடன் உணவு விடுதியில் உட்கார்ந்து சாப்பிட முடியுமா . யாராவது கேள்வி கேட்பார்களா. தெரிந்தவர்கள் கண்களில் பட்டால் பதில்

சொல்ல திணறவேண்டியிருக்கும். மலேசியா கொத்துப் புரோட்டா குமார் நகரில் கிடைக்கும் ஒரு கடை ஞாபகம் வந்த்து. அவனுக்கு முட்டைப் பரோட்டா எப்போதும் பிடிக்கும். நாக்கில் எச்சில் ஊறியது. முட்டைப்பரோட்-டாவா, இல்லை திருநங்கையின் நெருக்கமா . ஊறும் எச்சிலுக்குக் காரணம் என்பது ஞாபகம் வந்தது.

” வேண்டா. வேலையை முடிச்சிட்டு அப்புறம் சாப்புட்டுக்கறன். அதுவ-ரைக்கும் பசியெ ஒதுக்கிர வேண்டியதுதா “

திருநங்கையுடன் நடமாடுவதை எந்த மனிதரும் பார்த்துவிடக்கூடாது. தனக்குத் தெரிந்தவர்களாய் இருந்து விடக்கூடாது. அவனின் இஷ்டதெய்-வமான வடவள்ளி பெருமாளை நினைத்துக் கொண்டான்.அப்படி தெரிந்த-வர்கள் இருந்தாலும் என்னவாகிவிடப்போகிறது. உள்ளூர்காரர்கள் என்றால் சுஜூபிதான் . உறவினர்கள் யாரும் தென்பட்டு விடக்கூடாது. இவ்வளவு தூரத்தில் உறவினர்கள் யார் வரப்போகிறார்கள். கண்ணீல் பட்டாலும் என்ன பொய் சாதாரணமானதுதான்.

விரைசலானது அவனின் நடையும் திருநங்கையின் நடையுடன் சேர்த்து. வாகனங்களின் இரைச்சல் நிறைந்திருந்தது..

அந்தக்கட்டிடத்தின் உள்பகுதி இருட்டைக்காண்பித்துக் கொண்டிருந்-தது.அவள் சற்று உள்ளே சென்றதும் அவள் இருட்டுக்குள் மறைந்து விட்டது தெரிந்தது. சற்றே சிதிலமடைந்தக் கதவு மூடிக்கொண்டிருந்தது .

” சீக்கிரம் வா.. “

” தெரிஞ்ச் எடமா “

“ முந்தியே வந்த எடந்தா. பழைய பனியன் கம்பனி . நம்ம வசந்தமா-ளிகை இப்போ “

அவன் வசிக்கும் பகுதியின் பிரதான சாலையில் ஒரு பனியன் கம்பனி மூடப்பட்டுக்கிடந்து பிறகு டாஸ்மாக் பாராக மாறிவிட்டது ஞாபகம் வந்-தது.இதுபோல் நிறைய பனியன் கம்பனிகள் ஜி எஸ் டி மாயத்தால் மூடப்பட்டு கிடந்தன.

விரைத்துக் கொண்டிருந்த தன் குறி இன்னொரு குறியோடு மோதுவதாக இருந்தது. திருநங்கையின் கையா. அவளின் கீழ்ப்புற சேலை முழுவதும் உயர்ந்திருந்தது. இன்னொரு ஆண் குறிதான். அவன் ஓரடி பின்னால் நகர்ந்தான்.

“ ஒன்பதுதா நான். பயப்படாதே “

“ இல்லே ..இதென்ன ..”

“ என்ன பண்ணி திருப்தி பண்றது ..”

““““ இல்லே ..இதென்ன ..”

“ அதிருக்கட்டும். வாய்லே வெச்சி அவுட் பண்ண்ட்டுமா. கை போடட்-டுமா ..பயப்படாதே ”

“ இல்லே ..இதென்ன ..”

“ ஒன்பதுதா நான். பயப்படாதேன்னு சொன்னேனில்லியா “

“ இல்லே ..இதென்ன .. நீ ஆம்பளையா. பொம்பளெ வேஷம் போட்டி-ருக்கியா ..”

“ ஒன்பதுதா நான். பயப்படாதே. ஆண் குறியெ அறுக்காமெ காலம் தள்-ளிட்டிருக்கன் . எங்கள்லே இது மாதிரியும் சில பேர் இருக்கம் “

அவன் விலகுவதைப்பார்த்து அவனைப்பிடிக்க வலது கைய நீட்டினாள். அவன் அவசரமாக பேண்டில் கைவிட்டு முன்பே பர்சிலிருந்து எடுத்து மேலோட்டமாகச் செருகியிருந்த பணத்தை எடுத்து நீட்டினான்.

“ போறன்..”

“ வேண்டா ..”

“ பசிக்குதுன்னு சொன்னே ”

“ பசிக்குதுதா . ஆனா வேண்டா.. தொழில் பண்ணாமெ பிச்சையெடுக்-கறது எனக்குப் புடிக்காது “

32. அபேதம் - பொ.கருணாகரமூர்த்தி

எனக்கு எப்போதாவது என் நாளாந்தக் கிரியைகளிலிருந்து ஒரு மாற்றமோ அல்லது சிறுகளிப்போ வேண்டும்போலிருந்தால் தமிழில் தொடர்பாடல் வசதி-யுள்ள (சாட்) ஏதாவது வலைப்பக்கத்துக்குப்போய் எவரையாவது வம்புக்கி-ழுப்பேன். நிஜப்பெயரில் நுழைந்து மணிக்கணக்கில் காத்திருந்தாலும் எவருமே கண்டு கொள்ளமாட்டார்கள்.

சும்மா ஒரு 'ஹை'யோடு சரி.

ஒரு அனுஷாவோ ஆஷாவோ என்று பெயரை வைத்துக்கொண்டால் காத்துக் கிடந்ததுபோல் ஒரு பத்துப்பேராவது ஒரே சமயத்தில் குதித்து வந்து குசலம் விசாரித்துச் செல்லம்பொழிய ஆரம்பித்துவிடுவார்கள். வயதுபேத-மின்றி அனைத்து ஆடவர்களுக்கும் ஸ்திரீகளுடன் வார்த்தைச் சல்லாபஞ்-செய்வதில் அத்தனை ஆனந்தம்.

‘ ஹை..........ஆஷா எப்பிடி இருக்கே?’

‘ ஃபிட் டு சாட்’

‘ என்ன வயசு?’

‘ இன்னும் டீன் வயசு தாங்க.’

‘ எனக்கு 23 பையன், மென்பொருள் படிக்கிறேன்.’

90 சதவீதம்பேர் சொல்வது மென்பொருள்தான்.

‘ சரி, எங்கடா இருக்கே நீ?”

‘ ஜூனவ்னு ஒரு சிட்டி.’

‘அதெங்கடா இருக்கு?’

'அலாஸ்காவிலயுங்க.'

'ஹை•••••••நீ கிறீன்கார்ட் கேஸ்னு சொல்லு.?'

' கிறீன்கார்ட்டெல்லாம் அமெரிக்காவில. இது அலாஸ்காவுங்க.'

' அதெந்தப்பக்கம்?'

' பிறேஸிலுக்கு தென்-மேற்கே, அபிஸீனியாவுக்கு வட-கிழக்கேயுங்க'

' நமக்கு ஜியோகிறாபி பூஜ்ஜியம், சரி. அங்கே எதுக்குப்போனே•••..என்ன பண்ணிட்டிருக்கே செல்லம்?'

' நான் தமிழிச்சி இல்லையா அதனால வந்தேன். ஒட்டகம் மேய்க்கிறது, அப்பாவின் தங்கச்சுரங்கத்தில வெள்ளெலி விரட்டிறது, திமிங்கிலத்தில கொழுப்பெடுக்கிறது, உணவகமொன்றில் அடுப்பங்கரை அசிஸ்டெண்ட் இப்படி சீஸனுக்கேத்தாப்போல ஏதோவொரு ஜோலி இருக்குமுங்க.'

'சரி உன் மோபைல் நம்பரை கொடும்மா?''

'ஒரு நிமிஷ பழக்கத்தில ஒருதமிழிச்சி போன் நம்பர் தந்திடுவளா மாமா?'

'என்ன திடீரென்று மாமாங்கிறே?'

'ஸும்மா ஒரு ஆசைக்குத்தான். ஏன் ஸொல்லக்கூடாதா ஸும்மா ஸும்மா ஸும்மா••••••••••••.ம்ம்ம். '

'சரி, சரி நீ ரொம்ப அழகாயிருப்பியா ஆஷாக்குட்டி?'

'நான் அசப்பில கௌதமிபோல இருப்பதா என் ஃப்ரெண்ட்ஸ் சொல்வாங்க'

'ஆகா•••••• சுருள் சுருளா கேசத்தோட••••..வாவ். நிஜமாலும் கௌதமிதான் என் கனவுக்கன்னி தெரியுமோ••••••••• சரி இப்போ என்ன டிரெஸ் போட்டிருக்கே?'

' லெகின்ஸ் அன்ட் ஸ்றெச்டாப் மாமா '

' உன்னைப்பார்க்காம இனித்தாங்காது, சரி உன் வெப் காமை ஆன் பண்ணு பார்க்கிறேன்'

'வெப் காம் எல்லாம் கிடையாது மாமா'

'ஏன்டா'

'விலைக்குப்போட்டிட்டேன் மாமா'

இதுக்கிடையில் 4 தடவைகள் முத்தம் கொடுக்கிறமாதிரி ஐகோன்ஸ் அனுப்பிவிடுவான்.

' நீ பொய் சொல்றே••••..எனக்கு ஜிவு ஜிவுன்னாகிட்டிருக்கு. நாம இனி செக்ஸ் பேசலாமா?'

'இந்த வலைக்கு அதைவிடவும் அதிகம் பயன்பாடுகள் இருக்குதுன்னு நினைக்கிறேன். நாம வேறு விஷயங்கள் பேசலாமே••••••'

'சரி வேறயென்னதான் பேசலாங்கிறே?'

' உலகமயமாக்கலின் பின்விளைவுகள், பூகோள உஷ்ணஉயர்வு, உலகப்பொருளாதாரத்தின் திடீர்ச் சரிவுக்கான மூலகாரணங்கள்•••••••••••• இப்பிடி ஏதாவது••••••••••..?'

ஓரளவுக்கு மரியாதை தெரிந்தவர்கள் அத்துடன் வெளியேறிவிடுவார்கள்.

' சரி, அதைவிடு, உனக்கு வேறு என்னவென்னவெல்லாம் பிடிக்கும்?'

' மியூசிக், அதுவும் டி.கே மோதி, யூ.ஆர்.ஜீவரத்தினத்தினம் இவங்கள் பாட்டுக்கள் என்றால் எனக்கு உசிருங்க?'

' அது யாரு புதுசா?'

' அவங்கதானே இப்போ பொலிவூட்ல டாப் சிங்கர்ஸ் தெரியாதுங்களா?'

' இல்லை இன்னும் கேட்டுப்பார்க்கலை. அப்புறம்?'

' எனக்கு இன்னும் புத்தகங்கள் என்றால் ரொம்ப இஷ்டம்.....'

'கடைசியா நீர் படித்த 3 புத்தகங்களையோ இல்லை பிடித்த 4 எழுத்தாளர்களையோ சொல்லும் ' என்று கேட்டால் மீதியில் பாதிப்பேர் காணாமல் போயிடுவார்கள்.

அதுக்குப்பிறகும் யாரும் தாக்குப்பிடித்து நின்று ஃப்ளேபோய், ஹஸ்லர், ப்றாவோ என்று ஃபோனோகிறாபி சஞ்சிகைகளின் பெயர்களைச்சொல்லி செக்ஸ்தான் பேசுவேனென்று அடம் பிடித்தால் வாத்ஸாயனரே உறைந்துபோகும்படியா ஒரு சங்கதியைச்சொல்லி 'அது தெரியுமா' என்றுகேட்பேன். கொஞ்சப்பேர் வெட்டிக்கொண்டுவிடுவார்கள்.

நிற்கும் மீதிப்பேருக்கும் இங்கே தரமுடியாத என்பதில்களின் காட்டம் இவள் நிஜமாலும் பெண்தானோ என்றொரு சந்தேகத்தை உண்டாக்கிவிடும்.

'ஹே............ஆஷாகுட்டி நீ நிஜமாலும் பெண்தானே..........உன் ஒறிஜினல் பெயர் என்ன டியர்?'

' சுகுணமனோகரசந்தரவதனசுந்தரரூபிணி' என்றொரு பெயரைச் சொன்னாலோ லெஸ்பியன் அல்லது திருநங்கை என்றாலோ மீதிப்பேர்வழிகளும் சொல்லாமல் கொள்ளாமல் மாறிவிடுவார்கள்.

பாலியல் சல்லாபங்கள், ஃப்ளேர்டிங்குகளுக்கென்றேயுள்ள சானல்களைத்தவிர எனக்குத்தெரிந்த ஐரோப்பிய மொழியிலுள்ள பிற சாட் சானல்களில் எவரும் தமிழர்களளவுக்கு அந்நியர்களிடம் பாலியல்பேச விழைவதில்லை. பாலியல் சரசங்களுக்காகவே சாட் சனல்கள் இயங்குகின்றன என்ற எண்ணம் ஏனோ அனேகமான தமிழ் இளைஞர்களிடம்.

அன்றும் அப்படித்தான் பல சாட் கொழுந்துகளை ராவிவிட்டு ஏதோவொரு நினைப்புவந்து அதிகம் பாவிப்பில் இல்லாத எனது பழைய மின்னஞ்சல் முகவரியின் அஞ்சல்பெட்டியைத் திறந்து பார்த்தேன். பத்துநாட்களுக்கு முன் புதுச்சேரியிலிருந்து என் நண்பரும் தமிழறிஞருமான ஓய்வுபெற்ற பேராசிரியர் திருமுருகன் அனுப்பியிருந்த அஞ்சல் ஒன்று இருந்தது.

சீர்நிறை நண்ப;

வணக்கம்.

எனது நண்பர் பேராசிரியர். முனைவர். திரு. இதயச்சந்திரன் அவர்கள் நுண்ணுயிர்துறைசார்ந்த மாநாடு ஒன்றுக்காக அடுத்தமாதம் பெர்லினுக்கு வருகை தருகின்றார். மிகவும் நல்லமனிதர். அவருக்கு அங்கே ஆவன உதவிகள் செய்ய உங்களிடம் விண்ணப்பித்து எழுதுவது...................

இப்படிப்போனது அக்கடிதம்.

சென்ற ஆண்டும் பெர்லினுக்கு இவ்வாறே ஏதோவொரு மாநாட்டுக்கு இவர் சிபார்சோடு இன்னும் ஒரு பேராளர் வந்திருந்தார். முதநாள்வரை ஒரு தொலைபேசி அழைப்புக்கூடச் செய்யாமல் இருந்துவிட்டு ஒருநாள் காலை பத்து மணிக்கு வந்து விமானநிலையத்தில் இறங்கி நின்றுகொண்டு யாருடையதோ செல்போனைவாங்கி ‘சார் நான் கண்ணபிரான் ஏர்போர்ட்டில் வந்து இறங்கியிருக்கேன் என்னை வந்து அழைத்துப்போறீங்களா’ என்றார்.

‘ நான் வண்டியிலே வந்து அழைக்கிறதுன்னா இன்னும் ஒருமணிநேரமாவது ஆகும். பேசாம ஒரு டாக்ஸி வைச்சுக்கொண்டு வந்திடுங்க ஒரு 30 இயூரோ தான் ஆகும்’ என்றபோது வி.கே.ராமசாமி மாதிரி அலறினார்.

‘என்ன 30 இயூறோவுங்களா…… நமக்கு ரொம்ப லிமிட்டாத்தான் ஃபோறின் எக்ஸேஞ் அனுமதிச்சிருக்காங்க, எத்தனை நாழியானாலும் பரவாயில்லை, நான் காத்திருக்கிறேன் நீங்க நிதானமாக வாங்க சார்’ என்றார் கெஞ்சலாக. நான் அப்பொழுது பணியில் இல்லாமல் இருந்தேனாதலால் காரை எடுத்துப்போய் அன்று அவரை அழைத்து வரமுடிந்தது.

மேலும் அவர் இங்கே இருந்த காலத்தில் அவர் கொண்டுவந்த டாலர்களுக்கு சேதாரமெதுவும் வந்துவிடாமல் ஜாக்கிரதையாகப் பார்த்துக்கொண்டோம். இருந்தும் ஐயன் ஊர்திரும்புகையில் தன் நண்பர்களுக்கு சின்னசின்ன ஞாபகப்பரிசுப் பொருட்களும் பேரப்பிள்ளைக்கு ஒரு வீடியோ பிளே-ஸ்டேஷனும் வாங்கித்தரச்சொல்லி விண்ணப்பித்ததுதான் அதிகம். எங்குழந்தை நயனிகாவுக்கு ஒரு நிரெண்டொ கேம்போய் வாங்கித்தருவதாய் கொடுத்த என் வாக்குறுதியே அப்போது ஒருவருஷத்தையும் தாண்டி ஒயில்நடை போடுகிற சேதியை பாவம் எப்படி அவர் அறிவார்? கடன் அட்டைமூலம் வங்கியில் ஓவர் டிராஃப் செய்தே அவர் விண்ணப்பங்களை நிறைவுசெய்தேன். வெளிநாடுகளில் மாநாடுகளுக்கு பேராளர்களை அனுப்பும் பல்கலைக்கழகங்கள் அவர்களின் நியாயமான செலவுகளுக்கு வேண்டிய அந்நியச்செலாவணிக்கும் வகை செய்யலாம்.

‘சந்தோஷம். அவரைப் புறப்பட்டு வரச்சொல்லுங்கள். கவனித்துக்கொள்ள நாங்களாச்சு.’ என்று உடன் பதில் எழுதினேன். பேராசிரியர். இதயச்சந்திரனும் வந்துசேர்ந்தார். பார்வைக்கு வெகு இயல்பான எளிய மனிதர் போலிருந்தார். அவரது திருமணத்தின்போது சீர்வரிசைகள் வச்சுவந்ததாயிருக்கலாம் மூலைகளில் தேய்ந்து நிறம் போயிருந்த ஒருபெரிய பழைய சூட்கேஸும், பொண்ட் கேஸ் மாதிரி சிறியதாக ஒன்றுமாய் இரண்டு சூட்கேஸ்களுடன் வந்து இறங்கினார். அவருக்கென ஒரு அறையை ஒதுக்கித் தயாராக வைத்திருந்தோம். குளித்துச் சாப்பிட்டான பின் வதியும் அறையின் டீபோயில் ஒரு சங்குமார்க் சாரம் இருந்தவொரு நெகிழிப்பையை வைத்தார்.

வீட்டுக்கு வரும் சில விருந்தினர்கள் தமது பரிசானது விருந்தோம்புவாரின் கைகளில் தருவதற்கு தகுதியற்றதெனும் தாழ்மையுணர்வாலாவென்னவோ

தாம் எடுத்துவரும் பிஸ்கட் பெட்டியையோ, ஆப்பிளையோ, பேரீச்சம்பழத்தையோ குழந்தைகளின் கையில்கூடத்தராமல் அப்படி எங்காவது மேசையிலோ, ஜன்னல்மாடத்திலோ வைத்துவிட்டு விருந்தாடிப் போவதுண்டு. ஹைடெல்பேர்க் யூனிவேர்சிட்டியில் எனக்குப் பரிச்சயமான ஒரு கோவைத் தமிழரும் இதே நுண்ணுயிர் துறையில் பணிபுரிந்தார். அவரைத் தொலைபேசியில் அழைத்து இப்படி நுண்ணுயிர்துறையின் மாநாட்டுக்கு ஒருபேராசிரியர் புதுவையிலிருந்து வந்திருப்பதைச் சொன்னேன். அவர் சிறிதும் ஆர்வம்காட்டாதது மாத்திரமல்ல, வந்திருப்பவருக்கு என்னபெயர் என்றுதானும் கேட்கவில்லை. தான் இப்போது மிகவும் பிஸியாக இருப்பதாக ஜெர்மனில் மொழிந்துவிட்டு வைத்தார்.

பெர்லின் சுயாதீன பல்கலைக் கழகம் நடத்திய அம்மாநாடு அதன் ஓறானியன்பேர்க் நுண்ணுயிர்த்துறை வளாகத்திலேயே நடைபெற இருந்தது. ஓறானியன்பேர்க் எனும் சிறுநகரம் பெர்லினிலிருந்து ஏறத்தாழ 46 கி.மீட்டர்தூரத்தில் கிழக்கு ஜெர்மனிக்குள் இருக்கிறது. ஜெர்மன்மொழி தெரிந்தவர்களாயின் விரைவுத்தொடருந்தில் அங்கு சென்றுவிடலாம் பிரச்சனை இல்லை. அது சோவியத் யூனியனின் காபந்தில் அமைந்திருந்த பிரதேசம். ஜெர்மனை விட்டால் ரஷ்யனை இரண்டாவது மொழியாகப் படித்தவர்கள் எவராவது ரஷ்யன் பேசினால் சரி தவிர அங்கே இங்கிலிஷ், ஸ்பானிஷ், பிரெஞ்சன்ன ஐரோப்பியபாஷைகள் வேறெதுவும் எடுபடாது. மாநாடு இணைப்புமொழியான ஆங்கிலத்தில் நடைபெற்றாலும் ஜெர்மன் புரியாத பேராசிரியர் தனியாக மாநாட்டு மண்டபத்தைப் போய் அடைவதென்பது இலகுவான காரியமல்ல.

அமயவிடுப்பு (காஷுவல் லீவ்) என்கிற சமாச்சாரமே ஜெர்மன் அகராதிகளில் கிடையாது. தவிரவும் எனது இபோதைய பணியில் நான் சேர்ந்து மூன்று மாதங்களே ஆகின்றன. இப்போதுபோய் விடுப்பென்கிறால் கடுப்பாவார்கள்.

அவ்விடத்துக்குச் சிரமமில்லாமல் போவதற்கான ஒரே மார்க்கம் ஓட்டோ நவிகேஷன் வசதியுடன்கூடிய ஒரு டாக்ஸியை வரவழைப்பதுதான். ஆனால் அதுக்கு நூறு இயூரோ செலவாகுமென்ற கதையைச்சொன்னால் இம்முனைவரும் மூர்ச்சையாகலாம்.

எப்படித்தான் அவரை அங்கே அனுப்பிவைப்பதென்று நான் குழம்ப ஆனந்தி தானாகவே “அவருக்கு பத்துமணிக்குத்தானே கொன்ஃபெரென்ஸ் ஆரம்பம். நயனிகாவை ஸ்கூலுக்கு அனுப்பியிட்டு நான் சாரை ட்றெயின்ல கூட்டிக்கொண்டுபோகிறேனே ” என்றொரு இனிய தீர்வை முன்மொழிந்தாள்.

“ ஓகே.....சார்......ஆனந்தி உங்ககூட வருவா.”

“ என்ன சார் உங்க ஒய்ஃபை எங்கூட அனுப்புறீங்களா?”

“ இல்லை சார் என் வைஃப் உங்களை அழைத்துப்போய் உங்களுக்கு இடத்தைக் காட்டுவார்.”

" என்ன சொல்றீங்க உங்க ஒய்ஃபா?"

" ஜா...... மை வைஃப் "

"வேணாங்க அது நன்னாயிருக்காது "

" நான் பத்திரமா உங்கள இட்டுக்கிட்டுப்போவேன்........ சாரே. "

" அதுக்கில்லீங்க யாராவது பார்த்தா...... தப்பா நினைப்பாங்க."

" என்ன சார் நீங்க என்ன ஹனிமூனுக்கா போறிங்க..... அவ உங்களுக்கு இடத்தைக் காட்டத்தானே வர்றா............ முன்னூறு ஏக்கர்கள்ள அமைஞ்ச பெரீய வளாகம் சார், தனியாய்ப்போய் சிரமப்படப்போறீங்க."

நாஜிகள் ஜூதமக்களை வதைத்துக்கொன்ற கொலைமுகாம்களில் ஒன்றான சன்ட்ஹவுஸன் முகாம்கூட அங்கேதான் பாதுகாக்கப்பட்டு வருகிறது.

சரித்திரத்தகவல்கள் கேந்திரங்களில் எதிலும் முனைவருக்கு ஆர்வமில்லை.

மாநாட்டுக்குப் புறப்படுகையில் இரண்டு சூட்கேஸ்களையும் கையில் எடுத்தார் இதயச்சந்திரன். 'ஏதாவது காரணம் இருக்கும். எடுத்துத்தான் போகட்டுமே' என்று நானிருக்க ஆனந்தி கேட்டேவிட்டாள்:

" எதுக்கு சார்...... இரண்டு சூட்கேஸையும் வீணாய் காவிட்டு?"

" இரண்டிலும் நிறைய டாக்குமெண்ட்ஸ் இருக்குங்க........அதுதான். "

" சரி. உங்க சௌகரியத்துக்காகச் சொன்னேன் "

அவர்கள் புறப்பட்டுப்போனபின்னால் சங்கு மார்க் சாரத்தையும் காணவில்லை.

மாலை நான் அலுவலகம் முடிந்து வீட்டுக்குத்திரும்பவும் ஆனந்தி அபூர்வமாக ஆலங்காய்ப்பிட்டு அவித்துகொண்டிருந்தாள். " ஏதேது பேராசிரியரை ஒரேயடியாய் அசத்திவிடுற ப்ளான்போல" என்றேன்.

" நோ............... ஹி ஸ்பொயில்ட் த சான்ஸ். "

" என்ன சொல்றே நீ? "

" இல்லை. முனைவர்தான் நம்மை ஒரேயடியாய் அசத்திட்டார்.

அநேகமாகப் பெம்மான் இரவு வீட்டுக்குத் திரும்பமாட்டார்." என்றாள் முடிவாக.

"அப்பிடி என்னதான் பண்ணினே ஆளை?"

" ட்றெயினிலயப்பா ஸ்டூடென்ஸாயிருக்கவேணும் பக்கத்து சீட்டில ஒரு இளஞ்ஜோடி 'முஞ்ஞா முஞ்ஞா முஞ்ஞா' பண்ணிக்கொண்டே வர்றாங்கள். இந்தாள் என்னெண்டா நானும் இருக்கிறேனே என்கிற விவஸ்த்தைகூட இல்லாமல் அவங்களையே 'ஆ'வெண்டு பார்த்துக்கொண்டு வருகுது."

" ஃப்றீ லைஃப் ஷோக்கள் இப்பிடி ஊர்ல கிடைக்குமே........ அதுதான் பார்த்திருக்குக் கேஸ். "

" தான் வழிஞ்சுகொண்டுபார்க்கிறதும் போதாதென்று என்னட்டயுமல்லே விண்ணாணம் விளாவுறார் மாமா."

" என்னாங்கிறார்.......?"

"இந்தமாதிரித்தான் நீங்களும் அடிக்கடி ஜாலி பண்ணுவியளோண்றார்.......... கண்ணிறைஞ்ச விஷமம் "

" மற்றவையின்ரை பெட்றூமுக்குள்ள எட்டிப்பார்க்கிற பிளாகார்ட் எங்கேயாவது போய்த்தொலையட்டுமென்று அடுத்த ஸ்டொப்பில இறங்கி வந்திட்டன்."

ஆனந்திக்குச் சொல்கையில் ஆத்திரத்தில் மூச்சிரைத்து முகம் வியர்த்தது.

" மைக்கிறோபயோலொஜிஸ்டுக்கு மருந்தை கூத்திக்கு கொடுக்கிறதோ இல்லை தாயுக்கு கொடுக்கிறதோங்கிறதில ஜஸ்ட் ஒரு கொன்பியூஷன்போல விட்டுத்தள்ளும்."

***

இரண்டு வாரங்களின் பின் பேராசிரியர். திருமுருகன் மீண்டும் அஞ்சல் அனுப்பியிருந்தார்.

நீங்கள் இருவரும் தம்மை அமோகமாகக் கவனித்துக்கொண்டதாக முனைவர் இதயச்சந்திரன் ஒரேயடியாக என்னிடம் புகழ்ந்தார். உங்கள் மனப்பூர்வமான உபச்சாரத்துக்கு மிக்க நன்றி. என் எளிய பரிசுகள் உங்களுக்குப்பிடித்திருந்ததா. சேலையின் நிறம் சகோதரிக்கு நிச்சயம் பிடித்திருக்குமென்று நம்பிக்கை. இப்படிச்சென்றது அவர் மின் அஞ்சல்.

பல நுண்ணுயிர்களை 'கல்ச்சர்' செய்து வளர்த்து அவற்றின் பண்புகளையும், குணாதிசயங்களையும் ஆய்ந்து வகைமை செய்யவல்ல பேராசிரியருக்கு பரிச்சயம் அதிகமில்லாத ஒரு மானுஷஉயிரியுடன் பழகுகையில் இருக்கவேண்டிய குறைந்தபட்ஷ முன்னவதானங்கள், இங்கிதங்கள் தெரியவில்லை.

இன்னும் விரித்துரைப்பின் எங்கோவொரு இணைய உலாவல் நிலையத்தில் காத்துக்கிடந்து, கைக்காசைக்கொடுத்து உலாவி முகந்தெரியாத ஒருத்தியிடம் தன் பாலியல் தாபங்களை வக்கிரமாகப் பகிர அலையும் ஒரு விசில்மறவனின் அறங்களுக்கும் —

ஆண்டுக்கணக்காகப் பல கலாசாலைகளின் கதிரைகளையும் தேய்த்து முனைந்து முனைவர் பட்டங்கள்வாங்கி இன்று ஐரோப்பாவரையில் வந்திருக்கும் இந்தப் பிரகிருதியின் கண்ணியத்துக்கும் பெரிய வித்தியாசத்தை தொன்மநெறிகளில் தோய்ந்த செம்மொழித்தமிழ் உலகம் வழங்கி இருக்கவில்லை.

33. அகமணி - அ.தி.லெட்சுமி

சுறு சுறுப்பாக ஓடும் இந்த காலக்கட்டத்தில் சூறாவளியாக இருக்கும் இவள் தான் அகமணி, இவளது வயது 25 இவளுக்கு, எப்பொழுதும் சிரித்த முகம்,

துடுக்கான பேச்சு,பள்ளி படிப்பு முடித்தவள். பேருந்தில் பயணம் செய்யும் நடுத்தர குடும்பத்தைச் சேர்ந்தவள்.

அவள் படிப்புக்கு தகுந்த வேலையை தேர்ந்தெடுத்து கொண்டு தன் பணியை சிறப்பாக செய்து வந்தாள். அகமணி நகரபேருந்து மூலமாகதான் வேலைக்கு செல்வாள் ,அதே பேருந்தில் பயணம் செய்து வருபவன் மாசீலன். பெயருக்கு தகுந்தாற் போல் தூய்மையான உள்ளம் கொண்டவன். இவன் வீட்டிற்கு ஒரே மகன். இவன் கல்லூரி படிப்பை முடித்து நல்ல உத்தியோ-கத்தில் இருக்கிறான். இவனும் நகர பேருந்தில் தான் வேலைக்கு செல்வான். இவர்கள் தொடர்ந்து 6 மாதங்களாக 21 B என்ற நகரபேருந்தில் வேலைக்கு செல்வதை வழக்கமாக இருந்து வந்தது .

6 மாதங்களாக பயணம் செய்தும் ஒருவரிடம் ஒருவர் பேசியது கூட இல்லை. தினமும் இருவரும் ஒருவரை ஒருவர் பார்த்து கொண்டு மட்டும் போவார்கள். ஒரு நாள் மாசீலன் அகமணியிடம் பேச துணிந்தான்.

அவளிடம் பேச அவளை நெருங்கினான். ஆனால் ஒரு வித படபடப்பு அவளை கண்டால் ஒருவித உற்சாகம். இதற்கு பெயர் தான் காதலா ? என்று தனக்குள் கேட்டுக்கொண்டான். அகமணியோ பார்ப்பதற்கு அழகு முகம், நல்ல குணமும் கொண்டவள். மாசீலன் தன் காதலை சொல்ல முடிவு எடுத்து தன் மனதை தெளிவுப்படுத்திக் கொண்டு அவளை நெருங்கி-னான். அவன் யோசித்து தன் காதலை அவளிடம் சொல்லி விடலாம் என்று அவளை நெருங்கியதும் அவளது பேருந்து நிறுத்தம் வந்து விட்டது. அவள் பேருந்தை விட்டு இறங்கி சென்று விட்டாள். அவள் இறங்கும்போது சீலனை பார்த்தபடி இறங்கினாள். அவனுக்கு தன் மனதில் ஆயிரம் ஆயிரம் பூக்கள் ஒரே நேரத்தில் மலர்ந்த ஒரு பேரானந்தம் அவன் முகத்தில் தெரிந்தது.

மறுநாள் காலையில் இருவரும் அதே பேருந்தில் பயணம் செய்தனர். அதே போல் ஒருவரை ஒருவர் பார்த்தபடியே பயணம் செய்தனர். இப்படியே 2 மாதங்கள் சென்றது.

மாசீலன் ஒருநாள் அவளிடம் சென்று நான் உன்னை திருமணம் செய்து கொள்ள விரும்புகிறேன் என்று தன் காதலை வெளிப்படுத்தினான் , இதை கேட்டவுடன் அகமணியின் கண்கள் கலங்கியபடி அவ்விடத்தை விட்டு சென்று விட்டாள். சீலனுக்கு ஒன்றும் புரியவில்லை, இவள் ஏன் இப்படி கண்கள் கலங்கியபடி செல்கிறாள் ? இவளும் என்னை விரும்பியதாக தானே நான் எண்ணினேன். என்று யோசித்தவாரே அந்தநாள் சென்றது. மறுநாள் அதே பேருந்தில் அவளை கண்டான். அவள் அருகில் சென்று நான் உன்-னிடம் பேச வேண்டும். என்றான், அவள் பேச மறுத்து விட்டாள்.

அவன் அவளை பின் தொடர்ந்து பேசிகொண்டே நடந்தான். நான் உன்னை திருமணம் செய்து கொள்ள விரும்புகிறேன். நீயும் என்னை விரும்-புகிறாய் எனக்கு தெரியும், உனது கண்களே நீ என்னை விரும்புவதை சொல்கிறது. ஆனால் நீ ஏன் என்னுடன் பேச மறுக்கிறாய் ? என்று கேட்-

டான். அப்பொழுது அவளின் கண்களில் கண்ணீர் தழும்ப.... இந்த திருமணம் நடக்க இயலாது என்றாள். அப்பொழுது அவளின் ஆண் குரலை கேட்டு அதிர்ச்சி அடைந்தான் மாசீலன்.

அப்பொழுது அகமணி தான் ஒரு திருநங்கை எனவும், தன்னை என் குடும்பத்தினர் ஒதுக்கி வைத்துள்ளதையும் தெரிவித்தாள். அவள் தன் குடும்பத்தார்களும், அவளது உறவினர்களும், நண்பர்களும் அவளை ஒதுக்கி வைக்கப்பட்டதை கூறினாள். அவள் தன் குடுப்பத்தை விட்டு எவ்வளவோ கஷ்டங்களை அனுபவித்துவிட்டாள். ஊர் மக்களின் பேச்சுக்கும், கேலி கிண்டலுக்கும் பயந்து, ஊரின் ஒதுக்கு புறத்தில் அவள் தன் சக திருநங்கைகளுடன் தங்கி இருப்பதாகவும், அவர்கள்தான் தன்னை பார்த்து கொள்வதாகவும் கண்ணீர் பெருக கூறினாள்.

இதை கேட்ட மாசீலன் அதிர்ச்சியில் ஒன்றும் பேசவராமல் தலை குனிந்து சென்று விட்டான்.

மறுநாள் அப்பேருந்தில் அவள் மட்டும் பயணம் மேற்கொண்டாள். ஆனால் மாசீலன் அப்பேருந்தில் வரவில்லை.

அவனை காணாததால் அவள் மனம் வாடியது. அவனை 6 மாதங்களாக இவளும் காதல் கொண்டாள். ஆனால் ஒரு நாள் கூட அவனை காணாமல் இவளால் இருக்கமுடியவில்லை. ஆனாலும் அவள் மகிழ்ச்சி கொண்டாள். தன்னால் ஒருவருக்கு எந்தவித துன்பமும் வரக்கூடாது என்று எண்ணி தன் மனதை தேற்றிக்கொண்டாள். ஒரு மாதம் சென்றது. அவன் அந்த பேருந்தில் வரவில்லை. அகமணியோ , தன் நிலையினை எண்ணி அவனே விலகி சென்றுவிட்டான் என்று எண்ணி ஒரு புறம் சந்தோசப்பட்டாலும், ஒரு புறம் அவனை காணாமல் இவளால் இருக்கமுடியவில்லை. அப்படி ஒரு காதல் அவன் மேல் வைத்து இருந்தாலும் அவள் அக்காதலை வெளிபடுத்தாமல் இருந்து விட்டாள்.

அப்போது இவள் தன் பேருந்தை எதிர்நோக்கி பேருந்து நிறுத்தத்தில் நின்றுகொண்டிருந்தாள், அப்போது மாசீலன் அவளை நோக்கி வந்தான். அவள் தன்னை பற்றி அறிந்து கொண்டதால் அவன் விலகி விட்டான் என்று நினைத்தாள். ஆனால் சீலன் அவள் அருகில் வந்தான். அதிர்ச்சியில் அவனை பார்த்தபடி அகமணி நின்றாள். .... அகமணி............... என்று தன் காதலுடன் அவளை கூப்பிட்டான்.

அருகில் வந்த சீலன் அவளை நெருங்கி நான் உன்னை திருமணம் செய்துகொள்ள தயாராக உள்ளேன் என்று மன தைரியத்துடன் அவளிடம் தெரிவித்தான் . அவள் அதிர்ச்சியில் வாய் பேசமுடியாமல் தன் கண்களில் கண்ணீருடன் அவனை பார்த்தாள். உடனே சீலன் அகமணியின் கைகளை பற்றிக்கொண்டான். இருவர் கண்களிலும் காதல் மிளிர்ந்தது .

சமூகத்தில் ஒதுக்கப்பட்ட பெண் என்று தெரிந்தும் அவளை காதல் செய்தால் தனக்கு எந்த வித கஷ்டங்கள் வந்தாலும் பரவாயில்லை என்று வாழ்க்-

கையினை ஒரு சவாலாக எடுத்து அப்பெண்ணை திருமணம் செய்து கொண்டான்.

திருமணம் செய்து தன் வீட்டிற்கு அவளை அழைத்து வந்தான். சீலன் குடும்பத்தினர் இத்திருமணத்தை ஏற்றுகொள்ளவில்லை. அவன் தங்களை மீறி திருமணம் செய்து கொண்ட கோபத்தில் அவர்கள் இருந்தனர். அவர்கள் அந்த வீட்டிலேயே தனியாகத்தான் இருந்தார்கள். அகமணியிடம் யாரும் பேசுவதில்லை. ஆனால் மாசீலனும் அகமணியும் ஒருவரை ஒருவர் நேசித்து அன்பாக இருந்தார்கள். தனது வீட்டில் உள்ளவர்கள் அகமணியிடம் பேசுவதில்லையே என்ற ஒரு வருத்தம் சீலனுக்கு இருந்து வந்தது.

திருமணமாகி இரண்டு மூன்று வருடங்கள் கழித்து சீலனின் தாய் தந்தையர் குழந்தையைப்பற்றி பேச ஆரம்பித்தார்கள். சீலன் தனக்கு குழந்தைகள் வேண்டாம். எனக்கு அகமணி போதும் என்றான். வீட்டில் உள்ளவர்கள் இதை ஏற்று கொள்ளவில்லை. சீலனுக்கு வேறு திருமணம் செய்து வைக்க முடிவு எடுத்தனர். இதை பற்றி அவனிடல் கூறாமல் தனக்கு பேரக்குழந்தை வேண்டும் என்பதற்காக வேறு திருமணம் செய்து வைக்க முடிவுசெய்தனர். இதை எல்லாம் அகமணி கவனித்து கொண்டே இருந்தாள். அவளும் மனதில் தன் கணவருக்கு ஒரு வாரிசு வேண்டும் என எண்ணினாள். இது விஷயமாக தன் கணவர் சீலனிடம் நீங்கள் வேறு திருமணம் செய்துகொள்ளுங்கள் அப்போதுதான் நமது வாழ்க்கை முழுமை அடையும் என்று அவனை வற்புறுத்தினாள் ஆனால் இதை அவன் மனம் ஏற்றுக்கொள்ளவில்லை. உன்னை விட்டு என்னால் வேறு பெண்ணை மணக்க முடியாது என்று கூறினான்.

பின் கட்டாயபடுத்தி சீலனிடம் பேசி வேறு திருமணதிற்கு ஒப்புதல் வாங்கினாள். வீட்டில் உள்ளவர்களிடம் இவர் திருமணதிற்கு ஒப்புக்கொண்டதாக தெரிவித்தாள். இதை கேட்டு வீட்டில் உள்ள அனைவரும் மகிழ்ச்சியுடன் இருந்தனர். ஆனால் தன் மனதில் பெரும் இழப்பை எதிர்பார்த்தப்படி இருந்தாள். முகத்தில் மட்டும் மகிழ்ச்சியாக இருந்தாள். திருமணதிற்கு பெண் பார்க்கும் வேலைகள் மிக விரைவாக நடந்துகொண்டிருந்தது. தன் கணவருக்கு தெரியாமல் திருமணத்திற்கு முன் தங்கியிருந்த திருநங்கை இல்லத்திற்கு தான் வருவதாக கூறி தனது தோழிக்கு தகவல் தெரிவித்து, அங்கு இருப்பதற்கு முடிவு செய்தாள்.

சீலன் வீட்டில் உள்ளவர்கள் திருமணத்திற்கு பெண் பார்த்துகொண்டிருந்தார்கள் இவள் யாரிடமும் சொல்லாமல் தனது இல்லத்திற்கு சென்றுவிட்டாள். வேலையை முடித்து வீட்டிக்கு வந்த சீலன் தன் மனைவியை காணாததால் அக்கம் பக்கம் தேடி இல்லை என்று தெரிந்தும் மிரண்டுபோனான். தேடி விட்டு தன் அறைக்குள் வந்தான் அப்போது அவர் மேசையில் ஒரு வெள்ளை காகிதத்தில் தான் தனது திருநங்கை இல்லத்திருக்கு செல்வதாகவும் நீங்கள் திருமணம் செய்து கொண்டு உங்கள் வாழ்கையை

வாழ வேண்டும். நீங்கள் என்னை உண்மையாக நேசித்திருந்தால் என்னை தேடி வரக்கூடாது என்றும் அதில் எழுதி இருந்தாள். அதை கண்டு அலறி-னான் கத்தினான் சீலன். அவளை பிரிந்து இருக்கமுடியாமல் தவித்தான். ஆனால் அவள் மீது உள்ள காதலால் அவள் கூறியதை நிறைவேற்றுவ-தற்காக அவளை சென்று பார்க்காமல், பெற்றோர் பார்த்து முடிவு செய்த பெண்ணை திருமணம் செய்து கொண்டான். அவன் வேறு ஒரு பெண்ணை திருமணம் செய்து கொண்டாலும், அவனுக்கு அகமணியின் மிது உள்ள காதல் குறையவில்லை. அவளை நினைக்காத நாளே இல்லை.

தன் கணவனை பார்க்க வரக்கூடாது என்று கூறி அகமணி, தன் கணவ-ரின் திருமண வாழ்க்கையை கண்டு மகிழ்ச்சிக் கொண்டாள். அவனுக்கு பிறந்த குழந்தைகளின் மீதும் அன்பு வைத்திருந்தாள். அக்குழந்தைகளின் பள்ளிக்கு சென்று அக்குழந்தைகளுக்கு தெரியாமல் அக்குழந்தைகளை பார்த்து வருவாள் இப்படியே 5 வருடங்கள் ஓடியது.

ஒருநாள் அவள் வேலைக்கு செல்வதற்கு அதே நகரபேருந்து 21B பேருந்தில் ஏறினாள். இருவரும் எதிர்பாராமல் சந்தித்தனர். இருவர் முகத்-திலும் அளவில்லா மகிழ்ச்சி இருவரும் முதல் முறையாக சந்தித்தபோது என்ன மகிழ்ச்சியோ அதே அளவு மகிழ்ச்சி இருவரின் முகத்தில் இருந்தது. இருவரும் பேசிகொண்டார்கள். அப்பொழுது அவள் சீலனின் குடும்பத்தை தெரியாததுபோல் விசாரித்தாள். அவனுக்கு 2 குழந்தைகள் இருப்பதாக கூறினான். அவளுக்கும் தானே அக்குழந்தைகளை பெற்று எடுத்த சந்தோ-ஷத்தில் முகமலர்ந்தாள். வாழ்நாளில் இவளை சந்திக்கமுடியாமல் போய்வி-டுமோ என்று பயத்தில் இருந்த சீலன் இப்போது அவளை கண்ட ஆனந்-தத்தில் மிதந்தான். இருவரின் ஆனந்ததிற்கும் எல்லையே இல்லை.

இருவரும் விடைபெற்றனர். நான் நினைத்தது போல் உங்கள் வாழ்க்கை அழகாயிற்று. இனி நாம் சந்திக்க நேராது என்று கூறி அகமணி விடைபெற்-றாள் .

அகமணி வாழ்க்கை ஒரு வினாவாக இருந்தாலும், அவளே அவ்வினா-விற்கு விடையாகி விடுவாள் கால சக்கரத்தில் அவள் ஓர் சுழற்சிதான். •••

34. பூமாலை அம்மா-முனைவர் பூ. மு. அன்புசிவா

தலையில் மளிகைப் பொருட்கள், காய்கறிகள் அடங்கிய சிறுமூட்டை ஆகி-யவற்றை ஒரு தட்டுக் கூடையில் வைத்துச் சுமந்து ப+மாலை போயக்; கொண்டிருக்கிறாள்.

சின்னப் பூப்போட்ட ரோஸ்; கலர் சேலை. கருநீலத்தில் ரவிக்கை. முதுகு-வரைக்கும் தொங்கும் தலைமுடி. லேசாக வாடியிருக்கும் மல்லிகைப்பூ. கைக-ளில் பிளாஸ்டிக் வளையல். நெற்றியில் ஐம்பது காசு அளவு குங்குமம். கால்-களில் சிணுங்குகின்ற கொலுசு. கரக்••• கரக்.. என ஓசையிடும் பிளாஸ்டிக்

செருப்பு. இதையெல்லாம் பார்க்கும் போது பெண்கள் கூட இவ்வளவு நேர்த்தியாக அலங்காரம் செய்ய முடியுமா? என்பது கொஞ்சம் கேள்விக்குரிய விஷயம்தான்.

ஆமாம். பூமாலை ஓர் திருநங்கை உடலளவிலும் மனசளவிலும் திருநங்கை தான்.

இவளும் மார்க்கெட் காய்கறி, மளிகைப் பொருட்கள் மூட்டை, தக்காளிப்பெட்டி தூக்கி வாழ்க்;கைச் சக்கரத்தை உருட்டிக்கொண்டு வருகிறாள்.

நல்லவெயில். பூமாலைக்கு உடலும், உடையும் வியர்த்தது. முந்தானைத் தலைப்பால் துடைத்துக் கொண்டவாறு, ஒரு திருப்பத்தில் போகையில் அந்த மாளிகை வீட்டைச் சில நொடிகள் பார்த்தாள். மாளிகை வீட்டுக் குடும்பப்பெண் பேசிய சில வார்த்தைகள் காதுகளில் மீண்டும் எதிரொலிக்கத் தொடங்கின.

“இதோ••• பாரு••• பூமாலை நான் சொல்றேன்னு தப்பா நினைக்காதே! நீ எங்க வீட்டுக்கு அப்ப••• அப்ப வர்றதுனாலே சுத்தியிருக்கிறவங்கெல்லாம் நீ போறவரைக்கும் வீட்டை ஒரு மாதிரியா பார்க்கிறாங்க. நீ போன பிறகு என் குழந்தைக்கிட்ட உன்னைப் பத்தி எப்படியெல்லாமோ விசாரிக்கிறாங்க தெரியுமா? நீ இனிமே எங்க வீட்டுக்கு வர்றதா இருந்தா••• நல்லா நீட்டா ஆம்பள மாதிரி டிரஸ் பண்ணிட்டு வா”

பூமாலை சலிப்புத் தொனியில் “உ..ம்” என்று பெருமூச்சு விட்டவாறு அந்த வீட்டைக் கடந்து போகிறாள். சுமைகளைப் பார்சல் லாரி அலுவலகத்தில் ஒப்படைத்து விட்டுக் கூலியாக இரண்டு பத்து ரூபாய்த் தாள்களையும் கணக்காளரின் வழக்கமான ஆபாசக் கிண்டல்களையும் வாங்கிக் கொண்டு நகர்ந்தாள்.

மீண்டும் அதே திருப்புமுனை. அதே மாளிகை, அதே வார்த்தைகளின் எதிரொலிப்பு, அந்த இடத்தைக் கடந்தும் விட்டாள.; மனதுக்குள்ளே நான் ஏன் ஆம்பளையாய் டிரஸ் மாத்தணும்? வேஷத்தை மாத்திட்டா போதுமா? மனசை மாத்த வேண்டாமா?.. சின்ன வயசுல வீட்டிலும் பள்ளிக் கூடத்திலும் பொம்பளைங்களோட அதிகம் பழகினேன். நடை, உடை, பாவனை எல்லாம் பொம்பளைங்க மாதிரி தான் வைச்சுக்கிட்டேன். பள்ளியில, தெருவுல நடக்கிற கலைவிழாவில் எனக்கே பொம்பளவேஷம் கொடுத்து எல்லோரும் சந்தோஷப்பட்டாங்க! என்னமோ தெரியல நானும் ஒரு பொம்பளையாய் இருக்க ஆசைப்பட்டேன்! முடிவு என்னாச்சு? எட்டாவது படிக்கையில் வீட்டில் உள்ளவர்களின் கண்டிப்புக்கும், தண்டிப்புக்கும் ஆளானேன். பள்ளிக் கூடத்துல சில பிரச்சனைகள் வந்ததாலே படிப்பை நிறுத்தியாச்சு. ஒரு நாள் கரகாட்டம் ஆட வந்த திருநங்கைகளைச் சந்தித்தேன். அவங்க ரொம்ப ஆதரவா என்னிடம் பேசினாங்க. அவங்களோட வரும்படியும், தங்களைப் போல முழுமையாய் மாறிடவும் சொன்னாங்க. ஒரு நாள் வீட்ட விட்டு ஓடி அவர்களோட ஐக்கியமானேன். திருநங்கையாக மாறின பிறகுதான் பல கொடு-

மைகளை அனுபவிச்சேன். சுட்ட பிறகு தானே தெரிகிறது நெருப்பு என்று! இந்த ஜென்மம் யார் குற்றம்? பிரம்மன் குற்றமா? தெரியல. எப்படியோ நாற்பது வருஷம் போயிருச்சு. இன்னும் கொஞ்ச காலம்... எனக்கு இதெல்லாம் தேவையா? மாளிகை வீட்டோட சவகாசம் அந்த வீட்டுக்குப் போய் இன்னையோடு ஏழுநாள் ஆயிருச்சே! இனியும் போக்ககூடாது என்று பலவாறு புலம்பியபடி நடக்கிறாள்.

அடுத்த மார்க்கெட் சுமை கிடைக்கிற வரைக்கும் வழக்கமாக ஓய்வெடுக்கிற பெரிய மளிகைக்கடை ஸ்டோர்ரூம் பருப்பு மூட்டையில் ஒருக்களித்துச் சாய்வாகப் படுத்துக்கொள்கிறாள்.

பூமாலையோடு நட்பு கொண்ட எண்ணற்ற அன்பு உள்ளங்களில், அந்த மளிகைக்கடை எதிரில் இலைக்கட்டு விற்கின்ற கிழவியும் ஒருத்தி. அவள் வியர்வை தாளாது தன் முந்தானைத் தலைப்பால் துடைத்தும் விசிறியவாறும் குதப்பிக் கொண்டு வரும் எச்சிலை அழகாகத் துப்பிவிட்டு பூமாலை ஓய்வெடுக்கும் பருப்பு மூட்டை ஓரம் வந்தாள்.

“ஏ...பூமாலை....ஏ....பூமாலை” என்று கூவுகிறாள் கிழவி.

“ஏ...ஏ....என்னா?” இது பூமாலையின் குரல். கிழவி தொடர்ந்தாள்.

“சித்த நாளைக்கி முன்னாடி வீட்ட விட்டு ஓடி வந்த சின்னப் பையனை நடு சாமத்துல மார்க்கெட் கேட்டாண்ட கண்டு மக்கியாநாளு கொண்டுபோய் வூட்டுல வுட்டியே, அந்த பய சித்த நேரத்துக்கு முன்னாடி இங்கின வந்துச்சு. “எங்க பூமாலையம்மா”ன்னு கேட்டிச்சி. லாரி செட்டுக்கு சொமை கொண்டு போயிருக்குன்னு சொன்னேன். சரி சரி பூமாலையம்மா வந்தா சாய்ந்தரம்மா எங்க வூட்டாண்ட வரச்சொல்லு பாத்து ஒரு வாரம் ஆச்சுன்னு சொன்னான். “இல்லைன்னா நாளக்கி இஸ்கூலு போவா...மே இங்கின வந்துருவேன்னு வேற சொல்லிவிட்டுப் போயிருக்கு” என்று கிழவி கூறிவிட்டு தன் இலைக்கடையை நோக்கி நடந்தாள்.

பூமாலை கொஞ்சம் ஆழமாகத்தான் யோசித்தாள்.

போன மாசம் நடு சாமம். பள்ளிக்கூட சீருடையில் தோளில் பையுடன் பேருந்து நிறுத்தத் திண்ணையில் மங்கிய மெர்க்குரி வெளிச்சத்தில் ஒரு சிறுவன் சுருண்டு கிடந்தான். அங்கே காய்கறி மூட்டைகளை லாரியிலும் பேருந்திலும் இறக்கிப்போடும் பலரின் பார்வையில் தென்பட்டானோ, இல்லையோ அந்நேரத்தில் பூமாலையின் பார்வையில் பட்டான். இவனைப் பார்த்தால் வீட்டை விட்டு ஓடி வந்திருப்பான் போல தெரியுது, என்று பூமாலை யூகித்துவிட்டாள். நெருங்கி விசாரிக்கையில் சிறுவன் வீடு பள்ளிக்கூடத்திலிருந்து எட்டுகிலோ மீட்டர் தூரத்தில் உள்ளதாகவும், அப்பா பிசினஸ் விஷயமாக அடிக்கடி பெங்களூர் சென்று விடுவதாகவும், அம்மா ஊருக்குள் புகழ் பெற்ற மருத்துவராகவும் இருந்து வருகிறார். வேறு சில ஊர்களில் இவங்களுக்கு மருத்துவ மனைகள் உண்டாம். அதைப் பார்த்து வருவதற்கே நேரம் சரியாக

இருக்குதாம். மேலும் சாப்பாடு, படிப்பு, அன்பு. பாசம், டிரஸ்... முரண்டு பிடித்தால் அடி, உதை என்று பல விஷயங்கள் வேலைக்காரனோடு தான் என்றான். சிறுவன் சொல்வதைப் பார்த்தால் வேலைக்காரன் இந்த நூற்றாண்டு அரக்கன் போல தெரியுது.

பூமாலை சிறுவனிடம்,

“உலகந்...தெரியாத புள்ளயா இருக்கியே கண்ணு. இந்த வயசுல ஒழுங்கா வூடு அடங்கி இருக்க வேணாமா?”

சிறுவன் பூமாலையிடம்,

“இந்த வயசில அப்பா அம்மா எங்கூட இருக்க வேணாமா?”

அவனின் அறிவார்ந்த கேள்வியை எண்ணி கன்னத்தைச் செல்லமாகக் கிள்ளிய போது காய்ச்சல் அடிப்பதை உணர்ந்தாள். அருகில் 24 மணி நேரம் இயங்கும் மருத்துவ மனைக்குத் தூக்கிச் சென்று ஊசி போட்டு, மருந்து, மாத்திரை, பால், பிஸ்கட் எல்லாம் வாங்கிக் கொடுத்துத் தன்னுடைய குடிசை வீட்டில் நிம்மதியாக உறங்க வைத்தாள். மீண்டும் மார்கெட்டிற்கு ஓடினாள். விடியற்காலையில் இவன் விழிப்பதற்கு முன்பே வந்து சிறுவனின் உடம்பைத் தொட்டுப் பார்த்தாள். காய்ச்சல் குறைந்திருந்தது. சிறுவனை அழைத்துக்கொண்டு அவன் சொன்ன மாளிகை வீட்டிற்குப் பயணமானாள். அங்கே டாக்டர் அம்மாவும் வேலைக்காரனும் சிறுவனைக் கண்டு பொழிந்த பாசத்திற்கு அளவேயில்லை. பின்னர் பூமாலைக்கு நன்றி கூறப்பட்டது. நேரம் கிடைக்கும் போதெல்லாம் வீட்டுப்பக்கம் வரச் சொன்னார்கள். அது முதலாக சில தடவ போயிருப்பாள். அச் சிறுவனுக்கு நல்ல நண்பனாக, கதை சொல்லியாக, வளர்ப்புத் தாயாக பூமாலை இருந்தாள். ஆனால், அந்த டாக்டர் அம்மாவின் அந்த வார்தைக்குப் பிறகு அங்கு போவதில்லை.

பூமாலை இன்னும் யோசிப்பதை நிறுத்தவில்லை.

சின்ன வயசுல யார் யாருக்காக எப்படியெல்லாம் பொம்பள வேஷம் போட வேண்டாம் என்று வீட்டில் சொன்னபோது கேட்டேனா? இல்லயே. எவ்வளவோ சொந்த பந்தங்களை இழந்து விட்டேன். என் வீட்டைச் சுற்றியுள்ள மத்த திருநங்கையோட போலியாக அக்கா, தங்கை, பாட்டி, அம்மா, பெரியம்மா... இன்னும் எத்தனையோ உறவுமுறை வைச்சு அல்லவா வாழ்க்கை ஓடியிருக்கு. நான் என் வாழ்க்கையைத் தொலைச்சிட்டேன்னு நினைக்கிறேன். இந்த அலி வேஷத்துக்காக எவ்வளவோ சொந்த பந்தங்களை இழந்தாச்சு. இப்ப அந்தச் சிறுவன் குத்தமில்லாத அன்பைப் பொழிகிறான். அவனோட உறவை இழக்க எனக்கு மனசில்ல. இந்தப் பொம்பள வேஷத்தை மாத்தி ஆம்பள வேஷம் போட்டுகிட்டு மாளிகை வீட்டுக்குப் போவத்தான் போகிறேன்” என்று தீர்மானமாக முடிவெடுத்தாள்.

8

35. அவள் - அரவிந்த் சச்சிதானந்தம்

அன்று கோவிந்தசாமி வரவில்லை. அவர் எங்கள் தெருவுக்கு வந்த இந்த ஒரு வருடத்தில் அன்றுதான் அவர் முதன்முதலில் வரவில்லை. அவருடன் வேலைக்கு வரும் காக்கையன் வராமல் போனாலும், கோவிந்தசாமி வந்துவிடுவார். காலை நான் வாசலில் அமர்ந்து பேப்பர் படித்துக் கொண்டிருக்கும் போது "அம்மா குப்பை" என்று ஒரு குரல் கேட்கும்போதே சொல்லிவிடலாம் மணி சரியாக ஏழு என்று.

சிலநாட்கள் நான் வாசலில் இல்லாமல் உள்ளே வேலையாக இருந்தால், "சார்" என்று சன்னமாக ஒரே ஒரு குரல் மட்டும் வரும். நான் வாசலை விட்டு வெளியே வருவதற்கு முன்பே குப்பையை என் கையிலிருந்து, "குடு சார்" என்று பிடிங்கிக் கொண்டு தன் வண்டியில் கொட்டிக்கொள்வார்.

எல்லோர் வீட்டின்முன்னின்றும் சப்தமாக 'குப்பை' என்று கத்தும் கோவிந்தசாமி, என் வீட்டின் முன் மட்டும் சன்னமான குரலில் பேசுவதற்கு காரணம் தெரியவில்லை. ஒருவருடத்திற்கு முன்பு அவரை முதன் முதலில் சந்தித்ததிலிருந்து அப்படிதான் பேசுகிறார். அன்று, தாத்தாவின் பழைய பெட் ஒன்றை எடுத்துச் செல்வதற்காக காக்கையனை வரச் சொல்லியிருந்தேன். தாத்தா இறந்ததிலிருந்து அதை தூக்கி கொல்லையில் போட்டு வைத்திருந்தோம். அன்றுதான் காக்கையனுடன் முதன்முதலில் வேலைக்கு வந்திருந்தார் கோவிந்தசாமி.

காக்கையன் கொல்லையில் நின்றுகொண்டு தள்ளாடியபடியே "அம்பதுரூபா கொடுங்க வாத்தியார் சார்" என்றான்.

"குடுக்காமா எங்க போறாங்க? கணக்கு பாக்குற வீடா இது?"அம்மா அடுப்படி உள்ளே இருந்து சிடுசிடுத்தாள். காக்கையனால் அந்த பெட்டை மடித்து தூக்க முடியவில்லை.

"அன்னையா" என்று கத்தினான். வாசலில் நின்றிருந்த கோவிந்தசாமி வேகமாக ஓடிவந்தார். பெட்டை சுருட்டி தோளில் வைத்துக் கொண்டு விறு-

விறுவென வெளியே நடந்தார். காக்கையன் ஐம்பது ரூபாயில் மட்டும் குறி-யாக இருந்தான்.

“உடனே போய் குடிக்காத” என்று சொல்லிவிட்டு அம்மா அவன் கையில் ஐம்பது ரூபாயை கொடுத்தாள்.

“டீ தான் மா குடிக்கப் போறோம்” சொல்லிவிட்டு அவன் கோவிந்தசா-மியை சுட்டிக் காட்டி, “இனிமே குமாரி வராது. இவருதான் என்கூட வரு-வாரு” என்று சொல்லிவிட்டு நகர்ந்தான். கோவிந்தசாமி வீட்டின் வாசலிலே அமைதியாக நின்றார். நான் அவரை அழைத்து, அவர் கையில் ஒரு அம்-பது ரூபாயை கொடுத்தேன். சந்தோசமாக வாங்கிக் கொண்டு, “தாங்க்ஸ் சார்” என்றார். அன்றிலிருந்து தினமும் காலை என்னைப் பார்த்து, “குட்-மார்னிங்” சொல்லிவிட்டு தான் நகர்வார்.

கோவிந்தசாமிக்கு வயது முப்பைந்தைந்திற்கு மேல் இருக்கும். எப்போதும் குடி போதையில் திரியும் காக்கையனிடமிருந்து மாறுபட்டு, தலையை படிய வாரி நெற்றியில் சந்தனப் பொட்டுடன் வலம் வருவார். பாக்கெட்டில் ஒரு சாய்பாபா படம் இருக்கும், கையில் க்ளவுஸ் போட்டுக் கொண்டு தான் குப்-பைக்கூடையை வாங்குவார். அவர் சுத்தத்தில் கண்ணாக இருப்பதை பார்த்து, அம்மாவுக்கும் அவரைப் பிடித்து விட்டது. உணவு, பலகாரம் என்று எதை-யாவது அவருக்கு உண்ணக் கொடுப்பாள். முதன்முதலில் பலகாரம் கொடுத்த போது வாங்க தயங்கியவரிடம், “அட வாங்கிகோங்க தம்பி” என்று அம்மா அவர் கையில் உரிமையாக கவரை திணித்தாள்.

ஒருமுறை அம்மா முந்தையநாள் மீந்த உணவை நீட்ட, “இன்னைக்கு வியாழக் கிழமமா பாபாக்கு விரதம்” என்று கோவிந்தசாமி சொன்னார். அம்மா சந்தோசமாக உள்ளே ஓடிச்சென்று ஆரஞ் பழங்களை எடுத்து வந்து கொடுத்தாள்.

“பாத்தியா, எவ்ளோ பக்தி அந்த தம்பிக்கு. வியாழக் கிழமை விரதம் இருக்கானாம். நீயும் இருக்கியே” அம்மா என்னை கோவிந்தசாமியின் முன்-வைத்தே இதுபோல எதாவது சொல்வாள். அவர் திருதிருவென விழித்து-விட்டு, “சார திட்டாதீங்கமா. அவருக்கு எவ்ளவோ வேலை இருக்கும்” என்-பார்.

காக்கையனுக்கு எது கொடுத்தாலும் காசாக கொடுக்க வேண்டும். சிறிது நேரத்தில் அதை சோமபானமாக மாற்றிவிடுவான். அதனால் அம்மா காக்-கையனிடம் எந்த உரையாடலிலும் ஈடுபடவில்லை. ஆனால் கோவிந்த-சாமியை பார்த்தால், அம்மாவிற்கு பாசம் கலந்த மரியாதை வந்துவிடும். அவரை பற்றியும் அவர் குடும்பத்தைப் பற்றியும் விசாரிப்பாள்.

“என்ன தம்பி எப்போ கல்யாணம்?”என்பாள்.

“ஆவும் மா. முதல சாருக்கு பொண்ண பாருங்க” என்று சொல்லிவிட்டு நகர்வார். தினமும் என்னிடமும் அம்மாவுடனும் சில வார்த்தைகள் பேசாமல்

அவர் நகர்ந்ததில்லை. வாரம் ஏழு நாளும் வந்துவிடுவார். உழைப்பாளி.

“கல்யாணத்துக்கு சொல்லணும் சொல்லிபுட்டேன்” அம்மா சொல்வாள்.

“நீங்களும் சாரும் தான் நடத்திக் கொடுக்கணும்” அதே சன்னமான குரலில் சொல்வார் கோவிந்தசாமி.

ஒருநாள் காலையில் வீட்டின் அருகே இருந்த ராவுத்தர் மெஸ்ஸிற்கு டீ குடிக்கச் சென்றிருந்தேன். கர்பமாக இருந்த அண்ணியை பார்க்க அம்மா ஊருக்கு சென்றுவிட்டாள். அம்மா இல்லாத நாட்களில் ராவுத்தர் மெஸ்ஸில் தான் டீ டிபன் எல்லாம். வாசலில் போடப்பட்டிருந்த பிளாஸ்டிக் நாற்காலியில் அமர்ந்து டீ குடித்துக் கொண்டிருந்த கோவிந்தசாமி என்னைப் பார்த்ததும் எழ எத்தனித்தார். நான் வேண்டாம் என்று கை அசைத்துவிட்டு, டீயை வாங்கி பருகியவரே பேப்பரில் மூழ்கினேன். ஒரு குரல் என் கவனத்தைக் கலைக்க நிமிரிந்து பார்த்தேன். அங்கே ஒரு திருநங்கை நின்று கொண்டிருந்தாள். அவள் என்னிடம் காசு கேட்க நான் பாக்கெட்டை தடவினேன். சில்லரை இல்லை.

உள்ளே அமர்ந்து வெள்ளிமலர் படித்துக் கொண்டிருந்த பரமசிவன் “ஊருக்குள்ளயே வந்துட்டீங்களா?” என்று கேலியாக கேட்டான். வேலை வெட்டிக்கு போகாமல் அடிதடி செய்துக் கொண்டிருப்பதே பரமசிவனின் வேலை. அந்த திருநங்கை அவனை முறைத்தாள்.

என்னிடம், “விரட்டிவிடு வாத்தியாரே. சில்லறை தேடிகிட்டு இருக்க” என்றான். வெறுங்கையுடன் நகர்ந்த திருநங்கையை அழைத்து கோவிந்தசாமி ஐந்து ரூபாயை கொடுத்தார்.

“நான் காசு கொடுக்காதனு சொன்ன நீ என்னடா தர்ம பிரபு” பரமசிவன் கோவிந்த சாமியை பார்த்து கத்தினான். கோவிந்தசாமி எதுவும் பேசவில்லை.

“பேசிட்டே இருக்கேன்...” என்றவரே எழுந்த பரமசிவன், நாங்கள் சுதாரிப்பதற்குள் கோவிந்தசாமியின் கன்னத்தில் அறைந்தான்.

“உழச்சு சாப்டாம ஆடுறாளுங்க” என்றவாறே பரமசிவன் நகர்ந்தான். எனக்கு என்ன செய்வது என்று தெரியவில்லை. பரமசிவன் மீது கோபம் வந்தது. அனால் அவனை எதிர்க்கும் அளவிற்கு எனக்கு தைரியமோ, பலமோ இல்லை. கோவிந்த சாமியின் கண்கள் கலங்கியிருந்தன, “அவங்களும் நம்பளமதிரி தான சார்?” என்று என்னைப் பார்த்துக் கேட்டார்.

“அந்த தடிப்பையன் கிடக்கான். யாரும் கிடைக்கலன்னு உன்ன ஏறுறான்” ராவுத்தர் கோவிந்தசாமியை ஆசுவாசப் படுத்துவதற்காக சொன்னார்.

அதன்பின் கோவிந்தசாமி பரமசிவன் இருக்கும் பக்கமே திரும்புவதில்லை. நான் மறுநாள் அவரை பார்த்து ‘சாரி’ கேட்டேன். “அவன் பொறுக்கி சார். அடிச்சான். அதெல்லாம் நான் மறந்துட்டேன். நீங்க என்ன பண்ணுவீங்க பாவம்” என்றார். எங்கள் நட்பிலோ பேச்சிலோ எந்த மாற்றமும் இல்லாமல் தான் நாட்கள் நகர்ந்து கொண்டிருந்தன.

இன்று கோவிந்தசாமி ஏன் வரவில்லை என்று தெரியவில்லை? உடம்பு ஏதும் சரியில்லாமல் போய் விட்டதா? காக்கையனைக் கேட்டேன். காக்கையன் தனக்கு எதுவும் தெரியாது என்றான்.

மறுநாளும், அதற்கு அடுத்த நாளும் கோவிந்தசாமி வரவில்லை.

“சொல்லிக்காம கொள்ளாம வேலையை விட்டு போய்டான் சார்” காக்கையன் சொன்னான். எனக்கு ஆச்சர்யமாக இருந்தது. எங்களிடம் ஏன் சொல்லவில்லை. அம்மா ரொம்ப வருத்தப்பட்டாள். அண்ணனுக்கு குழந்தை பிறந்ததால், நாங்கள் அந்த கொண்டாடத்தில் மூழ்கிவிட்டோம். கோவிந்தசாமிக்கு பதில் காக்கையனுடன் வேறொரு சிறுவன் வரத் தொடங்கிவிட்டான். அவனும் போக, இன்னும் இரண்டு பேர் மாறினார்கள். அவரவர் வேலையுண்டு என்று நாட்கள் நகர்ந்தன. காக்கையன் மட்டும் வழக்கம் போல போதையில் வந்து போனான்.

பாப்பாவின் முதல் பிறந்தநாளை எங்கள் வீட்டில் கொண்டாட வேண்டுமென்று அண்ணனும் அண்ணியும் வந்திருந்தார்கள். அண்ணிக்கு விரால் மீன்தான் பிடிக்கும், அதுவும் ஆற்று மீன் தான் பிடிக்கும். அம்மா தேடிப் பிடித்து வாங்கி வர சொன்னாள். நானும் வண்டியை எடுத்துக் கொண்டு இருபது கிலோமீட்டர் செல்ல வேண்டியதாக இருந்தது.

“அதெல்லாம் கட்டுபடியாகும் குடு சாமி” பேரம் பேசிக்கொண்டிருந்த அந்த குரலை நான் எங்கேயோ கேட்டிருக்கிறேன். திரும்பி பார்த்தால், கோவிந்தசாமி. என்னை பார்த்ததும் அவர் முகம் திகைத்தது.

“என்ன கோவிந்தசாமி சவுக்கியமா?” என்றேன்

“நல்ல இருக்கேன் சார்” என்றார்.

நான் “எங்க போனீங்க. அம்மாகிட்ட கூட சொல்லல?” என்றேன். அவர் தயங்கினார். அப்போது அங்கே வந்த அந்த திருநங்கை கோவிந்தசாமியிடம் ‘போலாமா மாமா?” என்றாள். நான் அன்று டீக்கடையில் பார்த்த அதே திருநங்கை. எனக்கு புரிந்து விட்டது.

“அன்னைக்கு அந்த தடியன் அடிச்சதும் கஷ்டமா இருந்துச்சு. சாயங்கலாம் இவர பாத்து பேசினேன். அப்டியே லவ் வந்திருச்சு” அந்த திருநங்கை சொன்னாள். கோவிந்தசாமி வெட்கப்பட்டார்.

“ராதா நான் சொன்னேன்ல சாரு, இவருதான்” என்று என்னை அறிமுகம் செய்துவைத்தார்.

“என்கிட்ட இருந்து உங்க லவ்வ மறச்சிருக்கீங்களா கோவிந்த சாமி!” என்று கேட்டு அவர் தோளை தட்டினேன். சிரித்தார்.

“திடிர்னு ஒரு நாள் கல்யாணம் பண்ணிக்கலாம்னு முடிவு பண்ணுனோம். அவங்க ஊர் பக்கம் கோவில்ல போய் பண்ணிக்கிட்டோம்” கோவிந்தசாமி சொன்னார். “கல்யாணத்துக்கு எங்கள ஏன் கூப்டல?” கோவமாக கேட்பது போல் பாசாங்கு செய்தேன்.

“அது அது” என்று இழுத்தார். நான் சிரித்துவிட்டு, “சொல்லிட்டாவது வந்திருக்கலாம்ல. அம்மா சந்தோசப் பட்டிருப்பாங்க” என்றேன்

“சொல்லிகிட்டே இருப்பார் சார்” ராதா பேசினாள். “வாத்தியார் சாரும் அவங்க அம்மாவும் பாசமா இருப்பாங்க. சொல்லிக்காம வந்துட்டேனு”.

“அந்த ஏரியா வந்தா உங்கள அம்மாவலாம் பாக்கணும்... எல்லாரும் கேலி பேசுவாங்க அதான் வேலையை விட்டுடேன் சார்” என்றார்

“உங்க மனசுக்கு புடிச்ச ஒரு விசயத்த பண்ணிருக்கீங்க? இதுல என்ன வெட்கம் அவமானம்! அன்னைக்கு உங்கள அடிச்சப்ப பாத்துகிட்டு இருந்த நான் தான் அவமானப் படனும்” என்றேன். அமைதியாக நின்றார்.

“இப்ப எங்க வேலை பண்றீங்க?”

“வாட்ச்மேன் வேலைக்கு போயிட்டு இருக்கார் சார்” என்றாள் ராதா.

“முன்னமாதிரி இவ யார்ட்டையும் கை ஏந்துறது இல்ல சார். வீட்டயும் என்னையும் நல்லா பாத்துக்குறா. நல்லா சமைப்பா சார்.” கோவிந்தசாமி பெருமையாக சொன்னார்.

“ஏன் நீங்களும் வேலைக்கு போலாமே?” நான் ராதாவை பார்த்துக் கேட்டேன்.

“யார் சார் வேலைக்கொடுப்பா?” ராதா வினவினாள்.

ராவுத்தரிடம் வேலை பார்த்த மாஸ்டர் தனியாக கடை போட போய்விட்டதாக ராவுத்தர் சொன்னது நினைவுக்கு வந்தது. அவரிடம் பேசினேன். அவர் சந்தோசமாக ராதாவை வேலைக்கு வைத்துக் கொண்டார். முதல் நாள் நான் கடைக்கு வந்து டிபன் சாப்பிட வேண்டுமென்று ராதா ஆசைப்பட்டாள். அவள் செய்த பொங்கலும் வடையும் சுவையாக இருந்தது. நான் உண்டுகொண்டிருக்கும்போது, பரமசிவன் வந்தான். நான் உள்ளே அமர்ந்திருப்பதைப் பார்த்தான். ராதா உள்ளே சட்னி அறைத்துக் கொண்டிருப்பதையும் பார்த்துவிட்டு என்னை முறைத்தான். மேஜையில் வைக்கப்பட்டிருந்த தட்டிலிருந்து ஒரு வடையை எடுத்து தின்றுகொண்டு என்னை முறைத்தவாறே நின்றான். நான் அவனை சட்டை செய்யாமல்,

“பொங்கல் அருமையா இருக்கு ராதா” என்றேன். அவள் சந்தோசப் பட்டாள். வழக்கமாக கடைக்கு சாப்பிட வரும் பேச்சுலர்கள் இரண்டு பேர் என் அருகில் வந்து அமர்ந்தனர்.

“பொங்கல்” என்றனர். பொங்கல் வருவதற்குள், உள்ளே ராதா சமைத்துக் கொண்டிருப்பதை பார்த்ததும் அவர்களின் முகம் எப்படியோ மாறியது. ஒருவரை ஒருவர் பார்த்துக் கொண்டனர். அங்கிருந்து எழுந்து ராவுத்தரிடம்., “இனிமே வெளிய சப்பட்டுக்குறோம்” என்றனர். ராவுத்தர் பேசுவதற்குள் அவர்கள் கடையை விட்டு வெளியேறினர்,

அவர்களின் வழியை மறைத்துக்கொண்டு நின்ற பரமசிவன்,. “ஏன் சாணிய பாத்தா மாதிரி போற. அவ உழைக்குறா. உங்களுக்கு எங்க எரியுது.

இது அவ சுட்ட வட.. நல்லாத்தான் இருக்கு. நேத்து வரைக்கும் அந்த சீக்காளி மாஸ்டர் செஞ்ச வடையை ரசிச்சி தின்னீங்க! இவ சமையலுக்கு என்ன குறைச்சல்!'' என்றான்.

அவர்கள் என்ன சொல்வது என்று விழித்தனர். இருவரின் தோளின் மீது தன் கைகளை வைத்து அழுத்தியாவாறே, ''எப்பவும் இங்கதான சாப்பிடு-வீங்க! போய் சாப்டு போ'' என்று அவர்களை உள்ளே தள்ளினான். அவர்-கள் என்னருகே வந்து அமர்ந்தனர். நான் பரமசிவனைப் பார்த்து புன்னகை செய்தேன். அவன் என்னைக் கண்டுகொள்ளாமல், எதுவும் நடக்காதது போல் அங்கிருந்து நகர்ந்தான். ராதா சூடாக வடையை சுட்டெடுத்துக் கொண்டி-ருந்தாள்.

36. ஜொனிஷா - எ.ஜெனார்த்தன்

சோ...வென்று பேய் மழையடித்துக் கொண்டிருந்த மார்கழி நாள் இரவு. ஜன்னல் கிறீல்களூடாக வரும் கூதல் உடலில் காமம் கிளர்த்திக் கொண்-டிருக்க அறையின் மூலையில் போடப்பட்டிருந்த கட்டிலில் கம்பளியால் உடலை இழுத்து மூடிக்கொண்டு தலையணையில் சாய்ந்தபடி சுந்தர ராமசா-மியின் 'ஒரு புளியமரத்தின் கதை' படித்துக் கொண்டிருந்தேன். தலைமாட்-டில் இருந்த என் செல்பேசி 'கிளிங்' என்று ஒலியெழுப்பியது. அது யாரோ முகநூல் நண்பரின் குறுஞ்செய்தி வந்தமைக்கான அடையாள ஒலி. செல்-பேசியை எடுத்து அதன் திரை வெளிச்சத்தை குறைத்துக் கொண்டு முகநூல் செய்திப் பெட்டியை திறந்து பார்த்தேன்.

'Jonisha joni' என்ற பெயரில் குறுஞ்செய்தி வந்திருந்தது.

'Hi'

'Who are you?' என்று கேட்டேன்...

'lam Jonisha' என்று பதில் வந்தது.

அதுவரை அந்தப் பெயருடைய யாரையும் எனக்கு பழக்கமும் இல்லை,

முகநூல் நண்பராகவும் இல்லை. அந்த முகநூல் பக்கத்தின் முகப்பில் (profile) 'The God Of Small Things' நாவல் மூலம் உலகப்புகழ் பெற்ற இந்தியாவின் கேரளத்தை சேர்ந்த பெண் எழுத்தாளர் அருந்ததிராயின் புகைப்படம் பதிவேற்றப்பட்டிருந்தது. அதில் 'யாரையும் தொந்தரவு செய்யாத எழுத்து எதற்கு' என்ற வாசகமும் பதிவிடப்பட்டிருந்தது.

யாரோ இலக்கியத்தில் ஆர்வமுள்ள பெண்ணாக இருக்க வேண்டும். அவள் யார்? எப்படியிருப்பாள்? அவளுக்கு என்னை எப்படித் தெரியும்? என அறிந்து கொள்ளும் ஆர்வம் மேலோங்கியது. சரி அவளோடு 'சாட்' செய்து பார்க்கலாமே என்று 'தமிங்கிலிஷ்'-இல் அவளுக்கு குறுஞ்செய்தி அனுப்பி-னேன்.

'நீங்க யார்? உங்கள எனக்கு தெரியயேல?'

'என்னை உங்களுக்கு நல்லாவே தெரியும்' என அவளிடமிருந்து பதில் வந்தது.

'அப்படியா? உங்கட 'போட்டோ' ஒன்டு அனுப்புங்க'

'போட்டோ ஒண்டும் அனுப்ப முடியாது. உங்கட போன் நம்பர் அனுப்புங்க. நாளைக்கு மோர்னிங் கோல் பண்ணி பேசுறன். நேரில சந்திக்கலாம் குட்நைட்'.

அவளுக்கு என்னுடைய இலக்கத்தை அனுப்பி வைத்துவிட்டு, அவள் யாராக இருக்கும்? என்ற சிந்தனையில் அமிழ்திருந்தேன். முகநூலில் அநேகமானவர்கள் தங்கள் சொந்தப் பெயர்களிலல்லாது வேறு பெயர்களைத் தானே பயன்படுத்துகிறார்கள். அதனால் சிறுவயதிலிருந்து என்னோடு ஒன்றாக படித்த, பழகிய, இப்போது நீண்ட காலமாக தொடர்பில் இல்லாத பெண்களெல்லாம் நிழல் உருவமாக என் கண்முன் தோன்றி மறைந்தார்கள்.

சில வேளைகளில் இது என்னுடைய நண்பர்களின் விளையாட்டாகவும் இருக்கலாம். இப்படித்தான் சில மாதங்களுக்கு முன் நிதர்சன் 'றெமோனிஷா' என்ற பெயரில் முகநூல் ஒன்றினை ஆரம்பித்து கபிலனை காதலிப்பதாக கூறி இரண்டு வாரங்கள் இரவு பகலாக அவனோடு குறுஞ்செய்தியில் பேசித்திரிந்தான். கபிலனும் அவனுடைய பேச்சில் மயங்கி காதல் வசப்பட்டு நிதர்தனின் கைபேசிக்கு அயிரம் ரூபாய்க்கு மேல் 'ரீலோட்' செய்திருக்கிறான். இந்த கதை ஊர் முழுவதும் தீப்பிடித்து கபிலன் அவமானபட்டது போல நானும் யாரிடமாவது ஏமாந்து விடக்கூடாது என நினைத்து கொண்டேன். ஒருவேளை நாளைக்கு அவள் என் இலக்கத்திற்கு அழைத்து பேசினால் மட்டும் நேரில் சென்று சந்தித்து, அவள் யாரென்று அறிய வேண்டும் என்ற முடிவோடு படுத்து உறங்கினேன்.

மறுநாள் ஞாயிற்றுக்கிழமை. காலை எட்டு மணியிருக்கும், என் செல்பேசியில் பதிவேற்றப்படாத புதிய இலக்கமொன்றிலிருந்து அழைப்பு வந்தது.

'ஹாலோ'

'நான் ஜொனிஷா பேசுறன்'. உண்மையில் அது ஒரு பெண் குரல் தான்!

'ஜொனிஷா வென்றால், எந்த ஜொனிஷாவென்று விளக்கமா சொல்லுங்க? என்னோடு உங்களுக்கு எப்படி பழக்கம்?'

'அது எல்லாம் சொல்ல முடியாது ஜெனா. அது 'சப்றைஸ்'. நான் இப்ப யாழ்ப்பாணம் கொழும்புத்துறையில இருக்கிறன். இன்டைக்கு ஒரு வேலையா வெளியே போய் இரவு 7 மணிக்குத் தான் வீட்டுக்கு வருவன். என்னை சந்திக்க வரமுடியுமா?'

'சரி நான் வாறன். உங்கட அட்ரஸ்?'

'பின்னேறம் 6.30 போல நான் கோல் பண்ணி பேசுறன். பாய்...' என்று கூறி அழைப்பினை துண்டித்து விட்டாள்.

அந்த இலக்கத்தை என்னுடைய கைபேசியில் 'ஜொனிஷா' என்ற பெயரில் பதிவேற்றினேன். பகல் முழுவதும் எந்தவொரு கார- பியத்திலும் மனம்

நிலைகொள்ளவில்லை. அன்று முழுவதும் சரியாக சாப்பிடவும் முடியவில்லை. கடிகார முட்கள் நகர்வதாயில்லை. மாலை 6.30 மணியிருக்கும். ஜொனிஷா என்ற பெயரில் கைப்பேசி சினுங்கியது.

'ஹலோ...'

'நான் தான் ஜொனிஷா. இப்ப தான் வேலையெல்லாம் முடிச்சு வீட்டுக்கு வந்தனான். இப்ப என்னை சந்திக்க வரமுடியுமா?'

'சரி... நான் எங்க வர வேணும்?' என்று கேட்டேன்.

அவள் தன்னுடைய முகவரியை கூறி, வீட்டின் முன் ஒரு மல்லிகை பந்தல் அமைந்திருப்பதாகவும் குறிப்புக் கூறினாள். குளித்துவிட்டு தயாராகி மோட்டார் சைக்கிளை எடுத்துக் கொண்டு அவள் கூறிய முகவரியை விசாரித்து அந்த தெருவிற்குள் நுழைந்த போது நாலஞ்சு தெருநாய்கள் என்னை பின்தொடர்ந்து. ஏதோ வேற்றுக் கிரகவாசியை கண்டது போல குரைத்துக் கூப்பாடு போட்டன. ஒருவாறு அவற்றிடமிருந்து தப்பி சென்றேன். பந்தலில் பூத்துச்சிரித்த மல்லிகை வாசம் வரவேற்றது. அந்த வீட்டின் முன் சென்று 'கார்ண்ணை' ஒலித்தேன். அப்போது நேரம் இரவு 7.15 ஆகியிருந்தது. கதவை திறந்து கொண்டு அழகான பெண்ணொருத்தி வந்து என்னை பார்த்து புன்முறுவல் செய்தபடி 'உள்ளே வாங்க' என்று அழைத்தாள். வீதியில் அமைந்திருந்த மின்விளக்கின் மஞ்சள் வெளிச்சத்தில் அவள் உடலின் வளைவு நெளிவுகள் கண்களுக்கு போதை தருவதாக இருந்தது. அவளின் அகன்ற விழிகளும், இணைந்த புருவங்களும், சுருண்ட கருங்கூந்தலும், பார்பவரை சற்று கிறுக்குப் பிடிக்க வைப்பதாக இருந்தது.

நான் வாசலில் நின்றபடியே 'நீங்கள்... யார் ?' எனக் கேட்பதற்குள்.

'நான் தான் ஜொனிஷா. உள்ள வாங்க, இருந்து ஆறுதலா பேசலாம்' என்று கூறி வீட்டினுள்ளே அழைத்துச் சென்றாள். நிச்சயமாக அந்தப் பெண்ணை என் வாழ்நாளில் இதற்கு முன் நான் கண்டதேயில்லை!

ஆடம்பரமற்ற சிறிய வீடு. வரவேற்பறையில் சொகுசு இருக்கைகள் போடப்பட்டிருந்தன. அதில் ஒரு இருக்கையில் முப்பத்தைந்து வயது மதிக்கத்தக்க ஒரு பெண் உட்கார்ந்திருந்தாள். அந்த ஜொனிஷா என்னை காண்பித்து 'இவன் தான் ஜெனா' என உரிமையோடு அந்த பெண்ணுக்கு அறிமுகம் செய்த போது என் மனதில் பெரும் குழப்பநிலை ஏற்பட்டது. பின்னர் அந்தப் பெண்ணை காண்பித்து 'இது வாணி அக்கா' என அவளை அறிமுகம் செய்த போது...

'ஜொனிஷா உங்கள பற்றி நிறையவே சொல்லியிருக்கிறாள்' என்று கூறி அவள் புன்னகைத்தாள்.

எதுவுமே புரியாது முழித்தபடி... 'நீங்கள் யார் என்று இன்னும் எனக்கு புரியவே இல்லை?' என்று நான் அந்த ஜொனிஷாவிடம் சொன்னேன்.

அவள் 'நீங்க... சென் பற்றிக்ஸ் கொலிஜ்'இல தானே படிச்சனீங்க?'

'ஓம்.. ஏன் கேட்கிறீங்க?' என்றேன்.

‘உங்களுக்கு 2012-இல் ஆட்ஸ் படிச்ச ஜொனிய தெரியுமா?’

சிறிதும் தாமதமின்றி ‘ஓம் தெரியுமே... அவன் என்ர பிரண்ட் (Friend) தான். அவன ஏன் கேட்கிறீங்க?’ என்று கேட்டேன். ‘அவன் தான் நான்’ என்றாள் ஜொனிஷா!

எனக்கு என்ன பேசுவதென்று தெரியாமல் வாயடைத்து போனேன். உடலில் மின்சாரம் பாய்ந்தது போல உணர்த கணப்பொழுதொன்றில் பல காட்சிப் பதிவுகளை ஆழ்மனம் மூளைக்கு அனுப்பியது. அது ஒரு தேவதூதனின் தரிசனம் பெற்ற கணம் போலவே இருந்தது. என் மனதை துளைத்துக் கொண்டிருந்த ‘யார் இந்த ஜொனிஷா?’ என்ற வினாவிற்கு விடை கிட்டிய போது ஆச்சரியம் தாளாத கண்களால் அவளை உச்சியில் இருந்து உள்ளங்கால் வரை பார்த்து.

‘டேய் ஜொனி!’ என்று வியப்போடு அழைத்தேன்...

‘நான் இப்ப ஜொனி இல்லை, ஜொனிஷா! என்னை இனி டேய் போடாதே டீ போட்டு கூப்பிடு’ என்று சொல்லிக்கொண்டே சில வினாடிப் பொழுதுகள் இமைக்காது என்னையே பார்த்துக் கொண்டிருந்தாள். அவளின் கண்கள் கலங்கின. அதற்கான காரணமும் எனக்கு புரிந்தது. ‘ஜெனா இரு! ரீ எடுத்துக் கொண்டு வாறேன். பேசலாம்...’ என்று கூறிக்கொண்டே சமையலறைக்குள் போனாள்.

2010இல் யாழ்ப்பாணம் புனித பத்திரிசியார் கல்லூரியில் எனக்கும் ஜொனிக்குமான நட்பு ஏற்பட்டது. அது ஒரு ஆண்கள் பாடசாலை. அப்போது நான் உயர்தரத்தில் வணிகப்பிரிவில் படித்துக்கொண்டிருந்தேன். ஜொனி கலைப்பிரிவு. அவனிடம் பெண் தன்மை மேலோங்கி இருந்தது. மாநிறமான தேகம், மினுமினுத்த தோல், சிவந்த உதடுகள், நெற்றியில் விழுந்து கிடக்கும் சுருள் முடியோடு அவன் மெதுவாக இடையை வளைத்து நெளித்து நடந்து வரும் போது பார்ப்பவர்களுக்கு அசலாக ஒரு பெண் வருவது போலவே இருக்கும். பெண்குரலில் மென்மையாக பேசுவான். பேசும் போது கைகளாலும், புருவங்களை அசைத்தும் சைகை காட்டுவான். இதனால் பாடசாலையில் பலர் அவனை இழிவாக நடத்தினார்கள்.

ஒருநாள் இடைவேளை நேரம். நானும் என்னுடைய நண்பர்களான அலைக்ஸ், ஜேம்ஸ், ஆகியோரும் சிற்றுண்டிச் சாலைக்கு முன்பாக அமைந்திருந்த மணிக்கூண்டிற்கு அருகாமையில் நின்று கொண்டு சிரித்துப் பேசியவாறு சிற்றுண்டிகளை சாப்பிட்டுக் கொண்டிருந்தோம். சற்றுத் தொலைவில் பாடசாலையின் தலைமை மாணவத் தலைவனான (School Head Prefect) திவாகரனும் சிலரோடு நின்று சாப்பிட்டுக் கொண்டிருந்தான். அந்த வேளையில் தான் ஜொனி அந்தப் பக்கமாக சிற்றுண்டி வாங்குவதற்காக வந்தான். கூட்டமாக நின்றவர்களில் ஒருவன் ஜொனியை பார்த்து

‘டேய் பொண்ட்ஸ்சுக் குட்டி’ என்று கத்திக் கூப்பிட்டான்.

இன்னொருவன் 'அயிட்டம் வாங்களேன் ஒதுங்குவோம்...' என்று நழினக் குரலில் அழைத்தான்.

மற்றவன் 'ஜொனி நீங்க ஓம்பதா?' என்று கேட்டான்.

எதையும் காதில் வாங்காது அவன் அவர்களை தாண்டிச் செல்ல முற்பட்டட போது நவதீபன் என்றொருவன் 'அக்காச்சி நில்லுடி' என்று அவனின் கையை பிடித்து இழுத்து, கட்டிப்பிடித்து, வலிந்து அவன் கன்னத்தில் முத்தமிட்டான்.

'பிலீஸ்... பிலீஸ்... விடும்' என்றபடி அவனின் கையை உதறிவிட்டு ஓடமுட்பட்ட போது 'அடியே வா...டி' என்று உடும்புப் பிடியாக பற்றிக்கொண்டு அவனுடைய சேட் பொத்தான்களை கழற்றி, அதற்குள் கையை விட்டு நெஞ்சை கசக்கினான். அவனோடு நின்றவர்களும் ஜொனியை மொய்த்து அவனின் இடுப்பிலும், குண்டியிலும் கிள்ளி அருவருக்கத்தக்க விதத்தில் நடந்துகொண்டார்கள். அவர்கள் இயல்பாகவே முரட்டு சுபாவம் கொண்டவர்களாய் இருந்த படியால் அவர்கள் செய்வதை தவறு என்று தட்டிக் கேட்டாலோ அல்லது பொறுப்பாசிரியர்களிடமோ, அதிபரிடமோ தெரியப்படுத்தி நடவடிக்கை எடுக்க முயன்றாலோ தங்களுக்கும் ஏதும் ஆக்கினை கொடுப்பார்கள் என்று அஞ்சி அவ்விடத்தில் நின்றவர்கள் எல்லோரும் வாய்பொத்தி வேடிக்கை பார்த்தார்கள்.

எனக்கென்றால் எங்கள் கண்ணெதிரே அவன் இப்படி கண் கலங்கி நிற்பதை பார்க்க மனம் பொறுக்கவில்லை. நான் அவர்களை நோக்கி சென்ற போது அலைக்ஸ்சும் என்னோடு வந்தான். 'அவன் பாவம்டா... அவனை விடுங்கடா' என்று சொன்னேன். காதிலேயே விழாதது போல் அவனோடு இன்னும் எல்லை மீறி சென்று கொண்டு இருந்தார்கள். அதில் ஒருவன் 'உனக்கு இது தேவையில்லாத வேல மரியாதையா போ...' என்று என்னை அதட்டினான். அலைக்ஸ்சும் அவனை விட்டுவிடுமாறு ஏதேதோ கெஞ்சி பார்த்தான். அவர்கள் நாங்கள் சொல்வது எதையும் கேட்பதாயில்லை.

இதையெல்லாம் தலைமை மாணவத் தலைவனான திவாகரன் பார்த்துக் கொண்டுதான் நின்றானென்று எங்களில் யாருக்கும் தெரியாது. வீறு கொண்ட சிங்கம் போல வந்த அவன், ஜொனியிடம் சேட்டை விட்டுக்கொண்டிருந்த நவதீபனின் கையை இழுத்தெறிந்துவிட்டு அவனுக்கே உரிய தொனியில் 'நீல் டவுண்' (Neel down) என்று உரக்கக் கத்திச் சொன்னான். நவதீபன் ஒரு கணம் நிலைகுலைந்து போனான். அவன் அதை இம்மியும் எதிர்பார்க்கவில்லை. நாங்கள் படித்த காலத்தில் தலைமை மாணவத் தலைவனுக்கு ஒரு பகுதித் தலைவரைப்போல (Sectional Head) அதிகாரம் (Sectional Head) அதிகாரம் இருந்தது. மாணவர்களின் ஒழுக்கமின்மைக்காக யாரையும் எந்த வேளையிலும் இப்படித் தண்டிக்கலாம். ஆனால் அடிக்க முடியாது. நவதீபன் 'இது இன்ரவல் ரைம் (Interval). உங்கட டியூட்டி டைம் இல்லை' என்றான். 'அதை பிறகு அதிபரோடு பேசலாம். நீல் டவுண்' என்று அதட்டி

சொன்னான் திவாகரன். வேறு வழியின்றி நடுவெயிலில் வெறுந்தரையில் நவதீபன் முழங்காலில் இருந்தான். ஏராளமானவர்கள் அந்த பக்கமாக சிற்றுண்டிச்சாலைக்கு போவதும் வருவதுமாக அந்த இடமே பரபரப்பாக இருந்தது. அனை- வரின் கண்களும் நவதீபனையே நோக்கின.

நாங்கள் ஜொனியை சற்றுத் தொலைவில் இருந்த வேம்பமரத்தடிக்கு எங்களோடு கூட்டிக் கொண்டு சென்றோம். அவனுடைய சீருடை கசங்கிப் போயிருந்து. கண்கள் கலங்கியபடி வெருண்டு போய் நின்றான். ஜேம்ஸ் கன்ரீனுக்குச் சென்று சிற்றூண்டிகள் வாங்கி கொண்டு வந்து ஜொனிக்கு சாப்பிட கொடுத்தான். இப்படி தான் வகுப்பிலும் ஆசிரியர்கள் வாராத பாட வேளைகளி- லெல்லாம் இவர்கள் தன்னை முறைகேடாக நடத்துவதாகவும் கூறினான்.

இரண்டு நாட்களுக்கு முன்பு, தான் பெரிதும் மதிக்கின்ற ஆசிரியர் ஒருவர், வகுப்பில் எல்லோர் மத்தியிலும் 'நீ ஏன் வளைஞ்சு நெழிஞ்சு நடக்கிறாய்? ஏன் பொட்டைகள் போல கதைக்கிறாய்? உன்னை கொண்டு போய் இங்கிலீஷ் கொன்வென்ரில் சேர்த்து விடட்டுமா?'' என்று கேட்டு அவமானப் படுத்தியதாக கூறும் போது அவனது இரு கண்களாலும் ஆறாக ஓடியது. நாங்கள் அவனுக்கு ஆறுதல் கூறினோம். கைகளால் கண்களை துடைத்துக் கொண்டு 'ஒரு நிமிசம் என்னோடு வாங்களேன்' என்று கூறி சற்றே தொலைவில் இருந்த கழிவறை பக்கமாக கூட்டிக்கொண்டு சென்று கழிவறையின் உட்பக்கச் சுவரை காண்பித்தான். அதில் ஒரு பெண்ணின் நிர்வாண உடலை வரைந்து அதற்கு 'ஜொனி' என பெயர் குறிப்பிட்டு, பச்சை ஆபாசமாக ஏதேதோ எழுதப்பட்டிருந்தது.

'நான் என்ன பாவம் செஞ்சன்? நான் இப்படி இருக்க நானா காரணம்? ஏன் எல்லாரும் என்னை வெறுத்து ஒதுக்குறாங்க? என்னோட யாருமே உண்மையாக பழகுறதில்ல, என்னை யாருக்கும் பிடிகிறதில்ல, என்னை யாரும் புரிஞ்சு கொள்றதும் இல்லை, எல்லோருமே என்னை கேவலமாகத் தான் பார்க்குறாங்க'. விம்மலோடு ஒரு பெருமூச்செடுத்து, 'வீட்டிலேயும் அண்ணா அடித்து சித்திரவதை செய்கிறான். என்ர அப்பாவே நீ இப்படி இருகிறத செத்து துலைஞ்சு போ சனியன்' என்று திட்டுறார். உன்னால நாங்க ஊருக்குள்ள தல நிமிந்து நடக்க முடியல எண்டு சொல்லி இரண்டு கிழமையா அறைக்குள்ளேயே பூட்டி வச்சவர். என்னை பெத்த குற்றத்துக்கு அம்மாவுக்கும் ஒரே அடி உதை. என்னால யாருக்குமே நிம்மதியில்லை. பிறகு எதற்காக நான் வாழவேணும்? நான் சாகப் போறன்' என்று வெடித்து அழுதான். அவனது குமுறலை கேட்டு எங்களுக்கும் கண்கள் கலங்கியது••• ஏதேதோ சொல்லி அவனை சமாதானப் படுத்தினோம். இந்தச் சம்பவத்தின்பின் தினமும் இடைவேளை நேரங்களில் ஜொனியும் எங்களோடு இணைந்து கொண்டான். அவனுடைய வகுப்பிலும் சில நண்பர்களோடு பேசி அவனுடைய நிலைமையை விளக்கினோம். அவர்கள் அன்றிலிருந்து வகுப்பில்

ஜொனியை தம் பக்கத்து இருக்கையில் அமர்த்தி யாரும் அவனை தரக்கு-றைவாக நடத்தாதவாறு பார்த்துக் கொண்டார்கள்.

2012-ஆம் ஆண்டு உயர்தர பரீட்ச்சைக்கு தோற்றி பாடசாலையில் இருந்து வெளியேறிய பின் இரண்டு வருடங்கள் ஜொனிக்கும் எனக்குமான தொடர்புகள் அற்றுப் போனது. ஒருநாள் எதேச்சையாக ஜொனியை 'சூப்பர் மார்க்கெட்'ஒன்றில் சந்தித்தேன். முன்னர் இருந்ததை விட மார்பு பெருத்து, இடை மெலிந்து, இமைகளை அழகுபடுத்தியிருந்த அவனை காண பரிதா-பமாக இருந்தது. 'ஜெனா வரவர என்ர உடம்பில பெண் தன்மை கூடிக் கொண்டே போகுதுடா. சொல்லுறேன் எண்டு தப்பா நினைக்காத. உங்களுக்-கெல்லாம் கேர்ல்ஸ் (girls) மேல தானே ஈர்ப்பு வரும்? ஆனா எனக்கு போய்ஸ் (boys) மேல தான் அப்பிடி தோனுதுடா. நான் இந்தியாக்கு போய் ஒப்பிறேசன் செய்து, ஒரு பெண்ணா மாற றை பண்ணுறன். இதப் பற்றி நீ என்ன நினைக்கிறாய்?' என்று கேட்டான். ஆரம்பத்தில் அவன் சொல்வது என்னவென்றே எனக்கு புரியவில்லை. ஏனென்றால் அந்த விட-யம் பற்றி அதற்கு முன்னர் நான் அறிந்திருக்கவுமில்லை. அப்படி யாரை-யும் என் வாழ்நாளில் சந்தித்திருக்கவுமில்லை. 'இந்தியாவில இப்பிடி நிறைய பொடியங்க ஒப்பிறேசன் செய்து பொம்பிளையா மாறி இருக்காங்க. அவர்கள 'ரான்ஸ் ஜெண்டர்ஸ்' (Transgenders) எண்டு சொல்லுவாங்க' என்று அவன் கூறிய போது எனக்கு ஆச்சரியமாக இருந்தது.

'ஜொனி நீ இப்பிடியிருக்குறதவிட ஒரு பொம்பிளயா மாறுவது உன்ர எதிர்காலத்திற்கு நல்லது எண்டுதான் எனக்கும் தோணுது.' என்றேன்.

ஜொனிஷா கோப்பைகளில் தேநீர் கொண்டு வந்து பரிமாறினாள். அவளின் முகத்தில் உலகையே வென்ற பெருமிதம் தென்பட்டது. தேநீரை எடுத்துக் கொண்டு யாருடனோ போன் பேசுவதற்காக வாணி அக்கா தனது அறைக்குச் சென்றாள். எனக்கென்றால் அவனுக்கு நடந்த ஆப்பிரேசன் பற்றியே அறிய வேண்டும் போலிருந்தது. அதைப்பற்றி கேட்டேன். 'இதை இரண்டு முறைகளில் செய்யுறாங்க. ஒன்று ஆங்கில வைத்திய முறையில் மயக்க மருந்து ஏற்றிய பிறகு ஆணுறுப்பை வெட்டி அகற்றும் முறை. மற்-றொன்று நான் செய்து கொண்ட முறை இந்தியாவின் விழுப்புரத்தில் உள்ள தாயம்மா என்கின்ற பாரம்பரிய முறை. அங்க மூத்த அனுபவமான திருநங்-கைகள் இந்தச் சடங்கை செய்வாங்க.

நான் அண்டைக்கு அதிகாலையில சேவல் கூவும் முன் எழும்பி மஞ்சல் தண்ணியில முழுகி சந்தோஷ் மாதாவிற்கு செய்ய வேண்டிய பூஜைகளை செய்து முடிச்சேன். ஏற்கனவே தாயம்மா என்னுடைய ஆண்குறியையும் விதைகளையும் சேர்த்து சனல் கயிறு ஒன்றினால் இறுக்கமாக கட்டிவிட்டி-ருந்ததால் அதற்கான இரத்தவோட்டம் தடைப்பட்டிருந்தது. எனக்கு நீளமான தலைமுடி இல்லாததால் ஒரு திருநங்கை அக்கா சிவப்பு துணியொன்றை எடுத்து கொண்டு வந்து அதனால் என்ர வாயை மூடி கட்டிவிட்டாள்.

நான் நிர்வாணமாக நிலத்தில் படுத்திருந்தேன் அங்கிருந்த எல்லா திருநங்கை அக்காமாரும் கண்களை மூடி சந்தோஷ் மாதாவை உருக்கமாக வேண்டிக் கொண்டிருக்க, சொடக்கு போடுவதற்குள்ளே கூரான சவரக்கத்தியால் தாயம்மா என்ர ஆணுறுப்பை வெட்டி எடுத்துவிட்டாள்.' என்று ஒரே மூச்சில் கூறி முடித்தாள். கேட்டுக் கொண்டிருந்த நான் கண்களை மூடி 'ஏய்...' என்று முகம் சுழித்தேன்.

'வலி உயிர் வலி! ஆனாலும் அது என்ர உறுப்பு இல்லையே? நான் ஒரு பெண். தேவையில்லாததை அகற்றித்தானே ஆகவேணும்?' என்றாள்.

நான் வாயடைத்து போனேன். 'அதற்கு பிறகு என்ன நடந்தது' என்று கேட்டேன்.

'கச்சைத் துணியை கட்டி சாக்கிலே சப்பானியிட்டு இருக்க வைத்தார்கள். அப்பதான் மரண வேதனையாய் இருந்தது. அந்த நேரம் நான் போட்ட கூச்சல் வானத்தை பிளந்திருக்கும்' என்றவள்...

'உன்ர உயிர் நாடியை அறுத்தால் எப்பிடியிருக்கும்?' என்று என்னைப் பார்த்துக் கேட்டாள். நான் பதிலே சொல்லாது முழித்துக் கொண்டு அவள் கண்களையே உற்றுப்பார்துக் கொண்டிருந்தேன்.

'ஆணுறுப்பை வெட்டுறதுக்கு முதல் உனக்கு மயக்க ஊசி போட்டாங்களா?' என்றேன்.

'தாயம்மா முறையில் மயக்க ஊசிகளோ மருந்துகளோ எதுவுமில்லை. உறுப்பை வெட்டி எடுத்த பிறகு மூலிகை எண்ணெயை காய்ச்சி கொதியாற முதல் அந்த புண்ணிலேயே ஊத்தினாங்க... இப்பிடியே இரண்டு வாரங்கள் செய்தவங்க. வலி... சாவு வலிடா...' என்றாள். சொல்லும் போதே அவளின் கண்களிலும், முகத்திலும் அந்த வலி அப்பிக் கிடந்தது.

உனக்கு அந்த வலியாறி எல்லாம் குணமாக எத்தனை நாட்கள் எடுத்தது?'

'இரண்டு வாரமா பயங்கர வலி. அதற்கு பிறகு அந்த ரணமே பழகிப் போச்சு. புண்ணெல்லாம் முழுசா காஞ்சு போன பிறகு நாப்பதாவது நாள் தலையில் பால் வைத்து, மஞ்சள் தண்ணி ஊத்தி, புடவை உடுத்தி விட்டு சடங்கு செய்தவங்க. அண்டைக்கு அங்கிருந்த திருநங்கைகள் எல்லாருக்கும் கடா அறுத்து விருந்து. அண்டைக்கு இரவெல்லாம் கண்ணாடிக்கு முன்ன நிண்டு என்னையே நான் பார்த்து இரசிச்சுக் கொண்டிருந்தன். அண்டுதான் இந்த பிறவிக்கான அர்த்தமே கிடைச்சது. எனக்கு வாழ்கையில ஒரு பிடிப்பு வந்தது'. என்று சொல்லி விட்டு ஒரு சிறிய மௌனத்தின் பின்...

'ஜெனா இது எனக்கு மறுபிறப்புடா' என்றாள்.

'உனக்கு இதையெல்லாம் தாங்குற தைரியம் எப்பிடி வந்தது?' என்றேன்.

'எல்லாம் நீங்க கொடுத்தது தான். உங்கட ஆண்களின் உலகம் கொடுத்துதான். பள்ளிக்கூடத்தில, சொந்த ஊரில, றோட்டுகளில, போய்வரும் இடங்களில் எல்லாம் பொண்ட்ஸ்சு... பொண்ட்ஸ்சு... எண்டு கூப்பிடேக்கயெல்-

லாம் இவங்களுக்கு முன்னால வாழ்ந்து சாதிச்சு காட்ட வேணும் எண்டு தான் நினைப்பேன். அது தான் இப்ப இப்படியிருக்கிறேன்' என்று கூறிவிட்டு பக்கத்தில் இருந்த மேசையிலிருந்து புத்தகமொன்றை எடுத்துக் கொடுத்து 'இது நான் எழுதி வெளியிட்ட நாவல். வீட்டுக்கு கொண்டு போய் படித்துப் பார்' என்றாள். எனக்கு அது அடுத்த அதிர்ச்சி!

'நீ புத்தகமெல்லாம் எழுதுவியா? படிக்கிற காலத்தில இப்படி எதையுமே உன்னட்ட அடையாளம் காணயில்லையே...' என்றேன். அப்பயெல்லாம் என்னையே எனக்கு பிடிக்காது... எழுதப் பிடிக்குமா என்ன?' என்று கேட்டாள்.

'நான் உன்னை ஒன்று கேட்கலாமா?'

'ம்... கேள்' என்றாள்.

'இப்ப நீ ஒரு ஆப்பிளய கல்யாணம் பண்ணி அவனோட சந்தோசமா வாழ முடியுமா?' என்று கேட்டேன்.

'ஏன்டா நீ என்ன கல்யாணம் பண்ண போறியா?' என்று சிரித்துவிட்டு

'நான் ஒரு ஆம்பிளய கல்யாணம் பண்ணி, அவனோட தாம்பத்திய உறவை வச்சு அவனை திருப்த்திப் படுத்தலாம். ஆனால், எங்களப் போல திருநங்கைகளால அவனுக்கு ஒரு வாரீசை பெற்றுக் கொடுக்க ஏலாது. 6 மாதமா ஒருத்தன் என்னை காதலிக்கிறான். என்னை பற்றி எல்லாமே அவனுக்கு தெரியும். அவனுக்கு ஏற்கனவே கல்யாணமாகி இரண்டரை வயதில ஒரு ஆம்பிளப் பிள்ளை. மனுசி போன வருசம் அக்சிடென்ட் ஒண்டில இறந்துட்டா. எனக்கும் அவனில விருப்பம் தான். ஆனால் இன்னும் நான் விருப்பம் சொல்லயில்ல. பாப்போம்... இப்படி ஒருத்தனென்றால் அவனுக்கு என்னால ஒரு குழந்தையை குடுக்க முடியாதேயென்ற குற்றவுணர்ச்சி எனக்கு இருக்காது' என்று அவள் கூறும்போது கவலையாக இருந்தது. அவளோடு பேசியதில் நேரம் போனதே தெரியவில்லை. சுவர் கடிகாரத்தை நிமிர்ந்து பார்த்தேன் ஒன்பது முப்பதை காட்டியது.

'சரி நேரமாகிற்று... நான் போக வேணும்'.

'இண்டைக்கு என்னோட இங்கேயே தங்கி விடிய போ' என்றாள்.

'என்னதான் நீ என்ர பிரண்ட்டா இருந்தாலும் இப்ப நீ ஒரு திருநங்கை. ஒரு பெண். உன்னோட நான் எப்படி ஒரே வீட்டில தங்குறது? அது தப்பு இல்லையா? அதைவிட வீட்டையும் சொல்லாமல் திடிரெண்டு வெளிக்கிட்டு வந்திட்டன்...'

'அது ஒண்டும் தப்பில்லை. உங்கட அம்மாவிற்கு போன் பண்ணித் தாடா. நான் பேசுறேன்' என்றாள்.

இந்தக் கதையை அம்மாக்களுக்கு சொல்லி புரியவைப்பதென்றால் சும்மா காரியமா? வீட்டிற்கு போன் செய்து 'நான் ஒரு பொடியன்ர பிறந்தநாள் வீட்டிற்கு வந்தனான். பிரண்ட்ஸ்சோட இங்கேயே தங்கி நாளைக்கு விடிய வாறன்' என்று அம்மாவிடம் பொய் சொல்லி சமாளித்துவிட்டேன். அந்த

வீட்டில் அவர்கள் இருவரும் மட்டுமே இருந்தார்கள். வாணி அக்கா ஏற்கனவே சாப்பிட்டுவிட்டு அவளின் அறைக்குச் சென்று தூங்கிவிட்டாள். ஜொனிஷா இரவுணவு எடுத்து வந்து எனக்குப் பரிமாறினாள். பாடசாலையில் இடைவேளைநேரம் மணிக்கூண்டின் அருகில் நண்பர்களாக சிற்றூண்டிகளை பகிர்ந்து சாப்பிட்ட நினைவுகள் வந்து போனது. பழைய கதைகளை பேசிச் சிரித்தோம். ஜொனிஷா என்னை தன்னுடைய அறைக்குள்ளே வரச் சொல்லி கூப்பிட்டாள். ஏனோ தெரியவில்லை எனக்கு நெஞ்சு ‘பக் பக்’ என்று அடித்தது.

நான் அந்த அறைக்குள் சென்ற போது, அவள் அணிந்திருந்த ஆடையை மாற்றிவிட்டு ‘நைட்டி’ ஒன்றினை அணிந்து கொண்டு நின்றாள். கண்ணெதிரே சுவரில் மாட்டப்பட்டிருந்த அவளின் உள்ளாடைகளை கண்டும் காணாதவன் போலவே நான் நின்று கொண்டிருந்தேன். அந்த அறையில் போடப்பட்டிருந்த கட்டில் மிகவும் ஒடுக்கமாக இருந்தது. அதில் இரண்டு தலையணைகள் இருந்தன. அவள் தும்புத்தடியை எடுத்து நிலத்தை கூட்டிச் சுத்தம் செய்துவிட்டு பெரிய போர்வையொன்றை எடுத்து கீழே விரித்து, கட்டிலில் இருந்த தலையணைகளை எடுத்துப் போட்டாள். மின்விளக்கை அணைத்து விட்டு இருவரும் அதில் படுத்துக் கொண்டோம். என்னோடு பேசிக் கொண்டிருந்த போதே ஜொனிஷா தூங்கிவிட்டாள். என்னைப் பொறுத்தவரை அது காமத்தோடு போராடி நட்பை காத்துக் கொண்ட இரவு!

யன்னலூடாக நுழைந்த வெயில் என் முதுகில் ஊர்ந்து கொண்டு இருந்தது. ஜொனிஷா முழுகிவிட்டு நீர் சொட்டிக் கொண்டிருந்த கூந்தலோடு வந்து என்னை அரட்டி, சூடாக தேநீர் பரிமாறினாள். தேநீரில் ஒவ்வொரு மிடறு அருந்தும் போதும் திருநங்கைகள் என்றால் ஏதோ ‘காமப் பேய்கள்’ என்று அதுவரை என் மனதில் இருந்து கொண்டிருந்த தவறான எண்ணம் ஆவியாகிக் கொண்டிருந்தது.

37. அவளும் அழுதாள்! - பெ.சிவக்குமார்

அவள் அந்த கடையில் வேலை செய்து கொண்டிருந்தாள். கடைக்கு யாருமே வரவில்லை! அமைதியாக உட்கார்ந்து சாலையில் வேடிக்கை பார்த்துக் கொண்டிருந்தாள். சுவேதா கடைக்குள் வந்து கையைத் தட்டிக்கொண்டு பணம் கேட்டுக் கொண்டிருந்தாள்!

“ஏதாவது குடு கண்ணு”

“இந்தாங்க அக்கா” என்று 5 ரூபாய் கொடுத்தாள்.

“ஒரே வெயிலா இருக்கு! கொஞ்ச நேரம் உட்கார்ந்துட்டு போறேன் கண்ணு!”

“சரி அக்கா உட்காருங்க!”

அவளிடம் பேச இவளுக்கு ஆசை.

அவளைப் பற்றி விசாரிக்க தொடங்கினாள்.

“எங்க இப்படி காசு வாங்குவதற்கு ஏதாவது வேலைக்கு போகலாமில்ல”

“எங்களுக்கு யாரு கண்ணு வேலை தார இந்த சமுதாயத்தில, எல்லா-ருக்கும் எங்கள பார்த்தா இழிவாதான் இருக்கு! பொட்ட , உஸ்சு, அலி, ஒன்பதுனு பல பேர் வச்சு கூப்பிடுறாங்க. சொந்த வீடும் இல்லை! வீடும் வாடகைக்கு கொடுக்க மாட்டாங்க! சொந்த வீட்டுலயும் சேர்க்க மாட்டாங்க! இந்த பிளாட்பாரம் தான் எங்களுக்கு ஒரு வீடு மாதிரி! வயித்து பிழைப்-புக்கு உடம்ப வித்து பொழைக்கிறதுக்கு பதிலா இந்த மாதிரி கைதட்டி காசு வாங்கிட்டு போயிடலாம் கண்ணு! எங்களுக்கு எங்கள மாதிரி திருநங்கைகள் தான் ஆதரவு! எங்களோட கஷ்டம் எங்களோட போகட்டும்!” என்று வருத்-தத்துடன் கூறினால் சுவேதா.

பேசிக் கொண்டிருக்கும் போதே சாலையில் பல திருநங்கைகள் பாடையில் யாரையோ தூக்கிக்கொண்டு சுடுகாட்டிற்கு சென்று கொண்டிருந்தார்கள். அவர்களில் சில பேர் கைகளில் செருப்பும் விளக்கமாரும் வைத்திருந்தார்கள். அதைப் பார்த்து என்னவென்று அமுதா கேட்டுக் கொண்டிருந்தாள்.

“எங்கள மாதிரி ஒரு திருநங்கை இறந்து போயிட்டாங்க போல அவங்கள அடக்கம் பண்ண தான் எல்லா திருநங்கைகளும் சேர்ந்து தூக்கிட்டு போறாங்க”

“ஏன்? அவர்கள் கையில் செருப்பும் விளக்கமாரும் கொண்டு போறாங்க அக்கா”

“எங்க திருநங்கைகள் கூட்டத்தில் யாராவது இறந்து போயிட்டாங்கனா அவங்கள செருப்பாலையும் விளக்கமாத்தாளையும் அடிச்சு வழி அனுப்பி வைப்போம்!”

“எதற்காக இப்படி செய்றீங்க?”

“இந்தப் பிறவியில நீ பட்ட அசிங்கமும், கஷ்டமும், துன்பமும், கொடு-மைகளும், வலிகளும், அவமானங்களும், ஏமாற்றங்களும், ஏக்கங்களும் ஏரா-ளம். இனிமே இப்படி ஒரு பொறப்பு உனக்கு வரவே கூடாது. அப்படின்னு சொல்லி அவங்கள செருப்பாலையும் , விளக்கமாத்தாளையும் அடித்து வழி அனுப்பி வைத்தால் ,அடுத்த ஜென்மத்தில் இந்த மாதிரி ஒரு பொறப்பு அவர்களுக்கு இருக்காது என்று எங்களுடைய நம்பிக்கை “ என்று சொல்லி சுவேதா தன்னுடைய வேதனையைச் சொல்லி கண்ணீரை வடித்தாள்...

இதைக் கேட்டு அவளின் கண்கள் கண்ணீர் குளங்கள் ஆகிப் போகின...

38. மௌட்டியம் - பிரசன்ன ரணதீரன் புகழேந்தி

லாந்தர் வெளிச்சத்தில் வியர்க்க விருவிருக்க செக்கோடி தெற்காலே இருந்த ஒத்தையடி பாதையில் வெறிக் கொண்டு மட்டும் தேடி கொண்டிருந்தான் தருமன். நெற்றி முகமெல்லாம் வியர்வை உதிர்ந்து கொட்டியது. இரண்டு பக்கமும் கருவேலங்காடு சூழ்ந்திருந்ததால் தேடியது கிடைப்பதில் சிக்கல் இருந்தது. ஆளரவம் இல்லாத நிசப்தமான அந்த சாயங்கால வேளையில் யாரையோ கண்ணில் விளக்கெண்ணெயை விட்டதை போல தேடினான்.

“என்னணே இங்க என்ன பண்ணிட்டு இருக்கீங்க” அவ்வழியே சைக்கி-ளில் வந்த ஊர்க்காரன் கேட்டான்.

“என் மவன தேடிட்டு இருக்கேன் டா”

“ஏன்ணே என்னாச்சு”

“வீட்டில இருந்த இரண்டு பவுண் சங்கிலிய எடுத்து ஓடிட்டான்டா”

“என்னணே சொல்ற எதுக்கு அத எடுத்துட்டு ஓடுனான்”

“அடேய் அத சொல்லலாம் இப்ப நேரமில்லை அந்த நாய்க்கு என்ன நொரண்டு இருந்த எடுத்துட்டு ஓடுவான் ஓடுகாலி பய” தருமன் ஆத்திரத்-துடன் சொன்னான்.

“ஏய் தருமா உன்ன எங்கலாம் தேடுறது! இங்க என்ன பண்ணிக்கிட்டு இருக்க...

நீ என்னத்த வேனா பண்ணிட்டு போ.

வர்ற ஞாயித்துகிழம என் ஒறம்பரை எல்லாம் ஒட்டுக்க வராங்க அதுனால அந்திக்கு காட்டு முயலா நாலு புடிச்சுகிட்டு வா சாராயத்துக்கு நல்ல இருக்-கும் அப்படியே அணில் கிடைச்சாலும் பிடிச்சுக்கிட்டு வாடா. நீ பாட்டுக்கு பொடக்காலி பக்கம் வந்து நின்றாத. என் தென்னந் தோப்பு வந்துட்டு சேதி சொல்லி அனுப்பு... விளங்குச்சா டா”

“ஆகட்டும்ங்க. நீங்க சொல்லிட்டா மறுபேச்சு ஏது”

“இந்த நக்கல் மயித்துக்கு ஒன்னும் குறச்சலில்ல” கிளம்பியவன் முனு-முனுத்தவாறே ‘பன்றி மேய்கிற நாய்க்கு தருமனு பேரு’ தலையில் அடித்து கொண்டு புல்லட்டில் பறந்தான் பண்ணாடி.

“அவன விட்டு தள்ளுணே, சல்லிபயன். நீ போய் தேடு, நான் பொறத்-தாண்ட வரேன்” சொல்லிக் கொண்டே சைக்கிளை மிதித்தவன் ‘ஆமா! இவனுக்கு ஏது இரண்டு பவுண் சங்கிலி. இவனே ஒரு அன்னாடங்காட்சி. ம்ம் என்னமோ இடிக்குதே’. கையில் இடித்த சைக்கிள் ஹாண்ட் பாரை தள்ளி விட்டு யோசித்தான்.

“அன்னைக்கு கடைசியா செக்கோடில இருந்து ஒரு லாரில ஏறி பொம்-மிடிக்கு போனதா செவலை சொன்னான். பொம்மிடி ஸ்டேஷன்ல இருந்து மெட்ராஸ்க்கு இரயில் ஏறுனத பார்த்ததா பரமசிவன் சொன்னான். எட்டு

வருசமா எத்தனையோ நாள் அவனும் வந்துருவான் வந்துருவான் நினச்சு மனசு கிடந்து அடியா அடிச்சிச்சு. ஆனா அவன் வரவே இல்லை. அவன் மேல திருட்டு பட்டம் கட்டி ஏன் என் புருஷன் விரட்டுனானு இன்னமும் புரியல. என் புருஷன் நாண்டுகிட்டதுக்கு அப்புறம் அந்த ஊருல இருக்கவே பிடிக்கல. புழப்புக்கு இங்க வந்தேன் என் மவன் சாயல்ல யாரையாவது பார்த்த மனசு துடிக்கும். இப்பயும் அப்படி தான் என் மவன் சாயல்ல ஒரு தம்பிய பார்த்தேன் பிடிக்குறதுகுள்ள இப்படி ஆயிடுச்சு. என் மவன் பேரு மகிழ்ச்சி. எப்போதும் சிரிச்சிட்டே இருக்கனும்னு வச்சேன். அவன் குணத்துல தங்கம். யாருக்கும் எந்த கெடுத்தலும் நினைக்காத வெள்ளந்தி பய. அவன் எங்க இருந்தாலும் ராசாவாட்டம் இருக்கனும் ! இருப்பான். அது தான் என் ஆசை. அவன ஒரு மட்டும் பார்த்துட்ட என் கட்ட வெந்துரும்''. சென்னை தார் ரோட்டில் மகனை தேடி அலைந்து மயங்கி கிடந்தவளை இவ்வளவு வியாக்கியானமாக பேச வைத்தது புத்திர சோகம் தான். மூக்கம்மாள் மொத்தத்தையும் சொல்லி முடிக்கும் போது காவிரி அவள் கண்களில் தாரை தாரையாக கொட்டியது. அதை கேட்டுக் கொண்டே தன் ஹாண்ட் பேக்கில் இருந்த தண்ணீர் பாட்டிலை எடுத்து கொடுத்தாள் அவள். மூக்கம்மாள் பஸ் ஸ்டாண்டில் மயங்கி விழுந்த போது பாந்தமாக அவளை மடியில் வைத்து மயக்கத்தை கலைத்தவள் இவள் தான்.

மூக்கம்மாளையே உத்து உத்து பார்த்து விட்டு மனதுக்குள் புன்னகையை பூத்தப்படி ஒரு நீண்ட பெருமூச்சு விட்டு தன் அஞ்ஞாதவாச வரலாறை சொல்ல தொடங்கினாள். மகாபாரதத்தில் பாண்டவர்களின் அஞ்ஞாதவாசத்தில் ஊர்வசியின் சாபத்தால் அர்ஜுனன் செய்த வாசம் கொஞ்சம் கொடுமையானது தான். பிருஹன்னலையாக ஓராண்டு காலம் அர்ஜுனன் சந்தித்த துன்பங்கள் ஏராளம். அதை போல இவளும் தான் ஆனால் ஓராண்டு சாபமாக அதை சுருக்கிட முடியாத பெரும் சாபத்தை அவள் பெற்றிருந்தாள்.

''நானும் அப்படித்தான். எனக்கு பதினஞ்சு வயசு இருக்கும் போது வீட்ட விட்டு ஓடி வந்தேன். பிறப்பால ஆம்பளயா புறந்தா நான் என்ன காரணமோ பெண்ணா உணர ஆரம்பிச்சேன்.

மஞ்சள் தேச்சேன், வளையல் போட்டேன், சேலை கட்டுனேன். ஒரு நாள் அப்படி தான் சேலை கட்டி பார்க்கும் போது என் ஐயன் பார்த்தாரு அப்புறம் அடிச்சாரு. திட்டுனாரு. நான் எவ்வளவோ சொன்னேன் என் ஐயன் என்ன புரிஞ்சுக்கவே இல்லை.

'நீ ஆம்பளடா உன்ன நீ மாத்திக்கனு சொன்னாரு' அவருக்கு புரியல முடியாதுங்கறதுக்கும் முடியலைங்கறதுக்கும் உள்ள வித்தியாசம்.

எவ்வளவோ பேசியும் முடியாம ஓஞ்சு போனவரு கடைசியா என்ன காரியம் பண்ணணும் முடிவு செஞ்சாரு. அதான் கவுரவக் கொலை. இத தெரிஞ்சுகிட்டு வாழனுங்குற ஆசையில அன்னைக்கு நான் சென்னைக்கு ஓடி வந்தேன்''.

கண்ணில் நீர் கமழ அவள் கூறி முடிக்கையில் மூக்கம்மாளின் கண்களிலும் நீர் கசிந்து இருந்தது. அவள் கண்ணனின் சூழ்ச்சிக்காகவோ பீஷ்மனின் வீழ்ச்சிக்காகவோ இந்த தோற்றத்தை அடையவில்லை. குரோமோசோம்களின் எதோ சில குரோதத்தினால் நிகழ்ந்தவை என்று அவளால் யாரிடமும் புரிய வைக்க முடியவில்லை.

அன்று சென்னைக்கு ஓடி வந்தவள் தன்னை பெண்ணாக பாவித்து கொஞ்சம் சுதந்திரத்துடன் சுற்றித் திரிந்தாள். 'பெண்ணுக்கு ஏதுடா சுதந்திரம்' என்பதை போல அவளை துரத்தினார்கள். ஒரு முறை அவளை வலுக்கட்டாயமாக கடத்தி சென்று பாலியல் வன்புணர்வு செய்ய இரண்டு தடித்த ஆண் மிருகங்கள் துணிந்தது. யாரோ பின் தொடர்வதை உணர்ந்தவள் நடையில் வேகத்தை கூட்டினாள். அவளை பின் தொடர்ந்து குண்டு கட்டாக தூக்கி சென்றவர்கள் அர்த்த சாமத்தில் அவள் ஆடையை உருவி எடுத்து அம்மணமாக்கினார்கள். மனதால் பெண் என்ற போதும் உடம்பால் ஆண் தானே. இதை அறிந்த போது வெறுத்து போனவர்கள் தன் காம இச்சையை தணிக்க முடியாத கோபத்தில் அவள் முகம் தாவாக்கட்டையை உடைத்தார்கள். தன் சூட்டை தணிக்காத அவள் மர்ம உறுப்பில் எட்டி எட்டி இருவரும் உதைத்ததை அவள் இன்னமும் மறக்க வில்லை. நிர்வாணமாக முகமெல்லாம் இரத்த வெள்ளத்தில் அனாதையாக கிடந்த அவளை சொறி நாய் ஒன்று ஆசுவாசப்படுத்தியது. வாலுல்ல சொறி நாய்.

மூன்று வருடங்கள் கழித்து சிறுக சிறுக சேமித்து வைத்திருந்த பணத்தில் தன் பெண்மையை முழுமையாக அனுபவிக்க அவள் பிரயத்தனமானாள் . கையில் லட்ச ரூபாயை வைத்து கொண்டு எங்கெங்கோ அலைந்தாள். கடைசியாக மும்பையில் பாலின மாற்றம் சிகிச்சையை செய்வதை தெரிந்து கொண்டு, வாயை கட்டி வயித்தை கட்டி பிறப்பு அடையாளங்களை மாற்றிக் கொள்ள லட்ச ரூபாயோடு மும்பைக்கு வந்தாள். மும்பையின் முழுமூச்சு அவளை மூர்ச்சை அடைய செய்தது. அப்போது தான் சம்பித் என்ற ஏஜென்டை சந்தித்தாள். மும்பையில் குறைந்த செலவில் பாலின மறுசீரமைப்பு அறுவை சிகிச்சை செய்து தருவதாக ஆசை காட்டி கூட்டி சென்றான். ஆசை வார்த்தை என்றாலும் அதில் ஒரு உண்மை இருந்தது. அவன் சொன்னபடியே எல்லாம் நன்றாக முடிந்தது.

சிகிச்சை முடித்து இரண்டு நாட்கள் கழித்து அவள் கண் விழிக்கும் போது மற்றுமொரு நரக வாசலை அவள் வந்தடைந்திருந்ததை அவள் அறிந்திருக்கவில்லை. காமத்திபுராவின் பரபரப்பான சிவப்பு விளக்கின் வெளிச்சத்தில் அடைக்கப்பட்டிருந்தாள். அரை மயக்கத்தில் இருந்த அவளின் காதுகள் கேட்டது இதை மட்டும் தான் 'இதலாம் இங்க போனி பண்ண முடியாது! இத சோனாகச்சிக்கு அனும்ச்சு விடு அங்க தான் வெந்தது வேகாதது எல்லாம் போனியாகும். ஜாவோ ஜாவோ!'.

கொல்கத்தாவின் தங்க மரம் அவளை வரவேற்றது. சிவப்பு கம்பளத்துடன் தான். அந்த சிவப்பில் எத்தனை பெண்களின் இரத்தம் கலந்திருந்ததோ தெரியவில்லை. சோனாகச்சியின் வீதிகள் அவ்வளவு அழகாக இல்லை. எத்தனையோ பெண்களின் அழுகுரலும் ஓலமும் கேட்கும் ஒரு மயான பூமியாக தான் காட்சி அளித்தது. அங்கிருக்கும் பத்தாயிரம் பெண்களில் அவள் எந்த தெருவில் எந்த வீட்டில் எந்த அறையில் கிடத்தப்பட்டிருந்தாலோ தெரியவில்லை. பிறப்பிலிருந்து தன்னுடன் ஒட்டியிருந்த ஒவ்வாத சதை பிண்டத்தை அறுத்தெரிந்த இடத்தில் காயம் கூட ஆறவில்லை அதற்குள் ஒரு மிருகம் அவளை வேட்டையாட வந்தது . எவ்வளவோ போராடி பார்த்தாள். அந்த மிருகத்தை அவளால் அடக்க முடியவில்லை. அது வேட்டையாடி சென்றது. இரத்தம் வழிய அங்கே இரண்டு நாட்கள் கிடந்தாள். யாரும் சீண்டவில்லை. அப்போது தான் சுவாதியை பார்த்தாள்.

சுமார் எட்டு வருடங்களுக்கு முன்பு இப்போதைய தெலங்கானாவில் உள்ள கர்ஜாவெள்ளி கிராமத்தில் இருந்து ஓடிவந்து சோனாகச்சிக்கு தஞ்சம் புகுந்தவள். பதினான்கு வயதில் அறுபது வயது கிழவனுக்கு மணமுடித்து வைக்கப்பட்டு இரண்டு பிள்ளையையும் பெற்றெடுத்தாள். அந்த குடிகார கிழவனுக்கு தான் அரும்பாடுபட்டு சம்பாரித்த பணத்தையும் கொடுத்து சுகத்தையும் கொடுத்து வயிற்றை கழுவி வந்தாள். அவன் கொடுமை எல்லை மீறி போக ஒரு நாள் அவன் தலையில் கல்லை தூக்கி போட்டுவிட்டு பஞ்சம் பிழைக்க கொல்கத்தாவுக்கு வந்தாள். தன் பிள்ளைகளை படிக்க வைத்து ஆளாக்கி பார்க்க வேண்டும் என்ற வைராக்கியத்தை மட்டும் மனதில் வைத்து கொண்டு சோனாகச்சியில் தன் தொழிலை தொடங்கி நடத்திக் கொண்டிருக்கிறாள். அனுதினமும் ஐந்து முதல் ஆறு வாடிக்கையாளர்களை அவள் சந்திப்பதுண்டு. ஒவ்வொருவரும் பல அனுபவங்களை கற்றுக் கொடுத்தார்கள். கொடுக்கிறார்கள். அங்கே தான் பல மொழிகளை கற்றுக் கொண்டாள் வாழ்க்கையையும் கற்றுக் கொண்டாள்.

அன்று சுவாதி மட்டும் இல்லாமல் போயிருந்தால் அவள் இன்னேரம் செத்து பினமாகி போயிருப்பாள். அவளுக்கு சுவாதி தான் வைத்தியம் பார்த்து தன் பிள்ளைகளுக்காக சேமித்து வைத்திருந்த பத்தாயிரம் ரூபாய் பணத்தை எடுத்து கொடுத்து ஊருக்கு அனுப்பி வைத்தாள். அன்று முதல் சுவாதியை தன் அக்காவாக நினைத்து வருகிறாள். சுவாதியும் தன் தங்கையை போல இன்னமும் பாசம் காட்டி கொண்டு இருக்கிறாள். இந்த தொழிலை விட்டுவிட்டு தன்னுடன் வந்துவிடு என்று எத்தனை முறையோ சுவாதியிடம் கேட்டாளும். எதையோ நினைத்து கொண்டு ‘தேவடியாள் கூட பரவாயில்லை நாலு செவுத்துக்குள்ள ஒருத்தனுக்கு தான் உடம்ப காட்றோம் இந்த

சினிமா நடிகையெல்லாம் இருக்காளுகளே ஊருக்கே காட்டனும் எவ்வளவு கொடுமை இல்ல அவளுகளையெல்லாம் நினைக்கும் போது நம்ம

ஜீவன் ஏதோ மரியாதயா இருக்குனு தோனும்' தன் இயலாமைக்கு தானே சப்பைக்கட்டு கட்டி சிரிப்பாள். சுவாதி கொடுத்த பணத்தை வைத்துக் கொண்டு டெல்லிக்கு வந்தவள். மயுர் விஹாரில் உள்ள கொல்லத்தை பூர்விகமாக கொண்ட மலையாளியின் டிபன் கடையில் வேலை பார்த்து வந்தாள். வேலை பார்க்கும் நேரம் போக மற்ற நேரங்களில் புத்தகங்கள் படித்தாள், தையல் கற்றுக் கொண்டாள், இரவு நேர பிளாட்பாரங்களில் கோல்கப்பேவும் குல்பியும் விற்பாள். படிப்பில் தீராத ஆசை கொண்டிருந்தாள். சில சமயங்களில் 'இந்த கஷ்டங்களை அனுபவிப்பதற்கு அப்போதே ஐயன் கையாலே செத்துருக்கலாம்' என்று அவள் நினைப்பதுண்டு. இருந்தாலும் படித்து நான்கு பேர் மதிக்கும்படி வாழ வேண்டும் என்று தான் தன் உயிரை இன்னமும் அந்த உடல் சுமக்கும் படி செய்து கொண்டிருக்கிறாள். தமிழ் படித்தாள், இலக்கியம் படித்தாள், பாரதியாரை படித்தாள் ஜே கே வின் பெண்களை படித்தாள் கார்ல் மார்க்ஸையும் படித்தாள். கை நிறைய காசை சேமித்து பட்ட படிப்பு படிப்பதற்கு சென்னை வந்தாள்.

"என்னடா இப்படி ஓடிட்டே இருக்கோமே எப்ப தான் நம்ம விடியல பார்க்க போறோம்னு ஆதங்கமா இருக்கும் . அப்பதான் எனக்கு ஒன்னு புரிஞ்சது இந்த ஜாதி, மதம், இனம் ஆம்பள பொம்பள இந்த வித்தியாசத்தை எல்லாம் உடைச்செறியனும்னா படிச்சா மட்டும் தான் முடியும்னு முடிவு பண்ணேன். பாரதியார் சொல்லுவார்ல்ல 'மௌட்டியந் தனைக் கொல்'. இங்க நேரயா பேர்கிட்ட அறியாமை இருக்கு அதலாம் மாத்தனும்னா படிக்கனும். அதுக்காகவே நான் படிச்சேன், பிச்சை எடுத்து படிச்சேன், வேலை பார்த்து படிச்சேன், இரா பகலா படிச்சேன், அடிச்சாங்க படிச்சேன், விரட்டுனாங்க படிச்சேன், ஒடுக்குனாங்க படிச்சேன். படிக்கிறத மட்டும் நிறுத்தவே இல்லை. அதோ அந்தா தெரியுதா அந்த கம்பேனில தான் அக்கவுண்டெண்டா இருக்கேன். மாசம் பதினெட்டாயிரம் கைக்கு வரும் என் செலவு சேமிப்பு போக என்ன மாறி இருக்குற திருநங்கை குழந்தைகளுக்கு உதவி பன்றேன். சந்தோசமா இருக்கேன். சொல்லி விட்டு தன் முந்தானையால் கண்களில் துளிர்த்த கண்ணீரை துடைத்துக் கொண்டாள்.

மூக்கை உறுஞ்சிக் கொண்டு "உங்க பையன் திரும்பி வந்தா ஏத்துபீங்களா மா" என்றாள்.

"என்னம்மா இப்படி கேட்டுட்ட, என் பையன் உசுரோட தான் இருக்கான்னு தெரிஞ்சா கூட இந்த கட்ட சந்தோசமா வேகும்."

"எப்படி வந்தாலுமா?"

"அவன் என் குலசாமி மா"

"கவலபடாதிங்க உங்க பையன் கண்டிப்பா உங்க கிட்ட வந்து சேருவான்"

"உன் பேரு என்னமா"

"என் பேரா என் பேரு

ம்ம் ம்ம்

ஆஆன்

மோனிகா''

கழுத்தில் தொங்க விட்டு இருந்த அடையாள அட்டையின் மகிழ்ச்சியை மொத்தமாக மறைத்தாள் அந்த மகிழ்ச்சி. இல்லை மோனிகா''

39. சதுரங்க வேட்டை - யுவகிருஷ்ணா

வானத்தின் கன்னம் கருத்திருந்திருந்தது. முணுக்கென்றால் பிரளயமாய் பெருமழை கொட்டிவிட தயாராய் இருந்த கருமாலைப் பொழுது. என்னைப் பார்க்க அலுவலகத்துக்கு நண்பர் ஒருவர் வந்திருந்தார். அவருக்கு விருந்தோம்பல் செய்யும் பொருட்டு அலுவலக வாசலில் இருந்த தேநீர்க்கடைக்கு அழைத்துச் சென்றிருந்தேன். கடைக்குள்ளே நான்கைந்து திருநங்கையர் பஜ்ஜி, சமோசா சாப்பிட்டுக் கொண்டிருந்தார்கள்.

டீ மாஸ்டர் அவர்களை ஏதோ பச்சையாக கலாய்த்துக் கொண்டிருக்க, அவர்களும் பதிலுக்கு கலகலப்பாக ஏதோ பேசிக் கொண்டிருந்தார்கள். இரண்டு தேநீர்க் கோப்பைகளோடு வெளியே வந்தோம். சற்று தள்ளிப்போய் நின்று ஜிகர்தண்டா, பின்நவீனத்துவம் என்று பேசிக்கொண்டே தேநீரை உறிஞ்சிக் கொண்டிருந்தோம்.

கடை வாசலில் திடீர் சலசலப்பு. திருநங்கையரில் சிலர் வெளியே நின்றிருந்தவர்களின் தலையில் கை வைத்து ஏதோ மந்திரம் மாதிரி முணுமுணுத்து காசு கேட்டுக் கொண்டிருந்தார்கள். ஒரு சிலர் காசு கொடுத்து அவர்களை விரட்டினார்கள். வேறு சிலர் அவர்கள் தங்களை தொட்டுவிடக் கூடாதே என்று ஒருமாதிரியான அருவருப்பும் உணர்வோடு இருப்பது மாதிரி விலகி ஓடினார்கள். சிலர் அவர்களை கிண்டல் செய்து, வழக்கமாக அவர்களை வசைபாடும் வார்த்தைகளை கூறி ஆபாசமாக சிரித்துக் கொண்டிருந்தார்கள். ஒரு இருபது வயது பையன் ஒருவனை ஆசிர்வதித்து காசு கேட்க, அவன் நெருப்பை மிதித்தது போல பரபரவென்று வாகனங்களுக்கு இடையே ஓடி சாலையின் மறுபுறம் நோக்கி ஓடினான்.

அவனை துரத்திக்கொண்டு ஓடிய திருநங்கைக்கு நாற்பது வயது இருக்கும். கரேலென்று தாட்டியாக இருந்தார். சிகப்பு ஜாக்கெட். மஞ்சள் புடவை. நெற்றியில் பெரிய அளவில் வட்டமாக குங்குமம். பையன் தப்பித்துவிட்டதால் பரிதாபமாக நாங்கள் இருந்த பக்கமாக வந்தார். எங்களை நெருங்கியவர் சடாரென்று திரும்பிப் பார்த்து, சட்டென்று என் தலையில் கைவைத்து ஏதோ மந்திரம் சொல்லத் தொடங்கினார்.

"எம் மவன் நல்லா வரணும் நீயி'' என்று சொல்லிவிட்டு கைநீட்டி காசு கேட்டார்.

அவர்களைப் பார்த்து பயந்து ஓடிய சராசரிகளை போல நானும் நடந்துகொள்ள முடியாது. ஏனெனில் நான் சராசரி அல்ல. முதன்மையாக இணையப் போராளி. ஃபேஸ்புக், ட்விட்டர், பிளாக்கர், லிங்க்ட் இன், ஜிமெயில், ஹாட்மெயில், யாஹூ உள்ளிட்ட ஏராளமான இணையத் தளங்களில் எனக்கு அக்கவுண்டு உண்டு. தற்போது தமிழில் எழுதப்படும் இலக்கியங்களை படிக்கிறேனோ இல்லையோ எது எதுவெல்லாம் இலக்கியம், யார் யாரெல்லாம் இலக்கியவாதிகள் என்று தெரிந்து வைத்துக் கொண்டிருக்கிறேன். மாதாமாதம் சில இலக்கியப் பத்திரிகைகளை படிக்கிறேன். நண்பர்களோடு சாதாரணமாக எதையாவது பேசும்போது, “அயன் ராண்ட் இதைப்பத்தி என்ன சொல்றாங்கன்னு பார்த்தீங்கன்னா...” என்று ஆரம்பித்து, அவர்களை தாழ்வுணர்ச்சிக்கு உள்ளாக்குகிறேன். சகட்டுமேனிக்கு மார்க்ஸ், நோம்சாம்ஸ்கி, சீமான் தெ பொவார், ஜே.கிருஷ்ணமூர்த்தி, பெரியார் என்று பெயர்களை உச்சரிப்பதால் நான் கொஞ்சம் ஸ்பெஷல். எனவே நான் உண்மையாகவே அப்படி இல்லையென்றாலும், நான்கைந்து பேராவது என்னை இண்டெலெக்ச்சுவல் என்றோ அல்லது நிறைய வாசித்து பண்பட்ட தரமான இலக்கிய வாசகன் என்றோ மூடத்தனமாக நம்பிக் கொண்டிருக்கிறார்கள்.

இவ்வளவு சிறப்புத் தன்மைகள் கொண்ட நான் மற்ற சராசரிகளை மாதிரி அவரை அணுகுவது சரியல்ல என்று என் இலக்கிய மனதுக்கு பட்டதால், பாக்கெட்டில் இருந்து ஒரு இருபது ரூபாய் நோட்டை எடுத்து, சுற்றும் முற்றும் பந்தாவாக நோட்டம் விட்டு அவரிடம் கொடுத்தேன். நான் எதிர்ப்பார்த்த மாதிரியே அங்கே இருந்த சராசரிகள் அசந்துவிட்டார்கள்.

இருபது ரூபாயை நோட்டை வாங்கியவர், அதை எடுத்து என் முகத்தை சுற்றி திருஷ்டி மாதிரி கழித்தார். முணுமுணுவென்று ஏதோ மந்திரங்களை உதிர்த்தார்.

“அய்யோ. எம் புள்ளைக்கு பணத்தோட அருமையே தெரியலையே?” என்று வேதனைப்பட்டு விட்டு, “எனக்கு இந்த காசு வேணாம். பத்து ரூபாய் மட்டும் இருந்தா கொடு” என்றார்.

பணத்தின் மீது எந்த பிரேமையும் சற்றும் இல்லாத அந்த திருநங்கை, எனக்கு ருஷ்ய பேரிலக்கிய நாவல் ஒன்றின் கதாபாத்திரம் மாதிரியே தோன்றினார். சிலிர்த்தமாதிரி தோளை குலுக்கிக் கொண்டு பெருந்தன்மையாக முகத்தை வைத்துக்கொண்டு சொன்னேன்.

“பரவால்லக்கா. வேற காசு இல்லை. வெச்சுக்கங்க”

“அப்படின்னா எனக்கு இந்த காசே வேணாம். செவ்வாய்க்கிழமை அதுவுமா இவ்ளோ பெரிய மனசோட புள்ள கொடுத்திருக்கே. நீ நல்லா இருக்கணும். காலத்துக்கும் லஷ்மி உங்கூடவே இருக்கணும். உதவி செய்யுற இந்த மனசு சாகுறவரைக்கும் உனக்கு அப்படியே அமையணும்”

அக்கா எனக்கு சிண்ட்ரெல்லா மாதிரி தேவதையாக தெரிந்தார். இம்முறை நிஜமாகவே மெய்சிலிர்த்துவிட்டேன். பக்கத்தில் இருந்த நண்பரும் இதே மாதிரி மெய்சிலிர்த்தார். அவரும் இலக்கியவாதிதானே? சட்டென்று ஒரு பத்து ரூபாய் நோட்டை எடுத்து அக்காவிடம் நீட்டினார்.

“அம்மா செவ்வாய்க்கிழமை அதுவுமா மந்திரிச்சி கொடுக்கறேன். இந்த காசை செலவு பண்ணாமே பத்திரமா வெச்சிருக்கணும். காலத்துக்கும் உன் பர்ஸுலே காசு நிக்கும். பர்ஸை காட்டு, நானே வெச்சிடறேன்” என்று சொல்லிவிட்டு மீண்டும் ஏதோ மந்திரங்களை முணுமுணுக்க ஆரம்பித்தார்.

என்னதான் திராவிட இயக்கத்து பகுத்தறிவு நம் ரத்தத்தில் ஊறியிருந்தாலும், நாம் இதுவரை வாழ்க்கையில் சந்தித்தே இராதவர் அடுத்தடுத்து, நம்மை வள்ளல் ரேஞ்சுக்கு அவ்வளவு பேர் மத்தியில் ஒரு பொதுஇடத்தில் புகழ்ந்துக்கொண்டே இருந்தால் ‘ஜிவ்’வென்று இருக்கத்தானே செய்யும்? அனிச்சையாக பர்ஸை எடுத்தேன். பட்டென்று பிடுங்கினார். பர்ஸைப் பிரித்தார். உள்ளே நான்கு நூறு ரூபாய் நோட்டுகள் இருந்தது. கையில் எடுத்தார்.

திடீரென்று நிகழ்ந்துவிட்ட இந்த அசம்பாவிதத்தை எப்படி எதிர்கொள்வது என்று தெரியவில்லை. “காசை எடுக்காதே!” என்று கத்தினேன்.

“இரு மகனே. இதையும் மந்திரிக்கணும்” என்று சொல்லியவாறே, பர்ஸை என் கையில் கொடுத்துவிட்டு சட்டென்று மொத்த ரூபாயையும் (நாலு நூறு ரூபாய் நோட்டு, தலா ஒரு இருபது மற்றும் பத்து என்று மொத்தம் நானூற்றி முப்பது ரூபாய்) இரு கைகளுக்கும் நடுவில் வைத்து, கால்களை விரித்து தொடைகளுக்கு நடுவே வைப்பது மாதிரி வைத்து, “என்னோட யோனியில் (இலக்கிய அந்தஸ்துக்காக இந்த சொல்லை பயன்படுத்தினேன். அவர் உண்மையில் சொன்னது இந்த உறுப்பை விளிக்கும் கொச்சையான சொல்தான்) வெச்சிட்டேன். அம்மனுக்கு போயிடிச்சி. ஊர்லே மாரியம்மன் கோயில் கும்பாபிஷேகம். கெடா வாங்கி விட்டிருக்கேன். அதுக்கு சரியா போச்சி இந்த காசு!” என்றார்.

இந்த உளவியல் தாக்குதலை கொஞ்சமும் எதிர்ப்பார்க்கவில்லை. எப்படி எதிர்கொள்வது என்றும் தெரியவில்லை. கெஞ்ச ஆரம்பித்துவிட்டேன்.

“யக்கா. இன்னும் சம்பளம் கூட வரலை. செலவுக்கு இந்த காசுதான் இருக்கு. நூறு ரூபாய் எடுத்துக்கிட்டு மீதியை கொடுத்துடு”

அவர் கொடுப்பதாக தெரியவில்லை. நான் கொஞ்சம் குரலை உயர்த்தி பேச ஆரம்பித்தேன். அவரது சகாக்கள் வரிசையாக அவர் பின்னால் வந்து நிற்க ஆரம்பித்தார்கள். ஒரு கேங்ஸ்டர் படத்தில் ‘டான்’ ஓபனிங் சீன் மாதிரி இருந்தது அந்த காட்சி. என் குரல் தாழ்ந்து, மீண்டும் கெஞ்சல் தொடங்கியது.

என் கெஞ்சலை தாங்கமுடியாத மாதிரி முகத்தை வைத்துக்கொண்டு, பெரிய மனசு வைத்து இருநூறு ரூபாயை மட்டும் திருப்பித் தந்தார். “டேய்,

அம்மனுக்கு காசுன்னு கேட்டாகூட முழு மனசா கொடுக்க மாட்டேன்றே பாடு!'' என்று சொல்லிவிட்டு, வேறு சில வசைச்சொற்களை உதிர்த்தவாறே வேகமாக இடத்தை காலி செய்தார்கள்.

ஆக, என்னுடைய மனிதநேயத்தை காட்டிக்கொள்ள நேற்று நான் செய்த செலவின் குறைந்தபட்ச சில்லறை விலை (வசைகள் உட்பட) ரூபாய் இருநூறு மட்டுமே.

40. சிதகு - கமலாதேவி அரவிந்தன்

சிங்கப்பூரின் ஒரு முடுக்கு சாலையிலிருந்த அந்த அலுவலகமே பரபரப்போடு காத்திருந்தது. ஏனென்றால் விஷயம் பெரிதாக ஒன்றுமில்லை, அன்று வரவேற்புத்துறைக்கு புதிதாக இளம்பெண் ஒருத்தி வேலைக்கு வர இருந்தாள். அந்த அலுவலகத்தில் இரண்டு பெண்களே இருந்தார்கள். அவர்களும் பெதும்பை, பேதை பருவமெல்லாம் கடந்த முதிர்கன்னிகள்.

பார்த்துப்பார்த்து சலித்துப்போன இந்த ஜடவாழ்க்கையில், திடீரென்று ஒரு இளம்பெண் எட்மின் செக்ஷனுக்கு வருகிறாள் என்றதும், அவனவனுக்கும் தலைகால் தெரியவில்லை . துப்புரவுத்தொழிலாளி ரஹீமிலிருந்து, உயர்மட்ட அதிகாரிவரை எல்லோருக்குமே ஒருவித பரபரப்புத் தொற்றிக் கொண்டிருப்பதை, அலுவலகத்தின் ஒவ்வொரு செங்கல்லும், சுவரும், கூட அவதானித்துக்கொண்டுதானிருந்தது. அந்த எரிச்சல் தாளாமல்தான் ''போங்கடா, நீங்களும் உங்க , ———'' என்பதுபோல் நட்ட நடு ஹாலிலிருந்த பிரதான குளிரூட்டி அன்று பார்த்து சட்டென்று கெட்டுப்போனது. ஆளாளுக்கு பரக்கம் பாய்ச்சல் தூள் பறந்தது.

டெக்னிஷியன் சிவப்பிரகாஷுக்கு வந்த கடுப்பம் இம்மட்டு அம்மட்டு அல்ல. கொஞ்சநேரம் வெளியில் டெலிவரிக்குப்போய் வருவதற்குள் அப்படி என்ன இவன்களுக்கு உயிர்நாடியில் அடிபட்டாற்போல் அப்படி ஒரு வாதை ? ''சிவா சீக்கிரண்டா?'' என்று, கெஞ்சாத குறையாக, கோபக்குரலாய், கடுகடுப்பாய், வந்த எந்தக் குரலையும் சிவப்பிரகாஷ் பொருட்படுத்தவில்லை. திருகவேண்டியதைத் திருகி, முடுக்க வேண்டியதை முடுக்கி, பொருத்த வேண்டியதைப் பொருத்தி, செய்து முடிக்கவேண்டிய நேரத்தில் தான் செய்து முடித்தான். இந்த வேலை என்றில்லை, அலுவலகத்தில் எந்த வேலைக்கும் சிவா தோள் கொடுப்பான். சமயத்தில் ஏற்றி இறக்குவதிலிருந்து, எல்லோருமே போனபிறகு அலுவலகத்தைப் பூட்டி பொறுப்பாய், வாட்ச்மேனை அதட்டி, தூங்காமலிருக்க உபதேசரத்தினமாலையும் வழங்கிய பிறகே வீடு திரும்புவான். முதலாளி ரத்தினத்துக்கு இவன் மேல் அவ்வளவு நம்பிக்கை.

இத்தனைக்கும் இவன் ஒன்றும் ஜெகத்ஜால சூரனல்ல. ஆனால் மனிதாபிமானமும் அயராஉழைப்புக்கும் அஞ்சாதவன். அதனாலேயே இன்றும் இங்-

குகுப்பை கொட்டிக்கொண்டிருக்கிறான். ஏனென்றால் இதுவும் பெரிய அலுவலகமோ, அல்லது லட்சம் கொழிக்கும் பெரிய தொழில் நிறுவனமோ அல்ல. ஆக இருப்பதே ஐம்பதோ அறுபதோ பேர்தான். மிகச்சிறிய அலுவலகம். மிகக் குறைந்த ஊழியர்கள். அவ்வப்போது ஊழியர்கள் மாறுவார்கள். புதியவர்கள் வருவார்கள் அல்லது அவர்களும் போவார்கள். ஆனால் சிவாமட்டும் இவ்விடம் விட்டு எங்குமே போகமாட்டான்.

அலுவலகம் தொடங்கிய நாள் முதலாய் சிவா இங்கிருக்கிறான். ஓ' லெவலும் ஒழுங்காகப் பாஸாகாமல், கைத்தொழில் கல்வியைப் பிரைவேட்டாகப் படிக்கப்போய், அங்கும் முழுசாக ஒப்பேறாமல், எப்படியோ அப்பாவின் நண்பரின் துளி கருணையால், இந்த கம்பெனியில் நுழைந்தவன், வந்த நாள் முதலாய் வஞ்சகமின்றி உழைக்கிறான். ஆச்சு போச்சு, அம்மாக்காச்சு! எனும் தத்துவத்துக்கேற்ப, ஓவர்டைம், அது, இது என்று, எல்லாமாக ஒரு நல்ல தொகை கிடைப்பதால் வீட்டிலும் பெரிதாக பிரச்சினை ஒன்றும் இல்லை .

ஆனால் சிவாவுக்குத்தான் கொஞ்சநாளாகவே யாரைக் கண்டாலுமே எரிச்சல் எரிச்சலாய் வருகிறது. அதிலும் இந்தப் பெண்களைக் கண்டாலே, கார மிளகாயை எடுத்து உடம்பெல்லாம் அரக்கித் தேய்த்தாற்போல், பற்றி எரிகிறது. பின் என்னங்க? ஆரம்பத்தில் அவனும் தன் வயதுக்கே உரிய ஆர்வத்தோடு இளம்பெண்களைக் கண்டாலே வியந்து ரசித்துப் பார்த்தவன்தான். ஆசையோடு பழகவும் கூட முயன்றிருக்கிறான்.

ஆனால் எல்லாமே கொஞ்ச நாட்களுக்குத்தான். ஏனோ அந்த மங்காத்தாக்களுக்கு, சில நாட்களுக்கு மேல் அல்லது சில வாரங்களுக்குமேல் இவனோடு நட்பைத் தொடரப் பிடிக்கவில்லை. 32 வயசாகிறது. ஆள் பார்ப்பதற்கும் சுமாராக இருப்பான். மது, புகை, இரவுகேளிக்கை, என்று எந்த டகால்ட்டி பழக்கமுமில்லை. அட, பெண்களைக் கவர்வதற்காக குன்ஸாவாக எதையும் வளைத்துக்கட்டி பேசுவானா, என்றால் அதுவும் தெரியாது. மொத்தத்தில் ஆள் அப்பாவி. பரம் சுத்தன்.

“இதுதான், இதுவேதான், எம் புள்ளையைக் கண்டாலே, இப்ப உள்ள பொண்ணுங்களுக்கு புடிக்கலையாம். நல்லவுங்களுக்குத்தான் இது காலமில்லையே?” அம்மாக்காரி அம்மாக்கண்ணு கணவரிடம் அடிக்கடி இப்படிப் புலம்பியதில் தப்பில்லை. ஆனால் செய்தி காற்றுவாக்கில் பரவி ஒருநாள் அவன் உறவுவழி நண்பன் ஒருவன் கேட்கிறான்.

“பேசாம ஏதாவது ஒரு நல்ல டாக்டராப்பாத்து உடம்பை ஒரு ஃபுல் செக்கப் பண்ணிப் பாக்கவேண்டியது தானே?” அகம் அடியுண்ட வலியில் அப்படியே வெகுண்டு போனான் சிவா. ஒண்ணு இல்ல, மூணு பொண்ணுங்களை ஒரே நேரத்தில கல்யாணம் செய்தாலும் நான் தாக்குப்பிடிப்பேன்.

“உன்னைப்போல் 30 வயசுக்குள்ளேயே, இனிப்புநீரு , ரத்தக்கொதிப்புன்னு, வியாதி புடிங்கித் திங்கலை எனக்கு ,” என்று சுடச்சுட பதிலடி கொடுத்த அன்றுதான் சூறாவளியாய் ஒரு சபதமெடுத்தான். எத்தனை வயசானாலும் சரி. என்னைப்பார்த்து, எனக்கே எனக்குன்னு என்னை விரும்பி வற பொண்ணைத்தான் இனிமே கல்யாண்ம் செய்வேன்.

அன்றிலிருந்து அலுவலகத்தில் பூகம்பமே வெடித்தாலும் அவன் அலட்டிக்கொள்வதில்லை. ராமன் ஆண்டால் என்ன? ராவணன் ஆண்டால் எனக்கென்ன?

எந்தக்கழுதை எக்கேடு கெட்டுப்போனால் எனக்கென்ன? எல்லாம் அந்தப் புதிய பெண் அலுவலகத்தில் கால் வைக்கும் வரைதான். அன்று அலுவலகமே ஒரு வினாடி அந்த ஒளிப்பிழம்பில் திணறிப்போனது. வைத்த கண் வாங்காமல், அத்தனைபேருமே அந்தப் பெண்ணை திகைத்துப்போய்ப் பார்த்தார்கள். சிவா தன் வாழ்நாளிலேயே இவ்வளவு அழகான ஒரு பெண்ணைப் பார்த்ததில்லை. பேசும்போதே படபடவென்று சிமிட்டும் அந்தக் கண் சிறகுகள், நடக்கும் போது குலுங்கும் அந்த நளினம், சிரிக்கும்போதே மிதந்து வந்து தாக்கும் அந்த கிண்கிணிநாதம், என்று வரதன் கதை வசனமே எழுதத் தயாராக இருந்தான். பெயர்கூட மாளவிகா, —அட, வாளைமீனுக்கும் விலாங்குமீனுக்கும் கல்யாணமா?, —சூசைப்பயல் இடுப்பை வளைத்து ஆடாத குறைதான்.

இதையெல்லாம் விட அந்த முன்னெழிலும், பின்னெழிலும் காட்டிய சொகுசில் தான், சிவா கிறங்கிப்போனான். ஆளாளுக்குக் கிறுக்குப் பிடிக்காத குறைதான்.

மறுநாளிலிருந்து ஹோட்டலில் விருந்துக்கு வருவதுபோல் அப்படி பளிச்சென்று வந்தார்கள். தேவையற்ற ஜோக்கும், சல்லோபில்லோ பேச்சுக்களுக்கே இடமில்லாமல், கர்மசிரத்தையாய் வேலை பார்த்தார்கள். மாளவிகாவும் வஞ்சனையில்லாமல் அவர்கள் உஷ்ணப்பெருமூச்சை அதிகரிக்க, ஒவ்வொரு நாளும் ஒவ்வொரு வேஷத்தில் வந்து அவர்களை அசத்தினாள். ஒருநாள் குஜராத்தி ஸ்டைலில், ஒருநாள் கேரள முண்டும் நேரியலும், மற்றொரு நாள் புடவை, ஜிமிக்கை, காஞ்சிப்பட்டு, அதற்கு அடுத்த நாளே ‘அல்ட்ராமோடன்’’ ஸ்டைலில், முதுகுபிளந்த ஸ்லீவ்லெஸ்டாப்பும், ஒட்டிப்பிடித்த முக்காப்பேண்டுமாய், ——- என விதம் விதமாய், அணிந்து வந்து அனைவரையும் தண்ணீர் குடிக்க வைத்தாள்.

ஆனால் ஏனோ சிவாவுக்கு மட்டும் மற்றவர்களைப்போல், மாளவிகாவிடம் பேசவோ, அசடு வழியவோ கொஞ்சம் கூடப்பிடிக்கவில்லை. ஏற்கனவே சராசரிப்பெண்களிடம் பழகிய லட்சணமே தெரியாதாக்கும், என மனக்குறளி இடித்துக்காட்டிய அவலம் வேறு.

இந்த நேரத்தில்தான் அந்த அதிசயம் நிகழ்ந்தது. விழுந்து விழுந்து மாளவிகாவின் கவனத்தை ஈர்க்க, போட்டிபோட்ட அத்தனை பயல்களும் மின்-

சாரம் தாக்கினாற் போல், அப்படியே மாறிப்போனார்கள். மறந்தும் மாளவிகாவின் பக்கம் கூட அவர்கள் திரும்புவதில்லை. திடீரென்று இவர்களுக்கு என்னாயிற்று?

வழக்கமான அவர்கள் அரட்டையிலும், வேலையிலுமாக சராசரியாகிப்போகுமளவுக்கு அப்படி என்னதான் நடந்தது? தலைக்கு ஜெல் போட்டு, முடியை ஜிவ்வென்று நிறுத்தி வைத்தவனாகட்டும். மடிப்புக் கலையாத உடையணிந்து பளிச் காட்டியவர்களாகட்டும். எவனுமே மாளவிகாவைத் திரும்பியும் பார்ப்பதில்லை.

"மாலு," என்று உருகிப்போனான் சிவா. (மாலு! ஆம், இப்படித்தான் சிவா தினமும் அவளை மனசுக்குள் அழைப்பது வழக்கம்.) இப்பொழுதுதான் சிவாவுக்கு மாலுவின் மீது பேரன்பு ஏற்பட்டது. இவன்களுக்கு வேண்டும். பாவம், ஒரு பெண் எவ்வளவுதான் தாங்குவாள்?

ஈஎன்று வழிவதற்கும், ஜொள்ளு விடுவதற்கும் ஒரு எல்லையே இல்லையா? எப்பேர்ப்பட்ட கற்புக்கரசியாக இருந்திருந்தால் இவன்களையெல்லாம் விரட்டி அடித்திருப்பாள்? "மாலு" வைப் பார்த்துப் பார்த்து மருகினான் சிவா.

அன்று ஓவர்டைம் செய்வதற்காக அலுவலகத்திலேயே தங்கிவிட்ட சிவாவுக்கு கடுமையாகத் தலை வலித்தது. ஏழு மணியாவதற்குள் உடம்பில் அனல் அடித்தது. உடம்பெலாம் முறுக்கி விட்டாற்போல் வலியில், அப்படியே உடம்பைச் சாய்த்து விட்டான்.

"பிரகாஷ்" என்று ——————அழைப்பொலி! கஷ்டப்பட்டு கண்களைத் திறந்தால். எதிரே நின்றது யார்? சிவாவால் தன் கண்களையே நம்பமுடியவில்லை மாளவிகாவா? அதைவிட இதுவரை சிவப்பிரகாஷை யாருமே பிரகாஷ் என்றழைத்ததில்லை.

இவள் இன்னும் போகவில்லையா? அலுவலகத்தில் ஒரு சுடுகுஞ்சு இல்லை. பதறிப்போய் எழ நினைத்தாலும் சிவாவால் அசையக்கூட முடியவில்லை . "முதலில் இந்த மாத்திரையை போட்டுக்கங்க, பிரகாஷ்," என்று, ஆதுரத்துடன் அவன் தலையைத் தூக்கி, மடியில் வைத்துக்கொண்டு, அன்பு கனியக்கனிய மருந்தும் நீரும் புகட்டினாள்.

நெற்றிப்பொட்டை இதம் பதமாய்ப் பிடித்துவிட்டாள். கை கால்களையெல்லாம் பரிவுடன் நீவி, நீவி, சொடக்கு எடுத்தாள். ஹா, வென்று பிரமிப்பில் லயித்துக்கிடந்த சிவா ஆகாயத்தில் மிதக்காத குறைதான். அப்படி சொக்கிப்போய் கிடந்தான். காய்ச்சல் போன இடம் தெரியவில்லை, உடம்பு வலி போய் வேறு தினவுக்கு மனசு ஏங்க, நல்லவேளை, அதற்குள் சுதாரித்துக்கொண்ட சிவா, மாளவிகாவின் கைகளைப்பிடித்து, தைரியமாக முச்சென்று ஒரு முத்தம் கொடுத்தான்." போங்க பிரகாஷ், என்றவாறே நாணிக்கண் புதைக்காத குறையாய், மாலு அவ்விடம் விட்டகன்றாள்.

இப்பொழுதெல்லாம் சிவா தினசரி ஓவர்டைம் செய்தான், தீப்பிடித்தாற்போல் செய்தி அலுவலகம் முழுக்கப் பரவிக் கொண்டுதானிருந்தது. இது போதாதா? மாட்டுக்கு கொம்பு சீவி விட்டாற்போல், இருவரும் சேர்ந்தே பகல் உணவுக்கு அருகிலிருந்த ஹாக்கர் செண்டருக்கு போனார்கள். அலுவலகத்தில் இந்த ஜோடிப்பொருத்தம் சேர்ந்து வெளியாகும்போது, அவனவனும் கண்சிமிட்டி சிரிப்பதைப் பார்த்து சிவா அலட்டிக்கொள்ளவில்லை, "பொறாமை பிடித்தவன்கள், நல்லா வெந்து சாகட்டும்." என்று ஆகி முதிர்ந்த திமிரோடேயே மாலுவோடு சேர்ந்து சுற்றினான். அன்று மாலை ஏனோ அப்படி ஒரு பேய்மழை பொழிந்து தள்ளியது. அரைமணிநேரத்துக்குப் பிறகு, இடியும் மின்னலும் சற்று ஓய, அவனவனும் பஸ் பிடிக்க ஓட, மாளவிகாவும் சிவாவும் தனித்திருக்க சந்தர்ப்பம் கிடைத்தது. அந்தப் பொன்னான நேரத்தில் மாளவிகா சிவாவின் கழுத்துப்பட்டையை மஸாஜ் செய்யத் தொடங்கியதுதான் தாமதம். அதற்குமேலும் தாளமாட்டாது, சிவா கேட்டான்.

"இன்னும் எவ்வளவு நாளைக்குத்தான் மாலு இப்படி பாத்துப்பாத்து ஏங்கறது? சீக்கிரமே நாம கல்யாணம் செய்துக்கிட்டா என்ன?"

"பிரகாஷ், நிஜம்மாவா சொல்றீங்க? நாளைக்கேன்னாலும் நான் ரெடி", என்று சொல்லி முடிக்கவில்லை. சிவா தனை மறந்தான். "மாலு, மாலுக்குட்டி," என காட்டுப்பாய்ச்சலாய் அவளை வீழ்த்தத் தொடங்கியவன் வீழ்த்தினான், வீழ்த்தினான். ஆனால் சிவாதான் வீழ்ந்து கிடந்தான்.

ஆனால் சில நிமிடங்களிலேயே விதிர்விதிர்த்துப்போய், எழுந்துகொண்டவனின் உடலெல்லாம் அதிர்ந்து கொண்டிருந்தது.

"ஏன் பிரகாஷ்," என்று மாளவிகா, ஏக்கத்தோடு கையைப்பிடித்திழுக்க, சிவாவுக்கு குமுறிக்கொண்டு வந்தது. நினைக்க நினக்க அவனுக்கு ஆறவே இல்லை.

இது, ஏன், இப்படி? என்று சிவா, நாக்குழறலோடு கேட்கப்போக, அடுத்த கணம் அது நிகழ்ந்தது. அப்படியே சிவாவின் கைகளைப்பற்றிக்கொண்டு விம்மி விம்மி அழுதாள்.

"நான் திருநங்கை பிரகாஷ்,"

"அப்படீன்னா?" சிவாவுக்கு சத்தியமாய் புரியவே இல்லை.

கண்ணீரும் கரைசலுமாய் மாளவிகா தன்னுடைய சுய சரிதம் சொல்லத்தொடங்க, பொறி தட்டினாற் போல் சிவா கேட்டான்.

அது, அப்படீன்னா, நீ, நீ, 10க்கு முன்னாடி வரும் இலக்கமா?

சிலிர்த்தெழுந்து சீறினாள் மாளவிகா. "முதலில் நாகரீகமாகப் பேசக் கற்றுக்கொள்ளுங்கள் பிரகாஷ்?"

கடுப்பம் கொஞ்சமும் மாறாமல் சிவாவும் சீறினான். "முதல்லே என் கேள்விக்கு நீ பதில் சொல்லு!"

சற்றும் தயங்காமல் மாலு ஒப்புக்கொண்டாள்.

“ஆமாம், பிரகாஷ், உண்மைதான். ஆனா, உங்களுக்கு ஒரு குழந்தையைப் பெற்றுத்தர முடியாதே தவிர, வேறு எந்தக்குறையும் வைக்க மாட்டேன். வாழ்நாள் பூரா உங்க அடிமையாவே உங்களுக்காகவே, உங்க சுகத்துக்காக மட்டுமே நான் வாழ்வேன், என்னை நம்புங்க பிரகாஷ்!’

இதுதான் சிவா கேட்கக் காத்திருந்த திருமந்திரம். இவனுக்காகவே உருகி உருகி காலடியில் கிடக்கும் பெண்ணை மணப்பதுதான் சிவாவின் சபதமும் கூட. ஆனால் இந்த கணம் ஏனோ சிவாவுக்கு அந்த பேச்சையே ரசிக்க முடியவில்லை.

திடீரென்று அடிவயிற்றிலிருந்து ஓங்கரித்துக்கொண்டு வர குமட்டிக்குமட்டி பித்த வாந்தியாய் எடுத்தான். ஆதுரத்தோடு அவன் மார்பைத் தடவி விட மாளவிகா வர, தலை தெறிக்க வெளியே ஓடினான்? அலுவலக நண்பர்கள் எல்லோருமே தன் முதுகுக்கு பின்னால் சிரித்தது ஏன், என்பதே அவனுக்கு அப்பொழுதுதான் புரிந்தது பிறகு சிவாவை யாருமே அந்த அலுவலகத்தில் பார்க்கவில்லை. ஒரு திருநங்கையை மணக்கும் அளவுக்கு அவனுக்கு பக்குவம் வரவில்லை என்று யாராவது நினைத்தால், அட, போங்க சார், சிங்கப்பூரில் இந்த திருமணம் சட்டப்படி குற்றம் என்பதுகூடவா உங்களுக்குத் தெரியாது?.

41. நாயகி - இதயதீபா

ஆனந்தி வேக வேகமாக நடந்து கொண்டிருந்தாள். அது அந்தி சாயும் நேரமாதலால் வானம் இருளை நோக்கி வேகமாய் நகர்ந்து கொண்டிருந்தது. பறவைகள் தங்கள் கூடு நோக்கி வேகமாய் பறந்த வண்ணம் இருந்தன. மனிதர்களும் தான்.. இந்த பறவைகளுக்கும், மனிதர்களுக்கும் ஒருவிதத்தில் ஒற்றுமை உண்டு. அது என்ன வென்றால் இருவருக்கும் பொழுது சாய்ந்தால் தான் தன் வீடு ஞாபகம் வரும். ஆனந்தி இதை போன்ற மாலை பொழுதை தன் வீட்டு வாயிற்படியில் அமர்ந்து தனது டைகருடன் எப்போதும் ரசிப்பாள். ஆனால் இன்று நிலமை அப்படியிருக்க வில்லை. உடலில் ஒருவித நடுக்கம் ஓடிக் கொண்டிருந்தது. ஏனென்றால் அவள் தோலில் ஒரு பச்சிளம் சிசு பசியால் கதறிக் கொண்டிருந்தது. அதுவும் தொப்புள் கொடி கூட இன்னும் வெட்டப்பட வில்லை. இதையும் மீறி அவள் இப்போது போய்க்கொண்டு இருப்பதோ போலிஸ் ஸ்டேஷனை நோக்கி.

ஆனந்தி இன்னமும் சற்று நடையை கூட்டினாள். இதோ வந்து விட்டது. கூடவே அவளின் செல்ல நாய் குட்டியான டைகரும். நடந்து கொண்டிருந்த ஆனந்தி சட்டென நின்றாள். அதோ அந்த திருப்பத்தில் தான் போலிஸ் ஸ்டெஷன் இருக்கிறது. ஒரு கணம் ஆனந்தி தன் தோலில் பாலுக்காய் கதறிக் கொண்டிருக்கும் அந்த பச்சிளம் சிசுவை தேற்றத் தோண்றாமல் கண்களில் கண்ணீர் வழிய வெறித்தாள். ஆம் ஆனந்தியால் ஒரு குழந்தைக்கு

பாலூட்ட முடியாது. காரணம் அது அவள் பெற்ற பிள்ளையில்லை. கூடவே அதற்க்கான முயற்சியில் இறங்க அவள் ஒன்றும் சாதாரண பெண் கிடையாது. காரணம் ஆனந்தி பிறப்பால் ஒரு திருநங்கை.

இந்த கதையின் நாயகியான ஆனந்தியை பற்றி நாம் இப்போது கொஞ்சம் தெரிந்து கொள்வது அவசியம். அது கட்டாயம் கூட. ஆதியில் இந்த அண்டத்தை உருவாக்கிய ஆண்டவன் பலவித உயிர்களை படைத்தான். ஓருயிர் முதல் ஆறு அறிவு படைத்த மனிதன் வரையில் படைத்து அவன் அழகு பார்த்தான். இடையில் ஏனோ அவன் ஆண், பெண் இரு பால் தவிர்த்து மூன்றாவது பாலினத்தையும் படைத்து வேடிக்கை பார்க்க ஆரம்பித்தான். மற்ற ஜீவராசிகளில் இத்தகைய வேருபாடு உண்டா என தெரியாது. ஏனோ ஆறறிவு படைத்த இந்த மனிதன் மட்டும் இப்பிறப்பை கண்டு கொண்டு, அதை தனியே பிரித்து பார்க்க ஆரம்பித்தான். பகுத்துண்டு பல்லியிர் ஓம்பிய உயிர்கள் ஏனோ நாளடைவில் இப்பிறப்பை அறவே வெறுக்க ஆரம்பித்தது.

ஆனந்தி (இல்லை. அப்போது அவன் பெயர் ஆனந்தன்.) தனது 13 வது வயதில் தான் உடல் ரீதியாக தனக்கு ஏற்ப்பட்ட மாற்றத்தை உணர ஆரம்பித்தான். சொல்லொன்னா துயரில் தன் சக நண்பர்கள், தனது தாய், தந்தை, அண்ணன் , அக்காள் மற்றும் சுற்றத்தாரிடம் இருந்து விலக ஆரம்பித்தான். விடை தெறியா கேள்விக்கு விடை காண முயன்று தோற்றான். விபரீதம் புரிந்ததும் அத்துனை பேரிடம் இருந்தும் விலக்கி வைக்கப்பட்டான். இதில் இன்று வரையில் நெஞ்சம் வலிப்பது என்ன வென்றால், தன்னை பெற்ற அண்ணை கூட தன்னை புரிந்து கொள்ளாமல் விலக்கி வைத்ததுதான். உடம்பின் ஒவ்வொரு அணுவும் நொருங்கிப்போக, உடல் ரீதியாகவும், மன ரீதியாகவும் அடிபட்டு, ரணப்பட்டு, ஒரு கட்டத்தில் அவமாணம் தாளமுடியாமல் தனது 16 வது வயதில் ஒரு நள்ளிரவில் ஆனந்தன், ஆனந்தியாகி இப்பிறப்புக்கு விடை தேடி பயணப்பட்டான். இல்லை இல்லை. பயணபட்டாள்.

ஆனந்தி வீட்டை விட்டு வெளியேறினாலும், பின் வந்த நாட்களில் சொல்லொன்னா துயறத்துக்கு ஆளானாள். உண்ண உணவில்லை, உடுக்க உடை இல்லை, ஒண்டிக்கொள்ள ஒரு இடம் கிடைக்க வில்லை. ஒவ்வொரு நொடியையும் நரகமாய் கழித்தாள். தன் இனம் தேடி அலைந்தாள். வழியெங்கும் பாலைவனமாய் மாற பரிதவித்துப்போனாள். கற்ப்புக்கு மறு உருவம் காமுகர்களால் கற்று தரப்பட்டாள். சமுதாயத்தில் தன்னை போல அலைந்து திரிந்த மற்றவர்களோடு தானுமாய் சேர்ந்து கொண்டாள். வேறென்ன செய்ய,. கையிருப்பிற்கு ஏற்ற வாழ்க்கைக்கு தன்னை பழக்கிக் கொண்டாள்.

இப்படியே ஊர் ஊராய் அலைந்து திரிந்து கடைசியில் திருச்சிராப்பள்ளி வந்து சேர்ந்தாள். திருச்சி என்றழைக்கப்படும் திருச்சிராப்பள்ளி என்னும் ஊர் வந்தாரை வாழ வைக்கும் ஊர். இவ்வூரின் சிறப்பு பற்றி கேட்டறியவும் வேண்டுமோ. மனது முழுதும் வெருமையை சுமந்து திரிந்தவள் தன் வாழ்வை

கடைசியாய் காவிரி தாயிடம் ஒப்படைத்தாள். காவிரித்தாய் அவளை அன்போடு அரவணைத்துக் கொண்டாள். அவள் அழுக்கை கழுவினாள். கூடவே அவள் வாழ்க்கைக்கும் ஓர் ஒளி கிடைக்கச் செய்தாள். இவள் தற்கொலையை செய்தி தாள்களில் படித்த ஓர் தொண்டு நிறுவனம் அவளுக்கு தனது சொந்த முயற்சியில் ஒரு அலுவலகத்தில் சொற்ப சம்பளத்தில் ஓர் வேலைக்கு ஏற்பாடு செய்து தந்தது. கடவுள் கிருபையால் ஆனந்தி தனது 22 வயதில் ஒரு கௌரவமான நிலையை அடைந்தாள்.

வாழ்க்கை ஒரு தெளிந்த நீரோட்டமாய் போய்க்கொண்டிருந்த போது தான், ஓர்நாள் வேலைக்கு போய்க்கொண்டு இருந்த வழியில் தெருவோரம் ஓர் குப்பை தொட்டியருகே ஒரு ஈனஸ்வரம். மெல்ல அதன் அருகில் சென்று பார்த்தாள் ஆனந்தி. அங்கே ஒரு தாய் நாய் இறந்து கிடந்தது. அதன் அருகே பிறந்து ஓரிரு நாட்களே ஆகியிருந்த ஒரு அழகான நாய்குட்டி, பசியாலும், நேற்றிரவு பெய்த பெருமழையின் தாக்கத்தாலும் உயிர் போகும் தருவாயில் கொஞ்சம் கொஞ்சமாய் தன் ஜீவனை தொலைத்துக் கொண்டிருந்தது. ஆனந்தி சட்டென தீர்மனித்து அந்த குட்டியை தன் கைகளில் ஏந்தினாள். விடுவிடுவென தன் வீடு நொக்கி நடந்தாள். பின் அந்த குட்டியை நன்கு துடைத்து அதற்க்கு பாலூட்டினாள். இப்போது அந்த நாய் குட்டிக்கு கொஞ்சம் தெளிவு பிறந்து ஆனந்தியை பார்த்து வாலாட்டியது. அந்த கணமே அதற்க்கு டைகர் என பெயரிட்டு தனது மகனாய் வளர்க்க ஆரம்பித்தாள்.

இந்த உலகம் மிக்வும் விசித்திரமானது.கனவுகளும் , கற்பனைகளும்,, இன்பங்களும், சோகங்களும், துரோகங்களும் மாறி மாறி வரப்பெற்றது. இருளுக்கு பின் ஒளி போல இல்லை வாழ்க்கை. அது எப்போதும் முரண்பட்டே இருக்கிறது. அது அன்பில் கரையும், அழிவில் மறையும். எக்கத்தில் பறிதவிக்கும். அடுத்த கணமே குரோதத்தால் மனம் வெதும்பி தவிக்கும். அதற்கென எந்த வித கட்டுபாடுகளும் இல்லை. எனவே தான் இவ்வுலகில் படைக்கப்பட்ட ஜீவராஇச்களில் ஏனோ மனிதன் மட்டும் இன்றியமையாத இடம் பபிடிக்கிறான்.

ஆனந்தி தனக்கு கிடைத்த டைகரை ஏனோ கட்டிப்போட்டு வளர்க்கவில்லை. அவனை சுதந்திரமாய் விட்டு விட்டாள். அதற்கென சாப்பாட்டை அதனிடத்தில் வைத்து விட்டு அவள் அலுவலகத்திற்க்கு சென்று விடுவாள். பின் மாலை 6 மணியளவில் தான் வீடு திரும்புவாள். அவள் வருவதற்க்கு முன்னரே டைகர் வீடு வந்து வாசல் படியில் அமர்ந்து அவளுக்காய் காத்திருக்கும். அவள் வீட்டு ஓனர், வேறு ஒரு ஊரில் வசிக்கிறார். சிறிய வீடு தான் என்றாலும் அவளுக்கு போதுமானதாய் இருந்தது. அவள் வேலை செய்த கம்பெனி மானேஜரின் சிபாரிசில் தான் அவளுக்கு இந்த வீடு கிடைத்தது. அவரும் இந்த வீட்டினை அவளுக்கு சுலபமாய் தந்து விடவில்லை. திடீரென அடிக்கடி வந்து பார்ப்பார். பின் ஒருநாள் அவளை

முழுமையாய் நம்பி வீட்டை அவளின் பொறுப்பில் விட்டு விட்டார். நிறை-வான வாழ்க்கை தான். ஆனாலும் ஏனோ விரக்தியால் பலநேரம் ஆனந்தி வருத்தப்பட்டிருக்கிறாள். அத்துனை சமயங்களிலும் ஒரு மகனாய் டைகர் அவளுக்கு ஒரு நிறைவை தந்து கொண்டிருந்தது. ஒவ்வொரு மாலை பொழுதிலும் டைகருடன் அமர்ந்து அந்த தெருவை வேடிக்கை பார்ப்பது ஆனந்திக்கு மிகவும் பிடிக்கும்.

அன்று ஞாயிற்ருக்கிழமை ஆதலால் விடுமுறை. ஏனோ ஞாயிறு என்-றால் ஆனந்திக்கு மிகவும் பிடிக்கும். அந்த விடுமுறை நாளில் டகரை நன்கு குளிப்பாட்டுவாள். இசைஞானி இளையராஜாவின் இசை அன்று முழுவ-தும் அந்த வீட்டை நிறைத்திருக்கும். அந்த இசையின் ஊடே அவளும் அன்று முழுதும் கறைந்திருப்பாள். தனது உடமைகளை துவைத்து, காய வைத்து, நன்கு அயர்ன் செய்து அடுக்கி வைப்பாள். சாமி படதிற்க்கு பூப்-போட்டு விளக்கேற்றி வைப்பாள். சமைப்பாள். டைகரோடு சாப்பிடுவாள். நன்கு உறங்குவாள். பின் டைகரோடு விளையாடுவது என அன்றைய முழு பொழுதையும் மகிழ்ச்சியோடு கழிப்பாள். ஏனோ இந்த ஞாயிற்றுக்கிழமை அவளுக்கு ஒரு இன்றியமையாததாய் மாறிப்போய் விட்டது. காலை சுமார் 11 மணியளவில் வீட்டை விட்டு போன டைகர் இன்னமும் வீடு வந்து சேர வில்லை. மணி வேறு 3 30 ஆகியும் விட்டது. மதியம் சாப்பாட்டிற்க்கு டாண் என்று வந்து அவளிடம் உணவு கேட்கும். ஆனந்தி வாயிற்படியில் அமர்ந்து தனது தாடையில் கைவத்தபடி டைகர் வரும் வழியை வெறித்தபடியே இருந்-தாள்.

.சரியாய் அரை மணி நேரம் கடந்தது. தூரத்தே, அதோ டைகர் வருவது தெரிந்தது. ஏனோ நடை முன் போலில்லை. அதன் நடையில் ஏதோ ஒரு-வித அச்சமிருந்ததை இங்கிருந்தே அவளால் உணர முடிந்தது.. ஆனந்து அதை எதிர்கொள்ளும் பொருட்டு சற்றே எழுந்தவள், அது தன் வாயில் எதையோ கவ்வி இருப்பதை பார்த்ததும் சற்றே அதிர்ந்தாள். உற்றுப்பார்த்-ததும் அதிர்ச்சியின் உச்சிக்கே போனாள். தன்னையறியாமல் அவள் வாய் பிளந்தது.

“ஆ••• அய்யோ•••..”

அவ்வாறு ஆனந்தி வாய் பிளந்து அதிர காரணம், டைகர் தன் வாயில் கவ்வியிருந்தது, ஒரு பிறந்து ஒரு சில மணித்துளிகளேயான , இன்னமும் ரத்தம் காயாத, தொப்புள் கொடி அறுபடாத, உயிருக்கு போறாடிக்கொண்டு, ஈனஸ்வரதில் மெல்லமாய் கத்திக்கொண்டிருக்கும் ஒரு குழந்தையை.

ஆனந்திக்கு உடல் முழுதும் உதறல் எடுத்தது. ஒரு இனம் புரியாத பயம் வந்தது. அப்போது தான் அவள் தலைக்கு குளித்திருந்தாலும், மீண்டும் அவள் உடல் முழுதும் தொப்பலாய் நனைந்தது. டைகர் அவள் அருகில் வருமுன், ஆனந்தி ஓடிச்சென்று முன்னே போய் அந்த சிசுவை தன் கைக-ளில் ஏந்தி கொண்டு விடுவிடுவென வீடு வந்து சேர்ந்தாள். கூடவே சட்-

டென வீட்டு கதவை அடைத்தாள்.

"கடவுளே.... இது என்ன சோதனை...."

என்று மெல்லிய குரலில் முனகியவள் , அந்த குழந்தையை ஒரு துண்டால் நன்கு துடைத்து முகம் விட்டு நன்கு மூடி அதற்க்கு கொஞ்சம் கதகதப்பு உண்டாக்கினாள். பின் சற்றே கோபமாய் டைகரை பார்த்து,

"டைகர்... என்னடா இது. என்ன பன்னி வச்சிருக்கே. இந்த் குழந்தைய எங்கே இருந்து தூக்கிட்டு வந்தே.... ஆண்டவா.. நான் இப்போ என்ன பன்னுவேன்... "என்றாள்.

டைகர் அவளை சற்றே அவளை ஏறிட்டு பார்த்தது. பின் அந்த குழந்தையின் அருகில் சென்று அதை சற்றே தன் நாவால் நக்கியது. பின் அவள் அருகில் வந்து ஈனக்குரலில் ஏதோ முனகியது.

ஆனந்திக்கு ஒன்றுமே புறியவில்லை. உடம்பு மெல்லமாய் உதறிக்கொண்டிருந்தது. மனது என்னென்னவோ நினைக்க ஆரம்பித்தது. குழந்தையின் அழுகை இப்போது சற்று குறைந்து இருந்தது. ஆனந்திக்கு கொஞ்சம் தாகமாய் இருக்கவே அருகில் இருந்த குடத்தில் நீர் எடுத்து பருகினாள். அப்போது தான் அவளுக்கு ஞபகம் வந்தது. குழந்தையின் வயிற்றுக்கு என்ன வழி என் யோசித்தவள், உடனே ஓடி அடுக்களையில் டைகருக்காய் வைத்திருந்த பாலில் கொஞ்சம் எடுத்து சுட வைத்து பின் பதமாய் ஆற்றினாள். மெல்ல குழந்தையின் அருகில் சென்று, அதை மெல்ல தூக்கி தன் மடிமேல் வைத்ததுதான் தாமதம், பாலுக்காய் ஏங்கிக்கொண்டிருந்த அந்த பச்சிளம் சிசு உடன் அவள் கைப்பற்றியது. தன் வாழ்க்கையில் முதன் முதலாய் ஒரு குழந்தயின் ஸ்பரிசத்தால் ஆனந்தி மெல்ல சிலிர்த்தாள். கொஞ்சம் கொஞ்சமாய் அதன் பசி தனித்தாள். அப்பொழுதான் அதை கவணித்தாள். அது பெண் குழந்தை. பாவம் யார் பெற்ற பிள்ளையோ?

இத்தனை நேரத்திற்கப்புரம் அந்த முகம் கொஞ்சமாய் தெளிவாயிருந்தது. கூடவே அது தன் குட்டி கண்களால் அந்த வீட்டை சுற்றி பார்த்துக் கொண்டிருந்தது. அதை பார்ப்பதற்கே அழகாய்த்தானிருந்தது. ஆனந்தி அந்த குழந்தையே சற்று நேரம் வைத்த கண் வாங்காமல் பார்த்து கொண்டிருந்தாள். இதோ இந்த டைகருக்கும், இந்த பச்சிளம் குழந்தைக்கும் ஏன் தனக்கும் ஒருவித பந்தம் இருக்குமோ என அவளுக்கு பட்டது. அது இந்த மூவரும் ஆர்பரித்து வரும் சமூக அலையிலிருந்து தூக்கி வீசப்பட்டவர்கள். அவர்களின் உரிமைகளை வலுக்கட்டாயமாய் பரிகொடுத்து தவிப்பவர்கள். இப்போது குழந்தையின் லேசான அழுகுரல் ஆனந்தியை தன்நிலை திரும்ப வைத்தது. உடனே அதன் அழுகைக்கான காரணம் புரிந்தது. அது அனைத்து உயிர்களுக்கும் பொதுவான பசி.

அழ ஆரம்பித்து இருந்த குழந்தையை சட்டென தன் மடியில் தாங்கிக்கொண்டாள் ஆனந்தி. ஏற்கனவே வைத்திருந்த பாலை புகட்ட முனையுமுன் குழந்தை தன் தாயின் மடியென நம்பி தன் கைகளை ஆனந்தியின் நெஞ்-

சில் கையாட்டி தன் பொக்கை வாயால் சிரித்தது. ஆனந்திக்கு தன் நெஞ்சில் குழந்தை கை பட்ட இடம் சிலிர்த்தது. உடம்பு ஒருகணம் மெல்ல அதிர்ந்தது. கண்களில் பொலபொலவென கண்ணீர் தேங்கி அது மெல்லமாய் அவளின் முகத்தில் வழிந்தது. ஆனந்தி தன்னையறியாமல் மேலே மாட்டியிருந்த சாமி படத்தினையே சற்று நேரம் பார்த்துக் கொண்டிருந்தாள். இந்த இறைவன் அன்பானவன். , அழகானவன். கூடவே இல்லார்க்கு இனியவன்.ஆனந்தி கொஞ்சம் கொஞ்சமாய் அந்த குழந்தைக்கு பாலுட்டினாள். முதன் முதலாய் வயிறு நிரைந்ததாலோ என்னவோ குழந்தை ஆழ்ந்த நித்திரைக்கு செல்ல ஆரம்பித்தது.. குழந்தையை மெல்ல கீழே படுக்க வைத்தாள் ஆனந்தி. அப்போது தான் டைகரை கவனித்தாள். டைகர் அப்போது தான் தனக்கு வைத்த உணவை உண்ண ஆரம்பித்து இருந்த்து, அதற்க்கும் இப்போது தான் மனது நிறைந்தது போலும்.

ஆனந்திக்கு அடிமனதில் ஆயிரமாயிரம் சிந்தனைகள் ஓட ஆரம்பித்தது. இந்த குழந்தை இங்கே வர காரணம் என்ன ? யாரோ பெற்ற பிள்ளையை இந்த டைகர் தூக்கி வந்திருக்கிறதே ? இதனால் என்னென்ன பிரச்சனைகள் தனக்கு வருமோ ? இது அக்கம் பக்கத்தவர்களுக்கு தெறிந்தால் என்ன ஆகும் ? இந்த குழந்தையின் பின்னனி என்னவால இருக்கும் ? . ஆதரவற்ற தனக்கென இது வந்ததா ? இல்லை ••• வேறு எதற்க்காக ?. இப்படி மாறி மாறி சிந்தனைகள் ஆனந்திக்கு ஓடின. இப்போதே மணி 5 — ய் நெருங்கிக் கொண்டிருந்தது. இன்னும் ஒரு சில மணித்துளிகளில் முழுவதுமாய் இருட்டி விடும். அதற்க்குள் நாம் தான் ஏதாவது செய்ய வேண்டும் என் தீர்மானித்தவள் டைகரை அழைத்தாள்.

“டைகர் இங்கே வாடா••••••”

குரல் கேட்டு ஓடி வந்த டைகரை தன்னிரு கைகளில் தாங்கிக்கொண்டு பின் அதை பார்த்து,

“டைகர்••••. என்னடா இதெல்லாம். இந்த குழந்தையை எங்கே இருந்து தூக்கி கிட்டு வந்தே ?•••”என்றாள்.

இதை கேட்டதும் தான் தாமதம். டைகர் உடன் எழுந்து குழந்தையின் அருகே அமர்ந்து அதை தன் நாவால் நக்கியது. பின் அவளை அழைக்கு பொருட்டு ஒரு சென்று வாயிற்படியில் நின்று அவளை மௌனமாய் பார்த்தது.

இத்தனை வருட வளார்ப்பில் டைகரின் அபிலாழைகள் அவளுக்கு அத்துப்படி ஆகியிருந்தன. டைகர் தன்னை எங்கோ அழைக்கிறது அன உணார்ந்து கொண்டவள் சட்டென முடிவெடுத்து குழந்தையை துக்கி கொண்டாள். வீட்டை பூட்டிவிட்டு அதனுடன் அதன் பின்னே அவசரம் அவசரமாய் நடக்க ஆரம்பித்தாள். டைகர் வளைந்து வெளிந்து ஓடி ஒரு நான்கு தெரு தள்ளி ஊருக்கு ஒதுக்குப் புரமாய் இருந்த அந்த குப்பை கிடங்கில் வந்து நின்று ஆனந்தியை பார்த்து ஒரிடத்தை காட்டி மெல்லமாய் ஈனஸ்வரத்-

தில் முனகியது. இதை பார்த்ததும் ஆனந்தி செய்வதறியாமல் விக்கித்துப் போனாள். அவளையறியாமல் அவள் வாயிலிருந்து மீண்டும்,

“அய்யோ... இதென்ன கொடுமை...குப்பையிலேர்ந்து தான் இந்த குழந்தையை தூக்கிட்டு வந்தியா...?

ஆனந்திக்கு பதில் தரும் பொருட்டு டைகர் ஒரு பெருங்குரலெடுத்து அழ ஆரம்பித்தது. அதை பார்ப்பதற்க்கு, ஏனோ ஒரு வித ஆதங்கமாய் பட்டது ஆனந்திக்கு. தன்னைப்போல் நிராகாரிக்கப்பட்ட ஒரு உயிரை பார்த்ததும் மனது பொறாமல் அதை தூக்கி வந்து தன்னிடம் நம்பிக்கையாய் தந்திருக்கிறது. ஆனந்திக்கு இப்போது தெளிவாய் புரிந்து விட்டது. இது முறை தவறி பிறந்த குழந்தையாய் இருக்கலாம். இதை பெற்றவள் இங்கேயே அவளை பெற்று போட்டுவிட்டு சென்றிருக்கலாம். இதை நாம் வைத்திருப்பது வேண்டாத பல சிக்கல்களை நமக்கு ஏற்படுத்தும். எனவே இதை போலிஸ் ஸ்டேஷனில் ஒப்படைத்து விடுவதுதான் நமக்கும் இந்த குழந்தைக்கும் நல்லது. என நினைத்தவள் சட்டென அந்த இடம் தவிர்த்து ஸ்டேஷன் இருக்கும் திசை நோக்கி நடக்க ஆரம்பித்தாள்.

நிற்க. ஆனந்தி ஆழ்ந்த சிந்தனையிலிருந்து மீண்டாள். மூச்சை நன்கு இழுத்து விட்டுக்கொண்டாள். குழந்தையை மெல்ல தன் கைகளால் வருடினாள். பின் விருவிருவென தெரு முக்கு தாண்டி ரொம்ப நாளைக்கு பிறகு போலிஸ் ஸ்டேஷனில் அடியெடுத்து வைத்தாள்.

அன்று ஞாயிர்றுக்கி கிழமையாதலால், போலிஸ் ஸ்டேஷன் கொஞ்சம் களையிழந்து காணப்பட்டது. நல்ல வேளை S I ஸ்டேசன் வந்து இருந்தார். ஒரு குழந்தையை ஒரு பெண் இல்லையில்லை பெண் போல இருக்கும் ஒரு பெண். அனேகமாய் இவள் திருநங்கையாகத்தான் இருக்க வேண்டும் என எண்ணியவர் நேரடியாய் அவளை எதிர்கொண்டார்.

“ஏய். இரு.. என்ன விஷயம் ? யார் இந்த குழந்தை ?.. எதுக்கு இங்கே வந்தே ....?

நல்ல கம்பீரமான குரல் அவருக்கு. ஆனந்தி சட்டென நின்றாள். மீண்டும் ஒர்கணம் மூச்சை நன்கு இழுத்து விட்டுக்கொண்டாள். அவருக்கு மறியாதையாய் வணக்கம் சொன்னாள். பின் நடந்த அனைத்தையிம் அச்சு மாறாமல் சொல்லி முடித்தாள். பின் தனது ஆபிஸ் ID CARD ஐ காட்டினாள். கூடவே ர்தன்னைப் பற்றியும் சொன்னாள்.

அவள் கூரியவகளை நிதானமாய் கேட்டறிந்தவர் பின் அவள் நீட்டிய ID CARD ஐ வாங்கி உற்று பார்த்தார். பின் ஒன்றும் சொல்லம்மால் தன் கைபேசியை எடுத்து அவளைப்பார்த்து,

“ம்... உன் மனேஞர் பேரும், நம்பரும் சொல்லு.... “என்றார்.

ஆனந்தி சொன்ன தகவல்களுடன் கொஞ்ச தூரம் சென்று தனிமையில் ஒர் 5 நிமிடம் பேசியவர், பின் அவளருகே வந்து, ஆனந்தியை பார்த்து .

“ஆனந்தி, அதானே உன் பேரு. good . வா வந்து வண்டியிலே ஏரு. கூடவே நீ கூட்டி வந்த நாயையயும். நாம போய் அந்த இடத்தை பார்த்துட்டு வந்துடலாம்.”என்றார்.

அவரை இடைமறித்த ஆனந்தி, பின் மெல்லிய குரலில் அவரைப்பார்த்து,

“ஸார்... ஒரு நிமிஷம். இந்த குழந்தைக்கு இன்னும் தொப்புள் கொடி கூட இன்னமும் அறுபடாமல் வீங்கி கிடக்கு. போரதுக்கு முன்னாடி HOSPITAL போனா தேவலை..? என்றாள்.

“சரிம்மா..போற வழிதானே அதுவும். பார்த்துக்கலாம் வா என சற்று மென்மையான குரலில் கூறியவர் மீண்டும் தனது பாணியில் ,

“கான்ஸ்டபில்... வந்து வண்டிய எடுங்க. பொய்ட்டு வந்திடலாம்...”என்றபடி கம்பீரமாய் முன்னே நடக்க ஆரம்பித்தார்.

ஆனந்திக்கு போலிஸ் ஸ்டேஷன் ஒன்றும் புதிதில்லை. தன் வாழ்நாளில் பல இடங்களில் , பல சமயங்களில், பல இரவுகளில், பலவிதமான மனிதர்களை இவள் பார்த்திருக்கிறாள். அவற்றில் பல தனது நிஜ முகங்களை மறைத்து வேறு முகன்ங்களில் இவளை பார்த்தவர்கள். அகர்களிடத்தே ஏற்பட்ட வக்கிரங்களை பல கோணங்களில் அணுஅணுவாய் உள்வாங்கி துடித்திருக்கிறாள். அவர்களை பொருத்த வரையில், இவளை போன்றோர்கள் அவர்களின் வடிகால்கள் அவ்வளவே. அவர்களையும் சொல்லி குற்றமில்லை. அவர்களின் நிலை அப்படி. மனம் என்ற ஒன்றை பார்க்க அவர்களிடத்தில் ஏனோ நேரமில்லை. ஆனாலும் நல்லவர்களுக்கது அங்கேயும் பஞ்சமில்லைதான். அவர்கள் நீண்ட நெடு பாலைவனத்தே பூத்திருக்கும் பூஞ்சோலையை போன்றவர்கள். என்ன செய்ய. பூவிருக்கும் உலகில் தானே, கொடிய தேள்களும் வாசம் செய்கின்றன. ஏன் ஆனந்தியின் இன்றைய வாழ்க்கைக்கு வித்திட்டவரும் இவர்களை போன்றவர்களில் ஒருவரே. எனவே தான் ஆனந்திக்கு எதையும் துணிந்து எதிர் கொள்ளும் ஆற்றல் வந்தது.

அந்த ஸ்டெஷன் S I மிகவும் துரிதமாய் செயல்பட்டார். சம்பந்தப்பட்ட இடத்தை ஆராய்ந்து ஆனந்தி சொன்னதை உறுதிப் படுத்திக்கொண்டார். பாவி மகள் குழந்தையை அந்த இடத்திலேயே பெற்றுப்போட்டு விட்டு சென்றதற்கான நிறைய தடயங்களை அங்கே அவர் பார்த்து அதை போட்டோவும் எடுத்துக் கொண்டார். பின் குழந்தையை தூக்கி வந்த டைகரை அன்புடன் தடவிக் கொடுத்தார். பின் ஆஸ்பத்திரியிலும், வரும் வழியிலும் அவளை பற்றி கேட்டு அறிந்து கொண்டார். அவளிடம் முறைப்படி ஒரு கம்ப்ளெயிண்ட் (COMPLAINT) எழுதி வாங்கிக்கொண்டு பின்னர் அவளைப்பார்த்து,

“ஆனந்தி... முறையாய் விசாரித்து உனக்கு சொல்லி அனுப்புவோம். அப்போ நீ வந்தா போதும். ரொம்ம நல்ல மனசும்மா உனக்கு. என் நம்பரை ரைட்டர் கிட்டே வாங்கிக்கோ. உனக்கு எந்த சந்தர்ப்பத்தில் என்ன உதவி

தேவைப்பட்டாலும் எனக்கு போன் பன்னு. சரியா... இப்போ நீ உன் வீட்டுக்கு போகலாம்..... ”

ஆனந்திக்கு கொஞ்சம் ஆறுதலாயும், கொஞ்சம் பயமாயும் மீண்டும் அவரை பார்த்து,

“ரொம்ப தேங்ஸ் ஸார்....அப்போ குழந்தையை என்ன பன்னுவீங்க ஸார்.....”என்றாள் அப்பாவியாய்.

“என்ன வழக்கமான விசாரணைதான். குழந்தையை பற்றி, அதன் தாயை பற்றி அக்கம் பக்கம் தீவிரமாய் விசாரிப்போம், சரியான தகவல் கிடைக்கலென்னா, பேப்பர்ல நியூஸ் பேப்பர்ல குழந்தையின் போட்டோ போட்டு விளம்பரம் செய்வோம். அப்படியும் கிடைக்கலன்னா, முறைப்படி குழந்தையை ஏதாவது ஹோம்ல செர்த்து விடுவோம். அவங்க கொஞ்ச நாள் கழிச்சு, குழந்தையில்லாதவங்களுக்கு அரசு விதிப்படி தத்து கொடுப்பாங்க. நீ ஒன்னும் கவலைப்படாதே. எல்லாம் நல்லபடியா நடக்கும். நீ போய்ட்டு வா..... “என்றார்.

“அப்போ அதுவரையில் குழந்தையை நான் பத்திரமா வச்சுகிட்டா ஸார். ஏன்னா, எனக்கும் யாரும் இல்லே ....”

சட்டென அவளிடமிருந்து வார்த்தைகள் வந்து விழவே, SI கொஞ்சம் திகைத்து, பின் மெல்லமாய் சிரித்த படி மீண்டும் அவளை நேருக்கு நேராய் பார்த்து,

“ம். OH YES... எப்படியும் குழந்தை ஹொம்லதான் இருக்க போகுது. குழந்தையை கண்டெடுத்தவள் என்ற முறையிலேயும், அப்புறம் முறைப்படி இங்கே வந்ததாலயும் குழந்தையை இப்போ உன்கிட்டே நம்பி தர்ரேன். குழந்தையை நல்லா பார்த்துக்குவே தானே நீ ..? “என்றார்.

“என் உயிர கொடுத்து நல்லா பார்த்துகுவேன் ஸார்... “என கையெடுத்து கும்பிடும் ஆனந்தையை பார்த்து இப்போது நன்றாய் சிரித்தவர் அவளை பார்த்து,

“GOOD. சரி வா. நான் போர வழியிலே உன்னை வீட்டிலே விட்டுறேன். என்றபடி எழுந்தார்.

மீண்டும் அவருக்கு கை கூப்பி நன்றி சொன்னாள் ஆனந்தி. பின் டைகருடன் வந்து அவள் வீட்டை திறந்து லைட்டை போட்டாள். தெடீரென வீடு பிரகாசமானது. கூடவே அவள் மனதும்தான். வீட்டுக்குள் சென்று சாமி படத்துக்கு விளக்கேற்றினாள். பாலை மீண்டும் சுட வைத்து பின் பதமாய் ஆற்றி தூங்கிக்கொண்டிருந்த குழந்தைக்கு புகட்டி பின் மீண்டும் அதை தூங்க வைத்து அருகில் அமர்ந்து அந்த குழந்தையையே வைத்த கண் வாங்காமல் வெறித்து பார்த்தபடியே இருந்தாள். டைகரும் குழந்தையின் அருகில் படுத்து தூங்கியும் விட்டது. வெகு நேரம் கழித்து சுமார் 3 மணியளவில் அவளையுமறியாமல் குழந்தையை அனைத்தபடியே தூங்கிப்போனாள்.

நீண்ட நாளைக்கு அப்புறம் ஆழ்ந்த நித்திரை. கனவில் ஆனந்தி இரண்டு குழந்தைகளுக்கு தாய். குழந்தைகளின் சேட்டைகளை ரசிக்கிறாள், அவர்களை செல்லமாய் கண்டிக்கிறாள். அவர்களை பள்ளிக்கு கிளப்புகிறாள். காய்கறி பேரம் பேசி வாங்குகிறாள். சமைக்கிறாள். இப்படி ஒரு குடும்ப தலைவி போல ஆனந்தி, ஆனந்தமாய் கனவில் வாழ்ந்து கொண்டிருக்கையில் திடீரென குழந்தையின் அழுகுரல் அவளை உலுக்கி எடுத்தது. திடீரென அலறி கண் விழித்தாள் ஆனந்தி. பசியின் காரணமாய் தன்னிரு கைகளில் ஒன்றை அவள் மார்பருகே தள்ளியபடியே அழுது கொண்டிருப்பதை பார்த்ததும் ஆனந்திக்கு அவளையரியாமல் கொஞ்சம் வெட்கம் வரவே, அரிதாய் கண்ணம் சிவந்தாள். பின் குழந்தையை பார்த்து ஏதோ அவள் பிள்ளை போலவே,

“சீ.... எப்படி அசந்து தூங்கிட்டேன் பாரு.....”

என்றபடி எழுந்து மணி பார்த்தாள். மணி 7 என கடிகாரம் காட்டவே

“அம்மாடியோவ்.... டைகர்... இந்கே வாடா . வந்து கடைக்கு போய் பால் வாங்கிட்டு வா. சீக்கிரம் குழந்தை அழறா பாரு...”

என்றபடி ஓடி வந்த டைகரின் கழுத்தில் ஒரு பையும் , அதனுள் பணமும் போட்டனுப்பினாள். டைகர் வர சுமார் 10 முதல் 15 நிமிடங்களாகும். அதுவரையில் குழந்தையின் அழுகையை நிப்பாட்ட சற்றே வெளியே வந்தவள் சுற்றி யிருந்தவர்கள் ஓரிரு பேர் தன்னை நோக்கி வருவதை பார்த்து அவர்களை எதிர் கொள்ள தயாரானாள்.

வந்தவர்கள் அல்லாது அடுத்து வந்த ஒரிரு மணிகளில் விஷயம் முற்றிலும் தெரிந்து பலபேர் வந்து பார்த்து போனார்கள். அவர்களில் பலபேர் உனக்கு எதற்க்கு இந்த வேண்டாத வேலை என்று ஓதிவிட்டு சென்றனர். ஆனால், அவர்களில் ஒருசிலர் நல்லவர்கள். அவர்கள் இவளின் செயலை மனதார பாராட்டினார்கள். கூடுதலாய் குழந்தையை பராமரிக்கும் முறையையும் சொல்லிவிட்டு போனார்கள். அனைத்தையும் இன்முகத்துடன் கேட்டுக்கொண்டாள் ஆனந்தி. அனவருக்கும் நன்றி சொன்னாள்.

ஆனந்திக்கு அன்று நிறைய வேலை இருந்தது. முதன் முதலாய் அவள் ஆபிஸ் மேனேஜருக்கு போன் போட்டு நன்றி சொன்னாள். கூடவே ஒரு சில நாட்களுக்கு லீவும் சொன்னாள். அதற்க்கு மானேஜர் அவலை பாராட்டியதோடு எந்த உதவி தேவைப்பட்டாலும் தன்னை அனுகும்படி கேட்டுக்கொண்டார். விஷயம் கேள்விப்பட்டு போனிலேயே பாராட்டிய ஆபிஸ் நண்பர்களுக்கு மனதார நன்றி சொன்னாள். கடவுளை கையெடுத்து கும்பிட்டாள். குழந்தை தன்னிடம் இருக்கும் வரையில் அவளை மிகவும் சந்தோஷமாய் வைத்திருக்க முடிவு செய்தாள். இதற்காக அவள் யாரிடமும் கையேந்த வேண்டியதில்லை. இத்தனை நாள் அவளின் சம்பாத்தியத்தில் தன் சிக்கனமான செலவு போக, கொஞ்சமிருந்தது.

ஆனந்தி குழந்தையை தூக்கிக் கொண்டாள். ஆட்டோ பிடித்து டைகருடன் தெப்பகுளம் கடைவீதிக்கு போனாள். முதலில் குழந்தைக்கு விதம் விதமாய் ஆடைகள் மற்றும் அதற்க்குண்டான சோப்பு, பவுடர், ஆயில், பால் புட்டி, கிரேப் வார்ட்ஸ், துண்டு முதல் அனைத்தையும் விலை பேசாமல் வாங்கினாள். பின்னர் மலைக்கோட்டை பிள்ளையாருக்கு கீழிருந்தே அர்ச்சனை செய்தாள். குழந்தைக்கு திரு நீரு பூசி விட்டாள். புது ஆடையில் திருநீரு பூசிய அக்குழந்தை அவ்வளவு அழகுடன் பளிச்சிட்டது. பின் வேகமாய் படியிறங்கினாள். ஊன்றிப்பார்த்த ஒருசிலரை சட்டென தவிர்த்தாள். மீண்டும் வீடு வந்து சேர்ந்தாள். இளையராஜாவின் பாடலில் அன்று முழுதும் கரைந்தாள்.

சில நாட்கள் இப்படியே கரைந்தது. இதற்க்கிடையே ஒரு சில தடவை போலிஸ் ஸ்டெஷன் சென்று இன்பெக்டரிடம் குழந்தயை காட்டிவிட்டு வந்தாள். அவரும் அவளின் ஓவ்வொரு சந்திப்பிலும் குழந்தை மெருகேறி வருவதை உணர்ந்திருந்தார்.இடையில் ஒரு நாள் நியூஸ் பேப்பரில் குழந்தையின் படம் போட்டு விபரம் தெரிவிக்குமாறு போட்டிருந்தார்கள் . கூடவே ஸ்டேஷன் நம்பரோடு, தனது நம்பரையிம் போட்டிருந்தார்கள். ஏனோ ஆனந்திக்கு எந்த ஒரு காலும் வரவே இல்லை. இவளும் அதை பற்றி கவலைப் படவுமில்லை. இப்பொழுதெல்லாம் குழந்தை அவள் முகம் பார்த்து சிரிக்கிறது. டைகரும் அவளுடன் விளையாட ஆரம்பித்து விட்டது. குழந்தையின் பக்கத்தில் அமர்ந்து லேசாய் கத்த ஆரம்பிக்கும். உடனே குழந்தையும் ஆ••• ஊ••••. என கத்த ஆரம்பிக்கும். இது தான் இவர்களின் விளையாட்டு.

ஆரம்பம் என்று ஒன்று இருந்தல், முடிவுச என்ற ஒன்றும் இருக்கத்தானே செய்யும். அதைப்போலத்தான் அன்று ஸ்டேஷனில் இருந்து ஆள்விட்டிருந்தார்கள். இவளை வரச்சொல்லி. அது முதலாய் ஆனந்தியின் அடிவயிரு கனக்க ஆரம்பித்தது. கூடு கலைந்து விடுமோ ? அன்று முடிவுக்கான நாளாய் ஆனந்தி எண்ணிக்கொண்டாள் ஆனந்தி. எழுந்து குளித்து முடித்து, குழந்தையையும் குளிப்பாட்டி புது ஆடை உடுத்தி, பின் குழந்தைக்கு பாலூட்டி பின் அதற்க்கென வாங்கி வைத்திருந்த அத்துனையையும் எடுத்து ஒரு பெரிய பையில் வைத்து, பின் மனது கேட்காமல் ஒரே ஒரு ஆடையை மட்டும் ஞாபகார்த்தமாய் எடுத்து வைத்துக்கொண்டாஅள். பின்னர் மௌனமாய் ஆட்டோ பிடித்து டைகருடன் ஸ்டேஷன் வந்தாள்.

இந்த இடைப்பட்ட நாட்களில் ஆனந்தியை ஸ்டேஷனில் எல்லோருக்கும் தெறிந்திருந்தது. ஆனந்தி எல்லோருக்கும் மௌனமாய் வணக்கம் சொன்னாள். எதிர்பட்ட ரைட்டர் இவளை பார்த்து,

“என்ன ••• ஆனந்தி குழந்தை ஷோக்கா இருக்கா. நல்லா பார்த்துக்கரே போலிருக்கு. குட்••••.”எனறபடி அவளை ஸ்னேகமாய் கடந்து போனார்.

“எல்லாம் ஆண்டவன் புன்னியம் ஸார்•••”என்றபடியே இவளும் அவரை கடந்து நேராய் நடந்து ஏட்டுவின் மேஜையை அடைந்தாள். ஏட்டுவும்

இவளை பார்த்து மெல்ல சிரித்தபடி,

"வாம்மா... இதோ இப்படி உட்காரு. ராவனன் ஸார் இப்போ வந்துடு-வார். "என்றார்.

ஆனந்திக்கு ராவணன் என்பவர் யார் என்று தெரியாமல், மெல்லிய குர-லில் ஏட்டுவினை பார்த்து,

"யார் ஸார் இந்த் ராவணன்.....யாராச்சும் ஆபிஸருங்களா...? என்று அப்பாவியாய் கேட்டாள்.

"போச்சு... போ.... அய்யாவோட பேரு கூட இது நாள் வரை தெரியா-மலேயே இருக்கியா ?... SI அய்யாவோட பேரு தான் ராவணன்."

ஆனந்தி அந்த இக்காட்டான நேரத்திலும் அதிசயமாகி பின் ஆச்சர்-யமானாள். இந்த மனிதர்கள் ஏனோ வித்தியாசமானவர்கள் என நினைத்-துக்கொண்டாள். பின் சென்று ஓரம்மாய் ஒரு பெஞ்சில் அவர் காட்டிட்ய இடத்தில் சென்று மௌனமாய் உட்கார்ந்து கொண்டாள். டைகரை வெளியில் விட்டிருந்தாள்.

நிமிடங்கள் யுகங்களாய் கழிந்து கொண்டிருந்தன. ஆனந்தி அதீத வேதனையால் இருந்தாள். இந்த தலைவலி வேறு அவளை காலையி-லிருந்து வாட்டி வதைத்துக் கொண்டிருந்தது. நெஞ்சம் ஏனோ சொல்-லொன்னா துயரில் விம்மி புடைத்திருந்தது. ஆரம்ப காலங்களில் இவள் கஷ்டப்பட்ட போதேல்லாம் இப்படி அவல் கவலை பட்டதில்லை. மனதை தேற்றிக்கொண்டு அடுத்த காரியம் நோக்கி நடக்க ஆரம்ப்த்து விடுவாள். ஆனால் இது அப்படி இல்லை. ஊழி பெருங்காற்றில், கூடவே பெரும-ழையை காட்டிய ஆண்டவன், திடீரென ஒண்டிக்கொல்ல ஒரு ஓலை குடி-சையை காட்டி, அதில் தான் ஒண்டி தன் ஈரம் உலர்த்தி நெருப்பூட்டி குளிர் காயும் வேளையில் மீண்டும் ஊழிக்காற்றை தன் பக்கம் திருப்பினான் என்-றால் எப்படி இருக்கும். அப்படி பதட்டமாய் இரு;ந்தாள் ஆனந்து. தன்னோ-டிருந்த ஒரு உயிர் எங்கே தன்னை விட்டு போய் விடுமோ என்ற அச்சம் அவளை வாட்டி வதைத்தது. வரும் வழியில் அவள் பார்த்த வாசகம் "THE GOD MUST BE CRAZY "இப்போது நினைவில் வந்து போனது.

திடீரென ஸ்டேஷன் பரபரப்பானது. வண்டி ஒன்று வந்து நிற்கும் சப்தம் கேட்டது. பின் பூட்ஸ் காலொலி ஓங்கி ஒலிக்க சப் இன்ஸ்பெக்டர் ராவணன் வந்து கொண்டிருந்தார். ஆனந்தி மரியாதை நிமித்தமாய் எழுந்து கொண்-டாள். அவளை அவர் கடந்து போகுமுன் அவருக்கு மரியாதை செலுத்து-னாள். அவரும் அவளை பார்த்து லேசாய் முருவலித்தபடியே தன் கேபின் நோக்கி விருவிருவென சென்றுவிட்டார். மீண்டும் நிமிடங்கள் நகர முடியா நரகமாய் கழிய, சிறிது நேரம் கழித்து அவளை கூப்பிட்டார்கள்.

"ஆனந்தி... அய்யா கூப்பிடுராரு. போம்மா...."

ஆனந்தி ஒருவிதமான நடுக்கதோடே எழுந்தாள். பின் குழந்தையை தன் கைகளில் தூக்கிகொண்டு மெல்லிய நடையில் SI ரூமை அடைந்தாள். ஊள்ளே வந்து மீண்டும் அவருக்கு வணக்கம் சொன்னாள்.

“வாம்மா.. வந்து உட்கார்.....”

ஆனந்தி அமைதியார் உட்கார்ந்தாள். எனோ தொண்டை அடைக்க வார்த்தை வராமல் சிரமப்பட்டாள். குழந்தை அமைதியா அவள் கைகளில் உறங்க்கொண்டிருந்தது. ஏனோ அவரும் ஏதும் அடுத்து கூறாமல் மௌனமாய் இருந்தார். கடிகார முட்கள் அங்கே நகர சிரமப்பட்டன. சிறிது நேரம் கழித்து அவரே பேச ஆரம்பித்தார்.

“ஆனந்தி...”

“குழந்தையை நல்ல பார்த்துக்கறேம்மா...

“ரொம்ப நன்றி ஸார்...”

அவர் ஆரம்பித்தார்.

“ஆனந்தி.. இந்த் 20 நாள் விசாரணையில குழந்தையை பத்தின எந்த ஒரு தெளிவும் கிடைக்கலே. பேப்பர்ல விளம்பரம் கொடுத்தும் எந்த ஒரு பயனும் இல்லே. அதனால அரசாங்கம் இந்த குழந்தையை அனாதை குழ்ந்தையின்னு டிக்ளர் பன்னி நாளையோ இல்லை நாளை மருநாளோ இந்த குழந்தையை ஒரு ஹோம்ல ஒப்படைத்து விடனும். ”

என்றார் அவள் கண்களை ஆழமாய் ஊடுருவியபடி. ஆனந்தி மரம் போல் ஏனோ அமர்ந்திருக்கவே, மீண்டும் அவலை நோக்கி,

“என்னம்மா... நான் சொல்றது உனக்கு புரியுதா...? என்றார்.

“நல்லா புறியுது ஸார்...”

என்ற ஆனந்தி எப்போது வேண்டுமானாலும் உடைந்து விடும் நிலையிலிருந்தாள். கைகள் ஏனோ அந்த பச்சிளம் சிசுவை மேலும் சற்று இருக அணைத்தபடி இருந்தது. இத்தனையையும் நன்குணர்ந்தவாய் மீண்டும் அவளை கணிவுடன் பார்த்து,

“ஆனந்தி. உன் கஷ்டம் எனக்கு புறியுது. But கவர்மெண்ட் ரூல்ஸை யாரும் மீற முடியாது. ஏன் அது தான் நல்லதும் கூட. குழந்தையை நாம ஹொம் ல ஒப்படச்சுதான் ஆகனும். ரொம்ப நாள் கடத்த முடியாது.”என்றார்.

இப்போது ஆனந்தி சகலமும் உடைந்து அழ ஆரம்பித்தாள். சிறிது நேரம் கழித்து மெல்லிய குரலில் அவரை பார்த்து,

“ஸார்... இந்த குழந்தையை ஹொம் ல ஒப்படச்ச பிறகு என்ன செய்வாங்க....”என்றாள்.

அதுவரையில், அமைதியாய் இருந்தவர், பின் மெல்லிய சிரிப்பின் ஊடே-அவளைப் பார்த்து அடுத்து நடக்க போவதை அனுமானித்தவர் போல,

"ஏன்... கொஞ்ச நாளைக்கப்புறம், பிள்ளை இல்லாதவங்களுக்கு சட்டப்படி தத்து கொடுத்துடுவாங்க...."என்றார்.

"ஸார்.. உங்களுக்கு, இந்த அரசாங்கத்துக்கு, அந்த ஹொம்ல உள்ளவங்களுக்கு ஆட்சேபனை இல்லேன்னா, இந்த குழந்தையை நானே வளர்க்கட்டுமா ?. என்னா எனக்கும் வேற யாரும் இல்லே ஸார். நான் ஒரு....ஒரு.... அனாதை ஸார்...."

என்றபடி எழுந்த ஆனந்தி குழந்தையை டேலிளில் கிடத்தி விட்டு சட்டென அவர் காலில் விழுந்து ஓவென அழ ஆரம்பித்தாள். இதை கண்டதும் சட்டென தன் சீட் தள்ளி எழுந்து ஓரடி பின்னே சென்றவர் ஒரு தாயாய் உடைந்து போய் அவரிடம் மடிப்பிச்சை கேட்கும் அவளை நோக்கி,

"எழுந்திரும்மா...."

என்றார் தழைந்த குரலில். ஆனந்தி மெல்ல எழுந்து தன் இருக்கையில் அமர்ந்து குழந்தையை எடுத்து தனது தோள் மேல் தூக்கி போட்டுக்கொண்டாள். பின்னர் தனது அலைபேசியை எடுத்து யாருக்கோ டயல் செய்து சிறிது தூரம் சென் தணிந்த குரலில் பேசத்தொடங்கினார்.

"வணக்கம் ஸார்..."

"அந்த கேஸ் தான் ஸார்...."

"விக்டிம் இத்வரையில் இல்லை ஸார்...."

"தானே வளர்க்கறதா சொல்றாங்க ஸார்...."

"ஆமா ஸார். திருநங்கை தான். But profile very clear . And She already worked one company. Her Manager and her team support well sir...."

"ok sir......."

"ok sir. I follow the whole procedure. I will complete everything .."

"Thank you Sir..."

ஆனந்தி இவரது மெல்லிய உரையாடலை கேட்டுக்கொண்டிருந்தாள். பதி புரிந்தும் , பாதி புரியாமலும் இருந்தாள்.அதே சமயம் அவரையே வைத்த கண் வாங்காமல் அவரின் பதிலுக்காய் காத்திருந்தாள். பதிலுக்கு அவரும் அவளிடம் எதுவும் சொல்லாமல் பக்கத்து ரைட்டர் அறைக்கு சென்று அவரிடம் ஏதோ பேசிவிட்டு சிரிது நேரம் கழித்து திரும்பி வந்தார். ஆனந்தியின் நிலையினை பார்த்து பின் கம்பீரமாய் பேச ஆரம்பித்தார்.

"ஆனந்தி..."

"ஸார்...."

"சப்போஸ் இந்த குழந்தை உனக்கு கிடைச்சா, அப்போ இந்த குழந்தையை நீ நல்லா பார்த்துக்குவியா....?"

"என் உயிரை விட மேலா பார்த்துக்குவேன் ஸார்...."

என்று சொல்லிவிட்டு ஆனந்தி அப்போதுதான் அவர் மெஜை மேல் ராவணன் என்று பித்தளை எழுத்துக்களால் பொறிக்கப்பட்டு டியூப் லைட் ஒலியில் மின்னிக்கொண்டிருக்கும் அவர் பெயரை மிகவும் மறியாதையுடன் பார்த்துக்கொண்டிருந்தாள். இந்த கடவுள் விசித்திரமானவர் என அந்த வேளையிலும் அவளுக்குப் பட்டது.

"எனக்கு தெறிந்த ஒரு ஜட்ஜ் கிட்டேதான் இப்போ பேசினேன். என் மெலிடத்துல நேத்திக்கே பர்மிஷன் வாங்கியிருந்தேன். என்னா இந்த கேள்-விய நீ இன்னைக்கு என்னை பார்த்து கேட்பேன்னு நான் எதிர்பார்த்தேன். ரைட்டர் கிட்டே சொல்லியிருக்கேன். அவர் சொல்படி நீ உன் கைப்பட ஒரு லெட்டர் எழுதி கொடுக்கனும். மாதா மாதம் குழந்தையை கொண்டு வந்து இங்கே காட்டனும். இது ஒரு 3 வருஷம் வரைக்கும் தான். ஸ்டேஷன் ல இருந்து ஒரு சர்டிபிகேட் தருவாங்க . அதை வச்சுக்கிட்டு நீ இந்த குழந்-தையை சட்டப்படி பதிஞ்சுக்கலாம். But one condition......"

என்று நிறுத்தியவரை, இதுவரை இவர் சொன்னதெல்லாம் கேட்டு வானத்தில் மிதந்து கொண்டிருந்த ஆனந்தி திரடுக்கிட்டு, தன்னிலை திரும்பி அவரை பார்த்து,

"என்ன ஸார்....."என்றாள்.

"இவ்வளவும் இந்த குழந்தையை யாராச்சும் உரிமை கொண்டாடி வரும் வரை தான். அப்படி யாராச்சும் வந்து சட்டப்படி அவங்கதான்னு நிருபிச்சா, நீன் எந்த மறுப்பும் சொல்லாமல் குழந்தையை கொடுத்துடனும். ஏன்னா... தத்து பெரும் உரிமை இன்னமும் உங்களை போன்றோருக்கு இந்த அரசாங்-கம் வழங்கப்படவில்லை. அதுக்கு இன்னும் கொஞ்ச வருசமாகலாம். .."என்-றார்.

பதில் பேசாது மீண்டும் அவர் காலில் விழப்போனவளை தடுத்து நிறுத்தி-யவர்,

"அழாதேம்மா... இனி உன் வாழ்க்கையிலே சந்தோஷம் தான். ஆமா... குழந்தைக்கு பெயர் ஏதாவது வச்சிருக்கியா...?"

என்ற கேள்வியை அவளைப் பார்த்து எழுப்பினார்.

"வச்சிருக்கேன் ஸார். நாயகி. என் அம்மோவோட பெயர் ஸார்....."

என்றவளைப் பார்த்து,

"நாயகி உன் அம்மாவும் இல்லை. இப்போது உன் கைகளில் தவழ்ந்து கொண்டிருக்கும் குழ்ந்தையுமில்லை. நீ தான்".

என வாய் வரை வந்த வார்த்தைகளை ஏனோ சொல்லாமல், அந்த ராவ-ணன் என்னும் சப் இன்ஸ்பெக்டர் அவளை பார்த்து மெல்ல சிரித்தார்.

42. ஜூனியர் ஆர்டிஸ்ட் - கோபி GPR

தானொரு சிறந்த நடிகராக வேண்டும் என்பதே சத்தியனின் லட்சியம். வெள்ளித்திரையில் தனது முகம் தெரிந்து விடாதா? என்று ஏங்கும் ஒரு சராசரி மனிதன் மட்டுமல்ல, அதற்கான உழைப்பையும் விடாமுயற்சியையும் தன்னகத்தே கொண்டவன். அவனுடைய முக்கிய மற்றும் முதலாவது வேலை, புதிய படங்களை தயாரிக்கும் அலுவலகம் திறந்த உடனே அதற்கான ஆடிஷனில் கலந்துகொள்வது தான். பல ஆடிஷன்கள் கலந்து கொண்டாலும் தன் திறமையை காட்டும் அளவிற்கு கதாபாத்திரம் கிடைக்காததால், சிறு மனக் குழப்பத்துடன் அவன் காணப்பட்டு வந்தான். அவனுக்கு ஆறுதலாக கோயில்களே இருந்தது. ஒரு நாள் ரயிலில் பயணத்தின் போது, தன்னுடைய திறமையை வெளிக்காட்ட பல்வேறு வழிகளை சிந்தித்து கொண்டு இருந்தான். ரயிலில் ஒரு திருநங்கயின் செயலை கண்ணிமைக்கா வண்ணம் கண்டு கொண்டிருக்கையில் மனதில் அவனுக்கு ஒரு பிடி கிட்டியது. கையில் இருந்த காசுகளை சேகரித்து, அவனே திருநங்கையை மையப்படுத்தி குறும்படம் எடுத்தான். அதற்கு “இவள் பாரதி” என்ற தலைப்பை வைத்து அவனே திருதங்கையாகவும் நடித்தான்.

அது தனக்கு ஒரு பெரிய பெயரை வாங்கித் தரும், திரைத்துறையில் அடுத்த நிலைக்குச் செல்லும் என்று கனவு கண்டு கொண்டிருந்தான். பிறகு வழக்கம் போல் தன்னுடைய திரைப் பயணத்தை தொடர்ந்தான். பல உதவி இயக்குனர்களை பின் தொடர்ந்து வாய்ப்புகளை பெற முயற்சித்தான். ஒருநாள் செய்தித்தாளில் வந்த செய்தியின் படி திருநங்கைகள் நடத்தப்படும் குறும்படப் போட்டிக்கு, இவள் பாரதி குறும்படத்தை அனுப்பி வைத்தான். உழைப்பவனுக்கு என்றுமே ஊதியம் உண்டு என்ற வாக்கின்படி தேசிய அளவில் சிறந்த நடிகனாக விருதுகளைப் பெற்றான். அதன்பின் பல இயக்குனர்களிடம் இருந்து அழைப்பு வந்தது. அடடே இதுதான் திரையில் மின்னுவதற்கு வழியா! இது தெரியாமல் போயிற்றே என்று வருத்தப்பட்டான். ஆனால் அவனுக்கு இதைவிட பெரும் இடி காத்திருந்தது என்பதை அவன் உணரவில்லை. ஒருநாள் உதவி இயக்குனர் மகேஷிடம் இருந்து ஒரு அழைப்பு வந்தது,

“சார் உங்க நடிப்பு எங்க இயக்குனருக்கு ரொம்ப பிடிச்சிருச்சு, வர்ற 25ஆம் தேதியிலிருந்து ஒரு பத்து நாள் பிளாக் பண்ணிக்கோங்க”

என்றான். சத்தியன் பெரும் மகிழ்ச்சி அடைந்தான். தனக்கு வரப் போக இருக்கும் கதாபாத்திரத்தை மனதில் ஏற்றிக்கொண்டு ஷூட்டிங் தேதிக்காக காத்திருந்தான். உதவி இயக்குனர் அழைப்பு வந்தது,

“சார் சூட்டிங் கொஞ்சம் டேட்டு தள்ளிப்போய் இருக்கு. வெயிட் பண்ணுங்க நான் கூப்பிடுறேன்” என்றான். சத்தியன் தன்னுடைய உற்சாகத்தை

குறைத்துக் கொண்டு மீண்டும் பல சினிமா அலுவலகத்திற்குச் சென்று தனது திறமையை காட்டி கொண்டு வந்திருந்தான்,

உதவி இயக்குனர் மகேஷிடம் இருந்து மீண்டும் ஒரு அழைப்பு வந்தது,

“சாரி சார் இந்த படத்துல கேமராமேனின் நண்பர் உங்க ரோல் பண்றாங்க கண்டிப்பா அடுத்த படத்துல சந்திக்கலாம்”

என்றான். இந்த முறை அவனுக்கு ஆறுதலாக இருந்தது பல நாளிதழ்கள் இவள் பாரதி குறும்படத்தை பற்றி பேசியது.

மீண்டும் மற்றொரு உதவி இயக்குனர் அரவிந்திடம் இருந்து அழைப்பு வந்தது,

“சார் எங்க படத்துல உங்கள ஒரு வக்கீல் ரோலுக்கு செலக்ட் பண்ணி இருக்கோம் நாளை மறுநாள் ஏவிஎம் ஸ்டுடியோ விற்கு வந்துடுங்க”

என்றான். அவ்வளவுதான் சத்தியனிற்கு இரவு முழுவதும் வாதாடுவது போல் கனவாகவே வந்துகொண்டிருந்தது. அந்தக் கதாபாத்திரம் சத்யனுக்கு கிடைக்க அரவிந்து மிகவும் பாடுபட்டு இருந்தான். ஏனென்றால் அரவிந்த் இவள்பாரதி குறும்படத்தால் கவரப்பட்டவன். சத்தியனிற்க்கு மறுநாள் ஷூட்டிங் ஸ்பாட்டில் காத்திருந்தது அதிர்ச்சி. இயக்குனர் சத்தியனிற்கு சீனை விளக்கிக் கொண்டிருந்தார்.

“தம்பி நல்லா கேட்டுக்கங்க உங்க சீன் இதுதான் ஆக்ஷன்ல ரூமிலிருந்து கதவு திறந்து பயந்தபடியே ஓடணும் OK”.

சத்தியமன் திருதிருவென முழித்தான். ஓர பார்வையில் தனக்கு இந்த கதாபாத்திரம் இல்லையே என்றபடி உதவி இயக்குனர் அரவிந்தை பார்த்தான். அரவிந்திருக்கும் ஒரே குழப்பம் மீண்டும் இயக்குனர் தனது காட்சியை சத்யனிடம் விளக்குகிறார்.

“தம்பி புரியுதா போலீஸ் வந்து உன்ன விபச்சார விடுதியில் கைதி பன்ற காட்சி தான் எடுக்க போறோம். நீ கைலியை கட்டின வாறு பயந்து ஓடுற ஓகே”.

சத்தியனிற்க்கு மிகப் பெரிய அதிர்ச்சி, இயக்குனரிடம் கெஞ்ச ஆரம்பித்தான்,

“சார் சார் நான் தேசிய அளவில் விருதுகள் வாங்கி இருக்கேன் சார். நல்ல நடிப்பபே சார் என்ன நம்புங்க சார்” என்று கதறியது உதவி இயக்குனர் அரவிந்தை கண்கலங்க செய்தது. ஆனால் இயக்குனர் கோபத்துடன்,

“முடிஞ்சா இந்த ரோல் பண்ணு இல்லனா போய்கிட்டே இரு” என்றார்.

உதவி இயக்குனர் அரவிந்தும் இயக்குநரிடம் சிபாரிசு செய்ய, இயக்குனர் கோபத்தில் வெளியே சென்று விட்டார். தன்னுடைய நிலைமையை சத்யன் அரவிந்திற்க்கு கூற அரவிந்தனும் குழம்பியபடி,

“எனக்கும் ஒன்னும் புரியல. ஏன் இப்படி திடீர்னு உங்க ரோல மாத்துனாங்கனு தெரியல வெரி சாரி ப்ரோ” என்றான். திடீரென இயக்குனர் அங்கு

வர,

"இன்னும் ரெடியாக வில்லையா?" என்று சத்தியனை நோக்கி கத்தினார். அதற்கு சத்தியன்,

"இல்ல சார் இந்த காட்சியைப் பற்றி தான் பேசிகிட்டு இருந்தேன். கைலியோட ஓட்டுவதை விட கைலிய அக்கில்ல வச்சுக்கிட்டு ஜட்டியோட ஓடுனா இந்த சீன் இன்னும் நல்லா இருக்குமே" என்றான் கலக்கத்துடன். இயக்குனரால் எதுவும் பேச இயலவில்லை. தனியாக வந்து அரவிந்தனிடம் இயக்குனர்,

"எனக்கு இது முதல் படம். இந்த படம் நடக்கலனா என் வாழ்க்கையே போச்சு, சத்யனுக்கு கொடுத்த கதாபாத்திரம் தயாரிப்பாளரின் பையனுக்கு வேணும்னு சொல்லிட்டாரு, என்னால ஒன்னும் பண்ண முடியல" என்றார். ஆம் இப்பொழுதெல்லாம் ஒரு இயக்குனர் தன்னுடைய படத்திற்கான கதாபாத்திரத்தை தேர்ந்தெடுக்கும் உரிமை இல்லாமல் போயிற்று. சத்தியன் தன் கதாபாத்திரத்தை கச்சிதமாக செய்து, மீண்டும் புதிய சினிமா அலுவலகத்திற்கு ஆடிஷனுக்காக சென்றான். உழைத்தால் மட்டும் போதாது உழைத்துக் கொண்டே இருக்க வேண்டும் என்ற விஷயத்தை, சத்தியன் புரிந்து கொண்டான். ஒருநாள் வெள்ளித்திரையில் ஜொலிப்பான் என்பது உறுதியே...

43. யாருமா இவங்க? - அ. வேளாங்கண்ணி

"அம்மா யாருமா இவங்க? இப்படி இருக்காங்க!"

"ஓய்... சத்தம் போட்டுப் பேசாத.. அவங்க அசிங்கம்... அவங்களப்பத்தி பேசறோம்னு தெரிஞ்சா நம்மல அசிங்க அசிங்கமா திட்டுவாங்க.. அவங்க பக்கம் பார்க்காத?"

"அப்ப அவங்க மனுஷங்க இல்லையாமா?", என்று கேட்ட விக்னேஷின் கேள்விக்கு, பதில் சொல்லத் திணறி, 'உஷ்' என்று உதட்டின் மேல் கைவைத்து அடக்கினாள் கோமதி.

***

அடுத்த நாள் கடைவீதியில் விக்னேஷுடன் நடந்து கொண்டிருந்தாள் கோமதி. கைப்பைக்குள் ஆஸ்பத்திரியில் கட்ட வேண்டிய ரெண்டு லட்ச ரூபாய் இருந்தது. விக்னேஷின் அப்பா ஒரு வாரமாய் ஆஸ்பத்திரியில், பெரிய வாகன விபத்திற்குப்பின் சிகிச்சையில் உள்ளார். ஒரு மேஜர் ஆப்ரேஷன் பண்ணினால் தான் பிழைப்பார் என்று சொல்லப்பட்ட நிலையில், எப்படி எப்படியோ கஷ்டப்பட்டு இந்த ரெண்டு லட்சத்தை புரட்டியிருந்தாள் கோமதி. கைப்பையை பத்திரமாக கைக்குள் அடக்கித்தான் நடந்து கொண்டிருந்தாள். அப்படியும் ஒரு திருடன், அந்த கைப்பையை பறித்துக்கொண்டு ஓட ஆரம்பித்தான்.

"திருடன் திருடன்", என்று கத்திக்கொண்டே பத்து அடி கூட அவளால் ஓட முடியவில்லை. கால் தடிக்கி விழுந்தவள் 'ஓ'வென கதற ஆரம்பித்து விட்டாள். அம்மாவின் அழுகை கண்ட விக்னேஷிக்கும் கண்ணீர் முட்டிக்-கொண்டு வந்தது. ஆனால் யாரோ அவனை துரத்திக்கொண்டு ஓடுவதாய் கண்ணில் பட்டது.

சுற்றிலும் கூடிய கூட்டம், பாவமாய் இருவரையும் பார்த்துவிட்டு நகர ஆரம்பித்தது.

அப்போது மாதாக்கோவில் மணி ஒன்பது முறை அடித்து ஓய, 'ஒன்பதரைக்குள் பணம் கட்டிவிடுவேன்' என்று நேற்று டாக்டரிடம் கோமதி சொன்னது ஞாபகம் வர இன்னும் பதட்டம் பற்றிக்கொண்டது.

அப்போது ஒரு குரல் கேட்டது.

"மேடம் இந்தாங்க உங்க பேக்"

சட்டென பெருமழை கொட்டியது போல உடம்பு முழுதும் சந்தோஷம் பொங்க தலையில் கைவைத்து அமர்ந்திருந்த கோமதி தலை நிமிர்ந்து பார்த்தாள்.

அன்று பார்த்த அதே திருநங்கை, மூச்சு வாங்கிய படி சிரித்த முகத்துடன் நின்று கொண்டிருந்தார்.

படாரென கன்னத்தில் அடி வாங்கியது போல உணர்ந்தாள் கோமதி.

"ரொம்ப நன்றிங்க", எனச் சொல்லி தனது பேக்கை வாங்கிக்கொண்டாள்.

"உள்ள இருக்கறதெல்லாம் சரியா இருக்கானு பார்த்துக்கோங்க"

"பரவாயில்லைங்க, எல்லாம் சரியாத்தான் இருக்கும்.. விக்னேஷ் இவங்களுக்கு கை கொடு"

சிரித்த முகத்துடன் கை குலுக்கிய விக்னேஷ் மீண்டும் அதே கேள்வியைக் கேட்டான்.

"யாருமா இவங்க?"

"நம்ம தெய்வம்பா!", என பதில் சொன்ன அம்மாவை வினோதமாகப் பார்த்தான் விக்னேஷ்.

44. *திவ்யா திருமணம்...!!* - காரை ஆடலரசன்

சந்தியாவதனம் முடித்து சாமி கும்பிட்டு சாப்பாடெல்லாம் முடித்து சாவகாசமாக வந்து அமர்ந்த பரமசிவம் எதிரில் பவ்வியமாக வந்து அமர்ந்தாள் திவ்யா.

வயசு 27. பொறியியல் படிப்பு. அயல்நாட்டு இந்திய கம்பெனி ஒன்றில் அரை லட்சத்திற்கு மேல் சம்பளம்.

நடு நெற்றியில் வட்ட அகலப் பொட்டு. நெற்றி உச்சியில் உள்ள வகிட்-டின் ஓரம் கொஞ்சமாய்க் குங்குமம். மடிசார் புடவையில் மங்களகரமாக

அவள் அம்மா காயத்ரி அடுப்படி வேலைகளையெல்லாம் முடித்துவிட்டு கணவன் அருகில் வந்து அமர்ந்தாள். ஆச்சாரமான குடும்பம். ஞாயிற்றுக்கிழமை விடுப்பு. அம்மா, அப்பாவை இப்படிச் சேர்ந்து பார்ப்பதற்குச் சந்தோசமாக இருந்தது திவ்யாவிற்கு.

பரமசிவம்....எதிரில் டீபாயில் இருந்த அன்றைய தினசரியை எடுத்து படிக்க விரித்தார்.

" அப்பா....! " திவ்யா மெல்ல அழைத்தாள்.

" என்னம்மா....? " விரித்த தினசரியை விரித்தப்படி கேட்டார்.

" நான் உங்ககிட்டேயும், அம்மாக்கிட்டேயும் கொஞ்சம் பேசனும்.... "

" பேசு... " தினசரியை இறக்கினார். மடித்தார்.

" நா....நான் ஒருத்தரைக் காதலிக்கிறேன்.... " அவள் சுற்றி வளைக்காமல் நேரடியாகவே விசயத்திற்கு வந்தாள்.

பெற்றவர்கள் இருவரும் துணுக்குற்று நம்ப முடியாமல் ஒருவரை ஒருவர் பார்த்தார்கள்.

திவ்யா அதைப் பற்றிக் கவலைப்படாமல்....

" என்னோட வேலை செய்யிறவர். பேர் கிள்ளிவளவன்.... " என்றாள்.

" என்ன வளவன்....? " — பரசிவம் நிமிர்ந்து அமர்ந்தார். தினசரியை பழையபடி டீபாயில் வைத்தார்.

" கிள்ளிவளவன் ! "

" நல்ல அருமையான பேர். கடையேழு வள்ளல்களில் ஒருத்தன். குறுநில மன்னன். பையன் அப்பா தமிழ் ஆசிரியரா....? " இவர் திருப்பிக் கேட்டார்.

" இல்லே. அவர் பேர் தமிழ்ச்செல்வன். "

" அவர் அப்பா தமிழ்பற்றாளரா....? "

" தெரியாது... "

" பையன் அம்மா தமிழ் ஆசிரியையா..? "

" இல்லே... "

" அப்புறம் எப்படி.... இந்தகாலத்துல இப்படி ஒரு பேர்....? " இழுத்தார்.

" சும்மா இருங்க. அம்மா, அப்பா ரெண்டு பேருமே தமிழ்பற்றாளராய் இருப்பாங்க. இப்படி பேர் வைச்சிருப்பாங்க. அதை விடுங்க. நீ சொல்லும்மா....? " — காயத்ரி கணவனை அடக்கி மகளைப் பார்த்தாள்.

' தாயும் மகளும் கூட்டுக் களவாணியோ....!? ' பரசிவத்திற்குள் திடீர் உறுத்தல், சந்தேகம்.

" காயத்ரி ! உனக்கு முன்னாடியே விசயம் தெரியுமா....? சொல்லும்மா சொல்றே....?! " கேட்டே விட்டார்.

” ஐயோ....! இல்லீங்க. இப்போ உங்க முன்னாலதான் அவ சொல்றதைக் கேட்கிறேன்.” அவள் குரலில் கொஞ்சமாய் பதற்றம்.

பரமசிவத்திற்குச் சந்தேகம் தீர்ந்தது.

” சரி சொல்லு...? ” மகளைப் பார்த்தார்.

” அப்பா ! கிள்ளிவளவன் அம்மா அப்பா தத்துப்பிள்ளை ! ” என்றாள்.

” அப்படியா...! அண்ணன், தம்பி, அக்கா, தங்கச்சி ....யார் பையன்..? ”

” யார் பையனும் இல்லே. அனாதை ஆசிரமத்திலேர்ந்து எடுத்து வளர்த்த குழந்தை ! ”

” ஓ....கோ.......! ”

” அம்மா அப்பாவுக்குக் குழந்தை பாக்கியம் இல்லியா..? ”

” இல்லே. பெத்துக்க முடியாது. ”

” ஏன்ன்.....? ”

காயத்ரியும் அவள் முகத்தை ஆவலாய்ப் பார்த்தாள்.

” ரெண்டு பேரும் மூன்றாம் பாலினத்தவர்..! ”

” புரியலை....?! ”

இருவர் முகங்களிலுமே குழப்பம்.

” திருநங்கைகள் ! ”

” திவ்யா ! ! ” கணவன், மனைவி இருவரும் சேர்ந்தே அதிர்ந்தார்கள்.

” அந்த ரெண்டு பேருமே... காதலிச்சு கலியாணம் முடிச்சவங்க....” திவ்யா அடுத்த வெடியையும் வீசினாள்.

” இவுங்க ரெண்டு பேருமா....?!! ” பரமசிவம் நம்ப முடியாமல் கேட்டார்.

” ஆமா...அதனாலதான் நாம ஏன் வாரிசில்லாமல் வெறுமையாய் வாழ்ந்து சாகனும். அனாதைப் புள்ளை ஒன்னுக்கு வாழ்க்கைக் கொடுக்கலாம் என்கிற எண்ணத்துல அனாதை ஆசிரமம் போய் ஒரு ஆண் குழந்தையைத் தத்தெடுத்து வந்து கிள்ளிவளவனை வளர்த்தாங்க.”

பரமசிவத்திற்கு விசயம் விளங்க....சுவாரஸ்யம் தட்டிற்று.

” அப்படிப் போடு..! அப்புறம்....? ” ஆர்வமாய்க் கேட்;டார்.

” அந்த அம்மா, அப்பா ரெண்டு பேருமே ஒரே சாதி, மதம் கிடையாது. அப்பா கிருஸ்டின், அம்மா முஸ்லீம்...! ”

” அடடே...! கதை நல்லா இருக்கு. மேலே சொல்லு..?...” இன்னும் ஆர்வமானார்.

” அப்பா..! கதை இல்லே. இது நிஜம்....! ” திவ்யா அதட்டினாள்.

” விளையாடாதே.....! ” இப்போது பரமசிவம் முகம் மாறி குரல் கடுமையானது.

” விளையாடலைப்பா. கிள்ளிவளவனும் நானும் ரெண்டு வருசமா உயி-ருக்குயிராய்க் காதலிக்கிறோம்.! ”

இதுவரை பொறுமையாக இருந்த காயத்ரிக்கு இப்போது கோபம் வந்தது.

” ஏய்ய்;ய்•••••• ! ” அதட்டினாள்.

அருகில் அமர்ந்திருந்த பரமசிவம்•••.மனைவி கையை மெல்ல பிடித்து•••அழுத்தி அடக்கினார்.

திவ்யா முகத்தை••••..சிறிது நேரம் ஆழமாகப் பார்த்து••••.

” இப்போ•••. உங்க கலியாணத்துக்கு நாங்க சம்மதிக்கனும். சரியா..? ” கேட்டார்.

” ஆமாப்பா•••! ” — அப்பா இவ்வளவு சீக்கிரம் விசயத்தைக் கிரகித்-துக் கொள்வார் என்று திவ்யா எதிர்பார்க்கவில்லை.

” எந்த வகையில நாங்க இதுக்கு சம்மதம் சொல்லனும்ன்னு நீ எதிர்-பார்க்கிறே••••.?” மெல்ல கேட்டு மகளைக் கூர்ந்து பார்த்தார்.

‘ அப்பா வழிக்கு வரவில்லை. விவகாரத்திற்கு வருகிறார் ! ‘ திவ்யாவிற்-குப் புரிந்து விட்டது. மௌனமாய் இருந்தாள்.

” பையன் அனாதை பொறப்பு. அம்மா அப்பா, சாதி, மதம் தெரியாது, கிடையாது. அடுத்து•••எடுத்து வளர்த்த அப்பா அம்மாக்களும் சாதாரண நல்ல மனுசங்க இல்லே. மூன்றாம் பாலித்தனவர்••••••திருநங்கைகள். அவர்-களும் ஒரே மதம், சாதி••••.இல்லே. வேற வேற நமக்குச் சம்பந்தமில்லாதது. இதுக்கு••• எப்படி, எந்த வகையில நாங்க சம்மதம் சொல்ல முடியும்•••? ” நிறுத்தி, நிதானமாகக் கேட்டார்.

காயத்ரிக்கும் பொறுக்கவில்லை.

” திவ்யா! நம்ம குடும்பம் ஆச்சாரமானது. அப்பா தினம் காயத்ரி மந்திரம் சொல்லி, சந்தியாவதனம் பண்ணாம ஒரு பருக்கை வாயில வைக்க மாட்டார். அதே மாதிரி நானும்••••. எல்லா விரதம், விழாவும் கொண்டாடி வெள்ளி செவ்வாய் தவறாமல் கோயிலுக்குப் போய் மடியாய் இருக்கிறவள். நம்ம குடும்பம் ஆச்சாரம், பக்தியில் அடி பிசகாதது. இதனால••• இந்த ஊர்ல மட்டுமில்லாம நம்ம சாதி சனத்து மத்தியிலும் நமக்கு ரொம்ப மதிப்பு மரி-யாதை அதிகம். இந்த நிலையில இப்போ இந்த திருமணத்திற்குச் சம்மதித்-தால்••••.நாளைக்கு எப்படி நாம எல்லாருக்கும் முன்னாலும் தலை நிமிர்ந்து நடக்க முடியும்..? ” — காயத்ரி எல்லாவற்றையும் ரொம்ப பொறுப்பாய் பொறுமையாக சொல்லி கேட்டாள்.

” ஓஓஓ•••••..! மத்தவங்க மதிப்பு மரியாதைக்காகத்தான் நாம வாழ-றோமா•••? ” திவ்யா தாயைத் திருப்பிக் கேட்டாள்.

காயத்ரி கோபப்படவில்லை. கோபம் வரவில்லை. பெற்ற வயிறு பொறுப்பு அதிகம்.

" அப்படி இல்லேம்மா. நாங்க சரி சொல்றதுக்கு எதுவும் சரி இல்லாமல் இருக்கே. எப்படிச் சொல்றது...? " முன்னைவிட பொறுமையாக சொன்னாள்.

" வாயால சொல்லுங்க... " திவ்யா வெடுக்கென்று திருப்பித் தாக்கினாள்.

" திவ்யா....ஆ...! " காயத்ரி முகம் மாறினாள், கடுமையானாள். அதட்டினாள்.

இவள் அதைப் பற்றி கவலைப்படவில்லை.

" உங்களுக்கு நான் காதலிக்கிறது ஓ.கேயா..? " பயமில்லாமல் ரொம்ப சர்வ சாதாரணமாகக் கேட்டு இருவரையும் பார்த்தாள்.

கணவனும், மனைவியும் ஒருவரையொருவர் பார்த்தார்கள்.

சிறிது நேரம் கழித்து...

" சம்மதம் இல்லே. இருந்தாலும்.... ஒரே பொண்ணு. ஆசைப்படுறேன்னு சம்மதம் சொல்லலாம். " — என்றார் பரமசிவம்.

" தத்துப்பிள்ளைன்னா... இளப்பம், கேவலமாப்பா...? " திவ்யா பரமசிவத்தை நேருக்கு நேர் பார்த்துக் கேட்டாள்.

" இல்லே...! நாம சொன்னாத்தான் விசயம் தெரியும். ஆனா.... இந்த வியத்துல பொறுத்தவரை.....சொல்லாமலேயே ஆள்; அனாதை, தத்துப்பிள்ளைன்னு தெரியுமே...?! " என்றார்.

" ஆமாம்மா...! அது மட்டுமில்லாமல்... பையன் அப்பா அம்மா வேற... கொஞ்சம் ஒதுக்கப்பட்டவர்கள். எப்படி சாதி சனம், உறவு முறைக்கெல்லாம் சொல்லி சபையைக் கூட்டி கலியாணம் பண்ண முடியும் ? " காயத்ரி கணவனுக்கு ஆதரவாகவும் மகளுக்குப் புரியும்படியும் சொன்னாள்.

" அப்படியெல்லாம் பண்ண வேணாம். யாருக்கும் சொல்லாம சிம்பிளா.... பதிவுத் திருமணம் செய்யலாம்...."

" செய்யலாம். பின்னால தெரியுமே..! நாலு பேர்... பொண்ணு எங்கே, என்னாச்சுன்னு கேட்டா எதை பதிலா சொல்லி தலை நிமிர்ந்து நடக்கிறது..? " என்றாள்.

" அப்பா ! நீங்க எதை மான,அவமானம்ன்னு நினைக்கிறீங்க ? "திவ்யா தகப்பன் முகத்தைப் பார்த்தாள்.

" இந்த விசயத்துல மொத்தமும் அவமானம்தான். ! " என்றார் அவர்.

" அப்போ... அந்த அவமானத்தோட... பொண்ணு ஓடிப் போயிட்டாள் என்கிற அவமானத்தையும் சேர்த்துக்கோங்க..." என்றாள் திவ்யா. குரல் கறாராக வந்தது.

கேட்ட பரமசிவம், காயத்ரிக்கு சட்டென்று மனமும.;, உடலும் சேர்ந்து நடுங்கியது.

" திவ்யா....! " ஆள் அதட்டினாலும்...பரமசிவம் குரலிலும் அந்த நடுக்கம் தெரிந்தது.

கணவனும், மனைவியும்....மகளைத் தீர்க்கமாகப் பார்த்தார்கள்.

" பின்னே... என்ன பண்ணச் சொல்றீங்க.? வேற வழி ? " இவளும் கேட்டு அவர்களைப் பார்த்தாள்.

காயத்ரி, பரமசிவத்திடமிருந்து பதில் வரவில்லை.

" அப்பா ! அம்மா ! வாழப்போறது நாங்க. எல்லாம் தெரிஞ்சு மனமொத்துதான் நாங்க காதலிக்கிறோம். கலியாணம் செதுக்க விருப்பப்படுறோம். இதுல எந்த விசயமும் எங்களுக்குக் கசக்கலை." என்றாள் திவ்யா.

" காதலுக்கு கண்ணில்லே......" பரசிவம் முணுமுணுத்தார்.

" சரி.! காதலுக்குக் கண்ணில்லே. எதுவும் தெரியாமல் குருடாவே காதலிச்சுட்டோம் காதலிக்கிறோம், கலியாணம் பண்ணப் போறோம். கலியாணத்துக்குப் பிறகு நாங்க வாழறோம், சாகறோம், பிரியறோம். அது எங்களோட பிரச்சனை. வாழ்க்கை.! எல்லாம் சரியாய்ப் பார்த்து, சிறப்பா முடிக்கிற திருமண வாழ்க்கையில மட்டும் இந்த குறை நிறை இல்லியா.? " கேட்டாள்.

" இருக்கு..." என்றாள் காயத்ரி.

" அப்படி என்கிற போது... இந்த திருமணத்தில் உங்களுக்கு ஏன் தயக்கம் ? "

" ...."

" மான அவமானம் மட்டும் காரணம்ன்னா.... எனக்கு அதில் உடன்பாடில்லே ! "

" அப்படி உள்ள நீ எங்ககிட்ட சொல்ல வேண்டிய அவசியமே இல்லே. " — காயத்ரி.

" பெத்து வளர்த்ததுக்காக உங்ககிட்ட சொல்றேன். சம்மதம் கேட்கிறேன்.! "

" அநியாயத்துக்கு ஆடாதே திவ்யா. பெத்தவயிறு எரிஞ்சா புள்ளைங்க நல்லா இருக்க இருக்க முடியாது..."

" முட்டாள்தனமாய் சாபம் விடாதே. யார் சாபமும் யாருக்கும் பலிக்காது. வாழ்க்கை...கஷ்டம், நஷ்டம் என்பது சம்பந்தப்பட்டவங்க புத்தி, தலைவிதி.! பெத்தவங்க வயிறெரிந்தால் பிள்ளைகள் நல்லா இருக்க முடியாது என்கிறதெல்லாம் பொய் ! " திவ்யா தாயைத் திருப்பித் தாக்கினாள்.

" திவ்யா...! முடிவா நீ என்ன சொல்றே...? " பரமசிவம் பேச்சை வளர்த்த விரும்பாமல் முடிக்க நினைத்தார்.

" உங்க சம்மதத்தோட எங்களுக்குத் திருமணம் நடக்கனும்ப்பா." என்றாள்.

" மாப்பிள்ள வீட்ல சம்மதமா ? " இவர் கேட்டார்.

" சம்மதம்.! "

" எல்லாம் முடிச்சு கடைசியாத்தான் இங்கே வந்திருக்கியா ? " தாய் சீறினாள்.

" அங்கே சிக்கல் கிடையாது முடிஞ்சுது. விடு ! " என்று மனைவியை அடக்கிய பரமசிவம்...கொஞ்ச நேரம் எதுவும் பேசாமல் யோசனையில் இறங்கினார்.

சிறிது நேர யோசனைக்கு பின் ஒரு முடிவிற்கு வந்தவராய்....

" உங்க கலியாணத்தை எப்படி முடிக்க...? " மகளை ஏறிட்டார்.

இவளும் அவரைப் பார்த்தாள்.

" சாதி சனம், ஊர் சொல்லி அமர்க்களம் ஏக தடபுடலாய் செய்யனுமா..? இல்லே... யாருக்கும் தெரியாமல் பதிவுத் திருமணம் செய்யனுமா ? " கேட்டார்.

" அது உங்க விருப்பம். ! "

" கவலையை விடு. பத்திரிக்கை அடிச்சு, சாதி சனம், ஊரைக் கூட்டி, நாலு பெரிய மனுசன்களை வரவழைச்சு...கொஞ்சம் தடபுடலாவே எல்லாரும் மூக்கு மேல விரல் வைக்கிறாப்போல கோலாகலமா முடிக்கலாம்.! "

" அப்பா...!! " திவ்யா அவரை அதிர்ச்சியாய்ப் பார்த்தாள்.

" திவ்யா ! ஊர், சாதி சனம், மான அவமானமெல்லாம் யோசிச்சு பயந்து காதும் காதும் வைச்சாப் போல ஒரு காரியத்தை முடிச்சா கேவலம். அவமானம். அதே காரியத்தை எதுக்கும் பயப்படாம....அமர்க்களம், ஆர்ப்பாட்டமாய் செய்தால்...மானஅவமானமெல்லாம் காணாமல் போய்.. எல்லாரும்....மூக்கின் மேல் விரலை வைச்சி பெருமையாப் பேசுவாங்க. இது நடைமுறை. பெரிய இடத்துப் பாணி. நான் அப்படியே முடிக்கிறேன். " சொன்னார்.

" அப்பா...! ! " திவ்யாவால் நம்ப முடியவில்லை.

காயத்ரிக்கும் வியப்பு.

" அம்மா ! வாழப்போறது நீங்க. வாழ்ந்து முடிச்சவங்க நாங்க. வாழப்போறவங்களை வாழ விடுறதுதான் நியாயம். மதிப்பு, மரியாதை, அவமானமெல்லாம் அவுங்க அவுங்க மனசைப் பொறுத்த விசயம். நாங்க தெளிஞ்சாச்சு. உங்க திருணமத்துக்கு நாங்க சம்மதம்.! " என்ற பரமசிவம் அருகிலிருந்த மனைவி கையையும் சேர்த்து தூக்கினார்.

" அப்பா...!! அம்மா...!! " திவ்யா சட்டென்று எழுந்த அவர்களைத் தாவி அணைத்து நெகிழ்ந்தாள்.

Printed in Great Britain
by Amazon

48808946R00396